திருவாவடுதுறை யாதீனத்து மகாவித்துவான்
திரிசிரபுரம்
ஸ்ரீ மீனாட்சிசுந்தரம் பிள்ளையவர்கள் சரித்திரம்

திருவாவடுதுறை யாதீனத்து மகாவித்துவான், திரிசிரபுரம்
ஸ்ரீ மீனாட்சிசுந்தரம் பிள்ளையவர்கள் சரித்திரம்
உ.வே. சாமிநாதையர் (1855–1942)

பதிப்பாசிரியர்: **ப. சரவணன்** (1973)

அருட்பா x மருட்பா சரவணன் எனத் தமிழ்ச் சூழலில் அறியப்படும் ப. சரவணன் உ.வே.சா.வின் முன்னுரைகளை எல்லாம் முழுவதுமாகத் தொகுத்து, *சாமிநாதம்* என்னும் பெயரில் பதிப்பித்தவர். அதனைத் தொடர்ந்து பொருண்மை அடிப்படையில் உ.வே.சா.வின் கட்டுரைத் தொகுதிகள் (2016), *என் சரித்திரம்* (2017) ஆகியவற்றைச் செம்பதிப்பாகத் தந்துள்ளார். அவ்வரிசையில் மீனாட்சிசுந்தரம் பிள்ளையவர்கள் சரித்திரமும் இடம்பெறுகிறது. தமிழ்ச்சமூக வரலாறு தொடர்பான ஆவணப்படுத்துதலில் குறிப்பிடத்தக்க பங்களிப்பை நிகழ்த்திவரும் சரவணன் *திருப்பூர் தமிழ்ச்சங்க விருது, தமிழ்ப்பரிதி விருது, தமிழ்நிதி விருது, சுந்தர ராமசாமி விருது, நாஞ்சில்நாடன் விருது, வா.செ. குழந்தைசாமி விருது, இலக்கியவீதி அன்னம் விருது* ஆகியவற்றைப் பெற்றவர். 2024இல் தமிழ்நாடு அரசு வழங்கிய அருட்பெருஞ்சோதி – வள்ளலார் விருது பெற்ற பெருமையும் இவருக்கு உண்டு. தற்போது தமிழ்நாடு பாடநூல் மற்றும் கல்வியியல் பணிகள் கழகத்தில் உதவி இயக்குநராகப் பணியாற்றி வருகிறார்.

ப. சரவணனின் பிற நூல்கள்

எழுதியவை

- அருட்பா x மருட்பா (2001)
- கானல்வரி ஒரு கேள்விக்குறி (2004)
- வாழையடி வாழையென . . . (2009)
- நவீனநோக்கில் வள்ளலார் (2010)
- வள்ளலாரும் நாவலரும் (2022)

பதிப்பித்தவை

- ஔவையார் கவிதைக் களஞ்சியம் (2001)
- மயிலை சீனி. வேங்கடசாமி ஆய்வுக் கட்டுரைகள் (6 தொகுதிகள்) (2001)
- நாலடியார் (1892) (2004)
- மநு முறைகண்ட வாசகம் (1854) (2005)
- வேங்கடம் முதல் குமரி வரை (2009)
- அருட்பா மருட்பா: கண்டனத் திரட்டு (2010)
- கமலாம்பாள் சரித்திரம் (2011)
- சாமிநாதம்: உ.வே.சா. முன்னுரைகள் (2014)
- உ.வே.சா. கட்டுரைகள் (பொருண்மை அடிப்படையில் 5 தொகுதிகள்) (2016)
- தாமோதரம்: சி.வை.தா. பதிப்புரைகள் (2017)
- என் சரித்திரம் (2017)
- ஆனந்த வெள்ளம் (கி.வா.ஜ.வின் தேர்ந்தெடுத்த கட்டுரைகள்) (2020)

உரையெழுதியவை

- வேமன நீதி வெண்பா (1892) (2008)
- சிலப்பதிகாரம் (2008)
- கலிங்கத்துப் பரணி (2013)
- தமிழ்விடு தூது (2016)
- திருவாசகம் (2021)
- பொருநர் ஆற்றுப்படை (2022)
- மதுரைக் காஞ்சி (2022)
- மலைபடுகடாம் (2022)
- புறநானூறு (2024)

அகராதி

- திருவருட்பா அகராதி (2017)

உ.வே. சாமிநாதையர்

திருவாவடுதுறை யாதீனத்து மகாவித்துவான்
திரிசிரபுரம்
ஸ்ரீ மீனாட்சிசுந்தரம் பிள்ளையவர்கள் சரித்திரம்

பதிப்பாசிரியர்
ப. சரவணன்

காலச்சுவடு பதிப்பகம்

அன்பார்ந்த வாசகருக்கு,

வணக்கம்.

காலச்சுவடு நூலை வாங்கியமைக்கு நன்றி.

நூலின் உள்ளடக்கம், உருவாக்கம், அட்டைப்படம் இன்ன பிற அம்சங்கள் பற்றிய உங்கள் கருத்துகளையும் ஆலோசனைகளையும் காலச்சுவடு வரவேற்கிறது. தகவல், எழுத்து, வாக்கியப் பிழைகள் தென்பட்டால் அவசியம் தெரிவித்து உதவுங்கள். நூல் தயாரிப்பில் கடும் குறைபாடு இருப்பின் மாற்றுப் பிரதி உங்களுக்குக் கிடைக்கக் காலச்சுவடு ஏற்பாடு செய்யும்.

மின்னஞ்சல்: publisher@kalachuvadu.com

காலச்சுவடு நாகர்கோவில் அலுவலகத்துக்குக் கடிதம் அனுப்பலாம்.

தங்கள்
எஸ்.ஆர். சுந்தரம் (கண்ணன்)
பதிப்பாளர் — நிர்வாக இயக்குநர்

திருவாவடுதுறை யாதீனத்து மகாவித்துவான், திரிசிரபுரம் **ஸ்ரீ மீனாட்சிசுந்தரம் பிள்ளையவர்கள் சரித்திரம்** • வாழ்க்கை வரலாறு • ஆசிரியர்: உ.வே.சா. • பதிப்பாசிரியர்: ப. சரவணன் • © நூலமைப்பு: ப. சரவணன் • முதல் பதிப்பு: செப்டம்பர் 2024 • வெளியீடு: காலச்சுவடு பப்ளிகேஷன்ஸ் (பி) லிட்., 669 கே.பி. சாலை, நாகர்கோவில் 629001

காலச்சுவடு பதிப்பக வெளியீடு: 1226

tiruvaavaTutuRai yaatiinattu makaavittuvaan, tiricirapuram **shrii miinaaTcicuntaram piLLaiyavarkaL carittiram** • Biography • Author: U.Ve.Saa. • Edited by: P. Saravanan • © Compilation, editorial format and arrangement: P. Saravanan • Language: Tamil • First Edition: September 2024 • Size: Royal • Paper: 18.6 kg maplitho • Pages: 608

Published by Kalachuvadu Publications Pvt. Ltd., 669 K.P. Road, Nagercoil 629001, India • Phone: 91-4652-278525 • e-mail: publications@kalachuvadu.com • Printed at Mani Offset, Chennai 600077

ISBN: 978-81-19034-89-5

09/2024/S.No. 1226, kcp 4774, 18.6 (1) ass

மகாவித்துவான் மீனாட்சிசுந்தரம் பிள்ளை
(6.04.1815–31.01.1876)

பெற்றாரு ணின்னைப்பெற் றார்போற்பெற் றார்களும் பேண்பிறப்பை
யுற்றாரு ணின்றனைப் போலவுற் றார்களு முன்னருளை
நற்றா ரணியு ளெனைப்போற்பெற் றார்களு நாடுறினு
மற்றார்முற் றோர்தரு மீனாட்சி சுந்தர மாமணியே!

— தியாகராச செட்டியார்

பொருளடக்கம்

நன்றி 17

பதிப்புரை: நம்பகமான வரலாறு – ப. சரவணன் 21

முகவுரைகள் 35

பாகம் 1

1. முன்னோரும் தந்தையாரும் 49

மதுரையின் பெருமை – முன்னோர் நிலை – தந்தையார் – சிதம்பரம் பிள்ளை கணக்காயரானது – பழையகாலப் பள்ளிக்கூடங்கள்

2. இளமைப் பருவமும் கல்வியும் 55

பிள்ளையின் ஜனனம் – இவர் ஜாதகம் – சிதம்பரம் பிள்ளை சோமரசம்பேட்டையில் இருந்தது. கல்வி பயிலத் தொடங்கல் – கல்விகற்ற முறை – செய்யுள் இயற்றப் பயிலுதல் – கல்வி வளர்ச்சிக்குக் காரணம் – ரங்கபிள்ளை யென்பவரின் முயற்சி – நெல்லை பற்றிப் பாடிய சிலேடை – தந்தையார் பிரிவு – விவாகம்

3. திரிசிரபுர வாழ்க்கை 62

சோமரசம்பேட்டையை நீங்கியது – புலவர்கள் பழக்கம் – வித்துவான்கள் – பிரபுக்கள் – வேலாயுத முனிவர் முதலியோரிடம் பாடங்கேட்டது

4. பிரபந்தங்கள் செய்யத் தொடங்கல் 67

திட்டகுடிப் பதிகம் – திருவூறைப் பதிற்றுப்பத்தந்தாதி – மயில் ராவணன் சரித்திரம்

5. திருவாவடுதுறைக்கு வந்தது 72

சிவதீட்சையும் க்ஷணிகலிங்க பூஜையும் பெற்றது – கச்சியப்ப முனிவர் நூல்களைப் படித்தது – பட்டீச்சுரம் வந்தது; பசுபதி பண்டாரம் பரீட்சித்தது – பழசைப் பதிற்றுப்பத்தந்தாதி – திருவாவடுதுறையை அடைந்தது; வேளூர் ஸ்ரீ சுப்பிரமணிய தேசிகர் இயல்பு – ஸ்ரீ சுப்பிரமணிய தேசிகரைத் தரிசித்தது – திரிசிரபுரம் மீண்டது

6. திருப்பைஞ்ஞீலித் திரிபந்தாதி முதலியவற்றை இயற்றியது 82

லட்சுமண பிள்ளையென்பவரின் இயல்பு – திருப்பைஞ்ஞீலித் திரிபந்தாதி – திருவானைக்காத் திரிபந்தாதி – திருச்சிராமலை யமக அந்தாதி – ஸ்ரீ அகிலாண்டநாயகி மாலை – அகிலாண்ட நாயகி பிள்ளைத்தமிழ்

7. சென்னைப் பிரயாணம் 93

    சென்னைக்குச் செல்ல விரும்பியது – சென்னை சேர்ந்தது – சென்னை வித்துவான்களின் பழக்கம் – மழவை மகாலிங்கையரைச் சந்தித்தது – அகிலாண்ட நாயகி பிள்ளைத்தமிழ் அச்சிடப்பட்டது. 'நீங்கள்' என்பதற்குப் பிரயோகம் காட்டியது – திரிசிரபுரம் மீண்டது

8. கல்வியாற்றலும் செல்வர் போற்றலும் 105

    புதல்வர் ஜனனம் – பட்டீச்சுரம்போய் மீண்டது – 'புத்தகத்தை வாசித்தால் அழுகை வருமோ!' – சுப்பராய செட்டியாரைச் சோடசாவதானி யாக்கியது – பிரபுக்கள் பாடங் கேட்டல்

9. அம்பலவாண முனிவரிடம் பாடங்கேட்டல் 110

    திருவாவடுதுறை சென்றது – அம்பலவாண முனிவர் இயல்பு – அம்பலவாண முனிவரிடம் பாடங்கேட்டது

10. பெரியபுராணப் பிரசங்கமும் பாடஞ்சொல்லுதலும் 114

    மாணாக்கர்களிடத்து அன்பும் பாடஞ் சொல்லுதலில் விருப்பமும் – பெரியபுராணப் பிரசங்கம் – தியாகராச செட்டியார் – அரன்வாயில் வேங்கடசுப்புப் பிள்ளை – திருவீழிமிழலைச் சாமிநாத கவிராயர்

11. சில பிரபந்தங்களும் தியாகராச லீலையும் இயற்றல் 121

    பூவாளூர்ப் பதிற்றுப்பத்தந்தாதி – பெருந்திருப் பிராட்டியார் பிள்ளைத்தமிழ் – தியாகராச லீலை இயற்றத் தொடங்கியது – சில செய்யுட்கள் இயற்றப்பட்ட வரலாறுகள் – தியாகராச லீலையின் அமைப்பு

12. சிவதருமோத்திரச் சுவடி பெற்ற வரலாறு 134

    சுந்தரம் பிள்ளையின் இயல்பு – சிவதருமோத்திரச் சுவடி பெற முயன்றது – சுந்தரம்பிள்ளை செய்த தந்திரம்; சுந்தரம் பிள்ளையின்பால் இவருக்கிருந்த அன்பு

13. பங்களூர் யாத்திரை 141

    அருணாசல முதலியார் வீடு வாங்கியளித்தது – களத்தூர் வேதகிரி முதலியார் உறையூர்ப் புராணம் இயற்றத் தொடங்கியது – பங்களூர்த் தேவராச பிள்ளை பாடங் கேட்க விரும்பியது – பங்களூர் சென்றது – தேவராச பிள்ளை பாடங்கேட்டது – சிவஞான முனிவருடைய தவசிப்பிள்ளையைக் கண்டது – உறையூர்ப் புராணம் பாடி வந்தது – குசேலோபாக்கியானம் இயற்றியது – சூதசங்கிதை இயற்றியது – திரிசிரபுரம் மீண்டது

14. உறையூர்ப் புராண அரங்கேற்றமும் பல பிரபந்தங்களை இயற்றலும் 152

    உறையூர்ப் புராண அரங்கேற்றம் – உறையூர்ப் புராண அமைப்பு – பகைவரும் போற்றல் – வித்துவானென்னும் பட்டம் பெற்றது – காந்திமதியம்மை பிள்ளைத் தமிழ் – கற்குடிமாலை – வாட்போக்கிக் கலம்பகம்.

15. இலக்கண விளக்கம் பாடங்கேட்டது 160

    இலக்கண விளக்கம் கேட்க விரும்பியது – கீழ்வேளூர்ச் சுப்பிரமணிய தேசிகரிடம் பாடங்கேட்டல் – சிங்கவனம் சுப்ப பாரதியார் முதலியோர் – செவ்வந்திப் புராணம் பதிப்பித்தது – தருமபுர ஆதீனப் பழக்கம்

16. சில மாணவர்கள் வரலாறு — 164

மாணவர் வகை – சவராயலு நாயகர் – வேதநாயகம் பிள்ளை பாடங்கேட்டது; வேதநாயகம் பிள்ளை செய்த உதவி – குளத்தூர்க் கோவை – தெய்வநாயகம் பிள்ளை – ஆரியங்காவற் பிள்ளை – அழகிரிராஜு

17. இரண்டாம் முறை சென்னை சென்றது — 174

சென்னை சென்றது – சித்திரச் சத்திரப் புகழ்ச்சி மாலை – வியாசைக் கோவை – திருமயிலைப் புராணம் செய்யத் தொடங்கியது – குளத்தூர் முதலிய இடங்களுக்குச் சென்றது – சிதம்பரேசர் மாலை – திரிசிரபுரம் மீண்டது – தாண்டவராயத் தம்பிரானவர்களிடம் பேரூர்ப் புராணம் பெற்றது – மேலகரம் ஸ்ரீ சுப்பிரமணிய தேசிகர் இவரைப்பற்றி அறிதல் – தாண்டவராயத் தம்பிரானவர்களின் கடிதம்.

18. சீகாழிக் கோவை அரங்கேற்றம் — 183

சீகாழிக்கு வந்தது – சீகாழிக் கோவை இயற்றியது – உடனிருந்த இருவர் செயல் – சீகாழிக் கோவையை அரங்கேற்றியது – சென்னைப் பிரயாணத்தை நிறுத்திக்கொண்டது – திருத்தில்லை யமக அந்தாதி – மகாலிங்கம் பிள்ளை உபசரித்தது – திருவெண்ணீற்றுமை பிள்ளைத் தமிழ் – திருக்குருகாவூர் சென்றது

19. மாயூர வாசம் — 197

மாயூர நகரத்தை இருப்பிடமாகக் கொண்டது – வேதநாயகம் பிள்ளை மாயூரம் வந்தது – மாணவர்கள் – மாயூரத்திலிருந்த வித்துவான்கள் – சச்சிதானந்த தேசிகர் மாலை இயற்றியது – நந்தன் சரித்திரக் கீர்த்தனத்திற்குச் சிறப்புப் பாயிரம் அளித்தது – தனுக்கோடி முதலியார் – வேதநாயகம் பிள்ளையின் பத்தைச் சிறப்பித்துப் பாடியது

20. திருவாவடுதுறையாதீன வித்துவான் ஆகியது — 205

மேலகரம் சுப்பிரமணிய தேசிகர் முயற்சி – திருவாவடுதுறையாதீன வித்துவானாகியது – பாடஞ் சொல்லுதல் – அம்பலவாண தேசிகர்மீது கலம்பகம் இயற்றியது – மகாவித்துவானென்னும் பட்டம் பெற்றது – மகா வைத்தியநாதையருடைய பழக்கம் – பட்டீச்சுரம் ஆறுமுகத்தா பிள்ளை

21. பல நூல்கள் இயற்றல் — 215

திருவிடைக்கழி முருகர் பிள்ளைத்தமிழ் – திருவிடைக்கழிக் குறவஞ்சி – ஆற்றூர்ப் புராணம் முதலியன – ஆற்றூர்ப் புராணம் – விளத்தொட்டிப் புராணம் – வாளொளி புற்றூர்ப் புராணம் – அம்பலவாண தேசிகர் பிள்ளைத் தமிழ் – ஆறுமுக நாவலர் நூற்பதிப்புகளுக்குச் சிறப்புப் பாயிரம் அளித்தது – திருக்குறுக்கைப் புராணம் இயற்றியது – திருஞான சம்பந்தமூர்த்தி நாயனார் பதிற்றுப்பத்தந்தாதியும் ஆனந்தக்களிப்பும் – குரு பரம்பரை அகவல் – மண்ணிப்படிக்கரைப் புராணம் – சேற்றூர்க் கந்தசாமிக் கவிராயர் – திருவாவடுதுறைக் கந்தசாமி கவிராயர் இவர் பாடும் நூல்களிற் பங்கு கேட்டது – பந்தர்ப்பாட்டு – நாவலர் பாராட்டு – கோயிலூர்ப் புராணம்

22. ரங்கசாமி பிள்ளையைத் திருவாவடுதுறை மடத்திற்கு வரச்செய்தது — 239

ரங்கசாமி பிள்ளையின் இயல்பு – அம்பலவாண தேசிகர் ரங்கசாமி பிள்ளையை வருவிக்க விரும்பியது – தஞ்சாவூர் சென்றது – ரங்கசாமி பிள்ளையைக் கண்டது – ரங்கசாமி பிள்ளை மடத்திற்கு வந்துசென்றது – பாலைவனப் பதிற்றுப்பத்தந்தாதி

23. கும்பகோண நிகழ்ச்சிகள் — 248

சாமிநாத தேசிகர் – கும்பகோண புராணம் இயற்றத் தொடங்கியது – சிவகுருநாத பிள்ளையின் மனம் வேறுபட்டது – கா. சபாபதி முதலியார் வந்தது – கோமலவல்லித் தாயார் பிள்ளைப் பருவத்தைப் பாராட்டிப் பாடியது – ஒரு சமயோசிதச் செய்யுள் – செய்யுட்களை விரைவிற் பாடியது – அரங்கேற்றத்தின் நிறைவு – மங்களாம்பிகை பிள்ளைத்தமிழ் – குடந்தைத் திரிபந்தாதி – விஷ்ணுபுராணம் இயற்ற உடன்படாமை – கும்பகோணம் காலேஜிற்குச் சென்று பிள்ளைகளைப் பரீட்சித்தது

24. புராணங்களும் பிரபந்தங்களும் இயற்றல் — 265

'நாலடிக்குக் குறையாமற் பாட வேண்டும்' – துரைமாநகர்ப் புராணம் – ஓர் ஏழை மனிதரால் உபசரிக்கப் பெற்றது – கண்டேவிப் புராணம் – சுப்பிரமணிய தேசிகர் முன்னிலையில் நடைபெற்ற பாடங்கள் – வன்றொண்டர் – திருத்துருத்திப் புராணம் – பதிகங்கள் – திருவாவடுதுறை யமகவந்தாதி – புதுச்சேரி சென்றது – தனியூர்ப் புராணம் – பெரியபுராணக் கீர்த்தனத்திற்குச் சிறப்புப் பாயிரம் அளித்தது – மாயூரப் புராணம் – ஸ்ரீ காசி ரகசியம் – வீரவனப் புராணம் – கன்னபுரம் பாகம்பிரியாள் பிள்ளைத் தமிழ் – பிரிந்த மாணவர்கள் – சிவஞான சித்தியார் பதவுரைச் சிறப்புப் பாயிரம் – ஸ்ரீ பிரம்ம வித்தியா நாயகி பிள்ளைத் தமிழ் – சாய்வு நாற்காலிப் பாட்டு – திருநாகைக்காரோணப் புராணம் இயற்றத் தொடங்கியது – கோபால பிள்ளையின் தருக்கு அடங்கினமை – சவேரிநாத பிள்ளை – திருநாகைக்காரோணப் புராண அரங்கேற்றம் – ஸ்ரீ சுந்தர ஸ்வாமிகள் – ஸ்ரீ சங்கராசாரிய ஸ்வாமிகள் – கீழ்வேளூர்ச் சுப்பிரமணிய தேசிகர் – திருவாவடுதுறை போய் வந்தது – புராணங்கள் அச்சிடப் பெற்றமை – நாகைப் புராணம் சிறப்பிக்கப்பெற்றது – பொன்னூசற் பாட்டு முதலியன – மாயூரத்துக்குத் திரும்பியது – திருநாகைக் காரோணப் புராண அமைப்பு – சுப்பிரமணிய தேசிகர் மாலையும் நெஞ்சுவிடு தூதும் – வேதநாயகம் பிள்ளை சுப்பிரமணிய தேசிகரைத் தரிசிக்க வந்தது – அம்பர்ப் புராணம் இயற்றத் தொடங்கியது – மாயூரத்தில் வீடு வாங்கியது – திருவிடைமருதூருலா – ஸ்ரீ ஆதிகுமர குருபர ஸ்வாமிகள் சரித்திரம் – சுந்தர நாயுடு – கல்லிடைகுறிச்சி போய்வந்தது – மாயூரவாசம்

பாகம் 2

25. என்னை ஏற்றுக்கொண்டது — 307

எனது இளமைக் கல்வி – நான் பிள்ளையவர்களைக் கண்டது – அவர்கள் என்னைப் பரீட்சித்தது – என் தந்தையாரது வேண்டுகோள்

26. நான் பாடங்கேட்கத் தொடங்கியது — 314

யாப்பிலக்கணத்தில் என்னைப் பரீட்சித்தது – நல்ல தினத்தில் நான் பாடங்கேட்க ஆரம்பித்தது – என் தந்தையார் விடைபெற்றுச் சென்றது – எனக்கிருந்த குறை – தளிரால் தளிர்த்த அன்பு – இவர்பால் நான் நேரே பாடங்கேட்டது – ஒரு தவசிப்பிள்ளை – உள்ளன்பு – திருக்குற்றால யமக அந்தாதி படித்தது – என் பெயரை மாற்றியது – என் இசைப் பயிற்சியை நிறுத்தியது – ஒரு மாணாக்கர் எண்ணெய்வாங்கி வந்தமை – மூன்று சமஸ்யைகள் – முத்துக்குமாரசாமி பிள்ளைத் தமிழ் – பெரியபுராணப் பாடம் – கண்ணப்ப நாயனார் புராணம் – 'இன்று நெய் கிடைத்தது' – சடகோப ஐயங்காரைப் பாராட்டியது – ஆனிக் குருபூஜைக்குத் திருவாவடுதுறை சென்றுவந்தது – ஆறுமுகத்தா பிள்ளை பட்டீச்சுரத்துக்கு அழைத்தது

27. திருவாவடுதுறை நிகழ்ச்சிகள் — 328

திருவாவடுதுறை சென்றது – ஸ்ரீ சுப்பிரமணிய தேசிகராற் பாராட்டப் பெற்றது – சுப்பிரமணிய தேசிகர் என்னைப் பரீட்சித்தது – திருவாவடுதுறைக் காட்சிகள் – தம்பிரான்கள் சந்தேகம் கேட்டது – சுப்பிரமணிய தேசிகர் எனக்குப் புஸ்தகங்கள் அளித்தது – இவரைத் திருவாவடுதுறையிலிருந்து பாடஞ்சொல்லும்படி கட்டளையிட்டது – திருவாவடுதுறையிலிருந்து புறப்பட்டது

28. பட்டீச்சுரம் போய் வந்தது — 335

திருவிடைமருதூர் சென்றது – தியாகராச செட்டியாரைப் பார்த்தது – தியாகராச செட்டியாரோடு சம்பாஷித்தது – பட்டீச்சுரம் முதலியவற்றின் வரலாறுகள்; அவற்றின் பெருமை – தமிழபிமானிகள் முதலியோர் வந்துபோதல் – ஆறுமுகத்தா பிள்ளையின் அன்பு – ஸ்ரீ சிவஞான முனிவர் காஞ்சிப் புராணம் அரங்கேற்றிய வரலாறு – நான் திருநாகைக்காரோணப் புராணம் பாடங்கேட்டது – மாயூரப் புராணம் பாடங்கேட்டது – ஆறுமுகத்தா பிள்ளை எனது புத்தகத்தை ஒளித்துவைத்தது – ஒரு போலிப் புலவர் வந்து சென்றது – அகால போஜனம் மாறியது – சில பிராமணர்களின் அன்பு – நூலுக்கும் நீருக்கும் சிலேடை – புறங்கூற்றாளர் அடங்கியது – எனக்கு நைடதம் அளித்தது – பாடஞ் சொல்லப் பயிற்றல் – 'தன்பெருமை தானறியாத் தன்மையன்' – தியாகராச செட்டியார் வாதஞ் செய்தது – மதவாரணப் பிள்ளையார் துதி – நான் என் சொந்த ஊர் போனது

29. திருவாவடுதுறைக் குருபூஜை நிகழ்ச்சிகள் — 363

திருவாவடுதுறையில் நான் இவரைப் பார்த்தது – தம்பிரான்கள் பாடங்கேட்டது – சுப்பிரமணிய தேசிகர் பரிசளித்தல் – ஆவூர்ப் பசுபதி பண்டாரத்திற்குப் பாடல் அளித்தது – இவர் பாடலாற் பசுபதி பண்டாரம் பரிசுபெற்றது – பலர் இவர் பாடலாற் பரிசு பெற்றது – சுப்பிரமணிய தேசிகர் பாராட்டியது – காசிக் கலம்பகம் முதலிய பாடஞ் சொன்னது – மாயூரத்திற் பாடஞ்சொன்னது – நான் திருஅம்பர்ப் புராணம் பாடங்கேட்டது

30. திருவாவடுதுறை வாஸம் — 373

அம்பர் புராணம் – திருவாவடுதுறையில் பாடம் ஆரம்பித்தது – எனக்குக் காலை ஆகாரம் பண்ணுவித்தது – நான் படித்தமுறை – இவர் உடையவர் பூஜைபெற்றது – நான் மல்லிகை மாலை பெற்றது – ஸ்ரீ அப்பா தீட்சிதர் ஆட்சேபித்தது – 'தர்மசங்கடமான விஷயம்' – ஒருபாடலின் சரியான பாடம் – மகா வைத்தியநாதையரது பெருமையை நான் அறிந்தது – ஸ்ரீசுந்தர ஸ்வாமிகள் வரவு – மகா வைத்தியநாதையருடைய இசைப்பாட்டு – பட்டீச்சுரப் புராணம் – என்பால் உண்டான கோபம் – அது மாறியது – குமார் சிதம்பரம் பிள்ளைக்கு விவாகம் நடந்தது – விகடகவியும் வேதநாயகம் பிள்ளையும் – சவராயலு நாயகர் மாலை – சமாசாரப் பத்திரிகையில் வந்த செய்தி – தமிழ் மருந்து – பலபட்டடைச் சொக்கநாதப் புலவருடைய செய்யுட்களைப் பாராட்டியது – என்னைத் திருவாவடுதுறைக்கு அனுப்பியது – திருப்பெருந்துறைப் புராணம் இயற்றும்படி சுப்பிரமணிய தம்பிரானவர்கள் விரும்பியது – ஒரு செய்யுளின் ஈற்றடி – திருவாவடுதுறை சென்றது – சுப்பிரமணிய தேசிகருக்கு இவர்பாலுள்ள பேரருள் – ஒரு மொழிபெயர்ப்புப் பாடல் – திருப்பெருந்துறைப் புராணம் பாடத் தொடங்கியது – 'சிறவாதவற்றையும் சிறப்பிக்க வல்லவன்' – பார்க்க வருபவர்கள் – வன்றொண்டரது ஞாபகசக்தி – என் தந்தையாருக்கு எழுதிய

கடிதம் – 'உலகெலாம்' என்னும் செய்யுளின் உரை – பெரியபுராணப் பாடத்தை நிறுத்தியது – அம்மை பூட்டினமையால் விடைபெற்று நான் ஊர் சென்றது – பல ஊர்களுக்கு இவர் சென்றது – ஒரு பாட்டிற்குப் பொருள் கூறியது – திருவாவடுதுறைக்கு மறுபடி வந்தது – என்னைப் பற்றிய கவலை – மகாமகம் – சிறப்புப் பாயிரங்கள் – சேற்றூர் ஜமீன்தார் – திருவாவடுதுறைக்கு நான் திரும்பிவந்தது – சுப்பிரமணிய தேசிகர் இவருக்கு விடுதி அமைத்துக் கொடுத்தது – அநந்தகிருஷ்ண கவிராயர் – ஸ்ரீ நமச்சிவாய கவிராயருடைய பாட்டைப் பாராட்டியது – அண்ணுசாமி முதலியார் – குற்றாலச் சிலேடைவெண்பா – வீரபத்திர பிள்ளை – திருக்குற்றாலப் புராணம் படித்தது – இரண்டு புறங்கூற்றாளர் பாடங் கேட்டது – வேலுசாமி பிள்ளை – புரசை சபாபதி முதலியாருக்குச் சிறப்புப் பாயிரம் அளித்தது

31. பட்டீச்சுர நிகழ்ச்சிகள்   409

பட்டீச்சுரம் சென்றது – திருப்பெருந்துறைப் புராணம் பாடி வந்தது – ஆறுமுகத்தா பிள்ளை எழுத்தாணியை ஒளித்து வைத்தது – பாலசந்திர முதலியார் – இவருடைய கௌரவம் – 'அத்துக் கெட்டுவிடும்' – 'மூன்றாவது தெரு' – ஸ்ரீ பிரம்ம வித்தியாநாயகி பிள்ளைத்தமிழ் – சாமிநாத தேசிகர் செய்த உதவி – எனக்குப் பாலபோத இலக்கணம் வாங்கித் தந்தது – திரு ஆவூர்த் திரிபந்தாதியின் அரங்கேற்றம் – ஆறுமுகத்தா பிள்ளையின் கோபம் – ஆவூர்த் திரிபந்தாதியின் சிறப்புப் பாயிரம் – 'இன்னும் சில வருஷம் படிக்கட்டுமே' – துரைசாமி பிள்ளைக்காகச் செய்த செய்யுட்கள் – தனுக்கோடி முதலியாருக்குக் கடிதம் எழுதியது – 'உடுக்கையும் பம்பையும் இல்லாததுதான் குறை' – சுப்பையா பண்டாரம் மாம்பழம் வாங்கி வந்தது – திருச்சிராப்பள்ளி சென்றது – சதாசிவ பிள்ளை பாடல் – இவருடைய காலப்போக்கு – உபதேசியார் ஆட்சேபித்தது – தஞ்சாவூர் சென்றது – சின்னத் தம்பியா பிள்ளை – முத்துக்குமார பத்தரைப் பாராட்டியது – பிரான்மலை ஓதுவார்

32. திருப்பெருந்துறைப் புராண அரங்கேற்றம்   432

விருத்தமும் கீர்த்தனமும் – திருவாவடுதுறைக்கு வந்தது – சுப்பராய செட்டியார் கடிதம் – திருமாளிகைத் தேவர் பூஜை – இரத்தினம் பிள்ளையின் உதவி – திருப்பெருந்துறைக்குப் புறப்பட்டது – ஒரு பழைய நண்பர் – வழியில் நிகழ்ந்த நிகழ்ச்சிகள் – வேம்பத்தூர்ப் பிச்சுவையர் – சின்னச்சாமி வீரப்பனானது – புராண அரங்கேற்ற ஆரம்பம் – சுப்பிரமணிய தம்பிரானது கோபம் – மனவருத்தத்தோடு இவர் இயற்றிய செய்யுட்கள் – ஸ்ரீ மாணிக்கவாசகர் சரித்திரம் – ஆத்மநாத பாகவதர் – சுப்பு பாரதியாருக்குச் சிறப்புப்பாயிரம் அளித்தது – சதாவதானம் சுப்பிரமணிய ஐயர் சிறப்புப் பாயிரம் – எனக்கு ஜ்வர நோய் கண்டது – நான் ஊர் சென்றது – சேக்கிழார் பிள்ளைத்தமிழ் – அப்புசாமிப் புலவருக்குச் சிறப்புப் பாயிரம் அளித்தது – சிங்காரவேலுடையார் – திருப்பெருந்துறைப் புராண அரங்கேற்றத்தின் பூர்த்தி – அப்புராண அமைப்பு

33. பல ஊர்ப் பிரயாணம்   455

திருப்பெருந்துறையினின்றும் புறப்பட்டது – குன்றக்குடி சென்றது – அறுபத்துமூவர் குருபூஜை மான்மியம் – குன்றைத் திரிபந்தாதிக்குச் சிறப்புப் பாயிரம் அளித்தது – சிங்கவனம் சென்றது – புதுக்கோட்டை சென்றது – திருவரன்குளப் புராணம் – தியாகராச செட்டியாரைச் சந்தித்தது – பட்டீச்சுரம் சென்றது – திருவாவடுதுறைக்கு வந்து

சேர்ந்தது – கஞ்சனூர்ச் சாமிநாதையர் – வீழிதாஸ நயினார் – மருதவாணர் பதிகம் – 'சூரியமூர்த்தி சாட்சி' – ஷஷ்டியப்த பூர்த்தி – அம்பர் சென்றது – நான் அம்பருக்குச் சென்று இவரைப் பார்த்தது – இவர் கொங்குராய நல்லூர் சென்றது – நான் விடைபெற்றுக் காரை யென்னும் ஊருக்குச் சென்றது – அம்பர்ப் புராண அரங்கேற்றம் – சிவராமலிங்கம் பிள்ளை – சுப்பிரமணிய தேசிகருக்கு எழுதிய விண்ணப்பம் – திருவாவடுதுறைக்குத் திரும்பியது

34. தேக அசௌக்கிய நிலை 470

நான் திருவாவடுதுறைக்கு வந்தது – இவர் கம்பராமாயணம் பாடம் சொல்லியது – சூரியனார்கோயில் ஸ்ரீ அம்பலவாண தேசிகர் – அம்பலவாண தேசிகர் தொடுத்த வழக்கு – சிங்கப்பூர் நாராயணசாமி நாவலர் – நோயின் தொடக்கம் – திருவிடைமருதூர்த் திரிபந்தாதி – வண்டானம் முத்துசாமி ஐயர் – 'இந்தியா மீனாட்சிசுந்தரம் பிள்ளை' – சுந்தரதாஸ் பாண்டியருக்குச் சிறப்புப் பாயிரம் அளித்தது – ஸ்ரீ சிவஞான யோகிகள் சரித்திரம் – சுப்பிரமணிய தேசிகர் திருவாவடுதுறைப் புராணம் இயற்றுவிக்க விரும்பியது – திருவாவடுதுறைச் சிலேடை வெண்பா – திருவிடைமருதூர் சென்றது – மஹந்யாஸ ஜபம் – திருவாவடுதுறைக்கு வந்தது – மாயூரம் சென்றது – எனக்கு வஸ்திரம் வாங்கியளித்தது – இராமாயணப் புத்தகங்கள் – திருவாவடுதுறைக்கு வந்தது – நெல்லையப்பத் தம்பிரான் வெள்ளித் தொன்னையளித்தது – 'கொடுப்பவன் கேட்பானா ?' – திருவாரூர்க் கோவை – ஐயங்களைப் போக்கியது – வைத்தியன் கூறியது – சவேரிநாத பிள்ளைக்காகக் கடிதங்கள் எழுதுவித்தது – ஸ்ரீ அக்கினிலிங்க சாஸ்திரிகள் – சுப்பிரமணிய தேசிகர் விசாரித்துக்கொண்டே யிருந்தது – 'அடைக்கலப் பத்து' – இவர் சிவபதமடைந்தது – அபரக்கிரியை – சுப்பிரமணிய தேசிகர் எனக்கு ஆறுதல் கூறியது – பலர் பலவாறு வருந்துதல் – யாழ்ப்பாணத்து நல்லூர் ஆறுமுக நாவலர் முதலியவர்களின் கடிதங்கள் – இரங்கற் செய்யுட்கள் – சுப்பிரமணிய தேசிகர் இவர் குடும்பக் கடனைத் தீர்த்தது

35. குடும்பத்தின் பிற்கால நிலை 499

சிதம்பரம் பிள்ளை – குடும்பத்துக்கு உதவி – குடும்பத்தின் பிந்தைய வரலாறு

அநுபந்தங்கள்

1. இயல்புகளும் புலமைத்திறனும் 507

தோற்றம் – வழக்கங்கள் – உணவு – குணங்கள் – பொறுமை – திருப்தி – தம்மை வியவாமை – பிறருடைய குற்றத்தைக் கூறாமை – பிறரைப் பாராட்டல் – இரக்கம் – நன்றி மறவாமை – சிவபக்தி – மாணாக்கர்பாலிருந்த அன்பு – பாடஞ் சொல்லுதல் – கல்விப் பெருமை – கையெழுத்து – தமிழன்பு – கவித் திறம் – நூல்களின் இயல்பு – இவர் இயற்றிய நூல்களின் தொகையும் வகையும் – பேச்சு – புகழ் – இவரால் தமிழ்நாட்டிற்குண்டான பயன்

2. வேறு சில வரலாறுகள் 527

எழுவாய் பயனிலை – சதுர்வேத தாத்பரிய சங்கிரகம் – நெல் அளித்த அன்பர்கள் – ஒரு பாட்டின் குறிப்பு – நோயை மறந்து பாடஞ் சொன்னது

3. தனிச்செய்யுட்கள் — 533

    கடவுள் வணக்கங்கள் – அன்பர்களைப் பாராட்டிய செய்யுட்கள் – கடிதப் பாடல்கள் – வேறுவகைப் பாடல்கள் – சிறப்புப் பாயிரங்கள்

4. பிறர் வரைந்து அனுப்பிய கடிதங்கள் — 542

    மேலகரம் சுப்பிரமணிய தேசிகர் – தி. சுப்பராய செட்டியார் – சி. சாமிநாத தேசிகர் – திருமங்கலக்குடி சேஷையங்கார்

5. பாராட்டு — 547

    அழகிரிசாமி நாயகர் – ஆறுமுகத் தம்பிரான் – காஞ்சீபுரம் இரகுநாதையர் – திருவவ்வுளூர் இராமசாமி செட்டியார் – இராமசாமி பிள்ளை – காஞ்சீபுரம் இராமாநுஜ பிள்ளை – ஆறைமாநகர் ஐயாசாமி முதலியார் – நாகபட்டினம் இராம. அ. கிருஷ்ணசாமி உபாத்தியாயர் – குப்புமுத்தா பிள்ளை – காஞ்சீபுரம் சபாபதி முதலியார் – புரசை சபாபதி முதலியார் – புதுவை சவராயலு நாயகர் – சவேரிநாத பிள்ளை – திருவீழிமிழலை சாமிநாத கவிராயர் – சி. சாமிநாத தேசிகர் – உ.வே. சாமிநாதையர் – சென்னை சின்னசாமி பிள்ளை – சுந்தரம் பிள்ளை – தி. சுப்பராய செட்டியார் – சி. தியாகராச செட்டியார் – வல்லூர்த் தேவராச பிள்ளை – பாலகுரு உபாத்தியாயர் – தி.க. பெரியண்ணம் பிள்ளை – மெய்யூர் பொன்னம்பல நாயகர் – புரசை பொன்னம்பல முதலியார் – மழவை மகாலிங்கையர் – காரைக்கால் முத்துசாமிக் கவிராயர் – மாயூரம் ந. முத்துசாமி பிள்ளை – முருகப் பிள்ளை – நாகபட்டினம் வீரப்ப செட்டியார் – திரிசிரபுரம் வீரராகவ செட்டியார் – தாராநல்லூர் வீராசாமி நாயகர் – குளத்தூர் ச. வேதநாயகம் பிள்ளை – வைத்தியலிங்க பத்தர்

***

இந்நூல் குறித்து வெளிவந்த அபிப்ராயங்கள்	559
வாழ்க்கைக் குறிப்பு	565
கொடிவழி	569
நூல் முகப்பு ஏடுகள் சில	570
அருஞ்சொற்கள், வழக்கிழந்த சொற்கள், பிறமொழிச் சொற்கள் ஆகியவற்றின் பொருளகராதி	574
செய்யுள் முதற்குறிப்பகராதி	578
சிறப்புப் பெயர் முதலியவற்றின் அகராதி	586

நன்றி

உழைப்பாலும் சிறப்பாலும் தம்முடைய இருப்பை இவ்வுலகில் நிலைநாட்டிச் சென்றவர்களே வரலாற்றில் கதாநாயகர்களாக வலம்வருகிறார்கள். தம்மை மட்டுமன்றித் தம்மைச் சார்ந்தவர்களையும் வரலாற்றில் இருத்துகிறார்கள். அப்படி நிலைபெற்றவர்கள் மகாவித்துவான் ஸ்ரீ மீனாட்சிசுந்தரம் பிள்ளை அவர்களும் அவரது மாணவர் மகாமகோபாத்தியாய டாக்டர் உ.வே. சாமிநாதையர் அவர்களும். ஆசிரியர்கள்தாம் மாணாக்கர்களை உருவாக்குகிறார்கள் என்றாலும், அவர்கள் உருவாக்கும் மாணவர்களால்தாம் ஆசிரியர்களே அறியப்படுகிறார்கள் என்பதற்குப் பிள்ளை அவர்களும் ஐயர் அவர்களும் இன்றுவரையும் சாட்சிகளாகத் திகழ்கிறார்கள். அந்தச் சாட்சியின் அடையாளமாக வெளிப்பட்டு நிற்பனவே 'பிள்ளை அவர்களின் பிரபந்தத் திரட்டும் அவரது வாழ்க்கை வரலாறும்' என்பதில் இருவேறு கருத்துக்கு இடமில்லை.

உ.வே.சா. அவர்களுக்குப் பிடித்தமான பேச்சு எதுவென்றால், 'பிள்ளை' அவர்களைப் பற்றிப் பேசுவதுதான் என்பார்கள். ஆயினும், தம்முடைய குருநாதரைக் குறித்துப் பேசுகின்ற எந்த ஒன்றும் காற்றிலே கரைந்துபோய்விடக் கூடாது என்பதில் விழிப்புடன் இருந்த உ.வே.சா. அதை ஆவணமாக்க முயன்றார். அப்படி உருவானதுதான் 'மகாவித்துவான் ஸ்ரீ மீனாட்சிசுந்தரம் பிள்ளையவர்கள் சரித்திரம்' என்னும் பென்னம் பெரிய இந்நூல். புதுப்பொலிவுடன் வெளிவரும் இந்நூலுக்காகப் பலரது உழைப்பை நான் பயன்படுத்திக்கொண்டிருக்கிறேன். அவர்களுக்கெல்லாம் நன்றி கூறுவது கடப்பாடு மட்டுமன்று, ஆத்மார்த்தமும்கூட.

'உ.வே.சா. கடிதக் கருவூல'த்தின் முதல்பாகத்தை ஆவணமாக்கித் தமிழ்ச் சமூகத்துக்கு வழங்கிய அண்ணன் ஆ.இரா. வேங்கடாசலபதி அவர்கள், அடுத்து வரவிருக்கும்

பிள்ளை அவர்கள் தொடர்பான சில கடிதங்களைப் பெருந்தன்மையோடு தந்து உதவினார். அத்துடன் நூல் முழுவதையும் மேற்பார்த்துத் தந்தவரும் அவரே. அவராலேயே இந்நூல் செழுமையுற்றது என்பது முகமனன்று.

சாமிநாதம், என் சரித்திரம், உ.வே.சா.வின் கட்டுரைகள் எனச் சாமிநாதையரின் உரைநடை எழுத்துகள் அனைத்தும் பெரும்பாலும் காலச்சுவடு வழியாக வெளிவந்துவிட்டன. இந்நிலையில் எஞ்சி நிற்பது மகாவித்துவான் பிள்ளையவர்கள் சரித்திரம் மட்டுமே. அதையும் வெளிக்கொணர்ந்திட வேண்டும் என என்னை ஊக்கப்படுத்தியவர் எழுத்தாளர் பெருமாள்முருகன் அவர்கள். 'நம்பகமான வரலாறு' என்னும் என்னுடைய முன்னுரையைச் சரிபார்த்து உதவியதோடு மெருகும் கூட்டியவர் நண்பரும் சென்னை மாநிலக் கல்லூரி முதல்வருமான டாக்டர் கல்யாணராமன் அவர்கள்.

நூல் அமைப்பு முறை குறித்துக் கருத்துரைத்தவர் தமிழ்நாடு அரசு பள்ளிக் கல்வித்துறை இணை இயக்குநர் – நண்பர் நா. அருள்முருகன் அவர்கள்.

எப்போதும்போல இப்போதும் பழங்காலச் சொற்களின் பொருள் விளக்கி உதவியவர் அய்யா ஐ.கே.எஸ். அவர்கள்.

பிள்ளை அவர்களுக்கும் திருவாவடுதுறை ஆதீனத்துக்குமான உறவு குறித்த செய்திகளைப் பகிர்ந்துகொண்டவர் தவத்திரு ஊரனடிகளார் அவர்கள். நூலைக் காணாமலேயே அவர் கண்மூடியது என் தீயூழ். அதேபோல பிள்ளையவர்களின் நூல் தொடர்பான செய்திகளைத் தெளிவுபடுத்தியவர் அண்மையில் மறைந்த எஸ். சாய்ராமன் அவர்கள்.

இந்நூலினை முதல் பதிப்போடு ஒப்பிட்டுப் பார்க்கும் பணியில் உதவியோர் த. கவிதா, கி. ஹேமமாலினி ஆகியோர். நூல் முழுவதையும் மெய்ப்புப் பார்த்து உதவியவர் பேராசியரும் நண்பருமான க. பலராமன் அவர்கள். சிலபோது உதவியவர் நண்பர் தமிழாசிரியர் அ. செந்தில்குமரன் அவர்கள்.

இந்நூலில் இடம்பெறும் சைவ சமயம்/ஆதீனம் சார்ந்த சில சொற்களுக்குரிய அர்த்தத்தைத் தெளிவுபடுத்தியவர் பேராசிரிய நண்பர் திரு. கி. சிவக்குமார். அதே போல வழக்கிழந்த சொற்கள் சிலவற்றிற்கான பொருள் நிரல் தயாரிப்பில் உதவியோர் திருவாளர்கள் தி.அ. ஸ்ரீனிவாஸன், 'தினமணி' சிவக்குமார் ஆகியோர்.

பிள்ளை அவர்களின் பிரபந்தத் திரட்டையும், அவரது சரித்திரத்தின் முதற்பதிப்புகளையும் பார்வையிட அனுமதித்தவர் உ.வே.சா. நூலகத்தின் காப்பாட்சியர் கோ. உத்திராடம் அவர்கள்.

பொறுப்புடன் இந்நூலை வடிவமைத்தவர் பா. கலா முருகன், ஜி.ஆர். மணிகண்டன் முதலான காலச்சுவடு ஊழியர்கள். நூலில் இடம்பெறும் படங்களை அச்சுக்கேற்பச் சரிசெய்து தந்தவர் அ.ச.ஜோ. அலாய்சியஸ் தேவதாஸ் அவர்கள். அட்டைப் படத்தை அழகுற வடிவமைத்தவர் ஓவியர் மணிவண்ணன் அவர்கள். பிள்ளையவர்களின் கோட்டோவியத்தை வரைந்து உதவியவர் ஓவியர் மு. சுந்தரன் அவர்கள்.

நூலின் இறுதிநிலை வடிவமைப்புச் செய்வதற்குப் பெரிதும் சிரத்தை எடுத்துக்கொண்டவர் பழையவலம் பா. ராமநாதன் அவர்கள்.

'செயற்கரிய செய்வார் பெரியர்' என்பதற்கேற்ப இந்த அசாதாரணச் செயலை நிகழ்த்தியிருப்பவர் 'காலச்சுவடு' கண்ணன் அவர்கள்.

தொலைபேசியில் உரையாடும்போதெல்லாம் நூல் எப்போது வெளிவரும் என ஆவலோடு கேட்பவர் சி.கே.எஸ்.ஸின் பேரர் அய்யா க. சிவசுப்பிரமணியன் அவர்கள். என் பதிப்புப் பணி குறித்து அவர் சிலாகித்துப் பேசும் பேச்சு ஒவ்வொன்றும் என்னை மேலும் பொறுப்புள்ளவனாக மாற்றுகிறது. அன்பான அவருக்கு யாது கைம்மாறு செய்வேன்?

என்னுடைய இலக்கியப் பணியை அருகிருந்து அரவணைப்போராய் இன்றும் தொடர்பவர் நண்பர் துரை. இலட்சுமிபதி அவர்கள்.

என்னுடைய லௌகிக விடயங்களைச் சரிவரப் பார்த்து அனுசரிப்பவர்கள் எனது தாயார் பிரேமாவதி, மனைவி தேவி, மகன் இரவிவர்மன் ஆகியோர்.

பல்வேறு நிலைகளில் இந்நூலாக்கத்திற்கு உதவியவர்கள் பேராசிரியர் மா.சு. அண்ணாமலை அவர்கள், ஆ. அறிவழகன், ரெங்கையா முருகன், சித்ரா பாலசுப்பிரமணியன், தி. பரமேசுவரி, கோ. சுந்தர், நா. ஹரிகுமார், இரா. முருகன் ஆகியோர்.

அனைவருக்கும் மனமார்ந்த நன்றியும் அன்பும்.

ஓவியச் சித்திரங்கள் உருவத்தை உணர்த்துவன. இயல்பும் சிறப்பும் இவற்றில் வெளிப்படுவதில்லை. ஆனால் வாழ்க்கை வரலாறுகளோ அருவப் பொருட்களாகிய இயல்புகளையும் வெற்றிகளையும் மனக்கண்முன் படம் பிடிக்கின்றன. அவ்வகையில் பிள்ளை அவர்களின் வாழ்க்கைச் சித்திரத்தை நம்முன் நிறுத்திய சாமிநாதையரையும் இதை நன்முறையில் வெளிப்படுத்தச் செய்த திருவருளையும் மனம் மொழி மெய்களால் சிந்தித்து வந்திக்கின்றேன்.

சரன்

'கவிப்பொழில்'
17/33 சி, திரு.வி.க. 4ஆம் தெரு
வில்லிவாக்கம், சென்னை 600 049
பேசி 9941278810
psharanvarma@gmail.com

நம்பகமான வரலாறு

ப. சரவணன்

> "டாக்டர் உ.வே. சாமிநாதையருடைய 'மீனாட்சிசுந்தரம் பிள்ளை அவர்கள் சரித்திரம்', ஒரே நூலாக, ஒரு பக்திப்பரவசத்துடன் எழுதப்பட்ட நூல். முப்பது வருஷங்கள் மனத்தில் ஊறவைத்து எழுதிய நூல். தமிழில் ஜீவிய சரித்திரங்கள் மிகக் குறைவு. இந்த மீனாட்சிசுந்தரம் பிள்ளை அவர்கள் சரித்திரம் டாக்டர் சாமிநாதையரின் நூல்களில் சிறந்தது என்பது மட்டுமல்ல, தமிழில் இதுவரை வெளிவந்திருக்கிற ஜீவிய சரித்திரங்களிலே தலைசிறந்தது என்றே சொல்ல வேண்டும்."
>
> (க.நா. சுப்ரமண்யம், படித்திருக்கிறீர்களா?, 1958, ப. 57)

பதினெட்டாம் நூற்றாண்டின் இறுதி–பத்தொன்பதாம் நூற்றாண்டின் தொடக்கம் என்னும் காலகட்டத்தில் பெரும்பாலும் தமிழ் பேசும் பகுதிகள் அனைத்தும் ஆங்கிலேயர் வசம் வந்துவிட்டன. அவர்களது தொடர்ச்சியான அரசாட்சியால் இப்பகுதிகளில் 'மொழிவழி ஒற்றுமை'யும் உறுதிப்பட்டது. இந்தக் காலகட்டத்தில்தான் டாக்டர் கால்டுவெல் (1814–1891) அவர்களின் திராவிட மொழிகளின் ஒப்பிலக்கணம் (1856) வெளிவந்தது. (கால்டுவெல்லின் இந்நூலுக்கு அடிப்படை 1816இலேயே 'திராவிட மொழிக் குடும்பம்' என்னும் கருத்தியலை முன்வைத்த எல்லீஸ் (1777–1819) அவர்களின் தொடர்ச்சியான ஆய்வுப் பங்களிப்பு என்பதையும் மறப்பதற்கில்லை.) இந்தோ–ஆரிய மொழிக் குடும்பத்தைச் சார்ந்த சமஸ்கிருத மூல மொழியிலிருந்தே இந்தியாவில் பேசப்படும் அனைத்து மொழிகளும் உருவாயின என்று வில்லியம் ஜோன்ஸ் (1746–1794), மாக்ஸ் முல்லர் (1823–1900) போன்ற காலனிய அறிவர்கள் கட்டமைத்த 'இந்தியப் பண்பாடு' – இந்த நூலின் மூலம் உடைபடத் தொடங்கியது; தமிழின் தனித்துவம் வெளிப்படலாயிற்று. ஆனால் தமிழின் தொன்மையை ஒப்புக்கொண்ட கால்டுவெல், தமிழ் நூல்களின் காலப் பழமையை ஒப்புக்கொள்ளவில்லை. காரணம், தொல்காப்பியம், சங்க இலக்கியம் போன்ற பழந்தமிழ் நூல்கள் அச்சுவாகனம் ஏறாமையேயாம். எனவே, ஆங்கிலம் கற்ற தமிழறிஞர்கள் பலர் பழந்தமிழ் நூல்களைப் பதிப்பிக்க முயன்றதோடு தமிழ் இலக்கிய வரலாற்றுக்கான கால நிர்ணயத்திலும் இறங்கினர். (சி.வை.தா.வின் வீரசோழியப் பதிப்பு முன்னுரை இதற்கு நல்ல உதாரணம்.) அதோடு அந்நிய

மொழியைக் கற்று அதன் இலக்கியப் பரப்பைக் கண்ட அவர்கள், அதன் துறைகளுக்குள்ளே தமிழ்மொழியில் இல்லாதவற்றைத் தமிழ்மொழிக்கு அளிக்க வேண்டும் என்னும் அவாவினாலும் தமிழர்தம் மரபினையும் அவர்தம் இலக்கியத்தையும் அந்நியருக்குக் காட்ட வேண்டும் என்னும் உந்துதலினாலும் இத்தகு முயற்சிகளில் ஈடுபட்டனர். அதில் ஒன்று 'தமிழ் இலக்கிய வரலாறு' என்னும் துறையை உண்டாக்கியதாகும்.

2

தமிழில் காலந்தோறும் மேற்கொள்ளப்பட்ட தமிழ் இலக்கியத் தொகுப்பாக்கங்கள் (எட்டுத்தொகை, பத்துப்பாட்டு போன்றவை) ஒருவகையில் தமிழ் இலக்கிய வரலாற்றுக்கான முயற்சிகளாகக் கொள்ளத்தக்கவையே. அந்தவகையில், தமிழ்ப் புலவர்கள் பற்றிய தொகுப்புகளும்கூடத் தமிழ் இலக்கிய வரலாற்றின் மூலங்களாகக் கொள்ளப்பட்டன. பண்டைய தமிழ்ப் புலவர்கள் கையாண்ட திணைக் கொள்கை, உள்ளுறை இறைச்சி போன்ற இலக்கிய உத்திகள், யாப்பு நெறி, இலக்கியப் பொருண்மை முதலியவற்றிலிருந்து அவர்கள்தம் இலக்கியக் குறிக்கோள்களை நாம் ஒருவாறு அறிய முடியும். எனவே, புலவர்களைப் பற்றிய வரலாறு என்பதும் தமிழ் இலக்கிய வரலாறு எழுதுவதற்கான அடிப்படை ஆதாரங்களுள் ஒன்றாகும்.

~ ~

தமிழ் இலக்கிய நெடும்பரப்பில் புலவர்களின் வரலாறு குறித்த செய்திகள் சங்க இலக்கியத்திலேயே மின்னல் கீற்றுகளாய் ஆங்காங்கே ஒளிர்கின்றன. எனினும், இவ்வரலாறுளைத் தொகுத்த முதல் முயற்சி என்பதாக, சுந்தரர் பாடியருளிய திருத்தொண்டத் தொகையைக் கூறலாம். இதனைத் தொடர்ந்து கி.பி. 11ஆம் நூற்றாண்டில் நம்பியாண்டார் நம்பி பாடியருளிய திருத்தொண்டர் திருவந்தாதி நூலில் சுந்தரர் பாடிய தொகை, விரிவு அடைந்துள்ளதையும் இதில் புலவர்களின் வாழ்க்கை பற்றிய செய்திகள் சற்றுக் கூடுதலாக இடம்பெற்றிருப்பதையும் காணலாம். (இவை இரண்டையும் அடிப்படையாகக் கொண்டே சேக்கிழாரின் *திருத்தொண்டர் புராணம்* எழுந்தது என்பது யாவரும் அறிந்ததே.) இதே காலகட்டத்தில் கருடவாகன பண்டிதர் என்னும் புலவர் திவ்யசூரி சரிதம் என்னும் பெயரில் ஆழ்வார்கள், வைணவ ஆசாரியர்கள் ஆகியோர்தம் வாழ்க்கை வரலாற்றை வடமொழியில் காவியமாகப் பாடினார். புலவர்கள் வாழ்க்கை வரலாற்றை முழுமையாகப் பாடிய முதல் முயற்சி இந்நூல். அதே நேரத்தில் புலவர்கள் வரலாற்றைத் தொன்மக் கதையாகக் கூறும் முதல் முயற்சியும் இதில்தான் இடம்பெறுகிறது என்பதையும் ஆய்வாளர்கள் சிலர் எடுத்துக்காட்டியுள்ளனர். இவற்றோடு ஆழ்வார்களின் வரலாற்றைக் கூறும் குருபரம்பரப் பிரபாவம் என்னும் நூலையும் சேர்த்துக் கொள்ளலாம்.

~ ~

கால்டுவெல்லுக்குப் பின்னர்த் தொகுக்கப்பட்ட / எழுதப்பட்ட புலவர்களின் வரலாறு பெரும்பாலும் தமிழ் இலக்கியப் பரப்பைக் கருத்தில் கொண்டது.

அவ்வரிசையில் தமிழ் இலக்கிய வரலாற்றை எழுதுவதற்கு முன்னோடியாகத் திகழ்வது சைமன் காசிச் செட்டி (1807–1860) ஆங்கிலத்தில் எழுதிய தமிழ் புளூடார்க் (Tamil Plutarch 1859). தமிழ்ப் புலவர்கள் பலருடைய சரிதங்களை ஒரே நூலில் அமைத்து முதன்முதலில் அச்சியற்றிய பெருமை செட்டி அவர்களையே சாரும். இந்நூலில் புலவர்கள், அவர்தம் காலம், வாழ்க்கைக் குறிப்புகள், அவர்கள் செய்த நூல்கள் முதலியன ஆங்கிலத்தில் தரப்பட்டு, அவர்களது நூல்கள் ஏதேனும் ஒன்றிலிருந்து ஒரு பாடல் தமிழில் தரப்பட்டுள்ளது. அதன்கீழ் குறிப்பு விளக்கமும் கொடுக்கப்பட்டுள்ளது. தமிழகப் புலவர்களேயன்றி, இலங்கைப் புலவர்களும் இதில் அடங்குவர். மேலும், நாம் அறிந்த புலவர்களோடு பெரும்பாலும் அறியப்படாத புலவர்கள் பலரும் இதில் இடம்பெற்றுள்ளனர். ஆனால், இவையனைத்தும் நம்பகமான வரலாறன்று. வாய்மொழியாக வழங்கிவரும் கதைகள் அப்படியே அவர்களின் வரலாறாகக் கருதித் தரப்பட்டுள்ளன. அதாவது, கர்ணபரம்பரைக் கதைகளில் உண்மையைத் தேட முயன்றது புளூடார்க். இது குறித்து நூலின் முன்னுரை இவ்வாறு கூறுகிறது:

"எங்கள் புலவர்களின் சரிதம் பற்றி ஒரு நூலை மக்களுக்கு அளிக்க வேண்டும் என்பது நெடுங்காலமாக எனது எண்ணமாய் இருந்தது. ஆனால், தமிழிலே பண்டைக் காலத்திலோ, தற்காலத்திலோ எழுந்த வாழ்க்கைச் சரித நூல்கள் இன்மையால், நான் எதிர்பார்த்ததிலும் பார்க்க, நூலுக்கு வேண்டிய விடயங்களைப் பெறுவது பெரும் வேலையாக இருந்தது. இதனால் நான் எடுத்துக்கொண்ட முயற்சியை ஆற்றாமையால் கைவிட்டுவிடுவதாகப் பெரும்பாலும் தீர்மானித்திருந்தேன். ஆயினும் மக்களிடையே நிலவிய கர்ணபரம்பரைக் கதைகளைச் சேர்த்து, அவற்றிலிருந்து கீழைத்தேயக் கற்பனையாளர் விழையும் புனைவுச் செய்திகளையும் முருகியல் செய்திகளையும் நீக்கினால் தேவையான செய்திகள் கிடைக்கும் என்பதை அறிந்து அம்மூலத்தை ஆராய்ந்தேன். அதன் விளைவு இப்போது மக்கள் முன்னிலையில் குறைபாடுகளுடன் சமர்ப்பிக்கப்பட்டுள்ளது".

செட்டி அவர்களின் கூற்றிலிருந்து புளூடார்க் செவிவழிக் கதைகளைக் கொண்டு புனையப்பட்டிருப்பது தெளிவாகிறது. எனினும், கால்டுவெல்லின் ஒப்பிலக்கணத்து இரண்டாம் பதிப்பில் இந்நூல் சான்றாதாரப் பட்டியலில் சேர்க்கப்பட்டிருப்பது குறிப்பிடத்தக்கது.

ஆங்கிலத்தில் எழுதப்பட்ட 'தமிழ் புளூடார்க்'கைத் தமிழில் மொழிபெயர்க்கும் முயற்சியை யாழ்ப்பாணம் அ. சதாசிவம் பிள்ளை (1820 –1895) – பின்னாளில் ஜே.ஆர். அர்னால்டு – மேற்கொண்டார். 'தமிழ் மொழியில் வெளிவந்த முதலாவது தமிழ்ப் புலவர் சரிதம்' என்னும் பெருமை இதற்குண்டு. மொழிபெயர்ப்பின்போது புளூடார்க்கிலிருந்த புலவர்களின் விடுபடல்களைக் கண்ணுற்ற சதாசிவம் பிள்ளை அவற்றையும் ஒழுங்குபடுத்தி மேலும் பல புலவர்களின் சரிதங்களைச் சேர்த்து, பாவலர் சரித்திர தீபகம் (1886) என்னும் நூலை வெளியிட்டார். இதுவும் புளூடார்க்கைப் போன்று செவிவழிக் கதைகளைக் கொண்டே பின்னப்பட்டது. நூல் அமைப்பில்கூடச் சைமனையே பின்பற்றியுள்ளார் சதாசிவம்.

புளூடார்க்குக்கும் - பாவலர் சரித்திர தீபகத்திற்கும் இடைப்பட்ட காலத்தில், புலவர்கள் சிலரது வரலாற்றைக் கதைவடிவில் – உரைநடையில் – சொல்லும் *விநோதரச மஞ்சரி* **(1860)** என்னும் நூலை அட்டாவதானம் வீராசாமி செட்டியார் வெளியிட்டார். வெகுசன மக்களிடையே புழங்கிவந்த கதைகளைக் கொண்டு இந்நூல் உருவாக்கப்பட்டது.

இவைகளைத் தொடர்ந்து இருபதாம் நூற்றாண்டில் வெளிவந்த வண்ணச்சரபம் தண்டபாணி சுவாமி **(1839–1900)** அவர்களின் *புலவர் புராணம்* **(1904)**, ஆசிரியர் பெயர் அறியமுடியாத *தமிழ் நாவலர் சரிதை* **(1916)** ஆகியனவும் தமிழ்ப் புலவர்களின் வரலாற்றைக் கூறும் நூல்களில் முக்கிய இடத்தை வகிப்பன.

தமிழ்ப் புலவர்களின் வாழ்க்கை குறித்துத் தொன்றுதொட்டு மக்களிடையே வழங்கிவரும் கதைகளைத் தொகுத்துக் காப்பியம் போல உருவாக்கப்பட்டது *புலவர் புராணம்*. இக்கதைகளை, தண்டபாணி சுவாமிகள் ஊர் ஊராகச் சென்று கள ஆய்வு செய்து, சேகரித்து, உள்ளது உள்ளபடி பாடியுள்ளார். அகத்திய முனிவர் தொடங்கிக் கண்கண்ட புலவர் ஈறாக **72** சருக்கங்களில் ஏராளமான புலவர்களையும் – நாம் அறியாத புலவர்களையும் – அவர்தம் படைப்புகளையும் இந்நூலுள் காணலாம். குருபரத் தத்துவம் என்னும் பெயரில் தம்முடைய வரலாற்றையும் கவிதைவடிவில் முதன்முதலில் சுவாமிகள் பாடியிருப்பதும் குறிப்பிடத்தக்கது. அவ்வகையில் வ.உ.சி.க்குச் சுவாமிகள் முன்னோடியாகிறார்.

இந்த நூலை அடுத்து, கடைச்சங்கப் புலவரான இறையனார் முதல் கி.பி. **16/17**ஆம் நூற்றாண்டில் வாழ்ந்த அந்தகக்கவி வீரராகவ முதலியார் வரையுள்ள புலவர்களின் வாழ்க்கை வரலாற்று நிகழ்வுகளைக் கவிதையின் வழியே கூறும் *தமிழ் நாவலர் சரிதை* வெளிவந்தது. இக்கவிதைகள் புலவர்கள் பாடிய பாடல்களாக அல்லாது அந்தந்தச் சந்தர்ப்பத்தில் வேறொருவர் பாடிய பாடல்களாக அமைந்துள்ளன. இதன் முதல்பதிப்பு தில்லை நடேச செட்டியாரால் பரிசோதிக்கப்பட்டுச் சி.கு. நாராயணசாமி முதலியாரால் **1916**இல் பதிப்பிக்கப்பெற்றது. எனினும், இது சுவடிப் பதிப்பாக முன்பே வழங்கியிருக்க இடமுண்டு என்பர். தமிழ் நாவலர் சரிதையில் இடம்பெறும் ‘முச்சங்க வரலாறு’ என்னும் பகுதியைத் தவிர்த்துப் பிறவற்றை நோக்கின், ‘சரிதம்’ என்னும் சொல்லுக்கே இடமில்லை; ஒருவகையில் இதைத் ‘தனிப்பாடல் திரட்டு’ எனலாம் என்பார் பொ. பூலோகசிங்கம்.

இவற்றைத் தொடர்ந்து வெளிவந்துள்ள சுண்ணாகம் அ. குமாரசாமி புலவரின் **(1854–1922)** *தமிழ்ப் புலவர் சரித்திரம்* **(1916)**, ஆக்ஸ்போர்டு வெளியீடான *பன்னிரு புலவர் சரித்திரம்* **(1918)**, எஸ். அனவரதவிநாயகம் பிள்ளையின் **(1877–1940)** *தமிழ்ப் பெருமக்கள்* **(1934)**, சி. கணேசையரின் **(1878–1958)** *ஈழத்துத் தமிழ்ப் புலவர் சரித்திரம்* **(1939)** முதலியனவும் இவ்வரிசையில் வைத்து எண்ணத்தக்கவை.

தமிழ் புளூடார்க் தொடங்கி மேற்குறிப்பிட்ட தமிழ்ப் புலவர்களின் சரிதங்கள் அனைத்தையும் கணக்கில் கொண்டு பார்த்தால், இவையெல்லாம் சான்றாதாரங்கள் எதுவுமின்றி வெறும் வாய்மொழித் தகவல்களை மட்டுமே

நம்பி எழுதப்பட்டிருப்பதை அவதானிக்கலாம். இந்தச் சமயத்தில்தான் அகச் சான்றுகளையும் புறச் சான்றுகளையும் கொண்டு எழுதப்பட்ட மகாமகோபாத்தியாய டாக்டர் உ.வே. சாமிநாதையர் *(1855–1942)* அவர்களின் திருவாவடுதுறை யாதீனத்து மகாவித்துவான் திரிசிரபுரம் ஸ்ரீ மீனாட்சிசுந்தரம் பிள்ளையவர்கள் சரித்திரம் *(1933–34)* இரண்டு பாகங்களாக வெளிவந்தது.

3

பத்தொன்பதாம் நூற்றாண்டின் தமிழ் இலக்கிய வரலாற்றில், 'பக்திச் சுவை நனி சொட்டச் சொட்டப் பாடிய கவிவலவ'னாக வலம்வந்தவர் மகாவித்துவான் திரிசிரபுரம் ஸ்ரீ மீனாட்சிசுந்தரம் பிள்ளை *(1815–1876)*. பத்துக் கம்பன், தமிழ்க் காளிதாசன், நிமிடகவி, தலபுராண வேந்தர், புராணம் பாடும் புலவன், தமிழைக் காத்த பெருமாள், புலவர் முதல்வன், கவிக் கார்மேகம், செந்தமிழ்க் குருநாதன், செந்தமிழ்க் குஞ்சரம், சிவநெறிச் செல்வன், விற்பன்ன சிகாமணி, இணையிலாப் புலவன், மெய்ஞ்ஞானக் கடல், புலவரேறு என்றெல்லாம் புகழப்படும் பிள்ளை அவர்கள் திரிசிரபுரம்(திருச்சி) – அதவத்தூரில் சைவ வேளாள மரபில் வந்த கணக்காயர் சிதம்பரம் பிள்ளை – அன்னத்தாச்சி இணையருக்குத் தலைமகனாக *1815* ஏப்பிரல் *6*ஆம் தேதி பிறந்தார்.

திருவாவடுதுறை வேலாயுத முனிவரிடம் சமய நூல்களையும் இலக்கியங்களையும் பழுதறக் கற்றார். பதினாறாம் வயதில் காவேரி ஆச்சியை மணந்தார். ஆர்வ மிகுதியால் பலரிடமும் சென்று சென்று கல்வி கற்றார். பரதேசி ஒருவருக்குக் கஞ்சா வாங்கித் தந்து தண்டியலங்காரத்தையும், காந்திமதியம்மை பிள்ளைத் தமிழ் அரங்கேற்றிய காலத்தில் தமக்குக் கிடைத்த கடுக்கண் ஜோடியைக் கழற்றி விற்றுச் சுப்பையா பண்டாரம் என வழங்கப்பெறும் கீழ்வேளூர் சுப்பிரமணிய தேசிகரிடம் இலக்கண விளக்கத்தையும் பாடங்கேட்டார். *1836*இல் திருவாவடுதுறை மடத்துடன் நேரடித் தொடர்புகொண்டார். அம்பலவாண முனிவரிடம் சைவசமய சாத்திர நூல்களைப் பயின்றார். பல மாணவர்களுக்குப் பாடஞ் சொல்லிவந்தார். பல ஊர்களுக்குச் சென்று தலபுராணங்கள் பாடினார். *1861*இல் திருவாவடுதுறை ஆதீனகர்த்தரால் 'மகாவித்துவான்' என்னும் பட்டம் வழங்கிச் சிறப்பிக்கப் பெற்றார்.

ஏறத்தாழ எழுபத்தெட்டு நூல்கள் இயற்றினார். விரைந்து பாடும் இவர் இரண்டு இலட்சம் பாடல்களுக்குமேல் பாடியிருப்பதாகக் கூறுவர். நற்பண்பு களுக்கு இருப்பிடமான இவர்தம் மாணவர்களுள் குறிப்பிடத்தக்கவர்கள் வல்லூர் தேவராச பிள்ளை, சுந்தரம் பிள்ளை, சவேரிநாத பிள்ளை, புதுவை சவராயலு நாயகர், சோடசாவதானம் சுப்பராய செட்டியார், பூவாளூர் தியாகராச செட்டியார், உ.வே. சாமிநாதையர் ஆகியோர்.

தமிழுக்கும் சைவத்துக்கும் பயன்பட வாழ்ந்த பழுமரமாகவும் ஊருணியாகவும் திகழ்ந்த பிள்ளை அவர்கள் *1876* பிப்ரவரி *1*ஆம் நாள் தமது *61*ஆவது வயதில் காலமானார்.

~~

மகாவித்துவான் ஸ்ரீ மீனாட்சிசுந்தரம் பிள்ளை அவர்கள் சரித்திரத்தை *1815*இல் பிறந்து *1876*இல் மறைந்த ஒரு தமிழ்ப் புலவரின் வரலாறு என்றோ, ஒரு தமிழாசிரியரின் வரலாறு என்றோ குறுக்கிவிட முடியாது. அவருடைய வாழ்க்கையில் புதுமைகள் எதுவும் இல்லை. தலபுராணங்கள் பாடுதலும், பிரபந்தங்கள் இயற்றுதலும், மாணவர்களுக்குப் பாடஞ் சொல்லுதலுமே அவரது வாழ்வின் முழுமை. ஓர் ஊரிலிருந்து வேறோர் ஊருக்கு – அதுவும் குறைந்த மைல்கள்தான் – தம்முடைய மாணவர்களுடன் மேனாப் பல்லக்கில் பயணித்ததும், சிலபோது சென்னை, பெங்களூர் ஆகிய நகரங்களுக்குச் சென்று வந்ததையும் தவிர, புறத்திலே அதிகமான சம்பவங்கள் இல்லாத வாழ்க்கை, பிள்ளை அவர்களுடையது. என்றாலும், தமிழகத்தின் ஓர் அரை நூற்றாண்டுத் தமிழிலக்கிய வாழ்வு அவரை நடுநாயகமாகக் கொண்டே செயல்பட்டது. அக்காலத்தில் புகழ்பெற்ற தமிழறிஞர் யாவரும் – மாயூரம் வேதநாயகம் போன்றோர் – இவருடைய மாணவர்களாகவோ, ஏதாவது ஒருவகையில் இவரோடு தொடர்புடையவர்களாகவோ இருந்தார்கள். தமிழகத்தில் மட்டுமன்றி அயலகத்திலும் இவரது புகழ் பரவியிருந்தது. “‘மீனாட்சிசுந்தரம் பிள்ளை–இந்தியா’ என முகவரியிட்ட கடிதம் ஒன்று லண்டனிலிருந்து யாதொரு தடையுமின்றி இவரது பெயருக்கு வந்து சேர்ந்தது” என்பார் உ.வே.சா. பிள்ளை அவர்களின் இத்தகு சிறப்புகளுக்கெல்லாம் அடிப்படையாக இருந்தது திருவாவடுதுறை மடமும் மேலகரம் சுப்பிரமணிய தேசிகரின் அன்பும் எனலாம்.

ஆங்கிலேயர் வகுத்த கல்வித்திட்டத்தில் தமிழுக்குப் போதுமான இடம் தராத நிலையில், தமிழ் இலக்கியங்களைத் தக்கவர்களிடம் பாடங்கேட்கப் பலர் விரும்பினர். படித்தவர்கள் பரவலாக இருந்தாலும் பாடம் சொல்லும் கலை எல்லாருக்கும் வாய்ப்பதில்லை. ஆனால், இதைத் தனியொரு மனிதராக நின்று ஓர் இயக்கம் போலச் சாதித்துக் காட்டியவர் மீனாட்சிசுந்தரம் பிள்ளை அவர்கள். ‘நடமாடும் மாணவக்கூடங்கள்’ (குருகுலங்கள்) நடத்தி, மாணவர்களுக்குத் தேவையான உண்டி உறையுள் அளித்துப் பாடம் புகட்டியவர்களுள் தலைசிறந்தவராய் அவர் விளங்கினார். புலவராகவும் ஆசிரியராகவும் ஒருங்கே திகழ்ந்த பிள்ளை அவர்கள், தாம் புலவராக இருப்பதைக் காட்டிலும் பாடம் சொல்லும் ஆசிரியராக இருப்பதையே பெரிதும் விரும்பினார். “இன்ன இடத்தில் இன்ன காலத்தில்தான் பாடம் சொல்ல வேண்டும் என்னும் நியதியைப் பின்பற்றாதவர் இவர்” எனப் பிள்ளை அவர்களின் குணத்தைச் சிலாகிப்பார் உ.வே.சா. இப்படிப்பட்டவரை மடத்திலேயே இருக்கச் செய்து தம்பிரான்களுக்கும் மற்றவர்களுக்கும் தமிழ்ப் பாடங்களை முறையாகக் கற்பிப்பதற்கு விரும்பினார் அப்போது சின்னப் பட்டத்திலிருந்த மேலகரம் சுப்பிரமணிய தேசிகர். இதை அன்றைய ஆதீனகர்த்தர் அம்பலவாண தேசிகரிடம் விண்ணப்பித்தபோது அவர் அதனை மறுத்து, “இவரை இங்கே வேலைக்கு அமர்த்தினால் தக்க சம்பளம் தரவேண்டும். இங்கே உயர்ந்த சம்பளமே ஐந்து கலம் நெல்தான். அதற்குமேல் கொடுக்க முடியாதே! கொடுத்தால் மற்றவர்கள் தங்களுக்கும் அவ்வளவு கொடுக்க வேண்டும் என்று கேட்கக்கூடும். ஆதலால் இதைப்பற்றி

நமக்கு ஒரு முடிவும் தோன்றவில்லை" என்று கூறினார். அப்போது சுப்பிரமணிய தேசிகர், "தங்களுக்கு அதைப் பற்றிய கவலை சிறிதும் வேண்டாம். இவருடைய மாணவர்களைப் போஷித்துப் பாதுகாத்தாலே போதும். அதனாலேயே இவர் மிகவும் திருப்தியடைவார். அதற்குமேல் ஒன்றும் செய்ய வேண்டாம்" என்று சொல்லி, பிள்ளை அவர்களை மடத்திலே பாடஞ்சொல்லும் ஆசிரியராக்கி 'மகாவித்துவான்' என்னும் பட்டம் வழங்கிச் சிறப்பிப்பதற்கும் தூண்டுகோலானார்.

இப்படிப்பட்ட ஒரு நற்சூழலில்தான் உ.வே.சா., பிள்ளை அவர்களின் மாணவராகத் தமது 16ஆவது வயதில்(1871) வந்து சேர்ந்தார். பிள்ளை அவர்களை வந்தடைந்த சாமிநாதையர் பாடங்கேட்கும் மாணவராக மட்டுமன்றி, ஆசிரியரின் அன்புக்குரிய குழந்தையாகவே ஆனார். சாமிநாத மாணவரின் வளர்ச்சியிலும் வாழ்விலும் பிள்ளை அவர்கள் காட்டிய அக்கறையை ஐயரின் இந்நூலிலும், என் சரித்திரத்திலும், பிறவற்றிலும் பரக்கக் காணலாம். நீண்டு தழைத்திருக்க வேண்டிய இவ்விருவருக்குமான உறவைக் 'காலச்சதி' ஏறத்தாழ ஐந்தாண்டே அனுமதித்தது!

4

மகாவித்துவான் பிள்ளை அவர்களின் மறைவுக்குப் பிறகும் சுப்பிரமணிய தேசிகரின் அரவணைப்பில் மடத்துப் பிள்ளையாகவே வாழ்ந்துவந்த உ.வே.சா.வை, 'மடத்தில் இட்ட விளக்'காக இல்லாமல் தமிழ் நிலம் முழுதும் ஒளிரும் கதிரவனாக்கிய பெருமை பிள்ளை அவர்களின் தலைமாணாக்கராக மதிக்கத்தக்க பூவாளூர் தியாகராச செட்டியாரையே சாரும். செட்டியாரின் முயற்சியாலேயே உ.வே.சா.வுக்குக் கும்பகோணம் கல்லூரியில் ஆசிரியப் பணி கிடைத்தது. அதன் வழியாகவே 'ஜட்ஜ்' சேலம் ராமசாமி முதலியாரின் தொடர்பு கிட்டுகிறது; தமிழ்ப் பிரபஞ்சத்தின் வெளியும் தெரியவருகிறது; அதன் பின்பு சென்னைக்கு மாறுதலும் ஜி.யூ. போப், பூண்டி அரங்கநாத முதலியார் போன்றவர்களின் நட்பும் கிடைக்கிறது. உ.வே.சா. எதைப் பதிப்பித்தாலும் அதை வாசிப்பதற்கான 'புலமை வட்டம்' ஒன்றும் உருவாகிறது. இவை எல்லாம் ஒன்றுடன் ஒன்று பின்னிப் பிணைந்து கண்ணுக்குத் தெரியாத ஊழ் வட்டமாய்த் தமிழையும் உ.வே.சா.வையும் இணைக்கின்றன. இந்த இணைப்பின் நதிமூலம் திருவாவடுதுறை மடமும் மகாவித்துவான் மீனாட்சிசுந்தரம் பிள்ளை அவர்களும் எனலாம்.

~~

பிள்ளை அவர்கள் ஊட்டிய அறிவுச் செல்வத்தாலும் காட்டிய பரிவாலும் வளர்ந்து பல பெருநிலைகளை அடைந்த உ.வே.சா., அந்தக் காலகட்டத்தில் மிகப் பெரிய இலக்கியங்களைப் படைத்தளித்த பழம்பெரும் புலவர்களைப் பற்றி விரிவாக ஆராயும் முயற்சியில் தலைப்பட்டார். அப்போதுதான் நூலாசிரியர்களின் சரியான வரலாறு இல்லாத பெருங்குறை அவருக்குத் தெரியவந்தது. எந்த ஒரு நூலைப் பாடம் சொல்லும்போதும் முதலில் நூலாசிரியர் வரலாற்றைக் கூறி, பின்பு பாடம் சொல்லுவதே அக்காலத்திய முறை. ஆனால், உ.வே.சா. காலத்திலேயே இது அருகிவிட்டது.

நூலாசிரியர்கள் குறித்துப் பிரத்தியேகமாக எழுதிவைக்காமையால் நாளடைவில் அவ்வாசிரியர்களைப் பற்றிய கற்பனைக் கதைகளும் மலியத்தொடங்கின. புனிதங்களும் கட்டுக்கதைகளும் அவர்கள்மீது சுமத்தப்பட்டன. "புன்மையும் வழுவும் நிறைந்த கவிகளால் தமிழ் இலக்கியத்தின் பொலிவு அழிக்கும் புன்கவிகளை ஒட்டக்கூத்தர் கண்ணோடாது ஒறுத்தது ஏனைப் புலவர் எல்லார்க்கும் அவர்மேல் வெகுளியை விளைத்தது. அதனால் அவர்களும் அவர்வழி வந்தவர்களும் அவர்மேல் பொய்க்கதைகள் பல புனைந்து பரப்பினர்" எனத் *தமிழ் நாவலர் சரிதையில்* வரும் ஒட்டக்கூத்தர் சரிதையை இங்கு ஒப்பவைத்து எண்ணல் தகும்.

பல புலவர்களைப் பற்றி வழங்கியவை போன்ற கட்டுக்கதைகள் தமது ஆசிரியரைப் பற்றியும் அப்போதே வழங்கத் தலைப்பட்டுவிட்டதும் உ.வே.சா.வின் நினைவுக்கு வந்தது. பிள்ளை அவர்கள் சரித்திரத்தின் முன்னுரையிலும் அவர் இதைப் பதிவு செய்திருக்கிறார். எனவே, "கம்பனுக்குப் பிறகு பல்லாயிரக்கணக்கான பாடல்களைப் பாடிப் பாடித் தம் நாத் தினவைத் தீர்க்க முயன்றவரும், தமிழ் மகளின் திருவழகைக் காவியங்களாகிய ஓவியங்களில் அமைத்து மகிழ்ந்த வித்தகரும், மாணவர்களுடைய அறிவாகிய நிலத்தில் அன்புநீர் பாய்ச்சித் தமிழாகிய வித்திட்டுத் தமிழ்ப் பெரும் பயிரை வளர்த்த சொல்லேருழவரும், காலம் இடம் நிகழ்ச்சி என்பவற்றால் வரும் துன்பங்களால் சோர்வுறாமல், தம்முடைய தன்மானமும் பெருமையும் குன்றாமல் நின்ற குணக்குன்றாம்" தமது ஆசிரியர் மீனாட்சிசுந்தரம் பிள்ளை அவர்களுடைய வாழ்க்கைச் சரிதத்தைச் சரியாக எழுத முற்பட்டார் உ.வே.சா.

~~

1887இல் சீவகசிந்தாமணியைப் பதிப்பித்தபோது அதில் உ.வே.சா. எழுதிச் சேர்த்த திருத்தக்க தேவர் வரலாற்றைக் கண்ட உ.வே.சா.வின் சகபாடிகளுள் ஒருவரான சோடசவதானம் சுப்பராய செட்டியார், "ஐயா அவர்களுடைய (பிள்ளையவர்கள்) சரித்திரத்தையும் இதேபோல் எழுதி வெளியிட்டால் நலமாக இருக்கும்" என்று சொன்னாராம். மட்டுமன்றி, பிள்ளை அவர்களைப் பற்றி உ.வே.சா. கண்டும் கேட்டும் அறிந்தவைகளில் சிலவற்றை நண்பர்களிடம் பேசும்போதும், பதிப்பித்த நூல் முகவுரைகளில் இடைப்பிறவரலாக எழுதியபோதும், பலரும் பிள்ளை அவர்களைப் பற்றி ஒரு வாழ்க்கை வரலாற்றை எழுதத் தூண்டியுள்ளனர். இத்தூண்டுதலினாலும், "பிள்ளை அவர்கள் திறத்தில் நான் செய்யத்தக்க பணி இதனினும் சிறந்ததொன்று இல்லை" என்று உ.வே.சா. எண்ணியதாலும் பிள்ளை அவர்கள் சரித்திரத்தை அவர் எழுதத் தலைப்பட்டார்.

பிள்ளை அவர்களோடு நெருங்கிப் பழகி அவர்தம் ஆற்றலை நேரில் கண்டுணர்ந்த தியாகராச செட்டியார் போன்றவர்கள் இவருடைய சரித்திரத்தை எழுதாது மறைந்த காலத்தில் 'குரிச்சி புக்க மான் போலத்' தனி ஒருவராய் அலைந்து திரிந்து அச்சரித்திரத்தை எழுதியிருக்கிறார் உ.வே.சா. மகாவித்துவானோடு தொடர்புடைய பலரிடத்துச் சென்றும், அவருடைய கடிதங்கள் தனிப்பாடல்கள் நூல்கள் முதலியவற்றைக் கொண்டும், தாம் பாடங்கேட்ட காலத்தில் பிறவாறும் அறிந்த செய்திகளையும் முதலில்

தொகுத்துக் கொண்டார். இதோடு 08–10–1900, 30–12–1931 ஆகிய தினங்களில் சுதேசமித்திரன் நாளிதழில், பிள்ளையவர்கள் சரித்திரத்தைத் தாம் எழுத இருப்பதாகவும் தமிழ்நாட்டினர் தங்களுக்குத் தெரிந்த செய்திகளைத் தெரிவித்துதவுமாறும் வேண்டுகோள் ஒன்றை விடுத்தார். பிள்ளை அவர்களின் மாணவர்களுள் ஒருவரான புதுவை செ. சவராயலு நாயகர் போன்ற மிகச் சிலரே தகவல் சிலவற்றை அனுப்பினர். இவ்விளம்பரத்தால் பயன் ஒன்றும் விளையவில்லை.

இதற்கிடையில் கைவசமிருந்த குறிப்புகளைக் கொண்டு 1902ஆம் ஆண்டு கும்பகோணம் போர்ட்டர் டவுன் ஹாலில் இரு தினங்களும், கல்லூரியில் ஒரு நாளுமாக மூன்று நாள்கள் பிள்ளை அவர்களுடைய சரித்திரத்தைப் பற்றிச் சொற்பொழிவு ஒன்றை நிகழ்த்தினார் உ.வே.சா. கேட்டு மகிழ்ந்த ஜே.எம். ஹென்ஸ்மென் (குடந்தைக் கல்லூரி முதல்வர்) விரைவில் இச்சரித்திரத்தை நூலாக்கம் செய்யவேண்டி வற்புறுத்தினார்.

இவரைப் போலவே, ‘சிவநேசன்’ பத்திராதிபர் பலவான்குடி இராமசாமி செட்டியார், வெள்ளகால் ப. சுப்பிரமணிய முதலியார் போன்ற பலரும் ‘பிள்ளையவர்கள் சரித்திரத்தைப் பகுதி பகுதியாகவேனும் வெளியிட வேண்டும்’ எனக் கடிதம் வாயிலாக வேண்டுகோள் விடுத்தனர். சிவநேசன் அதற்கான இடத்தை வழங்குவதற்குத் தயாராக உள்ளதாகவும் இராமசாமி செட்டியார் தெரிவித்தார். ‘இந்நூல் வெளிவந்தால் தமிழுலகத்துக்கு மிகுந்த உபகாரமாய் இருக்கும் என்பதனால் என்னால் இயன்ற பொருளுதவியைச் செய்ய சித்தமாய் இருக்கிறேன்’ என 13–4–1907 அன்று கடிதம் எழுதினார் பாலைக்காடு நகரசபைத் தலைவர் ராவ்பகதூர் பா.ஜ. சின்னசாமி பிள்ளை.

இதன் விளைவாக ஸ்ரீ மீனாட்சிசுந்தரம் பிள்ளையவர்கள் சரித்திரத்தை 1933இல் முதல் பாகமாகவும், 1934இல் இரண்டாம் பாகமாகவும் எழுதி வெளியிட்டார், சாமிநாதையர். வாழ்க்கை வரலாறு என்னும் வரையறைக்குள் இந்நூல் எழுதப்பட்டிருப்பினும் முதல் பாகத்தைப் படிக்கும்போது பிள்ளை அவர்களின் வாழ்க்கை வரலாறாகவும், இரண்டாம் பாகத்தைப் படிக்கும்போது உ.வே.சா. அவர்களின் தன்வரலாறாகவும் இந்நூல் ஒருசேர அமைந்து விளங்கும் மாட்சிமை நமக்கு மேன்மேலும் பிரமிப்பூட்டுகிறது.

5

ஆவணப்படுத்தலும் வரலாறெழுதியலும் அறியப்படாத காலம் 19ஆம் நூற்றாண்டு. இக்காலகட்டத்தில் தமது பதிப்பு முயற்சிகளினூடாகப் பெற்ற ஐரோப்பியப் புலமையாளர்களின் தொடர்புகளும், சுதேசி மறுமலர்ச்சியின் சாதகமான சூழல்களும் சேர்ந்து உ.வே.சா.வைப் பதப்படுத்தின. இதன் விளைவாகத் தம்மை அறியாமலேயே அவர் தமிழ் நிலம் சார்ந்த பெருமதியான காலம் கடக்கும் நிகழ்வுகளுக்குத் தவிர்க்க முடியாத சாட்சியானார். இதன் வரலாற்று வெளிப்பாடாகத் தமிழ் வளர்ந்த கதையும் அது தம்மை வளர்த்த கதையுமான கூட்டிணைவை அவர் எழுதினார். அதற்கு ‘ஸ்ரீ மீனாட்சிசுந்தரம் பிள்ளையவர்கள் சரித்திரம்’ எனப் பெயரிட்டு ஆதாரபூர்வமாய் வெளியிட்டார்.

இதன் மூலமாக அவரது அபூர்வ உழைப்பையும் தமிழ் இலக்கிய விழிப்பையும் அறியலாம். எனினும் இதை, 'தன்னுடைய ஆசிரியருக்கு மாணவன் உருவாக்கிய நன்றிக்கடன் சார்ந்த பதிவு' என்னும் குறுகிய எல்லைக்குள் மட்டும் நின்று பார்க்க முடியாது. பத்தொன்பதாம் நூற்றாண்டின் சமூக வரலாறாகவும் தமிழ்ப் புலமை வரலாறாகவுமே இச்சரிதத்தைக் கணிக்க வேண்டும். அந்த நூற்றாண்டில் செயல்பட்ட திண்ணைப் பள்ளிக்கூடங்கள், குருகுலக்கல்வி, மடம் சார்ந்த பயிற்றுமுறைகள், கோயிலும் பக்தியும் கல்வியின் அடிநாதங்களாக இழையோடிய பாங்கு, வடமொழிவாணர்களின் பங்கு, தலபுராணம் பாடும்போது நிகழ்ந்த சுவையான சம்பவங்கள், புராணிகருக்குப் பொதுமக்களிடம் கிடைத்த வரவேற்பு, வட்டாரம் சார்ந்த மிகப் பழைய செய்திகளின் சேர்மானங்கள், தமிழ் உணர்ச்சியின் பெருமிதங்கள், பிரபல்யமாதலின் வரங்களும் சாபங்களும்... என ஒன்றோடு ஒன்று இயைந்தும் வேறுபட்டும் பலவகையான கருத்தியலின் ஊடாட்டங்களை இந்த நூலின்வழி அறிய முடியும். இஃது ஒரு தனிமனிதரின் கதையானால் உ.வே.சா. இதை ஒரு புராணமாகவோ, கீர்த்தனை நாடகமாகவோ இயற்றியிருப்பார். ஆனால், அவரது நினைவைச் செதுக்கிய அனுபவங்கள் இந்நூலைச் சரித்திர நோக்குடனும் நம்பகத் தன்மையுடனும் எழுதத் தூண்டியிருக்கின்றன. பிற்காலத்தில் தம்முடைய வாழ்க்கை வரலாறான என் சரித்திரத்தை எழுதுவதற்கும் இதுவே கால்கோள் இட்டது எனலாம்.

இந்நூலில் பொய்யோ புனைவோ, திரிபோ கற்பனைகளோ இல்லையென்பது ஒருபுறமிருக்க, புலவர் புரவலர் வரலாறு, கோவில்கள், கடவுட்பெயர்கள், ஊர்ப்பெயர்கள், சிற்றிலக்கியங்கள், காப்பியங்கள், தனிப்பாடல்கள் பற்றிய குறிப்புகள், சான்றோர்கள், அருளாளர்கள், சமகாலப் புலவர்கள் என ஒரு நீண்ட பட்டியலைக் கொண்ட கலைக்களஞ்சியமாகவே திகழ்வதை அவதானிக்கலாம். கிடைத்த செய்திகளோடு கிடைக்காததையும் உ.வே.சா. பதிவுசெய்திருப்பது இந்நூலின் நம்பகத்தன்மையை மேலும் துலக்கமுறச் செய்கிறது. இதற்குச் சான்றாகக் கீழ்வருவதைக் கொள்ளலாம்:

> இவர் காலத்தில் படம் எடுக்கும் கருவிகள் இருந்தும் இவரோடு பழகியவர்களுள் ஒருவரேனும் இவருடைய படத்தை எடுத்துவைக்க முயலாதது வருத்தத்தை விளைவிக்கிறது. என்னுடைய மனத்தில் இவருடைய வடிவம் இருந்து அவ்வப்பொழுது ஊக்கம் அளித்து வருகிறது; ஆயினும், பிறருக்கு அதனைக் காட்டும் ஆற்றல் இல்லாமைக்கு என்செய்வேன்! இக் கவிச்சக்கரவர்த்தியினுடைய பூதவுடம்பின் படம் இல்லையே என்னும் வருத்தம் இருந்தாலும் இவருடைய புகழுடம்பின் படமாக நூல்களும் செய்யுட்கள் முதலியனவும் இருக்கின்றன வென்றெண்ணி ஒருவகையாக ஆறுதலடைகின்றேன்.

மீனாட்சிசுந்தரம் பிள்ளை என்னும் வடிவம் தாங்கித் தற்போது உலவிவரும் புகைப்படம் பிற்காலத்தில் உ.வே.சா. சொல்லச் சொல்ல ஓவியர் ஒருவரால் வரையப்பட்டது என்னும் செவிவழிச் செய்தியும் உண்டு. (இச்செய்தியை

எனக்குக் கூறியவர் பெரியவர் மா.சு. சம்பந்தம் அவர்கள்.) மனத்திலிருந்த பிள்ளை அவர்களின் வடிவத்திற்கு உ.வே.சா. உருவம் கொடுத்தாரா? அல்லது இளங்கோ, கம்பனுக்கு உருவம் தந்ததுபோல இதுவும் யாரோ கொடுத்த கற்பனை வடிவமா? என்பதை இனித்தான் கண்டறிய வேண்டும்.

6

1930 டிசம்பர் மாதத்தில் ஒருநாள் 'தியாகராச விலாச'த்தின் மாடியில் உறங்கிக்கொண்டிருந்த உ.வே.சா. அவர்கள் அதிகாலையில் எழுந்து கீழிறங்கி வரும்போது தவறி விழுந்துவிட்டார்; காலில் அடிபட்டுப் படுத்த படுக்கையானார். டாக்டர் ரங்காச்சாரியார் என்ற புகழ்பெற்ற மருத்துவரைக் கொண்டு குடும்பத்தார் மருத்துவம் செய்தனர். அவரது சீடர் கி.வா. ஜகந்நாதன் *(1906–1988)* உடனிருந்து பணிவிடை செய்துவந்தார். இந்நிலையில் உ.வே.சா. எந்த வேலையும் செய்யாமல் ஓய்வெடுக்க வேண்டும் எனக் கட்டளையிட்டிருந்தார் டாக்டர். பிள்ளை அவர்கள் வரலாற்றின் கடைசிப் பகுதியை எழுதிக்கொண்டிருந்த தருணம் அது. ஆசிரியருடைய வாழ்க்கைச் சரித்திரத்தை எழுதி முடிக்கும்முன் தம்முடைய வாழ்க்கை முடிந்துவிடுமோ என்ற அச்சம் உ.வே.சா.வைத் தொற்றிக்கொண்டது. இதை எப்படியாவது எழுதி முடித்துவிட வேண்டும் என்னும் பேராசையினால் கி.வா.ஜ.வைப் பார்த்து, "அந்தக் கட்டை எடுத்துக்கொண்டு வா" என உத்தரவிட்டார் உ.வே.சா. "டாக்டர் ஒன்றும் செய்யக் கூடாது என்று சொன்னாரே!" எனக் கி.வா.ஜ. சொல்ல, "டாக்டருக்கு என்ன தெரியும்? அவர் என்ன கடவுளா? என் கடமையை நான் செய்தால் ஆண்டவன் என்னைக் காப்பாற்றுவான்" என்று உ.வே.சா. பதில் சொன்னாராம். அதன்பின்பு படுக்கையில் இருந்தவாறே பிள்ளையவர்களின் இறுதிக் காலத்தைப் பற்றிக் கண்ணீர்விட்டவாறே சொல்லச் சொல்ல அதைக் கி.வா.ஜ. எழுதி முடித்தார்.

புலவர்கள் பற்றிய நம்பகமான வரலாறுகள் இல்லையென்பதை உணர்ந்து அந்த ஓர்மையோடு தம் ஆசிரியரின் வரலாற்றைப் பயபக்தியோடு எழுதியிருக்கிறார் உ.வே.சா. தமிழர்களுக்கு வரலாற்று உணர்வு இல்லை என்னும் பெருங்குறையை, "என்னால் இவ்வசை கழிந்தது" என்பது போல அவரே போக்கித் தமிழுக்கும் தமிழர்களுக்கும் பெருமை சேர்த்திருக்கிறார்.

7

உ.வே.சா. அவர்களின் உரைநடை நூல்களில் முதலிடம் பெறுவது அவர் எழுதி வெளியிட்ட பிள்ளையவர்கள் சரித்திரம். *20 × 13* டெமி அளவில் ஏறத்தாழ எழுநூற்று நாற்பது பக்கங்கள் கொண்ட இந்நூலின் இரு பாகங்கள் உ.வே.சா. காலத்திலேயே இரு பதிப்புகளைக் கண்டன. இதன் முதல் பதிப்பு கேஸரி அச்சுக்கூடத்தின் வாயிலாகவும் இரண்டாம் பதிப்பு லிபர்டி அச்சுக்கூடத்தின் வழியாகவும் வெளிவந்தன. அதன்பிறகு வந்த பதிப்புகள் அனைத்தும் உ.வே.சா. நூலகத்தின் வழியாக மட்டுமே வெளிவந்து கொண்டிருக்கின்றன. இரண்டு பாகங்களையும் ஒன்றாகக் கட்டடம் செய்யப்பட்ட பதிப்பாக – பதிப்பன்று; பைண்டிங் – இது விளங்குகிறது.

(1986இல் நிழற்படப் பதிப்பு ஒன்று தஞ்சை தமிழ்ப் பல்கலைக் கழகத்தின் வெளியீடாக வந்தது.)

*1933–34*இல் வெளிவந்த இந்நூல் ஏறக்குறைய தொண்ணூறு ஆண்டுகளுக்குப்பின் இன்று செம்பதிப்பு நிலையை எட்டியிருக்கிறது எனலாம். அச்சுப் பிழைகளும் அச்சகப் பிழைகளுமாக இருந்தவை அந்தந்த மூலநூல்களைக் கொண்டு சீர்செய்யப்பட்டுள்ளன. உதாரணமாக, 'திருச்சிராமலை யமக அந்தாதி'யில் இடம்பெறும், "கலக்கந் தரமட வார்மயல்" என்று தொடங்கும் பாடலுக்கான எண் விடுபட்டு வெறுமனே அடைப்புக்குறி மட்டும் காணப்படுகிறது. முதல் பதிப்பிலிருந்து இன்றுவரை இது தொடர்கதையாகவே உள்ளது. இதேபோல 'அகிலாண்டநாயகி மாலை'யில் வரும் "உலகிடை யழுத பிள்ளைபால் குடிக்கு"*(28)* எனத் தொடங்கும் நான்கடிப் பாடலில் இறுதி அடி விடுபட்டுள்ளது. 'பிள்ளை அவர்களின் பிரபந்தத் திரட்'டை நேரே கண்ணுற்று இவையும் பிறவும் சரிசெய்யப்பட்டுள்ளன. வெண்பா, கட்டளைக் கலித்துறை, விருத்தம், சிந்து, கீர்த்தனம் போன்ற பாடல்கள் யாப்புமுறை பிறழாமல் சீர் பிரிக்கப்பெற்றிருப்பது உறுதிசெய்யப்பட்டுள்ளது.

நூலுள் இடம்பெறும் ஏராளமான 'தமிழ் எண்கள்', தமிழ் எழுத்துக்களைப் போலவே மயங்கிக் கிடக்கின்றன. அவை இக்கால வாசகர்கள் படிப்பதற்கு மிகுந்த அயர்ச்சியை உண்டுபண்ணுவதால் அவ்வெண்களுக்குப் பதிலாக ஆங்கில எண்கள் இடப்பட்டுள்ளன.

இரண்டு பாகங்களாக இருக்கும் பிள்ளை அவர்களின் இச்சரித்திர நூல் தற்போது ஒரே நூலாகப் பதிப்பிக்கப்பட்டுள்ளது. அதனால் இரண்டிலும் இடம்பெற்றிருக்கும் 'செய்யுள் முதற்குறிப்பு அகராதி', 'சிறப்புப் பெயர் முதலியவற்றின் அகராதி' ஆகியன ஒன்றாக்கப்பட்டு, அவை உ.வே.சா. அவர்கள் எழுதியிருக்கும் முன்னுரைகளிலிருந்து தொடங்கித் தரப்பட்டுள்ளன.

இரண்டு பாகங்கள்-இரண்டு பதிப்புகளுக்குத் தலா ஒரு முன்னுரை என மொத்தம் நான்கு முன்னுரைகளை உ.வே.சா. எழுதியிருக்கிறார். இப்பதிப்பில் இரண்டாம் பதிப்பு முன்னுரைகள் மட்டும் கொள்ளப்பட்டுள்ளன. ஒரு நூலின் இரண்டாம் பதிப்பு பெரும்பாலும் சாமிநாதையரின் சீடர்களால் மேற்பார்க்கப்பட்டு அச்சுக்குச் செல்லும் எனச் சொல்லப்படுவதுண்டு. அதனால் முதலிரு பதிப்புகளில் பெரும்பாலும் மாற்றம் இருப்பதில்லை. இந்த நூலும் அதற்கு விலக்கன்று. எனினும், ஓரிரு இடங்களில் கூடுதலாகச் சில வரிகள் இவ்விரண்டாம் பதிப்பு முன்னுரைகளில் காணப்படுவதால், அவை இப்பதிப்பில் இடம்பெறுகின்றன. அவ்வரிகள் '[ ]'அடைப்புக்குறிக்குள் இட்டுத் தனியே காட்டப்பட்டுள்ளன.

நூலாசிரியரே யன்றி, பதிப்பாசிரியராலும் சில அடிக்குறிப்புகள் தரப்பட்டுள்ளன. அப்படித் தரப்பட்டவற்றைத் தனித்து அறியும்வண்ணம் (ப.ஆ.) என அடையாளம் காட்டப்பட்டுள்ளன. மேலும், தொடர்புடைய செய்திகளை உ.வே.சா. எழுதும்போது, "இந்நூல் இன்ன பக்கம் பார்க்க", "முதற்பாகத்தில் இன்ன பக்கம் பார்க்க" என அடிக்குறிப்பில் தந்துள்ளார். அவையும் இம்முழு நூலுக்கு ஏற்ப மாற்றி அமைக்கப்பட்டுள்ளன. அதேபோல, பிள்ளையவர்களின் 'இயல்புகளும் புலமைத்திறனும்' என்னும் கடைசி அத்தியாயம் பொருத்தம்

கருதி அநுபந்தத்தின் தொடக்கத்தில் வைக்கப்பட்டுள்ளது. இதற்கு முந்தைய அத்தியாயத்திலேயே 'சுபம்' என்று குறிப்பிட்டு நூல் நிறைவு பெறுவது குறிப்பிடத்தக்கது.

'என் சரித்திர'த்தில் ஆங்காங்கே புகைப்படங்கள் சேர்க்கப்பட்டதைப் போன்று இந்நூலிலும் சில புகைப்படங்கள் சேர்க்கப்பட்டுள்ளன. பின்னிணைப்பில் பிள்ளை அவர்களின் வாழ்க்கைக்குறிப்பு, கொடிவழி, வழக்கிழந்த சொற்களுக்கான பொருளகராதி, இந்நூல் முதல் பாகத்திற்கு வெளிவந்த முக்கியமான இரு மதிப்புரைகள் ஆகியன முதன்முறையாகத் திரட்டிச் சேர்க்கப்பட்டுள்ளன. இவற்றோடு, பிள்ளையவர்களின் நூல் முகப்பேடுகள் சிலவும் மாதிரிக்காக வாசகர்களின் பார்வைக்குத் தரப்பட்டுள்ளன.

பின்னிணைப்பில் பதிப்பாசிரியரால் சேர்க்கப்பட்டதை வேறுபடுத்திக் காட்டுவதற்காகப் பொருளடக்கத்தில் - அநுபந்தத்தின் இறுதியில் உடுக்குறிக் கீற்றுகள் இடப்பட்டுள்ளன.

~~

"மூலையிலே யிருந்தாரை முற்றத்தே விட்டவர் – சாலப் பெரியரென்று உந்தீபற" என்பதற்கேற்பச் சூரியமூலையில் பிறந்த சுடர்கொழுந்தைக் குன்றேறி ஒளிவிட வழிசெய்த 'போதனைப் புனிதர்' மகாவித்துவான் எனப் பிள்ளை அவர்களுக்குப் புகழாரம் சூட்டுவர். அத்தகு மகாவித்துவானின் வாழ்க்கை வரலாற்றைச் சரியான சான்றாதாரங்களுடன் எழுதித் தம் குருநாதருக்குக் காணிக்கையாக்கியிருக்கும் முதன்மைச் சீடர் உ.வே. சாமிநாதையர் அவர்கள். இருவர்தம் நிலைப்பாடுகளையும் கருத்தில் கொள்ளும்போது, "தந்தது உன்தன்னை; கொண்டது என்தன்னை, சங்கரா! ஆர்கொலோ சதுரர்?" என்னும் மணிவாசகமே என்முன் நிழலாடுகிறது. சதுரர் யார்? காலம் முடிவு செய்யட்டும்.

உசாத்துணை

1. பொ. பூலோகசிங்கம், தமிழ் இலக்கியத்தில் ஈழத்தறிஞரின் பெருமுயற்சிகள், கலைவாணி புத்தக நிலையம், யாழ்ப்பாணம் – கண்டி, *1970*
2. சு. வேங்கடராமன், அறியப்படாத தமிழ் இலக்கிய வரலாறு, மீனாட்சி புத்தக நிலையம், மதுரை, *2004*
3. கா. சிவத்தம்பி, தமிழில் இலக்கிய வரலாறு, என்.சி.பி.எச்., சென்னை, *1998*
4. ப. சரவணன் (ப.ஆ.), உ.வே.சா.வின் என் சரித்திரம், காலச்சுவடு பதிப்பகம், நாகர்கோவில், *2017*
5. பெருமாள்முருகன் (தொ.ஆ.), உ.வே.சா. பன்முக ஆளுமையின் பேருருவம், காலச்சுவடு பதிப்பகம், நாகர்கோவில், *2012*
6. ஆ.இரா. வேங்கடாசலபதி (ப.ஆ.), உ.வே.சாமிநாதையர் கடிதக் கருவூலம் (தொகுதி–1), டாக்டர் உ.வே.சாமிநாதையர் நூல்நிலைய வெளியீடு, சென்னை, *2018*

~

திரிசிரபுரம் மகாவித்துவான்
ஸ்ரீ மீனாட்சிசுந்தரம் பிள்ளையவர்கள் சரித்திரம்

(முதல் பாகம்)

உ

கணபதி துணை

முகவுரை

திருத்தாண்டகம்

திருச்சிற்றம்பலம்

ஒருமணியை யுலகுக்கோ ருறுதி தன்னை
உதயத்தி னுச்சியை யுருமா னானைப்
பருமணியைப் பாலோடஞ் சாடி னானைப்
பவித்திரனைப் பசுபதியைப் பவளக் குன்றைத்
திருமணியைத் தித்திப்பைத் தேன தாகித்
தீங்கரும்பி னின்சுவையைத் திகழுஞ் சோதி
அருமணியை யாவடுதண் டுறையுண் மேய
அரனடியே யடிநாயே னடைந்துய்ந் தேனே.

திருச்சிற்றம்பலம்

தமிழ்நூல்களை நன்றாகப் பயின்றும் வேறு பாஷைகளில் உள்ள நூற்கருத்துக்களை அறிந்தும் அவற்றின்பாலுள்ள பலவகைச் சுவைகளையும் நுகர்ந்து பிறரும் நுகர வேண்டுமென்னும் அவாவினால் பலவகை நூல்களையும் உரை முதலியவற்றையும் இயற்றியும் பாடஞ் சொல்லியும் பேருதவி புரிந்த தமிழ்ப்புலவர்கள் பலர், பல்லாயிர வருஷங்களாக இத்தமிழ் நாட்டில் விளங்கி வந்து தங்கள் தங்கள் புகழை நிலைநாட்டி இருக்கின்றனர். தோலாநாவின் மேலோராகிய அவர்களுடைய கைம்மாறில்லாப் பேருதவியினால் தமிழ்மொழி அடைந்த பெருமையும் தமிழரசர்களும் தமிழ் நாட்டினரும் பெற்ற பயனும் அளவில் அடங்குவனவல்ல.

பலர் ஒருங்கு கூடியும் தனித்தனியே இருந்தும் அரசர்களாலும் பிரபுக்களாலும் ஆதரிக்கப்பட்டும் செல்வத்திற் சிறந்தும் வறுமையில் வாடியும் இன்பத்தில் இருந்தும் துன்பத்தில் துளைந்தும் தமிழை மறவாமல், “இருந்தமிழே உன்னால் இருந்தேன் இமையோர், விருந்தமிழ்த மென்றாலும் வேண்டேன்” என்ற வீரத்துடன் விளங்கிய புலவர்களின் பெயர்கள் பல தெரியவருகின்றன. இக்காலத்தில்

பலதுறைகளிலும் உழைத்து ஆராய்ச்சி செய்து பயனடைவோர்களுக் கெல்லாம் அந்தப் புலவர்கள் இயற்றிவைத்துள்ள நூல்களே முக்கிய சாதனங்களாக உள்ளன.

ஆயினும், அவர்களுள்ளே பல புலவர்களின் உண்மை வரலாறுகளை நன்றாகத் தெரிந்துகொள்ள முடியவில்லை. சிலருடைய வரலாற்றிற் சிலசில பகுதிகள் மட்டும் ஒருவாறு தெரிகின்றன. அவர்களை மிகச் சிறந்தவர்களாக எண்ணிப் பாராட்டி வருகின்றோம். அவர்களுக்கு முன்பு இருந்து விளங்கி அவர்களுடைய அறிவைப் பண்படுத்திய நூல்களை இயற்றிய புலவர்களின் நிலைகள் இன்னும் பலமடங்கு உயர்ந்தனவாக இருக்கவேண்டுமென்பதை நினைக்கும்பொழுது அவற்றையெல்லாம் அறிய முடியவில்லையே என்ற வருத்தம் அடிக்கடி உண்டாகிறது.

தமிழ்ப் புலவர்களின் வரலாறுகள் தமிழகத்தில் ஒரு வரையறையின்றி வழங்குகின்றன. கர்ணபரம்பரைச் செய்திகள் முழுவதையும் நம்ப முடியவில்லை. எந்தப் புலவர்பாலும் தெய்விக அம்சத்தை ஏற்றிப் புகழும் நம் நாட்டினரில் ஒரு சாரார் புலவர்களைப்பற்றிக் கூறும் செய்திகளிற் சில நடந்தனவாகத் தோற்றவில்லை. அங்ஙனம் கூறுபவர்கள் அப்புலவர்களுக்கு மிக்க பெருமையை உண்டாக்கவேண்டு மென்பதொன்றனை மட்டும் கருதுகிறார்களே யல்லாமல் நடந்த விஷயங்களை நடந்தபடியே சொல்லுவதை விரும்புவதில்லை. கம்பர் முதலிய சில புலவர்களை வரகவிக ளென்றும் கல்லாமலே பாடிவிட்டன ரென்றும் ஸரஸ்வதிதேவியின் திருவருளால் அங்ஙனமாயின ரென்றும் கூறுவதுதான் பெருமையெனவும், அவர்கள் பழம்பிறப்பிற் செய்த புண்ணியத்தாலும் திருவருளாலும் கிடைத்த நல்லறிவைத் துணைக்கொண்டு பல நூல்களைப் பயின்று செயற்கையறிவும் வாய்க்கப் பெற்று நூல் முதலியன இயற்றினார்க ளென்பது சிறுமை யெனவும் சிலர் எண்ணுகின்றார்கள். மிகவும் புகழ்பெற்ற ஒரு புலவர் செய்தனவாகத் தெரிவித்தால் அவற்றிக்கு மதிப்புண்டாகுமென்று தாமாகவே கருதி அவருடைய தலையில் பிழைமலிந்த நூல்களையும் உரைகளையும் தனிப்பாடல்களையும் ஏற்றிவிடுகின்றனர்; சரித்திரங்களையும் அவற்றிற்கு ஏற்ப அமைத்துவிடுகின்றனர். ஒருவருடைய வரலாறும் அவர் செய்த நூல் முதலியனவும் வேறொருவருடைய வரலாறாகவும் வேறொருவர் செய்தனவாகவும் வழங்குகின்றன. தங்கள் தங்கள் அபிமானம் காரணமாகப் புலவர்களின் சாதி, மதம், தொழில், ஊர் முதலியவற்றை மாறுபாடாகக் கூறி அவற்றிற்கு உரியவற்றைக் கற்பித்தவர்களும் உண்டு. ஆண்பாலாரைப் பெண்பாலாராகவும் பெண்பாலாரை ஆண்பாலாராகவும் மயங்கிக் கூறுவதும் ஒரு காலத்தில் இருந்தவரை வேறொருகாலத்தவராகக் கூறுவதும் பிறவுமாகிய தடுமாற்றங்கள் புலவர் வரலாறுகளில் மலிந்திருக்கின்றன. மிகவும் சமீபகாலத்தில் இருந்த புலவர்களுடைய வரலாறுகளிற்கூட இத்தகைய செய்திகள் இருக்கின்றன.

பண்டைக்காலத்தில் முறையாகப் பாடஞ்சொல்லிவந்த வித்துவான்கள் நூலாசிரியர்களுடைய வரலாற்றை மாணாக்கர்களுக்கு முதலிற் சொல்லிவிட்டு அப்பால் நூலை அறிவுறுத்தி வந்தனர்; அதனாலேதான் புலவர்களுடைய சரித்திரத்தை எழுதிவைக்கும் வழக்கம் இலதாயிற்றென்று

தோன்றுகின்றது. இங்ஙனம் அவ்வரலாறுகள் வழிவழியே வழங்கிவந்தன. முறையாகப் பாடஞ் சொல்லுதலும் கேட்டலும் தவறிய பிற்காலத்தில் ஆசிரியர் வரலாறுகள் பலபடியாக வழங்கத் தலைப்பட்டன. ஒரு புலவர்பால் பாடங் கேட்டவரேனும் பழகினவரேனும் அவருடைய பரம்பரையினரேனும் அவரது சரித்திரத்தை எழுதிவைப்பது தமிழ்நாட்டில் இல்லாமற்போயிற்று. இஃது ஒரு பெருங்குறையே.

தமிழ்ப் புலவர் சரித்திரங்கள் இங்ஙனம் இருத்தலை எண்ணிய பொழுது சங்ககாலம் முதல் சமீபகாலம் வரையில் இருந்து விளங்கிய வித்துவான்களைப்பற்றி ஆராய்ந்து தெரிந்தவற்றைத் தொகுத்து எழுதவேண்டுமென்னும் அவா எனக்கு உண்டாயிற்று. ஆதலின் நூல்களை ஆராயும் பொழுதெல்லாம் ஆசிரியர்கள் வரலாற்றைப்பற்றித் தெரியவந்தனவற்றை யெல்லாம் குறித்துக்கொள்ளும் வழக்கத்தை மேற்கொண்டேன். வெளியூர்களுக்கு யாத்திரையாகச் சென்றபோது கிடைத்த சிலருடைய வரலாறுகளையும் குறித்துவைத்துக் கொண்டேன். தக்க உதவியும் திருவருளும் இருக்குமாயின் அவற்றை முறையே வெளியிடும் விருப்பம் உண்டு. நிற்க.

எனக்குத் தமிழை அறிவுறுத்தி அதன்பாலுள்ள பலவகை நயங்களையும் எடுத்துக்காட்டி மகோபகாரம் செய்த ஆசிரியராகிய திருவாவடுதுறை யாதீனத்து மகாவித்துவான் திரிசிரபுரம் ஸ்ரீ மீனாட்சிசுந்தரம் பிள்ளை யவர்களைப் பற்றி நான் கண்டும் கேட்டும் அறிந்தவைகளிற் சிலவற்றை நண்பர்களிடம் பேசும் பொழுதும் வேறு சில காலங்களிலும் சொல்லி வந்ததன்றி, நான் ஆராய்ச்சிசெய்து பதிப்பித்த சில நூல்களின் முகவுரைகளிலும் தொடர்புடைய சில சரித்திரப் பகுதிகளை எழுதியிருப்பதுண்டு. அவற்றையெல்லாம் அறிந்த தமிழன்பர்கள் பலர் பிள்ளை யவர்களுடைய சரித்திரம் முழுவதையும் எழுதி வெளியிட வேண்டுமென்று விரும்பினர். நேரிற் பழகிப் பாடங்கேட்டும் பிறர்பால் அறிந்தும் நூல்களை ஆராய்ந்தும் பிள்ளை யவர்களைப்பற்றி நான் அறிந்தவற்றை எழுதினால் இக்கவிஞர் பெருமானுடைய ஆற்றலை யாவரும் ஒருவாறு அறிந்து கொள்வார்களென்றும் வற்புறுத்தினர். அதனாலும், பிள்ளையவர்கள் திறத்தில் நான் செய்யத்தக்க பணி இதனினும் சிறந்ததொன்றில்லை யென்னும் எண்ணத்தினாலும் சற்றேறக்குறைய 50 வருஷங்களுக்கு முன்பு இந்த முயற்சியை மேற்கொள்ளத் தொடங்கினேன்.

'செய்வன திருந்தச்செய்' என்பது அமுத வாக்காதலின் தொடங்கிய முயற்சியை இயன்றவரையில் ஒழுங்காக நிறைவேற்ற வேண்டுமென்னும் அவாவினால், நான் அறிந்தனபோக வேறு செய்திகள் கிடைக்கலாமென எண்ணிப் பிள்ளை யவர்களோடு பழகிய பலர்பாற் சென்று சென்று விசாரித்தேன்; இவருடைய கடிதங்கள், தனிப்பாடல்கள், நூல்கள் முதலியன கிடைக்குமென்று அறிந்த இடங்களுக்கெல்லாம் சென்று சென்று தேடினேன்; நான் பார்த்துவந்த வேலைக்கும் நூலாராய்ச்சிகளுக்கும் இடையூறு வாராமல், ஒழிந்த காலங்களிலெல்லாம் பலவகையாக முயன்று செய்திகளைத் தொகுத்துவந்தேன். பிள்ளை யவர்கள்பால் நான் பாடங்கேட்ட காலத்திலேனும் அதன் பின்பு திருவாவடுதுறை

மடத்தில் நான் இருந்த காலத்திலேனும் இவருடைய இளம் பிராய முதற்கொண்டு பழகிய தியாகராச செட்டியார், சோடசாவதானம் சுப்பராய செட்டியார் முதலிய பெரியார்கள் இருந்த காலத்திலேனும் இந்த முயற்சியை மேற்கொண்டிருப்பேனாயின் இன்னும் எவ்வளவோ அரிய செய்திகளும் செய்யுட்கள் முதலியனவும் கிடைத்திருக்கும்.

இக் கவிஞர்சிகாமணியோடு நெருங்கிப்பழகி இவருடைய பல வகை ஆற்றல்களையும் நேரிற் கண்டு இன்புற்றவர்களுள் ஒருவரேனும் இவருடைய சரித்திரத்தை எழுத முயன்றதில்லை. சீவகசிந்தாமணிப் பதிப்பில் திருத்தக்கதேவர் வரலாற்றை நான் எழுதிச் சேர்த்ததைக் கண்ட சோடசாவதானம் சுப்பராய செட்டியார், “ஐயா அவர்களுடைய சரித்திரத்தை எழுதினால் நலமாயிருக்கும்” என்று சொன்னார்.

இப்புலவர்பெருமான்பாற் பாடங்கேட்டபொழுது இவர் மூலமாகவும் வேறுவகையாகவும் நான் அறிந்த செய்திகளையும் விசாரித்துத் தெரிந்துகொண்டவற்றையும் துணைக்கொண்டு, தொடங்கிய இம்முயற்சியை ஒருவாறு நிறைவேற்றலா மென்னும் எண்ணத்தால் அவ்வப்பொழுது குறிப்புக்களை எழுதித் தொகுத்து வந்தேன். 1900ஆம் வருஷம் அக்டோபர் மாதம் 8ஆம் தேதி வெளிவந்த சுதேசமித்திரனில், இச்சரித்திரத்தை நான் எழுதத் தொடங்கியிருப்பதையும் தமிழ் நாட்டினர் தங்கள் தங்களுக்குத் தெரிந்தவற்றை அறிவிக்க வேண்டுமென்பதையும் குறித்து ஒரு விரிவான வேண்டுகோளை வெளியிட்டேன். அதனைப் பார்த்தபின் அன்பர்கள் பலர் பல செய்திகளை அனுப்பக்கூடுமென நான் எதிர்பார்த்திருந்தும் சிலரே சில செய்திகளைத் தெரிவித்தனர். பிள்ளை யவர்களுடைய மாணவரும் புதுச்சேரியில் இருந்தவருமான செ. சவராயலு நாயகரென்பவர் தம் விஷயமாகப் பலர் பாடிய சிறப்புக்கவிகள் முதலியவற்றைத் தொகுத்து அச்சிட்ட புத்தகமொன்றை அனுப்பி ஒரு கடிதமும் எழுதினர். அது வருமாறு:

✞

புதுவை
22.10.1900

ம-া-া-ஶ்ரீ வே. சாமிநாத ஐயர் அவர்கள் சமுகத்துக்கு.

“தாங்கள் திரிசிரபுரம் மகாவித்வான் மீனாட்சிசுந்தரம் பிள்ளை யவர்கள் சரித்திரத்தை எழுத எத்தனித்திருக்கிறதாக இம்மாதம் 8வ திங்கட்கிழமை வெளிப்பட்ட 146–ம் நெம்பர் சுதேசமித்திரன் பத்திரிகையால் அறிந்து நான் மெத்தவுஞ் சந்துஷ்டி யடைந்தேன்.

“தியாகராச செட்டியார் என்பேரில் பாடியிருக்கும் இரட்டை மணி மாலையில் குரு வணக்கமாகக் கூறியிருக்கும் வெண்பாவை அப்பத்திரிகையில் தாங்கள் எடுத்தெழுதியிருப்பதையும் பார்த்து மகிழ்ந்தேன். ஏறக்குறைய நாற்பத்தைந்து வருஷத்திற்குமுன் நானும் ஷை தியாகராச செட்டியாரும் வேறு சிலரும் அந்த மகானிடத்தில் வாசித்தோம். அவருக்கு என்மட்டிலிருந்த பக்ஷத்தையும் மதிப்பையும் தாங்கள் அறியும்படிக்கும் பல சமயத்தில் அவரும் ஷை தியாகராச செட்டியாரும் வல்லூர்த் தேவராச பிள்ளை முதலியவர்களும்

என்பேரில் பாடியிருக்கும் பாடல்களைத் தாங்கள் காணும்படிக்கும் நான் கஅசூகூ (1869)இல் அச்சிட்டிருக்கும் பாடற்றிரட்டு என்னும் ஓர் புத்தகத்தை இன்று தங்களுக்கு இனாமாகத் தபால் மார்க்கமாக அனுப்பியிருக்கிறேன்.

"இப்புத்தகத்திற் பற்பல இடத்தில் பிள்ளை யவர்கள் பெயர் இருப்பதால் ஆங்காங்குக் குறிப்பிட்டிருக்கிறேன். ஆகையால் முதல் ஏடு தொடங்கிக் கடைசி ஏடு வரையில் பார்வையிடும்படி தங்களைக் கோருகிறேன். இதனால் அவருடைய மாணாக்கர்களில் அநேகரைத் தாங்கள் தெரிந்து கொள்ளவும் கூடும்.

"தாங்கள் எழுதும் அவர் சரித்திரத்தில் நான் அவர்பேரில் பாடியிருக்கும் பாடல்களையும் பல சமயத்தில் அவருக்கு நான் செய்த தோத்திரங்களையும் அவர் என்பேரில் கூறியிருக்கும் தமிழ்மாலை முதலிய பற்பல பாடல்களையும் நன்றாக எடுத்துக் காண்பிக்கும்படி தங்களை நிரம்பவும் பிரார்த்திக்கிறேன்.

"வேதநாயக விற்பன்னர் சரித்திரம் என்று அச்சிடப்பட்டிருக்கும் ஓர் சிறு புத்தகத்தில் பிள்ளை யவர்களுடைய நல்ல பாடல்களும் அவர் பேரில் அநேகம் பாடல்களும் இருக்கின்றன.

"மிகவுஞ் சிறந்த இந்த ஆசிரியரின் சரித்திரத்தைத் தாங்கள் எழுதி அச்சிட்டால் தங்களைப் பற்பல வித்துவான்களும் மேலோர்களும் நெடுங்காலம் வாழ்த்துவார்கள் என்பதற்குச் சந்தேகமில்லை.

"நான் முன்னதாகவே பிரியத்தோடே என் வாழ்த்துதல்களைத் தங்களுக்குக் கூறுகின்றேன்.

"தாங்கள் ஆரம்பித்த இச் சிறந்த வேலை இடையூறின்றி நிறைவேறும்படி கடவுளை மெத்தவும் பிரார்த்திக்கின்றேன்.

இங்ஙனம்,
தங்கள் அன்பை விரும்புகின்ற
செ. சவராயலு.

பின்பு 1902ஆம் வருஷத்தில் பல அன்பர்கள் விரும்பியபடி கும்பகோணம் போர்ட்டர் டவுன் ஹாலில் இரண்டு நாளும் கும்பகோணம் காலேஜில் ஒருநாளுமாக மூன்று நாள் தொடர்ந்து பிள்ளை யவர்களுடைய சரித்திரத்தைப் பிரசங்கம் செய்தேன். அப்பொழுது காலேஜ் பிரின்ஸிபாலாக இருந்த அன்பர் ஸ்ரீமான் ஜே.எம். ஹென்ஸ்மன் முதலியவர்கள் கேட்டு மகிழ்ந்து விரைவில் இவர் சரித்திரத்தை எழுதி அச்சிட்டு வெளியிட வேண்டுமென்று வற்புறுத்தினார்கள்.

முன்பே பிள்ளை யவர்களுடைய நூல்கள் சிலவற்றைத் தியாகராச செட்டியார், சுப்பராய செட்டியார் முதலியவர்களிடமிருந்தும் வேறு சிலரிடத்திலிருந்தும் சேகரித்து வைத்திருந்ததுண்டு; பின்பும் அவற்றை முயன்று தேடித் தொகுத்தேன். அவற்றை வெளியிடவேண்டு மென்னும் விருப்பமும் எனக்கு இருந்தது. ஆயினும், நூல்களெல்லாவற்றையும் வெளியிடுவதாயின் மிக்க பொருட் செலவும் உழைப்பும் வேண்டுமாதலின்

பிள்ளை யவர்களுடைய பிரபந்தங்களையேனும் தொகுத்து வெளியிடலா மென்றெண்ணினேன். எவ்வளவோ முயன்று பார்த்தும் இவருடைய *பிரபந்தங்களுள்ளும் சில கிடைக்கவில்லை. கிடைத்தவற்றைத் திருவருளின் துணையால் 1919ஆம் வருஷம் மே மாதம் †முதன்முறை வெளியிட்டேன். அப்புத்தகத்தின் முகவுரையில், "இவர்கள் ஒவ்வொரு காலத்திற் சமயோசிதமாகப் பாடிய தனிச் செய்யுட்களை இவர்கள் சரித்திரம் எழுதும்போது சந்தர்ப்பத்தைப் புலப்படுத்தி வெளியிடக் கருதி இதிற் சேர்க்காமல் வைத்திருக்கிறேன்" என்று இவருடைய சரித்திரத்தை வெளியிடும் எண்ணம் இருந்ததைப் புலப்படுத்தியதுண்டு.

தாம் இளமையில் இயற்றிய செய்யுட்களையும் நூல்களையும் சிறப்புடையனவாகக் கருதவில்லையாதலின் அவற்றைப் பிள்ளையவர்கள் பாதுகாத்து வைக்கவில்லை. அந்தப் பாடல்களையும் நூல்களையும் பல இடங்களில் மிகவும் முயன்று தேடியபொழுது கிடைத்தவை சிலவே.

இவரைப்பற்றி நான் கேட்டறிந்த வரலாறுகளிற் பொய்யானவையும் பல இருந்தன. அவற்றை உண்மையல்லவெனப் பலவகையால் தெரிந்துகொண்டேன்:

ஒருசமயம் சென்னையில் என்னைச் சந்தித்த கனவானொருவர், "நீங்கள் அச்சிட்டு வெளிப்படுத்தியுள்ள *மீனாட்சிசுந்தரம் பிள்ளையவர்கள் பிரபந்தத் திரட்டில்* அவர்கள் இயற்றியுள்ள திட்டகுடி அசனாம்பிகை பதிகத்தைச் சேர்க்காமல் விட்டுவிட்டீர்களே" என்று சொன்னார். அப்போது நான், "எனக்குப் பிரதி கிடைத்திருந்தால் சேர்த்திருப்பேன்; தாங்கள் கொடுத்தால் அதனை அடுத்த பதிப்பில் உபயோகிப்பேன்" என்று சொல்லி மறுநாட் காலையில் அவர் வீடுசென்று அதனைக் கேட்டேன்; அவர் அதனைக் கொடுத்தனர். அதைப் படித்துப் பார்த்ததில் அது வேறொருவரால் இயற்றப்பெற்றதாகத் தெரியவந்தது. அன்றியும் பிள்ளை யவர்களுடைய செய்யுள் நடைக்கும் அந்நூற் செய்யுள் நடைக்கும் வேறுபாடுகள் இருந்தன. ஆனால் திட்டகுடி ஸ்வாமி விஷயமாகப் பிள்ளை யவர்களால் ஒரு பதிகம் இயற்றப்பெற்றதுண்டு. அதுவே இம்மாறுபாடான செய்திக்குக் காரணமாக இருக்கலாம்.

இக்கவிஞர்பிரானிடம் நான் படிக்க வருவதற்கு முன்பும் இவரைப்பற்றிப் பல வரலாறுகளைக் கேள்வியுற்றதுண்டு. நான் குன்னம் (குன்றம்) என்னும் ஊரில் இருக்கையில் அங்கே வந்த ‡அரும்பாவூர் நாட்டாரென்னும் ஒரு கனவான், "பிள்ளையவர்கள் *நாகபட்டின புராணம்* அரங்கேற்றியபோது நான் போயிருந்தேன். அப்பொழுது ஒரு நாள் 'குறிப்பறிந் தீதலே கொடை' என்பதற்கு 'இலனென்னு மெவ்வ முரையாமை யீதல், குலனுடையான் கண்ணே யுள' என்ற குறளை மேற்கோள் காட்டி அதற்கு ஐம்பதுவகையாகப் பொருள் கூறி 'இன்னும் சொல்லலாம்'

---

* கிடைத்த பிரபந்தங்கள் இன்னார் இன்னாரிடமிருந்து கிடைத்தன வென்பதைப் பிள்ளையவர்கள் பிரபந்தத்திரட்டு முதற்பதிப்பின் முகவுரையில் தெரிவித்திருக்கிறேன்.

† இதன் இரண்டாம் பதிப்பு 1926ஆம் வருஷம் வெளியிடப்பெற்றது. முதற் பதிப்பில் இல்லாத பிரபந்தங்கள் சில இரண்டாம் பதிப்பிற் சேர்க்கப்பட்டுள்ளன.

‡ இவ்வூர் பெரும்புலியூர்த் தாலூகாவிலுள்ளது.

என்று முடித்தார்கள்" என்று சொன்னார். நான் படிக்க வந்த பின்பு இக் கவிநாயகரிடமே அச்செய்தியைக் கூறினேன். கேட்ட இவர் சிரித்துவிட்டு, "அதுபொய்; ஒரு பாட்டுக்குப் பல பொருள் சொல்லுதல் பெருமையென்ற கருத்தே சொன்னவருக்கு இருக்கலாம்" என்று சொன்னார்.

இங்ஙனம் நான் கேட்ட பொய் வரலாறுகள் பல.

பிள்ளை யவர்களுடைய வாழ்க்கை வரலாற்றுக்குரிய செய்திகளைத் தொகுத்த பிறகு கடிதங்கள், நூற் சிறப்புப் பாயிரங்கள் முதலியவற்றோடு பொருத்திக் காலமுறை பிறழாதபடி அமைப்பது மிகவும் கஷ்டமாக இருந்தது. பல சாதனங்களை வைத்துக்கொண்டு ஒன்றுக்கொன்று முரண்படாதவாறு தெரிந்தவரையில் கால அடைவை வகுத்துக்கொண்டேன். எழுத எழுத அவ்வப்பொழுது நினைவுக்கு வந்தவற்றையும் சேர்க்கவேண்டி யிருந்தது. ஒருவகையாகச் சரித்திரத்தை எழுதிப் பூர்த்திசெய்த பின்பும் தனிப்பாடல்கள், கடிதங்கள் முதலியன கிடைக்கலா மென்னும் எண்ணத்தால் வெளியிடாமல் வைத்திருந்தேன். சில நண்பர்கள் இச்சரித்திரத்தை விரைவில் வெளியிடவேண்டுமென்று அடிக்கடி வற்புறுத்தினார்கள். அதனால், தமிழ் நாட்டினருக்கு மீண்டும் வேண்டுகோ ளொன்றை 30.12.1931இல் சுதேசமித்திரன் பத்திரிகையில் வெளியிட்டேன். அவ்வேண்டுகோளுக்கு விசேஷமான விடை ஒன்றும் கிடைக்கவில்லை. அப்பால் தாமதிப்பதிற் பயனில்லை யென்று எண்ணி, தமிழ்த் தெய்வத்தின் திருவருளையும் என்னுடைய ஆசிரியரது பேரன்பையும் துணையாகக்கொண்டு வெளியிடலானேன்.

இதனை எழுதி வருகையிலும் பதிப்பித்து வருகையிலும் எனக்கு உண்டான மகிழ்ச்சிக்கும் ஊக்கத்துக்கும் அளவில்லை; இத்தகைய கவிஞர்பிரானைப்பற்றி எழுதும் பேறு கிடைத்ததை எண்ணி எண்ணி இன்புறுகின்றேன்.

இவர் 1815 முதல் 1876 வரையில் 61 வருஷங்கள் வாழ்ந்திருந்தனர். அக்கால முழுவதும் நிகழ்ந்தவற்றை யெல்லாம் ஒரே புத்தகமாக வெளியிடலாமென எண்ணிப் பதிப்பிக்கத் தொடங்கினேன். அங்ஙனம் செய்வதால் புத்தகம் மிகப் பெரிதாகுமென்று அறிந்து பிள்ளை யவர்களிடம் நான் பாடங்கேட்கத் தொடங்கியதற்கு முன்புள்ளவற்றை முதற் பாகமாகவும் பின்புள்ள நிகழ்ச்சிகளை இரண்டாம் பாகமாகவும் அமைத்துக்கொண்டேன். அவற்றுள் இது முதற்பாகமாகும். இரண்டாம் பாகம் தனிப் புத்தகமாக வெளியிடப் பெற்றுள்ளது.

இச்சரித்திரத்தில் சிலருடைய பெயர்கள் முதலியவை அவை வழங்கியபடியே உபயோகிக்கப் பட்டுள்ளன. சமீப காலத்து நிகழ்ச்சிகளாதலின் சில வரலாறுகளிற் சிலருடைய பெயர்களைச் சில காரணம்பற்றி எழுதவில்லை. பிள்ளை யவர்களைக் குறிப்பிடும் பொழுது பலவிடங்களில் 'இவர்' என்றே எழுதிவந்திருக்கிறேன். இவருடைய நூல்களில் ஏதேனும் ஒன்றை எடுத்து ஆராய்ந்து எழுதுவதானால் அவ்வாராய்ச்சியே மிக விரியுமாதலின், நூல்களைப் பற்றிய செய்திகள் வரும் இடங்களில் சிலவற்றிற்குச் சிறிய ஆராய்ச்சி எழுதிச் சேர்த்தும், பெரும்பாலனவற்றிலிருந்து சில செய்யுட்களை மட்டும் எடுத்துக்காட்டியும்,

இன்றியமையாதவற்றிற்குச் சுருக்கமாகக் குறிப்புரை எழுதியும் உள்ளேன். இச்சரித்திரத்திற் கூறப்பட்ட சிலரைப்பற்றி எனக்குத் தெரிந்தவற்றுள் உரிய இடங்களிற் குறிப்பிட்டவை போக எஞ்சியவற்றைச் சுருக்கமாக எழுதிப் பின்னே 'சிறப்புப் பெயர் முதலியவற்றின் அகராதி' என்னும் பகுதியிற் சேர்த்திருக்கிறேன்.

உரிய இடங்களில் எழுதாமல் விடுபட்ட செய்திகள், கடிதங்கள், தனிப்பாடல்கள் முதலியன இரண்டாம் பாகத்தின் இறுதியில் அனுபந்தமாகச் சேர்க்கப்பட்டிருக்கின்றன.

இச்சரித்திரத் தலைவர் பலவகையான சிறப்பை உடையவர்; ஆசுகவி முதலிய நால்வகைக் கவிஞராகவும், நூலாசிரியர், உரையாசிரியர், போதகாசிரியர் என்னும் மூவகை ஆசிரியராகவும், வித்தியா வீரராகவும் இருந்தனர். இந்தச் சரித்திரத்தால் இவர் பாடஞ்சொல்லுதலையே விரதமாக உடையவ ரென்பதும், மாணாக்கர்கள்பால் தாயினும் அன்புடையவ ரென்பதும் வடமொழி வித்துவான்களிடத்தில் மிக்க மதிப்புடையவ ரென்பதும், யாவரிடத்தும் எளியராகப் பழகும் இயல்புடையவ ரென்பதும், பொருளை மதியாமல் கல்வி அறிவையே மதிக்கும் கொள்கையுடையவ ரென்பதும், பரோபகாரகுணம் மிகுதியாக வாய்ந்தவ ரென்பதும், செய்ந்நன்றி மறவாதவ ரென்பதும், திருவாவடுதுறை தருமபுரம் மதுரை குன்றக்குடி திருப்பனந்தாள் முதலிய இடங்களிலுள்ள மடங்களில் சிறந்த மதிப்புப் பெற்றவ ரென்பதும், அக்காலத்தில் ஜனங்கள் படித்தவர்களையும் வித்துவான்களையும் அவமதியாமல் அவர்கள்பால் விசேஷ அன்பையும் ஆதரவையும் செலுத்தி வந்தார்க ளென்பதும், பிறவும் வெளிப்படும். இவர் காலத்திற்குப் பின்பு இவரைப் போன்றவர்களைக் காணுதல் மிக அரிதாக இருக்கின்றது.

இவர் காலத்தில் படம் எடுக்கும் கருவிகள் இருந்தும் இவரோடு பழகியவர்களுள் ஒருவரேனும் இவருடைய படத்தை எடுத்து வைக்க முயலாதது வருத்தத்தை விளைவிக்கிறது. என்னுடைய மனத்தில் இவருடைய வடிவம் இருந்து அவ்வப்பொழுது ஊக்கம் அளித்து வருகிறது; ஆயினும் பிறருக்கு அதனைக் காட்டும் ஆற்றல் இல்லாமைக்கு என்செய்வேன்! இக் கவிச்சக்கரவர்த்தியினுடைய பூதஉடம்பின் படம் இல்லையே என்னும் வருத்தம் இருந்தாலும் இவருடைய புகழுடம்பின் படமாக நூல்களும் செய்யுட்கள் முதலியனவும் இருக்கின்றன வென்றெண்ணி ஒருவகையாக ஆறுதல் அடைகின்றேன்.

திரிசிரபுரம் மலைக்கோட்டையின் தெற்கு வீதியில் இவருக்குச் சொந்தமாக இருந்த வீடு இவர் குடும்பத்தில் உண்டான பொருள் முட்டுப்பாட்டினால் இவருக்குப் பிற்காலத்தில் இவருடைய குமாரராகிய சிதம்பரம் பிள்ளையினால் விற்கப்பட்டுப் போயிற்று. இக்கவிஞர் கோமானுடைய பெருமையை அறிந்துள்ள திரிசிரபுரவாசிகள் பலர் அந்த இடத்தை மீட்டும் பெற்று இவர் பெயராலே ஒரு தருமஸ்தாபனம் அமைக்கவேண்டுமென எண்ணியிருக்கிறார்கள். உண்மைத் தமிழபிமானிகளாகிய அவர்களுடைய எண்ணம் ஸ்ரீ தாயுமானவர் திருவருளால் நிறைவேறுமென்று நம்புகிறேன்.

[இச்சரித்திரத்தை நான் எழுதிவரும் காலத்தில் திரிசிரபுரத்திலும் தஞ்சையிலும் உள்ள சில அன்பர்கள் இப்புலவர் சிகாமணியினுடைய பிறந்தநாட் கொண்டாட்டமாகிய பெருமங்கல விழாவைச் சிறப்பாக நடத்தினார்கள். பிறகும் அங்கங்கே சிலர் நடத்தி வருகிறார்கள்.]

"நல்லார் குணங்க ளுரைப்பதுவும் நன்றே" என்பதை எண்ணி இந்த மகாவித்துவானுடைய வாழ்க்கை வரலாற்றை எழுதியுள்ளேன். இதன்கண் காணப்படுவனவற்றில் மாறுபாடு தோன்றினாலும், இதிற் காணப்படாத செய்திகள், செய்யுட்கள் முதலியன தெரிந்தாலும் அவற்றை அன்பர்கள் தெரிவிப்பார்களாயின் அடுத்த பதிப்பில் அமைத்துக் கொள்வதற்கு அநுகூலமாக இருக்கும். இதன்பாலுள்ள குறைகளை நீக்கி மற்றவற்றைக் கொள்ளும் வண்ணம் அறிஞர்களை வேண்டுகின்றேன்.

இச்சரித்திரத்தை எழுதிவருங்காலத்திலும், பதிப்பித்து வருங்காலத்திலும் வேண்டிய உதவிகள் புரிந்துவந்த சென்னைக் கிறிஸ்டியன் காலேஜ் தமிழ்ப்பண்டிதர் சிரஞ்சீவி வித்துவான் வி.மு. சுப்பிரமணிய ஐயருக்கும், சென்னை, 'கலைமகள்' உதவிப் பத்திரிகாசிரியர் சிரஞ்சீவி வித்துவான் கி.வா. ஜகந்நாத ஐயருக்கும் அவர்களுடைய நல்லுழைப்பிற்கு ஏற்றபடி தமிழ்த்தெய்வம் தக்க பயனை அளிக்குமென்று கருதுகின்றேன்.

[இதன் முதற்பதிப்பு 1933ஆம் ௵ வெளியாயிற்று. இந்நாட்டிலும் அயல் நாட்டிலும் உள்ள தமிழன்பர்கள் இச்சரித்திரம் வெளியானதில் அடைந்த மகிழ்ச்சியைப் பலவாறு தெரிவித்து எனக்கு மிக்க ஊக்கமளித்தார்கள்.

இந்தப் பாகத்தில் உள்ள வரலாறுகள் பிள்ளையவர்களோடு நேரிற் பழகியவர்களையும் பிள்ளை யவர்களையும் கேட்டுத் தெரிந்துகொண்ட செய்திகளேயன்றி நானாகவே கற்பனைசெய்து எழுதியவையல்ல.]

என்னுடைய வேணவாவுள் ஒன்றாகிய இந்தப் பணியை ஒருவாறு நிறைவேற்றிய ஸ்ரீ மீனாட்சிசுந்தரேசப் பெருமான் திருவருளைச் சிந்தித்து வந்திக்கிறேன்.

(வெண்பா)

மன்னும் அறிவுடையோர் வைகுமவைக் கண்ணெனையும்
துன்னுவித்த மீனாட்சி சுந்தரமான் – தன்னை
நினையேனென் னாது நினைப்பேனென் பேனேல்
எனையா ரிகழாதா ரீண்டு.

(தியாகராச செட்டியார் வாக்கு)

'தியாகராஜ விலாசம்'
திருவேட்டீசுவரன் பேட்டை
16.8.1938

இங்ஙனம்
வே. சாமிநாதையர்

(முதல் பாகம் – இரண்டாம் பதிப்பின் முன்னுரை)

உ
கணபதி துணை

முகவுரை

தேவாரம்

திருஞான சம்பந்தமூர்த்தி நாயனார்

திருச்சிற்றம்பலம்

நன்றுடை யானைத் தீயதி லானை நரைவெள்ளே
றொன்றுடை யானை யுமையொரு பாக முடையானைச்
சென்றடை யாத திருவுடை யானைச் சிராப்பள்ளிக்
குன்றுடை யானைக் கூறவென் னுள்ளங் குளிரும்மே.

திருச்சிற்றம்பலம்

உடலை வளர்த்தற்குரிய பலவகையான பொருள்களை வழங்கும் அறங்களிலும் உள்ளத்தின் உணர்வு வளர்ச்சிக்குக் காரணமான கல்வியை வழங்கும் வள்ளன்மை சிறந்ததாக ஆன்றோர்களால் எக்காலத்தும் மதிக்கப்படுகின்றது. ஒருமைக்கண் கற்ற கல்வி எழுமையும் பயன் தருதலால் அதனை வழங்கும் பெரியோர்கள் உலகில் உயர்ந்தவர்களாகவும் பேருபகாரிகளாகவும் எண்ணப்படுகின்றனர். அவர்கள் செய்த பேரறத்தின் பயனாகவே கலைவளம் சிறந்து விளங்குகின்றது. மக்களுடைய மன உணர்வைப் பண்படுத்தும் அப்பெரியோர்கள் செய்த அருஞ்செயல்களும் இயற்றிய நூல்களும் எல்லோராலும் போற்றப்பட்டுவருவது யாவரும் அறிந்ததேயாகும். கால தேச வர்த்தமானங்கள் எங்ஙனம் மாறினும் அத்தகைய புலவர்களுடைய புகழ் குன்றாமல் ஒரே நிலைமையில் நிலவிவருகின்றது. சிலருடைய புகழ் வளர்ச்சியுற்றும் வருகின்றது.

இங்ஙனம் புகழ்பெற்றுத் தமிழ் நாட்டில் விளங்கியவர்களுள் திருவாவடுதுறை ஆதீனத்து மகாவித்துவானும் என்னுடைய தமிழாசிரியருமாகிய ஸ்ரீ மீனாட்சிசுந்தரம் பிள்ளை யவர்களும் ஒருவராவர். இவர்கள் 19ஆம் நூற்றாண்டில் 1815ஆம் வருஷம் முதல் 1876ஆம் வருஷம் வரையில் இருந்து விளங்கியவர்கள். இவர்களுடைய சரித்திரத்தை எழுதிப் பதிப்பித்து வந்ததில் நான் பாடங்கேட்கப் போகுமுன் நிகழ்ந்த வரலாறுகள் (1815 முதல் 1870 வரையில் உள்ளவை) சில மாதங்களுக்கு முன்பு முதல் பாகமாக வெளியிடப்பெற்றன. ஏனைய வரலாறுகளே இரண்டாம் பாகமாகிய இப்புத்தகத்தில் உள்ளவை.

தமிழ்ப் புலவர்கள் வரலாற்றின் நிலைமையைப் பற்றி நான் சொல்லவேண்டிய விஷயங்களை யெல்லாம் முதற் பாகத்திற் சொல்லி விட்டமையால் அவற்றை மீட்டும் இங்கே தெரிவிக்கவில்லை.

பிரஜோற்பத்தி வருஷம் சித்திரை மாதம் (1870 ஏப்ரில்) இப் புலவர்பிரானிடம் நான் பாடங்கேட்க வந்து சேர்ந்தேன். அது முதல் இவர்கள் சிவபதமடைந்த காலம் வரையில், இடையே சிலமாதங்கள் நீங்கலாக, இவர்களுடனே இருக்கும் பெரும் பேறுபெற்றேன்.

இச்சரித்திரத்தை எழுதி வரும்பொழுது என்னுடைய மனம் பழைய காட்சிகளை மீண்டும் கண்டு கனிந்துகொண்டே யிருந்தது. இக் கவிஞர்பிரான் என்பால் வைத்திருந்த பேரன்பு இவர்களுடைய செயல் ஒவ்வொன்றையும் என் நெஞ்சிற் பதித்துவிட்டது. அந்த நினைவே இப்பாகத்திற் காணப்படும் செய்திகளை எழுதுவதற்குத் துணையாக இருந்தது. முதற் பாகத்தின் முகவுரையிற் குறிப்பித்துள்ளபடி பல இடங்களிற் சென்று சென்று தேடிய முயற்சியினால் கிடைத்த செய்திகளுள் சில இந்தப் பாகத்திற்கும் உதவியாக இருந்தன. இவர்கள் சொல்லச் சொல்ல என் கையினாலே எழுதிய தனிப்பாடல்கள் அளவிறந்தன; அக்காலத்தில் அவற்றைப் பாதுகாக்க வேண்டு மென்னும் நோக்கம் இல்லாமையால் அவற்றை நான் தொகுத்து வைக்கவில்லை. என்னுடைய நினைவிலுள்ளவைகளும் வேறுவகையிற் கிடைத்தவைகளுமான செய்யுட்கள் இதன்கண் அமைந்துள்ளன. அவற்றிற்கு இன்றியமையாத இடங்களிற் குறிப்புரைகளும் எழுதப்பட்டிருக்கின்றன.

இந்தப் புத்தகத்தால், இக்கவிஞர் கோமான் திருவாவடுதுறை யாதீனத்து ஸ்ரீ சுப்பிரமணிய தேசிகரால் நன்கு மதிக்கப்பெற்று விளங்கியமையும், தம்பால்வந்து விரும்பினவர்களுக்குச் செய்யுள் இயற்றிக்கொடுத்துப் பயன்பெறும்படி செய்தமையும், யாரிடத்தும் எளிதிற் பழகி வந்தமையும், மாணாக்கர்களிடத்தில் அளவற்ற அன்பு காட்டி வந்தமையும், எந்த வகையிலும் அவர்களை ஆதரித்துப் பாடஞ் சொல்வது இவர்களுடைய பெருநோக்கமாக இருந்தமையும், இவர்கள் ஒப்புயர்வற்ற குணங்களுடன் சிறப்புற்று விளங்கினமையும், இவர்களுடைய காலப்போக்கும், பல செல்வர்கள் இவர்களை அன்போடு ஆதரித்துப் போற்றிய திறமும், பலவகையான உபகாரிகளுடைய தன்மைகளும், அக்காலத்தில் தமிழ் வித்துவான்களிடத்தில் தமிழ் மக்கள் வைத்திருந்த பேரன்பும், வடமொழி தென்மொழி வித்துவான்கள் ஒருவரோடொருவர் மனங்கலந்து பழகியமையும், தமிழ்நாடு இப்புலவர் சிகாமணியால் இன்ன இன்ன வகையில் பயனுற்ற தென்பதும், பிறவும் விளங்கும்.

ஸ்ரீ சிவஞான முனிவர் காஞ்சிப் புராணம் அரங்கேற்றிய வரலாறு, ஒரு போலிப் புலவருடைய வரலாறு, ஆவூர்ப் பசுபதி பண்டாரம் முதலியவர்களுக்குப் பாடல் அளித்த செய்தி, உடுக்கையும் பம்பையும் இல்லாததுதான் குறை, சுப்பையா பண்டாரம் மாம்பழம் வாங்கி வந்தது, சூரியனார் கோயில் அம்பலவாண தேசிகர் தொடுத்த வழக்கு, வண்டானம் முத்துசாமி ஐயரது இயற்கை முதலிய செய்திகளும், இவர்களுடைய பொதுவியல்புகளும், புலமைத்திறமும் அன்பர்களுக்கு இன்பத்தை அளிக்குமென்று நம்புகின்றேன்.

இருபத்தெட்டுக் காப்பியங்களும் நாற்பத்தைந்து பிரபந்தங்களும் இவர்கள் இயற்றியனவாக இப்பொழுது தெரியவருகின்றன. இவர்கள் இயற்றிய தனிப்பாடல்களோ அளவுகடந்தன. இவ்வளவு மிகுதியான நூல்களை இயற்றியவர்கள் தமிழ்ப் புலவர்களில் வேறு யாருமில்லை.

இப்பெரியாருடைய சரித்திரத்தில் அங்கங்கே எழுதப்படாமல் விடுபட்ட சில வரலாறுகளும், இவர்கள் அவ்வப்பொழுது பாடிய

கடவுள் வணக்கங்கள் அன்பர்களைப் பாராட்டிய செய்யுட்கள் முதலிய தனிச்செய்யுட்களும், இவர்களுக்குப் பிறர் வரைந்து அனுப்பிய சில கடிதங்களும், சிலவற்றின் பகுதிகளும், மாணாக்கர்கள் முதலியவர்கள் இவர்களுடைய நூல்களுக்கு அளித்த சிறப்புப் பாயிரங்களின் பகுதிகளும் முறையே இப்புத்தகத்தின் அநுபந்தங்களாகச் சேர்க்கப் பெற்றுள்ளன.

இம் மகாகவியினுடைய உருவப்படம் எடுக்கப்படவில்லை யென்பதை முதற்பாகத்தின் முகவுரையிலேயே தெரிவித்திருக்கிறேன். கடிதங்களில் இவர்கள் போடும் கையெழுத்தின் மாதிரியும் இவர்கள் எழுதிய ஏட்டுச் சுவடிகளுள் ஓர் ஏட்டின் ஒரு பக்கத்தின் படமும் அன்பர்கள் அறிந்துகொள்ளுமாறு இதில் சேர்க்கப்பட்டிருக்கின்றன. இவர்களுடைய புலமையை அறிந்து ஆதரித்தவரும் இவர்களைப் போலவே என்னிடம் அளவற்ற அன்புபூண்டவரும் இந்தப் பாகத்தில் உள்ள வரலாறுகளிற் பல இடங்களிற் கூறப்படுபவரும் திருவாவடுதுறையில் 16ஆம் பட்டத்தில் வீற்றிருந்தவருமாகிய மேலகரம் ஸ்ரீ சுப்பிரமணிய தேசிக ரவர்களுடைய படம் இப்புத்தகத்தின் முதலில் சேர்க்கப்பெற்றுள்ளது.

இந்த வரலாற்றை எழுதுவதற்குக் கடிதங்கள், நூல்கள், ஏட்டுச் சுவடிகள் முதலியவற்றை அளித்தும் தமக்குத் தெரிந்த செய்திகளைச் சொல்லியும் எனக்கு உதவிபுரிந்த அன்பர்களை நான் ஒருபோதும் மறவேன்.

இச்சரித்திரத் தலைவர்களாகிய கவிஞர் கோமானைப் பற்றி நினைக்கும்பொழுதெல்லாம் இவர்களுடைய தளர்ந்த வடிவமும், மாணாக்கர் கூட்டத்திற்கு இடையில் வீற்றிருந்து தமிழ்ப்பாடம் சொல்லும் காட்சியும், தமிழ்ச் செய்யுட்களை எளிதிற் புனையும் தோற்றமும் என் அகத்தே தோன்றுகின்றன. இனி அத்தகைய காட்சிகளையும், இவர்களைப்போல அருங்குணமும் பெரும் புலமையும் வாய்ந்தவரையும் எங்கே பார்க்கப் போகிறோமென்ற ஆராமை மீதூருகின்றது. 'இவர்கள்பாற் கல்விபயின்ற காலத்திலேயே இன்னும் பல விஷயங்களைத் தெரிந்து கொண்டிருக்கலாமே!' என்றும் இரங்குகின்றேன். காலத்தின் போக்கை நோக்கும் போது இவர்களுடைய பெருமை மேன்மேலும் உயர்ந்து தோன்றிக் கொண்டே இருக்கிறது.

பெருங் கவிஞராகிய இவர்களுடைய புலமைத் திறத்தை நாம் அறிந்து மகிழவேண்டுமென்றால் இவர்களுடைய நூல்களைப் படிக்க வேண்டும். பழம் புலவர்களுடைய வரலாற்றை அறிந்து, "அவர்கள் பெருங் கவிஞர்கள்" என்று பாராட்டும் அளவிலே நின்றுவிடாமல் அத்தகையவர்களுடைய நூல்களைப் படித்தலும், படிப்பித்தலுமே அவர்கள் திறத்திற் செய்யும் கைம்மாறாகும். இவர்களுடைய நூல்களிற் சில அச்சிடப்படவில்லை. பல அச்சிடப்பட்டும் இப்போது கிடைக்கவில்லை. ஆதலால் அவற்றை யெல்லாம் ஒவ்வொன்றாக அச்சிட்டு வெளிவரச்செய்தல் தமிழ்மக்களின் கடமையாகும்.*

---

* இதனைக் கண்ணுற்ற ஆற்றூர் ஸ்ரீமான் இரத்தினசபாபதி முதலியா ரவர்களும், விளத்தொட்டி ஸ்ரீமான் இராமலிங்கம் பிள்ளை யவர்களும் முறையே ஆற்றூர் புராணத்தையும் விளத்தொட்டிப் புராணத்தையும் அச்சிடும்படி செய்தார்கள்.

தமிழ்மொழியறிவின் வளர்ச்சியைக் குறித்துப் பல்வேறு வகையில் தம் உடல், பொருள், ஆவி யனைத்தையும் ஈடுபடுத்திப் புகழுடம்புடன் விளங்குகின்ற இக் கவிச்சக்கரவர்த்தியின் திருநாளைத் தமிழ்நாட்டில் சில அன்பர்கள் கொண்டாடி வருவது மிக்க மகிழ்ச்சியை அளிக்கின்றது.

முதற் பாகத்தை எழுதும் பொழுதும் பதிப்பிக்கும் பொழுதும் உடனிருந்து எழுதுதல் முதலிய உதவிகளைப் புரிந்த சென்னை, கிறிஸ்டியன் காலேஜ் ஹைஸ்கூல் தமிழ்ப்பண்டிதர் சிரஞ்சீவி வித்துவான் வி.மு. சுப்பிரமணிய ஐயரும், 'கலைமகள்' துணையாசிரியர் சிரஞ்சீவி வித்துவான் கி.வா. ஜகந்நாதையரும் இந்தப் பாகத்திற்கும் அங்ஙனமே உதவி புரிந்தார்கள். அவர்களுக்கு எல்லா நலங்களையும் அளித்தருளும் வண்ணம் தமிழ்த் தெய்வத்தைப் பிரார்த்திக்கின்றேன்.

[என்னுடைய அயர்ச்சி மறதி முதலியன காரணமாக இப்பதிப்பிற் காணப்படும் பிழைகளைப் பொறுத்துக்கொள்ளும்படி அறிஞர்களை வேண்டுகின்றேன்.

இதன் முதற்பதிப்பு *1934*ஆம் ஹு வெளிவந்தது. தமிழ்நாட்டார் இச்சரித்திரத்தை விரும்பிப் படித்துப் பாராட்டி எனக்கு ஊக்கமளித்தனர். தம்முடைய மகிழ்ச்சியைக் கடிதங்களாலும், வாழ்த்துரைகளாலும் வெளியிட்ட அன்பர்கள் பலர்.

இதனைச் சில பரீக்ஷைகளுக்குப் பாடமாக வைத்த சென்னை ஸர்வகலாசாலையாரிடத்தும் அண்ணாமலை ஸர்வகலாசாலையாரிடத்தும், திருவாங்கூர் ஸர்வகலாசாலையா ரிடத்தும் மிக்க நன்றி பாராட்டுகின்றேன். இச்சரித்திரத்திலுள்ள சில வரலாறுகளைச் சில அன்பர்கள் என் அனுமதி பெற்றுத் தாங்கள் வெளியிட்ட பாடப் புத்தகங்களிற் சேர்த்துக் கொண்டிருக்கிறார்கள்.]

தமிழ் மகளின் திருவழகைக் காவியங்களாகிய ஓவியங்களில் அமைத்து மகிழ்ந்த வித்தகரும், மாணாக்கருடைய அறிவாகிய நிலத்தில் அன்பு நீர் பாய்ச்சித் தமிழாகிய வித்திட்டுத் தமிழ் பெரும்பயிரை வளர்த்த சொல்லேருழவரும், காலம் இடம் நிகழ்ச்சி என்பவற்றால் வரும் துன்பங்களால் சோர்வுறாமலும் தம்முடைய மானமும் பெருமையும் குறையாமலும்நின்ற குணமலையும் ஆகிய பிள்ளை யவர்களுடைய பெரும்புகழும், அரியநூல்களும் தமிழ் மக்களால் நன்கு உணரப்பெற்று மேன்மேலும் விளக்கமுற்று வாழ்வனவாக!

சங்ககாலம் முதல் தமிழ்மொழியை வளம்படுத்திய புலவர் பெரு மக்களின் வரலாறுகளை முறையாக வெளியிட வேண்டு மென்னும் எண்ணம் நெடுங்காலமாக எனக்குண்டு. இச்சரித்திரத்தை நிறைவேற்றிவைத்த இறைவன் திருவருள் அவ்வெண்ணத்தையும் நிறைவுறச் செய்யுமென்று நம்புகின்றேன்.

'தியாகராஜ விலாசம்'
திருவேட்டீசுவரன் பேட்டை
24.2.1934

இங்ஙனம்
வே. சாமிநாதையர்

(இரண்டாம் பாகம் – இரண்டாம் பதிப்பின் முன்னுரை)

இது, பிள்ளையவர்கள் எழுதிய தொல்காப்பியச் சொல்லதிகார இளம்பூரணர் உரை ஏட்டுச் சுவடியிலுள்ள ஓரேட்டின் ஒரு பக்கத்தின் படம். இதில் கிளவியாக்கம் ௧௫-௧௬-ஆம் சூத்திரங்களும் அவற்றின் உரையும் அடங்கியுள்ளன.

பிள்ளையவர்கள் கடிதங்களில் போடும் கையெழுத்து.

1

முன்னோரும் தந்தையாரும்

மதுரையின் பெருமை

"பாண்டி நாடே பழம்பதி" என்று திருவாதவூரடிகளாற் சிறப்பிக்கப்பெற்ற பாண்டி நாட்டுள், பூலோக சிவலோகம் சிவராசதானி முதலிய திருநாமங்களைப் பெற்று விளங்குவதும், சொல்வடிவாகிய ஸ்ரீ மீனாட்சியம்மை தடாதகைப் பிராட்டியாராகியும் பொருள் வடிவாகிய ஸ்ரீ சோமசுந்தரக் கடவுள் சுந்தர பாண்டியராகியும் முருகக் கடவுள் உக்கிரபாண்டியராகியும் அரசாட்சி செய்த பெருமை மேவியதும், ஸ்ரீ சோமசுந்தரக் கடவுள் அறுபத்து நான்கு திருவிளையாடல்களை இயற்றியருளிய ஏற்றமுடையதும், தமிழைப் பலவாற்றாலும் வளர்த்த பெருமை வாய்ந்த பாண்டிய மன்னர்களாற் செங்கோல் செலுத்தப் பெற்றதும், "உலக மொருதுலையாத் தானோர் துலையாப், புலவர் புலக்கோலாற் றூக்க – உலகமெலாந், தான்வாட வாடாத் தகைமைத்தே தென்னவன்றன், நான்மாடக் கூட னகர்", "அனலும் புனலு மியலறியும்", "யாரறிவார் தமிழருமை யென்கின் றேனென் னறிவீன மன்றோவுன் மதுரை மூதூர், நீரறியு நெருப்பறியும்" என்று ஆன்றோர்களாற் புகழப்பட்டதும், ஸ்ரீ சோமசுந்தரக் கடவுளைத் தம்முள் ஒரு புலவராகப் பெற்ற சங்கப் புலவர்கள் பலர் புதிய பாக்களையும் புதிய உரைகளையும் இயற்றித் தமிழாராய்ந்த சிறப்பு வாய்ந்ததும், உச்சிமேற் புலவர்கொள் நச்சினார்க்கினியர் முதலிய உரையாசிரியர்கள் விளங்கியதற்கு இடமாக உள்ளதுமாகித் திகழ்வது மதுரையம்பதி யாகும்.

முன்னோர் நிலை

அந்நகரின்கண், இப்போது ஆதிநாராயண பிள்ளை தெருவென்று வழங்கப்படும் இடத்திற் சைவ வேளாளரும் நெய்தல் வாயிலுடையான் கோத்திரத்தினருமாகிய ஒரு

பழம்பதி மதுரை

குடும்பத்தினர் வாழ்ந்து வந்தனர். அவர்கள் ஸ்ரீ சோமசுந்தரக் கடவுளின் திருக்கோயிலுக்குரிய *முத்திரைக் கணக்கர்களுள் மீன முத்திரைப் பணிக்குரியவர்களாக இருந்து விளங்கினார்கள். அவர்கள் தமிழ்க் கல்வி கேள்விகளிற் சிறந்தவர்களாகவும் இருந்தார்கள். †கோயிலார் வருஷந்தோறும் ஒரு தினத்தில் அப்பணிக்குரிய சிறப்பொன்றை அவர்களுக்குச் செய்விப்பது வழக்கம்.

தந்தையார்

அக்குடும்பத்திற் பிறந்த சிதம்பரம் பிள்ளை யென்னும் ஒருவர் தம் மனைவியாராகிய அன்னத்தாச்சி என்பவருடன் இல்லறம் நடத்தி வந்தார். தம் முன்னோர்களைப் போலவே அவர் தேவார திருவாசகங்களில் அன்பும் அறிவும் பெற்றவர்; பெரியபுராணம் கம்பராமாயணம் கந்தபுராணம் திருவிளையாடற் புராணம் முதலிய பெருங்காப்பியங்களிலும் பலவகையான பிரபந்தங்களிலும் இலக்கணங்களிலும் உரைநூல்களிலும் முறையான பயிற்சியும், கற்பவர்களுக்கு அன்புடன் பாடஞ்சொல்லுந் திறமையும், விரைவாகச் செய்யுள் செய்யும் ஆற்றலும் வாய்ந்து விளங்கினர்; பரம்பரைக் கேள்வியும் உடையவர்; நற்குண நற்செய்கை அமைந்தவர்; யாவரிடத்தும் அன்புடையவர்; சிவபக்திச் செல்வம் வாய்ந்தவர்; சிவனடியாரைச் சிவனெனப் பாவித்து வழிபடுபவர்.

தம் முன்னோர்கள் மேற்கொண்டு வந்த திருக்கோயில் முத்திரைப் பணியை அவர் ஒப்புக்கொண்டு ஒழுங்காகப் பார்த்து வந்தனர்.

அப்படி இருந்து வருகையில் என்ன காரணத்தாலோ அக்காலத்திலிருந்த கோயிலதிகாரிகளுக்கும் அவருக்கும் மனவேறுபாடு உண்டாயிற்று. அதனால் அவர் அவ்வேலையை வேண்டாமென்று விட்டுவிட்டுத்

---

* இம் முத்திரைகள் ஐந்து வகையென்றும் மூன்று வகையென்றும் கூறப்படும்.

† இச்செய்தியைச் சொன்னவர்கள் இச்சரித்திரத் தலைவர்களே.

தம்மனைவியாரோடு மதுரையை நீங்கி வடதிசையை நோக்கிச் செல்பவராய்ப் பல ஊர்களையுங் கடந்து *எண்ணெய் கிராமம் என்னும் ஊரை அடைந்தார்.

அவ்வூரார் அவருடைய நிலைமையையும், கல்வித் திறமையையும் அறிந்து அவர் இருப்பதற்குரிய இடமொன்றைக் கொடுத்து உதவியதன்றி உணவிற்குரிய பண்டங்கள் பலவற்றையும் பிறவற்றையும் அளித்து ஆதரித்து வந்தனர்.

கல்விமான்களேனும் எந்த வகையிலாவது சிறந்தவர்களேனும் ஏழை ஜனங்களேனும் தாம் இருக்கும் ஊருக்கு வந்தால் வலிந்து சென்று பார்த்தும் விசாரித்தும் அவர்களுக்கு வேண்டிய உதவிகளைக் கைம்மாறு கருதாமற் செய்தும் செய்வித்தும் வருதல் அக்காலத்தார் இயல்பு.

சிதம்பரம் பிள்ளை அவ்வூரிலேயே சில நாள் இருந்து தம்பால் வந்து கேட்பவர்களுக்குப் பிரபந்தங்களையும் காப்பியங்களையும் பாடஞ் சொல்லித் தமிழ்ச்சுவையில் அவர்கள் ஈடுபடும்படி செய்து வந்தனர். அவருடைய புலமையையும் பாடும் திறமையையும் அவர்கள் அறிந்து வியந்து அவர்பால் மேன்மேலும் அன்பு வைப்பாராயினர். யாரேனும் கொடுக்கும் †சமுத்தியை விரைவிற் பூர்த்தி செய்தல், தெய்வங்களைத் துதித்தல், தமக்கு உதவி செய்த ஒருவருடைய குணங்களைச் சிறப்பித்துச் சந்தர்ப்பத்திற் கேற்றபடி பாடுதல், இன்ன பொருள் அனுப்பவேண்டுமென்று யாரேனும் ஒருவருக்குச் ‡சீட்டுக்கவி விடுத்தல் என்னும் ஆற்றல்கள் அவர்பால் அமைந்திருந்தன.

அவ்வூரார் அவருடைய தெய்வ பக்தியிலும் கவித்துவ சக்தியிலும் மதிப்பும் அவர்பாற் பயபக்தியும் உடையவர்களாக இருந்தனர். அக்காலத்தில் அங்கே மழை சிறிதும் பெய்யவில்லை. அவ்வூரார், “மழை பெய்யும்படி தேவரீர் ஒரு பாடல் பாடியருளவேண்டும்” என்று அவரை வேண்டிக்கொண்டனர். அப்பொழுது அவர் சிவபெருமானைத் தியானித்து,

சோகங்க ளூற்றவுயிர்த் துன்பகல வேணியிடை
மேகங்க ளைத்தாங்கும் வித்தகனே – போகங்கள்
பாலித் தருளும் பரமனே கார்மழையை
ஆலித்துப் பெய்ய அருள்

[துன்பகலும்படி கார் பெய்ய அருளென இயைக்க.]

என்ற வெண்பாவைப் பாடினார். அவருக்கிருந்த நல்லூழினால் காக்கையேறப் பனம்பழம் வீழ்ந்ததென்பது போலச் சில நாட்களுள் நல்ல மழை பெய்தது. இப்படியே அவ்வூரிலும் அயலூர்களிலும் அவரால் நிகழ்ந்த நிகழ்ச்சிகள் சில உண்டென்பர். அவற்றால் அவ்வூரார்க்கு

* இவ்வூர் திரிசிரபுரத்திற்கு மேற்கே காவிரியின் தென்பாலுள்ளது; எண்ணெய் மாகாணமென்றும் வழங்கும்.

† சமஸ்யை; சமஸ்யையை முடித்துப் பாடுவதிற் பேர்பெற்றவர்கள் காளமேகம் முதலியோர்.

‡ இது பழைய நூல்களில் ஓலைத் தூக்கு, ஓலைப் பாசுரம், திருமுகப் பாசுரம் எனவும் வழங்கப்பெறும். இவ்வகையான கவிகளை இயற்றுதலிற் பிற்காலத்திற் புகழ் பெற்றவர் அந்தகக்கவி வீரராகவ முதலியார் முதலியோர்.

அவர்பால் இருந்த மதிப்பு முன்னையினும் மிகுவதாயிற்று. அவரைத் தம்மூரிலேயே நிலைத்திருக்கும்படி செய்துவிட வேண்டுமென்று எண்ணி அவ்வூரார் பலர்கூடி, "உங்களுடைய வருஷச் செலவுக்கு எவ்வளவு நெல் வேண்டும்?" என்று அன்புடன் கேட்டனர்; அவர், "முப்பத்தாறு கலம் இருந்தாற்போதும்" என்றார். கேட்ட அவர்கள் அதனைத் தமக்குள்ளே தொகுத்து அவர்பாற் சேர்ப்பித்தார்கள். அவர் அதனைப் பெற்று உபயோகித்துக்கொண்டு உவகையுடன் விரும்பியவர்களுக்குப் பாடஞ் சொல்லி வந்தார்.

இப்படியிருக்கையில் அவருடைய புகழ் பக்கத்து ஊர்களிலும் பரவுவதாயிற்று. அப்பொழுது அதவத்தூர் என்னும் ஊரிலுள்ளார் அவரிடம் வந்து தம்முடைய ஊரில் வந்து சில காலம் இருந்து தமக்கும் தமிழ் விருந்தளிக்க வேண்டுமென்று அன்போடு அழைத்தனர். அவர்கள் வேண்டுகோளுக்கு இணங்கிச் சிதம்பரம் பிள்ளை எண்ணெய்க் கிராமத்தாருடைய உடம்பாடு பெற்று அதவத்தூரை யடைந்து அங்குள்ளாருக்குத் தமிழ்நூல்களைப் பாடஞ் சொல்லி வந்தார். வருகையில், தமிழறிவின் முதிர்ச்சியை அறிந்த எல்லோராலும் பாராட்டப்பெற்றும் வேண்டிய உதவிகள் செய்யப்பெற்றும் வந்தாராதலின் அவருடைய மனம் மிக்க ஊக்கம் பெற்றது; நிலையான பொருள்வருவாய் இல்லாவிடினும் கவலையின்றி இல்வாழ்க்கையை நடத்தலாமென்ற உறுதி அப்பொழுது அவருக்கு உண்டாயிற்று.

யாதானும் நாடாமால் ஊராமால் என்னொருவன்
சாந்துணையுங் கல்லாத வாறு

என்பது பொய்யா மொழி யன்றோ?

சிதம்பரம் பிள்ளை *கணக்காயரானது

அவர் பாடஞ் சொல்லும் அருமையையும் அவரால் தாம் பெற்ற ஊதியத்தையும் நினைந்து அவ்வூரார், 'இவரைக்கொண்டு நம்முடைய பிள்ளைகளையும் படிப்பித்தால் அவர்கள் தமிழ்ப் பயிற்சியையும் நல்லொழுக்கத்தையும் அடைந்து பிற்காலத்தில் நல்ல நிலைமையைப் பெற்று விளங்குவார்கள்' என்று எண்ணினர். எண்ணியவர்களுட் சிலர் கூடி அவர்பால் வந்து, "எங்களுக்குத் தமிழ்ச் சுவையைப் புலப்படுத்தியதுபோலக் கணக்காயனாராக இருந்து எங்களுடைய பிள்ளைகளுக்கும் உரிய தமிழ்ப் பாடங்களைக் கற்பிக்கவேண்டும்" என்று வேண்டிக்கொண்டார்கள். அவ்வாறே அங்கே ஒரு பள்ளிக்கூடம் வைத்து அவர் நடத்தலானார். அதனால் அவர் பெயர் சிதம்பர வாத்தியாரென்றும் வழங்கிவந்தது.

பழையகாலப் பள்ளிக்கூடங்கள்

பண்டைக் காலத்தில், தமிழ் நாட்டில் ஊர்தோறும் பள்ளிக்கூடங்கள் இருந்தன. திண்ணைப் பள்ளிக்கூடங்க ளென்னும் பெயரால் அவை வழங்கப்பெறும். அங்கே தமிழ் நூல்களைப் படித்து இன்புறுதற்குரிய அறிவை அடைதற்குக் கருவிகளாகிய நிகண்டு, நீதி நூல்கள், பிரபந்தங்கள்

---

* கணக்காயர் – உபாத்தியாயர்.

பண்டைக்காலத்திய திண்ணைப் பள்ளிக்கூடம்

முதலியன கற்பிக்கப்பட்டன. கணிதத்துக்கு அடிப் படையான எண்சுவடி முதலியவற்றையும் கற்பித்தனர். அவற்றின் உதவியால் மிகச் சிறிய பின்னங்களையும் அமைத்துக் கணக்கிடும் ஆற்றல் மாணாக்கர்களுக்கு உண்டாகும். குடும்பத்துக்கு வேண்டிய வைத்திய முறைகளும், நாள் பார்த்தல் சாதகம் பார்த்தல் முதலிய சோதிட நூல் வழிகளும், ஆலய வழிபாட்டு முறை, குலாசாரங்கள் முதலியனவும், ஞாபக சக்தியை வளர்ப்பதற்குரிய பயிற்சிகளும் கற்பிக்கப்பட்டன. உபாத்தியாயர்கள் மாணவர்களுள் ஒவ்வொருவரையும் தனித்தனியே கவனித்துத் தக்க உணர்ச்சியை யடையும்படி செய்தார்கள். வாழ்க்கைக்கு இன்றியமையாத பல விஷயங்கள் அத் திண்ணைப் பள்ளிக்கூடங்களிற் கற்பிக்கப்பட்டன; ஆதலின் அவற்றிற்கு ஒரு தனிச்சிறப்பு இருந்துவந்தது. கற்பிக்கும் உபாத்தியாயர்கள் மற்ற எல்லோராலும் நன்கு மதிக்கப் பெற்றனர்; "மங்கல மாகி யின்றியமை யாது, யாவரும் மகிழ்ந்து மேற்கொள மெல்கிப், பொழுதின் முகமலர் வுடையது பூவே" என்பதைப்போல அவர்கள் இன்றியமையாதவர்களாகவும் யாவரும் மகிழ்ந்து மேற்கொள்ளும் இயல்பினர்களாகவும் இருந்து வந்தார்கள். கணக்காயர்கள் சிறந்த தமிழ்ப் புலமையும் நற்குண நல்லொழுக்கமும் வாய்ந்தவர்களாக இருந்தமையே அத்தகையை நன்மதிப்பை அவர்கள் பெறுவதற்குக் காரணமாக இருந்தது. பண்டைக் காலத்தில் மிகச் சிறந்த தமிழ்ப்புலவர்களே கணக்காயர்களாக இருந்தனரென்று தெரிகின்றது. நக்கீரர் தந்தையாராகிய மதுரைக் கணக்காயனா ரென்பவரும், கணக்காயன் தத்தன் என்னும் சங்கப்புலவரும் அத்தகையவர்களே. பிற்காலத்திலும் பல புலவர்கள் கணக்காயர்களாக இருந்தனர். எல்லப்ப நாவலரென்று வழங்கப்படும் புலவர்பெருமானுடைய பெயர் ஏட்டுச் சுவடியில் எல்லப்ப வாத்தியாரென்று காணப்படுவதால் அவரும் ஒரு கணக்காயராக இருந்திருத்தல் வேண்டுமென்று ஊகிக்கப்படுகின்றது.

சிதம்பரம் பிள்ளைக்கு உயர்ந்த மதிப்பு இருந்துவந்ததற்கு முதற் காரணம் அவர் கணக்காயராக இருந்து பாடஞ் சொல்லி வந்தமையே யாகும். தாம் அறிந்த பலவற்றையும் மாணாக்கர்களுக்குச் சொல்லிப் பயன்படச் செய்யும் காலம் வாய்த்தது ஸ்ரீமீனாட்சி சுந்தரேசர் பெருங்கருணையே யென்றெண்ணி அவர் மகிழ்ந்தனர்.

அப்படியிருக்கையில் ஒவ்வோர் ஆண்டிலும் தவறாமல் மதுரைக்குச் சென்று ஸ்ரீ மீனாட்சியம்மையையும் ஸ்ரீ சோமசுந்தரக் கடவுளையும் தரிசித்துக்கொண்டு வருதல் சிதம்பரம் பிள்ளைக்கு நியமமாக இருந்தது. அவர் திருவிளையாடற் புராணத்தை அன்புடன் படித்து மனம் உருகுவார்; விரும்புவோர்க்குப் பொருளும் சொல்லுவார். இவை இவருக்குப் பெரும்பான்மையான வழக்கங்களாக இருந்தன.

❋

2

இளமைப்பருவமும் கல்வியும்

பிள்ளையவர்கள் ஜனனம்

சிதம்பரம் பிள்ளை இங்ஙனம் இருந்துவருகையில், தமிழ்நாடு செய்த பெருந்தவத்தால் பவ ௵ பங்குனி மீ 26ஆம் தேதி *(6.4.1815)* அபரபட்சம் துவாதசியும் பூரட்டாதி நட்சத்திரமும் குருவாரமும் கூடிய சுபதினத்தில் இரவு இருபதே முக்கால் நாழிகையளவில் மகர லக்கினத்தில் அவருக்கு ஒரு புண்ணிய குமாரர் அவதரித்தார். இக்குழந்தை பிறந்த வேளையிலிருந்த கிரக நிலைகளை அறிந்து, 'இந்தக் குமாரன் சிறந்த கல்விமானாக விளங்குவான்' என்றும், 'இவனால் தமிழ்நாட்டிற்குப் பெரும்பயன் விளையும்' என்றும் சோதிடநூல் வல்லவர்கள் உணர்த்தவே, சிதம்பரம் பிள்ளை மகிழ்ந்து, 'நம் குலதெய்வமாகிய ஸ்ரீமீனாட்சி சுந்தரேசருடைய திருவருளினாலேயே இந்தச் செல்வப்புதல்வனை நாம் பெற்றோம்' என்றெண்ணி அக்கடவுளின் திருநாமத்தையே இவருக்கு இட்டனர்.

இவருடைய *ஜாதகம் வருமாறு:

பவ வருஷம், பங்குனி மீ 26௨, குருவாரம், அபரபட்சம் துவாதசி, நாழிகை முப்பத்தெட்டரையே யரைக்கால், சதயம் நாற்பத்திரண்டரையே யரைக்காலுக்குமேல் பூரட்டாதி நக்ஷத்திரம், சுபநாமயோகம் ஐந்தரையே யரைக்கால், கவுலவகரணம் ஆறரையே அரைக்கால், சேஷத்யாச்சியம் அரையே அரைக்கால், அகஸ் முப்பதேகால்: இந்தச் சுபதினத்தில் இராத்திரி இருபதே முக்கால் நாழிகையளவில்

---

* இந்த ஜாதகம் பிள்ளையவர்கள் தந்தையாராலேயே குறித்துவைக்கப் பட்டிருந்தது. இதன் பிரதி பிள்ளையவர்கள் குமாரராகிய சிதம்பரம் பிள்ளையிடமிருந்து கிடைத்தது.

மகர லக்கினத்தில் ஜனனம். குருமகா தசை ஜனன காலத்தில் நின்றது 13 ௵ 11 மீ 8ம் நாள்.

சூரியன்	சுக்கிரன்	*	ராகு
சந்திரன் புதன்	இராசி		*
செவ்வாய் சனி/ல			*
கேது	*	*	குரு

*	சந்திரன் சனி	செவ்வாய் குரு	புதன்
சூரியன் ராகு	அம்சம்		ல
*			கேது
*	*	*	சுக்கிரன்

சிதம்பரம் பிள்ளை சோமரசம்பேட்டையில் இருந்தது

இப்புதல்வர் பிறந்த சில மாதங்களுக்குப்பின் அதவத்தூருக்கு அருகேயுள்ள சோமரசம்பேட்டை யென்னும் ஊரிலுள்ளவர்கள் சிதம்பரம் பிள்ளையால் அதவத்தூராரும் அவ்வூர்ப் பிள்ளைகளும் அடைந்துவந்த பெரிய நன்மையை அறிந்து எவ்வாறேனும் அவரைத் தங்களூருக்கு அழைத்துக்கொண்டு வரவேண்டுமென் றெண்ணினார்கள். அவருட் சிலர் அதவத்தூருக்கு வந்து அவரை மிகவும் வேண்டிக்கொண்டு அவ்வூரிலுள்ளார்க்கும் தக்க சமாதானம் கூறித் தங்களூருக்கு அழைத்துச் சென்று அவருக்கு வேண்டிய பொருள்களை உதவி வருவாராயினர். சிதம்பரம் பிள்ளை வழக்கம்போலவே விரும்புவோருக்குத் தமிழ்ப் பாடம் சொல்லியதுடன் அங்கே ஒரு பாடசாலையை அமைத்துப் பல பிள்ளைகளுக்குக் கல்வி கற்பித்தும்வந்தார். அப்பொழுது அவருக்கு வேறு ஓர் ஆண் குழந்தையும் அப்பால் ஒரு பெண் குழந்தையும் பிறந்தன. ஆண் குழந்தைக்குச் *சொக்கலிங்கமென்றும் பெண் குழந்தைக்கு மீனாட்சி யென்றும் பெயர் இட்டார். இதனாலும் சிதம்பரம் பிள்ளைக்கு மதுரைச் சோமசுந்தரக் கடவுள்பாலும் மீனாட்சியம்மையின் பாலும் இருந்த அன்பு விளங்கும்.

கல்வி பயிலத் தொடங்கல்

†மீனாட்சிசுந்தரம் பிள்ளை ஐந்து பிராயமடைந்தவுடன் சிதம்பரம் பிள்ளை இவருக்கு வித்தியாரம்பஞ் செய்வித்துத் தம் பள்ளிக்கூடத்திலேயே கல்வி பயிற்றத் தொடங்கினார். அங்கே மற்றப் பிள்ளைகளுடன் அக்கால வழக்கப்படி முறையே *நெடுங்கணக்கு, ஆத்திசூடி* முதலிய நீதிநூல்கள், எளிய நடையிலுள்ள *அருணகிரி யந்தாதி* முதலிய அந்தாதிகள், கலம்பகங்கள், *மீனாட்சியம்மை பிள்ளைத் தமிழ்* முதலிய பிள்ளைத் தமிழ்கள், நிகண்டு, கணிதம் முதலியவற்றைக் கற்றார். பழம்பிறப்பிற்

---

* பிள்ளையவர்கள் சகோதரரை மட்டும் திருவாவடுதுறையில் ஒரு முறை பார்த்திருக்கிறேன்; மற்றவரைப் பார்க்கவில்லை. இவர்களைப் பற்றிய வேறு வரலாறொன்றும் தெரிந்திலது.

† பிள்ளையவர்களை இவ்வாறு பெயர் குறித்தெழுதுவதற்கு அஞ்சுகின்றேன்.

செய்த புண்ணிய விசேடத்தாலும், பரம்பரையின் சிறப்பாலும், தந்தையாரின் பழக்கத்தாலும் இவருக்குக் கல்வியறிவு மேன்மேலும் எளிதிற் பெருகுதலுற்றது; "குலவித்தை கல்லாமற் பாகம்படும்" என்பது பெரியார் வாக்கன்றோ? பாடசாலையிலுள்ள ஏனைப் பிள்ளைகளைக் காட்டிலும் எல்லாவற்றிலும் இவரே சிறப்புற்று விளங்கினார். சில வருடங்கட்குப் பின்பு அந்தப் பள்ளிக்கூடத்தில் இவர் சட்டாம்பிள்ளையாக அமர்த்தி வைக்கப்பட்டார்.

கல்வி கற்ற முறை

யாவரும் பாராட்டும்படி ஞாபகசக்தி இவர்பால் நன்கு அமைந்திருந்தது. இவர் அப்பொழுதே செய்யுட்களின் கருத்துக்களைக் கூர்ந்து ஆராயும் அறிவைப் பெற்றிருந்தார். தம் தந்தையாரும் அவரை அடிக்கடி வந்து வந்து பார்த்துப் பார்த்துச் செல்லும் கல்விமான்களும் தமிழ் சம்பந்தமாகப் பேசிக் கொள்ளுவனவற்றை வலிந்து சென்று ஊன்றிக் கேட்கும் தன்மையும், படித்த செய்யுட்களின் கருத்துக்களை அமைத்து இனிமையாகப் பேசும் திறமையும் இவர்பாற் காணப்பட்டன. இவருடைய அறிவின் வளர்ச்சியை அறிந்த தந்தையார் மகிழ்ச்சியடைந்து மற்றப் பிள்ளைகளோடு படிக்கும் பாடங்களையன்றிப் பிரபந்தங்களையும் எளிய நடையாகவுள்ள சதகங்கள், மாலைகள் முதலியவற்றையும் வீட்டில் மனப்பாடம் பண்ணுவித்துப் பொருளுங் கூறிவந்தார். அன்றியும் *நன்னூல்* முதலிய இலக்கண நூல்களின் மூலபாடங்களையும் மனப்பாடம் பண்ணும்படி செய்வித்து வந்தார். ஓய்வு நேரங்களில் இலக்கணக் கருத்துக்களைச் சுருக்கமாகவும் தெளிவாகவும் அறிவுறுத்தினார். இவர் அவ்வாறு கற்ற பின்பு, படித்த பிரபந்தங்கள் முதலியவற்றிற்கும் *நைடதம்* முதலிய சிறு காப்பியங்களுக்கும் ஏனைய நூல்களுக்கும் மற்றவர்களோடு சேர்ந்து பொருள் கேட்பாராயினர்.

அக்காலத்தில் நூல்கள் பெரும்பாலும் அச்சிற் பதிப்பிக்கப்படாமையாற் படிப்பவர்கள் அவற்றைப் பிரதிசெய்து படித்து வந்தனர். ஆதலால் இவர் தந்தையார் நன்றாக ஏட்டில் எழுதவும் இவரைப் பழக்குவித்தார். தாம் படிக்கப்புகுந்த நூல்களை இவர் எழுதி எழுதித் தனியே வைத்துக்கொள்வார்; அன்றியும், தம் தந்தையார் கட்டளையின்படி தாம் படிக்கும் நூல்களிலுள்ள இனிய செய்யுட்களைச் சமயோசிதமாகப் பிறர்க்குச் சொல்லிக் காட்டுவதற்குத் தொகுத்துத் தனியே எழுதி வைத்துக்கொண்டு மனனம் செய்வதும், தமக்கு மனனமான பாடல்களின் அடிவரையறையைத் தனியே குறித்து வைத்துக்கொள்வதும் உண்டு. *இங்ஙனம் செய்வது அக்கால

* ஞாபகமுள்ள சிறந்த பாடல்களைக் குறித்து வைக்கும் சுவடிகளில் முதலிற் கையேடென்றேனும் அவசரப் பாடலென்றேனும் இன்ன நூலின் தெரிவென்றேனும் எழுதப்பட்டிருக்கும். இத்தகைய சுவடிகளைப் பல புலவர்கள் வீடுகளிற் கண்டிருக்கிறேன். அவற்றின் முதற்குறிப்பைத் தனியே எழுதி வைத்துக்கொண்டு அடிக்கடி ஞாபகப்படுத்திக் கொள்வதும் நூற்செய்யுள் முதற்குறிப்பைத் தொடர்பு பெறச் செய்யுளாக அமைத்து வைத்துக்கொள்வதும் பண்டை வழக்கம். பின்னவை முதனினைப்புச் செய்யுளென்னும் பெயர் முதலியவற்றால் வழங்கும். பெரிய நூலாக இருப்பின் அகவலாகவும் சிறிய நூலாக இருப்பின் வேறு வகைச் செய்யுளாகவும் அம்முதற் குறிப்புச் செய்யுட்கள் பெரும்பாலும் இருக்கும். அதனை அடிவரவு, அடிவரையறை என்றும் கூறுவர். இத்தகைய செய்யுட்கள் *யாப்பருங்கலக் காரிகை* முதலியவற்றில் நூலின் பகுதியாகவே இருப்பதைக் காணலாம்.

வழக்கம். தம் தந்தையார் கற்பித்தவற்றை யெல்லாம் பேரவாவுடன் இவர் கற்று விரைவில் அந்நூல்களிற் சிறந்த பயிற்சியை அடைந்தார்.

செய்யுள் இயற்றப் பயிலுதல்

தந்தையாருடைய பழக்கத்தால் வருத்தமின்றிச் செய்யுள் செய்யும் திறமை இவர்பால் வளர்ச்சியுற்றது. தந்தையாரிடம் மேன்மேலும் இலக்கணங்களையும் பல காப்பியங்களையும் இவர் கற்று வந்தார். அன்றியும், இவருக்குள்ள செய்யுள் செய்யும் திறமையை அறிந்து சிதம்பரம் பிள்ளை அடிக்கடி சமுத்தி கொடுத்துச் செய்யுள் இயற்றச் சொல்லியும், திரிபு யமகம் சிலேடைகளை அமைத்துப் பாடல் செய்யும்படி சொல்லியும் வந்தார். அவற்றை இவர் விரைவில் முடித்து விடுவதையும் அச்செய்யுட்கள் எளிய நடையிற் செம்பாகமாக அமைந்திருத்தலையும் தேர்ந்து தந்தையார் மகிழ்ச்சியுற்றார்; கேட்ட ஏனையோரும் மகிழ்ந்து பாராட்டினர்.

பாடும் வழக்கம் தமக்கு இயல்பாகவே இருந்தமையின் தினந்தோறுமுள்ள ஓய்வு நேரங்களில் இவர் ஏதாவது பொருளை யமைத்துப் புதியனவாகப் பாடல்கள் செய்துகொண்டே யிருப்பார். எந்த நூலையேனும் தனிப்பாடலையேனும் படிக்குங் காலத்தில் அவற்றைப்போலவே பாடவேண்டுமென்றும் அவற்றிலுள்ள சொற்றொடர்களையும் கருத்துக்களையும் அப் பாடல்களில் அமைக்க வேண்டுமென்றும் இவருக்கு விருப்பம் இருந்து வந்தமையால் அவ்வாறே பாடியும் வந்தார். இளமையில் விரைவாகப் பாடுந் திறமை இவருக்கு உண்டாயிருத்தலை யறிந்து வியப்புறுவோர் பலரென்றும், அங்ஙனம் பாடிய பாடல்கள் மிகப் பலவென்றும் கேள்வி. அக்காலத்திற் புதியனவாகப் பாடல் செய்வோர் சிலர் திரிசிரபுரத்திலும் உறையூரிலும் பிறவிடங்களிலும் இருந்தார்கள். அவர்களோடு அடிக்கடி பழகிவந்ததும் அவர்கள் அளித்த ஊக்கமும் செய்யுளியற்றும் ஆற்றலை இவர்பால் மிகச்செய்தன.

கல்வி வளர்ச்சிக்குக் காரணம்

சிதம்பரம் பிள்ளையிடம் படித்த பிள்ளைகள் பிற ஊர்களிலிருந்து படிக்கும் பிள்ளைகளிலும் தமிழிற் சிறந்த அறிவுள்ளவர்களாகவும் அவர்களுள்ளே இவர் சிறந்தவராகவும் இருத்தலை அயலூரார் கேட்டு மகிழ்வாராயினர். இவருடைய தந்தையாரைத் திரிசிரபுரம் முதலிய ஊர்களிலுள்ள பிரபுக்கள் தங்களூருக்கு அழைத்துச் சென்று உபசரித்து அனுப்புவதுண்டு. அவரும் அவர்களுடைய வேண்டுகோளின்படி ஓய்வுநாட்களிற் சென்றிருந்து மகிழ்வித்து வருவார். சில சமயங்களில் சிதம்பரம் பிள்ளை தமக்குத் தெரிந்த செல்வர்களிடத்தில் இவரையும் உடனழைத்துச் சென்று இவரைக் கொண்டு பழைய பாடல்களையும் அவற்றின் பொருளையும் சொல்லச் செய்து வந்தார். அதனால் இவருடைய இயல்பை அவர்கள் அறிந்து வியந்தார்கள். இத்தகைய செயல்களும் இவரது கல்வி வளர்ச்சிக்குக் காரணமாக இருந்தன. இவ்வாறு இவருடைய கல்வி வளர்ச்சியைப்பற்றிய செய்தி இவர் தந்தையாருடைய புகழுடனே எங்கும் பரவியது.

ரங்கபிள்ளை யென்பவரின் முயற்சி

வீட்டுக்கு வேண்டிய பொருள்களை விலைக்கு வாங்குவதற்கு *வாவு நாட்களில் தந்தையாரால் அனுப்பப்பட்டு உடன்படிக்கும் பிள்ளைகளுடன் திரிசிரபுரம் கடைத்தெருவிற்கு இவர் போய் வாங்கி வருவதுண்டு. அப்படிச் செல்லுங்கால் அவர்கள் தாங்கள் மனப்பாடம் பண்ணிய பாடல்களைச் சொல்லிக்கொண்டும் ஒருவர் சொல்லிய பாடலின் இறுதிச்சொல்லை முதலாகவுடைய வேறு ஏதேனுமொரு பாடலை மற்றொருவர் சொல்ல இவ்வாறே தொடர்ந்து சொல்லிக்கொண்டும் செல்வார்கள். இங்ஙனம் சொல்லிப் பழகுவது பழையகாலத்தில் வடமொழி தென்மொழியாளர்களின் வழக்கம். இவர்கள் போகும் வழியில் இருந்த சுங்கச் சாவடியில் †சவுக்கைதாராக ரங்கபிள்ளை யென்னும் ஒருவர் இருந்தார். அவர் தமிழ்நூற் பயிற்சியும் படித்தவர்களை ஆதரிக்கும் தன்மையும் சிதம்பரம் பிள்ளையின்பால் மிக்க அன்பும் உடையவர். இவர் பல பிள்ளைகளுடன் அவ்வழியே செல்லும்பொழுது அவர்கள் சிதம்பரம் பிள்ளையிடம் படிக்கிறவர்க ளென்பதை யறிந்து அன்போடு அழைத்து 'இப்பொழுது என்ன பாடம் நடக்கிறது?' என்று விசாரிப்பதும், அவர்கள் மனப்பாடம் பண்ணிய செய்யுட்களைச் சொல்லச்சொல்லிக் கேட்பதும், அவற்றிற்குப் பொருள் கேட்பதும் உண்டு. அவ்வாறு கேட்கையில் அவர்களுள் இவர் நயமாகவும் பொருள் விளங்கவும் பாடல் சொல்வதைக் கேட்டு மகிழ்வார்.

ஒரு நாள் பிள்ளைகளை நோக்கி, "உங்கள் ஆசிரியர் உங்களுக்குச் செய்யுள் செய்யும் பழக்கம் உண்டாக்கியிருப்பாரே. பிள்ளையார்மேல் ஒரு வெண்பாவைச் செய்யுங்கள்" என்று சொன்ன பொழுது மாணாக்கர்க ளெல்லோரும் பாடுதற்கு முயன்றுகொண்டிருக்கையில் இவர்,

> பாரதத்தை மேருப் பருப்பதத்தி லேயெழுதி
> மாரதத்தைத் தந்தையிவர் வண்ணஞ்செய் – சீருடையோய்
> நற்றமிழை யாங்க ணயந்துகற்றுத் தேறமனத்
> துற்றருளை யெங்கட் குதவு

என்னும் வெண்பாவை விரைவிற் பாடிமுடித்தார். அதைக் கேட்ட ரங்கபிள்ளை மிக வியந்தனர். இவ்வாறே இவர் வருஞ் சமயங்களிலெல்லாம் சமுத்தி (ஸமஸ்யை) கொடுத்துப் பாடச்செய்து கேட்டு மகிழ்ந்து இவரை வியந்து, பாடலொன்றுக்கு ஒரு பணம் (2–அணா) விழுக்காடு கணக்குப்பண்ணிக் கொடுப்பது வழக்கம். கொடுத்ததை மகிழ்ந்துபெற்றுப் போய் வேண்டுவனவற்றைக் குறித்த அளவிற்கு மேற்பட மளிகைக்கடையில் வாங்கிக்கொண்டு சென்று கொடுத்துத் தந்தையாரை மகிழ்விப்பார். இவர் தமிழ் நூல்களைக் கவனித்துப் படிப்பதற்கும் பொருளைக் கேட்டுச் சிந்திப்பதற்கும் மேன்மேற் பாடிப் பழகுவதற்கும் ரங்கபிள்ளையின் இந்த முயற்சிகளும் காரணமாக இருந்தன. இவர் இளமையில் இங்ஙனம் பாடிய பாடல்கள் பலவென்பர்.

---

* வாவு – உவாவென்பதன் சிதைவு; விடுமுறை நாட்களின் பெயராக வழங்கும்.

† சுங்கம் வாங்கும் உத்தியோகஸ்தர்.

நெல்லைப்பற்றிப் பாடிய சிலேடை

இவரிடத்தில் அன்புடைய திரிசிரபுரம் மலையாண்டியா பிள்ளை யென்பவர் இவருடைய கவித்துவத்தை யறிந்து இவர் ஆற்றலை எல்லோரும் அறியச்செய்து ஏதாவது உதவி செய்விக்க நினைந்தார். ஒரு நாள் *முருங்கைப்பேட்டை யென்னும் ஊரிலுள்ள ஒரு மிராசுதாரிடம் அழைத்துச் சென்று இவருடைய திறமையை அவருக்குச் சொன்னார். பக்கத்திலிருந்த ஒருவர் இவரை நோக்கி ஒரு பாட்டைக் கூறி, "அப்பா, இப்பாட்டுக்கு அர்த்தஞ் சொல்" என்றார். அவ்வாறே அதற்கு இவர் பொருள் சொல்லியபின் அக்கனவான், "இப்பாட்டுக் கருத்தஞ் சொல் என்பதையே ஈற்றடியாக வைத்து ஒரு வெண்பாப் பாடு" என்று கூறவே இவர், சொல் என்பதற்கு நெல் என்னும் பொருளை அமைக்க எண்ணி, வெண்பாவின் ஈற்றடியாக வைத்தற்கு அத்தொடர் பொருந்தாமையின் 'தூய' என்பதை முன்னே சேர்த்து, "தூயவிப்பாட்டுக் கருத்தஞ் சொல்" என்ற ஈற்றடியை அமைத்து நெல்லுக்கும் திரிமூர்த்திகளுக்கும் சிலேடையாக,

> ஒண்கமலம் வாழ்ந்தன்ன மாகி யுரலணைந்து
> தண்கயநீர்த் தூங்கித் தகுமேறூர்ந் – தெண்கதிரின்
> மேயவிதத் தான்மூவ ராகும் விளம்பியதென்
> தூயவிப்பாட் டுக்கருத்தஞ் சொல்

['ஒண்கமலம் .... ஆகி': இது பிரமனுக்கும் நெல்லுக்கும் சிலேடை. கமலம் – தாமரையில், நீரில்; அன்னம் – அன்னப்பறவை, சோறு. 'உரல் ... ... தூங்கி': திருமாலுக்கும் நெல்லுக்கும் சிலேடை. உரல் அணைந்து – உரலில் யசோதையாற் கட்டப்பட்டு, குற்றப்படுவதற்கு உரலை அடைந்து; கயம் நீர்த்தூங்கி – ஆழமாகிய கடலில் நித்திரை செய்து, ஆழமாகிய நீரில் தங்கி. 'தகும் ... ... விதத்தால்': சிவபிரானுக்கும் நெல்லுக்கும் சிலேடை. ஏறுஊர்ந்து – இடபவாகனத்தில் ஏறியருளி, மூட்டையாகக் கொண்டு போகப்படும்பொழுது எருத்தில் ஏறி (கடாவிடும்பொழுது ஏற்றால் ஊரப்பெற்று என்பதும் பொருந்தும்); கதிரில் – சூரியனிடத்தே, தானியக் கொத்தில். மூவர் – பிரமன் முதலிய மூவர். சொல் – சொல்லென்னுமேவல், நெல்.]

என்னும் வெண்பாவைப் பாடி முடித்தார்.

அதனைக் கேட்ட அந்தக் கனவான் மிக மகிழ்ந்து ஒரு வண்டி நெல் கொடுத்தனுப்பினார். †இவ்வாறே பலரால் அழைக்கப்பட்டுச் சென்று விரைவிற் பாடிப்பாடி இவர் பெற்ற பரிசுகள் பல. இவைகளெல்லாம் தந்தையார்க்கு மகிழ்ச்சியை விளைவித்து இவரைப் படிப்பிக்கும் விஷயத்தில் ஊக்கமளித்து வந்தன.

தந்தையார் பிரிவு

இங்ஙனம் கல்வி கேள்விகளிலும் செய்யுள் செய்தலிலும் மேன்மேலும் வளர்ச்சியுற்றுப் பலராலும் மதிக்கப்பெற்று வருங்காலத்தில் இவருடைய 15ஆவது பிராயமாகிய விரோதி வருடத்திற் சோமரசம்பேட்டையில் இவர் தந்தையார் சிவபதமடைந்தார். அருமைத் தந்தையாருடைய பிரிவால்

* இவ்வூர் திரிசிரபுரத்துக்கு மேற்கே உள்ளது.

† இச்செய்தியையும் செய்யுளையும் சொன்னவர் இவர் மாணாக்கராகிய ஸ்ரீ சி. தியாகராச செட்டியாரவர்கள்.

இவருக்கு மிகுந்த வருத்தமுண்டாயிற்று. அப்பொழுது வருந்தி இவர் செய்த பாடல்களுள்,

> முந்தை யறிஞர் மொழிநூல் பலநவிற்றும்
> தந்தை யெனைப்பிரியத் தான்செய்த – நிந்தைமிகும்
> ஆண்டே விரோதியெனு மப்பெயர்நிற் கேதகுமால்
> ஈண்டேது செய்யா யினி

என்னும் செய்யுள் மட்டும் கிடைத்தது. தந்தையாருக்கு அபரக் கிரியைகளைச் செய்து முடித்தபின்பு இவர் அங்குள்ளாருடைய ஆதரவால் அவ்வூரிலேயே இருந்து காலங்கழித்துவந்தார். அவ்வூரார் இவருக்கு வீட்டுக்கவலை யில்லாதபடி வேண்டியவற்றைக் கொடுத்து உதவிவந்தார்கள்.

விவாகம்

இயல்பாகவே இவருக்கு வேண்டியவற்றை அளித்து உதவி செய்துவந்த பல நண்பர்களும் வேறு பல கனவான்களும் பிறகு அதிக உதவிகளைச் செய்து இவருக்கு, காவேரியாச்சி யென்னும் பெண்ணை மிகவும் சிறப்பாக விவாகம் செய்வித்தனர்.

ஓய்வுநேரங்களில் அயலூர்களுக்கு இவர் சென்று அங்கங்கேயுள்ள கல்விமான்களை அடைந்து விசாரித்துக் கிடைக்கும் நூல்களைப் பெற்றுக் கொணர்ந்து பிரதிசெய்து படித்துப் பொருள் தெரிந்து ஆராய்ந்துவருவார். இப்படிச் சில வருடங்கள் சென்றன.

3

திரிசிரபுர வாழ்க்கை

சோமரசம்பேட்டையை நீங்கியது

தமிழ்ப் பயிற்சியை மேன்மேலும் அபிவிருத்தி பண்ணிக் கொள்ள வேண்டுமென்ற விருப்பம் அதிகமாக உண்டானமையாலும், மேலே படிக்கத்தக்க நூல்கள் சோமரசம்பேட்டையில் அகப்படாமையாலும், கிடைத்த நூல்களைப் பாடங்கேட்பதற்கும் உண்டாகும் ஐயங்களை உடனுடன் போக்கிக்கொள்ளுதற்கும் சிறந்த பெரியோர்கள் அங்கே இல்லாமையாலும் திரிசிரபுரத்திலேயே சென்று இருக்க நினைந்த இவர், அங்கே சென்று அந்நகரிலுள்ள அன்பர்களிடம் தமது கருத்தைத் தெரிவித்தார். அவர்கள், "நீர் இங்கே வந்து இருத்தல் எங்களுக்கு உவப்பைத் தருவதாகும்; எங்களால் இயன்ற அளவு உதவிசெய்து வருவோம்" என்றார்கள். அதனைக் கேட்டுத் திரிசிரபுரத்திற்குப்போய் இருக்கலாமென்று நிச்சயித்துச் சோமரசம்பேட்டையில் தம்மை ஆதரித்தவர்களிடத்தில் தம்முடைய கருத்தைத் தெரிவித்து அரிதின் விடைபெற்றுத் திரிசிரபுரம் வந்துசேர்ந்தனர். அங்கே மலைக்கோட்டைக் கீழைவீதியின் தென்பக்கத்துள்ள ஒரு பாறைமேற் கட்டப்பட்டிருந்த சிறியதான ஓட்டுவீடு ஒன்றில் மாதம் ஒன்றுக்குக் கால் ரூபாய் வீதம் வாடகை கொடுத்து இருப்பாராயினர்.

புலவர்கள் பழக்கம்

அக்காலத்தில் திரிசிரபுரத்திலும் அதனைச் சூழ்ந்துள்ள ஊர்களிலும் தாங்களறிந்தவற்றை மாணாக்கர்களுக்குப் பாடஞ்சொல்லும் தமிழ்ப்புலவர்கள் சிலர் இருந்து வந்தனர். ஒவ்வொருவரும் சில நூல்களையே பாடஞ்சொல்லுவர். பல நூல்களை ஒருங்கே ஒருவரிடத்திற் பார்ப்பதும் பாடங்கேட்பதும்

அருமையாக இருந்தன. இவர் அவ்வூரிலும் பக்கத்தூர்களிலும் இருந்த தமிழ்க் கல்விமான்களிடத்திற் சென்று சென்று அவர்களுக்கு இயைய நடந்து அவர்களுக்குத் தெரிந்த நூல்களைப் பாடங்கேட்டும் அவர்களிடம் உள்ள நூல்களைப் பெற்றுவந்து பிரதிசெய்துகொண்டு திருப்பிக் கொடுத்தும் வந்தனர். இவருடன் பழகுவதிலும் இவருடைய ஆற்றலை அறிந்துகொள்வதிலும் வேண்டிய நூல்களை இவருக்குக் கொடுத்து உதவுவதிலும் இவர் விரும்பிய நூல்களைப் பாடஞ் சொல்வதிலும் மகிழ்ச்சியும், இவரைப்போன்ற அறிவாளிகளைப் பார்த்தல் அருமையினும் அருமை யென்னும் எண்ணமும் அவர்களுக்கு உண்டாயின. பழகப் பழக அவர்களிடம் படித்து வந்த ஏனை மாணாக்கர்களுக்கும் இவர்பால் அன்பு உண்டாயிற்று. *'மருவுக்கு வாசனைபோல்' வாய்த்த இவரது இயற்கையறிவையும் கல்விப் பயிற்சியாலுண்டாகிய செயற்கை யறிவையும் விரைவிற் கவிபாடுந் திறமையையும் அறிந்து அவர்கள் எல்லோரும் இவரிடம் அன்புடன் பழகி வந்தார்கள். அப்போது ஒழிந்த காலங்களில் தமக்குத் தெரிந்த நூல்களைப் பாடங் கேட்க விரும்புகிறவர்களுக்குப் பொருள் சொல்லி வந்தார்.

வித்துவான்கள்

அக்காலத்தில் திரிசிரபுரத்திலும் அதனைச் சூழ்ந்த ஊர்களிலும் பின்னே காட்டிய வித்துவான்கள் இருந்து வந்தார்கள்:

1. உறையூர் முத்துவீர வாத்தியார்

இவர் திரிசிரபுரம் வண்டிக்காரத் தெருவில் இருந்தவர்; சாதியிற் கொல்லர்; கம்மாள வாத்தியாரென்றும் கூறப்படுவார்; முத்துவீரிய மென்னும் இலக்கண நூல் முதலியன இவராற் செய்யப்பெற்று வழங்குகின்றன. இவரை நான் பார்த்திருந்ததுண்டு.

2. திரிசிரபுரம் சோமசுந்தர முதலியார்

இவர் தொண்டைமண்டல வேளாளர்; திரிசிரபுரம் மாணிக்க முதலியாருடைய வீட்டு வித்துவானாக இருந்து விளங்கியவர்; சைவ நூல்களில் நல்ல பயிற்சியை உடையவர்.

3. வீமநாயக்கன்பாளையம் இருளாண்டி வாத்தியார்

இவருடைய கால்கள் பயனற்றனவாக இருந்தமையால் எருத்தின்மேலேறி ஒரு மாணாக்கனை உடன் அழைத்துக்கொண்டு செல்வவான்களிடம் சென்று தமது பாண்டித்தியத்தை வெளிப்படுத்திப் பரிசுபெற்றுவரும் இயல்புடையவர்.

4. பாலக்கரை வீரராகவ செட்டியார்

இவர் சோடசாவதானம் தி. சுப்பராய செட்டியாருடைய தந்தையார்.

---

* வெங்கைக் கோவை.

5. கொட்டடி ஆறுமுகம் பிள்ளை

இவர் இருந்த இடம் திரிசிரபுரம் கள்ளத்தெரு; தமிழ் இலக்கண இலக்கிய நூல்களிலன்றி வைத்திய நூல்களிலும் பயிற்சி மிக்கவர். பல வகையான மருந்துகளைத் தொகுத்து ஒரு கொட்டகையில் வைத்திருந்து நோயாளிகளுக்குக் கொடுத்து வந்தமையால் இவர் பெயர்க்கு முன்னம், 'கொட்டடி' என்னும் அடைமொழி கொடுக்கப்பட்டதென்று சொல்வர். சென்னை இராசதானிக் கலாசாலையில் இருந்தவரும் குணாகர மென்னும் நூல் முதலியவற்றை இயற்றியவருமாகிய சேஷையங்கா ரென்பவர் இவரிடம் பாடங்கேட்டவர். இவரும் சேஷையங்காரும் ஒருவருக்கொருவர் தெரிவித்துக் கொள்ளவேண்டிய செய்திகளைச் செய்யுட்களாகவே அஞ்சற் கடிதங்கள் மூலம் தெரிவித்துக்கொள்வது வழக்கம்; அச்செய்யுட்களிற் சிலவற்றை நான் கேட்டிருக்கிறேன்.

6. கற்குடி மருதமுத்துப் பிள்ளை

இவர் தமிழ் இலக்கண இலக்கிய நூல்களிலல்லாமல் சோதிடத்திலும் வல்லவர்.

7. திருநயம் அப்பாவையர்*

இவர் திருவிளையாடற் கீர்த்தனம் முதலியவற்றை இயற்றியவர்; பரம்பரையாகத் தமிழ்ப்புலமை வாய்ந்த குடும்பத்தினர்; அடிக்கடி திரிசிரபுரம் வந்து செல்வார்.

8. மருதநாயகம் பிள்ளை

இவர் இலக்கிய இலக்கணங்களிலும் மெய்கண்ட சாத்திரத்திலும் நல்ல பயிற்சியுடையவர்; மெய்கண்ட சாத்திரங்களை முதன்முதலாக அச்சிற் பதிப்பித்தவர் இவரே.

பிரபுக்கள்

அப்பொழுது பிள்ளை யவர்களை ஆதரித்து வந்த பிரபுக்கள் (1) பழனியாண்டியா பிள்ளை, (2) லட்சுமண பிள்ளை, (3) ஆண்டார் தெரு சிதம்பரம் பிள்ளை, (4) சிரஸ்தேதார் செல்லப்ப முதலியார், (5) வரகனேரி நாராயண பிள்ளை, (6) சொக்கலிங்க முதலியார், (7) உறையூர் அருணாசல முதலியார், (8) உறையூர்த் தியாகராச முதலியார், (9) உறையூர்ச் சம்புலிங்க முதலியார் என்பவர்கள்.

வேலாயுத முனிவர் முதலியோரிடம் பாடங்கேட்டது

இவர் இங்ஙனம் திரிசிரபுரத்தில் இருந்து வருகையில் வேலாயுத முனிவ ரென்பவர் அந்நகருக்கு வந்தார். அவர் திருவாவடுதுறை யாதீன மடத்தில் முறையாகப் பல நூல்களைப் பெரியோர்கள்பாற் கற்றுத் தேர்ந்தவர். ஆதீனத் தலைமை ஸ்தானம் ஒருவேளை தமக்குத்

* இக்காலத்தில் இவ்வூர்ப் பெயர் திந்நியமென வழங்கும்; திருக்காட்டுப் பள்ளிக்கு அருகிலுள்ளது.

கிடைக்கலா மென்பதை எதிர்பார்த்துப் பல நாள் காத்திருந்தார். என்ன காரணத்தாலோ அவர் அவ்வாறு நியமிக்கப்படவில்லை; அதனாற் பிணக்குற்று உசாத்துணைவர்களும் தூண்டுபவர்களுமாகிய சில நண்பர்களுடன் தாம் படித்த சுவடிகளையெல்லாம் எடுத்துக்கொண்டு, மதுரைத் திருஞான சம்பந்தமூர்த்தி ஆதீனத்திற்காவது குன்றக்குடியிலுள்ள திருவண்ணாமலை ஆதீனத்திற்காவது சென்று காத்திருந்து தலைமை ஸ்தானத்தைப் பெறலாமென் றெண்ணிப் புறப்பட்டுத் திரிசிரபுரம் வந்து ஆண்டுள்ளார் வேண்டுகோளின்படி மலைக்கோட்டையிலுள்ள மௌன ஸ்வாமிகள் மடத்திற் சில மாதங்கள் அவர் தங்கியிருந்தார்.

அங்ஙனம் இருக்கையில் திரிசிரபுரத்திலிருந்தும் அயலூர்களிலிருந்தும் வந்து அவரிடம் படித்தோர் பலர். பிள்ளையவர்கள் அவருடைய கல்வியறிவின் மேம்பாட்டை யறிந்து அவரிடம் காலை மாலைகளில் தவறாது சென்று முயன்று வழிபட்டு நூல்களை முறையே பெற்றுப் பிரதிசெய்துகொண்டு படித்தும் பல நாட்களாகத் தாம் படித்த நூல்களில் உள்ள ஐயங்களை வினாவித் தெளிந்தும் வந்தனர். அம்முனிவரால் இவருக்குப் பல தமிழ் நூல்களின் பெயர்கள் தெரியவந்தன. அக்காலத்தில் இவருடன் திரிசிரபுரம் வித்துவான் ஸ்ரீ கோவிந்த பிள்ளை யென்பவரும் அவரிடம் பாடங்கேட்டுவந்தனர். அவரிடம் தாம் படித்தமைக்கு அறிகுறியாகத் தாம் எழுதும் கடிதங்களின் தலைப்பிலே, கோவிந்த பிள்ளை 'வேலாயுத முனிவர் பாதாரவிந்தமே கதி' என்று எழுதி வந்தனர். அம்முனிவரிடம் படித்த நூல்கள் இன்ன இன்னவென்று கோவிந்த பிள்ளையே பிற்காலத்தில் என்னிடம் சொல்லியதுண்டு.

பின்பு, இவர் *கம்பராமாயணம்* முதலிய நூல்களை எழுதிப் பலமுறை படித்துத் தமக்கு உண்டாகும் ஐயங்களை அங்கங்கே சென்று தெரிந்தவர்களிடம் கேட்டு நீக்கிக்கொண்டு வந்தனர்.

எழுத்து, சொல், பொருள், யாப்பு என்னும் நான்கு இலக்கணங்களையும் இவ்வண்ணமே இவர் இளமை தொடங்கித் தக்கவர்களிடம் பாடங்கேட்டும் ஆராய்ந்தும் வாசித்து முடித்தார். பின்பு *தண்டியலங்காரம்* படிக்க வேண்டுமென்று விரும்பினார்; அதைப் பாடஞ்சொல்லுபவர்கள் கிடைக்கவில்லை. யாரிடமிருந்தேனும் அந்நூல் கிடைத்தால் பிரதி செய்துகொண்டு படிக்கலாமென்று எண்ணிப் பலவாறு முயன்றார். அவ்வூரில் ஒவ்வொரு நாளும் வீடுதோறும் சென்று அன்னப்பிட்சை யெடுத்து உண்டு காலங்கழித்து வந்த பரதேசி ஒருவர் தமிழ் நூல்களிற் பழக்கமும் அவற்றுள் தண்டியலங்காரத்தில் அதிகப் பயிற்சியும் உடையவராயிருந்தார். ஆனாலும் அவர் பிறரை மதிப்பதில்லை; முறையாக ஒருவருக்கும் பாடம் சொன்னதுமில்லை. அவர் தாம் இருந்த மடத்திற் சில ஏட்டுப் புத்தகங்களைச் சேமித்து வைத்திருந்தார். அவர் தாமாக விரும்புவாராயின் ஏதேனும் சில தமிழ் நூல்களிலுள்ள கருத்துக்களை வந்தோருக்குச் சொல்லுவார்; "தானே தரக்கொளி னல்லது தன்பால், மேவிக் கொளக்கொடா விடத்தது மடற்பனை" என்னும் உவமைக்கு அவரை இலக்கியமாகச் சொல்லலாம்.

அவர் நன்றாகப் படித்தவரென்பதையும் அவரிடம் தண்டியலங்காரப் பிரதியிருப்பதையும் கேள்வியுற்ற இவர், எவ்வாறேனும் அவரிடம் தண்டியலங்காரத்தைப் பெற்றுப் பாடங்கேட்க வேண்டுமென்று நிச்சயித்துக்கொண்டு அவர் பிட்சையெடுக்க வரும் காலமறிந்து தெருத்தோறும் கூடவே தொடர்ந்து பேசிக்கொண்டு சென்றும், அவருக்குப் பிரியமான கஞ்சாவை வாங்கி வைத்திருந்து உரிய காலத்திற் சேர்ப்பித்தும் அவர் உவகையோடு இருந்த சமயத்தில் தம் கருத்தை மெல்லப் புலப்படுத்தி அவரிடமிருந்த புத்தகத்தைப் பெற்று எழுதிக்கொண்டு பாடமும் கேட்டார். இவ்வாறு பணிவுடன் தம்மோடு தொடர்ந்து வந்து கேட்டது அவருக்குத் திருப்தியே. அதனால் இவருக்கு அவரிடம் இருந்த வேறு சில நூல்களும் கிடைத்தனவாம்.

இவ்வாறு ஐந்திலக்கணங்களையும் முறையே தெரிந்தவர்களிடம் சென்று சென்று இவர் கற்றுக்கொண்டார். திருச்சிராப்பள்ளிக்கு அருகிலுள்ள கற்குடியில் இருந்த ஒரு பெரியவரிடத்தில் பொருத்த இலக்கணத்தையும் அஷ்டநாகபந்தம் முதலிய சித்திரகவிகளின் இலக்கணத்தையும் அறிந்துகொண்டார்.

இவர் இப்படி *அங்கங்கே கலைகளைத் தேடியறியும் முயற்சியில் ஈடுபட்டிருந்த காலத்தில் இவருடன் ஒத்த பிராயத்தினர் சிலர் தமிழ்க்கல்வி கற்று வந்தனர். அவர்களும் இவரும் ஒருவரை யொருவர் விஞ்சவேண்டுமென்று நினைந்து மிக முயன்று படித்தார்கள்.

---

* "அங்கங்கே கலைக டேரு மறிவன்போ லியங்கு மன்றே" (திருவிளை. தருமிக்கு.)

4

பிரபந்தங்கள் செய்யத் தொடங்கல்

பிள்ளையவர்கள், தம் தந்தையாருடைய கட்டளையின்படி தினந்தோறும் தேவார திருவாசகங்களைப் பாராயணஞ் செய்தலும் பொருள் தெரிந்து ஈடுபட்டு மனமுருகுதலும் வழக்கம். கிடைக்குமிடத்திற்குச் சென்று விசாரித்துப் பலவகைத் தமிழ்ப் பிரபந்தங்களை வாங்கி ஆவலோடு படித்து வருவார்; பிள்ளைப் பெருமாளையங்காருடைய அஷ்டப்பிரபந்தம், சிவப்பிரகாச ஸ்வாமிகள் பிரபந்தங்கள், குமரகுருபர ஸ்வாமிகள் பிரபந்தங்கள் முதலியவற்றை முறையே படித்து அவற்றின் சுவைகளை அறிந்து இன்புறுவார்; தமிழ்நூலாக எது கிடைத்தாலும் அதை வாசித்து நயம் கண்டு மகிழ்வார். அன்றியும், புறச்சமய நூல்களாக இருந்தாலும் தமிழாயின் அவற்றைப் படித்துப் பொருளறிவதில் இவருக்கு விருப்பமுண்டு.

திட்டகுடிப் பதிகம்

இவ்வாறிருக்கையில் இவர் சில அன்பர்களுடன் *திட்டகுடி, ஊற்றத்தூர், பூவாளூர், திருத்தவத்துறை (லாலுகுடி) முதலிய ஸ்தலங்களுக்குச் சென்று சிவதரிசனம் செய்துவிட்டு வந்தார். திட்டகுடிக்குச் சென்றிருந்தபொழுது அத்தலத்திற் கோயில்கொண் டெழுந்தருளியிருக்கும் ஸ்ரீ வஸிஷ்டேசுவரர் விஷயமாக அக்கோயில் தர்மகர்த்தர் கேட்டுக்கொள்ள ஒரு பதிகம் பாடினாரென்றும் அது கோயிற்குச் சென்று தரிசித்த பின்பு அக்கோயிலிலேயே இருந்து சில நாழிகையிற் செய்யப்பட்டதென்றும் சொல்லுவார்கள். அந்நூல் இப்பொழுது கிடைக்கவில்லை. முதன் முதலாகப் பிரபந்தங்கள் பாடத்தொடங்கினவர் பதிகம், இரட்டை மணிமாலை முதலிய எளியன பலவற்றைப் பாடியிருத்தல் கூடும்.

---

* வதிட்டகுடியென்பது திட்டகுடியென்று ஆயிற்றென்பர். இது வட வெள்ளாற்றின் கரையிலுள்ளது; ஒரு வைப்பு ஸ்தலம்.

திருவூறைப் பதிற்றுப்பத்தந்தாதி

ஒரு தலத்திற்கு நண்பர்களுடன் சென்றால் அத் தலத்திலுள்ளார் இவரது கவித்துவத்தை அறிந்து அத் தல விஷயமாகத் தனிப்பாடல்களையோ பிரபந்தங்களையோ இயற்றும் வண்ணம் கேட்டுக்கொள்வார்கள். செய்யுள் இயற்றுவதற்குரிய சமயம் வாய்க்கும்போதெல்லாம் அந்த ஆற்றலை வளர்ச்சியுறச் செய்து கொள்ள வேண்டு மென்னும் அவாவுடையவராக இருந்தமையால், இவர் அவர்களுடைய விருப்பத்தின்படியே பாடல்கள் முதலியன இயற்றுவதுண் டென்பர். ஒரு முறை *ஊற்றத்தூருக்குச் சென்றிருந்தபொழுது பல அன்பர்கள் விரும்பியவண்ணம் திருவூறைப் பதிற்றுப்பத்தந்தாதி யென்ற ஒரு பிரபந்தம் இவராற் செய்யப்பட்டது.

பிற்காலத்தில் இவர் பாடிய பிரபந்தங்களுக்கும் இளமையிற் பாடியவற்றிற்கும் வேறுபாடுகள் பல உண்டு. பிற்காலத்து நூல்களிற் கற்பனை நயங்களும் அணிகளும் சிறந்த கருத்துக்களும் அங்கங்கே அமைந்திருக்கும்; சைவ சித்தாந்த நூற் கருத்துக்களும் பழைய இலக்கியங்களிலுள்ள சொற்களும் பொருள்களும் காணப்படும். இளமையிற் பாடியவை எளிய நடையில் அமைந்தவை. சிவபெருமான்பால் இயல்பின் எழுந்த அன்பினால் பக்திச்சுவைமட்டும் மலிந்த செய்யுட்கள் அவற்றிற் காணப்படும். தேவார திருவாசகங்களிலுள்ள கருத்துக்கள் அமைந்த சில பாடல்களும் திருவூறைப் பதிற்றுப்பத்தந்தாதி முதலியவற்றில் உள்ளன. இவ் வந்தாதி,

செய்ய முகிலின் மெய்யனயன் றெரிய வரிய பெரியானென்
ஐயன் வளர்தென் றிருவூறை யந்தா தியையன் பாலுரைக்க
நையன் பரைவிட் டகலாத நால்வாய் முக்க ணிரண்டிணையோர்
கையன் மதத்த னழகியநங் கயமா முகத்த னடிதொழுவாம்

[இரண்டு இணை – மோத்தல் உணர்ச்சியும் பரிச உணர்ச்சியும் ஆகிய இரண்டும் பொருந்திய.]

என்னுங் காப்புடனும்,

பூமா திருக்கு மணிமார்பன் புயநா லிணையன் புருகூதன்
நாமா றுறவே வழுத்தூறை நகர்வாழ் நம்பா நாறிதழித்
தாமா நினது தாட்குமலர் சாத்திப் பிறவிக் கடனீந்த
ஆமா றிதுவென் றறியேனை யாண்டாய் காண்டற் கரியானே

என்னும் முதற் செய்யுளுடனும் தொடங்கப்பட்டுள்ளது. இச்செய்யுளில், “பிறவிப் பெருங்கட னீந்துவர் நீந்தார், இறைவனடி சேரா தார்” என்ற குறளின் கருத்தை அமைத்திருக்கின்றனர்.

*பணிகின் றேனிலை நாத்தழும் புறநினைப் பலகவி யாற்பாடத்
துணிகின் றேனிலை தீவினை தொலைக்கநின் றொண்டரிற் றொண்டாகத்
தணிகின் றேனிலை யுள்ளநெக் குருகியுன் றாள்களி னறும்பூக்கொண்
டணிகின் றேனிலை யெங்ஙன முய்குவே னரதன புரத்தானே (11)

[* ஒப்பு: திருச்சதகம், 31]

---

* இஃது ஊட்டத்தூரென வழங்கும். இது வைப்பு ஸ்தலங்களுள் ஒன்று. இதனைத் தலைநகராகக் கொண்ட நாடு ஊறைநாடென்றும் அந்நாட்டில் இருந்த ஒரு பகுதியினராகிய வேளாளர் ஊற்றை நாட்டாரென்றும் வழங்கப்படுவர்.

†இல்லையுன்க ழற்கணன்றி யெற்குவேறி ருப்புடற்
கல்லையன் றெடுத்துவில்லெ னக்குனித்த காவலா
வல்லையம்பு யப்பொகுட்டை மத்தகத்தை யெற்றியே
வெல்லைகொண்ட கொங்கைபங்க வேதவூறை நாதனே (33)

[†ஓ: திருச்சதகம், 94. வெல்லை – வெல்லுதலை.]

‡சம்பு சங்கர வூறைச் சதாசிவ
அம்பு பம்பு நெடுஞ்சாடை யாயெனா
வெம்பு கின்றிலன் வீரிட் டலறிலன்
நம்பு கின்றில னானுய்யு மாறென்னே (66)

[‡ஓ: திருச்சதகம், 14]

§சூட வேண்டுநின் னடிகள் போற்றியான் சுற்ற வேண்டுநின் னூறை போற்றிவாய்
பாட வேண்டுநின் சீர்கள் போற்றிகண் பார்க்க வேண்டுநின் வடிவம் போற்றியான்
கூட வேண்டுநின் னடிகள் போற்றியுட் கொள்ள வேண்டுநின் னன்பு போற்றிமாமல்
தேட வேண்டருண் மேகம் போற்றிநுண் சிற்றி டைக்குயில் பாகம் போற்றியே (97)

[§ஓ: திருச்சதகம், 100]

என்னும் செய்யுட்களில் திருவாசகக் கருத்துக்களும் சொற்றொடரமைப்பும் இலங்குவதைக் காணலாம். நீர்வளங்களையும் நிலவளங்களையும் புனைந்து மிக அரிய கற்பனைகளை மேகம்போலப் பிற்காலத்துப் பொழிந்த இப்புலவர் பெருமான் இந்நூலிற் பெயரளவில் நிலவள மென்னும்படியுள்ள சிலவற்றைக் கூறியிருத்தல் அறிதற்குரியது. அவற்றுட் சில வருமாறு:

$அளிக்கும் புறுபங் கயப்பொகுட்டி லளிந்த தேமாங் கனியுடைந்து
துளிக்கும் பிரசம் பெருகிவய றோறும் பாய்ந்து விளைசெந்நெல்
களிக்குங் கமுக மீப்பாய்ந்து காட்டு மூறை (1)

[$அளிக் கும்பு – வண்டின் கூட்டம்.]

... ... தேமா
துளத்தின் மந்திபாய்ந் தக்கனி பறித்துவிண் டொகுகழங் கெனவோச்சு
வளத்தின் விஞ்சிய வூறை (16)

குருகு ழத்தியர் கண்ணிழன் மீனெனக் கொத்துதண் பணைச்செந்நெல்
அருகு சென்றன மடையுறு மூறை (17)

ஆலையிற் கழைக ளுடைந்தசா றோடி அலர்தலை யரம்பையைச் சாய்த்துச்
சோலையிற் புகுந்து கமுகினை மாய்த்துத் துன்னுசெந் நெல்வயற் பாய்ந்து
வேலையிற் பெருகு மூறை (41)

கொண்டறவழ் பெருஞ்சோலைப் பலவீன்ற கனியுடைந்த கொழுஞ்சா றோடி
ஞெண்டமையு மிடமுதலாப் பணைகடொறும் புகுமூறை. (75)

பிற்காலத்தில் திரிபு யமகப் பாடல்கள் பலவற்றை எளிதிற் பாடிய இப்பெருங்கவிஞர் இந்த நூலில் அந்த ஆற்றலைச் சிறிது காட்டி யிருக்கின்றார்.

*புரம டங்கமுன் வென்றவ னூறைவாழ் புண்ணியப் பெருஞ்செல்வன்
சிரம டங்கலுஞ் செஞ்சடைக் காட்டினன் திரண்டதூண் டனிற்றோன்றும்
நரம டங்கலை யுடல்வகிர்ந் தாண்டவன் நாயினுங் கடையேனை
உரம டங்களைந் தாண்டுகொண் டானிதை ஒக்குமூ தியமென்னே (12)

[* புரம் மடங்க. சிரம் அடங்கலும். நரமடங்கலை – நரசிங்கத்தை உரத்தையுடைய மடத்தைக் களைந்து; மடம் – அறியாமை.]

†அகத்திரா தெடுங்கோ ணென்னலிற் கழிந்த தாகுமீ தெனப்பலர் கூடிச்
சகத்திரா வருமுன் றெலைக்குது மெனவே சாற்றுதன் முன்னமெட் டிரண்டு
முகத்திரா வணன்வெற் படிவிழுந் தலற முன்னநின் றடர்த்திடு மலர்த்தாள்
நகத்திரா டரவப் பணியிரு றையினும் நல்லடி காணநின் றேனே (44)

[† சகத்து இரா வரும்முன். தாள் நகத்திர் – திருவடியின் நகத்தை யுடையவரே.]

*செய்க்குவளை நயனமர விந்தமுகங் கோங்கரும்பு திரண்ட கொங்கை
கைக்குவளை பொருந்தலின்மின் சுற்றியயாழ் கடிதடங்காக் கணம்பூ வென்னா
மெய்க்குவளை வுறுமளவு மடவார்பாற் றிரிந்துழலும் வீண னானேன்
ஐக்குவளைச் செவிபாகற் கூறையற்கெஞ் ஞான்றுநல்லன் ஆவ னெஞ்சே (79)

[* ஐக்கு வள்ளைச்செவி பாகற்கு; ஐக்கு – தலைவனுக்கு.]

என்பனவற்றில் திரிபின் முளை தோன்றியிருத்தல் காண்க. இடையிலே 41ஆம் செய்யுள் முதல் 48ஆம் செய்யுள் வரையில் மரணகாலத்துண்டாகும் துன்பத்தினின்றும் நீக்கியருளவேண்டு மென்னும் கருத்து அமைந்துள்ளது. இங்ஙனம் ஒரே கருத்தைப் பலவிதமாக அமைத்துச் சில செய்யுட்களைத் தொடர்ந்து இவர் பாடியிருத்தலை இளமைக்காலத்திற் செய்த பிரபந்தங்களிற் காணலாம்.

தல சம்பந்தமான செய்திகளை இவ்வந்தாதியின்பால் உரிய இடங்களில் அமைத்துள்ளார்; “அன்ன வூர்தியன் மான்முதலோர்க்கரு மரதன புரத்தம்மான்”, “அணையரி வையைமேற் சூடி யயதன புரத்து ளாளே”, “வெம்புகின்றன னரதன புரத்துறை விமலா” *(13, 29, 82)* என்னுமிடங்களில் தலத்தின் வேறு பெயராகிய அரதனபுர மென்பதனையும், “ஊறை நகருறை தேவவெற்பு, மானவா”, “வேயநேகமுற்ற தேவவெற்ப னூறை யற்புதன்” *(23, 36)* என்று அத்தலத்திலுள்ள தேவகிரியையும், “இருக்குமோ துதற்கரிய நந்தா நதிக்கிறைவா” *(84)* என அத்தலத்து நதியையும், காப்பில் தலத்து விநாயகரையும், “ஊறையம் பதிவாழையனே துய்யமாமணியே”, “துய்யமாமணியே பரஞ்சோதியே” *(10, 64)* என அத்தலத்து மூர்த்தியின் திருநாமமாகிய சுத்தரத்தினேசுவர ரென்பதன் பரியாயத்தையும் அமைத்துள்ளார்; “மருள் கடந்தவர் சூழ்தரு மூறைவாழ் மாசிலாமணியே”, “ஊறைக் கோதிலாமணியைத் தானே” *(18, 22)* என்று அந்நாமம் குறிப்பாற் புலப்படும்படி சேர்த்தும், “சீரவாணி பாகனேக னாகர் தேவர் தேவனே” *(31)* என அத்தலத்து அம்பிகையின் பெயரைக் காட்டியும் பாராட்டியிருத்தல் காண்க. ஈற்றிலுள்ள பத்துப் பாடல்களுள் ஒவ்வொன்றும் போற்றி போற்றியென்று முடிகின்றது.

காதும் பிறவிக் கடல்வீழ்த் திருவினையின்
தீதுங் குறைத்துமுத்தி சேர்க்குமே – போதம்
அடையூறை யந்தாதி யைக்கருது வாருக்
கிடையூறை நீக்குவதன் றி

என்னும் பயனுடன் இந்நூல் நிறைவுறுகின்றது.

இந்நூலுக்குப் பலர் சிறப்புப் பாயிரம் கொடுத்திருத்தல் கூடும். செய்தவர் பெயர் தெரியாத ஒரு செய்யுள்மட்டும் இப்பொழுது கிடைக்கின்றது. அது வருமாறு:

உய்ய மணிமார் பரியயன்விண் ணோரும் புகழ்ந்த திருவூறைத்
துய்ய மணியீ சருக்கன்பு துலங்கந் தாதி சொற்றுயர்ந்தான்
செய்ய மணிச்சீர்ச் சிதம்பரமன் சேயா வுதித்தெம் மானருளைப்
பெய்ய மணிமாக் கவிசொலுநாப் பெறுமீ னாட்சி சுந்தரனே.

மயில்ராவணன் சரித்திரம்

ஒருசமயம் இவர் பூவாளூருக்குச் சென்றிருந்தார். அப்பொழுது அங்கே உத்தமதானபுரம் *லிங்கப்பையர் குமாரர்களாகிய சேஷையைர், சாமிநாதைய ரென்ற இருவர் சீகாழி அருணாசல கவிராயர் இயற்றிய *இராமாயண கீர்த்தனத்தையும்* †பம்பரஞ்சுற்றிச் சுப்பைய ரென்பவர் இயற்றிய *மயில்ராவணன் சரித்திரக் கீர்த்தனத்தையும்* படித்துப் பொருள் சொல்லிக் காலக்ஷேபம் செய்துகொண்டிருந்தனர். அவர்களுடைய வேண்டுகோளின்படி இவர் மயில்ராவணன் சரித்திரத்தை நூறு பாடலாகச் சில நாட்களிற் செய்துமுடித்து அவர்களுக்குக் கொடுத்தார். அவ்விருவரும் அதனைப் பெற்றுத் தாம் செல்லும் பல இடங்களிலும் அருணாசல கவி ராமாயணத்தைச் சொல்லும்பொழுது இடையிடையே கம்பராமாயணப் பாட்டுக்களைச் சொல்வதுபோல் மயில்ராவணன் சரித்திரக் கீர்த்தனங்களைச் சொல்லும்பொழுது இவர் செய்த பாடல்களைச் சொல்லிப் பொருட்பயனடைந்து வந்தனர். இச்செய்தியை அவ்விருவருள் ஒருவராகிய சாமிநாதையரே கூறக் கேட்டிருப்பதுடன் அந்நூற் செய்யுட்களிற் சிலவற்றையும் நான் இளமையிற் கேட்டதுண்டு. அவற்றின் நடை எளிதாக இருந்தது.

---

* இவர் *சுவாமிமலைக் குறவஞ்சி* முதலிய பிரபந்தங்களைச் செய்து அரங்கேற்றியவர்.

† பம்பரஞ்சுற்றி யென்பது ஓரூர்.

5

திருவாவடுதுறைக்கு வந்தது

சிவதீட்சையும் க்ஷணிகலிங்க பூஜையும் பெற்றது

இவர் தலதரிசனங்கள் முதலியவற்றில் மிக்க விருப்புடையவராக இருந்தனர். அன்றியும் சிவபெருமானை விதிப்படியே தினந்தோறும் பூசித்து வரவேண்டு மென்னும் அவா இவருக்கு உண்டாகி வளர்ந்து வந்தது. அதனால் இவர் சிவதீட்சை செய்துகொள்ள விரும்பினார். அப்பொழுது திரிசிரபுரம் கீழைச் சிந்தாமணியில் இருந்த செட்டிபண்டாரத்தையா என்னும் அபிஷிக்தர் ஒருவர் இவருக்குத் தீட்சை செய்வித்து க்ஷணிகலிங்க பூஜையும் எழுந்தருளச் செய்வித்தார். அதுமுதல் இவர் பூஜையை அன்போடு ஒவ்வொரு நாளும் செய்துவருவாராயினர்.

கச்சியப்ப முனிவர் நூல்களைப் படித்தது

இவர் புத்தகங்களைத் தேடுகையில் திருவானைக்காக் கோயில் தருமகர்த்தரின் வீட்டில், திருவாவடுதுறை யாதீனத்து வித்துவானாகிய ஸ்ரீ கச்சியப்ப முனிவராற் செய்யப்பெற்ற நூல்களுள் ஒன்றாகிய திருவானைக்காப் புராணம் கிடைத்தது. அதை முறையே படித்து வருகையில் கடவுள் வாழ்த்தின் அழகையும், நாட்டுச் சிறப்பு முதலிய காப்பிய உறுப்புக்களின் அமைதியையும், அவற்றிற் பழைய நூற் பிரயோகங்களும், இலக்கண அமைதிகளும், தம்மால் அதுவரையில் அறியப்படாத சைவசாஸ்திரக் கருத்துக்களும், சைவ பரிபாஷைகளும், புதிய புதிய கற்பனைகளும் நிறைந்து சுவை ததும்பிக்கொண்டிருத்தலையும் அறிந்து இன்புற்றுப் பன்முறை படித்து ஆராய்ச்சி செய்வாராயினார். அதைப் படிக்கப் படிக்க அதுவரையிற் படித்த பல நூல்களினும் வேறு தலபுராணங்களினும் அது மிக்க சுவையுடையதென்று அறிந்துகொண்டார். பின்பு கச்சியப்ப முனிவர் செய்த வேறு நூல்கள் எவையென்று ஆராய்ந்து தேடியபொழுது

விநாயக புராணத்திற் சில பகுதிகளும், பூவாளூர்ப் புராணமும், காஞ்சிப் புராணமும் கிடைத்தன. அந்நூல்களையும் வாசித்து இன்புறுவாராயினர். இடையிடையே ஐயங்கள் சில நிகழ்ந்தன. அவற்றைத் தீர்ப்பவர்கள் அந்தப் பக்கத்தில் இல்லை. ஆதலின் திருவாவடுதுறை யாதீனத்திற்குச் சென்று தமக்கு உள்ள ஐயங்களைத் தீர்த்துக்கொள்ள வேண்டுமென்ற எண்ணமும் அவ்வாதீனத்தின் தொடர்பை எந்த வழியாகவேனும் பெறவேண்டு மென்னும் விருப்பமும் இவருக்கு உண்டாயின. அப்பொழுது இவருடைய பிராயம் இருபத்தொன்று.

பட்டீச்சுரம் வந்தது

அப்பால் திருவாவடுதுறை செல்ல நினைந்து அன்புள்ள மாணாக்க ரொருவரை உடன் அழைத்துக்கொண்டு வழியிலுள்ள தலங்களைத் தரிசனம் செய்பவராய் அங்கங்கேயுள்ள தமிழபிமானிகளையும் தமிழ் வித்துவான்களையும் கண்டு அளவளாவிப் பட்டீச்சுரம் என்னும் தலத்திற்கு வந்தார். அங்கே, திருச்சத்திமுற்றப் புலவர் பரம்பரையினராகிய அப்பாப்பிள்ளை யென்பவருடைய வீட்டுக்குச் சென்றார். அவர் *பட்டீச்சுரயமகவந்தாதி* யென்னும் நூல் முதலியவற்றை இயற்றியவர். இவரும் அவரும் தாம் தாம் இயற்றிய செய்யுட்களை ஒருவர்க்கொருவர் கூறித் தம்முள் மகிழ்ந்தனர். இளமையில் இவருக்கிருந்த கல்விப் பெருமையை அறிந்து அவர் பாராட்டுவாராயினர். அவர் இவரை அவ்வூரிலிருந்த பெரிய செல்வவானும் உபகாரியுமாகிய நமச்சிவாய பிள்ளை யென்பவரிடம் அழைத்துச் சென்றார்.

அந்த நமச்சிவாய பிள்ளை அபிஷித்த மரபினர். அவர் வருவோரை யெல்லாம் தக்கவண்ணம் உபசரித்து அன்புடன் உணவளிப்பதோடு பொருளுதவிசெய்தும் அனுப்பும் இயல்பினர்; தமிழறிஞர்பால் மிக்க அன்புடையவர். இவர்கள் இருவரும் ஒருவரை யொருவர் பாராதவர்களாக இருந்தாலும் கேள்வியினால் பார்த்துப் பழகவேண்டுமென்ற விருப்பம் உடையவர்களாக விருந்தார்கள். ஆதலால், நமச்சிவாய பிள்ளை தம் வீட்டுக்கு வந்த இவரை மிகவும் உபசரித்து அளவளாவிக்கொண்டிருந்தார்.

பசுபதிபண்டாரம் பரீட்சித்தது

அப்போது அங்கே *ஆவூர்ப் †பசுபதிபண்டார மென்பவர் வந்திருந்தனர். அவ்விடத்தில் இருந்தவர்களுட் சிலர் அவரைக் கொண்டு இவருடைய படிப்பை அளந்தறிய எண்ணி நமச்சிவாய பிள்ளையிடம் தங்கள் கருத்தைக் குறிப்பித்தார்கள். அதனையறிந்த நமச்சிவாய பிள்ளையும் பிறரும் பசுபதிபண்டாரத்தைப் பார்த்து, "ஐயா! இவர்களைப் பரீட்சிக்க வேண்டுமானால் ஏதாவது கேட்கலாமே" என்றனர். இவருடைய அளவையறியாத அவர்,

---

* ஆவூர்: பட்டீச்சுரத்தின் தென்பாலுள்ளதும் தேவாரம் பெற்றதுமான ஒரு சிவஸ்தலம்.

† இவர் தேவாரம் முதலியவற்றிற் பயிற்சியுற்று அவற்றைப் பண்ணோடு ஓதுபவர்; *பெரியபுராணம்*, *திருவிளையாடல்* முதலிய சைவநூல்களிலும் பிரபந்தங்களிலும் முறையான பயிற்சியும் பிரசங்கம் செய்யும் வன்மையும் பெற்றவர்; சுற்றுப் பக்கங்களில் உள்ளவர்களால் தமிழ் வித்துவானென்று மதிக்கப்பெற்றவர்.

‡நன்கொடிச் சிக்கை யருந்தரி சேய்க்குற்ற நாகவல்லி
மென்கொடிச் சிக்கை விடுக்கு மயிலை விமலர்வெற்பில்
என்கொடிச் சிக்கை புரிந்தாய் தினையுண் டிலையுடுக்கும்
புன்கொடிச் சிக்கைய நின்போல் பவர்க்கிது பொற்பல்லவே (மயிலையந்தாதி, 56)

[‡ நன்கு ஒடிச்சு இக்கை அருந்து அரி; இக்கு – கரும்பு; அரி – குரங்கு. நாகவல்லி மென்கொடி – வெற்றிலைக்கொடி. மென்கொடியினது சிக்கை. என்கொடு இச்சிக்கைபுரிந்தாய்; என்கொடு – என்ன விசேடத்தை யறிந்து; இச்சிக்கை – விரும்புதல். புன்கொடிச்சிக்கு இச்சிக்கை புரிந்தாய்; கொடிச்சிக்கு – கொடிச்சியினிடம்.]

என்னும் செய்யுளைச் சொல்லி, "இப்பாட்டுக்குப் பொருள் சொல்லும்" என்றார். தம்மைப் பரீட்சிக்கச் செய்தவர்களிடத்தாவது கேள்வி கேட்டவரிடத்தாவது சிறிதேனும் மனவருத்தம் அடையாமல் இவர், அச்செய்யுளை இரண்டாமுறை மெல்லச் சொல்லும்படி செய்து அச்செய்யுள் அகத்திணைத் துறைகளுள் பாங்கி குலமுறை கிளத்தலென்பதற்கு இலக்கியமாக உள்ளதென்பதை முதலிற் கூறினார்; அப்பாற் பதங்களைப் பிரித்துக்காட்டிப் பொருளும் சொன்னதன்றி அச்செய்யுளைப்போன்ற வேறு செய்யுட்கள் சிலவற்றையும் மேற்கோளாக எடுத்துக்கூறி விளங்கச்செய்தனர். அப்போது உடனிருந்து கேட்டுக்கொண்டிருந்த வித்துவான் *தேவிபட்டணம் முத்துசாமி பிள்ளை, வெள்ளைவாரணம் பிள்ளை, அப்பாப்பிள்ளை முதலியோர் இவருடைய ஆராய்ச்சியையும் பல நூற் பயிற்சியையும் இன்றியமையாதவற்றை விளங்கும்படி சொல்லுதலையும் பெருமிதமின்மையையும் அடக்கத்தையும் பார்த்து, "இவருடைய காட்சி எம்போலியர்களுக்குக் கிடைத்தற்கரியது!" என்று வியந்து புகழ்ந்தனர். வினவிய பசுபதிபண்டாரம் விம்மிதமுற்றுச் சிறிதேனும் பெருமிதமின்றி இவரிடம் மரியாதையோடு ஒழுகுவாராயினர்.

இங்ஙனம் சில நாட்கள் அங்கே சென்றன. அவ்வூரில் அப்பொழுது இருந்தவர்களும் இச்செய்தியைக் கேட்ட பிறரும் அடிக்கடி வந்து அளவளாவி மகிழ்ந்து செல்வாராயினர்.

பழசைப் பதிற்றுப்பத்தந்தாதி

அப்போது அவ்வூரார் வேண்டுகோளின்படி பட்டீச்சுரம் ஸ்ரீ தேனுபுரேசர்மீது ஒரு பதிற்றுப்பத்தந்தாதி இவரால் இயற்றி அரங்கேற்றப்பெற்றது. அது †*பழசைப் பதிற்றுப்பத்தந்தாதி*யென வழங்கும்.

இவர் அவ்வந்தாதியில் இடையிடையே தாம் படித்த *திருவாசகம்* முதலிய திருமுறைகள், *திருவிளையாடல்* முதலிய காப்பியங்க ளென்பவற்றிலுள்ள சொல்லையும் பொருளையும் விரவ வைத்திருப்பதைக்

---

* பட்டீச்சுரம் நமச்சிவாய பிள்ளையால் ஆதரிக்கப்பட்ட வித்துவான்களுள் ஒருவர்; சிறந்த தமிழ்க்கவிஞரென்று புகழ்பெற்றவர்; சிவ ஸ்தலந்தோறும் சென்று சென்று ஸ்வாமிதரிசனம் செய்து ஒவ்வொரு நேரிசைவெண்பா இயற்றிக் காலங்கழித்தவர். அவ்வெண்பாக்கள் தலத்தின் பெயரையாவது ஸ்வாமியின் பெயரையாவது திரிபிலேனும் யமகத்திலேனும் எதுகையிற் பெற்றுப் பொருட்சிறப்புடையனவாய் விளங்கும். இவர் அங்ஙனம் செய்த வெண்பாக்கள் நூற்றுக்கணக்கானவை யென்பர். அவற்றுட் சில பாடல்களே கிடைக்கின்றன.

† பட்டீச்சுரம் முதலிய பல தலங்களைத் தனக்குள் அடக்கிக்கொண்டிருக்கிற பழையாறை என்னும் பழைய நகரத்தின் மரூஉவாகிய பழசை யென்னும் பெயர் பட்டீச்சுரத்திற்குத் தலைமைபற்றி வழங்கும்.

காணலாம். கருவைப் பதிற்றுப்பத்தந்தாதி, அருணைக் கலம்பகம், கந்தரனுபூதி, சிவப்பிரகாச ஸ்வாமிகள் பிரபந்தங்கள் முதலியவற்றிலும், நளவெண்பா, பிரபுலிங்கலீலை, திருவிளையாடற் புராணம் முதலியவற்றிலுமுள்ள கருத்துக்கள் சில அந்நூலிற் காணப்படுகின்றன:

பூவாய் நெடுங்கோட் டுறுபசுந்தேன் கைகான் முடங்கு பொறியிலிதன்
நாவா யொழுகிற்றென

என்ற பிரபுலிங்கலீலையின் அடிகளை,

. . . . . கைகான் முடங்கு மறிவிலிவாய்த்
தண்டே னெடுங்கோட் டிருந்தொழுகுந்
தன்மை யெனக்கண் டுளங்களிப்புக்
கொண்டேன் (9)

என வேற்றுருவில் அமைத்திருப்பதும்,

குடங்கை நீரும் பச்சிலையு மிடுவார்க் கிமையாக் குஞ்சரமும்
படங்கொள் பாயும் பூவணையுந் தருவாய் மதுரைப் பரமேட்டீ

என்ற பரஞ்சோதி முனிவர் வாக்கை,

நலம்புனை குடங்கை நீரு நறியபச் சிலையு மிட்டோர்க்
கலம்புபாற் கடலு மென்பூ வணையுநாற் கோட்டு மாவும்
இலங்கிட வளிப்பாய் (42)

எனச் சொற்பொருளொப்புமை யிலங்க அமைத்திருப்பதும்,

திணியான மனோசிலை மீதுனதாள்
அணியாரர விந்த மரும்புமதோ

என்னுங் கந்தரனுபூதிச் செய்யுட் கருத்தை,

தாவின் மெல்லடித் தாமரை வாழுமே
தீவி னைச்சிறி யேனுட் சிலையினே (65)

எனப் பெயர்த்து வைத்திருப்பதும்,

காமனை முனிந்து நெடுஞ்சடை தரித்துக் கவின்றகல் லாடைமேற் புனைந்து
யாமெலாம் வழுத்துந் துறவியா யிருந்தும் ஒருத்தித னிளமுலைச் சுவடு
தோமுறக் கொண்டார்

என்ற காஞ்சிப்புராணச் செய்யுட் கருத்தின் பெரும்பாகத்தை,

செய்யிருக்குங் கழைகுழைக்கு மைங்கணைக்கா ளையைவிழியாற் சினந்து சுட்டீர்
ஐயிருக்குஞ் சடைதரித்தீர் விற்கருஞ்செங் கற்றோய்த்த ஆடை கொண்டீர்
மையிருக்கு மணிமிடற்றீர் துறவியர்சூழ் பழசைநகர் வாழ்வீர் நீவிர்
பொய்யிருக்கு மருங்குலாண் முலைச்சுவடு கொண்டதென்னை புகலு வீரே (87)

என வைத்தும் இருத்தல் காண்க.

இராமனாற் சிவபெருமான் அத் தலத்திற் பூசிக்கப் பெற்றதும், திருஞானசம்பந்த மூர்த்தி நாயனார் முத்துப் பந்தர் பெற்றதும், அவருடைய கோலத்தைச் சிவபெருமான் காணுதற் பொருட்டு அவர் கட்டளையின்படி நந்திதேவர் விலகியதுமாகிய அத் தலவரலாறுகளை இடைப்பெய்து பாடியுள்ள செய்யுட்கள் சில அவ்வந்தாதியில் உண்டு.

*என்னிது விடையு நீவீற் றிருந்தருள் பொருப்பும் வெள்ளி
மன்னிய கலையும் வில்லும் மாதங்க மதிண்மூன் றெய்யப்
பொன்னிற வாளி கொண்ட புராதனா பழசை வாணா
சென்னியி லிரந்துண் பாய்நன் செய்கைநின் செய்கை தானே (45)

[* வெள்ளி – வெள்ளை நிறமுடையது, வெள்ளியென்னும் உலோகம். மாதங்கம் – யானைத்தோல், பெரிய தங்கம் (மேரு). பொன்நிறவாளி – திருமகளை மார்பிலே உடைய திருமாலாகிய அம்பு, நிறத்தை யுடைய பொன்னாலாகிய அம்பு.]

என்று சிவபெருமானை வினாவுதல் போன்ற செய்யுட்கள் சில அந்நூலின்கண் நயம்பெற விளங்குகின்றன.

...... கடையே னாகித் திரிவேனைத்
தெள்ளு தமிழ்நற் றொடைப்பாடல்
செய்து பணியப் பணித்தாண்டான் (5)

எனவும்,

.... அலைவேனைக்
கருப்பை நீக்கித்தன் றாள்களிற் செந்தமிழ்க்
கண்ணிசூட் டிடச்செய்தான் (13)

எனவும்,

.... யான்றன்
மணங்கமழ் மலர்த்தாள் பாடி வழிபட வருளி னானே

எனவும் காணப்படும் பகுதிகள் சிவபெருமானை இவர் பாமாலைகள் புனைந்து வழிபடும் பேராவல் கொண்டிருந்தன ரென்பதும், அதற்கேற்ற செவ்வி வாய்த்துச் செய்யுளியற்றியதால் இவரது உளத்தே இன்பம் ஊறிப் பெருகியதென்பதும் புலனாகின்றன.

மூவாதானை மூத்தானை (8)

ஆனமருங் கொடிவலத்தா னழகமருங் கொடியிடத்தான் (34)

என்னும் முரண்களும்,

...... கூறானை நீறானைக் கொன்றை வேய்ந்த
பொன்றிகழ்செஞ் சடையானை விடையானை (90)

என்னும் வழியெதுகையும் அந்நூலிற் காணப்படும் சில நயங்களாம்.

திருவாவடுதுறையை அடைந்தது

பழசைப் பதிற்றுப்பத்தந்தாதியை அரங்கேற்றிய பின்னர் இப் புலவர்கோமான் தாம் திருவாவடுதுறைக்குச் செல்லவேண்டுமென்று எண்ணி வந்ததை அவ்வூராரிடம் கூறி விடைபெற்றுக் கொண்டார். அவர்கள், “நீங்கள் அடிக்கடி இவ்வூருக்கு வந்து எங்களை உவப்பிக்கவேண்டும்” என்று கேட்டுக்கொண்டார்கள்; நமச்சிவாய பிள்ளை, “இந்த வீட்டினை உங்கள் சொந்த இடமாகவே எண்ணி அடிக்கடி வந்து எங்களை மகிழ்விக்கவேண்டும்” என்று கேட்டுக்கொண்டனர். அப்படியே செய்வதாக அவர்களுக்கு வாக்களித்துவிட்டு இவர் புறப்பட்டுத் திருவலஞ்சுழி, ஸ்வாமிமலை, கும்பகோணம், திருவிடைமருதூர் முதலிய ஸ்தலங்களை

யடைந்து ஸ்வாமிதரிசனம் செய்துகொண்டு அங்கங்கே யுள்ளவர்களாற் பாராட்டப்பெற்றுத் திருவாவடுதுறையை அடைந்தார்; தக்கவர்களுடைய உதவியைப்பெற்று அங்குள்ள மடத்துக்குச் சென்றார்.

அந்த மடம் ஸ்ரீ நமச்சிவாயமூர்த்தி காலத்தில் ஸ்தாபிக்கப் பெற்றது. அங்கே சென்றவுடன் அங்குள்ள காட்சிகளைக் கண்டு இவர் மிக்க வியப்பையும் மனமகிழ்ச்சியையும் அடைந்தார். சிவவேடமும் தவவேடமும் உடைய பல துறவிகள் காஷாய உடை அணிந்தவர்களாகித் தூய்மையே உருவெடுத்தாற் போன்ற தோற்றப் பொலிவுடன் அங்கே நிறைந்திருப்பதையும், அடிக்கடி பல ஊர்களிலிருந்து அடியார்களும் பிரபுக்களும் வித்துவான்களும் வந்து வந்து சென்றுகொண்டிருப்பதையும் கண்டார்; வித்துவான்கள் தங்கள் தங்கள் ஆற்றலையும் தாங்கள் பெற்ற பரிசுகளையும் கூறி அங்கங்கே யிருந்து மகிழ்ந்து கொண்டிருத்தலையும் கவனித்தார்; மலர் மாலைகளும் சிவார்ச்சனைக்குரிய பத்திர புஷ்பங்களும் பழங்களும் உரிய இடங்களில் நிறைந்திருத்தலை நோக்கினார்; அங்கங்கே பல தொண்டுகளைச் செய்பவர்கள் தங்கள் கடமைகளைத் திருத்தமாகச் செய்துகொண்டிருத்தலைப் பார்த்தார். இவற்றையெல்லாம் பார்த்த இவர், "இத்தகைய காட்சியை இதுவரையில் நாம் கண்டிலோமே. எங்கே பார்த்தாலும் சிவமணமும் தமிழ்மணமும் உள்ள இந்த இடத்தைப் போன்ற வேறு ஓர் இடம் உலகத்தில் இருக்குமோ! ஸ்ரீ சிவஞான முனிவர், ஸ்ரீ கச்சியப்ப முனிவர் முதலியவர்கள் இத்தகைய இடத்தில் இருக்கப்பெற்றதனால்தான் சுவை மிகுந்த நூல்களை இயற்றினார்கள் போலும்" என்று எண்ணி விம்மிதமுற்று நின்றார். பின்னும் அங்குள்ள பல காட்சிகளையும் தனித் தனியே கண்டு மகிழ்ந்தார்.

வேளூர் ஸ்ரீ சுப்பிரமணிய தேசிகர் இயல்பு

அப்பொழுது, ஸ்ரீ நமச்சிவாய மூர்த்திக்குப்பின் 14ஆம் பட்டத்தில் வேளூர் ஸ்ரீ சுப்பிரமணிய தேசிக ரென்பவர் ஆதீனகர்த்தராக வீற்றிருந்தார். அவர் வடமொழி தென்மொழி நூல்களிலும் சிவாகமங்களிலும் மெய்கண்ட சாஸ்திரம், பண்டார சாஸ்திரம், சித்த நூல்கள் முதலியவற்றிலும் பயிற்சி மிக்கவர்; பரம்பரையே பாடங்கேட்டவர்; பாடஞ்சொல்லுதலில் மிக்க ஆற்றலுடையவர்; பிரசங்க சக்திவாய்ந்தவர்; வடமொழி வித்துவான்கள் தென்மொழிவாணர் பலருடைய இடையே இருந்து தினந்தோறும் அவர்களுடன் சல்லாபம் செய்துகொண்டு மகிழ்ச்சியோடு காலங்கழிப்பவர். அவர் அப்பொழுதப்பொழுது சமயோசிதமாகப் பேசிவந்த வார்த்தைகளும், சிலேடையான மொழிகளும், வாக்கியங்களும் இன்றும் அங்கங்கே பலரால் மிகவும் பாராட்டி வழங்கப்படுகின்றன. அம்மடத்தில் இப்பொழுது பலவகையாக எழுதப்படும் திருமுக ஸம்பிரதாயங்களும், கடித வக்கணைகளும், உள்ள சட்டதிட்டங்களும் அவர் புதுப்பித்தனவே யென்பர். தமக்குப் பட்டமாவதற்கு முந்திய வருஷத்தில் ஸ்ரீ கச்சியப்ப முனிவரால் நன்கு படித்துவரும்படி செவியறிவுறுத்தப் பெற்றவரென்று கேள்வி.

ஸ்ரீ சுப்பிரமணிய தேசிகரைத் தரிசித்தது

அவரைத் தரிசிக்கவேண்டு மென்னும் பேரவா பிள்ளை யவர்களுக்கு உண்டாயிற்று. தாம் தரிசித்தற்கு வேணவா வுற்றிருத்தலை மெல்ல அங்கேயிருந்த தக்கா ரொருவரிடம் தெரிவித்துக் கொண்டார். அவர் தலைவருடைய சமயமறிந்து சொல்லி அனுமதி பெற்றுவந்து அழைப்ப, இவர் கையுறைகளுடன் சென்று அவரை ஸாஷ்டாங்கமாக வணங்கித் திருநீறு பெற்றுத் தாம் அவர் விஷயமாக இயற்றிக்கொண்டு வந்த சில செய்யுட்களைக் கண்களில் நீர்வார நாத்தழுதழுப்ப விண்ணப்பித்துக் கொண்டார். அச்செய்யுட்களை இவர் சொல்லுகையில் அவற்றின் இனிய கருத்தையறிந்தும் இவருடைய பயபக்தியைக் கண்டும் ஸ்ரீ சுப்பிரமணிய தேசிகர் இவர் சிறந்த கல்விமானென்பதை உடனே தெரிந்துகொண்டார்; மிக்க அன்போடு இவருடைய வரலாற்றை விசாரித்தார். இவர் சுருக்கமான மொழிகளால் பணிவுடன் மெல்ல அதனைக் கூறினார். பின் தாம் படித்த நூல்களையும் ஸ்ரீ கச்சியப்ப முனிவருடைய நூல்களில் தமக்கு உள்ள ஈடுபாட்டையும் தெரிவித்துக்கொண்டனர். தேசிகர் இவரோடு அன்புடன் பேசி ஆதரிக்க இவர் சிலதினம் அங்கே இருந்துவருவாராயினர்.

அப்பொழுது அங்கே ஆதீன வித்துவான்களாகக் *கந்தசாமிக் கவிராயரென்பவரும் †சரவண ஓதுவாரென்பவரும் வேறு சிலரும் இருந்தார்கள். தமிழிற் சைவ வைணவ சமயச்சார்பான கருவி நூல் படிப்பவர்களும் கந்தபுராணம், பெரியபுராணம், கம்பராமாயணம் முதலிய நூல்கள், திருமுறை முதலியவைகள், ஸ்தலபுராணங்கள், சைவசாஸ்திரங்கள் முதலியவற்றைப் படிப்பவர்களும் அங்கே உண்டு. மடத்தில் உணவிற்குரிய பண்டங்களைப் பெற்றுத் திருவாலங்காடு, திருக்கோடிகா, பாஸ்கரராஜபுரம், குற்றாலம் முதலிய ஊர்களிலுள்ள வடமொழி வித்துவான்களிடம் சென்று படித்துவந்த அந்தண மாணவர்களும் பலர் இருந்தனர். உக்கிராணம், களஞ்சியம், பந்திக்கட்டு, பண்ணை முதலிய எல்லா இடங்களின் விசாரணை வேலைகளில் தம்பிரான்களே அதிகாரிகளாக இருந்து பக்தி சிரத்தையோடும் நம்பிக்கையோடும் தங்களுக்குக் கிடைத்த பணியையே செய்துகொண்டிருந்தார்கள்; அவர்களுட் பலர் படித்தவர்கள். அதனால் தலைவர் தம்முடைய நேரத்திற் பெரும்பான்மையான பாகத்தைப் படிப்பு விஷயமாகவே செலுத்தி இன்புற்று வந்தார்.

இவர் ஆதீனகர்த்தரைத் தரிசித்தற்குக் காலை மாலைகளில் போகுங்கால் அருமைபாராட்டி இவருடைய கல்வியின் அளவை ஆராய்வாராய்ச் சிலசில பாடல்களைச் சொல்லி, "இவற்றிற்குப் பொருள் சொல்லும்" என்று அவர் கேட்பதுண்டு. இவர் அச்செய்யுட்களை மனத்திற்கொண்டு ஒருமுறை இருமுறை மும்முறை ஆலோசித்து அவசரப்படாமல் விடை சொல்லுவார். வினாவுங் காலத்துப் பொருள் புலப்படாதபடி தேசிகர் செய்யுளைக் கூறுவர். இப்புலவர்பிரான் மயக்கமடையாமல் அச்செய்யுளை

---

* இவர் உடையார்பாளையத்தில் ஜமீன்தாராக இருந்த கச்சிக் கல்யாணரங்கதுரை யென்பவர்மீது ஒரு கோவை பாடிப் பரிசும் சர்வமானியமாகப் பத்துக்காணி நிலமும் பெற்றவர்.

† இவர் பிற்காலத்தில் கோயம்புத்தூரையடைந்து அங்கே உள்ள பிரபுக்களாலும் வித்துவான்களாலும் ஆதரிக்கப்பெற்றுப் பலருக்குப் பாடஞ் சொல்லிப் புகழ் பெற்றவர்.

நன்றாக ஆராய்ந்து செவ்வனே பொருள் கூறுவர். அவற்றுள் இரண்டு செய்யுட்கள் வருமாறு:

*1. இந்தவசம் அந்தவசந் தன்மலைதற் கேதுசெயும்
நொந்தவச முற்றாட்கே நோக்குங்காற் – பைந்தொடியாய்
ஆண்டகுருத் தென்றுறைசை யம்பலவா ணன்புயத்திற்
பூண்டநிறச் செங்கழுநீர்ப் பூ.

2. இத்தை யனையவுரு வில்லான் விடுமலரே
வைத்தகரை யோதடுக்க மாட்டாதே – நித்தநித்தம்
அங்கமுகங் காத்துறைசை யம்பலவா ணன்புயத்திற்
செங்கழுநீர்த் தாரனையே தேடு.

[* குறிப்பு: (1) இந்த அசம் – இந்த ஆடு. வசந்தன் – மன்மதன். பைந்தொடி – விளி. செங்கழுநீர்ப் பூவை ஆய்வாயாக; ஆய்தல், ஈண்டுத் தேடிக் கொணர்தல்.

(2) இத் தையல் நைய – இப்பெண் மெலியும்படி. மலர் ஏவை – மலர்ப் பாணத்தை. தகர் – ஆடு. அம்பலவாணன் – இவர் இந்த ஆதீனத்தில் 13ஆம் பட்டத்தில் தலைவராக வீற்றிருந்தவர். அன்னையே செங்கழு நீர்த் தாரைத்தேடு.

இச்செய்யுட்கள் இரண்டும் வெறி விலக்கு. இவை தொட்டிக்கலைச் சுப்பிரமணிய முனிவர் வாக்கு.]

தெரிந்தவற்றை மட்டும் விளங்கச் சொல்லிவிட்டுத் தெரியாதவற்றிற்குப் பொருள்கேட்டுத் தெரிந்துகொள்வர். இவருக்கு இருந்த சந்தேகங்களிற் பல அக்காலத்தில் அவரால் தீர்ந்தன. *விநாயக புராணத்தின்* பாயிரத்தில் உள்ள,

மரந்துளைத்த கணையானுஞ் சோவெறிந்த திறலானும் மதிக்குந் தோறும்
சிரந்துளக்க வலைகடலுஞ் சேணிகந்த பெருவரையுந்திறத்திற் குன்றக்
கரந்துளக்குங் குறுமுனிக்குங் கருத்தின்மயல் பூட்டியகை தவஞ்சால் வெற்பின்
உரந்துளைத்த சேயிலைவேல் வலனுயர்த்த விளையவனை யுளத்துள் வைப்பாம்

என்னும் செய்யுளிலுள்ள, 'கரந்துளக்குங் குறுமுனிக்கு' என்னும் பகுதிக்கு இவருக்கு நெடுநாளாகப் பொருள் விளங்காமலிருந்தது. பலரிடத்தும் இதைப்பற்றி வினவியதுண்டு. அவர்கள் சொல்லிய பொருள்களில் ஒன்றேனும் இவருடைய புத்திக்குப் பொருந்தவேயில்லை. அச்செய்யுளை ஒருபொழுது தேசிகர்பால் இவர் விண்ணப்பம் செய்தனர். உடனே அவர் உள்ளங்கையையேந்தி மறித்துக் காட்டிக் கடலை உண்டது கையை ஏந்தினமையாலென்றும் விந்தத்தை அழுத்தியது கையைக் கவித்தமையாலென்றும் பொருள் கூறவே, உயர்ந்தோர்களிடத்துச் சிலபொழுதேனும் பழகுதலா லுண்டாகும் பெரும்பயனை இவர் அறிந்து அவரிடம் ஈடுபட்டு, "இந்தப் பெரியவர்களை இதுகாறும் தரிசியாமல் பலரிடத்தும் அலைந்தலைந்து வீணே காலங்கழித்து விட்டோமே" என்று மனம் வருந்தினர். 'கரந்துளக்கும்' என்பதற்கு அவர் பொருள்கூறிய அருமைப்பாட்டையும் பிற நிகழ்ச்சிகளையும் இவர் அடிக்கடி சொல்லுவதுண்டு. இவ்வாறு காலை மாலைகளிற் சமயம் பார்த்துச் சென்று அவர்பாற் கேட்டுக் கேட்டு இவர் தீர்த்துக்கொண்ட ஐயங்கள் பல. தமக்கு நெடுநாளாகப் பொருள் விளங்காதிருந்த ஒலியல், கழுவாய், சைலாதி, வரூதினி, வாதராயண ரென்னும் சொற்களுக்கு முறையே ஈயோட்டி என்னும் விருது, பிராயச்சித்தம், திருநந்தி தேவர், சேனை,

வியாசர் என்று பொருள் தெரிந்து கொண்டது அவரிடத்தே தான் என்பர். முல்லையந்தாதி யிலுள்ள,

*கட்டோம் புதலெனக் காமாதி யாறுங் கரிசறுத்தோம்
உட்டோம் புதவு திறந்தின்ப வீடுபுக் குச்சரித்தோம்
சிட்டோம் புதல்விமண் ணோருந்தி கஞ்சந் தெளிவின்முன்பின்
விட்டோம் புதலுறு நள்ளெழுத் தான்முல்லை மேவப்பெற்றே

[* குறிப்பு: காமாதி ஆறும் கட்டோம்; கட்டோம் – களைந்தோம். உள் தோம் கரிசு அறுத்தோம் – அகக்குற்றமாகிய ஆணவமலத்தை அறுத்தோம். புதவு – கதவு. சிட் ஓம் உச்சரித்தோம் – ஞானமயமாயுள்ள பிரணவத்தை உச்சரித்தோம். புதல்வி, மண், ஓர் உந்தி (ஆறு), கஞ்சம் தெளிவு என்பவற்றின் முதலெழுத்தையும் ஈற்றெழுத்தையும் விட்டுப் பாதுகாக்கப்பெற்ற நடுவெழுத்துக்களால்; இது நடுவெழுத்தலங்காரம். இதனாற் குறிப்பிக்கப்பட்ட தொடர் மாசிலாமணி என்பது; குமாரி (புதல்வி), காசினீ (மண்), பாலாறு (ஓர் உந்தி), தாமரை (கஞ்சம்), துணிவு (தெளிவு) என்னும் ஐந்து சொற்களின் நடுவெழுத்துக்கள் ஐந்தும் சேர்ந்தால் மாசிலாமணி யென்றாதல் காண்க. மாசிலாமணி யென்பது வடதிருமுல்லைவாயிற் சிவபெருமான் திருநாமம். முல்லை – திருமுல்லைவாயில். முல்லை மேவப்பெற்று மாசிலாமணியால் கட்டோம், அறுத்தோம், உச்சரித்தோம் என இயைக்க. இது திருமுல்லைவாயி லந்தாதியி லுள்ள 50ஆம் பாட்டு.]

என்னும் செய்யுளிலுள்ள நடுவெழுத்தலங்காரப் பொருளையும்,

†பொருதவி சாகரஞ் சத்தியுங் கும்பனும் பொற்பழிக்க
விருதவி சாகரந் தானும் வருத்துமெய் யன்பருள்ளம்
ஒருதவி சாகரந் தென்முல்லை யாவுடை யாரருளார்
இருதவி சாகர நெஞ்சேயல் லாற்செய லியாதுனக்கே

[† பொருத விசாகர் அம் சந்தியும் கும்பனும் பொற்பு அழிக்க; விசாகர் – முருகக்கடவுளுடைய; சத்தி – வேல்; கும்பன் – அகத்தியமுனிவர். விருது அவி சாகரம் தானும்; விருது – வெற்றி. சாகரம் வருத்தும். அன்பர் உள்ளத்தை ஒரு தவிசாகவும் தென்முல்லையை ஆகரமாகவும் உடையவர்; ஆகரம் – இருப்பிடம். இரு, தவி, சா, கர. இருந்தால்தான் இரு, தவித்தால்தான் தவி, செத்தால்தான் சா, ஒளித்தால்தான் ஒளி; இங்ஙனம் செய்வதன்றி வேறு செயல் உனக்கு என்ன இருக்கின்றது! அவர் அருளாமையின் நீ என்ன நிலை அடைந்தால்தா னென்னவென்றபடி. இஃது அவ்வந்தாதியிலுள்ள 33ஆம் பாட்டு. இது தலைவியின் கூற்று.]

*வரையேற விட்டமுதஞ் சேந்தனிட வருந்தினைவல் லினமென் றாலும்
உரையேற விட்டமுத லாகுமோ வெனைச்சித்தென் றுரைத்தா லென்னாம்
நரையேற விட்டமுத னாளவனாக் கொண்டுவட புலிசை மேவும்
கரையேற விட்டமுதல் வாவுனையன் றியுமெனக்கோர் கதியுண் டாமோ

[* வரையேல் – என்னை நீக்காதே. சேந்தன் தவிட்டமுதம் இட அருந்தினை; தவிட்டமுதம் – தவிடாலாக்கிய களியை. உரையே – சொல்வாயாக. 'ற' இ 'ட' வல்லினம் என்றாலும் முதலாகுமோ. றகரமும் இந்த டகரமும் வல்லினமாக இருந்தாலும் மொழிக்கு முதலாகுமோ; ஆகா. உன்னைப்போல எனக்குச் சித்தென்னும் பெயர் வழங்கினும் நான் முதன்மை உறுவேனா; அடிமைத் தன்மையையே உடையேன் என்றபடி. அவிட்டம் முதல் நாளவனை நரையேறாகக்கொண்டு – அவிட்ட நட்சத்திரத்திற்கு முதல் நாளாகிய திருவோணத்திற்குரிய திருமாலை இடப வாகனமாகக்கொண்டு. வடபுலிசை – திருப்பாதிரிப்புலியூர். கரையேற விட்டவரென்பது அந்தத் தலத்திலெழுந்தருளியுள்ள இறைவன் திருநாமம்.]

என்பன போன்ற செய்யுட்களின் பொருளைத் தெரிந்துகொண்டதும் அவரிடத்தேதான். அவருடைய தரிசனத்தின் பின்புதான் தமிழின் பரப்பும் பெருமையும் இவருக்கு விளங்கின; தமிழிற் பல நூல்களும் அவற்றில் ஆழ்ந்த கருத்துக்கள் அமைந்த பகுதிகளுமுள்ளன வென்றறிந்தனர். 'இந்த மடத்தின் சம்பந்தத்தைப் பெற்றது பெரும்பாக்கியம்' என்றும், 'இத்தொடர்பை எப்பொழுதும் பெற்றுய்யவேண்டும்' என்றும், இவர் எண்ணினார்.

திரிசிரபுரம் மீண்டது

அப்பால் அடிக்கடி வந்து தரிசிப்பதாக விண்ணப்பித்துப் பிரியாவிடை பெற்றுத் திரிசிரபுரம் வந்து சேர்ந்தார். பின்னர், இடையிடையே திருவாவடுதுறை சென்று ஸ்ரீ சுப்பிரமணிய தேசிகரைத் தரிசித்து வேண்டியவற்றைத் தெரிந்துகொண்டு வருவதுண்டு.

6

திருப்பைஞ்ஞீலித் திரிபந்தாதி முதலியவற்றை இயற்றியது

லட்சுமணபிள்ளை யென்பவரின் இயல்பு

திரிசிரபுரத்தில் இவரை ஆதரித்தவர்களுள் ஒருவராகிய லட்சுமண பிள்ளை யென்பவர் தமிழ் நூல்களில் அபிமானம் உடையவர்; செய்யுள் நயங்களை அறிபவர்; படித்தவர்களைத் தேடிப் போய் வலிந்து உபசரிப்பவர். அவர் இக்கவிஞர் பெருமானுடைய சிறப்பையும், இவர் பல இடங்களி லுள்ளவர்களாலும் போற்றப்பட்டு வருதலையும் அறிந்து ஏனையோர்களைக் காட்டிலும் மிக்க அன்புடன் இவரை ஆதரித்துவந்தார். நாளடைவில் இவருடைய கல்வித்திறமையில் ஈடுபட்டு இவருக்கு வேண்டிய பலவகை அநுகூலங்களையும் செய்து வந்தார்.

திருப்பைஞ்ஞீலித் திரிபந்தாதி

இவ்வாறு இருந்துவருகையில் பிள்ளை யவர்கள் திருப்பைஞ்ஞீலிக்குச் சில அன்பர்களுடன் ஒருமுறை சென்றிருந்தார்; அப்பொழுது உடன்சென்றவர்களும் அங்கேயுள்ளவர்களும் அந்தத் தலசம்பந்தமாக ஒரு பிரபந்தம் செய்யவேண்டுமென்று கேட்டுக் கொண்டார்கள். பல திரிபு யமக அந்தாதிகளை வாசித்த பழக்கத்தாலும் வேளூர்ச் சுப்பிரமணிய தேசிகரிடம் பல திரிபு யமகப் பாடல்களின் உரையையும் அவற்றின் போக்கையும் அறிந்து கொண்ட வன்மையாலும் திரிபு யமகங்களைத் தாமும் பாடவேண்டு மென்னும் அவாவுடையவராக இருந்துவந்தன ராதலின் அவர்கள் விருப்பத்திற்கிணங்கி அத்தலத்திற்கு ஒரு திரிபந்தாதி சில தினங்களில் இவராற் செய்யப்பெற்றது.

அது மிக எளியநடையில் அமைந்துள்ளது. இடையிடையே அகப்பொருட் டுறைகளுள்ள பாடல்கள்

காணப்படும். அவற்றுள் பாங்கிவிடுதூது, அன்னவிடுதூது, கிள்ளைவிடுதூது, வண்டுவிடுதூது, நாரைவிடுதூது, மேகவிடுதூது முதலியவை உள்ளன. தலத்தின் பெயராகிய கதலிவன மென்பதை, 21ஆம் பாடலில் திரிபிலமைத்துப் பாடியிருத்தல் கருதற்குரியது. சிவபெருமான் திருநாமங்களாகிய, 'சங்கரனே' (29) 'சிவசம்பு' (42) என்பனவற்றைத் திரிபிலமைத்துப் பாடியுள்ளார்.

வினை வாட்டுதலின், உருத்தா மரைபடுவேனை (1), அருமந்த கல்வி (36), மதனப் பயல் (62), என்ற விடங்களில் உலகவழக்குச் சொற்கள் அமைந்து மிக்க இன்பத்தைச் செய்கின்றன. உவமான சங்கிரகம் முதலிய இலக்கண நூல்களில் எடுத்தோதப் பெற்றனவாகிய, கூந்தல் முதலியவற்றிற்குக் கொன்றைக்கனி முதலிய உவமைகளை அங்கங்கே காணலாம்.

அத்தத்தி லங்குச பாசமுள் ளாற்கத் தனைவினையேன்
சித்தத் திலங்கும் பரனைப்பைஞ் ஞீலியிற் சென்றுதொழார்
கத்தத் திலங்குழைப் பார்போல் யமன்கசக் கத்திரிபட்
டுத்தத் திலங்கு மிழிந்திங்குந் தோன்றி யுலைபவரே (52)

[அத்தத்தில் – கையில். உள்ளாற்கு – உள்ள விநாயகக் கடவுளுக்கு. அத்தனை – தந்தையை. சித்தத்து இலங்கும். கத்த – கதறும்படி. திலங்குழைப்பார்போல் – எள்ளாட்டுவார்போல். திரிபட்டுத் தத்தில்; தத்து – ஆபத்து.]

என்ற செய்யுளில் யமனுக்கு எள்ளாட்டுவாரை உவமை கூறியிருத்தல் பாராட்டற்குரியது. முன்னோர் மொழிபொருளை இடத்திற்கேற்ப அங்கங்கே எடுத்தாண்டதன்றி இக்கவிஞர்பிரான், "இலங்கயிலா தரன்" (திருவரங்கத்தந்தாதி) என்பதிலுள்ள அயிலாதர னென்ற சொல்லை, "எல்லையிலாதரன்றந்தாய்" (55) என்ற விடத்தும், "அந்தகா வந்துபார் சற்றென் கைக்கெட்டவே" (கந்தரலங்காரம்) என்ற தொடரை, "அந்தகா வந்துபாரொரு கையினியே" (71) என்ற விடத்தும், "அவனிவனென் றெண்ணி யலையா திருத்தி" (அழகர் கலம்பகம்), (2) என்பதை, "அவனிவனென் றலையாம னெஞ்சே" (86) என்றவிடத்தும் அமைத்து அவர்கள் சொல்லையும் பொன்னேபோற் போற்றினமை அறிந்து இன்புறற்குரியது. இந்நூலிலுள்ள சில சுவையுள்ள பாடல்கள் வருமாறு:

1. அத்தனை வாம்பரி யேற்றனை நீலி வனத்தமர்ந்த
நித்தனை வாவென்றென் குற்றே வலுங்கொ ணிருமலனைக்
கத்தனை வாய்மன மெய்யாற் றொழார்முற் கருமங்கணூல்
எத்தனை வாசித் திருக்கினு நீங்குவ தேதவர்க்கே. (19)

[பரியேற்றனை – இடபத்தையே குதிரையாக உடையவனை. நீலிவனம் – திருப்பைஞ்ஞீலி; நீலிச்செடி இத்தலத்துக்குரியது. தொழாதவர்களுடைய பழைய கருமமலங்கள். ஏது – இல்லையென்றபடி.]

2. வருந்தா ரெனமகிழ்ந் தேனிற்றை ஞான்று வரையுஞ்சும்மா
இருந்தா ரனுப்புத லின்றிவண் டீரின்று போய்ச்சொலுங்கோள்
பெருந்தா ரணிபுகழ்ந் தேத்தும்பைஞ் ஞீலிப்பெம் மானுக்குத்தேன்
திருந்தார் முடியுடை யாருக்குத் தேவர்தந் தேவருக்கே. (60)

[இது வண்டுவிடுதூது. தார் (மாலை) வரும் என மகிழ்ந்தேன். அனுப்புதலின்றிச் சும்மா இருந்தார். தேன் திருந்து ஆர்; ஆர் – ஆத்தி மாலை.]

3. எண்ணா தவனன் பொடுநின் பதத்தையென் றாலுமெனை
உண்ணாத வன்னஞ்ச முண்டது போல வுவந்தருள்வாய்

விண்ணாத வன்கதிர் தோற்றா வரம்பை வியன்வனமுக்
கண்ணா தவனன் குடையார் மனத்துறை காரணனே. (69)

[யான் எண்ணாதவனென ஒருசொல் வருவிக்க. வல் நஞ்சம். எனை உவந்து அருள்வாய். ஆதவன்கதிர் – சூரியகிரணங்கள். அரம்பை வனம் – வாழைவனம்; வாழை இத்தலத்திற்குரிய விருட்சம். தவம் நன்கு உடையார்.]

இந்நூலுக்குரிய சிறப்புப்பாயிரப் பாடல்

*மறைநூ றுகளை யறவோர்ந்து ளாரு மகிழ்ந்துபவக்
கறைநூறு மாறுணர்ந் துய்ந்திடு மாறு கயிலையொப்ப
உறைநூறு மாடங்கொள் பைஞ்ஞீலி நாதற் குவந்துகலித்
துறைநூறு சொற்றனன் மீனாட்சி சுந்தரத் தூயவனே

[* மறைநூல் துகளை அற ஓர்ந்து.]

என்பது. இதனை இயற்றினவர் இன்னாரென்று தெரியவில்லை.

திருவானைக்காத் திரிபந்தாதி

பிரபந்தம் இயற்றும் ஆற்றல் இவர்பால் இவ்வாறு நாடோறும் பெருகி வந்தது. ஒன்றன்பின் ஒன்றாக இயற்றப்பெற்று வந்த பிரபந்தங்கள் பல வரவரச் சுவைகளில் வளர்ச்சியுற்று வந்திருத்தலைக் காணலாம். இக்கவிஞருடைய இருபத்தாறாம் பிராயத்திலே இவை நிகழ்ந்தன. திரிபந்தாதி யொன்று திருவானைக்காவிற்கும் இவரால் அப்பொழுது இயற்றப்பெற்ற தென்பர். அந்நூல் இப்பொழுது கிடைக்கவில்லை.

திருச்சிராமலை யமக அந்தாதி

திரிபந்தாதிகள் சிலவற்றை இயற்றிய பின்னர் யமக அந்தாதி இயற்றத் தொடங்கினார்; முதலிலே தாம் வாழ்ந்துவரும் திரிசிரபுர விஷயமாகவே ஒன்று இயற்றினார். அது திருச்சிராமலை யமக அந்தாதியென வழங்கும். இவர் அந்த அந்தாதியை நன்கு ஆய்ந்து சுவை பெறச் செய்யவேண்டு மென்னும் நோக்கமுடையவராக இருந்தார். இளமைப்பருவத்துப் பாடியதாதலின் அந்நூலுக்கு முன் ஆர்வமிகுதியால், விநாயகக் கடவுள், ஸ்ரீ தாயுமானவர், ஸ்ரீ மட்டுவார்குழலம்மை, ஸ்ரீ செவ்வந்தி விநாயகர், முருகக் கடவுள், கலைமகள், திருநந்திதேவர், சைவசமயாசாரியர் நால்வர், சண்டேசுர நாயனார், மற்றைத் திருத்தொண்டர்கள், சேக்கிழார் முதலியோர்களை வாழ்த்திப் பதினொரு செய்யுட்களையும் அவையடக்கமாக ஒன்றையும் நூதன முறையாகப் பாடியுள்ளார். பிற அந்தாதிகளில் இம்முறை இல்லை.

"கங்காதர" (8), "அப்பாசிராமலையாய்" (21), "கந்த ரத்தா" (25), "கையிலாய னம்பன்" (44), "பகவகங்காள" (99) எனவரும் சிவபெருமான் திருநாமங்களையும், "குந்தனஞ்சந்தனம்" (35) எனவரும் வழியெதுகையையும், "தரங்கந்தரங்கம்" (38) என்ற மடக்கையும் யமகத்திற் பொருத்திப் பாடியிருப்பது அறிந்து மகிழ்தற்குரியது. இடையிடையே திருவிளையாடற் புராணச் செய்திகளையும் நாயன்மார்கள் வரலாறுகளையும் காணலாம்.

அந்நூலிலுள்ள சில செய்யுட்கள் வருமாறு:

1. கலக்கந் தரமட வார்மயல் வாரி கலந்தவென்முன்
கலக்கந் தரவெஞ் சமன்வருங் காலங் கடுக்கைதப்ப

84 டாக்டர் உ.வே. சாமிநாதையர்

கலக்கந் தரநதி சூடுஞ் சிராமலை யாய்கன்னிபா
கலக்கந் தரநினை வேண்டிக் கொண்டேனெனைக் கண்டுகொள்ளே. (6)

[கலம் கந்தரம் – ஆபரணத்தைப்பூண்ட கழுத்தை உடைய. கலக்கந்தர – மனக்குழப்பத்தைத் தருவதற்கு. தப்பு அகல் அக்கு அந்தர நதி – குற்றமற்ற உருத்திராட்சத்தையும் கங்கை யாற்றையும். கன்னியாக லக்கந்தரம் நினை வேண்டிக் கொண்டேன்; லக்கந்தரம் – லட்சந்தரம்.]

2. ஆயாவப் பாலரி யம்பா சிராமலை யையநின்னை
யாயாவப் பானிற்கும் வெவ்வினைப் பட்டலைந் தேமனம்புண்
ணாயாவப் பார்சடை யாயுழல் வேற்குவை யச்சிலரை
யாயாவப் பாவென் றினிப்பிறந் தோத லதைத்தவிரே. (60)

[ஆய் ஆவப்பால் அரி அம்பா – ஆராயப்படுகின்ற அம்பறாத்தூணி யிடத்தில் திருமாலாகிய அம்பை உடையாய். நின்னை ஆயாமல். மனம் புண்ணாய். ஆ அப்பு ஆர் சடையாய்; ஆ – ஐயோ! வையச்சிலரை – பூமியிலுள்ள சிலபேரை. ஆயா – தாயே. அடியேனுக்குப் பிறப்பை நீக்க வேண்டுமென்பது கருத்து.]

3. ஆவணங் காட்ட மதிக்கச் சுமக்கவப் போதுதெரி
யாவணங் காட்ட நரியையெல் லாம்பரி யாக்கமுதி
ராவணங் காட்டநம் மையன் சிராமலை யானைவைத்த
தாவணங் காட்டன்மை யாரன்பன் றேயி தறிமனமே. (89)

[ஆவணம் காட்டம் மதிக்க சுமக்க – கடைவீதியில் விறகை விலை மதிக்கும்படி சுமக்கவும். காட்டநரியை தெரியாவணம் – காட்டிலே உள்ள நரிகளைப் பிறர் அறியாவாறு. முதிர் ஆவணம் – பழைய ஓலையை. வைத்தது ஆவணங்கு ஆள் தன்மையார் அன்பு; ஆ – வியப்பின்கட் குறிப்பு. சுமக்கவும் ஆக்கவும் காட்டவும் வைத்தது அன்பன்றே என இயைக்க.]

அந்த நூல் யாவராலும் நன்கு மதிக்கப்பெற்றது. அதற்குமுன்பு இவர் செய்த நூல்களெல்லாவற்றினும் சிறந்ததென்னும் பெருமை அதற்கு உண்டாயிற்று. அக்காலத்தில் இவருடைய அறிவின் ஆற்றல் எல்லோராலும் அறிந்து வியக்கப்பெற்றது. இச்செய்திகள்,

பூவார் பொழிற்சிர பூதரம் வாழ்முக்கட் புண்ணியனாம்
தேவாதி தேவனுக் கந்தாதி மாலையைச் செய்தணிந்தான்
பாவார் தமிழின் றவப்பய னாவரு பண்புடையான்
நாவார் பெரும்புகழ் மீனாட்சி சுந்தர நாவலனே

தேன்பிறந்த கடுக்கையணி சடைப்பெருமான் றயான செல்வ மாய்ச்சேர்
வான்பிறந்த தலப்பனுவல் பிறதலநூல் களினுமென்னே வயங்கு மென்னிற்
கான்பிறந்த குவளையந்தார் மீனாட்சி சுந்தரமா கவிஞர் கோமான்
தான்பிறந்த தலநூன்மற் றையதலநூ லினுஞ்சிறத்தல் சகசந் தானே

என்ற அந்நூற் சிறப்புப் பாயிரங்களால் உய்த்துணரப்படும். இவற்றை இயற்றியவர்களின் பெயர்கள் இப்பொழுது தெரியவில்லை.

ஸ்ரீ அகிலாண்டநாயகி மாலை

இவர் சில அன்பர்களுடன் ஒருதினம் திருவானைக்காவிற்குச் சென்று சுவாமி தரிசனம் செய்வதற்காகப் புறப்பட்டுக் காவிரியின் தென்பாலுள்ள *ஓடத்தில் ஏறியபொழுது உடனிருந்த சிதம்பரம் பிள்ளை யென்னும் கனவான் இவரை நோக்கி ஸ்ரீ அகிலாண்டேசுவரியின்மீது ஒரு மாலை இயற்றவேண்டுமென்று கேட்டுக்கொண்டனர்; அப்பொழுது உடன்

* அக்காலத்திற் காவிரிக்குப் பாலங் கட்டப்படவில்லை.

சென்றவருள் ஒருவர், "முன்னமே திருவண்ணாமலையை வலம்வரத் தொடங்கிய துறைமங்கலம் சிவப்பிரகாச சுவாமிகள் ஒருமுறை வருவதற்குள் சோணசைலமாலையைப் பாடிமுடித்தது போல நீங்கள் சம்புநாதரைத் தரிசனஞ் செய்து திரும்புவதற்குள் அம்மாலையைச் செய்வதற்கு இயலுமா?" என்று கேட்டார். இவர் நேருமானாற் செய்யலாமென்று சொல்லிப் பாடத்தொடங்கி, எழுதியும் எழுதுவித்துக்கொண்டும் சென்று கோயிலுக்குப்போய்த் தரிசனம் செய்த பின்பு, சில நாழிகை அங்கே ஓரிடத்தில் தங்கிப் பாடல்களைச் செய்துகொண்டே இருந்துவிட்டுத் திரும்பி வீடுவந்து சேர்வதற்குள் அந்நூலை முடித்தனரென்று சொல்வார்கள்.

அம்மாலையிற் பலவிதமான கற்பனை நயங்கள் அமைந்துள்ளன. சிவபெருமானுக்கு இடப்பாகத்தில் அம்பிகை வீற்றிருக்கும் ஒரு செய்தியிலிருந்து கிளைத்த பலவகைக் கற்பனைகளும், நாயன்மார்களைப் பற்றியும் மதுரை ஸ்ரீ சோமசுந்தரக் கடவுளின் திருவிளையாடல்களைப் பற்றியும் உள்ள செய்திகளும் அதில் அங்கங்கே அமைந்து சுவைநிரம்பி விளங்குகின்றன. தலசம்பந்தமான செய்திகளும் தற்குறிப்பேற்றவணியும் அம்மாலையை அழகு செய்கின்றன.

பெருவள னமைந்த நீருரு வாய பெருந்தகை (17)

புண்ணிய வெள்ளை நாவலோ னாரம்
பூண்டவ னெனும்பெயர் புனைந்தான் (64)

ஒளிமிகு சம்பு லிங்கநா யகர் (71)

என அத்தலத்துச் சிவபெருமானைப்பற்றிய செய்திகளையும்,

இடையறா வன்பு பெருக்கி நீபூசை யியற்றிட வினிதுள முவந்து
சடையறா முடியோ னுறைதரப் பெற்ற தண்ணிழ னாவலந் தருவோ (30)

சிலம்பி யியற்றுநூற் பந்தரு முவந்து புணரருள் புரிந்தான் (60)

எனத் தலவரலாறுகளையும்,

நினது பிறங்குபே ராலயஞ் சூழ்ந்த பொருவினீ றிட்டான் மதில் (76)

எனத் திருநீறிட்டான் மதிலையும்பற்றி அங்கங்கே கூறியது இவர் திருவானைக்காப் புராணத்தைப் படித்துப் பல விஷயங்களை யறிந்தமையைப் புலப்படுத்துகின்றது.

அந்நூலிலிருந்து வேறு சில பாடல்கள் வருமாறு:

அளவறு பிழைகள் பொறுத்தரு ணின்னை யணியுருப் பாதியில் வைத்தான்
*தளர்பிழை மூன்றே பொறுப்பவ டன்னைச் சடைமுடி வைத்தன னதனாற்
பிளவியன் மதியஞ் சூடிய பெருமான் பித்தனென் றொருபெயர் பெற்றான்
களமர்மொய் கழனி சூழ்திரு வானைக் காவகி லாண்டநா யகியே. (7)

[* தண்ணீர் மூன்றுபிழை பொறுக்குமென்பது ஒரு பழமொழி.]

உலகிடை யழுத பிள்ளைபால் குடிக்கு முண்மையென் றுரைப்பதற் கேற்ப
இலகுசீ காழி மழவழ வளித்தா யின்முலைப் பாலழா விடினும்
அலகற விரங்கி யளிப்பவ ரிலையோ வத்தகு மழவுயா னருள்வாய்
கலகமில் கழகஞ் சூழ்திரு வானைக் காவகி லாண்டநா யகியே. (28)

† அம்பலத் தாட வெடுத்ததா டுணையென் றறைவனோர் கான்மலை யரையன்
வம்பலர் முன்றிற் றிருமணத் தம்மி வைத்ததா டுணையென்ப னோர்காற்
செம்பொரு டுணியா னென்றெனை யிகழேல் தேர்ந்தொரு வழிநின்றே னன்னே
கம்பலர்த் தடஞ்சூழ் தருதிரு வானைக் காவகி லாண்டநா யகியே. (72)

[† இரண்டு செயலும் இடத்தாளின் செயலாதலின் இங்ஙனம் கூறினார்.]

அந்த நூலின் ஒவ்வொரு செய்யுளிலும் நயம் அமைந்திருப்பதைக் கண்ட யாவரும் இவ்வளவு விரைவில் இத்துணைச் சுவை மிக்க செய்யுட்களைப் பாடிய இவர் இறைவன் திருவருள்பெற்றவரேயென எண்ணி வியந்தனர். சிதம்பரம் பிள்ளை இவருக்குத் தக்க சம்மானம் செய்தார்.

அகிலாண்டநாயகி பிள்ளைத்தமிழ்

பின்பு இவர் லட்சுமண பிள்ளை கேட்டுக்கொள்ள *அகிலாண்ட நாயகி பிள்ளைத் தமிழை* இயற்றினார். இவர் இயற்றியவற்றுள் முதற் பிள்ளைத்தமிழ் அதுவே. பல சுவைகளும் மிகுந்து அது விளங்குகின்றது. "தாங்கற்ற நூலளவே யாகுமாம் நுண்ணறிவு" என்பதற் கிணங்க இவர் அதுகாறும் கற்ற நூல்களிலுள்ள பல கருத்துக்களும் கற்பனைகளும் அதில் அமைந்துள்ளன. புதிய புதிய கற்பனைகளும் அதில் மலிந்து விளங்கும்.

முதன் முதலாகப் பிள்ளைத் தமிழை இயற்றத் தொடங்கிய இக் கவிஞர்பெருமான் தம் முயற்சிக்கு இடையூறு நேராமற் காக்கும் பொருட்டு விநாயகர், பரமசிவம், பராசத்தி, சுப்பிரமணியக் கடவுள், நந்திதேவர், திருஞானசம்பந்தமூர்த்தி நாயனார், திருநாவுக்கரசர், சுந்தரமூர்த்தி நாயானார், மாணிக்கவாசக ஸ்வாமிகள், சண்டீச நாயனார், திருத்தொண்டர்கள் என்பவர்களுக்கு வணக்கங் கூறி நூலுக்குக் காப்பமைத்துக் கொண்டார். இக்காப்புச் செய்யுட்கள் பன்னிரண்டும் அவையடக்கச் செய்யுள் ஒன்றும் சேர்த்துப் பாயிர உறுப்பை நூதனமாக அமைத்துக்கொண்டு நூலைத் தொடங்குகின்றார். வேறு பிள்ளைத் தமிழ்களிலும் இவரே பிற்காலத்திற் செய்த பிள்ளைத் தமிழ்களிலும் இத்துணை விரிவான துதிகள் இல்லை.

இங்ஙனம் அமைத்துக்கொண்ட துதிகளுள் முதலில் உள்ள விநாயக வணக்கத்தின்கண், 'சம்புவனமமர் தேவியைச் – சகல வண்டமு மளிக்கும் பிராட்டியை யுரைசெய் தண்டமிழ் வளம் பெருக', 'ஒருகோட் டிருபதத் திரிகடாக் குஞ்சரத்தை நினைவாம்' என்று வணங்குகின்றார். விநாயகருடைய சிறுவிளையாட்டு ஒன்று இச்செய்யுளிற் கூறப்படுகின்றது: 'வானத்தில் சந்திரன் விளங்குகின்றது; வெண்சோற்றுக் கவளமென்றெண்ணி அதனைக் கவர்வதற்கு விநாயகர் தமது துதிக்கையை நீட்டுகின்றார்; அதுகண்டு இந்தச் சந்திரன் இன்றோடே தொலைந்துவிடும், இனி இதனால் வரும் துன்பங்கள் இல்லையாமென்று விரகதாபமுடைய மகளிர் களிக்கின்றனர். அதேசமயத்தில், நம்முடைய நாயகனுக்குத் துன்பம் வந்ததே யென்று நட்சத்திரக் கூட்டங்களும், நமது குடையாகிய சந்திரனுக்குத் தீங்குவந்துவிட்டதேயென்று மன்மதனும் திகைக்கின்றனர். இங்ஙனம், ஒருசாரார்க்குக் களிப்பும் மற்றொரு சாரார்க்குத் துயரும்

உண்டாக விநாயகர் தம் பனையெழில் காட்டும் கையை நீட்டுகின்றார்.' இச்செய்திகள் சுருங்கிய உருவில்,

சீருலவு வனசமகள் புரையுமட வாரிகல் தீர்ந்தோ மெனக்களிப்பச்
செறியுடுக் கணமுருவில் புத்தே டிகைப்பவிது தீங்கவள மென்றுததிதோய்
காருலவு மாகநடு வட்பொலியு மாம்பலங் காதன்மதி மீப்பனையெழில்
காட்டுங்கை நீட்டுமொரு கோட்டிரு பதத்திரி கடாக்குஞ் சரத்தை நினைவாம்

என்று காணப்படுகின்றன. விநாயகர் ஒருவரே விக்கினத்தை நீக்குவதும் ஆக்குவதுமாகிய செயல்களை யுடையவ ரென்னும் குறிப்பும் இதனாற் பெறப்படுகின்றது. இங்ஙனம் முதலில் விநாயகக் கடவுளை வணங்கிப் பின்னர்ப் பரமசிவ வணக்கம், பராசக்தி வணக்கம் செய்து, அவர்களுடைய திருக்குமாரர் என்னும் முறைபற்றி மீண்டும் ஒருமுறை விநாயகருக்கு வணக்கம் கூறுகின்றார்.

கோமேவு மதிலொருமூன் றெரிக்கு ஞான்றெங் குனிமதிசெஞ் சடைச்செருகும்
பெருமா னன்பர்
நாமேவு தமிழ்க்கொருபூங் கொடிபாற் றூறு நடந்தநா யகன்விநா யகவென் றேத்தி
மாமேவு கதிர்க்காற்றோ் நடத்து மாறு வருமடிக டிருவடிகள் வணக்கஞ் செய்வாம்
பூமேவு திருக்காவை மேவு ஞானப் பூங்கோதை பாடல்வளம் பொலிய வென்றே.
(பாயிரம், 4)

இவர் திருவானைக்காப் புராணத்தைப் படித்து இன்புற்று அதன் கண் ஈடுபட்டவராதலின், அந்நூற் காப்புச் செய்யுளில் விநாயகர் சிவபெருமான் தம்மை வழிபட்டு வேண்ட அவரது தேரை ஓடும்படி யருளிய விளையாடலை அதன் ஆசிரியர் எடுத்தாண்டிருத்தலைப் போல இவரும் இச்செய்யுளில் அதனை அமைத்திருக்கின்றார்.

அடுத்துவரும் சுப்பிரமணியக் கடவுள் வணக்கத்தில், அவர் சூரபன்மனை அடக்கித் தேவர்களுக்குப் பெருவாழ்வளித்தவர் என்பதை,

இரசத விலங்கன்மிசை யொழுகருவி புரையவீ ரிருமருப் பாம்பன்மாறா
திழிமுக் கடாம்பொழிய மென்சினைப் பைந்தரு விளங்காடு நறவுபொழியச்
சுரபிபல் வளன்பொழிய வேமவுல காளுமொரு தோன்றன்மனை யாட்டிகண்டஞ்
சூழுமங் கலநா ணறாதுறை கழித்துவே றொட்டவனை யஞ்சலிப்பாம் (5)

என மிக அழகாகக் குறிப்பிடுகின்றார். அச்செய்யுளிற் சிவபெருமான் திருமேனியில் ஒரு பாகத்தை அகலாமல் உமாதேவியார் வீற்றிருப்பதற்கு ஒரு காரணத்தைக் கற்பிக்கிறார். 'நாகம், சிங்கம், துடி, மான் முதலியன தம்முடைய அவயவங்களில் ஒவ்வொன்றைக் கண்டு அஞ்சிச் சிவபெருமான் திருக்கரத்தை அடையும்படி அவருடைய பாகத்தை அகலாதிருக்கும் உமாதேவியார்' என்னும் கருத்தமைய,

உரகம்வல் விலங்குதுடி நவ்விமுத லமலர்மே லுூறிவரு காலையிற்றன்
ஓளிரவ யவங்களிலொவ் வொன்றுகண் டொவ்வொன் றொதுங்கியவர்
கையடையவப் பரமரிட மகலா திருந்ததுணை (பாயிரம், 5)

என்கின்றார். காப்புப் பருவத்துள், இந்திரனைப்பற்றிச் சொல்லும் பொழுது, அவன் தன் மனைவியினது குழல் முதலிய அவயவங்களுக்குப் பகையானவை யென்று மேகம் முதலியவற்றை அடக்கியாள்கின்றா னெனக் கற்பிக்கின்றார்:

மோகத்தை யாங்கொண்ட போதெலா மிக்கின்ப முனியா தளித்திடுசசி
மொய்குழ னுசுப்புமுலை சொற்பகைக ளிவையென முராரிமகிழ் வெய்தவேறி
மேகத்தை யோட்டித் திசாதிசை திரிந்தலைய மின்னைத் துரத்தியோங்கும்
வெற்பைத் துணித்தமுதை வாய்ப்பெய்து தருநீழல் மேவுமொரு கடவுள்காக்க.
(காப்புப். 6)

திருமகளைப்பற்றிய காப்புப்பருவச் செய்யுள் மிக்க சுவையுடைய கற்பனையோடு திகழ்கின்றது: 'இடைச்சியர்கள் வீட்டில் உள்ள பால் முழுவதையும், அவர்கள் தங்கள் வீட்டுக் கதவைத் தாழிட்டு மூடியிருப்ப அதனைத் திறந்து உட்புகுந்து உண்டு பின் அவர்களுடைய மத்தடியைப்பெற்று வருந்தும் தன் கணவராகிய திருமாலை, உம்முடைய விருப்பத்தின்படி பாலை உண்டுகொண்டு சுகமாகத் தூங்குகவென்று, தன் பிறந்தகமாகிய பாற்கடலிற் குடியிருக்கச் செய்தவள்' என்னும் கருத்தமைய,

முத்தநகை விதுமுகப் பொதுவியர் கடப்பான் முழுக்கவன் றாழ்வலித்து
மூடுங் கவாடந் தடிந்துமனை புக்குண முனிந்தவர் பிணித்தடிக்கும்
மத்தடி பொறுத்துவரு துணைமுகிலை யுண்டுகண் வளர்ந்துறைதி யென்றுதன்னை
வயிறுளைந் தீன்றவொரு பாற்கடற் குடியாக்கு மடமரனை யஞ்சலிப்பாம்
(காப்புப். 7)

என்று கற்பிக்கின்றார். சப்பாணிப் பருவத்தில், சூரியனை,

கலைமணக் குங்கொடிக் கொருபீட மானநாக் கடவுளொரு வாதமர்ந்த
கமலபீ டமுமகில மகளிடை பொதிந்தபூங் கலைவயி றுளைந்துயிர்த்த
சிலைமணக் குஞ்சிறு நுதல்சின கரப்பூஞ் செழுங்கபா டமுந்திறக்குந்
திறவுகோல் ..... (சப்பாணிப். 3)

என்கின்றார். அப்பருவத்திலேயே அம்பிகையின் திருக்கரத்தை,

.... வழுதி பொன்மனையிற்
றையலார் மைக்கண் புதைக்குங் கை (சப். 1)

.... வரைக்கரைய னெனுமுன்
தந்தைதர வெந்தையார் தொட்டகை (சப். 2)

அருமறைக் கிழவன்முத லைவருக் குந்தொழில்க
ளைந்தெண்ண லளவை செய்ய ஐவிரல் படைத்தகை

...... சுட்டினோ டவர்க் கத்தொழில் காட்டுகை

பருமுலை மருப்புற வளைக்குறி படத்துகிர்
பட்டகோ டீரமுடியெம் பரமனைத் தழுவுகை

வளரறங்கள்முப் பத்திரண்டும் புரிகை

குருமணி குயிற்றிய விருங்கங் கணக்கை

கொடியேனையஞ்ச லென்ற கோலக்கை

...... மடப் பொய்தற் பிணாக்களொடு
குளிர்பனி வரைச் சோலைதண்
தருநறவு கொட்டுமலர் கொய்யுங்கை (சப். 4)

.... இணைக்கணெழு கருணைவெள்ளம்
எங்கும் பரந்தப் பரற்குமீ திட்டடிய
ரிருவினையை வாரியோடக்
கோகனக மதின்முளைத் தாலெனப் பொலிகை (சப். 5)

.... எம்மா னளவில் வேடிரண் டெனவரச்செய்து
.... கவின்முடி தரித்தரி யணைக்கண்வைத் திருகயல்
களிக்கநோக் காவொருகயல்
கொள்ளென விரும்பிக் கொடுத்தகை (சப். 6)

எனப் பலபடப் புனைவர். முத்தப்பருவத்தில்,

சிரபுரச்சந் ததிதழைக்க முலைகொடுத்த தலைவிமுத்தந் தருகவே
திருமகட்குங் கலைமகட்கு மெழில்சிறக்கு மிறைவிமுத்தந் தருகவே
தரணிமுற்றுந் தனிதழைக்க நனிபுரக்கு மமலைமுத்தந் தருகவே
சடைமுடித்தும் பியைவிருப்ப முடனுயிர்த்த விமலைமுத்தந் தருகவே
மரகதப்பொன் சிமயவெற்பு நிகர்தழைக்கும் வடிவிமுத்தந் தருகவே
மழைமுகிற்கண் டெழுபசுத்த மடமயிற்கு நிகரண்முத்தந் தருகவே
உரகபொறகங் கணரிடத்து மருவுசத்தி கவுரிமுத்தந் தருகவே
உரலடிக்குஞ் சரவனத்துமென துளத்துமுறை வண்முத்தந் தருகவே
(முத்தப். 10)

என்னும் செய்யுள் சந்தத்தில் அமைந்ததேனும் எளிதிற் பொருள் விளங்க இருத்தல் அறிந்து இன்புறற்குரியது. அம்பிகையின் திருச்செவியில் குழைத்தோடிலங்குவதைத் தற்குறிப்பேற்ற அமைதியோடு,

கம்பக் களிற்றுரியர் கட்சுடரி லங்கியைக் கைத்தலை யிருத்திமதியைக்
கங்கைமுடி வைத்தல்போல் வையாமை கண்டுசெங் கதிர்நினது செவிபுகுந்தோர்
கும்பத்த னஞ்சடை யிடைக்கரந் தார்நினது கொழுநரென மொழிதலேய்ப்பக்
குழைத்தோ டிலங்க (வாரானைப். 1)

என வருணிக்கின்றார். அம்புலிப்பருவத்தில் முறையே சாம பேத தான தண்டம் பொருந்தச் செய்யுட்களை அமைக்கின்றார். பேதத்தைச் சொல்லும்பொழுது சந்திரனை இழித்து,

*மாலெச்சி லைச்சுற்று முனியெச்சி றோன்றியொரு
மாசுணத் தெச்சிலானாய் (அம்புலிப். 4)

[* மாலெச்சி லென்றது பூமியை; அதனைச் சுற்றும் முனி எச்சிலென்றது கடலினை; அகத்திய முனிவரால் கடல் உண்ணப்பட்டதாதலின் இங்ஙனம் கூறினார்.]

எனச் சதுர்படக் கூறுகின்றார்.

ஸ்தல சம்பந்தமான விஷயங்களை இப் புலவர்கோமான் இந்நூலிற் பலவகையாக எடுத்தாள்கின்றார். காவை, மதகரிவனம், அத்தியாரணியம், தானப்பொருப்புவனம், உரலடிவனம், மத மாதங்கவனம் என்ற தலப்பெயர்களையும், சம்புநாதர், சம்புலிங்கப்பெருமான், சம்புநாயகர், அமுதப்பெருமான் என்ற சிவபெருமான் திருநாமங்களையும் எடுத்துப் பாராட்டுகிறார்.

“வெண்ணாவலெம் புண்ணியன்”, “பூமேவு வெண்ணாவ னீழலமர் முக்கட் புராதனர்”, “வெள்ளைநாவ லடிமுளைத்த தன்னேரிலி” என்பவை முதலிய இடங்களில் தலவிருட்சத்தைக் குறிப்பிக்கின்றார்; “சிலந்தி பணிந்த நகர்” என்பதிற் சிலந்தி இத்தலத்திற் பூசித்ததும், “முறைபுகும் வழக்கா றிழுக்காது கோலோச்சு முருகாத்தியபயன் மகிழ – முடியில்வெள் ளென்பையே கொத்தார மிட்டவரை முத்தார மிட்டவதனால்” என்பதிற் சிவபெருமான் ஆரங்கொண்டதும், “திரையெற்று கமலந்திரட்டாய்”, “சலிலந்திரட்டியது விரியாது”, “விரிபுனன் மலிந்துள

வெனச் செங்கரங்கொடு வியப்பிற் றிரட்டிடாமே" என்பவற்றில் அம்பிகை தீர்த்தத்தைத் திரட்டிச் சிவலிங்கத் திருவுருவமைத்ததும், பிரமன் இந்திரன் திருமால் என்பவர்களுடைய பாவத்தைத் தீர்த்ததுமாகிய தலவரலாறுகளை இடையிடையே அமைத்துள்ளார்.

"எனையுமாளிருங் கருணையார்" என அப்பரையும், "எனையாள் வாதவூரடிகள்" என மாணிக்கவாசகரையும் கூறுவதால் இவருக்குச் சைவ சமயாசாரியர்கள்பால் உள்ள ஈடுபாடு புலப்படுகின்றது.

'ஓருத்தி பொற்றா ளருத்திகொண்டு ளிருத்திநிற்பாம்'

'பையரா நண்ணுலகு மண்ணுலகும் விண்ணுலகும்'

'கொம்புவரை பம்புவன வம்பிகை விரும்பிநின்
கொவ்வைவாய் முத்தமருளே'

'முத்தி யளித்திடு மத்திவ னத்தவள் முத்த மளித்தருளே'

'அத்திவன வுத்தமரி டத்தமர்ப சுத்தகொடி'

'நாவிரி பாவிரி பூவிரி காவிரி நன்னீ ராடுகவே'

என்பன முதலியவைகளில் உள்ள எதுகை நயமும்,

'அருட்டுறையுள்வந் தருட்டுறை யளவளாய்'

'பயத்தன் பயத்தனாக'

என்பன போன்ற மடக்குக்களும்,

'நிம்பர் குலத்துறு செந்தேனே'

'வேம்பர் குடிக்கோர் செங்கரும்பே'

'மதமா தங்க வனத்துமட மானே'

'போதக வனங்குடி புகுந்தமென் காமர்பிடி'

என்பன போன்ற முரண்வகைகளும் பிறவும் இந்நூலில் மலிந்து சுவை தருகின்றன.

இள மென்சிறு புதுத்தென்றல் வந்தரும்ப
எங்குமொளிர் செந்தழ லரும்புதேமா

துதிக்குமடியா ருளக்கோயிற் றூண்டா விளக்கே கபாய்

என்பவை *மீனாட்சியம்மை பிள்ளைத் தமிழிலிருந்து* அமைத்துக் கொண்டவை.

மந்த மந்தச் சென்று

என்பது *கம்பராமாயணத்திலிருந்து* எடுத்துத் தொடுத்த தொடர்.

மருங்கணை யாடைகை வெந்நிட் டுதையா

என்பது *திருவிளையாடற் புராணம்* படித்ததைக் காட்டும் அடையாளம்.

பங்கய மலர்த்திவரு செங்கதிர் நிறத்தவுடல் பனிமதி நிறங்கொளாது
படரரி மதர்த்தகண் குழியாது நாடிகள் பசந்துநா றாதுநுனைவாய்

ஸ்ரீ மீனாட்சிசுந்தரம் பிள்ளையவர்கள் சரித்திரம் 91

கொங்கைகள் கறாதுமட் சுவைநாப் பெறாதகடு குழையா துறாதினம்பல்
குறிபடா தருமையொ டுயிர்த்திமய மாதேவி குளிர்புனல்பொன் வளைகுளிறிடும்
அங்கையி லெடுத்தாட்டி நீறிட்டு மட்காப் பணிந்தொழுகு திருமுலைப்பால்
ஆர்வமொ டருத்தவுண் டயறவழ்ந் தேறிமலை யரையன் புயத்தவன்பொற்
செங்கைவிரல் சிரமீது பற்றிநின் றாடுமயில் செங்கீரை யாடியருளே
தென்காவை யம்பதி செழிக்கவரு மென்னம்மை செங்கீரை யாடியருளே
(செங்கீரைப். 1)

என்பதில், *கல்லாடம் திருவிளையாடற்புராணம் பிரபுலிங்கலீலை* என்பவற்றிலுள்ள கருத்து அமைந்துள்ளது.

இக்கவிஞர்பிரான் இதன்கண் உலகவழக்கில் வழங்கும் கும்பு (கூட்டம்), ஒட்டியாணம் என்பனபோன்ற சொற்களை அமைத்துள்ளார்.

இங்ஙனம், பிள்ளையவர்கள் தம்முடைய பலவகை யாற்றல்களையும் வெளிப்படுத்தி இந்நூலை இயற்றியிருத்தல் ஆராய்ந்து அறிந்து இன்புறற்குரியது.

*அகிலாண்ட நாயகி பிள்ளைத்தமிழி*னால் இவருக்கு உண்டாகிய புகழ் அதுவரையில் இயற்றிய வேறு எந்நூலாலும் உண்டாகவில்லை யென்பது மிகையன்று. இவருடைய கவியாற்றல் நாளடைவில் வளர்ச்சியுற்றது. அதனுடன் இவருடைய புகழும் வளர்ந்தது. திரிபந்தாதிகளில் தளிர்த்துத் திரிசிரபுர யமகஅந்தாதியில் அரும்பி அகிலாண்ட நாயகிமாலையிற் போதாகிய இப்புலவர் சிகாமணியினது கவித்திறனும் புகழும் அகிலாண்டநாயகி பிள்ளைத்தமிழில் மலர்ந்து நின்றன. இவரினும் சிறந்த கவிஞரொருவர் இலரென்ற பெருமதிப்பும் மரியாதையும் அப்பக்கத்தில் எங்கும் பரவலாயின. இத்தகைய சுவைப்பிழம்பாகிய நூலை அச்சிட்டு வெளிப்படுத்தினால் யாவரும் எளிதிற் பெற்றுப் படித்து இன்புறுவாரென்று அன்பர்கள் பலர் பதிப்பிக்கும்படி வேண்டிக் கொண்டனர்; இவரும் அதற்கிணங்கிப் பதிப்பிக்க எண்ணியும் தக்க சாதனங்கள் இன்மையின் அம்முயற்சி அப்பொழுது நிறைவேறவில்லை.

7

சென்னைப் பிரயாணம்

சென்னைக்குச் செல்ல விரும்பியது

இவருடைய அறிவு வரவர வளர்ச்சியுறுதலைப் போலக் கற்றவர்களோடு பழகவேண்டு மென்னும் ஆர்வமும் இவர்பால் மிக்கு வந்தது. “நவிறொறு நூனயம் போலும் பயிறொறும், பண்புடை யாளர் தொடர்பு” என்னும் ஆன்றோ ரமுதமொழியை அறிந்த இவர் நூனயத்தை அறிந்ததோடன்றிப் பண்புடையாளர் தொடர்பையும் விரும்புதல் இயல்பன்றோ? பின் எந்த எந்த ஊரில் தமிழ் வித்துவான்கள் உள்ளார்களென்றும் அவர்கள் எவ்வெந்நூலிற் பயிற்சியுடையவர்க ளென்றும் அறிந்துகொள்வாராயினர். அவ்வாறு விசாரித்துவருகையில் சென்னையில் தமிழ்ப் புலவர்கள் பலர் இருப்பதாக அறிந்தனர்.

அக்காலத்திற் சென்னையில் துரைத்தனத்தார், *கல்விச்சங்க மொன்றை யமைத்துப் பல ஊர்களிலிருந்த

---

* சென்னைக் கல்விச் சங்கத்தின் தலைவர் போர்ட்டு துரை யென்பவர். அச்சங்கத்திற் பலர் தமிழ்ப்புலமை நடாத்தினதாக அக்காலத்து அச்சிட்ட நூல்களால் தெரியவருகின்றது. அப்பொழுது இருந்த புலவர்களிற் சிலருடைய வரலாறும் பதிப்பித்த நூல்களும் வருமாறு:

தாண்டவராய முதலியார்: இவர் கல்விச் சங்கத்துத் தலைமைப் புலமையை 1839ஆம் வருடம் வரையில் நடத்தியவர். பின்பு வேறு உத்தியோகத்தில் நியமிக்கப்பட்டு விசாகபட்டணம் சென்றார். *இலக்கண வினாவிடை* யென்னும் நூலொன்று இவரால் இயற்றப்பட்டு, 1826ஆம் வருடம் பதிப்பிக்கப்பெற்றது. இவர் *நாலடியாரையும் திவாகரம்* முதல் எட்டுத் தொகுதிகளையும் ஆராய்ந்து பதிப்பித்தற்குச் சித்தம் செய்தார்; இச்செய்தி கீழ்வரும் அவர் கடிதத்தால் விளங்கும்:

“ம-ா-ா-ஸ்ரீ கொற்றமங்கலம் இராமசாமிப் பிள்ளை யவர்களுக்கு விஜ்ஞாபனம்:

நாம் அச்சிற் பதிப்பிக்கத்தொடங்கிய சேந்தன்றிவாகரத்தி லொன்பான் றொகுதி தொடங்குவதற்கு எனக்கு வாய்த்த வேறு தேயத்திருக்கையாலும், பிறிதுகருமத்தைக் கருத்தினாலுந் தீண்டவொண்ணாக் கருமந் தலைப்படலாலும், நான் கருதியவாறு முற்றுவித்தற்கியலாத மற்றைத் தொகுதிகளையு மொருவாறு புதுக்குவித்துச் சேர்த்துப் புத்தகத்தை நிறைத்து வெளிப்படுத்துவீராக வென்ற, என் வேண்டுகோளை மேற்கொண்டு →

சிறந்த தமிழ் வித்துவான்களை வருவித்துக் கூட்டி அவர்கள் வாயிலாக மாணாக்கர்களுக்குப் பாடஞ்சொல்லுதல், பிரசங்கம்புரிவித்தல், பழைய தமிழ்நூல்களை ஆராய்ச்சிசெய்து பதிப்பித்தல், பாடசாலைகளுக்கு உபயோகமாகும்படி வசனநடையில் இலக்கணங்களையும் பாடங்களையும் இயற்றுவித்தல், வடமொழி முதலிய வேறுமொழிகளிலுள்ள நூல்களைத் தமிழில் மொழிபெயர்ப்பித்தல் முதலியவற்றை நடத்தி வருகிறார்க ளென்பதை யறிந்து, அங்கே சென்று அவர்களுடைய பழக்கத்தால் நல்ல பயிற்சியை அடையலாமென்றும் பல நூல்களில் தமக்கிருந்த ஐயங்களை நீக்கிக்கொள்ளலாமென்றும் இவரெண்ணினார். ஆயினும் அங்கே சென்று இருத்தற்கு ஆகும் செலவிற்குரிய பொருள் இல்லாமையால் அங்ஙனம் செய்ய முடியவில்லையே யென்ற வருத்தம் இவருக்கு இருந்து வந்தது.

சென்னை சேர்ந்தது

இவ்வாறிருக்கையில் இவரை ஆதரித்து வந்த லட்சுமண பிள்ளை யென்பவர் தமக்குச் சென்னை ஹைக்கோர்ட்டிலிருந்த வழக்கொன்றை அங்கே சென்று நடத்துவதற்குத் தக்கவர் யாரென்று ஆலோசித்தனர்.

அவற்றி லிரண்டாயினுஞ் சேர்த்தமைக்கு அகமகிழ்வுறா நின்றேன். மறவியால் விடுபட்ட சில பொருள்களுஞ் சொற்களும் பின்னர்ச் சேர்ப்பித்தற்பொருட்டு நான் முன் குறித்திருந்த குறிப்பேடெனக்குக் காணப்பட்டாற் காலந் தாழ்க்காமற் பயன்படுத்துவேன்.

விசாகபட்டணம்
1839 ௵
ஆகஸ்டு மீ 7௨

இங்ஙனம்,
தாண்டவராய முதலியார்."

இவரிடம் 22 மாணாக்கர்கள் பாடங் கேட்டு வந்தார்களென்றும் அவர்களில் தாமும் ஒருவரென்றும் புரசை அஷ்டாவதானம் சபாபதி முதலியார் என்னிடம் சொல்லியதுண்டு.

மதுரைக் கந்தசாமிப்புலவர்: கல்விச் சங்கத்திலிருந்தவர்; *ஸ்மிருதி சந்திரிகை* முதலியவற்றைத் தமிழில் இயற்றியவர். அந்நூல் 1825ஆம் வருஷம் பதிப்பிக்கப்பெற்றது.

பு. நயனப்ப முதலியார்: இவர் அந்தச் சங்கத்து வித்துவானாக இருந்தவர்; தாண்டவராய முதலியாருடைய அநுமதிப்படி *திவாகரம்* 9, 10ஆம் தொகுதிகளைப் பரிசோதித்தளித்தவர்.

இராமசாமிப் பிள்ளை: கல்விச்சங்கத்துப் புத்தக பரிபாலகர் (Librarian) ஆக இருந்தவர்; தாண்டவராய முதலியாராற் பரிசோதிக்கப்பட்ட திவாகரத்தை 1839ஆம் வருஷத்திற் பதிப்பித்தவர். இவர் ஊர் கொற்றமங்கலம்.

இயற்றமிழாசிரியர் இராமாநுஜ கவிராயர்: வின்ஸ்லோ அகராதி பதிப்பிக்கும்பொழுது உடனிருந்து சகாயஞ்செய்தவர்களுள் ஒருவர். இவர் பரிசோதித்தும் உரையெழுதியும் பதிப்பித்த நூல்களிற் சில வருமாறு:

திருக்குறள் பரிமேலழகருரை –	பதிப்பித்த ௵	1840
நன்னூல் விருத்தியுரை	,,	1845
கொன்றைவேந்தன்	,,	1847
இலக்கணச் சுருக்கம்	,,	1848
ஆத்திசூடி, வெற்றிவேற்கை	–	–

இயற்றமிழாசிரியர் விசாகப் பெருமாளையர்: கல்விச் சங்கத்துத் தமிழாசிரியர்; இலக்கணம் விசாகப்பெருமாள் கவிராய ரெனவும் வழங்கப்படுவர்.

மழவை மகாலிங்கையர்: *தொல்காப்பியம்* எழுத்ததிகாரம் நச்சினார்க்கினிய ருரையைப் பதிப்பித்தவர் – வருஷம் 1847.

அப்பொழுது எல்லா நற்குணங்களும் ஒருங்கே அமைந்த இவருடைய நினைவு வந்தது. இவரைச் சென்னைக்கு அனுப்பினால் காரியத்தை ஒழுங்காக முடித்துக் கொண்டு வருவதோடு தமக்கும் மிக்க கௌரவத்தை உண்டுபண்ணுவா ரென்று எண்ணி இவரைப் பார்த்து, "என்னுடைய குடும்ப வழக்கொன்றன் சம்பந்தமாகச் சென்னைக்குப் போய்வருவதற்கு உங்களுக்குச் சௌகரியப்படுமா? அங்ஙனம் போய் வருவதாகவிருந்தால் எனக்கு அனுகூலமாக இருக்கும்" என்று கேட்டுக்கொண்டார். அப்பொழுது, 'சென்னைக்கு நாம் எப்பொழுது செல்வோம்? அங்குள்ள பெரிய பண்டிதர்களுடன் அளவளாவிப் பல ஐயங்களை எப்பொழுது தீர்த்துக்கொள்வோம்! இதுவரையில் நாம் பெறாதனவும் கேள்விநிலையில் உள்ளனவுமாகிய நூல்களை எப்பொழுது பெறுவோம்! படிப்போம்! அப்படிப்பட்ட நல்ல காலம் நமக்கு வருமோ! அதற்குரிய பொருள் இல்லையே!" என்று ஒவ்வொரு நாளும் எண்ணிக்கொண்டேயிருந்த இவருக்கு, லட்சுமண பிள்ளையின் வார்த்தை மிக்க பசியுள்ளவர்களுக்குக் கிடைத்த அமுதத்தைப்போல ஆனந்தத்தை விளைவித்தது. அந்த மகிழ்ச்சிக் குறிப்பைத் தமது முகம் புலப்படுத்த அவரைப் பார்த்து, "என்னைச் சென்னைக்கு அனுப்பினால் உங்களுடைய காரியத்தை ஜாக்கிரதையாகப் பார்த்துவிட்டு வருவதுடன் பலநாளாக உள்ள என்னுடைய மனக்குறையையும் எளிதில் தீர்த்துக்கொள்ளுவேன்" என்றார். அவர், "உங்களுடைய மனக் குறையென்ன?" என்று கேட்ப இவர், "சென்னையிலுள்ள தமிழ் வித்துவான்களை யெல்லாம் பார்த்துப் பழகி அறிந்துகொள்ள வேண்டுவனவற்றை அறிந்துகொள்ளுதலும் இதுகாறும் எனக்குள்ள பல ஐயங்களைத் தீர்த்துக்கொள்ளுதலுமே" என்றார். அவர் தமது அருகிலிருந்தவர்களை நோக்கி, "இந்நகரத்திற் புகழ்பெற்று விளங்கும் இக் கவிஞர்பெருமானுக்கும் கல்வி விஷயத்தில் மனக்குறை இருக்கின்றதே! அக்குறையைத் தீர்த்துக்கொள்ள வேண்டுமென்று இவர்களுக்குள்ள ஆவலைப் பாருங்கள். பிறரிடத்துத் தெரிந்து கொள்ளவேண்டுவன பல உள்ளனவென்று இங்ஙனம் வெளிப்படையாக யாரேனும் இக்காலத்திற் சொல்லுவார்களா? அற்பக் கல்வியை உடையவர்களும் தம்மை எல்லாமறிந்தவர்களாகக் காட்டிப் பிறரை வஞ்சித்துத் தாமும் கெட்டுத் தம்மைச் சார்ந்தவர்களையும் கெடுத்துவிடுவார்களே!" என்று இவருடைய குணங்களைப் பலவாறாக வியந்து புகழ்ந்தனர். பிறகு உடனிருந்து இவருக்கு உதவி செய்வதற்கு வேலைக்கார னொருவனை நியமித்து இருவருடைய பிரயாணத்துக்கும், சிலமாதகாலம் சென்னையில் இருத்தற்கும் வேண்டிய பொருளை உதவி முகமன் கூறியனுப்பினார்.

இவர் திரிசிரபுரத்திலும் அதனைச் சார்ந்த ஊர்களிலுமுள்ள தம்முடைய மாணாக்கர்களையும் உண்மையன்பர்களையும் பார்த்துத் தம்முடைய பிரயாணச் செய்தியை அவர்களுக்குத் தெரிவித்து ஒரு நல்ல தினத்திற் புறப்பட்டனர். அப்பொழுது நல்ல நிமித்தங்கள் பல உண்டாயின. வழியனுப்புவதற்கு வந்த முதியவர்கள் அந்நிமித்தங்களை அறிந்து, "ஐயா! நீங்கள் நல்ல பலனை யடைந்து பெருஞ்சிறப்போடு திரும்பிவருவீர்கள்" என்று உளங்கனிந்து கூறி அனுப்பினார்கள். உடன் பழகியவர்கள் இவருடைய பிரிவை ஆற்றாதவர்களாகி, "இவருடன்

நாமும் சென்னைக்குச் செல்லக் கூடவில்லையே!" என வருந்தினார்கள். பின்பு எல்லோரிடமும் விடைபெற்றுப் பட்டீச்சுரம், மாயூரம், சிதம்பரம் முதலிய க்ஷேத்திரங்களைத் தரிசனம் செய்தும், ஆங்காங்குள்ள தமிழ் வித்துவான்களோடு பழகி அளவளாவியிருந்தும் குறிப்பிட்ட காலத்திற் சென்னைவந்து சேர்ந்தனர்.

தாம் வந்த காரியத்தை ஆண்டுள்ள வக்கீல் ஒருவரிடம் சொல்லி அவரால் சில மாதம் தாம் அந்நகரில் இருக்கவேண்டியிருக்கு மென்பதை அறிந்துகொண்டார்; அதனை லட்சுமண பிள்ளைக்குக் கடிதமூலமாகத் தெரிவித்தனர். பின்பு அந்நகரிலுள்ள தமிழ் வித்துவான்களிடம் சென்று சென்று அறிய வேண்டுவனவற்றை அறிய நிச்சயித்தனர்.

சென்னை வித்துவான்களின் பழக்கம்

அப்பொழுது சென்னையில் இருந்த வித்துவான்கள்: திருவாவடுதுறை ஆதீன வித்துவான் *ஸ்ரீ தாண்டவராயத் தம்பிரான், காஞ்சீபுரம் மகாவித்துவான் சபாபதி முதலியார், எழும்பூர்த் திருவேங்கடாசல முதலியார், திருத்தணிகை விசாகப்பெருமாளையர், திருவம்பலத்தின்னமுதம் பிள்ளை, †போரூர் வாத்தியார், அஷ்டாவதானம் வீராசாமி செட்டியார், புரசை அஷ்டாவதானம் சபாபதி முதலியார் முதலியவர்கள்.

இவர் *கந்தபுராணம், பெரியபுராணம், திருவிளையாடற் புராணம், காஞ்சிப்புராணம்* முதலிய சைவ நூல்களிலும் சைவப் பிரபந்தங்கள் பலவற்றிலும் திருவாரூர்த் தலபுராணம் முதலியவற்றிலும் உள்ள ஐயங்களைக் காஞ்சீபுரம் சபாபதி முதலியாரிடத்தும் *கல்லாடம், திருவாசகம், திருச்சிற்றம்பலக் கோவையார், திருக்குறள்* – பரிமேலழகருரை முதலியவற்றிலுள்ள ஐயங்களைத் திருவம்பலத் தின்னமுதம் பிள்ளையிடத்தும் கேட்டுத் தெளிந்தனர். எழும்பூர்த் திருவேங்கடாசல முதலியார் *கம்பராமாயணம்* முதலிய பெரிய காப்பியங்களிலும் *செவ்வைச்சூடுவார் பாகவதத்திலும் திவ்யப்பிரபந்த* வியாக்கியானங்களிலும் முறையே பாடங்கேட்டு நல்ல பயிற்சி உடையவ ரென்பதைத் தெரிந்து அவற்றிலுள்ள ஐயங்களை அவரிடத்து வினாவித் தெளிந்தனர். இம்மூவர்களிடமும் இருந்த அரிய நூல்களைப் பெற்றுப் பிரதிசெய்து கொண்டு பாடங்கேட்டும், பின்னும் சென்னையில் ஆங்காங்குள்ள கற்றுத்தேர்ந்த பெரியோரிடத்து ஒழிந்த காலங்களிற் சென்று அவர்களுக்கு என்ன என்ன நூல்களிற் பயிற்சி உண்டோ அவற்றை முன்னதாக அறிந்துகொண்டு அந்நூல்களைக் கேட்டுத் தெளிந்தும் மனமகிழ்ச்சியோடு காலங்கழிப்பாராயினர். ஒவ்வொரு தினத்தும் பகலின் முற்பாகத்திற் காஞ்சீ புரம் சபாபதி முதலியாரிடத்தும் பிற்பகலில் எழும்பூர்த் திருவேங்கடாசல முதலியாரிடத்தும் அஸ்தமனத்திற்குப் பின்பு மயிலாப்பூரில் உள்ள திருவண்ணாமலை மடத்தில் இருந்த திருவம்பலத்தின்னமுதம் பிள்ளையினிடத்தும் சென்று அவரவர்களுக்கு ஆக வேண்டிய எழுதுதல்

---

* இவர் சென்னையில் கோவிந்தப்ப நாயக்கன் தெருவிலுள்ள திருவாவடுதுறை மடத்தில் இருந்து விளங்கியவர்.

† இவர் கச்சியப்ப முனிவர் சென்னையிலிருந்து *விநாயக புராணத்தை* அரங்கேற்றியபொழுது சிறப்புப்பாயிரம் அளித்த பெரியார்களுள் ஒருவர்.

ஒப்புநோக்குதல் முதலிய காரியங்களை முன்னரே அறிந்து ஒழுங்காகச் செய்து அவர்கள் அன்போடு பாடம் சொல்லுதலைக் கேட்டுவருதல் இவருக்கு இயல்பாக இருந்தது. அம்மூவர்களுள் யாருக்கேனும் பாடஞ் சொல்வதற்கு நேரமில்லையாயின் அதனை முன்பே தெரிந்துகொண்டு அக்காலத்தில் மற்றப் பெரியோர்களிடத்துச் சென்று வேண்டியவற்றைத் தெரிந்துகொள்வார். காலத்தின் அருமையை அறிந்தவராதலின் அரிதின் வாய்த்த இச்சந்தர்ப்பத்தைக் கணமேனும் வீண்போக்கக் கூடாதென்னும் எண்ணம் மிக உடையராயினார்.

பிற்காலத்தில், தாம் இவ்வாறு படித்துவந்த செய்தியை இவர் எங்களுக்குச் சொல்லுகையில், "திருவம்பலத்தின்னமுதம் பிள்ளை வீட்டிற்குச் செல்லும்பொழுது ஸ்ரீகபாலீசுவரர் கோயிலின் வாயிலின் வழியேதான் செல்வேன். அப்பொழுது உள்ளே சென்று ஸ்வாமியைத் தரிசித்துக்கொண்டு போகவேண்டு மென்னும் விருப்பம் இருப்பினும் நேரமாய்விடுமே யென்னும் கவலையால் சந்நிதியில் நின்றபடியே அஞ்சலி செய்துவிட்டுச் செல்வேன்" என்று கூறியதுண்டு.

இடையிடையே ஓய்வுகாலம் நேருமானால் தம்மிடம் பாடங் கேட்க விரும்பினவர்களுக்கு அவர்கள் விரும்பிய நூல்களைப் பாடஞ்சொல்லி வருவார். அப்பொழுது படித்தவர்கள் *புரசைபாக்கம் பொன்னம்பல முதலியார், கரிவரதப் பிள்ளை முதலியவர்கள். காஞ்சீபுரம் சபாபதி முதலியாரிடம் படிக்கும் காலத்தில் உடன்படித்தவர்கள் மேற்குறித்த தாண்டவராயத் தம்பிரானும் அஷ்டாவதானம் சபாபதி முதலியாரும். தாண்டவராயத் தம்பிரானும் இவரும் பலமுறை சந்தித்துத் தம்முள் அளவளாவுவதுண்டு. அதனால் அவருக்கு இவர்பால் அன்பு மிகுதியுற்றது. இவருடைய அறிவின் வன்மையும் நற்குணமும் அவரை வயப்படுத்திக் கொண்டன.

காஞ்சீபுரம் சபாபதி முதலியாரிடத்து இவர் படிக்கும் பொழுது இவரெழுதிக்கொண்ட கச்சி ஆனந்தருத்திரேசர் வண்டு விடுதூதின் பழைய கடிதப்பிரதி பென்ஸிலால் அங்கங்கே குறித்த சில அரும்பதக் குறிப்புடன் இருந்ததை நான் பார்த்திருக்கிறேன்.

சபாபதி முதலியார், திருவேங்கடாசல முதலியார், திருவம்பலத்தின்னமுதம் பிள்ளை யென்னும் மூவரும் ஒருவருடைய வீட்டிற்கு ஒருவர்போய் நூலாராய்ச்சியின் விஷயமாக ஒருவரோடொருவர் அளவளாவி இன்புறுவது வழக்கம். அக்காலங்களி லெல்லாம் அவர்கள் பிள்ளை யவர்களுக்குத் தமிழ் நூல்களிலுள்ள வேட்கைப் பெருக்கத்தையும் இயற்கையறிவினையும் முன்னரே இவருக்கு அமைந்திருக்கும் அகன்ற நூலாராய்ச்சிப் பெருமையையும் ஞாபகசக்தியையும் அடக்கத்தையும் தருக்கின்மையையும் நட்புடைமை முதலியவற்றையும் குறித்து வியந்தார்கள். இவர் சந்தேகமென்று வினவுகின்ற வினாக்களிற் பெரும்பாலன அவர்களுக்குப் புதிய விஷயங்களை அந்தச் சமயங்களில் தோன்றச்செய்யும்; விடைதரவேண்டி மேன்மேலும் பல நூல்களை ஆராயும்படி அவர்களை

* இவர் கும்பகோணம் காலேஜிலும், சென்னை இராசதானிக் கலாசாலையிலும் தமிழாசிரியராக இருந்தவர்.

அவை தூண்டும். இவருடைய பாடல்களையும் அவற்றிலுள்ள நயங்களையும் அவர்கள் அறிந்து இவருடைய ஆற்றலைப் பாராட்டினார்கள். இளமையிலே இவ்வளவு நல்லாற்றல் வாய்ந்தமை யாருக்குத்தான் வியப்பைக் கொடாது?

மழவை மகாலிங்கையரைச் சந்தித்தது

அவர்கள் மூவரும் இவரை மகாலிங்கையருக்குக் காட்டி அவரை மகிழ்விக்க வேண்டுமென்று தீர்மானம் செய்தார்கள். அந்த விருப்பம் இவருக்கும் நெடுநாளாக இருந்துவந்தது. ஓர் ஆதி வாரத்தில் மேற்கூறிய மூவர்களும் வேறு சிலரும் இவரை அழைத்துக்கொண்டு மழவை மகாலிங்கையருடைய வீட்டிற்குப் போனார்கள்.

மழவை மகாலிங்கையரை அறியாதவர் யாவர்? மதுரைக்குக் கிழக்கேயுள்ள மழவராயனேந்த லென்பது அவர் ஊர். அப்பெயரின் மரூஉவே மழவையென்பது. மகாலிங்கையர், திருத்தணிகை விசாகப்பெருமாளைய ரிடத்தும் அவர் சகோதரர் சரவணப்பெருமாளைய ரிடத்தும் தமிழ் நூல்களை முறையே பாடங்கேட்டவர்; கேட்டவற்றை ஆராய்ந்து தெளிந்தவர்; கம்பராமாயணம், திருத்தணிகைப் புராணம் முதலிய பெருங்காப்பியங்களில் நல்ல பயிற்சி உள்ளவர்; இலக்கண அறிவை விசேஷமாகப் பெற்றவர்; அஞ்சா நெஞ்சினர்; விரைந்து செய்யுள் செய்யும் ஆற்றலுடையவர்; ஸங்கீத லோலர்; சிநேக வாத்ஸல்ய சீலர்; ஆதிசைவகுல திலகர்; தாண்டவராயத் தம்பிரானுக்கு உயிர்த்தோழர். பிற்காலத்தில் *ஆறுமுக நாவலர் சென்னைக்கு வந்திருந்தபொழுது பலருடைய வேண்டுகோட் கிணங்கி அவரெழுதிய பைபிள் தமிழ் வசன புத்தகத்தைப்

---

* "சென்னபட்டணம் போய்ச்சேர்ந்தவுடன் *பைபிள்* அச்சிடுவதற்காகப் பார்சிவல் வந்தாரென்று கேள்விப்பட்டு அங்குள்ள மிசியோனாரிமார் (missionaries) அவரிடத்திலே வந்து, யாழ்ப்பாணத்திலே தமிழ்க்கல்வி குறைவாதலானும், செந்தமிழ் பேசுவோர் அரியராதலானும் யாழ்ப்பாணத்துத் தமிழ்ப் பண்டிதரால் திருத்தப்பட்ட பைபிள் இங்குள்ள பண்டிதர் முன்னிலையில் வாசிக்கப்பட்டு அவர்கள் பிழை இல்லை என்றும் வசனநடை நன்றாயிருக்கின்றதென்றும் சொல்வார்களாயின் அச்சிற் பதிப்பிக்கலா மென்றும், அப்படிச் செய்யாது அச்சிற் பதிப்பிக்கின் நாங்கள் அதனை அங்கீகரிக்கமாட்டோம் என்றும் சொல்லிப்போயினர்.

"இவைகளைக் கேட்டமாத்திரத்தே பார்சிவல் மனம் தைரியவீனப் பட்டுத் தமது பண்டிதரை (ஆறுமுக நாவலரை) நோக்கி நாங்கள் அச்சிற் பதிப்பித்துக் கொண்டு சீக்கிரம் போய்விடலாமென்று வர இங்கே தடையுண்டுபட்டிருக்கின்றதே. நாங்கள் அவர்கள் சொல்லுக்குச் சம்மதித்து இங்குள்ள பண்டிதர் முன்னிலையில் வாசித்தால் அவர்கள் பிழையென்று சொல்லுகிறார்களோ சரியென்று சொல்லுகிறார்களோ தெரியவில்லையே; பிழையென்றாவது வசனநடை நன்றாயில்லையென்றாவது சொல்வார்களாயின், நமக்கெல்லாம் அவமானம் நேரிடுமே' என்று சொல்லினர். பண்டிதர் அதற்கு உத்தரமாக, 'நாங்கள் திருத்திய பைபிளில் ஒரு பிழையுமில்லை; வசனநடையும் நன்றாயிருக்கின்றது. அப்படியிருக்க அவர்கள் குற்ற மேற்றுவார்களாயின் அதிலே ஒரு குற்றமுமில்லை யென்று பல பிரமாணங்கொண்டு தாபித்து எங்களாலே திருத்தப்பட்டபடியே அச்சிடுவிப்போம். ஆதலால் அவர்கள் கருத்துக்கிசைந்து யாழ்ப்பாணத்திலும் செந்தமிழ் உண்டெனத் தாபித்தலே தகுதி' என்று சொன்னார். அவர்கள் கேள்விக்கு இவர்கள் உடன்பட்டபோது அவர்கள் அதனைப் பார்வையிடும்படி அக்காலத்திலே சென்னபட்டணத்தில் சிறந்த வித்துவானாயிருந்த மகாலிங்கையரை ஏற்படுத்தினார்கள். மகாலிங்கையர் பைபிள் முற்றும் வாசித்து அதிலே பிழையில்லையென்றும், வசனநடை நன்றாயிருக்கிறதென்றும், இந்தப்பிரகாரம் அச்சிடுதலே தகுதியென்றும், அவர்களுக்குச் சொல்லி யாழ்ப்பாணத்துத் தமிழையும் நன்கு பாராட்டி வியந்தனர்" – கனகரத்தின உபாத்தியாயர் எழுதிய *ஆறுமுக நாவலர் சரித்திரம்,* ஶ்ரீ 1882: ப. 14–6.

பரிசோதித்தற்குத் தேர்ந்தெடுக்கப்பெற்றவர். விசாகப்பெருமாளையர், சரவணப்பெருமாளைய ரென்னும் இருவருடைய ஆசிரியராகிய இராமாநுச கவிராயர் அவ்விருவரையும் பிற வித்துவான்களையும் இழிவுபடுத்திப் பேசுவதும் தம்மையே புகழ்ந்துகொள்வதும் கண்டு வருந்திய அறிஞர் பலர் அவருடைய இந்தச் செயலை நீக்க வேண்டுமென்று மகாலிங்கையரிடம் வற்புறுத்திக் கூறினார்கள். அவர் அதற்கு இணங்கி இராமாநுச கவிராயரை எந்தவிடத்தில் எவ்வளவு கூட்டத்துக்கு இடையிற் கண்டாலும் தமிழ் நூல்களிலுள்ள விடுத்தற்கரிய பல கேள்விகளைக் கேட்டு அவரை விடையளிக்கவொண்ணாதபடி செய்துவந்தார். இதனால் மகாலிங்கையருக்குப் பெருமதிப்பும், குற்றத்தைப் பட்சபாதமின்றிக் கண்டிக்கும் இயல்புடையவ ரென்னும் பெயரும் உண்டாயின.

சபாபதி முதலியார் முதலியவர்கள் பிள்ளை யவர்களை அழைத்துக்கொண்டு அவர் வீட்டிற்குச் சென்றபொழுது அவர் அவர்களை மகிழ்வுடன் வரவேற்றுத் தக்க இடங்களில் இருக்கச்செய்து தாமும் இருந்தார். பிள்ளை யவர்கள் வணக்கத்தோடு ஒருபக்கத்தில் இருந்தனர். மகாலிங்கையர் இவரைச் சுட்டி, "இவர் யார்?" என்றார். சபாபதி முதலியார், "இவர் இருப்பது திரிசிரபுரம்; மீனாட்சிசுந்தரம் பிள்ளை யென்பது இவருடைய பெயர். இந்த ஊருக்குச் சில காரியமாக வந்திருக்கிறார். உங்களைப் பார்க்க வேண்டுமென்று விரும்பினார்; தமிழ் பயின்றவர்; செய்யுட்களை இயற்றும் பயிற்சியுமுடையவர்" என விடை கூறினார். தமிழ் பயின்றவர் என்றதைக் கேட்ட மகாலிங்கையர் இவரைநோக்கி, "நீர் எந்த எந்த நூல்கள் வாசித்திருக்கிறீர்?" என்றார். இவர் தாம் படித்த நூல்களின் பெயர்கள் சிலவற்றைச் சொன்னார். பின்னர் அவர், "ஏதாவது ஒருபாடல் சொல்லும்" என்றார். உடனே இவர்,

இரசத வரையமர் பவள விலங்க லிடம்படர் பைங்கொடியே
  இமையவர் மகிழ்வொடு புகழுஞ் சிமயத் திமயம் வரும்பிடியே
சரணினை பவருட் டிமிரஞ் சிதறச் சாரு மிளங்கதிரே
  சதுமறை யாலு மளப்பரி தான தயங்கு பொலாமணியே
மரகத வரையிள கியவெழி லெனவெழில் வாய்த்த செழுஞ்சுடரே
  மதுரித நவரச மொழுகக் கனியும் வளத்த நறுங்கனியே
தரணி மிசைப்பொலி தருமக் குயிலே தாலோ தாலேலோ
  தழையுந் தந்தி வனத்தமர் மயிலே தாலோ தாலேலோ (தாலப். 6)

என்னும் பாடலைப் பொருள் விளங்கும்படி மெல்லச் சொன்னார். இவர் செய்யுளை அவ்வாறு சொல்லும் முறையினாலே அவர், இவர் நல்ல அறிவுடையராகவிருக்க வேண்டுமென் றெண்ணினார். 'இப் பாடல் ஒரு பிள்ளைத் தமிழில் உள்ளதுபோலிருக்கிறது. சொற்களும் பொருளும் நயம்பெற இதில் அமைந்துள்ளன. இப்பிள்ளைத் தமிழ் எந்தக் கவிசிகாமணியின் வாக்கோ! இந்த நூல் அந்தத் திரிசிரபுர முதலிய இடங்களில்மட்டும் வழங்குகின்றதுபோலும்! இதன் பெயரையாவது இவ்வூரில் ஒருவரும் நம்மிடத்துச் சொன்னாரில்லையே!' என்று பலவாறாக நினைந்து இவரைநோக்கி, "இச்செய்யுள் எந்த நூலிலுள்ளது?" என்று கேட்டார். இவர் வணக்கத்தோடு, "அடியேன் இயற்றிய அகிலாண்டநாயகி பிள்ளைத் தமிழில் உள்ளது" என்றார். உடனே அவர் மிகவும் வியப்புற்று, 'இவ்வளவு அருமையான நூலைச் செய்த இவர்

அடங்கியிருப்பது எவ்வளவு ஆச்சரியமாக இருக்கிறது! இவர் எவ்வளவோ நூல்களைப் படித்திருக்கவேண்டுமே! எவ்வளவோ செய்யுட்கள் செய்து பழகியிருக்கவேண்டுமே! அளவற்ற பாடல்களைச் செய்திருந்தால்தானே இங்ஙனம் செய்யுள் செய்யவரும்! இவருடைய அடக்கமே அடக்கம்! இவரைப் போன்றவர்களை இதுகாறும் யாம் கண்டிலேமே! இங்ஙனம் இருப்பதன்றோ கல்விக்கழகு!' என்று தம்முட் பலவாறாக நினைத்து இவரை நோக்கி, "தயைசெய்து இச்செய்யுளை இன்னும் ஒருமுறை சொல்லுங்கள்" என்று சொல்லி இரண்டு மூன்று முறை சொல்லுவித்துக் கேட்டார். பின்னும் அந்நூலிலிருந்து சில செய்யுட்களைச் சொல்லும்படி செய்து கேட்டு அவற்றின் பொருட்சுவைகளை நுகர்ந்து இன்புற்றார். பின்பு சிறிதுநேரம் யோசித்து, "நானும் ஒருபாடல் சொல்லுவேன்; கேட்கவேண்டும்" என்று கூறி,

தருமைவளர் குமரகுரு முனிவன் கல்வி
சார்*பகழிக் கூத்தனெனத் தரணி யோர்சொல்
இருவருமே நன்குபிள்ளைத் தமிழைச் செய்தற்
கேற்றவரென் றிடுமுரைவெந் நிட்டதம்மா
அருமைபெறு †காவையகி லாண்ட வல்லி
யம்மைமேன் மேற்படிநற் றமிழை யாய்ந்து
சுருதிநெறி தவறாத குணன்மீ னாட்சி
சுந்தரமா லன்பினொடு சொல்லும் போதே

[* இவர் இயற்றிய நூல் திருச்செந்தூர்ப் பிள்ளைத் தமிழ்; † காவை – திருவானைக்கா.]

என்னும் செய்யுளைச் சொல்லிக் காட்டினர். அப்பால், சபாபதி முதலியார் முதலியவர்களை நோக்கி, "இவ்வளவு படித்துப் பாடத்தெரிந்தும் இவர்கள் எவ்வளவு அடக்கமாயிருக்கிறார்கள்! என்ன ஆச்சரியம்!" என்று வியந்து பாராட்டினர். கேட்ட சபாபதி முதலியார், "அதைத்தான் நாங்கள் அறிவிக்கவந்தோம்" என்றார். மகாலிங்கையர் இவருடைய வரலாற்றை விசாரித்து வியந்து புகழ்ந்துவிட்டு, பின்பு இவரைப் பார்த்து, "இந்நூல் அச்சிற் பதிப்பிக்கப்பெற்றதோ? இல்லையாயின் விரைந்து பதிப்பித்துவிட வேண்டும். படித்தவர்களுக்கு இது நல்ல இனிய விருந்தாக விளங்கும்" என்று அன்புடன் சொன்னதோடு, "நீங்கள் இந்நகரில் எவ்வளவு நாள் இருத்தற்கு எண்ணியிருக்கிறீர்கள்? வேறு எவ்வளவு காரியங்கள் இருப்பினும் என்னோடு கூடவிருந்தே பெரும்பாலும் பொழுதுபோக்கவேண்டும். உங்களுக்கு ஆகவேண்டிய காரியம் என்னவிருந்தாலும் அதனைச் செவ்வனே செய்துமுடித்தற்குச் சித்தனாகவிருக்கிறேன்; யோசிக்கவேண்டாம்" என்று மிகவும் வற்புறுத்தினார். அங்ஙனம் செய்விக்க வேண்டுமென்று சபாபதி முதலியார் முதலியோரையும் கேட்டுக்கொண்டனர். இவர் அவர்களுடைய குறிப்பையறிந்து அங்ஙனம் செய்வதாகவே உடன்பட்டனர். அப்பால் எல்லோரும் மகாலிங்கையரிடம் விடைபெற்றுக்கொண்டு தத்தம் உறைவிடம் சென்றார்கள்.

பிள்ளை யவர்கள் அக்காலந் தொடங்கி மகாலிங்கையரோடு பழகுதலை மிகுதியாக வைத்துக்கொண்டு அவரிடம் நன்னூல் விருத்தியுரை, காரிகையுரை, தண்டியலங்காரவுரை, நாற்கவிராச நம்பியகப்பொருளுரை முதலியவற்றிலும் பிறவற்றிலும் தமக்கிருந்த ஐயங்களைக் கேட்டுத் தெளிந்து

அதுவரை தமக்கு அகப்படாமல் இருந்ததாகிய *இலக்கணக்கொத்து*ரையையும் அவர்பாற் பாடங்கேட்டனர். *இலக்கணக் கொத்து*ரையை மகாலிங்கையர் இவரிடம் கொடுத்தபொழுது, "இந்த நூலைப் பெறவேண்டு மென்னும் ஆர்வத்தினாற் பல இடங்களில் தேடினேன்; திருவாவடுதுறை மடத்திலும் சென்று மிக முயன்றேன்; கிடைக்கவில்லை. பின்பு நண்பர் தாண்டவராயத் தம்பிரானவர்களிடத்தே பெற்றேன். இதனை மிகவும் ஜாக்கிரதையாக வைத்துக்கொள்ள வேண்டும்" என்றார். இவர் அதனைப்பெற்றுப் பிரதி செய்துகொண்டார். அவர் எவ்வெவ்விடங்களுக்குப் போவதாக இருந்தாலும் இப் புலவர்பெருமானைத் தம்முடைய வண்டியிலேயே வைத்துக்கொண்டு சென்று மீளுவதும், அக்காலங்களில் இலக்கண சம்பந்தமான சல்லாபமே இவருடைய விருப்பத்தின்படி இவரிடம் மிகுதியாகச் செய்வதும், தமக்குத் தோற்றாதவற்றை இவர்பால் தெரிந்து கொள்வதும் அவருக்கு வழக்கமாக இருந்தன.

ஒரு நாள் பல இடங்களுக்குப் போதற்கு இருவரும் வண்டியொன்றில் ஏறிப் புறப்பட்டபொழுது பிள்ளை யவர்கள் மகாலிங்கையரைப் பார்த்து, "நீங்கள் காலேஜில் இலக்கணக் கேள்விகளை எவ்வாறு கேட்பது வழக்கம்?" என்று கேட்டார். அவர் ஒரு பாடலைச் சொல்லச் சொல்லி அந்தப் பாடலில் அமைந்துள்ள சொன்முடிபு பொருண்முடிபுகளையும் புணர்ச்சி விதிகளையும் பிற இலக்கணங்களையும் கேட்டுக்கொண்டே வந்தனர். அவ்வாறு கேட்டு வருகையில் *நன்னூ*லிலுள்ள பெரும்பான்மையான இலக்கண விதிகளும் பிற இலக்கண நூல் விதிகளும் அவ்வொரு பாடலில் அமைந்தவற்றைக்கொண்டே கேட்டுவிட்டனர். பார்க்க வேண்டிய இடங்களுக் கெல்லாம் போய்ப் பார்த்து வீடு திரும்பும் வரையில் அவ்வொரு பாட்டிலுள்ள இலக்கண அமைதிகளையே பல வகையாகக் கேட்பதிலும் விடையளிப்பதிலும் பொழுது சென்றது. அதனாற் பல விஷயங்கள் இவருக்குப் புதியனவாகத் தெரியவந்தன. *இவ்வாறு இருவரும் அளவளாவிப் பல விஷயங்களை அறிந்தும் அறிவித்தும் வந்தனர். "கற்றாரைக் கற்றாரே காமுறுவர்" அன்றோ?

அகிலாண்டநாயகி பிள்ளைத்தமிழ் அச்சிடப்பட்டது

மகாலிங்கையர் முன்னரே வற்புறுத்தியபடி அகிலாண்ட நாயகி பிள்ளைத்தமிழ் திரிசிரபுரம் லட்சுமண பிள்ளையின் பொருளுதவியால் புரசைபாக்கம் பொன்னம்பல முதலியாரால் மகாலிங்கையர் முதலிய பலர் வழங்கிய சிறப்புப் பாயிரங்களோடு அச்சிற் பதிப்பிக்கப்பெற்று நிறைவேறியது. அது வெளிவந்த வருஷம் *1842* (பிலவ ஞு பங்குனி மீ); அதற்குச் சிறப்புப் பாயிரம் கொடுத்தவர்கள்: *(1)* மழவை மகாலிங்கையர், *(2)* தாண்டவராயத் தம்பிரான், *(3)* காஞ்சீபுரம் சபாபதி முதலியார், *(4)* திருவம்பலத்தின்னமுதம் பிள்ளை, *(5)* அஷ்டாவதானம் சபாபதி முதலியார், *(6)* இராமநாதபுரம் அஷ்டாவதானம் வேலாயுதக் கவிராயர், *(7)* பொன்னம்பல ஸ்வாமிகள், *(8)* காரைக்கால் முத்துச்சாமிக் கவிராயர், *(9)* காயாறு சின்னையா உபாத்தியாயர், *(10)* திரிசிரபுரம் சோமசுந்தர

---

* இச்செய்தி, நான் கும்பகோணம் காலேஜில் வேலையை ஏற்றுக்கொண்ட தினத்தில் ஸ்ரீ தியாகராச செட்டியாரவர்கள் தமக்குப் பிள்ளையவர்களே சொல்லியதாகக் கூறியது.

முதலியார், (11) உறையூர் முத்துவீர உபாத்தியாயர், (12) திரிசிரபுரம் வீரராகவ செட்டியார், (13) புரசபாக்கம் பொன்னம்பல முதலியார், (14) பென்னெலூர் நாராயணசாமி நாயகர், (15) திரிசிரபுரம் நாராயண பிள்ளை.

அந்நூல் லட்சுமண பிள்ளையின் விருப்பத்தாற் செய்யப்பட்ட தென்பது,

... ... சிராப்பள்ளிவாழ்
மருவளர் பூங்குவ ளைத்தாம லட்சு மணன்விரும்பத்
தருவளர் சம்பு வனவல்லி பிள்ளைத் தமிழியற்றி
உருவளர் மீனாட்சி சுந்தரன் றந்தா னுணர்பவர்க்கே

என்னும் பொன்னம்பல முதலியார் செய்யுளாலும் வெளியாகின்றது.

சிற்பரன்சேர் சிரகிரியெம் மீனாட்சி சுந்தரமாஞ் சீரார் கொண்மூ
கற்பனைவண் கடலைமுகந்து ... ...
பற்பலரும் புகழ்பிள்ளைக் கவிமழையைப் பொழிந்ததென்பர் பாவ லோரே

என்று தாண்டவராயத் தம்பிரானும்,

கலைமுழு துணர்ந்த கவிஞர் குழாத்துள்
தலைமை நடாத்துஞ் சைவ சிகாமணி
நாச்சுவை யமுதினு மூங்குநனி சிறக்கும்
பாச்சுவை யமுதைப் பற்பக றோறும்
பெருவா னாட்டுப் புலவரும் பெட்புறத்
தருமீ னாட்சிசுந் தரநா வலனே

என்று திருவம்பலத்தின்னமுதம் பிள்ளையும் தத்தம் சிறப்புப் பாயிரங்களில் இப் புலவர்கோமானை நன்கு பாராட்டியிருத்தலால் அக்காலத்தே இவருக்கு இருந்த பெருமை விளங்கும். இராமநாதபுரம் அஷ்டாவதானம் வேலாயுதக் கவிராயர் பாடிய,

கந்தவே ளோவலது கலைமகளோ விவ்வுருக்கொண் டாய்கா ணுன்னை
அந்தநாட் டவமிருந்து புலவோருக் கரசுசெய அன்பாற் பெற்ற
தந்தையே தந்தையுனைத் தான்படிக்க வைத்தவனே தமிழுக் காசான்
சுந்தரமா மதிவதனா மீனாட்சி சுந்தரனே துலங்கு மாலே

என்ற செய்யுளும், உறையூர் முத்துவீர உபாத்தியாயர் பாடிய,

தண்ணறுமுண் டகப்போதி லிருந்துலக மாக்கியவே தாவே யிந்தக்
கண்ணகன்ற புவியினிற்றன் னுருமாற்றி மக்களுருக் கவினத் தாங்கி
வண்ணமுறு மீனாட்சி சுந்தரமென் றொருநாமம் வயங்க வின்பம்
விண்ணவரும் பெறத்தந்தி வனப்பிள்ளைத் தமிழினிதா விளம்பி னானே

என்ற செய்யுளும் இவர்பால் அவர்களுக்கிருந்த நன்மதிப்பைப் புலப்படுத்துகின்றன.

திரிசிராமலை யமகவந்தாதி முதலிய நூல்களையும் இவர் பதிப்பிக்க எண்ணியிருந்தும் பொருள்முட்டுப்பாட்டால் அவ்வாறு செய்ய இயலவில்லை.

இடையிடையே வக்கீலிடம் சென்று ஹைக்கோர்ட்டிலுள்ள வழக்கின் நிலைமையைத் தெரிந்து லட்சுமண பிள்ளைக்கு அச்செய்தியை எழுதி

அனுப்பியதோடு தமக்குச் சென்னையில் மேன்மேலும் கிடைத்துவந்த கல்விப் பயனையும் நூல்களையும் அவருக்கு நன்றியறிவோடு தெரிவித்துக் கொண்டு வந்தார். சபாபதி முதலியார் முதலிய பெரியோர்கள் இவரை ஒரு மாணாக்கராக நினையாமல் தம்மை ஒத்தவராகவே பாவித்து மரியாதையோடு நடத்திவந்தார்கள். புதிய நூல் இயற்றுபவர்கள் சபாபதி முதலியார் முதலியவர்களிடத்திற் சிறப்புப் பாயிரம் வாங்கும்பொழுது அவர்கள் மூலமாகப் பழக்கஞ்செய்துகொண்டு இவருடைய சிறப்புப் பாயிரங்களையும் பெற்று மகிழ்ந்து பதிப்பித்து வந்தார்கள்.

'நீங்கள்' என்பதற்குப் பிரயோகம் காட்டியது

ஒருநாள் எழும்பூர்த் திருவேங்கடாசல முதலியார் வீட்டிற்கு இவர் போனபொழுது அவராற் பதிப்பிக்கப்பெற்று வைத்திருந்த கம்பராமாயணம் அயோத்தியா காண்டத்தை எடுத்துப் பார்க்கையில் குகப்படலத்தில், "நைவீரலீர்" என்ற 97ஆம் செய்யுளில் 'நீங்களைவீரும்' என்ற தொடர் *'நீர்களைவீரும்' என்று பதிப்பிக்கப்பட்டிருந்ததை யறிந்து முதலியா ரவர்களைப் பார்த்து, "ஐயா, நீங்களென்பதே பாடமன்றோ? இதில் நீர்களென்று இருக்கிறதே" என்று வினாவினார். அவர், "நீங்களென்பதற்குப் பிரயோகம் இல்லையே. கள் விகுதி யேற்ற நிலைமொழி இன்னதென்று தெரியவில்லையே" என்றார். உடனே இவர், "இந்தப் பிரயோகம் பழைய நூல்களிற் காணப்படுகின்றதே.

> ஆங்கது தெரிந்து வேதா வாவிகள் வினைக்கீ டன்றி
> நீங்களிவ் வாறு செய்கை நெறியதன் றென்ன லோடும் (கந்த. உருத்திரா். 10)

என்பதில் எதுகையிலேயே நீங்களென்பது வந்திருக்கின்றதே" என்றார். அதனைக் கேட்ட முதலியா ரவர்கள், "தம்பி! உங்களுக்கு ஞாபகமுள்ளது எனக்கு ஞாபகத்திற்கு வரவில்லையே. ஒரு சொல்லின் உருவத்தைப் புலப்படுத்துவதற்குரிய மேற்கோள்களை நீங்கள் ஞாபகத்தில் வைத்திருப்பது வியக்கத்தக்கதே!" என்று பாராட்டினார்.

திரிசிரபுரம் மீண்டது

இவ்வாறு சற்றேறக்குறைய ஒரு வருடகாலம் இவர் சென்னையில் இருந்தார். பின்பு லட்சுமண பிள்ளையினுடைய வழக்கு முடிவடைந்தமையினாலும் தாம் வந்து பலநாட்க ளானமையினாலும் இவர் திரிசிரபுரத்திற்குப் புறப்பட்டுச் செல்ல எண்ணினார். சென்னையிலுள்ள பல பண்டிதர்களைப் பிரிவது இவருக்குத் தாங்கொணா வருத்தத்தை உண்டாக்கியது. சபாபதி முதலியார் முதலியவர்களுக்கும் இவரிடம் பாடங்கேட்ட மாணவர்களுக்கும் இவர் பிரிவு அவ்வாறே இருந்தது.

> உவப்பத் தலைக்கூடி யுள்ளப் பிரிதல்
> அனைத்தே புலவர் தொழில்

என்பது உண்மையன்றோ? அப்பால் எல்லோரிடமும் விடை பெற்றுக்கொண்டு அரிதிற் சென்னையைவிட்டுப் புறப்பட்டார்.

---

* அவர் பதிப்பிலும் அதனைப் பின்பற்றி அச்சிடப்பெற்ற பிற பதிப்புக்கள் சிலவற்றிலும் 'நீர்கள்' என்றே யிருத்தலை இன்றும் காணலாம்.

சபாபதி முதலியார் இவரைப் பார்த்து, "உங்களுடைய பிரிவை நினைந்தால் மனம் கலங்குகின்றது. உங்களுடைய அருமை பழகப் பழக அதிகமாக விளங்கியது. உங்களால் தமிழுலகம் பெரும் பேறடையப் போகின்ற தென்பதை நினைந்து என் நெஞ்சம் அளவற்ற மகிழ்ச்சியை அடைகின்றது. இறைவன் உங்களுக்குத் தீர்க்காயுளையும் அரோக திடகாத்திரத்தையும் அளித்தருள வேண்டும். அடிக்கடி கடிதம் எழுதவேண்டும்" என்று சொல்லி விடைகொடுத் தனுப்பினார்.

8

கல்வியாற்றலும் செல்வர் போற்றலும்

அப்பால் திரிசிரபுரத்தில் இருந்து வழக்கம்போலவே இக்கவிஞர்பிரான் தாம் செய்யவேண்டியவற்றை ஒழுங்காகச் செய்தும் பிறரைக்கொண்டு செய்வித்தும் வருவாராயினர். சென்னையில் இருந்தபோது பழகிய அறிஞர்களுள் ஒவ்வொருவரிடத்தும் இன்ன இன்ன விதமான திறமைகள் உள்ளனவென்று கவனித்து அவற்றைத் தாமும் பயிலவேண்டுமென்று பயின்றுவந்தார். அதனால், செய்யுட்களுக்குப் பொருள் கூறுதல், இலக்கண விஷயங்களை எடுத்தாளல், பதசாரம் சொல்லுதல், நூல்களை ஆராய்தல் முதலிய பலவகையான பயிற்சிகள் இவர்பால் முன்னையினும் சிறந்து விளங்கின. பலவகை மாணாக்கர்கள் வந்து வந்து தாம் கேட்டற்குரிய பாடங்களைக் கேட்டுவந்தனர் அக்காலத்துப் படித்துவந்த மாணாக்கர்களுள் முக்கியமானவர் தி. சுப்பராய செட்டியார்.

பெரும்பாலும் இவர் ஆண்டார் தெருவிலிருந்த *சிதம்பரம் பிள்ளை யென்பவரது வீட்டு மெத்தையிலும் கீழைச் சிந்தாமணியிலுள்ள சொர்க்கபுரம் மடத்திலும் இருந்து காலங்கழித்து வந்தனர்; ஆகாரத்துக்காக மட்டும் தம் வீட்டுக்குப்போய் வருவார். ஏதாவது விஷயங்களைக் கொடுத்து மாணவர்களைப் பாடும்படி பழக்குவிப்பார்; அவர்கள் செய்யமுடியாமல் வருந்துகையில் தாம் அவற்றை முடித்துக் காட்டுவார். அக்காலத்தில் இவருக்கு யாதொரு கவலையுமில்லாதபடி உடனிருந்து பணிசெய்து பாதுகாத்து வந்தவர் †அகிலாண்டம் பிள்ளை யென்பவர்.

படிப்பவர்கள் தம் இடஞ் சென்றபின், தினந்தோறும் இரவில் ஓய்வு நேரங்களில் புதியனவாகக் கிடைத்த நூல்களை

---

* இவர் உப்பு வியாபாரத்தால் மிக்க செல்வம் பெற்றுத் தரும சிந்தையுள்ளவராய்ப் பரோபகாரஞ் செய்து காலங்கழித்து வந்தவர்.

† இவரால் இச்சரித்திரச் செய்திகளிற் சில தெரிந்தன.

இவர் பனையேட்டிற் பிரதிசெய்தலும் தனியேயிருந்து வெகுநேரம் படித்துக்கொண்டிருத்தலும் வழக்கம். இரவில் இவர் தூங்குங்காலம் மிகவும் குறைவானதே. இவருடைய பலவகையான ஆற்றலையும் அறிந்து உடனிருந்து ஊக்கமளித்து வந்தவர்கள் வித்துவான் சோமசுந்தர முதலியார், வீரராகவ செட்டியார் முதலிய முதியோர்கள்.

இவருடைய புகழ் தமிழ்நாடெங்கும் பரவி எல்லோருடைய உள்ளத்திலும் குடிகொண்டு விளங்கிற்று. அக்காலத்தில் தாம் இயற்றிய நூல்களை இவருக்குக் காட்டித் திருத்திக்கொள்வதற்கும், அவற்றிற்குச் சிறப்புப் பாயிரம் பெறுவதற்கும், அவற்றை அரங்கேற்றும் காலத்தில் உடன் இருப்பதற்காக அழைப்பதற்கும், தம்மைச் சார்ந்தவர்களைப் படிப்பித்தற்குக் கொண்டுவந்துவிடுதற்கும், படித்த நூல்களில் தமக்குள்ள ஐயங்களைத் தீர்த்துக் கொள்வதற்கும் பற்பலர் வந்து போவாராயினர்.

புதல்வர் ஜனனம்

இங்ஙனம் இருந்துவருகையில் இவரது இருபத்தொன்பதாவது பிராயமாகிய சோபகிருது வருஷம் ஆடி மாதம் 14ஆம் தேதி வெள்ளிக்கிழமை இரவில் இவருக்கு ஒரு புதல்வர் பிறந்தனர். அக்குமாரருக்கு இவர் தம்முடைய தந்தையாரின் பெயராகிய சிதம்பரம் என்ற நாமத்தையே வைத்து அழைப்பாராயினர்.

பட்டீச்சுரம்போய் மீண்டது

சில மாதங்கள் சென்றபின் பட்டீச்சுரம் நமச்சிவாய பிள்ளை முதலியோர்கள் விருப்பத்தின்படி இவர் சில அன்பர்களுடன் சென்று பட்டீச்சுரத்தில் அவர்களால் ஆதரிக்கப்பெற்றுச் சிலநாள் தங்கியிருந்தார். இவர் அங்கிருப்பதைத் தெரிந்து பட்டீச்சுரத்தைச் சார்ந்த *முழையூரில் தனவந்தராகவிருந்த வையாபுரி பிள்ளை யென்பவர் இவரை உபசாரத்துடன் அழைத்துச்சென்று ஆறை வடதளி அல்லது வள்ளலார் கோயிலென்னும் தலத்திலுள்ளதான துறையூர் வீரசைவ ஆதீனத்தின் மூலபுருஷரான ஸ்ரீ சிவப்பிரகாச தேசிகருடைய மடத்தில் இவரை இருக்கும்படி செய்வித்து அன்புடன் ஆதரித்து வந்ததன்றித் தாமும் தம்முடைய அன்பர்களும் கேட்கவேண்டிய நூல்களைப் பாடங்கேட்டு வந்தனர். இங்ஙனம் சில மாதங்கள் சென்றன. அப்பொழுது அந்த மடத்திலிருந்த பல ஏட்டுச் சுவடிகளை இவர் பார்த்தனர்; சிலவற்றை வாங்கிக்கொண்டனர். இங்ஙனமே அயலூர்களிலிருந்த வேளாளப் பிரபுக்களும் வேறு சிலரும் தத்தம் இடங்களுக்கு இவரை அழைத்துச் சென்று உபசரித்துச் சில நாட்கள் வைத்திருந்து அனுப்பியதுண்டு. அப்பால் திரிசிரபுரம் வந்து மேற்கூறிய சிதம்பரம் பிள்ளையின் வீட்டு மெத்தையிலேயே இருந்து இவர் காலங் கழிப்பாராயினர்.

‘புத்தகத்தை வாசித்தால் அழுகை வருமோ?’

இவரைப் பார்த்தற்காக ஒரு நாள் அயலூரிலிருந்து முக்கிய நண்பராகிய ஒரு வேளாளப் பிரபு வந்தார். அவர் இவரைக் கண்டு பாராட்டிவிட்டு

---

* இது தேவார வைப்புத்தலங்களுள் ஒன்று.

உண்ட பின்பு சிதம்பரம் பிள்ளை வீட்டின் மேல்மாடத்தில் ஒருபக்கத்திற் சயனித்துக் கொண்டார்; சொல்லவேண்டிய பாடங்கள் முடிந்தவுடன் மாணாக்கர்களை அனுப்பிவிட்டு வேறொரு புறத்திலே இவர் துயின்றார். துயின்றவர் வழக்கம்போலவே பதினைந்து நாழிகைக்குமேல் விழித்துக் கொண்டு காஞ்சிப் புராணத்தின் இரண்டாங் காண்டத்துள்ள ஒரு பகுதியைப் படித்து அதன்பாலுள்ள சொற்சுவை பொருட் சுவைகளை நுகர்ந்து இன்புற்றுக் கவிஞர் பெருமானகிய கச்சியப்ப முனிவரது அருமை பெருமைகளை நினைந்து மனமுருகிக் கண்ணீர் வீழ்த்தியும் ஆடையால் கண்களைத் துடைத்தும் படித்துக்கொண்டே இருந்தனர். இப்படி யிருக்கையில் அங்கே அயலிடத்தே துயின்ற புதிய பிரபு விழித்தெழுந்து ஜன்னல் வழியாக வெளிச்சந் தெரிந்தமையால் இவரைப் பார்த்தனர்; இவர் அடிக்கடி கண்களைத் துடைத்துக் கொள்ளுதலையும் படிப்பதையும் கவனித்தார். சிறந்த நூல்களிற் சுவையுள்ள பாகங்களைப் படிக்கும் பொழுது கல்விமான்களுக்கு அடிக்கடி மனம் உருகுமென்பதையும் கண்ணீர் பெருகுமென்பதையும் அவர் அறியாதவர். ஆதலால், 'ஏதோ இவர் அழுகிறார்' என்று எண்ணிக்கொண்டார். திடீரென்று எழுந்து பரபரப்புடன் வந்து இவர் கையிலிருந்த புத்தகத்தை வெடுக்கென்று பிடுங்கிக் கீழே எறிந்துவிட்டு இவரை நோக்கி, 'ஐயா நீங்கள் வாசித்தது போதும்; நிறுத்துங்கள். இந்த அகாலத்தில் நீங்கள் தூங்காமல் வருந்தி அழுவதற்குக் காரணம் என்ன? ஏதேனும் குடும்பக்கவலை உண்டோ? உங்களுக்கு வேண்டியவற்றை யெல்லாம் குறிப்பறிந்து செய்வதற்குச் சிதம்பரம் பிள்ளை முதலியவர்கள் இருக்கும்பொழுது எதற்காக இப்படி வருத்தமடையவேண்டும்? மனத்திலிருக்கும் வருத்தத்தை வெளியிடாமற் புத்தகம் வாசிப்பதாகப் பாவனை செய்துகொண்டு ஏன் இப்படி அழுதுகொண்டிருக்கிறீர்கள்? உங்கள் மனத்தில் உள்ளதைச் சொல்லுங்கள். ஏதாயிருந்தாலும் நான் முடித்துவிடுவேன். நீங்கள் வருத்தப்படுவது என்னுடைய மனத்தை வருத்துகின்றது" என்றார். இவர் அவருடைய பேச்சைக்கேட்டு நகைத்தனர். அவர், "இம்மாதிரி சிரித்துவிட்டால் நான் ஏமாந்து போவேனென்று நினைக்கவேண்டாம். என்னதான் சிரித்தாலும் உங்கள் வருத்தம் எங்கே போகும்? உண்மையாகக் கேட்கிறேன்; உங்கள் மனவருத்தம் இன்னதென்று சொல்லவேண்டும்" என்றார்.

பிள்ளை யவர்கள்: "ஒன்றும் இல்லை; ஐயா! இந்நூலை நான் படித்து வரும்போது ஒரு பாகம் என் மனத்தை உருக்கிவிட்டது; அதனால் என்னை யறியாமல் கண்ணீர் வந்தது."

அவர்: "புத்தகத்தை வாசித்தால் அழுகை வருமோ? அழுகை நீங்கிவிடுமே! எனக்காகச் சொல்லவேண்டாம். உள்ளதைச் சொல்லுங்கள்" என்று மிகவும் வற்புறுத்திப் பின்னும் வேண்டினார். அவரைச் சமாதானப்படுத்தித் தமக்கு வருத்தமில்லை யென்பதைத் தெரிவித்தற்கு இவர் பெரும்பிரயத்தனம் செய்தார். ஆனாலும் அவருக்கு இவருடைய வார்த்தைகளில் முழு நம்பிக்கை உண்டாகவில்லை. மறுநாட்காலையில் அவரே சிதம்பரம் பிள்ளையிடத்தும் அங்குவந்த ஏனையோரிடத்தும் முதல் நாள் இரவில் நடந்தவற்றைச் சொல்லி, "பிள்ளையவர்களை நன்றாகக் கவனித்துக்கொள்ளவேண்டும்" என்று கூறிவிட்டுச் சென்றனர்.

எல்லோரும் அதனைக் கேட்டு, "இப்படியும் ஒரு மனிதருண்டா!" என்று விம்மிதமுற்றுத் தம்முள் அடிக்கடி சொல்லிக் கொண்டு மகிழ்வாராயினர். பிள்ளை யவர்களைக் கண்டு அவர்கள் கேட்டபொழுது அவருக்குத் தம்பாலுள்ள அன்பே அச்செயலுக்குக் காரணமென்று விடை பகர்ந்தார்.

சுப்பராய செட்டியாரைச் சோடசாவதானியாக்கியது

சேது யாத்திரை சென்று திரிசிரபுரத்திற்கு வந்த புரசை அஷ்டாவதானம் சபாபதி முதலியார் தம்முடைய நண்பராகிய பிள்ளை யவர்களைக் கண்டார். இவர் சிலதினம் இருந்து செல்ல வேண்டுமென்று கேட்டுக்கொண்டார்; அதற்கு அவர் இசைந்து அவ்வாறே இருப்பாராயினர். அப்பொழுது அவருடைய கல்விப் பெருமையையும் அவதான விசேடத்தையும் இவரால் தெரிந்து கொண்ட பல பிரபுக்களும் வித்துவான்களும் அவர் அஷ்டாவதானம் செய்வதைத் தாம் பார்க்க வேண்டுமென்று பிள்ளை யவர்களைக் கேட்டுக்கொண்டார்கள். அதற்கிசைந்து இவர் ஒரு பெரிய சபை கூட்டிச் சபாபதி முதலியாரைக்கொண்டு அஷ்டாவதானம் செய்வித்தபொழுது யாவருங் கண்டு களித்து உபசரித்தனர். அப்பொழுது அங்கு வந்திருந்த சிரஸ்தேதார் செல்லப்பா முதலியாரென்ற பிரபு இவரை நோக்கி, "இவர்கள் அஷ்டாவதானம் செய்தது மிகவும் ஆச்சரியகரமாக இருக்கிறது. இங்ஙனம் செய்யும்படி உங்களுடைய மாணாக்கர்களுள் யாரையேனும் பழக்க முடியுமா?" என்று கேட்டனர். இவர் அப்பொழுது ஒன்றும் விடைபகராமல் இருந்துவிட்டுச் சபாபதி முதலியார் ஊர்சென்ற பின்னர், தம்முடைய மாணாக்கருள் ஒருவரும் மிக்க ஞாபகசக்தி யுள்ளவருமாகிய சுப்பராய செட்டியாரைப் பதினாறு அவதானம் செய்யும்படி சில மாதங்களிற் பயிற்றுவித்து ஒரு மகாசபைகூட்டி, அதற்கு மேற்கூறிய செல்லப்பா முதலியார் முதலியவர்களை அழைப்பித்து அவர்கள் முன்னிலையில் பதினாறு அவதானமும் செய்யச்செய்து அவருக்குச் சோடசாவதானி யென்ற சிறப்புப் பெயரை அளித்துத் தக்க சம்மானங்களையும் வழங்குவித்தார். அதுமுதல் அவர் பெயர் சோடசாவதானம் சுப்பராய செட்டியாரென்ற கௌரவப் பட்டத்துடன் வழங்குவதாயிற்று.

பிரபுக்கள் பாடங் கேட்டல்

அப்பால் இவருடைய பெருமையை அறிந்து வரகனேரியிலுள்ள நாராயணசாமி பிள்ளை யென்னும் செல்வர் ஒருவர் சில நூல்களை இவர்பாற் பாடங்கேட்க நினைந்து தாமே வலிந்துவந்து இவரை அழைத்துச் சென்று மலைக்கோட்டை வாயிலுக்கு எதிரேயுள்ளதும் தமக்குச் சொந்தமானதுமாகிய பெரியதொரு வீட்டில் இருக்கச் செய்து இவருக்கும் உடனிருந்தவர்களுக்கும் ஆகாராதிகளுக்குரிய சௌகரியங்களை அமைப்பித்து ஓய்வுகாலங்களில் வந்து தாம் அறிந்துகொள்ள வேண்டிய நூல்களைப் பாடங் கேட்டார்; விரும்பிய பலரையும் கேட்கும்படி செய்து ஆதரித்தும் வந்தார்.

பின்பு, உறையூரிலுள்ள அருணாசல முதலியா ரென்பவர் ஒரு சமயம் மாணாக்கர் முதலியவர்களோடு இவரை அழைத்துச் சென்று

தம்முடைய வீட்டிலேயே உபசாரத்துடன் பல மாதங்கள் வைத்திருந்தார். அப்பொழுது அவர் தாம் முன்பு படித்திருந்த நூல்களிலுள்ள ஐயங்களைப் போக்கிக் கொண்டதன்றித் திருக்கோவையார் முதலியவற்றிற்கும் பொருள் கேட்டுத் தெளிந்தனர். அவர் செல்வமும் ஈகையும் வரிசையறிதலும் உடையவராதலின் எவ்வகையிலும் இவர் பிறரை எதிர்பாராதபடி தக்க உதவி செய்து வருவாராயினர். அக்காலத்திலே பிள்ளை யவர்களுக்குப் பிராயம் 30.

    இவர்பாற் பாடங்கேட்டவர்களுள் ஒருவராகிய சுப்பராய முதலியா ரென்பவர் இவருடன் இடைவிடாமல் இருந்து செய்ய வேண்டியவற்றைக் குறிப்பறிந்து செய்து செல்லுமிடங்களுக்கும் ஊர்களுக்கும் உடன் சென்று கற்றுத்தேறினர்.

✡

9

அம்பலவாண முனிவரிடம் பாடங்கேட்டல்

திருவாவடுதுறை சென்றது

இப்படி இவர் திருச்சிராப்பள்ளியில் இருந்துவருகையில், திருவாவடுதுறை யாதீனத் தலைவராகிய வேளூர்ச் சுப்பிரமணிய தேசிகரைத் தரிசித்துக்கொண்டு வரவேண்டுமென்னும் விருப்பம் இவருக்கு உண்டாயிற்று; ஒருநாள் அங்ஙனமே புறப்பட்டுத் திருவாவடுதுறைக்கு வந்துசேர்ந்தார். வந்தகாலத்தில் அவர் சில தினங்களுக்குமுன் *பரிபூரண தசையையடைந்து விட்டதாகத் தெரிந்தமையால், "இனி அறியவேண்டிய அரிய விஷயங்களை எவ்வண்ணம் தெரிந்துகொள்வோம்? யார் சொல்லுவார்கள்? எல்லாமுடனே கொண்டேகினையே" என்று அவரைப்பற்றி வருந்தித் தம்முடைய வருத்தத்தைச் சில செய்யுட்களாலே புலப்படுத்தினர். அப்பால் அங்கே பதினைந்தாம் பட்டத்தில் ஆதீனத் தலைவராக விளங்கிய ஸ்ரீ அம்பலவாண தேசிகரைச் சில பெரியோர்கள் முகமாகத் தரிசித்துப் பழக்கஞ்செய்துகொண்டார். அவர் *திருமந்திரம்* முதலிய நூல்கள், சைவசித்தாந்த சாஸ்திரங்கள், சித்த நூல்கள் முதலியவற்றைத் தக்கவர்களை வைத்துக்கொண்டு ஆராய்ச்சி செய்து வந்தமையின் அவரிடம் வேண்டியவற்றை எளிதில் தெரிந்துகொள்ள முடியவில்லை. அந்த ஆதீனத்திற் பரம்பரைக் கேள்வியையுடைய பெரியோர்களிடம் நூதனமாக அரிய நூல்களைப் பாடங்கேட்க எண்ணி அதற்கு ஏற்ற பெரியார் யாரென்று இவர் விசாரித்த பொழுது அங்கேயுள்ளவர்கள் அம்பலவாண முனிவரென்ற பெரியாரே அதற்குத் தக்கவரென்று சொன்னார்கள்.

அம்பலவாண முனிவர் இயல்பு

அவர் வடமொழி தென்மொழிகள் இரண்டிலும் முறையான பயிற்சியுடையவர். பல சிவபுராணங்களிலும் பல

* பரிபூர்ண தசையை அடைந்தது குரோதி ஷு கார்த்திகை மீ கார்த்திகை நட்சத்திரம் (1844).

பிரபந்தங்களிலும் சைவ சாஸ்திரங்களிலும் அவருக்கு நல்ல ஆராய்ச்சி உண்டு; சிறந்த ஒழுக்கமுடையவர்; இடைவிடாமற் படித்தலிலேயே காலத்தைப் போக்குபவர். மடத்திற் பல தமிழ்நூல்கள் கிடைக்குமாயினும் ஒவ்வொன்றையும் ஒரே அளவுள்ள சுவடிகளில் எழுதி வைத்துக் கொள்வதில் அவருக்கு விருப்பம் அதிகம். அவ்வாறு அவர் எழுதிய சுவடிகள் மிகப் பல. அவர் கல்வி கேள்விகளிற் சிறந்தவராக இருந்தாலும் உலகப்பயிற்சியே இல்லாதவர். யாருக்கேனும் பாடஞ்சொல்லுதலில் அவர் பழகவில்லை. அவர் 96 பிராயத்திற்கு மேற்பட்டு வாழ்ந்திருந்தவர். ஸ்ரீ சூரியனார் கோயிலிலுள்ள ஸ்ரீ சிவாக்கிரயோகிகள் மடத்துத் தலைவராக அம்பலவாண தேசிகராற் பின்பு நியமிக்கப்பெற்றவர்.

அம்பலவாண முனிவரிடம் பாடங்கேட்டது

பிள்ளையவர்கள் ஏனையோர்களால் தூண்டப்பெற்று அவரிடம் சமயம்பார்த்துச் சென்று வந்தனஞ்செய்து தம்முடைய மனக்குறையைத் தெரிவித்துக்கொண்டார். அவர், "மற்றொரு சமயம் வாரும்; யோசித்துச் சொல்லுவோம்" என்றார். அப்படியே மறுநாட்காலையில் இவர்போய் வந்தனஞ் செய்துவிட்டு அவருடைய கட்டளையை எதிர்பார்த்துக்கொண்டு நின்றார். "நல்லது; இரும்" என்று அவர் சொல்ல இவர் இருந்தார். "நீர் என்ன என்ன படித்திருக்கிறீர்?" என்று அவர் கேட்டார். இவர் தாம் படித்தவற்றுள் சில நூல்களின் பெயர்களைச் சொன்னார். "அவற்றைச் சிறந்த கல்விமான்களிடம் முறையாகப் பாடங்கேட்டிருக்கிறீரா?" என்று அவர் வினாவினார். இவர், 'இவ்விடமிருந்து திருச்சிராப்பள்ளிக்கு எழுந்தருளிச் சில மாதங்கள் இருந்த ஸ்ரீ வேலாயுதசாமி யிடத்தும் வேறு சிலரிடத்தும் ஏதோ ஒருவாறு சிலசில நூல்களைக் கேட்டதுண்டு. எனக்குள்ள சந்தேகங்கள் பல; அவற்றையெல்லாம் சாமிகளே தீர்த்தருளவேண்டும்" என்று விநயத்தோடு தெரிவித்தார். வேறு பலரிடம் இவர் பாடங்கேட்டிருந்தன ராயினும், அந்த மடத்தின் தொடர்புடையாரைச் சொன்னால் முனிவருக்குப் பிரீதி உண்டாகுமென்று எண்ணியே இங்ஙனம் கூறினார். அவர், "இந்த ஆதீனத்துச் சிஷ்யர்களுக்கே நாம் பாடஞ் சொல்லுவோமே யல்லாமல் மற்றவர்களுக்குச் சொல்லுவதில்லை; அது முறையுமன்று" என்று கண்டிப்பாகச் சொன்னார். இவர், "அடியேன் சாமிகளுடைய சிஷ்யபரம்பரையைச் சார்ந்தவன்தானே? இப்பொழுது அடியேன் கேட்கப்போவதும் சாதாரணமான நூல்களிலுள்ள சிலவற்றின் கருத்துக்களே யல்லாமல் சைவசாஸ்திரங்களல்ல" என்று பலமுறை மன்றாடவும், அவர் சிறிதும் இணங்கவில்லை. "ஒவ்வொரு நூலையும் எவ்வளவோ சிரமப்பட்டு நாங்களெல்லோரும் கற்றுக்கொண்டு வந்தோம். அவற்றை மிகவும் எளிதிற் கற்றுக்கொண்டு போகலாமென்று வந்திருக்கிறீரோ?" என்று சொன்னார். சொல்லியும் இவர் விடாமற் சென்று சென்று பாடங்கேட்டற்கு முயன்றுகொண்டே வந்தார்; சிலதினங்கள் இங்ஙனஞ் சென்றன. விடாமல் அலைந்தலைந்து இவர் கேட்டுக்கொள்வதைத் தெரிந்து ஒருநாள் மனமிரங்கி அவர், "இங்கே நீர் முதலிற் படிக்கவேண்டிய நூல் என்ன?" என்று கேட்டனர். "இப்பொழுது கம்பரந்தாதியே" என்றார் இவர். முனிவர், "நல்லது, ஒரு நல்ல நாள் பார்த்துக்கொண்டு வாரும்" என்றார்.

அப்படியே நல்லநாள் பார்த்துக்கொண்டு இவர் சென்றார். அப்போது அவர் புத்தகங் கொணர்ந்தீராவென்று கேட்கவே, இவர் இல்லையென்றார். அவர் சென்று தம்முடைய புத்தகத்தை யெடுத்துவந்து கொடுத்தார். இவர் இருந்தபடியே அதை வாங்கிக்கொள்ள ஆரம்பித்தபொழுது அவர், "என்னகாணும், உமக்குச் சம்பிரதாயமே தெரியவில்லை! நீர் முறையாகப் பாடங்கேட்டவரல்ல ரென்பது மிகவும் நன்றாகத் தெரிகின்றது. இதற்காகத்தான் நாம் பாடஞ் சொல்லமாட்டோமென்று முன்னமே சொன்னோம். நமக்குக் குற்றமில்லை. இப்படிப்பட்டவர்களுக்குப் பாடஞ் சொன்னால் இடத்தின் கௌரவம் போய்விடுமே" என்று சினக்குறிப்புடன் சில வார்த்தைகள் சொன்னார். இவர், 'வெண்ணெய் திரண்டு வருகையில் தாழியுடைந்ததுபோல் நாம் நல்ல பயனை யடையக்கூடிய இச்சமயத்தில் கோபம் வந்துவிட்டதே! என்ன விபரீதம்? இதற்குக் காரணம் தெரியவில்லையே!' என்று மனம் வருந்தி, "சாமீ, அடியேன் புத்திபூர்வமாக யாதொரு தவறும் செய்யவில்லையே; அப்படி ஏதேனும் அடியேன் செய்திருந்தால், அதனை இன்னவென்று கட்டளையிட்டால் நீக்கிக் கொள்ளுவேன். அடியேன் நடக்கவேண்டிய நல்வழிகளையும் கற்பித்தருளல் வேண்டும்" என்று பலமுறை பிரார்த்தித்தார். அவர், "நாம் கொடுத்த புத்தகத்தை நீர் இப்படியா வாங்குகிறது?" என்றார். இவர், "எப்படி வாங்குகிறது? கட்டளையிட்டருள வேண்டும்" என, அவர், "இங்கே தம்பிரான்களிடத்திற் படித்துக்கொண்டிருக்கும் குட்டித் தம்பிரான்கள் செய்வதைப் பார்த்துக் கற்றுக்கொண்டு வாரும், போம்" என்றார். இவர், "அங்குத்தியே அந்த ஸம்பிரதாயத்தை விளங்கச் சொல்லவேண்டும்" என்று பலமுறை வற்புறுத்திக் கேட்டுக்கொண்டார். அவர், "நூதனமாகப் படிக்கத் தொடங்கும்பொழுது ஆசிரியர்களைப் பத்திர புஷ்பங்களால் முதலில் அர்ச்சித்து வந்தனங்கள் செய்து புத்தகத்தைப் பெறவேண்டும்; அப்பால் சொல்லெனச் சொல்லல் வேண்டும்" என்று சொன்னார். உடனே இவர் பத்திர புஷ்பங்களைக் கொணர்ந்து அர்ச்சித்து வந்தனங்கள் செய்து நின்றார். அவர் புத்தகத்தைக் கொடுத்தனர். அதைப் பெற்றுக்கொண்டு மறுமுறை வந்தனஞ்செய்து புத்தகக் கயிற்றை அவிழ்த்துப் படிக்கத் தொடங்கியபொழுது அவர், "நில்லும்; பூசைக்கு நேரமாகி விட்டது; நாளைக் காலையில் வாரும்" என்றார். இவர், "நல்லவேளையில் தொடங்கிவிட வேண்டாமோ?" என்றார். "நாம் நல்லவேளையிற் புத்தகத்தைக் கொடுத்துவிட்டோம். அதுவே போதியது" என்று சொல்லி உடனே அவர் எழுந்து போய்விட்டனர்.

அதன்பின் இவர் அங்கே படித்துக் கொண்டிருந்த மாணாக்க ரொவ்வொருவரும் இங்ஙனமே வழிபாட்டோடு தத்தம் பெரியோரிடத்திற் கற்றுக்கொண்டு வருதலையறிந்து தாமும் இங்ஙனமே செய்யவேண்டுவதுதான் முறையென்று நிச்சயித்துக் கொண்டார். பின்பு தம்முடைய உறைவிடஞ் சென்று ஆகாராதிகளை முடித்துக்கொண்டு கம்பரந்தாதியின் முதலைம்பது பாடல்களை ஒரு சுவடியிற் பெயர்த்தெழுதிக்கொண்டார். மறுநாட் காலையில் அவரிடம்சென்று முன்பு கூறியவண்ணம் அர்ச்சித்து வந்தனங்கள் செய்து அப்பால் அவருக்கு விசிறிப் பணிவிடை செய்து கொண்டு நின்றார். அதனால் மிக்க மகிழ்ச்சியுற்ற அவர், "நல்லது; இருந்து

படியும்” என்ன, இவர் இருந்து முதற்செய்யுளைப் படித்தார். இவர் பாடங்கேட்கத் தொடங்கினாலும் தெரிந்துகொள்ளவேண்டிய பாகம் மிகச் சிலவாகவே யிருக்கு மென்பதை அவர் தெரிந்துகொள்ளாமல் அச்செய்யுளைப் பதம் பதமாகப் பிரித்து விரிவாக அர்த்தஞ்சொல்லி நெடுநேரம் போக்கினர். இந்த முறையில் அந்நூல் சில தினங்களில் முற்றுப்பெற்றது. அதனைக் கேட்டுவருகையில் சைவசாத்திரக் கருத்துக்களை நுணுகி இவர் வினாவுவாராயின் முனிவர், “இப்பொழுது இதனைச் சொல்லக் கூடாது; பின்பு பார்த்துக்கொள்ளலாம்” என்பர். பலநாளிருந்தும் அந்த ஒரு நூலுக்குமேல் அப்பொழுது ஒன்றும் கேட்க இயலவில்லை.

அப்பால் இவர் அந்த நூல் முற்றுப்பெற்றதையும் அதிலுள்ள அரிய விஷயங்களைத் தெரிந்துகொண்டதையுமே பேரூதியமாக நினைந்து மகிழ்ந்தனர்; ‘இந்த ஆதீன சம்பந்தமுள்ள இவ்வம்பலவாண முனிவர் நமக்கு வித்தியாகுருவாகக் கிடைத்ததே பெரும் பயன்’ என்று ஆறுதலுற்றனர். பின்பு அவர்பால் விடைபெற்றுக்கொண்டு இவர் திரிசிரபுரம் வந்து சேர்ந்தார்.

அவரிடம் பாடங்கேட்டதை மறவாமல், பின்பு இவர் செய்த தியாகராச லீலையில் அம்முனிவரைத் துதித்துள்ளார். அச்செய்யுள்,

மின்னுமான் மழுவும் வெவ்வழல் விழியும் மிளிர்கறைக் கண்டமு மறைத்துப்
பன்னுமா னிடமாய் வந்தெனை மறைத்த பழமல வலிமுழு தொழித்து
மன்னுமா னந்தம் புணர்த்தியாள் கருணை வள்ளலா வடுதுறைப் பெருமான்
முன்னுமா தவர்சொ லம்பல வாண முனிவர னிணையடி போற்றி

என்பது. அக்காலத்தில் ஆதீனத்திலிருந்த ஞானாசிரியரைத் துதிப்பதாகவிருந்தால் அம்பலவாண தேசிகர் என்று அமைத்திருப்பார்; முனிவரென்றல் ஆதீன சம்பிரதாயமன்று.

திரிசிரபுரம் வந்தபின்பு இவர் திருவாவடுதுறைக்கு அக்கடி சென்று அங்கே கல்வி கேள்விகளிற் சிறந்திருந்த தம்பிரான்களோடு பழகித் தமக்குள்ள ஐயங்களை வினாவித் தெளிந்துகொள்வார். அம்பலவாண முனிவரிடத்தும் சில விஷயங்களைக் கேட்டுக் கொள்வார். அவரிடத்தும் அங்கே உள்ள தம்பிரான்களிடத்தும் சைவ சாஸ்திரங்களை உரைகளுடன் முறையே பாடங்கேட்டுத் தெளிந்தனர். அங்ஙனம் தெளிந்ததை இவர் பின்பு இயற்றிய பிரபந்தங்களிலும் காப்பியங்களிலும் அமைந்துள்ள சைவ சாத்திரக் கருத்துக்கள் புலப்படுத்தும்.

10

பெரியபுராணப் பிரசங்கமும் பாடஞ்சொல்லுதலும்

மாணாக்கர்களிடத்து அன்பும் பாடஞ்சொல்லுதலில் விருப்பமும்

பலரிடத்தும் சென்று சென்று அவர்களுக்கு வேண்டியவற்றைச் செய்து பலமுறை அலைந்து ஒவ்வொரு நூலையும் சிறிது சிறிதாகக் கற்றுக்கொண்டு வந்தவராதலின், யாதொரு வருத்தமுமின்றி மாணாக்கர்களைப் பாதுகாத்து அவர்களை அலைக்கழியாமல் அவர்களுக்கு வேண்டியவற்றை உடனுடன் கற்பித்துவரவேண்டு மென்ற எண்ணம் இவருக்கு இருந்துவந்தது. அதனால், பாடங் கேட்க வரும் செல்வர்களுக்கும் ஏனையோருக்கும் விரும்பிய நூல்களைத் தடையின்றிப் பாடஞ்சொல்லி ஆதரிக்கும் இயல்பு அக் காலந்தொடங்கி இவருக்கு முன்னையிலும் அதிகமாக ஏற்பட்டது. சில ஏழைப் பிள்ளைகளுக்கு ஆகாராதிகளுக்கும் உதவிசெய்து வருவாராயினர். தம் நலத்தைச் சிறிதும் கருதாமல் மாணாக்கர்களுடைய நன்மையையே பெரிதாகக் கருதும் இயல்பு இப் புலவர்பெருமானிடத்து நாளடைவில் வளர்ச்சியுற்று வந்தது.

மாணாக்கர்களிடத்து இவர் காட்டிவந்த அன்பிற்கு எல்லையே இல்லை. தமக்கு ஏதேனும் தீங்கு செய்தாலும் பொறுத்துக்கொள்வார்; மாணாக்கர்களுக்கு யாரேனும் தீங்குசெய்துவிட்டால் இவருடைய மனம் அதைச் சிறிதும் பொறாது. அத் தீங்கு செய்தவர்களை இவர் பகைவரைப்போலவே நினைந்து கடிந்தொழுகுவார்.

பாடம் சொல்லுவதில் இயல்பாகவே இவருக்கு விருப்பம் அதிகம். இவருடைய கல்வி வளர்ச்சிக்கும் கவித்துவத்திற்கும் காரணம் இங்ஙனம் பாடஞ்சொல்லி வந்ததேயென்று சில பெரியோர்கள் சொல்லியிருக்கிறார்கள்.

திருவாவடுதுறை யாதீனத்தில் மேலகரம் ஸ்ரீ சுப்பிரமணிய தேசிகர் காலத்திற் சின்னப்பட்டத்தில் இருந்தவரும் இவருடைய மாணாக்கரும் இடைவிடாமற் பாடஞ் சொல்லுதலையே தம்முடைய கடப்பாடாகக்கொண்டு ஒழுகியவருமாகிய ஸ்ரீ நமச்சிவாய தேசிகர், "ஒருமுறை பாடஞ்சொல்வது ஆயிரந்தரம் படிப்பதற்குச் சமானம்" என்று சொல்லுவதுண்டு. ஒருகாலத்தில் ஸ்ரீ சி. தியாகராச செட்டியார் இவரோடு பேசிக்கொண்டிருக்கையில் இவரை நோக்கி, "நீங்கள் இடைவிடாமல் பாடஞ்சொல்லுவதாகப் பேர் வைத்துக்கொண்டு நன்றாகப் படித்துவருகிறீர்கள்" என்று சொன்னதை நான் உடனிருந்து கேட்டிருக்கிறேன்.

> ஆசா னுரைத்த தமைவரக் கொளினும்
> காற்கூ றல்லது பற்றல னாகும்

> அவ்வினை யாளரொடு பயில்வகை யொருகா
> செவ்விதி னுரைப்ப வவ்விரு காலும்
> மையறு புலமை மாண்புடைத் தாகும்

என்பன இக்கருத்தை விளக்கும்.

பெரியபுராணப் பிரசங்கம்

இங்ஙனம் இருந்துவருகையில் சிலர் இவரிடம் *பெரியபுராணத்திற்குப்* பொருள் கேட்பாராயினர். பாடங் கேட்பவர்களே யன்றி வேறு சிலரும் வந்து உடனிருந்து கேட்டுச் செல்லுவது வழக்கம். அங்ஙனம் வருபவர்கள் பலரும் கேட்கும்படி பெரியதோர் இடத்தில் இவரைக்கொண்டு பெரியபுராணப் பிரசங்கம் செய்வித்தால் தமிழ்ச்சுவையையும் பக்திரசத்தையும் பலரறிந்து உய்தல் கூடுமேயென் றெண்ணினார்கள். அக்காலத்தில் இத்தகைய காரியங்களைச் செய்வித்தலில் ஊக்கமுடையவராய் அங்கேயிருந்த ஒரு செல்வரிடம் அவர்கள் சென்று தங்கள் கருத்தைத் தெரிவித்தார்கள். அவர்கள் சொல்லியதற்கு அவர் இணங்கித் தம்முடைய வீட்டில் நூற்றுக்கணக்கானவர்கள் இருக்கக்கூடிய இடமொன்றில் நாள்தோறும் பிரசங்கம் செய்யும்படி இவரைக் கேட்டுக்கொண்டனர். அவ்வாறே பிரசங்கம் நடைபெற்றது. மேற்கூறிய அன்பர்களும் வேறு பலரும் நாடோறும் வந்து கேட்டு மகிழ்வாராயினர். இவர் உரிய இடங்களிற் சொல்லும் பதசாரங்களும் அப்பொழுதப்பொழுது எடுத்துக்காட்டும் *தேவாரம்* முதலிய மேற்கோள்களும் சைவ சாஸ்திரக் கருத்துக்களும் எல்லாருடைய உள்ளத்தையும் கனிவித்தன. அயலூர்களிலிருந்தும் பலர் தினந்தோறும் கேட்பதற்காக வரத்தொடங்கினர். இவருடைய புகழ் முன்னையினும் பலமடங்கு எங்கும் பரவியது. இது தெரிந்த அக்கனவான் இவருக்கு மாதந்தோறும் தக்க பொருளுதவி செய்து வருவாராயினர்.

இந்த நிலைமையைக் கண்டு பொறாமையுற்ற வேறு மதத்தினர் ஒருவர் எப்படியாவது இந்தப் பிரசங்கத்தை நடைபெறாமற் செய்துவிடவேண்டு மென்று நிச்சயித்துக்கொண்டு மேற்கூறிய கனவானிடம் வந்தார். இந்தப் பிரசங்கத்தைச் செய்வித்தலால் தமக்கு மிகுந்த கௌரவம் உண்டாயிற்றென்று எண்ணிக்கொண்டிருந்த அந்தப் பிரபு வந்தவரை நோக்கி, "இங்கே நடக்கும் பெரியபுராணப் பிரசங்கம் எவ்வளவு சிறப்பாக நடக்கிறது, பார்த்தீர்களா?" என்று தம்முடைய நல்ல எண்ணத்தை வெளியிட்டார்.

கேட்ட அவர், "அதைப்பற்றிச் சில வார்த்தைகள் பேசவேண்டு மென்பது என் கருத்து. அதற்காகத்தான் இங்கே வந்தேன்; கேட்டாற் சொல்லுவேன்" என்றார். தனவான் சொல்லவேண்டு மென்று கூற, வந்தவர் எந்த வழியாகச் சொன்னால் அந்தப் பிரபுவிற்கு வெறுப்பு உண்டாகுமோ அதைத் தேர்ந்து அவரை நோக்கி மிகவும் தைரியமாக, "அப்புராணம் மிக்க சுவையுள்ள தென்பதில் யாதொரு சந்தேகமும் இல்லை. ஆனாலும் ஒவ்வொரு புராணத்திலும் ஒவ்வொருவர் இறந்தாரென்ற முடிவே அமைந்திருக்கின்றது. அது மங்களகரமாகவில்லை. அதை ஒரு வீட்டில் வைத்து நடத்துவது சுபகரமானதன்றென்று சிலர் சொல்லுகிறார்கள். கோயில் முதலிய இடங்களுள் ஒன்றில் வைத்து நடத்தச்செய்தால் உத்தமமாக இருக்கும். தாங்கள் பெரிய குடும்பியாதலாலும் எனக்கு அன்பராதலாலும் இந்த உண்மையைத் தங்களிடம் சொல்லாமலிருக்க என்னால் முடியவில்லை. தங்கள் க்ஷேமத்தை எண்ணியே இதனை இன்று வெளியிட்டேன். இது தங்கள் மனத்திலேயே இருக்கவேண்டும். நான் சொல்லவேண்டியதைச் சொல்லிவிட்டேன். அப்பால் தங்கள் சித்தம்போலப் பார்த்துக்கொள்ளுங்கள்" என்று சொல்லி விடைபெற்றுத் தம்மிடம் சென்றார்.

அவருடைய பேச்சைக் கேட்ட அக்கனவானுக்கு மனம் பேதித்துவிட்டது. அவர் தமிழ்ப்பயிற்சியும் நாயன்மார்களிடத்திற் பக்தியும் இல்லாதவர்; ஆயினும் எல்லோரும் விரும்பும் காரியத்தைச் செய்வித்தால் தமக்கு மதிப்புண்டாகுமென் றெண்ணியவர்; பிறர் கூறுவதை அவ்வாறே நம்பிவிடும் தன்மையுடையவர்; ஆதலால் *பெரியபுராணப்* பிரசங்கத்தைப்பற்றிய ஐயம் அவர் மனத்திற் குடிகொண்டு விட்டது. அந்தரங்கமாகச் சிலரை அழைத்து அதைப்பற்றி விசாரிக்கலானார். கேட்ட அவர்கள், "ஈது என்ன விபரீத உணர்ச்சியாக இருக்கிறது! யாரோ ஒருவன் விஷமம் பண்ணிவிட்டான் போலிருக்கின்றது. இந்தப் பைத்தியக்கார மனுஷ்யரும் இதை உண்மையென்று நம்பிவிட்டாரே! இதை மாற்றுவது மிகவும் அசாத்தியமாயிற்றே!" என்று நினைத்து அதனைப் பிள்ளை யவர்களிடம் தெரிவித்தனர்.

இவர் அதனைக்கேட்டுப் புன்னகைகொண்டு அவர்களை அனுப்பிவிட்டு அந்தப் பிரபுவிடம் வந்து, "உங்களுக்குக் கவலையுண்டாயிருப்பது எனக்குத் தெரிந்தது. புராணத்தை இன்றோடே நிறுத்திக்கொள்வேன். அதனாற் குற்றமில்லை" என்று சொல்லி அன்று அங்கேவந்து சொல்லவேண்டிய பகுதியைச் சொல்லி முடிவில், "நாளை முதல் இங்கே பிரசங்கம் நடைபெறாது; இங்கே நீங்கள் வந்து அலையவேண்டாம்" என்று கேட்பவர்களுக்குச் சொல்லிவிட்டு உரியவரிடம் விடைபெற்றுக்கொண்டு தம்மிடம் சென்றனர்.

பெரியபுராணப் பிரசங்கம் நின்றுவிட்டதை யறிந்த அவ்வூரிலுள்ள வேறொரு கனவான் தாமே அதனை மேற்கொண்டு நடத்த எண்ணினார். எண்ணியவர் தினந்தோறும் பிரசங்கத்தை மிகவும் சிறப்பாக நடத்துவிப்பதாகவும், நிறைவேறியவுடன் தக்க சம்மானம் செய்விப்பதாகவும் சில அன்பர்கள் முகமாக இவருக்குச் சொல்லியனுப்பினார். அந்தக் கனவானும் முன்னவரைப் போன்றவரே.

அந்தப் புதிய கனவானது வேண்டுகோளைச் சிலர் இவரிடம் வந்து சொன்னார்கள். கேட்ட இந்தக் கல்விச் செல்வர், "தமிழ்ப் பாஷா ஞானமும் அதில் உள்ளன்புமின்றி வெறுங் கௌரவத்தை மட்டும் உத்தேசித்துத் தொடங்கும் செல்வர்களை நம்பக் கூடாது; தம்முடைய செல்வ இறுமாப்பினால் எல்லோரும் தமக்குக் கீழ்ப்படிந்து தம் இஷ்டம்போல் நடக்கவேண்டுமென்று கருதுவார்கள். அவர்களுடைய தொடர்பே வேண்டாம். ஏழைகளாயினும் பாஷையில் அன்புடையவர்கள்பாற் பெறும் ஆதரவுதான் சிறந்தது" என்று சொல்லி அங்ஙனம் செய்ய உடன்படவில்லை.

பின்பு பல அன்பர்கள் பிள்ளை யவர்களிடம் வந்து பெரியபுராணத்தில் எஞ்சிய பாகத்தையும் பிரசங்கம்செய்து பூர்த்திசெய்ய வேண்டுமென்று கேட்டுக்கொண்டனர். அப்படியே வேறு ஓர் இடத்தில் ஆரம்பிக்கப்பட்டு அது பூர்த்தியாயிற்று. அந்த நகரத்தார் ஒருங்குகூடித் தக்க சம்மானம்செய்து பிள்ளை யவர்களை ஆதரித்தார்கள். அதன் பின்பு அவ்வூரினர் எல்லாரும் பெரியபுராணத்தில் ஈடுபட்டு அதைப் படித்தும் படிப்பித்தும் பொருள் கேட்டுப் பொழுது போக்குவாராயினர்.

இவர் தமிழ்நூல்களை நன்கு பாடஞ்சொல்லி வருதலை அறிந்து சில மாணவர்கள் பிற ஊர்களிலிருந்தும் இவரிடம் வந்து உதவி பெற்றுக் கவலையின்றிப் பாடங்கேட்பாராயினர்.

தியாகராச செட்டியார்

பூவாளூர் தியாகராச செட்டியார்

தியாகராச செட்டியா ரென்பவர் பூவாளூரிலிருந்து வந்து இவரிடம் பாடங்கேட்டவர். அவர் கேட்கவந்த காலம் குரோதி வருஷம் (1840) என்று தெரிகின்றது. பூவாளூரில் வியாபாரத்திலும் பயிர்த்தொழிலிலும் புகழ்பெற்று விளங்கிய ஒரு குடும்பத்தில் அவர் பிறந்தவர். அவருடைய தந்தையாரின் பெயர் சிதம்பரஞ் செட்டியா ரென்பது. பூஸ்திதியும் இருந்தமையால் தியாகராச செட்டியார் வேளாண்மையையும் வியாபாரத்தையும் கவனித்து வந்தார். இளமைதொடங்கிப் பூவாளூரிலும் அயலூர்களிலும் உள்ள அறிஞர்கள்பால் தமிழ்க் கருவிநூல்களைப் பாடங்கேட்டு வந்தனர். இயற்கையாகவே நல்லறிவு வாய்ந்தவராதலின் கற்றவற்றைச் சிந்தித்துத் தெளிந்து பயன்படுத்திக் கொள்வதிற் சிறந்தவரானார்; "மதிநுட்பம் நூலோ டுடையார்க் கதிநுட்பம், யாவுள முன்னிற் பவை."

அவர் வந்து பிள்ளை யவர்களிடம் முதலிற் பாடங்கேட்டது திருச்சிற்றம்பலக் கோவையா ரென்றும் மற்ற நூல்கள் யாவும் அப்பாற் கேட்கப்பட்டனவென்றும் அவரே சொல்லியிருக்கிறார். கேட்கும் நூற்கருத்துக்களை அவர் ஊன்றிக்கேட்டுப் பயில்வதும் சிந்திப்பதும் தெளிவதும் இவருக்கு அவர்பால் அதிக அன்பை உண்டாக்கின. புதியனவாகச் செய்யுள் செய்யும் வன்மையும் அக்காலத்தில் அவருக்கு இயல்பாக அமைந்திருந்தது. அதனாலும் இக்கவிஞர் தலைவருக்கு அவர்பாலுள்ள அன்பு வளர்ச்சியுற்றது. இவர்பாற் படிக்கவந்த காலந்தொடங்கி நூதனமாகப் பாடங்கேட்க வருபவர்களுக்குப் பாடஞ்சொல்லுதலும் இவர் நூதனமாகச் செய்யும் நூல்களையோ தனிச் செய்யுட்களையோ பனையேட்டில் அப்பொழுது அப்பொழுது எழுதுதலுமாகிய இப்பணிகளை அவர் பிறருக்குக் கொடுத்துவிடாமல் தாமே வகித்துக் கொண்டனர். ஒரு நிமிஷமேனும் இவரைவிட்டுப் பிரிந்திரார்; புதிய செய்யுட்களை இவர் சொல்லத் தாம் எழுதும்பொழுது அவற்றின் சொல்லின்பம் பொருளின்பங்களை யறிந்து மனமுருகிக் கண்ணீர் வீழ்த்துவார்; அவற்றின் நயங்களைப் பிறருக்கு எடுத்துச் சொல்லுவார். இவைகளே அவருக்கு உண்டாகிய கல்வி முதிர்ச்சிக்கும் மற்ற மாணாக்கர்களைக் காட்டிலும் மேற்பட்டு விளங்கியதற்கும் காரணமாக இருந்தன. பிள்ளை யவர்கள் செட்டியாரிடம் வைத்திருந்த அன்பு ஒப்பற்றது;

நெஞ்சுற வருங்கலைகள் கற்குமவர் தம்மளவில்
நேயநிக ழாதவர்கள் யார்? (வி. பா. குருகுலச்.)

செட்டியார் பாடல் சொல்லுதலும் பொருள் சொல்லுதலும் செய்யுள் செய்தலும் அவரது குரலும் பிள்ளை யவர்கள் பாடல் சொல்லுதல் முதலியவற்றிற்குப் படியெடுத்தாற் போலவேயிருக்கும். பிள்ளை யவர்களுக்கு எவ்வளவு புகழுண்டோ அந்தப் புகழுக்கு அடுத்தபடியான புகழைத் தமிழ்நாட்டிற் பெற்று விளங்கினவர் செட்டியாரே.

அவர் திருச்சிற்றம்பலக் கோவையாருக்குப் பின்பு தமிழ்ப் பிரபந்தங்கள் பலவற்றைப் பாடங் கேட்டு வந்தார். அக்காலத்தில் ஒவ்வொரு நாளும் ஒவ்வொரு செய்யுளாக அவர் பிள்ளை யவர்கள் மீது செய்துவந்த ஓரந்தாதி அபூர்த்தியாக இருக்கின்றது.

அந்நூற் பாடல்களுட் சில வருமாறு:

உன்னையொப் பாரிங் கெவரு மிலையொப் புரைத்திடினீ
நின்னையொப் பாயருண் மீனாட்சி சுந்தர நின்மலவெற்
கன்னையொப் பாய்பின்னு மத்தனொப் பாய்நின் னருளைப்பெற்ற
என்னையொப் பாருமுண் டோகடல் சூழ மிரும்புவிக்கே. (2)

பெற்றாரு ணின்னைப்பெற் றார்போற்பெற் றார்களும் பேண்பிறப்பை
உற்றாரு ணின்றனைப் போலவுற் றார்களு முன்னருளை
நற்றா ரணியு ளெனைப்போற்பெற் றார்களு நாடுறினும்
மற்றார்முற் றோர்தரு மீனாட்சி சுந்தர மாமணியே. (10)

தக்கார் தகவில ரென்ப தவரவர் தம்மெச்சத்தால்
மிக்கா ரறியப் படுமென னின்னை விரும்பிப்பெற்றோர்
தக்கா ரெனநின்றன் னாலுணர்ந்த தன்றுகொ றண்டமிழ்தேர்
மிக்கார் புகழ்தரு மீனாட்சி சுந்தர மெய்ம்மையனே. (17)

உள்ளும் பவமொரு கோடி யுறினு முறுகவந்த
விள்ளும் பவந்தொறு மீனாட்சி சுந்தர மெய்ம்மையநீ
எள்ளுஞ் செயலிற் புகுத்தாதென் பானின்குற் றேவலையே
கொள்ளும் படிதொண்ட னாக்கொள்வை யேலிக் குவலயத்தே. (47)

*அரன்வாயில் வேங்கடசுப்புப் பிள்ளை

அப்பால் இவரிடம் அரன்வாயில் வேங்கடசுப்புப் பிள்ளை என்ற ஒருவர் படிக்க வந்தார். அவர் இவர்பால் வந்து ஆதரிக்கப் பெற்று முறையாகப் பாடங்கேட்டு நல்ல தமிழ்ப் பயிற்சியையும் செய்யுள் செய்யும் ஆற்றலையும் அடைந்து சென்று புகழ்பெற்று விளங்கினார். அவர் பிள்ளை யவர்களிடம் பாடங்கேட்ட செய்தி வேதநாயகம் பிள்ளைக்கு ஒருமுறை அவர் எழுதிய கீழ்க்கண்ட பாடலால் விளங்கும்:

மீனாட்சி சுந்தரனா மேலோன் சிரகிரியில்
தானாட்சி யாவாழ் தருணத்தே – தேனாட்சிச்
செந்தமிழ வன்பாற் சிறிதுணர்ந்தேன் மன்னவித்தாற்
பந்தமெனக் குண்டேயுன் பால்.

திருவீழிமிழலைச் சாமிநாத கவிராயர்

திருவீழிமிழலைச் சாமிநாத கவிராய ரென்பவர் அத் தலத்திலுள்ள கல்விமான்கள் சிலரிடம் கருவிநூல்களையும் *திருவிளையாடற் புராணம்* முதலிய காப்பியங்களையும் முறையே பாடங்கேட்டுத் தெளிந்தனர். பின்பு *கம்பராமாயணம், பெரியபுராணம்* முதலியவற்றை வாசிக்கவேண்டு மென்னும் விருப்பமுடையவராய்க் குரோதி வருஷத்தில் திரிசிரபுரம் வந்து இவர்பால் முதலில் கம்பராமாயணத்தைப் பாடங்கேட்டார். அவருடைய நுண்ணறிவையும் இனிய சாரீரத்தையும் அறிந்த பிள்ளை யவர்கள் பிரியத்துடன் பாடஞ் சொன்னார். †தாமே எழுதிவைத்த *கம்பராாாயண* ஏட்டுச்சுவடி யொன்றை அவருக்குக் கொடுத்தார். அவர் இவருடைய பேரன்பினால் அந்நூலில் நல்ல பயிற்சியை யடைந்தார்; அதிலிருக்கும் கருத்தைப் பிறருக்குச் சுவைபடச்சொல்லி மகிழ்விக்கும் ஆற்றலையும் பெற்றார்; அடிக்கடி பிறருடைய முயற்சியினால் இவருக்குத் தெரியாமல் தனியே வேறிடஞ்சென்று *கம்பராமாயணப்* பிரசங்கம் செய்து வந்தார். அதற்குக் காரணம் இவர்பாலுள்ள அச்சமும் நாணமுமே.

அவ்வாறு அவர் இருத்தலை யறிந்து ஒருநாள் இவர் அவர் பிரசங்கம் செய்யுமிடம் சென்று மறைவாக இருந்து கேட்டு வியப்புற்று அவரைப்

* அரன்வாயி லென்பது தொண்டைநாட்டி லுள்ளதோரூர்.

† *கம்பராமாயணத்தை* இவர் ஒன்றன் பின் ஒன்றாக மூன்று பிரதிகள் எழுதிவைத்திருந்தனர்; அவற்றுள் ஒன்றைச் சாமிநாத கவிராயருக்கும் வேறொன்றைப் பட்டீச்சுரம் ஆறுமுகத்தா பிள்ளைக்கும் கொடுத்தனர்; மற்றொன்றைத் தாமே வைத்துக்கொண்டனர்.

பின்னும் பிரகாசப்படுத்தவேண்டும் என்று நினைந்தார்; சில காலத்துக்குப் பின்பு ஒரு சபை கூட்டிக் கம்பராமாயணத்தி லுள்ள சில சுவையான பாகங்களை எடுத்துப் பிரசங்கிக்கச் செய்து, 'கம்பராமாயணப் பிரசங்க வித்துவான்' என்ற பட்டத்தை அவருக்கு அளித்துச் சால்வை யொன்றையும் தமது கையாலேயே வழங்கினர். அதுமுதல் அவருக்குத் தமிழ்நாட்டிற் கம்பராமாயணப் பிரசங்க விஷயத்தில் மிக்க கௌரவம் உண்டாயிற்று. வாழ்நாள் முழுவதும் கம்பராமாயணம் முதலியவற்றைப் பிரசங்கம் செய்து காலங்கழித்துவந்தார். தம்மை நன்னிலைக்குக் கொண்டுவந்த பிள்ளை யவர்களை மறவாமல் எந்த இடத்திற் பிரசங்கம் செய்தாலும் இவ்வாசிரியருடைய துதியாக ஒரு பாடலைச் சொல்லிவிட்டுதான் பின்பு பிரசங்கிக்கத் தொடங்குவார். இங்ஙனம் அவர் துதியாகச் செய்த பாடல்கள் பல.

11

சில பிரபந்தங்களும் தியாகராச லீலையும் இயற்றல்

பூவாளூர்ப் பதிற்றுப்பத்தந்தாதி

ஒரு சமயத்தில் தியாகராச செட்டியார் முதலியோர்கள் கேட்டுக்கொள்ள இவர் பூவாளூர் சென்றிருந்தார். அப்பொழுது சிலர் விரும்பியபடி பூவாளூர்ப் பதிற்றுப்பத்தந்தாதி யென்ற பிரபந்தம் இவரால் இயற்றி அரங்கேற்றப்பெற்றது; சைவ சாஸ்திரங்களைக் கற்றபின்னர்ப் பாடப்பட்டதாதலின் அப்பிரபந்தத்தில் அவற்றின் கருத்துக்கள் அமைந்திருத்தலைக் காணலாம்:

பாவிய கரும மின்றியே பசுவும் பதியும்பா சமுமென வுரைக்கும்
நாவினான் மதமே கொண்டுழ லாம னாயினேற் கென்றருள் புரிவாய்,

அவனவ ளதுவென் றுரைத்திடும் புவன மாகியு மதற்குவே றானாய்
நவவடி வுடையாய் *காமர்பூம் பதியாய் நாயினுங் கடைப்படு வேற்குத்
தவலறு மூல மலச்செருக் கொழிந்து சத்திநி பாதமென் றுறுமே,

[* காமர்பூம்பதி – பூவாளூர்.]

பொருந்துசன் மார்க்க நெடுஞ்சக மார்க்கம் புத்திர மார்க்கமு மில்லேன்
திருந்திய தாத மார்க்கமு மில்லேன் தீவினை மார்க்கமே யுடையேன்,

காலைக் கதிராய்ச் சில்லுயிர்க்குக் கவினு மதியாய்ச் சில்லுயிர்க்கு
மாலை யிருளாய்ச் சில்லுயிர்க்கு வைகும் பொருணீ யென்றறியேன்.

இவற்றையன்றித் திருவாசக முதலியவற்றிலுள்ள கருத்துக்களைத் தம்முட்கொண்ட சில செய்யுட்களும் இதில் உண்டு:

ஆலும்விட மமுதாக்குங் காமர்பதித் திருமூல வமல னார்க்குச்
சாலுமணிக் குழையொருபாற் றோடொருபான் முத்தொருபாற் சர்ப்ப
மோர்பால்
ஏலுநற்குங் குமமொருபா னீறொருபாற் பட்டொருபா லியைதோ
லோர்பால்

ஏலுநற்குங் குமமொருபா னீறொருபாற் பட்டொருபா லியைதோ லோர்பால்
ஓலிடுபொற் சிலம்பொருபாற் கழலொருபாற் பன்னாளு மொளிரு மன்றே

எனவரும் அர்த்தநாரீசுவர மூர்த்தியின் செய்தி *திருவாசகத்தைத் தழுவியமைத்தது.

புலையரும் விரும்பாப் புன்புலாற் சுமை

என்பது அரிச்சந்திர புராணத்தைத் தழுவியது.

ஏலக் குழலியோர் பாகம் போற்றி
எனக்கு வெளிப்படும் பாதம் போற்றி
மாலைப் பிறைமுடி வேணி போற்றி
மான்மழு வைத்த கரங்கள் போற்றி
காலைக் கதிர்த்திரு மேனி போற்றி
காமனைக் காய்ந்தகண் போற்றி யென்றே
ஓலிட் டருமறை தேடும் பூவா
ளூரரை யான்சொல்லி யுய்வ தென்றே

எனவரும் செய்யுட்களின் சந்தம் †தேவாரச் சந்தத்தைப் பின்பற்றியது.

அந்நூல் முற்றும் இப்பொழுது கிடைக்கவில்லை; ‡காப்பும் 24 பாடல்களுமே கிடைக்கின்றன.

பெருந்திருப் பிராட்டியார் பிள்ளைத்தமிழ்

இவர் ஒரு முறை திருத்தவத்துறை (லாலுகுடி) சென்றிருந்த பொழுது அங்கே இருந்த அன்பர்களின் விருப்பப்படி அவ்வூரில் எழுந்தருளியுள்ள பெருந்திருப்பிராட்டியார் (ஸ்ரீமதி) மீது ஒரு பிள்ளைத்தமிழ் இயற்றினார்.

இந்தப் பிள்ளைத் தமிழிலும் இக்கவிஞர் முதலில் விநாயகர் முதலியவர்களுக்கு வணக்கம் கூறுகின்றனர். ஆயினும் அகிலாண்ட நாயகி பிள்ளைத் தமிழிலுள்ளதுபோல அவையடக்கம் இதில் இல்லை. அகிலாண்ட நாயகி பிள்ளைத் தமிழைக் காட்டிலும் இந்நூல் எளிதிற் பொருள் விளங்கும் சொற்களையும் சிறந்த கருத்துக்களையும் உடையதாக இருக்கின்றது. இவருடைய கற்பனைத் திறனும் பிறவும் இதன்கண் உயர்வுபெற்று விளங்குகின்றன.

மருதத்திணையுள் தாமரைமலர் நிறைந்திருப்பதை நினைந்து, ‘பிரமதேவர் தம்முடைய தந்தையாகிய திருமாலுக்குக் குடையாக உதவிய மலையின் சிறகுகளை இந்திரன் அரிந்த பகைமையை எண்ணி அவனுக்குரிய மருதத்திணையில் அவன் தங்குவதற்கு இடமில்லாதபடி தமக்கும், தம் தாயாகிய திருமகளுக்கும், தம் மனைவியாகிய கலைமகளுக்கும் இருப்பிடங்களாகவும், தம் தம்பியாகிய மன்மதனுக்கு ஆயுதசாலையாகவும்,

* “தோலுந் துகிலுங் குழையுஞ் சுருடோடும், பால்வெள்ளை நீறும் பசுஞ்சாந்தும் பைங்கிளியும், சூலமுந் தொக்க வளையு முடைத்தொன்மைக் கோலமே நோக்கிக் குளிர்ந்தூதாய் கோத்தும்பி” (திருவா.)

† “மைம்மரு பூங்குழல்” என்னும் திருப்பதிகம் முதலியவற்றைப் பார்க்க.

‡ ஸ்ரீ மீனாட்சிசுந்தரம் பிள்ளையவர்கள் பிரபந்தத் திரட்டு, 2645 – 69

தம்முடைய வாகனமாகிய அன்னத்துக்கு இருப்பிடமாகவும் பல தாமரைகளை எங்கும் உண்டாக்கி மகிழ்கின்றார்' என்னும் கருத்தமைய,

தண்ணந் துழாய்ப்படலை துயல்வரு தடம்புயத் தாதைக்கு நீழல்செய்யத்
தந்தவரை யின்பறை யரிந்தபகை கண்டரி தங்குதற் கிடமிலாமல்
எண்ணுந் தனக்குமனை யாய்க்குமனை யிற்குமனை யிளவலுக் கேதியுறையுள்
எகினுறையு ளாகமரு தத்திணையி லாக்கிமகி ழெண்கைப் பிரான்புரக்க
(காப்புப். 5)

[வரை – கோவர்த்தனகிரி. பறை – சிறகு. அரி – இந்திரன். யாய்க்கு – திருமகளுக்கு. இற்கு – மனைவிக்கு; கலைமகளுக்கு. இளவல் – மன்மதன். ஏதி – ஆயுதம். எகின் – அன்னம்.]

என்று ஒரு கற்பனையை அமைக்கின்றார்.

'தன் கணவர் செய்வதைப்போன்றே தானும் செய்யவேண்டு மென்றெண்ணிய கலைமகள், அவர் தம் நிறமமைந்த பொற்றாமரையில் வீற்றிருப்பதைப்போலத் தானும் தனது நிறம்பொருந்திய வெண்டாமரையில் வீற்றிருக்கின்றாள்' என்ற கருத்தை யமைத்து,

தேனா றுவட்டெழப் பாய்தரு மடுக்கிதழ் செறிந்தசெம் பொற்றாமரைச்
செழுமலரின் மேற்றனது பொன்மேனி யொப்புமை தெரிந்துறையு மகிழ்நனேய்ப்பக்
கானாறு வெண்டா மரைப்போதின் மேற்றனது கவின்மேனி யொப்புமைதெரீஇக்
காதலி னமர்ந்தருள் கொழிக்குமறை முதலளவில் கலைஞான வல்லிகாக்க
(காப்புப். 8)

என்கின்றார். உமாதேவியார், சிவபெருமான் திருமேனியிற் பாதி கொண்டதற்குக் காரணத்தை, 'சிவபெருமான் திரிபுரசங்காரம் செய்கையில், வில்லை மட்டும் வளைத்தாரே யன்றி அம்பைப் பயன்படுத்திக் கொள்ளவில்லை. அதனையறிந்து அந்த அம்பாக வந்திருந்த திருமால் இனி இவருக்குப் பயன்படவேண்டுமென்று கருதி இடபவாகனமானார். அவர் தம்முடைய தமையனாராதலின், அவர் மீது தாம் தனியே ஒரு வடிவத்தோடு இருத்தற்கு உமாதேவியார் நாணினார்; ஆதலின் சிவபிரான் திருமேனியோடு கலந்து ஒரு வடிவாயினார்' என்னும் கருத்துத் தோன்ற,

ஒன்னார்த மும்மதி லொருங்கவிய வாங்குபொன் னோங்கல்விற் பழமையறிவார்
உற்றதனை யன்றியேத் தொழிலையெஞ் ஞான்று முளுற்றவல் லாமைகண்டு
கொன்னார் வளைக்கையுல குண்டமுன் னோனிமிற் கொல்லேற தாயதான்மேற்
கொள்பொழுது வேறுறைய நாணியோ ருடல்செய்த கொள்கைபோ லம்மகிழ்நனார்
பொன்னாரு மேனியிற் பாதிகொண் டாளும் பொருப்பரைய னீன்றபிடியே
(செங்கீரைப். 3)

என்று குறிப்பிக்கின்றார். இத்தகைய கற்பனைகள் பலவற்றை இந்நூலின் கண்ணே காணலாம்.

கச்சியப்ப முனிவர் நூல்களில் அதிகமாக ஈடுபட்ட இவர் திருவானைக்காப் புராணக் கருத்துக்களை,

அளவில்பல வலியுடைய வாணவ மகன்றவா
லறிவன்றி யுருவ மில்லா ஐயன்
(பாயிரம், 5)

.... பரமனார்
சிலவுயிர்க் கினனாகியும்
பகற்சில வுயிர்க்குமுன் மதியாகி யுஞ்சில
படிற்றுமூழ் கியவுயிர்க்குப்
பாயுமிரு ளாகியும் பொலிவது தெரிப்ப (பொன்னூசற். 5)

என்பன போன்ற இடங்களிலும், விநாயக புராணக் கருத்தை,

மூத்தமைந் தன்பா லளித்தவற் கார்வமெனு
மூதுரை வழக்குடைமையான் (பாயிரம், 4)

என்ற இடத்திலும், தணிகைப் புராணச் சொற்றொடராட்சியை,

சுஃறொலிச் சூரற் படைக்கைப் பிரான் (பாயிரம், 6)

நந்தாத கஃறொலிக் கானிற் சரித்த (வாரானைப். 5)

என்ற இடங்களிலும் எடுத்தாண்டிருக்கின்றார்.

குருவார் துகிர்ச்சடை திசைதட வரக்கங்கை குழமதியி னோடுதுள்ளக்
குழையசை தரத்திருப் புருவமுரி தரவெழுங் குறுமூர னிலவெறிப்ப
மருவார் கடுக்கைவெண் டலையரவு திண்டோள் வயிற்றுயல் வரக்கதிர்த்து
மணிநூ புரங்குமு றிடப்படைப் பேற்றதுடி வாய்த்ததிதி யபயமாய்த்தல்
உருவார் கொழுந்தழ றிரோதமூன் றியதா ளுவப்பரு ளெடுத்ததாளில்
ஓங்கத் தெரித்துமன் றிடையென்று நின்றாட வொருவர்தமை யாட்டுமயிலே
திருவார் தவத்துறைக் கருணைப் பிராட்டிநீ செங்கீரை யாடியருளே
தேமலர்க் கண்ணிபுனை கோமளப் பெண்ணமுது செங்கீரை யாடியருளே,
(செங்கீரைப். 2)

ஒரு மூவகையா யெண்ணிலவா யுணர்த்த வுணர்சிற் றறிவினவாய்
உண்மை யினவாய்ச் சதசத்தா யுறுகண் ணியல்பா யுழல்பசுக்கள்
அருமா தவசன் மார்க்கநெறி யடைந்த னாதி யாயளவில்
ஆற்ற லுடைத்தாய்ச் செம்புறுமா சான மூல மலநீங்கி
உருவோ டருவங் குணங்குறியற் றொளியாய் நிறைந்த பதியையுணர்
வுணர்வானுணரும் பொருளொழியா தொழிந்து கதிர்மீன் போறகலந்து
திருவா ரின்ப முறவருள்வாய் (முத்தப். 1)

என்பனபோன்ற இடங்களிற் சைவசித்தாந்த நூல்களின் கருத்துக்களை அமைத்திருக்கின்றனர்.

நற்றவத்துறை வளர் பெருந்திருப்பெண்

அளகைப் பெருந்திருவம்மை

அளகாபுரிக் கன்னி

தடநிரம்பும்வயி ரவிவனங்குடிகொ டகுபெருந்திருநன் மங்கையைக் காக்கவே

எமையா டரும்பஞ்ச புண்ணியத் தலமென வியம்பு நான்மறை

*என்பவற்றில் இத் தலப்பெயர்களாகிய திருத்தவத்துறை, அளகை, அளகாபுரி, வயிரவி வனம், *பஞ்ச புண்ணியத்தலம் என்பவற்றை எடுத்து ஆள்கின்றார்.*

---

* பஞ்ச புண்ணியத் தலமாவது: நதி, வனம், புரம், புஷ்கரிணி, க்ஷேத்திர மென்னும் ஐந்தும் அமைந்தது. (திருத்தவத்துறைப் புராணம், பஞ்ச புண்ணியத்.)

மின்னிய பெரும்புகழ்க் கொள்ளிடத் திருநதியின் வெள்ளநீ ராடியருளே

மறையா யிரமுந் தொடர்வரும் பெண் வடகா விரிநீ ராடுகவே

[வடகாவிரி – கொள்ளிடம்.]

என்பவற்றிற் கொள்ளிட நதியும்,

மக்கட் புரோகிதன் மனைக்கற் பழித்துமழ வன்பெற்ற வெண்குட்டநோய்
மாற்றவுல கெங்குந் திரிந்தித் தலத்துவர மாற்றிச் சிறப்புமுதவிச்
செக்கர்ச் சடாமகுடர் தாண்மலர்க் கன்புந் திருந்தக் கொடுத்ததீர்த்தம்
(அம்புலிப். 9)

என்பதில் அத்தலத்திலுள்ள சிவகங்கைத் தீர்த்தமும் இதிற் கூறப்படுகின்றன. காப்புப் பருவத்தில் இத்தலத்து விநாயகராகிய திருவாளப் பிள்ளையாருக்குரிய செய்யுளொன்றுள்ளது. இத்தலத்துச் சிவபெருமான் திருநாமம் அழைத்து வாழ்வித்த பெருமானென்பது. அத்திருநாமத்தைச் சந்தத்தில் அமைத்துக் காப்புப் பருவத்தில் ஒரு செய்யுள் கூறப்பட்டிருக்கிறது. “அழைத்து வாழ்வித்தவர் திருப்புகழு மெஞ் ஞான்றும் வாழ” எனப் பொன்னூசற் பருவத்திறுதிச் செய்யுளிலும் அத் திருநாமம் கூறப்படுகிறது.

முனிவரர் குழுவிய வளகையில் வளர்பவள்
முத்தமளித் தருளே (முத்தப். 9)

செய்தவத் தருமுனிவர் மொய்தவத் துறையில்வளர்
தெய்வதக் கொடிவருகவே (வாரானைப். 1)

என்பவற்றில் இத்தலத்தில், எழு முனிவர் பூசித்தமை குறிப்பாகப் புலப்படுத்தப் பட்டிருக்கின்றது. அம்புலிப் பருவத்தில் வரும்,

இமையாத பவளச் சரோருகக் கண்ணனும் இருநிதிக் குரியகோவும்
இருடியர்க ளெழுவரும் வயிரவியு நன்புக ழிலக்குமியு மின்னுமளவில்
கமையார் தவத்தினரு மாகமப் படிபூசை கடவுளை யியற்றியுள்ளம்
கருதரும் பேறெண்ணி யாங்குறப் பெற்றவிக் கரிசருந் தெய்வத்தலம்

என்னும் செய்யுளில் திருமால், குபேரன், எழு முனிவர், வயிரவி, இலக்குமி என்பவர்கள் பூசித்த வரலாறு கூறப்பட்டிருக்கின்றது. இப்பிள்ளைத் தமிழின் ஈற்றுச் செய்யுளில் இக் கவிநாயகர் வாழ்த்தை உடம்படு புணர்த்தி,

மறைமுதற் பலகலைகள் வாழவந் தணர்வாழ மாமகத் தழலும்வாழ
மன்னுமா னிரைவாழ மழைபொழியு முகில்வாழ மற்றுமெவ் வுயிரும்வாழ
நிறைதரு பெரும்புகழ் விளங்குசை வமும்வாழ நீடுவை திகமும்வாழ
நெக்குருகி நின்னன்பர் துதிசெய்த சொற்பொரு ணிலாவுபா மாலைவாழ
இறையவ ரழைத்துவாழ் வித்தவர் திருப்புகழு மெஞ்ஞான்று நன்குவாழ
யார்க்குமினி தாம்பெருந் திருவென்று நின்பெய ரிலங்கிநனி வாழவுலகிற்
பொறையரு டவந்தானம் வாழவெம் பெருமாட்டிபொன்னூச லாடியருளே
பொன்னகர நிகரான தென்னளகை நகர்மாது பொன்னூச லாடியருளே

என அமைக்கின்றார். இம்முறை *அமுதாம்பிகை பிள்ளைத் தமிழ்* முதலிய நூல்களைப் பின்பற்றியது. அகிலாண்டநாயகி பிள்ளைத் தமிழில் இத்தகைய அமைப்பு இல்லை. இதிலுள்ள சுவைமிக்க சில பாடல்கள் வருமாறு:

பவத்துயர் பாற வெனக்கரு ளைச்செ யருட்பாவாய்
பனிக்குல மால்வரை பெற்று வளர்த்த சுவைப்பாகே
சிவத்திரு வாள னிடத்தி லிருக்கு மியற்றோகாய்
திருப்பெணி லாவு கலைப்பெ ணிவர்க்கிர சத்தேனே
நவத்தளிர் வேர்மலர் மொய்த்தவிர் மைத்த குழற்றாயே
நயப்ப வெணாலற முற்றும் வளர்த்த கரத்தாலே
தவத்துயர் வார்க ளுளத்தவள் கொட்டுக சப்பாணி
தவத்துறை வாழு மடப்பிடி கொட்டுக சப்பாணி. (சப்பாணிப். 9)

பேதம்

ஏற்றநின் வாயினில வமுதஞ் சகோரமெனும் இருகாற்பு ளுண்டுமகிழும்
இவள்வாயி னிலவமுத நரமடங் கலைவென்ற எண்காற்பு ளுண்டுமகிழும்
போற்றநீ மாலவ னெனச்சொல்லு மொருமுகப் புலவனைப் பெற்றெடுத்தாய்
புலவர்க்கு மேலவ னெனச்சொல்லு மறுமுகப் புலவனைப் பெற்றாளிவள்
தேற்றமீன் மாதரிரு பானெழுவ ருளைநீ சிறக்குமிவ ளோங்குகல்வி
செல்வமீன் மாதர்முத லளவிலா மாதர்பணி செய்யவுள் ளாளாதலால்
ஆற்றவு நினக்கதிக மென்றெவரு மறிவர்காண் அம்புலீ யாடவாவே
அமரா வதிக்குநிக ரளகா புரிப்பெணுடன் அம்புலீ யாடவாவே.
(அம்புலிப். 3)

*தியாகராசலீலை இயற்றத் தொடங்கியது

தியாகராச செட்டியாருடைய குடும்பத்திற்கு வழிபடு தெய்வமாகிய திருவாரூர்த் தியாகராசப்பெருமானைத் தரிசிப்பதற்காக அவருடைய சிறிய தந்தையார் முதலியவர்கள் அடிக்கடி திருவாரூர் செல்வதுண்டு. செல்லும்பொழுது இவரையும் உடன் அழைத்துப்போவார்கள்; தாமே தனித்தும் இவர் சிலமுறை சென்று வருவார். அப்படிச் செல்லுங் காலங்களில் அத்தலத்திற் சில நாட்கள் தங்கி அவ்வூரிலிருந்த வித்துவான்களுடன் சல்லாபம் செய்து மகிழ்ந்தும் மகிழ்வித்தும் வருவார். தக்கவர்கள் இவருடைய கல்வி மேம்பாட்டையும் இவருடைய செய்யுளின் சுவையையும் அறிந்து இவர்பால் நன்மதிப்பு வைத்துப் பாராட்டி வருவார்கள்.

இவர் தம்முடைய 30ஆம் பிராயத்தில் (குரோதி வருஷம்) பங்குனித் திருவிழாவிற்கு அங்கே சென்றிருந்தார். ஒரு நாள் ஆயிரக்கால் மண்டபத்தில் இருந்து ஆண்டுள்ள அன்பர்களுடன் பேசிக்கொண்டிருக்கையில் இவருடைய அரிய சம்பாஷணையையும் இவரியற்றிய செய்யுட்களையும் கேட்டு மகிழ்ந்த சில பெரியோர்களாகிய திருக்கூட்டத்தார் பலர் இவரைக்கொண்டு *தியாகராச லீலையைச்* செய்யுள் நடையிற் செய்விக்க வேண்டு மென்று நெடுநாளாகத் தமக்கிருந்த விருப்பத்தை வெளிப்படையாகச் சொல்லி, செய்யத் தொடங்கும்படி இவரை வற்புறுத்தினார்கள். இவர் அவர்களுடைய விருப்பத்திற்கு இணங்கி அவ்வாறே தியாகராச லீலையைப் பாடத் தொடங்கினார். இவ்வரலாறு அந்நூலில் வரும்,

காரெலாந் தவழுஞ் சென்னிக் கதிர்மணி மாடந் தோறும்
நீரெலா மமைந்தார் மேவும் நிறைசெல்வத் திருவா ரூரிற்
பாரெலாம் புகழ்ந்து போற்றும் பங்குனித் திருவி ழாவிற்
சீரெலாந் திருந்து தேவா சிரயனாங் காவ ணத்தில்

---

* இந்நூல் குறிப்புரையுடன் 1928ஆம் ஸ்ரீ பதிப்பிக்கப் பெற்றுள்ளது.

தண்ணிய குணத்தர் சுத்த சைவசித் தாந்த ராய
புண்ணியர் பலருங் கூடிப் புகழ்மிகு தியாக ராசர்
பண்ணிய வாடன் முற்றும் பாடுக தமிழா லென்று
மண்ணிய மணியே நேரும் வாய்மலர்ந் தருளி னாரால்

பொற்றுண ரிதழி வேய்ந்த புற்றிடங் கொண்ட பெம்மான்
நற்றுணர் மலர்மென் றாளே நாடுமன் புடைய ராய
முற்றுணர் பெருமைசான்றோர் மொழிந்தசொற் றலைமேற்கொண்டு
சிற்றுணர் வுடைய யானுஞ் செப்பிட லுற்றேன் மாதோ

என்னும் செய்யுட்களால் விளங்கும்.

இதன் வடநூலைப் பெறுவதற்கு இவர் முயன்ற காலத்தில் முதலிற் பதின்மூன்று பகுதிகளும் பதினான்காவது பகுதியிற் பாதியுமே கிடைத்தமையால் அவற்றைத் தமிழ் வசனநடையாகப் பெயர்த்து எழுதுவித்து அவற்றை ஆதாரமாகக் கொண்டு அக்காப்பியத்தை இயற்றத் தொடங்கினார். அப்பால் எத்தனையோ வகையாகப் பலரைக்கொண்டு முயன்றும் அந்நூலின் மற்றைப் பாகம் கிடைக்கவேயில்லை. ஆதலால் மேற்பட்ட பகுதி செய்யப்படவில்லை.

இந்நூலின் திருவிருத்தத் தொகை 699. லீலைகள் முந்நூற்றறுப தென்று கேள்வியுற்றமையால் அவற்றிற்குத் தக்கபடி காப்பிய உறுப்புக்கள் விரிவாக இருக்கவேண்டுமென்று நினைந்து கடவுள் வாழ்த்து முதலியன மிக விரிவாகவும் அலங்காரமாகவும் அன்பர்கள் விரும்பியபடி செய்யப்பெற்றன. ‘மேற்பட்டுள்ள பாகம் கிடைக்கவில்லையே; இந்நூலைப் பூர்த்திசெய்யும் பாக்கியம் நமக்கில்லையே!’ என்ற வருத்தம் இக்கவிஞர்கோமானுக்கு ஆயுள்பரியந்தம் இருந்துவந்தது. இந்நூலைப் பூர்த்திசெய்ய வேண்டுமென்று யாரேனும் சொன்னால் அப்பொழுது, “ஸ்ரீ தியாகராசப் பெருமான் திருவருள் இது விஷயத்தில் எனக்கு இவ்வளவுதான்!” என்று சொல்லுவார்.

இப்புலவர்சிகாமணி இயற்றிய பெருங்காப்பியங்கள் பலவற்றுள் தியாகராச லீலையே முதலிற் செய்யத் தொடங்கிய தாதலால் இவரே பாடல்களை நெடுநேரம் யோசித்துத் தனித்தனியான ஏடுகளில் எழுதிச் சிலமுறை பார்த்துத் திருத்திவந்தார். அவ்வொற்றை யேட்டிலிருந்த பாடல்களை வேறு பிரதியிற் செவ்வனே எழுதிவந்ததன்றி இவர் அவ்வப்பொழுது சொல்லிவந்த அந்நூற் பாடல்களைப் பின்பு எழுதிவந்தவர் சி. தியாகராச செட்டியாரே. அங்ஙனம் இவர் எழுதித் திருத்திய ஒற்றையேடுகள் திரிசிரபுரத்தைச் சார்ந்த வரகனேரியி லிருந்தவரும் இவருடைய மாணாக்கர்களுள் ஒருவரும் செல்வரும் இவரை அன்புடன் ஆதரித்தவருமாகிய சவரிமுத்தா பிள்ளை யென்பவரிடமிருந்து பல ஆண்டுகளுக்குமுன் எனக்குக் கிடைத்தன.

சில செய்யுட்கள் இயற்றப்பட்ட வரலாறுகள்

தியாகராச செட்டியாரும் நானும் சற்றேறக்குறைய 55 வருஷங்களுக்குமுன் பூவாளூருக்குப் போயிருந்தபொழுது அங்கே ஊரின் பக்கத்தில் ஓடும் பங்குனியாற்றின் தென்பாலுள்ள படித்துறை யொன்றில் பெரிதாயிருந்த கருங்கற் பாறையொன்றைக் காட்டிச் செட்டியார்,

“இவ்வாற்றில் ஸ்நானம் செய்துவிட்டு இப்பாறையிற் பார்த்திவ பூசை செய்வதற்கு ஐயா அவர்கள் இருந்தபொழுது பத்திரபுஷ்பம் கொணர்ந்து சேர்ப்பித்துவிட்டு நான் வேறோரிடத்தில் இருந்தேன். அவர்கள் நெடுநேரம் தியானித்த வண்ணமாகப் பூசையில் இருந்தார்கள். அவர்கள் அவ்வாறு இருத்தல் வழக்கமன்றாதலால் நான் அருகிற் சென்று, ‘ஐயா! நேரமாயிற்றே’ என்றேன். உடனே அவர்கள், கண்ணைத் திறந்து என்னைப் பார்த்து, ‘தியாகராசு, ஏட்டைக் கொண்டுவா’ என்றார்கள். அப்படியே நான் கொண்டுவந்து நின்றேன். உடனே அவர்கள்,

இந்துதவ ழித்தளிமே வெங்கடியா கப்பொருளை
வந்துவழி படலன்றி வானவர்காள் கவரமனம்
முந்துவிரே லுடன்முறிய முட்டுவமென் றுறைவனபோல்
நந்துமுயர் மணிமதின்மே னன்குறையும் விடைகள்பல

(திருநகரப் படலம், 159)

என்று திருமதில் மேலுள்ள நந்திகளைப் பற்றிய கற்பனைப் பாடலைச் சொன்னார்கள்; நான் எழுதினேன்” என்று சொல்லி இவருடைய கவித்துவம் முதலிய உயர்குணங்களை எடுத்துப் பாராட்டினார். அப்பொழுது அவருடைய கண்களிலிருந்து நீர் பெருகிக்கொண்டேயிருந்தது. அந்நிலை இந்த நிமிஷத்தில் நினைத்தாலும் மனத்தை உருக்குகின்றது. தம்பால் வந்தவர்களிடத்தும் பாடங்கேட்பவர்களிடத்தும் சமயோசிதமாக இந்நூலிலுள்ள பாடல்களைச் சொல்லி ஊக்கத்துடன் பிரசங்கிப்பதே செட்டியாருக்குப் பெருவழக்கமாக இருந்தது. இந்நூல் முழுவதும் அவருக்கு மனப்பாடம்.

பிள்ளை யவர்களுடைய சரித்திர சம்பந்தமான செய்திகள் பலவற்றைச் சொன்னவரும் இவருடைய மாணாக்கர்களுள் ஒருவருமாகிய உறையூரைச் சார்ந்த திருத்தாந்தோன்றி யிலிருந்த மதுரைநாயக முதலியா ரென்பவரைப் பல வருடங்களுக்கு முன்பு நான் கண்டு கேட்டபொழுது இந்த லீலையின் சம்பந்தமாக அவர் அன்புடன் சொல்லிய செய்தி வருமாறு:

“தியாகராச லீலை செய்துகொண்டிருக்கும் நாட்களுள் ஒரு நாள் சூரியோதயத்தில் திரிசிரபுரத்திலிருந்து உறையூருக்குச் சிலருடன் சென்ற பிள்ளை யவர்கள் இடையேயுள்ள ஒரு வாய்க்காலின் கரையிலிருந்து பற்கொம்பினால் தந்தசுத்தி செய்யத் தொடங்கினார்கள். அப்பொழுது அவர்களுடைய தலையிற் கட்டியிருந்த வஸ்திரத்திற் பல ஒற்றையேடுகளும் எழுத்தாணியும் செருகப்பட்டிருந்தன. அந்த இடம் பலர் சென்றுவரக் கூடிய சாலையின் பக்கத்திலுள்ளதாதலால் அநேகர் அவர்களைப் பார்த்துக் கொண்டே போனார்கள். பகல் பத்து நாழிகைக்கு மேற்பட்டும் தம்முடைய சரீரத்தில் வெயில் மிகுதியாகத் தாக்கியும் அவர்கள் அவ்விடம் விட்டு எழவேயில்லை; வேறு பக்கம் திரும்பவுமில்லை; தந்தசுத்தி செய்தலும் நிற்கவில்லை. காலையில் அவர்களை அங்கே பார்த்துவிட்டு உறையூர் சென்று வந்தவர்களிற் சிலர் மீட்டும் அவர்களை அதே நிலையிற் கண்டு, ‘இன்று காலை தொடங்கி இந்நேரம் வரையில் இவர்கள் தந்தசுத்தி செய்துகொண்டே யிருப்பதற்குக் காரணமென்ன?’ என்று நினைந்து கவலையுற்றுத் தங்களுள் மெல்லப் பேசிக்கொண்டே அருகில் வந்து, ‘உதயகால முதல் இவ்விடத்திலேயே யிருந்து பல்விளக்கிக்

கொண்டிருப்பதற்குக் காரணம் என்ன?' என்று கேட்டபொழுது பிள்ளை யவர்கள் திடீரென்றெழுந்து கையையும் வாயையும் சுத்திசெய்து கொண்டு தலை வஸ்திரத்திலிருந்த ஏடு எழுத்தாணிகளை எடுத்து அந்நேரம் வரையில் யோசித்து முடித்து வைத்திருந்த சில செய்யுட்களை முடித்த வண்ணமே எழுதிக்கொண்டு அவர்களோடு திரிசிரபுரம் வந்துவிட்டார்கள். அச்செய்யுட்கள் நைமிசப் படலத்தில் உள்ளவை."

இச்செய்தியைப் பலராற் கேள்வியுற்றே இந்த லீலையின் ஒற்றை யேடுகளைத் தாம் வாங்கிவைத்திருந்ததாக வரகனேரிச் சவரிமுத்தா பிள்ளையும் சொன்னார்.

இவற்றால் இந்நூலை இயற்றுங்காலத்துப் பிள்ளை யவர்களுக்கு மனவொருமை இருந்துவந்த தென்பதும், மிக ஆராய்ந்தே ஒவ்வொரு பாடலையும் செய்தா ரென்பதும் வெளியாகின்றன.

இவர் நாட்டுப் படலத்தைப் பாடிக்கொண்டு வருகையிற் சில செய்யுட்கள் பாடி முடித்த பின்பு சில அன்பர்களும் புலவர்களும் இருக்கும்பொழுது அவற்றைப் படித்துக்காட்டினார். சோழ வள நாட்டைப் பலவிதமாகச் சிறப்பித்து இவர் பாடியிருத்தலைக் கேட்ட அக்கூட்டத்திலிருந்த பாண்டிநாட்டா ரொருவர், "நீங்கள் சோழவள நாட்டை எவ்வாறு சிறப்பித்தாலும் பாண்டி வள நாட்டின் பெருமை சோழநாட்டிற்கு வாராது" என்று சொல்லிப் பல நியாயங்களைக் கூறிச் *சேது புராணத்தில்* திருநாட்டுச் சிறப்பிலுள்ள,

பன்னுசீர்க் கிள்ளி நாடும் பைந்தமிழ் நாட தேனும்
இன்னிசைத் தமிழி னாசா னிருப்பது மலய வெற்பிற்
பொன்னிபோற் பொருநை தானும் பூம்பணை வளங்க ளீனும்
கன்னிநாட் டிதுபோன் முத்தங் காவிரி கான்றி டாதே (107)

என்ற செய்யுளை எடுத்துச் சொன்னார்.

அப்போது இப்புலவர்பிரான் அவர் சொன்னவற்றை யெல்லாம் தக்க ஆதாரங்களைக்கொண்டு மறுத்துக் கூறினார். அந்த நிகழ்ச்சியின் நினைவோடு மேலே நாட்டுப்படலத்தைத் தொடர்ந்து பாடுகையில்,

பழுதி லபயன் றிருநாடு பரவு பொன்னி யுடையதென
வழுதி நாடும் பொருநையுடைத் தெனின்வ் வழுதி வளநாடு
செழுநீர் நாடன் றிதுபோலச் சென்று சென்று பலநதியாய்
ஒழுகா வளங்கள் பலவாக்கும் உயர்வு முளதோ வதற்குணர்வீர்
(திருநாட்டுப். 84)

என்னும் செய்யுளொன்றை அமைத்தார்.

பிற்காலத்தில் இவர் *சேது புராணத்தை* எங்களுக்குப் பாடஞ் சொல்லி வருகையில் மேற்காட்டிய செய்யுளுக்குப் பொருள் சொல்லும்பொழுது இவ்வரலாற்றையும் கூறினார்.

தியாகராச லீலையின் அமைப்பு

ஸ்தல புராணங்கள் வடமொழியில் சரித்திரத்தை மட்டும் புலப்படுத்திக் கொண்டிருக்குமேயன்றி அவற்றிற் கற்பனைகள் அமைந்திரா.

அவற்றை வடமொழியில் உள்ளவாறே பண்டைக் காலத்திற் பலர் தமிழில் மொழிபெயர்த்து வந்தார்கள். பின்பு சிலர் சில வேறுபாடுகளை அமைத்தார்கள். சிலர் சொல்லணி பொருளணி முதலியவற்றை மட்டும் அமைத்துப் பாடிவந்தார்கள். பின்பு சில தமிழ்க்கவிஞர் *ஸ்தலபுராணங்களை, "பெருங்காப்பிய நிலை" என்னும் *தண்டியலங்காரச்* சூத்திரத்தின்படி காவிய இலக்கணங்களை அமைத்துப் பாடினார்கள். *பெரியபுராணம்*, *கந்தபுராணம்* முதலியவற்றைப் பின்பற்றி நாடு நகரச் சிறப்புக்களுடன் விரிவாகப் பழைய நூற் கருத்துக்களையும் சாஸ்திரக் கருத்துக்களையும் அமைத்துப் பலர் செய்ய ஆரம்பித்தனர். அவ்வாறு செய்தவர்கள் அந்தகக்கவி வீரராகவ முதலியார், எல்லப்ப நாவலர், மேலகரம் திரிகூடராசப்பக் கவிராயர், பரஞ்சோதி முனிவர், துறைமங்கலம் சிவப்பிரகாச ஸ்வாமிகள், திருவாவடுதுறை யாதீன வித்துவான் சிவஞான ஸ்வாமிகள், கச்சியப்ப ஸ்வாமிகள், திருக்குருகைப் பெருமாள் கவிராயர் முதலியோர். அப்புலவர் பெருமக்கள் இயற்றிய நூல்களைப் பின்பற்றிப் பெருங்காப்பிய இலக்கண அமைதிகளோடு *தியாகராச லீலையைச்* செய்யத் தொடங்கின பிள்ளை யவர்களுக்குக் காப்பியத் தலைவராகத் 'தேவிற்சிறந்த கிண்கிணித் தாட் சிங்காதன சிந்தாமணி' ஆகிய தியாகராசப் பெருமானும், நாட்டுவளம் கூறுதற்குச் சோழவளநாடும், நகரவளம் கூறுதற்கு நிறைசெல்வத் திருவாரூரும் கிடைத்தமையின் இவர் தமது நாவீறு முழுவதையும் இம்முதற் காப்பியத்திலே காட்டியுள்ளார்.

இந்நூலில் இக்கவியரசர் தாம் அங்கங்கே கண்டும் கேட்டும் கற்றும் தொகுத்த பலவகைச் செய்திகளைப் பலவகை அமைப்புக்களில் இணைத்து அழகுபடுத்தியிருக்கின்றார்.

முகத்தினுக் குரிய வங்க முழுமையு மிலாத வொன்றைத்
தகத்திரு முகமென் றாள்வார் தழைகவிக் குரிய வங்க
மகத்துவ ஞான வாய்மை மருவிலாச் சிறியேன் பாடல்
அகத்திலை யெனினு நல்ல பாடலென் றெடுத்தாள் வாரால்

என்பது போன்றுள்ள அவையடக்கச் செய்யுட்களிலே இவர் தமது கற்பனையைக் காட்டத் தொடங்குகின்றார். †'உலகிற் கெட்டதைப் பெருகிற்றென்று கூறுவதைப்போல என்னுடைய கவிகள் நயமில்லா தனவாயினும் நயமுள்ளன வாகுமென்பர் பெரியார்' என ‡அவைக்கு அடங்கிக் கூறிய இவர்,

ஞானமார் தருதென் னாரூர் நாயக னாடல் வாரி
மானமா ரதனை நாடும் வளத்தவென் பாடன் மாரி

---

* ஸ்தலபுராணங்களும் காப்பியமாக அமைக்கப்பட்டன வென்பது,

தன்னிக ருயர்ச்சி யில்லான் காப்பியத் தலைவ னாக
முன்னவர் மொழிந்த தேனோர் தமக்கெலா முகம னன்றோ
அன்னது தனதே யாகு மண்ணலே பாண்டி வேந்தாய்
இந்நகர்க் கரச னாவா னிக்கவிக் கிறைவ னாவான் (திருவிளை. நகரப். 108)

என்பதனாற் புலப்படும்.

† தியாகராச லீலை, அவையடக்கம், 4

‡ அவையடக்கம் அவைக்கு அடங்குதலென்றும், அவையை அடக்குதலென்றும் இருவகைப்படும்.

தானமா ருணர்ச்சி மிக்க தன்மையார் மயில்க ணாளும்
ஈனமார் பொறாமை மிக்க யாவரும் குயிர்கண் மாதோ

என அவையை அடக்கியும் பாடுகிறார். 'ஈனமார் பொறாமை மிக்க' பலர் செயல்களால் வந்த துன்பத்தை அநுபவித்த இவர் அச்செயல்களை நினைந்தே இச்செய்யுளை இயற்றினார் போலும்!

*இந்நூலுள் ஒரு சொல்லே பலமுறை பின்வரப் பாடிய பாடல்களும், ஒருபொருட் பெயருக்கு இயல்பாக உள்ள காரணத்தோடு வேறு பல காரணங்களையும் கூறும் கவிகளும், ஒரு நிகழ்ச்சிக்கு உரிய காரணத்தைக் கூறாமல் வேறொரு காரணத்தைக் கற்பித்தமைத்த பாடல்களும், தற்குறிப்பேற்ற அணிகள் அமைந்த கவிகளும், முன்வைத்துள்ள கருத்தொன்றை வேறொரு கருத்தைப் பின்வைத்து முடிக்கும் வேற்றுப்பொருள் வைப்பமைதியுள்ள செய்யுட்களும் பல; அவற்றிற் சிலேடைப் பொருளை யமைத்த பாடல்கள் பல:

தலைவ ரைத்தணந் திரங்குறு தாழ்குழன் மடவார்
அலைது யர்க்கெதி ராற்றுறா தரற்றுதன் மான
நலமு டைக்கடல் பெருமுழக் கஞ்செயு நாவாய்
பலப டைத்திடிற் பெருமுழக் கஞ்செயப் படாதோ. (திருநாட்டுப். 143)

[நாவாய் – கப்பல், நாவும் வாயும்; சிலேடை.]

அகப்பொருட் செய்திகளைக் குறிக்கும் கவிகளும் இலக்கண விஷயங்களைப் பலவகையில் எடுத்தமைத்த செய்யுட்களும் பலவகை உவமைகளும் இதிற் காணப்படும். நாயன்மார்களுடைய அருமைச் செயல்களை உவமை கூறும் செய்யுட்கள் பல:

இழிதக விறைச்சி யெச்சி லெம்பிரா னுண்ண நல்கி
அழிவில்பே ரின்பந் துய்த்த வன்பர்கண் ணப்ப ரேபோல்
இழிதக வுவர்நீ ரெச்சி லெழிலிக ளுண்ண நல்கி
அழிவிலின் சுவைய நன்னீ ரருந்திய தாழி மாதோ. (திருநாட்டுப். 28)

இயற்கைப் பொருள்களை உவமை கூறுவதும் உண்டு:

சுரும்புசெறி கோகனக மலர்நடுவ ணறனின்றுந் துள்ளி வீழ்ந்த
பருங்கயல்பைந் தருக்கிளையிற் குருகெடுத்துத் தாதகலப் படர்நீர் தோய்த்தல்
இருந்தைசெறி யழனடுவ ணியைத்தவிர சதக்கட்டி யினைப்பொற் கொல்லன்
திருந்தியகைக் குறட்டெடுத்து வெப்பமற நீர்தோய்க்குந் திறமே மானும்.
(திருநாட்டுப். 75)

சைவ சித்தாந்த சாஸ்திரக் கருத்துக்களை உவமையாக எடுத்தாண்ட பாடல்கள் பல:

பலா, மா

சிறந்த தீஞ்சுளை யகம்புறஞ் சிறவாச் செறிமுள் கொண்டபா கற்கனி நாளும்
சிறந்த சத்துவ மகம்புறஞ் சிறவாத் திறந்த தாமத முடையதே நிகரும்
சிறந்த தீஞ்சுவை புறமகஞ் சுவைகொள் சிறப்பு றாதவித் துடையமாங் கனிகள்
சிறந்த சத்துவம் புறமகஞ் சிறவாத் திறந்த தாமத முடையமா னிகரும்
(நைமிசப். 4)

* பின் எடுத்துக் காட்டப்பெறும் நயங்களுள் விரிவஞ்சிச் சிலவற்றிற்கே உதாரணங்கள் காட்டப்பெற்றுள்ளன.

மடக்கு வகைகளும், திரிபும், எதுகை நயங்களும், உலக வழக்குக்களும், பழமொழிகளும் அமைந்துள்ள செய்யுட்கள் பல இடங்களிற் காணப்படும்.

அங்கங்கேயுள்ள சிவஸ்துதிகள் சிறந்த கருத்துக்கள் தம்பால் அமையப்பெற்று விளங்கும்:

வானாடு வெறுத்துநெடு மண்ணாடு குடிபுகுந்த வள்ளால் போற்றி
தேனாடு செங்கழுநீர்த் தேமாலை செறிந்தபுயத் தேவா போற்றி
ஆனாடு கொடியுயர்த்த வம்மானே கம்பிக்கா தழகா போற்றி
பானாடு பூங்கோயி லிடமேய கிண்கிணிப்பொற் பாதா போற்றி

(முதலாவது, 36)

திருநாட்டுப் படலத்தில் ஐந்திணைகளை வருணிக்கும் பகுதியும், திணை மயக்கம் கூறும் பகுதியும், திருநகரப் படலத்திற் பொது வருணனையும், புறநகர் இடைநகர் அகநகர் எனப் பிரித்துப் புனைந்து கூறுவதும், ஒவ்வொரு சாதியார்க்குமுரிய வீதிகளைக் கூறுகையில் அவரவர் இயல்புக்கேற்றபடி புனைவதும், பிறவும் சுவை நிரம்பி விளங்கும்.

'பழுதின் மாணவர்க் கிலக்கண முணர்த்துநர் பலரால்'

'படாத காப்பியப் பாடஞ்சொல் வார்களும் பலரால்'

'பாய சாத்திர பாடமோ துநர்களும் பலரால்'

'ஆகமஞ் சாற்றுநர் பலரால்' (திருநகரப். 141–4)

சடையர் நீற்றொளி மேனியர் கண்மணி ததைந்த
தொடைய ரைந்தெழுத் தெழுதிடு மனத்தினர் தூய
நடையர் வாய்மையர் நற்றவர் நகுநறுங் காவி
உடையர் வாழ்திரு மடங்களும் பற்பல வுளவால் (திருநகரப். 146)

என்பன முதலிய செய்யுட்கள் பிள்ளை யவர்கள் திருவாவடுதுறை யாதீனத்திற் கண்டு இன்புற்ற காட்சிகளை நினைந்து பாடப்பெற்றனவாகத் தோற்றுகின்றன. திருக்கோயிலை வருணிக்கும் பகுதி பலவகைக் கற்பனைகளோடு விளங்குகின்றது. பலவகை மரங்களைப்பற்றிய உவமை முதலியனவும், முனிவர்களது இயல்பும், சூதமுனிவர் பெருமையும், அவர்பால் முனிவர்கள் பணிந்து கேட்கும் பண்பும் நைமிசப் படலத்திற் காணப்படும்.

பின்பு லீலைகள் தொடங்கப்படுகின்றன. அவற்றில் நரசிங்கச் சோழனென்பவன் வேட்டைமேற் சேறலும், சங்கரசேவகச் சோழன் சிவபெருமானைப் பணிந்து வரம்பெறுதலும், தியாகராசப் பெருமான் அரசத் திருக்கோலங் கொள்ளுதலும், அவரோடு வந்த சேனைகளின் சிறப்பும், அவர் மந்திரிகளுக்கு இடும் கட்டளை வகைகளும், பல நதிக்கரையிலுள்ள மறையோர்களின் பெருமையும், பலநாட்டு மன்னர்கள் சீரும், அவர்கள் நாட்டு வளங்களும், பிறவும் இனிய சொற்பொரு ளமைதியுடன் கூறப்படுகின்றன.

அவ்வக்காலத்திற் பிள்ளை யவர்கள் தம் உள்ளத்தில் ஆராய்ந்து தொகுத்து வைத்திருந்த அரிய கருத்துக்களும் இனிய கற்பனைகளும் நிறைந்து விளங்கும் இத் தியாகராச லீலை தேனீக்கள் பல மலர்களில் உள்ள தேனைப் பலநாள் தொகுத்து அமைத்த தேனிறாலைப்போல உள்ளது.

இவராற் செய்யப்பெற்ற முதற் காப்பியமாதலின் இதில் ஒரு தனியான அழகு அமைந்திருக்கின்றது. அக்காலத்திலே இவரோடு பழகிய பலர் இத் தியாகராச லீலைப் பாடல்களை அடிக்கடி அங்கங்கே எடுத்தெடுத்துப் பாராட்டி மகிழ்வதுண்டு.

பிற்காலத்தில் இவர் திருவாவடுதுறை யாதீனத்து வித்துவானாக விளங்கியபொழுது மேலகரம் ஸ்ரீ சுப்பிரமணிய தேசிகரவர்கள் பல வித்துவான்களும் செல்வர்களும் நிறைந்த சபையில் இந்நூற் செய்யுட்களைச் சொல்லச்செய்து கேட்டும் கேட்பித்தும் இன்புற்று வருவதுண்டு. ஒருமுறை அங்ஙனம் பலர் கூடியுள்ள சபையில் ஸம்ஸ்கிருத வித்துவான்கள் பலர் பல காவியங்களிலுள்ள நயமான பகுதிகளை எடுத்துக் கூறிப் பிரசங்கஞ் செய்தார்கள். அப்பொழுது தமிழிலும் அத்தகைய சுவையுள்ள கவிகள் உண்டென்பதை அறிவிக்கக் கருதிய தேசிகரவர்கள் அங்கிருந்த பிள்ளை யவர்களைப் பார்த்து, "தியாகராச லீலையில் நைமிசப்படலத்தில் விளாமரம் முதலியவற்றைப்பற்றித் தாங்கள் சொல்லியிருப்பதைச் சொல்லவேண்டும்" என்று கட்டளையிட, இவர் பின்வரும் மூன்று பாடல்களைச் சொல்லிக் காட்டினார்:

விளாமரம்

தடிசி னத்தமென் சாதுநீர் மையர்க்குத் தன்ன மாயினும் பயன்படார் சினந்து
கொடிறு டைத்திடு கூன்கையர் கொள்ளை கொள்ள வுள்ளன வெலாங்கொடுப் பார்போற்
படியின் மென்பற வைக்கணுத் தனையும் பயன்ப டாதுமும் மதக்கொடுங் களிறு
கடித லைத்திடக் குலைகுலைந் துள்ள கனியெ லாமுகுத் திடும்விளப பலவால்

அசோகமரம்

அருக னார்க்குநன் னிழல்புரி தருவென் றறைதல் போக்கவோ வணியிழை மடவார்
பெருக வந்துதைத் திடறவிர்ந் திடவோ பெற்ற தம்பெயர்ப் பொருட்குமா றாக
ஒருக யற்பதா கையன்கரங் கொண்டே உலகி னுக்களு ருறுத்தறீர்த் திடவோ
முருக சோகமற் றவருறாச் சைவ முனிவர் வாழிடங் குடிபுகுந் தலரும்

குராமரம், ஏழிலைப் பாலை

வீர மாதவிர் நீவிர்வா ழிடம்யாம் மேவி நீள்வரி விழிமட மாதர்
ஆர வந்துவந் தணைப்பது தவிர்ந்தேம் அரிய நும்மையொத் தனமென நிற்கும்
ஈர மார்குர வங்களு மவர்நட் பிரித்த தன்மையா னும்மைமற் றியாமும்
சார வொத்தன மாலென நிற்கும் தழைத்த வேழிலைப் பாலையும் பலவால்.

இவற்றைக் கேட்டு அங்குள்ள வித்துவான்களும் பிறரும் மிக மகிழ்ந்தனர். அவர்களுள் ஸ்ரீ காளஹஸ்தி ஸம்ஸ்தானத்திலிருந்து வந்திருந்தவரும் சதாவதானம் செய்யும் ஆற்றலுடையவரும் ஸ்ரீவைஷ்ணவருமாகிய வடமொழி வித்துவானொருவர் பிள்ளை யவர்களது கவித்திறமையில் ஈடுபட்டு மனமுருகி உடனே இவரைப் புகழ்ந்து பொருட்பொலிவை யுடைய ஐந்து சுலோகங்களை இயற்றிச் சொன்னார்.

12

சிவதருமோத்திரச் சுவடி பெற்ற வரலாறு

சுந்தரம் பிள்ளையின் இயல்பு

பிள்ளை யவர்களிடம் அக்காலத்துப் படித்த மாணவர்களுள் சுந்தரம் பிள்ளை யென்ற ஒருவர் இவரிடத்தில் மிக்க பக்தி உள்ளவராக இருந்தனர். இவருக்கு ஏதேனும் குறையிருக்கின்ற தென்பதை அறிவாராயின் எவ்வாறேனும் முயன்று அதனைப் போக்க முற்படுவார். இவரை யாரேனும் சற்றுக் குறைவாகப் பேசுவதைக் கேட்டால் அவரோடு எதிர்த்துப் பேசி அடக்கி அவரைத் தாம் செய்ததற்கு இரங்குமாறு செய்துவிடுவார்; உலக அனுபவம் மிக உடையவர்; சாதுர்யமாகப் பேசவல்லவர்; இன்ன காரியத்தை இன்னவாறு செய்யவேண்டுமென்று யோசித்து நடத்தும் யூகி; அவருக்குப் பல நண்பர்கள் உண்டு. அவருடைய நல்ல குணங்கள் அந்நண்பர்களை அவர் சொற்படி எந்தக் காரியத்தையும் இயற்றுமாறு செய்விக்கும்.

சிவதருமோத்திரச் சுவடி பெற முயன்றது

பிள்ளை யவர்கள் ஒருசமயம் சென்னையிலுள்ள காஞ்சீபுரம் சபாபதி முதலியாரிடமிருந்து திருத்தணிகைப் புராணத்தை வருவித்துத் தாமே பிரதி செய்துகொண்டு பொருளாராய்ந்து படித்து வருவாராயினர். அப்புராணத்தில் அகத்தியன் அருள் பெறு படலத்திற் சிலபாகத்திற்குச் செவ்வனே பொருள் புலப்படவில்லை. அதைப்பற்றி இயன்றவரையிற் பலரிடத்துச் சென்று சென்று வினாவினார்; விளங்கவில்லை. பின்பு, சிவதருமோத்தர மென்னும் நூலின் உதவியால் அப்பகுதியின் பொருள் விளங்குமென்று ஒருவரால் அறிந்தார். உடனே அந்நூல் எங்கே கிடைக்குமென்று விசாரிக்கத் தொடங்கினார்; இன்னவிடத்திலுள்ள தென்பதுகூடத் துலங்கவில்லை.

பின் பலவகையாக முயன்று வருகையில் அது திரிசிரபுரத்திலுள்ள ஓர் அபிஷேகஸ்தரிடம் இருப்பதாகத் தெரியவந்தது. அவரிடம் சென்று தம்மிடம் அதனைக் கொடுத்தாற் பார்த்துக்கொண்டு சில தினங்களில் திருப்பிக் கொடுத்துவிடுவதாக இவர் பலமுறை வேண்டியும் அவர் கொடுக்கவில்லை. வேறு தக்கவர்களைக் கொண்டும் கேட்கச் செய்தார். அம்முயற்சியும் பயன்படவில்லை; கேட்குந்தோறும் ஏதேனும் காரணங்களைக் கூறிக்கொண்டே வந்தார். அது பூசையிலிருக்கிறதென்றும், அதனை அப்பொழுது எடுக்கக்கூடாதென்றும், அதனுடைய பெருமை மற்றவர்களுக்குத் தெரியாதென்றும், அதிலேயுள்ள இரகசியக் கருத்துக்கள் எளிதிலே புலப்படாவென்றும் பலபடியாகச் சொல்லிவிட்டார். பலமுறை கேட்கக்கேட்க அவருடைய பிடிவாதம் பலப்பட்டுவந்தது. பொருள் தருவதாகச் சொன்னாற் கொடுக்கக் கூடுமென்று நினைந்த இவர், தக்க தொகை தருவதாகவும் புத்தகத்தைச் சில தினங்களில் திருப்பிக் கொடுப்பதற்காகத் தக்க பிணை தருவதாகவும் சொல்லிப் பார்த்தார். எந்தவகையிலும் அவர் இணங்கவில்லை. இவர் தம் முயற்சி சிறிதும் பயன்டாமை கண்டு மிகவும் வருத்தமுற்றார். ‘புத்தகம் எங்கேயாவது இருக்குமோ வென்று தேடியலைந்து வருத்தம் அடைந்தோம். இந்த ஊரிலேயே இருப்பதாகத் தெரிந்தும் கைக்கெட்டியது வாய்க்கெட்டாம லிருக்கிறதே! அந்தப் பிடிவாதக்காரருடைய நெஞ்சம் இளகாதா?’ என எண்ணி எண்ணி நைந்தார்.

ஒரு நாள் அவ்வெண்ணத்தினால் மிக்க முகவாட்டத்தோடு இருந்த இவரைப் பார்த்த மேற்கூறிய சுந்தரம் பிள்ளை இவரருகிற் சென்று வணக்கத்தோடு நின்று, “இவ்வளவு கவலைக்குக் காரணம் என்ன?” என்றனர். இவர், தாம் *திருத்தணிகைப் புராணம்* படித்துக்கொண்டு வருவதும் அதிலுள்ள அகத்தியன் அருள்பெறு படலத்திற்குப் பொருள் புலப்படாமலிருப்பதும் *சிவதருமோத்திரம்* இருந்தால் அந்தப் பாகத்தின் பொருளை எளிதில் அறிந்துகொள்ளலாமென்று கேள்வியுற்றதும் அந்நகரில் உள்ள அபிஷேகஸ்தர் ஒருவரிடம் அந்நூல் இருப்பதாக அறிந்ததும் பல வகையாக முயன்றும் அதனை அவர் கொடுக்க மறுத்துவிட்டதும் சொன்னார். சுந்தரம் பிள்ளை, “அப்பிரதி அவரிடத்தில் இருப்பது உண்மையாக இருந்தால் எப்படியும் கூடிய விரைவில் அதனைப் பெற்றுக்கொள்ளலாம். ஐயா அவர்களுக்குச் சிறிதும் கவலைவேண்டாம்” என்று சொல்லிப்போயினர். தாம் பலவாறு முயன்றும் கிடையாத அப்புத்தகம் சுந்தரம் பிள்ளைக்கு மட்டும் எவ்வாறு கிடைக்குமென்னும் எண்ணத்துடன் இவர் இருப்பாராயினர்.

சுந்தரம் பிள்ளை செய்த தந்திரம்

ஒரு நாள், மேற்கூறிய தேசிகருடைய வீட்டிற்கு எதிரே தக்க பிரபு ஒருவர் இரட்டைக் குதிரைகள் பூட்டிய வண்டியொன்றில் வந்து இறங்கினார். முன்னர் ஒரு சேவகன் ஓடிவந்து தேசிகருடைய வீட்டின் இடைகழியில் நின்று, இந்தவீடு இன்னாருடைய வீடுதானோவென்று மெல்ல விசாரித்தான். உள்ளே இருந்த ஒருவர், “ஆம்; நீர் யார்? ஏன் அவரைத் தேடுகிறீர்? வந்த காரியம் யாது?” என்றார். அவன், இன்ன

பெயருள்ள ஐயா அவர்கள் உள்ளே இருக்கிறார்களா? அவர்களோடுதான் வந்த காரியத்தைச் சொல்ல வேண்டுமென்றான். அவர் விரைவாக அவனை அணுகி, "அப்பெயருள்ளவன் நானே; சொல்லவேண்டியதைச் சொல்லலாம்" என்றார்.

இவர்களிருவரும் இங்ஙனம் பேசிக்கொண்டிருக்கையில், வேறொரு சேவகன் உயர்ந்த விரிப்பொன்றைக் கொணர்ந்து அவ்வீட்டுத் திண்ணையின்மேல் விரித்தான். மற்றொருவன் திண்டைக் கொணர்ந்து சுவரிற் சார்த்தினான். முன்கூறிய பிரபு திண்ணையின்மேல் விரிக்கப்பட்ட விரிப்பில் அமர்ந்து திண்டிற் சாய்ந்த வண்ணமாகப் பெருமிதமான தோற்றத்துடன் இருந்தார். திண்ணையின் கீழே உயர்ந்த ஆடையையும் உடுப்புக்களையும் தரித்து அவற்றிற்கேற்பத் தலைச்சாத்தணிந்த வேலைக்காரர்கள் சிலர் வரிசையாகக் கைகட்டி வாய்பொத்தி அந்தப் பிரபுவின் முகத்தை நோக்கிக்கொண்டே வணக்கத்துடன் நின்றார்கள். அவர்களைக் கண்டவுடன் உள்ளே நின்று பேசிக்கொண்டிருந்த சேவகன் சரேலென்று வெளியே வந்துவிட்டான்.

இந் நிகழ்ச்சியை வந்து இடைகழியில் நின்று கண்ட தேசிகர் வாயிற்படியின் உட்புறத்தினின்று தெருப்பக்கத்தைப் பார்த்தனர். பார்த்து, 'யாரோ தக்கவரொருவர் பரிவாரங்களுடன் வந்திருக்கின்றனர். வந்தது நம்மைப் பார்ப்பதற்கோ? வேறு யாரைப் பார்ப்பதற்கோ? தெரியவில்லை; எல்லாம் சீக்கிரம் தெரியவரும். இப்போது இந்தப் பிரபுவினிடம் திடீரென்று நாம் போவது நமக்குக் கௌரவமன்று; அழைத்தாற் போவோம்' என்றெண்ணி உள்ளே சென்று ஓரிடத்திற் பலகையொன்றில் அமர்ந்து ஏதோ ஒரு புத்தகத்தை எடுத்துப் படித்துக்கொண்டேயிருந்தனர்.

அவர் அப்படியிருக்கையில் முன்பு அவரோடு பேசிக்கொண்டிருந்த சேவகன் மீட்டும் மெல்ல உள்ளே சென்றான். தேசிகர் உள்ளே போயிருப்பதை யறிந்து அழைக்கலாமோ, ஆகாதோவென்னும் அச்சக் குறிப்பைப் புலப்படுத்திச் சற்றுநேரம் அடி ஓசைப்படாமல் நின்றான்; பிறகு கனைத்தான். அப்பொழுது அவர், "ஏன் நிற்கிறீர்?" என்று வினவ, அவன், "எசமானவர்கள் உங்களுடைய சமயத்தைப் பார்த்துவரச் சொன்னார்கள்" என்றான். அவர் மிக்க பரபரப்புடன் எழுந்து நின்று, "உள்ளே அழைத்து வரலாமே" என்றார். அவன், "அவர்கள் இப்போது ஆசௌசமுள்ளவர்களாக இருத்தலால் உள்ளே வரக்கூடவில்லை; திண்ணையிலேயே இருக்கிறார்கள்" என்று மெல்லச் சொன்னான்.

உடனே அவர், "நானே வந்து பார்க்கிறேன்; வருவதனாற் குற்றமில்லை" என்று சொல்லிவிட்டுக் கண்டி முதலியவற்றை அணிந்துகொண்டு வெளியே வந்து பிரபுவைப் பார்த்தனர். அவர் அஞ்சலிசெய்து இருக்கும்படி குறிப்பித்தனர். தேசிகர் அப்படியே பிரபுவின் முகத்தைப் பார்த்துக்கொண்டே இருந்தனர். அப்பொழுது பிரபுவுடன் வந்த ஒருவர் பக்கத்தில் வந்து நின்றார். அவரைப் பார்த்து இரகசியமாகத் தேசிகர், "இவர்கள் யார்? எங்கே வந்தார்கள்?" என்று மெல்லக்கேட்டார். அவர், "எசமானவர்கள் தென்னாட்டில் ஒரு ஜமீன் பரம்பரையைச்

சேர்ந்தவர்கள். தாயார் முதலியவர்களோடு சிதம்பர தரிசனத்திற்காக வந்து இவ்வூரில் இறங்கி ஐம்புநாதரையும் தாயுமானவரையும் ரங்கநாதரையும் தரிசனம் பண்ணிக்கொண்டு மூன்று நாளைக்குக் குறையாமல் இங்கே தங்க வேண்டுமென்று கண்டோன்மெண்டிலுள்ள பங்களா ஒன்றில் இருந்தார்கள். அப்படியிருக்கும்போது தாயாரவர்களுக்குச் சுரம்கண்டது. எவ்வளவோ செலவிட்டு வைத்தியர்களைக்கொண்டு தக்க வைத்தியம் செய்தார்கள்; ஒன்றாலும் குணப்படவில்லை. நேற்று அவர்கள் சிவபதம் அடைந்துவிட்டார்கள். உடனே தகனம் முதலியவற்றை நடத்தினார்கள். தம்முடைய ஊரில் அவர்கள் இறந்திருந்தால் இன்னும் எவ்வளவோ மேலாகக் காரியங்களை நடத்தியிருப்பார்கள். என்ன செய்கிறது! எல்லாம் தெய்வச் செயலல்லவோ? நம்முடைய செயலில் என்ன இருக்கிறது! இன்று காலையிற் சஞ்சயனமும் நடந்தது. சில விவரங்களை விசாரிப்பதற்கு நினைந்து தக்கவர்கள் யாரென்று கேட்டபொழுது சிலர் உங்களைப் பற்றிச் சொன்னார்கள். அதனாலேதான் நேரே இங்கு விஜயம் செய்தார்கள். வேண்டிய பதார்த்தம் விலை கொடுத்தாலும் அவ்விடத்தைப் போல இங்கே அகப்படமாட்டாது. பண்ணிவைக்கக்கூடிய தக்கவர்களும் அவ்விடத்தைப் போலக் கிடைக்கமாட்டார்களென்றும் தோற்றுகிறது. எல்லாம் நேற்றுப் பார்த்துவிட்டோம். அதனாலே இன்று இராத்திரி புறப்பட்டு ஊருக்குப்போய் மேற்காரியங்களை யெல்லாம் நடத்த இவர்கள் கருதுகிறார்கள்" என்றார்.

கேட்ட தேசிகர், "இந்த ஊரில் எல்லாப் பொருள்களும் கிடைக்கும் பணம் மட்டும் இருந்தால் எதுதான் அகப்படாது? இவ்வூரிலுள்ள தச்சர், தட்டார், பாத்திரக் கடைக்காரர் முதலிய எவ்வகையாரையும் நான் அறிவேன்; அபரக்கிரியை செய்தற்கும் தக்க இடம் இருக்கிறது. என் கையிற் பணமட்டும் இல்லையேயன்றிச் சொன்னால் எதுவும் இந்த ஊரில் எனக்கு நடக்கும். ஒருவிதமான யோசனையும் பண்ணவேண்டாம். இவ்விடத்திலேயே செய்துவிடுவதாக நிச்சயித்துவிடச் சொல்லுங்கள்" என்று மிகவும் வற்புறுத்திக் கூறினர். கேட்ட அவர், "செலவைப் பற்றி எசமான் சிறிதும் யோசனை பண்ணவில்லை. பதார்த்தங்களை வாங்கி வருவதற்கும் வேண்டிய பேர்கள் இருக்கிறார்கள். ஸமுகத்திற்கு ஓர் எண்ணமிருக்கிறது. *சிவதருமோத்திர*மென்று ஒரு புஸ்தகம் இருக்கிறதாம்; இந்த ஸமயம் அதைப் படித்துக்கொண்டே பொழுதுபோக்க வேண்டுமென்பதுதான் அவர்கள் கருத்து. முன்பு பிதா எசமானவர்கள் சிவபதமடைந்த பொழுதுகூடச் சில பெரியோர்கள் சொல்லத் தெரிந்து எங்கிருந்தோ வருவித்து அந்த நூலைத்தான் பாராயணம் பண்ணிக் கொண்டிருந்தார்களாம். அது கிரந்தமாக இருந்தால் உதவாதாம்; தமிழாகவே இருக்கவேண்டுமாம்; இதற்காகவே அங்கே போகவேண்டுமாம்" என்று சொல்லிக்கொண்டே வந்தவர் பின்பு மெல்ல, "இங்கேயே இருந்து முடித்துக்கொண்டு போகலாமே யென்று சிலர் எவ்வளவோ சொல்லியும் காதிலேறவில்லை. இந்தப் புஸ்தகத்தைப் படிக்காமற்போனால் என்ன?" என்று இரகசியமாகச் சொன்னார்.

அப்போது தேசிகர் அந்தப் பிரபுவை நோக்கி, "*சிவதருமோத்திரம்* என்னிடம் தமிழிலேயே உள்ளது. வேண்டுமானால் உபயோகித்துக்

கொள்ளலாம். உங்களைப்போன்ற பிரபுக்களுக்கல்லாமல் பின்னே வேறு யாருக்குத்தான் கொடுக்கப் போகிறேன்?" என்றனர்.

நின்றவர் உடனே பிரபுவின் நோக்கத்தை அறிந்துவந்து அபரக்கிரியைக்குரிய எல்லாவற்றிற்கும் ஒரு குறிப்பு எழுதித்தரும்படி அவரைக் கேட்டனர். தேசிகர் உள்ளேயிருந்து ஏடு எழுத்தாணிகளைக் கொணர்ந்து விரிவாக ஒரு குறிப்பு எழுதிக் கொடுத்தனர். "ஊரிற் செய்தால் இன்னும் அதிகச் செலவாகும்" என்று பிரபுவைச் சேர்ந்தவர் சொல்ல, "இவ்வளவு செலவு செய்பவர்களே இந்தப் பக்கத்தில் யாரிருக்கிறார்கள்?" என்று தேசிகர் சொன்னார். கேட்ட பிரபு, "நீங்களே இருந்து எல்லாவற்றையும் நடத்துவிப்பதன்றி வாங்கவேண்டியவற்றையும் உடனிருந்து வாங்கித்தர வேண்டும்" என்று சொல்லி அஞ்சலி செய்து உடனே எழுந்து சென்று வண்டியில் ஏறினர். பக்கத்தில் நின்றவர், "நான் எப்பொழுது வரவேண்டும்?" என்று கேட்கவே, தேசிகர், "கருமாதியின் ஒரு வாரத்திற்குமுன் வந்தாற் போதும்; பரிஷ்காரமாக எல்லாவற்றையும் வாங்கிவிடலாம்" என்று சொல்லி வேகமாகச் சென்று பிரபுவை நோக்கி, "க்ஷணம் தாமஸிக்கவேண்டும்" என்று சொல்லிக்கொண்டே உள்ளே போய்ச் *சிவதருமோத்திர* ஏட்டுப் பிரதியை எடுத்து வந்து அவர் கையிற் கொடுத்து, "இந்தப் புஸ்தகத்தை முன்னமே கொடாததற்காக க்ஷமிக்கவேண்டும்; தங்களைப் போன்றவர்களுடைய பழக்கம் எனக்குப் பெரிதேயல்லாமல் இந்தப் புஸ்தகம் பெரிதன்று. குறிப்பறிந்து உபகரிக்கும் மகாபிரபுவாகிய தங்களுக்கு என்போலியர்கள் தெரிவிக்கவேண்டியது என்ன இருக்கிறது?" என்று வண்டியைப் பிடித்துக்கொண்டே நின்று சொல்ல அந்தப் பிரபு, "எல்லாம் தெரிந்துகொண்டோம்; அதிகமாக ஒன்றும் சொல்ல வேண்டியதில்லை" என்று சொல்லி ஐந்து ரூபாயை அவரிடம் சேர்ப்பித்தார். வண்டி அதிக வேகமாகச் சென்றது. நின்றவர்கள் வண்டியின் முன்னும் பின்னுமாக ஓடினார்கள். இக்காட்சிகளை யெல்லாம் பார்த்த தேசிகர் மிக்க மகிழ்ச்சி யுடையவராகி வீட்டுக்குள்ளே சென்றனர்.

ஒரு நாள் சுந்தரம் பிள்ளை, பிள்ளை யவர்களிடம் வந்து, "இது *சிவதருமோத்திரம்*" என்று சொல்லிப் புத்தகத்தைக் கொடுத்தனர். இவர், "இப்புத்தகம் எங்கே கிடைத்ததப்பா?" என்று மிக்க வேகமாக அதனைப் பிரித்துப் பார்த்துவிட்டு அவரை நோக்கி, "உன்னுடைய வீட்டில் என்ன விசேஷம்? மீசையை ஏன் எடுத்துவிட்டாய்? உனக்கு நேர்ந்த துக்கம் என்ன? தெரியாதுபோயிற்றே! ஏன் எனக்குச் சொல்லி யனுப்பவில்லை?" என்று வினவினர். சுந்தரம் பிள்ளை, "அந்த விஷயத்தைப் பின்பு சொல்லுவேன். இந்தப் புஸ்தக முழுவதையும் ஒரு வாரத்திற்குள் பிரதிசெய்துகொண்டு என்னிடம் கொடுத்து விடக்கூடுமானால் மிகவும் நலமாயிருக்கும்; பிரதிசெய்வது ஒருவருக்கும் தெரியவேண்டாம்" என்றார். இவர் அப்படியே செய்வதாக ஒப்புக்கொண்டு தம்மிடம் அப்பொழுது படித்துவந்த மாணாக்கர்களிடத்தும் நண்பர்களிடத்தும் பத்துப் பத்து ஏடாகக் கொடுத்து ஒரு வாரத்துள் எழுதித் தரவேண்டுமென்று சொல்லி எஞ்சிய ஏடுகளைத் தாம் கைக்கொண்டு எழுதுவாராயினர். ஏழு தினத்துள் புஸ்தகம் எழுதி முடிந்தது. எட்டாவது தினத்தில் ஒப்பிட்டுக்கொண்டு சுவடியைச் சுந்தரம்

பிள்ளைக்கு அனுப்பி விட்டார். அப்பாற் சிவதருமோத்திரத்தைப் படித்துத் தணிகைப் புராணப் பகுதியிலுள்ள அரிய விஷயங்களை இவர் அறிந்து தெளிந்தனர்.

முன்பு சேவகவேடம் பூண்டவராகிய ஒரு நண்பரிடம் சுந்தரம் பிள்ளை சிவதருமோத்திரப் பிரதியையும் ஒரு பவுனையும் கொடுத்து அவற்றை அத்தேசிகரிடம் சேர்ப்பித்துவரும்படி சொல்லியனுப்பினர். அவர் சென்று தேசிகரைக் காணவே அவர் மகிழ்வுற்று, “வரவேண்டும், வரவேண்டும்!” என்று கூறி வரவேற்றனர். சேவக வேடம் பூண்டவர் பவுனையும் சுவடியையும் அவர் கையிற் கொடுத்துவிட்டு, “ஊரிலேயே போய்த்தான் கருமாதி செய்யவேண்டுமென்று உடனிருந்த பந்துக்கள் வற்புறுத்தினர். அதனால் எல்லாரோடும் புறப்பட்டு எசமானவர்கள் ஊருக்குப் போய்விட்டார்கள். உங்களிடம் சொல்லிவிட்டுப் போகக்கூடவில்லையே யென்று அவர்கள் வருத்தமுற்றார்கள். சீக்கிரத்தில் உங்களை அவ்விடத்துக்கு வருவிப்பார்களென்று எனக்குத் தோற்றுகிறது” என்று சொல்லி அஞ்சலிசெய்து போய்விட்டார். தேசிகர் அதனைக் கேட்டு முதலில் வருத்தமுற்றாராயினும் பவுன் கிடைத்ததை நினைந்து சிறிது சமாதானமடைந்தார்.

பிள்ளை யவர்கள் அப்பால் வேறொருவரால் நிகழ்ந்தவற்றை யெல்லாம் அறிந்து வியப்புற்றுச் சுந்தரம் பிள்ளையின் அன்புடைமையை எண்ணி மகிழ்ந்தார்.

தாம் செய்த இந்தத் தந்திரத்தைக் குறித்துப் பிள்ளை யவர்கள் என்ன சொல்வார்களோவென்று அஞ்சிச் சுந்தரம் பிள்ளை சில தினங்கள் வாராமலே இருந்துவிட்டார். அது தெரிந்த இவர் வரவேண்டுமென்று வற்புறுத்திச் சொல்லியனுப்பினார். அப்பால் சுந்தரம் பிள்ளை வந்தார். இவர் அவரை நோக்கி, “என்ன அப்பா! இப்படிச் செய்யலாமா?” என்று கேட்டபொழுது அவர், “பொய்ம்மையும் வாய்மை யிடத்த புரைதீர்ந்த, நன்மை பயக்கு மெனின்’ என்னும் *திருக்குற*ளை அனுசரித்து அடியேன் நடந்தேன். இதனால் யாருக்கும் ஒருவிதமான துன்பமும் இல்லையே. ஏதோ செய்தேன். அச்செயல் ஐயாவுக்குக் குற்றமாகத் தோற்றினாற் பொறுத்துக்கொள்ள வேண்டும்” என்று கூறினார்.

சுந்தரம் பிள்ளையின்பால் இவருக்கிருந்த அன்பு

இதனால் மாணாக்கர்களுக்கு இவர்பால் உள்ள உண்மையான அன்பு புலப்படும். பிள்ளை யவர்கள் தம்முடைய 58ஆவது பிராயத்தில் (ஆங்கீரஸ வருஷத்திற்) கும்பகோணத்தில் ஒரு சபையில் *நாகபட்டின புராணத்*திலுள்ள சில பாடல்களுக்குப் பொருள் கூறி வருகையில் அவற்றிலுள்ள சில விஷயங்களைப்பற்றித் தியாகராச செட்டியார் ஆட்சேபித்தார்; சற்றே கடுமையாகவும் பேசினார். பேசிவிட்டு அவர் போனபொழுது அருகில் இருந்தவர்களிடம் பிள்ளை யவர்கள், “சுந்தரம் பிள்ளை உயிரோடிருந்தால் தியாகராசு இவ்வளவு கடுமையாக என்னை நோக்கிப் பேசுவானா? அவன் சும்மா விட்டுவிடுவானா?” என்று

சொன்னார். இவருடைய மாணாக்கர்களுள் ஒப்புயர்வற்ற அன்பினரென்று எல்லோராலும் கருதப்பெற்றிருக்கும் தியாகராச செட்டியாரையே தாழ்த்திச் சுந்தரம் பிள்ளையை உயர்த்திச் சொன்னாரென்றால் அந்தச் சுந்தரம் பிள்ளையினுடைய குருபக்தி யாராற் சொல்லுந்தரத்தது? அவருடைய ஞாபகம் இவருக்கு அடிக்கடி உண்டாகும். அவரைப் பற்றிப் பிற்காலத்திற் பலமுறை சொல்லியிருக்கின்றனர். அவருக்கு இந்த விசேடம் அமைந்திருந்தும் ஆயுளின் குறை நேர்ந்ததைப்பற்றியும் எல்லோரும் பார்க்கக்கூடாமற் போனதைப் பற்றியும் பிற்காலத்து மாணாக்கர்களுக் கெல்லாம் உண்டான வருத்தம் அதிகமே.

❈

13

பங்களூர் யாத்திரை

அருணாசல முதலியார் வீடு வாங்கியளித்தது

இவருக்குச் சொந்த வீடு இல்லாமையையும் குடிக்கூலி கொடுத்துச் சிறியதொரு வீட்டில் இருத்தலையும் அறிந்த அருணாசல முதலியா ரென்பவர் இவருடைய 33ஆம் பிராயத்தில் (பிலவங்க வருஷத்தில்) மலைக்கோட்டைத் தெற்கு வீதியிற் சைவத் தெருவில் தென்சிறகிலிருந்த மெத்தை வீடொன்றைத் தமது சொந்தப் பொருள்கொடுத்து இவர் பெயருக்கு வாங்கி இவரை அதில் இருக்கச்செய்து இல்வாழ்க்கை நடைபெறுதற்குரிய பண்ட வகைகளும் பொருளும் பிறவும் வேறுவேறாக அப்பொழுதப்பொழுது உதவிசெய்து ஆதரித்துவந்தார். திரிசிரபுரம் மீனாட்சிசுந்தரம் பிள்ளை யவர்களென்று உலகமெல்லாம் கொண்டாடும் வண்ணம் செய்தது இந்த அருணாசல முதலியாருடைய பேருதவியே.

அந்த வீட்டில் இவர் இருந்து வழக்கம்போற் பாடஞ் சொல்லுதல் முதலியவற்றைச் செய்து வருவாராயினர். தமக்கு இத்தகைய சௌகரியங்கள் அமைந்தது திருவருட் செயலேயென நினைந்து மகிழ்ந்தார். மாணவர்களைப் பிறருடைய விருப்பத்தை எதிர்பாராமல் தங்கியிருக்கச் செய்வதற்கு அந்த இடம் தக்கதாக இருந்ததுபற்றி இவருக்குண்டான களிப்பிற்கு அளவில்லை.

ஆயினும், ஸ்ரீரங்கம் முதலிய அயலூர்களிலிருந்து அடிக்கடி நடந்துவந்தும் காலத்தில் உணவில்லாமலும் நல்ல உடையில்லாமலும் விவாகமில்லாமலும் வீடில்லாமலும் பல மாணவர்கள் வருந்தி யிருந்தமையால், அவர்களுக்கு நல்ல சௌகரியங்கள் அமைய வேண்டுமென்ற எண்ணம் இவருக்கு உண்டாயிற்று. அதுகுறித்து இவர் தெய்வப்பிரார்த்தனை செய்ததும் உண்டு.

அக்காலத்தில் இவரிடம் பாடங்கேட்ட மாணவர்களிற் பலர் இவர் செய்யுள் செய்யுங் காலத்தில், அவற்றை ஏட்டில் எழுதுவார்கள். அவர்களுள் முக்கியமானவர்கள் வயலூர் வாத்தியாராகிய சுந்தரம் பிள்ளையும் சோமரசம் பேட்டை முத்துசாமி முதலியாருமாவர்.

களத்தூர் வேதகிரி முதலியார்

களத்தூர் வேதகிரி முதலியார் என்ற வித்துவான் ஒருவர் சென்னையிலிருந்து ஒரு சமயம் திரிசிரபுரத்திற்கு வந்தார். அவர் இயற்றமிழாசிரியர் இராமாநுச கவிராயருடைய மாணாக்கர்; அக்காலத்திற் பல தமிழ் நூல்களை அச்சிட்டவர். அவர் வந்தபொழுது திரிசிரபுரத்தார் அவரை மிகவும் பாராட்டினார்கள். பிள்ளை யவர்களிடத்தில் அழுக்காறுற்ற சிலர், "இவரைக் கண்டால் பிள்ளை யவர்கள் அடங்கிவிடுவார்கள்" என்று நினைத்து அவரை இவரிடம் அழைத்து வந்தார்கள். அவரோடு சென்னையிலிருந்து வந்தவர்கள் சிலர் இவருடைய ஆற்றலை அறிந்துகொள்ளாமல் அயலிலிருந்து அவரை மிகச் சிறப்பிப்பாராய், "முதலியார் இலக்கண இலக்கியத்தில் அதிகப் பயிற்சியுள்ளவர். இலக்கணச் சூத்திரங்களில் ஐம்பதினாயிரம் இவருக்கு மனப்பாடமாக இருக்கின்றன" என்றார்கள். முதலியார் அவ்வளவுக்கும் உடன்பட்டவர்போன்று நகைத்துக்கொண்டிருந்தார். உடனே இவர், "அப்படியா!" என்று வியந்து தம் பக்கத்திலிருந்த தியாகராச செட்டியாரை நோக்கி, "முதலியா ரவர்கள் படித்த நூல்களிலுள்ள சூத்திரங்களின் எண்களை நூல்களின் விவரணத்துடன் கேட்டு எழுதிக் கூட்டிச்சொல்லவேண்டும்" என்றார். அவரும் அப்படியே கேட்டுவர முதலியார் மிக முயன்று சொல்லியும் சில ஆயிரங்களுக்குமேற் சூத்திரங்களின் தொகை செல்லவேயில்லை. முதலியாரைப் புகழ்ந்தவர்கள் ஒன்றும் மேலே சொல்ல இயலாதவர்களாகி விழித்தார்கள். அப்போது ஊரார் உண்மையை நன்றாக அறிந்துகொண்டவர்களாய்ப் படாடோபத்தினாலும் பிறர் கூறும் புகழ்ச்சியினாலும் ஒருவருடைய கல்வியை அளவிடுவது பிழையென்பதை உணர்ந்துகொண்டார்கள். இவரோ ஒன்றும் சொல்லாமல் மௌனமாக இருந்துவிட்டார். அப்புறம் இவரிடத்துச் சிலநேரம் பேசியிருந்துவிட்டு முதலியார் தம்மிடம் சென்றனர்.

உறையூர்ப் புராணம் இயற்றத் தொடங்கியது

இவர் இவ்வாறு திரிசிரபுரத்தில் இருந்துவருகையில் உறையூரிலுள்ள நண்பர்களும் பிரபுக்களுமாகிய சிலர் இவரிடம், "தாங்கள் உறையூர்ப் புராணத்தைத் தமிழிற் செய்யுள்நடையிற் செய்து தரவேண்டும்" என்று விரும்பினார்கள். "தியாகராச லீலையைப் போல நாடு நகரச் சிறப்புக்களுடன் கற்பனைகள் பலவற்றை அமைத்துப் பாடவேண்டும். அந்தத் தியாகராச லீலை முற்றுப் பெறவில்லை. இப்புராணம் முழுமையும் வடமொழியில் இருப்பதால் தாங்கள் இதனைப் பாடி முடிக்கவேண்டும்" என்றார் சிலர். அவ்வாறு செய்வதற்குச் சமயம் எப்பொழுது நேரப்போகிறதென்று காத்திருந்த இவருக்கு அவர்கள் வேண்டுகோள் ஊக்கத்தை அளித்தது. வடமொழியிலுள்ள புராணத்தை

வடமொழிப் பயிற்சியுள்ள தக்க வித்துவான்கள் சிலருடைய உதவியால் தமிழ் வசனநடையாக மொழிபெயர்த்து வைத்துக்கொண்டு நல்ல நாள் பார்த்துப் பாடத் தொடங்கினார்.

பங்களூர்த் தேவராச பிள்ளை பாடங்கேட்க விரும்பியது

அக்காலத்தில் இருவருடைய கீர்த்தி நெடுந்தூரம் பரவலாயிற்று. பங்களூரிலிருந்த தேவராச பிள்ளை யென்னும் கனவான் சில நண்பர்களால் இவருடைய கல்வி மிகுதியையும் பாடஞ் சொல்லும் திறமையையும் கேள்வியுற்றார். அவர் இருந்தவிடம் பங்களூர்த்தண்டு. அவர் மிகுந்த செல்வமுடையவர். அவருடைய தந்தையார் கம்பெனியாருக்கும் மைஸூர் ராஜாங்கத்தாருக்கும் பொதுவான ஒரு துவிபாஷி வேலையில் இருந்தவர். தேவராச பிள்ளைக்குப் பங்களூரிற் சில பெரிய வீடுகளும் தோட்டங்களும் இருந்தன. அவர் மிக்க பொருள்வருவாயோடு கௌரவமும் வாய்ந்தவர்.

அவர் தமிழிற் சில நூல்களை ஆங்குள்ள கல்விமான்களிடத்து முறையே கற்றவர்; மேலும் பல நூல்களைக் கற்றறிய விரும்பினார். பிள்ளையவர்களிடம் படித்தால் விரைவில் சிறந்த ஞானத்தை அடையலாமென்பது அவருக்குத் தெரியவந்தது. இவர்பால் தாமும் பாடங்கேட்க வேண்டுமென்ற ஆசையால் தமக்குப் பழக்கமுள்ள தக்கவர்களை இவரிடம் அனுப்பித் தமது கருத்தைத் தெரிவித்தனர். வந்தவர்கள் இவரைக் கண்டு தேவராச பிள்ளையினுடைய செல்வ மிகுதியையும் குண விசேடங்களையும் படித்தவர்களை ஆதரிக்கும் இயல்பையும் ஓய்வுநேரங்களில் தக்கவர்பால் தமிழ் நூல்களை அன்புடன் பாடங்கேட்டு வருதலையும் தெரிவித்ததுடன், "உங்களிடம், தாம் முன்னமே கற்ற நூல்களை ஒருமுறை மீட்டுங் கேட்டுத் தெளிந்துகொண்டு பின்பு கேளாதவற்றை முறையே பாடங்கேட்டுத் தம்மாலியன்ற சௌகரியங்களை உங்களுக்குச் செய்விக்கவேண்டுமென்ற எண்ணம் அவருக்கு மிகுதியாக உண்டு. அவருக்குப் பங்களூரிலுள்ள லௌகிக வேலைகளின் மிகுதியால் இங்கே வந்து படித்தற்கு இயலவில்லை. நீங்கள் பங்களூருக்கு வந்தால், தாம் ஜாக்கிரதையாக நடந்துகொள்வதற்குத் தடையிராதென்று சொல்லி உங்களுடைய கருத்தை அறிந்து வரவேண்டுமென்று எங்களை அனுப்பினர்" என்றனர். இவர், "இங்கே படித்துக்கொண்டு உடனிருப்பவர்களை அழைத்து வரலாமோ?" என்று கேட்க, வந்தவர்கள், "எவ்வளவு பேர்களை வேண்டுமானாலும் அழைத்து வரலாம்" என்றார்கள். விருப்பத்தோடு பாடங் கேட்பவர்களுக்குப் பாடஞ்சொல்லுதலையே விரதமாகக் கொண்டவ ராதலால், இவர் சிறிது யோசித்து, "அங்கு வந்தே சொல்லுவதற்கு யாதொரு தடையுமில்லை" என்று விடையளித்தனர். வந்தவர்கள் இதைக்கேட்டு மனமகிழ்ந்து பங்களூர் சென்று தேவராச பிள்ளையிடம் தெரிவிக்கவே அவர் மிகவும் ஆனந்தத்தை அடைந்தார்.

பங்களூர் சென்றது

உடனே தேவராச பிள்ளை, "இங்கே எழுந்தருளிப் படிப்பித்து என்னை உய்விக்கவேண்டும்" என்று பிள்ளை யவர்களுக்கு ஒரு கடித மூலமாக விண்ணப்பம் செய்துகொண்டனர்; பின்பு பிரயாணத்திற்கு

வேண்டிய சௌகரியங்களைச் செய்துகொடுத்து ஜாக்கிரதையாக இவரைப் பங்களூருக்கு அனுப்ப வேண்டுமென்று திரிசிரபுரத்திலுள்ள தம்முடைய நண்பர்களுக்கும் எழுதினர். அவர்கள் அவ்வண்ணமே செய்தமையால் இவர் சௌகரியமாகக் குடும்பத்துடனும், உடன்வருவதாகக் கூறிய சுப்பராய செட்டியார் முதலிய மாணாக்கர்களுடனும் பங்களூருக்குச் சென்றனர். செல்லுகையில், அந்நகருக்கு அருகில் உள்ள ஸ்ரீ மடவாளீசுவர மென்னும் சிவஸ்தலத்தில் இவர் தங்கினார். சீதோஷ்ண நிலையின் வேறுபாட்டால் இவருக்கு அங்கே சுரநோய் கண்டது. இவர் வந்திருத்தலையும் சுரத்தால் வருந்துதலையும் தேவராச பிள்ளை அறிந்து அங்கே சென்று எல்லோரையும் பங்களூருக்கு அழைத்து வந்து தக்க வைத்தியர்களைக் கொண்டு மருந்து கொடுப்பித்தனர். சிலநாளில் இவருக்கிருந்த சுரநோய் நீங்கியது.

தேவராச பிள்ளை இவருக்குத் தனியே ஒரு வீட்டை அமைத்துச் சொன்னவற்றைக் கவனித்துச் செய்தற்குரிய வேலைக்காரர்களையும் நியமித்து உடன்வந்தவர்களுக்கும் இவருக்கும் வேண்டிய எல்லாவித சௌகரியங்களையும் செய்வித்தனர். அவருடைய அன்புடைமையையும் வள்ளன்மையையும் கண்ட பிள்ளை யவர்களுக்கு உண்டான மகிழ்ச்சிக்கு எல்லையில்லை பங்களூருக்கு இவர் சென்றபோது (ஸௌம்ய ௵) இவருக்குப் பிராயம் 35.

தேவராச பிள்ளை பாடங்கேட்டது

தேவராச பிள்ளை நல்லதினம் பார்த்துப் பாடங்கேட்க ஆரம்பித்தார். முன்பே தாம் படித்திருந்த நூல்களிலுள்ள ஐயங்களை வினாவி முதலில் தெளிந்துகொண்டார். பின்பு திருவிளையாடல் முதலிய காப்பியங்களையும் நன்னூல் முதலிய இலக்கணங்களையும் முறையே கற்றுச் சிந்தித்து வருவாராயினர். இம்முறையில் ஐந்திலக்கணங்களையும் பல காப்பியங்களையும் கற்றனர். ஐந்திலக்கணங்களையும் அவர் கற்றமையை அவர் இயற்றிய,

சிவபரஞ் சுடரி னிணையடி மலரைத் திரிகர ணத்தினும் வழாது
பவமறத் தினமும் வழிபடு குணாளன் பகர்திரி சிரபுரத் தலைவன்
சிவமுறு தென்சொ லைந்திலக் கணத்திற் றெளிவுறச் சிறியனேற் கருளும்
நவமுறு புகழ்மீ னாட்சிசுந் தரவேள் நாண்மல ரடிமுடி புனைவாம்

என்னும் துதிச் செய்யுளாலும் உணரலாம்.

சிவஞானமுனிவருடைய தவசிப் பிள்ளையைக் கண்டது

பிள்ளை யவர்கள் வந்து இருத்தலை யறிந்து அப்பக்கத்தில் தமிழ் பயில்வோர்கள் சிலர், "நாம் முறையே கற்றுக்கொள்வதற்கு இதுதான் சமயம்" என்று எண்ணித் தாம் கற்றுக்கொள்ள வேண்டிய நூல்களை இவருக்குள்ள ஓய்வுநேரங்களில் வந்து பாடங் கேட்பாராயினர். தமிழ்ப் பண்டிதர்களும் அப்படியே அடிக்கடி வந்து சல்லாபஞ்செய்து தங்கள் சந்தேகங்களைக் கேட்டுத் தெளிந்துகொண்டு சென்றனர். அவர்களோடு பேசிக்கொண்டிருக்கையில் இவர், "இவ்வூரில் தமிழ் படித்தவர்கள் யார் யார் இருந்தார்கள்?" என்று விசாரித்தபொழுது அவர்கள் சிலரைக்

குறிப்பிட்டதன்றி, "திருவாவடுதுறையாதீன வித்துவானான சிவஞான முனிவரிடம் தவசிப்பிள்ளையாக இருந்தவர் இப்போது முதியவராக இங்கே இருக்கிறார்" என்று தெரிவித்தார்கள்.

உடனே இவர் கையுறைகளுடன் சென்று அவரைப் பார்த்துச் சிவஞான முனிவருடைய உருவ அமைப்பு, அவருடைய இயற்கைகள், அவருக்கு உவப்பான உணவுகள், அவருடைய பொழுது போக்கு, உடனிருந்தவர்களின் வரலாறு, கச்சியப்ப முனிவர் வரலாறு, பிற சரித்திரங்கள் முதலியவற்றைப்பற்றிய செய்திகளைத் தெரிந்துகொண்டார். தாம் அவ்வூரில் இருந்தவரையில் அவருக்கு வேண்டிய பொருள்களை அனுப்பிவந்தார். இவர் பிற்காலத்தில், அவரைச் சந்தித்ததைப்பற்றிச் சொல்லியபொழுது தாம் அறிந்துகொண்டனவாக அறிவித்த செய்திகள் வருமாறு:

"சிவஞான முனிவர் காஞ்சீபுரத்தின் ஒருபாலுள்ள திருவாவடுதுறை மடத்தில் இருந்துவந்தார். அந்த மடத்தில் மெய்கண்ட தேவருடைய கோயிலொன்று இருந்தது. அவ்வூரிலிருந்த செங்குந்தர்கள் தினத்திற்கு ஒரு வீடாக முறை வைத்துக்கொண்டு உணவுப் பண்டங்கள் கொடுத்து அவரை ஆதரித்து வந்தார்கள்; அங்கே இருக்கையில் *காஞ்சிப் புராணம்*, *சிவஞானபோத பாஷியம்* முதலியவற்றை இயற்றினார். தம்மை ஆதரித்துவந்த செங்குந்தர்களுக்குப் பஞ்சாட்சர உபதேசமும் தீட்சையும் செய்வித்துப் பூஜையும் எழுந்தருளுவித்தார். ஒருமுறை சென்னைக்குச் சென்றிருந்த பொழுது அங்கே உள்ள கனவான்களிற் பலர் அவரை ஆதரித்து உபசரித்தனர். சில காரணம் பற்றி அவர் வேறு ஒன்றும் உண்ணாமல், 'இப்பொழுது ஒரு மண்டலம் விரதம் அநுஷ்டிக்க வேண்டியவனாக இருக்கிறேன்' என்று சொல்லிப் பாலும் பழமுமே உண்டு வந்தார்."

இந்தச் செய்திகளைத் தமக்குச் சொன்ன தவசிப்பிள்ளைக்கு அப்போது பிராயம் 90 இருக்குமென்று பிள்ளை யவர்கள் கூறியதுண்டு.

உறையூர்ப் புராணம் பாடிவந்தது

இவர் பங்களூருக்கு வருகையில் உறையூர்ப் புராணத் தமிழ் வசனத்தைக் கையில் எடுத்து வந்திருந்தனர். ஓய்வு நேரங்களில் மெல்ல மெல்ல யோசித்து அதனைச் செய்யுளாகப் பாடிவந்தனர். யாதொரு கவலையும் இல்லாத காலத்தில் அப்புராணம் பாடப்பெற்றமையால் அதற்கும் பிற்காலத்திலே பாடியவற்றிற்கும் வேறுபாடுகள் காணப்படும்.

பிற்காலத்தில் ஒரு சமயம் இவர் இயற்றிய *அம்பர்ப் புராணத்திற்* சில பகுதிகளைக் கேட்டு வந்த தியாகராச செட்டியார், "பாலியத்திற் செய்த *உறையூர்ப் புராணத்தைப்* போல இப்புராணம் யோசித்துச் செய்யப்படவில்லை; அம்மாதிரி செய்தால் மிக நன்றாகவிருக்கும்" என்றபொழுது இவர், "அவ்வாறு அந்நூல் அமைந்ததற்குக் காரணம் வல்லூர்த் தேவராச பிள்ளையின் பேருபகாரந்தான். அவரைப்போல யாரேனும் என்னைக் கவலையில்லாமல் ஆதரித்து வைத்திருந்தால் இன்னும் எவ்வளவோ செய்வேனே!" என்று விடையளித்தார்.

குசேலோபாக்கியானம் இயற்றியது

இவரிடம் பாடங் கேட்டுவந்த தேவராச பிள்ளை இவர் உறையூர்ப் புராணச் செய்யுட்களைப் பாடிவரும் சில சமயங்களில் உடனிருப்பதுண்டு. யாப்பிலக்கணத்தைப் படித்ததனாலும் இவர் பாடிவருவதைக் கண்டதனாலும் அவருக்குத் தாமும் செய்யுள் இயற்ற வேண்டுமென்னும் அவா உண்டாயிற்று. சில தனிப்பாடல்களைப் பாடி இவரிடம் காட்டித் திருத்திக்கொண்டார். பின்பு கன்னட பாஷையில் வழங்கிவந்த குசேலோபாக்கியானத்தை மொழிபெயர்த்துச் செய்யுள் நடையில் இயற்ற வேண்டுமென்று நினைத்தார். அதனைக் கன்னடத்திலிருந்து தமிழ் வசனநடையில் பெயர்த்துவைத்துக்கொண்டு ஆரம்பித்தார். நூலொன்றைத் தொடர்ந்து பாடிக்கொண்டு போகும் ஆற்றல் அவருக்கு அப்போது இல்லாமையால் சில பாடல்களைப் பாடுவதற்குள் அவருடைய ஊக்கம் தளர்ந்துவிட்டது; தேகமும் மெலிந்தது.

அவர் அவ்வாறு குசேலோபாக்கியானத்தைப் பாடிவருவதையும் அதனைச் செய்வதனால் வருந்துவதையும் சிலராலறிந்த பிள்ளை யவர்கள் அவரைக் கண்டபொழுது, "உங்களுக்குக் குசேலோபாக்கியானத்தைச் செய்யுளுருவத்திற் பார்க்க எண்ணமிருந்தால் ஓய்வு நேரங்களிற் பாடி முடித்து விடுகிறேன். நன்றாகப் பாடுவதற்குப் பழகிக்கொண்டு பின்பு ஏதேனும் நூல் இயற்றலாம். இப்போது இதனை இம்மட்டோடே நிறுத்திவிட்டுக் கவலையின்றி இருங்கள்" என்று சொன்னார். ஆசிரியருடைய வார்த்தையை மறுத்தற்கு அஞ்சி அவர் அம்முயற்சியைக் கைவிட்டார்.

ஆனாலும் அந்த நூல் செய்யப்படவில்லையே யென்ற குறை அவருக்கு இருந்ததைக் குறிப்பாலறிந்த இக்கவிஞர்கோமான் அவர் பாடியிருந்த செய்யுட்களைத் திருத்தி அவருக்குக் காட்டி விட்டு மேலே உள்ள பாகத்தை அவர் முன்பாகவே நாளொன்றுக்கு ஐம்பது செய்யுட்களுக்குக் குறையாமல் பாடிக்கொண்டே வந்து சில தினங்களில் முடித்தனர். இவர் பாடும் காலத்தில் யாதொரு வருத்தமுமின்றிப் பாடுவதையும் வந்தவர்களோடு இடையிடையே பேசிக்கொண்டிருப்பதையும் அதனாற் பாடுதலுக்குச் சிறிதும் இடையூறில்லாமையையும் நேரே அறிந்த தேவராச பிள்ளை மிகவும் வியப்புடையவராகி, "ஐயா! நீங்கள் தெய்வப் பிறப்போ! சாதாரண மனிதராக உங்களை நினைக்கவில்லை. சில பாடல்கள் செய்வதற்குள்ளே நான் பட்டபாடு தெய்வத்திற்கும் எனக்குமே தெரியும். இனிமேல் நான் உங்களிடத்தில் விசேஷ மரியாதையோடு நடப்பேன். இப்பொழுதுதான் உங்களுடைய பெருமை எனக்குத் தெரியவந்தது. ஒரு பாட்டையாவது நீங்கள் திரும்பத் திருத்தச் சொல்லவில்லையே. நீங்கள் இவ்வளவையும் மனத்திலே யோசித்து முடித்துக்கொள்கிறீர்களே! ஒருபாட்டெழுதுவதற்குள் நான் கிழித்த காகிதங்கள் எவ்வளவோ இருக்கும்!" என்று சொல்லிச் சொல்லி ஆனந்தமுறுவாராயினர்.

குசேலோபாக்கியானம் எளிய நடையில் அமைக்கப்பட்டுள்ளது. மற்ற நூல்களில் உள்ளவற்றைப்போல நாட்டுச் சிறப்பு, நகரச்சிறப்பு முதலியன இதன்கண் விரிவாக இல்லை. சம்பாஷணைகளாக உள்ள பகுதிகள் மிக விரிவாகவும் வாசிப்பவர்களுக்கு மேன்மேலும் படிக்கவேண்டு மென்னும்

உணர்ச்சியை உண்டுபண்ணுவனவாகவும் இருக்கின்றன. குசேலரது இல்வாழ்க்கைத் தன்மையும், அவருடைய வறுமைநிலையும், அவருடைய மக்கள்படும் பசித்துன்பமும், பொருளுடையார் இயல்பும், முயற்சியின் பெருமையும், குசேலர் மிக வருந்தித் துவாரகை சென்று சேர்வதும், அங்கே கண்ணபிரானது அரண்மனையின் வாயில் காவலர் அவரைக் கண்டு இகழ்ந்து கூறுவதும், துவாரபாலகருள் ஒருவர் உண்மை ஞானியரது தன்மையைக் கூறுதலும், குசேலர் உள்ளே சென்றவுடன் கண்ணபிரான் அவரை உபசரித்தலும், அவர் கொணர்ந்திருந்த அவலை உண்ணுதலும், அவலை ஒரு பிடிக்குமேல் உண்ணாமல் ருக்குமணிப்பிராட்டி தடுத்தலும், குசேலர் வெறுங்கையோடு அனுப்பப்பட்டபோது பல மகளிர் பலவிதமாகக் கூறுதலும், கண்ணன் பொருளொன்றுங் கொடாமல் வறிதே தம்மை அனுப்பியது நன்மையே என்று குசேலர் எண்ணித் திருப்தியுறலும், அவர் தம் ஊர்வந்து சேர்ந்து கண்ணன் திருவருளால் உண்டாகிய செல்வமிகுதியைக் காண்டலும், பிறவும் இனிய நடையில் அமைக்கப்பட்டுள்ளன. உலகியல்புகள் பல அங்கங்கே விளக்கப்பட்டிருக்கின்றன. நகைச்சுவையை யுடைய செய்யுட்கள் பல இதன்கண் உள்ளன. இறுதியிற் குசேலர் திருமாலைத் தோத்திரம் செய்வதாக உள்ள பகுதியிற் பத்து அவதாரமூர்த்திகளுடைய பெருமைகளும் கூறப்பட்டுள்ளன. அவற்றுள் இராமாவதாரம், கிருஷ்ணாவதார மென்பவற்றைப்பற்றிய சரித்திரங்கள் சில செய்யுட்களிற் சுருக்கமாகச் சொல்லப்படுகின்றன. இந்நூலிலுள்ள சில செய்யுட்கள் வருமாறு:

இரத்தலின் இழிவு

பல்லெலாந் தெரியக் காட்டிப் பருவரன் முகத்திற் கூட்டிச்
சொல்லெலாஞ் சொல்லி நாட்டித் துணைக்கரம் விரித்து நீட்டி
மல்லெலா மகல வோட்டி மானமென் பதனை வீட்டி
இல்லெலா மிரத்த லந்தோ விழிவிழி வெந்த ஞான்றும்.

**குசேலருடைய மக்கள் உணவு முதலிவற்றை விரும்பிப்
படும்பாடும் தாயின் துயரமும்**

ஒருமகவுக் களித்திடும்போ தொருமகவு கைநீட்டு முந்தி மேல்வீழ்ந்
திருமகவுங் கைநீட்டு மும்மகவுங் கைநீட்டும் என்செய் வாளாற்
பொருமியொரு மகவழுங்கண் பிசைந்தழுமற் றொருமகவு புரண்டு வீழாப்
பெருநிலத்திற் கிடந்தழுமற் றொருமகவெங் ஙனஞ்சகிப்பாள் பெரிதும் பாவம்.

அந்தோவென் வயிற்றெழுந்த பசியடங்கிற் றில்லையென அழுமா லோர்சேய்
சிந்தாத கஞ்சிவாக் கிலையெனக்கன் னாயெனப்பொய் செப்பு மோர்சேய்
முந்தார்வத் தொருசேய்மி சையப்புகும்போ தினிலொருசேய் முடுகி யீர்ப்ப
நந்தாமற் றச்சேயு மெதிரீர்ப்பச் சிந்துதற்கு நயக்கு மோர்சேய்.

அடுத்தமனைச் சிறானொருவ னின்றுநும தகங்கறியென் அட்டா ரென்று
தொடுத்துவினா யினனாலச் சொற்பொருள்யா ததுதானெச் சுவைத்தன் னாய்நீ
எடுத்துரையென் றிடுமழவுக் குரைப்பினது செய்யெனிலென் செய்வா மென்று
மடுத்தவஃ தறிந்திலே னெனமற்றொன் றுரைத்ததனை மறக்கச் செய்வாள்.

குண்டலமோ திரங்கடகஞ் சுட்டியயன் மனையார்தம் குழவிக் கிட்டார்
புண்டரிகக் கண்ணன்னே யெனக்குநீ யிடாதிருக்கும் பொறாமை யென்னே
கண்டெடுத்திப் போதிடெனக் கரைமதலைக் கில்லாதான் கடன்றந் தானுக்
கெண்டபச்சொல் வார்த்தையென நாளைக்கு நாளைக்கென் றியம்பிச் சோர்வாள்.

செல்வத்தின் இழிவு

கோடிபொன் னளிப்ப னின்றே கோடிரோர் மாத்தி ரைக்குள்
ஊடிய கிளைக்கோர் வார்த்தை யுரைத்தடை குவனென் றாலும்
தேடிய கால தூதர் சிமிழ்த்தல்விட் டொழிவ ரேகொல்
வாடிய மருங்கு னங்காய் மாண்பொருட் பயன்கண் டாயோ.

வாயில்காவலர் குசேலரை அவமதித்துக் கூறல்

வகுத்தபல் லுலகும் போற்ற மாற்றலர் கூற்றூர் மேவச்
செகுத்தர சாளுங் கண்ணச் செம்மலெங் கேநீ யெங்கே
இகுத்தபல் துவாரக் கந்தை யேழைப்பார்ப் பானே சற்றும்
பகுத்தறிந் திடலற் றாய்கொல் பயனின்மூப் படைந்தாய் போலும்.

சிவிகைமுன் னூர்தி வேண்டுஞ் செழும்பொருட் செலவு வேண்டும்
குவிகையே வலரும் வேண்டுங் கோலமாந் திருக்க வேண்டும்
கவிகைதாங் குநரும் வேண்டுங் கையுறை சிறப்ப வேண்டும்
அவிகையில் விளக்கம் வேண்டு மரசவை குறுகு வார்க்கே.

அப்போது குசேலர் எண்ணுதல்

மின்செய்த மதாணி யாமுத் தாரமாம் விளங்கு பட்டாம்
பொன்செய்த வூர்தி யாமிப் போதியாம் பெறுவ தெங்கே
நன்செய னம்மூ தாதை நாளினுங் கேட்ட தின்றால்
என்செய்வா மெண்ணா தொன்றை யியற்றுத லென்றுந் தீதே.

கண்ணபிரான் அவலை உண்டல்

முன்னுமிவ் வவலொன் றேனு முனைமுறிந் ததுவு மின்று
பன்னுமுட் டையுமின் றாகும் பட்டவங் கையும ணக்கும்
கொன்னும்வாய் செறிப்பி னம்ம குளமும் வேண் டுவதின் றென்னா
உன்னுபல் லுலகு முண்டோ னொருபிடி யவறின் றானே.

மகளிர் கூற்று

எளியோன் பாவ மித்தனை தூர மேன்வந்தான்
அளியார் தேனே பாலே யெனவினி தாப்பேசிக்
களியா நின்றோர் காசும் மீயான் கழிகென்றான்
தெளியார் நல்லோ ரிவனுரை யென்றார் சிலமாதர்.

சூதசங்கிதை இயற்றியது

தேவராச பிள்ளையினுடைய ஆவலையறிந்த பிள்ளை யவர்கள் அவ்வப்பொழுது செய்யுள் செய்யும் முறைகளையும் கருத்தை அமைக்கும் வழிகளையும் அவருக்குக் கற்பித்து வந்தனர். அவ்வாறு இவர் கற்பித்தமையால் தேவராச பிள்ளைக்கு ஊக்கமுண்டாயிற்று. நண்பர்கள் சிலருடைய தூண்டுதலினால் சூதசங்கிதையைத் தமிழில் வசன நடையாக மொழிபெயர்த்து வைத்துக்கொண்டு செய்யுள் நடையாக இயற்றத் தொடங்கினர். அதுவும் குசேலோபாக்கியானத்தின் செய்தியாகவே முடிந்தது. அதனால், பெரிய நூலாகிய அதனை நிறைவேற்றுவது அசாத்தியமென்று நினைத்து அதுவரையில் தாம் இயற்றியிருந்த பாடல்களைக் கிழித்தெறிந்துவிட்டார். ஆனாலும் செய்யக் கூடவில்லையே என்ற குறை அவருடன் போராடிக்கொண்டிருந்தது. அதனைக் கேள்வியுற்ற பிள்ளையவர்கள் அவரிடம் வலிந்து சென்று, "நீங்கள் இதுவிஷயத்திற் சிரமம் வைத்துக் கொள்ள வேண்டாம். இந்த அருமையான வேலையை

என்னிடம் ஒப்பித்துவிடுங்கள். உங்கள் முன்னிலையிலேயே செய்து முடித்துப் பின்பு திரிசிரபுரம் செல்லுவேன்" என்று சொல்லி அவரிடம் இருந்த மொழிபெயர்ப்பு வசனத்தைத் தாம் வாங்கி வைத்துக்கொண்டு பாட ஆரம்பித்துச் சில மாதங்களிற் செய்து முடித்தார்.

சூதசங்கிதை யென்பது ஸ்காந்த புராணத்திலுள்ள ஆறு சங்கிதைகளில் ஒன்று. சிவமான்மிய காண்டம், ஞானயோக காண்டம், முக்தி காண்டம், எக்கியவைபவ காண்ட மென்னும் நான்கு பிரிவுகளை உடையது; சிவபெருமானுடைய பலவகைப் பெருமைகளையும், பல தலவரலாறுகளையும், தீர்த்த வரலாறுகளையும், பல உபநிஷத்துக்களின் கருத்தையும் விளக்கிக் கூறுவது. சிவபிரான் புகழைப் பாடிப்பாடிச் சுவைகண்ட பிள்ளை யவர்களுடைய அன்புப் பெருக்கு, சூதசங்கிதையில் நன்கு வெளிப்படும். தலவரலாறுகளைக் கூறுவதிலும், அவற்றைப் பலவகையாகச் செய்யுட்களிற் பொருத்தி அணி செய்வதிலும் இவருக்கு விருப்பம் அதிகம். ஆதலின் இந்நூலில் தலவரலாறுகள் கூறப்படும் இடங்களில் அத்தலப் பெயர்களைத் திரிபிலமைத்தல், அத் தலவிசேடங்களைச் சுருக்கி ஒரு செய்யுளிற் கூறல், அத் தலப்பெயர்க்கு ஏற்ற சந்தத்தை எடுத்தாளல் முதலியன காணப்படும். வஞ்சித் துறை போன்ற சிறிய பாட்டுக்களில் வரலாறுகளை விரைவாகக் கூறிக்கொண்டு போகும் இடங்கள் சில இதில் உண்டு. இந்நூலிலுள்ள சில பாடல்கள் வருமாறு:

மாங்கனியைக் குரங்கு உதிர்த்தல்

ஒற்றைமாங் கனிமெய் யடியவர்க் குதவி உம்பர்க்கு மரியநன் கதியை
உற்றசீ ரம்மை யார்தொழி னன்றென் றுவந்தெனப் பன்முசுக் கலைகள்
சொற்றவவ் வனத்திற் செற்றதே மாவிற் றூங்கிய தேங்கனி பலவும்
நற்றவச் சைவர் பெரியவர் கொள்ள நாடொறு நாடொறு முதிர்க்கும்.
(புராண வரலாறு, 7)

நாகங்கள்

பொறிய டக்கமும் போகுகா லின்மையும் பொருந்தி
நெறியின் வந்ததே யுண்டுகந் தரந்தொறு நிலவும்
குறிகொள் யோகியர் தந்நிகர்த் தாரெனக் குறித்துச்
செறியு மாமணிப் புறவிளக் கிடுஞ்செழும் பணிகள்.
(ஞானயோகத்தை யுணர்ந்தவா றுரைத்தது, 20)

[வந்ததே – காற்றையே, கிடைத்ததையே; சிலேடை.]

வாரணிவாசி (காசி)

சீரணவா சிரியனருள் வழிநின்று செறிசென்ம
காரணவா சிரியவிரித் தருண்மேவுங் கருத்தினனாய்த்
தோரணவா சிகைமலியுஞ் சுடர்வீதி நெடுமாட
வாரணவா சியையடைந்து மாண்கங்கைத் துறைமூழ்கி.

மடக்கு

மூவருக்கு மிளையான்றீ முயற்சியினு மிளையான்வெம்
பாவவினைத் திறமொழியான் படிறுகுடி கொளுமொழியான்
ஓவின்மறை யொழுக்கொருவி யுறுபொருள்கண் மிக்கீட்டி
யேவிகக்கு நெடுங்கண்விலை யேழையரில் லகத்திருப்பான்.
(அடியார் பூசாவிதியு மவரைப் போற்றினோர் பேறு முரைத்தது, 19, 27)

துதி

மூவா முதலே முடியா முடிவே முக்கண்ணா
தேவா தேவர்க் கிறையே கறையேய் சீகண்டா
கோவா மணியே முத்தே யமுத குணக்குன்றே
ஆவா வடியே னாற்றே னுடையா யருளாயோ.

(ஞானி பணிவிடைப் பேறு சொற்றது, 33)

பங்களூரில் இருந்தபொழுது இவர், தம்முடன் வந்திருந்த தம் மாணவராகிய சோடசாவதானம் சுப்பராய செட்டியாரைக் கொண்டு தமிழருமையறிந்த சில பிரபுக்களின் முன்னிலையில் சிலமுறை அவதானம் செய்வித்துத் தக்க பொருளுதவி பெறச் செய்வித்தனர்.

திரிசிரபுரம் மீண்டது

அப்பால் பிள்ளை யவர்கள் திரிசிரபுரத்திற்கு வரவேண்டிய இன்றியமையாத காரியம் இருந்தமையால் ஊர்செல்ல வேண்டுமென்று தேவராச பிள்ளைக்குக் குறிப்பித்தனர். அது விஷயத்திற் சிறிதும் உடன்பாடில்லாத அவர் பிறகு ஒருவாறு உடன்பட்டு ரூபாய் ஐயாயிரமும் உயர்ந்த பீதாம்பரம் முதலியவைகளும் இவர் முன்னே வைத்துச் சாஷ்டாங்கமாக வந்தனம் செய்து, "இவற்றை அங்கீகரித்துக் கொள்ள வேண்டும். எப்பொழுதும் ஐயா அவர்கள் விஷயத்தில் கடப்பாடுடையேன்; நான் அவ்விடத்திற்கு அடிமை" என்று தம்முடைய பணிவைப் புலப்படுத்தி மிகவும் வேண்டினர். அதுவரையில் அத்தகைய தொகையைக் காணாதவ ராதலால் அதனை மிகுதியென்று இவர் எண்ணி அடைந்த வியப்பிற்கு அளவில்லை. தேவராச பிள்ளையினுடைய அன்புடைமையை நோக்கியபொழுது கைம்மாறு கருதாமற் பாடஞ் சொல்லும் இயல்பினாராகிய பிள்ளை யவர்களுக்கு, 'இவருக்கு நாம் யாது செய்வோம்?' என்ற எண்ணம் உண்டாயிற்று; அவரை நோக்கி, "உங்களுடைய அன்பிற்கு நான் வேறு என்ன செய்யப் போகிறேன்? இங்கே நான் வந்த பின்பு உங்கள் உபகாரத்தால் முற்றுப்பெற்ற குசேலோபாக்கியானம், சூதசங்கிதை யென்னும் இரண்டையும் உங்களிடம் கொடுத்துவிடுகிறேன். உங்கள் பெயராலேயே இவற்றை அச்சிற் பதிப்பித்து வெளியிட்டுக் கொள்ளுங்கள். அங்ஙனம் செய்தால்தான் எனக்குத் திருப்தியாகவிருக்கும். தமிழ், ஸம்ஸ்கிருதம், தெலுங்கு முதலிய பாஷைகளிற் கவிகள் தாம் செய்த நூல்களை இவ்வாறு தங்களை ஆதரித்த பிரபுக்களின் பெயராலே வெளியிடுவது பழைய வழக்கந்தான். இதைப்பற்றித் தாங்கள் சிறிதும் யோசிக்கவேண்டாம். இல்லையாயின் நான் மிக்க குறையுடையவனாவேன். என்னுடைய விருப்பத்தைப் பூர்த்திசெய்யவேண்டும்" என்று இரண்டு புத்தகங்களையும் அவர் கையிற் கொடுத்தார். அவர் ஒன்றும் விடைசொல்லத் தெரியாமல் பிரமித்து நின்றார். அவருக்கு அவற்றைத் தாம் பெற்றுக்கொள்வதில் விருப்பம் இல்லை; அஞ்சினார். பக்கத்தில் இருந்தவர்கள் இவருடைய குறிப்பையறிந்து அவற்றை வாங்கிக் கொள்ளும்படி வற்புறுத்திப் பின்பு அவர்பொருட்டுத் தாங்களே வாங்கி வைத்துக் கொண்டனர்.

புறப்படுகையில் வேறு சில பிரபுக்களும் இவருக்குப் பொருளுதவி செய்தனர். அப்பால் பிரயாணத்திற்கு வேண்டிய சௌகரியங்க ளெல்லாம் தேவராச பிள்ளையாற் செய்விக்கப் பெற்றன. இவர் மாணாக்கர்களுடன் சௌக்கியமாகத் திரிசிரபுரம் வந்து சேர்ந்தனர்.

பின்பு *அந்நூல்கள் தேவராச பிள்ளையைச் சார்ந்தவர்களால் அச்சிடப் பெற்றன. அச்சிடுவதற்குமுன் அச்செய்தி சிலரால் இவருக்குத் தெரியவந்தது. இவர் தாமே சிறப்புப் பாயிரம் பாடிக் கொடுத்ததன்றித் தம் மாணவர்களையும் நண்பர்களையும் பாடிக் கொடுக்கச்செய்தனர். அந்நூல்களிரண்டும் அச்சிடப்பெற்றுத் தேவராச பிள்ளையின் பெயராலேயே உலாவி வரலாயின.

தேவராச பிள்ளை அடிக்கடி பிள்ளை யவர்களுக்குக் கடிதம் எழுதி வருவார். ஒவ்வொரு கடிதத்தின் தலைப்பிலும் குருஸ்துதியாக ஒரு செய்யுள் எழுதுவதுண்டு. அவ்வாறு எழுதியவற்றுள் இரண்டு குருவணக்கமாகச் சூதசங்கிதையிற் சேர்க்கப்பட்டன. அவர் பின்பு செய்யுள் செய்யும் பயிற்சியை விருத்தி செய்துகொண்டு பல பிரபந்தங்களை இயற்றினார். அவற்றை அப்பொழுதப்பொழுது இவருக்கு அனுப்புவார். இவர் அவற்றைச் செப்பஞ் செய்து சிறப்புப் பாயிரம் பாடி அனுப்புவார். அவை அச்சுப் பிரதிகளிற் காணப்படும்.

---

* குசேலோபாக்கியானம் பதிப்பிக்கப்பட்ட காலம் சாதாரண வருஷம் சித்திரை மாதம் (1850); சூதசங்கிதை பதிப்பிக்கப்பட்ட காலம் இராக்ஷஸ வருஷம் கார்த்திகை மாதம் (1855).

14

உறையூர்ப் புராண அரங்கேற்றமும் பல பிரபந்தங்களை இயற்றலும்

பங்களூரில் இவர் மிகுந்த கௌரவமடைந்து வந்த செய்தியைக் கேட்டுத் திரிசிரபுரவாசிகளிற் சிலர் இவரிடம் வந்து, "உங்களுடைய கல்விப் பெருமையையும் மற்றைப் பெருமைகளையும் நாங்கள் அறிந்துகொள்ளாமற் போய்விட்டோம். அடிக்கடி பங்களூரிலிருந்து வருபவர்களால் உங்களுக்கு அங்கே நடந்த சிறப்புக்களை யெல்லாம் அறிந்து மிகவும் சந்தோஷமடைந்தோம். உங்களால் எங்களுக்கும் இந்த நகரத்திற்கும் உண்டான கௌரவம் அதிகமே. ஆனால் முன்னமே நாங்கள் உங்களுடைய பெருமையை உள்ளபடி அறிந்துகொண்டு செய்யவேண்டிய கடமைகளை நன்றாகச் செய்யாமலிருந்து விட்டோம். இனிமேல் நாங்கள் தவறமாட்டோம்" என்றார்கள். "எல்லாவற்றிற்கும் தாயான செல்வத்தின் திருவருளும் உங்களுடைய அன்புடைமையுமே காரணம்; வேறே எனக்கு என்ன யோக்கியதை இருக்கிறது?" என்று பணிவுடன் இவர் விடை கூறினார். இங்ஙனமே சந்தோஷம் விசாரிப்பவர்களுக் கெல்லாம் விடை கூறிவந்தார்.

அப்பால் திரிசிராமலை, திருவானைக்கா முதலிய ஸ்தலங்களிலுள்ள மூர்த்திகளுக்கு அபிஷேக அர்ச்சனைகள் செய்வித்தும் முன்னமே தாம் வாங்கியிருந்த கடன்களைத் தீர்த்தும் மாணாக்கர்களில் ஏழைகளாக உள்ளவர்க்கு நன்கொடை யளித்தும் விவாகம் ஆகாதவர்களுக்கு விவாகம் செய்வித்தும் தம்மிடம் இல்லாத ஏட்டுச் சுவடிகளை விலைக்கு வாங்கியும் பங்களூரிலிருந்து தாம் கொணர்ந்த திரவியத்தை மெல்ல மெல்ல நாளடைவிற் செலவு செய்து விட்டனர்.

உறையூர்ப் புராண அரங்கேற்றம்

பங்களூரிற் பாடி முடித்த உறையூர்ப் புராணத்தை அரங்கேற்ற வேண்டும் என்று யாவரும் கேட்டுக்கொண்டார்கள். அவ்வாறே அதற்குரிய ஏற்பாடுகள் செய்யப்பட்டன. கோயிலைச் சார்ந்த இடமொன்றில் மிக்க அலங்காரங்க

ளமைந்த பந்தரும் மேற்கட்டிகளும் அமைக்கப்பெற்றன. பல வித்துவான்களும் தமிழருமையறிந்த கனவான்களும் சைவச் செல்வர்களும் கூடியிருந்த கூட்டத்தின் நடுவே இருந்து பிள்ளை யவர்கள் புராணத்தை அரங்கேற்ற ஆரம்பித்தனர். அதில் உள்ள நாட்டுச் சிறப்பைக் கேட்டு மகிழ்ந்தோர் சிலர்; நகரச் சிறப்பைக் கேட்டு உவந்தோர் சிலர்; நகரப் படலத்திலுள்ள சாதி வருணனையைக் கேட்டுச் சந்தோஷித்தோர் சிலர். அதில் ஓரிடத்திற் கூறப்பட்டுள்ள நகர வருணனையைக் கேட்டுக்கொண்டேவந்த அக்கோயில் தருமகர்த்தா கண்ணீர் விட்டுக்கொண்டே கேட்டன ரென்பர்.

அப்பால் அப்புராணம் செவ்வனே அரங்கேற்றப் பெற்று நிறைவேறியது. எல்லோருங்கூடிச் சிறந்த பூஷணங்களும் பொன்னாடைகளும் பொருளும் பிள்ளை யவர்களுக்கு ஸம்மானம் செய்தார்கள்.

*உறையூர்ப் புராண அமைப்பு

காப்பிய உறுப்புக்க ளெல்லாம் அமையப் பாடவேண்டுமென்று எண்ணித் தொடங்கிய *தியாகராச லீலையானது* முற்றுப் பெறாமற் போகவே இக் கவிஞர்கோமான் மனக்குறையுள்ளவராகவே இருந்தார். அக்குறை *உறையூர்ப் புராணம்* பாடியதால் தீர்ந்துவிட்டது. மலை, நாடு, நகர், ஆறு முதலியன நன்கு புனைந்து கூறப்பட்டுள்ளதன்றி இப்புராணத்தில் சூரியோதயம், சூரியாஸ்தமனம், சந்திரோதயம், மணம் முதலிய பலவகையான காப்பிய உறுப்புக்கள் அமைந்துள்ளன. சிவபெருமான் தோத்திரங்கள் பலவகையில் இடையிடையே அமைந்து அன்பைப் பெருகச் செய்கின்றன.

அவையடக்கம் மிக அழகாக அமைந்துள்ளது. நூற்பாயிர உறுப்பில், நூலினுள் வரும் செய்திகளைப் பலவகையில் எடுத்தாளுதல் சிறந்த கவிஞர்களின் மரபு; அதனைப் பின்பற்றி இக்கவிஞரும் அவையடக்கச் செய்யுட்களுள் ஒன்றில்,

உயர்குண நிறத்தி னோடு மற்றைய குணங்கட் குள்ள
பெயர்வறு நிறங்க ளுந்தன் மேனியிற் கொண்ட பெம்மான்
உயர்வுறு பெரியோர் சொற்ற வொண்சுவைப் பாட லோடு
பெயர்வறு சிறியேன் சொற்ற பாடலும் பெரிது கொள்வான்

[‘உயர்குண’மென்றது தத்துவத்தை; அதன் நிறம் வெண்மை.]

என இத்தலத்திற் சிவபெருமான் பஞ்சவர்ணம் கொண்ட வரலாற்றை எடுத்துக் கூறுகின்றார்.

சோழ நாட்டைச் சிறப்பிக்கையில் அது தேவலோகத்தினும் சிறந்ததென்னும் கருத்துப் புலப்பட,

அறவினைப் போக மூட்டி யமைத்தநா ளொழிந்த ஞான்றே
திறமிறக் கீழே தள்ளுந் தெய்வநாட் டினைப்போ லாது
பெறலருந் தரும மூட்டிப் பிறங்குதற் சார்ந்து ளோரை
நிறமரு வுறமே லேற்று நிலையது சோழ நாடு

என்று கூறுவதில் இவருடைய தேசாபிமானம் புலப்படுகின்றது.

---

* இந்நூல் தியாகராச செட்டியாரால் விஷு ஸ்ரீ ஆனி மீ (1881) பதிப்பிக்கப்பட்டது.

ஐந்திணை வளங்களையும் ஒப்புயர்வின்றிச் சிறப்பித்துச் சொல்லும் இப் பெருங்கவிஞர் நெய்தல்வளம் சொல்லும்பொழுது, அந்நிலத்து வாழ்வார் தம் தெய்வமாகிய வருணனை வழிபடும் முறையொன்றை அறிவித்துள்ளார்:

நீடு தம்வலை வளம்பொலி தரநிகழ் சுறவக்
கோடு நாட்டுப் பரதவர் தொழுந்தொறுங் குறைதீர்த்
தாடு சீர்ப்புன லிறையவ னாட்சிகொண் டமரும்
பாடு பெற்றது கானல்சூழ் பரப்புடை நெய்தல்.

இதிற் கூறப்பட்ட செய்தி பண்டை நூல்களிற் காணப்படுவது.

திருநகரப்படலத்தில்,

செந்தமி ழருமை நன்கு தெரிபவர் தெரிதற் கேற்ப
முந்திநற் பொன்பூ ணாடை முகமனோ டுதவ வல்லார்
அந்தமில் புகழ்வே ளாள ரணிமறு கியல்பென் சொற்றாம் (85)

என்ற செய்யுள் இவருடைய தமிழருமையை நன்கறிந்து பாராட்டி ஆதரித்த உறையூர்ச் செல்வர்களை நினைந்து பாடப் பெற்றிருத்தல் வேண்டும். தங்களை ஆதரித்துப் போற்றியவர் பெயர்களைப் புலவர்கள் தாம் செய்த நூல்களில் நல்ல இடத்தில் வைத்துப் பாராட்டும் மரபு பண்டைக் காலம் முதலே இருந்து வருவதன்றோ?

புராணத்திற் கூறப்படும் வரலாறுகள் அந்த அந்த இடங்களுக்கேற்ற மன உணர்ச்சியை எழுப்பத்தக்க சொற்பொரு ளமைதியுடன் விளங்குகின்றன. திருப்பராய்த்துறை யென்னுந் தலத்தில் சிவபெருமானது திருக்கோயிலில் தரிசனம் செய்யவந்த சிலருடன் ஒரு வணிகனும் வந்துநின்றான். அக்கோயிலிலுள்ள ஆதிசைவர் வழக்கம்போல் யாவருக்கும் திருநீறு வழங்கினார். அதனைப் பிறர் பக்தியுடன் பெற்று அணிந்துகொண்டனர். வணிகன் கீழே சிந்திவிட்டான். அதனைக் கண்ட ஆதிசைவர் அஞ்சிச் சினந்து கூறுவதாக உள்ள ஒரு பகுதி சிவத்துரோகத்தின் பயனை நன்கு அறிவிக்கின்றது.

நீற்றைச் சிந்தினை யல்லையிந் நிகழ்பவத் தடையும்
பேற்றைச் சிந்தினை யறவினை யுளனெனப் பேசும்
கூற்றைச் சிந்தினை யிவணடைந் துறுசுகங் குலவும்
ஆற்றைச் சிந்தினை சிந்தினை நின்றிரு வனைத்தும் (வில்வாரணியப். 12)

என்று ஆதிசைவர் சொல்லுவதாக அமைந்த செய்யுள் அவர் உள்ளத்தெழுந்த சினத்தையும் இரக்கத்தையும் ஒருங்கே தெரிவிக்கின்றது.

உதங்க முனிவ ரென்பவர் உறையூரை நோக்கி வரும்பொழுது பல தலங்களைத் தரிசித்து வந்ததாகச் சொல்லப்படும் பகுதி அத்தலங்களின் வரலாற்றைச் சுருக்கமாகவும் அழகாகவும் புலப்படுத்துகின்றது.

அனைபோலு நல்லானை யடையாரிற் புல்லானை
வினையாவு மில்லானை விளங்குமறைச் சொல்லானைப்
புனைமேரு வில்லானைப் புரிசடையிற் செல்லானை
எனையாள வல்லானை யெழிற்காஞ்சி யிடைப்பணிந்தான்.

அடுபுலித்தோ லுடையானை யனைத்துலகு முடையானை
வடுவில்களங் கரியானை மாலயனுக் கரியானை

படுபுனன்மா சடையானைப் பவமெனுமா சடையானை
நெடுமணிப்புற் றுறைவானை நிறைவானைப் பூசித்தான்.
(உதங்கமுனி பொலிவடைந்த படலம், 82, 102)

பஞ்சவர்ணப் படலத்தில் உறையூர்ச் சிவபெருமான் உதங்க முனிவருக்கு ஐந்துவர்ணமுடைய திருக்கோலத்தை ஐந்து சாமங்களிற் காட்டியருளிய செய்தி சொல்லப்படுகிறது. இப்பகுதியில் சிவபெருமான் தமக்குக் காட்டியருளிய ஒவ்வொரு திருக்கோலத்தையும் தரிசித்து இன்புற்ற உதங்க முனிவர் அவ்வக் கோலத்தைச் சிவபெருமான் கொண்டதற்குப் பலவகைக் காரணங்களைக் கூறுவதாக இந்த வித்தாரகவி அமைத்துள்ளனர்.

படிக உருவத்தைக்கண்டு உதங்க முனிவர் கூறுதல்

வெள்ளிய மால்வரை வெள்ளிய மால்விடை வெண்டும்பை
வெள்ளிய வான்மதி வெள்ளிய வான்புனல் வெண்ணீறு
வெள்ளிய வார்குழை கொண்டு விளங்குறு தற்கேற்ப
வெள்ளிய மாபடி கத்துரு வாயினை மேலோயே. (பஞ்சவர்ணப் படலம், 65)

சூரவாதித்தன் என்னும் அரசன் உறையூரைத் தலைநகராக ஆக்கியதும், வேட்டைமேற் சென்று காந்திமதி யென்னும் நாககன்னிகையைக் கண்டு காதல் கூர்ந்து மணஞ்செய்ததும், பிறவும் சூரவாதித்தப் படலத்திற் சொல்லப்படுகின்றன. காந்திமதியின் கேசாதிபாத வருணனை சிறந்த உவமை முதலிய அணிகளுடன் காணப்படும். சந்திரோதயம், சந்திரோபாலம்பனம் முதலியன இப்படலத்தில் வந்துள்ளன.

சந்திரோதயம்

வாத வூரர் தில்லைநகர் மருவிப் பிடகர் வாய்மூடக்
காத லொருபெண் வாய்திறப்பக் கடவு ளருளாற் செய்ததெனச்
சீத மதியம் வான்மருவிச் செழுந்தா மரைகள் வாய்மூடத்
தாத வாம்பல் வாய்திறப்பத் தண்ணங் கதிராற் செய்ததே.

சந்திரோபாலம்பனம்

ஒருபா தலத்து வந்தவெழிற் காந்தி மதியென் னுள்புகுந்து
பொருபான் மையரின் வருத்துமது போதா தென்று மீதலத்து
வருபா னிறத்த செழுங்காந்தி மதியே வெளிநீ வருத்துவையால்
இருபா லஞரா லுள்ளூறவும் வெளியே கவுமென் னுயிரஞ்சும்.
(சூரவாதித்த. 153, 161)

பகைவரும் போற்றல்

பிள்ளை யவர்கள் பங்களூர் சென்றுவந்ததைப் பலர் பாராட்டி வந்தாலும் இவருக்கு அங்கே கிடைத்த சம்மானம் அதிகமென்றும், ‘ஆலையில்லா ஊருக்கு இலுப்பைப்பூச் சர்க்கரை’ என்பது போலக் கன்னட தேசத்திற் சென்று இவர் பாராட்டப் பெற்றது ஒரு கௌரவமாகா தென்றும் சில பொறாமைக்காரர்கள் அங்கங்கே சொல்லித் திரிந்தனர். அவர்கள் இவ்வுறையூர்ப் புராணத்தை இவர் அரங்கேற்றியபொழுது பதசாரங்கள் சொல்வதையும் விஷயங்களைத் தக்க மேற்கோள்களைக் காட்டி விளக்குவதையும் இவருக்குள்ள நூலாராய்ச்சியின் விரிவையும் அப்புராணத்தில் இவர் அமைத்துள்ள நயங்களையும் கேட்டு ஆனந்தமடைந்து தங்கள் எண்ணங்களை யெல்லாம் மாற்றி, “பங்களூரிற் பெற்ற பரிசிற்கு

இவர் பாத்திரரே. இன்னும் எவ்வளவு வேண்டுமாயினும் கொடுக்கலாம். இவருடைய புலமை அகன்றும் அறிவரிதாயும் விளங்குகின்றது" என்று வியந்து தங்கள் பொறாமைக் குணத்தைப் போக்கிக்கொண்டனர்.

வித்துவானென்னும் பட்டம் பெற்றது

இவருடைய சிறந்த கல்வியாற்றலை யறிந்த பல வித்துவான்களும் பிரபுக்களும் இவருக்கு ஏதேனும் ஒரு பட்டம் அளிக்க வேண்டுமென்று தம்முள்ளே நிச்சயித்தார்கள். ஒவ்வொருவரும் தத்தமக்கு அந்த அபிப்பிராயம் நெடுநாளாக இருந்ததாகவும் யாரேனும் ஒருவர் தொடங்கினால் தாமும் அக்கருத்தை ஆதரிக்க வேண்டுமென்று எண்ணியதாகவும் கூறித் தம்முடைய உடன்பாட்டைத் தெரிவித்தனர். பின்பு நல்ல நாளொன்றில் ஒரு மகாசபை கூட்டி இவருடைய கல்வித் திறமையைப்பற்றிப் பேசி இவருக்கு வித்துவானென்ற பட்டத்தை அளித்து அதற்கு அறிகுறியாகச் சால்வை முதலிய மரியாதைகளையும் செய்தார்கள். அதுமுதல் இவரை 'வித்துவான் பிள்ளையவர்க' ளென்றே குறிப்பித்து வரலானார்கள். அதன் பின்பு பதிப்பிக்கப்பெற்ற *குசேலோபாக்கியானத்தில்* இவர் பெயருக்கு முன்பு 'வித்துவான்' என்பது காணப்படும்.

காந்திமதியம்மை பிள்ளைத்தமிழ்*

திருவானைக்கா *அகிலாண்டநாயகி பிள்ளைத்தமிழ்* எல்லோராலும் நன்கு மதிக்கப்பெற்று உலாவிவருவதையும் இவர் திருத்தவத்துறைப் *பெருந்திருப்பிராட்டி பிள்ளைத்தமிழ்* இயற்றியிருப்பதையும் அறிந்த அன்பர்கள் உறையூர் ஸ்ரீ காந்திமதியம்மை மீது ஒரு பிள்ளைத்தமிழ் இயற்றவேண்டுமென்று கேட்டுக்கொள்ள, அவ்வாறே வழக்கப்படி செய்து முடித்து ஸ்ரீ காந்திமதியம்மையின் சந்நிதியில் அரங்கேற்றினர். அங்கே வந்திருந்த வித்துவான்கள் அந்நூலை மிகவும் பாராட்டிச் சிறப்புப் பாயிரங்களால் தங்கள் நன்மதிப்பைப் புலப்படுத்தினார்கள்; அந்தச் செய்யுட்களுள்,

தூமேவு திருமூக்கிச் சரப்பஞ்ச வன்னேசச் சோதி பால்வாழ்
ஏமேவு திருக்காந்தி மதிபிள்ளைத் தமிழமிழ்தம் எமக்கீந் தானால்
நாமேவு தமிழ்ப்புலமைக் கோரெல்லை யாயுறைந்த நல்லோன் வல்லோன்
மாமேவு சிரகிரிவாழ் மீனாட்சி சுந்தரநா வலவ ரேறே

என்னும் செய்யுள் மட்டும் கிடைத்தது. அந்நூலை அரங்கேற்றி வருகையிற் பொறாமையால் துராட்சேபஞ் செய்து குழப்பி விடுகிறதென்று நினைந்து சிலர் வரப்போவதாகக் கேள்வியுற்ற சிரஸ்தேதார் செல்லப்ப முதலியா ரென்பவர் தக்கவர்களைக் கொண்டு முதலில் அங்ஙனம் நடைபெறாமற் செய்ததன்றிப் பின்னும் அன்னோர் ஒருவரும் வராமல் தக்க பாதுகாப்பையும் செய்வித்தனர்.

அதனை அரங்கேற்றிய பின்பு பல கனதனவான்களால் இவருக்குத் தக்க சம்மானங்கள் அளிக்கப்பட்டன. ஒருவர் விலையுயர்ந்த கடுக்கனும் மோதிரமும் வழங்கினார்.

அந்நூல் விரோதிகிருது ௵ (1851) வைகாசி ீ அச்சிற் பதிப்பிக்கப்பெற்றது.

---

* ஸ்ரீ மீனாட்சிசுந்தரம் பிள்ளையவர்கள் பிரபந்தத்திரட்டு, 276–387

கற்குடிமாலை

சிலருடைய வேண்டுகோளுக்கிணங்கி *எறும்பீச்சரம் வெண்பா வந்தாதி,* திரிசிரபுரத்திலுள்ள கீழைச் சிந்தாமணி *தண்டபாணி பதிற்றுப்பத்தந்தாதி, திருக்கற்குடிமாலை* முதலியன செய்யப்பட்டு அங்கங்கே உரியவர்கள் முன்னிலையில் அரங்கேற்றப்பட்டன. அவற்றுள் எறும்பீச்சரம் வெண்பாவந்தாதியில் ஒரு செய்யுளின் பகுதியாகிய, "கூடல்வளை விற்றானை மேருமலை வில்லானை" என்பது மட்டும் ஞாபகத்தில் இருக்கின்றது.

*கற்குடிமாலை எளிய நடையில் அமைந்தது. இந்நூலுள், திருக்குறட் பாக்களின் கருத்து 9, 65, 91ஆம் செய்யுட்களிலும், *திருவுந்தியார் திருக்களிற்றுப் படியா* ரென்பவற்றின் கருத்துக்கள் 10, 11ஆம் செய்யுட்களிலும், *திருவாசகத்தின்* கருத்துக்கள் 87, 98ஆம் பாடல்களிலும், *பெரியபுராணத்தின்* கருத்து 89ஆம் செய்யுளிலும், பழமொழிகள் 4, 19ஆம் செய்யுட்களிலும், *திருவிளையாடற் புராணத்தின்* கருத்து 16ஆம் செய்யுளிலும், நாயன்மார்களுடைய அருஞ்செயல்கள் 17, 27, 34–5, 47, 72–3, 84ஆம் செய்யுட்களிலும், *யாப்பருங்கலக் காரிகையின்* கருத்து 77ஆம் பாடலிலும், சிலேடை 12, 44ஆம் செய்யுட்களிலும், அகப் பொருளிலக்கணச் செய்தி 43ஆம் பாடலிலும், ஒருவகைக் கற்பனை நயங்கள் 21–2ஆம் பாடல்களிலும், உலோபிகளுடைய செயல் 94ஆம் பாடலிலும், பிரார்த்தனைகள் 23, 80ஆம் பாடல்களிலும் மிக அழகாக அமைந்துள்ளன. இதிலுள்ள சில பாடல்கள் வருமாறு:

புண்ணிய வடிவாம் வேடர்தம் பிரானார் பொன்னடித் தாமரைச் செருப்பு
மண்ணிடைத் தோய வேட்டஞ்செய் நாளவ் வழிப்புலாய்க் கிடப்பினு முய்வேன்
எண்ணுவ தினியா திமையவ ருலக மிறுதிநா ளழிவது நோக்கிக்
கண்ணகன் குடுமி மதியினா னகைக்குங் கற்குடி மாமலைப் பரனே.

மறையவர் திருவை வைதிகர் துணையை வருபர சமயகோ ளரியைக்
குறைவிலா வமுதைக் காழியுண் ஞானக் கொழுந்தினைத் துதிக்குமா றருள்வாய்
நறைகம ழலங்கற் கதுப்பரம் பையர்கள் நன்குமைத் திலகந்தீட் டுதற்குக்
கறைதபு சுனைக ளாடியிற் பொலியும் கற்கடி மாமலைப் பரனே. (6, 48)

†வாட்போக்கிக் கலம்பகம்

இவர் ஒருமுறை இரத்தினகிரியென வழங்கும் வாட்போக்கி யென்னுந் தலத்திற்குச் சென்று ஸ்வாமி தரிசனம் செய்தார். அப்பொழுது அந்தத் தலத்தின் அடியவர்களாகவுள்ள பன்னிரண்டாஞ் செட்டிமார்களிற் பலர் விரும்ப, அந்தத் தலவிஷயமாக ஒரு கலம்பகம் இவராற் பாடப்பெற்றது. அது *வாட்போக்கிக் கலம்பகம்* என வழங்கும். அத் தலத்தின் பெயர்களாகிய வாட்போக்கி, அரதனாசலம், சிவாய மென்பவைகளும் ஸ்வாமியின் திருநாமங்களாகிய வாட்போக்கி, முடித்தழும்பர், இராசலிங்கர், மலைக்கொழுந் தென்பவைகளும், அம்பிகையின் திருநாமமாகிய

---

* ஸ்ரீ மீனாட்சிசுந்தரம் பிள்ளையவர்கள் பிரபந்தத்திரட்டு, 2810–2914. மற்ற இரண்டு நூல்களும் கிடைக்கவில்லை.

† ஸ்ரீ மீனாட்சிசுந்தரம் பிள்ளையவர்கள் பிரபந்தத் திரட்டு, 947–1048

சுரும்பார்குழலி யென்பதும், சத்த கன்னியர் வழிபட்டு இறைவன் கட்டளையால் இங்கே தங்கியிருப்பதும், வயிரப்பெருமா ளென்னும் தெய்வம் இத்தலத்தைப் பாதுகாத்துக் கொண்டிருத்தலும், இடி பூசைசெய்ததும், ஆரியவரசன் வெட்டினமையா லுண்டான வாளின் தழும்பு இறைவன் திருமுடியி லிருத்தலும், ஓரிடையன் அபிஷேகத்திற்காகக் கொண்டுவந்த பாற்குடத்தைக் கவிழ்த்த காகம் எரிக்கப் பெற்றதும், ஆரியர் திருமஞ் சனம் கொண்டுவருதலும், காக்கையின் செய்தியைப் புலப்படுத்த அதன் வடிவம் அக்குடங்களில் அமைக்கப் பெற்றிருத்தலும், சிவநேசச் செல்வர்களும் தம்முடைய பொருள் வருவாயுட் பன்னிரண்டு பங்கில் ஒரு பங்கை இறைவனுக்கு அளித்துவருபவர்களுமாகிய பன்னிரண்டாஞ் செட்டிமார்களின் அருமைச் செயலும் உரிய இடங்களிற் செவ்வனே இந்நூலுள் அமைக்கப்பெற்றுள்ளன.

கலம்பகத்திற்குரிய உறுப்புகள் எவ்வளவு செவ்வையாக அமையவேண்டுமோ அங்ஙனமே இதில் அமைந்து விளங்குகின்றன. இதிலுள்ள கூத்தராற்றுப்படை யகவலில், இத்தலத்தை யடைந்து வழிபட்டுப் பெருஞ்செல்வ மடைந்து தன்னிடம் செல்லும் ஒரு கூத்தன், வறுமையால் துன்புற்றுத் தன்னை யாசித்த மற்றொரு கூத்தனை நோக்கி, இத்தலத்தை யடையும் முன்னம் தான் அடைந்திருந்த வறுமைத் துன்பத்தைக் கூறும் பகுதி படிப்பவர்களுடைய மனத்தை யுருகச் செய்யும். இந்நூலிலுள்ள,

தழுவுமையான் முன்னுந் தமிழிறையாற் பின்னும்
தொழுமிறையான் மேலுஞ் சுவடு – கெழுமுவகீழ்
இன்றா லெனுங்குறைபோ மென்மனஞ்சேர் வாட்போக்கி
அன்றா லமர்ந்தா யடி (7)

என்ற செய்யுளில், தொழும் இறையால் மேலும் சுவடு கெழுமியதாகச் சொல்லியது இத்தலவரலாறாகும். 'உமையினால் முன்னும், பாண்டிய அரசனாற் பின்னும், ஆரிய அரசனால் மேலும் சுவடுகள் உண்டாயின; கீழேமட்டும் சுவடு இல்லை; என்னுடைய கல்லைப் போன்ற நெஞ்சில் தேவரீருடைய திருவடிகளைச் சேர்ப்பின் அக்குறை நீங்கும்' என்பது இச்செய்யுளின் பொருள்.

இந்நூலிலுள்ள வேறு சில நயமுள்ள பாடல்கள்:

குறையின்மா ணிக்கமலை வெள்ளிமலை நாளும்
குலவுசோற் றுத்துறைபாற் றுறைநெய்த்தா னமுநீர்
உறையில்கரச் சிலையம்பொன் வரைநெடுமான் முதலோர்க்
குறுபோகங் கொடுப்பதுநுந் திருவருள்பா லுறைவாள்
கறையிலறம் பலவளர்ப்பா ளொருதோழ னிதிக்கோன்
கரையில்பொருட் பங்களிப்பார் கனவணிக ருளர்நீர்
முறையிலெலும் பாதியணிந் தையமேற் றுழல்வீர்
முடித்தழும்பீ ரிதுதகுமோ மொழிமினடி யேற்கே. (15)

இன்று பைங்கிளியை யேவி னம்மைகை இருக்கு மோர்கிளியொ டுரைசெயும்
　　எகின நேடியறி யாத தேமுடிமுன் எங்ங னின்றுசெவி யருகுறும்
ஒன்று மங்குலரு குறின்வ ளைத்திவையொ டுறுதி யென்றுசடை சிறைசெயும்
　　உறுக ருங்குயிலொர் செவிலி பட்டதை உணர்ந்த தேசெலவு ளஞ்சிடும்
துன்று தென்றலெதிர் சென்றி டிற்கடிது தோள்கொள் பூணிரையெ னக்கொளும்
　　துச்சி லலலவென வண்டு வாழ்செவி துனைந்து சேரும்வலி யார்க்குள
தன்று தொட்டெனது கொண்டை வாழும்வரி வண்டிர் காண்மய லடங்கவும்
　　அரத னாசல ரிடத்து ரைத்தவர் அணிந்த மாலைகொணர் மின்களே. (26)

பிள்ளை யவர்கள் இயற்றிய கலம்பகங்களில் இது முதலாவதாகும். இவர்கள் சொல்ல இந்நூலை அப்பொழுதப்பொழுது எழுதிவந்தவர். சி. தியாகராச செட்டியார்.

15

இலக்கண விளக்கம் பாடங்கேட்டது

இலக்கண விளக்கம் கேட்க விரும்பியது

பிள்ளை யவர்கள் பல மாணாக்கர்களுக்குப் பாடஞ் சொல்லியும் பல நூல்களை இயற்றியும்வந்த காலத்திலுங்கூடத் தாம் அறியாத விஷயங்களை யாரேனும் சொல்வார்களாயின் அன்புடன் கேட்பது வழக்கம். இலக்கண இலக்கிய நூல்கள் பலவற்றை இடைவிடாமற் பயின்று வந்தாலும் ஒவ்வொரு நூலையும் உரையையும் பரம்பரைக் கேள்வியினா லறிந்துகொண்டவர்க ளிடத்து அவர்கள் விருப்பப்படி ஒழுகியேனும் பொருளுதவி செய்தேனும் கேட்கவேண்டியவற்றைக் கேட்டுத் தெரிந்துகொள்வார். ஐந்திலக்கணங்களும் ஒருங்கே யமைந்ததும் *குட்டித் தொல்காப்பியமென* வழங்கப்படுவதும் சைவவித்துவானால் இயற்றப்பெற்றதுமாகிய *இலக்கண விளக்கத்தை* உரையுடன் பெற்று அதனை ஆராய்ந்து பலமுறை படித்தார். படித்தும் அதிற் சிலசில இடத்துள்ள கருத்து விளங்கவில்லை. பல மேற்கோட் செய்யுட்களுக்குப் பொருள்தெரியவில்லை. ஆதலால் அதனை முறையே பாடங்கேட்டுத் தெளியவேண்டு மென்னும் எண்ணம் இவருக்கு உண்டாயிற்று.

கீழ்வேளூர்ச் சுப்பிரமணிய தேசிகரிடம் பாடம் கேட்டல்

உண்டாகவே, அதனைப் பாடஞ் சொல்லும் திறமை யுடையவர் அந்நூலாசிரியராகிய திருவாரூர் வைத்தியநாத தேசிகரிடம் கற்றுத்தேர்ந்த மாணாக்கர் பரம்பரையைச் சேர்ந்தவரான கீழ்வேளூர்ச் *சுப்பிரமணிய தேசிகரென்று விசாரித்தறிந்தார். பின்பு, மிகமுயன்று அவரைக் கையுறைகளுடன் போய்த் தரிசித்துத் தம்முடைய குறிப்பைத் தெரிவித்தார். அப்பால் அவருடன் இருக்கும் ஒருவரைத் தனியே அழைத்து, "பாடங் கேட்பேனாயின் இவர்களுக்கு நான் என்ன செய்யவேண்டும்?" என்று கேட்டார். அவர், "ஐயா

---
* இவர் சுப்பையா பண்டாரமெனவும் வழங்கப்பெறுவர்.

அவர்களை ஆறு மாதத்திற்குக் குறையாமல் வைத்திருந்து மாதம் ஒன்றுக்கு இருபது ரூபாயாவது அவர்கள் செலவுக்குக் கொடுக்கவேண்டும். பாடங் கேட்டாலும் கேளாவிட்டாலும் சொன்னபடி கொடுத்து விடவேண்டும். ஆறு மாதத்திற்குப் பின் ஏதாவது தக்க சம்மானம் செய்யவேண்டும். அவர்களுடைய கைக்குறிப்புப் புத்தகத்துள்ள மாணாக்கர்களின் பெயர் வரிசையில் உங்களுடைய பெயரை மாணாக்க ரென்பது புலப்பட உங்கள் கையினாலேயே எழுதிவிடவேண்டும். மூன்று மாதத்தின் தொகையை முன்னதாகக் கொடுத்து விடவேண்டும். பாடங் கேட்கும்போது ஆசனப் பலகையில் அவர்களை இருக்கச்செய்து மரியாதையாகக் கேட்கவேண்டும்" என்று சொன்னார். இவர் அங்ஙனமே செய்வதாக அவரிடஞ் சொல்லிப் பிரயாணச் செலவிற்குப் பணம்கொடுத்துவிட்டு, "திரிசிரபுரம் எழுந்தருளவேண்டும்" என்று தேசிகரிடம் சொல்லித் தாம் முன்னர் வந்துவிட்டார். பிறகு குடும்பத்துடன் தேசிகர் இருத்தற்கு ஒரு தனி விடுதியை அமைத்து, வரவேண்டுமென்று அவருக்கு விண்ணப்பப் பத்திரிகை யொன்றை அனுப்பிவிட்டு அவர் வரவை இவர் எதிர்ப்பார்த்திருந்தனர். குறிப்பிட்ட காலத்தில் சுப்பிரமணிய தேசிகர் வந்துசேர்ந்து அவ்விடுதியில் தங்கினார்.

அப்பொழுது முன் வாக்குத்தத்தம் செய்தபடி அவருக்கு மாத வேதனம் கொடுப்பதற்குக் கையிற் பொருளில்லாமையால், *காந்திமதியம்மை பிள்ளைத்தமிழை* அரங்கேற்றிய காலத்தில் தமக்குக் கிடைத்த கடுக்கன் ஜோடியைக் கழற்றி விற்று ஆறு மாதத் தொகையையும் முன்னதாகக் கொடுத்தனர். அவரை உயர்ந்த ஆஸனத்தில் இருக்கச்செய்து தாம் கீழேயிருந்து அவர் கொடுத்த கைப்புத்தகத்திலுள்ள மாணாக்கர் பெயர்வரிசையில் தம்முடைய பெயரையும் வரைந்துகொடுத்துவிட்டுப் பாடங்கேட்கத் தொடங்கினார். அதிற் கேட்கவேண்டிய பாகங்களை யெல்லாம் சில மாதங்களிற் கேட்டு முடித்துவிட்டு அப்பால் *திருக்குறள் பரிமேலழகருரை, யாப்பருங்கலக் காரிகை உரை, நன்னூல் விருத்தியுரை* இவைகளிலுள்ள உதாரணச் செய்யுட்களுக்குப் பொருளும் பிறவும் கேட்டுத் தெளிந்தார்; 'இவ்வளவு தெளிந்த பயிற்சியுள்ள பெரியவரிடத்தே பாடங்கேட்கும்படி நேர்ந்தது நம்முடைய பாக்கியம்' என எண்ணி மகிழ்ந்தார். *இலக்கண விளக்க* மூலமானது பழைய இலக்கண நூல்களாகிய *தொல்காப்பியம், நன்னூல், நம்பியகப் பொருள், புறப்பொருள் வெண்பமாலை, யாப்பருங்கலவிருத்தி, தண்டியலங்காரம், வச்சணந்திமாலை* முதலிய பாட்டியல்கள் ஆகிய இவற்றின் மூல அமைப்பையும், அதன் உரையானது அவற்றின் உரைகளையும் தழுவி, 'பின்னோன் வேண்டும் விகற்பங் கூறி' என்னும் வழிநூல் விதிக்கேற்பச் சிறிது சிறிது வேறுபடுத்தி இயற்றப்பட்டவை. உரையிலுள்ள உதாரணங்களுட் பெரும்பாலன பழைய உரைகளில் உள்ளனவே. ஆதலின் அந்த நூலை நன்றாகப் பாடங்கேட்டமையால் முன்னமே படித்திருந்த மேற்கூறிய நூல்களிலும், அவற்றின் உரைகளிலும், அவற்றிற் காட்டப்பட்டிருக்கும் உதாரணங்களிலுமுள்ள ஐயங்கள் இவருக்கு அடியோடே நீங்கிவிட்டன. அதனால் இவருக்குண்டான தெளிவும் திருப்தியும் அதிகம்; 'பலரிடத்திலும் சென்று சென்று பல வருடங்களில் அறியவேண்டிய பல அரிய விஷயங்களைச் சில மாதங்களில் இவர்களாற் பெற்றோம்' என எண்ணி இவர் இன்புற்றார்.

திரிசிரபுரத்தில், தாம் படித்ததே போதுமென்று நினைந்து தமக்குள்ளே திருப்தியடைந்திருந்த சிலர், இவர் கீழ்வேளூர்ச் சுப்பிரமணிய தேசிகரிடம் பாடங்கேட்டலை யறிந்து, 'சிறந்த வித்துவானான இவரும் பாடங்கேட்கின்றாரே! இவர் பாடங்கேட்க வேண்டுவதும் உண்டோ? என்ன கேட்கின்றார்?' என்று நினைந்து இவர் பாடங்கேட்கத் தொடங்கியபின் வந்து வந்து அருகில் இருந்து கேட்பாராயினர். இவர் மற்றவர்களைப்போல நூல் முற்றும் கேளாமல், வாசித்துக்கொண்டேபோய் இடையிடையே ஐயங்களை மட்டும் கேட்பதையும் அவற்றை அவர் விளக்கிச் சொல்வதையும் கேட்ட அவர்களுக்குப் பொருட்டொடர்பும் இன்ன விஷயம் கேட்கப்படுகின்ற தென்பதும் புலப்படாமல் இருந்தமையால் மீண்டும் வருவதை நிறுத்திக்கொண்டார்கள். நூல்களை முறையே படித்திருந்தா லல்லவோ சந்தேகங்கள் உண்டாகும்? சந்தேகங்களை நீக்குதற்குரிய விடைகளும் விளங்கும்?

இவ்வாறு பல ஐயங்களைத் தீர்த்துக்கொண்டும் அரிய விஷயங்களைத் தெரிந்துகொண்டும் வருகையில் ஆறு மாதங்கள் ஆயின. பின் இவர் தேசிகருக்குத் தக்க மரியாதைகள் செய்தும் பிறரைக் கொண்டு செய்வித்தும் மனமகிழுமாறு செய்து அவரை ஊருக்கு அனுப்பினர். இவருக்குப் பாடஞ்சொல்லி வருகையில் இவருடைய இலக்கிய இலக்கணப் பயிற்சி, நுண்ணறிவு, பணிவு முதலிய குணங்களை அறிந்து அவர் இவரை நன்கு மதிப்பாராயினர். இவருக்குப் பாடஞ்சொல்ல வாய்த்தது தமக்கு ஒரு பெருமை யென்பதையும் அவர் உணர்ந்தார். அவர் ஊர்சென்ற பின்னர் இவர் அடிக்கடி சென்று அவரைப் பார்த்துச் சல்லாபம் செய்து வருவார். அவருடைய கேள்வி வன்மையையும் ஞாபக சக்தியையும் பாடங் கேட்டிருந்த முறையையும்பற்றி இவர் பிற்காலத்தில் பல முறை வியந்து பேசியதுண்டு.

கல்விப்பெருமை மிக்குடைய இவர் கீழ்வேளூர்ச் சுப்பிரமணிய தேசிகரிடம் பணிவுடன் பாடங்கேட்டதை நினைக்கும் பொழுது, துறைமங்கலம் சிவப்பிரகாச ஸ்வாமிகள், சிறந்த கல்விமானென்று பெயர் பெற்ற பின்பு, திருநெல்வேலியிற் சிந்துபூந்துறையிலிருந்த தருமை வெள்ளியம்பலத் தம்பிரா னவர்கள்பால் *தொல்காப்பியம்* பாடங்கேட்ட செய்தி ஞாபகத்திற்கு வருகிறது.

சிங்கவனம் சுப்புபாரதியார் முதலியோர்

பிள்ளை யவர்களுக்குப் பாடஞ் சொன்னமையால், கீழ்வேளூர்ச் சுப்பிரமணிய தேசிகரிடத்திற் பலருக்கு மதிப்புண்டாயிற்று. பிள்ளை யவர்களே சென்று பாடங்கேட்கும் தகுதி இருத்தலாற் பல நூல்களை அவர்பால் அறிந்துகொள்ளலாமென்று சிலர் அவரிடம் சென்று படித்துவரலாயினர். அவர்களுட் சிங்கவனம் சுப்புபாரதியார் என்பவரும், கிருஷ்ணாபுரம் சுப்பிரமணிய பாரதியார் என்பவரும் முக்கியமானவர்கள். சிங்கவனம் சுப்புபாரதி அவரிடம் *இலக்கண விளக்கம்* முதலியவற்றைக் கேட்டார்; பின்பு அவருடைய ஏவலின்மேல் திரிசிரபுரம் வந்து பிள்ளை யவர்களிடம் சில நூல்களைப் பாடங்கேட்டு வரலாயினர்.

செவ்வந்திப் புராணம் பதிப்பித்தது

இவர் இயற்றிய உறையூர்ப் புராணத்தின் நயத்தையும், அதனை யாவரும் வாசித்து இன்புறுவதையும் அறிந்த திரிசிரபுரத்திலிருந்த தமிழபிமானிகளும், செல்வர்களும் திரிசிரபுரத்திற்கு வடமொழியில் 64 அத்தியாயங்களுடன் இருந்த புராணத்தைத் தமிழிற் செய்யுளாக மொழிபெயர்க்க வேண்டுமென்று கேட்டுக் கொண்டார்கள். இவர், “முன்னமே இத்தலத்திற்கு எல்லப்ப நாவலராற் செய்யப்பெற்ற புராணம் ஒன்று உண்டு; அது நல்ல நடையுள்ளது” என்று சொல்லி அதிலுள்ள சில பகுதிகளைப் படித்துக் காட்டினர். கேட்ட திரிசிரபுரவாசிகள், “அதையேனும் அச்சிட்டு வெளிப்படுத்தவேண்டும்” என்று இவரை வேண்டிக்கொள்ள, அவ்வாறே இவர் அதனை எழுதுவோரால் நேர்ந்த பிழைகளறப் பரிசோதித்து விரோதிகிருது (1851) வருஷத்தில் அச்சிட்டு வெளியிட்டார். அப்பதிப்பில் இவர் பெயருக்குமுன் வித்துவானென்னும் அடைமொழி இருத்தலைக் காணலாம்.

தருமபுர ஆதீனப்பழக்கம்

இடையிடையே இவர் திருவாவடுதுறை மடத்திற்குச் சென்று படித்த தம்பிரான்மார்களோடு சல்லாபம் செய்துவிட்டுவருவார். அப்பால் அழைக்கப்பெற்று ஒருமுறை தருமபுர ஆதீனத்திற்குச் சென்று அப்பொழுது ஆதீனத் தலைவராக இருந்த ஸ்ரீ சச்சிதானந்த தேசிகரைத் தரிசித்து அவருடைய பேரருளுக்குப் பாத்திரரானார்; அவரால் வழங்கப்பெற்ற பல மரியாதைகளையும் ஏற்றுக்கொண்டார். இவருடைய கல்வித் திறத்தையறிந்த தேசிகர் அடிக்கடி வந்து போகவேண்டுமென்று கட்டளையிட அவ்வாறே இவர் போய்வந்தார்.

16

சில மாணவர்கள் வரலாறு

மாணவர் வகை

இவர் தம்பால் யார் வந்து கேட்பினும் அவர்களுக்குப் பாடஞ் சொல்வார். இவரிடம் படித்தவர்களிற் பல சாதியினரும் பல சமயத்தினரும் உண்டு; பிராமணர்களில் ஸ்மார்த்தர்கள் வைஷ்ணவர்கள் மாத்வர்கள் என்னும் வகுப்பினரும், வேளாளரிற் பல வகுப்பினரும், பிற சாதியினரும், கிறிஸ்தவர்களும், முகம்மதியர்களும் இவர்பாற் பாடங்கேட்டதுண்டு.

நாகூரிற் புகழ்பெற்று விளங்கிய குலாம்காதர் நாவல ரென்னும் முகம்மதியர் ஒருவர் இவர்பால் வந்து *சீறாப்புராணம்* முதலியவற்றைப் பாடங்கேட்டனர்.

சவராயலு நாயகர்

புதுச்சேரியில் இயன்றவரையில் தமிழ்ப் பாடங்களைக் கற்றுப் பாடப் படிக்கப் பிரசங்கிக்க ஒருவாறு பயிற்சியுற்றிருந்த செ. சவராயலு நாயகரென்னும் கிறிஸ்தவர் இவர் படிப்பிக்கும் நலத்தைக் கேள்வியுற்றுத் திரிசிரபுரம் வந்து தியாகராச செட்டியார் முதலியோர் முகமாகக் கையுறைகளுடன் இவரைக் கண்டு, வீரமாமுனிவ ரென்னும் புனைபெயர் கொண்ட பெஸ்கி பாதிரியாராற் செய்யப்பெற்ற *தேம்பாவணி, திருக்காவலூர்க் கலம்பகம்* முதலியனவாய தங்கள் சமய நூல்களைப் பாடஞ்சொல்ல வேண்டுமென்று வேண்டிக்கொண்டனர். அதற்கிசைந்த இவர் அவரைப் பரீட்சீத்து அவருடைய தமிழ்க் கல்வியின் நிலையை அறிந்து சில கருவி நூல்களை முதலிற் பாடஞ் சொல்லிவிட்டுப் பின்பு அவர் விரும்பிய வண்ணம் தேம்பாவணி முதலியவற்றிற்குப் பொருள் கூறித் தமிழில் நல்ல பயிற்சியை உண்டாக்கி அனுப்பினர். அதன் பின்பு சவராயலு நாயகருக்குக் கிறிஸ்தவர் குழாங்களில் உண்டான மதிப்பும் பெருமையும் அதிகம். பிள்ளை யவர்கள் தேகவியோகம் அடையும் வரையும் இவரிடத்தும் இவர் மாணாக்கர்களிடத்தும் அவர் காட்டிவந்த அன்பும் செய்த உதவிகளும் மிக உண்டு. இவரிடத்தில் தாம் பாடங் கேட்டதை

மறவாமல் தம்முடைய கல்வி உயர்ச்சிக்குக் காரணம் இவரே யென்னும் எண்ணம் அவர்பால் என்றும் இருந்து வந்தது. இவர் விஷயமாக அவர் பல செய்யுட்கள் இயற்றியிருக்கின்றார்; அவற்றிற் சில வருமாறு:

ஓதுதற் கருநூ லியாவையு முணர்ந்த வுணர்வினன் றிரிசிர கிரியாம்
மேதகு பதியி லொளிர்தரு ஞான விளக்கமா யடியவ ருளத்திற்
றீதுறு மவிச்சை யாமிருள் சீத்துத் திகழுமெந் தேசிக னாய
கோதின்மீ னாட்சி சுந்தர னருளாற் கூறுது மிஃதுளந் துணிந்தே.

இச்செய்யுள் அவர் பிரசங்கம் செய்யத் தொடங்குவதற்குமுன் சொல்லப்படுவது.

விளங்குறுவெண் புகழ்வனைந்த மீனாட்சி சுந்தரப்பேர்க்
களங்கமில்தே சிகனென்பாற் கருணைநனி புரிந்ததனாற்
றுளங்குறுதேம் பாவணிக்குச் சொலத்துணிந்தே னுரைவிரித்து
வளங்கெழுமவ் வருளிலையேல் வகுத்தலரி தரிதரிதே.

இச்செய்யுளால் அவர் தேம்பாவணிக்கு உரைசொல்லிப் பிரசங்கம்புரியும் வன்மையைப் பெற்றது பிள்ளை யவர்களாலே யென்பது வெளியாகின்றது.

முத்திக்கு வித்தா முரிமனத்துக் காறுதலாம்
எத்திக் கினும்பொருளை யீவதுவாம் – சுத்தகலை
ஓது கருணைமிகு முத்தமவென் சற்குருநிற்
கேதுசெய்கு வன்கைம்மா றின்று

கற்றற் கெளியனவாக் காட்டியரும் பாடலெல்லாம்
பற்றச்செய் நற்குணவென் பண்ணவனாம் – உத்தமநீ
ஞானப் பொருள்வழங்கி நற்றமஞ் செய்வதுபோற்
றானமுண்டோ விவ்வுலகிற் றான்

எனவரும் செய்யுட்களால் அவருடைய குருபக்தி விளங்குகின்றது.

தண்டு அ. சந்திரப்பிள்ளை யென்பவர்மீது அவர் பாடிய செய்யுட்களுள்,

வண்டுதொட ரலரணியுங் குழலன்ன மெனுமனைவி வாழ்த்த வோங்கும்
தண்டுசந்தி ரப்பிள்ளை யாங்குலோத் துங்கனையிச் சபையி லேவெண்
பெண்டுறையும் நாவினனம் மீனாட்சி சுந்தரநற் பெருமா னுக்கே
தொண்டுபுரி மாணாக்க ரிற்சிறியேன் கவிகளினாற் றுதிக்கின் றேனே

என்னும் செய்யுளால் இவரிடம் அவர் பாடங்கேட்டமை வெளியாகின்றது.

பிற்காலத்தில் பிள்ளையவர்கள் பாடிய *திருமயிலைச் சித்திரச் சத்திரப் புகழ்ச்சிமாலைக்கு* அவர் கொடுத்த சிறப்புப் பாயிரங்களுள்ளும் இவரைத் தம் ஆசானென்று குறிப்பிட்டுள்ளார்:

பார்புகழும் விநாயகவே டிருமயிலைச் சத்திரமாம் பாத்தி ரத்தில்
ஏர்குடிகொண் டோங்கிவளர் மீனாட்சி சுந்தரப்பே ரெங்க ளாசான்
நார்நனிகொண் டமைத்துவைத்த நற்பாவாஞ் செவியுணவை நயந்தே விண்ணோர்
சீர்தருதெய் வதவுணவை யவியவியென் றேவெறுத்துச் செப்பு வாரால்.

இலக்கண விலக்கிய மனிதுற வெவர்க்கும்
கலக்க மறப்புகல் கரிசில் குணாளன்
தன்னிடைக் கற்பவர் மன்னவைக் களத்துள்
என்னையு மொருவனாத் துன்னுவித் தருளி
மெய்யருள் சுரந்த மீனாட்சி சுந்தர
நல்லா சிரியன்.

சவராயலு நாயகரைப் பாடிய பலர் அவர் பிள்ளை யவர்களுடைய மாணாக்க ரென்பதைத் தம் செய்யுட்களிற் புலப்படுத்தியிருக்கின்றனர்:

வேதநாயகம் பிள்ளை

சாதிநா யகனான சவராய லுத்தமனே சவரி யாரென்
சோதிநா யகனாம நீதரித்தாய் மீனாட்சி சுந்த ரப்பேர்
நீதிநா யகனன்றோ நினக்காசா னுலகமெலா நியமித் தாளும்
ஆதிநா யகனனைமே னீபாடி னுன்கவியை யார்மெச் சாரே.

சித்திலிங்கமடம் தி.அ. சிவாநந்த ஸ்வாமிகள்

தேமேவு செவ்வந்தி யலர்சிர கிரிக்கண்வரு சிவனடிய ரிற்சிறந்து
திகழுமீ னாட்சிசுந் தரதேசி கன்வயிற் செந்தமிழெ லாமுணர்ந்து.

பொம்மையபாளையம் பாலசித்தானந்தர்

மீனாட்சி சுந்தரப்பேர் மேவு தமிழ்க்கடலிற்
றானாட்சி யாமமிர்தந் தானுண்டு – வானாள்
புரந்தரனை மீறுசவ ராயலுபொற் பார்மால்
புரந்தருளு மென்னுரையும் பூண்டு.

சவராயலு நாயகர் பிள்ளை யவர்களிடம் தாம் சென்று படித்தற்குரிய உதவியைச் செய்யவேண்டுமென்று தம்மை ஆதரித்த தாசில்தார் அ. சஞ்சீவி நாயகருக் கெழுதிய செய்யுளில் ஒருபகுதி வருமாறு:

*ஆர்கொள்புகழ் சேர்சிராப் பள்ளியின் மகத்துவ அகத்திய னெனத்தோன்றிவந்
தவதரித் திட்டமீ னாட்சிசுந் தரகுருவை அண்டிநற் றமிழையோர்தற்
காயவழி காட்டவுனை யன்றிவே றிலையென் றடுத்துள மிரங்குமென்றன்
அனுபவ மறிந்தெனக் காதரணை செய்யநின தகங்களித் திடல்வேண்டுமே.

சவராயலு நாயகருக்கு இவர் தாம் முன்பு படித்து வைத்திருந்த பழக்கத்தால் தேம்பாவணி முதலிய நூல்களைத் தெளிவாகச் சொல்லிவந்தனர். இவர்பால் அழுக்காறுற்ற சில சைவர்கள், "இவர் சைவராக இருந்தும் புறச்சமய நூல்களைப் படித்தலும் பாடஞ் சொல்லுதலும் புறச்சமயத்தாருடன் அளவளாவி மாணாக்கராகக் கொள்ளுதலும் தகுதியல்ல" என்று குறைகூறத் தலைப்பட்டனர். அதனை அறிந்த இவர், அங்ஙனம் குறைகூறி வந்த சிலரும் தம் நண்பர்கள் சிலரும் ஒருங்கிருக்கும்பொழுது, தம் நண்பர்களைப் பார்த்துக் கூறுவாராய், "நான் தேம்பாவணியைப் பாடஞ் சொல்லுதலும் கிறிஸ்தவர் முதலிய பிற மத மாணாக்கர்கள் என்பாற் பாடங்கேட்டலும் கூடாத செயல்களென்று சிலர் சொல்லி வருவதாகத் தெரிகிறது. மாணாக்கராக யார்

சவராயலு நாயகர்

* இச் செய்யுட் பகுதியும் இதற்குமுன் காட்டிய செய்யுட்களும் செய்யுட் பகுதிகளும் 'புதுவை மகாவித்துவான் செ. சவராயலு நாயகருக்குச் சம்பந்தமான பாடற்றிரட்டு' (1905 ஞ) என்னும் புத்தகத்திலிருந்து அறியப்பட்டன.

வந்தாலும் அன்போடு பாடஞ்சொல்லுதலையே எனது முதற்கடமையாக எண்ணியிருக்கிறேன். எல்லாத் தானத்திலும் வித்தியா தானமே சிறந்தது. அன்னமிடுவதற்குப் பசியுள்ளவரே பாத்திரர்; அதுபோலப் பாடஞ் சொல்லுதற்கு, படிப்பில் ஆர்வமுடைய யாவரும் பாத்திரர்களே அன்றியும் தமிழ்நூல் யாதாயிருப்பினும் அதிலுள்ள சொற்பொருள் நயங்களை உணர்தல் பிழையாகாதே! கிறிஸ்தவ மதத்தைப் பிரசாரஞ் செய்ய வேண்டுமென்பது என்னுடைய கருத்தன்று. தமிழ்நூல் என்னும் முறையில் யாதும் விலக்கப்படுவது அன்று" என்று தம் கருத்தைப் புலப்படுத்தினார். குறை கூறியவர்கள் இவருடைய உண்மைக் கருத்தை அறிந்து அடங்கிவிட்டனர்.

வேதநாயகம் பிள்ளை பாடங்கேட்டது

முன்ஸீப் வேதநாயகம் பிள்ளையின் பெருமையைத் தமிழ் நாட்டார் யாவரும் அறிவார். அவர் இங்கிலீஷ்ப் பாஷையிலும் தமிழ்ப் பாஷையிலும் நல்ல தேர்ச்சி பெற்றுத் திருச்சிராப்பள்ளி ஜில்லாக் கோர்ட்டில் 'டிரான்ஸ்லேட்டர்' வேலை பார்த்து வந்தார். ஓய்வு நேரங்களில் தமிழ் நூல்களைப் படித்து இன்புறுவதும் படித்தோர்களைக் கண்டால் நல்ல செய்யுட்களைக் கூறி அவற்றிலுள்ள நயங்களை எடுத்துக்காட்டுவதும் அவர்கள் கூறுவனவற்றைத் தாம் கேட்டு மகிழ்வதும் அவருக்கு இயல்பாக இருந்தன.

தம்முடைய இளமைப் பிராயந்தொடங்கிப் பிள்ளை யவர்களையும் இவருடைய தமிழ்க்கல்வியின் வளர்ச்சியையும் செய்யுள் செய்யும் வன்மையையும் அறிந்தும் பிறர் மூலமாகக் கேட்டும் இவருடைய பழக்கத்தைச் செய்துகொள்ளுதல் தமக்கு இன்றியமையாததென் றெண்ணி வலிந்துவந்து மிகப் பழகுவாராயினர்; பல நாளாகத் தாம் படித்த நூல்களிலிருந்த ஐயங்களை நீக்கிக்கொண்டு புதியனவாகச் சில நூல்களைப் பாடங்கேட்டனர். கேட்கும் பொழுது இவரிடத்தில் மிக்க அன்பு அவருக்கு உண்டாயிற்று. எத்தனை விதமாகத் தம்முடைய அன்பை இவர்பாற் புலப்படுத்த வேண்டுமோ அத்தனை வகையாலும் புலப்படுத்தி நடப்பாராயினர். இப்புலவர்பிரானுக்கும் அவர்பால் மிக்க பிரியமும் மதிப்பும் உண்டாயின. அவருக்குச் செய்யுள் செய்யும் பழக்கமும் நன்றாக அமைந்திருந்தது. ஆதலால் அவர் தாம் செய்யும் செய்யுட்களை இவரிடம் நேரிற் சொல்லியும் பிறரைக்கொண்டு சொல்வித்தும் வருவதுண்டு. கேட்ட இவர், அவற்றின் விஷயமாகத் தமக்குத் தோன்றிய கருத்துக்களைத் தெரிவித்து வருவார். ஒருநாள் அவர், தாம் இயற்றிய கீர்த்தனங்களைச் சொல்லிக்காட்டும்படி ஒருவரை அனுப்பியபொழுது அக்கீர்த்தனங்களைக் கேட்டு இவர் மகிழ்ந்து,

> கலைபுகலும் பதமில்லாக் கடவுள்கொளத் தமையடைந்தோர் களிப்ப நாளும்
> தொலைவில்சுவைப் பதமுதவு வேதநா யகவள்ளல் சூட்டுந் தூய
> விலையில்பல பதத்துளொரு பதத்துளொரு பதமுணர்ந்த மெய்ம்மை யோரத்
> தலைமையவ னிருபதமே பெறுவரவ ரெப்பதமும் தரவல் லாரே

என்னும் பாடலைச் சொன்னார்.

வேதநாயகம் பிள்ளை செய்த உதவி

அப்பொழுது கால விசேஷத்தால் மலைக்கோட்டைத் தாயுமானவர் கோயில் விசாரணைக்காகத் தருமபுர ஆதீனகர்த்தரால் நியமிக்கப்பட்டிருந்த கட்டளைத் தம்பிரானொருவர், வியவகாரத்திலும் வருவாயிலும் விருப்பமுடைய சிலருடைய தூண்டுதலினால் அக்கோயில் நிருவாகங்களில் தருமபுர ஆதீனத் தலைவருக்கு அடங்காமல் விரோதமாக நடக்க ஆரம்பித்தார். அதனை யறிந்த ஆதினத் தலைவர் அவர்மேல் வழக்குத் தொடுத்தார். அவ்வழக்கிற் கட்டளைத் தம்பிரானுக்கு மேற்கூறிய சிலர் உதவிபுரிய முன்வந்தார்கள். இந்நிலையில் ஆதீனத் தலைவர் தம்முடைய உரிமையை இங்கிலீஷில் எடுத்து விளக்கி ஒரு விண்ணபத்தை விரைவிற் கோர்ட்டாரிடம் கொடுக்கவேண்டி யிருந்தமையால் அவ்விஷயத்தைக் கவனித்து முடிக்கும்படி அவர் பிள்ளை யவர்களுக்குத் தக்கவர்களை அனுப்பித் தெரிவித்தார். இவர் அதனை நன்கு எழுதித் தருபவர் வேதநாயகம் பிள்ளையே யன்றி வேறு யாரும் இல்லை யென நினைந்து அவரிடமே இதனைத் தெரிவிக்க எண்ணினார்.

முன்ஸீப் வேதநாயகம் பிள்ளை

இவ்வாறிருக்க, எதிர்க்கட்சியாரும் தமக்குரிய ஆதாரங்களைக் காட்டி ஒரு விண்ணப்பம் வேதநாயகம் பிள்ளையைக்கொண்டு எழுதுவிக்க நினைந்து அவருக்கு மிகுந்த பொருளும் கொடுப்பதென்று நிச்சயித்துக் கொண்டு சென்றார்கள். அச்சமயத்திலேயே பிள்ளையவர்களும் சென்றனர். சென்று, எதிர்க்கட்சியார்கள் கூடியிருப்பதை யறிந்து வேறிடத்தில் வந்து இருந்து,

மையேறுங் கண்ணி யொருபாகன் காரிய மற்றிதுதான்
பொய்யே யலமுகிற் கேதுகைம் மாறு பொறையினொடு
மெய்யே யுருக்கொள் புகழ்வேத நாயக வித்தகன்றன்
கையே யுனைப்புகழ் வேன்புகல் வேறிலை கண்டுகொள்ளே

என்னும் செய்யுளை எழுதியனுப்பிக் குறிப்பாகத் தம்முடைய கருத்தை ஓரன்பர் மூலமாகத் தெரிவித்தனர். அவர் அந்தச் செய்யுளைப் பார்த்து

மனமுருகி உடனே எதிர்க்கட்சிக்காரருடைய வேண்டுகோளை மறுத்து அவர்களை அனுப்பிவிட்டு இவரைப் பார்த்து, "தாங்கள் இவ்வளவு தூரம் சிரமப்படலாமா? செய்யுள் எழுதித் தெரிவிக்கவேண்டுமா? ஒரு வார்த்தை சொல்லியனுப்பினால் நான் கவனிக்கமாட்டேனா?" என்று சொல்லித் தம்முடைய ஓய்வு நேரங்களில் முழுக்கருத்தையும் அதிலேயே செலுத்தி மிகத்தெளிவாக விண்ணப்பத்தை இங்கிலீஷில் எழுதிக்கொடுத்தனர். அது கோர்ட்டிற் கொடுக்கப்பட்டது. அதனைப் பார்த்த கோர்ட்டார் உண்மையை அறிந்து வழக்கை நியாயப்படி ஆதீனத்தலைவர் சார்பாக முடிவு செய்தார்கள்.

பல தக்க கனவான்கள் கூடி மிக்க பொருள் கொடுப்பதாக முன்வந்தும் அவர்களுக்கு இணங்காமல் இவருடைய விருப்பத்தின்படி செய்தது இவர்பால் அவருக்கிருந்த இணையிலா அன்பைப் புலப்படுத்துகின்றதன்றோ? இச்செயலால் வேதநாயகம் பிள்ளை யிடத்து அதிக நன்மதிப்பும் நன்றியறிவும் இவருக்கு உண்டாயின.

*குளத்தூர்க் கோவை

அப்பால் வேதநாயகம் பிள்ளையினுடைய அருமை பெருமைகளையும் அவர் செய்யுட்சுவையை நன்றாக அனுபவித்தலையும் பாராட்டி அவர்மீது ஐந்திணைக் கோவை யொன்றை இவர் இயற்றினர். அக்கோவை இயற்றப்பட்ட காலம் பரீதாபி ௵ (1853) இலக்கண விளக்கம் பாடங்கேட்டதற்குச் சமீபகாலமானதால் அது சிறந்த சுவையுடையதாக அமைந்திருக்கின்றது. அதன் செய்யுட்டொகை, 438.

அக்கோவைச் செய்யுட்களிற் சிலவருமாறு:

தெய்வத்திறம் பேசல்

எறியுங் கலிதன் றலைசாய்த் திடத்தமி ழின்னருமை
அறியும் புருட மணிவேத நாயக வண்ணல்வெற்பிற்
செறியும் படிநம் மிருபே ரையுமின்று சேர்த்ததெய்வம்
முறியும் படியிடை யேசெய்யு மோசற்று முன்னலையே. (24)

கற்றறி பாங்கன் கழறல்

சொற்றது நாட்டுந் துரைவேத நாயக துங்கன்வெற்பில்
உற்றது சொற்றதென் காதூ டழல்புக் குலாவலொத்த
திற்றது வென்னிடைக் கிவ்வாறு வாடுவை யேற்கலைகள்
கற்றதுங் கேட்டது நன்றுநன் றாலெங்கள் காவலனே. (44)

தெய்வநாயகம் பிள்ளை

பிள்ளை யவர்கள் திரிசிரபுரத்தில் இருக்கையில் வந்து படித்தவர்களுள் தெய்வநாயகம் பிள்ளை யென்பவரும் ஒருவர். அவர் பிள்ளை யவர்களிடம் படித்து மிக்க புகழ்பெற்றவர். அவர்பால் தியாகராச செட்டியாருக்கு அடுத்தபடியான மதிப்பு யாவருக்கும் இருந்துவந்தது. ஆறுமுக நாவலர் பதிப்பித்த திருக்குறள் முதலியவற்றிற்குச் சிறப்புப் பாயிரம் கொடுத்தவர்களுள்

* ஸ்ரீ மீனாட்சிசுந்தரம் பிள்ளையவர்கள் பிரபந்தத்திரட்டு, 4611–5048

அவரும் ஒருவர். அவர் தாம் பிள்ளை யவர்களிடம் கல்விகற்றமையைக் குறித்து ஓரிடத்திற் பின்வருமாறு கூறியுள்ளார்:

*துரிசிரா திலங்குந் திரிசிராப் பள்ளியிற்
கடன்மருங் குடுத்த தடநெடும் புடவியில்
உற்றநூல் யாவுங் கற்றவ னென்றும்
தோலா நாவின் மேலோர் வகுத்துத்
தந்தருள் பலபிர பந்த மென்பன
எல்லாஞ் சொல்ல வல்லோ னென்றும்
உமிழ்சுவை யாரியத் துற்றபல் புராணமும்
தமிழின்மொழி பெயர்க்கத் தக்கோ னென்றும்
'தனையடைந் தவரை நினைதரு தனைப்போல்
வல்லவ ராக்க' நல்லதன் னியற்கையாம்
மெலியா வன்பிற் சலியா னென்றும்
மற்றவர் பிறரைச் சொற்றன போலா
துற்ற குணங்கண் முற்ற வுணர்ந்து
செப்பமுள் ளோர்பலர்க் கொப்பயா னுள்ளன
நினைந்துரை செய்வது புனைந்துரை யன்றெனக்
காட்சியின் விளக்கி மாட்சியி னமர்வோன்
கற்றவர் குழுமி யுற்றபே ரவையிற்
கனக்குநுண் ணறிவிலா வெனக்குமோ ரொதுக்கிடம்
தந்தமீ னாட்சி சுந்தரப் பெரியோன்.

ஆரியங்காவற் பிள்ளை

பின்னொரு காலத்தில் திருநெல்வேலிப் பக்கத்திலிருந்து ஆரியங்காவற் பிள்ளையென்ற சைவ மாணவரொருவர் இவரிடத்துப் பாடங்கேட்க வந்தனர். வந்தவர்களைப் பரீட்சித்து அவர்களுடைய தகுதிக்கேற்பக் கற்பிப்பது இவருக்கு வழக்கமாதலின் அவரை அவ்வாறு பரீட்சிக்கத் தொடங்கி ஒரு பாடல் சொல்லும்படி வினவினார். அவர்,

நீர்நாடு நீங்கியுமே நீங்காது தனைத்தொடரும்

என்ற தொடக்கத்தையுடைய *திருக்குற்றாலப் புராணத்துள்ள* 'மந்த மாருதச் சருக்க'ச் செய்யுளைக் கூறினர். அதனைக் கேட்கும் பொழுதே இவருடைய செவியும் உள்ளமும் குளிர்ந்தன. அதனை மறுமுறை சொல்லும்படி செய்து கேட்டபின்பு, "இச்செய்யுள் எந்த நூலிலுள்ளது?" என்று கேட்டார். அவர் "திருக்குற்றாலப் புராணத்திலுள்ளது" என்றார். பின்பு அச்செய்யுளின் சந்தர்ப்பத்தையும் வரலாற்றையும் அவரால் அறிந்துகொண்டு அச்செய்யுளைத் திரும்பத்திரும்பச் சொல்லச்செய்தார். அந்நூலிலிருந்து வேறு சில செய்யுட்களையும் சொல்லச்சொல்லிக் கேட்டு அவற்றின் சொல்லினிமை பொருளினிமைகளில் ஈடுபட்டு இன்புற்றார். பின்பு, "அந்நூலாசிரியர் யார்?" என்றபொழுது அவர், "மேலகரம் திரிகூடராசப்பக் கவிராயர்" என்றனர். அது தொடங்கி அப்புராணத்தைப் பெற்றுப் படித்துப்பார்க்கவேண்டு மென்ற ஆவல் இவருக்கு உண்டாயிற்று.

ஆரியங்காவற் பிள்ளை தினந்தோறும் இவரிடம் பாடங்கேட்டு வந்தார். ஒவ்வொன்றையும் அழுந்திக் கேட்பதும் செய்யுள் செய்யும்

---

* மீ. பிரபந்தத்திரட்டு, 2809

பயிற்சியும் அவர்பால் இருத்தலை யறிந்து இவர் அவரிடத்து மிக்க அன்பு பாராட்டிவருவாராயினார். மற்ற மாணாக்கர்களும் அவர்பாற் பிரியமுடையவர்களாகவே இருந்தார்கள். அயலூரிலிருந்து வந்தவராதலின் அவர் இவருடன் இடைவிடாமல் இருந்து வந்தார்.

ஒருநாள் இரவில் அவருக்குப் பாடஞ்சொன்ன பின்பு வழக்கம்போலவே தெருத்திண்ணையில் அவரைப் படுக்கச்சொல்லிவிட்டு இடைகழி (ரேழி) யில் இவர் சயனித்துக்கொண்டார். அப்பொழுது நிலவு நன்றாக எறித்தது. சிறிது நேரமானபின் வழக்கம் போலவே இவர் விழித்துக்கொண்டார். அப்பொழுது அம்மாணாக்கர் படுத்துக்கொள்ளாமல் தூணிலே சாய்ந்துகொண்டு இருத்தலை ஜன்னல் வழியாகக் கண்டனர். பிறகு சிலநேரம் தூங்கிவிட்டுத் திரும்ப விழித்துக்கொண்ட காலத்தும் அவர் நித்திரை பண்ணாமல் அவ்வாறே இருந்தமையை யறிந்து, 'ஏன் இவர் இப்படி இருக்கிறார்!' என்று நினைந்து அவர் நோக்கத்தை அறிவதற்குப் படுத்தபடியே விழித்தவராய்க் கவனித்துக் கொண்டே இருந்தார். அப்பொழுது அந்த மாணாக்கர் வாக்கிலிருந்து,

> *விடவாளை வென்ற விழியாளைப் பூமியின் மேலதிர
> நடவாளைப் பெண்கள்தம் நாயக மாமொரு †நாயகத்தை
> மடவாளை யென்னுள் வதிவாளை யின்ப வடிவையென்சொற்
> கடவாளை யான்றெய்வ மேயென்று போயினிக் காண்பதுவே

[* இதனைப் போன்ற வேறு 2 பாடல்கள் உண்டு; அவை இப்பொழுது கிடைக்கவில்லை. † நாயகமென்பது அவர் மனைவியின் பெயர்.]

என்னும் செய்யுள் எழுந்தது. அவர் அதனை மீட்டும் மெல்லச் சொல்லி மனம் உருகிக்கொண்டிருந்தார். அதனைக் கேட்ட இவர் அவருக்கு உள்ள கவலை இன்னதென்பதை யறிந்து தாம் அன்று தெரிந்து கொண்டவற்றை வெளியிடாமலே இருந்துவிட்டுச் சில நாளைக்குப் பின்பு அவரிடத்து இயல்பாகப் பேசுங்காலங்களில் அவருடைய ஊரை ஒருதினத்தும், தாய் தந்தையர் வரலாற்றை ஒருதினத்தும், விவாகம் நடைபெற்றதா இல்லையா வென்பதை ஒருதினத்தும் மெல்ல மெல்ல விசாரித்து அறிந்துகொண்டனர். அவ்வாறு விசாரித்ததனால் அவருடைய தந்தையார் இருப்பிடமும், அவருக்கு விவாகமாகிச் சில மாதங்களேயாயின வென்பதும் தெரியவந்தன. பின்பு அவருடைய தந்தையாருக்கு, 'உங்களுடைய குமாரர் இங்கே சௌக்கியமாகப் படித்துக்கொண்டு வருகிறார். சிறந்த புத்திமானாகவும் காணப்படுகிறார். அவருடைய நற்குண நற்செய்கைகள் மிகவும் திருப்தியை உண்டுபண்ணுகின்றன. ஆனாலும் ஆகாரம் செய்து கொள்வதற்கு வசதியான இடம் இல்லாமையினால் அவருடைய தேகம் வரவர மெலிந்து வருகிறது. ஆதலால் அவருடைய தாயாரையும் மனைவியையும் அழைத்துக்கொண்டு நீங்கள் இங்கு வந்து சில மாதங்கள் இருந்து அவருக்கு ஆகாராதி சௌகரியங்களைச் செய்வித்துவந்தால் அவர் சௌக்கியமாக இருப்பதன்றி நன்றாகப் படித்துத் தேர்ச்சியும் பெறுவார். இங்கே வந்து காலங்கழிக்க வேண்டியதைப்பற்றி நீங்கள் சிறிதும் கவலையுறவேண்டாம். இங்கே எல்லா வசதிகளும் அமைக்கப்படும். உங்களுடைய வரவை எதிர்பார்க்கிறேன் நீங்கள் வருவதைப்பற்றி முன்னதாக எனக்குத் தெரிவிக்க விரும்புகிறேன்"

என்று அம்மாணாக்க ரறியாமலே ஒரு கடிம் எழுதியனுப்பிவிட்டு இவர் வழக்கம்போல் அவருக்குப் பாடஞ் சொல்லிவந்தார்.

சில தினங்களுக்குப் பின்பு ஒருநாள் பகலில் 15நாழிகைக்கு மேல் அவருக்கும் வேறு சிலருக்கும் பாடஞ் சொல்லிக்கொண்டு தம்முடைய வீட்டுத் திண்ணையில் இவர் இருக்கையில் மேலே குறிப்பிட்ட அவருடைய தந்தையார் தாயார் மனைவியாகிய மூவரும் இவருடைய வீட்டை விசாரித்துக்கொண்டு வந்தனர். அவர்கள் இரண்டு மூன்று வீட்டிற்கு அப்பால் வரும்போதே ஆரியங்காவற் பிள்ளை திடீரென்று கீழே குதித்துச் சென்று அவர்களைக் கண்டு, "எப்பொழுது இங்கே வந்தீர்கள்? எதற்காக வந்தீர்கள்? நான் எழுதாமலிருக்கையில் நீங்கள் எப்படி வரலாம்?" என்று கோபமுற்றுக் கேட்டுக்கொண்டிருந்த பொழுது, இவர் அவர்கள் இன்னாராக இருக்கலாமென்று ஊகித்தறிந்து கொண்டு எழுந்துசென்று அம்மாணவரைக் கையமர்த்தி, "தம்பி, ஏன் கோபித்துக்கொள்ள வேண்டும்? உம்முடைய போஷணைக்காகத்தான் நான் எழுதி இவர்களை வரச்செய்தேன். சும்மா இரும்" என்று சொன்னார். அவர்கள் வரக்கூடுமென்று எதிர்பார்த்து முன்னரே அமைத்திருந்த ஒரு விடுதிக்கு அவர்களை அனுப்பி ஆகாரம் முதலியன செய்விக்குமாறு சொல்லியனுப்பினார். அப்பால் தாம் சென்று அவர்களுக்கு வேண்டியவற்றைக் குறைவின்றி அமைத்துக் கொடுத்துத் தந்தையாரைத் தனியேயழைத்து, "உங்களுடைய குமாரர் உங்களைக் கோபித்துக்கொண்டாலும் நீங்கள் அதனைப் பொருட்படுத்தாமற் பக்குவமாகச் சமாதானம் சொல்லிவிடுங்கள். அவர் மிக்க புத்திசாலி; விருத்திக்கு வரக்கூடியவர். அவர் இந்நகரத்தில் தனியாக இருத்தலைவிடக் குடும்பத்தோடு இருந்தால் நன்மை உண்டாகுமென்று எனக்குத் தெரிந்ததனால்தான் உங்களை வருவித்தேன்" என்று மட்டும் சொன்னார். அவரும் இவருடைய பேரன்பைப் பாராட்டினார். தம் குமாரர் படிக்கும் வரையில் தாய் தந்தையர் முதலியோர் உடனிருந்து வந்தார்கள். அவசியமான காலத்தில் அம்மாணவருடைய தந்தையார் மட்டும் தம்மூருக்குச் சென்று வருவார். இவ்வாறு சில மாதங்கள் அங்கிருந்து கேட்கவேண்டிய பாடங்களைக் கேட்டுக்கொண்டு தமிழில் தக்க பயிற்சிபெற்று ஆரியங்காவற் பிள்ளை தம் குடும்பத்துடன் ஊர் போய்ச் சேர்ந்தனர். பின்பு அடிக்கடி வந்து இவரிடம் வேண்டியவற்றைத் தெரிந்து கொண்டு செல்வார்.

இவ்வாறு, தம்முடைய மாணவர்களுக்கு எந்த எந்த வகையிற் குறைகள் உள்ளனவோ அவற்றையெல்லாம் தாமே அறிந்து ஆராய்ந்து தீர்க்கும் அரிய தன்மை இக் கவிஞர்கோமான்பால் இருந்து வந்தது.

அழகிரி ராஜு

இவரிடம் சில வருடங்கள் இருந்து பாடங் கேட்டுச் சென்றவர்களுள் இராமநாதபுரம் அழகிரி ராஜு என்பவரும் ஒருவர். அவர் தமிழ்வித்துவான்கள் நிரம்பியுள்ள இராமநாதபுரத்தவ ராதலால் இயன்ற வரையில் நல்ல தமிழ்ப்பயிற்சி யுள்ளவராக இருந்தார். ஒருநாள் அவர், பயிர்களுக்கு ஜலம் பாய்ச்சுதற்கு ஒரு கிணற்றிலிருந்து ஏற்றம் இறைத்துக்கொண்டிருக்கையில் சரியாக அவர் அவ்வேலையைச்

செய்யாதது கண்டு உடன் இருந்த அவருடைய உறவினர் ஒருவர் மிகவும் கோபங்கொண்டு, "நீ என்ன சுத்த முட்டாளாக இருக்கிறாயே!" என்றார். அதனைக் கேட்டு அவர், "இவ்வாறு உங்களோடு இருந்ததனாலேயே நான் முட்டாளாக ஆனேன். தமிழ்க் கல்வியை இனி நன்கு பயின்று தேர்ச்சியுற்று இங்கே வருவேனேயன்றி அதற்கு முன்பு வருவதில்லை" என்று சத்தியம் செய்துவிட்டு அவ்வூரிலிருந்த வேலாயுதக் கவிராயர் வாயிலாகப் பிள்ளை யவர்கள் பெருமைகளையும் மாணவர்களுக்கு அன்புடன் தடையின்றி இவர் பாடஞ்சொல்லிவருதலையும் அதற்கு முன்பே அறிந்தவ ராதலால் உடனே புறப்பட்டுத் திரிசிரபுரம் வந்து இவரிடம் பாடங்கேட்டு வந்தனர். படிக்கவேண்டுமென்ற ஊக்கமுள்ளவராக இருந்ததனாற் பல நூல்களைக் கற்று விரைவில் நல்ல பயிற்சியையும் பாடஞ்சொல்லும் திறமையையும் அடைந்தார். சில காலத்திற்குப்பின் தம்மூருக்குச் சென்று, "இனிமேற் கல்வியினாலேயே பிழைக்கவேண்டும்" என்ற விரதம் பூண்டு சிலருக்குப் பாடஞ்சொல்லி வருவாராயினர். அங்ஙனம் சொல்லி வருகையில் அவருடைய திறமையால் பாலவனத்தம் ஜமீந்தாராகிய ஸ்ரீமான் பாண்டித்துரைசாமித் தேவரவர்களுக்கு இளமையில் தமிழ் ஆசிரியராக அமர்த்தப் பெற்றார். இப்போதுள்ள மதுரைத் தமிழ்ச் சங்கத்து ஸ்தாபகரும், அருங்கலை விநோதருமாகிய ஸ்ரீமான் பாண்டித்துரைத் தேவரவர்கள், "இப்பொழுது தமிழ்நாட்டில் உள்ள தமிழ்ப் பண்டிதர்களிற் பெரும்பாலோர் பிள்ளை யவர்களுடைய மாணாக்கர்களும் மாணாக்கர் பரம்பரையைச் சார்ந்தவர்களுமே ஆவர். எனக்குத் தமிழாசிரியர்களாக இருந்த நால்வர்களில், பிள்ளை யவர்களுடைய மாணாக்கர்கள் மூவர்; அம்மூவர் அழகிரி ராஜுவும் மதுரை இராமசாமிப் பிள்ளை (திருஞான சம்பந்தப் பிள்ளை)யும் திருவாவடுதுறை யாதீன வித்துவானாகிய பழனிக்குமாரத் தம்பிரானவர்களும் ஆவர். அவர்களுள் அழகிரி ராஜு என்பவர் பாடங் கற்பிக்கும் அழகும் தமிழ்நயத்தைச் சுவைபடப் புலப்படுத்தும் விதமும் அன்புடைமையும் சொல்லியடங்குவன அல்ல; எனக்குத் தமிழிற் பிரீதியுண்டானது அவராலேயே. பிள்ளை யவர்களுடைய குணவிசேடங்களையும் பாடல் நயங்களையும் அடிக்கடி சொல்லிக் கொண்டேயிருப்பார்" என்று என்னிடத்திலும் வேறுபலரிடத்திலும் பிற்காலத்திற் பாராட்டிக் கூறியிருக்கிறார்கள்.

இங்ஙனம் அவ்வப்போது வந்துவந்து சிலநாள் இருந்து பாடங்கேட்டுப் பயன்பெற்றுச் சென்றவர் பலர்.

❁

17

இரண்டாம் முறை சென்னை சென்றது

சென்னை சென்றது

சென்னையிலிருந்த கா. சபாபதி முதலியார் முதலியவர்கள் இவருடைய கல்வி வளர்ச்சியைக் கேள்வியுற்று இவரைப் பார்க்கவேண்டு மென்னும் விருப்பமுடையவர்களாய் இவருக்கு எழுதும் கடிதங்களில் தங்கள் கருத்தைக் குறிப்பித்து வந்தார்கள். இவருக்கும் அவ்வாறே அவர்களைக் கண்டு மீண்டும் அளவளாவ வேண்டும் என்னும் ஆவல் இருந்தது. அதனால் சென்னைக்குப் புறப்பட்டு இடையிலேயுள்ள பட்டீச்சுரம், திருவாவடுதுறை, தருமபுரம், சிதம்பரம், திருப்பாதிரிப்புலியூர் முதலிய ஸ்தலங்களைத் தரிசித்துக்கொண்டு சில வாரங்களில் சென்னை வந்துசேர்ந்தார். அங்கே சபாபதி முதலியார் முதலியோர்களால் வரவேற்கப் பெற்றனர். தாண்டவராயத் தம்பிரா னவர்களைக் கண்டு சல்லாபம் செய்துகொண்டும் மற்ற வித்துவான்களோடு பழகி இன்புற்றும் வந்தனர். திரிசிரபுரம் சென்ற பின்பு இவர் இயற்றிய காப்பியங்களிலும் பிரபந்தங்களிலும் உள்ள செய்யுட்களை அவர்கள் கேட்டுக் கேட்டு மகிழ்ந்தனர்.

*சித்திரச் சத்திரப் புகழ்ச்சிமாலை

அப்பொழுது திருமயிலைத் திருக்குளத்தின் தென்கரையி லுள்ளதும் இப்பொழுது †சித்திரச் சத்திரமென்று வழங்கப் பெறுவதுமாகிய சத்திரத்தைக் கட்டுவித்து அதற்குப் பலவகையான வருவாய்களையும் ஏற்படுத்திப் புகழ்பெற்று விளங்கிய வியாஸர்பாடி விநாயக முதலியார்மீது கா. சபாபதி முதலியார் முதலியவர்கள் பல செய்யுட்கள் இயற்றிப் பாராட்டினர். இவரையும் பாடும்படி கேட்டுக்கொண்டனர்.

---

* ஸ்ரீ மீனாட்சிசுந்தரம் பிள்ளை யவர்கள் பிரபந்தத்திரட்டு, 3954-4083

† சென்னை மயிலாப்பூர் தெற்கு மாடவீதியில் உள்ளது. பொம்மைச் சத்திரம் என்னும் பெயரால் இன்று அழைக்கப்படுகிறது. (ப.ஆ)

சித்திரச் சத்திரம் இன்றையத் தோற்றம்

அவர்கள் விருப்பத்தின்படி இவர் அச்சத்திரத்தின் பெருமையைச் சிறப்பித்து 100 விருத்தங்களடங்கிய மாலை யொன்றை இயற்றிப் பல புலவர்களுக்கு இடையேயிருந்து அரங்கேற்றினர். அம்மாலை *சித்திரச் சத்திரப் புகழ்ச்சி மாலை* யென்று பெயர் பெறும். அந்நூலைப் பாராட்டி, சபாபதி முதலியார் முதலியவர்கள் கொடுத்த சாத்துக் கவிகள் பல அந்நூலின் பெருமையைப் புலப்படுத்தும். அதிலுள்ள செய்யுட்களுட் சில வருமாறு:

தெருள்பெற்றான் வியாசநகர் விநாயகமா லதற்கேற்பச் செயிர்தீர் மிக்க
பொருள்பெற்றா னதற்கேற்ப மயிலையிற்சத் திரங்கட்டிப் புகழ்சால் பெம்மான்
அருள்பெற்றா னிவனன்றிப் பொருள்பெற்றும் அறஞ்செய்யா அவனி யுள்ளார்
மருள்பெற்றார் சிறுமைபெற்றா ரின்னுமென்பெற் றாரென்னின் வசைபெற் றாரே.

கருதரிய புகழ்மயிலைக் காபாலி தீர்த்தநெடுங் கரையோர் நான்குட்
பொருவருகீழ் கரைகபா லீச்சரத்தா லேக்கழுத்தம் பூண்டு மேவும்
அருமைகொள்தென் கரைவிநா யகமுகில்சத் திரத்தாலஃ தடையு மற்றை
இருகரையு மென்செய்வா மென்செய்வா மென்றேங்கி இருக்கு மாலோ.

நனையமலர்ப் பொழின்மயிலை விநாயகமால் சத்திரத்தில் நலஞ்சா லோவர்
வினையமுற வாய்ந்தமைத்த வவனுருவப் படமொருபால் மேவி வைகும்
அனையவன்பாற் பேசவரு மறையவரப் படத்தினைக்கண் டாசி கூறித்
தினையளவும் விடார்மொழிய வவனருகே யிருந்துநகை செய்வன் மாதோ.

விநாயக முதலியார் அந்தப் பிரபந்தத்திற்குப் பரிசிலாக நூறு வராகன் இவருக்கு ஸம்மானஞ் செய்தனர். அத்தொகை இவர் சென்னையிலிருந்து

காலங் கழிப்பதற்கு அனுகூலமாக இருந்தது. அந்தப் பிரபந்தம் பின்பு நள ஞு சித்திரை மீ (1856) பதிப்பிக்கப்பெற்றது. பின் விநாயக முதலியார்மீது இவர் சில தனிச்செய்யுட்களும் இயற்றினர்.

*வியாசைக் கோவை

இப்படி யிருந்துவருகையில் இவர் செய்த பல செய்யுட்களைக் கேட்டுவந்த கா. சபாபதி முதலியாரும் பிறரும் ஒருசமயம் வேதநாயகம் பிள்ளையின் மீது இவர் இயற்றிய *குளத்தூர்க் கோவையிற்* சில செய்யுட்களைக் கேட்டு இன்புற்று விநாயக முதலியார்மீதும் ஐந்திணைக் கோவை யொன்று செய்யவேண்டுமென்று வற்புறுத்தினார்கள். அவர்களுடைய விருப்பத்திற் கிணங்கி அவ்வண்ணமே செய்யத்தொடங்கி இவர் நூறு செய்யுட்கள் செய்து முடித்தனர். அவற்றைக்கேட்ட விநாயக முதலியார் பெரிதும் மகிழ்ந்து விரைவில் நிறைவேற்றித் தரும்படி கூறி ரூபாய் நானூறு பரிசிலளித்தனர். பின்பு அக்கோவையைத் திரிசிரபுரம் போய் முடித்தனுப்புவதாக இவர் கூறினார். இவருடைய கட்டளையின்படி அக்கோவையின் எஞ்சிய பகுதி சி. தியாகராச செட்டியாரால் இயற்றப்பெற்றது. அக்கோவை சம்பந்தமான ஒரு செய்தியை இங்கே குறிப்பிடுகிறேன்:

தியாகராச செட்டியார் உபகாரச் சம்பளம் பெற்றுக்கொண்டு உறையூரில் இருந்தபொழுது அவரைப் பார்ப்பதற்கு நான் சென்றிருந்தேன். அப்போது ஒரு நாள், "ஐயா அவர்களும் நீங்களும் இயற்றிய *வியாசைக் கோவையை* நான் பார்த்ததில்லை. இதுவரையில் அது கிடைக்கவில்லை. தங்களிடம் உண்டோ?" என்றேன். "ஓர் அச்சுப் பிரதியே என்னிடம் இருக்கிறது. அதனைக் கொடுப்பதற்கு என் மனம் துணியவில்லை" என்றார் செட்டியார். நான், "படித்துவிட்டுத் தந்துவிடுவேன்" என்றேன். அவர் அப்பால் அதனைக் கொண்டுவந்து கொடுத்தார். அவர் முன்னிலையில் ஒரு நாட் காலை தொடங்கி அதனைப் படித்துப் பொருள் கேட்டுவந்தேன். அவர் கடினமான இடங்களுக்குப் பொருள்சொல்லிக் கொண்டுவந்தார். நூறு பாடல்கள் ஆனவுடன் திடீரென்று அவர், "இனிமேல் வாசிக்கவேண்டாம்; நிறுத்தி விடவேண்டும்" என்றார். அவர் அவ்வாறு கூறியதற்குக் காரணம் விளங்கவில்லை; "ஏன் நிறுத்தச் சொல்லுகிறீர்கள்? நேரமாக வில்லையே; இன்னும் சில பாடல்கள் படிக்கலாமே. நல்ல இடமாக இருக்கிறதே" என்றேன். "இல்லை. உங்களுக்கு என்னிடத்தும் என் பாட்டினிடத்தும் மிக்க மதிப்புண்டு. இனி, மேலே வாசித்தால் அந்த மதிப்புக் குறைந்துவிடும்" என்றார். "என்ன காரணம்?" என வினவினேன். "இதுகாறும் உள்ள பாடல்கள் ஐயா அவர்கள் பாடியவை; இதற்குமேலுள்ளவை அவர்களுடைய கட்டளையின்படி நான் செய்தவை. அவர்களுடைய இனிய செய்யுட்களை வாசித்தபின் தொடர்ந்து என் பாட்டுக்களையும் வாசித்தால் என் யோக்கியதை வெட்டவெளியாய்விடும். அமிர்தத்தை யுண்டவன் பிண்ணாக்கை உண்டதுபோலிருக்கும்" என்று சொல்லி வருந்தினார்; அப்பொழுது அவர் கண்களிலிருந்து நீர் பெருகிற்று. பிள்ளை யவர்களது கவிச்சுவையை நன்கு அறிந்து அதில் ஈடுபட்டவர்களுள் செட்டியார் முதல்வ ரென்பதும்

* மீ. பிரபந்தத்திரட்டு, 4160–4609

அந்நூலின் சிறப்பும் இதனாலும் வெளியாயின. அக்கோவைப் பாடல்களிற் சில வருமாறு:

தலைவன் தலைவியைப் புகழ்தல்

புரவோன் கவிஞர்வைப் பானோன் விநாயக பூபனெனும்
உரவோன் வரையிவர் தம்வாண் முகத்தெழி லுட்சிறிதா
தரவோ னிரந்து கொளத்திரி தன்மையிற் றானலவோ
இரவோ னெனும்பெயர் பெற்றா னுடுபதி யென்பவனே.

தலைமகன் மறுத்தல்

நீர்வேட் டடைந்திரந் தோரைப் பிரமற்கு நேடரிய
ஆர்வேட்ட வேணிப் புனல்கொண்டுண் பாயென் றறைதலொக்கும்
பார்வேட்ட சீர்த்தி விநாயக மால்வரைப் பான்மொழியாய்
தார்வேட்ட மங்கையை நீவரைந் தெய்தென்று சாற்றியதே.

திருமயிலைப் புராணம் செய்யத் தொடங்கியது

விநாயக முதலியார் இவர் செய்த *தியாகராச லீலை, உறையூர்ப் புராணம்* முதலியவற்றைக்கேட்டு வியந்து, "திருமயிலை (மயிலாப்பூர்)க்கு நீங்கள் ஒரு புராணம் செய்யவேண்டும்" என்று வற்புறுத்திக் கூறி அத்தலத்தின் வடமொழிப் புராணத்தையும் கொடுத்தனர். அக்காலத்தில் திருமயிலைக் கைக்கோளத் தெருவில் இருந்த சாமி முதலியா ரென்னும் அன்பர் ஒருவர், "இப்புராணத்தைச் செய்துமுடித்தால் விநாயக முதலியார் தக்க சம்மானம் செய்வார்; அன்றியும் நாங்களும் எங்களா லியன்றதைச் செய்வோம்" என்று நூறு ரூபாய் செலவுக்குக் கொடுத்தார். அவர்களுடைய வேண்டுகோளின்படி பாயிரம், நாட்டுப்படலம், நகரப்படலம் இவை மட்டும் செய்யப்பட்டன. அப்பகுதி இப்பொழுது கிடைக்கவில்லை. அதிலுள்ள சில அருமையான பாடல்களை நான் கேட்டிருக்கிறேன். இச்செய்தி நடைபெற்றது இவரது 39ஆம் பிராயத்திலாகும்.

குளத்தூர் முதலிய இடங்களுக்குச் சென்றது

இவர் இங்ஙனம் சென்னையில் இருந்துவருகையில், சிவஞான முனிவர், கச்சியப்ப முனிவர், தொட்டிக்கலைச் சுப்பிரமணிய முனிவர் ஆகியவர்கள் பெரும்பாலும் தங்கித் தமிழை அபிவிருத்தி செய்தும் பலருக்குப் பாடஞ்சொல்லியும் தமிழ் நூல்களை இயற்றியும் விளங்கிய இடங்களைப் பார்க்கவேண்டு மென்னும் விருப்பம் இவருக்கு உண்டாயிற்று. உண்டாகவே, *விநாயக புராணம்* அரங்கேற்றப்பட்ட இடமாகிய சென்னை ஐயாப்பிள்ளை தெருவிற் கோயில் கொண்டெழுந்தருளிய ஸ்ரீ பிரஸந்த விநாயகரைத் தரிசித்தார்; *விநாயக புராணம்* செய்வித்த சிதம்பர முதலியா ரென்பவரின் பரம்பரையினராகிய ஒருவரால் அழைக்கப்பெற்றுக் குளத்தூர் சென்றார். அங்கே கோயில்கொண்டெழுந்தருளிய ஸ்ரீ சோமேசரையும் ஸ்ரீ அமுதாம்பிகையையும் தரிசனம் செய்தார். அவர்கள் இருந்துவந்த மடத்தில் தங்கினார். அவர்களுடைய பெருமையை ஆண்டுள்ளார்க் கெல்லாம் எடுத்துரைத்தார். "சிவஞான முனிவர் *சோமேசர் முதுமொழி வெண்பா*வும் *அமுதாம்பிகை பிள்ளைத் தமிழும் குளந்தைப் பதிற்றுப்பத்தந்தாதி*யும் இயற்றுவதற்கும் ஸ்ரீ கச்சியப்ப முனிவர் *விநாயக புராணம்* செய்வதற்கும்

அவர் பெரும்பாலும் வாசம் செய்வதற்கும் இடமாகவிருந்த இவ்வூர் என்ன புண்ணியம் செய்ததோ? இந்தப் பெருமையைப் பெரிய நகரமும் பெற்றிலதே!” என்று மனமுருகினர்; சில நாள் அங்கிருந்தனர்.

அப்பால் தொட்டிக்கலைக் கேசவ முதலியார் பரம்பரையினராகிய கிருஷ்ணசாமி முதலியாரால் அழைக்கப்பெற்றுத் தொட்டிக்கலை சென்றார். அங்கே முற்கூறிய சிவஞான முனிவர் முதலிய மூவரும் இருந்த மடத்தையும் அவ்வூரிற் கோயில்கொண்டெழுந் தருளியிருக்கும் ஸ்ரீ செங்கழுநீர் விநாயகரையும், ஸ்ரீ சிதம்பரேசுவரரையும், ஸ்ரீ சிவகாமி அம்மையையும் ஸ்ரீ ஆதிகேசவப் பெருமாளையும் தரிசனம் செய்தார். *சிவாலயத்தின் முன்மண்டபத்தில் சிலாரூபமாக எழுந்தருளியிருக்கும் சிவஞான முனிவரையும் தரிசித்தார். சிலதினங்கள் அங்கே அவர்களால் உபசரிக்கப்பட்டுத் தங்கியிருந்தார்.

†சிதம்பரேசர் மாலை

அங்கே இருக்கும்பொழுது சிவஞான முனிவராலே இயற்றப்பட்ட *செங்கழுநீர் விநாயகர் பிள்ளைத்தமிழ், கலைசைப் பதிற்றுப் பத்தந்தாதி,* சுப்பிரமணிய முனிவர் இயற்றிய *கலைசைச் சிலேடை வெண்பா, கலைசைக் கோவை* முதலியவற்றின் நயங்களை அன்பர்களுக்குச் சொல்லிக்கொண்டிருந்தார். அப்பொழுது கிருஷ்ணசாமி முதலியார், “இந்த ஸ்தலத்துச் சிதம்பரேசுவரர்மீது ஒரு சந்நிதிமுறை சுப்பிரமணிய முனிவராற் செய்யத் தொடங்கப்பட்டு முற்றுப்பெறாமல் நின்றுவிட்டமையால் தாங்கள் அதைப் பூர்த்தி செய்யவேண்டும்” என்று வேண்டினார். அவ்வண்ணமே இவர் செய்யத் தொடங்கிச் *சிதம்பரேசர் மாலை* யொன்றைமட்டும் அங்கே செய்து முடித்தனர். பின்பு திரிசிரபுரம் போய் எஞ்சியவற்றைச் செய்தனுப்புவதாகச் சொல்லி விடைபெற்றுத் திரும்பினார். ஆனால் அச்சந்நிதிமுறை முற்றுப்பெறவில்லை. சிதம்பரேசர் மாலையிலுள்ள சில செய்யுட்களின் பகுதிகள் வருமாறு:

வட்டநாண் மலர்மேற் கடவுளென் றலைமேல் வருந்துறக் கடவையென் றெழுதி
இட்டதீ யெழுத்து நீரெழுத் தாதற் கெத்தவஞ் செய்துளே னடியேன் (33)

என்றுமை யாற்றை மேவுமென் மனநின் இணையிலை யாற்றைமே வாது
சென்றுயா் தில்லை தரிசித்த தில்லை (72)

மறைவனங் கொடிய பாவியேன் விழிக்கு மறைவன மாயின தாரூா்
அறையருள் பெறுவான் புகுதயா னாரூ ராறெனி னஞ்சுவன் மூழ்க (73)

---

* ஓதரிய வாய்மைச் சிவாகமங் கட்கெலா முற்றபே ராகரமதாய்
ஓங்குதிரு வாவடு துறைப்பதியி லற்புதத் தொருவடிவு கொண்டருளியே
பேதமுறு சமயவா திகளுள மயக்கைப் பெயா்க்கும்ரச குளிகையாகிப்
பிரியமுட னேவந் தடுத்தவா்க் கின்பப் பெருங்கருணை மேருவாகி
ஆதரித் தடியேங்க ளுண்ணத் தெவிட்டாத வமிா்தசா கரமாகியே
அழகுபொலி கலைசைச் சிதம்பரே சுரரடிக் கதிமதுர கவிதைமாரி
மாதவா் வழுத்தப் பொழிந்தருளி யென்றுமவா் மன்னிவளா் சந்நிதியிலோா்
மணிவிளக் கென்னவளா் சிவஞான மாதவன் மலா்ப்பதம் வணங்குவாமே.

† ஸ்ரீ மீனாட்சிசுந்தரம் பிள்ளையவா்கள் பிரபந்தத்திரட்டு, 2915–3015

குதித்தநீர்க் கோலக் காவுறேன் வீணே
கோலக்காத் தோறுமுற் றுழல்வேன் (75)

அரும்பிய மலர்நீர் வாஞ்சிய மொருநாள்
ஆயினும் வாஞ்சியம் (76)

உடற்பரங் குன்ற நின்பரங் குன்றம் உற்றொரு காற்றொழேன் கருவூர்
விடற்கரு மாசை கொண்டெழேன் கருவூர் விடற்கரு மாசைமிக் குடையேன் (77)

நெற்படு பழனம் பற்பல வேண்டிநின்றன னீயினி திருக்கும்
மற்படு பழனம் வாஞ்சியேன் கொடிய வஞ்சக னல்லனோ கடையேன். (85)

திரிசிரபுரம் மீண்டது

இப்படியே அம்முனிவர்கள் இருந்த இடங்களை யெல்லாம் இடையிடையே பார்த்துக்கொண்டு சென்னை வந்து சேர்ந்து சிலநாள் தங்கி அங்கிருந்த வித்துவான்களோடு பழகிக் கிடைத்த நூல்களைச் சேகரித்துக்கொண்டு பின்பு எல்லாரிடமும் பிரியா விடைபெற்றுச் சென்னையை விட்டுப் புறப்பட்டார். இடையிலே உள்ள பல ஸ்தலங்களையும் தரிசித்துக்கொண்டு வருகையில் திருப்பாதிரிப்புலியூரில் சிலநாள் தங்கினார். அப்பொழுது இவருக்குத் தக்க உபசாரங்களைச் செய்து ஆதரித்தவர் இவர் மாணாக்கராகிய சிவசிதம்பர முதலியா ரென்பவர். பின்பு அவ்விடத்தினின்றும் நீங்கித் திரிசிரபுரம் வந்து சேர்ந்தார். அப்பால் வழக்கம் போலவே பாடஞ் சொல்லுதல் முதலியவற்றைச் செய்து வருவாராயினர்.

தாண்டவராயத் தம்பிரானவர்களிடம் பேரூர்ப் புராணம் பெற்றது

ஆனந்த வருஷத்தில் *(1854)*, சென்னையிலிருந்த தாண்டவராயத் தம்பிரானவர்கள் கல்லிடைக்குறிச்சி செல்லப் பயணமாகித் திரிசிரபுரம் வந்து மௌன ஸ்வாமிகள் மடத்தில் சிலநாள் தங்கினர். அவர் வரவையறிந்த இவர், மாணாக்கர்களுடன் சென்று தரிசித்துச் சம்பாஷித்துக் கொண்டிருந்தார். அப்போது இவர் ஸ்ரீ கச்சியப்ப முனிவர் இயற்றிய பேரூர்ப் புராணம் தம்பாலில்லை யென்றும் அதனைப் படித்து இன்புற வேண்டுமென்னும் விருப்பம் தமக்கு உள்ளதென்றும் அதனை வருவித்துத் தரவேண்டு மென்றும் கேட்டுக்கொண்டார். அவர், "இப்பொழுது என் கையில் அது வந்துள்ளது. ஆனால் கல்லிடைக்குறிச்சிக்கு அதனைக் கொண்டு போகவேண்டியவனாக விருக்கிறேன்" என்றார்.

மீ: அதைப் படித்துப் பார்க்கவேண்டு மென்ற விருப்பம் அடியேனுக்கு மிகுதியாக இருத்தலால் *அங்குத்தி கொடுத்தருளுமாயின் விரைவிற் பிரதி செய்துகொண்டு கொடுத்துவிடுவேன்.

---

* தாங்கள் என்னும் பொருளுடைய இச்சொல்லைத் தம்பிரான்மார்களோடு பேசும்பொழுது கூறுதல் சம்பிரதாயம்.

தாண்டவ: நான் இன்னும் சில தினங்களே இங்கு இருப்பேன். அதற்குள் நீங்கள் எப்படிப் பிரதி செய்துகொள்ள முடியும்? ஒரு மாதமாவது அதற்கு வேண்டாமா?

மீ: வேண்டாம். அங்குத்தி குறிப்பிடும் காலத்திற்குள்ளாகவே பிரதி செய்து கொடுத்துவிடுவேன். அதைப்பற்றி அங்குத்திக்குச் சிறிதேனும் கவலை வேண்டாம்.

தாண்டவராயத் தம்பிரானவர்கள், "நான் பாடஞ் சொல்வதற்கு வைத்திருக்கும் பிரதியாதலால் அவசியம் கொண்டு போக வேண்டும்" என்று சொல்லி அதனைக் கொடுத்தனர். உடனே அதனை இவர் வாங்கிச்சென்று தம்முடைய மாணாக்கர்களுள் பனையோலையில் எழுதக்கூடியவர்கள் சிலரைத் தேர்ந்து அழைத்து, அப்புத்தகத்திலுள்ள ஏடுகளைப் பிரித்து அவர்களிடம் கொடுத்து ஒரு பாகத்தைத் தாம் வைத்துக்கொண்டு எழுதுவித்தும் எழுதியும் சில தினங்களுள் முடித்து உடனுடன் ஒப்பு நோக்கிவிட்டுத் தம்பிரானவர்கள் புறப்படுவதற்குள் பிரதியைச் சேர்ப்பித்துவிட்டார்.

இடையிடையே மாணாக்கர்களுடன்போய்த் தாண்டவராயத் தம்பிரானவர்களை இவர் தரிசித்து வருவதுண்டு. அக்காலத்தில் மாணாக்கர்களுள் ஒவ்வொருவரையும் அவர் பரீட்சித்து அவர்கள் பாடங்கேட்ட முறையைத் தெரிந்து சிலகாலத்துள் பல நூல்களை மாணாக்கர்கள் ஒழுங்காகப் பாடங்கேட்டிருத்தலையும் இவர் வருத்தமின்றி இடைவிடாமற் பாடஞ்சொல்லிய அருமையையும் பற்றி மிகவும் வியப்புறுவாராயினர். அவர் ஒவ்வொன்றையும் சிரமப்பட்டு ஆசிரியரிடம் கற்றவராகையால் அவருக்கு இவருடைய அருமை நன்கு புலப்பட்டது. 'இவர் நமது திருவாவடுதுறை ஆதீனத்தில் இருந்து பாடஞ் சொல்வாராயின் இவருடைய கல்வி பலருக்குப் பயன்படக்கூடும்; ஆதரவும் ஊக்கமும் இவருக்கு வளர்ச்சியடையும்' என்று அவர் எண்ணினார்.

மேலகரம் ஸ்ரீ சுப்பிரமணிய தேசிகர் இவரைப்பற்றி அறிதல்

சில தினங்களுக்குப் பின்பு தம்பிரானவர்கள் கல்லிடைக்குறிச்சிக்குச் சென்றார். திருவாவடுதுறை யாதீனத்தில் அப்போது சின்னப்பட்டத்தில் இருந்து விளங்கிய மேலகரம் சுப்பிரமணிய தேசிகர் அங்கே இருந்தார். அவர் தாண்டவராயத் தம்பிரானவர்களிடம் பல தமிழ்நூல்களைப் பாடங்கேட்டவர். அவரைக்கொண்டே மாணாக்கர்களுக்குப் பாடம் சொல்லச் செய்யலாமென்று தேசிகர் எண்ணி அக்கருத்தை அவரிடம் வெளியிட்டனர். தாண்டவராயத் தம்பிரானவர்கள், "என்னுடைய தேக நிலை அவ்வாறு செய்ய இடந்தராது; வழக்கமும் இல்லை. திரிசிரபுரத்தில் மீனாட்சிசுந்தரம் பிள்ளையென்று ஒரு வித்துவான் இருக்கிறார். அவர் இரண்டுமுறை சென்னைக்கு வந்திருந்தார். அக்காலத்தில் அவருடன் நெருங்கிப்பழகும் சந்தர்ப்பம் வாய்த்தது. பின்பு திரிசிரபுரத்திலும் பழகினேன். அப்பொழுது அவருடைய அருமை நன்கு விளங்கிற்று. பாடஞ்சொல்வதிலும் செய்யுள் செய்வதிலும் அவருக்கு இணையாக இக்காலத்தில் யாரும் இல்லையென்றே சொல்லலாம்; இடைவிடாமற் பாடஞ் சொல்வதிற் சிறிதேனும் சலிப்பில்லாதவர்; நிறைந்த கல்விமான்.

மேலகரம் ஸ்ரீ சுப்பிரமணிய தேசிகர்

இந்த ஆதீன வித்துவானாக அவர் நியமிக்கப்படுவாராயின் ஆதீனத்தின் புகழ் எங்கும் பரவும். அவரைக்கொண்டு பல மாணாக்கர்களைப் படிப்பிக்கலாம்” என்று விண்ணப்பித்துக் கொண்டனர். அக்காலமுதல் சுப்பிரமணிய தேசிகர் இவரைப் பார்க்க வேண்டுமென்றும் ஆதீனத்தில் இருக்கச் செய்யவேண்டுமென்றும் எண்ணங்கொண்டு தக்க காலத்தை எதிர்பார்த்திருந்தார்.

தாண்டவராயத் தம்பிரானவர்கள் பிரதியைப் பார்த்தெழுதிய *பேரூர்ப் புராணம்* பின்பு படிப்பவர்களாற் பல பிரதிகள் செய்யப்பட்டது. அப்பால் இச்செய்தியை அறிந்த பிள்ளை யவர்களுடைய மாணாக்க பரம்பரையினர் ஒவ்வொருவரும் அப்பிரதியைப் பார்த்துக்கொண்டே கைவழிப் போக்கியதில் இவருடைய மாணாக்கருள் ஒருவரும் அருங்கலை

விநோதரும் வரகனேரிப் பட்டாதாருமான சவரிமுத்தா பிள்ளையிடம் வந்து தங்கிற்று. அவர் அதனைப் பொன்னேபோற் போற்றிச் சேமத்தில் வைத்துப் பாதுகாத்து வந்தனர். அது தெரிந்த நான் பிற்காலத்து அவரிடம் சென்று கேட்டு அதனை அரிதிற்பெற்று வந்து என்பால் வைத்து, பிள்ளையவர்களைப் பார்ப்பது போலவே பார்த்து வருகிறேன்.

தாண்டவராயத் தம்பிரானவர்களின் கடிதம்

தாண்டவராயத் தம்பிரானவர்கள் கல்லிடைக்குறிச்சி யிலிருந்து மீண்டும் சென்னைக்குப் புறப்பட்டுச் செல்லுகையில் முகத்தில் ஒரு பரு உண்டாகி வருத்தினமையால் திருச்சிராப்பள்ளியில் ஐந்து தினங்கள் தங்கினார். பிள்ளையவர்கள் சென்று சம்பாஷித்து வந்ததும் அப்பொழுது அங்கே இருந்ததும் அக்காலத்தில் இவரோடு பழகி இன்புற்றதும் மேலகரம் சுப்பிரமணிய தேசிகருக்கு அவர் எழுதிய விண்ணப்பத்திலுள்ள அடியிற்கண்ட வாக்கியத்தால் விளங்கும்.

"அடியேன் திரிசரபுரத்தில் மௌன ஸ்வாமிகள் மடத்தில் தங்கிப் *பருவரலாற் பருவரலுற்று வித்துவான் ஸ்ரீ மீனாட்சிசுந்தரம் பிள்ளையவர்களுடைய சம்பாஷணையினால் †அஞ்சு தினங்களையும் அஞ்சுதினங்களாகக் கழித்தேன்."

---

* பருவரல் – பரு (ஒருவகைச் சிரங்கு) வருதல்; துன்பம்.

† அஞ்சு தினம் – ஐந்து தினங்கள்; அம் சு தினம் – அழகிய நல்லதினம்

18

சீகாழிக் கோவை அரங்கேற்றம்

சீகாழிக்கு வந்தது

பிள்ளை யவர்கள் திரிசிரபுரத்தில் இங்ஙனம் இருந்து வருகையில் சென்னையிலிருந்த விநாயக முதலியார் முதலிய பிரபுக்களும் வித்துவான்களும் அடுத்தடுத்துக் கடிதம் எழுதி *மயிலைப் புராணம்* பூர்த்தியாயிற்றா வென்பதை விசாரித்துவந்தார்கள். அக்காலத்துப் பலவகையான செலவுகளால் இவருக்கு ஆயிரக்கணக்கான ரூபாய் கடன் ஏற்பட்டது. அதனைத் தீர்த்தற்கு நினைந்து நகரப்படலம் இறுதியாகப் பாடிவைத்திருந்த *திருமயிலைப் புராணத்தை* எடுத்துக் கொண்டு சென்னை சென்று பூர்த்திசெய்து அரங்கேற்றினால் கடனைத் தீர்ப்பதற்கு வேண்டிய தொகையும் பிற சௌகரியங்களும் பெறலாமென்று எண்ணிச் சில மாணாக்கருடன் சென்னைக்குப் பிரயாணமாகிச் சீகாழிக்கு வந்தனர். அப்பொழுது இவருடைய பிராயம் நாற்பத்தைந்து.

அக்காலத்திற் *சீகாழியில் வேதநாயகம் பிள்ளை முன்ஸீபாக இருந்தார். அவர் இவரைச் சீகாழிக்கு வந்து சில நாள் தம்முடன் இருக்கவேண்டுமென்று விரும்பிப் பலமுறை இவருக்கு முன்னமே கடிதம் எழுதியிருந்ததுண்டு. அதனால் இவர் சென்று அவ்வூரில் அவர் வீட்டில் தங்கினார். அக்காலத்தில் அவர் †*நீதி நூலைச்* செய்து முடித்து வைத்திருந்தமையின் இவர் வரவை நல்வரவாக நினைந்து சில காலம் இருக்கும்படி செய்து, தாம் இயற்றிய அந்நூலை முற்றும் படித்துக்காட்டி வேண்டிய திருத்தங்களைச் செய்துகொண்டார். அப்பொழுது அவருடைய தம்பியும் தமிழபிமானியுமாகிய ஞானப்பிரகாசம் பிள்ளை யென்பவர், "நீதி நூலுக்கு நீங்கள் சிறப்புப் பாயிரம் அளிக்கவேண்டும்; பிறரிடத்திலிருந்தும் வாங்கிக்கொடுக்க

---

* வேதநாயகம் பிள்ளை சீகாழிக்கு வந்த காலம் 1858ஆம் ௵ என்று *வேதநாயக விற்பன்னர் சரித்திரத்தால்* தெரியவருகிறது.

† இந்நூல் காளயுக்தி ௵ தை மீ (1859) அச்சிற் பதிப்பிக்கப் பெற்றது.

வேண்டும்” என்று கேட்டுக்கொண்டார். அவர் விருப்பத்தின்படியே சிறப்புப் பாயிரச் செய்யுட்கள் இவராற் செய்யப்பெற்றன.

சீகாழிக் கோவை இயற்றியது

அச்செய்யுட்களைப் பலர் முன்னிலையிற் படித்துக் காட்டிக் கொண்டிருக்கையில்,

நூலியற்றி யீதலொன்றே யுன்னதெனக் கோடலைபன் னூலு மோர்நம்
மாலியற்றிக் கொடுத்திடுமைந் திணைக்கோவை யேற்றனையால் அளவி லாத
சேலியற்று புனற்குளத்தூர் வேதநா யகமகிபா சிறப்பச் செய்யுட்
பாலியற்ற லேற்றலிவை யிரண்டினுநீ யெப்போதும் பயிலு வாயே

என்ற செய்யுளால் வேதநாயகம் பிள்ளைமேல் இவர் ஒரு கோவை செய்திருத்தல் அவ்வூராருக்கு வெளியாயிற்று. ஆகவே அக்கோவையிலிருந்து சில பாடல்கள் சொல்லிக் காட்டவேண்டுமென்று அவர்கள் கேட்டுக்கொண்டார்கள். அவ்வாறே அதிலுள்ள அருமையான சில செய்யுட்களை இவர் சொல்லிக் காட்டினர். கேட்ட சைவச்செல்வர்கள் அவற்றின் நயத்தையும் பொருளமைதியையும் அறிந்து இன்புற்று, “ஐயா! இத்தலத்துக் கோயில்கொண் டெழுந்தருளியுள்ள ஸ்ரீபிரமபுரேசர்மீது தாங்கள் ஒரு கோவை இயற்றித் தந்தால் எங்களுக்குப் பரமதிருப்தியாக இருக்கும்” என்று தெரிவித்தனர். இவர், “சென்னை சென்று திருமயிலைப் புராணத்தை அரங்கேற்றி வருவதாகப் புறப்பட்டு விட்டேன். பொருள் முட்டுப்பாட்டினால் விரைவில் அவ்வாறு செய்யவேண்டியது மிகவும் அவசியமாயிருக்கிறது. நான் சென்று திரும்பும்பொழுது இங்கே வந்து உங்கள் விருப்பத்தை நிறைவேற்றுவேன்” என்றார். அதனைக் கேட்டவர்கள் பின்னும் வற்புறுத்தி வேதநாயகம் பிள்ளையிடமும் தெரிவித்துக்கொண்டார்கள். கேட்ட அவர் பிள்ளை யவர்களைப் பார்த்து, “நீங்கள் இவர்கள் சொல்லியபடி செய்தால் எனக்கு எவ்வளவோ பயனுண்டாகும். உங்களோடு உடன் இருந்து வருவதைவிட வேறு சந்தோஷம் ஒன்றுமில்லை யென்பது உங்களுக்குத் தெரியாததன்று. அவர்களைப் போலவே நானும் தாங்கள் இங்கிருந்து அக்கோவையை இயற்றி அரங்கேற்ற வேண்டுமென்று கேட்டுக் கொள்ளுகிறேன்” என்றார். கேட்ட இவர் அதற்கு உடன்பட்டு இருப்பாராயினர். உடனே வேண்டிய விடுதியும் பிற சௌகரியங்களும் அவ்வூரிலும் அயலூரிலும் இருந்த *கனவான்களால் அமைக்கப்பட்டன.

அப்பால் நூல் இயற்றத் தொடங்கி ஒவ்வொரு தினத்தும் பத்து அல்லது பதினைந்து செய்யுட்களாக ஆராய்ந்து ஆராய்ந்து செய்து உடன் இருப்பவர்களுக்கு அப்போதப்போது படிப்பித்துக்காட்டி நூல் நயங்களைப் புலப்படுத்திக் கொண்டுவந்தார். சில மாதங்களில் அக்கோவை பூர்த்தியாயிற்று.

---

* அப்பொழுது இவரை ஆதரித்த கனவான்கள்: சீகாழிச் சிந்நய முதலியார், கறுப்பையா முதலியார், குப்பையம் திருவேங்கடம் பிள்ளை, வரிசைப்பற்று லிங்கப்ப நாயக்கர், நெய்ப்பற்றூர்ச் சாமி ஐயர், கடைவாசல் ராமதுரை ஐயர், ஆச்சாபுரம் சிவலோகத்தியாக முதலியார் முதலியவர்கள்.

உடன் இருந்த இருவர் செயல்

சீகாழிக் கோவையை இயற்றிவருகையில் இடையிடையே ஞாயிற்றுக்கிழமை தோறும் வேதநாயகம் பிள்ளையின் வேண்டுகோளின்படி அவர் வீடுசென்று தாம் இயற்றிக்கொண்டு வரும் அந்நூலில் ஆனவற்றை இவர் படிப்பித்துப் பொருள் கூறி மகிழ்விப்பது வழக்கம்; தம்மோடுகூட இருப்பவர்களிற் சிலரை உடனழைத்துச் செல்வார். ஒருநாள் கோவைச் செய்யுட்களிற் சிலவற்றைப் படிப்பித்துக் கேட்டு வேதநாயகம் பிள்ளை மிக்க மகிழ்ச்சியோடு இருக்கையில் இவர் ஏதோ ஒரு காரியார்த்தமாக வீட்டின் புறம்பே சென்றனர். அப்பொழுது வேதநாயகம் பிள்ளை இவருடன் வந்து அங்கே இருந்த இருவரை நோக்கி, "இந்தக் கோவைச் செய்யுட்கள் எவ்வளவு நயமாக இருக்கின்றன பார்த்தீர்களா?" என்று கேட்டனர். உடனே அவ்விருவருள் ஒருவர், "இத்தலத்திற்கு வேறொரு பெரியவர் முன்பு ஒரு பிரபந்தம் செய்திருக்கிறார். அதிலுள்ள செய்யுட்கள் மிக்க சுவையுள்ளனவாக இருக்கும்; அவற்றை நீங்கள் கேட்டதில்லைபோலும்" என்றார். அதனைக் கேட்ட வேதநாயகம் பிள்ளை அவரை ஏற இறங்கப் பார்த்து, "இவர் அழுக்காறுடையவராகத் தோற்றுகிறார்" என்றெண்ணி அக்கருத்தை வெளிப்படுத்தாமல் மனத்தில் அடக்கிக்கொண்டு அவரை நோக்கி, "அந்நூலிலிருந்து ஒரு செய்யுளைச் சொல்லும்" என்றார். அவர் ஒரு செய்யுளைச் சொன்னார்; அதில், "சமைய விசேடமாச்சுது" என்றுள்ள பகுதியைக் கேட்ட உடனே வேதநாயகம் பிள்ளை சட்டெென நிறுத்தும்படி குறிப்பித்து, "பன்மை எழுவாய்க்கு ஒருமைப் பயனிலை வந்திருத்தலும் ஆயிற்றென்றது ஆச்சுதென்று வந்திருத்தலும் பிழையல்லவோ? மற்றைச் செய்யுட்களும் இப்படித்தானே இருக்கும்? இந்தப் பிழை மலிந்த செய்யுட்களையா சிறந்த செய்யுட்களென் றெண்ணுகிறீர்கள்?" என்று சினக்குறிப்போடு சொல்லிவிட்டு மேலும் கடிந்து, "பிள்ளையவர்களுடைய செய்யுளைப்பற்றி நான் பாராட்டிச் சொல்லுகையில் அதைச் சிறிதேனும் காதில் வாங்கிக்கொள்ளாமல் திடீரென்று வேறு ஏதோ ஒன்றைச் சொல்ல ஆரம்பித்துவிட்டீரே. உம்மை உபசரித்துத் தம்முடன் ஆகாரம் அளித்துக்கொண்டிருக்கிற அவர்களுக்கு அவமதிப்பை உண்டாக்க முயலுகின்றீரே. அவர்களிடம் வேண்டியவற்றை யெல்லாம் பெற்றுக்கொண்டு அவர்களுக்கே கேடு நினைக்கின்ற நீர் மற்றவர்கள் விஷயத்தில் என்னதான் செய்யத் துணியமாட்டீர்? அவர்களிடத்திற் பிரீதியுள்ளவனும் அதிகாரியுமாகிய என்னிடத்திலேயே இப்படிச் சொல்லுவீராயின் வெளியில் எவ்வளவுதான் சொல்லமாட்டீர்?" என்று சொன்னார்.

புறம்பே சென்றிருந்த இவர் வந்தனர். அங்கிருந்த இருவரும் வேதநாயகம் பிள்ளையினுடைய வார்த்தைகளைக் கேட்டு ஒன்றும் தோன்றாமல் விழித்துக்கொண்டிருப்பதையும் அவர் மேலும் கண்டிப்பதையும் கண்டு இவர் சமாதானமாகச் சில வார்த்தைகள் சொல்லத்தொடங்கினார். அப்பொழுது வேதநாயகம் பிள்ளை, "நல்ல ஸ்வாபமுடையவர்களைக் கூடவைத்துக்கொள்ள வேண்டுமேயன்றி இத்தகையவர்களைச் சேர்த்துக்கொள்ளலாகாது. உங்களுக்குச் சாதகர்களாக இருக்கிறார்களென்று எண்ணியே நான் இவர்களை உள்ளே

அழைத்துக் கேட்கச் சொன்னேன். இவர்களுடைய தீயகுணம் எனக்கு இதற்குமுன் தெரியவில்லை. உங்களுடைய அருமையான பாடல்களில் எனக்கு அவமதிப்பு வரவேண்டுமென்று சங்கற்பித்துக்கொண்டு ஏதோ சில வார்த்தைகளை நீங்கள் இல்லாத சமயம் பார்த்துச் சொல்லத் தொடங்கினார்களே" என்றார். இவர், "தக்கவர்கள் எங்கே கிடைக்கிறார்கள், கிடைத்தவர்களைக் கொண்டுதான் நாம் சந்தோஷத்தை அடையவேண்டி யிருக்கிறது. இவர்கள் மிகவும் நல்லவர்களே. தம்மை அறியாமல் ஏதோ தவறு செய்துவிட்டார் போலும்! இனி ஒருபொழுதும் அவ்வண்ணம் செய்யமாட்டார். பொறுத்துக்கொள்ளவேண்டும்" என்று சொல்லி அவருடைய கோபத்தை ஆற்றுவித்தார். பின்பு அவ்விருவரையும் அழைத்துக்கொண்டு இவர் தம்முடைய விடுதிவந்து சேர்ந்தனர்.

சீகாழிக் கோவையை அரங்கேற்றியது

அப்பால், சீகாழிக் கோவையை அரங்கேற்றுவித்தற்கு நிச்சயித்து ஒரு நல்ல தினம் குறிப்பிடப்பட்டது; சீகாழியிலிருந்த பிரபுக்களும் வித்துவான்களும் அயலூரிலுள்ள பிரபுக்களுக்கும் வித்துவான்களுக்கும் சொல்லியனுப்பினார்கள். கேட்க விருப்பமுற்ற ஒவ்வொருவரும் வந்து சீகாழியில் இருப்பாராயினர். ஸ்ரீ பிரமபுரேசர் திருக்கோயிலின் தெற்குப் பிராகாரத்திலுள்ள வலம்புரி மண்டபம் அரங்கேற்றுதற்குரிய இடமாகப் பலராலும் நிச்சயம் செய்யப்பெற்றது. அம்மண்டபத்தில் இருந்து இவர் அரங்கேற்றத் தொடங்கினார். அப்பொழுது மூலத்தைப் படித்தவர் சாமிநாத கவிராயர். மூன்று காப்புச் செய்யுட்களும் முடிந்தன. நூலில் இரண்டு செய்யுட்கள் நிறைவேறின. இவர் செய்யுளின் நயத்தையும் பல நூல்களிலிருந்து அருமையான செய்யுட்களை மேற்கோளாகக் கூறி யாவருக்கும் விளங்கும்படி பொருள் உரைக்கும் அழகையும் கேட்டுக் கேட்டு யாவரும் ஆனந்தக்கடலில் ஆழ்ந்தனர்; 'இந்த வித்துவானைக் காண்பதற்கும் இவர் கூறும் இனிய அரிய மொழிகளைக் கேட்பதற்கும் நாம் என்ன புண்ணியம் செய்தோம்!' என்று ஒவ்வொருவரும் தம்மிற் கூறி வியந்தனர்.

கேட்பதற்கு வந்திருந்த வித்துவான்களுள் குருசாமி பிள்ளை யென்வர் ஒருவர். அவர் திருவாசகத்திற்கு உரையெழுதிய இராசாத்துரைப் பிள்ளையின் குமாரர். பிற்காலத்திற் பிள்ளை யவர்களுடைய சம்பந்தியாகவும் ஆயினர்.

கோவை அரங்கேற்றப்பட்டு வருகையில்,

நாமகண் மாமகள் சேர்காழி நாதர் நகுமிமயக்
கோமகள் பாகர் விடைப்பாகர் தென்கழுக் குன்றத்தொப்பி
லாமகள் கோதைநம் போல்வா டலினிமை யாடலிற்றாள்
பூமகள் சூடலி னையமின் றாலிவள் பூமகளே (3)

என்னும் செய்யுள் படிக்கப்பட்டது. அதற்குரிய அவதாரிகையைச் சொல்லிவிட்டு இவர் அதற்குப் பொருள்கூறி முடித்தனர். அப்பொழுது ஒருவர் அழுக்காறுடைய சிலரால் மந்தணமாக ஏவப் பெற்று, 'வித்துவானாகிய நாம் மற்றவர்களைப்போலே இந்தச் சமயத்திற் பாராட்டிக்கொண்டே யிருந்தால் நம்முடைய கல்விப் பெருமைக்குப்

பயனென்ன? நாளை யாரேனும் நம்மை மதிப்பார்களா? இந்நூல் முடிந்து விட்டால் இவர் ஊர் போய் விடுவார். நாமல்லவோ இங்கிருந்து ஊராருடைய மதிப்பை எதிர்பார்த்துக் கொண்டிருக்க வேண்டும்? இனி எப்போதும்போலே சும்மா இருக்கலாகாது. சமயம் வந்தபொழுதல்லவோ நம்முடைய யோக்கியதையையும் கௌரவத்தையும் பிரகாசப்படுத்த வேண்டும்? என்று நூலை அரங்கேற்றத் தொடங்கும் முன்னரே யோசித்துச் சமயம் பார்த்துக்கொண்டு இருந்தவ ராதலின், "இந்தப் பாட்டில் ஓராட்சேபம் இருக்கிறது" என்று சிலரோடு பேசிக்கொண்டு கேள்வி கேட்கத் துணிவுற்றார். பிள்ளை யவர்கள் அவர் இரகசியமாகப் பிறருடன் பேசிக் கொண்டிருந்ததைப் பார்த்து, "என்ன விசேடம்?" என்றனர். அவர், "சீகாழிக்குக் கோவை பாடவந்த நீங்கள் இச்செய்யுளில் திருக்கழுக்குன்றத்தைக் கூறியதற்கு நியாயமென்ன? சொல்லவேண்டும்" என்று கூசாமல் நிர்ப்பயமாகக் கேட்டனர். இவர் அவருடைய மாறுபாடான எண்ணத்தை அறிந்துகொள்ளவில்லை. 'இக்கருத்தைப் பலரும் அறிந்துகொள்ளும் பொருட்டே அன்புடன் வினாவுகின்றனர். இவருக்கு விடை கூறுவதுபோலவே கூறிப் பலருக்கும் விஷயத்தைப் புலப்படுத்தவேண்டும்' என்றெண்ணிச் சொல்வாராயினர். "பெயக்கண்டு நஞ்சுண் டமைவர் நயத்தக்க, நாகரிகம் வேண்டு பவர்" என்பது பொய்யா மொழியன்றோ?

"சிவபெருமான் எங்கும் வியாபகர், எல்லாமுடையவர்; ஆதலின், மற்றத் தலங்களும் அவருடையனவே யென்பதை அறிவித்தற்கு இங்ஙனம் கூறுவது மரபு. *திருச்சிற்றம்பலக் கோவையார்* முதலிய கோவைகளில் இதைப்போன்ற பிரயோகங்கள் வந்துள்ளன. 'விண்ணிறந்தார்' (திருச்சிற். 107) என்னும் செய்யுளில், 'தில்லையம் பலத்தார் கழுக்குன்றினின்று, தண்ணறுந் தாதிவர் சந்தனச் சோலைப்பந் தாடுகின்றார் எனவும், 'உருகுதலைச் சென்ற' (ஷ 104) என்னும் செய்யுளில், 'பெருந்துறைப் பிள்ளைகள்ளார், முருகு தலைச் சென்ற கூழை முடியா' எனவும் 'வேலன் புகுந்து' (ஷ 286) என்னும் செய்யுளில், 'எழிற்றில்லைநின்ற, மேலன் புகுந்தென்க ணின்றா னிருந்தவெண் காடனைய, பாலன்' எனவும் வேறு தலங்கள் கூறப்பட்டிருத்தல் காண்க" என்று சொல்லிவிட்டு வேறு கோவைகளிலிருந்தும் உதாரணங்களைச் சொல்லத்தொடங்கினார்.

கேள்வி கேட்டவர் இவர் கூறிய ஒன்றையும் ஏற்றுக்கொள்ளவில்லை. ஒன்றும் பேச இயலாமல் மேலே என்ன கேட்கலாமென அறியாராய் மயங்கியிருக்கையில், இவர் *திருச்சிற்றம்பலக் கோவையா* ரென்றதனால் அவருக்கு ஒரு நினைவு வந்தது. தாம் கேட்பதற்கும் அந்தச் சந்தர்ப்பத்திற்கும் பொருத்தமில்லை யென்பதையும் விபரீதமாகு மென்பதையும் அறியாதவராகி, "ஐயா, திருச்சிற்றம்பலக் கோவையார் தான் கோவை; மற்றக் கோவைகளெல்லாம் கள்ளிமேற் படர்ந்த கோவைக ளென்கிறார்களே; அதற்கு என்ன விடை சொல்லுவீர்கள்?" என்று தைரியமாகக் கேட்டார். சபையிலிருந்தவர்கள் யாவரும் அவருடைய வரம்பு கடந்த செயலையறிந்து வருத்தமடைவாராயினர். இவர், 'அவர் ஆட்சேபம் செய்யக் கங்கணங் கட்டிக்கொண்டிருக்கிறார்; என்ன சமாதானம் கூறினாலும் அவர் அங்கீகரிக்கமாட்டார்' என நினைந்து

மௌனமாக இருந்தார். சபைத் தலைவராக வீற்றிருந்த வேதநாயகம் பிள்ளைக்கு அப்போது வந்த கோபத்திற்கு அளவில்லை; "இந்த மனுஷ்யரை அங்கீகரிக்கவேண்டாம்; உடன் வைத்துக்கொள்ளவேண்டாம்; உங்களிடத்துச் சிறிதும் அன்பில்லாதவரென்று முன்பு இவரைப்பற்றியும் இவரைப்போன்ற சிலரைப்பற்றியும் நான் சொன்னதுண்டு. நீங்கள் அதைக் கவனிக்கவில்லை. இனி நான் சும்மா இருத்தல் அழகன்று" என்று சொல்லிவிட்டு அங்கே நின்ற சேவகர்களை நோக்கி, "இவரை உபசாரமாக வெளியே அழைத்துப்போய் விட்டுவிட்டு வாருங்கள்" என்று சொல்லவே சேவகர்கள் அவ்வாறே செய்யவந்தனர்.

அப்பொழுது அவர் தமக்கு நேர்ந்திருக்கும் அவமானத்தைப் போக்கிக் கொள்ளுதற்கு வேறு வழியின்மையையும் தமக்கு அனுகூலம் செய்பவர் ஒருவரும் அங்கில்லாமையையும் அறிந்து பிள்ளை யவர்களைப் பார்த்து, 'எனக்கு நேர்ந்துள்ள இந்த அவமானத்தை எப்படியாவது இச்சமயத்திற் பரிகரிக்கவேண்டும்' என்பதைத் தம்முடைய விநயமான பார்வையாற் புலப்படுத்தினர். அப்பார்வையின் குறிப்பை யறிந்த இவர், *'மிகுதியான் மிக்கவை செய்தாரைத் தாந்தந், தகுதியால் வென்று விடும்' உயரிய குணத்தினராதலின் சேவகர்களை நோக்கிக் கையமர்த்திவிட்டு, வேதநாயகம் பிள்ளை முதலியவர்களைப் பார்த்து, "ஆட்சேபிப்பதும் சமாதானம் கூறுவதும் எங்களுக்கு வழக்கம்; ஆதலின் நாங்கள் பேசிக்கொள்வதைக் குற்றமாக எண்ணவேண்டாம்" என்று சொல்லி அவர் கோபத்தைத் தணிப்பித்து, ஆட்சேபித்தவரை அங்கே வந்து இருக்கச்செய்துவிட்டு நூலின் மேற்பாகத்தைப் படிப்பிக்கச்செய்து பிரசங்கம் செய்வாராயினர்.

அரங்கேற்றுதல் பெருஞ்சிறப்புடன் நடைபெற்றது. வந்து கேட்போர்களும் நாளுக்குநாள் மிகுதியுற்றார்கள். மரியாதை யறியாத யாரேனும் வந்து வெறுப்புண்டாகும்படி நடந்து இக்கவிஞர்பிரானுடைய அருமையை யறியாமல் இடையூறு செய்வார்களோ வென்று நினைந்து வேதநாயகம் பிள்ளை, அக்கோயில் விசாரணைக்காரரிடம், "தினந்தோறும் நான் வந்தபின்பே தொடங்க வேண்டும்" என்று சொல்லிவிட்டு ஒவ்வொரு நாளும் பிற்பகலில் வந்திருந்து கேட்டின்புற்றார். அப்பொழுது ஒவ்வொருநாளும் அரங்கேற்றுதல் முடிந்தவுடன் அந்நூலையும் இவரையும் சிறப்பித்து ஒவ்வொரு செய்யுள் பாடினார். அவற்றுள் †இருபது செய்யுட்களே இப்பொழுது கிடைக்கின்றன. அவற்றுட் சில வருமாறு:

குற்றமில்சீர் மீனாட்சி சுந்தரவா ரியநின்னாக் கோயின் மேவ
நற்றவமென் செய்தனணா மகடமிழ்செய் தவமெவனீ நவிலு மேன்மை
உற்றதிருக் கோவைபெறப் புகலிசெய்பாக் கியமெவனவ் வுயர்நூல் கேட்கப்
பெற்றவென்போ லியர்புரிந்த மாதவமென் னோதுறுவாய் பெருமை மிக்கோய்.

இன்பாவிற் கோவைசொன்ன மீனாட்சி சுந்தரப்பேர் இறைவ யானும்
உன்பாவிற் கவிசொல்வே னென்கவிபாரப் போரிதைமீண் டோரா தான்றோர்
முன்பாச்சொ னூல்களையே துதிப்பருன்பா வுணர்வோர்கள் முன்னோர் நூலைப்
பின்பாகச் சொலிவெறுப்பர் நல்லவனீ யோயானோ பேசு வாயே.

---

* திருக்குறள், 158

† இவற்றைப் பிள்ளையவர்கள் பிரபந்தத்திரட்டிற் காணலாம்.

விதியெதிரி லரிமுதலோர் புகல்புகலி யீசரே விண்ணோர் மண்ணோர்
துதிபொதிபல் பாமாலை பெற்றிருப்பீர் மீனாட்சி சுந்த ரப்பேர்
மதிமுதியன் கோவையைப்போற் பெற்றீர்கொ லிக்காழி வைப்பி னீதி
அதிபதிநா மெனவறிவீர் நம்முன்னஞ் சத்தியமா அறைகு வீரே.

நல்லார்க்கு நல்லவனா மீனாட்சி சுந்தரவேள் நவின்ற கோவை
இல்லார்க்கு நிதிதுறவா வில்லார்க்கு விதிபுவிவாழ் வெல்லா நீத்த
வல்லார்க்குத் திதிஞானங் கல்லார்க்கு மதிவேலை வைய கத்திற்
பல்லார்க்குக் கதிபுகலிப் பதியார்க்குத் துதியதன்சீர் பகர்வோர் யாரே.

இவ்வாறே கேட்கும் வித்துவான்கள் பலரும் சிறப்புக் கவிகளை இயற்றித் தங்கள் தங்கள் நன்மதிப்பை வெளியிட்டார்கள். அவர்கள் கூறிய கவிகள் இப்பொழுது கிடைக்கவில்லை.

வேதநாயகம் பிள்ளை சொல்லிய சிறப்புக் கவிகளை யெல்லாம் கேட்ட இவர் அவருடைய அன்புடைமையைப் பாராட்டி,

நாட்டுக்கு நல்லகுளத் தூர்வேத நாயகநன் னாம மாலே
வீட்டுக்கு வாயிலெனுங் காழிக்கோர் கோவையெனை விளம்பச் செய்தே
ஏட்டுக்கு மடங்காத துதிகவிகள் சொற்றனைநின் இயற்பாட் டுள்ளோர்
பாட்டுக்கு நான்செய்த தொன்றோபல் செய்தாலும் பற்றா வன்றே

என்ற ஒரு செய்யுளைச் சொன்னார்.

அக்கோவை அரங்கேற்றப்பட்ட பின்னர் மேலே சொல்லிய கனவான்களும் பிறரும் தலைக்கு ரூ. 50 முதல் 300 வரை சம்மானம் செய்தார்கள். சிலர் பொன்னாடை முதலியன தந்தார்கள்; சிலர் பூஷணம் தந்தனர்; தருமபுர ஆதீனத் தலைவர் ஸ்ரீ சச்சிதானந்த தேசிகர் தக்க பரிசுகளை அனுப்பிக் கௌரவித்தார். பலர் இவருக்கு இவ்வாறு சம்மானம் செய்து ஆதரித்ததனால் மகிழ்வுற்ற வேதநாயகம் பிள்ளை,

தேமாரி பொழிபொதும்பர்த் திருக்காழி யிறைமுன்
திகழாண்டு சித்தார்த்தி திங்கள்பாத் திரத்தில்
பூமாரி சுரர்பொழியச் செல்வர்பலர் கூடிப்
பொன்மாரி மிகப்பொழியப் புலவர்குழாந் துதித்துப்
பாமாரி நனிபொழியப் பல்லியங்கண் முழங்கப்
பலம்புரிய நலம்புரியும் வலம்புரிமண் டபத்துத்
தூமாரி யெனப்புகலிக் கோவையைமீ னாட்சி
சுந்தரப்பேர் மதிவல்லோ னரங்கேற்றி னானே

என்ற செய்யுளைக் கூறினார். இதனால் சித்தார்த்தி ௵ (1861) புரட்டாசி ௴ அந்நூல் அரங்கேற்றப் பெற்றதென்பது தெரியவருகின்றது.

சீகாழிக் கோவை 534 செய்யுட்களை உடையது. அத்தல சரித்திரங்களும், ஏனைய சிவதல சரித்திரங்களும், நாயன்மார்களுடைய அருஞ்செயல்களும், சைவசாத்திரக் கருத்துக்களும் இந்நூலுள் அங்கங்கே சந்தர்ப்பத்திற் கேற்றவண்ணம் செவ்வனே அமைக்கப்பெற்றுள்ளன. மற்றக் கோவைகளிற் காணப்படாத பல துறைகள் இதிற் காணப்படும். அவை இலக்கண விளக்கத்தின் விதியைத் தழுவி அமைக்கப்பட்டவை. இதில் உவமைகளாகக் காட்டப்படுவனவற்றுட் பெரும்பாலன சைவசம்பந்தமாகவே உள்ளமையால் இந்நூல் சிவநேசச் செல்வர்களாற் படித்து இன்புறற்பாலது.

இந்நூலிலுள்ள சில செய்யுட்கள் வருமாறு:

ஐயம்

வெள்ளாம்ப லான்கொல்செந் தாமரை யான்கொலொண் மேனிகருங்
கள்ளாங் குவளையன் னான்கொனங் காழிக் கடவுள்வெற்பில்
உள்ளா மிவரடி தோய்தவ முன்ன ருஞற்றுலக
நள்ளாங்க குடிகொண் டரசா டவஞ்செய் நலத்தினனே. (2)

இடையூறு கிளத்தல்

ஞாலம் பொலியப் பொலிகாழி நாதர் நறுமலர்க்கைச்
சூலம் பொலியக்கொள் வார்பவர் வேணிச் சுடர்மதிபோற்
பாலம் பொலியநிற் பீர்மிசை யேயன்றிப் பாணியுள்ளால்
நீலம் பொலியவைத் தீர்தகு மோவென் னிலைகண்டுமே. (15)

பிரியேனென்றல்

வரியேன் மதர்விழிச் சங்கிலி காண மகிழடியிற்
பிரியேனென் றோதிப் பிரிந்துவன் றொண்டர்முன் பெற்றதையான்
தெரியே னலேன்வண் புகலியன் னீர்நுமைத் தீர்ந்துமுயிர்
தரியேன் பிரியே னெனச்சட்டை நாதர்முன் சாற்றுவனே. (30)

பாங்கனை உள்மகிழ்ந்துரைத்தல்

ஒருகா னடந்தென் வரத்தந் தணித்த வொருவன்முனம்
இருகா னடந்துதன் றோழன் வருத்த மிரித்தபெருங்
குருகான் மலர்ப்பொய்கைக் கொச்சைப் பிரானிற் குலவுநல்லோன்
அருகா லவனட் பெழுமையு மோங்க வளியனுக்கே. (78)

இறைவன்றனக்குக் குறைநேர் பாங்கி இறைவிக்கு
அவன் குறை உணர்த்தல்

அருவ ருருவ ரருவுரு வாள ரவிர்புகலித்
திருவ ரிருவ ருணரார் வரைநஞ் செழும்புனத்தே
வருவ ரொருவ ரரியர் பிரியர் வயமுருகே
பொருவர் தருவர் தழையவர்க் கென்ன புரிதுமின்னே. (156)

தலைவி தலைமகனூர்க்குச் செல்ல ஒருப்படுதல்

தாரூர் தடம்புயத் தோணிப் பிரானரு டாங்கியன்பர்
சேரூ ரடையத் தடையெவ னோமுன் சிறந்தவரைப்
பாரூர் புகழ்மிகு நும்மூ ரெதுவெனப் பன்னிரண்டு
பேரூரென் றாரெங்கு நாந்தேடிச் செல்வது பெண்ணணங்கே. (258)

சென்னைப் பிரயாணத்தை நிறுத்திக்கொண்டது

*சீகாழிக் கோவை அரங்கேற்றி முடிந்த பின்பு, இவர் வேதநாயகம் பிள்ளை விருப்பத்தின்படியே பின்னும் சில மாதங்கள் சீகாழியில் இருந்துவந்தார். அக்காலத்துத் தம்மை நாடிவந்த *மாணாக்கர்களுக்கு வேண்டிய பாடங்களைச் சொல்லிவந்தார். சென்னைக்குச் செல்ல வேண்டுமென்னும் கருத்து, பொருள் முட்டுப்பாட்டால் உண்டாயிற்*

* அக்காலத்தில் வந்து பாடங்கேட்டவர்கள்: முத்தைய வாத்தியார் குமாரர் சிதம்பர வாத்தியார், சீயாலம் சிவசிதம்பரம் பிள்ளை, திருப்பாதிரிப்புலியூர்ச் சிவசிதம்பர முதலியார், சிதம்பரம் வாமதேவ முருகபட்டாரகர், வல்லம் கந்தசாமி பிள்ளை, மாயூரம் நடராச பிள்ளை, தில்லைவிடங்கன் முத்துக்குமார பிள்ளை, திட்டைச் சோமசுந்தரம் பிள்ளை.

றாதலின் சீகாழியிற் போதிய பொருள் கிடைத்தமையாலும் சென்னை போய் வருவதிற் சிரமம் மிக உண்டாகுமென்று தோற்றினமையாலும் அப்பிரயாணத்தை நிறுத்திக்கொண்டார். சென்னையிலுள்ள நண்பர்களுக்கு, சில அசெளகரியங்களால் வரக்கூடவில்லையென்றும் இறைவன் திருவருளிருப்பின், புராணத்தை முடித்துக்கொண்டே வருவதாகவும் கடிதங்கள் எழுதிவிட்டார். திருமயிலைப் புராணத்தின் எஞ்சிய பகுதி பின்பு பாடப்பெறவேயில்லை; பாடியிருந்த பகுதியும் கைதவறிப் போயிற்று.

திருத்தில்லை யமக அந்தாதி

சீகாழியிலிருந்த காலத்தில் இவர் ஸ்ரீ நடராச தரிசனத்தைக் கருதி அடிக்கடி சிதம்பரம் சென்றுவருவதுண்டு. அப்படிச் சென்றிருந்த ஒரு சமயம் வாமதேவ முருகபட்டாரகர் முதலிய தமிழ் வித்துவான்களுடைய விருப்பப்படி திருத்தில்லை யமக அந்தாதியை இயற்ற ஆரம்பித்துச் சில தினங்களிற் பூர்த்திசெய்தார். இவ்வந்தாதி அருமையான அமைப்பை யுடையது. இதனைப் போன்ற உயர்ந்த யமக விசித்திரமுடைய நூல் இக்காலத்தில் வேறொன்றும் இல்லை. அம்பலவா வம்பலவா, கருமங் கருமங் கணம்பரவா, கனியக் கனிய மனம், அருத்த மருத்த மென்றே, வருந்த வருந்த, சிவசிவசங்கர என்பவைகளும், இன்னம் பரம்பரனே, நந்தாதரத தகரவித்தை, கடுகத்தனை யன்பு, தேவாரமா திருவாசகமா, மதியாதவனங்கி, சிற்றம்பலங்கண்டு, தமனியமன்ற, பேரம்பலம்பல, பொன்னம்பலவன், பதஞ்சலியாதவனே, பரமானந்தத்தை, பாடகந்தண்டை, மாதங்க மடங்கல், மூவாயிரவரும், மாணிக்கவாசக ரென்பவைகளும் இவ்வந்தாதியில் யமகத்தில் அமைந்தவை.

அயலூர்களிலிருந்த பிரபுக்கள் இவரைச் சீகாழியிலிருந்து தங்கள் தங்கள் ஊருக்கு அழைத்துச் சென்று இவருக்கு வேண்டிய உபசாரங்களைச் செய்து சில நாட்கள் வைத்திருந்து அனுப்பிவருவதுண்டு.

மகாலிங்கம் பிள்ளை உபசரித்தது

அவர்களுள் இவருடைய நண்பரும் திருவாவடுதுறை யாதீனத்தைச் சேர்ந்த அடியவருமாகிய தில்லைவிடங்கன் மகாலிங்கம் பிள்ளை யென்பவர் ஒரு நாள் பல நண்பர்களோடும் இவரைச் சீகாழியிலிருந்து அழைத்துச் சென்று தம்முடைய வீட்டில் உபசாரத்தோடு ஒரு நல் விருந்தளித்தனர். அது யாரும் வியக்கத்தக்கதாக இருந்ததன்றி அவருடைய பேரன்பையும் புலப்படுத்தியது. விருந்துண்டபின் இவர் திண்ணையில் வந்து அமர்ந்து சந்தனம் பூசிக்கொண்டு தாம்பூலம் தரித்துக்கொள்ளுகையில் மனங்கனிந்து ஒரு பாட்டைச் சொல்லி ஒரு மாணவரைக்கொண்டு அதை எழுதுவித்து எல்லோரும் கேட்குமாறு படித்துக் காட்டச் செய்தனர். அப்பாட்டு வருமாறு:

மாமேவு நந்திருவா வடுதுறைவாழ் குருநமச்சி வாய சாமி
பூமேவு மலரடிக்கன் புடையமகா லிங்ககுண புருட மேரு
தேமேவு சுவையமுத நவையறப்பன் முகமனொடு சிறப்ப வூட்டித்
தாமேவு தாயிலா னடியவருக் கென்றுமொரு தாயா னானே.

இதனைக் கேட்டவர்கள் இவருடைய அன்புடைமையையும் புலமையையும் அறிந்து வியந்து இவரைநோக்கி, "தமக்கு உணவு அளித்தவர்களிடத்து நன்றி பாராட்டி ஔவையாரும் கம்பரும் பாடினார்களென்று சில செய்யுட்களைக் கூறுவார்கள். இதுகாறும் அதனை நம்பாமல் இருந்தோம். இப்போது தங்களுடைய செயலால் அச்செய்திகளை உண்மையென்று நம்புகிறோம்" என்று சொன்னார்கள். உடனே மகாலிங்கம் பிள்ளை விம்மிதமுற்றுத் திருவாவடுதுறைக் குருபூசையில் தமக்குக் கிடைத்த அழகிய வஸ்திர ஜோடியைக் கற்கண்டு பழம் புஷ்பம் தாம்பூலங்களுடன் வைத்து வணங்கி, "சிறியேனாகிய என்னுடைய வேண்டுகோளுக்கு இணங்கி, இவ்வளவு தூரம் எழுந்தருளியதற்கு அடியேன் என்ன கைம்மாறு செய்யவல்லேன்! தங்களாற் புகழப்படுவதற்கு நான் எவ்வளவினேன்! என்ன பாக்கியஞ் செய்தேனோ! இனிமேல் எனக்கு யாதொரு குறையும் இல்லை. தங்களுக்கு எளியேனுடைய அன்பின் அறிகுறியாகச் சமர்ப்பிக்கப்படும் இந்தச் சிறுகாணிக்கையை அங்கீரித்துக் கொண்டருளவேண்டும். இது ஸ்ரீ நமசிவாய மூர்த்தியின் பிரசாதமே" என்று விநயத்தோடு வேண்டினர். இவர் புன்னகையோடும் அவருடைய அன்பிற்கு மகிழ்ந்து அதனை ஏற்றுக்கொண்டார். வரிசைப்பற் றென்னும் ஊரிலிருந்த கனவானாகிய லிங்கப்ப நாயக ரென்பவர் ஒருமுறை இவரை வருவித்துத் தாம் அவ்வூரில் அமைத்திருந்த சத்திரத்தில் தங்கச்செய்து உபசரித்துச் சிலநாள் இருக்கச்செய்து அனுப்பினார். அப்பொழுது இவர் அச்சத்திரத்தைச் சிறப்பித்து,

> குலவுபுகழ்ச் சுந்தரர்க்குக் கட்டமுது கொடுத்ததிருக் குருகா வூரர்
> நிலவுமஃ திக்காலஞ் செய்திலரா லசத்தரலர் நிகழ்த்தக் கேண்மோ
> வலவுசித நயசுகுண லிங்கப்ப மகிபால வள்ளல் தானும்
> உலவுமறு சுவையமுது பலர்க்குமகிழ்ந் தூட்டுவதால் உவந்து மாதோ

என்னும் செய்யுளைப் பாடி அங்குள்ளாரை மகிழ்வித்தனர். இவ்வண்ணமே அங்கங்கே சென்ற காலங்களில் சந்தர்ப்பத்திற்கு ஏற்ப மனமகிழ்ந்து பாடிய பாடல்கள் பலவென்பர்.

திருவெண்ணீற்றுமை பிள்ளைத்தமிழ்

ஆச்சாபுரம் என்று வழங்குகிற பெருமணநல்லூ ரிலிருந்த சிவலோகத் தியாக முதலியா ரென்னும் சைவச் செல்வர் ஒருவர் இந்நிகழ்ச்சிகளை யெல்லாம் அறிந்து இவரைத் தம் ஊருக்கு அழைத்துச் சென்று உபசரித்தார். பின்பு அத்தலத்தே எழுந்தருளியுள்ள திருவெண்ணீற் றுமையம்மையின்மீது பிள்ளைத் தமிழ் ஒன்று இயற்றும்படி அவர் கேட்டுக்கொண்டார். அங்ஙனமே இவரால் ஒரு பிள்ளைத் தமிழ் இயற்றி அரங்கேற்றப் பெற்றது. அந்நூல் *மணவைப் பிள்ளைத் தமிழ்*ென வழங்கும். அது பிற்காலத்தில் (விக்கிரம ஞூ தை மீ) சி. தியாகராச செட்டியாரால் அச்சிடப்பெற்றது.

அத்தலத்தில் எழுந்தருளியுள்ள சிவபெருமானது திருநாமம் சிவலோகத் தியாக ரென்பது. அது காப்புப் பருவத்தில்,

> நாடுதிரி யக்கரரு ளாளர்மண வைக்கிறைவர்
> நாதர்சிவ லோகத்தி யாகரைப் போற்றுவம்

எனச் சந்தச்செய்யுள் ஒன்றில் அமைக்கப்பெற்றுள்ளது. அங்கே திருஞானசம்பந்தமூர்த்தி நாயனாருடைய திருமணம் நடைபெற்ற காலத்தில் அம்பிகை அங்கே உள்ள ஸ்ரீ பஞ்சாக்கர தீர்த்தத்தின் கரையில் நின்று அடியார்களுக்கு வெண்ணீ றளித்தருளினமையின் திருவெண்ணீற்றுமை யென்னும் திருநாமங் கொண்டனள். இவ்வரலாறு இந்நூலில் அம்புலிப் பருவத்தில்,

வையமுழு துய்யவொரு வாவியங் கரைநின்று வாய்மலர்ந் தழுதபிள்ளை
மதுரமிகு செவ்வாய்க் கருங்குழற் காதலியை மாமணஞ் செய்தஞான்று
செய்யமலர் மீதனந் துஞ்சுபஞ் சாக்கரத் தீர்த்தக் கரைக்கணின்று
சேர்ந்தார் களங்கமுற் றொழியவெண் ணீறுதன் செங்கரத் தாலளித்தாள்
உய்யவிவள் வாவென் றுரைத்தபடி யேவிரைந் தொருவனீ வந்துசேரின்
உன்களங் கந்தவிர வெண்ணீறு நல்காள்கொ லோவிதனை யுணராததென்
ஐயமன மோவித் திருப்பெரு மணத்துமையொ டம்புலீ யாடவாவே (8)

என்னும் செய்யுளிற் கூறப்படுகிறது. மேற்கூறியுள்ள பஞ்சாக்கரத் தீர்த்தத்துடன் அத்தலத்துள்ள கங்கை என்னும் தீர்த்தமும்,

உலகுபுகழ் பஞ்சாக் கரப்பெருந் தீர்த்தமென்
றொன்றுண்டு மூழ்கி னோருக்
கொழியாத பிணிமுழு தொழிப்பததன் மான்மியம்
உரைக்கரிது முகமனன்றால்
இலகுமிஃ தன்றியுங் கூபவடி வாய்க்கங்கை
யென்பதொன் றுண்டதன்சீர்
எம்மனோர் பேசுதற் கரியதரி யதுபெரிய
தித்தலப் பெருமைகண்டாய் (அம்புலிப். 6)

எனப் பாராட்டப் பெறுகின்றது.

அத்தலப் பெயர் பெருமணம், நல்லூர், பெருமணநல்லூர், நல்லூர்ப் பெருமணம் என நான்கு வகையாக வழங்கும். அதனை நினைந்து, வாயென்றும் காலென்றும் கால்வா யென்றும் வாய்க்கா லென்றும் வழங்கப்படும் வாய்க்கால்கள் பல அத்தலத்திற்கும் தமக்குமுள்ள ஒப்புமை கருதி, அறிஞர் வலஞ்செய்தல்போல அத்தலத்தைச் சூழ்ந்திருக்கின்றன வென்பது பின்னுள்ள செய்யுளிற் கூறப்பட்டிருக்கிறது:

வண்கா லென்ன வாயென்ன வாய்க்கா லெனக்கால் வாயெனப்பேர்
மருவி மாறா வனங்கொணமை மான நல்லூர் பெருமணம்வான்
எண்கா நல்லூர்ப் பெருமணமே ரேய்பெ ருமண நல்லூரென்
றிலகு பெயர்பூண் டுறுவனமேய்ந் தென்றும் விளங்கு மிந்நகரைத்
தண்கா லறிஞர் பலர்குழுமித் தவாது சூழ்ந்து மருவுதலாற்
றாவா நாமு மெஞ்ஞான்றும் தவாது சூழ்த றகுதியென
ஒண்கால் பலசூழ் சிவலோகத் துறைவாய் தாலோ தாலேலோ
உலக முவக்குந் திருவெண்ணீற் றுமையே தாலோ தாலேலோ. (தாலப். 2)

பெண்மகவைப் பெறுதல் சிறப்பன்றெனக் கருதுவோர்களும், ஆண்மகவைப் பெறுகவென்று ஆசி கூறுவோர்களும், பிறவாறு உரைப்போர்களும், நாணும்படி, அம்பிகை இமவானுக்குப் புதல்வியாகிப் பெண்பிறப்பைச் சிறப்புறச் செய்தா ளென்னும் கருத்தமைய இப் புலவர்பிரான் செங்கீரைப் பருவத்தில்,

*பேசுபுகழ் சால்பெரும் புவனத்தி லாண்மகப் பெறல்சிறப் பென்றுமற்றைப்
பெண்மகப் பெறலத் துணைச்சிறப் பன்றுதுயர் பெற்றதொப் பாகுமென்றும்
மாசுபடு துன்பமே பெண்ணுருவ மாயெந்த வைப்பினும் வருவதென்றும்
மதிக்கினொரு மகவுமக வாவென்று மிங்ஙனம் வகுத்துரைப் பார்களோடு
கூசுத லிலாதக மலர்ந்தாண் மகப்பெறுதி குறைவுதப வென்றாசிமுற்
கூறுநரு முள்ளநாண் கொள்ளவெள் ளப்படாக் குவடுவா னணவவோங்கும்
தேசுமலி பனிமலைக் கொருபுதல்வி யாயவுமை செங்கீரை யாடியருளே
திருப்பெரு மணத்தம ரருட்பெரு மணச்செல்வி செங்கீரை யாடியருளே

என்று பாடியுள்ளார். முத்தப் பருவத்தில் உமையம்மையின் திருவாய் முத்தத்தைப்போல ஏனைய முத்தங்கள் சிறவாவென்றும் அவை இன்ன இன்ன காரணத்தாற் குறைபாடுடையனவென்றும் எடுத்துக் காட்டுவர்:

மதிமுத்தம் வீரன்வயி ரக்கழற் காறேய்க்க மண்ணிடைத் தேய்ந்ததுயர்வேய்
வருமுத்த மதிலெழுந் தழலால் வெதுப்புண்டு மாமைகரு கியதுசெஞ்சொற்
பொதிமுத்தம் வன்பகடு காலுழக் கப்பிளவு பூண்டதால் இப்பிவளைமீன்
பொலிமுத்தம் வெய்யபுல வொழியாது நாறும் ... ... இக்குச்
சுடர்முத்தம் ஆலையி னெரிந்ததிவை வேண்டேம் தொடுத்தபற் பலவுயிர்க்கும்
பதிமுத்த மேற்றுமகிழ் நிதிமுத்த மன்னசெம் பவளமுத் தந்தருகவே
பல்லூர் விரும்புமெயி னல்லூ ரரும்புமயில் பவளமுத் தந்தருகவே. (6)

நீராடற் பருவத்தில் உள்ள,

நள்ளாறு பழையாறு கஞ்சாறு கோட்டாறு நல்லாறு தருமையாறு
நாவலா றொழுகுவட மேருமுற் பலதேம் நயந்தவர் சடைக்குமஞ்சா
வெள்ளா றெனப்பரவு கொள்ளிடத் திருநதியின் வெள்ளநீ ராடியருளே (2)

என்பதில் சிவபெருமான் திருக்கோயில் கொண்டுள்ள தலங்களில் ஆறென்னும் முடிவுடைய தலங்களை இடத்துக்கேற்ப அமைத்துள்ளனர்.

சூரனுடைய பெரிய வீடு, பெரும்பறை முழக்கம், பெருந்தேரோட்ட மென்பவைகெட முறையே சிற்றிலழித்தும் சிறுபறை முழக்கியும் சிறுதேருருட்டியும் விளையாடிய முருகக் கடவுளைப் பெற்றாயென்று அம்பிகையைப் பாராட்டுவர்:

வலியவர னாலமரர் வானகங் கூட்டுண்டு மகிழ்முரட் சூரனிளவல்
மக்களொடு வாழ்கின்ற பேரிலழி யச்சிற்றில் மறுகூடு லாயழித்தும்
கலியவவன் வாய்தற் பெரும்பறை முழக்கறக் காமர்சிறு பறைமுழக்கம்
கண்டுமவ னூருமிந் திரஞால மென்றுரை கதிர்ப்பொலந் தேருருளறா
தொலியசிறு தேரினி துருட்டியும் விளையாடும் ஒண்சதங் கைச்சிறியதாள்
ஒருகுழவி யைத்தனி யுவந்தெடுத் துப்புல்லி ஓண்மணித் தொட்டிலேற்றிப்
பொலியவினி தாட்டுந் திருப்பெரு மணத்தம்மை பொன்னூச லாடியருளே
பொருவின்மந் திரசொரூ பத்தனி விமானத்தி பொன்னூச லாடியருளே.
(ஊசற். 8)

---

* பெரியநாயகி யம்மை கட்டளைக் கலித்துறையில் உள்ள,

கற்றா ரறிகுவர் மக்கடம் பேறெனக் கட்டுரைத்த
சொற்றா னொருபெண் ணொழித்ததென் பாரொடு தொல்லுலகில்
நற்றாண் மகப்பெறு கென்றாசி சொல்பவர் நாணவுனைப்
பெற்றான் மலையரை யன்குன்றை வாழும் பெரியம்மையே (12)

என்னும் செய்யுளின் கருத்தை இச் செய்யுள் ஓருபுடை தழுவியது.

திருக்குருகாவூர் சென்றது

திருக்குருகாவூ ரென்னும் ஸ்தலத்தில் இருந்த ஓரன்பர் தம் வீட்டில் திதியொன்று நடக்கப்போவதால் அத்தினத்தில் மாணவர்களுடன் வந்திருந்து சிறப்பிக்க வேண்டுமென்று இவரைக் கேட்டுக்கொண்டனர். அவ்வாறே இவர் பல மாணவர்களுடன் சீகாழியிலிருந்து சென்றிருந்தார். இவருடைய வரவை நினைந்து அவர் விரிவான ஏற்பாடுகளைச் செய்ய ஆரம்பித்தார். அதனால் சமையலாதற்கு மிக்க நேரம் ஆகிவிட்டது.

இவருக்கும் மாணாக்கர்களுக்கும் பசி அதிகமாயிற்று. மாணாக்கர்கள் பசிக்கொடுமையைத் தம்முள் மந்தணமாகப் பேசிக்கொண்டு வருந்துவாராயினர். அப்பொழுது இப் புலவர்தலைவர் அதனையறிந்து அவர்களுடைய ஞாபகத்தை வேறோரு விதத்தில் திருப்ப நினைந்து அவர்களுள் திட்டைச் சிதம்பரம் பிள்ளை யென்னும் ஒருவரை அழைத்து, “இங்கே பசியோடிருத்தலை அமைத்து ஒரு செய்யுள் சொல்லும்” என்று சொன்னார். அவர் சிறிதுநேரம் யோசித்து ஒரு செய்யுளைப் பூர்த்தி செய்து சொன்னார். எல்லோரும் அதுவரையில் அவர் என்ன சொல்லப் போகிறாரென்று எதிர்பார்த்த வண்ணமாக இருந்தமையின் அவர்களுக்குப் பசி தோன்றவில்லை. அப்போது அவர் பாடிய செய்யுள் வருமாறு:

> தருகா முறுபொழில் சூழ்நாவ லூரந் தணர்முதலோர்க்
> குருகார்வத் தோடு பசிநீங்க வுண்டி யுதவியநீ
> குருகா புரத்துறை வெள்விடை யீச குறைந்தடைந்து
> பருகார்வத் தேமுக் கஃதின் றுதவாப் பரிசென்னையே.

அதன் பின்பு அங்கே எல்லாம் ஆயத்தமாய் விட்டபடியால் அழைக்கப்பெற்று யாவரும் உண்டு உவந்தனர்.

பல பிரபுக்கள் இவரைத் தங்கள் தங்கள் ஊருக்கு அழைத்துச் சென்று உபசரிப்பதையும் அதனால் அவர்கள் புகழப் பெறுவதையும் அறிந்து, ஒரு கிராமத்திலிருந்த பிரபு ஒருவர் கௌரவம் பெறுவதொன்றையே நோக்கமாகக் கொண்டு ஒருநாள் இவரை அழைத்தார். இவர் மாணவர்களோடு சென்று அவரால் செய்விக்கப்பெற்ற விருந்தை உண்டனர். பின்பு, ஓரிடத்தில் வந்து இருந்தபொழுது உடனிருந்த நண்பர்களிற் சிலர் *சீகாழிக் கோவையின்* சிறப்பைப் பற்றிப் பாராட்டிப் பேசிக்கொண்டிருந்தனர். உபசரித்த பிரபு தாமும் அந்தச் சம்பாஷணையிற் கலந்துகொள்ள வேண்டுமென்று எண்ணிப் பிள்ளை யவர்களைப் பார்த்து, “அந்தக் கோவை ஸ்வாமியின்மேற் செய்யப்பட்டதா? அம்மன்மேற் செய்யப்பட்டதா?” என்று கேட்டார். அவருடைய அறியாமையை அறிந்து யாவரும் இரங்கினர். இவர் அவ்விரக்கத்தைப் புலப்படுத்திக்கொள்ளாமல், “சுவாமிமேலேதான்” என்று விடை கூறிச் சும்மா இருந்து விட்டார்.

ஒரு சமயம் திருநகரி யென்னும் ஊரிலிருந்து தமிழ்ப் பயிற்சியுடையவராகிய வேங்கடராமையர் என்னும் அந்தணர் ஒருவர் இவரிடம் வந்து, தாம் வீடு கட்டவேண்டியிருத்தலின் அதற்கு வேண்டிய மரம், செங்கல் முதலியன கொடுத்து உதவும்படி ஒரு செல்வரிடம் சொல்லவேண்டும் என்று வேண்டினர். உடனே இவர் அவரிடம்,

வளமருவு திருநகரி வாழும்வேங் கடராம மறையோய் கேண்மோ
களமருவும் வரிசைப்பற் றினில்விளங்கும் லிங்கப்பக் கனவான் பாற்செல்
உளமருவு நின்மனைக்குச் செங்கல்புக லூரரன்போல் உதவு மொண்பூந்
தளமருவுந் தருவேண்டிற் கண்ணன்போ லைந்தருவுந் தருவன் மெய்யே

என்னும் பாடலை எழுதிக் கொடுத்து *வரிசைப்பற்று லிங்கப்ப நாயகர்பால் அனுப்பினார். அவர் அதனைக் கண்டு மகிழ்ந்து அவ் வந்தணர் வீடு கட்டுவதற்கு எவ்வெப் பொருள்கள் வேண்டுமோ அவற்றை யெல்லாம் உடனே கொடுத்துதவினார்.

இவர், தமக்குச் சீகாழியிலும் பிற இடங்களிலும் கிடைத்த பணத்தில் ஒரு பகுதியைக்கொண்டு தம்முடைய மாணவர்களுக்கு வேண்டிய சௌகரியங்களைச் செய்து வைத்தும் அவருள் முத்துக் குமார பிள்ளை என்பவருக்கு மணம் செய்வித்தும் வீடு கட்டிக் கொடுத்தும் செலவு செய்துவிட்டு எஞ்சிய தொகையைத் திரிசிரபுரத்திற் செலுத்தவேண்டிய கடனுக்காக அனுப்பி விட்டார்.

❁

* வரிசைப்பற்று: சீகாழித் தாலூகாவில் உள்ள ஓரூர்.

19

மாயூர வாசம்

மாயூர நகரத்தை இருப்பிடமாகக் கொண்டது

பின்பு கலியாண சோழபுரம் சிதம்பரம் பிள்ளை என்னும் செல்வரும் அவர் சகோதரர்களும் இவரை அழைத்துச் சென்று தம் ஊரில் சிலநாள் இருக்கச்செய்து உபசரித்து அளவளாவி மகிழ்ந்து வந்தார்கள். அதன்பிறகு மாயூரத்திலிருந்த சில பிரபுக்களின் வேண்டுகோளால் அங்கே சென்று இருந்தார். அப்பொழுது அங்கே இருந்தவர்களும் அயலூர்களில் இருந்த பிரபுக்களும் இத்தகைய அரிய வித்துவானைத் தங்கள் ஊருக்கு அருகிலேயே இருக்கச்செய்ய வேண்டுமென்று எண்ணி இருப்பதற்குரிய விடுதி முதலியவைகளை அமைத்து இவரை மாயூரத்திலேயே இருக்கும்படி கேட்டுக்கொண்டார்கள். 'அடிக்கடி திருவாவடுதுறை சென்று வரலாம்' என்னும் எண்ணம் இருந்தமையால் இவருக்கும் அது சம்மதமாயிற்று. பிரபுக்களில் தக்கவர்களாகிய *12 பேர்கள் மாதம் மாதம் ஒவ்வொருவராகப் பப்பத்து ரூபாய் இவருடைய செலவுக்குக் கொடுத்து வருவதென்று தீர்மானித்தார்கள்.

†இவர் மாயூரத்தில் இருக்கத் தொடங்கியது ரௌத்திரி வருஷம் (1860) ஆகும்.

---

* அவர்களாவார்: 1. திருப்பனந்தாள் இராமலிங்கத் தம்பிரானவர்கள், 2. கலியாண சோழபுரம் சிதம்பரம் பிள்ளை, 3. பல்லவராயப்பட்டுச் சடையப்ப பிள்ளை, 4. மாயூரம் ஆற்றங்கரை முதலியார், 5. அம்பர் வேலுப் பிள்ளை, 6. வள்ளலார் கோயில் அகோர சாஸ்திரிகள், 7. பூங்காவூர்ச் சாமி ஐயர், 8. குற்றாலம் சிங்காரவேலு முதலியார், 9. கூறைநாட்டுச் சாலியச் செல்வர்களுள் ஒருவர், 10. நெய்ப்பற்றூர்ச் சாமி ஐயர், 11. திருவெண்காட்டு நடராச பிள்ளை, 12. வல்லம் பரமசிவம் பிள்ளை.

† முதலில் தெற்குரத வீதியின் தென்பாலுள்ள செட்டிகுளத்தின் கீழ்கரையிலிருந்த ராமபிள்ளை யென்பவர் வீட்டில் ஆறு வருஷம் இருந்தார். அந்த வீடு இப்பொழுது இடிந்துபோய்விட்டது. அப்பால் தெற்கு வீதியில் வடசிறகில் குப்பபிள்ளை யென்பவர் வீட்டில் நான்கு வருஷம் இருந்தார். அதன்பிறகு அவ்வீதியிலே தென்சிறகில் நாராயண பிள்ளை யென்பவருடைய வீட்டை விலைக்கு வாங்கிக்கொண்டு இருந்தார்.

ஒருசமயம் பல்லவராயப்பட்டில் இருந்த சடையப்ப பிள்ளை யென்னும் பிரபு இவருக்கு நெல் அனுப்பினார். அதனை உபயோகித்து வருகையில் அசௌக்கியம் உண்டாயிற்று. அது நெல்லால் வந்ததென்பதனைத் தெரிந்து இவர், “தில்லைநாயகன் பித்தனென்று சொல்வதைக் கேட்டிருக்கிறேன். அந்தச் செய்தி உண்மை யென்பதை இப்பொழுது அறிந்துகொண்டேன்” என்ற கருத்தமைந்த செய்யுளொன்றை அவருக்கு எழுதியனுப்பினார். அதனைக் கண்ட அவர், ‘நாம் அனுப்பிய தில்லைநாயக னென்னும் நெல் பித்தத்தை உண்டு பண்ணுகின்றதாயிற்றே; நாம் யோசியாமல் அனுப்பிவிட்டோமே!’ என்று நினைந்து வேறு பழைய ஈர்க்குச் சம்பா நெல்லை அனுப்பிப் புதியதாகிய அதனை வருவித்துக் கொண்டார்.

வேதநாயகம் பிள்ளை மாயூரம் வந்தது

சீகாழியில் முன்ஸீபாக இருந்த வேதநாயகம் பிள்ளை 1858ஆம் வருஷத்தில் மாயூரத்திற்கு மாற்றப்பட்டு வந்து சேர்ந்தார். அவர் மாயூரம் வந்ததனாலும் பிள்ளை யவர்களுக்குச் சந்தோஷம் உண்டாயிற்று. வேதநாயகம் பிள்ளையும் இவர் மாயூரத்தை இருப்பிடமாகக் கொண்டதை யறிந்து அடிக்கடி பழகி வரலாமென்ற எண்ணத்தினால் அளவில்லாத மகிழ்ச்சியுற்றார். அப்பொழுது பஞ்சமுண்டாயிற்று. பரதேசி ஜனங்களும் ஏழை ஜனங்களும் பசியினால் துன்புறுவதை அறிந்து வேதநாயகம் பிள்ளை ஒரு கொட்டகை போடுவித்து அதில் அவர்களுக்கு உணவளித்து வருமாறு செய்துவந்தார். இந்த அறச்செயலால் அவருக்கு மிக்க புகழ் உண்டாயிற்று. ஒருமுறை பிள்ளை யவர்கள் அவ்விடத்திற்குச் சென்றார். அப்பொழுது உடனிருந்தவர்கள் கேட்டுக்கொண்டதற்கிணங்க வேதநாயகம் பிள்ளையைச் சிறப்பித்து,

வாயுதவு மினியபத நுகர்ந்தறிவு பெருத்திடலான் வானந் தாங்கா
தாயுதவு கருணையினுங் கையுதவு மினியபத மவாவி யார்ந்து
வேயுதவு முடல்பெருத்த லான்மண்ணுந் தாங்காது மெலியா நிற்கும்
மீயுதவு புகழ்வேத நாயகமா லிளைப்பாற்றும் விதமெற் றாமே

என்னும் செய்யுளை இவர் பாடினார்.

மாணவர்கள்

இவரிடம் அப்பொழுது பாடங் கேட்டவர்களுள் முக்கியமானவர்கள்:

1. வல்லம் கந்தசாமி பிள்ளை: இவர் சொந்த ஊர் வல்லம்; இவர் திருவழுந்தூரி லிருந்துகொண்டு அடிக்கடி பாடங் கேட்டுச் செல்லுவார்.

2. மாயூரம் தெற்குவீதி முத்துசாமி பிள்ளை: இவர் யாதவ வகுப்பைச் சார்ந்தவர்; இவர் படித்துக்கொண்டு வந்ததன்றிப் பிள்ளை யவர்கள் சொல்வனவற்றை எழுதிவருதலையும் பிரபந்தம் முதலியவற்றைப் பிரசங்கம் செய்யும்போது ஏடு வாசிப்பதையும் மேற்கொண்டிருந்தார்.

3. சித்தக்காடு நமச்சிவாய பிள்ளை.

4. சிவலிங்க வாத்தியார்.

5. சிங்கவனம் சுப்பு பாரதிகள்.

6. திருப்பாம்புரம் சாமிநாத பிள்ளை.

7. கர்ணம் வைத்தியலிங்கம் பிள்ளை: இவர் மாயூரம் கீழை வீதியில் இருந்தவர்; ராமாபுர மென்னும் கிராமத்துக் கணக்கு வேலை பார்த்து வந்தவர்; எப்பொழுதும் உடனிருந்து பிள்ளை யவர்களுடைய குடும்ப காரியங்களைக் கவனித்துக் கொண்டு வந்தவர்; படிப்பவர்களை ஊக்கிவருவார்.

8. கூறைநாட்டு முத்துக்குமார பிள்ளை.

9. முத்தாம்பாள்புரம் கோபால பிள்ளை.

10. சுந்தரப்பெருமாள்கோயில் அண்ணாசாமி ஐயர்: இவர் எழுதியும் வந்தார்.

11. திருமங்கலக்குடி சேஷையங்கார்: இவர் பிள்ளை யவர்கள் இயற்றிய நூல்கள் சிலவற்றைப் பனையேட்டில் எழுதியவர்.

12. திருவாவடுதுறை வெங்குவையர்.

இவர்களில் இசையோடு படித்துக்காட்டும் வன்மையை உடையவர்கள் கந்தசாமி பிள்ளை, முத்துசாமி பிள்ளை, சிவலிங்க வாத்தியார், அண்ணாசாமி ஐயர், சேஷையங்கார், வெங்குவைய ரென்பவர்கள்; எழுதுபவர்கள் கந்தசாமி பிள்ளை, முத்துசாமி பிள்ளை, கோபால பிள்ளை, சேஷையங்கார், அண்ணாசாமி ஐயர், வெங்குவைய ரென்பவர்கள்.

ஒரு மாதத்தில் ஐந்து ரூபாய்க்குள் தமக்கு வேண்டிய சௌகரியங்களை அக்காலத்திற் செய்துகொள்ளக் கூடுமாதலால் முற்கூறியவர்களிற் பெரும்பாலோர் மாயூரத்தில் இருந்து தம்முடைய பொருளைக்கொண்டேனும் பிறரிடம் பெற்றேனும் செலவழித்து உண்டு படித்து வந்தார்கள். அதற்கும் சௌகரியம் இல்லாதவர்களும் உடன் உண்ணக் கூடியவர்களும் பிள்ளை யவர்கள் வீட்டிலேயே ஆகாரம் செய்துகொண்டு படித்து வந்தார்கள்.

மாயூரத்திலிருந்த வித்துவான்கள்

அக்காலத்தில் தமிழ் வித்துவான்களென்று பெயர் பெற்றுப் பிரசங்கம் முதலியன செய்து மாயூரத்திலிருந்துகொண்டு இவர் நூதனமாகச் செய்யுள் செய்வதைக் கேட்டும் பாடஞ்சொல்லுகையில் உடன் இருந்து கேட்டும் மகிழ்ந்துசெல்வோர்:

1. தர்மதானபுரம் கண்ணுவையர்: இவர் பாரதப் பிரசங்கம்செய்து புதுச்சேரி முதலிய இடங்களில் மிகுந்த புகழ்பெற்றவர்; நல்ல வாக்குவன்மையுள்ளவர்.

2. மாயூரம் பட்டமங்கலம் சபாபதி ஐயர்: இவர் எழும்பூர்த் திருவேங்கடாசல முதலியாரிடத்திற் பாடங்கேட்டவர்; தம்முடைய

இளமை தொடங்கிக் கூறைநாட்டில் சாலியச் செல்வர்களிடத்தில் இராமாயணப் பிரசங்கம் செய்து ஜீவித்தவர்.

3. கூறைநாட்டுச் சாமிநாத வாத்தியார்: இவர் சிலருக்குத் தமிழ் நூல்கள் பாடஞ்சொல்லிக் கொண்டு பாடசாலை வைத்து ஜீவித்தவர்; வீரசைவர்.

கூறைநாட்டில் இருந்த நாட்டுக்கோட்டை நகரத்தார்களில் துறவு பூண்டவர்களும் வேதாந்த சாஸ்திரங்களில் நிபுணர்களுமாகிய இருவர் இவரிடம் அடிக்கடி வந்து சல்லாபம் செய்து போவார்கள்.

வடமொழி வித்துவான்கள் பலர் இருந்தார்கள்.

அக்காலத்தில் அங்கே இருந்த சங்கீத வித்துவான்கள்:

(1) திருநாளைப்போவார் சரித்திரக் கீர்த்தனை இயற்றிய முடிகொண்டான் கோபாலகிருஷ்ண பாரதிகள், (2) சாத்தனூர்ப் பஞ்சுவையர், (3) திருத்தருப்பூண்டி பாகவதர், (4) பெரிய ராமசாமி ஐயர், (5) சின்ன ராமசாமி ஐயர்: இவர் கோபாலகிருஷ்ண பாரதியாரின் முதன் மாணாக்கர்; தம்முடைய வீட்டிலேயே பாரதியாரை இருக்கச் செய்து அவர் சிவபதம் அடையும்வரையில் உபசரித்தவர்.

முன்ஸீப் கோர்ட்டில் பெரும்பான்மையான உத்தியோகஸ்தர்களுக்குச் சங்கீதப் பயிற்சி இருந்துவந்தது.

மேற்கூறியவர்கள் யாவரும் பிள்ளை யவர்களுக்குப் பழக்கம் உடையவர்களே. இவர் வீட்டிற்கு அவர்கள் வருவதும் செல்லக் கூடியவர்கள் வீட்டிற்கு இவர் போவதும் உண்டு.

*சச்சிதானந்த தேசிகர் மாலை இயற்றியது

மாயூரத்தில் இருந்தபொழுது திருஞானசம்பந்த தேசிகரது குருபூசைக்கு அழைக்கப்பெற்று இவர் தருமபுர மடத்திற்கு ஒருமுறை போயிருக்கையில் அங்கிருந்த அடியார்கள் ஆதீனத் தலைவராக இருந்த ஸ்ரீ சச்சிதானந்த தேசிகர்மீது ஒரு பிரபந்தம் இயற்ற வேண்டுமென்று கேட்டுக்கொண்டார்கள். அவர்கள் வேண்டுகோட்கு இணங்கி அந்த மடத்துச் சம்பிரதாயங்கள் புலப்படும்படி *சச்சிதானந்த தேசிகர் மாலை* என்ற நூல் ஒன்றைச் செய்து அவருடைய முன்னிலையில் இவர் அரங்கேற்றினார். கேட்டு மகிழ்ந்த தலைவரால் தக்க சம்மானங்கள் செய்யப்பெற்றன. அந்நூலிலுள்ள சில செய்யுட்கள் வருமாறு:

மருந்து பிடகர் சுமப்பதெல் லாம்பிறர் மாட்டடைந்த
அருந்து பிணிமுற் றொழிப்பதற் கேபிற வாருயிர்கள்
பொருந்து வினையொழிப் பான்றனுத் தாங்குபு போந்தனைமெய்
திருந்து புகழ்த்தரு மைச்சச்சி தானந்த தேசிகனே. (5)

பாடிவந் தார்க்கென் பரிசளிப் பாயுட் படுமறையிற்
கூடிவந் தார்வ முறப்பேசி மூன்றையுங் கொள்ளைகொள்வாய்
நாடிவந் தாருண் மகிழ்வள்ள லேபன் னகரினரும்
தேடிவந் தார்தரு மைச்சச்சி தானந்த தேசிகனே. (11)

* ஸ்ரீ மீனாட்சிசுந்தரம் பிள்ளை யவர்கள் பிரபந்தத்திரட்டு, 3221–3321

நின்பார்வை யாலிரு ணீங்கிடு மாலிந் நெடுநிலத்திற்
கென்பார் கதிர்மதி யாலிரு ணீங்குத லென்வியப்பு
வன்பா ரகவிரு ளென்றே யுளத்து மதித்தனன் காண்
தென்பா ரணித்தரு மைச்சச்சி தானந்த தேசிகனே. (18)

வளிதாழ் விசும்பைப்பைந் தோலிற் சுருட்டிட வல்லவனும்
அளிதாழ்நின் பேரரு ளூர்ந்தின்ப மார்தற் கமைபவனும்
ஒளிதாழ் புவனத்தி லொப்பரன் றோவுண ராதவர்க்கும்
தெளிதாழ் புகழ்த்தரு மைச்சச்சி தானந்த தேசிகனே. (27)

எல்லா மறைத்துஞ் சடையொன்று மேபுனைந் திங்கமர்ந்தாய்
வல்லா வெமரு முணர்வர்கொ லோவல் லவருணர்வார்
வில்லார்நற் றாலிபு லாகத்தின் மற்றும் விளங்குமென்று
செல்லார் மதிற்றரு மைச்சச்சி தானந்த தேசிகனே. (28)

நந்தன் சரித்திரக் கீர்த்தனத்திற்குச் சிறப்புப் பாயிரம் அளித்தது

அக்காலத்தில் திருநாளைப்போவார் சரித்திரத்தைக் கீர்த்தனங்களாகச் செய்த மேற்கூறிய கோபாலகிருஷ்ண பாரதியார் அடிக்கடி வந்து இவரைப் பார்த்துச் செல்வது வழக்கம். அவர் நந்தன் சரித்திரம் செய்து முடித்தபோது அந்தச் சரித்திர அமைப்பையும் ஹிந்துஸ்தானி சம்பந்தமான சங்கீதப்பகுதிகள் பல அதில் நன்றாக அமைந்திருத்தலையும் அதிற் காணப்படும் பக்திச் சுவையையும் அறிந்து பலரும் பாராட்டுவாராயினர். இசைப் பயிற்சியுள்ள ஏழை ஜனங்கள் அதிலுள்ள கீர்த்தனங்களைப் பாடம் பண்ணிப் பிறரிடம் பாடிக் காட்டிப் பொருள்வருவா யடைந்து கவலையின்றி வாழ்ந்து வந்தார்கள். பலர் ஒழுங்காகப் பாடிக் கதை பண்ணிக்கொண்டும் வரலாயினர். கிராமாந்தரங்களில் அதனைக் கேட்டவர்களிற் சிலர் பக்திமேலீட்டால் திருப்புன்கூர் சென்று நந்தி விலகியதைப் பார்த்துவிட்டுச் சிதம்பரம் சென்று நந்தனார் தீயில் மூழ்கிய குண்டமென்று சொல்லப்படுகிற ஓமக் குளத்தில் நீராடி ஸ்ரீ நடராசப்பெருமானைத் தரிசனம் செய்துகொண்டுவர ஆரம்பித்தனர். அந்தச் சரித்திரத்தைப்பற்றிய பேச்சு தமிழ்நாடு முற்றும் அக்காலத்திற் பரவி இருந்தது.

ஆயினும், அச்சரித்திரம் *பெரியபுராணத்திலுள்ள* திருநாளைப்போவார் புராணப்படி அமையாமலும் தமிழ் இலக்கண வழுக்கள் பொருந்தியும் இருந்ததுபற்றித் தமிழ் வித்துவான்களிற் சிலர் அதைக் குறை கூறுவாராயினர். பிள்ளை யவர்களுடைய கருத்தும் அவ்விதமே இருந்தது. இவருடைய நோக்கத்தை யறியாத கோபாலகிருஷ்ண பாரதியார் இவரிடம் அந்த நூலுக்கு எப்படியேனும் ஒரு சிறப்புப் பாயிரம் பெறவேண்டு மென்று பலமுறை அலைந்தார். அப்படி அலையுந்தோறும், யார் வந்தாலும் தடையின்றிச் சிறப்புப் பாயிரம் கொடுத்தனுப்பும் இவர், “மற்றொருசமயம் பார்த்துக் கொள்ளலாம்” என்றே சொல்லிவந்தார். அப்படிச் சொன்னதன் நோக்கம் பின்பு கொடுப்பதற்கன்று; அலைவதை அஞ்சி, வருவதை அவர் நிறுத்திவிடவேண்டு மென்பதே. ஆயினும், பாரதியார் அடுத்தடுத்து முயல்வதைச் சிறிதும் நிறுத்தவேயில்லை.

ஒருநாள் அவர் வந்தபோது இவர் பகற்போசனத்திற்குப்பின் வழக்கம்போல் நித்திரை செய்துகொண்டிருந்தார். அதனை யறிந்த பாரதியார் திண்ணையில் அமர்ந்து "கனவோ நினைவோ", "வாராமலிருப்பாரோ", "சிந்தனை செய்துகொண்டிருந்தால்", "தீயினில் மூழ்கினார்" என்னும் கீர்த்தனங்களை மெல்லப் பாடித் தாமே இன்புற்றுக்கொண்டிருந்தார்*. இவர் விழித்துக்கொண்டார். அப்போது,

கனகஸபாபதி தரிசன மொருநாள்
கண்டால் கலிதீரும்

என்ற கீர்த்தனத்தைப் பாடத் தொடங்குகையில் இவர் அங்கிருந்தபடியே எழுந்து பாயலிலிருந்து அந்தக் கீர்த்தனத்தைக் கேட்கலாயினார். கேட்கக் கேட்க அவ்விசைப்பாட்டு இவரது மனத்தை உருக்கி அதில் இவரை ஈடுபடச்செய்தது. பாரதியார் பின்னும் சில கீர்த்தனங்களைப் பாடினார். இவருடைய மனம் கனிந்துவிட்டது; இவரையறியாமலே பக்தி மிகுதியினாற் கண்ணீர் வெளிப்பட்டது. உடனே எழுந்து புறம்போந்து பாரதியாரைக் கண்டு நல்வரவு கூறினார். பின்பு,

கோமேவு திருத்தில்லை நடராசப் பெருமான்றாள் கூடி யுய்ந்த
பூமேவு பேரன்பர் திருநாளைப் போவார்தம் புனிதச் சீரைப்
பாமேவு பலவகைய விசைப்பாட்டா லினிமையுறப் பாடி யீந்தான்
ஏமேவு கோபால கிருட்டினபா ரதியென்னும் இசைவல் லோனே

என்னும் பாடலை இயற்றி அவர்பாற் கொடுத்து, "இதை உபயோகப்படுத்திக் கொள்ளவேண்டும். சாம்பவர்களாகிய உங்களை இதுவரையில் அலைக்கழித்ததைப் பொறுத்தக்கொள்ள வேண்டும்" என்று முகமன் கூறினர். அவர் மிக்க களிப்படைந்து அதனைப் பெற்றுக்கொண்டு சென்றார்.

தனுக்கோடி முதலியார்

காரைக்காலில் தபேரியோ மென்னும் வேலையில் இருந்த தனுக்கோடி முதலியார் என்னும் கிறிஸ்தவ கனவான் ஒருவர் அடிக்கடி மாயூரம் வந்து வேதநாயகம் பிள்ளையுடன் சில நாள் இருந்து செல்வார். அவர் தமிழில் விருப்பமும் தமிழ் வித்துவான்களையும் சங்கீத வித்துவான்களையும் ஆதரிக்கும் இயல்பும் உடையவ ராகையால் அவருக்கும் பிள்ளை யவர்களுக்கும் வேதநாயகம் பிள்ளை மூலம் மிக்க பழக்கம் உண்டாயிற்று. அதனாற் சில சமயங்களில் நாகபட்டினம் முதலிய இடங்களுக்கு இவர் போகும்பொழுது காரைக்காலுக்கும் சென்று வருவது வழக்கம். அப்பொழுது தனுக்கோடி முதலியார் இவரைத் தமது பங்களாவில் இருக்கச்செய்து இராசோபசாரம் செய்வார். இவர் திருவாவடுதுறை முதலிய இடங்களில் இருக்கும்பொழுது பூசைக்காகச் சந்தனக்கட்டை, பச்சைக்கற்பூரம், குங்குமப்பூ முதலியன அனுப்புவதன்றி இவருக்குப் பிரியமான நல்ல மாம்பழங்களையும் அனுப்பிவருவார். மாம்பழத்திற் காரைக்கால் பெயர்பெற்ற தன்றோ? அவர் மூலமாகக் காரைக்காலிலுள்ள சிவநேசச் செல்வர்களிற் பலர் இவர்பாற் பிரீதி வைப்பாராயினர்.

---

* இவ்வாறு தாங்களே பாடி இன்புறுதல் சங்கீத வித்துவான்கள் இயல்பு.

வேதநாயகம் பிள்ளையின் பதத்தைச் சிறப்பித்துப் பாடியது

வேதநாயகம் பிள்ளை அக்காலத்திற் பல சங்கீத வித்துவான்களோடு மாயூரத்திற் பழகி வந்தனர். அவர்கள் சொல்லும் தியாகையரவர்கள் கீர்த்தனம் முதலிய பலவகையான கீர்த்தனங்களைக் கேட்டு மகிழ்வடைவார். அக்கீர்த்தனங்களுள் தமக்குப் பிரீதியான மெட்டில் தாமும் தமிழ்மொழியிற் பல கீர்த்தனங்களைச் செய்தார். அவற்றை இசையில் வல்லவர்களைக் கொண்டு பாடுவித்துக் கேட்டும் கேட்பித்தும் பொழுது போக்குவது அவருக்கு வழக்கமாக இருந்தது. அவருக்குக்கீழ் இருந்த உத்தியோகஸ்தர்களிலும் வக்கீல்களிலும் பாடக்கூடியவர்கள் அவருடைய பாடல்களைப் பாடியும் தம் குழந்தைகளுக்குச் சொல்லிக் கொடுத்துப் பாடச்செய்தும் வந்தனர். பிள்ளை யவர்களுக்கும் அப்பொழுதப்பொழுது தாம் செய்த கீர்த்தனங்களை வேதநாயகம் பிள்ளை பாடிக்காட்டச் செய்வதுண்டு.

ஒரு நாள் அவர் தாம் இயற்றிய சில கீர்த்தனங்களை இராமசாமி ஐயங்கா ரென்னும் வக்கீல் ஒருவரைக் கொண்டு இவரிடம் பாடிக்காட்டச் செய்தார். அவர் சில கீர்த்தனங்களைப் பாடிவிட்டுக் கடைசியில் பின்னுள்ள கீர்த்தனத்தைப் பாடினர்:

இராகம் – காம்போதி; தாளம் – ஆதி

பல்லவி

எவ்வகை யிலும் நானே – நல்வழிபற்றி
உய்வகை அருள்கோனே.

அநுபல்லவி

செவ்வழி நிற்போர்மனத் தேன்கள் வளரும்பூவே
பௌவமாகப் பேரின்பம் பழுக்குங்கற் பகக்காவே (எவ்வகை)

சரணங்கள்

வறியர்க் கிடவென்றாலென் குறியகை களிற்தூலை
வாங்கநீட் டின்உலகும் வானமும் எந்தமூலை
பிறர்நோய்செய் யிலெனக்குப் பெருங்கோபாக் கினிச்சுவாலை
பேதையென் பிழையெழுதின் வேண்டுங் கோடியோலை (எவ்வகை)

நல்வழி நடக்கவென் றாலிருகாற் குந்தளை
நாளுந்துயர் வழிநடப் பதில்எனக் குண்டோகளை
புல்வினை யேன்செவி பொய்கள் நுழையும்வளை
புண்ணியோப தேசமென்றாற் புகஅதி லேதுதுளை (எவ்வகை)

உன்னைத் துதிக்கவென்றா லுலகிலென் வாய்க்குநோயே
ஊர்வம்பு பேசஎனக் குடம்புமுழு வதும்வாயே
மின்னை நிகர்பிரபஞ்ச வேதனை நீக்குவாயே
வேதநா யகனுக்குச் சாதக மானதாயே. (எவ்வகை)

இதைக்கேட்டு இவர், குற்றமொன்றும் இல்லாத வேதநாயகம் பிள்ளை தம்மைத் தாமே இகழ்ந்துகொண்டு பாடியதை நினைந்து பாராட்டி ஒரு விருத்தமும் ஒரு கீர்த்தனமும் பாடி அவரிடங் கொடுத்தார். அவை வருமாறு:

விருத்தம்

மன்னரரு ளதிகார மானம்வழு வாமலற வழிந டாத்திப்
பின்னரெனா தறமியற்றும் வேதநா யகசுகுணப் பெரியோய் நாளும்
நன்னரறங் கொள்ளைகொண்டும் இலனெனப்பொய் அனுதினமும் நவிலு வாய்நின்
முன்னரஃ துரைப்பவரை முனிவாயோ முனியாயோ மொழிவாய் நீயே.

கீர்த்தனம்

ராகம் – தோடி; தாளம் – சாபு

பல்லவி

பொழிந்தானே பதமாரி வேதநாயக
பூபதி யருள்வாரி

அநுபல்லவி

வழிந்துபல் லுயிருள வளவயல் புகுந்து
மருவலி னறிவெனு மாண்பயிர் மிகுந்து
மொழிந்த பரசுக விளைவு நீட
முனிந்த கொடுமயல் குடிய தோட (பொழிந்)

சரணங்கள்

என்னகற் றானாதி சேடனே – இவற்கு
எதிருறு வானெனின் மூடனே
பன்னு மிவனிடைக் காடனே – மிகு
பல்கலை யோர்ந்தவி சேடனே (பொழிந்)

மன்னுங் கழனி வளக்குளத் தூரன்
வையம் புகழுங்கோ னாட்டுக்கு பேரன்
மின்னுங் கருணைமுன் ஸீபதி காரன்
மெய்ப்பொரு டோர்ந்து விளங்குமு தாரன் (பொழிந்)

இன்னும் புகலென யாவருந் துதிக்க
எண்டி சாமுகத் தாரு மதிக்க
முன்னும்யா வர்க்கு ஞான முதிக்க
மூடும்பா சமப்பாற் போய்க் குதிக்க (பொழிந்)

20

திருவாவடுதுறையாதீன வித்துவான் ஆகியது

மேலகரம் சுப்பிரமணிய தேசிகர் முயற்சி

இவர் திருவாவடுதுறைக்குச் சென்றுவரும்பொழுது அங்கே சின்னப்பட்டத்தில் இருந்த சுப்பிரமணிய தேசிகர் இவர்பால் அன்புடன் பேசியிருந்து மகிழ்வது வழக்கம். அவர் தமிழ்ப் பெருங்கவிஞராகிய மேலகரம் திரிகூடராசப்பக் கவிராயர் பரம்பரையில் அவதரித்தவர்; இயல்பிலேயே தமிழார்வம் மிக்கவர்; தாண்டவராயத் தம்பிரானிடத்துப் பல தமிழ்நூல்களைப் பாடங் கேட்டவர்; நுணுகிய அறிவு வாய்ந்தவர்; வித்துவான்களுடைய திறமையை நன்றாக அறிந்துகொள்ளும் ஆற்றலுடையவர்; *பிள்ளை யவர்களைப்பற்றித் தாண்டவராயத் தம்பிரானவர்கள் மூலமாக முன்னரே அறிந்தவர். நேரிற் பார்த்துப் பழகிய பின்னர் இவரிடத்து அவருக்கு அதிகமான அன்பு ஏற்பட்டது; இவரைத் தம்முடைய மடத்திலேயே இருக்கச்செய்து தம்பிரான்களுக்கும் பிறருக்கும் தமிழ்நூற் பாடஞ் சொல்லிக்கொண்டிருக்கச் செய்ய வேண்டுமென்னும் எண்ணம் அவருக்கு உண்டாகி வளர்ச்சியுற்றது. அவ்வாறு செய்வதற்கு அப்பொழுது ஆதீனகர்த்தராக இருந்தவரும் தம்முடைய ஞானாசிரியருமான அம்பலவாண தேசிகருடைய கட்டளையைப் பெறவிரும்பி ஒரு நாள் அவர் அம்பலவாண தேசிகரிடம் இவருடைய பெருமைகளைப்பற்றி விரிவாகச்சொல்லி, "தமிழில் மிக்க பயிற்சியுள்ள மீனாட்சிசுந்தரம் பிள்ளையை இவ்விடத்திலே இருக்கச்செய்து தம்பிரான்களுக்கும் மற்றவர்களுக்கும் தமிழ்ப் பாடங்களை முறையாகச் சொல்லிவருமாறு சந்நிதானத்திற் கட்டளையிட்டால் நலமாயிருக்கும். படிப்பதற்குப் பலர் காத்திருக்கிறார்கள்" என்று விண்ணப்பித்தார். அப்போது இருவருக்கும் பின்வரும் சம்பாஷணை நடந்தது:

---

* இந்நூல் 17ஆம் அத்தியாயம் இறுதிப்பகுதி பார்க்க. (ப.ஆ.)

அம்பல: இங்கே கந்தசாமிக் கவிராயரும் சில தம்பிரான்களும் இருக்கிறார்களே; அவர்களைக்கொண்டே சொல்விக்கலாமே.

சுப்: சிற்சில நூல்களைப் பாடஞ் சொல்லுவாரேயன்றி இக்காலத்தில் வழங்கும் தமிழ்ப் பிரபந்த வகைகளையும் பெரிய காப்பியங்களையும் இலக்கண நூல்களையும் *திருக்குறள் – பரிமேலழகருரை* முதலியவற்றையும் வருத்தமின்றித் தெளிவாகச் சொல்வதற்குக் கவிராயரால் இயலாது. இதுவரையிற் பாடஞ் சொல்லி வந்ததில் அவரிடம் படித்து நல்ல தேர்ச்சி பெற்றவர் ஒருவரையும் காணவில்லை. வெகு காலத்துப் பழக்கத்தினால் *கந்த புராணம், பெரியபுராணம், திருவிளையாடற் புராணம்* என்பவற்றைப் படித்து அவர் கதை சொல்லிக்கொண்டு வருகிறார். அதனை ஒரு பெரிய செயலாக மதிக்கலாகாது. படித்தவர்களுடைய இயல்பு பாடஞ் சொல்வதனாலேதான் விளங்கும்.

அம்பல: இவர் மட்டும் அதிகமாகப் படித்தவரென்பது உமக்கு எப்படித் தெரியும்?

சுப்: இந்த ஆதீன வித்துவானாகிய தாண்டவராயத் தம்பிரான் இவரைப்பற்றிப் பலமுறை அடியேனிடம் சொல்லியிருப்பதுண்டு. இப்பொழுது வழங்கும் தமிழ் இலக்கண இலக்கிய நூல்களை யெல்லாம் யாதொரு சிரமமும் இல்லாமல் மிகவும் சுலபமாக இடைவிடாமற் பாடஞ் சொல்லும் ஆற்றலையுடையவ ரென்றும் அங்ஙனம் சொல்வதொன்றே இவருக்குத் திருப்திதரப் போதுமான தென்றும் பல நூல்களை இயற்றியுள்ளா ரென்றும் சொல்லியிருக்கிறார். இவருக்கு அவ்வாறு பாடஞ் சொல்லுவதே பொழுதுபோக்காக இருக்கிறதாம். இதனை அவர் சென்னை, திருச்சிராப்பள்ளி முதலிய இடங்களில் பன்முறை அறிந்திருந்தனராம். இவரைப்போற் சிரமமில்லாமற் பாடஞ் சொல்வதற்குச் சிறிதேனும் தம்மால் இயலாதென்றும் இவர் இருந்தால் மடத்திற்கு இன்னும் விசேஷமான கௌரவங்கள் உண்டாகுமென்றும் வித்துவான்கள் பலரிடத்தும் சென்று பாடங்கேட்டதனால் இந்த ஆதீனத்திலிருந்த சிவஞான முனிவர், கச்சியப்ப முனிவர் முதலியவர்களுடைய நூல்களை இவரையன்றிச் சொல்லுபவரில்லை யென்றும் அடிக்கடி இவரைப்பற்றி அடியேனிடம் பாராட்டிப் பேசி மகிழ்வார். அன்றியும் இவர் பல வருஷங்களுக்குமுன் வேளூர் மகா ஸந்நிதானத்தின் காலத்தில் அவர்களைத் தரிசித்து அவர்களாற் பாராட்டப்பெற்றவராம்.

அம்பல: ஓ! இவரைப் பார்த்தால் நமக்கு அப்படித் தோற்றவில்லையே. நீர் மிகச் சிறந்தவராகக் கூறுகின்றீரே!

சுப்: ஆம். இவரையொப்பாரும் மிக்காரும் இத்தமிழ்நாட்டில் வேறொருவரும் இல்லை.

அம்பல: பார்ப்பதற்கு மிக்க சாதுவாக இருக்கிறாரே!

சுப்: நன்றாகப் படித்தவர்கள் அவ்வாறே இருப்பார்கள். பிறர் தாமே அறிந்து தங்களை உபசரித்தால்தான் தம்முடைய ஆற்றலை அவர்கள் புலப்படுத்துவார்கள்.

அம்பல: இவரை யாராவது உபசரித்ததுண்டா?

சுப்: இவர் சென்னையிற் பல பிரபுக்களாலும் வித்துவான்களாலும் நன்கு மதிக்கப்பட்டவர். தாண்டவராயத் தம்பிரான் சென்னையில் இருந்தபொழுது அவர்கள் இவரை உபசரித்ததை நேரிற் கண்டாராம். அன்றியும் பங்களூரில் இவர் மிக்க சிறப்பை அடைந்திருக்கின்றாராம். இந்தப் பக்கத்துப் பிரபுக்கள் யாவரும் இவருடைய நண்பர்கள்.

அம்பல: அது சரிதான். இவருடன் பலர் இருக்கிறார்களே; அவர்கள் இவரைவிட்டு நீங்கமாட்டார்கள்போல் இருக்கிறதே. இவரோடு எல்லோரும் இங்கே இருப்பாராயின் அதிகச் செலவாகும் அல்லவா? அதைப்பற்றியும் கொஞ்சம் யோசிக்கிறோம்.

சுப்: அவ்வளவுபேரும் இவருடைய மாணாக்கர்கள். இவர் எங்கே இருந்தாலும் உடனிருப்பார்கள். அவர்களுள் முன்னமே படித்தவர்கள் சிலர்; இப்பொழுது படிப்பவர்கள் சிலர்; இனிப் படிப்பதற்கு முயற்சிசெய்பவர்கள் சிலர்; அவர்களுள்ளே பந்தியிலே உண்ணத்தக்கவர்களுக்குப் பந்தியிலும், ஏனையவர்களுக்கு அவரவர்க்கு ஏற்றபடியும் ஆகாரம் செய்விக்கலாம். இங்கே சாப்பாட்டுச் செலவில் ஒன்றும் குறைவில்லையே. படித்த வித்துவான்கள் இருத்தலும் அவர்களைக்கொண்டு பலரைப் படிப்பித்தலும் மடத்துக்கு ஏற்றவையாகும். அது சந்நிதானத்திற்குத் தெரிந்ததே. ஸம்ஸ்கிருத வித்துவான்களாக மடத்திற் பல காலமாக இருந்தவர்களில் திருக்கோடிகாவல் கோதண்டராம சாஸ்திரிகள், ராமகுட்டி சாஸ்திரிகள், திருவாலங்காட்டு விசுவபதி தீட்சிதர், அப்பா தீட்சிதர், அப்பைய தீட்சிதர், தியாகராஜ சாஸ்திரிகள் முதலியோர்கள் வடமொழியைப் பிரகாசப்படுத்துகிறார்களே? இங்கே ஸம்ஸ்கிருதம் படிக்கவருபவர்களுக்கு வேண்டிய சௌகரியம் செய்வித்துப் படிப்பிப்பதுபோலவே தமிழ் கற்பவர்களுக்கும் அனுகூலம் செய்யவேண்டுவது அவசியமே. ஸம்ஸ்கிருதத்தில் அவர்களெல்லோரும் எவ்வாறு சிறப்புற்று விளங்குகிறார்களோ அவ்வாறே இவரும் தமிழிற் பெரியவராக விளங்குகிறார். சிவஞான முனிவர் முதலிய பல பெரிய வித்துவான்கள் தமிழைப் பரிபாலனம் செய்தமையால் வித்தியா தானத்தில் மிகவும் கீர்த்திபெற்ற இந்த இடத்தில் இவர் அவசியம் இருத்தல்வேண்டும். அதனால் மடத்தின் கௌரவம் பெருகும்; துரைத்தனத்தாரும் நம்மை மதிக்கும் நிலை உண்டாகும். இவருக்குப் பல உத்தியோகஸ்தர்களும் பிரபுக்களும் பழக்கம் உண்டு; ஆதலால் அவர்களெல்லாரும் நம்மை இன்னும் அதிகமாகக் கௌரவிக்கக் கூடும்.

அம்பல: அவர்கள் நம்மை மதித்தாலென்ன? மதியாவிட்டாலென்ன?

சுப்: அவ்வாறு கட்டளையிடலாமா! அவசியம் துரைத்தனத்தாருடைய பிரியமும் உத்தியோகஸ்தருடைய மதிப்பும் இந்தக் காலத்திற்கு வேண்டியனவே. அரசாங்கத்தார் கல்வி விஷயத்தில் மிக்க அபிமானத்தைக் காட்டி வருகிறார்கள் என்பது தெரியுமே? ஆதலின் இந்தத் துறையில் நாம் நன்மை செய்து வருதலை அவர்கள் அறிந்துகொள்வார்களாயின் நம்மிடத்தில் அவர்களுக்குள்ள நல்ல அபிப்பிராயம் அதிகமாகும்.

அம்பல: ஆமாம்! இவரை இங்கே அமர்த்தினால் தக்க சம்பளம் கொடுக்க வேண்டுமே. என்ன கொடுக்கலாம்? இங்கே உயர்ந்த சம்பளம் ஐந்து கலம் நெல் தானே? அதற்குமேற் கொடுக்க முடியாதே! கொடுத்தால் மற்றவர்கள் தங்களுக்கும் அவ்வளவு கொடுக்கவேண்டுமென்று கேட்கக்கூடும். ஆதலால் இதைப்பற்றி நமக்கு ஒரு முடிவும் தோன்றவில்லை.

சுப்: அதைப்பற்றிய கவலை சிறிதும் வேண்டாம். இவருடைய மாணாக்கர்களைப் போஷித்துப் பாதுகாத்தலே போதும். அதனாலேயே இவர் மிகவும் திருப்தியடைவார். அதற்குமேல் ஒன்றும் வேண்டாம்.

அம்பல: அப்படியா! என்ன இது மிக ஆச்சரியமாக இருக்கிறதே! அவ்வாறு இருந்தால் நமக்கு ஒன்றும் சிரமமே இல்லை. அவ்வாறே செய்து விடலாம். இந்த விஷயத்தைப்பற்றி நீர் சொன்னது மிகவும் சந்தோஷத்தை விளைவிக்கின்றது.

திருவாவடுதுறையாதீன வித்துவானாகியது

இங்ஙனம் ஒப்புக்கொண்டு மடத்திலுள்ள முக்கியமான அதிகாரிகளுக்குப் பிள்ளை யவர்களை ஆதீன வித்துவானாக நியமித்திருப்பதாகவும் வேண்டிய சௌகரியங்களை யெல்லாம் அமைத்துக் கொடுக்கவேண்டு மென்றும் தேசிகர் கட்டளையிட்டார். அவ்வாறே யாவும் செய்யப்பட்டன. இவருக்கு இரண்டு தவசிப்பிள்ளைகளைத் திட்டம் செய்தனர்; மடத்திலிருந்தே அவர்களுக்கு மாதச் சம்பளம் அளிக்கப்பட்டது.

பாடஞ் சொல்லுதல்

அப்போது பிள்ளை யவர்களுக்கு உண்டான மகிழ்ச்சிக்கு எல்லையில்லை. முன்பு ஒருகாலத்தில் அம்பலவாண முனிவரிடம் வருந்தி வருந்திப் பாடங்கேட்டு அவ்வளவேனும் இவ்வாதீன சம்பந்தம் உண்டாயிற்றேயென உவகை கொண்டிருந்த தம்மை ஆதீனத்து வித்துவானாக ஆக்குவித்தது திருவருளேயென நினைந்து உருகினார். பின்பு நல்லதினம் ஒன்றிற் பாடஞ்சொல்ல ஆரம்பித்தார். படிக்க விரும்பிய பல தம்பிரான்களும் படிக்கவேண்டு மென்று முன்னமே வந்திருந்து மடத்தில் உண்டுகொண்டிருந்த சிலரும் பாடங்கேட்க ஆரம்பித்தார்கள். இவருடன் முன்பு இருந்த மாணாக்கர்களும் உடனிருந்து பாடங்கேட்டு வருவாராயினர். பரீட்சித்து அவரவர்களுடைய தகுதிக்கு ஏற்ற வண்ணம் இரண்டு மூன்று பிரிவாகப் பாடஞ் சொல்லி வந்தனர். படிக்கவேண்டிய புஸ்தகங்கள் அச்சிடப்பட்டவைகளாயின் மடத்துச் செலவில் விலைக்கு வருவித்து மாணாக்கர்களுக்குக் கொடுப்பித்தும் அச்சிடப்படாதவைகளாயின் வேறே பிரதி செய்து கொள்ளும்படி செய்தும் இவர் பாடங்களை நடத்தி வந்தார்.

அப்பொழுது படித்தவர்கள் (திருநெல்வேலிப் பேட்டையிலிருந்து வந்து அங்கே காஷாயம் பெற்றுப் படித்துவந்த) நமச்சிவாயத் தம்பிரான், மதுரை இராமசாமிப் பிள்ளை, தேவகோட்டை நாராயண செட்டியார் முதலியவர்கள். அவர்கள் அப்பொழுதே சிறந்த வித்துவான்களாக மதிக்கக்கூடிய நிலையில் இருந்தவர்கள்.

அவர்களுள் நமச்சிவாயத் தம்பிரான், பாடங்கேட்கும் நூலை முன்னதாகவே படித்து வைப்பதும் படித்த பின்பு சிந்தனை பண்ணுவதும் வழக்கம். இதனால் மற்றவர்களைக் காட்டிலும் அவருடைய படிப்பு ஓங்கி நின்றது.

இக்கவிஞர்பிரான் இருப்பதற்காக மடத்திற்கு எதிரில் இருந்த ஒரு பசுத்தொழுவம் செப்பனிடப்பட்டு விடுதியாக அமைக்கப்பட்டது. அது விசாலமான முற்றத்தையுடையது. அதனை மிகவும் பரிசுத்தமான இடமென்று நினைந்து இவர் அங்கேயே இருந்துவருவாராயினர். பாடஞ்சொன்ன காலங்களையன்றி மற்றக் காலங்களில் தாம் பாடவேண்டிய நூல்களைப் பாடியும் மாணவர்களைக் கொண்டு எழுதுவித்தும் வந்தார். தம்முடைய மாணவர்கள் கவலையின்றி உண்டு பாடங்கேட்பதற்குரிய சௌகரியங்கள் அமைந்தமையால், அவர்களுக்கு வேண்டிய சௌகரியங்களைச் செய்து கொடுப்பதற்கில்லையேயென்று முன் கவலையுற்றிருந்த இவருக்கு அளவற்ற சந்தோஷமும், இதுவும் *ஸ்ரீசுவர்ணத்தியாகர் திருவருளும் நமச்சிவாயமூர்த்தியின் திருவருளுமே என்னும் எண்ணமும் உண்டாயின. அந்த உவகையினால் இவர் மிக்க ஊக்கமும் பெற்றனர்.

அம்பலவாண தேசிகர்மீது கலம்பகம் இயற்றியது

திருவாவடுதுறை மடத்திலுள்ள சம்பிரதாயங்களையும் மற்றவற்றையும் பார்த்த இவருக்கு அப்பொழுது தலைவராக இருந்த ஸ்ரீ அம்பலவாண தேசிகர் விஷயமாக ஒரு பிரபந்தம் இயற்ற வேண்டுமென்ற எண்ணம் தோன்றிற்று. தோன்றவே, மடத்தின் சம்பிரதாயங்களை யெல்லாம் நன்கு விசாரித்து அறிந்து கொண்டு சில தினங்களில் அம்பலவாண தேசிகர்மீது கலம்பகமொன்றை இயற்றி முடித்தார்.

மகாவித்துவானென்னும் பட்டம் பெற்றது

அப்பால் ஒரு விசேடகாலத்தில் திருவாவடுதுறையில் அம்பலவாண தேசிகர் முன்னிலையில் பல வித்துவான்களும் பிரபுக்களும் சூழ்ந்த மகாசபையில் அந்நூல் அரங்கேற்றப்பட்டது. அதைக் கேட்ட எல்லோரும் அதிசயித்தார்கள். திருவாவடுதுறை சம்பந்தமாகப் பல பிரபந்தங்கள் இருந்தாலும் அக்கலம்பகம் எல்லாவற்றிலும் சிறந்ததாகவும் பொருள் நயம் செறிந்ததாகவும் சைவ சம்பிரதாயங்களையும் ஆதீன சம்பிரதாயங்களையும் விளக்கிக் கொண்டிருப்பதாகவும் உள்ளதென்று கொண்டாடினார்கள். அப்பொழுது பெரிய காறுபாறாகவும், ஆதீன வித்துவானாகவுமிருந்து விளங்கிய கனகசபைத் தம்பிரான் முதலியோர்கள் இவருடைய புலமைத் திறத்தைக் கண்டு மகிழ்ந்து, "இவர்களுக்குச் சந்நிதானம் தக்க மரியாதை செய்தருள வேண்டும்" என்று தலைவரிடம் விண்ணப்பித்துக் கொண்டார்கள். அதனைக் கேட்ட அம்பலவாண தேசிகர் மேலகரம் சுப்பிரமணிய தேசிகரோடும் ஆலோசித்து "மகாவித்துவான்" என்னும் பட்டத்தை இவருக்கு வழங்கினார். எல்லோரும், "அத்தகைய பட்டத்திற்கு இவர் ஏற்றவரே" என்று கூறிச் சந்தோஷித்தார்கள். பட்டம் அளித்ததன்றி

* இது திருவாவடுதுறையிற் கோயில் கொண்டருளியிருக்கும் சிவபிரானது திருநாமம்.

அம்பலவாண தேசிகர் சால்வை முதலிய பரிசில்களும் இவருக்கு வழங்கி மடத்தில் இல்லறத்தார் உண்ணும் வரிசையில் முதல் ஸ்தானத்தையும் கட்டளையிட்டார்.

அந்தக் கலம்பகத்திலுள்ள சில அரிய விஷயங்களும் பாடல்களும் வருமாறு:

திருவாவடுதுறை மடத்தில் வழிபடப்பெற்றுவரும் மூர்த்தி ஸ்ரீ நடராஜப் பெருமான்; இது,

கடிமலர் கைக்கொண் டன்பு கனியவம் பலவா ணன்பொன்
அடியருச் சனைகோ முத்தி யம்பல வாணா செய்வாய்
தடிதலில் விதியான் முன்னந் தன்னைத்தா னருச்சித் தேத்தும்
படிநினைந் தனைகொல் யார்க்கும் பழக்கவா தனைவி டாதே

[சிவபிரான் தம்மைத் தாமே அருச்சித்தது திருவிடைமருதூரிலும் திருவையாற்றிலும்; குருவைச் சிவமாகப் பாவிக்கவேண்டு மென்பது இச்செய்யுளில் அறியற்பாலது.]

என்பதிற் புலப்படுத்தப் பட்டிருக்கின்றது.

அடியேனுடைய உடல் பொருள் ஆவி மூன்றையுங்கொண்டு முத்தியாகிய ஒன்றை மட்டும் ஈவதற்கு வருத்தம் என்ன என்னும் கருத்து,

அருவி யறாவரை போன்முத்த மாலை யவிரிலஞ்சூழ்
பொருவிய லோவு திருவா வடுதுறைப் புண்ணியமா
சொருவிய வம்பல வாணா வடிய னுடன்முதலா
மருவிய மூன்றுங்கொண் டொன்றீ வதற்கு வருத்தமென்னே

என்னும் செய்யுளில் அமைந்துள்ளது.

'நீர் அணிந்துள்ள பிறை, எலும்பு முதலிய பொருள்களும், உமக்கு இருப்பிடமாகிய கைலைமலை, ஊர்தியாகிய இடபம் முதலியவைகளும் வெண்ணிறமுடையன; இங்ஙனம் வெண்ணிறமுடைய பொருள்களையே நீர் உடைமையால் அடியேனுடைய வெள்ளறிவையும் கொள்ளுதல் முறையாகும்' என்னும் கருத்தை அமைத்து,

துணிபிறை வெண்மை யெலும்பணி வெண்மை சூடுகங் காளமும் வெண்மை
துரோணமும் வெண்மை கபாலமும் வெண்மை துவலைசால் கங்கையும் வெண்மை
பணிதரு கொக்கின் றூவலும் வெண்மை பயில்குழை யருக்கமும் வெண்மை
பரவுறு கயிலை வாகனந் துவசம் பரிக்குமக் கிவைகளும் வெண்மை
மணியொளி நீறு வாளிதுஞ் சாவம் வயங்குதேர்ப் பாகிலா ளில்லம்
மதம்பொழி யயிரா வணமிவை வெண்மை மற்றியன் மேனியும் வெண்மை
அணிகிளர் முன்னா ணினக்கெனி னிந்நாள் அவிர்புகழ் நீற்றொடு துறைசை
அம்பல வாண வாரிய வடியேன் அறிவுவெண் மையுங்கொளல் வழக்கே

என்று பாடிய செய்யுள் மிக்க சுவையுடையதாக விளங்குகின்றது.

அந்நூலிலுள்ள வேறு சில பாடல்கள் வருமாறு:

தரைகமழ்வண் பொழிற்றிருவா வடுதுறைக்கட் குரவர்பிரான் தானாய்த் தெய்வ
விரைகமழம் பலவாண மேலோனுண் மையையுணர்ந்தேன் விளம்பக் கேளீர்
உரைகமழ்தண் கயிலாயத் தொருவன்கா ணாலவனத் துறைந்தான் முன்னம்
புரைகமழிவ் வரசவனத் துறைவானிப் போதவன்சீர் புகல்வார் யாரே.

[அரசவனம் – திருவாவடுதுறை.]

அருந்தவருக் கரசுகலை யறுபத்து நான்கினுக்கு மரசு ஞானம்
பொருந்தவருக் கரசுகுர வருக்கெல்லா மரசுநெடும் பொன்மா மேருப்
பெருந்தவருக் கரசுதுறை சைப்பதியம் பலவாண பிரானீ யென்றே
வருந்தவருக் கரசுபெறா நினைநிழற்றுந் திருவரசு மகிழ்ந்து தானே.

[வருந்து அவருக்கு – வீண் செயலால் வருந்துகிறவர்களுக்கு; அவம் – வீண்.]

சித்து

விள்ளரும் புகழ்சா லாவடு துறையுள் மேவிய வம்பல வாண
வித்தகன் றிருமு னொருதினஞ் சென்று மெய்யுறப் பணிந்தன மனையான்
தள்ளருங் கருணை கூர்ந்துவேண் டுவதென் சாற்றுக வென்றுநீ றளித்தான்
தளர்விலாப் புடைவீங் கிடவுணல் வேண்டும் தயைபுரி யென்றஃ தேற்றோம்
எள்ளருஞ் சுவைய வடிசின்முன் னளித்தான் இலைதவிர்த் தியாவையு முண்டோம்
இவன்செய்பே றுதவிக் கினிச்செய லியாதென் றெண்ணினோஞ் சாமியாய் விளங்க
உள்ளரு மனையான் றிருமட முழுதும் உஞற்றினோ நமதுசித் தருமை
உணர்பவ ரியாரே யாவயிற் சென்றால் உணரலா மோதுவார் பலரே.

[சாமி – பொன், துறவி. ஓதுவார் – சொல்பவர், தேவாரம் ஓதுபவர்கள்.]

மகா வைத்தியநாதையருடைய பழக்கம்

அப்பொழுது நிகழ்ந்த மகரத் தலைநாட் குருபூஜையில் (தை மாத அசுவதி நட்சத்திரக் குருபூஜையில்) ஸ்ரீ அம்பலவாண தேசிகருக்கு நடந்த பட்டணப் பிரவேசத்தில் பாதசாரியாக உடன் வந்த ஸ்ரீ சுப்பிரமணிய தேசிகர் கோமுத்தி தீர்த்தத்தின் தென்கரையில் வாண வேடிக்கை நடக்கும்பொழுது அங்கே நிற்பதிற் சிறிது தளர்ச்சியுற்று அயலிலிருந்த சத்திரத்தின் திண்ணையில் அமர்ந்தார். அப்பொழுது மாணாக்கர்களோடு பிள்ளையவர்களும் உடன் சென்றிருந்தார்கள். அவர்கள் வரவையறிந்து, அங்கே தங்கியிருந்த மகா வைத்தியநாதையர் தம் தமையனாராகிய இராமசாமி ஐயருடன் வந்து கண்டு சுப்பிரமணிய தேசிகருடைய விருப்பத்தின்படி பக்கத்தில் இருந்தார். மற்ற வித்துவான்களும் சூழவிருந்தார்கள். அந்த இருவர்களும் சங்கீதத்தில் உயர்ந்த பயிற்சியுடையவர்களாக இருந்ததன்றித் தமிழிலும் நல்ல அறிவு வாய்ந்தவர்கள். எதனையாவது ஒருமுறை கேட்டார்களானால் அதனை மறக்கமாட்டார்கள்; அதனால் ஏகஸந்தக்கிராகிக ளென்று புகழ்பெற்று விளங்கினார்கள். பிரசங்க சக்தி அவர்களிடத்தில்

மகா வைத்தியநாதையர்

நன்றாக அமைந்திருந்தது. அவ்வளவுக்கும் காரணம் சுப்பிரமணிய தேசிகருடைய பழக்கமும் ஆதரவுமே. அவர்களைப் பிள்ளை யவர்களுக்குப் பழக்கம்செய்துவைக்க வேண்டுமென்னும் கருத்து சுப்பிரமணிய தேசிகருக்குப் பலநாளாக இருந்துவந்தது. ஆனாலும் சமயம் நேரவில்லை. அப்பொழுது அவ்விருவருடைய பெருமையையும்பற்றிப் பிள்ளை யவர்களிடமும் பிள்ளை யவர்களைப்பற்றி அவர்களிடமும் பிரஸ்தாபித்துவிட்டு அவ்விருவரையும் நோக்கி, "உங்கள் வாக்கினால் ஏதேனும் ஒரு பாடல் சொல்ல வேண்டும்" என்றனர். அவர்கள், இக்கவிஞர் பெருமானைப் பற்றி இளமையிலிருந்து அறிந்திருந்ததன்றி இவருடைய நூல்களைப் படித்து ஞாபகத்திலும் வைத்திருந்தார்கள். இவரைப் பார்க்கவேண்டு மென்னும் ஆவல் நெடுநாளாக உடையவர்க ளாகையினால் அளவிலா மகிழ்ச்சியுற்று இவரைப்பற்றிச் சிறிதுநேரம் பாராட்டினர். பின்பு,

*பூங்காவனக் குயிலேதழை பொலியத்திரி மயிலே
நீங்காமலெவ் வுயிர்க்கும்முயி ராய்நின்றரு ணிமலன்
பாங்காருமை யாளோடு பசுங்கொன்றை மணப்ப
ஈங்கார்வழிச் சென்றான்கொ லிசைப்பீரெமக் குறவே

மாவேநறும் பலவேபுனன் மண்டுந்தட மலர்ந்த
பூவேசெழுங் காவேநலம் புணர்ஞான முணர்ந்தோர்
நாவேபுகழ் பெரியோனெனை நன்றாட்கொள வுரியோன்
தேவேசனிவ் வதிமாதொடு சென்றான்கொ லுரைப்பீர்

குறுந்தேநறுங் கொன்றாய்கொடி முல்லாய்செழுங் குரவே
திருந்தேனென நிற்கும் மொரு சிறியேனையும் பொருளா
வருந்தேலென வாண்டானுமை மாதோடுமிவ் வழியே
மருந்தேயெனச் சுரரேத்திட வந்தான்கொ லுரைப்பீர்

[* இவை திருமால் கூற்று.]

என்னும் பாடல்களை இசையோடு சொல்லிக் காட்டினார்கள். அவற்றைக் கேட்ட இவர், "இவை எந்த நூலிலுள்ளவை?" என்றார்.

அவர்கள்: தாங்கள் இயற்றிய சூதசங்கிதையில் பிரமன் முதலியோர் தில்லையில் நோற்று ஞானம் பெற்ற அத்தியாயத்தில் உள்ளவை.

மீ: அப்படியா! இன்னும் அந்த நூலில் வேறு செய்யுட்கள் உங்களுக்குப் பாடம் உண்டோ?

அவர்கள்: நிறைய உண்டு. கோடகநல்லூர்ச் சுந்தரஸ்வாமிகள் எங்களை அடிக்கடி சொல்லச்சொல்லிக் கேட்டு மகிழ்வார்கள். அவர்கள் வடமொழிச் சூதசங்கிதையில் அதிகப் பழக்கமுள்ளவர்க ளாதலால் இந்தப் பாடல்களைக் கேட்டு மிக ஆச்சரியப்படுவதன்றித் தங்களைப் பாராட்டிக்கொண்டே யிருப்பார்கள்.

மீ: இந்நூலை நான் செய்ததாகச் சொன்னீர்களே. அதனை அறிந்ததெப்படி?

அவர்கள்: திருநெல்வேலியில் வேதாந்த சாஸ்திரப் பரிச்சயமுள்ளவராக இருக்கும் ஐயாசாமி பிள்ளை யவர்களும் எங்களுக்குத் தெரிந்த மற்ற வித்துவான்களும் சொன்னார்கள்.

சுப்பிரமணிய தேசிகர் பிள்ளையவர்களை நோக்கி, "அந்த உண்மையை நீங்கள் எவ்வளவு மறைத்தாலும் மறைவுபடுமா? உங்கள் கவித்துவத்தையும் புகழையும் யாரால் மறைக்கமுடியும்? சூரியனை மறைப்பதற்கு யாரால் இயலும்" என்று சொல்லி மகிழ்ந்தார்.

அந்த இருவர்களுடைய தோற்றப் பொலிவும் விபூதி ருத்திராட்ச தாரணமும் சிவபக்திச் செல்வமும் இசையோடு பொருள் விளங்கப் பாடல்களைச் சொல்லும் அழகும் அங்கசேஷ்டையின்றிப் பாடுவதும் ஆலாபனம் செய்கையில் 'சங்கரா' என்று சொல்லுவதும் இம்மகாவித்துவானுடைய மனத்தைக் கவர்ந்தன; பின்பு, "ஐயா! அந்தப் பாடல்கள் உங்கள் வாக்கிலிருந்து வரும்பொழுது தனிச்சுவையை யுடையனவாக இருக்கின்றனவே. உங்களைப் போலத் தமிழ்ப் பாடல்களை இவ்வளவு அழகாகச் சொல்பவர்களை இதுகாறுங் கண்டிலேன். உங்களுடைய க்ஷேமத்தைக் குறித்துப் பரமசிவனைப் பிரார்த்திக்கிறேன். உங்களுடன் அடிக்கடி பழகவேண்டு மென்பது என்னுடைய விருப்பம்" என்றார். அவர்கள், "எங்களுடைய முழுவாழ்விற்கும் காரணம் ஸந்நிதானமே. அந்த அன்பே உங்களையும் பார்க்கும்படி கூட்டி வைத்தது. உங்களைப் பார்த்துப் பழகிப் பாடங்கேட்கவேண்டு மென்று நீண்ட நாளாகக் காலத்தை எதிர்பார்த்திருந்தோம். இன்று எங்கள் பாக்கியத்தால் அது நிறைவேறியது. எல்லாவற்றிற்குங் காரணம் சிவகிருபையே" என்றார்கள்.

மறுநாள் பிற்பகலில் மடத்தில் பல பிரபுக்களும் பலவகையான வித்துவான்களும் இருந்த சபையில் வழக்கம் போலவே அவ்விருவருடைய இசைப்பாட்டும் நடைபெற்றது. அப்பொழுது மகா வைத்தியநாதையர் வடமொழி தென்மொழிகளிற் சிவசம்பந்தமான கீர்த்தனங்களைப் பாடுவதைக் கேட்டு இவர் அவற்றில் ஈடுபட்டுப் பின்வரும் பாடல்களைச் சொன்னார்:

பொருவில்மகா வைத்தியநா தன்பாடு மிசைப்பெருஞ்சீர் பொருவா னெண்ணில்
ஒருவிலருட் டுறைசையெங்கள் குருமணியம் பலவாணன் ஒளிர்கூ டற்கண்
வெருவில்சிறப் புறமுனம்பா டிசைப்பெருஞ்சீ ரேபொருவும் விருத்த ரூபம்
மருவிலனிந் தனச்சுமையு மெடுத்திலன்வேற் றுமையிவையே மதிக்குங் காலே;

அனைநிகர்சுப் பிரமணிய மணியொடுமா வடுதுறையில் அமரா நின்ற
தனைநிகரம் பலவாண பரசிவன்மற் றெங்கள்குரு சாமி மேன்மேற்
புனையும்வயித் தியநாத னிசைவிரும்பி னானிதுவும் புகழோ வென்னின்
இனையன்*வயித் தியநாத னிசைவிரும்பல் பரம்பரையின் இயைந்த வாறே.

[* வைத்தியநாத ரென்பது திருவாவடுதுறை மடத்துப் பெரிய பூசையிலுள்ள உடையவர் திருநாமம்.]

இவர் புராணம் அரங்கேற்றும் இடங்களுக்கு அவ்விருவரும் போகும்படி நேர்ந்தால் இரண்டு மூன்று நாள் அங்கேயே இருந்து கேட்டு வருவது அக்காலமுதல் அவர்களுடைய வழக்கமாக இருந்தது. அப்பொழுது இவர் சொல்லும் அருமையான பாடல்களிற் சிலவற்றை மனப்பாடம் செய்துகொண்டு கதை பண்ணுகையில் உபயோகித்து வந்தார்கள்.

பட்டீச்சுரம் ஆறுமுகத்தா பிள்ளை

இடையிடையே வழக்கம்போலப் பட்டீச்சுரத்திற்குப் பிள்ளையவர்கள் சென்றுவருவதுண்டு. அங்கே நமச்சிவாய பிள்ளை காலஞ் சென்ற பின்னர் அவருடைய குமாரராகிய ஆறுமுகத்தா பிள்ளையென்பவரும் இவரிடத்தில் மிக்க மரியாதையுடையவராகி இவரைத் தம் தந்தையாராகவும் குருவாகவும் பாவித்திருந்தார். திருவாவடுதுறைக்கு வந்து இவரை அழைத்துச்சென்று சில மாதம் வைத்திருந்து உபசரித்து அனுப்புவார்.

இயல்பாகவே இவருக்கு வடமொழி வித்துவான்களிடத்தும் சங்கீத வித்துவான்களிடத்தும் அன்பு உண்டு. *தியாகராச லீலை* முதலியவற்றை இயற்றுகின்ற காலமுதற்கொண்டே வடமொழி வித்துவான்களுடைய பழக்கமும் அவர்களுடைய உதவியும் அமைந்திருந்தன. திருவாவடுதுறை மடத்திற்கு வந்த பிறகு அத்தகைய பழக்கம் அதிகமாயிற்று. அந்த மடம் பலவகை வித்துவான்கள் ஒருவர்பின் ஒருவராக நாடோறும் வந்து பரிசு பெறும் இடமாதலின் அவர்கள்பாற் பல அரிய செய்திகளை அறிந்துகொள்வதும், பல சுலோகங்களையும் அவற்றின் பொருளையும் கேட்டுத் தமிழில் மொழிபெயர்ப்பதும், அக்கருத்துக்களை ஞாபகத்தில் வைத்திருந்து தாம் இயற்றும் நூல்களில் இடத்திற்கேற்ப அமைத்துக்கொள்வதும் இவருக்கு வழக்கம். அந்த வித்துவான்களும் இவருடைய அறிவின் திறத்தை அறிந்து வியந்து இவரோடு பழகுதலையும் இவருடைய செய்யுட்களைக் கேட்டலையும் பெரிய லாபமாகக் கருதியிருந்தனர். “சான்றோர் சான்றோர் பாலராப” என்பது மெய்யன்றோ?

❁

21

பல நூல்கள் இயற்றல்

திருவிடைக்கழி முருகர் பிள்ளைத்தமிழ்

ரௌத்திரி வருஷம் திருவிடைக்கழி முருகர் பிள்ளைத் தமிழை இவர் இயற்றினார். அதனை ஆக்குவித்தோர் அந்த ஸ்தலத்திலிருந்த கார்காத்த வேளாளப் பிரபுவாகிய சுப்பராய பிள்ளை யென்பவர். அந்தப் பிள்ளைத் தமிழை அரங்கேற்றத் தொடங்கிய பொழுது ஒருவர் அப்பிரபுவினிடம் எதனையோ காதோடு முணுமுணுத்துவிட்டு வந்து இவர்க்கு முன்னம் அமர்ந்து செய்யுள் நிரம்ப நன்றாயிருக்கிறதென்று தலையசைத்துச் சந்தோஷித்துக் கொண்டிருந்தனர். அப்பொழுது சபையில் இருந்தவர்களில் ஒருவராகிய சிங்கவனம் சுப்புபாரதியார், "அவர் சொல்லியது என்ன?" என்று கேட்டார். சுப்பராய பிள்ளை, "இச்செய்யுளின் முதற்சீர் பொருத்தம் இல்லாதது; ஏதேனும் கடுமையான தீங்கு உங்களுக்கு விளைந்தாலும் விளையலாமென்று அவர் சொன்னார்" என்று மெல்லச் சொன்னார். அதனைக் கேட்ட பாரதியார் குற்றம் கூறியவரை விசாரிக்க வேண்டுமென்று நினைந்து பார்க்கையில் அயலிலிருந்த அவர் காணப்படவில்லை; எங்கேயோ போய்விட்டார். உடனே பிள்ளை யவர்களுக்கு இச்செய்தியைத் தெரிவித்தனர். இவர், "குற்றம் கூறியவரை அழைத்துவரும்படி செய்தால் உள்ள குற்றத்தை விசாரித்தறிந்து சமாதானம் சொல்லுகிறேன்" என்றார். சுப்பராய பிள்ளையினுடைய ஏவலினால் சிலர் சென்று பலவிடத்தில் தேடிக் கண்டுபிடித்து அவரை அழைத்துவந்து சபையில் நிறுத்தினார்கள். அவர் உடம்பு நடுங்கியது; 'ஏன் தெரியாமல் இந்தச் சங்கடத்தில் அகப்பட்டுக் கொண்டோம்?' என்று அவர் நினைத்தார். அப்பொழுது சுப்புபாரதியார், "ஐயா, இச்செய்யுளின் முதற் சீரிலிருக்கும் பொருத்தக் குறைவு யாது?" என்று அவரைக் கேட்டனர். அவர் ஒன்றும் சொல்லாமல் இருந்தார். பாரதியார், "பொருத்த

இலக்கணத்தைச் சொல்லும் நூல்களுள் எதையேனும் படித்திருக்கிறீரா?" என்றார். "எனக்கு ஒன்றும் தெரியாது" என்று அவர் விடையளித்தார். சுப்புபாரதியார், "அவ்வாறிருக்க நீர் ஏன் இப்படி இரகசியமாகக் குற்றம் கூறவேண்டும்?" என்றார். அவர் சரியான விடை கூறுதற்கு இயலாதவராகி விழித்தார். இவற்றைக் கண்ட இக் கவிஞர்பெருமான் அவருடைய அறியாமைக்கு இரங்கி அவ் விசாரணையை நிறுத்தச் செய்தார். அப்பால் அரங்கேற்றுதல் முறையாக நடந்து நிறைவேறியது.

அத்தலத்தின் பெயர் விடைக்கழி யெனவும் இடைக்கழி யெனவும் வழங்கும். அத்தலத்தில் முருகக் கடவுள் குராமரத்தின் கீழ் எழுந்தருளியுள்ளார்; இவை,

குலவிடைக் கழியின் *மகிழ்வனத்திலொரு
குரவடிக்கணமர் நீபமாலைப்புய வேளைப்புரக்கவே (காப்பு. 2)

[* மகிழ்வனம் – மகிழமரக்காடு, திருவிடைக்கழியில் இறைவன் எழுந்தருளியிருக்கும் இடம்; "இலஞ்சயங்கான நோக்கி" என்றார் கந்தபுராண முடையாரும்.]

தேமலர் மேய குராநிழல் வாழ்பவ செங்கோ செங்கீரை (செங்கீரைப். 10)

என்பவற்றால் விளங்கும்.

அத்தலத்தில் எழுந்தருளிய சிவபெருமான் திருநாமம் பாவநாசப் பெருமா னென்பது; இது,

வழுவில் பத்திமைய ரிருதயத்தளியின் மணிவிளக்கினமர்
பாவநாசப்பெரு மானைப் பழிச்சுதும்

எனச் சந்தத்தில் அமைக்கப்பட்டுள்ளது.

அத்தலத்திற் பூசித்துப் பேறுபெற்றோர் இன்னாரின்னா ரென்பது,

பொருள்சால் பொகுட்டிதழ் மணத்தவிசி னான்முகப் புத்தேண் முதற்புலவரும்
பொறிபுல னடக்கியொரு நெறியுரு வசிட்டன்முற் புண்ணியத் திருமுனிவரும்
வெருள்சான் முனைத்தலைய வேற்கைமுசு குந்தனொடு வேந்தன்முற் பலவரசரும்
மேவிப் பணிந்துளத் தெண்ணிய தடைந்தவிம் மேதகுதலம் (அம்புலிப். 9)

என்னும் பகுதியால் அறியப்படும்.

இந்நூலுள் தன்மைநவிற்சி, தற்குறிப்பேற்றம் முதலிய அணிகள் அமைந்த பாடல்கள் பல உள்ளன.

இந்திரனும் திருமாலும் இந்திரன் உபேந்திரனெனப் பொருந்திய முறைமைக்கு ஏற்ப அவ்விருவருடைய மகளிராகிய தெய்வயானை யம்மையையும் வள்ளி நாயகியையும் முறையே முருகக் கடவுள் மணஞ் செய்துகொண்டன ரென்ற கருத்தை,

தார்கொண்ட விந்திர னுபேந்திர னெனப்புரந் தரன்வளைக் கரன்மரீஇய
தன்மைக் கிணங்கமுன் றெய்வயா னைக்குவண் டார்புனைந் திறவுள்குலத்
தேர்கொண்ட கோதைக்கொர் கோதைபின் குட்டியுல கின்புற்று மகிழமேவும்
இறைநிறை பொழிற்றிரு விடைக்கழிக் குமரேசன் இன்றமிழ்க் கவிதழையவே
(விநாயக வணக்கம்)

என்னும் செய்யுளில் அமைத்துள்ளார்.

முருகக் கடவுள் ஆறு சமயங்களுக்கும் ஆறு ஆதாரங்களுக்கும் ஆறு அத்துவாக்களுக்கும் தாமே முதல்வ ரென்பதைத் தெரிவிக்க ஆறு திருமுகங்களோடு விளங்குகிறா ரென்னும் கருத்து,

ஆட்டுஞ் சமய மாறினுக்கு மாதா ரங்க ளாறினுக்கும்
அத்து வாவோ ராறினுக்கு மமையுந் தானே முதலென்று
தீட்டும் படியா வருந்தெளியத் தெளித்தாங் காறு முகந்திகழச்
செல்வ மலியு மிடைக்கழிவாழ் சேயைப் பரிந்து காக்கவே

என்னும் காப்புப்பருவச் செய்யுளொன்றில் அமைந்துள்ளது.

சிற்றிற் பருவத்தில், மகளிர் முருகக் கடவுளை நோக்கி, "தேவரீரை நினைந்து உருகும் அடியார்களுடைய வினை முதலியவற்றைச் சிதைத்தருள்க; எம்முடைய சிற்றிலைச் சிதையாதீர்" என்றும், "தேவரீர் சரவணப்பொய்கையில் ஆறு குழந்தைகளாக விளையாடிக் கொண்டிருந்த காலத்து உமாதேவியார் அங்குவந்து ஒரே திருவுருவமாகச் செய்தபொழுது ஆறு திருமுகங்க ளமைத்ததற்கேற்பப் பன்னிரு கைகள் செய்ததுபோலப் பன்னிரண்டு கால்களும் அமையாமல் விட்டது நாங்கள் முற்பிறப்பிற் செய்த நல்வினையே" என்றும் கூறுவதாக உள்ள செய்யுட்கள் படித்து இன்புறற்பாலன:

கண்ணீர் பெருக வுருகியுளங் கசிநின் னடியார் மலமாயா
கன்ம முழுதுஞ் சிதையவர்முற் கடிய வினையைச் சிதையவர்தம்
எண்ணீர் பிறவிக் கணக்கெழுது மேட்டைச் சிதைநீ யேபரமென்
றெண்ணா திழுதை யுறுமுனக ரெண்ணஞ் சிதைமற் றிவைதவிர்ந்து
புண்ணீர் கவரும் வடிவேற்கைப் புலவா புலவர் போரேறே
பொறியி லேஞ்சிற் றிலஞ்சிதைத்தல் புகழோ வலது புண்ணியமோ
தெண்ணீர் வளங்கூர் விடைக்கழிவாழ் செல்வா சிற்றில் சிதையேலே
சிந்திப் பவருள் ளூறமுதத் தெளிவே சிற்றில் சிதையேலே. (6)

நையா நின்ற சிறுமருங்கு னங்கை யுமையாள் பரமனொடும்
நறுநீர்ப் பொய்கைத் தடங்கரைவாய் நண்ணிமுகமா றினுக்கேற்பக்
கையா றிரண்டு புரிந்ததுபோற் காலா றிரண்டு செய்யாது
கருதி யிரண்டே செய்தனண்முற் கடையேஞ் செய்த நல்வினையால்
மெய்யா விரண்டா யிருந்துமவை விளைக்குங் குறும்பு பொறுக்கரிதா
விளைந்த தினியாஞ் செயலென்னே வீடு தோறும் விடாதமர்ந்து
செய்யாண் மகிழும் விடைக்கழிவாழ் செல்வா சிற்றில் சிதையேலே
சிந்திப் பவருள் ளூறமுதத் தெளிவே சிற்றில் சிதையேலே. (9)

சிவபெருமான் திருக்கரத்திலுள்ள தமருகத்தைப் பறையென்று நினைந்து அதனை அடிப்பதற்குக் குணில் தேடிய முருகக் கடவுள், தம் பக்கத்தில் விளையாடிக்கொண்டிருந்த விநாயகக் கடவுளுடைய கையிலுள்ள கொம்பைப் பிடித்து இழுக்க, விநாயகரும் எதிரே இழுக்க, அதனால் உண்டான கலகத்தை யறிந்த உமாதேவியார் அவ்விருவர்க்கும் இடையே புகுந்து அக்கலகத்தைத் தவிர்த்துச் சிவபெருமான் சடையிலுள்ள பிறையைக் கொடுப்ப அதற்கு முருகக் கடவுள் மனமகிழ்ந்தன ரென்னும் கற்பனையொன்று சிறுதேர்ப் பருவத்தில்,

ஆக்கும் பெருந்தொழி லமைந்தவொரு தமருகம் அவாவுபறை யென் றுளங்கொண்
டன்னதை யடித்திடக் கைக்கொளுங் குணிறேடி அருகுவிளை யாடிநின்ற
தாக்குந் திறற்களிற் றொருகர தலக்கோடு தனையுறப் பற்றியீர்க்கத்
தவாவலிகொ ளக்களிறு மெதிர்பற்றி யீர்க்கத் தழைந்திடு கலாமுணர்ந்து
வாக்குஞ் சுவைத்தேறன் மாலைக் குழற்றாய் வயங்குற நடுப்புகுந்து
மறையோதி மந்தேடு வேணிப் பிறைக்குணில் வயங்கக் கொடுக்கவுவகை
தேக்குந் திறற்குக விடைக்கழி யுடைக்குழக சிறுதே ருருட்டியருளே
திருமால் வயிற்றடை பெருந்தே ருருட்டிசேய் சிறுதே ருருட்டியருளே. (4)

என்னும் செய்யுளில் அமைந்துள்ளது.

திருவிடைக்கழிக் குறவஞ்சி

திருவிடைக்கழியில் அந்தப் பிள்ளைத் தமிழை அரங்கேற்றிக் கொண்டிருந்த பொழுது உடனிருந்த சிங்கவனம் சுப்புபாரதியார் இவரிடம் குற்றாலக் குறவஞ்சியிலிருந்து சில பாடல்களைச் சொல்லிக் காட்டினார். இவரும் உடனிருந்தவர்களும் கேட்டு ஆனந்தித்தனர். அப்பொழுது முற்கூறிய சுப்பராய பிள்ளை, "இந்த ஸ்தலத்திற்கும் ஒரு குறவஞ்சி இயற்றவேண்டும்" என்று வேண்டிக்கொண்டார். அவ்வாறே ஒரு நூல் இவராற் செய்து அரங்கேற்றப்பெற்றது. அரங்கேற்றுகையில் அதனைப் படித்தவர் இசைப்பயிற்சி யுள்ளவராகிய வல்லம் கந்தசாமி பிள்ளை யென்பவர். அந்நூல் திருவிடைக்கழிக் குறவஞ்சியென வழங்கும். இப்பொழுது அது கிடைக்கவில்லை.

ஆற்றூர்ப் புராணம் முதலியன

ரௌத்திரி வருஷத்திலேயே ஆற்றூர்ப் புராணமும், விளத்தொட்டிப் புராணமும், திருவாளொளி புற்றூர்ப் புராணமும் இவரால் இயற்றப்பெற்றன. ஆற்றூர்ப் புராணத்தைச் செய்வித்தவர் கலியாணசோழபுரம் கணபதி பிள்ளையின் குமாரர் சிதம்பரம் பிள்ளை யென்பவர். விளத்தொட்டிப் புராணம் செய்வித்தவர்கள் அவ்வூரிலிருந்த சைவ வேளாளர்கள். திருவாளொளி புற்றூர்ப் புராணம் செய்வித்தவர்கள் அத் தலத்துச் சைவ வேளாளர்களே.

இவற்றை முறையே அவ்வப் புராணங்களிலுள்ள,

தழைதருநல் லாற்றூர்மான் மியமுழுது மொழிபெயர்த்துத் தமிழிற் பாடி
விழைதருமா தருகவெனக் கலியாண சோழபுரம் விரும்பி வாழ்வோன்
உழைதருகைப் பெருமானா ருவந்துறையத் தலப்பணிமுற் றொருங்கு செய்தே
இழைதருபொன் னாலியன்ற கும்பாபி டேகமுஞ்செய் தின்பந் துய்ப்போன்

தில்லைநட ராசருக்குச் சொன்னவிமா னமுங்கலனும் செய்து நல்கி
வல்லையவர் குஞ்சிதத்தா மரைக்கொருதா மரைசூட்டி மகிழு மேலோன்
எல்லையிலாப் புகழ்படைத்த சிதம்பரமால் கேட்கவுவந் தேற்று மாறாத்
தொல்லைவினை முழுதொழிப்பான் ஞானமிலா யான்பாடத் துணிந்தேன் மன்னோ
(*ஆற்றூர்ப் புராணம், பாயிரம்,* 22–3)

தண்ணியவா னவர்புகழும் பெருமானார் விளத்தொட்டித் தலப்பு ராணம்
நண்ணியவான் புகழ்மிகுமந் நகர்ச்சைவ வேளாளர் நயந்து கேட்பக்
கண்ணியவான் றமிழாற்செய் தான்றிரிசி ராமலையிற் களித்து வாழும்
புண்ணியவான் மீனாட்சி சுந்தரநா வலவனியற் புலவ ரேறே
(*விளத்தொட்டிப் புராணம், சிறப்புப்பாயிரம்*)

ஈகைமேற் கொண்ட நல்லா ரீசனுக் கன்பு சான்றார்
ஓகைசால் புகழின் மிக்கா ரொலிகெழு வேளாண் மாந்தர்
பாகைநேர் தமிழாற் பாடித் தருகெனப் பரிந்து கேட்க
வாகையா ரணிய நாதன் மான்மியம் பாட லுற்றேன்

(*திருவாளொளி புற்றூர்ப் புராணம், பாயிரம்,* 21)

[வாகையாரணியம் – திருவாளொளிபுற்றூர்.]

எனவரும் செய்யுட்களால் அறியலாகும்.

*ஆற்றூர்ப் புராணம்

†ஆற்றூரென்னும் ஸ்தலத்தில் எழுந்தருளியுள்ள விநாயகர், சிவபெருமான், அம்பிகை யென்னும் மூவருடைய திருநாமங்கள் முறையே மந்தாரவன விநாயகர், சொன்னயான நிரோதன நாதர், அஞ்சனாட்சியம்மை என்பனவாகும். அத்தலம் சொன்னயான நிரோதனபுரம், நதிபுரம், நடனபுர மெனவும் வழங்கும்.

சோழநாட்டை ஆண்டுவந்த சோழேந்திர னென்னும் ஓரரசன் தன் நாட்டெல்லையைப் பார்த்து வருதற்காக யானைமேல் இவர்ந்து நாடுகளை யெல்லாம் கடந்து காட்டின் வளங்களைக் கண்டு களிக்கச் சென்றனன். யானைக்குக் காட்டினுட் செல்ல முடியவில்லை. அதனை அறிந்த அரசன் மயனை அழைத்துப் பொன்விமானம் ஒன்றை இயற்றுவித்து அதில் தன் மந்திரிமார் முதலியவரோடு ஏறிச்சென்றனன். அதுவும் அங்கே ஒரு மந்தார மரத்தின் நேரே தடைப்பட்டு நின்றது. அதன் காரணத்தை அறியவிரும்பிய அரசன் விமானத்தினின்றும் இறங்கி அம்மரத்தினடியிற் சென்று பார்த்தபொழுது ஒரு புற்றும், அதனடியில் சுயம்புருவாக எழுந்தருளியுள்ள சிவலிங்கப் பெருமான் திருவுருவமும் இருந்தன. இந்தக் காரணத்தால் அவ்வூருக்குச் சொன்னயான நிரோதனபுர மென்றும், சிவபெருமானுக்குச் சொன்னயான நிரோதன ரென்றும் திருநாமங்கள் உண்டாயின. அச்சோழன் அவ்வூரின் தென்கிழக்கில் மாளிகை யொன்றமைத்து மணவாழ்க்கையை விரும்பியவர்களுக்குக் கலியாணம் செய்வித்து வந்தான். அக்காரணத்தால் கலியாணசோழபுர மென்னும் பெயரும் அதற்கு அமைந்தது. இவை,

சொன்ன யானந் தடுத்தாண்ட தோலா வருளா லிறையவர்க்குச்
சொன்ன யான நிரோதரெனத் துதிக்கு மொருநா மஞ்சூட்டிச்
சொன்ன யான நிரோதபுர மென்று நகர்க்கும் பெயர்சூட்டிச்
சொன்ன யான முன்னூர்ந்த சோழேந் திரனுண் மகிழுவான்

[நிரோதம் – தடை.]

மன்னு மனைய நகர்த்தென்கீழ் வளமா ளிகையொன் றமைத்தமர்ந்து
மின்னு மளவாக் கலியாணம் வேட்டோர்க் களித்தான் கலியாணம்
துன்னுந் திறத்தாற் கலியாண சோழ புரமா கியதவ்வூர்
இன்னு மறிஞர் காரணப்பே ரென்னப் பொலியு மந்நகரே

(*சொன்னயான நிரோதனபுரப் படலம்,* 48, 50)

எனவரும் பாடல்களால் அறியலாகும்.

---

* இது குறிப்புரையுடன் அச்சிடப்பெற்றுள்ளது.

† இத்தலத்தின் திருநாமம் மந்தாரவன மென்றும் வழங்குமாதலின் "வக்கரை மந்தாரம் வாரணாசி" என்ற க்ஷேத்திரக் கோவைத் திருத்தாண்டகப் பகுதியில் வந்துள்ள மந்தாரமென்ற வைப்பு ஸ்தலமாக இது கருதப்படுகின்றது.

தன் விமானம் தடைப்பட்டபொழுது சோழன் தன்மந்திரிமாரை நோக்கிக் கூறுவதாக உள்ள,

பொன்செய்த விவ்வி மானம் புட்பக விமான மன்று
மின்செய்த மலரித் தாரு வெள்ளியங் கைலை யன்று
கொன்செய்த மதியீர் யானுங் கொடியவா ளரக்க னல்லன்
தென்செய்த மான நின்ற காரணந் தெரியே னென்பான் (ஷ 15)

என்னும் செய்யுள் சோழனுடைய அன்பைப் புலப்படுத்துகின்றது.

தவஞ்செய்வோர்க்குத் தோன்றாத பெருமான், சன்மார்க்க மென்பதைச் சிறிதும் அறியாத அடியேனுக்கு வெளிப்பட்டுப் பித்தனென்னும் திருநாமத்தைப் புதுப்பித்தா னென்னும் கருத்தமைந்த,

அகன்றிடு கடும்பி னோரா யடவிபுக் கருந்த *வஞ்செய்
துகன்றிடு மவர்க்குச் சற்றுந் தோன்றிலான் றொழுஞ்சன் மார்க்கத்
திகன்றிடு மெனக்குத் தோற்ற மெய்தினான் பித்த னென்று
புகன்றிடு மொருநா மத்தைப் புதுக்கினான் கொல்லோ வென்பா (ஷ 25)

[* செய்து கன்றிடுமென்க.]

என்பது போன்ற பல அருமைச் செய்யுட்களை இந்நூலின் கண்ணே காணலாம்.

கயற்கண்ணி என்னுமோர் அந்தணப்பெண் தன்னை மணஞ் செய்து கொண்டருள்கவென்று சிவபெருமானை நோக்கிக் கூறுவனவாகவுள்ள பாடல்கள் தேவாரச் சந்தத்தை யொத்த சந்தத்தில் அமைந்து அழகுபெற விளங்குகின்றன:

ஓங்குமந் தார வனத்து மேவும் உத்தம னேயிஃ தொன்று கேணீ
வாங்கு மதிலுயர்ந் தோங்கு கூடல் மன்னன் மகளை மணம்பு ரிந்தாய்
ஈங்கொரு பூசுரன் பெற்ற பெண்யான் என்பது நீயறி யாத தன்றே
பாங்கு மலியவென் றோளின் மாலை சூட்டியென் பையு ளகற்று வாயே.

திருந்துமந் தாரவ னத்து மேவும் சிவபெரு மானிஃ தொன்று கேணீ
பொருந்து கலவர் குலத்துதித்த பூவை யையுமண மாலை யிட்டாய்
அருந்தவர் சங்கர னென்ப ருன்னை அன்ன பெயர்ப்பொருண் மாறுறாமே
வருந்துமென் றோளணி மாலை சூட்டி மருவிய பையு ளகற்று வாயே.

[கலவர் – கப்பலையுடையவர்; இங்கே வலைஞர்.]

நாடுமந் தாரவ னத்து மேவும் நாயக னேயிஃ தொன்று கேணீ
மாடு மிசையு முகிலு லாவும் மலைக்கு மகளை மணம்பு ரிந்தாய்
ஆடுநின் றாளென்றும் போற்றி செய்வேன் அன்புக் கிரங்கி யெழுந்தருளிச்
சூடுநின் மாலையென் றோளிற் சூட்டித் தொக்கவென் பையு ளகற்று வாயே.
(கயற்கண்ணி திருமணப். 51–3)

தலவிசேடந் தேவிக்குணர்த்திய படலத்தில், சிவபெருமான் தாம் எழுந்தருளிய தலங்களுள், ஊர், குடி, வாயில், பள்ளி, ஈச்சரம், காடு, துறை, குன்றம், புரமென்னும் சொற்களை ஈற்றிலுடையவற்றை முறையே சொல்லிச்செல்லுவதாக அமைத்துள்ள பகுதி இவ்வாசிரியருக்குத் தலங்களைப் பற்றியுள்ள ஞாபக விசேடத்தைப் புலப்படுத்துகின்றது.

இந்நூலிலுள்ள படலங்கள் 17; செய்யுட்டொகை 525.

*விளத்தொட்டிப் புராணம்

†விளத்தொட்டியில் எழுந்தருளியுள்ள ஈசன் திருநாமம் பிரமபுரீச ரென்பது; அம்பிகையின் திருநாமம் கரும்பிரதநாயகி; தலத்தின்பெயர் வில்வாரணிய மெனவும் வழங்கும். வழிபட்டுப் பேறுபெற்றோர் வயிரவர், வேணுகோபாலர், பிரமதேவர், திக்குப்பாலக ரெண்மர் முதலியோர் ஆவர்.

அத்தலத்து விருட்சம் கூவிளம் (வில்வம்) ஆதலாலும் அத்தலத்தில் அம்பிகை முருகக் கடவுளைத் தொட்டிலில் இட்டு வளர்த்தமையாலும் அத்தலம் இப்பெயர் பெறும். இப்பொழுதும் அவ்வூரிலுள்ளார் தம் குழந்தைகளைத் தொட்டிலில் வளர்த்துவதில்லை யென்பர். இவை இப்புராணத்துள்ள,

அன்றுமுத *றொட்டிகடை யடுத்தேகூ விளமுதறீந்
தென்றும்விளத் தொட்டியென வெய்தியதந் நகர்நாமம்
நன்றுமணித் தொட்டியின்மே னாடோறு மினிதமர்ந்து
தொன்றுமுரு கன்பால சுப்பிரம ணியனானான்

[* தொட்டில் தொட்டியென வழங்கலாயிற்று.]

தொட்டியமர்ந் தொருபால சுப்பிரம ணியச்செம்பொற்
கட்டியினி தென்றுமுறுங் காரணத்தா லனையவிளத்
தொட்டிநகர் வாழ்வார்தஞ் சூழ்மனையின் மழத்தொட்டி
கட்டியறி யார்வேறு கட்டிவளர்த் தோங்குவார்

(விளத்தொட்டிப் படலம், 20, 22)

என்னும் செய்யுட்களால் உணரப்படும்.

இந்நூலிலுள்ள படலங்கள் 17; செய்யுட்கள் 352.

வாளொளி புற்றூர்ப் புராணம்

வாளொளி புற்றூ ரென்னுந் தலம் அரதனபுர மெனவும் வழங்கும்; தேவாரம் பெற்றது. தலத்து ஸ்வாமியின் திருநாமம் மாணிக்கலிங்க ரென்பது; அம்பிகையின் திருநாமம் வண்டுவார் குழல் நாயகி யென்பது. தல விருட்சம் வாகை. குசகேது வென்னும் ஒரு சோழவரசன் பொருட்டு அரதனப்பாறை யிலிருந்து சிவபெருமான் சிவலிங்க வடிவாகத் தோற்றினமையால் அத்தலம் அரதனபுர மெனப் பெயர்பெற்றது. வாசுகி யென்னும் மகாநாகம் அத்தலத்தை அடைந்து சிவபெருமானை வழிபட்டு ஆபரணமாகும் பேறுபெற்றது. அப்பாம்பு ஒரு புற்றில் உறைந்தமையால் புற்றூரென்று முதலில் ஒரு பெயருண்டாயிற்று.

தீர்த்தயாத்திரை செய்துவந்த அருச்சுனன் அத்தலத்தை அடைந்தபொழுது மிக்க நீர் வேட்கையால் வருந்தினன். அப்பொழுது சிவபெருமான் ஒரு வயோதிகப் பிராமணராக அவன் முன் தோன்றி ஒரு தண்டைக் கொடுத்து, "இதனை ஊன்றுமிடத்தே தண்ணீர் தோன்றும்; அதனைப் பருகிச் சோகம் தீர்வாய்" என்று அருளிச்செய்தனர். அருச்சுனன் தன்னுடைய வாளை அவர் முன்னே வைத்து, "யான் நீர்

* இது குறிப்புரையுடன் அச்சிடப்பெற்றுள்ளது.

† இது தேவார வைப்புஸ்தலங்களுள் ஒன்று; "வெண்ணி விளத்தொட்டி வேள்விக்குடி" (திருநா. தே.)

பருகித் திரும்புமளவும் வேறொருவர் இதனைக் கவர்ந்து கொள்ளாதபடி பார்த்துக்கொண்டிரும்" என்று சொல்லித் தடாகத்திற்குச் சென்றனன். இறைவர் அவ்வாளை முன் கூறிய புற்றில் ஒளித்துத் திருவுருக் கரந்தனர். இதனால் வாளொளி புற்றூரென அத்தலத்திற்கு ஒரு பெயர் உண்டாயிற்று. கோடையை வருணிக்கும் பகுதியில்,

> தாலமெலாம் வறண்டதெனத் தவாமலிரட் டுறமொழிய
> ஞாலமெலா மெவ்வுயிர்க்கு நாவிடத்தும் புனலில்லை
> சீலமெலாந் திரியாது சேரவவை நனைப்பதனுக்
> கோலமெலாம் பொலிகடன்மண் ணுலகிடத்தும் புனலில்லை

[தாலம் – உலகம், நா.]

> புவியகத்து வாழ்வார்கள் புளிந்தயிரும் புளிஞ்சோறும்
> குவியகத்த புளிங்கறியு மல்லாது கூட்டுண்ணார்
> சவியகத்த பெருங்குடிகளைத் தலனடைந்து வசிப்பவரும்
> செவியகத்துப் புகுமாறு வினவுவதீம் புனல்வளமே
> (வாளொளி புற்றூர்ப் படலம், 15, 17)

எனவரும் செய்யுட்களும், தன்னுடைய வாள் ஒளிக்கப்பெற்றமையால் அருச்சுனன் அதனைத் தேடிக் காணாமற் சிவபிரானிடம் வந்து,

> மறங்கொண்ட விராவணற்கு வாள்கொடுத்தாய் முன்னடியேன்
> நிறங்கொண்ட வாள்கவர்த நிலவுகரு ணைக்கழகோ
> அறங்கொண்ட மலர்வாகை யரதநமா நகர்மேவும்
> நிறங்கொண்ட மாணிக்க நின்மலநா யகவென்றான் (ஷை, 47)

என்று முறையிடுவதாகவுள்ள செய்யுளும் பிறவும் படித்தறிந்து மகிழ்தற்குரியன.

இந்நூற் படலத்தொகை 20; செய்யுட்டொகை 527.

இம்மூன்று புராணங்களையும் அப்பொழுதப்பொழுது எழுதி உபகரித்தவர் மதுரை இராமசாமிப் பிள்ளை யென்பவர்.

*அம்பலவாண தேசிகர் பிள்ளைத் தமிழ்

இம்மூன்று புராணங்களும் இயற்றிய பின்பு திருவாவடுதுறை அம்பலவாண தேசிகர் மீது பிள்ளைத் தமிழொன்று இவராற் செய்யப்பட்டது. அம்பலவாண தேசிகர் பிள்ளைத் தமிழென்று அது வழங்கும். கற்பனை நயமும் சைவ சாஸ்திரக் கருத்துக்களும் திருவாவடுதுறை யாதீன சம்பிரதாயத்தை உணர்த்தும் பகுதிகளும் அதில் அங்கங்கே அமைந்துள்ளன.

பிள்ளை யவர்கள் அதனை அரங்கேற்ற வேண்டுமென்று விண்ணப்பித்துக் கொண்டபொழுது, அம்பலவாண தேசிகர் ஆதீனத்துத் தம்பிரான்கள் பலரையும் வித்துவான்கள் பிரபுக்கள் பலரையும் ஒருங்கு சேர்த்து ஒரு சபை கூட்டிச் சுப்பிரமணிய தேசிகருடன் தாம் வீற்றிருந்து அப்பிள்ளைத் தமிழ்ச் செய்யுட்களைக் கேட்டு அவற்றிலுள்ள நயங்கள் அப்பொழுதப்பொழுது தெரிந்து மகிழ்ந்தும் எடுத்துப் பாராட்டி மகிழ்வித்தும் வருவாராயினர். அக்காலத்தில் முத்தப் பருவத்திலுள்ள,

---
* மீனாட்சிசுந்தரம் பிள்ளை யவர்கள் பிரபந்தத்திரட்டு, 835 – 937

ஒளிவார் திருப்பனந் தாளின்முன் னாளிலுள் உருகிநி னடிப்பூசையாற்
றொருமாது சூட்டுபூ மாலையை விரும்பிநின் உருவமிக வுங்குனிந்தாய்
அளிவார் மனத்தினெம் பாமாலை வேண்டுமேல் அவ்வளவு குனியல்வேண்டா
ஐயசற் றேகுனிந் தெண்ணியதை யன்புடன் அளித்தருள வேண்டுமின்னும்
வளிவார் பெரும்புவி தெரிக்கவவ் வணநிற்கின் மாண்புடைக் கலயனாரை
மற்றெங்கு யாஞ்சென்று தேடுவே மாதலால் வளமிக்க கழகந்தொறும்
தெளிவார் குழாங்குழுமி யோங்குமா வடுதுறைச் செல்வன்முத் தந்தருகவே
சின்மய னருட்பெருங் குரவனம் பலவாண தேவன்முத் தந்தருகவே

என்னும் பாடலை இவர் வாசித்துப் பிரசங்கம் புரிகையில் அம்பலவாண தேசிகர் மகிழ்வுற்றவராய்த் தாம் சேமத்தில் வைத்திருந்த கல்லிழைத்த ஏறுமுக ருத்திராட்ச கண்டி யொன்றை வருவித்து இவரை அருகில் அழைத்து, "நாம் குனிகின்றோம்; நீங்களும் இப்பொழுது சற்றே குனியேவேண்டும்" என்று சொல்லி அதனை இவர் கழுத்திற் புனைந்தனர்.

அம்பலவாண தேசிகர் சுப்பிரமணிய தேசிகரை அருகிலிருத்தி அவருடைய குணவிசேடங்களைப் பாராட்டி அடிக்கடி அவர் முதுகு தைவருதலை இவர் நேரிற் பார்த்தவராதலின் அதனையும் பின்னும் அவர்பால் வைத்துள்ள கருணை மிகுதியையும் பின்வருஞ் செய்யுட்களில் எடுத்துப் பாராட்டியிருக்கின்றனர்:

பொருவாய் தரினு மிலாதவ னேனும் போற்றி வளர்த்தமுனைப்
பொய்யில் பழக்கம் விடுத்தில னிங்குப் போந்து மெனப்புகல
உருவாய் மையுநல் லொழுக்க விழுப்பமு மொள்ளறி வுங்குணனும்
உண்மையு மோருபு நந்தி குலத்திற் கொருகதிர் நீயென்று
திருவாய் மலருபு குறுநகை கொண்டொளி திகழ்சுப் பிரமணிய
தேவனை முதுகுதை வருமலர் புரையுஞ் செங்கையி னான்மணிசால
குருவாய் மாடக்கோகழி யூரன் கொட்டுக சப்பாணி
குரவர் சிகாமணி யம்பல வாணன் கொட்டுக சப்பாணி. (சப்பாணிப். 9)

[கோகழி – திருவாவடுதுறை.]

வேறு

போற்றுநாம் வருகென் றழைத்தபொழு தெய்திலான் புகலிவ னெனத்திருக்கண்
போதச் சிவந்துழிக் குரவற் பிழைத்ததன் புகரெண்ணி யிருவினைகளும்
காற்றுதிரு முன்னர்வர வஞ்சினா னென்றருகு கவினமே வுற்ற வனையான்
கண்மணியை யனையசுப் பிரமணிய தேவனக் கண்சிவப் பாற்றுவித்தான்
(அம்புலிப். 8)

வானாடு மேவும் புறத்தொண்டர் சொற்றபடி வையமு நடாத்தினாயிம்
மண்ணாடு மேவிய வகத்தொண்ட ரேம்யாம் வகுத்தபடி கேளாமையென்
கானாடு மதுசொற்ற படிநடத் தோமெனிற் கைகுவித் தெய்திநினது
கண்மணியை யனையசுப் பிரமணிய தேவன்முன் கரைவோங் கரைந்தபொழுதே
பானாடு மனையனின் பால்வந் துரைக்கினெப் படிமறுத் திடுவையனைய
பக்கநீ தவிர்வதே யிலையாத லால்யாம் பகர்ந்தபடி கேட்டல்வேண்டும்
தேனாடு பூம்பொழிற் சோணா டளிப்பவன் சிறுதே ருருட்டியருளே
செல்வமலி துறைசையம் பலவாண தேசிகன் சிறுதே ருருட்டியருளே.
(சிறுதேர்ப். 5)

இப்பிள்ளைத் தமிழின் காப்புப் பருவத்தில் வேறு பிள்ளைத் தமிழ்களைப்போலத் திருமால் முதலியவர்களைக் காப்பாகக் கூறுதலைத் தவிர்த்துத் திருவாவடுதுறை யாதீனத்துக் குருபரம்பரையினர்களைக் கூறுகின்றார். அவ்வகையில் திருநந்தி தேவர், சனற்குமார முனிவர்,

சத்திய ஞானதரிசனிகள், பரஞ்சோதி முனிவர், மெய்கண்ட தேவர், அருணந்தி சிவாசாரியர், மறைஞான சம்பந்த சிவாசாரியர், உமாபதி சிவாசாரியர், அருணமச்சிவாயர், சித்தர் சிவப்பிரகாசர், நமச்சிவாய மூர்த்திகள் முதலியவர்களைக் காப்பாகக் கூறும் பதினொரு செய்யுட்கள் காப்புப் பருவத்தில் அமைக்கப்பட்டிருக்கின்றன. இங்ஙனம் ஒரு புதிய அமைப்பை மேற்கொண்டதற்குக் காரணம்,

வழிபடுதே வுளுங்கொலைதீர் தெய்வதங்காப் புரைக்கவென வகுத்த வான்றோர்
மொழியுணர்ந்து மவ்வழிச்சென் றிலர்முன்னோ ரிரும்புகழ்க்கோ முத்தி யெங்கள்
பொழிகருணைச் சின்மயனம் பலவாண தேசிகன்மேற் புகலப் புக்க
கழிமகிழ்யா மவ்வழிச்சென் றனஞ்சிறக்கு மிப்பிள்ளைக் கவியுந் தானே

என்று இவர் இயற்றிய செய்யுளாற் புலப்படும்.

மடத்தைப்பற்றிய செய்திகளாகிய காவித்துவசம் அமைத்தல், பரிகலசேடத்தை அடியாருக்கு அளித்தல், அவர்களுக்கு நெற்றியில் திருநீறணிதல் முதலியன இந்நூலுள் உரிய இடங்களிற் பாராட்டிக் கூறப்படுகின்றன:

ஓங்கு நினது திருமுன்ன ருயர்த்த காவிக் கொடிமதனன்
 உயர்த்த மீனந் தனக்கினமா யுள்ள வனைத்துங் கீழ்ப்படுத்தி
வீங்கு மமரர் நாட்டினுக்கும் விடுத்த நினது திருமுகம்போல்
 வேந்தன் சுதன்மை கிழித்தெழுங்கு மேவ.

கூருங் கருணை நின் காவிக்கொடி. (தாலப். 3–4)

நீடிய வன்பு நிகழ்த்திடு தொண்டர் நெருங்கி வணங்குதொறும்
 நிறைதரு திருவருள் பொங்குற நோக்குபு நிலவுவெ ணகைசெய்து
நாடிய வன்னர் பசிப்பிணி யும்படர் நல்கு முடற்பிணியும்
 நாளும் விலங்க லிலாது பவம்புக நாட்டு மலப்பிணியும்
ஓடி யவிந்திட வுண்கலசேடம துதவு திருக் *கையினால்
 உறுவிடை யின்மையி னாமுறு வாமென வுன்னுபு வானிடபம்
கூடிய மதில்சூழ் கோகழி யூரன் கொட்டுக சப்பாணி
 குரவர் சிகாமணி யம்பல வாணன் கொட்டுக சப்பாணி. (சப்பாணிப். 8)

[* கையினாற் கொட்டுக வென்க.]

செய்யநங் குருநாத னினையாட வாவென்று திருவாய் மலர்ந்தபொழுதே
 திருந்தக் குடந்தமுற் றடியனேன் வந்தனென் திருவுள மெவன்கொலென்று
நையவுளம் விரையவந் தான்றதிரு வடிபணியின் நகுகருணை பூத்து நீறு
 நளினத் திருக்கரத் தள்ளியுன் னுதலிடுவன் நாடுமப் பெரியபேற்றால்
வெய்யநின் கயரோக மும்பழியு மாறியுயர் மேன்மையும் பெறுவை.
(அம்புலிப். 6)

சிவஞான முனிவரிடத்தும், கச்சியப்ப முனிவரிடத்தும் தமக்குள்ள பேரன்பை,

†நின்னையொப் பில்லாத சின்மய னெனக்கலை நிரம்புபா டியமுனிவனாம்
 நெடியசிவ ஞானமுனி யாலுணர்ந் தேந்துதி நிகழ்த்தலிவ் வாறதென்றே
அன்னையொப் பாங்கச்சி யப்பமுனி யானன் றறிந்தன மினித்துதித்தற்
 கஞ்சுறோ மெங்கள்செய லிற்றாக வெங்களி னகப்படா தகல்வையலைநீ
(சப்பாணிப். 3)

[† சிவஞான முனிவரியற்றிய *சிவஞானபோதச் சிற்றுரை* முதலியவற்றையும் கச்சியப்ப முனிவரியற்றிய *பஞ்சாக்கர தேசிக ரந்தாதி*யையும் நினைந்து இச்செய்யுள் இயற்றப்பெற்றதென்று தெரிகின்றது.]

என்னும் செய்யுட் பகுதியில் வெளியிட்டுள்ளார்.

இந்நூலிலுள்ள வேறு நயமுள்ள பாடல்கள் சில:

ஒள்ளிய கந்தர மேவிய கருமை யொழிந்தனை யப்பொழுதே
உற்ற மலத்தின் கருமையும் யாங்க ளொழிந்தனம் வெங்கொலைசால்
வெள்ளிய கோட்டுக் கரியுரி போர்த்தல் விலங்கினை யப்பொழுதே
மேவிய மாயை போர்த்தலும் யாங்கள் விலங்கின மேவுபணப்
புள்ளிய வாளர வத்தொகை பூணுதல் போக்கினை யப்பொழுதே
பொங்கு வினைத்தொகை பூணுதல் யாமும் போக்கின மலர்நடுவில்
அள்ளிய வாவிய கோகழி நாயக னாடுக செங்கீரை
அறிவுரு வாகிய வம்பல வாண னாடுக செங்கீரை. (செங்கீரைப். 8)

பரசம யத்தவர் வாயு ணுழைந்து பயின்றிடு பிருதுவியே
பற்றிய தொண்டின் வழிப்படு சைவப் பைங்கூழ் பாய்புனலே
விரச வழுத்துநர் வெவ்வினை யடவி வெதுப்பி யெழுங்கனலே
மெய்யுற நோக்கினர் பாவ மெனுந்துய் விலக்க வுலாம்வளியே
வரசர ணத்தின் மனத்தை நிறுத்தி வயக்கி முயக்குறுவான்
மாதவ மாற்றுந ருள்ளந் தோறும் வளைந்து விராம்வெளியே
அரச வனத்தம ருங்குரு நாத னாடுக செங்கீரை
அறிவுரு வாகிய வம்பல வாண னாடுக செங்கீரை. (ஷ, 9)

[இதில் ஆசிரியரை ஐந்து பூதங்களாக உருவகித்து முறையே கூறி இருத்தல் காண்க.]

வேறு

அழிக்கு நினது பழம்பகையு ளாய்ந்து வடிவம் பலதாங்கி
அடுத்த கருவி யொடுமதவே ளமைந்து நிற்கு நிலையென்னக்
கொழிக்குங் கரிய காஞ்சிகளுங் கொடியால் வளைந்த பலகரும்பும்
கூவா நின்ற மாங்குயிலுங் குலவு மருதக் கிள்ளைகளும்
விழிக்குங் கமல முதன்மலரும் விரிந்த கமுகம் பாளைகளும்
மீன மெழுந்து பாய்தலுமாய் விளங்கா நின்ற கருங்கழனி
செழிக்குந் திருவா வடுதுறைவாழ் செல்வா தாலோ தாலேலோ
சித்திற் பொலியம் பலவாண தேவா தாலோ தாலேலோ. (தாலப். 5)

வேறு

உரைசெயெப் புவனத்தி னுங்கைப் பரச்சுமை ஒழித்தவர்க டக்கவேலை
ஒன்றினி தியற்றுதற் கெண்ணுவ ரதன்றியும் உரைக்குமுன் செயவும் வல்லார்
கரைசெயிது நிற்கமழு மானெடுஞ் சூலங் கபாலம்வெந் தழறமருகம்
காணுமிவை முற்சுமை கடித்தலி னுடம்படுதல் கடன்மையே கன்று மென்னின்
விரைசெய்மலர் செற்றுபொழில் சுற்றுமது ரையில்விறகு வெட்டிமண் வெட்டி யங்கம்
வெட்டிப் பயின்றவங் கைத்தலங் கொடுநவில வேண்டுமென் போமென்செய்வாய்
தரைசெய்பய னெனவந்த மெய்ஞ்ஞான பாற்கரன் சப்பாணி கொட்டியருளே
தண்டமிழ்த் துறைசையம் பலவாண தேசிகன் சப்பாணி கொட்டி யருளே.
(சப்பாணிப். 1)

இந்நூல் ருத்திரோக்காரி ஞூ (1863) சி. தியாகராச செட்டியாராற் பதிக்கப்பெற்றது.

ஆறுமுக நாவலர் நூற்பதிப்புக்களுக்குச் சிறப்புப் பாயிரம் அளித்தது

மதுரை இராசாமிபிள்ளை இவரிடத்திற் படிக்கும்பொழுதே அடிக்கடி சிதம்பரம் சென்று ஸ்ரீ ஆறுமுக நாவலரவர்களைப் பார்த்துச் சம்பாஷணை

செய்து வருவார். அதனால் இராமசாமி பிள்ளைக்கும் நாவலருக்கும் நல்ல பழக்கம் உண்டாயிற்று. இராமசாமி பிள்ளை இராமநாதபுரத்தினர்; பொன்னுசாமித் தேவருக்கு உசாத்துணைவராக இருந்தவர். நாவலருடைய சில பதிப்புக்களைக் கண்ட அவர் பொன்னுசாமித் தேவருக்குப் பழைய தமிழ் நூல்களை வெளியிடும் விருப்பம் இருப்பதையும் நாவலர் தக்க பொருளுதவி இல்லாமல் இருப்பதையும் அறிந்து தேவரிடம் சொல்லி நாவலரால் திருக்கோவையாருரை திருக்குறட் பரிமேலழகருரை முதலியவற்றைப் பதிப்பிக்கச் செய்யவேண்டுமென்று எண்ணினார். அவ்வாறே முயலுகையில், தம்மையும் பதிப்பிப்போரையும் புகழ்ந்துள்ள சிறப்புப் பாயிரங்களைப் பெற்றால் பாட்டுக்களிற் பிரியமுடைய தேவர் மகிழ்ந்து உதவி செய்தலை மேற்கொள்வாரென்று அறிந்தார்.

ஆதலின், சென்னையிலிருந்த சில வித்துவான்களிடமிருந்து சிறப்புப் பாயிரங்கள் வாங்கி அனுப்பும்படி நாவலருக்கு எழுதினார். சென்னையில் இருந்தவர்களோடு அளவளாவி நாவலர் அக்காலத்துப் பழகவில்லை. அதனால் அவர்களிடம் சிறப்புப் பாயிரம் பெறுதற்கு இயலவில்லை; "இங்கே உள்ள சபாபதி முதலியார் முதலியவர்கள்பால் எனக்கு நல்ல பழக்கமில்லை. ஆதலின் அங்கே திருவாவடுதுறை யாதீன மகாவித்துவானாக விளங்கும் திரிசிரபுரம் மீனாட்சிசுந்தரம் பிள்ளை யவர்களிடமிருந்தும் அவர்களுடைய மாணாக்கர்களிடமிருந்தும் சிறப்புப் பாயிரங்கள் வாங்கி உதவி செய்யவேண்டும்" என்று அவர் இராமசாமி பிள்ளைக் கெழுதினார். அதனால் இராமசாமி பிள்ளை திருவாவடுதுறைக்கு வந்து இரண்டு தலைவர்களிடமும், "பொன்னுசாமித் தேவர் உதவியால் நாவலரவர்கள் திருக்கோவையார், திருக்குறள் முதலியவற்றைப் பதிப்பிக்க எண்ணியிருக்கின்றார்கள். அதற்குச் சிறப்புப் பாயிரங்கள் பிள்ளை யவர்களைக்கொண்டும் அவர்களுடைய மாணாக்கர்களைக் கொண்டும் பெற நாவலரவர்கள் விரும்புகிறார்கள். பிரபு அவர்களும் அவற்றைக் கண்டால் திருப்தியுற்று உதவி செய்வதற்கு முன்வருவார்கள்" என்று சொன்னதன்றிப் பிள்ளை யவர்களிடத்தும் அதனைத் தெரிவித்தார். மடத்திற்குப் பொன்னுசாமித் தேவர் வேண்டியவ ராகையினால் தலைவர்கள் பிள்ளை யவர்களை அவ்வாறே செய்யும்படி சொன்னார்கள். இவரும் பாடிக் கொடுத்தார். இவர் கட்டளையின்படி தியாகராச செட்டியார் முதலியவர்களும் சிறப்புப் பாயிரம் கொடுத்தார்கள். அவற்றைக் கண்ட பொன்னுசாமித் தேவர் மிகவும் மகிழ்ந்ததன்றிப் பிள்ளை யவர்களுடைய பாடலின் நயத்தில் ஈடுபட்டார்.

அயலூரிலிருந்து வேறு யாராவது வந்து தம்மீது பாடல் சொல்லத் தொடங்கினால், "அதுகிடக்கட்டும்; அதென்ன மீனாட்சிசுந்தரம் பிள்ளையவர்கள் பாடலா? அவர்கள் பாடலல்லவா பாடல்! அந்தப் பாட்டைக் கேட்ட காதில் இந்தப் பாடல் ஏறவில்லை. பின்பு வாருங்கள்" என்று தேவர் சொல்வது வழக்கமென்றும், "தங்களை அழைத்து உபசரிக்கவேண்டு மென்னும் எண்ணம் உடையவர்களாகிப் பிரபு அவர்கள் சமயத்தை எதிர்பார்த்துக் கொண்டிருக்கிறார்கள்" என்றும், "பதினெண் புராணங்களுள் இதுகாறும் தமிழில் செய்யப்படாதவற்றைத் தங்களைக்கொண்டு இயற்றுவிக்க எண்ணியிருக்கிறார்கள்" என்றும்

இராமசாமி பிள்ளை இவருக்கு எழுதி வந்ததன்றித் தியாகராச செட்டியார் முதலியோருக்கும் ஏற்றவண்ணம் எழுதி ஊக்கம் உண்டாக்கிவந்தார். பொன்னுசாமித் தேவர் தமிழ்ப்பயிற்சி உடையவ ரென்றும் தமிழ் வித்துவான்களை ஆதரிப்பவ ரென்றும் செய்யுள் நயங்களை அறிந்து வியப்பவ ரென்றும் அறிந்த இவர், இராமசாமி பிள்ளையின் வேண்டுகோளின்மேல் நாவலர் பதிப்பிக்கத்தொடங்கி, *தருக்கசங்கிரகம்* முதலிய நூல்களுக்கும் சிறப்புப் பாயிரம் கொடுத்துவந்தார். ஒன்றைவிட ஒன்று சிறந்ததாகவே இருந்தது. உண்மையில் பொன்னுசாமித் தேவர் செய்யுட்களின் சுவையை அறிபவராயினும், இராமசாமி பிள்ளை இவருக்கும் தியாகராச செட்டியார் முதலியவர்களுக்கும் எழுதுவன மிகையே; சிறப்பான பாடல்களைப் பெறவேண்டுமென்னும் நோக்கத்தினாலே அங்ஙனம் அவர் எழுதிவந்தார்.

இச்செயலைப்பற்றிப் பின்பு ஒருகால் இராமசாமிப் பிள்ளை திருவாவடுதுறைக்கு வந்திருந்தபொழுது தியாகராச செட்டியார் என்னிடம், "இந்த மனுஷர் பொய்யும் புளுகும் எழுதி எங்களை ஏமாற்றிவிட்டார். எங்களை யெல்லாம் வரவழைத்து உபசாரம் செய்யக் கருதியிருப்பதாக ஒருசமயமும், எந்தவிதமான மரியாதை செய்யலாமென்று யோசித்துக்கொண் டிருக்கிறார்க ளென்று ஒரு சமயமும் எழுதினார். எல்லாம் முழுப்பொய். காரியத்தை மட்டும் சாதித்துக்கொண்டுவிட்டார்" என்று சொன்னார். உடனே இராமசாமி பிள்ளை நகைத்துக்கொண்டே, "ஆம் ஐயா, நான் இவ்வாறெல்லாம் எழுதாவிட்டால் நீங்கள் நன்றாகச் சிறப்புப் பாயிரம் பாடித் தருவீர்களா?" என்று செட்டியாரிடம் சொல்லிவிட்டு என்னை நோக்கி, "நான் அப்படி எழுதுவேன். இவர்கள் அதிக உழைப்பெடுத்துக்கொண்டு பாடுவார்கள்" என்றார்.

இவ்வாறு நாவலருக்குக் கொடுத்த சிறப்புப் பாயிரங்கள் பல அவற்றுட் சில பதிப்பிக்கப்பட்டன. *இறையனாரகப்பொருள்* முதலிய சில நூற்பதிப்புக்கள் நிறைவேறாமையின் சிறப்புப் பாயிரங்கள் வெளிவர வழியில்லை. அவை தியாகராச செட்டியாரிடத்தும் சதாசிவ பிள்ளையிடத்தும் இருந்தன. பிற்காலத்தில் அவற்றைப் பெறுவதற்கு எவ்வளவு முயன்றும் கிடைக்கவில்லை.

திருக்குறுக்கைப் புராணம் இயற்றியது

துன்மதி ஞூ (1862), தருமபுர ஆதீனத் தலைவர்கள் ஸ்ரீ சச்சிதானந்த தேசிகர் விரும்பியதற்கு இணங்கி, இவரால் *திருக்குறுக்கைப் புராணம்* இயற்றப்பட்டது. அந்நூலை அரங்கேற்றும்பொழுது பல பிரபுக்கள் வந்து கேட்டு ஆதரித்தார்கள். கார்குடியிலிருந்த பிரபுவாகிய சரவணப் பிள்ளை யென்பவர் உடனிருந்து சிறப்பாக அரங்கேற்றத்தை நடத்தி வைத்தார். அரங்கேற்றுவதற்குமுன் தருமபுரம் ஸ்ரீ சச்சிதானந்த தேசிகர் அவருக்கு அனுப்பிய திருமுகம் வருமாறு:

உ

குருபாதம் துணை

சகலகுண சம்பன்னரான பிள்ளை யவர்கள் சரவணப் பிள்ளை யவர்களுக்குப் பண்டாரத் திருவுளத்தினாலே சிவஞானமும்

தீர்க்காயுளும் அரோகதிடகாத்திரமும் சிந்தித மனோரத சித்தியும் சகல பாக்கியமும் மேன்மேலும் உண்டாகுக. இந்தத் துன்மதி ௵ தை ௴ 20 ௳ வரைக்கும் நாமும் தம்பிரான்களும் பண்டாரத் திருவுளத்தினாலே பரிணாமத்தில் இருக்கிறோம். இப்போது குறுக்கை ஸ்ரீவீரட்டேசுர சுவாமிக்குத் தமிழில் தலபுராணம் செய்யும்படி வித்துவான் மீனாட்சிசுந்தரம் பிள்ளை யவர்களுக்கு நாம் சொல்ல அது முற்றுப்பெற்றிருப்பதால் ஸ்திரவார தினம் அரங்கேற்றுதல் செய்யும்படி அவ்விடத்திற்கு அனுப்பியிருக்கிறோம். தாங்கள் கூட இருந்து அரங்கேற்றுதல் செய்யும்படி செய்விக்க வேண்டியது. மகாக்ஷேத்திரமானபடியால் அந்த ஸ்தலத்தைப் பிரகாசம் செய்விப்பது புராணமேயன்றி வேறில்லை. தேவாரங் களிருந்தபோதிலும் புராண மில்லாவிடின் ஸ்தலத்தினுடைய வரலாறு விளங்கமாட்டாது. அன்றியும் ஒரு புராணப் பிரதிட்டை ஒரு ஸ்தலப் பிரதிட்டை செய்வதுபோலாகும். அதற்குரிய அபிமானிகளாகிய தாங்கள் கூடஇருந்து சிறப்பாக நடப்பிக்க வேண்டும். மற்றப்படி தாங்களும் மற்றுமுண்டாகிய பேர்களும் சுகமே இருக்கிற செய்தியை எழுதியனுப்ப வேண்டியது. சதாகாலமும் பண்டாரத் திருவருளே கண்ணாக இருந்துவரும்படி சிந்திக்க.

ஞானஸம்பந்தன்.

குறுக்கைப் புராணம் துன்மதி ௵ மார்கழி ௴ 13ஆம் தேதி (1862, டிஸம்பர், 26) வியாழக்கிழமை பகல் 27 நாழிகைக்குப் பாடி நிறைவேறியது என்று புராண ஏட்டுப் பிரதியின் இறுதியில் எழுதப்பட்டிருந்தது.

குறுக்கை யென்பது அட்ட வீரட்டானங்களுள் மன்மதனை எரித்த தலம்; தேவாரம் பெற்றது. தீர்க்கவாகு வென்னும் ஒரு முனிவர் சிவபெருமான் எழுந்தருளியுள்ள ஒவ்வொரு தலத்துக்கும் சென்று அவ்வத் தலத்திலுள்ள இறைவனுக்கு ஆகாய கங்கை நீரைக்கொண்டே திருமஞ்சனம் செய்யும் இயல்புடையவர். அவர் அத்தலத்தை அடைந்து அங்ஙனமே அபிஷேகம் செய்ய விரும்பித் தம் நீண்ட கைகளை உயரத் தூக்க அவை குறுகின. அக்காரணத்தால் அத்தலத்தின் பெயர் குறுக்கையென்று வழங்கலாயிற்று. அத்தலத்திற்கு *அரிதகி வனம், யோகீசபுரம், ஞானாம்பிகாபுரம், காமதகனபுரம், கம்பகரபுரமென வேறு திருநாமங்களும் வழங்கும்.

அத்தலத்துச் சிவபெருமான் திருநாமம் யோகீச ரென்பது. அம்பிகையின் திருநாமம் ஞானாம்பிகை. தலவிருட்சம் கடு.

அந்நூலிலுள்ள மாணிக்கவாசகர் துதி மிகச் சுவையுள்ளது:

மன்னுமருட் குரவனாய்க் குருந்துறையும் பெருந்துறையில் வதிந்த கோமான்
கொன்னுமொலி மலிகுதிரைச் சேவகனாய் மண்சுமக்குங் கூலி யாளாய்
இன்னுமொரு தரஞ்சொலெனக் கேளாமற் சொற்றபடி எழுது வோனாய்த்
துன்னும்வகை நெக்குருகு வாதவூ ரண்ணலடி தொழுது வாழ்வாம்.

அவையடக்கங் கூறுகையில், மொழிமுதலாகாத ஙகரம் அகரவுயிரொடு கூடிச் சுட்டு முதலிய எழுத்துக்களின் பின்னே வருதல்போலத் தம்

* அரிதகி – கடு மரம்.

பாடலும் யோகீசருடைய கதையைச் சார்தலால் சிறப்புப்பெறு மென்பதை அமைத்து,

மொழிமுதலா காதங்க ரமுமகரஞ் சார்ந்துமுத லாய்ச்சுட் டாதி
வழிவரல்போன் மொழிமுதலா காதவென்பா டலுங்குறுக்கை வளர்மா தேவன்
பழிதபுகா தையைச்சார்ந்து முதலாய்ச்சுட் டாதிவழி படரு மாலீ
தழிவிலிய லுணர்ச்சியரோர் குவரதனால் யானவர்க்கொன் றறைவ தில்லை

என்னும் பாடலைப் பாடியுள்ளார்.

மேகம் மாதமும்மாரி பெய்ய அந்த நீர் காவிரியைச் சார்ந்து ஓடிக் கடலில் விழுந்து அதை நிரப்புவதால் கடல் முந்நீரென்று பெயர் பெற்றது போலும் என்னும் கருத்து அமைய,

மழைவரை முகட்டி லேறி மாதமும் மாரி பெய்யத்
தழைதரு புனல்கா வேரி சார்ந்தொருங் கோடி வீரை
விழைதர நிறைத லாலவ் வீரைக்கு முந்நீ ரென்று
பழையநூ லுணர்ந்தோர் கூறும் பரிசிஃ துணர்ந்து போலும் (நாட்டுப். 17)

என்று பாடியிருக்கின்றனர்.

பேரள வென்னும் பொருளுள்ள பனை பொருந்தியுங் கடைப்பட்ட நெய்தல்போ லாகாமல் சிறிய அளவென்று கூறப்படும் தினை விளைவிக்கப்பட்டும் குறிஞ்சி முதன்மையாயிற் றென்னும் கருத்து,

கரைசெய் பேரள வாம்பனை பொருந்தியுங் கடையாம்
திரைசெய் நெய்தல்போ லாதறி வாளர்சிற் றளவென்
றுரைசெய் நுண்டினை பொருந்தியு முதன்மையுற் றோங்கும்
வரைசெய் வான்றிணை போல்வது மற்றெது மண்மேல் (ஷை, 24)

என்னும் செய்யுளில் அமைந்துள்ளது.

உழவர்கள் காவிரியில் புது வெள்ளத்தைக் கண்டு மகிழ்ந்ததற்கு அப்பூதி நாயனார் திருநாவுக்கரசு நாயனாரைக் கண்டு மகிழ்ந்ததையும், ஸ்ரீ மாணிக்கவாசகர் குருந்தமரத்தி லெழுந்தருளிய சிவபெருமானைக் கண்டு மகிழ்வுற்றதையும் பின்வரும் பாடலில் உவமையாகக் கூறியுள்ளார்:

ஆன்றவப் பூதி நாயனார் நாவுக் கரையரைக் கண்டது போலும்
கான்றசோ றென்றே யிருமையுங் கண்டு கழிக்குநா லாவது சத்தி
ஊன்றநோ் வாத வூரர்கோன் குருந்தி னொருவனைக் கண்டது போலும்
ஈன்றதா யனைய காவிரி நறுநீ ரெதிருறக் கண்டனர் களமர். (ஷை, 46)

சிவாலயங்களின் திருமதில் முதலியவற்றில் ஆல் அரசு முதலியன தோன்றி அவற்றை அழிவடையும்படி செய்வது இவருடைய மனத்தைத் துன்புறுத்திய தென்பது,

நட்டபன் முதலுந் தாம்புதி தடுத்த நானில மகட்குற வணங்கி
உட்டழைந் தெழல்போற் சாய்ந்துபி னிமிர்ந்தாங் குமாதர னடியர்கைக் கொடுக்கப்
பட்டதன் பலமொன் றனந்தமா வதுபோற் பல்பல கிளைத்தெழும் பொழுதே
அட்டமெய் யுடையா னாலயத் திடையால் அரசென முளைத்தபல் களையே

அறப்பரி பால ரெம்பிரான் கோயில் அகத்தெழு மாலர சாதி
உறப்பறித் தெழல்போ னெற்பயிர் வளர்ச்சிக் கூறுசெய் களையெலா மொருங்கு
மறப்படை நெடுங்க ணுழத்தியர் வயலுள் வயங்குமோ திமமெனப் புகுந்து
நறப்படு களைகள் யாவையுங் களைந்து நகுவரப் பேற்றின ரெழுவார்
(நாட்டுப். 55–6)

என வரும் செய்யுட்களால் விளங்கும்.

"'எம் வினையை அரி; தகி' என்று எண்ணி அரிதகி வனமாகிய இத்தலத்தை அடைபவர் பெரியர்; போகத்தை விரும்பி அடைபவர் சிறியர். தன் சரீரத்தைச் சிவபெருமானுடைய நெற்றிக் கண்ணுக்கு விருந்தாக்க எண்ணி இத்தலத்தை அடைந்த மன்மதனைப் பெரியனென்பேனோ? சிறியனென்பேனோ?" என்னும் கருத்தை அமைத்துப் பாடிய,

அரிதகி வனத்தி லையவெம் வினையை அரிதகி யென்றுவந் தடைவார்
பெரியவர் சிறியர் போகமே வேட்டுப் பெரிதுவந் தடைவர்தன் மேனி
எரியழல் விருந்து செய்திட வுள்ளத் தெண்ணிவந் தடைந்தன னென்றால்
தெரிவரு மதனைப் பெரியவ னென்கோ சிறியனென் கோவெது புகல்வேன்
(காமதகனப் படலம், 9)

[அரிதகி வனம் – கடுமர வனம்.]

என்னும் செய்யுளும், சிவபெருமானால் எரிக்கப்பட்டுத் தோற்ற பின்பும் மன்தன் தோற்றில னென்பதைச் சமத்காரமாக அமைத்து,

தனியெழின் மாரன் விடுத்தது முளரி தம்பிரான் விடுத்தது முளரி
பனிமதிக் குடையோ னெண்ணமு மருளே பரம்பர னெண்ணமு மருளே
கனிவரு மதவே ணீறுடை மெய்யன் கடவுளு நீறுடை மெய்யன்
வனிதையோர் பாகத் தெம்பிரான் றனக்கு மனோபவன் தோற்றிலன் போலும்
(ஷை, 25)

[முளரி – தாமரைமலர், நெருப்பு; மருள் – மயக்கம்; எண்ணமும் அருள்.]

என்று இயற்றியுள்ள செய்யுளும் படித்து இன்புறற்பாலன.

குறிஞ்சி முதலிய திணைகளை வருணிக்கும்பொழுது அவ்வத் திணையிலுள்ள தலங்களை எடுத்துப் பாராட்டுவர். அவ்வகையில் ஈங்கோய்மலை, வாட்போக்கி, திரிசிராமலை, கற்குடிமாமலை, எறும்பியூர் என்னும் குறிஞ்சி நிலத் தலங்களும், நெடுங்களம், நியமம், மேலைத்திருக்காட்டுப்பள்ளி, கங்கைகொண்ட சோளேச்சுரம் முதலிய முல்லை நிலத்திலுள்ள தலங்களும் எடுத்துப் பாராட்டப்படுகின்றன. தீர்க்குவாகு வென்னும் முனிவர் தலயாத்திரை செய்ததை வருணிக்கும் பகுதியிற் சிவதலங்கள் பலவற்றைக் குறிப்பால் தெரிவித்திருக்கும் அருமை வியக்கத்தக்கது.

அந்நூலிலுள்ள படலங்கள் 21; செய்யுட்டொகை 736; அப்புராணம் அச்சிடப்பட்டுள்ளது.

*திருஞானசம்பந்தமூர்த்தி நாயனார் பதிற்றுப்பத்தந்தாதியும் ஆனந்தக் களிப்பும்

துந்துபி (1862) வருஷத்திற் பல சிவஸ்தலங்களைத் தரிசனம் செய்ய இப்புலவர்பிரான் புறப்பட்டார். அப்பொழுது இராமசாமி பிள்ளையின் வேண்டுகோளின்படி மதுரைக்குச் சென்றனர். அங்கே திருஞான சம்பந்தமூர்த்தி யாதீன மடத்திலே தங்கி ஸ்ரீ சோமசுந்தரக் கடவுளைத் தரிசனம் செய்துகொண்டு சில தினம் இருந்தனர். அப்போது அங்கே

* ஸ்ரீ மீனாட்சிசுந்தரம் பிள்ளை யவர்கள் பிரபந்தத்திரட்டு, 2670 – 2808

பாடசாலைப் பரிசோதகராக இருந்த பம்பல் விஜயரங்க முதலியாருடைய விருப்பத்தின்படியே திருஞான சம்பந்தமூர்த்தி பதிற்றுப்பத்தந்தாதியும் திருஞானசம்பந்தர் ஆனந்தக் களிப்பும் இவரால் இயற்றி மடத்தில் அரங்கேற்றி அவராலே அச்சிற் பதிப்பிக்கப்பெற்றன.

மதுரையாதீனத்தில் திருஞானசம்பந்தமூர்த்தி நாயனாரையே பூர்வாசாரியராகக் கொண்டு வழிபடுதல் முறையாதலால் அவ்வந்தாதியிலும் ஆனந்தக் களிப்பிலும் அவருடைய அருமைச் செயல்களே எடுத்தாளப்படும்.

அப் பதிற்றுப்பத்தந்தாதி யிலிருந்து சில செய்யுட்கள் வருமாறு:

பம்மல் விஜயரங்க முதலியார்

விருத்தம்

அழகிய மயிலை யத்தியைப் பூவை அரசுசெய் தனையுத வாமை
பழகிய பெண்ணை பலவுமின் குரும்பை பலகொளப் பாடினை பற்பல்
கழகமுற் றோங்கு மாலவா யமுதே கவுணியர் பெருங்குல விளக்கே
மழவிளங் களிறே யென்மனந் திருத்தின் மற்றுமப் புகழொடொப் பாமே. (16)

ஒன்றுவெங் காமம் வெகுளியுண் மயக்கம் ஓங்குமும் மதமெனக் கொண்டு
கன்றுமென் மனமாங் களிறகல் பவஞ்சக் காடெலா முழிதரு மதனை
வென்றியா னடக்க வலியியா மையினால் மேதகு கூடலென் றுரைக்கும்
குன்றில்வாழ் தெய்வக் குருபர சமய கோளரி சரணடைந் தேனே. (17)

வேறு

அடைய வினிமை யருளுநின்பொன் அடிக ளடைந்தே னதற்கேற்ப
இடைய றாத வன்பில்லேன் எனினுங் கூடற் சம்பந்தா
தடையி லடியா னினக்கென்றே சாற்றா நிற்ப ரெனையுலகர்
மிடைசில் லுறுப்பி லார்தமையும் மக்க ளென்றே விளம்புதல்போல். (24)

வேறு

வானமும் புகழ்திரு மதுரை பாற்கடல்
ஞானசம் பந்தனார் நயக்கு நல்லமு
தூனமில் சைவர்க ளுவந்த வானவர்
தீனவெவ் வமணரே திதிதன் மைந்தர்கள். (87)

மதுரையை விட்டு நீங்கி வேறு சில தலங்களைத் தரிசனஞ் செய்துகொண்டு இவர் திருவாவடுதுறை வந்து சேர்ந்தார்.

*குருபரம்பரை அகவல்

திருவாவடுதுறையில் இருக்கையில் சில அன்பர்களுடைய வேண்டுகோளின்படி அந்த ஆதீனத்து முன்னோர்களாகிய ஸ்ரீ

* ஸ்ரீ மீனாட்சிசுந்தரம் பிள்ளை யவர்கள் பிரபந்தத்திரட்டு, 1049

மெய்கண்ட தேவர் முதல் வேளூர்ச் சுப்பிரமணிய தேசிக ரிறுதியாக இருந்த ஞானாசிரியர்கள் சிவபதமடைந்த மாதம், நட்சத்திரம், சமாதித் தலமென்பவற்றை முறையே அமைத்து, 'திருவளர் கைலைச் சிலம்பு' என்னும் தலைப்பையுடைய அகவலொன்றை இவர் இயற்றி அளித்தனர். அது குருபரம்பரை அகவலென வழங்கும்; அவ்வகவல் அச்சிற் பதிப்பிக்கப்பெற்றுள்ளது.

மண்ணிப்படிக்கரைப் புராணம்

திருவாவடுதுறை ஆதீனத்துப் பெரிய காறுபாறும் வித்துவானுமாகிய கனகசபைத் தம்பிரானவர்களுடைய விருப்பத்தின்படி *மண்ணிப்படிக்கரைப் புராணம்* இவரால் இயற்றப்பெற்றது.

வானளவு புகழ்த்திருவா வடுதுறையிற் குருநமச்சி வாய மூர்த்தி
ஆனபர சிவனருளான் ஞானகலை முதற்பிறவு மமையக் கற்று
மோனமிகு சாத்தியனாய் மிளிர்கனக சபாபதிமா முனிவர் கோமான்
கூனன்மதி முடித்தபிரான் மதூகவனப் புராணநீ கூறு கென்ன (பாயிரம்)

என்னும் செய்யுளாலும் இது விளங்கும்.

ரத்தாட்சி ஞூ (1864) சித்திரை மாதத்தில் அப்புராணம் அந்தத் தலத்தில் சுவாமி சந்நிதியில் பலர் முன்னிலையில் அரங்கேற்றப்பெற்றது. அதனை இயற்றும்படி அடிக்கடி தூண்டிவந்தவரும் அரங்கேற்றுதற்குப் பலரிடத்துஞ் சென்று பொருளீட்டிக் கொடுத்துதவியவரும் அந்தக் கோயிற் காரியஸ்தர் கோதண்ட ராமைய ரென்பவராவர்.

மண்ணிப்படிக்கரை யென்பது மாயூரத்துக்கு வடபாலுள்ள தேவாரம் பெற்ற தலம்; மண்ணியாற்றின் படிக்கரையில் முற்காலத்து இருந்தமையின் இப்பெயர் பெற்றது; இக்காலத்தில் இலுப்பைப்பட்டு என வழங்கும்; தல விருட்சம் இலுப்பை.

அத்தலத்திற்குரிய விநாயகமூர்த்திகள் வலம்புரி விநாயகர், நடன விநாயக ரென இருவர். சிவபெருமான் படிக்கரைநாயகர், நீலகண்டேசர், முத்தீசர், பரமேசர், மகதீச ரென ஐந்து மூர்த்திகளாக எழுந்தருளியுள்ளார். மங்கல நாயகி, அமுதகரவல்லி யென அம்பிகைகள் இருவருளர். இவர்களுக்குத் தனித்தனியே துதிகள் கூறப்பட்டுள்ளன.

அப்புராணச் செய்யுட்களுட் சில வருமாறு:

மகதீசர் துதி

ஒப்பாரு மிக்காரு மில்லானென் றாரணங்கள் உரைத்தற் கேற்ப
இப்பாரும் விண்ணுலகு மெடுத்தேத்து மகதீசன் எனும்பேர் பூண்டு
தப்பாரு மறிவினருஞ் சங்கையறத் தழலங்கைத் தலத்தி னேந்திக்
கப்பாரு மதூகவனங் குடிகொண்ட பெருமானைக் கருதி வாழ்வோம்.
(கடவுள் வாழ்த்து)

தலவிருட்சமாகிய இலுப்பையின் சிறப்பு

இனிய நீழலெங் குஞ்செய் தருக்குலம்
நனிய வாந்தளி ராதிக ளேநல்கும்
கனிய மைந்தவிக் காம ரிருப்பைதான்
மினிய நாளும் விளக்கமும் நல்குமே. (திருநகரப் படலம், 31)

காம தகன நினைத்தொழுதேன் கால கால நினைத்தொழுதேன்
சோம சூட நினைத்தொழுதேன் துணைவி விடாது வீற்றிருக்கும்
வாம பாக நினைத்தொழுதேன் மதூக வனத்தாய் நினைத்தொழுதேன்
ஏம வுருவ நினைத்தொழுதேன் என்று நடனம் புரிகின்றான்.

(நடனவிநாயகப் படலம், 13)

வானமுழு வதுங்காத்த மணிகண்டர் பேரருளால்
ஆனநய வுணர்வுற்ற வக்காகம் பிரமதடத்
தூனமில்வண் புனன்மூழ்கி யோங்குசின கரஞ்சூழ்ந்து
கானமுறா தடியேனைக் காகாவென் றுறக்கரையும்.

(காகம் முத்தியடைந்த படலம், 28)

கருமசேனன் முத்தியடைந்த படலமென்பது முழுவதும் வஞ்சித்துறையாலே இயற்றப்பெற்றுள்ளது; அதிலுள்ள செய்யுட்களுட் சில வருமாறு:

அன்ன வன்னிவன் உங்கள் பேரினாற்
தன்னை நோக்கியே கங்கை யாடிநான்
பொன்னை நேடினேன் திங்க ளாறினில்
என்ன செய்குவேன் இங்கு மேவுவேன்.

(கருமசேனன் முத்தியடைந்த படலம், 7, 10)

அப்புராணத்திலுள்ள படலங்கள் 20; செய்யுட்கள் 501. அஃது அச்சிடப்பெற்றுளது.

சேற்றூர்க் கந்தசாமிக் கவிராயர்*

சேற்றூர்ச் சம்ஸ்தான வித்துவான்களின் பரம்பரையினரும், சுப்பிரமணிய தேசிகரிடம் பாடங்கேட்டவரும், விரைவாகச் செய்யுள் செய்பவருமாகிய கந்தசாமிக் கவிராய ரென்பவர் ஒரு சமயம் சுப்பிரமணிய தேசிகரைத் தரிசிக்கும்பொருட்டு வழக்கம் போலவே திருவாவடுதுறைக்கு வந்தார். பிள்ளை யவர்களுடைய புகழைக் கேள்வியுற்றவ ராதலின் இவரைக் கண்டு அளவளாவ வேண்டுமென்னும் விருப்பம் அவருக்கு மிகுதியாக இருந்துவந்தது. சுப்பிரமணிய தேசிகரைத் தரிசித்துவிட்டு இவரைப் பார்க்க வந்தார். அப்பொழுது இவர் ஏதோ ஒரு நூலின் பகுதிக்குரிய செய்யுட்களை இயற்றி எழுதுவித்துக்கொண்டிருந்தார். ஒரு செய்யுள் செய்வதற்கே பல நாழிகை யோசித்து உபகரணங்களைத் தேடிவைத்துக்கொண்டு பாடுபவர்களை அக் கந்தசாமிக் கவிராயர் பார்த்தவ ராதலின், இவர் அநாயாஸமாகப் பாடுதலையும் இடையிடையே நண்பர்களோடு பேசுவதையும் அப்பேச்சினால் செய்யுள் இயற்றுதலில் யாதொரு தடையும் நேராமையையும் கண்டு அளவற்ற ஆச்சரியம் அடைந்தார். உடனே வியப்பு மிகுதியால்,

கட்டளைக்கலிப்பா

ஓலை தேடி யெழுத்தாணி தேடியாள் ஓய்ந்தி ருக்கு மிடந்தேடி யேயொரு
மூலை தேடி யிருந்துதன் மூக்குக்கண் ணாடி தேடி முகத்திற் பொருத்தியே
மாலை தேடி வருமட்டு மோர்கவி வந்த தென்று வரைந்து வழுத்துவன்
சாலை நீடிய பாப்பாங் குளத்துக்குத் தக்க சொக்கலிங்க கக்கவி ராயனே

---

* இவருடைய தம்பியின் குமாரருக்கும் கந்தசாமிக் கவிராயரென்று பெயருண்டு.

என்னும் பழைய தனிப்பாடலை அங்கே உள்ளவர்களுக்கு எடுத்துச் சொல்லி இவரை மிகவும் பாராட்டினார்; சிலநாள் இருந்து இவருடன் சல்லாபம் செய்துவிட்டுச் சென்றார். இப்படியே வரும்பொழுதெல்லாம் இவரோடிருந்து இவருடன் பழகி இவரது கவித் திறத்தைப் பாராட்டிச் செல்லுவார்.

திருவாவடுதுறைக் கந்தசாமிக் கவிராயர் இவர் பாடும் நூல்களிற் பங்கு கேட்டது

இவர் புராணங்களைப் பாடிவரும்பொழுது இயல்பாகவே முன்பு திருவாவடுதுறை ஆதீனவித்துவானாக இருந்த கந்தசாமிக் கவிராய ரென்பவர், "நீங்கள் பாடும் புராணத்திற் சில பாகத்தை என்னிடம் கொடுத்தால் நான் பாடி முடிப்பேன். இந்த இடத்திலேயே காத்துக்கொண்டிருக்கும் என் பெயரும் பிரகாசப்படுவதற்கு வழியுண்டாகும்" என்று வற்புறுத்திப் பலமுறை கேட்டுக் கொண்டே வந்தார். இவர் நேரில் மறுப்பதற்குத் துணியாமல், "ஆயிரக் கணக்கான பாடல்கள் அமையக்கூடிய புராணமாக இருந்தால் உங்களுக்கும் சில பாகங்களைப் பகிர்ந்துகொடுப்பேன். இவை நூற்றுக்கணக்கான பாடல்களாற் செய்யப்படுவனவே. ஆகையால் என்னுடைய நாவின் தினவைத் தீர்ப்பதற்கே போதியனவாக இல்லை. உங்களுக்குப் புராணம் செய்யும் விருப்பம் இருந்தால் வேறே ஒரு ஸ்தலத்திற்குத் தனியாகச் செய்யலாமே" என்பார். அவர் பின்னும் வற்புறுத்துவார். இவர் இவ்வாறே விடையளிப்பார். அவர், "நான் வருந்திக்கேட்டும் கொடுக்கவில்லை" என்று அயலிடங்களிற் சென்று குறைகூறுவர். இவ்வாறு அவர் கேட்பதும் இவர் விடை கூறுவதும் அடிக்கடி நிகழும்.

இங்ஙனம் நிகழ்ந்துவருங்காலத்தில் ஒருநாள் பகற் போசனத்தின்பின் இவர் மடத்தின் முகப்பிலிருந்த பலருடன் பேசிக்கொண்டிருக்கையில் கந்தசாமிக் கவிராயர் தமக்குத் தெரிந்தவர் பலர் அங்கே இருப்பதைக் கண்டார். அதுதான் கேட்பதற்கு நல்ல சமயமென் றெண்ணிவந்து வழக்கம்போற் பாடுவதிற் பங்கு கேட்டார். கேட்டபொழுது அங்கே இவரைப் பார்த்தற்கு வந்திருந்த சேற்றூர்க் கந்தசாமிக் கவிராயர், 'இந்தப் போராட்டத்தை இப்பொழுதே எவ்வாறேனும் நாம் ஒழித்துவிட வேண்டும்' என்றெண்ணி அவரை நோக்கி, "நீங்கள் என்ன என்ன நூல்கள் படித்திருக்கிறீர்கள்?" என்று விசாரித்துக் கடினமான சில கேள்விகளைக் கேட்கத் தொடங்கினார். அவர் தெளிவாக விடைகூறமாட்டாமல் விழித்துக்கொண்டேயிருந்தார். சேற்றூர்க் கவிராயர் பின்னும் அவரைப் பார்த்து, "பிள்ளை யவர்களுக்கும் உங்களுக்கும் படிப்பிற் பலவகை வேறுபாடுகள் உண்டு. அவ்விஷயத்தை நீங்கள் அறிந்துகொள்ளாமல் இவர்களைக் காணும்பொழுதெல்லாம் இந்த வண்ணம் துன்புறுத்துவது சிறிதும் நன்றாயில்லை. உங்களுடைய நிலைமையை நீங்களறியாமல் இவர்களை ஏன் நோவச் செய்கிறீர்கள்? உங்களுக்கு இயற்கையில் திறமை இருந்தால் எத்தனையோ விதத்தில் அதனை வெளிப்படுத்தலாமே. இனி இவ்வாறு இவர்களிடம் வாக்குவாதம் செய்தால் ஸந்நிதானத்தினிடம் விண்ணப்பம் செய்துவிடுவேன்" என்றார். ஸந்நிதானத்தினிடம்

தெரியப்படுத்துவதாகச் சொன்ன வார்த்தைதான் அவர் மனத்தைக் கலக்கிவிட்டது. பழையகாலத்து மனிதராகிய அவர் இயற்கையிலேயே பயந்தவர். கடிந்து பேசுவா ரின்மையாற் பிள்ளை யவர்களிடம் அவ்வளவு காலம் போராடினார். இந்தச் சேற்றூர்க் கவிராயர் எங்கிருந்தோ முளைத்து, 'ஸந்நிதானம்' என்று பயமுறுத்தினால் அவர் அஞ்சமாட்டாரா? "இனி இந்த வழிக்கே வருவதில்லை; என்னை விட்டுவிடுங்கள்" என்று சொல்லிப் போய்விட்டார். அதுமுதல் இந்த விஷயத்தைப்பற்றிக் கேட்பதற்குப் பிள்ளை யவர்களிடம் வருவதை அவர் நிறுத்திக்கொண்டார்.

ரத்தாட்சி வருஷம் (1864) வைகாசி மாதம் இரண்டாந் தேதி திருவாவடுதுறை யாதீனம் காறுபாறு கண்ணப்பத் தம்பிரா னவர்களுக்கும் இவருக்கும் அம்பலவாண தேசிக ரவர்களால் நிர்வாண தீக்ஷை (தீக்ஷைக்குறை) நடந்தேறியது.

பந்தர்ப் பாட்டு

அப்பொழுது மடத்திற் சிலநாள் காறுபாறாக இருந்த ஒருவர் பிள்ளை யவர்களிடத்தில் அழுக்காறும் விரோதமும் கொண்டிருந்தார். அதற்குக் காரணம் மடத்தில் இவருக்கு விசேஷமான உபசாரம் நடந்துவருதலும், வருபவர்கள் தம்மைப் பாராட்டாமல் இவரையே பாராட்டி வந்தமையுமே. அதுபற்றி இவருக்கு ஆகவேண்டிய காரியங்கள் யாவும் சுப்பிரமணிய தேசிகருடைய கட்டளையின்படியே நடைபெறும். இவர் இருந்த விடுதியின் முற்றம் விசாலமானது; அதனால் கோடைக் காலத்து வெப்பம் தாங்க முடியாமல் இருந்தது. அதுபற்றி முற்றத்தில் ஒரு பந்தர் போட்டுக் கொடுக்கும்படி கட்டளையிடவேண்டுமென்று இவர் விண்ணப்பித்துக்கொண்டார். அப்படியே சுப்பிரமணிய தேசிகருடைய உத்தரவினால் கீற்று, பந்தர்க்கழி முதலியன மெய்க்காட்டுக் கணக்குப்பிள்ளையால் கொணர்ந்து சேர்க்கப்பட்டன. அதை எப்படியோ தெரிந்துகொண்டு மேற்கூறிய அதிகாரி தம்முடைய அனுமதியில்லாமல் அச்செயல் நிகழ்ந்துவிட்டதே யென நினைந்து ஏதோ ஒரு காரணத்தைக் காட்டிக் கீற்று முதலியவற்றை வேறோரிடத்துக்கு எடுத்துப்போகும்படி செய்தனர். அது தெரிந்த பிள்ளை யவர்கள் மனவருத்தமுற்றுப் பின்வரும் பாடலை இயற்றிச் சுப்பிரமணிய தேசிகருக்கு விண்ணப்பம் செய்யும்படி ஒரு மாணாக்கரை அனுப்பினார்:

மந்தரச் சிகரி நீலிமா வனத்து வாகீசர் வரவுதேர்ந் திடைநீ
பந்தரொன் றமைத்துப் பொதியுண வளித்த பான்மைதேர்ந் தீண்டிருப் பேனுக்
கிந்தவெங் கோடை தனிற்பந்தர்க் காக எய்திய பொருள்கணீங் கியவென்
சுந்தரத் துறைசைச் சுப்பிர மணிய தூயதே சிககுணக் குன்றே.

[நீலிமாவனம் – திருப்பைஞ்ஞீலி.]

இதைப் பார்த்த உடனே சுப்பிரமணிய தேசிகர் இன்னாரால் ஏற்பட்டிருக்குமென்று நினைத்து, மெய்க்காட்டுக் கணக்குப்பிள்ளையை அழைத்துவரச் செய்து, "இந்த நிமிஷமே பிள்ளை யவர்களுடைய விடுதியின் முற்றத்தில் பந்தரைப் போட்டுவிட வேண்டும்; இல்லையெனில் உமக்குக்

கட்டளையிட்டவருடைய வேலை நிலைபெறாதென்று அவருக்கு அறிவியும்" என்று உத்தரவிட்டார். பின்னர் வெகு சீக்கிரத்திலே பந்தர் போடப்பட்டது.

நாவலர் பாராட்டு

ஒருமுறை திருவாவடுதுறைக்கு ஆறுமுக நாவலர் வந்திருந்த பொழுது மடத்திற் படித்துக்கொண்டிருந்த நமச்சிவாயத் தம்பிரானைக் கண்டு, "அங்குத்தி, பிள்ளை யவர்களிடம் பல நூல்களைப் பாடங்கேட்டுக் கொள்ளவேண்டும். அவர்கள் இங்கே இருப்பது பெரும்பாக்கியம். அவர்களைப்போல இப்பொழுது பாடஞ் சொல்பவர்கள் இல்லை" என்று சொல்லிப் போனார்.

கோயிலூர்ப் புராணம்

அடிக்கடிநேரும் பொருள் முட்டுப்பாட்டினால் இவர் வருந்துவதை இவரிடம் பாடங்கேட்டுவந்த தேவிகோட்டை நாராயண செட்டியா ரென்பவர் அறிந்து இவருக்கு எவ்வகையிலேனும் பொருள் வருவாய் கிடைக்கும்வண்ணம் செய்விக்க வேண்டுமென எண்ணினார். பாண்டிய நாட்டில் நகரவட்டகையிலுள்ள சிவஸ்தலங்கள் சிலவற்றிற்கு இவரைக் கொண்டு புராணம் இயற்றுவிக்கலா மென்றும் அங்கங்கேயுள்ள பிரபுக்கள் மூலம் அவை காரணமாக இவருக்குத் தக்க பரிசில்கள் கொடுக்கச் செய்யலாமென்றும் நிச்சயித்து அதற்கு வேண்டிய முயற்சிகளைச் செய்து வருவாராயினர். நகர வைசியப் பிரபுக்கள் இக்கவிஞர் கோமானது பெரும்புகழை அறிந்திருந்தவர்க ளாதலின் நாராயண செட்டியாருடைய முயற்சிகள் பயனுற்றன. கோயிலூர் வேதாந்த மடத்துத் தலைவராக இருந்த ஸ்ரீ சிதம்பர ஐயாவின் விருப்பப்படி கோயிலூர்ப் புராணம் இவராற் பாடப்பெற்றது. இவரைக் கோயிலூருக்கு வருவித்துத் தக்கவர்கள் கூடிய சபையில் அந்நூலை அரங்கேற்றுவித்து ஸ்ரீ சிதம்பர ஐயா இவருக்கு உயர்ந்த சம்மானம் செய்ததன்றிப் பலவகையான உதவிகளும் செய்வித்தார்.

கோயிலூரிலிருந்து திருவாவடுதுறைக்கு இவர் வந்தவுடன் மடத்திலிருந்த சில தம்பிரான்கள் அப்புராணத்தைப் படிக்கச் சொல்லிக் கேட்டபொழுது அதனை ஆக்குவித்தோராகிய சிதம்பர ஐயாவைச் சிதம்பர தேசிகரென்று கூறியிருத்தலை அறிந்தார்கள்; "சைவரும் இந்த மடத்து வித்துவானுமாகிய இவர் அவரைத் தேசிகரென்று சொல்லுதல் முறையா? பணங்கொடுத்தால் வித்துவான்கள், யாரையும் எப்படியும் புகழ்வார்கள்" என்று தம்முள் சொல்லிக்கொண்டிருந்தனர். அதனைச் சிலராலறிந்த இப் புலவர்கோமான் அவர்களுள் முக்கியமானவரைச் சந்தித்த பொழுது, "இந்தமாதிரி அங்குத்தி சொல்லிக்கொண்டிருந்த துண்டோ?" என்று கேட்டார். "ஆம்" என்றார் அவர். இவர், "பதினோராவது நிகண்டு ஞாபகத்தில் இருக்கின்றதா? தேசிகனென்பதற்கு அதில் என்ன பொருள் கூறியிருக்கிறது?" என்று கேட்டார், அவர், "தேசிகன் வணிக னாசான்" என ஒப்பித்தார். "அந்த நிகண்டின் பொருளைத்தான் நானும் பின்பற்றிச் சொல்லியிருக்கிறேன். அடியேன் சொன்னதில் ஒன்றும் தவறில்லையே" என்றார் இவர். அவர் இக் கவிஞர்பிரானது சமத்காரமான விடையைக்

கேட்டு ஒன்றும் கூற இயலாமல் வறிதே சென்றார். அன்று முதல் யாரும் இவ்விஷயத்தைப் பற்றிக் குறைகூறுவதில்லை.

கோயிலூரென்பது சமிவனம், கழனியம்பதி, வன்னிவனம், சாலிவாடி, ஸ்ரீவல்லப மெனவும் வழங்கும். அத்தலத்தில் எழுந்தருளியுள்ள சிவபெருமான் திருநாமங்கள் திரிபுவனேசர், கொற்றவாளீசர், கழனிநாத ரென்பன; அம்பிகையின் திருநாமங்கள் திரிபுவனேசை, நெல்லைநாயகி யென்பன. தலவிருட்சம் வன்னி.

அந்நூலைச் செய்வித்தவர் சிதம்பர ஐயாவென்பது,

தூயமுத்தி ராமலிங்க தேசிகன்பே ரருள்பெற்றோன் சுகுண ஞானம்
மேயவரு ணாசலதே சிகனவன்பா லருள்பெற்று விளக்கஞ் சான்ற
பாயபுகழ்ச் சிதம்பரதே சிகன்கேட்க வுயர்கழனிப் பதிப்பு ராணம்
வாயமையப் புனைந்துரைத்தான் மீனாட்சி சுந்தரநா வலன்மிக் கோனே

வேறு

திகழ்தருசின் மயரூப சிதம்பரதே சிகன்மொழிய
இகழ்தருத லிலாதவன்சொ லேற்றபெரும் புண்ணியத்தாற்
புகழ்தருமிப் புராணத்தைப் பாடினேன் புன்மையெலாம்
அகழ்தருபே றறமுதல யாவுமடைந் தனன்யானும்

எனவரும் செய்யுட்களால் அறியப்படும்.

சிதம்பர ஐயாவின் விருப்பத்தின்படி வடமொழியி லுள்ளவாறே அந்நூலுள் வேதாந்த விஷயங்கள் அங்கங்கே பலவகையில் அமைக்கப்பெற்றன.

அப் புராணத்துப் பாடல்களுட் சில வருமாறு:

ஸ்ரீ நமச்சிவாய மூர்த்தி துதி

கண்ணிய பிறப்பை யாருங் கரிசென வெறுப்பர் மேலோர்
அண்ணிய சிறப்பான் மிக்க வாவடு துறைக்கண் மேய
புண்ணிய நமச்சி வாய குருபரன் பொற்றாள் போற்ற
நண்ணிய பிறப்பை நாயேன் வெறுப்பது நன்றாங் கொல்லோ. (20)

மழை பெய்தலும் பயிர் செழித்தலும்

வேறு

மழையெ னப்படுந் தேசிகன் றிங்கண்மும் மழையாம்
விழையு முப்பதப் பொருளினை விருப்பொடு பொழியக்
குழைத ரப்படு கோடையா மவித்தைபோய்க் குலைந்து
தழையு யிர்ப்பயிர் தம்மியல் படைந்தன மாதோ.

உழவர்கள் வயலின் வரம்மை அரிந்து உயர்த்தல்

வேறு

எத்துணைநூல் கொளுத்திடினு மேற்கும்வலி யுண்டாதற்
கொத்தபெருங் கட்டளைமுன் னேற்றிவலி யுறுத்துதல்போல்
எத்துணைநீர் பாய்த்திடினு மேற்கும்வலி யுண்டாதற்
கொத்தகுலைக் கங்கரிந்தாங் கேற்றிவலி யுறுப்பரால்.

[கட்டளை – நானாஜீவவாதக் கட்டளை முதலியன; இச்செய்யுள் அந்த மடத்தின் சம்பிரதாயத்தைத் தழுவி இயற்றப்பெற்றது.]

களைபறித்தல்

மிடிகெடுக்கும் பயிர்க்கூறாய் மேவியமுண் டகமாம்பல்
கடிகெடுக்குந் தன்மையிலாக் கருநீல முதல்யாவும்
வடிகெடுக்குங் கருங்கண்ணார் வயலினிடைக் களைந்தெறித்தார்
குடிகெடுக்கு மிராகாதிக் குற்றங்கள் களைவார்போல்.

நகர வணிகரின் இயல்பு

வேறு

பொருளினை யீட்டும் போது புத்திரர் முதலோர்க் கென்று
மருளுற வீட்டா நிற்கு மடமையோர் நாணுக் கொள்ளத்
தெருண்மிகு மன்ன தானஞ் சிவாலய தரும மேற்றோர்
வெருண்மிடி யகற்றற் கென்றே யீட்டுவர் விரும்பி நாளும்.

மடத்தின் சிறப்பு

தெளிதரு புகழ்வே தாந்த சிரவணந் திருந்தச் செய்தே
ஒளிதரு மனன மாதி யிரண்டினு முரவோ ராகிக்
களிதரு பவஞ்ச முற்றுங் கான்றிடு சோற்றிற் கண்டு
வெளிதரு பிரம மேயாய் மேவுவார் மடமொன் றுண்டால்.

இலக்கண வமைதி

வேறு

கிழக்கிருந்து மேற்கேகிக் கெழுமநடத் தியநாஞ்சில்
வழக்கமிகு தெற்கிருந்து வடக்கேக நடத்திடுவார்
பழக்கமிகு சுழிகுளமென் றெடுத்திசைக்கு மொருபாவை
முழக்கமிகு பெரும்புலவர் பொழிந்துநடத் துதல்பொருவ. (48)

அப்புராணத்துள்ள படலம் 14; திருவிருத்தம் 849. அஃது அச்சிடப் பெற்றுள்ளது.

22

ரங்கசாமி பிள்ளையைத் திருவாடுதுறை மடத்திற்கு வரச்செய்தது

ரங்கசாமி பிள்ளையின் இயல்பு

அக்காலத்தில், மதுரையிலிருந்து ரங்கசாமி பிள்ளை யென்பவர் தஞ்சாவூருக்குப் *பிரின்ஸிபல் ஸதர்மீனாக மாற்றப்பட்டு வந்திருந்தார். அவர் மிக்க பரிசுத்தர். யாரையும் சென்று அவர் பார்ப்பதில்லை. அவர் வீட்டிற்கும் யாரும் போவதில்லை. அவரிடம் பழகுவதில் எல்லோருக்கும் பயம் இருந்தது. அவ்வாறு இருந்து வேலை பார்ப்பதுதான் ஒழுங்கென்பது அவருடைய கருத்து. ஆனாலும், அவர் தெய்வபக்தியும் தமிழ்ப் பாஷையிற் பயிற்சியும் உள்ளவர்.

அம்பலவாண தேசிகர் ரங்கசாமி பிள்ளையை வருவிக்க விரும்பியது

அவர் தஞ்சாவூரில் இருக்கையில் தைமாதக் குருபூஜைக்குத் திருமுகம் அவருக்கு அனுப்பலாமா வென்று திருவாவடுதுறை அம்பலவாண தேசிகர் யோசித்து விசாரிக்கையில், அங்கே வந்திருந்த சில சைவப் பிரபுக்கள், "அவர் முன்பிருந்தவர்களைப் போன்றவரல்லர். சற்றுக் கடுமையுள்ளவர். அவர் எந்த இடத்திற்கும் போவதில்லை. அவருக்கு அனுப்புவதிற் பயனே இல்லை. அவர் எங்கேயாவது வந்திருக்கிறதாக ஸந்நிதானம் கேட்டதுண்டா? அவரைப் பார்க்கவெண்ணிச் சென்றவர்கள் பாராமலே வந்து விட்டார்கள்" என்று சொன்னார்கள். அம்பலவாண தேசிகர் அதனைக் கேட்டு, "எவ்வாறேனும் அவரை வரவழைக்கவேண்டும்" என்று நினைத்தார். 'முன்பிருந்தவர்க ளெல்லோரும் வருவதுண்டே; இவர்மட்டும் வாராமல் இருக்கலாமா?' என்று எண்ணினார்.

---

* பிரின்ஸிபல் ஸதர்மீன் (Principal Chadarmeen) – முதன்மை நீதிபதி. ஸதர்+அமீன்= ஸதர்மீன். நியாயதிபதிக்கு முகம்மதியர் ஆட்சியில் வழங்கிய பெயர். (ப.ஆ.)

பிறர் அவரைப்பற்றிப் பல செய்திகளைச் சொல்லச் சொல்லத் தேசிகருடைய எண்ணம் அதில் வலியுற்றதே யன்றிக் குறையவில்லை. 'அவரை அழைத்துவரத் தக்கவர்களை அனுப்ப முயல வேண்டும். அந்தக் காரியத்தை முடிக்கும் ஆற்றல் யாருக்கு உள்ளது?' என்று அடுத்தபடி அவருடைய மனம் யோசனையில் ஆழ்ந்தது. 'வந்துள்ள பிரபுக்களோ அவர் வரவேமாட்டா ரென்று அபசகுனம்போற் சொல்லுகிறார்கள். அவரிடத்தில் எல்லோருக்கும் அச்சம் இருப்பதாகத் தெரிகிறது. யாரை அனுப்பலாம்?' என்று தினமும் எண்ணி எண்ணிக் கவலையுற்றார். அப்பொழுது சுப்பிரமணிய தேசிகர் தம் ஆசிரியருடைய திருவுள்ளம் ஏதோ ஒரு விஷயத்தைக் குறித்துக் கவலையுறுவதாக அறிந்து சென்று, "ஸந்நிதானம் எதைப்பற்றி யோசிக்கிறது?" என்று கேட்டார். அவர் தம் கவலையின் காரணத்தைக் கூறினார்.

சுப்: இதுதானா பெரிய விஷயம்! யாராயிருந்தா லென்ன? நமச்சிவாய மூர்த்தியின் திவ்யப் பிரசாதத்தை விரும்பாதவர்களும் இருக்கிறார்களா? இந்தப் பிரபுக்களெல்லாம் அவரைப் பார்க்கவும் பேசவும் முடியாவிட்டால் ஒருவராலும் அது முடியாதென்று நினைத்து விடலாமா?

அம்பல: அப்படி இல்லை. அவர் வேறு எந்த இடத்திற்கும் போவதில்லையாமே.

சுப்: இருக்கட்டும். அதற்கேற்றவர்கள் நம்மிடத்தில் இருக்கிறார்கள். அவர்களைக் கொண்டு காரியத்தை முடித்துக்கொள்ளலாம்.

அம்பல: அப்படிப்பட்ட ஒருவரும் நம்மிடத்தில் இருப்பதாகத் தெரியவில்லையே. பெரிய பிரபுக்களே போவதற்கு நடுங்கும்பொழுது யார் அவரிடம் போவார்கள்?

சுப்: இந்தப் பிரபுக்களால் ஆகாத காரியங்களை அடியேன் குறிப்பிட்டவர்கள் செய்து விடுவார்கள்.

அம்பல: யார் அவர்?

சுப்: நம் ஆதீன மகாவித்துவான் பிள்ளை யவர்களை அனுப்பினால் ரங்கசாமி பிள்ளை அவசியம் தரிசனத்திற்கு வருவார். இவர்களை அறியாதவர்களும் மதியாதவர்களும் இல்லை.

அம்பல: இவர் பரம ஸாதுவாக இருக்கிறரே! இவரைக் கண்டால் அந்த அதிகாரி மதிப்பாரா? மதிப்பாரென்று எனக்குத் தோற்றவில்லை.

சுப்: அப்படி நினைக்கக்கூடாது. இவர்களை மதியாதவர் இந்தத் தமிழ்நாட்டில் எவரும் இல்லை. அந்த ரங்கசாமி பிள்ளையல்ல; அவருக்குமேல் எவ்வளவு பெரியவரா யிருந்தாலும் இவர்களை அசட்டை செய்யார். ஸந்நிதானம் அதைப்பற்றி எள்ளளவும் கவலைப்படவேண்டாம்.

அம்பலவாண தேசிகருக்கு அந்தப் பிரபுக்கள் சொன்னவை நெஞ்சில் ஊன்றிப் போயிருந்தமையால் சுப்பிரமணிய தேசிகருடைய வார்த்தைகள் அவருக்கு முழு நம்பிக்கையைக் கொடுக்க வில்லை. 'ஆனாலும் பார்ப்போம்' என்று எண்ணி, "அவ்வாறே செய்க" என்று கட்டளையிட்டார்.

தஞ்சாவூர் சென்றது

உடனே சுப்பிரமணிய தேசிகர் பிள்ளை யவர்களை அழைத்து, தஞ் சாவூருக்குச் சென்று எப்படியாவது ரங்கசாமி பிள்ளையைக் குருபூஜா தரிசனத்திற்கு அழைத்துவர வேண்டுமென்றும் அவ்வாறு செய்தால் மஹா ஸந்நிதானத்தின் திருவுளத்திற்கு உவப்பா யிருக்குமென்றும் சொல்லிப் பிரயாணத்திற்கு வேண்டிய சௌகரியங்களைச் செய்வித்து அனுப்பினார்.

இவர் அவ்வாறே பிற்பகலில் தஞ்சைக்குப் புறப்பட்டுச் சென்றார். அங்கே இவருக்குப் பழக்கமானவராகிய இலக்கணம் *இராமசாமி பிள்ளை யென்பவ ரொருவர் இருந்தார். அவர் இவருடைய மாணவர்களுள் ஒருவர்; திருவாவடுதுறைக்கு அடிக்கடி வந்து தமக்கு நூல்களிலுள்ள ஐயங்களை இவரிடம் தீர்த்துக் கொண்டு செல்வார். அவர் தஞ்சாவூரி லுள்ளவர்களால் நன்கு மதிக்கப்பெற்றவர். அவரைக் கண்டு அவர் மூலமாக எவரையேனும் பார்த்துத் தம்முடைய காரியத்தை முடித்துக் கொள்ளலாமென்று இவர் நினைந்தார். ஆதலினால், வேறு பலர் அவ்வூரிற் பழக்கமுள்ளவர்களாக இருந்தும் அவர்கள் வீட்டிற்குச் செல்லாமல் இராமசாமி பிள்ளை வீட்டிற்கே சென்று தங்கினார். அப்பொழுது அவர் வீட்டில் இல்லை. சிறிதுநேரங் கழித்தபின் அவர் வந்தார். தம் வீட்டில் இவரைக் கண்டவுடன் வியப்புற்று, "என்ன மாதவஞ் செய்ததிச் சிறுகுடில்" என்று கூறி க்ஷேம சமாசாரங்களை விசாரித்துவிட்டு உபசாரங்கள் செய்து வேண்டிய பொருள்களை உதவி உடன் வந்த தவசிப்பிள்ளைகளைக்கொண்டு விருந்தமைக்கச் செய்தனர். இவர் ஆகாரம் செய்துவிட்டு நெடுநேரம் பேசிக்கொண்டேயிருந்து சயனித்துக்கொண்டார்.

விடியற்காலையில் எழுந்து தனியே இருவரும் வெளியில் உலாவச் சென்றார்கள். அப்பொழுது இவர் இராமசாமி பிள்ளையை நோக்கி, "இந்த ஊருக்குப் புதியவராக வந்திருக்கும் பிரின்ஸிபல் ஸதர்மீன் அவர்களைத் திருவாவடுதுறைக் குருபூஜா தரிசனத்திற்காக அழைத்துச்செல்ல வந்திருக்கிறேன். யார் மூலமாக முயன்றால் இது கைகூடும்? எப்படியாவது இக்காரியத்தை நிறைவேற்றித் தரவேண்டும்" என்றனர். அவர், "ரங்கசாமி பிள்ளை யவர்கள் யாரையுமே பார்க்கிறதில்லை. எவ்விடத்திற்குமே செல்லுகிறதில்லை. ஆனாலும் நான்மட்டும் அவர்களுடைய ஓய்வுநேரத்திற் சென்று *திருவிளையாடல், பெரியபுராணம்* முதலியவற்றைப் படித்துக்காட்டி வருவதுண்டு. அவர் தமிழிலும் தமிழ் வித்துவான்களிடத்திலும் பிரீதியுடையவரே. ஐயா அவர்களே வந்திருக்கும் போது இக்காரியம் நிறைவேறுவதற்கு என்ன தடை இருக்கின்றது? அடியேன் முந்திச்சென்று அவரிடத்தில் தங்களுடைய நல்வரவைத் தெரிவித்துவிட்டு வருவேன். அடியேன் வரமுடியாவிட்டாற் சொல்லி யனுப்புவேன். அந்தப்படி வரவேண்டும்" என்று சொல்லிவிட்டுத் தாம் மட்டும் அங்கே சென்றார். இவர், 'தேடிப்போன மருந்துக்கொடி காலில் அகப்பட்டதுபோலக் காரியம் முடிவதற்கு ஏற்றவரிடமே வந்து சேர்ந்தோம். வேறொருவரிடத்தும் செல்லாதிருந்தது நன்மையாய்விட்டது' என்று கால விசேடத்தை எண்ணி மகிழ்ந்தார்.

---

* இவர் பின்பு கொழும்பு ஸர் பி. இராமநாத முதலியாருக்கு ஞானாசிரியராக விளங்கினவர்; இஃது அம்முதலியாருடைய சரித்திரத்தால் விளங்கும்.

இராமசாமி பிள்ளை சென்று ரங்கசாமி பிள்ளையைக் கண்டார். அவர் வழக்கம்போலவே கையில் புத்தகத்தை எடுத்து வைத்துக்கொண்டு பாடங்கேட்கத் தொடங்கினார்.

இராம: ஒரு முக்கியமான விஷயத்தைச் சொல்லப்போகிறேன். அதற்கு அவகாசம் கொடுக்கவேண்டும்.

ரங்க: சொல்லலாமே.

இராம: இக்காலத்துக் கம்பரென்று எல்லோராலும் கொண்டாடப்படும் திரிசிரபுரம் மகாவித்துவான் ஸ்ரீ மீனாட்சிசுந்தரம் பிள்ளை யவர்களைப்பற்றித் தாங்கள் கேட்டிருக்கலாமே. கம்பர் செய்த செய்யுள் பதினாயிரமே. இந்தப் பிள்ளை யவர்கள் இதற்குள் செய்திருப்பன எத்தனையோ பதினாயிரம்; இனி எவ்வளவு செய்வார்களோ? அளவிடமுடியாது; நிமிஷகவி; சிவபெருமான் திருவருளைப் பெற்றவர்கள்; ஸரஸ்வதிதேவி அவர்களுடைய நாவிற் குடி கொண்டிருக்கிறாள். எத்தனையோ பேர்களுக்குக் கைம்மாறு கருதமாற் பாடஞ்சொல்லி அவர்களுக்கு வேண்டிய சௌகரியங்களைச் செய்வித்து முன்னுக்குக் கொணர்ந்திருக்கிறார்கள். அவர்களைப் போன்றவர்களை நான் கண்டதுமில்லை; கேட்டதுமில்லை. நூல்களில் நெடுநாளாக எனக்கு இருந்த பல சந்தேகங்கள் அவர்களாலேதான் தீர்ந்தன. இப்போது அவர்கள் திருவாவடுதுறை மடத்தில் ஆதீன மகாவித்துவானாக இருந்து பலருக்குப் பாடஞ் சொல்லிக்கொண்டு விளங்குகிறார்கள்.

ரங்க: நானும் அவர்களைப்பற்றித் தக்கவர்களாற் கேட்டிருக்கிறேன். பார்க்கவேண்டு மென்ற விருப்பம் எனக்கு மிகுதியாக உண்டு. இந்த உத்தியோக நிர்ப்பந்தத்தால் யாரையும் பார்க்கக்கூடவில்லை; எங்கும் போகக்கூடவில்லை. நான் என்ன செய்வேன்!

இராம: அவர்கள் நேற்றுப் பிற்பகலில் இவ்வூருக்கு வந்து என்னுடைய வீட்டில் தங்கியிருக்கிறார்கள். அவர்களுக்குப் பழக்கமுள்ளவர்கள் எத்தனையோ பேர்கள் இந்த ஊரில் இருந்தும் எனது வீட்டிற்கு வந்தது என்னுடைய பாக்கியமே. அவர்களுடன் நான் தனியே பேசிக்கொண்டிருந்தபொழுது, தங்களைப் பற்றி விசாரித்ததோடு தங்களைப் பார்க்கவேண்டு மென்றும் குறிப்பித்தார்கள். அவர்களிடத்திற் படித்த அநேகர் பெரிய உத்தியோகங்களில் இருக்கின்றனர். மாயூரம் முன்ஸீப் வேதநாயகம் பிள்ளையைத் தங்களுக்குத் தெரிந்திருக்கலாமே. அவரும் அவர்களுடைய மாணாக்கரே. இன்னும் அவர்களிடத்தில் ஒரு விசேஷம் இருக்கிறது. சிலகாலம் அவர்களிடத்திற் படித்தாலே பல வருஷங்கள் படித்து அறியவேண்டியவற்றை அறிந்துகொள்ளலாம். அதனை நான் என் சொந்த அனுபவத்தில் அறிந்திருக்கிறேன். அப்படிப்பட்ட பெரியவர்கள் தங்களைப் பார்க்க விரும்புவது தங்களுடைய புண்ணியமே.

ரங்க: அவர்கள் தங்களுடைய வீட்டில்தானே வந்திருக்கிறார்கள்? நான் அங்கே வந்து பார்க்கலாமா? எப்பொழுது வரலாம்?

இராம: அவ்வாறு செய்தால் அவர்களுக்கு மிக்க வருத்தமாக விருக்கும். அவர்கள் தங்கள் கௌரவத்தை நன்கு அறிந்தவர்க ளாதலால் என்னைக் கோபித்துக்கொள்வார்கள். தாங்கள் பார்க்கலாமென்று சொன்னால்

நான் போய் அழைத்து வருகிறேன்; அல்லது தங்கள் மனிதர்களையாவது அனுப்பலாம்.

ரங்க: அப்படிச் செய்வது மரியாதையாகத் தோற்றவில்லை. நானேதான் போய்த் தரிசிக்கவேண்டும்.

இராமசாமி பிள்ளை, "அது தாங்கள் இதுவரையில் வைத்துக்கொள்ளாத வழக்கமாதலால் அவ்விதம் செய்யவேண்டாம். நானே போய் வருகிறேன்" என்று சொல்லிப் புறப்பட்டார். ரங்கசாமி பிள்ளை தம்முடைய வண்டியிலாவது அவர்களை அழைத்து வரலாமே யென்று தமது வண்டியை அனுப்பினார். அதில் ஏறிக்கொண்டு இராமசாமி பிள்ளை தம் வீட்டிற்குச் சென்றார்.

ரங்கசாமி பிள்ளையைக் கண்டது

இராமசாமி பிள்ளை போனகாரியத்தை அனுகூலமாக முடித்துக்கொண்டு வரவேண்டுமென்று பிள்ளை யவர்கள் தம்முடைய இஷ்ட தெய்வத்தைப் பிரார்த்தித்து அவர் வரவை எதிர்பார்த்துக்கொண்டிருந்தனர். இராமசாமி பிள்ளையைக் கண்டவுடன், "காயோ? பழமோ?" என்றார். இராமசாமி பிள்ளை, "பழந்தான்" என்று சொல்லி, "அவர் தங்களை இயல்பாகவே அறிந்திருக்கிறார்; தாமே இங்கு வருவதாகச் சொன்னார். அடியேன்தான் அதைத் தடுத்துத் தங்களை அழைத்து வருவதாகச் சொல்லி வந்தேன். இதோ அவர் வண்டி வந்திருக்கிறது. புறப்படலாம்" என்றார். இவர் மகிழ்ந்து அவ்வாறே புறப்பட்டுச் சென்றார். போகும்போது இராமசாமி பிள்ளை இவரைப் பார்த்து, "அவர் தங்களிடத்தில் மிகவும் பிரீதியாகவே இருக்கிறார். அவருடைய அன்பை அதிகப்படுத்துவதற்குத் தங்களுடைய கவித்துவம் வெளிப்படவேண்டும். எந்தச் சமயத்தில் நான் எதைச் சொல்வேனோ அதற்குத் தாங்கள் சித்தமாக இருக்கவேண்டும்" என்று குறிப்பித்து வைத்தார்.

இவருடைய வரவை எதிர்பார்த்துக்கொண்டு வீட்டின் முன்புறத்தில் நின்ற ரங்கசாமி பிள்ளை இவரைக் கண்டவுடன் அஞ்சலி செய்து உள்ளே அழைத்துச்சென்று தக்க ஆசனத்தில் இருத்திப் புஷ்பமாலை சூட்டிச் சிறந்த பழவர்க்கங்களை முன்வைத்து வந்தனம் செய்தார். செய்து, "ஐயா, பெரிய அரசர்களெல்லாம் மதித்துப் பாராட்டுதற்குரிய பெரும்புலமை வாய்ந்த கவிஞர்பெருமானாகிய தாங்கள் எளியேனை ஒரு பொருட்படுத்தி இந்த வீட்டிற்கு எழுந்தருளியதற்கு அடியேன் பழம்பிறப்பில் என்ன புண்ணியஞ் செய்தேனோ தெரியவில்லை. தங்களுடைய வரவை அறிந்து தாங்கள் இருக்கும் இடத்திற்கு வந்து தரிசிக்க எண்ணிய அடியேனை இவர்கள் தடுத்துவிட்டார்கள். அந்தக் குற்றத்தைப் பொறுத்தருள வேண்டும்" என்றார்.

அப்பொழுது இராமசாமி பிள்ளை இக்கவிநாயகருடைய பெருமையையும் அன்புடைமையையும் பின்னும் சொல்லத்தொடங்கிப் பலவகைச் செயல்களை எடுத்துரைத்தார். பின்பு, "இவர்களால் பாடப்பெற்ற பாக்கியசாலிகள் பலர்; அந்த விசேடத்தால் அவர்களிற் சிலர் உயர்வடைந்திருக்கிறார்கள். இவர்கள் எந்தச் சமயத்தில் எப்படிக்

கேட்டுக்கொண்டாலும் பாடுவார்கள். இப்பொழுது தங்கள் விஷயமாக ஒரு செய்யுள் சொல்லும்படி விண்ணப்பித்துக்கொண்டாலும் உடனே சொல்லிவிடுவார்கள்" என்றார்.

ரங்க: அவர்களுடைய திருவாக்கினால் அடியேனையா பாடவேண்டும்? வேறு எந்த விஷயத்தைக் குறித்தாவது பாடலாமே. பாண்டிநாட்டைச் சிறப்பித்து ஒரு செய்யுள் சொன்னாற்போதும்.

இராமசாமி பிள்ளை, "தங்களையும் பாண்டி நாட்டையும் இணைத்துப் பாடினால் நம் இருவருடைய விருப்பமும் பூர்த்தியாகும்" என்று சொல்லிவிட்டு, "எளியேங்கள் விண்ணப்பத்திற்கு இணங்கிப் பாண்டி நாட்டின் சிறப்பும் இவர்கள் சிறப்பும் அமையும்படி ஒரு செய்யுள் இப்பொழுது பாடியருள வேண்டும்" என்று மிக்க பயபக்தியோடு இவரை நோக்கிக் கேட்டுக்கொண்டார்.

அப்பொழுதுதான் இக்கவிஞர்பிரானுக்கு இராமசாமி பிள்ளை எந்தச் சமயத்தில் எது சொன்னாலும் அதனைச் செய்தற்குச் சித்தமாக இருக்கவேண்டுமென்று சொன்னதன் கருத்து விளங்கியது. இராமசாமி பிள்ளை கேட்டுக்கொண்டவுடனே தாமதியாமல் இவர் பின்வரும் செய்யுளைச் சொன்னார்:

விருத்தம்

பாமினா ளோடு பூமினாள் விளங்கும் பாக்கியம் படைத்து நெஞ்சில்
தோமிலா வடியார்க் கருள்புரி யுமையாள் சுந்தர நாயகன் கந்தன்
தாமினா தகற்றி யரசுசெய் பெருமை தாங்கிய திணையிலா வரங்க
சாமியாம் நீதி பதிமுறை நிறுத்தத் தழைத்தது பாண்டிநன் னாடு.

அதனைக் கேட்ட இராமசாமி பிள்ளைக்கே வியப்பு மிக்கது. அதனை இரண்டாமுறையும் சொல்லும்படி விண்ணப்பித்துக்கொண்டார். இவர் அவ்வாறே சொன்னார். ரங்கசாமி பிள்ளை ஸ்தம்பித்து ஓவியம்போல் நின்றுவிட்டார்; மன உருக்கத்தால் அவர் கண்களிலிருந்து ஆனந்த பாஷ்பம் உண்டாயிற்று; சற்றுநேரம் வியப்பில் மூழ்கியவராய்ப் பேச இயலாமல் நின்றார். பின்பு, "ஒன்றுக்கும் பற்றாத சிறியேனைப் பொருட்படுத்திப் பழக்கமில்லாதவனாக இருந்தும் இவ்வளவு பாராட்டிய தங்கள் பெருங்கருணைக்கு அடியேன் என்ன கைம்மாறு செய்யப்போகிறேன்! எப்பொழுதும் தங்களை நினைந்துகொண்டே யிருப்பதுதான் என்னுடைய கடமையாகும்" என்று சொல்லிக்கொண்டே இருக்கும்பொழுது, 'ஸ்நானத்திற்கும் பூசைக்கும் நேரமாய்விட்டது' என்று இராமசாமி பிள்ளை சொன்னார். ரங்கசாமி பிள்ளை உடனே வண்டியில் இவர்களை ஏறச்செய்துவிட்டு இராமசாமி பிள்ளையைத் தனியே அழைத்து, "அவர்களுக்கு ஆகாராதிகள் சரியாக நடக்கின்றனவா? வேண்டிய சௌகரியங்கள் செய்வித்திருக்கக் கூடுமே! அவற்றை நன்றாகக் கவனிக்கவேண்டும். பரமசிவமே இங்கே எழுந்தருளியதாக நான் நம்புகிறேன். நான் அவர்களுக்கு ஏதேனும் தக்க மரியாதை செய்யவேண்டுமென்று எண்ணுகிறேன். என்னுடைய சில மாதச் சம்பளங்களை அவர்களுக்கு அர்ப்பணம் செய்யலாமென்பது என்

கருத்து. வேறு என்ன செய்யச்சொன்னாலும் செய்யக் காத்திருக்கிறேன். உங்களையன்றி எனக்கு உற்றதுணை வேறு யாருள்ளார்? அவர்களையும் என்னையும் அறிந்தவர்கள் நீங்களே" என்று கூறினார்.

இராமசாமி பிள்ளை, "திரவியத்தில் அவர்களுக்குச் சிறிதேனும் விருப்பமில்லை; கொடுத்தாலும் பெற்றுக்கொள்ள மாட்டார்கள். ஆனாலும் அவர்களுடைய குறிப்பை அறிந்து நான் சாயங்காலம் வந்து தெரிவிக்கிறேன்; அதைப்பற்றிச் சிறிதும் நீங்கள் கவலைப்படவேண்டாம்" என்று சொல்லிவிட்டுப் பிள்ளை யவர்களோடு வீட்டிற்கு வந்தனர்.

பூஜையும் போஜனமும் ஆனபின்பு இராமசாமி பிள்ளை தக்க பொருளளிக்க வேண்டுமென்று ரங்கசாமி பிள்ளை எண்ணியிருப்பதாக இவரிடம் கூறினார். இவர், "அவர் திருவாவடுதுறைக்கு வருதலொன்றே எனக்கு எல்லாம் தருதற்குச் சமானம்" என்று சொன்னார். பின்பு ரங்கசாமி பிள்ளை வீட்டிற்கு இராமசாமி பிள்ளை சென்றார். அவரது வரவை எதிர்பார்த்துக் கொண்டிருந்த ரங்கசாமி பிள்ளை, "ஏதாவது தெரிந்ததா?" என்று கேட்டனர்.

இராம: அவர்களுக்குப் பொருளில் விருப்பமில்லை, அது விஷயத்தில் யாதொரு குறைவுமில்லை. அவர்களுக்குள்ள விருப்பம் ஒன்றுதான். அதாவது அவர்களுடைய ஞானாசிரியர்கள் எழுந்தருளியிருக்கும் திருவாவடுதுறை மடத்தில் தை மாதத்தில் நிகழும் குருபூஜா விசேஷத்திற்குத் தாங்கள் வந்து சிறப்பிக்கவேண்டு மென்பதுதான். அங்ஙனம் செய்வதைக் காட்டிலும் திருப்தியளிக்கும் காரியம் அவர்களுக்கு வேறே இல்லை.

ரங்கசாமி பிள்ளை, "அவர்களுக்கும் குருஸ்தானம் இருக்கிறதா? திருவாவடுதுறைக்கு நான் வரவேண்டுமென்று அவர்களுக்கு விருப்பமிருந்தால் அவ்வாறு செய்வதற்கு என்ன தடை இருக்கிறது? அவர்கள் இருக்கிற இடத்திற்கு நான் செல்வதில் யாதோர் அச்சமும் இல்லை. ஆனாலும் குருபூஜா காலத்தில் ஜனக்கூட்டம் அதிகமாக இருக்கக்கூடுமே! அப்போது போய் வருவதைக்காட்டிலும் சாதாரணமான காலத்திற்போய் அவர்களையும் அவர்கள் முகமாக அவர்களுடைய ஆசிரியர்களையும் தரிசித்து வரச் சித்தனாக இருக்கிறேன். தாங்களும் உடன் வரவேண்டும். இந்தச் சமாசாரத்தை அவர்களிடம் தெரிவிக்கலாம். ஆனாலும் இதனால் அவர்களுக்கு என்ன பயன்? என் விஷயத்தில் அவர்கள் செலுத்திய கருணைக்கு நான் கடனாளியாக வல்லவோ இருக்கிறேன்! அதுதான் எனக்கு வருத்தம். நான் வேண்டுமாயின் இப்பொழுதே பிள்ளை யவர்களைப் பார்ப்பதற்கு உங்கள் பின்னே வருகிறேன்" என்றார். இராமசாமி பிள்ளை, "தாங்கள் வரவேண்டாம். அவர்களையே அழைத்து வருகிறேன்" என்று சொல்லிச் சென்று வண்டியில் பிள்ளை யவர்களை அழைத்து வந்தார். ரங்கசாமி பிள்ளை மிக்க மரியாதையோடு இவரை வரவேற்று இருக்கச் செய்து பல உபசார வார்த்தைகளைச் சொல்லிப் பின்பு, "என்னுடைய கடமையை நான் செலுத்தக் கூடாதபடி இராமசாமி பிள்ளையவர்கள் தடுத்துவிட்டார்கள். ஆனாலும் தங்களுடைய கருத்தைப் பூர்த்திசெய்யக் காத்திருக்கிறேன். தங்கள் விஷயத்தில் ஏதேனும் அபசாரம் செய்திருந்தால் பொறுத்தருள

வேண்டும். கிருபையிருக்கவேண்டும். மற்றப்படி நான் சொல்லியவற்றை இவர்கள் தெரிவித்திருப்பார்கள்" என்று சொன்னார்.

அப்போது பிள்ளை யவர்கள், "குருபூஜா காலத்தில் தாங்கள் வரவேண்டு மென்பதில்லை. தங்களுடைய இஷ்டப்படியே சாதாரணமான காலத்தில் திருவாவடுதுறைக்கு விஜயம் செய்தாலே போதும்" என்று சொல்லி விடைபெற்றுக்கொண்டு விடுதிக்கு வந்து திருவாவடுதுறைக்குப் புறப்பட்டார்; புறப்பட்டவர் இராமசாமி பிள்ளையைப் பார்த்து, "தம்பிக்கு நான் என்ன கைம்மாறு செய்யப்போகிறேன்! எப்படியாவது இவர்களை அழைத்துக்கொண்டு வரவேண்டும். வரும் சமயத்தை முன்னதாகவே தெரிவிக்கவேண்டும்" என்று சொல்ல, அவர் அவ்வாறே செய்வதாக ஒப்புக்கொண்டார்.

பின்பு திருவாவடுதுறைக்கு இவர் வந்து நிகழ்ந்த செய்திகளையும் ரங்கசாமி பிள்ளை விரைவில் வரக்கூடு மென்பதையும் சுப்பிரமணிய தேகரிடம் தெரிவித்தார். கேட்ட அவர் அம்பலவாண தேசிகருக்கு அதனை விண்ணப்பஞ் செய்தார். அவர், "ரங்கசாமி பிள்ளை எப்போது வேண்டுமானாலும் வரட்டும்; குருபூஜைக்கு வரவேண்டு மென்பது இல்லை. அவர் மடத்துக்கு வந்து போவதே நமக்குக் கௌரவம். ஆனால் அவர் வந்தபிறகுதான் இது நிச்சயம்; நான் முற்றும் நம்பவில்லை" என்று கூறினார்.

ரங்கசாமி பிள்ளை மடத்திற்கு வந்து சென்றது

சிலநாள் சென்ற பின்பு விடுமுறைக் காலம் வந்தமையின், 'அந்தப் பிரபுவை அழைத்துக்கொண்டு இன்ன காலத்தில் தரிசனத்துக்கு வருகின்றேன்' என்று இராமசாமி பிள்ளையிடமிருந்து இவருக்கு ஒரு கடிதம் வந்தது. இவர் சுப்பிரமணிய தேசிகரிடம் அதைத் தெரிவிக்கவே திருவாவடுதுறையில் அவர் வரவை முன்னிட்டுத் தக்க வசதிகள் அமைக்கப்பட்டன. குறிப்பிட்ட காலத்தில் ரங்கசாமி பிள்ளை வந்தார்; பிள்ளை யவர்களை முன்னிட்டுக் கொண்டு பாதகாணிக்கைகளோடும் கையுறைகளோடும் சென்று அம்பலவாண தேசிகரையும் சுப்பிரமணிய தேசிகரையும் முறையே தரிசித்தார்; அவ்விருவருடைய தோற்றத்தையும், அங்கே பலர் படித்துக்கொண்டிருப்பதையும், அன்னதானம் குறைவின்றி நடந்துவருதலையும், பிற சிறப்புக்களையும் கண்டு மகிழ்ந்தார். 'இவ்வளவு காலம் இங்கு வராமல் இருந்துவிட்டோமே!' என்ற வருத்தம் அப்பொழுது அவருக்கு உண்டாயிற்று; ஆயினும், 'இங்கே வந்ததனால் பல விஷயங்களைத் தெரிந்துகொண்டோம்' என்ற திருப்தியை அடைந்தார். தலைவர் கொடுக்கும் எதிர்மரியாதை யொன்றையும் பெறாமல் திருநீற்றுப் பிரசாதத்தை மட்டும் பெற்றுப் பிள்ளை யவர்களிடமும் விடைபெற்றுக்கொண்டு இராமசாமி பிள்ளையுடன் தஞ்சைவந்து சேர்ந்தார்.

அப்பால் அம்பலவாண தேசிகருக்குப் பிள்ளை யவர்களிடத்து மிக்க மதிப்பும் கருணையும் உண்டாயின. 'இவர் இருப்பது மடத்திற்குக் கௌரவமென்று சின்னப் பண்டாரம் சொன்னது சரியே. இவருக்கு என்னதான் செய்விக்கக்கூடாது!' என்று எண்ணிக் காறுபாறு முதலிய

மடத்து உத்தியோகஸ்தர்கள் பலரையும் அழைத்து, "இவருக்கு எந்தச் சமயத்தில் எது வேண்டுமாயினும் குறிப்பறிந்து கொடுக்க வேண்டும்; என்று கட்டளையிட்டார்.*

சுப்பிரமணிய தேசிகர் இவருடைய கௌரவத்தை நன்றாக அறிந்தவராதலின் அதனை அம்பலவாண தேசிகருக்கும் மடத்திலுள்ள பிறருக்கும் எப்படியாவது அறிவிக்க வேண்டுமென்னும் விருப்பமுடையவராக இருந்தார். யாரேனும் தக்க பிரபுக்கள் தரிசனத்தின் பொருட்டு மடத்திற்கு வந்தால் அவர்கள் பிள்ளை யவர்களையும் பார்த்துச் செல்வது வழக்கம். அவ்வாறு பிரபுக்க ளெல்லாம் இவர்பால் மதிப்பு வைத்திருப்பதை அவ்வப்பொழுது சுப்பிரமணிய தேசிகர் அம்பலவாண தேசிகருக்கு அறிவித்து வருவார். அன்றியும் வந்த பிரபுக்களும், "இத்தகைய மகாவித்துவானை ஆதரித்து வருதலும் இவர்களைக் கொண்டு மாணவர்களுக்குப் பாடம் சொல்வித்து வருதலும் மடத்திற்கு ஏற்ற தருமங்களேயாகும். இந்த வித்துவானால் மடத்தின் புகழ் மிகுதிப்படும்" என்று தலைவரிடம் சொல்லிப் போவார்கள். இவற்றாலும் அம்பலவாண தேசிகருக்குப் பிள்ளை யவர்கள்பால் மதிப்பு அதிகரித்து வந்தது.

†பாலைவனப் பதிற்றுப்பத்தந்தாதி

அப்பால் ஒரு சமயம் வழுவூருக்கு அருகே தென்கிழக்கிலுள்ள பாலையூ ரென்னும் ஸ்தலத்தில் எழுந்தருளியிருக்கிற சிவபெருமான் விஷயமாக அவ்வூர் வைத்தியலிங்க உடையா ரென்னும் ஓரன்பர் கேட்டுக்கொள்ள இவரால் ஒரு பதிற்றுப்பத்தந்தாதி இயற்றப்பெற்றது. அது, *பாலைவனப் பதிற்றுப்பத்தந்தாதி* என வழங்கும்.

அந்நூற் செய்யுட்களிற் சில வருமாறு:

கலிநிலைத்துறை

சொல்லத் தக்கது நின்புகழ் அடிமையிற் றுனைந்து
புல்லத் தக்கது நின்கழல் புண்ணிய மிகையால்
வெல்லத் தக்கது மலந்திருப் பாலையூர் விமலா
கொல்லத் தக்கது கூற்றினை நலங்குறிப் பவரே. (58)

விருத்தம்

அடையானை யுரிபோர்த்த பெருமானை யொருமானை அங்கை யேந்தும்
சடையானை வெஞ்சூலப் படையானை யுலகமெனத் தக்க யாவும்
உடையானை நெடும்பாலை வனத்தானை யெழுவிடையும் ஒருங்கு சாய்த்த
விடையானைப் பூசிக்கப் பெற்றவரே நற்றவர்மேன் மேலுந் தானே. (93)

---

* இச்செய்திகள் பிள்ளை யவர்களாலும் தஞ்சை இராமசாமி பிள்ளையாலும் தெரிந்தன.

† ஸ்ரீ மீனாட்சிசுந்தரம் பிள்ளை யவர்கள் பிரபந்தத்திரட்டு, 2339-2440

23

கும்பகோண நிகழ்ச்சிகள்

சாமிநாத தேசிகர்

இவருடைய மாணாக்கர்களாகிய புரசபாக்கம் பொன்னம்பல முதலியாரும், கொட்டையூர்ச் சிவக்கொழுந்து தேசிகர் குமாரராகிய சாமிநாத தேசிகரும் கும்பகோணம் காலேஜில் ஒருவர் காலத்திற்குப் பின்பு ஒருவர் தமிழ்ப்பண்டிதராக நியமிக்கப்பெற்று வேலை பார்த்துவந்தார்கள். அவர்களுடைய விருப்பத்தின்படி அந்தப் பக்கம் செல்லுங் காலங்களிற் கும்பகோணத்திற் சிலநாள் இவர் இருந்து வருவதுண்டு. அதனால் அங்கே காலேஜில் இங்கிலீஷ் உபாத்தியாயராக இருந்து நாடெங்கும் புகழ்பெற்று விளங்கிய ராவ்பகதூர் தண்டலம் கோபாலராய ரவர்களுடைய பழக்கம் இவருக்கு மிகுதியாக உண்டாயிற்று. நான் அந்தக் காலேஜில் வேலையாக இருந்தபொழுது ராயரவர்கள் இவருடைய கல்வி மிகுதியையும் கம்பீரமான தோற்றத்தையும் ஆற்றலையும்பற்றிச் சொல்லிப் பாராட்டிவிட்டு, "அவர்களுடைய நெற்றி விசாலத்தைக் கண்டபொழுதே சிறந்த அறிவாளி யென்பதைக் கண்டுகொள்ளலாம்" என்றும் சொன்னார்கள்.

ஒருசமயம் திருவநந்தபுரம் திவான் மாதவராய ரவர்களிடமிருந்து அந்நகரிலுள்ள மகாராஜா காலேஜிற்கு ஒரு தமிழ்ப் பண்டிதர் வேண்டுமென்றும் அவருக்குத் தக்க சௌகரியங்கள் பண்ணிவைக்கக் கூடுமென்றும் கோபால ராயருக்குக் கடிதம் வந்தது. காலேஜில் அப்பொழுது பண்டிதராக இருந்த சாமிநாத தேசிகரை அவர் அழைத்து, "அவ்வேலைக்குத் தக்க பண்டிதர்கள் கிடைப்பார்களா?" என்று கேட்கவே, தேசிகர், "என்னுடைய ஆசிரியராகிய பிள்ளை யவர்கள் வந்திருக்கிறார்கள்; அவர்களைக் கேட்டுச் சொல்லுகிறேன்" என்றார். "அப்படியா? அவர்கள் இங்கே வந்திருக்கிறார்களா?" என்று சொல்லிப் பின்பு ராயரவர்கள் பிள்ளை யவர்களைச் சந்தித்து, "மாதவாரய ரவர்களைப்பற்றித்

தண்டலம் கோபாலராயர்

தங்களுக்குத் தெரியுமே. அவர்கள் இப்பொழுது திருவநந்தபுரத்தில் திவானாக இருக்கிறார்கள். தாங்கள் திருவநந்தபுரம் மகாராஜா காலேஜ் தமிழ்ப்பண்டிதர் வேலையை ஒப்புக்கொண்டால் முதலில் மாத வேதனம் ரூ. 100 கொடுப்பார்கள். பின்பு வேண்டிய சௌகரியங்களைச் செய்வார்கள். எங்களுக்கும் கௌரவமாக இருக்கும். ராஜாங்க வித்துவானாகவும் இருக்கலாம். ஸம்ஸ்தானத்திற்கும் கௌரவம் ஏற்படும்" என்று வற்புறுத்திச் சொன்னார்கள். அப்பொழுது இப்புலவர்பிரான், "பராதீனனாக இருந்தால் என்னுடைய நோக்கத்திற்கு மிகவும் அசௌகரியமாக இருக்கும். ஏழைகளாக இருக்கும் பிள்ளைகளுக்குப் பாடம் சொல்லிக்கொண்டும், அவர்களுடன் சல்லாபஞ் செய்துகொண்டும், காவேரி ஸ்நானமும் சிவதரிசனமும் செய்து கொண்டும் இருப்பதே எனக்குப் பிரியமான காரியமாக இருக்கின்றது. சாதாரண ஜனங்களோடு பழகுதல்தான் இன்பத்தை விளைவிக்கும். திருவாவடுதுறை மடத்தில் எல்லாவிதமான சௌகரியங்களும் இப்பொழுது கிடைக்கின்றன" என்று தமக்கு உடன்பாடின்மையைத் தெரிவித்தனர். இவருக்கு வேண்டிய சௌகரியங்களைப் பண்ணிவைக்கலா மென்றெண்ணியிருந்த கோபால ராயர் தம் எண்ணத்தை நிறைவேற்றக் கூடவில்லையே யென்று வருத்தமுற்றார்; பின்பு, "தங்களிடம் படித்த மாணாக்கர்களுள் சிறந்த கல்விமானாகிய ஒருவரைக் குறிப்பிட்டால் நான் அவரைப் பற்றி எழுதி அனுப்புகிறேன்" என்றார். இவர், "இப்பொழுது தங்கள் காலேஜில் உள்ள சாமிநாத தேசிகரையே அனுப்பலாம். அவர் தஞ்சாவூர் அரண்மனையிலும் சென்னைக் கல்விச்சங்கத்திலும் முன்பு தமிழ்ப்பண்டிதராக இருந்த சிவக்கொழுந்து தேசிகருடைய குமாரர்; என்னிடத்திலும் வாசித்தவர். அவருக்கு அவ்வேலையைச் செய்வித்தால் நன்றாகப் பாடஞ் சொல்லுவார்; எனக்கும் மிகவும் திருப்தியாக இருக்கும்" என்றார்.

அங்ஙனமே ராயரவர்கள் சாமிநாத தேசிகரைப் பற்றித் திருவநந்தபுரத்திற்கு எழுதி அந்தக் காலேஜில் தமிழ்ப்பண்டிதர் வேலை

அவருக்குக் கிடைக்கும்படி செய்தார். அதன்பின்பு சி. தியாகராச செட்டியார் கும்பகோணம் காலேஜில் தமிழ்ப் பண்டிதர் வேலை பார்க்க அமர்த்தப் பெற்றார். அவர் அவ்வேலை பார்க்க ஆரம்பித்த காலம்: 3.7.1865.

செட்டியார் தமிழ்ப் பண்டிதராக வந்தபின்பு அவர் விருப்பத்தின்படி பிள்ளை யவர்கள் அடிக்கடி கும்பகோணம் சென்று சில நாள் இருந்துவிட்டு வருவார். அக்காலங்களில் அந்நகரிலுள்ள பலவகையாரும் வந்து வந்து பிள்ளை யவர்களுடைய பழக்கத்தால் தமிழ்ச்சுவையில் ஈடுபட்டு இன்புற்றுச் செல்வார்கள்.

கும்பகோண புராணம் இயற்றத் தொடங்கியது

அக்காலத்திற் கும்பகோணத்தில் தாசில்தாராக இருந்த சிவகுருநாத பிள்ளை யென்பவரும், பல சைவப் பிரபுக்களும் கும்பகோண புராணத்தை இக்கவிஞர் தலைவரைக் கொண்டு தமிழ்ச் செய்யுளாக இயற்றுவிக்க வேண்டுமென்று எண்ணினார்கள். அவர்களுடைய வேண்டுகோளின்படி குரோதன ஸ்ரீ (1865) இவர் திருவாவடுதுறை யிலிருந்து கும்பகோணம் சென்று பேட்டைத் தெருவிலுள்ள திருவாவடுதுறை மடத்தைத் தம்முடைய இருப்பிடமாகக் கொண்டு பரிவாரங்களுடன் இருந்தார். கும்பகோண புராணத்தை வடமொழியிலிருந்து முதலில் தமிழ்வசனமாக மொழிபெயர்த்து வைத்துக்கொண்டார். அவ்வாறு மொழிபெயர்த்தற்கு உதவியாயிருந்தவர்கள் ஸ்ரீ சங்கராசாரியர் மடத்து வித்துவானாகிய மண்டபம் நாராயண சாஸ்திரிகள் முதலியவர்கள். பின்பு புராணத்தை இவர் செய்யுள் நடையாக இயற்ற ஆரம்பித்தார். அப்புராணச் செய்யுட்களை இவர் சொல்ல அப்பொழுதப்பொழுது எழுதிக்கொண்டே வந்தவர் இவர் மாணாக்கருள் ஒருவராகிய திருமங்கலக்குடி சேஷையங்கா ரென்பவர்.

அந்தப் புராணத்தில் சிறுசிறு பகுதிகள் ஒவ்வொரு நாளும் இயற்றப்பட்டு அன்றன்று பிற்பகலில் ஸ்ரீ ஆதிகும்பேசுவரருடைய ஆலயத்தின் முன் மண்டபத்தில் அரங்கேற்றப்படும். அரங்கேற்றுகையிற் பலர் வந்து கேட்டு இன்புற்றுச் செல்வார்கள்; அங்கே தியாகராச செட்டியாரும் ஒவ்வொரு நாளும் தவறாமல் வந்து கேட்டு மகிழ்வார். அந்நகரில் நிகழும் விசேஷங்கட்கு வரும் மகா வைத்தியநாதையரும் அவர் தமையனாரும் இடையிடையே வந்து கேட்டு இன்புறுவார்கள். சிவகுருநாத பிள்ளையே சபாநாயகராக இருந்து அரங்கேற்றத்தை நடத்தி வந்தார்.

அப்பொழுது சிவகுருநாத பிள்ளையுடன் பல உத்தியோகஸ்தர்களும் தினந்தோறும் வந்து கேட்டுச் சிறப்பிப்பாராய்ச் செய்யுட்களின் சுவையை அறிந்து சந்தோஷம் அடைந்து வந்தனர். இம்முயற்சியினால் சிவகுருநாத பிள்ளையின் கௌரவம் நாளுக்கு நாள் அதிகரிக்கத் தொடங்கியது.

சிவகுருநாத பிள்ளையின் மனம் வேறுபட்டது

இப்படி இருக்கையில் பிள்ளை யவர்கள்பால் அழுக்காறுள்ளவரும் வேறு மதத்தினருமான ஒருவர், ‘சிவகுருநாத பிள்ளையாலேயே இவருக்குக் கௌரவம் உண்டாகி வருகின்றது. அவருடைய ஆதரவு கிடையாமற் செய்துவிட்டால் எல்லாம் ஓய்ந்துவிடும்’ என்று தம்முள் நிச்சயம்

செய்துகொண்டு தனித்த சமயத்திற் சென்று சிவகுருநாத பிள்ளையைப் பார்த்தனர்.

சிவ: இப்பொழுது பிள்ளை யவர்கள் அரங்கேற்றும் புராணப் பிரசங்கத்திற்கு நீங்கள் வரவில்லையே. பலபேர்கள் வந்து கேட்டுச் சந்தோஷித்துச் செல்லுகின்றார்களே. நீங்கள்மட்டும் ஏன் வரவில்லை?

வந்தவர்: வேலை மிகுதியால் வர இயலவில்லை. இது சம்பந்தமாகச் சில விஷயங்கள் எனக்குத் தெரிந்தமையால் அவற்றைச் சொல்லிப் போவதற்குத்தான் இப்போது வந்தேன். அவை கவனிக்க வேண்டியவையே.

சிவ: என்ன விஷயம்? சொல்லவேண்டும்.

வந்தவர்: பிள்ளை யவர்கள் சிறந்த வித்துவா னென்பதற்கும் அவர்களால் இயற்றப்படும் நூல் மிகச் சிறந்த தென்பதற்கும் அதனால் ஊரிலுள்ளவர்கள் சந்தோஷிக்கின்றார்க ளென்பதற்கும் யாதொரு சந்தேகமும் இல்லை. ஆனாலும் இப்பொழுது நான் கேள்விப்பட்ட சிலவற்றைத் தங்களிடத்தில் உண்மையான அன்புடையவ னாதலால் சொல்லவந்தேன். சொல்லலா மென்றாற் சொல்லுகிறேன்.

சிவ: அவசியம் சொல்லவேண்டும்.

வந்தவர்: இந்தப் புராணம் அரங்கேற்றி முடிந்தவுடன் தாங்கள் மிகுதியாகச் சம்மானம்செய்ய உத்தேசித்திருப்பதாகவும் அதற்காகத் தாங்கள், தங்களைப் பொருள் கேட்கக் கூடுமென்றும் ஊரிலுள்ள வர்த்தகர்களும் பிறரும் பேசிக்கொள்கிறார்கள். தினந்தோறும் போய் உடனிருந்து பிள்ளை யவர்களிடம் தாங்கள் அளவிறந்த பிரீதி பாராட்டுவது அந்த அபிப்பிராயத்தைப் பெருக்கி விட்டது. எல்லோரும் தாங்கள் என்ன கேட்பீர்களோ என்று எண்ணி அங்கங்கே கூடிக் கூடிப் பேசிக்கொண்டிருக்கிறார்கள். இந்தப் பிரஸ்தாபம் நேற்றுக் கலெக்டராபீஸ் சிரஸ்தேதார் வீட்டிலும் நான் போயிருந்தபொழுது நடந்தது. கோள் விண்ணப்பம் எழுதுவதில் வல்லவர்கள் சிலர் இந்த ஊரில் இருப்பது தங்களுக்குத் தெரிந்ததுதானே? எனக்கு அதைப்பற்றி யோசனையாகத்தான் இருக்கிறது. முக்கியமானவர்கள் யாரிடத்திலாவது இதை மேற்போட்டுக் கொள்ளும்படி ஒப்பித்துவிட்டுத் தாங்கள் மெல்ல விலகிவிட்டால் நல்லதென்பது என்னுடைய அபிப்பிராயம். தாங்களும் இதைப்பற்றி நன்றாக யோசிக்கவேண்டும். சில வார்த்தைகளை நான் சொல்லிவிட்டேனே யென்று குற்றமாக நினைக்கக் கூடாது. தங்கள் நன்மைக்காகத்தான் சொன்னேன்.

சிவகுருநாத பிள்ளை அவ்வார்த்தைகளைக் கேட்டுச் சிறிது யோசனையில் ஆழ்ந்தார்; பிறகு, "யோசித்துப் பார்த்தால் நீங்கள் சொல்வது மிகச் சரியென்றே எனக்குப் படுகிறது. நான் யோசியாமல்தான் இத்துறையில் இறங்கிவிட்டேன். எதையும் யோசித்துத்தான் செய்யவேண்டுமென்று பெரியவர்கள் சொல்வார்கள். ஏதோ நல்ல விஷயமாயிற்றே என்று என் மனம் துணிந்தது. நீங்கள் இந்த விஷயத்தை எடுத்துச் சொன்னதைக் குறித்து நான் தங்கள்பால் நன்றியறிவுடையனாக இருக்கிறேன். இனிமேல் ஜாக்கிரதையாகவே இருப்பேன். இது சம்பந்தமாக ஏதேனும் காதில்

விழுந்தால் உடனே வந்து எனக்குத் தெரிவிக்கவேண்டும்” என்று அவரை அனுப்பிவிட்டார். நிஷ்கபடி யாதலால் மனம் வேறுபட்டுச் சிவகுருநாத பிள்ளை, ‘யோசியாமற் செய்த இந்தச் செயல் என்ன விபரீதத்தை விளைவித்து விடுமோ?’ என்று திகிலடைந்தவராகி மனக்குழப்பமுற்று எப்படியாவது இந்தச் சம்பந்தத்தை அன்றோடே விட்டுவிடவேண்டுமென்று நினைத்துக்கொண்டேயிருந்து ஸ்நானம் செய்து ஆகாரம் செய்யச் சென்றார். மனக்கவலையினால் அவருக்கு ஆகாரம் செல்லவில்லை. ஒருவாறு உண்டுவிட்டுக் கச்சேரிக்குப் போனார். அவருக்கு ஒரு வேலையிலும் புத்தி செல்லவில்லை. கச்சேரிவேலையானவுடன் வழக்கம்போல் அரங்கேற்றம் நடைபெறுகின்ற இடத்திற்குப் போகாமல் வீட்டிற்கே வந்துவிட்டார்; வந்து, சாய்வு நாற்காலியிற் சாய்ந்து யோசித்துக்கொண்டே இருந்தனர். பிரசங்கம் கேட்பதற்கு வழக்கப்படி போகக்கூடுமே யென்று மாட்டை யவிழ்த்து விடாமல் வண்டிக்காரன் காத்துக்கொண்டிருந்தான்; அதை வேலைக்காரன் வந்துசொல்ல அவர், “இப்பொழுது போகவில்லை” என்று சொல்லிவிட்டார்.

கோயிலிற் புராணப் பிரசங்கம் ஆரம்பிக்க எண்ணிய பிள்ளை யவர்கள் சிவகுருநாத பிள்ளையின் வரவை நெடுநேரம் எதிர்பார்த்தும் வாராமையால் அன்று நடத்தவேண்டிய ஒரு பகுதியை நடத்தி முடித்தார். விசாரித்ததில் ஏதோ அசௌக்கியமாக இருத்தலால் சிவகுருநாத பிள்ளை வரவில்லை என்று ஒரு செய்தி இவர் காதுக்கு எட்டியது.

அப்பால் மறுநாட் காலையில் பிள்ளை யவர்கள் சிவகுருநாத பிள்ளையைப் பார்ப்பதற்கு அவருடைய வீட்டிற்குச் சென்றார்; சென்றவர் தாமே ஒரு நாற்காலியில் அமர்ந்தார். கண்ட அவர் எப்பொழுதும்போல முகமலர்ச்சியோடு இவரை நோக்குதலின்றித் தலைப்பொட்டைக் கையாற் பிடித்துக்கொண்டு யோசித்த வண்ணமாக இருந்தார். மிகுதியான வேலையுள்ளவர்போலப் பின்பு கையை எடுத்துவிட்டு அங்கேயிருந்த ஏதோ ஒரு புத்தகத்தை அடிக்கடி புரட்டிப் பார்த்துக்கொண்டும் கடிதங்களை எழுதி எழுதிக் கிழித்துக் கிழித்து அயலில் வைத்திருந்த பெட்டியில் எறிந்துகொண்டும் இருந்தார்; முகங்கொடுக்கவும் இல்லை; முதல்நாள் வாராமைக்குக் காரணம் சொல்லவும் இல்லை.

அந்த நிலையைக் கண்ட இவர், ‘இனி நாம் பேசாமல் இருப்பது முறையன்று’ என்றெண்ணி, “உங்களுக்கு என்ன அசௌகரியம்? நேற்று மாலையில் அரங்கேற்றுமிடத்திற்கு நீங்கள் வாராதிருந்தது ஒரு குறைவாகவே இருந்தது. நெடுநேரம் பார்த்தும் நீங்கள் வாராமையால் ஆரம்பித்து முடித்துவிட்டேன். தேகஸ்திதி உங்களுக்கு ஸரியாக இல்லையென்று கேள்வியுற்றேன். இப்பொழுது என்ன நிலையிலிருக்கிற தென்று பார்ப்பதற்கு வந்தேன்” என்றார்.

சிவகுருநாத பிள்ளை, “நான் உங்களிடம் சில வார்த்தைகள் சொல்ல எண்ணிக் கொண்டிருக்கையில் நீங்களே வந்துவிட்டீர்கள். நான் சொல்வதைப் பொறுமையாகக் கேட்கவேண்டும். நான் மற்றவர்களைப்போலக் கைநீளம் உடையவனல்லன். எலுமிச்சம் பழங்கூட யாராவது கொண்டுவந்து கொடுத்தால் வாங்கமாட்டேன். ஏதோ

நல்ல காரியமென்று சிலபேருடைய போதனையின்மேல் இத்துறையில் இறங்கினேன். நீங்கள் ஏதோ என்னுடைய முயற்சியினால்தான் புராணம் நடைபெறுகிறதென்று பல இடங்களிற் பிரஸ்தாபிப்பதாகவும் சிலர் என்னுடைய நிர்ப்பந்தத்திற்காகப் புராணத்திற்கு நன்கொடையளிக்கப் போவதாகவும் நான் கேள்வியுற்றேன். எனக்கு அது வருத்தத்தைத் தந்தது. அவர்கள் பிரஸ்தாபித்தாலும் நான் இந்த விஷயத்தில் அதிக முயற்சியுடையவனா யிருக்கிறே னென்று நீங்கள் சொல்லலாமா? நான் சிலபேரை நிர்ப்பந்திப்பதாக மேலதிகாரிகள் அறிவார்களாயின் என் உத்தியோக நிலைக்கு அது பரம விரோதமல்லவா? நான் ஒழுங்காக இருந்து காலங்கழித்துப் பென்ஷன் வாங்கவேண்டியவ னல்லவா? என் சம்பந்தத்தை இன்று முதல் நிறுத்திக்கொள்ளுகிறேன். வேறு யாரைக் கொண்டேனும் தாங்கள் தக்க சௌகரியங்கள் செய்வித்துக்கொள்ளுங்கள். இனி என்னைப் பற்றிய பிரஸ்தாபத்தையே செய்யவேண்டாம்” என்று மிகவும் படப்படப்பாகச் சொன்னார். பிள்ளை யவர்கள் ஏதாவது சமாதானம் சொல்லக் கூடுமென்பதை அவர் எதிர்பாராமலே பேசினார்.

கேட்ட பிள்ளை யவர்கள் பரம சாந்தமூர்த்தியாக இருந்தாலும் மிகுந்த குற்றம் செய்யினும் குணமெனக்கொண்டு வாழ்பவர்களாக விருந்தாலும் திங்களுள் தீத்தோன்றியதுபோல மிக்க கோபமுற்றவர்களாகி, ‘இவருடைய சம்பந்தத்தை ஏன் யோசியாமல் நாம் பெற்றோம்! இந்த வார்த்தைகளைக் கேட்கும்படி நேரிட்டது முற்பிறப்பிற் செய்த தீவினையின் பயனே!’ என்று நினைந்து, “ஐயா! நான் உங்களையே நம்பிக்கொண்டு இவ்வூருக்கு வரவில்லை. அந்த வழக்கமும் எனக்கு இதுவரையில் இல்லை. அன்புள்ளவர்கள் எவ்வளவு ஏழைகளாக இருந்தாலும் அவர்களை மதிப்பேனேயன்றி, அன்பில்லாதவர்கள் குபேர சம்பத்தை உடையவர்களாக இருந்தாலும் மதியேன். உங்களாலே நான் கௌரவத்தையடைய வேண்டுமென்பதில்லை. இயல்பாகவே இருக்கிற கௌரவம் எனக்குப் போதுமானது. உங்களைக் காட்டிலும் எவ்வளவோ மேலான அதிகாரத்தில் இருப்பவர்கள்கூட என்னிடத்தில் அன்பு பாராட்டி வருகிறார்கள். என்னை இத் தமிழ்நாடு முற்றும் அறியுமன்றோ? உங்கள் பெயரைச் சொல்லித்தானா நான் ஜீவிக்கவேண்டும்? உங்களுடைய தயைதானா எனக்கு வேண்டும்? என்னை நீங்கள் சிறிதும் அறியவில்லையே. நீங்கள் இனி இதில் சம்பந்தப்படுவதா யிருந்தாலும் நான் விரும்பேன். உங்களுடைய சம்பந்தத்தை இன்றே இப்பொழுதே அடியோடே விட்டுவிட்டேன்” என்று சொல்லிவிட்டு உடனே எழுந்து கூடவந்தவர்களோடும் புறப்பட்டுத் தம்முடைய விடுதிக்கு வந்துவிட்டார். அன்றைத் தினம் இவருக்கு வந்த கோபத்தையும், நடந்த விஷயத்தையும் உடனிருந்த சில பெரியோர்கள் சொல்லிப் பிற்காலத்தில் ஆச்சரியப்பட்டதை நான் கண்டிருக்கிறேன்.

அப்பால் சிவகுருநாத பிள்ளை இவர் சொல்லிய வார்த்தைகளைக் கேட்டு அச்சங்கொண்டு இவருடைய கோபம் தமக்கு என்ன தீங்கை விளைவிக்குமோ என்றெண்ணி நம்பிக்கையுள்ள ஒருவரை அழைத்து, “நீர் திருவாவடுதுறைக்கு இப்பொழுதே சென்று சுப்பிரமணிய தேசிக ரவர்களிடம் அவர்க ளாதீன வித்துவானாகிய மீனாட்சிசுந்தரம் பிள்ளை என்னிடத்தில் மிகுந்த கோபம் உடையவரா யிருக்கிறா ரென்றும்

மரியாதையாக நடந்துகொள்ளவில்லை யென்றும் என்னைப் பார்த்து மிகவும் தாறுமாறாகப் பேசிவிட்டா ரென்றும் சொல்லி என்னிடம் மரியாதையாக நடக்கும்படிக்கும் கோபமில்லாம லிருக்கும்படிக்கும் அவருக்குக் கட்டளையிடவேண்டு மென்று கூறிவரவேண்டும்” என்று சொல்லி அனுப்பினார். அவர் அவ்வண்ணமே சென்று தெரிவித்தார். உடனே ஸ்ரீசுப்பிரமணிய தேசிகர், ‘எதிர்பாராத விபரீதச்செயல் ஏதோ நடந்திருக்கிறதே! பிள்ளை யவர்கள் மிகவும் ஜாக்கிரதையாக நடந்து கொள்ளுவார்களே; எப்படியேனும் சமாதானம் செய்விக்க வேண்டும்’ என்று எண்ணி, ஆதீன வித்துவான் தாண்டவராயத் தம்பிரானிடத்திற் படித்தவரும் சொல்வன்மை யுடையவரும் ஆகிய விசுவலிங்கத் தம்பிரா னென்பவரை அழைத்து, “சிவகுருநாத பிள்ளைக்கும் பிள்ளை யவர்களுக்கும் ஏதோ மனவருத்தம் ஏற்பட்டிருப்பதாகத் தெரிகிறது. அதை நீக்கி விட்டு வரவேண்டும்” என்று சொல்லி அனுப்பினார்.

அவர் சிவகுருநாத பிள்ளை வீட்டிற்கு வந்து அவரைக் கண்டார். கண்டவுடன் சிவகுருநாத பிள்ளை, “உங்கள் மீனாட்சிசுந்தரம் பிள்ளை என்னிடத்தில் மரியாதையின்றி நடந்துகொண்டார்; அளவுக்குமேற் பேசினார். என்னுடைய கௌரவத்தை அவர் அறிந்து கொள்ளவில்லை. அவரைக் கண்டிக்கவேண்டும். இவ்வூரில் இருக்கும்வரையில் என்னிடத்தில் மரியாதையுடன் நடந்துகொள்ளும்படி சொல்லிவிட்டுப் போகவேண்டும். அவர் உங்களுடைய ஆதீன வித்துவானல்லவா?” என்றார்.

விசுவலிங்கத் தம்பிரான், “நிகழ்ந்தவற்றை யெல்லாம் சந்நிதானம் கட்டளையிடத் தெரிந்துகொண்டேன். மீனாட்சிசுந்தரம் பிள்ளை யவர்களை நீங்கள் இன்னும் நன்றாகத் தெரிந்துகொள்ளவில்லை யென்று எனக்குத் தோற்றுகின்றது. அவர்கள் சாமானியமானவர்களா? பழைய காலத்தில் இருந்த கம்பர், ஒட்டக்கூத்தர் முதலியவர்களைப் போன்றவர்கள். அவர்கள் இருப்பதால் மடத்திற்குக் கௌரவமேயன்றி மடத்திலிருப்பதால் தனியாக அவர்களுக்கு ஒரு கௌரவமும் ஏற்படவில்லை. மடத்து வேலைக்கார ராகவாவது மடத்துக்கு அடங்கியவ ராகவாவது அவர்களை நினைக்கக்கூடாது. அவர்கள் அவதார புருஷர்கள்; ஏதோ பக்தி விசேஷத்தால் மடத்திற்கு வந்து பாடஞ் சொல்லிக் கொடுக்கிறார்களே யன்றி மடத்தின் அதிகாரத்திற்குள் அடங்கி அவர்கள் இருக்கவில்லை. மடத்திலிருந்து அவர்களுக்குச் சம்பளம் யாதும் கொடுக்கப்படவில்லை. அவர்களுக்கு வேண்டிய சௌகரியங்கள் மட்டும் கவனிக்கப்பெற்று வருகின்றன. நாங்கள் அவர்களைக் கண்டிக்க இயலாது. ஒருபொழுதும் நடவாத விஷயம் இது. அவர்கள் மரியாதை ஒன்றுக்கே கட்டுப்பட்டவர்கள். பெரிய அதிகாரிகளெல்லாம் அவர்களிடம் மரியாதையாக இருப்பார்கள். தமிழ் நாடு முழுவதிலும் அவர்களுக்குச் செல்வாக்குண்டு. எல்லோரும் தமிழ்த் தெய்வமாக அவர்களை நினைத்துக் கொண்டிருக்கிறார்கள்; எல்லோரிடத்திலும் மிகவும் மரியாதையாக அவர்கள் நடப்பார்கள். அவர்களுக்கு மனவருத்த முண்டாகும்படி தாங்களே நடந்திருக்கலாமென்று தோற்றுகிறது” என்று பின்னும் பிள்ளை யவர்களுடைய பெருமையைச் சொல்லி வருகையில், சிவகுருநாத பிள்ளை, ‘பிள்ளை யவர்களால் நமக்கு என்ன என்ன விபரீதங்கள் உண்டாகுமோ!’ என்று அச்சத்தையும்

முன்னையினும் அதிகக் கவலையையும் அடைந்து, "ஒன்றையும் கவனியாமல் அவர்களிடத்தில் தாறுமாறாகப் பேசிவிட்டேனே! யாரோ சொன்னதை வைத்துக்கொண்டு அவர்களைப் பகைத்துக் கொண்டேனே! என்னுடைய கால வித்தியாசத்தால் இந்தச் சிக்கலில் அகப்பட்டுக் கொண்டேனே" என்று கையை மேஜையில் ஓங்கி அடித்தார்; கைகளைப் பிசைந்தார். பின்பு விசுவலிங்கத் தம்பிரானைப் பார்த்து, "ஸ்வாமீ, பிள்ளை யவர்களிடம் ஒன்றும் சொல்லவேண்டாம்; என்னிடம் வித்தியாசமான எண்ணங் கொள்ளாமல் அன்போடு இருக்கும்படி மட்டும் எப்படியாவது செய்யவேண்டும். நானும் ஜாக்கிரதையாகவும் மரியாதையாகவும் இனி நடந்துகொள்வேன்" என்றார்.

விசுவலிங்கத் தம்பிரான், "வேண்டுமாயின் அது செய்ய முடியும். அவர்களும் சம்மதிப்பார்கள். அதைப்பற்றி நாங்கள் பார்த்துக்கொள்ளுகிறோம். அவர்கள் யாருடைய குற்றத்தையும் உடனே மறந்துவிடுவார்கள்; நீங்கள் மாத்திரம் அவர்களிடம் மரியாதையாக நடந்துகொள்ளவேண்டும். நான் சொல்லவேண்டுவது அதுதான்; நீங்கள் கவலைப்படவேண்டாம்" என்று சொல்லி விட்டுப் பிள்ளை யவர்களிடம் வந்தார். பிள்ளை யவர்கள் எழுந்து அவரை இருக்கச் சொல்லி வந்தனம் செய்து, "இவ்வூருக்கு எழுந்தருளியது என்ன விசேஷம்? புராணம் நடந்து வருகின்றது. கூடஇருந்து நடத்த வேண்டும்" என்றபொழுது விசுவலிங்கத் தம்பிரான் நிகழ்ந்தவற்றைச் சொல்லித் தாசில்தாரிடம் வருத்தமில்லாமல் இருக்கவேண்டுமென்று தெரிவித்தனர். இவர், "அவரிடத்துப் பிரீதியுள்ளவனாகத்தான் இருந்தேன்; இருக்கிறேன்; இருப்பேன். அவராகவே தம்மை *இன்னாரென்று மிக எளிதில் தெரிவித்துவிட்டார். நமச்சிவாய மூர்த்தியின் திருவருளும் சந்நிதானங்களின் திருவருளும் அங்குத்தியின் ஆதரவும் இருக்கும்போது எனக்கு என்ன குறைவுண்டாகும்? எல்லாம் நன்கு நிறைவேறி வருகின்றனவென்று சந்நிதானத்திற்கு விண்ணப்பம் செய்யவேண்டும்" என்று சொல்லி யனுப்பினார். விசுவலிங்கத் தம்பிரான் திருவாவடுதுறை சென்று சுப்பிரமணிய தேசிகரிடம் நிகழ்ந்தவற்றைச் சொல்ல அவர் சந்தோஷம் அடைந்தனர்.

மேலே புராண அரங்கேற்றம் நடைபெறுதற்கு வேண்டிய முயற்சிகள் சில நண்பர்களாற் செய்விக்கப்பெற்றன. அவர்கள், சில பிரபுக்கள் உதவி செய்ய நிச்சயித்திருக்கிறார்க ளென்றும் அவர்களை ஒருமுறை சென்று பார்த்துவந்தால் நலமாக இருக்குமென்றும் இவரைக் கேட்டுக்கொண்டார்கள். அதற்கு இசைந்து சிலரிடம் இவர் சென்றபொழுது அவர்களுட் சிலர் தமிழருமை அறியாதவர்களாதலின் வாக்களித்தபடி செய்யவில்லை; இவர் தங்களைப் பார்க்க வந்தாரென்று பலரிடம் கூறிவந்தார்களே யன்றி வேறொன்றும் உதவிசெய்ய அவர்கள் முன் வாராமையால், 'அத்தகையவர்கள்பால் இனிச் செல்லலாகாது' என்று இவர் உறுதி பூண்டனர். அதனால் இவருக்கு மனவருத்தமும் உண்டாயிற்று; உண்டாகவே, யாதொரு முயற்சியும் செய்யாமல் திருவருளையே சிந்தித்துக்கொண்டு சும்மா இருந்தனர்.

---

* இன்னாரென்பதற்குப் பகைவரென்னும் பொருளும் இங்கே கொள்ள வேண்டும்.

அப்படியிருக்கையில், இதனைக் கேள்வியுற்ற வேறு தக்க கனவான்கள் *சிலர் இவரிடம் வலிய வந்து, "நீங்கள் இந்த விஷயத்திற் சிறிதேனும் கவலையடையவேண்டாம். வழக்கம்போலவே அரங்கேற்றம் நடைபெறவேண்டும்" என்று கூறித் தம்முடைய நண்பர்களிடத்தும் சொல்லி இவருக்கு வேண்டிய சௌகரியங்களை அமைக்கச்செய்து புராணம் அரங்கேற்றி முடியும்வரையில் ஆதரித்து வந்தார்கள். புராணப் பிரசங்கம் செவ்வனே நடைபெற்று வந்தது.

அந்தப் புராணம் முதலில் சிவகுருநாத பிள்ளையின் வேண்டுகோளின்படி தொடங்கப்பெற்றதாதலின் புராணம் செய்வித்தோரைக் குறிக்கும் செய்யுளில் அவர் பெயரை இப்புலவர்பிரான் அடியில் வருமாறு அமைத்திருந்தார்:

விருத்தம்

சீர்பூத்த நடுநாட்டிற் றிகழுமஞ்சை நகர்வாழ்
  சிவஞானச் செல்வனமச் சிவாயமுகின் மைந்தன்
பார்பூத்த மன்னரிரு கண்மணியிற் பொலிவோன்
  பலகலைதேர்ந் தவனாட்டிற் கியனீதி யுடையோன்
ஏர்பூத்த மயற்பரமங் கையரிரக்க மில்லான்
  எனவுள்ளான் றுருமம்வளர்த் தெழுமேழிக் கொடியான்
கார்பூத்த கொடைத்தடக்கைப் பேரதிகா ரஞ்செய்
  கனதனவான் கருதுசிவ குருநாத வள்ளல்
(ஏட்டுச்சுவடியிலிருந்த பழைய பாட்டு)

வேறு

சதுமுகன் முதலோர் போற்றுந் தம்பிரான் கும்ப கோண
முதுவட மொழிப்பு ராண முழுமையு மொழிபெ யர்த்துக்
கதுமெனத் தமிழாற் பாடித் தருகெனக் கனிந்து கேட்ப
அதுகடைப் பிடித்தவ் வாறே யறைதர லுற்றேன் மன்னோ.
(குடந்தைப் புராணம், பாயிரம், 29)

அவர் பின்பு மனவேறுபாட்டால் தம்முடைய தொடர்பு எவ்வகையிலும் இருத்தலே கூடாதென்று வேண்டிக்கொண்டமையின், அவ்விரண்டனுள் முதற்செய்யுளை மாற்றி வேறு செய்யுளொன்று இயற்றிச் சேர்க்கப்பட்டது. அதுவே அச்சுப் பிரதியிற் காணப்படும். "சீர்பூத்த" என்னும் பழைய செய்யுள் ஏட்டுச் சுவடியில் எழுதி அடிக்கப்பட்டிருந்தது; பின்பு அமைக்கப்பட்ட செய்யுள் வருமாறு:

அத்தி சூழ்வைப் பவாவுங் குடந்தையார்
பத்தி யேயுரு வாகிய பண்பினார்
தித்தி யாநின்ற செஞ்சொற் பெருமையார்
முத்தி வேட்கு முதற்பெருஞ் சைவர்கள். (குடந்தைப் புராணம், பாயிரம், 28)

முதலில் இயற்றப்பட்ட சிறப்புப் பாயிரச் செய்யுளிலும் சிவகுருநாத பிள்ளையின் பெயர் அமைக்கப்பட்டிருந்தது.

நீதியுரு வமைந்தசிவ குருநாத மகிபனரு ணிரம்பு மேனிப்
பாதியிறை கும்பகோ ணப்புரா ணந்தமிழாற் பாடு கென்ன
ஓதியுணர் பவர்விரும்பப் பாடினான் சிராமலைவாழ் வுடையா னன்ன
மாதியல்பா தியனருள்சான் மீனாட்சி சுந்தரநா வலவ ரேறே

---

* இவர்கள் பேட்டைத் தெருவிலிருந்த கோபு நடலஞ் செட்டியார், கோபு சுப்பராய செட்டியார், பஞ்சநத செட்டியார், முடுக்குத் தெரு கந்தப்ப செட்டியார் முதலியோர்.

என்ற அச்செய்யுளின் முதலடிமட்டும் முற்கூறிய காரணத்தால், "நீதியுருவமைந்த சிவ சமயத்தார் பலருமரு ணிரம்பு மேனி" என மாற்றி அமைக்கப்பட்டது.

கா. சபாபதி முதலியார் வந்தது

அப்போது ஸ்ரீ ஸேதுஸ்நானத்திற்குக் குடும்பத்துடன் சென்றிருந்த காஞ்சீபுரம் வித்துவான் சபாபதி முதலியார் மீண்டுவருகையில் கும்பகோணத்தில் இவர் புராணம் அரங்கேற்றி வருதலைத் தெரிந்து அங்கே வந்தார். அவருக்கு இவர் தக்க விடுதியமைத்துச் சில தினம் இருந்து செல்லும்படி கேட்டுக்கொண்டு வேண்டிய சௌகரியங்களைச் செய்துவைத்தார். அவர் சிலநாள் அங்கே இருந்து இவர் புராணம் அரங்கேற்றுகையில் இவருடைய பிரசங்கத்தைக் கேட்டு இன்புற்றார். அவர் காஞ்சிப் புராணம், தணிகைப் புராணம் முதலிய நூல்களை வாசித்தறிந்தவ ராதலின் அந்நூல்களை இயற்றியவர்களுடைய ஆசாரிய பீடமாகிய திருவாவடுதுறை ஆதீனமடத்துக்குச் சென்று குருமூர்த்திகளைத் தரிசனம் செய்ய விரும்பினார். அது தெரிந்த இவர் அவரையும் உடன்வந்தவர்களையும் திருவாவடுதுறை மடத்துக்கு அழைத்துச் சென்றார்; இரண்டு குருமூர்த்திகளையும் தரிசனம் செய்வித்தார்; சபாபதி முதலியாருடைய பெருமைகளைத் தலைவர்களுடைய முன்னிலையில் எடுத்துப் பாராட்டி மிக்க மரியாதையோடு நடந்துவந்தார். தாண்டவராயத் தம்பிரா னவர்களாலும் சபாபதி முதலியாரைப்பற்றிச் சுப்பிரமணிய தேசிகர் முன்னரே அறிந்திருந்தா ராதலின் அவரை அன்போடு விசாரித்துத் தக்க சம்மானங்களைச் செய்வித்து அனுப்பினார்.

பிள்ளை யவர்கள் அவரிடம் மரியாதையோடு நடந்துகொண்டதைப் பற்றிப் பிற்காலத்தில் சுப்பிரமணிய தேசிகர், "பிள்ளை யவர்களுக்கு மேற்பட்ட தமிழ் வித்துவான்கள் இல்லை யென்றும் இவர்களுக்கே எல்லோரும் மரியாதைசெய்ய வேண்டுமென்றும் எண்ணியிருந்தோம். காஞ்சீபுரம் சபாபதி முதலியார் இங்கே வந்திருந்தபொழுது அவரைத் தம் வித்தியாகுருவென்று சொல்லி இவர்கள் மிகவும் பாராட்டினார்கள். அன்றியும் அவருக்கே முதல் இடத்தைக் கொடுத்துத் தாம் அப்பால் இருந்தார்கள். இவர்களுடைய செயலைப் பார்க்கையில் நமக்கு வியப்பும் இன்பமும் உண்டாயின. அவரிடத்துச் சில நூல்களே இவர்கள் கேட்டிருத்தல் கூடும். அதற்காக இவர்கள் பாராட்டிய நன்றியறிவின் திறம் இவர்களுடைய உயர்ந்த குணத்தைப் புலப்படுத்துகின்றது. இவ்வாறு இக்காலத்தில் யார் இருக்கின்றார்கள்?" என்று ஒருமுறை எங்களிடம் சொன்னதுண்டு.

கோமளவல்லித் தாயார் பிள்ளைப் பருவத்தைப் பாராட்டிப் பாடியது

இவர் கும்பகோண புராணம் அரங்கேற்றி வருகையில், சார்ங்கபாணிப் பெருமாள் கோயில் தர்மகர்த்தாவாக இருந்த ஸ்ரீநிவாஸ பட்டாச்சாரியா ரென்பவருடைய விருப்பத்தின்படி அப்புராணத்தில் ஆராவமுதப் படலத்தில் ஸ்ரீ கோமளவல்லித் தாயாருடைய அவதாரத்தைச்

சொல்லுகையிற் பத்துப் பருவங்களையும் பத்துப் பாடல்களில் அமைத்து இனிமை பயப்பப் பாடியுள்ளார். அவை அப்படலத்தில் 26ஆவது முதல் 35ஆவது வரையுள்ள செய்யுட்களாக அமைந்துள்ளன. அவை வருமாறு:

பலகதிர் விரிக்கும் பகன்முன மலரும் பங்கயத் தவிசென நெடியோன்
நலநிற மமர்ந்து கணக்கில்பல் லுயிர்க்கும் நாடுகாப் பியற்றிடு பவட்கு
நிலமளந் தறியாப் பெருந்தவ முனிவன் நிறைபெருங் கருணையிற் சீர்த்த
வலனுயர் தெய்வம் பலவுணர் தரக்கூய் வயங்குகாப் பியற்றினன் மாதோ.

[நிறம் – மார்பு, முனிவன் – ஏமரிஷி.]

பதியெனக் கானோன் வயினுற்று வந்தும் பயந்தவ னென்றுளங் கொளாது
மதிவிருப் பமைந்து புவிமக ளேயம் மாயனை மணாளனாக் கொண்டாய்
திதியுனை நோக்கே னெனத்தலை யசைக்கும் செய்கையிற் கோமள வல்லி
துதிமுக நிமிர்த்துச் சென்னிமற் றசைத்துத் தூயசெங் கீரையா டினளே.

பெற்றதாய் செம்பொற் றாமரை யாகப் பிறங்குற வளர்க்குந்தா யெல்லாம்
கற்றமா முனிகைத் தாமரை யாகக் கலந்தருள் கோமள வல்லி
குற்றமோ விதய தாமரை மலர்ந்து குவலயத் துயிரெலாந் தழையப்
பொற்றதா லோதா லென்றிட வுவந்து பொற்றிருத் தொட்டின்மே வினளே.

[பொற்ற – பொலிவுபெற்ற.]

அறிதுயி லராமே லமருமெம் பெருமான் அடிமலர் வருடல்செய் யாது
பொறியறப் பிரிந்த செங்கைகா ளும்மைப் புடைத்தன்றி விடேனென முயன்று
முறிவறப் புடைக்குஞ் செயலென வகங்கை முகிழ்த்தொன்ற னோடொன்று தாக்கச்
செறிகருங் கூந்தற் கோமள வல்லி திகழ்ந்துசப் பாணிகொட் டினளே.

முடங்கலின் முத்த மதன்றழல் குளிக்கும் முகின்முத்த மிடித்தழன் முழுகும்
மடங்கலில் யானைக் கோட்டுறு முத்தம் மற்றதன் கட்டழ லமுந்தும்
உடங்கிவை யன்னாய் வெப்பமுண் மையினால் வேண்டிலோ முனதுசெம் பவளத்
தடங்கரு முத்தந் தாவென முத்தம் அளித்தனள் கோமள வல்லி.

[முடங்கல் – மூங்கில்.]

வருகதெள் ளமுதே வருகசெங் கரும்பே வருகசெந் தாமரை மகளே
வருகபொற் கொம்பே சிறுசிலம் பாதி மலரடி யிடைக்கல கலென
வருகவற் புதமே யெங்குலக் கொழுந்தே வருகபே ரானந்த வாழ்வே
வருகசித் திரமே யென்றுப சரிப்ப வருவள்பூங் கோமள வல்லி.

*முன்னநீ யுதித்த விடத்திவ ளுதித்தாள் முயற்கறை சிறிதுமில் லாதாள்
நன்னர்நீ இந்தத் தலத்தினை யடைந்தால் நைதலற் றுயர்வது சரதம்
உன்னரும் விடவா யாயிர மமைந்த உரகமற் றிவண்மொழி கேட்கும்
மன்னவம் புலியே வருகென வழைப்ப மகிழ்ந்தனள் கோமள வல்லி.

[* இச்செய்யுளில் 'முன்னநீ ... ... உத்தித்தாள்' என்றதனாற் சாமமும், 'முயற்கறை சிறிதுமில்லாதாள்' என்றதனாற் பேதமும், 'நன்னர்நீ ... ... சரதம்' என்றதனால் தானமும், 'உன்னரும் ... ... கேட்கும்' என்றதனால் தண்டமும் ஒருங்கே குறிப்பிக்கப்பட்டுள்ளன. பிள்ளைத் தமிழ்களில் அம்புலிப் பருவத்துக்குரிய செய்யுட்கள் பத்தில் அமைக்கப்பெறும் இவ்வரிய செய்திகளை இச்செய்யுளொன்றிலேயே அமைத்த திறன் மிகப் பாராட்டற்பாலது.]

மலர்செழுங் கரந்தா மரையெனக் கருதி வந்துவீழ் பலகருஞ் சுரும்பர்
புலர்தலி லஃதன் றெனத்தெளிந் தெழுந்து போதல்போ லொன்றன்பி னொன்று
பலர்புகழ் நீல மணியிழைத் தனவே பற்பல தொடர்ந்தெழ வினமென்
றலர்விழிச் சுரும்புந் தொடரவம் மனைதொட் டாடினள் கோமள வல்லி.

கயல்விழிக் கயலைச் சைவல நறிய கருங்குழ லாயசை வலத்தை
அயல்வரால் கணைக்கா லாகிய வராலை அங்கொடி மருங்குனுண் கொடியை
இயல்பல கமல முகமுத லாக இயைபல கமலத்தை நட்க
உயலுற வந்த கோமள வல்லி உவந்துநீ ராடினன் பொன்னி.

செய்யதா மரைமே னெடியவ னிறமேற் செறிந்தமர் தருதிறம் விளங்க
ஐயசெம் மணியா னீலவொண் மணியால் ஆய்வெவ்வே றாய்ப்பொலி பலகை
எய்யநன் கேறி யிகுளையர் பல்லோர் இருபுறம் வடங்கடொட் டாட்டத்
தையலங் கொழுந்து கோமள வல்லி தவாவொளி யூசலா டினளே.

[எய்ய – பலரும் அறிய.]

ஒரு சமயோசிதச் செய்யுள்

அக்காலத்தில் சைவ வைணவ சமயத்தவர்களாகிய இரு வகையாரும் மிகுந்த அன்பு பாராட்டி இவரை ஆதரித்துவந்தார்கள். இரு திறத்தாருடைய மனத்திலும் வேறுபாடு தோற்றாதபடி அவ்வக் காலத்திற்குத் தக்கவண்ணம் இவர் நடந்துவந்தார். ஒரு நாள் அப்புராணச் செய்யுட்கள் செய்யுங்காலத்தில் மேற்கூறிய இரு திறத்தார்களும் இருந்து ஒவ்வொரு செய்யுளும் முடிந்தவுடன் கேட்டு ஆனந்தித்துக்கொண்டு வந்தார்கள். அச்சமயம் கும்பேசுவரரையும் சார்ங்கபாணிப் பெருமாளையும்பற்றிச் சொல்ல வேண்டிய தருணத்தில் இவர் சிறிதும் கவலையின்றி, 'கும்பேசுவரரையும் ஆராவமுதப் பெருமாளையும் அடியார்கள் தந்தை தாயென்று போற்றுவார்களாயின் பலவகைப் போகங்களையும் நுகர்ந்து சிவலோக வாழ்வைப் பெறுவார்கள்' என்னும் பொருளமைய,

விருத்தம்

எண்ணிய கும்ப லிங்கநா யகரை இலங்குமா ராவமு தரைச்சீர்
நண்ணிய சைவர் யாவருங் கண்டு நாடொறுந் தந்தைதா யென்றே
கண்ணிய சிறப்பிற் போற்றிடு வாரேற் கருதுபல் போகமுந் துய்த்துப்
புண்ணிய மிகுந்த பெருஞ்சிவ லோகம் புக்குவாழ்ந் தமர்வது சரதம்

(ஆராவமுதப். 70)

என்ற செய்யுளைச் சொல்லி முடிக்கவே இரு திறத்தாரும் கேட்டு ஒருவரை ஒருவர் மெல்ல நோக்கிச் சந்தோஷம் அடைந்தனர். நுண்ணிய அறிவுள்ள சைவரிற் சிலர் இவருடைய புத்தி சாதுரியத்தை மெச்சினர்.

செய்யுட்களை விரைவிற் பாடியது

புராணம் அரங்கேற்றுங் காலத்துட் சில நாட்களில் மாலையில் அரங்கேற்றவேண்டிய செய்யுட்களைக் காலையிற் பாடி எழுதுவிப்பது வழக்கம். ஒரு நாட் காலையில் அன்பர்கள் சிலர் வந்து நெடுநேரம் பேசிக்கொண் டிருந்தமையால் செய்யுட்கள் செய்யப்படவில்லை. அப்பாற் பகற் போஜனத்தின் பின்பு அயர்ச்சி மிகுதியால் இவர் நித்திரை செய்தார். மாணாக்கர் முதலியோர், 'இன்று மாலையில் அரங்கேற்றுவதற்குச் செய்யுட்கள் செய்யப்படவில்லையே; எழுந்தால் ஏன் ஞாபகப்படுத்தவில்லை யென்று சேஷையங்காரைக் கோபித்துக்கொள்வார்களே' என்றெண்ணி அச்சத்தோடு இருந்தார்கள். அப்போது இவர் எழுந்திருந்து தாகசாந்தி செய்துகொண்டார்; பிறகு அங்கே வந்த சிலரோடு யாதொரு

கவலையுமின்றிப் பேசிக்கொண்டே இருந்தார். சேஷையங்கார் வந்து நின்றார். இவர், "என்ன விசேஷம்?" என்று கேட்க, அவர், "இன்று மாலையில் அரங்கேற்றுவதற்குப் பாடல்கள் இயற்றப்படவில்லை; முன்னமே தெரிவிக்கக் கூடவில்லை; இன்று காலையிலும் தெரிவித்தற்குச் சமயம் வாய்க்கவில்லை" என்று கவலைக் குறிப்போடு தெரிவித்தார். இவர் சிறிதேனும் கவலையுறாமல், "ஏட்டைக் கொண்டு வரலாமே" என்றார். சேஷையங்கார் புராணச் சுவடியைக் கொண்டுவரவே, நடந்தவற்றுள் இறுதிச் செய்யுளைப் படிப்பித்துக் கேட்டுவிட்டுக் கதைத் தொடர்ச்சியை அறிந்துகொண்டு சிலநேரம் யோசனை செய்து பின் அவர் கையோயாம லெழுதும்படி சில நாழிகைக்குள் ஐம்பது செய்யுட்களைப் பாடி முடித்தார். அச்செயலில் இவர் ஒரு வியப்பையும் புலப்படுத்தவில்லை. உடனிருந்தவர்க ளெல்லோரும் அதனைக் கண்டு ஆச்சரியம் அடைந்தார்கள். அவ்வூரிலும் அதனைச் சுற்றிய ஊர்களிலு முள்ளவர்கள் இந்த ஆச்சரியச் செய்தியைச் சொல்லிக்கொண்டு வருவாராயினர்.

அரங்கேற்றி வருகையிற் சில வைஷ்ணவர்களாலும் பிறராலும் இடையிடையே சில இடையூறுகள் நேர்ந்தன. ஒருநாள் அயலூரிலிருந்துவந்த ஸ்ரீ வைஷ்ணவ வித்துவா னொருவர் வலிந்து வந்து அடிக்கடி விதண்டாவாதம் செய்ய ஆரம்பித்தார். பின்பு தியாகராச செட்டியாருடைய சமாதானங்களால் தம் முயற்சியை நிறுத்திக்கொண்டு அவர் சென்றுவிட்டார். இங்ஙனம் அவர் வந்து வாதித்தது பிள்ளை யவர்களுக்கு மன வருத்தத்தை உண்டாக்கியது; நெடுநாள் வரையில் அவ்வருத்தம் தணியவில்லை. அது பின்பு இவர் இயற்றிய *திருக்குடந்தைத் திரிபந்தாதியிலுள்ள*,

கட்டளைக் கலித்துறை

பேசவந் தானல மார்க்கமுள் ளாரினொர் பேதையுள்ளார்
ஏசவந் தானல மோநிற் கெனவேகி னான்விடம்பூ
வாசவந் தானல மார்குட மூக்கர் வயக்கிடினை
யோசவந் தானல வோவவன் றாழ்புரு டோத்தமனே (58)

என்னும் பாடலால் விளங்கும்.

அரங்கேற்றத்தின் நிறைவு

கும்பகோண புராணத்தின் அரங்கேற்றம் முடிந்தபின்பு அவ்வூரிலுள்ள பிரபுக்கள் இவருக்குச் சால்வை, பட்டு, வஸ்திரம் முதலிய சம்மானங்களும் பொதுவில் தொகுத்த ரூபாய் இரண்டாயிரமும் வழங்கினர். புராணமெழுதிய சுவடியை வெகு விமரிசையுடன் யானைமேலுள்ள தவிசில் வைத்து ஊர்வலம் செய்வித்தார்கள். அப்பொழுது பெரிய *மேனாப்பல்லக்கு ஒன்றை விலைக்கு வாங்கிக் கொடுத்து அதில் பிள்ளை யவர்களை இருக்கச்செய்து தக்கபிரபுக்களிற் சிலர் தாமே சில தூரம் சுமந்துசென்று தமிழ் மொழியில் தங்களுக்குள்ள அன்பைப் புலப்படுத்திப் பண்டைக்கால வழக்கத்தைத் தெரிவித்தார்கள். அப் புராணம் அரங்கேற்றிப் பூர்த்தியான காலம் குரோதன ஹு தை மீ (1866) அந்நூல் அச்சிடப் பெற்றுள்ளது.

---

* இந்தப் பல்லக்கு இவருடைய தேகவியோக காலம் வரையில் வேண்டிய சமயங்களில் இவரைத் தாங்கிச் செல்லும் பேறுபெற்றிருந்தது.

அது திருக்குடந்தைப் புராணமென வழங்கும். அதிலுள்ள படலங்கள் 68 செய்யுட்கள் 2384. அதில் அவையடக்கமாக நான்கு செய்யுட்கள் இருக்கின்றன. அவற்றுள் ஒன்று வருமாறு:

விருத்தம்

விதிவழி யாயுஞ் சில்லோர் விதிவிலக் காகத் தத்தம்
மதிவழி யாயுஞ் சில்லோர் மாதேவன் றனைப்பூ சித்தார்
கதிவழி காணா ரில்லை கடையனேன் பாட்டிற் குற்றப்
பொதிவழி தருவ தேனும் வெறுத்திலா னனைய புத்தேள்.

அத்தலத்தில் மார்க்கண்டேய முனிவர் பூமிதேவியை மகளாகப் பெற எண்ணி உப்பில்லாத உணவைப் புசித்துப் பல வருடங்கள் நோற்றனர். அவர் தவத்திற்கு மகிழ்ந்து அத்தேவி மகளாக அவதரித்து வளர்ந்து வந்தாள். அப்பொழுது அவளை மணந்து செல்ல எண்ணித் திருமால் மூப்பு வேடம் பூண்டுவந்தனர். அவரை மார்க்கண்டேயர் வினவுதலும் அவர் விடை கூறுதலுமாக உள்ள செய்யுட்களில் ஒன்று வருமாறு:

விருத்தம்

வந்தது பசித்தீ மாற்ற வென்றனன் மாயக் கள்வன்
அந்தநன் மொழிகேட் டைய வலவண வுணவுண் டிங்கே
நந்தவுண் டிடுவாய் கொல்லோ வென்றன னற்ற வத்தோன்
எந்தமண் ணேனு முண்பே னென்றனன் விருத்த மாயன். (திருநாகேச்சுரப். 22)

இதன்கண் 'எந்தமண் ணேனு முண்பேன்' என்பது அவசரத்தில் உலகினர் கூறும் வாக்கியமாக இருந்தாலும் மண்மகளைத் திருமால் விரும்பிய குறிப்பும் புலப்படுகின்றது.

சிவபெருமான் அமுத கும்பத்தில் தோற்றியதைப்பற்றிக் கூறும் செய்யுட்களில் ஒன்று வருமாறு:

மேடமூர் மதலை கடகமென் மலர்க்கை விளங்கருஞ் சிங்கமென் மருங்குல்
ஆடக மகரக் குழைச்செவி மீனம் அடுவிழி படைத்துலாங் கன்னி
மாடமர் தரவ விருச்சிக மிதுனம் மரூஉந்தனு வதுவென வடியார்க்
கூடவோ ரிடபந் தோன்றிடும் பொருளோர் கும்பத்துத் தோன்றிய தன்றே.
(கும்பேசுரப் படலம், 31)

[மாடு அமர்தர அவிர் உச்சி கம் மிதுனம் மரூஉம் தனுவதுவென; கம் மிதுனம் மரூஉம் தனுவதுவென – மேகத்தையும் மிதுன ராசியையும் பொருந்தும் உயர்ச்சியையுடைய வில்லாகிய மேருமலையைப்போல. இச்செய்யுளின்கண் பன்னிரண்டு இராசிகளின் பெயர்களும் தொனித்தல் காண்க.]

*மங்களாம்பிகை பிள்ளைத்தமிழ்

பின்பு அந்நகரிலுள்ள ஜவுளிக்கடைக் கனகசபைப் பிள்ளை யென்னும் ஓரன்பருடைய வேண்டுகோளின்படி *ஸ்ரீ மங்களாம்பிகை பிள்ளைத்தமிழும்*, அம்பலவாண செட்டியா ரென்பவர் வேண்டுகோளின்படி *திருக்குடந்தைத் திரிபந்தாதியும்* இவராற் செய்யப்பட்டன. பிள்ளைத் தமிழில் அம்புலிப் பருவத்திலுள்ள †கணித சம்பந்தமான சிலேடைகள், அப்பொழுது

* ஸ்ரீ மீனாட்சிசுந்தரம் பிள்ளை யவர்கள் பிரபந்தத்திரட்டு, 389–490

† இச்செய்தியைப் பிள்ளை யவர்களே சொல்லியிருக்கிறார்கள்.

கும்பகோணத்திற்கு வந்திருந்த மன்னார்குடி ஸ்ரீமத் மகா மகோபாத்தியாய ராஜு தீக்ஷித ரவர்களிடம் அறிந்து செய்யப்பட்டன.

அப் பிள்ளைத்தமிழ்ச் செய்யுட்களுட் சில வருமாறு:

ஈன்றவற் கில்லவளு முணவுமா கப்புவியும் இயல்கடி மணஞ்செய்தேமும்
இனியவுவ ளகமுமா கக்கடலு மாலையும் இருப்பிடமு மாகவனமும்
தோன்றவழி யுங்குடையு மாகவரை யுஞ்செய்து சுதன்மகன் றிறவுகோலாத்
தூயதாய் மனைவிதற் குறையுளுஞ் செய்துமகிழ் தோன்றனான் முகனளிக்க
நான்றசடை யார்கும்ப நாயக ரெனும்பெயர் நயத்தல்கண் டங்கண்மீன
நாயகி யிடைச்சிங்க நாயகி யருட்கன்னி நாயகி யறம்பலவும்வாழ்
ஆன்றகைக் கடகநா யகிகாது மகரநா யகிநுதற் றனுநாயகி
அடியமித யத்துலா நாயகி யெனப்பல அமைந்தமங் களவுமையையே.
(காப்புப். 5)

தானே தனக்குச் சரியாய தாயே வருக வுரைக்கவினை
தடிவாய் வருக நினைக்கமுத்தி தருவாய் வருக மலர்பொதிந்த
கானே புரையுங் கருங்கூந்தற் கவுரி வருக மெய்ஞ்ஞானக்
கரும்பே வருக வருள்பழுத்த கனியே வருக தெவிட்டாத
தேனே வருக வானந்தத் திருவே வருக பெருவேதச்
செல்வீ வருக வெங்கள்குல தெய்வம் வருக வுருகுநருள்
மானே வருக விமயவரை வனிதாய் வருக வருகவே
மறைவாழ்த் தொலிசா றிருக்குடந்தை மடந்தாய் வருக வருகவே.
(வருகைப். 10)

பொருள்செயிவள் வாவென்று திருவாய் மலர்ந்தவப் பொழுதுநீ வந்தாயலை
பொலியுநின் முகத்தெதிர்ப் படவஞ்சி னானெனப் போதவுரை செய்துகாத்தேம்
தெருள்செயிவ ளின்னும்வந் திலனெனச் சிறிதுகண் சேந்திடிற் புவனத்துளோர்
திக்கிலை நினக்கஞ்ச லென்பாரு மிலையிவள் சினந்தவிர்ப் பாருமில்லை
வெருள்செய்பணி பலவுளொன் றிவள்கொழுந னேவிடின் விழுங்கியே விடுமரைத்த
வீரனு முளானிவை யுணர்ந்துய்ய வேண்டிடின் விரைந்துவந் தடியார்யார்க்கும்
அருள்செய்குட மூக்கெங்கண் மங்களாம் பிகையுடன் அம்புலீ யாடவாவே
அலகில்பல புவனமு முயிர்த்ததாய் காணிவளொ டம்புலீ யாடவாவே.
(அம்புலிப். 10)

அந்தப் பிள்ளைத் தமிழ் அக்ஷய ஞூ சித்திரை மாதத்தில் (1866) இயற்றி அடுத்த ஆனி மாதத்தில் அரங்கேற்றப்பட்டது. பின்பு விபவ ஞூ ஆனி மீ (1867) அச்சிற் பதிப்பிக்கப்பட்டது.

*குடந்தைத் திரிபந்தாதி

குடந்தைத் திரிபந்தாதியில் இவர் அனுபவச் செய்திகள் சில அங்கங்கே காணப்படும். சிவகுருநாத பிள்ளையின் பிற்கால நடையும் பின்பு சிலர்பால் தாம் அலைந்தமையும் இவருடைய நெஞ்சில் இருந்து வருத்திவந்தன. அவ்வருத்தம்,

திறம்பாவ மென்று குறிப்பார் மனைதொறுஞ் சென்றுழன்ற
மறம்பாவ மென்று மறிதரும் (18)

[திறம்பா வம்மென்று – மாறுபாடாக வாருமென்று.]

என்னையப் பாவலர் தூற்றுநர் தூற்ற (31)

என்ற பாடற்பகுதிகளால் விளங்கும்.

* ஸ்ரீ மீனாட்சிசுந்தரம் பிள்ளை யவர்கள் பிரபந்தத்திரட்டு, 2129–2230

அவ்வந்தாதியின் கண் அமைந்துள்ள திரிபு மிகவும் விசித்திரகரமானது. அந்த அந்தாதி அரங்கேற்றப்பட்டபொழுது அதனைச் செய்வித்தவராகிய அம்பலவாண செட்டியா ரென்பவர் ரூ. 300 சம்மானம் செய்தனர்.

விஷ்ணுபுராணம் இயற்ற உடன்படாமை

பின்பு பலரால் ஆதரிக்கப்பெற்று இவர் சில தினம் கும்பகோணத்திலேயே இருந்துவருகையில் ஒரு நாள், அவ்வூரில் வராகக் குளத்தின் கரையிலுள்ள ரங்கசாமி ஐயங்கா ரென்னும் செல்வரொருவர் இவருடைய கவித்துவத்தை அறிந்து, "விஷ்ணு புராணத்தை வடமொழியிலிருந்து தமிழில் செய்யுள் நடையாக மொழிபெயர்த்து நீங்கள் செய்துதரவேண்டும். செய்துதந்தால் ஐயாயிரம் ரூபாய்க்குக் குறையாமல் நாங்கள் தொகுத்துத் தருவோம். எங்களைச் சேர்ந்தவர்கள் இவ்விஷயத்தில் மிக்க விருப்பத்தோ டிருக்கின்றனர்" என்றார். இவர், "நான் சைவனாதலின் அவ்வாறு செய்தல் கொண்டகோலத்திற்கு மாறாகும். ஆதலால் அது செய்ய என்னால் இயலாது. சென்னையைச் சார்ந்த எழும்பூரில் திருவேங்கடாசல முதலியா ரென்னும் வைணவ வித்துவானொருவர் இருக்கின்றார்; அவர் வைணவ நூல்களில் நல்ல பயிற்சியுள்ளவர்; நூல் இயற்றுதலிலும் வன்மையுடையவர். அவரைக்கொண்டு உங்களுடைய விருப்பத்தை நிறைவேற்றிக் கொள்ளலாம்" என்று சொல்லிவிட்டார். வேறொருவரைக் கொண்டு செய்விக்க ரங்கசாமி ஐயங்காருக்கும் பிறருக்கும் விருப்பமில்லாமையால் அம்முயற்சி அன்றோடு நின்றுவிட்டது.

கும்பகோணத்தைவிட்டு இவர் புறப்படுங்காலத்துச் சம்மானமாகக் கிடைத்த பொருள்கள் யாவும் அரிசிக் கடை மளிகைக் கடை முதலியவற்றில் இருந்த கடன்களுக்குப் பகிர்ந்து கொடுக்கப்பட்டன. ஆடை வகைகளை மாணாக்கர்கள், நண்பர்கள் முதலியவர்களுக்கு இவர் கொடுத்துவிட்டார். புறப்படும்பொழுது வண்டிச் செலவுக்கு இவர் கடன் வாங்கிக்கொண்டே புறப்பட்டாரென்று சொல்லுவார்கள்.

கும்பகோணம் காலேஜிற்குச் சென்று பிள்ளைகளைப் பரீட்சித்தது

தியாகராச செட்டியாருடைய வேண்டுகோளால் ஒருமுறை கும்பகோணம் காலேஜுக்கு இவர் போயிருந்தபொழுது இவரை நாற்காலியில் அமரச் செய்துவிட்டுச் செட்டியார் நின்றுகொண்டிருந்தார். இவர், "பாடத்தை நடத்தலாமே" என்றபோது அவர், "ஐயா அவர்கள் மாணாக்கர்களைப் பரீட்சை செய்ய வேண்டும்" என்றார். இவர் சில பிள்ளைகளைப் பரீட்சித்து விட்டு ஒரு மாணாக்கனைப் பார்த்து, "ஏதாவது ஒரு பாடலைச் சொல்" என்று சொன்னார். அவன்,

> கார்பெற்ற தோகையோ கண்பெற்ற வாண்முகமோ
> நீர்பெற் றுயர்ந்த நிறைபுலமோ – பார்பெற்று
> மாதோடு மன்னன் வரக்கண்ட மாநகருக்
> கேதோ வுரைப்ப னெதிர்

என்ற *நளவெண்பாப்* பாடலைச் சொல்லி இவருடைய கட்டளையால் சுருக்கமாகப் பொருளுங் கூறிவிட்டு, "இன்றைக்கு எங்களுக்கு உண்டான

மகிழ்ச்சியும் அத்தகையதே" என்றான். இவர் சந்தோஷமடைந்து, "இவ்வாறு சமயத்திற்குத் தக்க பாடலைச் சொல்லும்படி நீ கற்பித்துவைத்திருப்பது மிகவும் பாராட்டற்குரியது" என்று செட்டியாரைப் பார்த்துச் சொல்லி மகிழ்ந்தார்.

எப்பொழுதாவது இவர் தியாகராச செட்டியார் வீட்டிற்குப் போனால், இவரை உபசரிப்பதற்காகச் செட்டியார் காலேஜுக்குப் போகாமல் இருக்க உத்தரவு வாங்கிக் கொள்வது உண்டு. அதற்காக விண்ணப்பம் செய்து கொள்ளுகையில், "என்னுடைய ஆசிரியர் இங்கே எழுந்தருளியிருக்கின்றார்; உடனிருந்து உபசரிக்க வேண்டியவனாக இருக்கிறேன்" என்று எழுதுவது வழக்கம். இவருடைய அருமையை அறிந்தவர்களாதலின் காலேஜ் தலைவர்கள் உடனே அவருக்கு உத்தரவு கொடுத்துவிடுவார்கள். ஒருமுறை இங்ஙனம் எழுதி அனுப்பியபொழுது காலேஜில் அக்காலத்தில் ஆசிரியராக இருந்த ராய்பகதூர் பூண்டி அரங்கநாத முதலியார் எம்.ஏ., பிள்ளை யவர்கள் செட்டியார் வீட்டிற்கு வந்திருப்பதை அக்கடிதத்தா லறிந்து உடனே சில அன்பர்களுடன் சென்று பார்த்துப் பேசிக்கொண்டிருந்துவிட்டு வந்தார். இவரைக் கண்டு பேசியதைப் பெரிய லாபமாக நினைத்து மகிழ்ந்ததன்றிப் பிறரிடத்தும் இவருடைய பெருமையைப் பாராட்டினார்.

பூண்டி அரங்கநாத முதலியார்

❁

24

புராணங்களும் பிரபந்தங்களும் இயற்றல்

அட்சய வருஷம் (1866) வைகாசி மாதத்திற்குமேல் பாண்டி நாட்டின்கண் உள்ளனவாகிய சூரைக்கடி (சூரைமாநகர்), கண்டதேவி என்னும் இரண்டு ஸ்தலங்களின் புராணங்கள் வடமொழியிலிருந்து மொழிபெயர்த்துத் தமிழிற் செய்யுள் நடையாக இவராற் செய்யப்பட்டன. அவ்விரண்டு ஸ்தலங்களிலும் உள்ள செல்வர்களுக்கு இவருடைய பெருமையை எடுத்துக் கூறி இவரைக் கொண்டு புராணங்கள் செய்விக்கும்படி தூண்டியவர் கோயிலூர்ச் சிதம்பர ஐயாவும் இவருடைய மாணாக்கராகிய நாராயண செட்டியாரும் ஆவர். அத்தலங்களுக்கும் முன் புராணஞ் செய்த கோயிலூர் என்னும் ஸ்தலத்திற்கும், பிற்காலத்துப் புராணஞ் செய்த வீரவனத்திற்கும், புறப்பட்டுப் போகுங் காலத்தில் பிரயாணச் செலவுகள் திருவாவடுதுறை ஆதீனத்தாராலும், அந்த ஸ்தலங்களில் இருக்குங் காலத்திலும் மீண்டு வருங் காலத்திலும் ஏற்படும் செலவிற்குரிய பொருள்கள் அப்புராணங்களை ஆக்குவித்த தனவைசியப் பிரபுக்களாலும் கொடுக்கப்பட்டன. மேற்கூறிய நான்கு புராணங்களுள் ஒவ்வொன்றுக்கும் இவர் பெற்ற பரிசில் அவ்வப் புராணங்களிலுள்ள செய்யுட்களின் தொகையளவே. அந்தப் புராணங்கள் நான்கும் இயற்றி அரங்கேற்றிய காலத்தேதான் பரிசுத்தொகைகளைச் செலவிடாமல் இவர் கண்ணிற் கண்டன ரென்பார்கள். நூல் செய்யத் தொடங்கிய கால முதல் அரங்கேற்றிப் பரிசில்பெற்று நகர வட்டகையிலிருந்து மீளும் வரையில் உடனிருந்து ஆதரித்து வந்தவர் மேற்கூறிய நாராயண செட்டியாரே.

'நாலடிக்குக் குறையாமற் பாடவேண்டும்'

சூரைமாநகர்ப் புராணம் இயற்றி அரங்கேற்றுவதற்கு அவ்வூருக்குச் சென்று ஒரு மைதானத்தின் பக்கத்திலுள்ள ஒரு விடுதியில் இவர் மாணவர்கள் முதலியவர்களுடன்

தங்கியிருந்தார். அவ்வூரிலுள்ள நகரவைசிய கனவான்கள் அடிக்கடி வந்து விசாரித்து இவரைத் தக்க வண்ணம் கவனித்து ஆதரித்து வந்தார்கள். ஒவ்வொரு நாளும் பிற்பகலில் ஸ்ரீ சங்கரநாதர் சந்நிதியிற் பலர் கூடிய அவைக்களத்திற் புராணம் அரங்கேற்றப்பெற்று வந்தது. யாவரும் கேட்டு மகிழ்வாராயினர். ஒவ்வொருநாளும் அரங்கேற்றுவதற்கு வேண்டிய செய்யுட்கள் காலையில் இவரால் இயற்றப்பெற்று வந்தன.

அப்பொழுது அத்தலத்திற் பக்தியுள்ள ஜனங்களுள் அயலூராரில் ஒரு சாரார் கற்கண்டு பழம் முதலிய பொருள்கள் நிறைந்த பல தட்டங்களை ஏந்திக் கொண்டு கூட்டமாக வந்து முன்னே வைத்து இவரைக் கண்டு சில உபசார வார்த்தைகளைச் சொல்லி ஒடுக்க வணக்கத்தோடு நின்றனர். அவர்கள் நின்ற நிலை ஏதோ ஒன்றைச் சொல்லும் நோக்கத்தோடிருப்பதாக இவருக்குப் புலப்படுத்தியது. இவர் அக்குறிப்பை யறிந்து, “ஏதேனும் சொல்ல எண்ணியிருந்தால் நீங்கள் சொல்லலாமே” என்றனர். அவர்கள் தங்கள் எண்ணத்தை உடனே வெளியிடுதற்குத் துணியாமல் ஒருவர் முகத்தை ஒருவர் பார்த்து, ‘இவ்வளவு பெரியவர்களிடம் நாம் ஒன்றைச் சொன்னால் ஏதாவது தீமை விளைந்துவிட்டால் என்ன செய்கிறது!’ என்று அஞ்சினார்கள்; பின்பு எவ்வாறேனும் தங்கள் எண்ணத்தைத் தங்களுக்குள் பிராயத்தில் முதிர்ந்த ஒரு பெரியவரைக் கொண்டு சொல்லிவிட வேண்டுமென்று துணிந்து அங்கே யுள்ள ஒரு பெரியாரைச் சொல்லச் சொன்னார்கள்.

அப்பெரியவர் உடல் நடுங்க மருண்ட பார்வையோடு, “ஐயா, நாங்கள் பூர்வசன்மத்திற் செய்த பெரும்புண்ணியமே உங்களை இவ்விடம் வருவித்தது. இல்லாவிட்டால் வருவீர்களா? உங்களுக்குள்ள பாட்டுப் பாடும் திறமையையும் வாக்கின் பெருமையையும் நாங்கள் அதிகமாகக் கேள்விப்பட்டிருக்கிறோம். ஆனாலும் எங்களுக்கெல்லாம் பெரிய கவலையொன்று ஏற்பட்டிருக்கின்றது. அதைச் சொல்லுவதற்கும் அச்சமாயிருக்கிறது; சொல்லாமலிருக்கவும் முடியவில்லை. இந்த ஊரார் கொடுக்கும் பொருள் அழிந்துபோகக்கூடியது. நீங்கள் செய்யும் நூலோ எந்த நாளிலும் அழியாதது; எந்தக் காலத்தும் உங்களுடைய பெருமையையும் தலத்தின் பெருமையையும் தெரிவித்துக்கொண்டே அது விளங்கும். ஆதலால் நாங்கள் அறிவில்லாதவர்க ளென்பதை உத்தேசித்துப் பாடல்களைக் குறைத்துவிடக்கூடாது. நாங்கள் ஏதாவது குற்றஞ் செய்தல் கூடும்; அதை நீங்கள் பொறுத்துக்கொள்ள வேண்டும். எங்கள்மேற் கோபங்கொண்டு அறம் வைத்துப் பாடவுங் கூடாது. ஒவ்வொரு பாடலும் நாலடிக்குக் குறையவும் கூடாது. அப்படிக் குறைந்தாற் கோயிலைச் சேர்ந்தவர்களுக்கும், அடுத்த ஊரிலுள்ள எங்களுக்கும் கெடுதி நேருமல்லவா? எங்களை வாழ்விக்க வந்த தெய்வம் போல நீங்கள் விளங்குவதனால் துணிந்து எங்கள் பிரார்த்தனையைத் தெரிவித்துக்கொண்டோம்” என்று தழுதழுத்த குரலிற் சொல்லிமுடித்தார்.

அப்போது மற்ற எல்லோரும், “எங்களைக் காப்பாற்றவேண்டும்” என்று ஒருமிக்கச் சொல்லி அஞ்சலி செய்தார்கள். இவர் எல்லோரையும் இருக்கும்படி செய்து, “நீங்கள் சிறிதும் கவலைப்படவேண்டாம்.

பாடல்களையும் பாடல்களின் அடிகளையும் குறைக்கமாட்டேன்; அறம்வைத்தும் பாடமாட்டேன். ஒவ்வொரு பாட்டும் நான்கு அடிகளுக்குக் குறையாமலே இருக்கும். உங்களுடைய அன்பை மிகவும் பாராட்டுகிறேன்" என்றார். உலகியலறிவு மிக்க இக் கவிஞர்பெருமான் கூறிய சொற்கள் அந்தக் கூட்டத்தினருக்கு இருந்த அச்சத்தை அடியோடே நீக்கிவிட்டன. அவர்கள் தங்கள் வேண்டுகோள் பயனுற்றதென்ற மகிழ்ச்சியோடும் எழுந்து விடைபெற்றுச் சென்றார்கள்.

அக்கூட்டத்தினருடைய சாத்துவிக இயல்பைத் தெரிந்த இவர், "இத்தகையவர்கள் இருக்கும் இடத்தில் நாம் வருதற்கு முடியுமா? நாம் இங்கே வந்து பாடுதற்குக் காரணம் நாராயண செட்டியாரல்லவா?" என்று நினைந்து,

வெண்பா

பாடுவதெங் கேயிந்தப் பாண்டிநாட் டெல்லைவந்து
கூடுவதெங் கேயொருபாற் கோதையான் – நீடுபுகழ்ப்
பாரா யணனென்றிப் பார்முழுதுங் கொண்டாடும்
நாரா யணனிலையேல் நாம்

என்ற செய்யுளைப் பாடினார்.

சூரைமாநகர்ப் புராணம்

சூரைமாநகர்ப் புராணத்திலுள்ள படலங்கள் 10; செய்யுட்கள் 539. அந்நூலை ஆக்குவித்த பிரபு காரைக்குடி முரு.லெ. இலக்குமணச் செட்டியாருடைய புத்திரரும் பெருங்கொடையாளி யென்று புகழ்பெற்று விளங்கியவருமான கிருஷ்ண செட்டியாராவர். அவருடைய பெருமையும் அவர் அந்நூல் செய்வித்தமையும் பின்புள்ள செய்யுட்களால் புலப்படும்:

விருத்தம்

முகைமுறுக் குடைந்து நறவுகொப் புளிக்கும் முண்டகத் தடம்புடை யுடுத்துத்
தகைகெழு வளஞ்சால் சூரையம் பதியிற் றவலரும் வதரிநன் னீழல்
நகையமர் சிறப்பி னாளும்வீற் றிருக்கும் நலங்கெழு சுந்தரப் பெருமான்
பகைதவிர் தெய்வ மான்மிய மென்னப் பகர்தரு பெருவட மொழியை

மொழிபெயர்த் தெடுத்துத் தமிழினாற் பாடி முடித்திட வேண்டுமா லென்று
கழிமகிழ் சிறப்பக் காரையம் பதிவாழ் கனமிகு வணிகர்தங் குலத்தோன்
பொழிபெருஞ் சீர்த்தி புனையிலக் குமணப் புண்ணியன் புரிதவத் துதித்தோன்
வழிவழி யறமே பயின்றிடு நலத்தான் மழையெனப் பொழிகர தலத்தான்

வளரொளி யனைய தளிப்பணி சிறப்பின் மல்குறப் புதுக்கிய வள்ளல்
கிளர்மணித் தடந்தோட் கிருட்டின மகிபன் கெழுதகு சிரத்தையிற் கேட்பத்
தளர்வகன் றரிய தவம்பல வியற்றிச் சார்தருஞ் சிவபத மெளிதே
விளர்தபப் புகுவா மென்பதுட் கருதி விருப்பமிக் குரைத்திட லுற்றேன்.
(சூரைமாநகர்ப் புராணப் பாயிரம்.)

அந்த ஸ்தல விநாயகர்கள்: காட்சி விநாயகர், சங்கர விநாயக ரென இருவர்; இறைவன் திருநாமங்கள்: சங்கரநாதர், சுந்தரநாத ரென்பன; அம்பிகையின் திருநாமங்கள்: பார்வதி, மீனாட்சி என்பன.

அந்நூற் செய்யுட்களுட் சில வருமாறு:

குதிரைகளின் வருணனை

வாதவூ ரடிகளுக் காக வையமுற்
றாதரஞ் செயப்பிரா னழைத்த வாம்பரி
போதர லுற்றது போற்றுஞ் சூரைவாழ்
மேதரு பரிக்குமு னிற்றல் வெள்கியே.

ஸ்தல விருட்சமாகிய இலந்தை

புரிந்து நீழன்மாத் திரஞ்செயுங் கடம்புபோ லாது
பரிந்து நீழலும் படர்சுவைக் கனிகளு முதவித்
தெரிந்து தீங்கனி தெவ்வுவா னடைதரு தெவ்வும்
இரிந்து போகுகண் டகமுங்கொண் டிலகுமோர் வதரி.

[கடம்பென்றது மதுரையில் ஸ்தலவிருட்சமாக உள்ள கடப்ப மரத்தை.]

கண்ணைப் பெறுதற்குச் சூரியன் செய்த துதி

முழுதுல கிறைஞ்சா நிற்கு முதல்வநின் முகத்துக் கண்ணா
இழுதையே னமர்த லாலே யெவ்வுயிர்க் குங்கண் ணானேன்.
பழுதிலத் தகையே னோக்கும் பார்வையின் றிருத்த னன்றோ
எழுவிடம் பருகி வானத் தெவரையும் புரந்து ளாயே.

சங்கப் புலவர்கள் சிவஸ்தல தரிசனம் செய்யப் புறப்பட்டுப் பல தலங்களைத் தரிசித்து அத்தலத்திற்குச் சென்று பூசித்தன ரென்ற வரலாறு சங்கப்புலவர் பூசித்த படலத்திற் சொல்லப்படுகின்றது. அவர்கள் திருப்பரங்குன்றம் முதலிய தலங்களைத் தரிசித்து வந்தார்க ளென்றுள்ள பகுதியில் ஒவ்வொரு தலத்துக்கும் ஒவ்வொரு பாடல் அமைந்துள்ளது. ஒவ்வொரு செய்யுளும் சிவபிரான் புகழை எதுகை நயத்தோடு புலப்படுத்துகின்றது.

ஒருபுற நீலி யானை யொண்பிட்டுக் கூலி யானை
மருவருள் கோலி யானை மடர்க்கருள் பாலி யானை
இருளறு வாலி யானை யிருஞ்சடா மோலி யானைக்
கருதுநெல் வேலி யானைக் கைகுவித் திறைஞ்சிப் போற்றி.

அப்புலவர்கள் சூரைமாநகரில் நெடுநாள் தங்கியிருந்து ஒரு நாள் மதுரை ஸ்ரீ சோமசுந்தரக் கடவுளை நினைந்து ஆராமை மீதூர, "திருவால வாயுடையயான் சேவடிகள் மறந்தனமால்" என வருந்தினார்கள். அச்செய்தியைக் கூறும் செய்யுட்களில் அறுபத்து நான்கு திருவிளையாடல்களும் முறையே அழகுபடச் சுருக்கமாகக் கூறப்பட்டுள்ளன.

ஓர் ஏழை மனிதரால் உபசரிக்கப்பெற்றது

இப் புலவர்கோமான் கண்டதேவிப் புராணம் செய்வதற்குத் தேவிகோட்டை நகர வைசிய கனவான்களால் அழைக்கப்பெற்றுச் சுப்பு ஓதுவா ரென்பவரோடும் மாணாக்கர்களோடும் வேலைக்காரர்களோடும் திருவாவடுதுறை யிலிருந்து புறப்பட்டுச் சென்றார். பட்டுக்கோட்டையைக் கடந்து போகும்பொழுது சூரியாஸ்தமானமாயிற்று. தங்குவதற்கு ஓர் இடமும் காணப்படவில்லை. செல்லச் செல்ல ஊரொன்றும் காணப்படவில்லை. அப்பால் 9 மணிக்குமேல் ஒரு சிற்றூர்போய்ச் சேர்ந்தனர். அங்கே சந்தித்தவர்களைச் சமையல் செய்வதற்கு இடம்

அகப்படுமாவென்று விசாரித்த பொழுது அவர்கள் அக்கிரகாரத்திற்குப் போகலாமென்று சொன்னார்கள். விசாரித்துக்கொண்டு அந்த இடத்திற்குப் போய்ச் சேர்ந்தார். அங்கே ஒரு வீடே இருந்தது. அதுவும் மிகச் சிறிய பனையோலைக் குடிசை. அங்கேபோய் உடன்வந்த வேலைக்காரர்களைக் கொண்டு சமையல் செய்வதற்கு இடம் அகப்படுமோவென்று கேட்கச் சொன்னார்; ஒருவர் சென்று விசாரித்தார். அந்த வீட்டில் ஆண்பாலார் ஒருவரும் அப்பொழுது இல்லை. சில குழந்தைகளோடு கணவருடைய வரவை நோக்கிக்கொண்டே திண்ணையிலிருந்த ஓர் இளம் பார்ப்பனி பல ஆண்பாலார்களின் கூட்டத்தைப் பார்த்துப் பயந்து, "இங்கே அதற்குச் சௌகரியப்படமாட்டாது" என்று சொல்லித் திடீரென்றெழுந்து கதவைச் சாத்திக்கொண்டு உள்ளே போய்விட்டாள். இவர் உடன்வந்த வண்டிகளை அவ்வீட்டின் முன்புறத்திலுள்ள களத்தில் அவிழ்த்துப்போடச் சொல்லிவிட்டுச் சிலரோடு சென்று சிறிது தூரத்திலிருந்த ஊருணியொன்றைக் கண்டுபிடித்து அதில் அனுஷ்டானத்தை முடித்துக்கொண்டார். சந்திரன் நன்றாகப் பிரகாசித்துக்கொண்டிருந்தது. இவர் மீண்டும் மேற்கூறிய களத்திற்கு வந்து சமையல் செய்துகொள்வதற்கு வேறு ஒருவித வழியும் இல்லாமையை அறிந்து படுக்கையை விரிக்கச் சொல்லிப் பொறுக்க முடியாத பசியோடும் உடன்வந்தோருடைய பசியைத் தீர்க்கக் கூடவில்லையே யென்ற வருத்தத்தோடும் படுத்துக்கொண்டனர். மற்றவர்கள் பக்கத்திலிருந்து தம்முள்ளே பேசிக்கொண்டிருந்தார்கள்.

இப்படியிருக்கையில் அங்கேயுள்ள வீட்டுக்காராகிய பிராமணர் உணவுப்பொருள்கள் முடிந்த ஒரு மூட்டையைத் தலையில் வைத்துக்கொண்டு வெகு வேகமாக வந்து தம்முடைய வீட்டுக் கதவைத் தட்டினர். அதுதெரிந்த இவருடைய மாணாக்கர்கள் அவரை வற்புறுத்தி அழைத்தார்கள். அவர், 'இவர்கள் யாரோ? அன்னம் போடவேண்டுமென்று ஒருவேளை கேட்டால் நாம் இவ்வளவு பேர்களையும் எப்படி உண்பிப்போம்!' என்று அஞ்சி விரைவாக உள்ளே சென்று தம் மனைவியைக் கூடையொன்றைக் கொண்டுவரச்செய்து தாம் கொணர்ந்த தானியத்தை அக்கூடையிற் கொட்டி, "இரண்டு நாளைக்கு நமக்கு ஆகாரத்துக்குக் கவலையில்லை" என்று சொல்லி மனைவியை மகிழ்வித்தார். பின்பு தம்முடைய நியமத்தை முடித்துக்கொண்டு மத்தியான்னமே நீரிற் சேர்த்திருந்த அன்னத்தை யுண்டார். அப்பாற் கவலையற்றுப் பனையகணிக் கட்டிலொன்றை ஆரற்சுவர் சூழ்ந்த அந்த வீட்டு உள்முற்றத்திலே போட்டு அதிற் படுத்துக்கொண்டனர். படுத்தவர் தமக்கு இரண்டு நாளைக்கு ஆகாரத்துக்குக் கவலையில்லை யென்ற மகிழ்வினால்,

விருத்தம்

உனதுசரற் காலமதி யனைய மெய்யும் உடல்குழைத்த பிறைச்சடையுங் கரங்க ணான்கும்
அனவரத முறுமபய வரத ஞான அருட்பளிங்கு வடமொடுபுத் தகமு மாக
நினைகிலர்முன் வழுத்திலர்பின் வணங்கா ரெங்ஙன் நிறைந்தபசுந் தேனுமடு பாலுந் தூய
கனியுமென மதுரம்விளைந் தொழுகு பாடற் கவிதைபொழி வதுகயிலைக் கவுள் வாழ்வே
(ஸௌந்தரியலஹரி)

என்னும் செய்யுளை இசையோடு பாடினர். பின்பு சில பாடல்களைச் சொல்லித் தாமே இன்புறுவாராயினர். அப்பாட்டுக்கள் பிள்ளை

யவர்களுடைய பக்கத்திலிருந்த மாணாக்கர்களுடைய காதில் விழவே அவர்கள், "இவ்வீட்டு ஐயர் தமிழ் படித்தவர்போலே தோற்றுகிறார். இப்பொழுது, 'உனது சரற்காலம்' என்னும் பாடல் முதலியவற்றைச் சொல்லுகிறார்" என்றார்கள். கேட்ட இவர், "அவரை எப்படியாவது இங்கே அழைத்துவந்து அந்தப் பாடல்களை என் முன்னே சொல்லச் செய்யுங்கள்" என்று சொன்னார்.

அவர்கள் அவ்வாறே சென்று அவ்வீட்டுக் கதவைப் பலமாகத் தட்டி உள்ளே இருந்தவரை அழைத்தார்கள். அவர் முன்னமே இக்கூட்டத்தைக் கண்டு பயந்தவராதலின் உடனே வெளியே வரவில்லை. 'இவர்கள் சமையல் செய்து போடும்படி சொல்வார்கள் போலிருக்கிறது; நாம் என்ன செய்வோம்!' என்றெண்ணி, "காலைமுதல் அயலூருக்குச் சென்று அலைந்து இப்பொழுதுதான் வந்து கிடைத்த ஸ்வல்ப ஆகாரத்தை யுண்டு களைத்துப் படுத்திருக்கிறேன். என்னால் இப்பொழுது ஒன்றும் செய்யமுடியாது" என்று உள்ளே இருந்தபடியே கூறினார். அவர்கள், "ஐயா, நீங்கள் சிறிதும் கவலைப்படவேண்டாம். எங்கள் எசமானவர்கள் உங்களுடைய பாடல்களைக் கேட்க வேண்டுமென்று விரும்புகிறார்கள். இங்கேயிருந்து சொல்லுகிற பாடல்களை அங்கே வந்து சொன்னால் திருப்தியடைவார்கள்" என்று சொன்னார்கள். "நான் பாடும் பாட்டைக் கேட்டு இந்த நடுக்காட்டில் மகிழக்கூடியவர்கள் யார் இருக்கிறார்கள்? அப்படியானல் வருவதற்கு என்ன ஆட்சேபமிருக்கிறது?" என்று சொல்லிக்கொண்டே விரைந்துவந்து கதவைத் திறந்தார்; திறந்தவர்கள் தமது பனையகணிக் கட்டிலையும் கையிலெடுத்துக்கொண்டு இவரிருக்கும் இடத்திற்கு வந்து அந்தக் கட்டிலைப் பக்கத்திற் போட்டுக் கொண்டு அதன்மேல் இருந்தார். பக்கத்திலுள்ளவர்கள் பாடல்களைச் சொல்லச் சொன்னார்கள். பின்பு தாம் முற்கூறிய செய்யுளை மற்றொருமுறை சொன்னார். அடுத்த செய்யுட்களையுஞ் சொன்னார். அவற்றைக் கேட்ட இவர், "நீங்கள் என்ன என்ன படித்திருக்கிறீர்கள்?" என்று கேட்கவே, அவர், "நான் யாசகம் பண்ணப் படித்திருக்கிறேன். தமிழ் வித்துவானாக இருந்த என்னுடைய தகப்பனார் எனது இளமையில் சொல்லிக்கொடுத்த சில நூல்களிலுள்ள பாடல்கள் எனக்கு ஞாபகமுண்டு. அவற்றை எப்பொழுதும் சொல்லிக்கொண்டிருப்பது வழக்கம். படிக்கவேண்டு மென்றாற் புஸ்தகங்கள் இல்லை. என் வீட்டிலிருந்த புஸ்தகங்களை யெல்லாம் யாரோ வாங்கிக்கொண்டு போய்விட்டனர். அவர்கள் அவற்றைத் திரும்பக் கொடுக்கவில்லை. யாரிடத்திலாவது போய்ப் பாடம் கேட்பதற்கும் நேரம் இல்லை. சூரியோதய முதல் அஸ்தமனம்வரையில் வயிற்றுப் பிழைப்புக்காக அலையவேண்டி யிருக்கிறது. அப்படி யாரிடத்திலாவது சென்று புஸ்தகம் வாங்கிப் படிக்கலாமென்றால், என்னை நம்பி யார் கொடுப்பார்கள்? என்னைப் பார்த்தால் அவர்களுக்குப் படிப்பவன்போலத் தோற்றாதே. எங்கள் முன்னோர்கள் காலத்திலிருந்து எங்களுக்கு இந்தப் பக்கங்களில் மகமை உண்டு. அறுப்புக் காலங்களில் களங்களுக்குச் சென்று காத்திருந்து கிடைக்கும் தானியங்களை வாங்கிவருவேன். என்னுடைய நாட்களெல்லாம் இப்படியே போகின்றன. இந்த நிலையில் தெரிந்தவற்றையாவது ஓய்ந்த வேளையிற் சொல்லிக் கொண்டிருப்பது

வழக்கம். இந்தமட்டிலாவது தேவி அனுக்கிரகம் இருப்பதைக் குறித்துப் பாடிக்கொண்டிருந்தேன். தமிழ்ப் பாஷையில் எனக்கு விசேஷமான பிரீதியுண்டு. யாரிடத்திலாவது போய்ப் பாடங் கேட்கலாமென்று நினைத்தாலோ, இந்தப் பக்கத்திற் பாடஞ் சொல்லத் தக்கவர் யாருமில்லை; சொல்லக் கூடியவர்கள் இருந்தாலும் சுலபமாக அவர்கள் சொல்லிக் கொடுப்பதில்லை. அவர்களுக்கு நாள் முழுதும் பணிவிடை செய்தாலும் ஏதோ கடனுக்காகச் சொல்லிக்கொடுப்பார்கள். என்னுடைய நிலைமை ஜீவனத்திற்கே தாளம்போடும்பொழுது அவர்களை அண்டி நான் எவ்வாறு கற்கவேண்டிய நூல்களைக் கற்க முடியும்?

“மாயூரத்தில் மீனாட்சிசுந்தரம் பிள்ளை யவர்கள் என்று ஒரு சிறந்த தமிழ்வித்துவான் இருக்கிறாராம்; ஏழைகளா யுள்ளவர்களுக்கு அன்னமும் வஸ்திரமும் அளித்துச் சில வருஷம் வைத்திருந்து அவர்களை நன்றாகப் படிப்பித்து அனுப்புவது அந்த மகானுக்கு வழக்கமாம். அவரிடத்திற் சில மாதம் படித்தாலும் படிப்பவர்கள் கல்விப்பெருக்கத்தை யடைவார்களென்று சொல்லுகிறார்கள். அப்படிப்பட்ட மகோபகாரியைப் போல இக் கலிகாலத்தில் யார் இருக்கிறார்? அந்தப் புண்ணியவானிடத்திலே போய்ப் படிக்க அவா இருக்கிறது. அதற்கும் முடியவில்லை. எனக்குக் *கால்விலங்கு ஒன்று ஏற்பட்டிருக்கிறது. இந்த லக்ஷணத்திற் சில குழந்தைகளும் உண்டாகியிருக்கின்றன. நான் இவர்களைப் பாதுகாப்பேனா? அவரிடத்திற் போய்ப் படிப்பேனா? சாணேற முழஞ்சறுக்குகிறதே. நான் என்ன செய்வேன்! அந்த மகானை ஒரு முறை இந்தக் கண்களாற் பார்த்துவிட்டாவது வரலாமென்று முயன்றாலோ அதற்கும் முடியவில்லையே! என்னுடைய நிலைமை ஒன்றும் சொல்லக் கூடியதன்று” என்று சொல்லிவிட்டுப் பின்னும் தம்முடைய கஷ்டங்களைச் சொல்லினர். பக்கத்திலிருந்த மாணாக்கர்களில் ஒருவர் ‘இதுதான் நல்லசமயம்’ என்றெண்ணி அவருடைய சமீபத்தில் வந்து முதுகைத்தட்டி அவர் செவியிற்படும்படி ரகசியமாக, “இங்கே படுத்திருக்கும் இவர்களே நீர் சொல்லிய பிள்ளை யவர்கள். இப்பொழுது *கண்டதேவிப் புராணம்* அரங்கேற்றுவதற்குப் போகிறார்கள்” என்று சொன்னார். உடனே ஹாஹா வென்று அவர் துள்ளி எழுந்தார். அவருடைய வியப்பு அவரைச் சில நிமிஷ நேரம் மௌனமாக இருக்கச் செய்துவிட்டது; “நான் என்ன புண்ணியஞ் செய்தேனோ? இந்த இடம் என்ன மாதவம் செய்ததோ?” என்று ஆடிப் பாடித் திகைத்து ஒன்றும் தோன்றாதவராய் நின்றார். நின்றவர், “இதோ வந்துவிட்டேன்” என்று சொல்லிவிட்டு ஓடினார்; அவர் ஓடியது விரைவிற் சமையல் செய்வித்து எல்லோருக்கும் ஆகாரம் பண்ணுவிக்க நினைந்து அரிசி முதலியவை எங்கேனும் வாங்கி வருவதற்காகவே. அப்பொழுது உடன் இருந்தவர்கள் அவருடைய நிலைமையையும் அன்பின் மிகுதியையும் கண்டு வியந்தனர்; ‘இவருக்கு நாம் சிரமம் கொடுக்கக் கூடாது. இந்த அகாலத்தில் வறியவராகிய இவர் எங்கே போவார்? என்ன பொருளை இந்நேரத்தில் இவ்வூரில் இவரால் தேடிக் கொண்டுவருதற்கு முடியும்?’ என்று எண்ணி அவரைப் பின்தொடர்ந்து ஓடிச்சென்று தடுத்தார்கள். அவரிடம், “உங்களுக்கு வேண்டிய பொருள்களை நாங்கள் தருகின்றோம். நீங்கள் கவலைப்படவேண்டாம்” என்று கூறி அவரை

---

* கல்யாணம் ஆகியிருக்கிறதென்பது பொருள்.

வற்புறுத்தி அழைத்துக்கொண்டு வந்து வேண்டிய பாத்திரங்களையும் அரிசி முதலியவற்றையும் கொடுத்தார்கள். அவர் அவற்றைப் பெற்றுத் தம் மனைவியையும் துணையாகக் கொண்டு விரைவிற் சமையல் செய்து பிள்ளை யவர்களையும் மற்றவர்களையும் உண்பித்தார்.

அப்பால், மகிழ்ச்சி மேலீட்டால் இரா முழுவதும் நித்திரை செய்யாமலே இருந்து தமக்குப் பல நாளாகச் சில நூல்களில் இருந்த ஐயங்களைக் கேட்டுக் கேட்டு நீக்கிக்கொண்டார். காலையில் இவர் புறப்பட வேண்டுமென்று சொல்லவே அவர் ஒருவேளையாவது தம்வீட்டில் ஆகாரம் செய்து போகவேண்டுமென்று சொல்லி அதற்கு வேண்டிய ஏற்பாடும் செய்தார். இவரும் அதற்கு உடன்பட்டு அன்று பகற்போஜனத்தை அவரில்லத்திற் செய்துகொண்டு புறப்பட்டார். புறப்படுகையிற் பிரிவாற்றாது கண்ணீர் விட்டு அவர் வருந்துவாராயினர். அதைக் கண்ட இவர் தம்முடன் வருவதில் அவருக்கு விருப்பம் இருத்தலை யறிந்து அவருடைய குடும்பப் பாதுகாப்பிற்குப் போதிய உணவுக்குரிய பொருள்களை வாங்கிக் கொடுக்கும்படி பொருளுதவிசெய்துவிட்டு அவரையும் உடனழைத்துச் சென்றார். சில மாதம் அவரை உடன் வைத்திருந்து படிப்பித்து அப்பால் ஊருக்கு அனுப்பினார்.

பிற்காலத்தில் அவர் வருடந்தோறும் திருவாவடுதுறைக்கு வந்து சில மாதம் இருந்து இவரிடம் வேண்டிய நூல்களைப் பாடங்கேட்டு அறிந்துகொண்டும் மடாதிபதிகளிடம் பரிசு பெற்றுக்கொண்டும் செல்வார்.

கண்டதேவிப் புராணம்

கண்டதேவிப் புராணம், கண்டதேவியின்கண் உள்ள திருக்கோயிலில் ஸ்ரீ சிறையிலிநாதர் ஸந்நிதியில் மிகச் சிறப்பாக அரங்கேற்றப்பட்டு நிறைவெய்தியது. அதிலுள்ள படலங்கள் 19; செய்யுட்டொகை 884.

அப்புராணத்தை ஆக்குவித்தோர் தேவிகோட்டைத் தனவைசியப் பிரபுக்கள்; இது,

விருத்தம்

தரைபுகழ் வேத சாரமாம் விபூதி சாதன மேபொரு ளாக்கொண்
டுரைபுகழ் சிறந்த *தேவிசா லப்போ் உத்தம வணிகர்கள் யாரும்
வரைபுக ழமைந்த கண்டதே வியிற்†பொன் மாரிபெய் தருளிய பெருமான்
குரைபுகழ் விளங்கு தெய்வமான் மியமாய்க் குலவிய பெருவட மொழியை

[* தேவி சாலம் — தேவிகோட்டை. † காங்கேயனென்னும் அரசனுக்காகச் சிவபெருமான் இத்தலத்திற் பொன்மாரி பெய்வித்தன ரென்பர். அதனால் இத்தலத்திற்குப் பொன்மாரியென்று ஒரு பெயருண்டு.]

மொழிபெயர்த் தெடுத்து மதுரமிக் கொழுகி முழங்கிமுப் புவனமும் போற்றப்
பழிதபுத் துயர்ந்து பரவுசெந் தமிழாற் பாடுக வென்றலு மனையார்
கழிசிறப் புவகை மீக்கொளப் புகன்ற கட்டுரை மறுப்பதற் கஞ்சி
உழிதரற் றகைய மனமுடை யானும் உரைசெயத் துணிந்தனன் மன்னோ

என்னும் செய்யுட்களால் விளங்கும்.

அப்புராணத்திலுள்ள செய்யுட்களிற் சில வருமாறு:

அகத்திய முனிவர் துதி

பன்னிரு தடங்கைச் செம்மல் பாற்சிவ ஞானம் பெற்றுப்
பன்னிரு கதிரு மொன்றாம் பான்மையின் விளங்கி நாளும்
பன்னிரு தவமா ணாக்கர் பழிச்சிட மலய மேவப்
பன்னிரு சரண நாளுந் தலைக்கொடு பரவு வோமே.

[மலையம் மேவு அப்பன்]

திருஞானசம்பந்தமூர்த்தி நாயனார் துதி

அறைவட மொழிந வின்ற பாணினி யகத்து நாண
இறையமர் மயிலை மூதூ ரிருந்தவோர் தாதுக் கொண்டே
நிறைதர வொராறு மேலு நிரப்புதென் மொழிந வின்ற
மறையவன் காழி வேந்தன் மலரடிக் கன்பு செய்வாம்.

[ஒரு தாதுவிலிருந்து வேறு தாதுக்களுண்டாகா வென்பது பாணினீய முடையார் கொள்கை. ஓர் தாது – எலும்பு.]

செருந்தி மரம்

நன்மலர் செறிதரு நந்த னந்தொறும்
மின்மலர் செருந்திகள் வீயு குப்பன
அன்மலர் களத்தினா னருளின் முன்னைநாட்
பொன்மழை பொழிந்ததைப் புதுக்கி னாலென. (நகரப் படலம்)

சுப்பிரமணிய தேசிகர் முன்னிலையில் நடைபெற்ற பாடங்கள்

அப்பால், இவர் திருவாவடுதுறைக்கு வந்து வழக்கம் போலவே பாடம் சொல்லிக்கொண்டு இருந்தனர். அப்பொழுது படித்தவர்கள் முற்கூறிய நமச்சிவாயத் தம்பிரான், தருமபுரம் பரமசிவத் தம்பிரான், நாராயண செட்டியார், இராமசாமி பிள்ளை முதலியவர்கள். அக்காலத்திற் பெரும்பாலும் சுப்பிரமணிய தேசிகரது முன்னிலையிலேயே பாடம் நடைபெறும். அவர் ஸம்ஸ்கிருத வித்துவான்களோடு சாஸ்திர ஆராய்ச்சி செய்யும்பொழுது மட்டும் இவர் வேறொரிடத்திற் பாடம் நடத்துவார். *கம்பராமாயணம்* பாடஞ்சொல்ல ஆரம்பித்தபின் சுப்பிரமணிய தேசிகர் இவரைப் பார்த்து, "மற்றப் பாடங்கள் எப்படி நடந்தாலும், கம்பராமாயண பாடம்மட்டும் நம்முடைய முன்பே நடத்தவேண்டும்" என்று கட்டளையிட அவ்வாறே அது நடைபெற்றுவந்தது. அந்நூலை இவர் பாடஞ் சொல்லி வருகையில் இயல்பாகவே அதிற் பழக்கமும் பிரியமும் உள்ள சுப்பிரமணிய தேசிகர் இவர் சொல்வனவற்றைக் கேட்டு மிக்க சந்தோஷத்தை அடைந்து வந்தனர்.

பின்பு கோவைகள் பாடஞ் சொல்லும்பொழுது சுப்பிரமணிய தேசிகர் கட்டளையின்படி அப்பொழுது மடத்திலிருந்து கிடைத்த பல கோவைப் பிரதிகளையும் உடன்வைத்துக்கொண்டு பாடங்கேட்பவர் ஒவ்வொருவரிடத்திலும் ஒவ்வொரு கோவையைக் கொடுத்து ஒவ்வொரு துறைக்கும் உரியனவாக அக்கோவைகள் எல்லாவற்றிலுமுள்ள பாடல்களை முறையே இவர் அவர் முன்னே படிக்கச் செய்துவந்தார். பல ஆசிரியர்களுடைய கருத்துக்களையும் ஆற்றலையும் ஆராய்ந்து அறிந்து தேசிகரவர்கள் மகிழ்ந்தார்கள். இதைப்பற்றிச் சுப்பிரமணிய

தேசிகர் பின்னொரு சமயம், "கோவைகளுள் ஒவ்வொன்றிலும் ஒவ்வொரு நயம் இருந்து வந்தது. ஒரே துறையாக இருந்தாலும் பல வித்துவான்கள் தங்களுடைய புத்திசாதுர்யத்தைக் காட்டியிருத்தல் நன்றாகப் புலப்பட்டது" என்று எங்களிடம் சொன்னதுண்டு.

வன்றொண்டர்

இவரிடம் பாடங்கேட்ட மேற்கூறிய நாராயண செட்டியா ரென்பவர் தேவிகோட்டையில் தருமஞ் செய்தலிற் புகழ்பெற்ற குடும்பத்திற் பிறந்தவர்; நேத்திரம் இல்லாதவர். ஆனாலும் நுண்ணிய அறிவுடையவர். வேறொருவர் படிக்க அவர் பாடங்கேட்பார். மடத்திற் கேட்பதன்றி இவர் வீட்டிற்குச் சென்றும் கேட்பதுண்டு. படித்துக் காட்டுவதற்காக ஒருவரும் இல்லாவிடின், பிள்ளை யவர்களே படித்துச் சொல்வார்கள். அங்ஙனம் இவர் படிக்க அவர் பாடங்கேட்ட நூல் *விநாயக புராணம்*. அவருக்கு ஞாபகசக்தி அதிகம் உண்டு. பாடம் நடக்கையில் இவ்வளவு பாடல்களாயின, நிறுத்தலா மென்பார். ஒரு பாடலை மறுமுறை கேட்க வேண்டின் 'மறுத்து' என்று சொல்வது அவரது இயல்பு. தம்முடைய ஊருக்குச் சென்று பாடங்களைச் சிந்தித்து ஐயங்களை ஞாபகத்தில் வைத்துக்கொண்டிருந்து மீண்டும் பிள்ளை யவர்களிடம் வந்து சிலநாளிருந்து தெளிந்துகொண்டு செல்வது வழக்கம். கேட்கும்பொழுது இன்ன படலத்தில் இன்ன செய்யுளில் இன்ன அடியென்று ஞாபகம் வைத்திருந்தே கேட்பார். அது யாவருக்கும் ஆச்சரியத்தைத் தரும். அவருடைய நித்திய நியமங்கள் பின்வருமாறு: ஒவ்வொரு நாளும் காலையில் ஸ்நானம் செய்து பின்பு விநாயகருக்கு ஆயிரத்தெட்டுக் குட்டுக்கள் குட்டிக்கொண்டு முடித்து விட்டுப் பஞ் சாட்சரம் ஆயிரத்தெட்டு உரு ஜபிப்பார். *அகத்தியத் திரட்டைப்* பதம் பதமாக நிறுத்தி உச்சரித்து முழுவதும் பாராயணஞ்செய்து தேவாரத்தில் வேறு சில பதிகங்களையும் *திருவாசகத்திற்* சில பதிகங்களையும் பாராயணம் செய்துவிட்டுப் பின்பு *திருமுருகாற்றுப்படையை* ஆறு முறை பாராயணஞ் செய்வார். அவ்வாறு குறைவின்றிச் செய்து முடித்துவிட்ட பின்புதான் ஆகாரம் செய்துகொள்வார். நியமம் பகலில் முடியாவிடின் மாலையில் தொடர்ந்து செய்துவிட்டுத்தான் சாப்பிடுவார். ஒருநாள் செய்யாவிடின் மறுநாள் நிறைவேற்றிவிட்டே உண்பார். அவருடைய கல்வியறிவின் முதிர்ச்சிக்குக் காரணம் அவருடைய சிவபக்தியும் நித்திய நியமங்களுமே என்று உடனிருந்த எல்லோரும் சொல்வார்கள்.

அவர் திருவாவடுதுறைக்கு வந்திருந்த ஒரு சமயம் பல சிவநேசச் செல்வர்கள் கூடி அவருடைய ஒழுக்க விசேஷத்தையும் சைவப்பற்றையும் திடபத்தியையும் அறிந்து அவருக்கு 'வன்றொண்ட'ரென்றே பெயரிட்டு வழங்கவேண்டு மென்று சொன்னார்கள். பிள்ளை யவர்கள் கேட்டு, 'நீங்கள் சொன்னது தக்கதே' என்று அங்கீகரித்து,

நேரிசை வெண்பா

சத்திவாழ் வாமத்துச் சங்கரன்பொற் றாட்கமலப்
பத்தியாற் றேவார பாராய – ணத்தினால்
வான்றோய் புகழ்மிகுத்த வன்றொண்ட னென்னும்பேர்
சான்றோய் நினக்குத் தகும்

என்னும் பாடலைக் கூறி அன்றுமுதல் வன்றொண்டரென்றே அழைத்து வருவாராயினர்.

அந்தச் சமயத்திற் செய்த வேறு ஒரு விருத்தமும் உண்டு. இப்பொழுது அது கிடைக்கவில்லை.

ஒரு சமயம் பெரியபுராணம் நடைபெறும்பொழுது ஒருவர் மிக வேகமாகப் படித்துக்கொண்டு போனார். அந்நூலில் மேல் வரும் ஒரு பாட்டின் பொருளை நன்றாகத் தாம் கேட்டுக்கொள்ள வேண்டுமென்று மிக்க கவலையோடு வன்றொண்டச் செட்டியார் கவனித்து எதிர்பார்த்துக்கொண்டே இருந்தார். படித்தவர் வழக்கம்போல் அந்தப் பாட்டையும் வேகமாகப் படித்துச்சென்றார். அவரைப் பார்த்து வன்றொண்டர், "ஐயா, இந்தப் பாட்டிற்கு அர்த்தம் செய்துகொண்டீர்களா?" என்று வினவ அவர் பொருள் தெரியாமல் விழித்தார். "ஊரிலிருந்து வரும்பொழுது சந்தேகமாக இருந்த பாடல்களில் முக்கியமானது இது. எப்பொழுது இது வருமென்று காத்துக்கொண்டே இருந்தேன். வேகமாகப் படித்துச் சென்றதனால் உங்களுக்கு இது தெரிந்திருக்குமென்று நினைத்தேன். யாவும் முறையே தெரிந்த ஐயா அவர்கள் இங்கே இருக்கும்பொழுது ஐயங்களை நன்றாக நீக்கிக்கொள்ளாமற் போகலாமா? வேறு யாரிடத்தில் கேட்கப்போகிறோம்? நான் சொல்வதைப்பற்றிக் கோபித்துக்கொள்ளக் கூடாது" என்றார். பிள்ளை யவர்கள் அந்தப் பாட்டிற்கு நன்கு பொருள் கூறினார். அந்தப் பாடல் இன்னதென்று இப்பொழுது தெரியவில்லை.

திருத்துருத்திப் புராணம்

குற்றாலமென்று வழங்குகின்ற திருத்துருத்தி ஸ்தலபுராணத்தை அத்தலத்திலுள்ள ஆதி சைவர்களும் மற்றத் தொண்டர்களும் கேட்டுக்கொள்ள இவர் வடமொழியிலிருந்து மொழிபெயர்த்துக் காப்பியமாகச் செய்தனர். வடமொழிப் புராணத்தைத் தமிழில் மொழிபெயர்த்துச் சொன்னவர் திருக்கோடிகாவல் ராமகுட்டி சாஸ்திரிக ளென்பவர்; அதைத் தமிழில் எழுதியவர் திருவாவடுதுறை நமச்சிவாயத் தம்பிரானவர்கள். அப்புராணம் இயற்றி முடிந்தவுடன் அவ்வூரின்கண் உள்ள திருக்கோயில் மகாமண்டபத்திற் சிறப்பாக அரங்கேற்றப்பட்டது. அப்பொழுது அவ்வூர்ச் செங்குந்தச் செல்வர்களாகிய சிங்காரவேல் முதலியா ரென்பவரும் அவருடைய சகோதரராகிய தியாகராச முதலியா ரென்பவரும் இப்புலவர் பெருமானுக்கு உயர்ந்த சம்மானங்கள் செய்தார்கள்; தங்களுடைய இனத்தாரையும் மற்றச் செல்வர்களையும் செய்யும்படி செய்வித்தார்கள்; பிற்காலத்தும் பலவகையாக இவரை ஆதரித்து வந்தார்கள்.

திருத்துருத்திப் புராணம் 39 படலங்களும் 1617 செய்யுட்களும் அடங்கியது.

அந்தத் தலம் காவிரி ஆற்றினிடையில் இருந்தமையின் திருத்*துருத்தி யெனவும், குத்தால மென்னும் ஒருவகை மரத்தைத் தல விருட்சமாக

---

* துருத்தி – ஆற்றிடைக்குறை.

உடைமையின் *குத்தால மெனவும் வழங்கப்படும். குத்தால மென்பதன் சிதைவே குற்றால மென்பது. அப்பெயர் உத்தாலக மெனவும் வழங்கும். பாண்டிய நாட்டிலுள்ள திருக்குற்றாலம் தெனாது உத்தாலகவன மெனவும் அத்தலம் வடாது உத்தாலகவன மெனவும் வழங்கப்பெறும். அங்கே திருக்கோயில் கொண்டெழுந்தருளியுள்ள சிவபெருமான் திருநாமம் சொன்னவாறறிவா ரென்பது; அது,

சொன்னவா றறிவார் துருத்தியார்

எனச் சுந்தரமூர்த்தி நாயனாரால் தேவாரத்திலும் அருளிச்செய்யப்பட்டிருக்கிறது. இத்திருநாமம் வடமொழியில் உக்தவேதீசுவர ரென்று வழங்கும்.

அப்புராணத்தில் உள்ள சுந்தரதீர்த்தப் படலத்தில் ஸ்ரீசுந்தரமூர்த்தி நாயனார் சரித்திரம் விரிவாக அமைக்கப்பட்டுள்ளது.

அம்பிகை பசுவடிவங் கொண்டருளித் திருவாவடுதுறைக்கு வந்து ஸ்ரீமாசிலாமணியீசரைப் பாலால் அபிடேகம் செய்ததைக் கூறும் பகுதியிலுள்ள சில செய்யுட்கள் வருமாறு:

விருத்தம்

உண்மை யாண்மனத் துத்தமர் பரசிவன் ஒருமகன் பரைக்கென்று
வண்மை யாகம மோதுவர் மற்றது வாய்மையென் றுறத்தேர்ந்தாம்
அண்மை யேயன்றிச் சேய்மையே சிவலிங்கத் தண்ணலைக் கண்டாலும்
கண்மை நீத்தபைங் கோமுலை சுரந்துபால் கனிந்துகுத் திடலானே.

வேறு

இறைவன்பா லுவந்தா ளிறைவியென் றெவரும் எடுத்தியம் பிடுவது மிருக்க
இறைவிபா லுவந்தா னிறைவனென் றெவரும் எடுத்தியம் பிடுவது மெழுந்த
திறைவனன் றாடப் பால்பொழி வதிலோர் இணையிலா தமைகுறித் தன்றோ
இறைவியை யின்னு மொப்பிலா முலையாள் என்றிசைத் துய்யுமா லுலகம்
(கோமுத்திப் படலம், 6, 7)

[திருவாவடுதுறையிலுள்ள அம்பிகையின் திருநாமம் ஒப்பிலா முலையாளென்பது.]

சிவபெருமான் சுந்தரமூர்த்தி நாயனாரைத் தடுத்தாட்கொள்ளுதற்காக விருத்த வடிவம் கொண்டருளியதைத் கூறும் பகுதியிலுள்ள இரண்டு செய்யுட்கள் வருமாறு:

விருத்தம்

கிழவடி வன்றி வேறு கிளரொரு வடிவங் கொள்ளிற்
பழவழக் கென்று ஞாலங் கொளாதெனும் படியை யுன்னி
விழவுமை திருமு கத்தோர் வெள்ளிய முறுவ றோன்ற
அழகிய விருத்த ரானா ரறையுமூ வடிவு மில்லார்.

வளமலி திருநெல் வேலி வைப்பிடைக் கொண்ட தேயோ
உளமலி பாதூ ரென்னு மோரிடங் கொண்ட தேயோ
கொளமலி பிறிதோர் தேத்துக் கொண்டதோ வுணர்த றேற்றேம்
தளமலி மலர்க்கை வேணுத் தண்டமொன் றூன்றக் கொண்டு.
(சுந்தரதீர்த்தப். 37, 41)

[திருநெல்வேலியிலும் பாதூரிலும் ஸ்தல விருட்சம் மூங்கில்.]

---

* குத்தாலம் – ஒருவகை ஆத்திமரம் என்பர்.

பதிகங்கள்

மேற்கூறிய சிங்காரவேலு முதலியார் முதலிய செங்குந்தச் செல்வர்கள் தங்களுடைய தெருவிற் கோயில்கொண்டெழுந்தருளி யிருக்கும் *கச்சிவிநாயகர்மீது ஒரு பதிகமும் †சுப்பிரமணியக் கடவுள்மீது ஒரு பதிகமும் இயற்றவேண்டுமென்று விரும்பியபடி இரண்டும் அக்காலத்தில் இவராற் செய்யப்பெற்றன.

கலைவழி நினைப்பரவு செங்குந்தர் மரபும்
கதித்துநீ டூழிவாழ்க

எனக் கச்சிவிநாயகர் பதிகத்திலும்,

விருப்பொடு நினைப்போற்று செங்குந்தர் தம்மரபு
மேன்மேலு மோங்கிவாழ்க

எனச் சுப்பிரமணிய ஸ்வாமி பதிகத்திலும் இவர் செங்குந்தர்களைப் பற்றிக் கூறியிருக்கின்றனர்.

‡திருவாவடுதுறை யமக அந்தாதி

"சிவஞான சுவாமிகள் காஞ்சீபுரத்திற்கு யமகவந்தாதி செய்திருக்கிறார்கள். இத்தலத்திற்கு என்ன காரணத்தாலோ செய்யவில்லை. தங்கள் வாக்கினாலாவது ஒரு யமகவந்தாதி செய்ய வேண்டும்" என்று திருவாவடுதுறை யிலிருந்த சில தம்பிரான்களும் பிறரும் கேட்டுக்கொள்ள அவ்வாறே ஒரு யமக அந்தாதியை இவர் இயற்றினார். அவ்வந்தாதியில் யமக வகை சிறப்பாக அமைந்திருக்கின்றது; 'நவகோடி சித்த', 'கனகத்தியாகந்த', 'மாளிகைத் தேவனை', 'பஞ்சாக்கரவை', 'அரசவனத்தை', 'காமாசிலாமணி' என்று அத்தலத்தின் தொடர்புடைய சொற்றொடர்களையும், 'அண்ணாமலையத்தனை', 'தக்க சிதம்பரவா', 'வரசங்கமங்கை', 'தலையாலங்காடவர்' என்று பிற தலப்பெயர்களையும், 'மானக்கஞ்சாற', 'கண்ணப்ப ரைவரை' என்று நாயன்மார் பெயர்களையும் யமகத்தி லமைத்து அவற்றிற்கேற்பப் பொருளை முடித்திருத்தல் இவருடைய கவியாற்றலைப் புலப்படுத்துகின்றது.

புதுச்சேரி சென்றது

பிரபவ வருஷ ஆரம்பத்தில் (1867) திருவாவடுதுறை யாதீனத்து ஸ்ரீ அம்பலவாண தேசிகரும் ஸ்ரீ சுப்பிரமணிய தேசிகரும் திருவண்ணாமலைக்கு யாத்திரையாகப் புறப்பட்டார்கள். உடன் வரும்படி விரும்பினமையால் மாணாக்கர்களோடு இவரும் சென்றனர். அங்கங்கேயுள்ள ஸ்தலங்களைத் தரிசித்தும் நிகழ்ந்த சிறப்புக்களை கண்டு இன்புற்றும் இவர் திருவண்ணாமலையை அடைந்தார். அத்தலத்திலேயே ஸ்வாமி தரிசனஞ் செய்துகொண்டு சில தினம் இவர் இருந்தார். அப்போது அங்கே புதுச்சேரியிலிருந்து வந்து அழைத்த சவராயலு நாயகர் முதலிய

---

* ஸ்ரீ மீனாட்சிசுந்தரம் பிள்ளையவர்கள் பிரபந்தத்திரட்டு, 1–10

† ஷை ஷை 11–20

‡ ஷை ஷை 1925–2026

அன்பர்கள் விருப்பத்தின்படி, ஆதீனகர்த்த ரவர்களிடத்தில் விடைபெற்றுக் கொண்டு இவர் புதுச்சேரிக்குப் புறப்பட்டுச் சென்றார். போகும் போது அந்த நகரத்துக்கு அருகிலுள்ள சிவஸ்தலமாகிய *வில்வநல்லூர் சென்று அதிலுள்ள ஒரு சத்திரத்தில் தங்கியிருந்தார். அந்தச் சத்திரம் புதுச்சேரியிலே செல்வவானாக விருந்தவரும் பெருங்கொடையாளியும் வக்கீலுமாகிய தானப்பாசாரியா ரென்பவராற் கட்டப்பட்டது. அதில் இருந்த காரியஸ்தர்கள் இவரைத் தக்கவாறு உபசரித்து இவருக்கு விருந்து செய்வித்தனர். அங்கே இப் புலவர்சிகாமணி வந்து தங்கியிருத்தலை அறிந்த புதுச்சேரிவாசிகளிற் சிலர் அங்கே வந்து இவரை வரவேற்று வேண்டிய உபசாரங்களைச் செய்தார்கள். தானப்பாசாரியாரைச் சார்ந்தவர்களும் வந்து புதுச்சேரிக்கு வரவேண்டுமென்று இவரை அழைத்தார்கள். அப்பொழுது தானப்பாசாரியாருடைய செல்வப் பெருக்கத்தையும் கௌரவத்தையும் தமிழுணர்ச்சியையும் அவர் வித்துவான்களை ஆதரிக்கும் வண்மையையும் பிற இயல்புகளையும் அவர்கள் வாயிலாகக் கேட்டு இவர் மகிழ்ந்தனர். முன்பும் அவரைப்பற்றிப் பலர் சொல்லக் கேட்டிருந்தவ ராதலின் மிகுந்த மகிழ்ச்சியை யடைந்து,

விருத்தம்

தானப்பா வடிக்களிறும் பாய்மாவுங் கலையுணர்ச்சித் தன்மை சால்வி
தானப்பா வலர்க்குதவிப் புகழ்ப்படாங் கொடுபுதுவை தன்னில் வாழும்
தானப்பா வில்வையினின் சத்திரச்சீ ரென்னுரைக்கேன் சசிகோன் மன்றம்
தானப்பா வரம்பையொடு கற்பகமா தியதருக்கள் சான்றா மன்றோ

[தானம் பா அடி களிறு; தானம் – மதம். விதானப்பாவலர் – கூட்டமாகிய கவிஞர். சசிகோன் – இந்திரன். மன்றம் – சுதன்மை. அரம்பை – வாழை, தெய்வப்பெண். கற்பகம் – தென்னை, கற்பகமரம்.]

என்னும் செய்யுளை எழுதி அவருக்கு அனுப்பினார். அதைப் பார்த்த அவர் ஆனந்தமுற்று உடனே புறப்பட்டு வில்வநல்லூருக்கு வந்து மிக்க விமரிசையோடு இவரை அழைத்துச் சென்று புதுச்சேரியில் வேண்டிய சௌகரியங்களை அமைத்துக் கொடுத்து அவ்வூரிலேயே சிலதினம் இருந்துசெல்ல வேண்டுமென்று வேண்டிக்கொண்டார். அவ்வண்ணமே இவரும் இருந்தனர். அதுவரையில் இவர் செய்துள்ள நூல்களிற் சில சில பகுதிகளைச் சொல்லச்சொல்லிக் கேட்டு இன்புற்று அவர், "இது வரையில் இத்தகைய ஆனந்தத்தை நான் அடைந்ததில்லை" என்று மகிழ்ந்தார். பழகப் பழக இவருடைய பெருமையை அறிந்து அவர் செய்த உபசாரங்கள் அதிகரித்தன. அவருடைய பேரன்பை நினைந்து அவர்மீது தசவிடு தூது என்னும் ஒரு நூல் இவரால் இயற்றப் பெற்றதென்பர். இப்பொழுது அது கிடைக்கவில்லை.

தானப்பாசாரியாருக்கு நெருங்கிய உறவினரொருவர் பழனி மாம்பழக் கவிச்சிங்க நாவலருடைய பாடல்களையும் பிரபந்தங்களையும் கீர்த்தனங்களையும் படித்துக்கொண்டே காலங் கழித்து வந்தார். அந்த நாவலர் இயற்றிய குமரனந்தாதிக்குப் பொருள் சொல்லவேண்டுமென்று அவர் இவரைக் கேட்டுக் கொண்டார். அதுவரையில் இவர் அதனைப்

* இது வில்லையெனவும் வில்வேச்சுரமெனவும் வழங்கும்; இதற்குத் தமிழ்ப்புராணமும் இத்தலத்துள்ள அம்பிகையின் மீது ஒரு பிள்ளைத்தமிழும் உண்டு.

மாம்பழக் கவிச்சிங்க நாவலர்

படித்திராவிட்டாலும் அவருக்கு அன்புடன் பாடஞ் சொன்னார். அதன் நடையைக் குறித்துப் பாராட்டி, "மாம்பழக் கவிராயர் நல்ல தமிழ்க் கவிஞர்; அக்கவிராயருடைய செய்யுளை முதன்முறை கேட்டது இங்கேதான்" என்று இவர் கூறினார்.

அப்பால் இவர் இயற்றிய *துறைசை யந்தாதியிற் சில பாடல்களைக் கேட்டவர்கள் அந்நூல் முழுவதற்கும் பொருள் கேட்க விரும்பினார்கள்; அச்சுப் புத்தகம் இல்லாமையால், "இதனை அச்சிற் பதிப்பித்தால் எல்லோரும் எளிதிற் பெற்றுப் படிக்கவும் பாடங்கேட்கவும் அனுகூலமாக இருக்கும்" என்று இவரிடம் தங்களுடைய கருத்தை வெளியிட்டார்கள். அவர்களுடைய விருப்பத்தின்படி அவ்வந்தாதி பிரபவ ஹூ ஆனி மீ (1867) புதுச்சேரியில் அச்சிடப்பெற்றது. அதனைப் பெற்றுப் பலர் இவரிடம் பாடங்கேட்டு இன்புற்றனர்.

அப்பால் தானப்பாசாரியார், சவராயலு நாயகர் முதலியவர்களால் வலிந்து செய்யப்பெற்ற சிறந்த சம்மானங்களை யெல்லாம் பெற்றுக்கொண்டு புதுச்சேரியைவிட்டுப் புறப்பட்டு இவர் இடையேயுள்ள தலங்களைத் தரிசித்து அங்கங்கேயுள்ள அன்பர்களாற் பாராட்டப் பெற்றுத் திருவாவடுதுறை வந்து சேர்ந்தார்.

தனியூர்ப் புராணம்

மாயூரத்திற்கு மேல்பாலுள்ள கூறைநாட்டைச் சார்ந்ததாகத் தனியூர் என்னும் சிவஸ்தல மொன்றுண்டு. அது புழுகீச்சரம் என்றும் வழங்கும். புழுகுபூனை இறைவனை வழிபட்டுப் பேறுபெற்றமையால் அத்தலம் அப் பெயர்பெற்றது. அவ்வூர் சாலியச் செல்வர்களுக்கு இருப்பிடமாக உள்ளது. அங்கே பள்ளிக்கூடம் வைத்துக்கொண்டிருந்த தமிழ் வித்துவானாகிய சாமிநாதைய ரென்னும் வீர சைவரொருவரது முயற்சியால் முத்துச் செட்டியா ரென்னும் சாலியப்பிரபு வேண்டிக்கொள்ள அத்தலத்திற்கு ஒரு புராணம் இவராற் செய்யப்பட்டது. மற்ற நூல்களிற் போலப் புராணத்தின் உறுப்பாகிய கடவுள் வாழ்த்து, அவையடக்கம், நாட்டுச் சிறப்பு, நகரச் சிறப்பு, நைமிசாரணிய வருணனை, மூர்த்தி தல தீர்த்த மான்மியங்க ளென்பவை சுருக்கமாக அதில் அமைந்துள்ளன. இவர் அப்புராணத்தில் நாட்டுச் சிறப்புச் செய்துவருகையில் சம்மானம் செய்வதற்காகச் சாலியச் செல்வர்களிடம் முற்கூறிய சாமிநாதையர் பணம் சேகரித்து வந்தார். அவர்களுட் சிலர், "எங்கள் சாதியாரைப்பற்றி

---

* துறைசை – திருவாவடுதுறை.

ஏதாவது அதிற் சொல்லி யிருக்கிறார்களா? இந்த ஸ்தலத்திற்குப் புராணம் செய்யும்பொழுது எங்களைப்பற்றியும் சொன்னாலல்லவோ எங்களுக்குக் கௌரவமாக இருக்கும்?" என்று சொன்னார்கள். அவர் அச்செய்தியை இவரிடம் அறிவிக்கவே இவர், "அதில் என்ன ஆட்சேபம்? அவர்களைப்பற்றிப் பாடவேண்டுவது இன்றியமையாததே" என்று சொல்லிவிட்டு அச்சாதியாருடைய தொழிற்சிறப்பு முதலியவற்றைப் பாராட்டிச் சிலேடை முதலிய அணிகளமைய நகரச்சிறப்பிற் பாடினர். அப் பகுதியிலுள்ள சில செய்யுட்கள் வருமாறு:

விருத்தம்

சீர்தளை செய்த வெள்ளை முதலிய செழும்பாக் கொண்டு
பார்பர வணியு மிக்க பொருளுமீப் படரச் செய்யும்
ஆர்தரு கலைக ளாலே புலவரு மானார் நாளும்
தோர்தரு கோசி கத்தாற் செழுமறை யவரு மானார்.

[கலைகள் – ஆடைகள், நூல்கள். கோசிகம் – சாமவேதம், பட்டாடை.]

கோடியுள் ளவரை யிந்தக் குவலயங் குபேர னென்றும்
நாடிய மகவா னென்றும் நவின்றிடு மனையார் மாடத்
தூடிய லொருசா ரெண்ணில் பற்பல கோடி யோங்கும்
நீடிய வளத்த தென்னி னிகரெடுத் துரைப்ப தெங்கே.

[கோடி – கோடி யளவான பொருள், புதிய ஆடை.]

கண்ணகன் ஞால மெல்லாங் கலைவளம் பரவு மாறே
எண்ணகன் றொழில்கள் செய்து குரவரு மென்ன நின்றார்
பண்ணமை யுலக மெங்குந் தானைகள் பரவச் செய்து
வண்ணவில் லரசர் போன்றா ரவர்திறம் வகுக்க லாமோ.

[குரவர் – ஆசிரியர். தானைகள் – சேனைகள், ஆடைகள்.]

திருவமிக் கோங்கு மந்தச் செழுநக ரகத்து வாழும்
தருநிகர் புருடர் யாருஞ் சாலிய ரதான்று வெய்ய
பொருவருங் கூற்றின் மேலும் போர்த்தொழில் தொடங்கும் வேற்கண்
உருவமிக் குடைநல் லாருஞ் சாலிய ருண்மை மாதோ.

[சாலியர் – சாலியச் சாதியிலுள்ளார், அருந்ததியைப் போன்றவர்கள்.]

புழுகீசப் படலத்தில், யானை முதலிய பல அஃறிணைப் பொருள்கள் சிவபிரானைப் பூசித்துப் பேறுபெற்றனவென அத்தலத்திற் பூசித்துப் பேறுபெற்ற புழுகு பூனை ஒன்று எண்ணியதாக உள்ள பகுதி சிவநேசச் செல்வர்களுக்கு இன்பத்தை உண்டாக்கும். அப்புராணம் அரங்கேற்றப்படுகையில் முத்துச் செட்டியார் முதலிய செல்வர்களும் வித்துவான்கள் பலரும் வந்திருந்து கேட்டு மகிழ்ந்தனர். அப்பொழுது வாசித்தவர் கம்பராமாயணப் பிரசங்கியும் இவருடைய மாணாக்கருமாகிய சாமிநாதக் கவிராயர். பின்பு சாலியச் செல்வர்கள் தக்க சம்மானம் செய்தார்கள். அந்தப் புராணத்தைப்பற்றிச் சுப்பிரமணிய தேசிகர், "இது செய்யுள் அளவிற் சிறிய புராணமாக இருந்தாலும் பல விஷயங்களும் கற்பனைகளும் பெரிய நூலிற்போலவே நிறைந்து எளிதில் இன்பத்தைத் தருவதாக இருக்கின்றது" என்று சொல்லுவதுண்டு. அதில் உள்ள படலங்கள் 8; செய்யுட்டொகை 202. அந்தப் புராணம் விபவ ஞு (1868) மார்கழி மீ அச்சிடப்பட்டது.

பெரியபுராணக் கீர்த்தனத்திற்குச் சிறப்புப் பாயிரம் அளித்தது

சில சிவநேசச்செல்வர்கள் கேட்டுக்கொண்டபடி ஸ்ரீ மகா வைத்தியநாதையர் தமையனாராகிய ஸ்ரீ இராமசாமி ஐயர் பெரியபுராணத்தைக் கீர்த்தன ரூபத்தில் மிகச் செவ்வையாகச் செய்து முடித்துப் பின்பு திருவாவடுதுறையில் ஆதீனகர்த்தர்கள் முன்பு அதனை அரங்கேற்றினார். அப்பொழுது இவர் அந்நூல் பெரியபுராணக் கருத்திற்கு மாறுபாடின்றி நன்றாக அமைந்திருத்தலை அறிந்து மகிழ்ந்து பின்வரும் சிறப்புப் பாயிரச் செய்யுட்களை அளித்தனர்:

விருத்தம்

நாடுவா னவர்முனிவர் தொழுதேத்த வானந்த நடன மன்றுள்
ஆடுவா னடியெடுத்துக் கொடுப்பவுயர் சேக்கிழார் அருளிச் செய்த
பாடுவான் புராணத்தை யெழுதுவார் வாயாரப் படிப்பா ரின்பம்
நீடுவான் சிந்திப்பா ரானார்க ளானாலும் நிலத்து வாழ்வார்

அடியெடுத்துக் கொடுத்தவன்போற் றண்ணுமையா திகடழுவி அளவா வின்பம்
படியெடுத்துக் கொளப்புரியா விதமுணர்ந்தாங் கதிலுளநாற் பதமுங் கொண்டோர்
கொடியெடுத்த நிறத்தவன்வாழ் பதமுதற்பல் பதங்கடத்து குணரும் வேட்கக்
கடியெடுத்து வீசுபல பதஞ்செய்தா னனையவன்யார் கரைவா யென்னின்

பொன்னிவளந் தருநாடு புரிதவத்தால் *வையையெனும் புரிதோன் றிற்று
மின்னியது செய்தவத்தாற் பஞ்சநத மாமறையோன் விருப்பின் வந்தான்
மன்னியவன் புரிதவத்தான் மறைநாலு மெனவுதித்த மைந்தர் தம்முட்
பன்னியது தன்னதெனத் தன்னியல்பி னுணருமொரு பான்மை மேயோன்

[* இது வையைச் சேரியெனவும் வழங்கும்.]

சாம்பமூர்த் திக்கிளையா னென்பதலா லிளையானெத் தமிழ்வல் லோர்க்கும்
மேம்படுமா வயித்தியநா தனுக்குமூத் தானென்று விளம்பல் போல
ஆம்பலவா மிசையினுமூத் தானொழுக்கம் பலதிரண்டால் அன்ன மெய்யான்
ஓம்பல்புரி யிராமசா மிச்சுகுண மாமறைதேர் உயர்ச்சி யோனே

ஓங்குபுக ழிராமசா மிச்சுகுண மறையவன்பாட் டுவந்ததத் *வாமம்
தாங்குகற்றோ கையுமருட்சுப் பிரமணிய குருவெனுஞ்சேய் தானு மேவ
வீங்குதுறை சையினாளு மெய்கண்டான் சந்தானம் விளங்க மேயோன்
பாங்குபுனை பேரருளம் பலவாண தேசிகனெம் பரமன் றானே.

[* வாமம் தாங்கு கல் தோகை – இடப்பக்கத்தில் நாலவிட்ட காவியுடையின் தலைப்பு, இடப்பாகத்தில் கொண்ட உமாதேவியார்; 'வாமம் ......மேவ' என்பது சிவபெருமானுக்கும் அம்பலவாண தேசிகருக்கும் சிலேடை.]

மாயூரப் புராணம்

"மற்ற ஸ்தலங்களுக் கெல்லாம் புராணம் செய்கின்றீர்களே; இந்த ஸ்தலத்திற்கு நாடு நகரச் சிறப்புக்களுடன் ஒரு புராணம் செய்ய வேண்டாமா? நீங்கள் இவ்வூரில் வாசம் செய்தற்கு அடையாளமாக ஒரு புராணம் செய்தால் நன்றாயிருக்கும்" என்று ஸ்ரீ மாயூரநாதர் கோயிற் கட்டளைத் தம்பிரானாக இருந்த முத்துக்குமாரத் தம்பிரானவர்களும் சில சைவப்பிரபுக்களும் மற்றத் தமிழபிமானிகளும் இவரைக் கேட்டுக்கொண்டார்கள். அவ்வண்ணம் அது வடமொழிப் புராணத்திலிருந்து மொழிபெயர்க்கப்பட்டுத் தமிழிற் செய்யுள் நடையாக இவரால் இயற்றப்பட்டது. மாயூரம் ஸந்நிதித் தெருவிலிருந்த ஓர் அபிஷேகஸ்தர் வேண்டுகோளின்படி சைவர்களுக்குரிய நித்தியகர்ம

விதிகள் செய்யுள் நடையாகச் செய்யப்பெற்று அப்புராணத்தின் இறுதியிற் சேர்க்கப்பட்டன. அப்புராணத்தை எழுதியவரும் அரங்கேற்றும் பொழுது படித்தவரும் அவ்வூரில் இருந்த முத்துசாமி பிள்ளை யென்பவர்.

அப்புராணத்திலுள்ள படலங்கள் 61; செய்யுட் டொகை 1894.

அந்நூலில், தருமன் பூசித்த படலம் முழுவதும் கட்டளைக் கலித்துறையால் அமைந்திருக்கின்றது. அகத்தியர் பூசித்த படலத்தில் சுவைபொதிந்த மயங்கிசைக் கொச்சகக் கலிப்பா ஒன்று உண்டு. அம்பிகைகொண்டருளிய மயில்வடிவத்தின் சிறப்பைக் கூறும்,

கலிநிலைத்துறை

வரையு தித்திடு மயிலென்று மயிலிய லென்றும்
புரையில் கேள்விய ருருவகஞ் செய்தலும் போற்றி
உரைசி றப்பவன் மொழித்தொகை செய்தலு மொருவக்
கரைசெய் சாதிப்பே ரெனமயி லாயினள் கவுரி (மாயூரப் படலம், 4)

என்னும் செய்யுளும், அம்பிகை மயில்வடிவங் கொண்டவுடன் ஸ்ரீ மாயூரநாதரும் மயில் வடிவங் கொண்டதைக் கூறும்,

கலிநிலைத்துறை

சத்த னெவ்வுருக் கொள்ளுமங் வுருவிற்குத் தகவே
சத்தி யும்முருக் கொளுமெனச் சாற்றலு மிருக்கச்
சத்தி யெவ்வுருக் கொள்ளுமவ் வுருவிற்குத் தகவே
சத்த னும்முருக் கொளுமென றரையெழுந் தன்றே (ஷ, 29)

என்னும் செய்யுளும், அகத்தியர் முருகக் கடவுளைத் துதிசெய்ததாக வுள்ள,

தரவு கொச்சகக் கலிப்பா

கடியேறு மலரோனைக் கடுஞ்சிறையில் வைத்துப்
படியாதி யெவ்வுலகும் படைத்தருளும் பிரானை
முடியாத முதலோனை மூவர்பெரு மானை
வடிவேலன் றனைப்பேசா வாயென்ன வாயே
வள்ளிமணா ளனைப்பேசா வாயென்ன வாயே (அகத்தியர் பூசைப்படலம், 22)

என்னும் செய்யுளும் சுவை யமைந்து விளங்குகின்றன.

அந்தப் புராணம் அரங்கேற்றி முடிந்தவுடன் அதனை அச்சிட வேண்டுமென்று சிலர் விரும்பியபடி விபவ ஞு (1868) புரட்டாசி மீ சென்னையிலுள்ள தி. சுப்பராய செட்டியாருக்கு அப்புத்தகத்தை அனுப்பினார். அவருடைய மேற்பார்வையில் அந்நூல் அந்த வருடம் தை மாதத்துக்குள் அச்சிடப்பட்டு நிறைவேறியது. தை மாதத்தில் சுப்பராய செட்டியார் மனைவியார் தேகவியோகம் அடைந்தனர். சுபஸ்வீகரண காலத்தில் வந்த வித்துவான் காஞ்சீபுரம் சபாபதி முதலியாரிடம் சுப்பராய செட்டியார் அப்புராணத்திலுள்ள சில பகுதிகளைப் படித்துக்காட்டினர். முதலியார் கேட்டு அப்புராணத்தின் அருமையை வியந்தனர்.

“அந்தியேஷ்டியின்போது காஞ்சீபுரம் ம-௱-௱ ஸ்ரீ சபாபதி முதலியாரவர்கள் வந்திருந்தார்கள். மாயூர புராணத்தில் சில சில பகுதிகளை வாசித்துக் காட்டினேன். மிகவும் ஆராமைப்பட்டார்கள்” என்று பிள்ளை

யவர்களுக்குச் சுப்பராய செட்டியார் (மாசி மீ 6 வ) எழுதிய கடிதத்தின் பகுதி இதனைத் தெரிவிக்கின்றது.

ஸ்ரீ காசிரகசியம்

காசியாத்திரை பலமுறை செய்தவரும் அக்காலத்தில் திருவிடைமருதூர்க் கட்டளை அதிகாரம் பெற்றுப் பார்த்துவந்தவருமான ஸ்ரீசுப்பிரமணியத் தம்பிரா னவர்களுடைய விருப்பத்தின்படி ஸ்ரீ காசியின் தல வரலாறுகளைக் கூறும் நூல்களுள் ஒன்றாகிய ஸ்ரீ காசிரகசியமென்னும் நூல் இவரால் தமிழிற் செய்யுள் வடிவாக இயற்றப்பட்டது. அந்நூலை அவர் காசியிலிருக்கும் பொழுதே ஒரு வடமொழி வித்துவானைக் கொண்டு மொழிபெயர்க்கச் செய்து தமிழ் வசன நடையில் தாமே எழுதிவைத்திருந்தனர். அதைத் துணையாகக் கொண்டே இவர் ஸ்ரீ காசிரகசியத்தை இயற்றினார். இச்செய்தியை,

விருத்தம்

ஆனதிரு வாவடுதண் டுறைநமச்சி வாயனடிக் கடிமை பூண்டு
ஞானநெறி யடைந்தவனற் காசியாத் திரைபலகால் நயந்து செய்தோன்
ஈனமினற் குணமனைத்து மோருருக்கொண் டெனப்பொலிவோன் எண்ணி லாத
மோனமுனி வரர்புகழப் பொலிதவச்சுப் பிரமணிய முனிவ னென்போன்

உரவுமலி கருங்கடல்சூ ழுலோகோப காரமிதென் றுள்ளத் தோர்ந்து
விரவுவட மொழியைமொழி பெயர்த்தெடுத்துச் செந்தமிழால் விளங்கு மாறு
கரவுதவிர் சிறப்புடைத்தா யறமுதனாற் பயனளிக்கும் காட்சித் தாய
பரவுபுகழ்த் திருக்காசி மான்மியமா மந்தணத்தைப் பாடு கென்ன

[மந்தணம் – இரகசியம்.]

வேறு

அனையவன் மொழிந்த வார்த்தை யாருயிர்க் குறுதி யாகும்
வினையமா துணர்ந்து பாடும் விதஞ்சிறி துணரே னேனும்
தனையில்பே ராசை தூண்ட நாணெனுந் தளையி னீங்கிப்
புனைதரு தமிழி னாலே பாடிடப் புகுந்தேன் மன்னோ
(காசிரகசியம், பாயிரம், 24–6)

என்னும் செய்யுட்களால் உணரலாம்.

அந்நூல் திருவிடைமருதூர் ஸ்ரீ மகாலிங்கஸ்வாமி திருக்கோயிலிலுள்ள நூற்றுக்கால் மண்டபத்தில் அரங்கேற்றப்பெற்றது.

அதனை வடநாட்டிலிருந்து சுப்பிரமணியத் தம்பிரானவர்கள் கொணர்ந்த அருமையை,

விருத்தம்

வானுறைதி யாகரா சரையிங்குக் கொடுவந்த வள்ளல் போலும்
தேனுறைகாக் கயிலையமர் போதமிங்குக் கொடுவந்த செல்வன் போலும்
மானுறைகா சியினின்றம் மந்தணஞ்செந் தமிழ்த்தேயம் வரக்கொ ணர்ந்த
மீனுறைநீர்த் துறைசையிற்சுப் பிரமணிய முனிவர்பிரான் மெய்ச்சீர் வாழ்க

[போதம் – சிவஞானபோதம்; கொடுவந்த செல்வன் – ஸ்ரீபரஞ்சோதி முனிவர்.]

என்னும் அந்நூலின் இறுதிச் செய்யுளிலும் இவர் பாராட்டியுள்ளார்.

அந்நூலை இவர் செய்து வருகையில் எழுதி அரங்கேற்றுகையிற் படித்தவர் இவரிடத்தில் அப்பொழுது பாடங்கேட்டு வந்தவரான சுந்தரப்பெருமாள்கோயில் அண்ணாசாமி ஐயரென்பவர்.

அந்நூல் 26 அத்தியாயங்களையும் 1012 செய்யுட்களையும் கொண்டது; அந்நூலிலுள்ள சில செய்யுட்கள் வருமாறு:

விருத்தம்

(சுந்தரமூர்த்தி சுவாமிகள் துதி)

போகமென் பனவ ருந்தல் பொருந்தன்மற் றவைக ளுள்ள
ஆகவோர் பகலி னள்ளும் ஆன்றதோ ரிரவி னள்ளும்
பாகமார் பதஞ்சென் றேற்றும் பரிந்துசென் றூடல் தீர்த்தும்
ஏகநா யகனே நிற்றற் கியைந்தவர் துணைத்தாள் போற்றி.

வேறு

கந்த மூல பலமருந்திக் காற்றா லுதிர்ந்த சருகருந்தி
முந்த வெழுநீர்த் துளியருந்தி முகிழ்க்கும் பசும்பொற் கொழுந்தருந்தி
வந்த தருந்தி யதுவுநீத் தமர்வார் காசி மாதேவன்
எந்த வுணவுண் டமர்ந்தாலும் எளிதி னருளும் வகையுணரார்.

(திருமால் திருமகளுக்குபதேசித்த. 23)

[வந்தது – காற்றை; வந்து – காற்று.]

வீரவனப் புராணம்

பின்பு புதுவயல் முருகப்ப செட்டியார் முதலிய சில தனவைசியப் பிரபுக்கள் வேண்டுகோளின்படி *வீரவனப் புராணம் இவரால் இயற்றப்பெற்றது. அதிலுள்ள படலங்கள் 14; செய்யுட்கள் 704.

வீரவனக் கோயிலில் இறைவன் சந்நிதானத்தில் அப்புராணத்தை இவர் அரங்கேற்றினர்; கேட்ட தனவைசியப் பிரபுக்கள் தக்க சம்மானஞ் செய்து அனுப்பினார்கள்.

அத்தலத்திற் புதைத்திருந்த சிவலிங்கப் பெருமானைக் கிழங்கென்றெண்ணித் தன்னுடைய கருவியினால் குத்தித் தழும்புபடச் செய்து பின் அறிவு வரப்பெற்று உண்மையை உணர்ந்த வீரனென்னும் வேட்டுவன் இரங்கியதாக உள்ள,

விருத்தம்

என்னையாள் தரவிக் கானகத் திருந்தார் இருந்ததை யறிந்தில னந்தோ
பொன்னைநேர் சடிலத் திறைவனா ரிங்குப் பொருந்திய தறிந்தில னந்தோ
அன்னையே பொருவும் அறவனா ரிங்ஙன் அமர்ந்ததை யறிந்தில னந்தோ
முன்னையூழ் கொல்லோ பலருமுள் ளிரங்க முடித்தனன் முடிந்திலே னென்பான்

(வீரசேகரர் திருமுடித் தழும்பேற்ற படலம், 28)

என்னும் செய்யுளும், அப்பொழுது அவனுக்கு இரங்கிய சிவபெருமான் ஓரந்தண உருவத்தோடு தோன்றிக் கூறிய விடையாக உள்ள,

---

* இவ்வூர் சாக்கோட்டை யெனவும், சாக்கை யெனவும் வழங்கும்.

விருத்தம்

பரம்பரன் முடியிற் றழும்புறச் செய்தேம் பாவியே மென்றுநீ கவலல்
பிரம்படித் தழும்பும் வில்லடித் தழும்பும் பெயர்த்தெறி கல்லடித் தழும்பும்
வரம்பறு சிறப்பிற் செருப்படித் தழும்பும் வயங்கிய *வாள்வெட்டுத் தழும்பும்
நிரம்பிய வியலிற் பரிக்குரத் தழும்பும் நிகழுறு பூசைவாய்த் தழும்பும்

[* வாள் வெட்டுத் தழும்புற்ற தலம் வாட்போக்கி; குதிரைக் குளம்புத் தழும்புற்ற தலம் தென்திருமுல்லைவாயில்; பூனைவாய்த் தழும்புற்ற தலம் மாயூரத்துக்கருகிலுள்ள குன்றமருதூர்; பசுக்கன்றின் குளம்படிச் சுவடு பெற்ற தலம் திருப்பேரூர்.]

குடம்புரை செருத்தற் றேனுவோ டடுத்த குழக்கன்றின் குளம்படிச் சுவடும்
தடம்புயத் தொருவன் கதையடிச் சுவடும் தாங்கிய நமக்கிதோர் பொருளோ
இடம்பட வுணரி னின்னமும் பலவால் இசைப்பது நமக்குமுற் றாது
திடம்படு மிவைபோற் பலவுநந் தமக்குத் திருவிளை யாட்டெனத் தேர்தி
(ஷை, 33–4)

என்னும் செய்யுட்களும் படித்து இன்புறற்பாலன.

கன்னபுரம் பாகம்பிரியாள் பிள்ளைத்தமிழ்

இவர் நாட்டுக்கோட்டை நகர்களுக்குச் சென்று தம் கவியாற்றலைப் புராணங்கள் செய்வதனால் வெளிப்படுத்தி வருகையில் கன்னபுரம் என்னும் ஊரிலிருந்த சிவபக்தர்கள் சிலர் இவர் பல பிள்ளைத் தமிழ்களைப் பாடியுள்ளன ரென்பதை அறிந்து இவர்பால் வந்து தங்கள் ஊரில் திருக்கோயில்கொண்டு எழுந்தருளியுள்ள பாகம்பிரியா ளென்னும் அம்பிகையின் மீது ஒரு பிள்ளைத் தமிழ் பாடித் தரவேண்டுமென்று கேட்டுக்கொண்டார்கள். அவ்வாறே ஒரு பிள்ளைத் தமிழ் இவரால் இயற்றி அரங்கேற்றப்பட்டது. கேட்டுக்கொண்ட கனவான்கள் தக்க சம்மானம் செய்தார்கள். அந்நூற் செய்யுட்கள் சிலவற்றை நான் கேட்டிருக்கிறேன். எவ்வளவோ முயன்றும் அந்நூல் கிடைக்கவில்லை.

பிரிந்த மாணவர்கள்

மாயூரத்திலிருக்கும்பொழுது இவரிடம் பாடங்கேட்பவர்களிடம் உள்ளூரார் சிலரும் வெளியூர்களிலிருந்து வருவோர் சிலரும், “ஐயாவிடம் இருந்தால் எப்பொழுதும் உடனிருக்க வேண்டும்; ஊருக்கு அனுப்பமாட்டார்கள்; ஆதலால் சில நூல்களைமட்டும் பாடங்கேட்டுக்கொண்டு மெல்ல நழுவிவிடுங்கள். நீங்கள் இவரைவிட்டுப் பிரிந்துவந்து பிரசங்கம் முதலியன செய்தால் நல்ல பொருள்வருவாயும் புகழும் உங்களுக்கு உண்டாகுமே. இப்படியே இருப்பதனால் என்ன பிரயோசனம்?” என்று கூறிக் கலைத்தார்கள். அதனால் சில மாணாக்கர்கள் இவரை விட்டுப் பிரிந்து செல்லவே இவருக்கு மனவருத்தம் மிகுதியாக இருந்து வந்தது.

அங்ஙனம் பிரிந்துசென்றவர்களுள் ஒருவர் பிள்ளை யவர்களைப் போலவே தாமும் இருக்கவேண்டு மென்னும் நினைவினராய் இவரைப் போலவே நடையுடைபாவனையை மேற்கொண்டு ருத்திராட்சகண்டி, வெள்ளிப்பூணுள்ள பிரம்பு, விபூதி வைத்தற்குரிய வெள்ளி ஸம்புடம்

முதலியவற்றோடு மாணவர்களாகச் சிலரை உடனழைத்துக்கொண்டு இவரை அறியாத பிரபுக்களிடத்திற் சென்று, "இன்ன கனவான் இன்னாரைக்கொண்டு இன்ன புராணத்தை இயற்றுவித்தார்; தாங்களும் ஒரு புராணம் என்னைக் கொண்டு செய்வித்தால் தங்களுடைய புகழ் மிகவும் பரவும்" என்று கூறியும் பிறரைக்கொண்டு கூறுவித்தும் சில ஸ்தலபுராணங்களும், சில பிரபந்தங்களும் பாடிவந்தனர். முதலிற் பாடல்கள் சாதாரணமாக இருந்தாலும் பிள்ளை யவர்களிடம் சிலகாலம் இருந்து வந்த பழக்கத்தாற் பின்பு செப்பமுற்று விளங்குவனவாயின. அவர்களுட் சிலர், வெளியிடங்களில் இவரிடம் பாடங் கேட்டதாகமட்டும் கூறி இவரைத் தோத்திரஞ்செய்து பயனடைந்தார்களே யன்றிப் பின்பு இவருடைய இறுதிக்காலம்வரை இவரைப் பார்க்க வரவேயில்லை. அதற்குக் காரணம் தம்மைக் கண்டால் ஏன் வரவில்லை யென்று இவர் கேட்பாரென்ற அச்சமே.

சிவஞான சித்தியார் பதவுரைச் சிறப்புப் பாயிரம்

ஸ்ரீ சுப்பிரமணிய தேசிகர் திருவாவடுதுறையில் சைவசித்தாந்த சாஸ்திர பாடம் சொல்லி வருவதுண்டு அப்பொழுது படிப்பவர்கள் இடர்ப்படுவதை அறிந்து *சிவஞான சித்தியார்* சுபக்கத்திற்கு ஒரு பதவுரையை அத்தேசிகர் வரைந்தளித்தனர். அவ்வுரை மிகவும் பயன்படுவதாயிற்று. அதனை இக்கவிஞர் பார்த்தபொழுது இன்புற்றுச் சில அன்பர்கள் விருப்பத்தின்படி அவ்வுரைச் சிறப்புப் பாயிரமாக ஐந்து செய்யுட்களை இயற்றினார். அவை வருமாறு:

விருத்தம்

ஒருபரைநேர் தரவுலகத் துயிர்பலவும் விருத்தியுற ஓம்பி மீட்டும்
கருமலவே றறுத்தருளித் தானோக்கும் பெருங்கருணைக் கடவுள் ஞானப்
பெருவலிய னெமக்கெளியன் பேணாதார் தமக்கரியன் பெருகா னந்தம்
தருதிருவா வடுதுறைச்சுப் பிரமணிய தேசிகன்பொற் சரணஞ் சார்வாம்.

முற்றுணர்ந்த வருணந்தி சிவனருள்செய் சித்தியெனும் முடிபா நன்னூற்
குற்றுணர்ந்த சிவஞான மாமுனிவ னுரைத்தபொழிப் புரையிம் மண்மேற்
கற்றுணர்ந்த சிலர்க்கன்றிப் பலர்க்குமுப காரமுறாக் கருத்தா ழத்தைச்
சற்றுணர்ந்த வெம்மனோர் களுமிடர்தீர்ந் தெளிதுணரும் தன்மை யோர்ந்து.

வளர்திருவா வடுதுறையம் பலவாண தேசிகன்கண் மணியாய் நாளும்
தளர்வறவந் தருள்பொழிசுப் பிரமணிய வெங்கள்குரு சாமி யென்பான்
விளர்தபுமப் பொழிப்புரையின் விரோதமுறாப் பதவுரையாம் விளக்கந் தந்தான்
கிளர்தருமற் றவர்கியாது புரிதுமென்றும் பணிதலன்றிக் கிளக்குங் காலே.

நல்லானந் துறைசையிற்சுப் பிரமணிய குருசாமி நவிறல் போன்முன்
இல்லாமை யானன்றோ சமவாதப் படுகுழிவீழ்ந் திழிந்தார் சில்லோர்
ஒல்லாத மாயாவா தக்கரிய சேறமுந்தி உழன்றார் சில்லோர்
பொல்லாத வினுமுளபல் புகர்மதக்கோட் பாட்டமுந்திப் போனார் சில்லோர்.

இனியாது மெண்ணாராய்த் திகழ்திருவா வடுதுறையை எய்தி யாரும்
தனியானா மவனடியார்க் கடியாராய்ச் சித்தாந்த சைவ ராகி
நனியாருஞ் சிவானந்தப் பெரும்பரவை யிடைத்தோய்ந்து நாளும் வாழ்வார்
பனியாம லிவரினைய ரேலவற்காட் படுமெஞ்சீர் பகரொ ணாதே.

286 டாக்டர் உ.வே. சாமிநாதையர்

ஸ்ரீ பிரம்மவித்தியாநாயகி பிள்ளைத் தமிழ்

திருவெண்காட்டுக்கு ஒருமுறை இவர் சுவாமி தரிசனம் செய்யப்போனார். அப்பொழுது அங்கே இருந்த சிவநேசச் செல்வரும் வேளாளப் பிரபுவுமாகிய நடராச பிள்ளை யென்பவருடைய வேண்டுகோளின்படி அந்தத் தலத்திற் கோயில்கொண் டெழுந்தருளியிருக்கும் ஸ்ரீ பிரம்மவித்தியாநாயகி மீது இவர் ஒரு பிள்ளைத் தமிழை இயற்றினார். அது மிக்க சுவையுள்ளது; அந்நூல் அரங்கேற்றப்படவில்லை; பின்பு சில வருடம்வரையில் இவர்பால் இருந்துவந்தது; சிலர் படித்தும் இன்புற்றார்கள்; அப்பால் இரவலாக வாங்கிச் சென்ற ஒருவர் திரும்பக் கொடுக்கவில்லை. பின்பு எவ்வளவோ முயன்று பார்த்தும் அது கிடைக்கவில்லை.

சாய்வுநாற்காலிப் பாட்டு

இவர் திருவாவடுதுறையிலிருந்து அடிக்கடி மாயூரஞ் சென்று சிலதினம் இருந்துவிட்டு வருவார். ஒருமுறை மாயூரம் சென்றிருந்தபொழுது இவருக்குச் சுரநோய் கண்டது. அதனால் உடம்பு தளர்ச்சியுற்றது; இருப்பதற்கும் படுப்பதற்கும் இயலவில்லை. வைத்தியர்கள் சாய்வு நாற்காலியை உபயோகித்துக்கொண்டால் சௌகரியமாக இருக்குமென்று சொன்னார்கள். அப்பொழுது தரங்கம்பாடிக் கோர்ட்டில் உத்தியோகத்திலிருந்தவரும் வேதநாயகம் பிள்ளையின் தம்பியுமாகிய ஞானப்பிரகாசம் பிள்ளைக்குச் சாய்வு நாற்காலி யொன்று வேண்டுமென்று குறிப்பித்து,

குறள் வெண்பா

1. பேராளா ஞானப் பிரகாச வள்ளலெனும்
சீராளா விக்கடிதந் தேர்

விருத்தம்

2. உறுவலியி னிடங்கொண்டு வனப்பமைந்த நாற்காலி ஒன்று வேண்டும்
மறுவறுநாற் காலியெனல் யானையன்று குதிரையன்று வல்லே றன்று
கறுவகல்பாற் பசுவன்றா லிவையெல்லா மியங்குதல்செய் கடன்மேற் கொள்ளும்
பெறுபவர்பா லியங்காது வைத்தவிடத் தேயிருக்கப் பெற்ற தாமே

3. அத்தகைய தொன்றனுப்பி னதிலமர்ந்து மிக்கசுகம் அடைவேன் யானும்
உத்தமநற் குணத்திலுயர் நீயுமிகு சீர்த்தியையா ஓளிரா நிற்பை
வித்தகமற் றஃதெவ்வா றிருப்பதற்கு மிடங்கொடுத்தல் வேண்டு மேய
சுத்தமிகு மதனைவரு பவன்பாலே யனுப்பிடுதல் தூய தாமே

என்னும் மூன்று செய்யுட்களைப் பாடி ஒரு வேலைக்காரன் வசம் அனுப்பினார். அவற்றைக் கண்டவுடனே அவர் நல்ல சாய்வு நாற்காலி ஒன்று வாங்கி அவனிடம் கொடுத்துதவினார். அதனை இவர் உபயோகித்துவந்தார்; அது பின்பு இவருடைய வாழ்நாள் முழுதும் இவருக்கு மிக உபயோகமாக இருந்து வந்தது.

*திருநாகைக் காரோணப் புராணம் இயற்றத்தொடங்கியது

விபவ வருஷ ஆரம்பத்தில் (1868 ஏப்ரலில்) நாகபட்டினத்தில் ஓவர்ஸியராக இருந்த அப்பாத்துரை முதலியார் முதலிய உத்தியோகஸ்தர்களும் தேவாரத்

* திருநாகைக் காரோணம் – நாகபட்டினம்.

திருக்கூட்டத் தலைவராகிய வீரப்ப செட்டியார் முதலியவர்களும் இவரைத் திருநாகைக் காரோணப் புராணத்தைப் பாடவேண்டுமென்று கேட்டுக்கொண்டார்கள். அவ்வாறே செய்தற்கு இவர் இணங்கினார். ஒரு தலபுராணம் பாடுவதற்குமுன் அத்தலத்திற்குச் சென்று அதனையும் அதனைச் சார்ந்த இடங்களையும் பார்த்து அவற்றைப்பற்றிய செய்திகளை முதியோர் முகமாக அறிந்துகொண்டு தொடங்குதல் எப்பொழுதும் இவருக்கு வழக்கமாதலால் இவர் மாயூரத்திலிருந்து நாகபட்டினம் சென்று சிலகாலம் இருந்து பார்க்கவேண்டிய இடங்களைப் பார்த்து விசாரிக்க வேண்டியவற்றை யெல்லாம் விசாரித்து அறிந்து கொண்டனர்; அத்தலத்திற்குரிய வடமொழிப் புராணத்தை அப்பொழுது அங்கே இருந்த திருச்சிராப்பள்ளி ஸ்ரீ மகாதேவ சாஸ்திரிக ளென்பவரைக் கொண்டு தமிழில் வசனநடையாக மொழிபெயர்ப்பித்து எடுத்துக்கொண்டு மாயூரம் வந்தார்.

மாயூரத்துக்குப் புறப்படும்பொழுது அன்பர்களிற் சிலர், “நீங்கள் செய்யும் இப்புராணம் காஞ்சிப் புராணத்தைப்போல் இருக்கவேண்டும். அதில் சுரகரீசப் படலத்தில் மந்தரகிரியின் வளத்தைக் கூறப்புகுந்த சிவஞான முனிவர் பல சித்திரகவிகளை அமைத்ததுபோல நீங்களும் இப்புராணத்தின்கண் ஏற்ற இடத்தில் அவற்றை அமைக்கவேண்டும்” என்று கேட்டுக் கொண்டனர். அவர்கள் வேண்டுகோளின்படியே நாகைக் காரோணப் புராணத்தில் நந்திநாதப் படலத்திற் சித்தாச்சிரம வருணனையிற் பலவகைச் சித்திரகவிகளை இவர் செய்தமைத்திருக்கின்றார்.

கோபால பிள்ளையின் தருக்கு அடங்கினமை

புராணம் தொடங்கிச் செய்யப்பெற்று வருகையில் அதனை எழுதி வந்தவர், முத்தாம்பாள்புரம் (ஒரத்தநாடு) கோபால பிள்ளை யென்பவர். மாணாக்கராக இவரிடம் வருவதற்கு முன்பு அவர் முத்தாம்பாள்புரம் தமிழ்க் கலாசாலையில் உபாத்தியாயராக இருந்து சிறந்த கவிஞராக விளங்கிய நாராயணசாமி வாத்தியா ரென்பவரிடம் பாடங் கேட்டவர்; நல்ல இயற்கை அறிவுடையவர். பனையேட்டில் எழுதுவதில் அவருக்கு மிக்க ஆற்றல் உண்டு. இயல்பாகவே, ‘எழுதும் வன்மை நமக்கு அதிகம்’ என்று அவர் எண்ணிக்கொண்டிருந்தார்.

அப்படியிருக்கையில் ஒரு நாள் இவருடைய வீட்டு விசாரணையைப் பெரும்பாலும் வகித்து வந்தவரும் இவரிடத்தில் மிக்க அன்புடையவருமாகிய வைத்தியலிங்கம் பிள்ளை யென்பவர் இவர் சயனித்திருக்கையில் மாணாக்கர் கூட்டத்திலிருந்து பேசிக்கொண்டிருந்தார். அவர் கோபால பிள்ளையை விரைவாக எழுதுவதிற் சமர்த்தரென்று பாராட்டினார். அதனைக் கேட்ட கோபால பிள்ளை, “எல்லாம் சரிதான்; ஐயா அவர்கள் என்னுடைய கை வலிக்கும்படி பாடல் சொல்லுகிறார்களில்லையே” என்று கூறினார். அந்தச் சமயம் அவர் எவ்வளவோ மெல்லப் பேசியும் சயனித்திருந்த இவருடைய காதில் அவருடைய சொல் விழுந்தது. உடனே எழுந்துவந்தால், தாம் சொல்லியதைக் குறித்துக் கோபால பிள்ளை நாணமும் அச்சமும் அடைவாரென்று நினைந்து சிறிதுநேரம் படுக்கையிலேயே இவர் படுத்திருந்துவிட்டு அப்பால் எழுந்து வந்தார்;

பாடஞ்சொல்லுதல், நூல் எழுதுவித்தல் முதலியன பிறகு வழக்கம்போல் நடைபெற்றன.

பின்பு ஒரு நாள் காலையில் இவர் வழக்கப்படியே அனுஷ்டானத்தை முடித்துக்கொண்டு சாய்வு நாற்காலியில் வந்து அமர்ந்தார். எழுதவேண்டிய ஏடும் கையுமாகக் கோபால பிள்ளையும் வந்தனர்; அவருடன் வேறு சில மாணாக்கர்களும் செய்யுள் செய்வதைக் கவனிக்கும் அன்பர்களும் வந்து வேறு வேறிடங்களில் இருந்து வழக்கப்படியே கவனித்துக் கொண்டிருந்தார்கள். இக் கவிஞர்பிரான் அப்புராணத்தில் மேலே நடக்கவேண்டிய பகுதியின் வசனத்தைப் படிக்கச்சொல்லிக் கேட்டுவிட்டு உடனே செய்யுள் செய்யத் தொடங்காமல் ஒரு நாழிகைவரையில் யோசனை செய்து மூக்குத்தூளைப் போட்டுக்கொண்டு கையை உதறிவிட்டுப் பாடல் சொல்ல ஆரம்பித்தார்.

இவர் மூக்குத்தூளை அபூர்வமாக உபயோகிப்பது வழக்கம். அதைப் போட்டுக்கொண்டு தொடங்கிவிட்டால் யாதொரு தடையுமின்றிப் பாடல்களைச் சொல்லிக்கொண்டே செல்வார். அப்போது பக்கத்திலுள்ளவர்க ளெல்லாம் அன்றைக்கு மிக்க வேகமாகச் செய்யுட்கள் இயற்றப்படுமென்று அறிந்துகொள்வார்கள்.

ஆரம்பித்த இவர் ஓய்வின்றிச் சொல்லிக்கொண்டே சென்றார். அன்று நடந்த பகுதி சுந்தரவிடங்கப் படலம். அது கற்பனை நிரம்பிய பாகம். எழுதினவரும் கையோயாமல் எழுதிக் கொண்டேசென்றார். தொடங்கிய காலம் காலை 7 மணி; 10 மணி வரையிற் சொல்லிக்கொண்டு வருவதும், 10 மணிக்குமேலே பூஜை செய்வதற்கு எழுந்து ஸ்நானத்திற்குப் போய்விடுவதும் இவருக்கு வழக்கம். மிக விரைவாக இவர் செய்யுட்களைச் சொல்லிக்கொண்டே சென்றமையால் எழுதுபவராகிய கோபால பிள்ளைக்குக் கையில் நோவுண்டாயிற்று. 'எப்பொழுது பத்து மணியாகும்' என்று எதிர்பார்த்திருந்தார். 10 மணியாகியும் ஸ்நானத்திற்கு எழாமல் இவர் பாடல்களைச் சொல்லிக்கொண்டே போனார். அப்பொழுது தவசிப்பிள்ளை வந்து ஸ்நானத்திற்கு எழவேண்டுமென்று குறிப்பித்தான். சரியென்று சொல்லிவிட்டு எழாமல் மேலும் செய்யுட்களைச் சொல்லிக்கொண்டே வந்தார். மணி பதினொன்றும் ஆகிவிட்டது. கோபால பிள்ளைக்கு வலக்கைச் சுண்டு விரலின் பின்புறத்திலும் இடக்கைக் கட்டை விரலின் நுனியிலும் ரத்தம் குழம்பிவிட்டது. வலி அதிகமாயிற்று; அவராற் பொறுக்க முடியவில்லை. தம்முடைய கஷ்டத்தை ஒருவாறு புலப்படுத்தினால் நிறுத்துவாரென்று நினைந்து ஏட்டைக் கீழேவைத்துவிட்டு இடக்கையை வலக்கையாலும் வலக்கையை இடக்கையாலும் தடவிக்கொண்டும் பிடித்துக்கொண்டும் குறிப்பாகத் தம்முடைய கஷ்டத்தைப் புலப்படுத்தினார். இவர் அதனைக் கவனியாராகிப் பாடல்களைச் சொல்லிக்கொண்டே சென்றார். மணி பதினொன்றரை ஆகிவிட்டது. கோபால பிள்ளை வாய்விட்டுக் கூறுவதற்கு நாணிப் பல்லைக் கடித்துக்கொண்டு எழுதிவந்தார். பக்கத்தில் இருந்தவர்களிற் பெரும்பாலோர் பதினொரு மணிக்கே எழுந்து சென்றுவிட்டார்கள். இவர் நிறுத்தவேயில்லை மணி பன்னிரண்டும் ஆயிற்று. அப்பாற் சிறிதளவேனும் தம்மால் எழுத முடியாதென் றுணர்ந்த

கோபால பிள்ளை இவர் சிறிது யோசித்துக்கொண்டிருந்த சமயத்தில் திடீரென எழுந்து கையிலே உள்ள ஏடுகளைச் சேர்த்துக் கயிற்றாற்கட்டி எழுத்தாணியை உறையிற் செருகிவிட்டு எல்லாவற்றையும் இவருக்கு முன்னே வைத்து ஸாஷ்டாங்கமாக நமஸ்காரம் பண்ணி எழாமலே கிடந்தார். இவர் அவரைப் பார்த்துவிட்டு. "தம்பி! ஏன் இப்படி? என்ன விசேடம்? எழுந்திரு" என்றார்.

கோபால: இனி என்னால் எழுதவே முடியாது. என்னைப் போல எழுதுகிறவர்கள் யாருமில்லை யென்றிருந்த எண்ணம் எனக்கு அடியோடே இன்று நீங்கிவிட்டது. இது கிடக்க; ஐயா அவர்களுடைய பெருமையை இன்றுதான் உண்மையில் அறிந்து கொண்டேன். தேவரீர் எந்தத் தெய்வத்தின் அவதாரமோ, எந்தப் பெரியோர்களுடைய அம்சமோ யான் அறியேன்! இப்படிச் செய்யுள்செய்யும் ஆற்றலை யாரிடத்தும் நான் கண்டிலேன்; கேட்டுமிலேன். இன்றைக்கு நடந்த பாகம் சாதாரணமானதன்று. இதனை மற்றக் கவிஞர்கள் செய்வதாக இருந்தால் எத்தனையோ நாள் பிடிக்குமே. அது யாதொரு வருத்தமுமின்றி விரைவாகப் பாடப்பட்டதே! இந்தப் பணிக்கு உரியவனாக ஆவதற்கு அடியேனுக்குப் பல நாள் செல்லுமென்று தோற்றுகிறது. இடையிலே நிறுத்திவிட்டே னென்று கோபித்துக் கொள்ளக்கூடாது. க்ஷமிக்க வேண்டும்.

பிள்ளை யவர்கள், "ஏனப்பா! உனக்குச் சிரமமாயிருக்கிற தென்பதை முன்னமே தெரிவித்திருந்தால் நான் நிறுத்தியிருப்பேனே. இது மிகவும் சிறந்த பகுதியாக இருந்ததனால் மத்தியில் நிறுத்த மனம் வரவில்லை. முன்பே மனத்திற் செய்துகொண்ட ஒழுங்கு பின்பு தவறிவிடுமே யென்று நினைந்து சொல்லி வந்தேன். நீ ஸ்நானம் செய்துகொண்டு வரலாம்" என்று அவரை அனுப்பிவிட்டுத் தாமும் ஸ்நானம் செய்யப் போய்விட்டார். பக்கத்திலிருந்த சிலரால் இச்செய்தி மாயூரத்திலும், அயலூர்களிலும் பரவலாயிற்று. கேட்ட யாவரும் மிகவும் விம்மிதமுற்று வந்து வந்து பிள்ளை யவர்களைப் பார்த்துப் பாராட்டிச் செல்வாராயினர்.

முகம் மிகவும் வாடிச் சோர்வோடு கோபால பிள்ளை அங்கே யிருத்தலைப் பிற்பகலில் வந்த மேற்கூறிய வைத்தியலிங்கம் பிள்ளை கண்டு, "ஏன் இப்படி இருக்கிறீர்?" என்று கேட்டு நிகழ்ந்தவற்றை அயலாரால் தெரிந்துகொண்டு அவரைப் பார்த்து, "என்ன! உம்முடைய கொட்டம் இன்றைக்கு அடங்கிற்றாமே. கையில் வலியுண்டாகும்படி ஐயா அவர்கள் பாடல் சொல்லுகிறார்க ளில்லையே யென்று அன்றைக்குச் சொன்னீரே! அன்றைத் தினம் நீர் சொன்னது எனக்கு மிக்க வருத்தந்தான். துள்ளின மாடு பொதி சுமக்கும்" என்று சொன்னார். அந்தச் சமயத்தில் அங்கே வந்த இப்புலவர்பிரான், "தம்பி, அவனை ஒன்றும் சொல்லவேண்டாம். அவன் நல்லபிள்ளை. மிகவும் வருந்துவான்" என்று சொல்லி அவரை அடக்கினார். அப்பால் கோபால பிள்ளையின் கைவலி தீரப் பல நாள் சென்றன. அவர் மறுபடியும் வந்து எழுதுவதை ஒப்புக்கொள்ளும் வரையில் எழுதி வந்தவர் மாயூரம் முத்துசாமி பிள்ளையாவர்.

இயல்பாகவே பிள்ளை யவர்களிடத்தில் பக்தியுள்ளவராக இருந்த கோபால பிள்ளைக்கு இந்த நிகழ்ச்சிக்குப்பின் இவர்பால் அளவிறந்த

மதிப்புண்டாயிற்று. உண்மையில் இவரை ஓர் அவதார புருஷரென்றே நினைத்து அச்சங்கொண்டு இவரிடம் ஒழுகிவருவாராயினர். இச்செய்தி பின்பு அவர் இயற்றிய,

விருத்தம்

*சீர்பூத்த மயிலாடு துறைத்தளிமே வருட்பெருமான் சீர்த்தி யாய
பேர்பூத்த மான்மியமாம் வடமொழியைத் தென்மொழியாற் பிறங்கச் செய்தான்
பார்பூத்த ஞானகலை முதற்பலவு முணர்ந்துபுகழ் பரந்து மேய
வார்பூத்த சிரகிரிவாழ் மீனாட்சி சுந்தரநா வலவ ரேறே

[* இவை *மாயூரப் புராணம்* அச்சிடும்போது பாடப்பட்டு அதிற் பதிப்பிக்கப்பெற்றன.]

மாலாதில் லறத்தமர்ந்து துறவறத்தார் புகழவருள் மாண்பு பூண்டு
பாலோடு தேன்கலந்த தெனத்தளிக டொறுஞ்சென்று பதிகஞ் சொற்ற
ஆலால சுந்தரமே மீனாட்சி சுந்தரப்பேர் அமைய வாய்ந்து
தோலாத மாயூரப் புராணமொழி பெயர்த்தனனேற் சொல்வ தென்னே

என்னும் செய்யுட்களால் விளங்கும்.

சவேரிநாத பிள்ளை

வேதநாயகம் பிள்ளையால் அனுப்பப்பட்டுச் சவேரிநாத பிள்ளையென்ற ஒருவர் இவரிடம் அக்காலத்திற் படிக்கவந்தார். அவருடைய ஊர் காரைக்கால். அவர் நல்ல அறிவாளி. பிள்ளை யவர்களிடத்தில் மிக்க பக்தி உள்ளவர். பிரசங்க சக்தி மிக்கவர். மற்றவர்களைக் காட்டிலும் பிள்ளை யவர்களுக்கு வேண்டிய தொண்டுகளை அதிகமாகச் செய்து வந்தவர்; கிறிஸ்தவ மதத்தினர்; சைவர்களைப் போலவே சீலமுடையவராகவும் மிகுந்த மரியாதையாகவும் நடந்து வந்தார். ஒருநாளேனும் இப் புலவர்சிகாமணியைப் பிரிந்திருக்க மாட்டார். இனிய சாரீரமுடையவர். இக் கவிஞர்பிரானுடைய இறுதிக்காலம் வரையில் நம்பிக்கையாக அவரைப் போல் வேறு எவரும் இருக்கவில்லை.

திருநாகைக் காரோணப் புராண அரங்கேற்றம்

நாகைப் புராணத்திற் சுந்தரவிடங்கப் படலத்திற்குமேலே சில பாகம் ஆனவுடன் விபவ ௵ (1869) தை மாதக் கடைசியில் அத்தலத்திலுள்ளாரால் அரங்கேற்றுவதற்கு அழைக்கப்பெற்று இவர் நாகபட்டினம் சென்றார். மாணவர்கள் முதலியோரும் உடன் சென்றார்கள். பங்குனி மாதம் அரங்கேற்றம் ஆரம்பமாயிற்று. அப்புராணம் இயற்றுவிக்க முயற்சிசெய்தவர்களுள் ஒருவரான முற்கூறிய வீரப்ப செட்டியார் முதலிய அன்பர்களுடைய வேண்டுகோளின்படி முத்திமண்டபத்தில் அப்புராணத்தை இவர் அரங்கேற்றத் தொடங்கினார்.

அந்நகரில் அப்போதிருந்த கிருஷ்ணசாமி உபாத்தியாயர் முதலிய தமிழ் வித்துவான்களும், அங்கே ஒரு கலாசாலையில் தமிழ்ப் பண்டிதராக இருந்தவரும் இவருடைய மாணாக்கருமாகிய புருஷோத்தம நாயுடு என்பவரும் உடனிருந்து அவ்வப்பொழுது வேண்டிய அனுகூலங்களைச் செய்து வந்தார்கள்.

ஒரு வருஷகாலம் அந்தப் புராணப் பிரசங்கம் நடைபெற்றது. இடையிடையே சில மாதங்கள் நின்றதுண்டு. பொறாமை யுள்ளவர்களாகிய சிலர் இடையிலே ஆட்சேபித்தபொழுது இவருக்குச் சிரமம் கொடாமல் வேதாகமப் பிரமாணங்களோடு தக்க சமாதானங் கூறி உபகரித்தவர் முன்பு தெரிவித்த மகாதேவ சாஸ்திரிகள் முதலியோர்.

ஸ்ரீ சுந்தரஸ்வாமிகள்

அரங்கேற்றம் நடைபெற்றுவருகையில், பரமசிவனுடைய ஏற்றத்தை யாவரும் எளிதில் உணரும்படி எங்கும் பிரசங்கித்து வந்தவரும் ஸ்ரீசூதசங்கிதையை ஏழுநாளில் உபந்யஸித்து அதன் பொருளைச் சிவபக்தர்கள் அறியும்படி செய்துவந்தவரும் தமக்குப் பழக்கமுள்ள சிவபக்தர் யாவரையும் ஏகருத்திராட்ச தாரணம் செய்து கொள்ளும்படி செய்வித்தவரும் மகா வைத்தியநாத சிவன் முதலியவர்களுடைய மந்திரோபதேச குருவுமாகிய கோடக நல்லூர் ஸ்ரீ சுந்தரஸ்வாமிகள் அந்நகர்க்கு வந்திருந்தார்; இவர் புராணம் அரங்கேற்றுவதைக் கேள்வியுற்று உடனே அரங்கேற்று மிடத்திற்கு வந்தனர்; அவரைக் கண்ட எல்லாரும் உபசரிக்க அவர் இருந்தார். பிள்ளை யவர்கள் அவருடைய வரவை அறிந்து எழுந்து பாராட்டிச் சில வார்த்தைகளைச் சொல்லத் தொடங்கிய பொழுது அவர் இவரை நோக்கி, “சிவபக்த சிரோமணீ! வித்வத் சிகாமணீ! உங்களைப்போலத் தமிழிற் சிவபுராணங்களையும் சிவஸ்துதிகளையும் நன்றாகச் செய்பவர்கள் இப்பொழுது யார் இருக்கிறார்கள்? நீங்கள் செய்த சூதசங்கிதைப் பாடல்களை அப்பொழுதப்பொழுது மகா வைத்தியநாத சிவனும் திருநெல்வேலி ஐயாசாமி பிள்ளையும் சொல்லக்கேட்டிருக்கிறேன்; மொழிபெயர்ப்பு மிக நன்றாக இருக்கிறது. சில சமயங்களில், நான் பிரசங்கம் செய்யுங்காலத்தில் அப்பொழுதப்பொழுது அதிலுள்ள சில பாடல்களை அவர்களையாவது வேறு யாரையாவது கொண்டு சொல்லச்செய்வேன். உங்களைப் பார்க்கவேண்டுமென்ற எண்ணம் எனக்கு நெடுநாளாக இருந்தது. இன்று அது ஸ்ரீ காயாரோகணேசுவரர் கிருபையால் நிறைவேறியது. உங்களைப் போன்றவர்களே உலகத்திற்கு உபகாரிகள். நீங்கள் க்ஷேமமாக இருக்கவேண்டும்” என்று பாராட்டி அன்று பிரசங்கம் பூர்த்தியாகும் வரையில் இருந்து கேட்டு மகிழ்ந்துவிட்டுத் தம் இருப்பிடம் சென்றார்.

ஸ்ரீ சங்கராசாரிய ஸ்வாமிகள்

கும்பகோணம் மடத்தில் ஸ்ரீ காஞ்சி காமகோடி பீடாதிபதிகளாக அக்காலத்தில் எழுந்தருளியிருந்த ஸ்ரீ சங்கராசாரிய ஸ்வாமிகள் அப்போது நாகபட்டினத்துக்கு விஜயம் செய்திருந்தார்கள். அந்த மடத்து ஸம்ஸ்கிருத வித்துவான்களால் இவர் அங்கே ஸ்தலபுராணப் பிரசங்கம் செய்வதை ஸ்வாமிகள் அறிந்து இவரைப் பார்க்க வேண்டுமென்று திருவுள்ளங்கொண்டார்கள். அப்பொழுது இவர் மகாதேவ சாஸ்திரிகளுடன் ஒரு நாள் பிற்பகலில் சென்று தரிசனம் செய்தார். ஸ்வாமிகள் மிகுந்த கருணையுடன் இவருடைய பெருமைகளை அங்கிருந்த கனவான்களுக்கு எடுத்துக் கூறினார்கள். பிரசங்கம் செய்யப்படும்

புராணத்திலிருந்து சில பகுதிகளையும் கேட்டுச் சந்தோஷித்தார்கள். அப்பால் *கம்பராமாயணத்திலிருந்து* ஏதேனும் சொல்ல வேண்டுமென்று ஸ்வாமிகள் கட்டளை யிட்டார்கள்; அந்நூலில் சுவையுள்ள ஒரு பாகத்தை இவர் எடுத்துப் பிரசங்கித்தார். கேட்ட ஸ்வாமிகள் ஆனந்தித்துத் தக்க சம்மானம் செய்து இவரை ஆசீர்வதித்து அனுப்பினார்கள்.

கீழ்வேளூர்ச் சுப்பிரமணிய தேசிகர்

இவருக்கு *இலக்கண விளக்கம்* பாடஞ் சொல்லிய கீழ்வேளூர்ச் சுப்பிரமணிய தேசிகர் இவருடைய வேண்டுகோளுக்கு இணங்கிச் சில நாள் வந்திருந்து புராணப் பிரசங்கத்தைக் கேட்டு மகிழ்ந்து சென்றார். அவர் வந்திருந்தபொழுது இக் கவிஞர்கோமான் தமக்கு அவர் பாடம் சொன்ன நன்றியை மறவாமல் மிகவும் மரியாதையாக உபசரித்து யாவருக்கும் அவருடைய பெருமையை எடுத்துக் கூறினார்.

நாகபட்டினத்தில் இருக்கும்பொழுது இக் கவிஞர்பிரானுக்கு வேண்டிய சௌகரியங்கள் முற்கூறிய அப்பாத்துரை முதலியார் முதலியவர்களால் ஒழுங்காகச் செய்யப்பெற்றுவந்தன.

திருவாவடுதுறை போய் வந்தது

புராணம் அரங்கேற்றிக்கொண்டு வருகையில் சுக்கில ௵ (1869) ஆடி மீ திருவாவடுதுறையில் அம்பலவாண தேசிகர் பரிபூரணம் ஆயினாரென்றும், ஸ்ரீ சுப்பிரமணிய தேசிகரவர்களுக்குப் பெரிய பட்டம் ஆயிற்றென்றும் அறிந்த இவர் இடையில் திருவாவடுதுறை சென்று ஸ்ரீ சுப்பிரமணிய தேசிகரவர்களைத் தரிசித்துக்கொண்டு விடைபெற்று மீண்டும் நாகபட்டினம் வந்தனர்; வந்து அரங்கேற்றிப் புராணத்தைப் பூர்த்தி செய்தார்.

புராணங்கள் அச்சிடப்பெற்றமை

இவர் நாகபட்டினத்தில் இருக்கும்பொழுது, மாயூரத்திலிருந்த அரங்கக்குடி முருகபிள்ளை யவர்கள் குமாரர் வைத்தியலிங்கம் பிள்ளையின் உதவியால் *மாயூரப் புராணமும்*, முற்கூறிய அப்பாத்துரை முதலியார் உதவியால் *நாகைக் காரோணப் புராணமும்* சோடசாவதானம் சுப்பராய செட்டியாருடைய மேற்பார்வையில் சென்னையில் அச்சிடப்பெற்று நிறைவேறின. அரங்கேற்றி முடிவதற்குள்ளாகவே *திருநாகைக் காரோணப் புராணம்* பதிப்பிக்கப்பட்டது.

நாகைப் புராணம் சிறப்பிக்கப்பெற்றது

புராண அரங்கேற்றம் பூர்த்தியான தினத்தில் புராணச் சுவடி பல்லக்கில் வைக்கப் பெற்று மிக்க சிறப்புடன் ஊர்வலம் செய்யப்பட்டது. அப்பாத்துரை முதலியாரும் அந்நகரத்தாரும் எவ்வளவு உயர்ந்த சம்மானங்கள் செய்யலாமோ அவ்வளவும் செய்து உபசரித்துப் பாராட்டினார்கள்.

பொன்னூசற் பாட்டு முதலியன

இவர் நாகபட்டினத்தில் இருக்கையில் இவரைப் பலவகையாக உபசரித்து ஆதரித்து வந்த அப்பாத்துரை முதலியாருடைய குமாரராகிய தம்பித்துரை முதலியாருக்குக் கல்யாணம் நடைபெற்றது. பிள்ளை யவர்கள் கல்யாண காலத்தில் உடன் இருப்பதை அவர் ஒரு பெரிய பாக்கியமாக எண்ணி மகிழ்ந்தார். அவருடைய பந்துக்களிற் சிலரும் அவரும் இக்கவிஞர் கோமானை அந்தக் கல்யாணத்திற் பாடுவதற்கு ஏற்றபடி மணமகன் மணமகளாகிய இருவருடைய நல்வாழ்வையுங் கருதிச் சில பாடல்கள் இயற்றித் தரவேண்டுமென்று கேட்டுக்கொண்டனர். அப்பாத்துரை முதலியாருடைய தூய அன்பில் இவர் ஈடுபட்டவராதலின் அவருடைய விருப்பத்திற் கிணங்கிப் *பொன்னூசல், லாலி, கப்பற்பாட்டு, மங்களம், வாழ்த்து என்பவற்றைப் பாடி அளித்தனர். அவற்றை அப்பாத்துரை முதலியாரும் பிறரும் பாடுவதற்குரியாரைக் கொண்டு பாடச் செய்து கேட்டு மகிழ்ந்தார்கள். "இப்புலவர்பிரானாற் பாடப்பெறும் பாக்கியம் இந்தத் தம்பதிகளுக்குக் கிடைத்தது இவர்கள் முற்பிறப்பிற் செய்த புண்ணியப் பயனே" என்று சொல்லி யாவரும் பாராட்டினர்.

மாயூரத்துக்குத் திரும்பியது

இவர் நாகபட்டினத்தில் ஒருவருஷ காலத்திற்குமேல் இருந்து வந்தார். அப்பால், பிரமோதூத ௵ (1870) ஆரம்பத்தில் மாயூரத்திற்கு வந்து வாசஞ் செய்யலானார்.

திருநாகைக் காரோணப் புராண அமைப்பு

இப்புலவர்கோமான் இயற்றிய புராணக் காப்பியங்களுள் மிகச் சிறந்ததாகக் கருதப்படுவது திருநாகைக் காரோணப் புராணம். இவர் மாணவர்களில் பலர் அப்புராணத்தை இவர்பால் பாடங் கேட்டனர். மிகவும் உழைத்து எல்லா அழகுகளும் செறியும் வண்ணம் இயற்றப்பெற்ற தாதலின் அந்நூலினிடத்து இக் கவிஞருக்கே ஒரு தனி அன்பு இருந்து வந்தது. சிவஞான முனிவர் கச்சியப்ப முனிவர் என்பவர்களுடைய நூல்களில் இவருக்குள்ள அனுபவ முதிர்ச்சியும், கவி இயற்றுவதில் இவருக்குள்ள பேராற்றலும், வியக்கத்தகும் கற்பனா சக்தியும் அந்நூலின்கண் நன்றாக வெளிப்படும். இவர் செய்த நூல்களுள் ஒவ்வொன்றிற் சில சில அமைப்புக்கள் சிறப்பெய்தி விளங்கும். அந்நூலிலோ ஒவ்வொரு பகுதியும் ஒவ்வொரு வகையிற் சிறப்புற்று விளங்கும்.

உழைகுலாம் நயனத் தார்மாட் டொன்றொன்றே கருதற் கொத்த
தழகெலாம் ஒருங்கே கண்டால் ஆரதை யாற்ற வல்லார்

என்ற கம்பராமாயணச் செய்யுள் இங்கே ஞாபகத்திற்கு வருகின்றது. தமிழ்க் காப்பியங்களிற் பரந்து கிடக்கும் பலவகை அணிநயங்களும் அதன் கண்ணே ஒவ்வோரிடத்தில் அமைந்து இலங்கும். சொல்லணி, பொருளணி, தொடைநயம், பொருட்சிறப்பு, சுவைநயம், நீதி, சிவபக்திச்

---
* ஸ்ரீ மீனாட்சிசுந்தரம் பிள்ளை யவர்கள் பிரபந்தத் திரட்டு, 5179–5201

சிறப்பு, சிவஸ்தலச் சிறப்பு, நாயன்மார் பெருமை முதலிய பலவும் அதன்பால் நிரம்பியுள்ளன. தமிழ்க் காப்பியத்தின் இலக்கணம் முழுவதும் உள்ளதாய்ப் பலவகையிலும் நயம் சிறந்து சுவைப் பிழம்பாக விளங்கும் அக்காப்பியத்தைப் பெறுதற்குத் தமிழ்நாடு தவம் செய்திருத்தல் வேண்டும். பல பழைய புலவர்கள் வாக்கினை ஒருங்கே பார்த்து மகிழ வேண்டுபவர் அந்நூலைப் படித்தாற் போதும். அந்த அந்தப் புலவர்களின் நடைநயமும் பொருளின்பமும் இடையிடையே அப்புராணத்தில் விளங்கித்தோன்றும். அந்நூலைப்பற்றி எவ்வளவு பக்கம் எழுதினாலும் அதன் பெருமையை ஆராய்ந்து கூறி முடித்ததாகாது. யார் யாருக்கு எந்த எந்த நயங்களில் விருப்பமோ அந்த அந்த நயங்களை அதன்பாற் கண்டு இன்புறலாம். *ஸ்தாலீ புலாக நியாயம் பற்றிச் சில செய்யுட்கள் பின்னே காட்டப்படுகின்றன:

தட்சிணாமூர்த்தி துதி

(விருத்தம்)

பதிபசு பாச மென்னப் படுமொரு மூன்றுஞ் சுத்தம்
பதிநிலை யொன்றற் கொன்று பயில்வியாப் பியமா மின்னும்
பதியொடு பசுக்க லக்கும் பண்புமிற் றென்றோர் செங்கைப்
பதிவிர லளவிற் சேர்ப்பிற் பகர்பவற் கடிமை செய்வாம்.

[இதன்கண் சின்முத்திரையின்பொருள் கூறப்பட்டிருக்கின்றது. சுத்தம்பதி நிலை – சுத்தாவஸ்தை. வியாப்பியம் – அடங்கியிருத்தல். இச்செய்யுளுக்கு நிரனிறையாகப் பொருள் கொள்க.]

மாணிக்கவாசகர் துதி

எழுதிடும் வேலை பூமே லிருப்பவ னியற்றப் போக்கி
எழுதுத லில்லா நூல்சொற் றினிதமர் தருமா தேவை
எழுதெழு தெனப்பல் பாச்சொற் றியைதரப் பெயரு மீற்றில்
எழுதிடச் செய்த கோமா னிணையடி முடிமேல் வைப்பாம்.

[பூமேலிருப்பவன் – பிரமன். எழுதுதலில்லா நூல் – வேதம்.]

அவையடக்கம்

காற்றுபல் குறையு மேற்றார் விகாரமுங் கலப்பக் கொண்டார்
வேற்றுமை விலக்கல் செய்யா ரல்வழி விரவி நிற்பார்
சாற்றுமன் மொழியுஞ் சொல்வா ரிலக்கணத் தலைமை வாய்ந்தார்
போற்றுமற் றவர்முன் யானெவ் வேதுவாற் புறத்த னாவேன்.

[குறை முதலியன சிலேடை. குறை – ஆறாம்வேற்றுமையும் எச்சமும், குறைவு. விகாரம் – புணர்ச்சிவிகாரங்களும் செய்யுள் விகாரங்களும், திரிபுணர்ச்சி. வேற்றுமை – எட்டு வேற்றுமைகள், வேறாந்தன்மை. அல்வழி – அல்வழிச்சந்தி, அறமல்லாத வழி. அன்மொழி – அன்மொழித் தொகை, இடத்துக் குரியதல்லாத மொழி.]

அகத்திய முனிவர் நீலாயதாட்சி
அம்மையைச் செய்த துதி

(ஆசிரியத்தாழிசை)

ஆய கருந்தடங்க ணம்மை திருப்பாதம்
பாய் பிறவிப் பரவை கடப்பதற்கு
நேய மலியு நெடுங்கலமே போலும்.

---

* ஸ்தாலீ புலாக நியாயம் – 'ஒரு பானைச் சோற்றுக்கு ஒரு சோறு பதம்' எனத் தமிழில் வழங்கிவரும் நியாயம். (ப.ஆ.)

ஆன்ற கருந்தடங்க ணம்மை திருப்பாதம்
ஏன்ற பிறவி யிருங்காடு மாய்ப்பதற்குக்
கான்ற சுடர்வைக் கணிச்சியே போலும்.

அன்பார் கருந்தடங்க ணம்மை திருப்பாதம்
வன்பார் பிறவித் துணங்கறன் மாய்த்திடுதற்
கின்பா ருதய விரவியே போலும்.

[கருந்தடங்கணம்மை – நீலாயதாட்சி யம்பிகை. கலம் – கப்பல். கணிச்சி – மழுப்படை. துணங்கறல் – இருள்.]

(அகத்தீசப் படலம், 34)

விளா, தென்னை, நாரத்தை யென்பவற்றின் கனிகள்

(கலிநிலைத்துறை)

ஒருமலத்தடை யுயிரினை விளங்கனி யொக்கும்
இருமலத்தடை யுயிரினை யிலாங்கலி யேய்க்கும்
பொருமலத்தடை மூன்றுடை யுயிரினைப் புரையும்
குருமலர்ப்பசுந் தழைவிரி குலப்பெரு நரந்தம்.

[ஒரு மலத்தடையுயிர் – விஞ்ஞானாகலர். இருமலத்தடையுயிர் – பிரளயாகலர். இலாங்கலி – தேங்காய். தடைமூன்றுடையுயிர் – சகலர். நரந்தம் – நாரத்தங்கனி.]

பலாசு பற்பல செறியுமீ றொழிந்தவும் பலவே
நிலாவு மாண்பல நெருங்குமீ றொழிந்தவு நெருங்கும்
குலாவு தண்புளி மாவுமீ றொழிந்தவுங் கூடும்
அலாத காஞ்சிரைக் குழுவுமீ றொழிந்தவு மமலும்.

[பலாசு – புரசு; அதன் ஈறொழிந்தது பலா. ஆண் – ஒரு மரம்; அதன் ஈறொழிந்தது ஆ; ஆ– ஆச்சாமரம். புளிமா – ஒரு மரம்; அதன் ஈறொழிந்தது புளி. காஞ்சிரை – எட்டி; அதன் ஈறொழிந்தது காஞ்சி.]

(நைமிசப் படலம், 21–2)

பரவச்சாதி மகளிர் வருணனை

(கலிநிலைத்துறை)

அம்ப ரத்தியர் கொங்கையம் பரத்தியர் மருங்குல்
அம்ப ரத்தியர் மற்றது சூழ்பல வன்ன
அம்ப ரத்திய ராள்வழக் கறுத்திடு நெடுங்கண்
அம்ப ரத்திய ரன்னராற் பொலியுமச் சேரி.

[அம் பரத்தியர் – அழகிய பரவச்சாதிப் பெண்கள். கொங்கை அம் பரத்தியர்; பரம் – பாரம். மருங்குல் அம்பரத்தியர் – இடையாகிய ஆகாசத்தை உடையவர்; அம்பரம் – ஆகாசம். பல வன்ன அம்பரத்தியர். பல நிறங்களையுடைய ஆடையையுடுத்தியவர்; அம்பரம் – ஆடை. கண் அம்பு அரத்தியர் – கண்களாகிய அம்பையும் அரத்தையும் உடையவர்.]

(அதிபத்தப் படலம், 10)

*சுப்பிரமணிய தேசிகர் மாலையும் †நெஞ்சுவிடு தூதும்

சுப்பிரமணிய தேசிகர் பெரிய பட்டத்திற்கு வந்தவுடன் இவர் தம்முடைய அன்பிற்கு அறிகுறியாக அவர் மீது மாலை ஒன்றும்

* ஸ்ரீ மீனாட்சிசுந்தரம் பிள்ளையவர்கள் பிரபந்தத்திரட்டு, 3119–3219

† ஷை 3322–3

நெஞ்சுவிடு தூது ஒன்றும் முறையே இயற்றி அரங்கேற்றினார். அவ்விரண்டு நூல்களாலும் மடத்திலுள்ள சம்பிரதாயங்களும் சுப்பிரமணிய தேசிகருடைய அருஞ்செயல்களும் கல்வி வளர்ச்சியும் பிறவும் விளங்கும். சுப்பிரமணிய தேசிகர் மாலையிலுள்ள செய்யுட்களுட் சில வருமாறு:

விருத்தம்

ஆன்றநின் கருணை யென்னென வுரைக்கேன் ஐயநின் பணிக்கமை நாற்கால்
சான்றபல் பசுவு நின்பொது நாமம் தம்முடற் பொறித்திடப் படுவ
ஏன்றவிவ் விருகாற் பசுவெனு மெங்கட் கியைந்தில வவைசெய்புண் ணியமென்
தோன்றவெவ் விடத்துங் கழகமார் துறைசைச் சுப்பிர மணியதே சிகனே.

[திருவாவடுதுறையில் மடத்துப் பசுக்களுக்குப் பஞ்சாட்சர முத்திரை பொறிப்பது வழக்கம். ஆதீனகர்த்தர்களாக இருப்பவர்கள் யாவருக்கும் பொதுநாமம் 'நமச்சிவாய' என்பது.]

வஞ்சனேன் மனநின் றாட்கெதிர் நமனோ வாய்ந்தகைக் கெதிர்விதி தலையோ
மஞ்சவாங் களத்திற் கெதிர்கொடு விடமோ மறைந்தகட் கெதிர்சிலை மதனோ
எஞ்சுறா நெடிய சடைக்கெதிர் புனலோ இனியவாய் நகைக்கெதிர் புரமோ
துஞ்சன்மே வுதற்கு நவில்பெருந் துறைசைச் சுப்பிர மணியதே சிகனே.

சுப்பிரமணிய தேசிகர் நெஞ்சுவிடுதூதிலுள்ள சில கண்ணிகள் வருமாறு:

கலிவெண்பா

ஒருமா னெமக்கொளிக்க வோர்கை யமரும்
ஒருமா னொளித்த வொருவன் – பெருமான்

மதிமறைத்த மாசெமக்கு மாற்றி யருள
மதிமறைத்த மாசடையா வள்ளல் – நிதியம்

இருள்கண்ட யாமவ் விருள்காணா வண்ணம்
இருள்கண்டங் காட்டா திருப்போன் – பொருள்கண்ட

மானிடனே யென்ன மருவி யிருந்தாலும்
மானிடனே யென்ன வயங்குவான். (8–11)

[மான் – மகத்தத்துவம், திருக்கரத்தி லேந்திய மான். மதி – புத்தி, பிறை. இருள் – அஞ்ஞானம், விடத்தின் கருமை. மானிடன் – மனிதன், மானை இடக்கரத்திலே உடைய சிவபெருமான். ஆசிரியரைச் சிவபெருமானாகவே எண்ணுதல் மரபு.]

– நெடியகுணக்
குன்றேமெய்ஞ் ஞானக் கொழுந்தே யருட்கடலே
நன்றே யுயிர்க்கருளு நாயகமே – அன்றே

அடுத்தமல பந்த மகற்றவுருக் கொண்டு
மடுத்த பெருங்கருணை வாழ்வே – படுத்தமைந்த

மைம்மாறு சிந்தை வயங்கு மடியார்பாற்
கைம்மாறு வேண்டாத கற்பகமே – பொய்ம்மாறெம்

பேறேயா னந்தப் பெருக்கேஞா னக்கருப்பஞ்
சாறேமெய் யன்பர் தவப்பயனே – நாறுமருட்

சிந்தா மணியே செழுங்காம தேனுவே
சந்தாபந் தீர்க்குந் தனிச்சுடரே – நந்தா

வரமணியே கோமுத்தி வாழ்வே யருட்சுப்
பிரமணிய தேசிகப்பெம் மானே. (303–9)

வேதநாயகம் பிள்ளை சுப்பிரமணிய தேசிகரைத் தரிசிக்க வந்தது

ஒருமுறை வேதநாயகம் பிள்ளை சுப்பிரமணிய தேசிகரைத் தரிசிப்பதற்கு வந்தார். தரிசித்துவிட்டுத் தாம் அவர் விஷயமாக இயற்றிக் கொணர்ந்த சில செய்யுட்களைச் சொல்லிக் காட்டினர். கேட்ட யாவரும் மகிழ்ந்தனர். அப்பொழுது உடனிருந்த பிள்ளை யவர்கள் அவ்விருவரையும் பாராட்டி,

விருத்தம்

கூடுபுகழ் மலிதிருவா வடுதுறைச்சுப் பிரமணியகுரவ ரேறே
பீடுமலி வளக்குளந்தை வேதநா யகமேகம் பெய்யும் பாமுன்
பாடுதிற லாளர்பா வுயிர்முனங்குற் றியலுகரம் படும்பா டெய்தும்
நீடுதிற னின்புகழ்முன் னேனையோர் புகழ்போலாம் நிகழ்த்த லென்னே

என்னும் செய்யுளைக் கூறினார்.

வேதநாயகம் பிள்ளை சுப்பிரமணிய தேசிகருடைய இயல்புகளை மேன்மேலும் அறிந்து ஈடுபட்டனர். ஊர் சென்றவுடன் பிள்ளை யவர்களுக்கு அவர்,

விருத்தம்

கற்றவர்சி ரோமணியா மீனாட்சி சுந்தரமா கலைவல் லோய்மா
சற்றுயர்சுப் பிரமணிய தேசிகனைத் தினங்காண அவன்சொல் கேட்க
மற்றவனோ டுரைகூறப் பெற்றநின்கண் காதுநா மண்ணிற் செய்த
நற்றவம்யா தறிதரவென் கண்காது நாவறிய நவிலு வாயே

என்னும் செய்யுளை எழுதியனுப்பினார்.

அம்பர்ப்புராணம் இயற்றத் தொடங்கியது

சோழநாட்டில் உள்ளதும் தேவாரம் பெற்றதுமாகிய திருவம்ப ரென்னும் தலத்தில் இருந்த வேளாளப் பிரபுவாகிய வேலுப் பிள்ளை முதலியவர்கள் அத்தலத்திற்குரிய வடமொழிப் புராணத்தை மொழிபெயர்த்துத் தமிழிற் பாடவேண்டுமென்று கேட்டுக்கொண்டார்கள். இவர் வடமொழிப் புராணப் பிரதியைப் பல இடங்களில் தேடியும் கிடைக்கவில்லை. அப்பொழுது திருமங்கலக்குடிச் சேஷையங்காரைச் தஞ்சைக்கனுப்பிச் சரசுவதி மகாலில் தேடிப்பார்க்கச் செய்தார். சேஷையங்கார் இந்த முயற்சியை விபவ வருஷத்திலிருந்தே மேற்கொண்டு, பார்க்கவேண்டிய உத்தியோகஸ்தர்களைப் பார்த்து மிகவும் சிரமப்பட்டு அந்தப் புராணம் அங்கே இருப்பதை அறிந்து பிரதிசெய்வித்துப் பெற்றுச் சுக்கில ஆ (1869) மார்கழி மாதத்தில் அதை இவருக்கு அனுப்பினார். இவர் தக்க வடமொழி வித்துவான்களுடைய உதவியால் அதைத் தமிழ் வசனநடையில் மொழிபெயர்ப்பித்து வைத்துக்கொண்டு பாட ஆரம்பித்தார்; அப்பொழுது எழுதிவந்தவர் சிவப்பிரகாசைய ரென்னும் வீரசைவ மாணாக்கர்.

மாயூரத்தில் வீடு வாங்கியது

பிள்ளை யவர்கள் தம்முடைய மாணாக்கர்களுக்கு இருக்கவும் படுக்கவும் நல்ல வசதியான இடம் இல்லாமையை அறிந்து மாயூரம்

பிள்ளையவர்கள் மாயூரத்தில் வசித்து வந்த வீடு

தெற்கு வீதியில் திருவாவடுதுறை மடத்திற்கு மேல்புறத்துள்ள இரண்டுகட்டு வீடு ஒன்றைச் சுக்கில வருஷத்தில் 900 ரூபாய்க்கு வாங்கினார். அந்த வீட்டின் தோட்டம் பின்புறத்திலுள்ள குளம் வரையிற் பரவியிருந்தது. அந்தக் குளத்தின் கரையிற் படித்துறையுடன் ஒரு கட்டிடம் கட்டுவித்து அதிலிருந்து பாடம் சொல்லவேண்டுமென்றும், சேமம் முதலியவற்றை அமைத்து அங்கேயிருந்து சிவபூசை செய்யவேண்டுமென்றும் இவர் எண்ணினார். அதனைக் குறிப்பால் அறிந்த பட்டீச்சுரம் ஆறுமுகத்தா பிள்ளை வேண்டிய மரங்களை அனுப்பியதன்றிக் கட்டிடங் கட்டுதற்கு வேண்டிய செலவிற்குரிய பொருளையும் உதவினார். அவர் செயலைக் கண்டு மனமுவந்த இவர் தம்முடைய நன்றியறிவைப் புலப்படுத்தி ஒரு கடிதம் எழுதியனுப்பினார். வழக்கப்படியே அக்கடிதத்தின் தலைப்பில் எழுதப்பெற்ற பாடல் வருமாறு:

விருத்தம்

அருளினாற் பெருங்கடலை யீகையாற் பசுமுகிலை யளவாக் கல்வித்
தெருளினாற் பணியரசைப் புரத்தலாற் றிருமாலைச் சிறுப ழிக்கும்
வெருளினா லறக்கடவு டனைவென்று நன்றுபுரி மேம்பா டுற்றுப்
பொருளினாற் பொலிந்துவள ராறுமுக மகிபன்மகிழ் பூத்துக் காண்க.

அம் மரங்கள் முதலியவற்றைக்கொண்டு அன்பர்கள் அக் கட்டிடத்தை இவர் விருப்பத்தின்படியே பூர்த்தி செய்வித்தனர். அதன்பின்பு அவ்விடத்திலேயே இவர் பாடஞ் சொல்லுதலும் சிவபூசை செய்தலும் நடைபெற்றுவந்தன.

அதுகாறும் திரிசிரபுரத்தில் வசித்துவந்த தம் மனைவியாரையும் புதல்வர் சிதம்பரம் பிள்ளையையும் இப்புலவர்பிரான் அப்போது

வருவித்தனர்; சுக்கில வருஷத்தில் மகர சங்கராந்தியில் அவர்களுடன் புதிய வீட்டிற்குக் குடிவந்து மனமுவந்து அதில் ஸ்திரமாக இருப்பாராயினர்.

*திருவிடைமருதூர் உலா

திருவனந்தபுரம் மகாராஜா காலேஜ் தமிழ்ப் பண்டிதராக இருந்த சாமிநாத தேசிகர் முன்பு இவரிடம் பாடங்கேட்ட காலத்தில் அவர் தந்தையாராகிய சிவக்கொழுந்து தேசிகர் செய்த திருவிடைமருதூர்ப் புராணம் முதலியவற்றை இவர் அவருக்குப் பாடஞ் சொன்னதுண்டு. அப்பொழுது ஸ்ரீ மகாலிங்க மூர்த்தியினுடைய திருவருட் செயலிலும் அந்த ஸ்தல சரித்திரத்திலும் இக்கவியரசரது மனம் ஈடுபட்டது. ஆதலின் ஏதேனும் ஒரு பிரபந்தம் திருவிடைமருதூர் விஷயமாகச் செய்யவேண்டுமென்ற விருப்பம் இவருக்கு உண்டாயிற்று. அது தெரிந்த பலர், "தங்கள் வாக்கினால் இத்தலத்திற்கு ஒருலாச் செய்யவேண்டும்" என்று கேட்டுக்கொண்டனர். இவர் மேற்கூறிய புராணத்திலும், முன்பு ஞானக்கூத்தரால் அத்தலத்திற்குச் செய்யபட்டிருந்த பழைய புராணத்திலும், தேவாரத் திருமுறைகளிலும், திருவாசகத்திலும், பட்டினத்துப் பிள்ளையார் இயற்றிய மும்மணிக் கோவையிலும் உள்ள தலவரலாறுகளை யெல்லாம் அறிந்து உலாவைப் பாட ஆரம்பித்து அரிவைப் பருவம் வரையிற் செய்து வைத்தனர்.

பின்பு தஞ்சாவூருக்கு இவர் ஒருமுறை போயிருந்தபொழுது உடன் சென்றிருந்த முத்துசாமி பிள்ளை என்பவரால் ஞாபகப்படுத்தப்பட்டுக் கரந்தையிலுள்ள திருவாவடுதுறை மடத்தில் இருந்து அவ்வுலாவை நிறைவேற்றி முடித்தார். அந்நூல் பிரமோதூத ௵ (1870) திருவிடைமருதூர்க் கோயிற் சந்நிதியில் அக்கோயிற் கட்டளை விசாரணை செய்துவந்த ஸ்ரீ சிவதாணுத் தம்பிரா னவர்களுடைய முன்னிலையில் அரங்கேற்றப்பெற்றது. அப்போது அங்கே வந்து கேட்டு மகிழ்ந்தவர்கள் ஸ்ரீ ராஜா கனபாடிகள் முதலிய வடமொழி வித்துவான்களும் அவ்வூரிலிருந்த அபிஷிக்த வகையினரைச் சார்ந்த பல பெரியோர்களும் சில மிராசுதார்களும் ஆவர். ஒவ்வொரு நாளும் உலா அரங்கேற்றுகையில் தியாகராச செட்டியார் கும்பகோணத்திலிருந்து வந்து வந்து கேட்டுவிட்டுச் செல்வார்.

அந்த உலாவிலுள்ள கண்ணிகள் 721. அவற்றுட் சில வருமாறு:

சிவபெருமான்

(கலிவெண்பா)

சொல்லமுதைப் பாகுவந்து தோயவைத்தோன் கைப்பகழி
வில்லமர்பூ நாரிதனை மேவவைத்தோன் – அல்லற்
சிறுவிதியா கத்திற் றினகரற்கு முன்னம்
குறுகியிருள் கூடவைத்த கோமான். (11–2)

[சொல்லமுது – கலைமகள். பாகு – பாகன்; என்றது பிரமதேவனை; சொல்லப்படுகிற அமிர்தத்தைத் தேம்பாகு வந்து தோயவென்பது மற்றொரு பொருள். கைப்பகழி – திருமால். வில் அமர் பூ நாரி – ஒளி அமர்ந்த பூவிலுள்ள பெண்ணாகிய திருமகள்; வில்லிற்பூட்டிய நாணினை அம்பு மேவ வென்பது மற்றொரு பொருள். சிறுவிதி – தக்கன். கண்ணைப் பறித்தமையால் சூரியனுக்கு முன்னே இருள் கூடியது.]

* ஸ்ரீ மீனாட்சிசுந்தரம் பிள்ளை யவர்கள் பிரபந்தத் திரட்டு, 1705–6

உடன் வருவோர்கள்

நயங்குல வின்ப நறும்பலம்பெற் றுய்ய
வயங்கு மொருகோட்டு மாவும் – சயங்கொள்சத
கோடி யரசின் குலந்தழைய வெம்பகையைத்
தேடியவோர் வேல்கொள் செழுங்குருந்தும்

ஆய்மனைசெந் தாமரையே யாக வுறைவாளைத்
தாய்மனை யென்றழைக்கத் தக்கோனும் – தூயவையை
நீரு நெருப்பு நிரம்பு தமிழ்ப்பெருமை
ஓரும் படியருள்கொ ளொண்மழவும் – தீராத்துன்
பாய கடலமண ராழ வரையொடலை
மேய கடன்மிதந்த வித்தகனும்

கைச்சிலம்பின் றோலுடைத்தன் காற்சிலம்பி னோசைசெவி
வைச்சிலம்பி னுண்டுய்ந்த வானவனும் – பச்சுமைகை
ஆய்நீர் கரந்த வரியமுடி மேல்வழிய
வாய்நீர் பொழியன்பு மாமுகிலும் (198–209)

[பலம் – பயன்; பழமென்பது மற்றொரு பொருள். ஒரு கோட்டுமா – ஒரு கொம்பையுடைய விநாயகர், ஒரு கிளையையுடைய மாமரம். சத கோடி – வச்சிராயுதம். அரசு – இந்திரன். குருந்து – முருகவேள். இப்பகுதியில் மரங்களின் பெயர்கள் தொனிக்கின்றன. தக்கோன் – ஐயனார். மழவு – சம்பந்தமூர்த்தி நாயனார். கைச்சிலம்பின் – யானையின். வைச்சு இல்லத்தில். வானவன் – சேரமான் பெருமாணாயனார். உமை கை நீர் – கங்கை. முகில் – கண்ணப்ப நாயனார்.]

தோழிமார் கூற்று

நீயருகு மேவுவையே னீடுலகி னாகமெலாம்
போயவர்பூ ணாகிப் பொலியுமே – தூயமன
மானக்கஞ் சாறர் மகள்கோதை யன்றிமற்றோர்
தேனக்க கோதைகளுஞ் சென்றேறி – மேனக்க
பஞ்சவடி யாமே பரவொருத்தர் கல்லன்றி
விஞ்சவெவர் கற்களுமெய் மேவுமே – துஞ்சும்
இருவ ரெலும்பன்றி யெல்லா ரெலும்பும்
பொருவரிய மேனி புகுமே – மருவுசிலை
வேடனெச்சி லல்லாது வெங்கா னுழலுமற்றை
வேடரெச்சி லும்முணவாய் மேவுமே – நாடுமறை
நாறும் பரிகலம்போன் ஞாலத்தார் மண்டையெலாம்
நாறும் பரிகலமா நண்ணுமே – தேறுமொரு
மான்மோ கினியாய் மணந்ததுபோன் மற்றையரும்
மான்மோ கினியாய் மணப்பரே – நான்மறைசொல்
வல்லா னவனையன்றி மாலா தியபசுக்கள்
எல்லாம் பிரம மெனப்படுமே – வல்லார்
திருவருட்பா வோடுலகிற் சேர்பசுக்கள் பாவும்
திருவருட்பா வென்னச் செலுமே – பொருவா
வரமணிமா டத்தா வடுதுறைவா ழுஞ்சுப்
பிரமணிய தேசிகன்போற் பேண – உரனமையா
எல்லாரு மெய்க்குரவ ரென்று வருவாரே
நல்லாயென் சொன்னாய் நகையன்றோ. (410–420)

[ஏகநாயகரைத் தரிசித்து, “உமாதேவியாரைப் போல என்னையும் இவரருகே இருக்கச்செய்யுங்கள்” என்ற பெதும்பையை நோக்கித் தோழியர் கூறும் கூற்று இது.]

உலாவை அரங்கேற்றி வருகையில் அதன் அருமையை அறிந்து பலர் பாராட்டினார்கள். அங்கிருந்தவர்களிற் சிலர் பொறாமையால் புறம்பே இவரைத் தூஷித்து வந்தனர். அதையறிந்த தியாகராச செட்டியார் ஒவ்வொரு நாளும் உலா அரங்கேற்றப்பட்ட பின்னர் அங்கே வந்திருந்தவர்களை நோக்கி, "இதில் எவருக்கேனும் ஏதாவது ஆட்சேபமுண்டா? இருந்தால் நான் சமாதானம் கூறுவேன்" என்று சொல்லுவது வழக்கம். ஒருவரும் ஆட்சேபிக்கவில்லை.

அப்பால் அந்நூல் அரங்கேற்றி நிறைவெய்தியது. யாவரும் அந்நூலை மிகவும் பாராட்டி, "இதனைப் போல வேறொருலாவைக் கண்டதுமில்லை, கேட்டது மில்லை" என்று சொல்லி இவருக்கு நல்ல சம்மானம் செய்தார்கள்.

*ஸ்ரீ ஆதிகுமரகுருபர ஸ்வாமிகள் சரித்திரம்

திருப்பனந்தாளிலுள்ள ஸ்ரீகாசிமடத்துத் தலைவராகவிருந்த ஸ்ரீ காசிவாசி இராமலிங்கத் தம்பிரானவர்களுக்கும் இவருக்கும் மிக்க பழக்கம் உண்டு. இவரைக்கொண்டு ஆதிகுமரகுருபர ஸ்வாமிகள் சரித்திரத்தைக் காப்பியச் சுவைபடச் செய்விக்க வேண்டுமென்னும் எண்ணம் அவருக்கு இருந்தது.

ஒரு தினம் இவருடன் சம்பாஷணை செய்துகொண்டிருந்தபொழுது அந்தச் சரித்திரத்தைச் செய்யவேண்டுமென்றும் அதில் இன்ன இன்ன பாகங்களை இன்ன இன்னவிதமாகப் பாடவேண்டுமென்றும் அவர் வற்புறுத்திச் சொன்னார். அவர் சொல்லியவற்றிற் சில இவருக்கு உடன்பாடாக இராவிட்டாலும் மறுத்தற்கு அஞ்சி அவர் விரும்பியவாறே அந்நூலைச் செய்து நிறைவேற்றினார்.

அதில் ஸ்ரீ குமரகுருபர ஸ்வாமிகளுடைய இளமைப் பருவ வருணனையும், ஸ்தல யாத்திரையும், திருச்செந்தூராண்டவன் அருளிச்செயலும் பிறவும் மிக நன்றாக அமைக்கப்பெற்றுள்ளன.

அந்நூலிலுள்ள பாடல் 338. அவற்றுட் சில வருமாறு:

பாண்டிநாட்டு வளம்

(தரவு கொச்சக்கலிப்பா)

சாலெலாம் வெண்டரளந் தளையெலாஞ் செஞ்சாலி
காலெலாங் கருங்குவளை காவெலாங் கனிச்சாறு
பாலெலாங் கழைக்கரும்பு பாங்கெலா மிகத்திருந்தி
நூலெலா நனிவிதந்து நுவல்வளத்த தந்நாடு. (9)

ஸ்ரீ வைகுண்ட நகரம்

ஆய்ந்தபுகழ்ப் போர்வையுடை யத்திருநாட் டினுக்கழகு
தோய்ந்ததிரு முகமென்னத் துலங்குநக ரொன்றதுதான்
ஏய்ந்தபெருஞ் சைவர்குழாந் திருக்கயிலை யென்றிசைப்ப
வாய்ந்தவயி ணவர்கடிரு வைகுண்ட மெனுநகரம். (12)

---

* ஸ்ரீ மீனாட்சிசுந்தரம் பிள்ளை யவர்கள் பிரபந்தத்திரட்டு, 3409–3750

செந்திலாண்டவன் இலை விபூதியின் சிறப்பு

விருத்தம்

இலையமில் குமர வேண்முன் வணங்குவார்க் கென்றுந் துன்பம்
இலையடு பகைசற் றேனு மிலைபடு பிணிநி ரப்பும்
இலையளற் றுழன்று வீழ்த லிலைபல பவத்துச் சார்பும்
இலையென விலைவி பூதி யெடுத்தெடுத் துதவல் கண்டார். (44)

[இலையம் = லயம் – அழிவு. நிரப்பு – வறுமை. அளது – நரகம்.]

சுந்தர நாயுடு

தரங்கம்பாடியில் நீதிபதியாக இருந்த சுந்தர நாயுடு என்பவர் தம் ஊருக்குப் போகும்பொழுது ஒவ்வொரு வருஷத்திலும் திருவாவடுதுறைக்கு வந்து தங்கி ஸ்ரீ சுப்பிரமணிய தேசிகரைத் தரிசித்துச் சில தினங்கள் இருந்து சம்பாஷித்துவிட்டுச் செல்வார். அவர் வைஷ்ணவத்திற் பற்றுடையவர். தெலுங்கு மொழியிற் செய்யுள்இயற்றும் வன்மை அவருக்கு உண்டு. ஒருமுறை வழக்கப்படி அவர் திருவாவடுதுறை மடத்திற்கு வந்திருந்தபொழுது தாம் இயற்றிய தெலுங்குப் பத்தியங்களைச் சொல்லிப் பிரசங்கித்துக் கொண்டிருந்தார். உடனிருந்த பிள்ளை யவர்கள் ஸ்ரீ சுப்பிரமணிய தேசிகருடைய குறிப்பையறிந்து உடனே அவர் விஷயமாக,

விருத்தம்

தூமேவு பாகவத சிரோமணியாஞ் சுந்தரப்பேர்த் தோன்றால் நீபின்
பூமேவு மால்பதத்துச் சூரிகளோ டிருத்தறனைப் புலப்ப டுத்தற்
கேமேவு தரங்கையிடைச் சூரிகளோ டவையினில்வீற் றிருக்கப் பெற்றாய்
மாமேவு நினதன்புஞ் சீர்த்தியுமீண் டெடுத்துரைக்க வல்லார் யாரே

[சூரிகள் – நித்திய சூரிகள், ஜூரியங்கத்தினர்கள்.]

என்னும் செய்யுளைக் கூறிப் பாராட்டினார். அந்தச் செய்யுளை இவர் விரைவில் இயற்றியதையும், அதில் தம்முடைய உத்தியோகச் செய்தியும் நித்திய சூரிகளைப் பற்றிய செய்தியும் சிலேடையாக அமைந்திருப்பதையும் அறிந்த சுந்தர நாயுடு இவருடைய கவித்துவத்தை வியந்து புகழ்ந்து சென்றனர்.

கல்லிடைக்குறிச்சி போய்வந்தது

ஸ்ரீ சுப்பிரமணிய தேசிகர் பெரிய பட்டத்திற்கு வந்த பின்பு முன்னமே நிச்சயித்திருந்தபடி இவரிடம் படித்துவந்த முற்கூறிய ஸ்ரீ நமச்சிவாயத் தம்பிரா னவர்களுக்கு அபிஷேகம் செய்வித்து நமச்சிவாய தேசிகரென்ற பெயருடன் சின்னப்பட்டம் அளித்தனர்; பின்பு வழக்கப்படி கல்லிடைக்குறிச்சி மடத்திற்கு அவரை அனுப்பினார். ஸ்ரீநமச்சிவாய தேசிகர் விரும்பியபடி அவருடன் கல்லிடைக்குறிச்சிக்கு இப்புலவர் பெருமானும் சென்றனர். அங்கே சிலநாள் இருந்து அவரை மகிழ்வித்து அவரால் உபசரிக்கப்பெற்று மீண்டும் திருவாவடுதுறை வந்து சேர்ந்தார். அப்பால் அங்கே ஸ்ரீ சுப்பிரமணிய தேசிகருடைய அவையை அலங்கரித்து வந்தனர்.

கல்லிடைக்குறிச்சி மடம் – இன்றையத் தோற்றம்

மாயூரவாசம்

தாம் புதிதாக மாயூரத்தில் வாங்கிச் செப்பஞ் செய்திருந்த வீட்டில் வசிக்கவேண்டுமென்ற விருப்பம் இவருக்கு அப்போது உண்டாயிற்று. ஆதலின் ஸ்ரீ சுப்பிரமணிய தேசிகருடைய அனுமதி பெற்றுக்கொண்டு மாயூரம் சென்று அவ்வாறே இருந்து வருவாராயினர்.

மாயூரம் சிறந்த சிவஸ்தல மாதலாலும் கல்விமான்களாகிய பல பிரபுக்களும் தமிழபிமானிகளும் வித்துவான்களும் நிறைந்திருந்த நகரமாதலாலும் இவருக்கு அவ்வூர் வாழ்க்கை ஏற்றதாகவும் உவப்புள்ளதாகவும் இருந்தது. அங்கே இருந்துகொண்டு அடிக்கடி திருவாவடுதுறை சென்று ஸ்ரீ சுப்பிரமணிய தேசிகரைத் தரிசித்துச் சில நாள் அங்கே இருந்துவிட்டு வருவார்.

இவருடைய வீடு ஒரு கலைமகள் நிலயமாகத் திகழ்ந்தது. பல மாணாக்கர்களுக்குப் பாடஞ்சொல்வதும், தம்மைப் பார்க்கவந்த பிரபுக்களிடம் தமிழ் நூல்களிலுள்ள அருமையான செய்திகளைக் கூறி மகிழ்வித்தலும், புதிய செய்யுட்களை இயற்றுதலும் ஆகிய தமிழ்த் தெய்வ வழிபாடுகளை காலை முதல் இரவு நெடுநேரம் வரையில் இவருடைய வேலையாக இருந்தன. எதை மறந்தாலும் தமிழை மறவாத பெருங்கவிஞராகிய இவர் இங்ஙனம் தமிழறிவை வரையாமல் வழங்கிவரும் வண்மையைப் புகழாதவர் அக்காலத்து ஒருவரும் இல்லை. தமிழை நினைக்கும் பொழுதெல்லாம் இக்கவிஞர் கோமானையும்

உடனினைத்துப் புகழ்தலைத் தமிழ் நாட்டினர் மேற்கொண்டனர். அவர்களுள்ளும் சோழநாட்டார் தங்கள் 'சோறுடைய சோணாடு' தமிழளிக்கும் சோணடாகவும் இப்புலவர்பிரானால் ஆனமையை எண்ணி எண்ணி மகிழ்ந்து வந்தனர். அச் சோழநாட்டுள்ளும் மாயூரத்தைச் சார்ந்த பிரதேசத்திலுள்ளவர்கள் தமிழ்த் தெய்வமே ஓர் அவதாரம் ஆகித் தங்களை உய்விக்க வந்திருப்பதாக எண்ணிப் போற்றிவரலாயினர். தமிழ்ப் பயிற்சி இல்லாதவர்கள்கூட இப்புலவர் சிகாமணியைப் பார்த்தல் ஒன்றே பெரும்பயனென்று எண்ணி வந்து வந்து இவரைக் கண்டு களித்துச் செல்வார்கள். இங்ஙனம் இப்பெரியாருடைய புகழ் தமிழ் மணக்கும் இடங்களிலெல்லாம் பரவி விளங்கியது.

(முதற்பாகம் முற்றிற்று)

திரிசிரபுரம் மகாவித்துவான்
ஸ்ரீ மீனாட்சிசுந்தரம் பிள்ளையவர்கள் சரித்திரம்

(இரண்டாம் பாகம்)

25

என்னை ஏற்றுக்கொண்டது

எனது இளமைக் கல்வி

என்னுடைய இளமைக் காலந்தொடங்கி எனக்குத் தமிழ் படிக்க வேண்டுமென்ற விருப்பமே மிகுதியாக இருந்து வந்தது. என் தந்தையாரே எனக்கு முதலில் தமிழாசிரியராக இருந்து நிகண்டு சதகம் முதலிய கருவி நூல்களைக் கற்பித்து வந்தனர். பின்பு அரியிலூர்ச் சடகோபையங்கார் முதலிய சில வித்துவான்களிடத்திற் கற்றுக்கொள்ளவுஞ் செய்வித்தனர். சில தமிழ்ப் பிரபந்தங்களையும் இலக்கணங்களையும் நான் அந்த வித்துவான்கள்பால் முறையே கற்றுக்கொண்டேன். பின்பு செங்கண மென்னும் ஊரிலிருந்த விருத்தாசல ரெட்டியாரென்ற கனவானிடம் பாடங்கேட்கத் தொடங்கினேன். அவர் பல நூல்களிலிருந்து அநேக விஷயங்களை அப்பொழுதப்பொழுது சொல்லிவந்தார். அதனால் நான் தமிழ் நூல்களின் பரப்பை அறிந்துகொண்டதன்றி மேலும் மேலும் பல நூல்களிற் பயிலவேண்டு மென்னும் விருப்பத்தை அதிகமாகக் கொண்டேன். அதனைக் கண்ட அவர், "என்னாற் சொல்லக்கூடிய நூல்களை யெல்லாம் நான் சொல்லிவிட்டேன். இனி என்னாற் பாடஞ்சொல்ல இயலாது. திருவாவடுதுறை யாதீன வித்துவானாக விளங்கிவரும் திரிசிரபுரம் மகாவித்துவான் மீனாட்சிசுந்தரம் பிள்ளை யவர்களிடம் உங்கள் குமாரரை அழைத்துச் சென்றால் பல தமிழ் நூல்களை நன்றாகக் கற்று விருத்தியடைதற்கு அனுகூலமாகும்" என்று என் தகப்பனாரிடம் அடிக்கடி சொல்லி வந்தார். முன்பே பிள்ளை யவர்களைப்பற்றிப் பலர் வாயிலாகக் கேள்வியுற்று, 'அப்புலவர்பிரானிடம் படிக்குங் காலம் எப்போது கிட்டுமோ!' என்று எதிர்பார்த்துக் கொண்டிருந்த என்னுடைய விருப்பத்தை முற்றுவித்தற்கு

அவர் சொல்லிய வார்த்தை மிகவும் உபயோகமாக இருந்தது. என் பிதாவும் அவ்வாறே செய்விக்கவேண்டுமென்று எண்ணி அதற்குரிய முயற்சியுடனிருந்தார். அப்போது எனக்குப் பிராயம் 17.

நான் பிள்ளையவர்களைக் கண்டது

இறைவன் திருவருள் கூட்டினமையால் என் தந்தையாரின் முயற்சியும் எனது விருப்பமும் பயன்பெறும் காலம் வந்து வாய்த்தது. பிரஜோற்பத்தி வருஷம் சித்திரை மாத முதலில் (1871 ஏப்ரலில்) என்னை உடனழைத்துக்கொண்டு தந்தையார் மாயூரம் சென்று நல்ல நாளொன்றன் பிற்பகலில் பிள்ளை யவர்களுடைய வீட்டிற்குப் போனார். அப்பொழுது அவ்வீட்டின் முதற்கட்டில் குற்றாலம் (திருத்துருத்தி) தியாகராச முதலியா ரென்பவரும் சிவசின்னந் தரித்த வேறொருவரும் இருந்தார்கள்.

சிவசின்னந் தரித்துக்கொண்டிருந்தவரையே பிள்ளை யவர்களாக என் தந்தையார் பாவித்து, “இவர்கள்தாம் மகாவித்துவான் பிள்ளை யவர்களோ?” என்று அம்முதலியாரை மெல்ல வினாவினார். முதலியார், “அல்ல; இவர்கள் திருவாவடுதுறை மகாலிங்கம் பிள்ளை யவர்கள்” என்றார். மகாலிங்கமென்ற சப்தத்தைக் கேட்டவுடன் என் தந்தையார் மகிழ்ச்சியுற்று, ‘நாம் வந்த காரியம் நிறைவேறுவதற்குரிய நற்சகுனமாகுமிது’ என்று நினைத்தனர். அப்பால், “மகாவித்துவான் பிள்ளை யவர்கள் எங்கே இருக்கிறார்கள்?” என்று முதலியாரைக் கேட்கவே அவர், “இந்த வீட்டின் பின்புறத்திலுள்ள தோட்டத்தில் வேலை நடப்பதால் அதைக் கவனித்துக்கொண்டு அங்கே இருக்கிறார்கள்” என்று விடையளித்தார். உடனே தந்தையார் மகாலிங்கம் பிள்ளையைப் பார்த்து, “திருவாவடுதுறைக் கந்தசாமிக் கவிராயரை உங்களுக்குத் தெரியுமா? அவர் சௌக்கியமாக இருக்கிறாரா?” என்று கேட்டனர். “அவரை நான் நன்றாக அறிவேன். சில தினங்களுக்கு முன்புதான் அவர் சிவபதம் அடைந்தார்” என்று அவர் சொன்னார். கவிராயர் தம்முடைய நண்பராதலாலும் அவரிடமாவது சிலகாலம் என்னை வைத்துப் படிப்பிக்க வேண்டுமென்று முன்னம் எண்ணியிருந்தமையாலும் என் தந்தையாருக்கு அவர் இறந்த செய்தியைக் கேட்டபோது மிக்க வருத்தமுண்டாயிற்று. சிறிது நேரம் மௌனமாக இருந்துவிட்டுப்

உ.வே. சாமிநாதையர்

பின்பு அவருடைய குணவிசேடத்தைப் பற்றிப் பாராட்டி இருவரும் பேசிக்கொண்டே இருந்தார்கள். அப்பொழுது அங்கே பிள்ளை யவர்களுடைய தவசிப்பிள்ளை ஒருவர் வரவே அவரைப் பார்த்து என் தந்தையார், "எங்களுடைய வரவைப் பிள்ளை யவர்களுக்குத் தெரிவியுங்கள்" என்று கேட்டுக்கொண்டனர். அவர் சென்று தெரிவித்தவுடன் பிள்ளை யவர்கள் நாங்கள் இருந்த இடத்துக்கு வந்தார்கள்.

நெடுநாளாக இப்புலவர் பெருமானைக் காணவேண்டுமென்ற ஆவல் மிகுதியாக இருந்துவந்தமையால் இவரைக் கண்டவுடன் என்னை யறியாமலே ஒருவகை மகிழ்ச்சியும் அன்புணர்ச்சியும் உண்டாயின. இவருடைய தோற்றப் பொலிவும் முகமலர்ச்சியும் என்னுள்ளத்தைக் கவர்ந்தன. 'இவரைப் பார்த்தல் கூடுமோ கூடாதோ!' என்று ஏங்கியிருந்த எனக்கு அந்தச் சமயத்தில் உண்டான இன்பத்திற்கு எல்லையில்லை. இவர் முகத்தையே பார்த்துக்கொண்டிருந்தேன். தந்தையாரும் மகிழ்ச்சியுற்றனர்.

வந்த புலவர்பிரான் நின்றுகொண்டிருந்த எங்களையும் பிறரையும் இருக்கச் செய்துவிட்டுத் தாமும் இருந்து எங்களைப் பார்த்து, "நீங்கள் யார்? வந்த காரியம் என்ன?" என்று அன்புடன் விசாரித்தனர். என் பிதா, "நாங்கள் இருப்பது பாபநாசத்தைச் சார்ந்த உத்தமதானபுர மென்பது; தங்களிடத்தில்தான் வந்தோம். இவன் என்னுடைய குமாரன்; என்னிடம் முதலில் சிலகாலம் ஸங்கீதத்தை அப்பியசித்து வந்தான். அப்பால் நிகண்டு சதகம் முதலியவற்றைக் கற்றுவந்தான். தமிழ்ப் பாஷையிலேயே மிக்க பிரீதியுள்ளவனாக இருக்கிறான்; சில நூல்களை வித்துவான்கள் சிலரிடமிருந்து முறையே பாடங்கேட்டிருக்கிறான்; அந்த வித்துவான்களுக்கும் எனக்கும் தங்களிடத்திலேயே இவனைச் சேர்ப்பித்துப் படிப்பிக்க வேண்டுமென்ற விருப்பம் மிகுதியாக இருக்கிறது. இவனுக்கும் அப்படியே இருந்துவருகிறது. ஸம்ஸ்கிருதம், இங்கிலீஷ் முதலிய பாஷைகளில் இவனுக்குச் சிறிதும் மனம் செல்லவில்லை. ஆதலால் இவனுடைய விருப்பத்தையும் என்னுடைய ஆவலையும் தயைசெய்து தாங்களே தணிக்க வேண்டும். எப்பொழுதும் இவன் தங்கள் ஞாபகமாகவே இருந்து வருகிறான். தங்களிடம் இவனைக் கொண்டுவந்து சேர்ப்பித்தலையன்றி நான் செய்யக்கூடியது வேறொன்றும் இல்லை. தங்கள் சமுகத்திற் சேர்ப்பித்தமையால் இவன் விஷயமாக இருந்த என்னுடைய கவலை அடியோடு நீங்கிவிட்டது. இப்படி நேர்ந்ததற்குக் காரணம் *ஸ்ரீ மீனாட்சிசுந்தரேச ருடைய திருவருளே. இவனைத் தயைசெய்து அங்கீகரிக்கும்படி கேட்டுக்கொள்ளுகிறேன்" என்றார்.

இவர் என் தந்தையாரைப் பார்த்து, "உங்கள் பெயரென்ன?" என்று கேட்டார். அவர், "வேங்கடஸுப்பன் என்று சொல்வார்கள்" என்றார். உடனே இவர் உடனிருப்பவர்களை நோக்கி, "இப்பெயர் திருவேங்கடமலையில் முருகக் கடவுள் எழுந்தருளி யிருத்தலையும் அது முருகக் கடவுளுக்குரிய ஸ்தலங்களுள் ஒன்றென்பதையும் புலப்படுத்துகின்றதன்றோ? ஸுப்பனென்பது சுப்பிரமணிய னென்பதன் மருஉத்தானே" என்று சொன்னார்; அவர்களும் "ஆம்" என்றார்கள். நான்,

* மீனாட்சிசுந்தரேச ரென்பது என் தந்தையாருடைய பூஜையில் எழுந்தருளியிருக்கும் சிவலிங்கப் பெருமானது திருநாமம்.

வேங்கடசுப்பையர்

'சாதாரணமாகப் பேசும்பொழுதே இத்தகைய அருமையான விஷயம் இவர்கள் வாக்கிலிருந்து வருகிறதே. இனி இவர்களிடத்தில் நன்றாகப் பழகினால் எவ்வளவோ விஷயங்களைத் தெரிந்து கொள்ளலாமே' என்று நினைத்தேன். அப்பால் என்னைப் பார்த்து, "முன்பு யார் யாரிடத்தில் என்ன என்ன நூல்களைப் பாடங் கேட்டிருக்கிறீர்?" என்று கேட்டார். "முதலில் தந்தையாரிடத்தும் சிறிய தகப்பனாரிடத்தும் சங்கீதத்தை முறையே கற்றுவந்தேன். அதனோடு *சூடாமணி நிகண்டி*ன் பன்னிரண்டு தொகுதியும், *மணவாள நாராயண சதக* முதலிய சில சதகங்களும், *இரத்தின சபாபதிமாலை* முதலிய சில மாலைகளும், *நன்னூல்* மூலமும் மனனம்செய்து நாள்தோறும் முறையே தந்தையாரிடம் ஒப்பித்துவந்தேன்.

அப்பால் பாபநாசம் பிரதம பாடசாலையில் உபாத்தியாயராக இருந்த *இராகவைய ரென்பவரிடம் முதலில் மகாலிங்கைய ரிலக்கணமும் பின்பு *நன்னூற் காண்டிகையுரை*யில் முதல் இரண்டு இயல்களும் கேட்டேன்; பின்பு அரியிலூர் ஜமீன் பரம்பரை வித்துவானாகிய சடகோப ஐயங்கா ரென்பவரிடத்துத் *திருவேங்கடமாலை* முதலிய சில பிரபந்தங்களுக்குப் பொருள் கேட்டேன்; அவ்வூருக்கு வடபாலுள்ள குன்றம் (குன்னம்) என்னு மூரிலுள்ள சிதம்பரம் பிள்ளை யென்பவரிடத்துத் *திருவிளையாடற் புராணத்*திலும் *நைடதத்*திலும் சில சில படலங்களுக்குப் பொருளும், அவ்வூருக்கு அப்பாலதாகிய காருகுடி யென்னு மூரிலுள்ள கஸ்தூரி ஐயங்கா ரென்பவரிடம் நன்னூற் காண்டிகையுரையில் எஞ்சிய பாகமும், அவ்வூரிலுள்ள ஸாமி ஐயங்காரிடத்துக் *கம்பராமாயணத்*திற் சுந்தர காண்டத்திற்குப் பொருளும் கேட்டேன்; பெரும்புலியூரைச் சார்ந்த செங்கண மென்னும் ஊரிலுள்ள சின்னப் பண்ணையாராகிய விருத்தாசல ரெட்டியா ரென்பவரிடம் *காரிகை*, *தண்டியலங்கார*ங்களின் உரையும் *நவநீதப்பாட்டியல்* முதலிய பொருத்த இலக்கணங்களும் வேறு சில நூல்களும் பாடங்கேட்டதுண்டு; ரெட்டியாராலேதான் எனக்குத் தமிழில் விருப்பம் அதிகமாயிற்று. அவரிடம் காரிகைப் பாடம் மிகச் செவ்வையாக நடந்தது; இடையிடையே சந்தித்த வித்துவான்களிடத்துச் சில பிரபந்தங்களிற் சில சில பாகங்களும் பல தனிப்பாடல்களும் பொருளுடன் கேட்டுச் சிந்தித்திருக்கிறேன்" என்றேன்.

---

* இவர் மதுரைக் காலேஜில் தமிழ்ப் பண்டிதராக இருந்து பிற்காலத்தில் ஸன்னியாசம் வாங்கிக்கொண்டார்; ஆந்திரர்.

பிறகு இவர் என் தகப்பனாரைப் பார்த்து, "இசையில் எந்தமட்டும் பயிற்சி பண்ணிவைத்திருக்கிறீர்கள்?" என்றார். அதற்குத் தந்தையார், "முறையாகவே இவன் கற்றிருக்கிறான்; அதன் அடிப்படைகள் எல்லாம் செவ்வையாக இவனுக்கு ஆகியிருக்கின்றன; ஸரளி, வரிசை, அலங்காரம், கீதங்கள், வர்ணங்கள் ஆகிய இவைகளில் இவன் நல்ல பயிற்சி யடைந்திருப்பதுடன் கனம் கிருஷ்ணையர் முதலிய ஸங்கீத வித்துவான்களிற் சிலரியற்றிய சில கீர்த்தனங்களும் இவனுக்குப் பாடமுண்டு" என்றார். பின்பு தந்தையாரை நோக்கி இவர், "நீங்கள் யாரிடத்தே இசையைக் கற்றுக்கொண்டீர்கள்?" என்று விசாரித்தார். அவர், "உடையார்பாளையம் ஸமஸ்தானத்தில் ஸங்கீத வித்துவானாக இருந்த கனம் கிருஷ்ணைய ரென்பவர் என்னுடைய அம்மான் பாட்டனார்; பன்னிரண்டு வருஷம் பணிவிடை செய்து கொண்டேயிருந்து அவரிடம் ஸங்கீதத்தை முறையே கற்றுக்கொண்டதன்றி அவரும் பிறரும் இயற்றிய சில கீர்த்தனங்களையும் பாடம் பண்ணிக் கொண்டேன்." என்றார். பின்பு இவர், "இவ்வூரிலுள்ள முடிகொண்டான் கோபாலகிருஷ்ண பாரதியாரை அறிவீர்களா?" என்று வினவவே என் தந்தையார், "அவர் எனக்கு முக்கியமான நண்பர்" என்றார்.

என்னைப் பரீட்சித்தது

அப்பால் இவர் என்னைப் பார்த்து, "நைடதத்தில் ஏதேனும் ஒரு பாடலை இசையுடன் சொல்லும்" என்றார். அவ்வாறு கேட்டவுடன் இவர்முன் எவ்வாறு சொல்வது என்று முதலில் அஞ்சினேன். பின்பு ஒருவாறு துணிந்து அந்நூலிலுள்ள விநாயகர் காப்பைக் கல்யாணி ராகத்தில் மெல்லச் சொன்னேன். சொல்லிவிட்டு இவர் நான் சொல்வதை எவ்வாறு கேட்கிறாரென்று கவனித்தேன். இவருடைய முகத்தில் வெறுப்புக் குறிப்பில்லாமையால் எனக்குக் கொஞ்சம் தைரியம் பிறந்தது. அப்பொழுது இக்கவிஞர்பிரான், "இன்னும் ஒரு பாடலை இசையுடன் சொல்லும்" எனவே, நான் அந்நூலின் சிறப்புப் பாயிரமாகிய "நிலவுபொழி தனிக்கவிகை" என்னும் செய்யுளை ஸாவேரி ராகத்தில் மிக்க விநயத்துடன் சொன்னேன். அந்த இரண்டு செய்யுட்களையும் மறுமுறை சொல்லச்செய்ததுடன் பொருள் சொல்லும்படியும் சொன்னார். சொல்லும்பொழுது நாக்குத் தழுதழுத்தது. அதனை யறிந்து இவர், "அதைரியம் வேண்டாம்; தைரியமாகச் சொல்லலாமே" என்று சொல்லிவிட்டு, "நிகண்டு முதலியவற்றில் உள்ள செய்யுட்களை இப்பொழுது பாராமற் சொல்லக்கூடுமா?" என்று கேட்டார். "கூடும்" என்றேன். ஒருபொருட் பலபெயர்ச் செய்யுட்களிற் சிலவற்றையும் பலபொரு ளொருசொற் பாடல்களிற் சிலவற்றையும் குறிப்பிட்டுக் கேட்டார். மெல்லச் சொன்னேன். பின்பு இவர், "நிகண்டு முதலியவை பாடமாக இருப்பது நல்லதே. இக்காலத்தில் அவற்றை எங்கே நெட்டுருப் பண்ணுகிறார்கள்? அந்த வழக்கமே போய்விட்டது. படிக்கும்படி சொன்னாலும் கேட்கின்றார்களில்லை" என்றார்.

இங்ஙனம் சிலநேரம் அளவளாவிக் கொண்டிருந்த பின்பு தந்தையார், "எப்போது இவன் இங்கே பாடங்கேட்க வரலாம்?" என்று கேட்டார். அதற்கு இவர் சிறிது நேரம் வரையில் யாதொன்றும் சொல்லாமற் சும்மா இருந்தனர்; அப்பால், "படிப்பதற்கு அடிக்கடி சிலர் வந்துகொண்டே

யிருக்கிறார்கள். முறையே படித்தும் வருகிறார்கள். குறிப்பறிந்து மிக்க வணக்கத்துடன் நடக்கிறார்கள். அவர்களுக்குப் பாடஞ்சொல்லி வருவதில் எனக்கும் திருப்தியாகவே யிருக்கிறது. ஆனாலும் சில மாதங்கள் இருந்து சிலவற்றைக் கேட்டபின்பு அவர்களிற் சிலர் தாமே திருப்தியுற்று இங்கே இருப்பவர்களையும் கலைத்துவிட்டுத் திடீரென்று என்னுடைய அனுமதியின்றியே போய்விடுகிறார்கள். வேறு சிலர், ஊர்போய்ச் சில தினங்களில் வருகிறோம்' என்று சொல்லிவிட்டுப் போய் அப்பால் வாராமலே இருந்துவிடுகிறார்கள். அங்ஙனம் போகிறவர்கள், என்னிடம் அநேக நூல்களைப் படித்ததாக வெளியே சொல்லிக்கொண்டு அங்கங்கே யிருந்துவருகிறார்கள். அதில் எனக்குச் சிறிதும் திருப்தியில்லை. சில வருஷங்களேனும் இருந்து முறையாகப் பல நூல்களைப் பாடங்கேட்டு நல்ல பயிற்சியைப் பெற்று அப்பாற் சென்றால் அவர்களுக்கும் எனக்கும் பயனுண்டு. குறைந்த நிலையிலும் நல்ல பயிற்சியையடைகிற காலத்திலும் பிரிந்து விடுகிறார்களே யென்ற வருத்தம் எனக்கு இடைவிடாமல் இருந்துவருகிறது. நூதனமாக வருபவர்களுக்கு ஆரம்பப் பாடம் முதலியவற்றை அடிக்கடி சொல்லிவருவதனால் எனக்கு மிக்க துன்பமுண்டாகிற தென்பதை நான் சொல்ல வேண்டுவதில்லை; ஆதலால், இவர் சில வருஷங்களாவது இருந்து படித்தால் எனக்குத் திருப்திகரமாக இருக்கும்; இவரும் நல்ல பயனை அடையலாம். சமீபகாலத்தில் தருமபுர மடத்திலிருந்து வந்து சில மாதங்கள் படித்துக்கொண்டிருந்து எனக்கு உவப்பை விளைவித்துவந்த ஆறுமுகத் தம்பிரா னென்பவர் நல்ல சமயத்தில் என்னிடம் சொல்லாமலே போய்விட்டார். அப்படியே பின்பு இராகவாசாரியா ரென்ற ஸ்ரீ வைஷ்ணவர் ஒருவர் சில வருஷம் படித்துக்கொண்டிருந்துவிட்டு நல்ல தருணத்திற் பிரிந்துபோய்விட்டார். திரிசிரபுரத்திலிருந்து நான் இந்தப் பக்கத்திற்கு வந்தபின்பு சீகாழி முதலிய இடங்களிற் சில காலம் படித்துக்கொண்டே யிருந்துவிட்டுப் பிரிந்து சென்றவர்கள் பலர். பின்னும் சில வருஷம் இருந்து படித்துச் சென்றால் அவர்கள் நல்ல பயனை அடையலாமே யென்று நான் அவர்கள் ஞாபகமாகவே இருந்துவருகிறேன். படிக்க வருபவர்களால் அடிக்கடி இப்படிப்பட்ட துன்பம் நேருதலால் நூதனமாக வருபவர்களுக்குப் பாடம் சொல்லுவதில் எனக்கு ஊக்கம் உண்டாகிறதில்லை. வருபவர்களை யோசித்துத்தான் அங்கீகரிக்க வேண்டியிருக்கிறது" என்று சொன்னார்.

இவர் இவ்வாறு சொல்லி வருகையில் இவருடைய சொற்களிற் காணப்படும் அன்பின் தன்மை, 'நம்மை ஏற்றுக்கொள்வார்' என்ற நம்பிக்கையை எனக்கு உண்டாக்கினாலும் பிரிந்துபோன மாணவர்களைப்பற்றிச் சொன்ன வார்த்தைகள், 'நம்மை இவர் ஏற்றுக் கொள்வாரோ மாட்டாரோ' என்ற சந்தேகத்தை எனக்கு விளைவித்தன.

என் தந்தையாரது வேண்டுகோள்

அப்பொழுது தந்தையார், "எவ்வளவு காலம் தாங்கள் படிப்பித்தாலும் ஜாக்கிரதையாக இருந்து பாடங்கேட்க இவன் ஸித்தனாக இருக்கிறான். தங்களுக்குத் தோற்றுகிறபடி எவ்வளவு காலம் வேண்டுமானாலும் வைத்திருந்து இவனைப் படிப்பிக்கலாம். அழைத்துச் செல்லலாமென்று

தாங்கள் சொன்னபின்பே இவனை அழைத்துச் செல்வேன். இதிற் சிறிதும் சந்தேகம்கொள்ள வேண்டாம். இவனைத் தங்கள்பால் அடைக்கலப் பொருளாக ஒப்பித்துவிட்டேன். இவனைப்பற்றி இனி ஒன்றும் சொல்வதற்கு எனக்கு உரிமையில்லை. இதற்குமுன் இவனுக்குப் பாடம் சொல்லிய ஆசிரியர்கள் எல்லோரும், 'பிள்ளை யவர்களிடம் சேர்ப்பித்தால்தான் இவனுடைய குறையும் ஆசையும் தீரும்; சீக்கிரத்தில் அவர்களிடம் கொண்டுபோய் விடுங்கள். இனிச் சும்மாவைத்திருந்தல் தருமமன்று' என்று வற்புறுத்திச் சொன்னமையால்தான் இங்கே அழைத்து வந்தேன். இவ்விஷயத்திற் சிறிதும் ஆலோசனை பண்ணவேண்டாம்" என்று சொல்லிப் பின்னும் என்னை அங்கீகரித்துக்கொள்ளும்படி பலவிதமாகக் கேட்டுக்கொண்டார். அவரைப் பின்பற்றி நானும் விநயத்துடன் இயன்றவரையில் வேண்டிக்கொண்டேன்; எங்கள் கவலையை அறிந்து உடனிருந்தவர்களும் அங்கீகரிக்க வேண்டுமென்று கேட்டுக்கொண்டார்கள்.

மீ: ஆகாராதிகள் விஷயத்தில் இவருக்கு இவ்வூரில் ஏதேனும் சௌகரியமான இடமுண்டா?

தந்தையார்: இல்லை; அதையும் தாங்களே கவனித்துக் கொள்ளவேண்டும். அங்ஙனம் செய்வித்தற்கு எனக்கு இப்பொழுது சௌகரியமில்லை.

மீ: திருவாவடுதுறை, பட்டீச்சுரம் முதலிய இடங்களிலே நான் இருப்பதாயிருந்தால் இவருக்கு என்னால் சௌகரியம் செய்வித்தல் கூடும். இவ்வூரில் மட்டும் அங்ஙனம் செய்வித்தற்கு இயலாது. நீங்களே அதற்கு ஏற்பாடு செய்யவேண்டும். சைவராயிருந்தாலும் வேறு வகையினராக இருந்தாலும் என்னுடைய வீட்டிலேயே உணவளிக்கலாம். இவர் விஷயத்தில் அங்ஙனம் செய்வித்தற்கு இயலவில்லையே யென்று வருத்தமடைகிறேன்.

தந்தையார்: இவ்வூரில் இருக்கும் வரையில் ஆகாராதிகளுடைய செலவுகளுக்கு நானே எப்படியாவது முயன்று பணம் அனுப்பிவிடுகிறேன். எப்பொழுது இவன் இங்கே பாடங்கேட்க வரலாம்? தெரிவிக்க வேண்டுகிறேன்.

மீ: ஒரு நல்ல தினம் பார்த்துக்கொண்டு வந்தால் ஆரம்பிக்கலாம்.

இங்ஙனம் இவர் கூறியது எனக்கு மிக்க ஆறுதலை அளித்தது.

❁

26

நான் பாடங்கேட்கத் தொடங்கியது

மறுநாட் காலையில் நாங்கள் இவரைப் பார்ப்பதற்குச் சென்றோம். அப்பொழுது கல்விமான்கள் சிலர் இவரிடம் வந்திருந்தார்கள். அவர்களில் ஒருவர் ஸ்ரீ ஆறுமுக நாவலருடைய மாணாக்கர். நாவலர் சிதம்பரம் விட்டு யாழ்ப்பாணம் சென்றதையும் யாழ்ப்பாணத்துள்ள பிரபுக்களும் வித்துவான்களும் நாவலரை வரவேற்றுச் செய்த உபசாரங்கள் முதலிய நிகழ்ச்சிகளையும் அவர் விரிவாகச் சொன்னார். மற்றவர்கள் தங்கள் தங்களுக்குத் தெரிந்த வித்துவான்களுடைய சௌக்கியங்களையும் அவர்கள் செய்வனவற்றையும் சொல்ல இவர் கேட்டு மகிழ்ந்தார். அப்பொழுது அநேகம் செய்திகளை யறிந்தேன்.

யாப்பிலக்கணத்தில் என்னைப் பரீட்சித்தது

அன்று பிற்பகலிற் சென்றபொழுது திருநாகைக் காரோணப் புராணத்தை வருவித்து அதை என்பால் அளித்து அதில் நாட்டுப் படலத்திலுள்ள 38ஆம் செய்யுளாகிய "புன்மைசால்" என்பதையும் அடுத்த செய்யுளையும் படிக்கச் சொல்லி அவ்விரண்டிற்கும் பொருள் கூறித் திரும்பச் சொல்லச் சொல்லிக் கேட்டார். ஜாக்கிரதையாகச் சொன்னேன். அவற்றிலுள்ள சொல்முடிபு பொருள்முடிபுகளைக் கேட்டார்; யோசித்துச் சொன்னேன். பின்பு, "வெண்பாக்களைச் சீர்பிரித்து அலகூட்டிச் சொல்வீரா?" என்று, "நல்லாரைக் காண்பதுவு நன்றே நலமிக்க, நல்லார்சொற் கேட்பதுவு நன்றே – நல்லார்", "நெல்லுக் கிறைத்த நீர்வாய்க்கால் வழியோடிப், புல்லுக்கு மாங்கே பொசியுமாம்" என்ற பாடல்களை இவ்வண்ணமே கூறி அலகூட்டச் சொன்னார். இவர் பிரித்துச் சொன்னபடி சொன்னால் தளை கெடுமென்பதை யறிந்து ஜாக்கிரதையாகப் பிரித்துக் காட்டினேன். அதனைக் கேட்டு எனக்கு யாப்பிலக்கணம் கற்பித்த நாட்டாரைப் பாராட்டியதுடன் அவரைப்பற்றிக் கேள்வியுற் றிருப்பதாகவுஞ் சொன்னார்.

பின் ஒருதினம் என் தந்தையார், "இவன் இலக்கணநூற் பாடம் சிறிது சிலரிடத்துக் கேட்டிருந்தாலும் திருப்தியுண்டாகாமையால் முதலில் தாங்கள் ஏதாவது இலக்கண நூலைக் கற்பித்தால் நலமாக இருக்கும். இவனுடைய கருத்து இது" என்று தெரிவித்தனர். "பதினாயிரம் பாடலுக்குக் குறையாமற் பாடங்கேட்ட பின்பே இலக்கண பாடம் தொடங்குதல் நலம். இவருக்கு இப்போது உள்ள இலக்கண அறிவே இலக்கிய பாடங் கேட்டற்குப் போதுமானது. அதைப் பின்பு கவனித்துக் கொள்ளுகிறேன்" என்று இவர் விடையளித்தார்.

நல்ல தினத்திற் பாடங்கேட்க ஆரம்பித்தது

அப்பால் என் தந்தையார் குறிப்பிட்டுச் சொன்னபடி ஒரு நல்ல தினத்திற் சென்றேன். இவர் நைடதத்தை வருவித்து அளித்துச் சில பாடல்களைப் படிக்கச் செய்து அவற்றிற்கு முறையே பொருள்களையும் செய்யுட்களில் அங்கங்கேயுள்ள விசேடக் கருத்துக்களையும் விளங்கச் சொன்னார். அதுவரையிலும் அவ்வண்ணம் கேளாதவ னாகையால் இவருடைய போதனை எனக்கு மிக்க இன்பத்தை விளைவித்தது. பின்பு வினவியபொழுது இவர் சொல்லிய வண்ணமே நான் விடை பகர்ந்தேன். அப்பால், "சில தினங்களில் விரைவாக இதை முடித்து விடலாம். இது முடிந்தவுடன் வேறு புதிய நூலொன்றை ஆரம்பிக்கலாம்" என்று சொல்லிவிட்டு எனக்குப் பாடஞ்சொல்லும்படி அங்கே வந்திருந்த பழைய மாணவ ரொருவருக்குக் கட்டளையிட்டார். அவ்வண்ணமே அவரிடம் அந்நூலை நாள்தோறும் கேட்டு வந்தேன்.

அப்பொழுது இக்கவிஞர் தலைவரிடம் படித்துக்கொண்டிருந்த மாணாக்கர்கள்: காரைக்காற் சவேரிநாத பிள்ளை, கூறைநாட்டுக் கனகசபை ஐயர், அவருடைய சகோதரராகிய சிவப்பிரகாசையர் (இவ்விருவரும் வீரசைவர்கள்) என்பவர்கள். திருமங்கலக்குடி சேஷையங்கார், வல்லம் கந்தசாமி பிள்ளை, மாயூரம் முத்துசாமி பிள்ளை, நாகம்பாடிச் சாமிநாத பிள்ளை, மூவலூர்ச் சாமப் பிள்ளை, திட்டைச் சோமசுந்தரம் பிள்ளை, சீயாலம் சிதம்பரம் பிள்ளை முதலிய பழைய மாணாக்கர்கள் இவரிடம் அடிக்கடி வந்து தமக்குள்ள ஐயங்களைத் தீர்த்துக்கொண்டு போவார்கள்.

என் தந்தையார் விடைபெற்றுச் சென்றது

மாயூரத்தில் இருப்பதற்குச் சௌகரியப்படாமையால் தந்தையார் என்னுடைய உணவுச் செலவு முதலியவற்றிற்கு வேண்டியவற்றைக் கொடுத்து ஏற்பாடு செய்துவிட்டுத் தாம் ஊருக்குப் போவதாக நிச்சயித்து ஒரு நாட் காலையிற் பிள்ளை யவர்களிடம் வந்து, "நான் விடைபெற்றுக் கொள்கிறேன். என்னுடைய பூஜை முதலியவற்றிற்கு இவ்வூர் சௌகரியப்படவில்லை. ஆதலால் இவனைப் பிரிந்து செல்லவேண்டி யிருக்கிறது. தனியே இருந்து வேண்டியவற்றைச் செய்து கொள்ளுவதில் இவனுக்கு வழக்கமில்லை. நானும் இவன் தாயும் இதுவரையில் இவனைப் பிரிந்து இருந்ததில்லை; தயைசெய்து இவனை ஜாக்கிரதையாகப் பார்த்துக் கொள்ளவேண்டுமென்று தெரிவித்துக் கொள்ளுகிறேன்" என்று சொன்னார்; சொல்லும்பொழுது அவருக்குக் கண்ணீர் பெருகியது. அதைக் கண்ட இப் புலவர்கோமான்

அவருடைய அன்பின் மிகுதியையும் பிரிவாற்றாமையையும் கண்டு மனமிரங்கி, "ஐயா, இவருடைய பாதுகாப்பைக் குறித்து நீங்கள் சிறிதும் கவலைப்பட வேண்டாம். தைரியமாக ஊருக்குப்போய் உங்களுடைய பூஜை முதலியவற்றை நடத்திக்கொண்டு சுகமாக இருங்கள். பார்க்க விரும்பியபொழுது இவரை உங்கள்பால் அனுப்பி வருவித்துக் கொள்ளுவேன். அவகாசமுள்ள காலங்களில் நீங்களும் வந்து பார்த்துவிட்டுப் போகலாம்" என்று அன்புடன் விடையளித்தார். இவர் அங்ஙனம் கூறிய வார்த்தைகள் எனக்கு அமுதம் போன்றிருந்தன. இவர் 'பாதுகாப்பு' என்று கூறிய சொல் இன்னும் என் காதில் ஒலித்துக்கொண்டே யிருக்கிறது. அப்பால் தந்தையார் ஊருக்குப் புறப்பட்டார். புறப்படுவதற்குமுன் ஒரு நாள் என்னை மாயூரத்திலிருந்த கோபாலகிருஷ்ண பாரதியாரிடம் அழைத்துச் சென்று பிள்ளை யவர்களிடம் தமிழ் கற்க என்னைச் சேர்ப்பித்திருத்தலைச் சொல்லி எனக்கு ஸங்கீதத்திலும் பழக்கமிருப்பதால் அவகாசமுள்ள காலங்களில் ஸங்கீதத்தில் பயில்விக்க வேண்டுமென்று கேட்டுக்கொண்டார். அவரும் அதற்கு உடன்பட்டார்.

எனக்கிருந்த குறை

எனக்குப் பாடஞ்சொல்லி வந்தவர் பின்பு நைடதத்தின் மேற்பகுதிகளைச் சொல்லிவந்தார். என்னுடைய ஆவலை நிறைவேற்றுந் தகுதி அவர்பாற் காணப்படவில்லை. ஆனாலும் நாள்தோறும் வேகமாகக் கேட்டு வந்தேன். அவரும் விரைவாகவே சொல்லி வந்தார். நான் அந்நூலை முன்னமே பாடங்கேட்டதன்றிப் பலமுறை படித்து ஆராய்ந்து வந்திருந்தமையால் அவர் பாடஞ் சொல்லுவதில் விசேட மொன்றையும் காணவில்லை. அதனால், 'இவ்வளவு காலம் முயன்று பிள்ளை யவர்களிடம் வந்துசேர்ந்தும் அவர்களிடத்திலேயே பாடங்கேட்கும் பாக்கியம் நமக்குக் கிடைக்கவில்லையே!' என்ற குறை மேன்மேலும் வளர்ச்சியடைந்து வந்தது. அக்குறையை நான் தெரிவிக்கவாவது இவரே தெரிந்துகொள்ளவாவது தக்க சமயம் வாய்க்கவில்லை. என்னுடைய கருத்தை இவரிடம் வெளிப்படுத்துவதற்கு அச்சமுற்றும் இருந்தேன். என்னைக் காணும்பொழுது இவர், "பாடம் நடந்துவருகிறதா?" என்று கேட்பார்; "நடந்து வருகிறது" என்றுமட்டும் சொல்லுவேன். இவருடன் அதிகமாகப் பழகி இவரிடம் பாடங் கேட்பதற்கு நல்ல காலம் எப்பொழுது வாய்க்குமோவென்று அதனை எதிர்பார்த்துக்கொண்டே யிருந்தேன். அந்த விஷயத்தில் தக்கவாறு முயலும்படி என் மனம் என்னைத் தூண்டிக்கொண்டே வந்தது; நல்லூழும் அதற்குத் துணைசெய்தது.

தளிரால் தளிர்த்த அன்பு

கவிஞர்களுக்குப் பூஞ்சோலைகளிலும் பிற இயற்கைக் காட்சிகளிலும் ஈடுபாடு அதிகம் என்பது பலரும் அறிந்ததே. மரங்கள் பூச்செடிகள் முதலியவற்றைக் கண்டு மகிழும் வழக்கம் இவருக்கு மிகுதியாக உண்டு. இவர் புதிதாகத் தாம் வாங்கிய வீட்டின் தோட்டத்தில் அவ்வூர் வழக்கப்படியே நாரத்தை முதலியவற்றின் பெரிய செடிகளையும் பூஜைக்குரிய வில்வம் முதலியவற்றின் பெரிய செடிகளையும் வேரோடு மண் குலையாமல் தோண்டி யெடுத்து அம்மண்ணின்மேல் வைக்கோற்புரி சுற்றிக்

கூறைநாட்டிலிருந்து வருவித்து ஆழ்ந்த குழிகளில் வைப்பித்து நீர் வார்த்துப் பாதுகாத்து வரும்படி செய்வித்திருந்தார். வேலைக்காரர்கள் அவற்றைப் பாதுகாத்து வந்தார்கள். சில தினங்கள் சென்றபின் நாள்தோறும் காலை மாலைகளில் இவர் சென்று பட்டுப்போகாம லிருக்கின்றனவா வென்று அவற்றைக் கவனித்து வருவதுண்டு. இவர் தனியாகவேனும் யாரையாவது உடனழைத்துக் கொண்டேனும் காலையிற் சென்று எந்தச் செடியில் எந்தக் கிளையில் தளிர் உண்டாயிருக்கிறதென்று பார்த்து, தோன்றிய தளிரைக் கண்டு திருப்தி அடைவார். இவர் இங்ஙனம் செய்துவருவதைச் சில நாள் கவனித்த நான், 'இவர்களுடைய அன்பை அதிகமாகப் பெறுவதற்கு இத்தளிர்களையே துணையாகக் கொள்வோம்' என எண்ணினேன். அதுமுதல் விடியற்காலையில் எழுந்திருந்தது இவர் செல்லும் முன்பே நேராகத் தோட்டத்திற்குச் சென்று ஒவ்வொரு செடியிலும் ஏதாவது புதிய தளிர் உண்டாகியிருக்கிறதா என்று கவனித்து அறிந்துவந்து நிற்பேன். இவர் வரும்போது மெல்ல அருகிற் போய் நான் இவரை அழைத்துச் சென்று, இன்ன செடியில் இன்ன கிளை தளிர்த்திருக்கிறது, இன்ன கிளையில் இவ்வளவு தளிர்கள் உண்டாயிருக்கின்றன வென்று காட்டுவேன். இவர் ஆவலோடு என்னுடன் வந்து அவற்றை ஊன்றிப் பார்த்து அங்கங்கே நான் தெரிவித்தபடி தளிர்களிருத்தலைக் கண்டு மகிழ்வார். இப்படிச் சில தினங்கள் செய்து வந்தேன். இவரும் ஒவ்வொரு நாளும் காலையில் வந்து அங்கே நின்ற என்னை முன்னிட்டுக்கொண்டு சென்று தளிர்களைப் பார்த்து மகிழ்ந்து வருவாராயினர்.

தம்முடைய மனத்திற்கு உவப்பான இச்செயலை நான் மேற்கொண்டதை இவர் அறிந்து பின்னொரு நாள் என்னை நோக்கி, "இவற்றை முன்னதாக

மீனாட்சிசுந்தரம் பிள்ளையவர்கள் வீட்டுப் பின்புறம். இங்கேதான் 'தளிர் ஆராய்ச்சி' நடைபெற்ற தோட்டம் இருந்தது

நீர் பார்த்து வைத்துக்கொண்டது எதனால்?" என்று வினவினார். *"ஐயா அவர்களுக்கு இதில் மிக்க விருப்பம் இருப்பதை அறிந்து இவ்விடத்துக்கு (தங்களுக்கு) அதிகச் சிரமம் கொடுக்கக் கூடாதென்றெண்ணி முதல் நாள் பிற்பகலிலும் மறுநாட் காலையிலும் பார்த்து வைத்துக்கொண்டேன்" என்றேன். இவர், "யாரேனும் பார்த்து வைக்கும்படி சொன்னார்களா?" என்று வினவவே நான், "ஒருவரும் சொல்லவில்லை. இவ்விடத்திற்கு உவப்பாக இருக்குமென்று இவ்வேலையை நானாகவே செய்துவருகிறேன்" என்றேன். இவர், "நாள்தோறும் இப்படியே நீர் முன்னதாகவே கவனித்து நான் வரும்போது சொன்னால் நலமாயிருக்கும்" என்று சொன்னார். அவ்வண்ணமே நாள்தோறும் செய்து வந்தேன். இவரும் பார்த்து வந்தார். இங்ஙனம் இவர் பார்த்துச் சென்ற பின்பே ஒவ்வொரு நாளும் மகிழ்ச்சியுடன் தந்தசுத்தி முதலியவற்றைச் செய்யச் செல்வேன். இவர் அப்பொழுது பாடத்தைப்பற்றியும் விசாரிக்கத் தொடங்கினார். இங்ஙனம் நாடோறும் இவரைச் சந்தித்துப் பேச நேர்ந்ததற்கு ஒரு காரணமாக இருந்த தளிர்களை வாழ்த்தினேன்.

இவர்பால் நான் நேரே பாடங் கேட்டது

பின்பு ஒரு நாள் நான் படிக்கும் பாடங்களைப்பற்றி இவர் விசாரிக்கையில், "இவ்விடத்திலேயே பாடங் கேட்கவேண்டு மென்னும் விருப்பம் எனக்கு மிகுதியாக இருக்கின்றது" என்பதை அச்சத்துடன் தெரிவித்தேன். கேட்ட இவர், "அவ்வாறே செய்யலாம்; இப்போது நடக்கும் நைடதப் பாடம் பூர்த்தியாகட்டும்" என்று விடையளித்தார். அது சில தினங்களில் ஒருவாறு முடிந்தது. அதை இவருக்குத் தெரிவித்தேன். மறுநாட் காலையில் என்னை வலிந்தழைத்து, "இனிமேல் பிரபந்தங்களைப் படிக்கத் தொடங்கலாம்" என்று சொல்லித் திருக்குடந்தைத் திரிபந்தாதிச் சுவடியை வருவித்துக் கொடுத்துப் படிக்கும்படி சொன்னார். அந்தப்படியே நானும் மற்றவர்களும் வாசித்துப் பொருள்கேட்டு வந்தோம். அந்நூல் இரண்டு தினத்தில் முற்றுப் பெற்றது. யமகம் திரிபுகளாகிய நூல்களில் ஐந்து ஆறு பாடல்களுக்குமேல் கேட்க முடியாமல் அதுவரையில் வருந்திக்கொண்டிருந்த எனக்கு மிகக் கடினமாகிய அந்நூல் இரண்டு தினங்களில் முற்றுப் பெற்றதும், பாடம் சொல்லுகையில் இவர் யாதொரு வருத்தமுமின்றி முகமலர்ச்சியோடு மனமுவந்து சொல்லியதும், மாணாக்கர்களுக்கு விளங்காதவை இன்னவையென்று அறிந்து அந்தப் பாகங்களுக்கு மட்டும் பொருள் சொல்லிக் கடினமான தொடர் மொழிகளைப் பிரித்துக் காட்டி விளக்கியதும், இன்றியமையாத சரித்திரங்களை விளக்கமாகக் கூறியதுடன் இலக்கணக் குறிப்புக்களைச் சுருங்கச் சொல்லித் தெரிவித்ததும் எனக்கு வியப்பையும் இன்பத்தையும் உண்டுபண்ணின. பாடம் முற்பகல் பிற்பகல் இரண்டு வேளைகளிலும் நடைபெற்றது. முற்கூறிய சவேரிநாத பிள்ளையும் கனகசபை ஐயரும் என்னோடு பாடங் கேட்டு வந்தார்கள். அவர்கள் பழக்கம் எனக்கு மிக்க உதவியாக இருந்தது.

அப்பாற் பழமலைத் திரிபந்தாதி, திருப்புகலூர்த் திரிபந்தாதி, மருதூர் யமகவந்தாதி, தில்லை யமகவந்தாதி, திருவேரகத்து யமகவந்தாதி,

---

* படிப்பவர்களும் ஏனையோரும் இவர்களை, 'ஐயா அவர்கள்' என்று சொல்லுவது வழக்கம்.

துறைசை யமகவந்தாதி, மறைசை யமகவந்தாதி, மறைசையந்தாதி முதலிய அந்தாதிகளும், மீனாட்சியம்மை பிள்ளைத் தமிழ், முத்துக்குமாரசாமி பிள்ளைத் தமிழ், செங்கழுநீர் விநாயகர் பிள்ளைத் தமிழ், அமுதாம்பிகை பிள்ளைத் தமிழ் முதலிய சில பிள்ளைத் தமிழ்களும், அஷ்டப்பிரபந்தத்துள் சில பிரபந்தங்களும் கேட்டு முடித்தோம். மறைசை யந்தாதி மட்டும் ஒரே நாளில் முற்றுப் பெற்றது.

இவ்வளவு நூல்களில் உள்ள பாடல்களும் இப் புலவர்சிகாமணிக்கு ஞாபகத்திலேயே இருந்தன. அதற்குக் காரணம் இடைவிடாமற் பாடஞ் சொல்லி வந்தமையே. உரிய இடங்களில் இவர் சொல்லி வரும் பதசாரங்கள் இன்பத்தை விளைவிக்கும். ஓய்வு நேரங்களில் நாங்கள் கேட்ட பாடங்களை மீட்டும் படித்துச் சிந்தனைசெய்து வைத்துக்கொள்வோம். பாடங்கேட்கும் காலமன்றிச் சிந்திக்கும் காலத்திலும் இவரை விட்டுப் பிரிவதற்கு மனமில்லாமற் பக்கத்திலிருந்தே மெல்லப் படித்துவருவோம். தம்மிடம் வருகிற தக்கவர்களோடு இவர் பேசிக்கொண்டிருக்கும்போது பல அருமையான விஷயங்களை நாங்கள் எளிதில் அறிந்துகொள்ளுவோம். நாங்கள் படித்த நூல்களிலிருந்து நல்ல பாடல்களை வந்தவர்களுக்குச் சொல்லிக்காட்டிப் பொருள் சொல்லும்படியும் செய்வார். அங்ஙனம் செய்துவந்தமையால் எங்களுக்குத் தமிழ்ப் பயிற்சியும், ஊக்கமும், கூச்சமின்றிப் பேசும் வழக்கமும் நாளடைவில் அதிகரித்துவந்தன.

அச்சுப் புத்தகங்கள் அக்காலத்துப் பெரும்பாலும் அகப்படா; ஆதலாற் படிக்கும் நூல்களை ஏட்டிலேயே எழுதிப் படித்துவந்தோம். அப்படி எழுதுவதற்குமுன்பு பனையோலைகளை வருவித்து வாரித் துளையிட்டுச் சேர்த்துப் புத்தகமாக்கி எங்களிடம் கொடுத்து எழுதச் செய்வார். ஓய்வு நேரங்களில் பழைய கவிஞர்களுடைய சரித்திரங்களை விளங்கச் சொல்லி ஒவ்வொரு சமயத்தில் அவர்கள் செய்த இனிய தனிப்பாடல்களைப் பொருளுடன் கூறி எங்களை எழுதிக்கொள்ளும்படி செய்வார்.

ஒரு தவசிப்பிள்ளை

இவரிடம் தவசிப்பிள்ளையாக உள்ள பஞ்சநதம் பிள்ளை யென்பவர் இவரிடம் நெடுங்காலமாக இருந்து பணிவிடை செய்துவந்தவர். சிலவகையில் இவருடைய மனம்போல அவர் நடப்பதில்லை. அநாவசியமாக மாணவர்களைக் கூட்டிவைத்துக்கொண்டு இவர் கஷ்டப்படுகிறா ரென்பது அவருடைய எண்ணம். படித்தவரிடத்திலாவது படிக்கும் மாணாக்கரிடத்திலாவது சிறிதும் அன்பே இல்லாதவர். முகந்திரிந்து நோக்கலும் கடுஞ்சொற் சொல்லுதலும் அவரிடம் இல்லாத வேளை பெரும்பாலும் இராது. நாங்கள் எல்லோரும் அவரைப் பின்பற்றித்தான் செல்லவேண்டும். இல்லாவிடின் ஏதாவது ஒரு கோளைச் சொல்லி இவர் மனத்தை வேறுபடுத்திவிடுவார். திருவாவடுதுறை மடத்துத் தவசிப்பிள்ளை யாதலாலும் பல வருடங்களாக இருந்து வருபவ ராதலாலும் அவரை இவர் கடிந்து பேசுவதில்லை. இவருடைய நண்பர்களிடம் அவர், "இவர் மாணாக்கர்களிடம் எதற்காக இவ்வளவு கஷ்டப்படுகிறார்? தொண்டைத் தண்ணீர் வற்றும்படி கத்துவதனால் என்ன லாபம்? இந்த மாணாக்கர்களால் ஏதாவது பயனுண்டா? ஒரு தம்படிக்குக்கூடப்

பிரயோசனமில்லையே. காலத்தை வீணாகப் போக்கிக் கொண்டே யிருக்கிறார்" என்று அடிக்கடி சொல்வதுண்டு. அவர்களால் இவரும் கேள்வியுற்று மௌனமாயிருந்து விடுவது வழக்கம். அவர் எதுசெய்தாலும் இவர் பொறுத்துக் கொண்டேயிருப்பார். நாங்கள் இரவில் படிக்கும்பொழுது அங்கே படிப்பதற்காக வைக்கப்பெற்றுள்ள விளக்கை அவர் விரைவாக வந்து சமையற்கட்டுக்கு எடுத்துச் சென்றுவிடுவார்.

இவர், "எடுக்கவேண்டாம்; படிக்கிறவர்களுக்கு இடையூறு செய்வது தவறு" என்று மென்மையாகச் சொல்லி அவருடைய வேகத்தைத் தணிப்பார். அவரைப் போகச் செய்துவிட்டுப் பின்பு தம்பால் உள்ளவர்களில் இன்னார் இன்னாரிடம் இன்ன இன்னவாறு பழக வேண்டுமென்றும், இன்ன இன்ன மாதிரி பேசவேண்டுமென்றும், இல்லையாயின் எங்களுடைய நிலைமையை அறிந்துகொள்ளாமற் சிலர் துன்புறுத்தல் கூடுமென்றும், அச்செயல் தமக்கும் எங்களுக்கும் அதிக வருத்தத்தை யுண்டுபண்ணுமென்றும், ஆதலால் அவர்களுக்குப் பிரீதியுண்டாகும்படி நடந்து கொள்ள வேண்டுமென்றும் இவர் எங்களுக்குப் புத்தி புகட்டுவார். படிக்கப்போனவுடன் தவசிப்பிள்ளைதானே யென்று எண்ணி அவரை ஒரு நாள் பஞ்சநத மென்று ஒருமையாக அழைத்தேன். அதனைக் கேட்ட இவர், அவர் போனபின்பு, "பஞ்சநதம் பிள்ளை யென்று அழையும். அவனை அலட்சியம் செய்தால் ஏதாவது விபரீதத்தை விளைவித்து விடுவான்; பிறரைக்கொண்டும் துன்புறுத்துவான்" என்று அவரிடத்தும் ஏனையோரிடத்தும் நடந்து கொள்ள வேண்டிய முறையைத் தனியே எனக்குச் சொன்னார்.

உள்ளன்பு

நான் போகுங்காலங்களி லெல்லாம் கண்டவுடன், "ஆகாரம் ஆயிற்றா?" என்றும், "சௌகரியமாக இருக்கிறதா?" என்றும் விசாரிப்பார். ஏதேனும் வேண்டியிருந்தால் வருவித்துக்கொடுப்பார். நான் ஆகாரம் பண்ணிக்கொண்டு வருவதற்கு நேரமானால் என்ன காரணத்தால் வரவில்லையோ வென்று கவலையுற்று நான் வரும் வழியையே நோக்கிக்கொண்டு தெருத் திண்ணையில் இருந்ததை நான் சிலமுறை கண்டிருக்கிறேன்.

திருக்குற்றால யமகஅந்தாதி படித்தது

இவராற் பார்க்கப்படாத நூல்கள் எவையேனும் கிடைக்குமாயின் அவற்றைத் தாமே வைத்துக்கொண்டு நன்கு ஆராய்ந்து படித்துவருவார். விளங்காத விஷயங்களை யார் சொன்னாலும் விருப்பத்தோடு கேட்டு அறிந்துகொள்வார்; விஷயம் தெரியவேண்டு மென்னும் நோக்கத்தை யன்றி, இன்னாரிடம் கேட்கலாம், இன்னாரிடம் கேட்கக் கூடாதென்னும் வேற்றுமை இவர்பால் இல்லை. அப்பொழுது இவர் நூதனமாகக் கிடைத்த திருக்குற்றால யமகவந்தாதிச் சுவடியைத் தாமே கையில் வைத்துப் படித்துப் பொருளாராய்ந்து வந்தார். தல சம்பந்தமாக அதிலே வந்துள்ள சண்பகக் கற்பக விநாயகர், இலஞ்சிக் குமாரர், சங்க வீதி, சங்கக் கோயில் முதலிய விஷயங்களை மாயூரத்திற்கு வந்து தங்கியிருந்த

இவருடைய மாணாக்கரான திருநெல்வேலிச் சந்திரசேகரம் பிள்ளை யென்பவரிடம் வினவி அறிந்துகொண்டார். அவரும் அன்புடன் தெளிவாகச் சொல்லிவந்தனர். அந்த அந்தாதியின் நடையைக் குறித்து அடிக்கடி இவர் பாராட்டுவதுண்டு.

என் பெயரை மாற்றியது

என்னுடைய இயற்பெயர் வேங்கடராம னென்பது; அதுவே சர்மா நாமம். இவரிடம் என் தந்தையார் சொல்லியதும் வேங்கடராம னென்பதே. அப்பெயராலேயே என்னை அழைத்துவந்த இவர் சில தினங்களுக்குப்பின் ஒரு நாள் என்னை நோக்கி, "வீட்டார் உம்மை அழைப்பது இந்தப் பெயராலேயா? அன்றி உமக்கு வேறு பெயருண்டோ?" என்று கேட்டார். நான், "வேங்கடராம னென்பது மூதாதையின் பெயராதலின் தாய் தந்தையர்கள் அவ்வாறு அழையாமல் சாமிநாத னென்பதன் திரிபாகிய 'சாமா' என்று அழைப்பார்கள்" என்றேன். "சாமிநாதனென்ற பெயரே நன்றாயிருக்கிறது. இனி அப்பெயராலேயே உம்மை அழைக்கிறேன்" என்று கூறி அன்றுமுதல் அப்பெயராலேயே அழைத்து வருவாராயினர். இவருடைய விருப்பத்தின்படி பிறரும் அங்ஙனமே செய்துவந்தனர். அப்பெயரே நிலைத்துவிட்டது.

என் இசைப்பயிற்சியை நிறுத்தியது

நான் இவரிடம் படிக்கத் தொடங்கிய நாள்முதல் என் தந்தையாருடைய கட்டளையின்படியே ஒவ்வொரு தினத்தும் ஒய்வு நேரத்திற் சென்று அவ்வூரிலிருந்த முடிகொண்டான் கோபாலகிருஷ்ண பாரதியாரிடம் ஸங்கீதம் கற்றுக்கொண்டு வந்தேன். நான் முன்னரே பயிற்சிபண்ணியிருந்த கீர்த்தனங்களை மறவாமலிருத்தற்கு இங்ஙனம் செய்தல் நலமென்று என் பிதா எண்ணினர். பாரதியாரும் அன்புடன் கற்பித்துவந்தார். அவர் இயற்றிய சில கீர்த்தனங்களும் பிற பெரியோர்கள் இயற்றிய சில பழைய உருப்படிகளும் எனக்கு அக்காலத்திற் பாடமாயின. பிள்ளை யவர்களும் அவரும் அதிகப் பழக்கமுடையவர்க ளாகையால் எப்பொழுதேனும் சந்திக்கும்படி நேர்ந்தால் இருவரும் மனங்கலந்து சிலநேரம் பேசிக்கொண்டிருப்பது வழக்கம்.

ஒரு நாட் காலையில் இருவரும் சந்தித்தபொழுது தம்மிடம் நான் படிக்க வந்திருப்பதாகவும் பாடல்களை இசையுடன் படிப்பதாகவும் அப்படிப் படிப்பதை ஒரு நாள் வந்து கேட்கவேண்டு மென்றும் இவர் அவருக்குச் சொல்லவே அவர், "அந்தப் பையனுடைய தகப்பனார் ஸங்கீத வித்துவானாதலால் அவருக்கும் எனக்கும் பல நாளாகப் பழக்கம் உண்டு. அவனுக்கு ஸங்கீதப் பயிற்சி மேன்மேலும் பெருகும்படி கற்பிக்க வேண்டுமென்று என்னிடம் அவர் சொல்லிவிட்டுப் போனார். அவன் அந்தப்படியே என்னிடம் தினந்தோறும் வந்து சிக்ஷை சொல்லிக்கொண்டு போகிறான். சில கீர்த்தனங்கள் அவனுக்குப் பாடமாயிருக்கின்றன. தங்களிடம் பாடங்கேட்டு வருவதாகவும் சொன்னான்" என்று சொன்னதன்றி, "அந்தப் பையனைக் கவனித்துப் படிப்பிக்க வேண்டுமென்று நானும் உங்களைக் கேட்டுக்கொள்ளுகிறேன்" என்றனர். அப்பால் இவர்

அவருடன் அதிகம் பேசாமல் அவரிடம் விடை பெற்று நேரே விரைவாக வீட்டிற்கு வந்து அங்கே படித்துக்கொண்டிருந்த என்னைப் பார்த்து, "நீர் கோபாலகிருஷ்ண பாரதியாரிடம் சென்று இசைப்பயிற்சி செய்து வருவதுண்டோ?" என்று கேட்டார். கேட்ட குறிப்பையறிந்து நான் மிகவும் அஞ்சி, "என்னுடைய தகப்பனாருக்கும் அவருக்கும் அதிகப் பழக்கம் உண்டு. இவ்வூரிலிருக்கையில் பாரதியாரிடம் சென்று ஸங்கீதத்தையும் விருத்தி பண்ணிக்கொள்ளும்படி அவர் சொன்னமையால் இதுவரையிற் கற்றவற்றை மறவாமலிருத்தற் பொருட்டுச் சென்று பயின்று வருகிறேன்" என்று விநயத்துடன் சொன்னேன்.

இவர், "நீர் அங்ஙனம் செய்து வருவதை நான் இதுவரையில் தெரிந்துகொள்ளவில்லை. இசையில் அதிகப் பழக்கம் வைத்துக்கொண்டால் இலக்கிய இலக்கண நூல்களில் நன்றாகப் புத்தி செல்லாது. நூல்களின் கருத்தை நன்றாக ஆராய்ந்து படிப்பதையும் அது தடுத்துவிடுமே" என்று சொன்னார். இவருடைய நோக்கத்தை அறிந்து மறுநாள் முதல் அம்முயற்சியை அடியோடே நிறுத்திக்கொண்டேன். பாரதியாரிடத்து வேறொன்றும் சொல்லாமல், "இங்கே வருவதற்கு எனக்கு ஓய்வு நேரம் இல்லை" என்று சொல்லிவிட்டு நேர்ந்த காலங்களில் அவரிடம் சாதாரணமாகப் பழகி வந்தேன்.

ஒரு மாணாக்கர் எண்ணெய் வாங்கி வந்தமை

ஒரு நாள் எங்களுக்குக் காலைப்பாடமானவுடன் இவர் எண்ணெய் தேய்த்துக் கொள்ளுதற்குச் சென்று ஒரு பலகையில் இருந்தார். எப்பொழுதும் பாடஞ் சொல்லுவது இவருக்கு வழக்கமாதலால், பாடங் கேட்பவர்கள் புஸ்தகமும் கையுமாக அருகில் வந்திருந்தார்கள். எண்ணெய் தேய்க்கும் வேலைக்காரன் உள்ளே சென்று சமையற்காரனைக் கேட்டபொழுது அவன் எண்ணெய் இல்லையென்றான். அயலில் நின்ற மாணாக்கர் ஒருவர் அதனையறிந்து விஷயம் இவருக்குத் தெரியாதபடி தம்மிடமிருந்த ரூபா யொன்றை எடுத்துக்கொண்டு காவிரியாற்றின் கரையோரத்திலிருந்த கடைத்தெருவிற்கு வேகமாக ஓடிச் சென்று எண்ணெய் வாங்கி வந்து சமையற்காரனிடம் சேர்ப்பித்துவிட்டு யாதும் அறியாதவர் போல் வந்து இருந்தனர். எண்ணெய் தேய்த்துக்கொள்ள வெண்ணி, ஆசனத்தில் இருந்தும் உடனிருந்தவர்களுக்கு வழக்கம் போலவே பாடஞ் சொல்லிக்கொண் டிருந்தமையால் எண்ணெய் வாராமையின் காரணத்தை இவர் அறிந்துகொள்ளவில்லை.

மூன்று சமஸ்யைகள்

பின் ஒரு நாள் மாலையில் அனுஷ்டானம் செய்துவிட்டு வந்து வீட்டின் மேல்புறத் திண்ணையில் இவர் இருந்தார். கனகசபை ஐயர், சவேரிநாத பிள்ளை, நான் ஆகிய மூவரும் கீழ்புறத் திண்ணையின்கீழே வரிசையாக இவரை நோக்கிய வண்ணமாக நின்றோம். அப்பொழுது எங்களை நோக்கி இவர், "உங்களுக்குச் செய்யுள் செய்யும் பழக்கமுண்டா?" என்று கேட்டார். "உண்டு" என்றோம். "வெண்பாவின் ஈற்றடியைக் கொடுத்தால் ஏனை மூன்றடிகளையும் பாடி முடிப்பீர்களா?" என்று வினாவினார். "ஏதோ

உழைத்துப்பார்க்கிறோம்" என்று ஒருவரை ஒருவர் பார்த்துக்கொண்டு சொன்னோம். சொன்னவுடன், "தேவா வெனக்கருளைச் செய்" என்பதைச் சவேரிநாத பிள்ளைக்கும், "சிந்தா குலந்தவிரச் செய்" என்பதைக் கனகசபை ஐயருக்கும், "கந்தா கடம்பாகு கா" என்பதை எனக்கும் ஈற்றடிகளாக அளித்தார். நாங்கள் மூவரும் ஏனை மூன்றடிகளையும் முடித்து முறையே தெரிவித்தோம். கேட்ட இவர், "இப்படியே பாடிப் பழகுவது நல்லது. பாடப் பாட உங்களுக்கு நல்ல வாக்கு உண்டாகலாம்; 'செந்தமிழு நாப்பழக்கம்' என்பது ஒளவையார் திருவாக்கன்றோ?" என்று கூறிவிட்டு என்னை நோக்கி, "உமக்குக் கொடுத்த இறுதி அடியை வைத்து நானும் ஒரு செய்யுள் செய்து முடித்திருக்கிறேன்" என்று,

(வெண்பா)

*பாடப் படிக்கப் பயனா நினக்கன்பு
கூடக் கருணை கொழித்தருள்வாய் – தேடவரும்
மந்தா னிலந்தவழு மாயூர மாநகர்வாழ்
கந்தா கடம்பாகு கா

என்ற செய்யுளைச் சொன்னார். நாங்கள் செய்த மூன்று பாட்டுக்களும் எனக்கு ஞாபகம் இல்லை. அதுமுதல் நாங்கள் செய்யுள் செய்யும் முயற்சியை மேற்கொண்டு வந்தோம்.

முத்துக்குமாரசாமி பிள்ளைத் தமிழ்

தமிழில் நல்ல அறிவுண்டாக வேண்டுமென்று கருதி நாள்தோறும் *முத்துக்குமாரசாமி பிள்ளைத் தமிழை* முற்றும் பாராயணம் செய்து வருவது எனக்கு வழக்கமாக இருந்தது. அதனைக் கண்ட இவர் ஒரு நாள், "இப்படியே நாள்தோறும் முற்றும் பாராயணம் செய்துவந்தால் உமக்குச் சிரமமாக இருக்கும். மற்றவர்களோடு சேர்ந்து படிப்பதற்கும் இயலாது. முருகக் கடவுளை வழிபடுதல் தமிழ்ப் பயிற்சிக்கு மிகவும் நல்லதே. அப் பிள்ளைத் தமிழில் வருகைப் பருவத்தில் இரண்டு பாடல்களைமட்டும் மனனம் செய்துகொண்டு வந்தாற் போதும்" என்றார். அது தொடங்கி அவ்வண்ணமே செய்து வருவேனாயினேன்.

பெரியபுராணப் பாடம்

சில மாதங்களுக்குப்பின் இவர்பால் விடைபெற்றுக்கொண்டு சொந்த ஊருக்குப் போனேன். அங்கே என் தகப்பனாரும் பிறரும் இவர்பால் நான் பாடம் கேட்டுவரும் முறைகளையும் இவருடைய குணவிசேஷங்களையும் நான் விவரமாகச் சொல்லக்கேட்டு மிகவும் மகிழ்ந்தார்கள். அங்கே சில தினமிருந்து திரும்பிவந்தேன். அதற்குள் மாயூரங் கோயிற் கட்டளைப்பணியை அப்போது நடத்தி வந்த ஸ்ரீ பாலசுப்பிரமணியத் தம்பிரா னென்பவரும் வேறு சிலரும் இவரிடம் முதலிலிருந்து *பெரியபுராணத்தைப்* பாடங்கேட்டு வருவாராயினர். நான்

* இச்செய்யுளை அப்பொழுது கேட்டு மகிழ்ந்து மனனம் செய்திருந்த நான் என்ன காரணத்தாலோ மறந்துவிட்டேன். பல வருடங்களுக்குப்பின், திருவாவடுதுறையி லிருந்தவரும் இவர் மாணாக்கரும் சிறந்த கவிஞருமாகிய இராமலிங்கத் தம்பிரா னென்னும் நண்பரால் அறிந்து அப்பால் நாள்தோறும் சொல்லி வருவேனாயினேன்.

திரும்பி வந்த தினத்தில் தொடங்கிய பாடம் எறிபத்த நாயனார் புராணம். என்னைக் கண்டவுடன் அவர்களுடன் சேர்ந்து அப்புராணத்தைக் கேட்டு வரும்படி இவர் சொன்னார். அங்ஙனமே செய்து வந்தேன். என் தகுதிக்கு அந்நூல் எத்தனையோ மடங்கு மேற்பட்டதாக இருந்தாலும், இவர் பாடஞ்சொல்லும் பக்குவத்தால் அந்நூற் செய்யுட்கள் எளியனவாகவே இருந்தன. அவற்றிலுள்ள நயங்களும் புலப்பட்டன.

கண்ணப்ப நாயனார் புராணம்

இவ்வாறு பாடம்நடந்து வருகையில் ஒரு நாள் திருவாவடுதுறை மடத்துக் காறுபாறாக இருந்த ஸ்ரீகண்ணப்பத் தம்பிரா னென்பவர் அங்கே வந்தார். தற்செயலாக அன்றைப் பாடம் கண்ணப்ப நாயனார் புராணமாக இருந்தமையால், பெயரொற்றுமை பற்றி அதனை அவர் முன்னிலையிற் படித்து அன்றைத் தினமே பூர்த்திசெய்து விடவேண்டுமென்ற எண்ணம் இவருக்கும் பிறர்க்கும் உண்டாயிற்று. அக்குறிப்பை யறிந்து விரைவாகப் படித்து நாங்கள் பொருள் கேட்டுக்கொண்டு வந்தோம். கண்ணப்ப நாயனாருடைய அன்பின் மிகுதியையும் அவர்பால் தமக்குள்ள அருளின் மிகுதியையும் ஸ்ரீகாளத்திநாதர் சிவகோசரியாருடைய கனவிற் கட்டளையிடும் பகுதியாகிய செய்யுட்கள் நாங்கள் படிக்கும் அச்சுப் புத்தகங்களுள் ஒன்றிலேனும் காணப்படவில்லை. உடனே இவர், "அங்கே ஐந்து பாடல்கள் இருக்கவேண்டுமே; அவை நிரம்ப நன்றாக இருக்கும். உங்கள் புஸ்தகத்தில் அச்செய்யுட்க ளில்லாமை வியப்பை உண்டுபண்ணுகின்றது" என்று சொல்லித் தம்முடைய புத்தகப் பெட்டியின் திறவுகோலைக் கொடுத்து அதைத் திறந்து பெரியபுராண ஏட்டுப் பிரதியை எடுத்துக்கொண்டு வரும்படி என்னை அனுப்பினார். உடனே சென்று அதை எடுத்துவந்தேன். பிரித்து அந்த இடத்தைப் பார்க்கையில் மிக்க அருமையான ஐந்து பாடல்கள் அப்பிரதியிற் காணப்பட்டன. அவை, "பொருப்பினில்" "உருகியவன்பு", "இம்மலைவந்து", "வெய்யகனல்", "மன்பெருமா" என்ற முதற்குறிப்புடையவை. அவற்றைப் படிப்பிக்கச் செய்து கேட்பித்து எல்லாருக்கும் மகிழ்வளித்தார். கேட்டவர்கள் இவருடைய ஞாபக சக்தியை மிகவும் பாராட்டினார்கள்.

'இன்று நெய் கிடைத்தது'

அப்புராணத்தைப் படித்து முடிக்கும்பொழுது இரவு 15 நாழிகைக்கு மேலாயிற்று. மடத்திலே ஆகாரம் பண்ணிக்கொள்ளும்படி தம்பிரான்மார்கள் சொன்னமையால் இவர் அவ்வண்ணமே செய்தார். அவர்களிடம் விடைபெற்றுக் கொண்டு தம்வீட்டிற்கு இவர் செல்லும்பொழுது நானும் உடன் சென்றேன்; இவர் என்னைப் பார்த்து, "மடத்தில் ஆகாரம் பண்ணினமையால், இன்று நெய் கிடைத்தது" என்றார்; அதற்கு முதன் மூன்று நாளும் நெய்யில்லாமல் இவர் உண்டதை நான் அறிந்தவனாதலால் என்னிடஞ் சொன்னார். இவர்பால் அன்பும் மதிப்புமுள்ளவர்கள் எத்தனையோ ஆயிரம்பேர் இருந்தும் இவருடைய குடும்பநிலைமையை ஒருவரும் கவனிக்கவில்லையே யென்ற எண்ணம் அப்பொழுது உண்டாகி என்னை மிக வருத்தியது. அந்த வறுமை நிலையை ஒருகாலத்தும் இவர்

புலப்படுத்தினாரல்லர். சிறந்த கல்விமான்களுக்கு வறுமைத் துன்ப முண்டென்பதை,

(கட்டளைக் கலித்துறை)

கொடுக்கச் சடைவற்ற வுன்னையும் பாடிக் குலாமர்முன்போய்
இடுக்கட் படுவ தழகல்ல வேயென்னை யீடழிக்கும்
நடுக்கத்தை யாற்றப் படாதுகண் டாயெந்த நாளுமுண்ண
உடுக்கக் குறைவருத் தாதேகுற் றாலத் துறைபவனே

என்னும் அருமைச் செய்யுளா லறியலாகும். உடனிருந்தமையால் இதைப்போன்ற சந்தர்ப்பங்கள் பலவற்றை நான் அறிந்திருப்பதுண்டு.

சடகோப ஐயங்காரைப் பாராட்டியது

ஒரு தினம் நான் உடன் படிப்பவர்களோடு பேசிக்கொண்டிருக்கையில், அரியிலூர்ச் சடகோபையங்கார் தம்மிடம் வருவோரிடத்துச் சமயோசிதமாகச் செய்யுட்களைக் கூறி அவற்றிற்குப் பொருள் சொல்லி உபந்யஸித்தல் நயமாக இருக்குமென்றும் அக் கேள்வியாலும் என் மனம் தமிழ்ப் பாஷையில் ஈடுபட்டதுண்டென்றும் சொல்லிக்கொண்டிருந்தேன். அப்பொழுது அங்கே வந்த இவர், “சடகோபையங்காரைப்பற்றி என்ன பேசிக்கொண்டிருக்கிறீர்கள்?” என்று கேட்க, உடனிருந்த ஒருவர் நிகழ்ந்ததைச் சொன்னார். அப்பொழுது இவர் என்னைப் பார்த்து, “அவர் சொல்லியவற்றுள் ஏதாவது ஒரு செய்யுளைச் சொல்லி அதற்கு அவர் சொல்லிய விசேஷ அர்த்தத்தையும் சொல்லும்” என்றார்.

வாரணம் பொருத மார்பும் வரையினை எடுத்த தோளும்
நாரத முனிவற் கேற்ப நயம்பட வுரைத்த நாவும்
தாரணி மவுலி பத்தும் சங்கரன் கொடுத்த வாளும்
வீரமுங் களத்தே போட்டு வெறுங்கையோ டிலங்கை புக்கான்

(கம்ப. கும்பகருணன். 1)

என்ற பாடலைச் சொல்லிவிட்டு நான் அதற்கு அவர் சொல்லியபடி முதலிலிருந்தே பொருள் சொல்லத் தொடங்கினேன்.

இவர், “மார்பு முதலியவற்றைக் களத்தில் அவன் போடாமலிருக்கையில் அவற்றை அவன் போட்டுவிட்டதாகச் சொல்லிய பகுதிகளுக்கு மட்டும் பொருளை விளக்கி இன்னவற்றைச் சொன்னா ரென்பதைச் சொன்னாற் போதும்” என்றார். “இராவணன் மார்பில் தைத்திருந்த திக்கு யானைகளின் கொம்புகள் அவன் மார்பில் அனுமான் குத்தியபொழுது அவன் முதுகுவழியே உதிர்ந்துபோனமையால் மார்பின் வன்மையையும், வேலால் மூர்ச்சித்து விழுந்த இலக்குவனை அவன் தூக்கிக்கொண்டு செல்வதற்கு மிக முயன்றும் எடுக்க முடியாமல் சலித்து நின்றமையால் தோள் வலியையும், ‘ஊர்க்குப் போய்ப் படைகளைத் தொகுத்துக்கொண்டு யுத்தம் பண்ணுதற்கு நாளை வர எண்ணுகின்றனையா? சீதையை விட்டு விடுதற்கு எண்ணுகின்றனையா? உன் கருத்து யாது?’ என்று இராமன் கேட்டபொழுது அவன் மௌனமாகவே இருந்துவிட்டமையின் நாவின் வன்மையையும், அவன் கிரீடத்தை இராமபாணம் வீழ்த்திவிட்டமையால் கிரீடத்தையும், ‘நல்ல சமயத்தில் நம்மை உபயோகியாமல் இருந்துவிட்டானே; இனி

இவனிடமிருப்பதில் யாதும் பயனில்லை' என்று அவனை இகழ்ந்து, ஈசன் அளித்த கொற்றவாள் அவனை நீங்கி அவரிடஞ் சென்று விட்டமையால் வாளையும் இழந்தானென்றும், மார்பு, தோள், நா என்பவை ஆகுபெயர்க ளென்றும் அவர் சொன்னதாக எனக்கு ஞாபகமிருக்கிறது" என்று சொன்னேன். அவர் கூறிய பொருள் பொருத்தமாக இருக்கிறதென்று இவர் பாராட்டியதோடு அவரைத் தாம் முன்னமே அறிந்திருப்பதாகவும் சொன்னார்.

ஆனிக் குருபூஜைக்குத் திருவாவடுதுறை சென்றுவந்தது

இங்ஙனம் சில நாட்கள் சென்றன; திருவாவடுதுறையில் நடக்கும் *ஆனிக் குருபூஜைக்கு வரவேண்டுமென்று ஸ்ரீ சுப்பிரமணிய தேசிக ரவர்களுடைய திருமுகம் இவருக்குக் கிடைத்தமையால் மாயூரத்திலிருந்த சில அன்பர்களுடன் இவர் திருவாவடுதுறைக்குச் சென்றார். நாங்கள்மட்டும் இவர் சொல்லியபடி மாயூரத்திலிருந்தே பழைய பாடங்களைச் சிந்தித்துக்கொண்டிருந்தோம். சில தினம் இவர் திருவாவடுதுறையில் இருந்துவிட்டு மாயூரம் வந்து வழக்கப்படியே எங்களுக்குப் பாடஞ் சொல்லி வந்தார். ஒரு நாள் பாடஞ் சொல்லிவருகையில் அங்கே வந்த ஒரு கனவானிடம் தாம் திருவாவடுதுறைக்குப் போன காலத்தில் நிகழ்ந்த செய்திகளை இவர் கூறுபவராகி, "ஸந்நிதானம் திருவாவடுதுறையிலேயே வந்திருந்து பாடஞ் சொல்லும்படி கட்டளையிட்டது; சீக்கிரம் வரவேண்டுமென்று அங்கேயுள்ள குட்டிகளும் வற்புறுத்தியதுண்டு. அங்கே நான் போனால் இந்தப் பிள்ளைகள் பாடங் கேட்பதற்கும் பிறவற்றிற்கும் மிகுந்த சௌகரியமாயிருக்கும்" என்று சொன்னார்.

அதைக் கேட்ட எங்களுக்கு மிக்க ஆறுதலுண்டாயிற்று. எனக்குமட்டும் 'குட்டிகள்' என்ற சொல்லுக்குப் பொருள் சரியாக விளங்காமையால் சிறு பெண்களென்று அர்த்தம் செய்துகொண்டு, 'துறவிகளிருக்கும் மடத்தில் பெண்பாலாரிருப்பதற்கு நியாயமில்லையே. இருந்தாலும் அவர்களைப் படிப்பித்தற்கு இயலாதே' என்று என்னுள் நினைந்து பக்கத்திலிருந்தவரை மந்தணமாக வினவத் தொடங்கினேன். அப்பொழுது அதனை அறிந்த இவர், "சிறிய தம்பிரான்களைக் குட்டிகளென்று சொல்லுவது மடத்து வழக்கம்" என்று சொன்னார்.

ஆறுமுகத்தா பிள்ளை பட்டீச்சுரத்துக்கு அழைத்தது

ஒரு நாள் பட்டீச்சுரம் ஆறுமுகத்தா பிள்ளை மாயூரம் வந்தார். இவரை அழைத்துச் சென்று தம்முடைய வீட்டில் வைத்திருந்து உபசரித்து இவருடைய உதவியால் தம்முடைய குடும்பத்திலுள்ள சில முட்டுப்பாடுகளைப் போக்கிக்கொள்ள எண்ணி அவர் வந்து அழைப்பதும் இவர் அடிக்கடி பட்டீச்சுரம் சென்று சில நாள் இருந்து வருவதும் உண்டு.

இரண்டுதினம் சென்ற பின்பு ஆறுமுகத்தா பிள்ளை பட்டீச்சுரம் வந்து சில தினம் இருக்க வேண்டுமென்று இவரைக் கேட்டுக்கொண்டார்.

---

* இஃது அந்த மடத்தில் 15ஆம் பட்டத்திலிருந்து விளங்கிய ஸ்ரீ அம்பலவாண தேசிகருக்குரியது; குருபூஜை நடக்கும் தினம் ஆனி மாதம் பூர நட்சத்திரம்.

ஆறுமுகத்தா பிள்ளையின் வீடு

அதற்கு இவர் இசைந்து மாணாக்கர்களில் என்னையும் தவசிப்பிள்ளை பஞ்சநதம் பிள்ளையையும் உடனழைத்துக் கொண்டு அவரோடு புறப்பட்டார்; இடையில் திருவாவடுதுறையில் தங்கி ஸ்ரீ சுப்பிரமணிய தேசிகரைத் தரிசித்து விடைபெற்றுச் செல்ல எண்ணினார்.

27

திருவாவடுதுறை நிகழ்ச்சிகள்

திருவாவடுதுறை சென்றது

அங்ஙனமே இவர் திருவாவடுதுறை போகையில் ஸ்ரீ சுப்பிரமணிய தேசிகருடைய பெருமையையும் வடமொழி தென்மொழிகளிலும் சைவசித்தாந்த சாஸ்திரங்களிலும் இசையிலும் அவருக்குள்ள பயிற்சி மிகுதியையும் அவற்றிற் பாண்டித்திய முள்ளவர்களை அன்புடன் ஆதரிக்கும் அருமையையும் பாராட்டிக்கூறி என்னை நோக்கி, "உம்மைச் சில செய்யுட்கள் சொல்லும்படி ஸந்நிதானம் கட்டளையிடக் கூடும். அப்போது இன்ன இன்ன நூல்களிலிருந்து இன்ன இன்னவகையான செய்யுட்களை இசையுடன் சொல்லும். பொருள் கேட்டாற் பொருளையும் தவறின்றிச் சொல்லும். சொல்லி உவப்பித்தால் அவர்களுடைய பேராதரவைப் பெறலாம்" என்று சொன்னதன்றிப் பின்னும் நான் அங்கே உள்ளவர்களிடத்து நடந்துகொள்ள வேண்டியதைப்பற்றியும் மனத்திற்படும்படி போதித்துக்கொண்டே சென்றார். அப்பொழுது சாலையில் எதிரே வருபவர்களும் அயலிடங்களில் நிற்பவர்களும் பிள்ளை யவர்கள் செல்லுகிறார்க ளென்று தம்முள் நன்மதிப்போடு பேசிக்கொள்ளுதலையும் சிலர் வந்து பார்த்து, "எங்களுடைய ஞாபகமிருக்க வேண்டும்" என்று விநயத்துடன் சொல்லுதலையும் பார்த்த எனக்குப் பின்னும் இவரிடத்து நன்மதிப்பு உண்டாயிற்று. அப்பால் இவர் திருவாவடுதுறையை யடைந்து மடத்திற்குச் சென்றார். மடத்து ஓதுவார்களிற் சிலர் இவரைக் கண்ட உடனே இவர் வரவை ஸ்ரீ சுப்பிரமணிய தேசிகரிடம் விண்ணப்பம்செய்ய, இவரை அழைத்துவரும்படி அவர் சொல்லி யனுப்பினார்.

ஸ்ரீ சுப்பிரமணிய தேசிகராற் பாராட்டப் பெற்றது

அதைக்கேட்டு இவர் மிக விரைந்து சென்று இரண்டு கைகளையும் உச்சிமேற் குவித்து அவரைப் பணிந்தார். அவர் அப்பொழுது *ஒடுக்கத்தின் வடபுறத்தே தென்முகம் நோக்கி

* ஆதீனத்தலைவர்கள் ஏகாந்தமாக இருக்குமிடம்.

மேலகரம் ஸ்ரீலஸ்ரீ சுப்பிரமணிய தேசிகர்

யிருந்தார். அருகில் வடமொழி தென்மொழிகளிலும் ஸங்கீதத்திலும் வல்ல வித்துவான்கள் இருந்தார்கள். வணங்கிய இவர் திருநீறு பெறுவதற்கு எழுந்து செல்லும்பொழுது தேசிகரைப் பார்ப்பதற்கு மிக்க ஆவலோடு இவர் பின்னே நின்ற யானும் சென்றேன். நெற்றியில் திருநீறு இட்டு இவரை இருக்கச்செய்துவிட்டுத் தேசிகர், "உங்களுக்குப் பின்னே வருகிற இவரோ முன்பு வந்தபொழுது பாடங்கேட்பதாகச் சொல்லிய சாமிநாதையரென்பவர்?" என்று விசாரித்தார். அப்பொழுது *"ஸ்வாமி" என்று இவர் சொல்லவே எனக்கு உண்டான உவப்பிற்கு எல்லையே இல்லை. ஒரு பொருளாக என்னை நினைந்து தாம் வந்தபொழுது நான் பாடங்கேட்டு வருவதாக இப்புலவர்பிரான் சொல்லிய அருமையையும் அதனை ஞாபகப்படுத்திக் கொண்டு விசாரித்த தேசிகருடைய பெருமையையும்

---

* ஸ்வாமி யென்பதற்கு இந்தச் சமயத்தில் ஆம் என்பது பொருள்.

எண்ணி எண்ணி இன்பம் அடைந்துகொண்டே சென்று தேசிகர் இருக்கும்படி சொல்ல இவருக்குப் பின்னே இருந்தேன். அப்பொழுது தேசிகர் இவரைப் பார்த்து, "இங்கே வந்திருந்த ஸ்ரீ மகா வைத்தியநாதைய ரவர்கள் நேற்று மாலையில் ஸ்ரீ சோமாசிமாற நாயனார் சரித்திரம் கதை பண்ணினார்கள். அதற்காக அழைக்கப்பட்டுத் திருவிடைமருதூரிலிருந்து ராஜா கனபாடிகள், சுந்தர சாஸ்திரிகள், அண்ணா வாஜபேயர் முதலிய வித்துவான்களும், திருவாலங்காட்டிலிருந்து விசுவபதி தீக்ஷிதர், அப்பா தீக்ஷிதர், பெரியசாமி சாஸ்திரிகள், சின்னசாமி சாஸ்திரிகள், ராஜு சாஸ்திரிகள் முதலிய வித்துவான்களும், திருக்கோடிகா, திருவிசைநல்லூர் முதலிய ஊர்களிலுள்ள பண்டிதர்களும், செல்வவான்களிற் பலரும் வந்திருந்தார்கள். ஸதஸ் மிக நன்றாகவே இருந்தது. மகா வைத்தியநாதைய ரவர்கள் அந்தச் சரித்திரத்தைக் கதை பண்ணுகையில் சுருதி ஸ்மிருதி இதிஹாஸங்களி லிருந்தும், ஸ்ரீஹரதத்த சிவாசாரியார் அப்பைய தீக்ஷிதர் முதலிய பரமசாம்பவர்களுடைய வாக்கிலிருந்தும், தேவார திருவாசகங்கள் முதலியவற்றிலிருந்தும் அவ்வவ்விடத்திற்கேற்ப மேற்கோள்கள் காட்டிச் சபையை மகிழ்வித்ததுடன் உங்களுடைய வாக்காகிய சூதசங்கிதை யிலிருந்தும் சில ஸ்தலபுராணங்களி லிருந்தும் வாட்போக்கிக் கலம்பகம் முதலியவற்றிலிருந்தும் உசிதமான செய்யுட்களை எடுத்துக்காட்டி உபந்யஸித்தார்கள். எல்லோரும் அளவற்ற மகிழ்வடைந்தார்கள். அவற்றுள் உங்களுடைய பாடல்கள் அவர்களுடைய சாரீரத்தோடு சேர்ந்து செயற்கை யழகும் பெற்று எல்லாருடைய மனத்தையும் கவர்ந்தன. அவர்கள் ஒரு விஷயத்தை எடுத்துச் சொல்லிவிட்டு, 'இந்த விஷயமாகப் பிள்ளை யவர்கள் இப்படிச் சொல்லியிருக்கிறார்கள்' என்று சொல்லிச் செல்லும்பொழுது கேட்டவர்கள் உங்களுடைய அறிவின் வன்மையையும் ஸாஹித்யத்தின் அழகையும் அறிந்து வியந்தார்கள். அது தொடங்கி உங்கள் ஞாபகமாகவே இருந்து வருகிறோம். மற்றவர்களும் அப்படியே இருக்கிறார்கள்" என்று சொன்னார். குணக்குன்றாகிய இவர் மிக்க பணிவுடன், "அடியேனுக்கு யாது செயலுளது? எல்லாம் ஸந்நிதானத்தின் திருவருளே" என்று விண்ணப்பம் செய்தனர். அங்கே உடனிருந்த மற்றப் பெரியோர்களும் பிள்ளை யவர்களுடைய வரவால் தங்களுக்குண்டான மனமகிழ்ச்சியைத் தங்கள் முகங்களாற் புலப்படுத்தினார்கள்.

சுப்பிரமணிய தேசிகர் என்னைப் பரீட்சித்தது

அப்பால் தேசிகர் என்னை முன்பே வரச்செய்து, "படித்த நூல்களிலிருந்து ஞாபகமுள்ள எந்தப் பாடல்களையேனும் சொல்லிப் பொருளும் சொல்லும்" என்றார். நான் *துறைசை யமகவந்தாதி, திருத்தில்லை யமகவந்தாதி, திருக்குற்றால யமகவந்தாதி, புகலூரந்தாதி* யென்பவற்றுள் ஒவ்வொன்றிலிருந்தும் சில சில பாடல்களைச் சொல்லிப் பொருளும் சொன்னேன். பொருள் சொல்லுகையில் அச்சத்தால் நாக்குத் தழுதழுத்தது; அதனால் துன்புற்றேன். அதனையறிந்து தைரியமாகச் சொல்லும்படி பிள்ளை யவர்கள் தூண்டினமையால் பின்பு அச்சமின்றிச் சொன்னேன்.

அப்போது தேசிகர் பிள்ளை யவர்களைப் பார்த்து, "சாரீரமும் சங்கீத ஞானமும் இவருக்குள்ளன. தங்களிடம் படித்துக்கொண்டு வந்தால்

முன்னுக்கு வருவாரென்று தோற்றுகிறது. தங்களை அடைந்தவர்களுக்கு யாதொரு குறையுமிராது" என்று சொல்ல, இவர், "அடியேனால் ஆவது ஒன்றுமில்லை; ஸந்நிதானத்தின் திருவருளே எல்லோரையும் பாதுகாத்து வருகின்றது; இனிமேலும் பாதுகாத்தற்குரியது அதுவே; இவரும் அவ்விடத்துப் பிரியத்துக்குப் பாத்திரரே" என்று விண்ணப்பஞ் செய்தார்.

பின்பு தேசிகர், "இங்கே வழங்காத *திருக்குற்றால யமகவந்தாதி* இவருக்கு எப்படிப் பாடமாயிற்று?" என்று கேட்க இவர், "அந்நூலை இதுவரையில் அடியேன் பார்த்ததில்லை; அடியேன் வருவித்துக் கொடுக்க வேண்டுமென்று சொன்னமையால் மேலகரம் சண்பகக் குற்றாலக் கவிராயர் அதனையும் *திருக்குற்றாலப் புராண* ஏட்டுப் பிரதியையும் வருவித்துக் கொடுத்தார். அந்தாதியை ஒருமுறை முற்றும் படித்துப் பொருள்வரையறை செய்துகொண்டு பாடஞ் சொன்னேன். அந்நூல் பலவகையிலும் சிறப்புற்று விளங்குகின்றது. புராணத்தையும் படிப்பித்துக் கேட்டுவருகிறேன்; அதுவும் அழகாகவே இருக்கின்றது" என்று சொன்னார். அப்பால் நெடுநேரம்வரையில் சில அரிய விஷயங்களைப் பற்றிய ஸல்லாபம் நடந்துகொண்டே யிருந்தது. "நேரமாய் விட்டது; தாங்கள் பூஜையை முடித்துக்கொண்டு இங்கே *பூஜையின் தரிசனத்திற்கு வரவேண்டும்" என்று தேசிகர் சொல்லவே இவர் எழுந்து மீட்டும் பணியத் தொடங்கியபொழுது இவருக்குச் சிரமம் ஏற்படக்கூடாதென்று நினைந்து, †"ஒருமுறை வந்தனம் செய்ததே போதும்; பிற்பாடும் செய்யவேண்டாமென்று முன்னமே நாம் சொல்லியிருக்கிறோமே? இனி அவ்வண்ணமே நடக்கவேண்டும்" என வற்புறுத்தினார்.

திருவாவடுதுறைக் காட்சிகள்

அப்பால் இவர் ஸ்நானஞ் செய்தற்குத் தெற்குக் ‡குளப்புரைக்கு வந்தார். வருங் காலத்தில் பெரிய தம்பிரான்கள், குட்டித் தம்பிரான்கள், மடத்துக் காரியஸ்தர்கள், ஓதுவார்கள் முதலியவர்கள் நல்வரவு கூறி இவரைப் பாராட்டித் தொடர்ந்துவந்து அனுப்பினார்கள். இவர் போவதற்குமுன் குளப்புரையில் வெந்நீர் போடப்பட்டிருந்தது. ஸ்நானம் செய்துவிட்டுப் பூஜைக்குச் சென்றார். அங்கே வடபாலுள்ள பூஜை மடத்தில் தம்பிரான்களிற் சிலர் நியமத்தோடு பூஜை செய்தலையும் சிலர் பூஜையை முடித்துக்கொண்டு புறப்படுதலையும் பூஜை செய்வதற்குச் சிலர் அங்கே வருதலையும் அவரவர்களுக்குத் தக்கபடி தூய்மையோடுகூடிய §தவசிப்பிள்ளைகள் வேண்டிய பணிவிடை செய்துகொண்டு நிற்றலையும் படித்துறையின் மேல்பாலுள்ள பூஜை மடத்தில் வரிசையாக இருந்து சிலர் உடையவர் பூஜைசெய்து கொண்டிருத்தலையும் தவசிப்பிள்ளைகள் தனித்தனியே மல்லிகை முல்லை முதலிய நறுமணங் கமழும் மலர்வகைகளையும் வில்வம்

---

* மடத்தில் நடைபெறும் சபாபதி பூஜை முதலியன.

† வந்தவுடனும் விடைபெற்றுக்கொண்டு போகும்பொழுதும் பணிதல் அடியார்கள் வழக்கம்.

‡ குளக்கரையிலுள்ள ஒரு கட்டிடம்; புரை – வீடு; இது மலைநாட்டு வழக்கு.

§ தவசிப்பிள்ளைகள் – தம்பிரான்களுக்குப் பணிவிடை செய்துகொண்டிருப்பவர்கள்; தவசி – துறவி; "ஐயம் புகூஉந் தவசி" (நாலடி.) இப்பெயர் பிற்காலத்தில் மடைத்தொழில் செய்பவர்கள் முதலியோர்க்கு வழங்கலாயிற்று.

முதலிய பத்திரவகைகளையும் வேறு வேறாக வெள்ளித் தட்டங்களில் தொகுத்து வைத்துக்கொண்டு ஒவ்வொருவருக்கும் உதவுதலையும் அங்கே வந்து செல்லும் அயலார்கள் பக்தியோடு அவர்களுக்கு அஞ்சலிசெய்து கொண்டு ஒதுங்கிச் செல்லுதலையும் தம்பிரான்களுட் பெரியவர்களைக் காணுமிடத்து ஏனையோர் வந்தனம் செய்துவிட்டேனும் அஞ்சலிசெய்து விட்டேனும் செல்லுதலையும் நிருமாலியங்கள் கால்படாத இடங்களிற் குவியல் குவியலாகச் சேர்க்கப்பட்டிருத்தலையும் கண்டு விம்மிதமுற்று ஒன்றும் தோன்றாமல் நின்றேன். பின்பு அங்கே வந்த ஒருவரைக் கண்டு, "இந்தக் காட்சி ஆனந்தத்தை விளைவிக்கின்றது. இந்த மாதிரி எந்த இடத்தும் இதுவரையிற் கண்டதில்லை" என்று சொன்னேன். அதற்கு அவர், "என்ன ஆச்சரியம் இது? மேல்பக்கத்துள்ள அபிஷேகக் கட்டளை மடம், வடக்கு மடம், அதன் பின்பாலுள்ள குளப்புரை, மறைஞான தேசிகர் கோயில், காவிரியின் படித்துறை ஆகிய இடங்களைப் பார்த்தால் உமக்கு இன்னும் ஆச்சரியமாக இருக்குமே" என்று சொன்னார்.

அப்பால் நான் ஸ்நானம் செய்துவிட்டு நியமங்களை முடித்துக்கொண்டு ஆகாரம் செய்யவேண்டிய இடத்திற்குச் சென்றேன். சென்று பார்த்தபொழுது அங்கே ஸம்ஸ்கிருத வித்துவான்களிற் சிலரும், ஸங்கீத வித்துவான்களிற் சிலரும் தனித்தனியே இருவர் மூவராக இருந்து சுலோகங்களைச் சொல்லிக் கொண்டும் கீர்த்தனங்களைப் பாடிக்கொண்டும் இடையிடையே சுப்பிரமணிய தேசிகருடைய அருமையான குணவிசேடங்களைப் பாராட்டிக் கொண்டும் இருந்தார்கள். 'இங்கே வந்தமையால் இனி நமக்கு யாதொரு கவலையும் இராது' என்று நினைந்து நான் அவர்களை யெல்லாம் பார்த்துக் கொண்டே நின்றேன்.

அப்போது அவர்களுள் ஒருவர் என்னை அழைத்து, "காலையில் நீர் பிள்ளை யவர்களோடு ஸந்நிதானத்தைக் காண்பதற்கு வந்தபோது நாங்கள் அங்கிருந்தோம். ஸந்நிதானம் உம்மைப் பரீட்சித்த காலத்தில் நீர் உத்தரம் சொன்னதை யெல்லாம் கேட்டோம். மிகவும் சந்தோஷமாக இருந்தது. பிள்ளை யவர்களிடம் நீர் பாடங் கேட்டுக்கொண்டு வருவதும் ஸந்நிதானத்தை இன்று பார்த்ததும் உம்முடைய பெரும் பாக்கியமென்றே எண்ணுகிறோம். அவர்கள் நேத்திரங்களுக்கு நீர் எப்பொழுது விஷயமானீரோ அப்பொழுதே பாக்கியசாலியாக ஆனீர். அவர்களுடைய அன்புக்கு நாங்கள் பாத்திரமான காலந்தொடங்கிப் பரம ஸௌக்கியத்திலேயே இருந்து வருகிறோம். இப்பொழுது யாதொரு கவலையும் எங்களுக்கு இல்லை. பிறருடைய யோக்கியதையை அறிந்து ஸம்மானஞ் செய்தலில் அவர்களுக்குச் சமானமாக இப்பொழுது யாரிருக்கிறார்கள்?" என்று சொன்னார். அவற்றை யெல்லாம் காதுகுளிரக் கேட்டேன். சிலர் என்னைச் சில பாடல்கள் சொல்லிப் பொருள் சொல்லச் சொன்னார்கள். அங்ஙனமே சொல்லி ஆகாரம் செய்துவிட்டு அவர்களுடன் பேசிக்கொண்டிருந்தேன்.

தம்பிரான்கள் சந்தேகங் கேட்டது

அங்ஙனம் இருக்கையில் என்னை அழைப்பதற்கு மடத்திலிருந்து ஒருவர் வந்தார். உடனே விரைந்து சென்றேன். சென்றபொழுது

ஒடுக்கத்தின் தென்பாலுள்ள மேல் மெத்தையில் மேற்கு முகமாக ஸ்ரீ சுப்பிரமணிய தேசிகர் வீற்றிருந்தார். பிள்ளை யவர்களோடு *குமாரசாமித் தம்பிரான் முதலிய சில தம்பிரான்களும் வேறு சிலரும்அயலில் இருந்தார்கள். அவர்கள் எழுத்திலக்கணம் முதலிய ஐந்தினையும் சுப்பிரமணிய தேசிகரிடம் பாடங்கேட்டு முடித்தவர்கள். ஆதலால், அவற்றிலுள்ள மேற்கோள் சிலவற்றிற்கு இப் புலவர்சிகாமணிபாற் பொருள் வினாவிக்கொண்டிருந்தார்கள்.

அப்பொழுதப்பொழுது இன்ன இன்ன விஷயத்தைக் கேட்க வேண்டுமென்று தேசிகர் சொல்ல அப்படியே அவை அவர்களால் கேட்கப்பட்டன. அவர்கள் வினாவுதலும் அதற்குப் பிள்ளை யவர்கள் யாதொரு வருத்தமுமின்றி விடையளித்தலும் எனக்கு வியப்பை விளைவித்தன. அப்பால் *தண்டியலங்காரத்து*ள்ள அஷ்ட நாகபந்தச் செய்யுளை அடக்குவதற்கு நாகங்களைப் போட்டுக் காட்டும்படி குமாரசாமித் தம்பிரான் கேட்டபொழுது பிள்ளை யவர்கள் எழுதுகோலையும் கடிதத்தையும் வருவித்துப் போடத் தொடங்குமுன் நான் ஒரு கடிதத்தில் அந்த நாகங்களைப் போட்டுக் காட்டினேன். நான் வலிந்து செய்த செய்கை பெருந் தவறாக இருந்தும் அதனைப் பொறுத்துக் கொண்டு, "நீர் இதை எங்கே கற்றுக்கொண்டீர்?" என்று அவர் கேட்டார். "செங்கணம் விருத்தாசல ரெட்டியா ரவர்களிடத்துத் தெரிந்து கொண்டதுண்டு. இன்னும் ரத பந்தம் முதலியவற்றையும் போடுவேன்" என்று சொன்னேன்.

சுப்பிரமணிய தேசிகர் எனக்குப் புஸ்தகங்கள் அளித்தது

அப்பொழுது இவர் அன்பு பாராட்டியதைக் கண்டு சுப்பிரமணிய தேசிகர் என்னைப் பார்த்து, "பிள்ளை யவர்களிடம் நீர் நன்றாகப் படித்துக்கொள்ளும். அவர்கள் இங்கு வரும்பொழுது உடன்வாரும். உமக்கு வேண்டிய அனுகூலங்கள் கிடைக்கும். உமக்கு வேண்டிய புஸ்தகங்க ளெல்லாம் கொடுப்போம்" என்று சொல்லிவிட்டு உடனே எழுந்து சென்று அங்கே மேல்பக்கத்திலிருந்த பீரோ ஒன்றைத் திறப்பித்துக் *கம்பரந்தாதி, துறைசையந்தாதி, அமுதாம்பிகை பிள்ளைத் தமிழ், செங்கழுநீர் விநாயகர் பிள்ளைத் தமிழ், கலைசைச் சிலேடை வெண்பா* முதலிய பிரபந்தங்களுள் ஒவ்வொன்றிலும் நந்நான்கு அச்சுப் பிரதிகளுக்குக் குறையாமல் எனக்கு அளித்து, "இவற்றில் ஒவ்வொன்றை நீர் எடுத்துக்கொண்டு மற்றவற்றை உடன்படிக்கிற பிள்ளைகளுக்குக் கொடும்" என்றார். பின்பு என்னைச் சில பாடல்களை இசையுடன் சொல்லச் செய்து கேட்டுவிட்டு இப் புலவர்திலகரை நோக்கி, "நேர்ந்த காலங்களில் ஸங்கீதத்திலும் இவரைப் பழக்கவேண்டும்" என்று சொன்னார். அவர் அங்ஙனம் பிரீதியைப் புலப்படுத்தியது என்பால் இயல்பாகவே அன்புவைத்திருந்த என் ஆசிரியருக்கு அதனை எத்தனையோ மடங்கு அதிகமாக்கிவிட்டது. அக்குறிப்பை அந்த நிமிஷத்திலேயே அறிந்து நான் உள்ளம் குளிர்ந்தேன்.

---

* இவர் ஸ்ரீ ஆதிகுமரகுருபர ஸ்வாமிகள் சரித்திரத்தை இயற்றுவித்த ஸ்ரீ இராமலிங்கத் தம்பிரா னவர்களால் நியமிக்கப்பெற்று அவர்களுக்குப் பிற்காலத்தில் திருப்பனந்தாள் ஸ்ரீ காசிமடத்துத் தலைவராக இருந்து விளங்கியவர்.

திருவாவடுதுறையிலிருந்து பாடஞ்சொல்லும்படி கட்டளையிட்டது

பின்பு தேசிகர் இவரை நோக்கி, "இங்கே சில தம்பிரான்களுக்கும் வேறு சிலருக்கும் பாடங்கேட்க வேண்டுமென்னும் ஆவல் அதிகமாக இருக்கிறது. பாடஞ் சொல்வதற்கு நமக்குச் சிறிதும் நேரமில்லை. வித்துவான்கள் பலரும் பிரபுக்கள் பலரும் அடிக்கடி வருதலினால் அவர்களை முறையே விசாரித்து அனுப்புவதற்குத்தான் பொழுது சரியாக இருக்கிறது. ஆதலால் வழக்கம் போலவே இங்கிருந்து அவர்களுடைய எண்ணத்தைப் பூர்த்தி பண்ணவேண்டும். அது நமக்கும் சந்தோஷத்தை விளைவிக்கும். சிரமத்தைப் பாராட்டக்கூடாது" என்றார். உடனே இவர், "ஸந்நிதானத்தின் திருவுளப்பாங்கின்படியே செய்யக் காத்திருக்கிறேன்" என்று சொல்லவே அங்கே உடன் வந்திருந்த ஆறுமுகத்தா பிள்ளை திடீரென்று எழுந்து அஞ்சலிசெய்து நின்று, "ஐயா அவர்களை அழைத்துக்கொண்டு சென்று பட்டீச்சுரத்திற் சில காலம் வைத்திருந்து அடியேனுடைய குடும்பத்தில் ஏற்பட்டுள்ள சில குறைகளைத் தீர்த்துக்கொள்ள எண்ணியிருக்கிறேன். அதன்பொருட்டுத்தான் மாயூரம் சென்றேன். சிலகாலம் பட்டீச்சுரத்தில் இருந்துவரும்படி ஐயா அவர்களுக்குக் கட்டளையிட்டருள வேண்டும்" என்று வணக்கத்துடன் விண்ணப்பம் செய்துகொண்டார். தேசிகர், "அப்படியே செய்யலாம்; பட்டீச்சுரம் போய்ச் சில காலமிருந்துவிட்டு இங்கே வந்துவிடவேண்டும்" என்று கூறவே, எழுந்து பணிந்து விடைபெற்று விபூதிப் பிரஸாதம் வாங்கிக்கொண்டு இவர் புறம்போந்து வீதிக்கு வந்தார்.

திருவாவடுதுறையிலிருந்து புறப்பட்டது

அப்பொழுது அங்கே படித்துக்கொண்டிருக்கும் தம்பிரான்களுட் சிலர் இக்கவிஞர் பெருமானைச் சூழ்ந்துகொண்டு *கோட்டு மாங்குளம் வரையில் வந்து வழியனுப்பினார்கள். அவர்களில் ஒருவர் என்னை யணுகி, நான் பாடங்கேட்டிருந்த நூற்பெயர்களை வினாவி அவற்றிலுள்ள சில கடினமான பாடல்களுக்குப் பொருள் கேட்டார். கேட்டவற்றிற்குத் தெரிந்த அளவு சொல்லிவிட்டு, 'இந்த மகானை அடுத்துச் சில மாதங்களாகப் பாடங் கேட்டதனா லல்லவோ ஒரு பொருளாக நினைந்து இவர் நம்மைக் கேட்கிறார்! காலையிற் சுப்பிரமணிய தேசிக ரவர்களைப் பார்த்தோம்; அவர்களுடைய பிரீதியையும் பெற்றோம்' என்றெண்ணி மகிழ்ந்தேன். இவரிடம் பல வருடங்கள் இருந்து படித்துக் கொள்ளவேண்டுமென்று எனக்கு இருந்த எண்ணம் பின்னும் உறுதியுற்றது. உடன் வந்தவர்கள், "விரைவில் இங்கே வரவேண்டும்" என்று இவரைக் கேட்டுக்கொண்டு விடைபெற்று மீண்டு சென்றார்கள்.

---

* திருவாவடுதுறையின் மேற்கேயுள்ளதொரு பெரிய தாமரைக்குளம்.

28

பட்டீச்சுரம் போய் வந்தது

திருவிடைமருதூர் சென்றது

வண்டியில் இவர் ஏறியவுடன் இவர் உத்தரவின்படி அதில் நான் ஏறச்செல்லுகையில் பஞ்சநதம் பிள்ளை விரைந்துவந்து என் கையிலிருந்த புதிய புத்தகங்களை யெல்லாம் வெடுக்கென்று பறித்தார்; "படிப்பதற்கு எனக்கு வேண்டாமா?" என்றேன். "ஒவ்வொன்றிருந்தால் உமக்குப் போதும். மற்றவைகளை வைத்துக்கொண்டு இப்போது நீர் என்ன செய்யப்போகிறீர்?" என்று சொல்லி என்னுடைய விருப்பத்தின்படி ஒவ்வொன்றைக் கொடுத்துவிட்டு மற்றவைகளைத் தாம் வைத்துக்கொண்டார்.

அப்பால் இவர் திருவிடைமருதூருக்குச் சென்றார். சென்ற பொழுது வண்டியில் அநேக விஷயங்கள் இவருடைய சம்பாஷணையால் தெரியவந்தன.

திருவிடைமருதூரிலுள்ள ஓரன்பர் வீட்டிற்குச் சென்று அங்கே இவர் தங்கினார். அநுஷ்டானம் செய்துவிட்டுப் பின்பு சயனித்துக்கொண்டார். மிகவும் தளர்ந்த சரீரமுடையவ ராதலால், மடத்திலிருந்து பாடஞ் சொல்லும் பொழுதல்லாத சமயங்களி லெல்லாம் இவர் பெரும்பாலும் சயனித்துக்கொண்டே பாடஞ் சொல்லுதல் முதலியவற்றை வழக்கமாக வைத்துக்கொண்டிருந்தார். நான் இவர் அருகில் இருந்தேன். அப்பொழுது சில நூல்களில் உள்ள அரிய பாடல்களைச் சந்தர்ப்பத்துடன் கூறிப் பொருளும் சொன்னதன்றித் திருவாவடுதுறை மடத்தில் 14ஆம் பட்டத்திலிருந்த வேளூர் ஸ்ரீ சுப்பிரமணிய தேசிகருடைய இயல்புகளையும் அவரைச் சார்ந்து தாம் அடைந்த பயன்களையும் சொன்னார்; அவர்பால் தாம் தெரிந்துகொண்ட *சில செய்யுட்களைச் சொல்லி

* இச்செய்யுட்களையும் இவற்றின் பொருள்களையும் இச்சரித்திரத்தின் முதற்பாகத்தில் 79–80ஆம் பக்கங்களிற் காணலாம்.

என்னை எழுதிக்கொள்ளும்படிசெய்து அவற்றின் பொருளையும் என் மனத்திற்படும்படி அறிவுறுத்தினார். அப்பால்,

(வெண்பா)

பண்டுமைக்கோர் பால்கொடுத்த பண்பனைக்கோ டீச்சரத்துக்
கண்டுமயல் கொண்டவன்றாள் கண்ணுற்றாய் – ஓண்டொடியாய்
வந்திநின்றார் வந்தரக்கேண் மாலையெங்கண் மாதினுக்குத்
தந்திநின்றார் தந்திடென்று தான்

[பால் – இடப்பாகத்தை. கோடீச்சரம் – கொட்டையூர். கொண்டு – கொண்டேன். கண்ணுற்று – கண்டு. ஆய் ஓண்டொடியாய் – ஆராயப்படுகின்ற ஒள்ளிய வளையலையுடைய பாங்கியே. வந்தி – பணிவாயாக. நின்று ஆர்வம் தர கேள். மாலை – மயக்கத்தை. தந்தி – தந்தாய். நின் தார் தந்திடு என்று ஆர்வம் தரத் தாரைக் கேள். இச் செய்யுள் தலைவி கூற்று.]

என்பதை எழுதிக்கொள்ளச் செய்து அதற்குப் பொருள் சொல்லுமென்றார். அச்செய்யுள் முடிந்ததுபோல முடியாது நிற்றலையறிந்து நான் பொருள் சொல்லுதற்குத் தடுமாறினேன். இவர் புன்னகைகொண்டு அச்செய்யுட்குப் பொருள் கூறி, "இச்செய்யுள் கொட்டையூர்ச் சிவக்கொழுந்து தேசிகரால் இயற்றப்பெற்றது; அவரால் நூற்றுக்கணக்கான தனிச்செய்யுட்கள் இதைப்போலவே செய்யப்பட்டுள்ளன" என்று அவருடைய கவித்துவ சக்தியையும் வரலாற்றையும் பாராட்டிக் கூறினார்.

தியாகராச செட்டியாரைப் பார்த்தது

திருவிடைமருதூரிலிருந்து காலையிற் புறப்பட்டுச் செல்லுகையில் நான், "தியாகராச செட்டியா ரவர்களைப் பார்க்கவேண்டுமென்ற விருப்பம் எனக்கு அதிகமாக இருக்கிறது. இப்பொழுது கும்பகோணத்தின் வழியாகவே பட்டீச்சுரத்திற்கு விஜயம் செய்யக்கூடுமோ?" என்று கேட்டேன். அதற்கு இவர், "தியாகராசை முன்னம் பார்த்திருப்பதுண்டா?" என்று கேட்டார். "அவர்களைப் பார்த்ததில்லை; கும்பகோணத்திற்கு உத்தமதானபுரம் அருகிலுள்ளதாதலின் அவர்களுடைய புகழ் அந்தப் பக்கத்தில் மிகப் பரவியிருந்தது. தமிழிற் சிறந்த பயிற்சி யுடையவர்க ளென்றும் நன்றாகப் பாடம் சொல்லக் கூடியவர்க ளென்றும் எல்லோரும் அவர்களைப்பற்றி அடிக்கடி பேசிக்கொள்ளுதலை நான் கேட்டிருக்கிறேன். தக்கவர்களிடம் பாடம் கேட்கவேண்டு மென்னும் ஆவலுடனிருந்த நான் அவர்களுடைய கீர்த்தியைக் கேட்டு அவர்களிடமே போய்ப் பாடங்கேட்க வேண்டுமென்று விரும்பினேன். அதற்குரிய சௌகரியங்கள் எனக்கு வாயாமையால் வேறு சிலரிடம் படித்துக் கொண்டிருந்தேன். அப்பால் நாளாக நாளாக அவர்களையும் அவர்களைப் போன்ற பலரையும் படிப்பித்து முன்னுக்கு வரச்செய்தவர்கள் ஐயா அவர்களென்றும் இங்கே படித்தால் அடையும் பயன் அதிகமாக இருக்குமென்றும் செட்டியா ரவர்கள் மாணாக்கரும் பாபநாசம் பள்ளிக்கூட உபாத்தியாயராக இருந்தவருமான இராகவையர் முதலியவர்கள் சொல்லக் கேட்டதன்றி இவ்விடத்துப் புகழை அதன்பின்பு பலரிடத்தும் கேட்டு நன்றாகத் தெரிந்துகொண்டுதான் இங்கே வந்தேன்" என்று சொன்னேன்.

இவர், "தியாகராசு சிறந்த புத்திமான்; நல்ல பயிற்சியும் தெளிவும் சொல்வன்மையும் உள்ளவன். இன்று அவனைப் பார்த்து விட்டுத்தான் நான் பட்டீச்சுரம் போகக் கூடும். ஆதலால் நீரும் அவனைப் பார்க்கலாம்" என்று சொல்லிக்கொண்டே கும்பகோணம் சென்று ஸ்ரீ சக்கரபாணிப்பெருமாள் கோயிலின் தெற்கு வீதியிலுள்ள அவருடைய வீட்டுத் திண்ணையில் ஏனையவர்களோடும் இருந்தார். விசாரித்தபொழுது வீட்டில் அவர் இல்லையென்று தெரியவந்தது.

உடனே அவரிடம் படித்துக்கொண்டிருந்த திருக்கருகாவூர் மாதவிவனம் பிள்ளை யென்பவர் ஓடிப்போய்ச் சொல்லச் செட்டியார் வேகமாக வந்து, "ஏன் இங்கே இருக்கிறீர்கள்? உள்ளே போய் இருக்கவேண்டாமா?" என்று சொல்லி வந்தனம் செய்துவிட்டு எழுந்து பஞ்சநதம் பிள்ளையைப் பார்த்து, "சீக்கிரம் சமையலுக்கு ஏற்பாடு செய்யவேண்டும்" என்று சொன்னார்.

அப்போது இவர், "பட்டீச்சுரத்திற்கு இன்று அவசியம் போக வேண்டியிருக்கிறது. (என்னைச் சுட்டி) காலையில் ஆகாரம் செய்துகொள்வது இவருக்கு வழக்கம்; ஆதலால், சீக்கிரம் ஆகாரம் பண்ணுவித்தால் நலமாக இருக்கும்" என்று சொன்னார். செட்டியார் உடனே தமக்குத் தெரிந்த ஒரு வீட்டுக்கு என்னை அனுப்பி ஆகாரம் செய்வித்தார்.

நான் ஆகாரம் செய்துகொண்டு வந்தபின்பு செட்டியார் என்னைச் சுட்டிப் பிள்ளை யவர்களை நோக்கி, "இவர் யார்?" என்றார். "இவர் சில மாதங்களாக என்னிடம் படித்து வருகிறார். சில பிரபந்தங்கள் பாடங்கேட்டிருக்கிறார்" என்று சொல்லிவிட்டு உடனே இவர் புறப்பட்டார். செட்டியாரும் வேறு சிலரும் உடன் வருவாராயினர்.

தியாகராச செட்டியாரோடு சம்பாஷித்தது

செட்டியார் என்னை நோக்கி, "என்ன பாடங் கேட்கிறீர்?" என்றனர். இவர், "எங்கேனும் ஓரிடத்திலிருந்து கேட்கலாமே" என்றார். அப்பாற் போய் ஸ்ரீ கும்பேசுவரர் கோயிலில் மேற்கு வாயிற்கு நேரே உட்புறத்துள்ள ஸ்ரீ சுப்பிரமணியமூர்த்தி கோயிலின் முன்மண்டபத்தில் இவர் அமர்ந்தார். மற்றவர்களும் உடன் இருந்தார்கள். தியாகராச செட்டியார், "ஏதேனும் ஒரு பாடலைச் சொல்லி அதற்குப் பொருளும் சொல்லும்" என்று என்னைக் கேட்டார். நான் *துறைசை யந்தாதி* யிலிருந்து,

(கட்டளைக் கலித்துறை)

அண்ணா மலையத் தனைஞானக் கோமுத்தி யண்ணலையாம்
அண்ணா மலையத் தனைவினை யாலயர்ந் தாந்தமிழை
அண்ணா மலையத் தனையாண்ட வாபல் லமரருக்கும்
அண்ணா மலையத் தனையொப்ப வாவென் றறைந்திலமே

[திருவண்ணாமலைக்குத் தலைவனை; ஞானக்கோ முத்தி – திருவாவடுதுறை. யாம் அண்ணாம். அலை அத்தனை வினையால் – அலைகளையுடைய கடலைப் போன்ற அவ்வளவு வினைகளால்; தமிழை அள் நா மலையத்தனை – அகத்திய முனிவரை; மலையம் – பொதியின் மலை. அண்ணா – தலைவனே. மலைய – போர் செய்தற்கு. ஆதலால் யாம் எவ்வாறு உய்வே மென்றபடி.]

என்ற பாடலைச் சொல்லிப் பொருளுஞ் சொன்னேன். அப்பால் அவருடைய விருப்பத்தின்படி வேறு நூல்களிலிருந்தும் சில பாடல்களைக்

கூறிப் பொருளும் சொன்னேன். சொன்ன பின்பு செட்டியார், "*துறைசை யந்தாதியைப்* பாடஞ்சொல்லுவீரா?" என்று கேட்டார். அவருடைய கல்விப் பெருமையையும் புகழையும் தக்கவர்கள் சொல்ல நன்றாகக் கேட்டறிந்தவ னாதலால் திடீரென்று விடைசொல்லுவதற்கு ஒன்றும் தோன்றாமல் சும்மா இருந்து விட்டேன். அப்போது இப் புலவர்கோமான், "நீ அந்த அந்தாதிக்குப் பொருள் கேட்டதில்லையோ?" என்று செட்டியாரைக் கேட்டார்.

அவர், "திருச்சிராப்பள்ளி யிலிருந்து நான் கும்பகோணம் வரும்வரையில் நீங்கள் இயற்றிய நூல்களுக்குப் பொருள் கேட்டிருக்கிறேன். அப்பால் நீங்கள் செய்த நூல்கள் சாதாரணமானவைகளாக இருந்தால் நான் ஒருவாறு தெரிந்துகொள்ளுவேன்; பாடமுஞ் சொல்லுவேன். இந்த மாதிரியான யமகம் திரிபுகளாயிருந்தால் பெரும்பான்மையான பாகங்கள் எனக்கு விளங்கா. நீங்கள் திருவாவடுதுறை மடத்துக்குச் சென்று பழகுவதற்கு முன்பு பாடிய பாடல்களின் இயல்பு வேறு; அப்பாற் செய்த நூல்களின் இயல்பு வேறு. அவற்றுள் ஒவ்வொன்றிலும் அரிய விஷயங்களும், *சாஸ்திரக் கருத்துக்களும் நிரம்பியுள்ளன. ஏதேனும் ஒரு பிரபந்தத்தை எடுத்துக்கொண்டு வந்து யாரேனும் இதற்குப் பொருள் சொல்லுங்களென்று கேட்டாலும், சந்தேக நிவர்த்தி செய்யவேண்டு மென்றாலும் எனக்கு ஒன்றும் புரிவதில்லை. *துறைசை யந்தாதியைப்* போன்ற நூல்களைப் பாடங்கேட்டே தீரவேண்டும். திருச்சிராப்பள்ளி †சதாசிவம் பிள்ளை சில மாதங்களுக்கு முன்பு இதைத் தூக்கிக்கொண்டு என்னிடம் வந்து பாடஞ்சொல்ல வேண்டுமென்று சொன்னான். படித்துப் பார்த்தேன்; ஒன்றும் புரியவில்லை. ஐயா அவர்களிடத்திலேயே போய்க் கேட்டுக்கொள்ளென்று அனுப்பினேன். அவன் வந்திருக்கக் கூடுமே. அவனைப் போல இன்னும் யாராவது இதைத் தூக்கிக்கொண்டு வந்து உபத்திரவம் செய்தால் இவரிடம் தள்ளிவிடலாமே என்று எண்ணித்தான் இப்பொழுது இவரைக் கேட்டேன்" என்று சொன்னார்.

அப்போது உடனிருந்த ஆறுமுகத்தா பிள்ளை, "ஐயா அவர்கள் முன்னமே பட்டீச்சுரத்திற்கு ஒரு *பதிற்றுப்பத்தந்தாதி* செய்திருக்கிறார்கள். அந்த நூலை நீங்கள் கேட்டதுண்டா?" என்றார். தியாகராச செட்டியார், "கேட்டதில்லை; அதில் ஒருசெய்யுள் ஞாபகமிருந்தாற் சொல்லவேண்டும்" என்று ஆவலுடன் கேட்கவே ஆறுமுகத்தா பிள்ளை,

(விருத்தம்)

வரைமா திருக்கு மொருகூறு மழுமா னணிந்த திருக்கரமும்
அரைசேர் வேங்கை யதளுடையும் அரவா பரணத் தகன்மார்பும்
விரைசேர் கொன்றை முடியுமரை மேவு மடியும் வெளித்தோற்றி
நரைசேர் விடையான் றிருப்பழைசை நகரி லருளப் பெற்றேனே

என்ற செய்யுளைச் சொன்னார். சொல்லியபொழுது செட்டியார் அவரையும் பிள்ளை யவர்களையும் ஏற இறங்கப் பார்த்துவிட்டு ஆறுமுகத்தா பிள்ளையை

---

* சாஸ்திரம் – சைவசித்தாந்த சாஸ்திரங்கள்.

† இவர் ஜே.எம். நல்லுசாமிப் பிள்ளையின் உறவினரில் ஒருவர்.

நோக்கி, "இந்தப் புஸ்தகம் உங்களிடம் இருக்கின்றதா? இருந்தாற் கிழித்துத் *திருமலைராய னாற்றிற் போட்டுவிடுங்கள்; இந்தப் பாடலையாவது இதிலுள்ள வேறு பாடலையாவது, படித்த யாரிடத்தும் ஐயா செய்ததாக இனிச் சொல்லவேண்டாம்; சொன்னால் ஐயா செய்ததே யன்றென்று துணியைக் கீழேபோட்டுத் தாண்டிப் பிரமாணம் செய்துவிடுவார்கள். இப்போது ஐயா அவர்கள் செய்கிற நூல்களோ தனிப்பாடல்களோ 'தங்கந் தங்கமாக' இருக்கின்றன; அர்த்தபுஷ்டி அமைந்தனவாகவும் கம்பீர நடையுள்ளனவாகவு மிருக்கின்றன. அவைகளைக் கேட்ட காதுக்கு இந்த அந்தாதிச் செய்யுட்கள் நன்றாகவே இரா. இந்தச் சமயத்திலேயா இந்தப் பாட்டை நீங்கள் சொல்லுகிறது! இனி மறந்தேவிடுங்கள். மறுபடியும் சொல்லுகிறேன்; புத்தகத்தைப் பரிகரித்துவிடுங்கள்" என்று வற்புறுத்திக் கூறினார்.

பின்பு, பிள்ளை யவர்களை நோக்கி, "இப்படியும் ஒரு நூல் நீங்கள் பாடினதுண்டா? எதன் பொருட்டு இதைச் செய்தீர்கள்? செய்ததாக ஞாபகம் இருக்கின்றதா? சொல்லுங்கள்" என்று கேட்டார். "என்னப்பா மேலே மேலே ஓடுகிறாய்? இந்த மாதிரியான நூலை நான் செய்திருக்கக்கூடாதா? முன்பு †தம்பியின் தந்தையாராகிய நமச்சிவாய பிள்ளையவர்கள் காலத்தில் நான் செய்து அரங்கேற்றியதுண்டு. சாதாரணமான ஜனங்களுக்கு இப்படி இருந்தால்தானே தெரியவரும்? கடினமாக இருந்தால் அவர்கள் அறிவார்களா? மனத்திற்படுமா?" என்று பக்குவமாக விடையளித்தார். செட்டியார், "ஆனால் சரி. தங்களுக்கு அகௌரவம் உண்டாகக்கூடாதென்று சொன்னேனேயன்றி வேறொன்றுமில்லை. அது கிடக்கட்டும். நேரமாய்விட்டது. புறப்படவேண்டும்" என்று சொன்னார்.

இங்ஙனம் சொல்லிவிட்டுச் செட்டியார் எழுந்து என்னைப் பார்த்து, "நீர் நன்றாகப் படிக்கவேண்டியவற்றைப் படித்துக் கொள்ளும். கூட இருப்பதையே பெரும்பயனாக நினைந்து சிலரைப்போல் வீணே காலங்கழித்துவிடக் கூடாது; சிலகாலம் இருந்துவிட்டுத் தெரிந்துவிட்டதாகப் பாவித்துக்கொண்டு சொல்லாமல் ஓடிப்போய்விடவும் கூடாது. இப்படிப் பாடம் சொல்லுபவர்கள் இக்காலத்தில் யாரும் இல்லை. உம்முடைய ‡நன்மைக்காகத்தான் சொல்லுகிறேன்" என்று சொல்லி இவரிடம் விடைபெற்றுத் தம் வீடு சென்றார்.

செட்டியாருடைய வார்த்தைகள் எனக்கு அமிர்த வர்ஷம் போலே யிருந்தமையால் அவற்றைக் கருத்திற் பதித்து அங்ஙனமே நடந்துவருவேனாயினேன்.

---

* இது பட்டீச்சுரத்திற்குத் தென்பால் ஓடும் ஒரு நதி.

† தம்பியென்றது ஆறுமுகத்தா பிள்ளையை.

‡ கும்பகோணம் காலேஜ் வேலையை எனக்குச் செய்வித்ததையே நன்மையாகக் கருதுகிறேன்.

பட்டீச்சுர முதலியவற்றின் வரலாறு

அப்பால் இவர் பட்டீச்சுரத்திற்குப் புறப்பட்டார். போகும் பொழுது இடையிலுள்ள தாராசுர மென்னும் தலத்தின் பெருமையையும் *சோழன் மாளிகையின் வரலாற்றையும் சத்திமுற்றம், பட்டீச்சுரம் முதலிய தலங்களின் பெருமைகளையும் சொல்லிக்கொண்டே போனார். ஊர் சேர்ந்தவுடன் ஆறுமுகத்தா பிள்ளை தம்முடைய வீட்டிற்கு எல்லோரையும் அழைத்துச் சென்றார்.

பட்டீச்சுரம் முதலியவற்றின் பெருமை

பட்டீச்சுரம் முதலிய ஊர்களின் காட்சி என் கண்ணைக் கவர்ந்தது. பட்டீச்சுரமும் திருச்சத்திமுற்றமும் சோழவரசர்களுடைய அரண்மனையிருந்த இடத்தின் பக்கத்தன. பட்டீச்சுரம், திருச்சத்திமுற்றம், வடதளி அல்லது வள்ளலார்கோயில், முழையூர், பாற்குளம், †கோபிநாதப்பெருமாள் கோயில், திருமேற்றளி முதலிய பல தலங்களைத் தன்னுள்ளே அடக்கிக்கொண்டிருக்கிற 'பழையாறை' என்னும் ஒரு பழைய நகரம் பண்டைக் காலத்தில் இவ்விடத்தே நல்ல நிலைமையில் இருந்ததுண்டு; அது சோழவரசர்களுடைய பழைய இராசதானி. அது தனியே கீழைப் பழையாறை யென்ற சிறியதோர் ஊராக இப்பொழுது தென்பாலுள்ளது; பெரியபுராணத்தில்,

> பாரினீடிய பெருமைசேர் பதி ‡பழையாறை (அமர்நீதி,1)

எனக் கூறியிருப்பது இத்தலமே. இந்த நகரத்தினிடையே திருமலைராய னென்னும் ஓராறு ஓடுகின்றது. அது நானூறு வருடங்களுக்கு முன்பு திருமலைராயன் பட்டினத்தே யிருந்து அரசாட்சி செய்த மாலைப்பாடித் திருமலைராய னென்னும் அரசனால் வெட்டுவிக்கப்பட்ட தென்பர். இதிற் பழமையான கட்டிடங்கள் இருந்ததைத் தெரிவிக்கும் பல அடையாளங்களை இப்போதுங் காணலாம். பட்டீச்சுரத்தின் வடக்குவீதியே திருச்சத்திமுற்றத்தின் தெற்குவீதியாகவுள்ளது. மதுரையை யடைந்து பாண்டிய அரசனுடைய அவைக்களத்தைச் சேரமுடியாமற் சில தினம் காத்திருந்து,

> நாராய் நாராய் செங்கா னாராய்

என்ற தொடக்கத்தையுடைய ஓர் அகவலைப் பாடி அரசனைக் கண்டு பரிசுகளைப் பெற்றுவந்த சத்திமுற்றப் புலவரென்ற சிறந்த தமிழ்க் கவிஞர் மிக்க செல்வத்தோடு இருந்து விளங்கிய இடம் இந்தச் சத்திமுற்றமே;

---

* சோழனுடைய அரண்மனையிருந்த இடம் இப்பொழுது சோழன் மாளிகை என்னும் ஊராக இருக்கின்றது; பட்டீச்சுரத்துக்கு வடவெல்லையாகவுள்ளது. அங்கே இரண்டு சுவர்கள் கூடிய மூலையொன்று 11 நிலையுள்ள ஒரு கோபுரத்தின் உயரமுடையதாக இருந்ததை இளமையிற் பார்த்திருக்கிறேன். அதனை அரண்மனைச் சுவரென்று யாவரும் சொல்வார்கள். பிற்காலத்தில் அதனை இடித்து ஏலம் போட்டுவிட்டார்கள்.

† இப்பொழுது கோணப்பெருமாள் கோயிலென்று வழங்கும்; தக்ஷிணத்துவாரகை யென்றும் சொல்லப்படும்.

‡ இந்த நகரத்தின் பெருமையையும் இதன்பால் வாழ்ந்த சோழ அரசர்கள் இன்னார் இன்னாரென்பதையும் அவர்கள் புகழையும் *யாப்பருங்கலவிருத்தி, வீரசோழிய* மென்பவற்றின் உரைகளிலுள்ள மேற்கோள்களாலும் சிலாசாசனங்களாலும் அறியலாகும்.

பட்டீச்சுரம் தேனுபுரேசுவரர் ஆலயம்

"எம்மூர்ச் சத்திமுற்றத்து வாவியுட் டங்கி" என அச்செய்யுளிற் குறிக்கப்பட்ட வாவி (தடாகம்) இப்பொழுதும் இவ்வூர்ச் சிவாலயத்தின் தென்புறத்தே நல்ல நிலைமையிலுள்ளது.

தஞ்சைமா நகரத்திலிருந்து முன்பு அரசாண்ட அச்சுதப்ப நாயக்க ரென்பவரிடம் மந்திரியாக இருந்து பல தருமங்களையும் அவரைக் கொண்டு நடத்துவித்ததன்றி வடமொழி தென்மொழிப் புலவர்களையும் ஸங்கீத வித்துவான்களையும் ஆதரித்தவரும் திருவையாறு திருநாகேச்சுர மென்னும் ஸ்தலங்களின் வடமொழிப் புராணங்களைத் தக்க கவிஞர்களைக்கொண்டு தமிழிற் செய்வித்தவருமாகிய ஸ்ரீ கோவிந்த தீக்ஷித ரென்னும் அந்தணர் பெருமான் வஸித்த இடம் பட்டீச்சுரம் ஸ்ரீ தேனுபுரேசர் ஆலயத்தின் தென்பாலுள்ளதாகிய அக்கிரஹாரத்தின் மேல்சிறகிலுள்ள வீடுகளில் ஒன்று. அவருடைய பூஜைமடம் திருமலைராயனாற்றின் வடகரையில் மிகப்பெரியதாக இருந்து பின்பு இடிந்து கிடந்தது; இப்போது அதுவும் இருந்த இடம் தெரியாமற்போயிற்று; கோவிந்த தீக்ஷிதருடைய பிம்பமும் அவருடைய பத்தினியார் பிம்பமும் கைகுவித்துநிற்கும் வண்ணமாகப் பட்டீச்சுரத்தின் கோயிலில் தேவியின் ஸந்நிதானத்தின் தென்புறமாக உள்ளன.

இக்கவிஞர் கோமான் பட்டீச்சுரம் சென்ற தினத்தின் மாலையில் திருமலைராய னாற்றிற்கு என்னை யழைத்துச் சென்றார். இடையிலே காணப்படும் இடங்களை யெல்லாம் சுட்டிக்காட்டி அவற்றின் சரித்திரங்களைச் சொல்லிக்கொண்டே போனார். கோயிலில் ஸ்ரீ ரிஷபதேவர் ஸந்நிதியினின்றும் முற்றும் விலகியிருத்தலைக் கண்டு அதற்குக் காரணம் என்னவென்று கேட்டேன். "திருச்சத்திமுற்றத்தி லிருந்து முத்துப்பந்தரின் கீழே திருஞானசம்பந்தமூர்த்தி நாயனார் கோபுரவாயில் வழியே எழுந்தருளும் கோலத்தைத் தாம் பார்த்தற்கு

விரும்பி ஸ்ரீ தேனுபுரேசர் விலகியிருக்கும்படி கட்டளையிட அதைக் கேட்டு ரிஷபதேவர் விலகியிருந்தன ரென்பது பழைய வரலாறு" என்று இவர் விடையளித்தார்.

தமிழபிமானிகள் முதலியோர் வந்துபோதல்

பட்டீச்சுரத்திற்கு இவர் வந்திருத்தலை யறிந்து அவ்வூரிலுள்ள தமிழபிமானிகளும் கும்பகோணத்திலும் அயலூர்களிலும் இருந்த வித்துவான்களும் பிரபுக்களும் அடிக்கடி வந்து இவரோடு அளவளாவி இன்புறுவதன்றிப் படித்தவற்றில் தமக்குள்ள ஐயங்களைப் போக்கிக்கொண்டும் பல அரிய நூற்பொருள்களை அறிந்துகொண்டும் செல்வார்கள். தியாகராச செட்டியாரும் தம்முடைய மாணாக்கர்களோடு விடுமுறை நாட்களில் வந்து பார்த்துவிட்டுச் செல்வாார்; பழைய மாணாக்கர்களாகிய தஞ்சைக் காலேஜ் உபாத்தியாயர் ஐயாசாமி பிள்ளை, இராமகிருஷ்ண பிள்ளை முதலியவர்களும் சுந்தரப்பெருமாள் கோயில் அண்ணாஸாமி ஐயர், கதிர்வேற் பிள்ளை முதலியவர்களும் வந்து தெரிந்துகொள்ள வேண்டியவற்றைத் தெரிந்துகொண்டு போவார்கள். யார் வந்தாலும் தமிழ் நூல்களைப் பற்றிய சம்பாஷணைகளே நடைபெறும்.

முற்கூறிய சோழன்மாளிகை யென்னும் ஊரில் மிக்க பூஸ்திதி யுள்ளவரான இரத்தினம் பிள்ளை யென்னும் கனவான் அக்காலத்தில் இவருடைய ஓய்வு நேரங்களில் வந்து *திருவிளையாடற் புராணம்* முதலிய சில காப்பியங்களையும் சில பிரபந்தங்களையும் பாடங்கேட்டுச் செல்லுவார். சத்திமுற்றப் புலவர் மரபைச் சார்ந்த ஒருவர் அப்பொழுது வந்து *நாலடியார்* முதலிய நீதி நூல்களையும் *அஷ்டப் பிரபந்தம்* முதலிய பிரபந்தங்களையும் நாள்தோறும் முறையே இவரிடத்திற் பாடங் கேட்டுவந்தார்.

ஒரு வேளை இரண்டு வேளை இருந்து செல்பவர்களுக்கும், சில தினமிருந்து செல்பவர்களுக்கும், ஸ்திரமாக உடனிருப்பவர்களுக்கும் வேண்டிய உணவு, இடவசதி முதலியவற்றை ஆறுமுகத்தா பிள்ளை அமைத்து நன்றாகக் கவனித்துக் கொள்வார். நான் ஆறுமுகத்தா பிள்ளையின் உதவியால் அவ்வூர் அக்கிரகாரத்தில் ஒரு வீட்டில் ஆகாரம் செய்துகொண்டிருந்தேன்.

ஆறுமுகத்தா பிள்ளையின் அன்பு

திருமலைராய னாற்றிற்குத் தென்பாலுள்ளதாகிய *மேலைப் பழையாறை யென்னுமூர் ஆறுமுகத்தா பிள்ளைக்கே உரியதாக இருந்தது. அவ்வூர் தெற்கிலும் வடக்கிலும் இரண்டு நதிகளை எல்லையாகப் பெற்று விளங்குவது. ஊரின் நாற்பக்கத்தும் வாழைப் புதர்களடர்ந்த படுகைகளும் நடுவில் நன்செய் வயல்களும் இடையிடையே தென்னந் தோப்புக்களும் கமுகந் தோட்டங்களும் மாந்தோப்புக்களும் உண்டு. தென்னை பலா முதலிய மரங்களடர்ந்துள்ள ஒரு தோட்டத்தினிடையில் மிகவும் அழகியதான கட்டிடமொன்று இருந்தது. அதில் ஓய்வு நேரங்களிலெல்லாஞ் சென்று இவர் அன்பர்களுடன் தங்கியிருப்பார். அங்கே பாடமும்

---

* இது பழையாறை யென்னும் ஊருக்கு மேல்பால் இருத்தலால் இப்பெயர் பெற்றது.

நடைபெறும். நல்ல கனிவர்க்கங்களும் இளநீர்களும் இனிய பிற பொருள்களும் ஆறுமுகத்தா பிள்ளையால் அடிக்கடி வருவித்து அங்கே இவருக்கும் மற்றவர்களுக்கும் கொடுக்கப்படும். நிலவளத்தால் அவை சுவை முதிர்ந்தனவாய் உண்பவர்களுக்கு இன்பத்தை உண்டுபண்ணும்.

எந்தக் காலத்தும் எனக்குப் பாடம் நடந்துகொண்டே யிருக்கும்; பாடம் சொல்லாவிட்டால் இவருக்குப் பொழுது போகாது. வருகிறவர்கள், தாம் கேட்க வேண்டியவற்றைக் கேட்டு முடித்தபின் நான் கேட்கும் பாடங்களையும் கேட்டு மகிழ்ந்துசெல்வார்கள். ஒவ்வொரு நாளும் பிற்பகலில் அயலூரார் வருவார்கள். அப்பொழுதப்பொழுது தாம் கேள்வியுற்ற பல செய்திகளை எங்களுக்கு இவர் சொல்வதுண்டு.

ஸ்ரீ சிவஞான முனிவர் காஞ்சிப் புராணம் அரங்கேற்றிய வரலாறு

ஒரு நாள் சிவஞான முனிவரைப் பற்றிச்சொல்லுகையில் அவர் *காஞ்சிப் புராணம்* பாடி அரங்கேற்றிய பொழுது நிகழ்ந்த ஒரு வரலாற்றை அடியில் வருமாறு கூறினார்:

சிவஞான முனிவர்

மணியப்ப முதலியார் முதலிய செங்குந்தச் செல்வர்களுடைய உதவியினால் சிவஞான முனிவர் காஞ்சீபுரத்தில் இருந்துவந்தார். தாம் இயற்றி நிறைவேற்றிய *காஞ்சிப் புராணத்தின்* முதற் காண்டத்தை அப்போது அம்முனிவர் அரங்கேற்றத் தொடங்கினர். கச்சியப்ப முனிவரும் வேறு பல வித்துவான்களும் செல்வர்களும் வந்திருந்தனர். சிவஞான முனிவர்பால் அழுக்காறு பூண்ட சிலர், 'இவர் ஒரு நூலைப் பாடுவதும், அதனை அரங்கேற்றுவதும் அதனை நாம் பார்த்திருப்பதும் சரியா? இவரது புராணத்தில் ஏதேனும் குறைகளைக் கூறி இவருக்குள்ள மதிப்பைக் குறைக்கவேண்டும்' என்று நினைந்து கோயில் ஓதுவார் ஒருவரை அழைத்து ஊக்கி விட்டு ஆட்சேபனை செய்யும்படி ஏவினார்கள்.

அவர் கல்விப்பயிற்சி யில்லாதவர்; தேவாரம் மட்டும் ஓதுபவர். அவர்கள் சொல்லியதற்கு உடன்பட்டுத் தைரியத்தோடு சபையில் வந்திருந்தனர்.

அரங்கேற்றம் ஆரம்பிக்கப்பட்டது. விநாயகர் வணக்கங்களாகிய முதல் இரண்டு செய்யுட்களைப் படித்துப் பொருள் கூறியபின் மூன்றாவது செய்யுளாகிய ஸ்ரீ நடராஜப்பெருமான் துதியை முனிவர் படிக்க

ஆரம்பித்தார்; "சங்கேந்து மலர்க்குடங்கைப் புத்தேளும்" என்று அதனைக் கூறிவிட்டுப் பொருள் சொன்னார். ஓதுவார், "முதலில் *சங்கையா ஆரம்பித்தீர்கள்?" என்று இழிப்புத் தொனியோடு கேட்டார். உடனே சிவஞான முனிவர், "பாடலில் இருப்பது சங்கு என்னும் சொல்தான். உம்முடைய வாக்கில்தான் சங்கை உண்டாயிற்று" என்று விடை சொன்னார். ஓதுவார் மீட்டும் ஆட்சேபிக்கத் தொடங்கி, "முத்தி நகரங்கள் ஏழிலொன்றும் பிரசித்த ஸ்தலமுமாகிய இந்தக் காஞ்சீபுரத்திற்குப் புராணம் பாடவந்த நீங்கள் எப்படிச் சிதம்பரம் நடராஜருக்கு முதலில் துதி கூறலாம்? ஸ்ரீ ஏகாம்பரநாதர் துதியை யல்லவோ முதலில் சொல்லவேண்டும்? எல்லாத் தலபுராணங்களிலுமுள்ள அமைப்பைப் பாருங்கள்" என்றார். அப்போது சிவஞான முனிவர் ஸ்ரீ சபாபதியின் பெருமை முதலியவற்றைக் கூறித் தக்க காரணங்களை எடுத்துரைத்தும், ஓதுவார் அவற்றை அங்கீகரியாமல் மேன்மேலும் விதண்டாவாதம் செய்தார்.

இவற்றை யெல்லாம் கவனித்துக்கொண்டே அருகில் இருந்த கச்சியப்ப முனிவர் சிவஞான முனிவரைநோக்கி அஞ்சலிசெய்து, "இவரை அடியேன்பால் விட்டுவிடப் பிரார்த்திக்கிறேன்" என்று சொல்லிவிட்டு ஓதுவாரைப் பார்த்து, "இங்கே நேரே வந்து இரும்; நீர் யார்? படித்திருக்கிறீரா?" என்று கேட்டார்.

ஓதுவார்: நான் இத்தலத்து ஓதுவார்களுள் ஒருவன்; ஏதோ ஒருவாறு தமிழ் கற்றிருக்கிறேன்.

கச்சி: உமக்குத் தேவாரம் தெரியுமா?

ஓதுவார்: நன்றாகத் தெரியும். என்னுடைய வேலையே தேவாரம் ஓதுவதுதானே. இதைக்கூடக் கேட்கவேண்டுமா?

கச்சி: அப்படியானால் இந்தத் தலத்துத் தேவாரத்தைச் சொல்லும் பார்க்கலாம்.

ஓதுவார் ஊக்கத்துடன் சொல்லத்தொடங்கி வழக்கம் போல் †'திருச்சிற்றம்பலம்' என்றார். உடனே, கச்சியப்ப முனிவர் கம்பீரமாக, "நிறுத்தும்; உம்மைக் காஞ்சீபுரத் தேவாரம் சொல்லச்சொன்னால் திருவேகம்பமென்று சொல்லாமல் திருச்சிற்றம்பல மென்பதை ஏன் சொல்லுகின்றீர்?" என்று கேட்டார்.

ஓதுவார்: எல்லாத் தலங்கட்கும் அது பொதுவானது.

கச்சி: இங்கே கூறப்பட்ட முறைக்குக் காரணமும் அதுவே. பல சைவநூல்ககளப் படித்திருந்தால் இந்த மரபு உமக்குத் தெரிந்திருக்கும்.

உடனே ஓதுவார் தலைகவிழ்ந்து, "அடியேன் செய்த குற்றத்தை க்ஷமிக்கவேண்டும்" என்று வருந்திக் கேட்டுக்கொண்டு ஒடுக்க வணக்கத்துடன் இருப்பாராயினர்.

---

* சங்கை – ஐயம்.

† தேவாரம் சொல்லும்போது முதலில் 'திருச்சிற்றம்பலம்' என்று சொல்லிவிட்டு ஆரம்பித்தலே முறை.

நான் திருநாகைக் காரோணப் புராணம் பாடங்கேட்டது

இப்படியிருக்கையில், நான் கொண்டுபோன பிரபந்த நூல்கள் கேட்டு முற்றுப்பெற்றன. மேலே கேட்பதற்குப் பாட புத்தகம் என் கையில் இல்லாமையை யறிந்து ஒருநாள் ஆறுமுகத்தா பிள்ளையிடமிருந்த திருநாகைக் காரோணப் புராணத்தை வாங்கிக் கொடுத்துப் பாடஞ் சொல்லி வந்தார். அப்படியே கேட்டு வருகையில் அந்நூலில் தினந்தோறும் முதலில் 50 பாடல்களுக்குக் குறையாமல் 100 செய்யுள் வரையிலும், இரண்டு வாரங் கழித்த பின்பு 100 செய்யுள் முதல் 200 வரையிலும் கேட்டு வந்தேன் கேட்குங்காலத்தில் ஒவ்வொரு செய்யுளிலுமுள்ள பொருள் நயங்களையும் சொன்முடிபு பொருள் முடிபுகளையும் மேற்கோள்களையும் அப்பொழுது அப்பொழுது சொல்லி என் மனத்திற் படும்படி செய்துவந்தார். விரைந்து நான் படித்துச் செல்லுவேனாயின் அவ்வாறு படித்தலைத் தடுத்து ஒவ்வொரு செய்யுளின் சுருக்கத்தையும் நல்ல நடையிற் சொல்லும்படி செய்து வருவார்; இச்செய்யுளால் அறிந்து மனத்தில் வைத்துக்கொள்ள வேண்டியவை இன்னவையென்றும் சொல்லுவார். இங்ஙனம் இவர் பழக்கிவந்தமை கவனிப்பையும் ஆராய்ச்சி முறையையும் எனக்கு உண்டுபண்ணியது. அந்தப் புராணத்தால் அறிந்துகொண்ட காப்பியச் சுவைகள் பலவாதலின், தமிழ்ப் பாஷையின் பெருமையையும் அந்நூலை இயற்றிய இவருடைய கல்வி மேம்பாட்டையும் அறிந்து இன்புறுவேனானேன். அந்நூல் முற்றுப் பெற்றபின் இரண்டாவது முறையும் அதைக் கேட்க விரும்பினேன். அப்படியே படிக்கச்செய்து அரிய பகுதிகளை விளக்கிக்கொண்டே வந்தார். இரண்டாமுறை பாடங் கேட்டதில் பின்னும் பல புதிய விஷயங்கள் தெரியவந்தன. சில தினங்களில் அந்நூல் முற்றுப்பெற்றது.

மாயூரப் புராணம் பாடங்கேட்டது

அப்பால் ஆறுமுகத்தா பிள்ளை யிடமிருந்த மாயூரப் புராணத்தை வாங்கிப் பாடங்கேட்டு வந்தேன். உதயகாலந் தொடங்கியே பாடம் ஆரம்பிக்கப்படும். மணி எட்டானால் காலையாகாரம் செய்துகொண்டு வரும்படி என்னை இவர் அனுப்பி விடுவார். காலை ஆகாரமானவுடன் பத்து அல்லது பதினொரு மணிவரையிற் பாடம் நடைபெறும். மாலையில் திருமலைராயனாறு சென்று அனுஷ்டானஞ் செய்துவிட்டுத் திரும்புகையில் ஆகாரஞ் செய்துகொண்டு வரும்படி அக்கிரகாரத்திலுள்ள வீட்டினுள் என்னை அனுப்பி நான் உண்டுவரும்வரையில் அவ்வீட்டுத் திண்ணையில் தனியே இருப்பார். இவரிருத்தலை வீட்டுக்காரர் தெரிந்துகொண்டு தீபங்கொணர்ந்து வைத்தாலுண்டு; இல்லாவிட்டால் இருட்டிலேதான் இவர் தனியேயிருப்பார். அங்ஙனம் அமைந்த பேரன்பை என்னவென்று சொல்லுவேன்! இப்படி ஒருவர் இருந்ததாகக் கதையிலும் கேட்டதில்லை. அப்பால் ஆறுமுகத்தா பிள்ளையின் வீட்டுக்கு என்னை அழைத்துச் சென்று பாடஞ்சொல்லுவார்.

மாலை யனுஷ்டானத்தை முடித்த பின்பு ஆறுமுகத்தா பிள்ளை கந்தபுராணத்தைப் பாராயணஞ் செய்வது வழக்கம்; அதற்காகப் புத்தகமுங் கையுமாக அவர் வந்தவுடன் என் பாடம் நிறுத்தப்படும். முதல் நாள் விட்ட இடத்திலிருந்து அப்புராணத்தை அவர் படிக்கத் தொடங்குவார். இவர்

அதிலுள்ள கடினமான பாகத்திற்கு மட்டும் அவர் விரும்பும்பொழுது பொருள் சொல்லுவார். அது 9 மணிவரையில் நடைபெறும். அதுவும் எனக்குப் பேருதவியாக இருந்தது.

அதற்கு மேலே இவருக்கும் ஆறுமுகத்தா பிள்ளை முதலியவர்களுக்கும் வேறு வேறிடங்களிற் படுக்கைகள் போடப்படும். முக்கியமானவர்கள் அங்கங்கே சென்று சயனித்துக் கொள்வார்கள். அப்படியே சயனம் பண்ணிக்கொள்ளும் பாவனையோடு இவர் வந்து படுத்துக்கொள்வார். இவருடைய பக்கத்தில் வைக்கப்பட்டிருக்கும் விளக்கின் அருகில் இருந்து இவருக்கு நித்திரை வரும்வரையில் நான் பாடங் கேட்டுக்கொண்டிருப்பேன். இவர் நித்திரைசெய்யத் தொடங்குவாராயின் நானும் அந்தச் சமயம் பார்த்து மெல்லவெழுந்து தூங்கச்செல்வேன்.

அதன்பின்பு 12 அல்லது ஒரு மணிக்குமேல் ஆறுமுகத்தா பிள்ளை விழித்து எழுவார். எழுந்தவுடன் வீட்டின் வெளிப்புறத்தே சென்று திண்ணையைப் பார்த்துவிட்டுவருவார்; திண்ணையில் யாரேனும் உண்பதற்கு வந்திருக்கிறார்களா என்று பார்த்து யாரேனும் இருந்தால் அவர்களை அழைத்துச்சென்று உண்பிப்பது பகற்காலத்திலும் இரவிலும் அவருக்கு வழக்கம். பின்பு எழுப்பி உண்ணுதற்கு இவரை அழைத்துச்செல்வார். உண்பதற்கு இவர் அமர்ந்தவுடன் யாவரும் அமர்ந்து பேச்சின்றியே ஆகாரம் செய்வார்கள். எத்தனைபேர்கள் வந்தாலும் பந்திபோசனத்துக்கு உரியவர்களை உடன்வைத்துக்கொண்டு உண்பித்தலும் புறத்தேயிருந்து உண்ணுதற்கு உரியவர்களை அங்கங்கே வைத்து உண்பித்தலும் அவ்வீட்டு வழக்கம். ஆறுமுகத்தா பிள்ளை திருவாவடுதுறை மடத்தில் உணவளிக்கும் முறையைப் பந்தியிலிருந்து நன்றாக அறிந்தவராதலால் அங்கே நடத்தும் முறைப்படி எல்லாம் விமரிசையாக நடைபெற வேண்டுமென்பது அவரது கருத்து. அந்தப்படியே தினந்தோறும் நடைபெற்றுவரும்; "வேளாளனென்பான் விருந்திருக்க உண்ணாதான்" என்னும் முதுமொழிப் பொருள் ஆறுமுகத்தா பிள்ளையிடம் நன்றாக அமைந்திருந்தது.

ஒவ்வொரு தினத்தும் இரவில் பிள்ளை யவர்கள் போய் உண்பதற்கு அமர்ந்தவுடன் நான் புத்தகமுங் கையுமாகச் சென்று பிள்ளை யவர்கள் பக்கத்திலிருந்து படிக்கவேண்டியவற்றைப் படித்துப் பொருள் கேட்க வேண்டுமென்பது ஆறுமுகத்தா பிள்ளையின் கருத்து. எந்தக் காலத்தும் இவர் தடையின்றிப் பாடஞ்சொல்லுவார். என்றைக்கேனும் தூக்கத்தால் அங்ஙனம் செய்தற்குத் தவறிவிட்டால் அன்று ஆகாரம் செய்துகொண்ட பிறகாவது மறுநாட் காலையிலாவது ஆறுமுகத்தா பிள்ளை என்னைக் கோபித்துக்கொள்வார். "இவருக்கு ஏன் பாடஞ்சொல்ல வேண்டும்? படிப்பில் சிறிதேனும் இவருக்கு ஊக்கம் இல்லையே. சமயம் பார்த்து இவர் கேட்கவேண்டாமா? அஜாக்கிரதையுடன் இருக்கின்றாரே. இப்படிப்பட்டவருக்கு நீங்கள் பாடஞ் சொல்லுவதில் எனக்கு இஷ்டமில்லை. அப்பால் உங்களுடைய சித்தம்போலே செய்யலாம்" என்று சில சமயங்களிற் பிள்ளை யவர்களிடம் சொல்லுவார். அதனோடு நில்லாமல் இவர் முன்னிலையில் என்னையும் கண்டிப்பார். இந்நிகழ்ச்சிகளைக் காணும்

இக்கவிஞர்பிரான் யாதொன்றும் சொல்லாமலே சும்மா இருந்துவிடுவார். இவர் குறிப்பை யறிந்து நானும் மௌனமாகவே இருப்பேன்.

இங்ஙனம் எந்தக் காலத்தும் இவரிடம் தடையின்றிப் பாடங்கேட்டு வந்தமையினாலேதான் என் அனுபவத்தை,

. . . . அங்
கைத்தலவா மலகமென மாணவர்கள் பலர்க்குமின்ன கால மென்னா
தெத்தகைய பெருநூலு மெளிதுரைத்துப் பயனுறுத்தும் இணையி லாதோன்

அருத்திமிகு மெனையருகி லிருத்தியருந் தமிழ்நூல்க ளறைந்து

(உறையூர்ப் புராணச் சிறப்புப் பாயிரச் செய்யுட்கள்)

அருத்திகூ ரெனையரு கிருத்திநூல் பலசொற்
றல்ல லகற்றிய நல்லிசைப் புலவனும் (மீ. பிரபந்தத்திரட்டு, உரிமையுரை)

என்ற பாடல்களாகப் பிற்காலங்களில் வெளியிடலானேன்.

ஆறுமுகத்தா பிள்ளை என் புத்தகத்தை ஒளித்து வைத்தது

ஒரு நாளிரவில் இவர் உண்ணும்பொழுது நித்திரையின் மிகுதியாலும் ஒருவரும் எழுப்பாமையாலும் நான் சென்று பாடங் கேட்கத் தவறினேன். வழக்கப்படியே மறுநாள் விடியற்காலம் ஐந்து மணிக்கு எழுந்த பிள்ளை யவர்களுடன் ஆற்றிற்குச் சென்று காலைக் கடன்களை முடித்துக்கொண்டு வந்து படித்தற்கு *மாயூரப் புராணத்தைப்* பார்த்தேன். வைத்த இடத்தில் அது காணப்படவில்லை. வேறொன்றையாவது எடுத்து வந்து படிக்கலா மென்றெண்ணிச் சென்று என் புத்தகக்கட்டைப் பார்த்தேன். அதுவும் வைத்த இடத்திற் காணப்படவில்லை. மிக்க கவலையோடு அச்செய்தியை இவர்பால் தெரிவித்தேன். உடனே இவர் தேடிப் பார்க்கும்படி அங்கிருந்த வேலைக்காரர்களிடம் சொன்னார். அவர்கள் மிக முயன்று தேடியும் கிடைக்கவில்லை. நான் வருத்தமடைந்து, 'பாடங் கேட்க இயலவில்லை' என்று முகவாட்டத்தோடு நின்றேன். என்னுடைய நிலைமையை அறிந்த இவரும் வருத்தமுற்றனர். "இந்தச் செய்தியைத் தம்பியிடம் (ஆறுமுகத்தா பிள்ளை) சொல்லலாமே" என்றார்.

அவரோ ஒவ்வொரு தினத்தும் காலையில் எட்டு மணிக்கு மேற்பட்டுத்தான் துயிலுணர்வது வழக்கம். உணர்ந்தாலும் உடனே விழித்து எழுந்திருக்கமாட்டார். "துரைசாமி!" என்று தம்முடைய பிள்ளையை அழைப்பார். அச் சமயம்பார்த்துக் கொண்டே அயலில் வந்து நின்று குமாரர் ஏனென்பார். அவ்வொலியைக் கேட்ட பின்பே தம்முடைய கண்ணைத் திறந்து அவர் முகத்தைப் பார்த்துவிட்டு எழுந்து புறத்தே வருவார். ஆதலால், அந்தச் சமயத்திற் சென்றால் அவர் என்ன சொல்லுவாரோவென்று அஞ்சி நான் பிள்ளை யவர்களுடைய அருகிலேயே இருந்துவிட்டேன். இவரும் அங்ஙனம் செய்தது நல்லதென்று சொன்னார்.

இப்படியிருக்கையில் வீட்டினுள்ளே யிருந்து குறிப்பிட்ட காலத்தி லெழுந்து ஆறுமுகத்தா பிள்ளை வெளியே வந்தார். நான் பாடங் கேளாமற் சும்மா இருத்தலை அவர் பார்த்து, "ஏன் இவர் சும்மா இருக்கிறார்? சுத்த சோம்பேறி. இவருக்குப் பாடஞ் சொல்லவேண்டாம்" என்று கடிந்து

சொல்லிவிட்டு அப்பாற் செல்லத் தொடங்கினார். அப்பொழுது நான் ஒன்றும் சொல்லவில்லை. இக் கவிஞர்கோமான், “இவர் வைத்த இடத்திற் புத்தகம் காணப்படவில்லையாம். அதைத் தம்பி வருவித்துக் கொடுத்தால் நல்லது” என்று சொன்னார். உடனே அவர் ஹுங்காரம் செய்துவிட்டு, “படிக்கும் புத்தகத்தைக்கூடச் சரியாக வைத்துக்கொள்ளத் தெரியவில்லையே. நான் எண்ணியபடியேதான் இவர் இருக்கிறார். ஐயா அவர்கள் இவரியல்பை அறிந்துகொள்ளவில்லை” என்று சொல்லிவிட்டுச் சென்றார். அப்போது, “எப்படியாவது புத்தகத்தை வருவித்துக் கொடுக்க வேண்டும்” என்று இவர் அவரை வற்புறுத்தினார். அப்பால் மீண்டு வந்து நின்று இவரை நோக்கி அவர், “இவ்வளவு காலமாகச் சிரமப்பட்டு இரவும் பகலும் இவருக்குப் பாடம் சொல்லி வருகிறீர்களே. இவரும் படிப்பவர் போலவே பாவனை பண்ணிக்கொண்டிருக்கிறாரே. ஏதேனும் இவருக்குத் தமிழிற் பயிற்சி ஏற்பட்டிருக்கிறதா? பல நூல்களைப் பாடங்கேட்டிருக்கிறாரே; புதிதாக ஏதேனும் ஒரு செய்யுள் செய்வாரா? அந்தப் பழக்கம் இவருக்கு இருக்குமென்று நான் நம்பவில்லை. நான் வருவதற்குள் ஏதேனும் ஒரு செய்யுள் செய்து முடிப்பாராயின் புத்தகத்தை எப்படியாவது வருவித்துக் கொடுப்பேன். அது கிடைக்காவிடின் விலைக்காவது வேறொன்று வாங்கிக் கொடுப்பேன்” என்று சொல்லவே பிள்ளை யவர்கள் ஒரு செய்யுள் இயற்றும்படி கட்டளையிட்டார். பிறருதவியின்றிச் செய்யுள் செய்கின்றேனா வென்பதை அறிந்துகொள்வதற்குக் காவலாக ஒருவரை வைத்துவிட்டு ஆறுமுகத்தா பிள்ளை அப்பாற் சென்றார்.

பின்பு என்னை அழைத்துக்கொண்டு இக்கவிஞர்பிரான் வேறிடம் செல்லும்பொழுது காவலாக இருந்தவரும் உடன் வந்தார். நான் ஆலோசித்து ஒரு வெண்பாவை முடித்து அதனை இவருக்குச் சொல்லிக் காட்ட நினைந்து, “சீர்மருவு மாறுமுகச் செம்மலே” என்று தொடங்கினேன். உடனே இவர் என்னை மேலே சொல்லாதபடி கையமர்த்திவிட்டு, “பூஜைக்கு இடம் பண்ணும்படி தவசிப்பிள்ளைக்குச் சொல்லி வாரும்” என்று உடனிருந்தவரை அனுப்பி என்னை நோக்கி, “நீர் சொல்லிய தொடர் ‘மாறுமுகச் செம்மலே’ என்றும் பிரிக்கப்படுமே. அதை யறிந்து தம்பி கோபித்துக்கொள்வாரே. வெறுவாயை மெல்லுகிறவருக்கு அவல் கிடைத்ததுபோலவே யாகுமன்றோ இது? விபரீதமான அர்த்தமாகும்படி ஒருபொழுதும் பாடலாகாது. ஜாக்கிரதையாகவே செய்யுளைச் செய்து முடிக்கவேண்டும்” என்று சொல்லி நான் இயற்றியதாகவே தாம் ஒரு வெண்பாவை விரைவிற் பாடிமுடித்து அதனை எனக்குச் சொல்லத் தொடங்கினர். தொடங்கிய பொழுது, பாதுகாப்பாளர் விரைந்து வருதலை யறிந்து ஒவ்வொரு வார்த்தையாகவே விரைந்து சொன்னார். அவற்றை முறையே அறிந்து அவ்வெண்பாவைப் பாடஞ்செய்து கொண்டேன். அச்செய்யுள்,

> ஆறுமுக பூபாலா வன்பிலார் போலென்பால்
> மாறுமுகங் கொண்டான் மதிப்பவரார் – கூறுதமிழ்
> வாசிக்க வந்தவென்மேல் வன்மமென்ன யாவருமே
> நேசிக்கு மாதயைசெய் நீ

என்பது.

இதற்குள் ஆறுமுகத்தா பிள்ளையும் வந்துவிட்டார். உடனே நான் சென்று இச்செய்யுளை அவரிடம் பக்குவமாகச் சொல்லிக் காட்டினேன். கேட்ட அவர் முதலிலிருந்த கோபந்தணிந்தவராய் என்னை நோக்கி, "நீர் இனி நன்றாகப் பாடங்கேட்பதுடன் செய்யுள் செய்வதிலும் பழக்கம் வைத்துக்கொள்ளும். அஜாக்கிரதையாக இருந்துவிடவேண்டாம்" என்று சொல்லிவருகையில் என்னுடைய பாடபுத்தகத்தையும் புத்தகக்கட்டையும் அங்கே ஒரு வேலைக்காரன் கொணர்ந்து வைத்தான். அவர் அந்தப் புத்தகக்கட்டை முன்னிருந்த இடத்தில் வைக்கும்படிசொல்லி அவன்பாற் கொடுத்தனுப்பிவிட்டு *மாயூரப் புராணத்தை* மட்டும் என்னிடம் கொடுத்தார்.

அதனை வாங்கிக்கொண்டு சென்று அதற்குள் அங்கே வந்திருந்த இவரிடம் பாடங்கேட்கத் தொடங்கினேன். தொடங்குமுன் நிகழ்ந்தவற்றை விவரமாக இவர் விசாரித்தார்; சொன்னேன். அப்பால் செய்யுள் செய்யும் முறைகளைச் சிறிது நேரம் வரையில் எனக்கு விளங்கச் சொல்லிவிட்டுப் பாடஞ்சொல்லத் தொடங்கினார். அன்றைத்தினம் தொடங்கிச் செய்யுள் செய்யும் முறைகளிற் சில எனக்குத் தெரியவந்தன. அவற்றைக் கொண்டு நாளடைவில் நான் பலவிஷயங்களை ஊகித்து அறிந்து கொண்டேன்.

ஒரு போலிப் புலவர் வந்து சென்றது

பின்பு இவருடைய கட்டளையின்படி சவேரிநாத பிள்ளையும் மாயூரத்திலிருந்து பட்டீச்சுரம் வந்து உடனிருப்பாராயினர். அவரோடு சேர்ந்தே *மாயூரப் புராணத்தைப்* பாடங்கேட்டு வந்தேன். ஒருநாள் இரவில் முன்வேளையில் அப்புராணத்தில் அகத்தியர் பூசைப் படலம் ஆரம்பிக்கப்பட்டது. அந்தப் பாகத்திலுள்ள செய்யுட்களை முறையே படித்து வந்தோம். தமிழாசிரியராகிய அகத்தியரைப்பற்றிய செய்திகளைக் கூறும் பகுதியாதலின் இவருடைய புலமைத்திறம் அதில் நன்றாக அமைந்திருந்தது. உடனிருந்தவர்கள் கேட்டு ஆனந்தபரவச ரானார்கள்.

அச்சமயத்தில் வாயிற்படிக்கு வெளியே ஒருவர் வந்து நின்றார். அவர் தலையில் பெரிய பாகையொன்றை வைத்துக்கொண்டிருந்தார். முகத்தில் நீண்ட வீசையும் *புஸ்தியும் அவருக்கு இருந்தன. தேகத்தில் நெடுஞ்சட்டைமட்டும் அணிந்துகொண்டு கையில் நீண்ட பிரம்பொன்றை வைத்திருந்தனர். புராணங் கேட்டுக்கொண்டிருந்தமையால் அங்ஙனம் நின்றவரை ஒருவரும் கவனிக்கவில்லை. அவரைப் போன்றவர்கள் அடிக்கடி யாசகத்திற்காக வந்து அவ்வீட்டின் புறத்தே நிற்பதுண்டு. அங்ஙனம் வந்தவர் தம்மை ஒருவரும் கவனிக்கவில்லை. யென்பதை அறிந்து கனைத்தார். அவ்வொலியைக் கேட்ட எங்கள் ஆசிரியர், "யார்?" என்று கேட்கவே அவர், "நான் தஞ்சைமா நகரத்திலுள்ள தமிழ் 'வித்துவாம்ஷன்'; என்னை ஆதரித்த சிவாஜி மகாராஜா இறந்துபோய்விட்டமையால் என்னுடைய அருமை அறிந்து ஆதரிப்பவர் அங்கே யாருமில்லை. என்ன செய்கிறது! குடும்பத்தைக் காப்பாற்றவேண்டுமே. அதனால் இந்த நாட்டிலுள்ள பல பிரபுக்களிடம் போய் என்னுடைய சாமர்த்தியத்தைக் காட்டி அவர்களாற் கிடைக்கும் பொருளைக்கொண்டு காலங்கழிக்கிறேன். நான் வரகவி.

---

* வீசையின்மேலுள்ள முக ரோமம்; ஹிந்துஸ்தானிச் சொல்.

அறம்வைத்துப் பாடுகிற வழக்கமும் எனக்கு உண்டு. அப்படிப் பாடிச் சிலருக்குத் தீங்கும் விளைவித்திருக்கிறேன். அதனாலே என்னைக் கண்டால் யாரும் பயப்படுவார்கள். இந்த நாட்டிலுள்ள தனவான்களுக்கெல்லாம் என்னிடத்தில் விசேஷமான மதிப்புண்டு" என்றனர். கேட்ட இவர் புன்முறுவல் செய்துகொண்டு, "அப்படியானால் இங்கே வந்து இரும்" என்று ஓரிடத்தைச் சுட்டிக்காட்டினர். அவர் அங்கே வந்து இருந்தார்.

அவருடைய அறிவின்மையைக் குறித்து மந்தணமாகப் பேசிக்கொண்டிருந்த நாங்கள் பின்பு அதை விடுத்துப் படிக்கத் தொடங்கினோம். எப்படியாவது தம்முடைய புலமையை வெளிப்படுத்தற்கு அதுதான் நல்ல சமயமென்று அவர் நினைத்தார்.

அநேக இடங்களிற் சில பிரபுக்கள் பிறரை ஏதாவது படிக்கச் சொல்லித் தாம் சயனித்துக்கொண்டிருந்து கேட்பதைப் பார்த்தவராதலால் இவ்விடமும் அவற்றைப்போன்ற ஓரிடமென்றும் பிள்ளை யவர்களே அவ்வீட்டுத் தலைவரென்றும் அவர் எண்ணிவிட்டார். நாங்கள் படித்துக்கொண்டு செல்லும் பாடல்களுக்கு இடையிடையே பொருள் சொல்லவும் தொடங்கினார். அப்பொருள் சிறிதும் பொருத்தமுள்ளதாகவே இல்லை. நாங்கள் அதைப்பற்றி ஒன்றும் சொல்லாமல் மேலே படித்துக்கொண்டு சென்றோம். அவரும் சிறிதேனும் அச்சமும் சலிப்பும் இல்லாமல் பொருத்தமில்லாத சொற்களை இடையிடையே பொழிந்து கொண்டே இருந்தார். அப்போது சவேரிநாத பிள்ளை அவரை நோக்கி, "ஏன் இடையிடையே முழக்கிக்கொண்டிருக்கிறீர்? சும்மா இரும்" என்று சொன்னார். வந்தவர் எங்களை நோக்கி, "நீங்கள் பொருள் சொல்லாமற் படித்துக்கொண்டே போவது நன்றாகவில்லை. அர்த்தம் சொல்லிக்கொண்டு சென்றாலல்லவோ எசமானவர்களுக்குத் திருப்தியாகவிருக்கும்? இப்படிப் படிப்பதனால் என்ன பயன்? பிரபுக்களிடத்திற் பழகும் முறை தெரியவில்லையே! அதை உங்களுக்குத் தெரிவிக்கவேண்டு மென்றுதான் நீங்கள் படிக்கும் பாடல்களுக்குப் பொருள்சொல்ல முன்வந்தேன்" என்றார். சவேரிநாத பிள்ளை, அவர் வாயை எப்படியாவது அடக்கிவிட வேண்டுமென்று நினைந்து, "இந்தப் பாடலுக்குப் பொருள் சொல்லும்; பார்ப்போம்" என்று ஒரு பாடலைப் படித்துக்காட்டினர். அவர் சிறிதும் அஞ்சாமல், "இந்தப் 'பொஷ்தகத்தை' எனக்கு இனாமாகக் கொடுப்பீர்களானால் நான் சொல்லத் தடையில்லை" என்று சொல்லிவிட்டுப் பின்னும் தமது திறமையைக் காட்டவேண்டுமென்று நினைந்து வெற்றுரைகளை வர்ஷிக்கத் தொடங்கிவிட்டார். எங்களுக்கு அடக்க முடியாத சிரிப்புவந்தது. இவரும் மெல்லச் சிரித்துக்கொண்டே இருந்தார்.

அந்தச் சமயத்தில் தற்செயலாக அங்கே வந்த ஆறுமுகத்தா பிள்ளை இந்நிகழ்ச்சியை யறிந்து அவரைப் பார்த்து, "நீர் யார் ஐயா? இந்த இடத்தில் சத்தம்போட்டுக் கொண்டிருக்கிறீர்! உம்மை உள்ளே விட்டவர் யார்? இந்த நிமிஷமே வெளியே போய்விடும். உமக்கு மரியாதை தெரியவில்லையே" என்று கடிந்து சொன்னார். பிள்ளை யவர்களையே அந்த வீட்டின் சொந்தக்காரரென்று எண்ணியவ ராதலால் ஆறுமுகத்தா பிள்ளையைத் தம்மைப்போலவே யாசகத்துக்கு வந்திருப்பவரென்று தம்முள் அவர் நிச்சயித்துக் கொண்டு, "நீர் யார்காணும் என்னை வெளியே

போகச்சொல்வதற்கு? உமக்கு என்ன ஐயா அதிகாரம் இந்த இடத்தில்? வீட்டு எசமானவர்களிடத்தில் நான் 'பிரஷங்கம்' செய்துகொண்டிருக்கிறேன். அவர்களோ சந்தோஷிக்கிறார்கள். இந்தச் சமயத்தில் அதைக் கெடுப்பதற்குப் 'பூஷை' வேளையிற் கரடியை விட்டோட்டுவதுபோல் நீர் எங்கிருந்தையா வந்து முளைத்தீர்? முதலில் நீர் வெளியிலேபோய்விடும்" என்றார். அப்போது வீட்டு எசமானென்று பிள்ளை யவர்களைச் சொன்னதில் உவப்புற்ற ஆறுமுகத்தா பிள்ளை கோபங்கொள்ளாமல் புன்முறுவல்செய்து திரும்பவும், "நீர் யார் ஐயா?" என்று அவரைக் கேட்டனர். அவர், "நான் தஞ்சைமா நகரத்து அரண்மனைத் தமிழ் 'வித்துவாம்ஷன்," என்றார். ஆறுமுகத்தா பிள்ளை, "நீரா தமிழ் வித்துவான்! நீர் இதுவரையில் இன்னாரென்று இவர்களை அறிந்து கொள்ளவில்லையே. உம்மைத் தமிழ் வித்துவானென்று யார் மதிப்பார்?" என்றார். நாங்களெல்லாம் மௌனமாக இருந்தோம். பிள்ளை யவர்களும் ஒன்றும் பேசவில்லை. அதனால் வீட்டுத் தலைவர் தம் சார்பில் இருப்பதாக எண்ணிக்கொண்டு, வந்தவர், "நீர் என்னுடைய படிப்பை அறிந்து கொண்டீரா? கொண்டிருந்தால் என்னை வெளியிலே போகச் சொல்லுவீரா? நீர் என்னை அறிந்துகொள்ளாதவர். நீரே வெளியிலே போம்" என்று மீட்டும் சொன்னார். அப்பொழுது ஆறுமுகத்தா பிள்ளை அங்கே வெளியில் நின்றுகொண்டிருந்த ஒரு வேலைக்காரனைப் பார்த்துக் கோபித்துக்கொண்டு, "ஏன் இந்த மனுஷனை உள்ளே விட்டாய்? வெளியே அழைத்துக்கொண்டு போய்விடு" என்றார். அவன் உடனே வந்து அதட்டிக் கீழே இறங்கச் சொன்னான். அவர், "நீ யார் என்னை வெளியே அழைத்துக்கொண்டு போகச் சொல்லுவதற்கு?" என்று கடிந்து சொன்னார். அந்த வேலைக்காரன் அவர் கையைப் பிடித்து மெல்ல அழைத்துக்கொண்டு வெளியே போய் ஓரிடத்திலிருக்கச் செய்து உள்ளே வராதபடி பாதுகாத்துக்கொண்டிருந்தான்.

அப்பால் எங்களுக்குப் பாடம் நடைபெற்றது. பாடம் பூர்த்தியானவுடன் படுக்கப்போக வேண்டியவர்கள் போய்விட்டார்கள். பின்பு வழக்கம்போலவே எல்லோரும் ஆகாரம் செய்துகொண்டார்கள். அப்பால் ஆறுமுகத்தா பிள்ளை, பிள்ளை யவர்கள் விருப்பப்படி மனமிரங்கிக் காவலிலிருந்த அப்புலவரை வருவித்துச் செவ்வையாக ஆகாரம் செய்வித்துச் செலவிற்கும் சிறிது கொடுத்து, "இனிமேல் இப்படிப்பட்ட தப்புக்காரியங்களைச் செய்ய வேண்டாம்" என்று கண்டித்துச்சொல்லி அனுப்பினார். அவரும் அந்த வீட்டுத் திண்ணையிலேயே படுத்துக்கொண்டிருந்துவிட்டுக் காலையில் எழுந்து எல்லோரிடத்தும் சொல்லிக்கொண்டு ஸந்தோஷத்துடன் கும்பகோணம் சென்றார்.

அகால போஜனம் மாறியது

இங்ஙனம் சில தினங்கள் சென்றன. இரவில் அகாலத்தி லுண்ணுதலால் மிக வருந்திய சவேரிநாத பிள்ளை ஒருநாள், "இப்படி ஆகாரம் பண்ணிக்கொண்டிருக்க என்னாலியலாது. இருக்கவும் வேண்டியிருக்கிறது. பசியோ பொறுக்க முடியவில்லை. விபரீதமான இந்த வீட்டு வழக்கத்தை இதுவரையில் நான் எங்கும் கண்டிலேன். மற்றவர்கள் எப்படிப் பொறுத்துக்கொண் டிருக்கிறார்களோ தெரியவில்லை. எந்த

வழியாலாவது இந்தத் துன்பம் நீங்கினால் எனக்கும் பிறர்க்கும் மிகவும் சௌகரியமாக இருக்கும்” என்று சொல்லிவிட்டுச் சில தினங்களுக்கு முன்னமே தாம் செய்துவைத்திருந்த பாட்டொன்றை எங்களிடம் சொல்லிக் கொண்டிருந்தார். அப்பொழுது அங்கே வந்த ஆறுமுகத்தா பிள்ளை சவேரிநாத பிள்ளையின் சுவையான பேச்சை அடிக்கடி கேட்பவராதலால் அவர் என்ன பேசுகின்றா ரென்பதை அறிந்துகொள்ள எங்களை யணுகினார்; “என்ன பேசிக்கொண்டிருக்கிறீர்கள்?” என்று அவர் கேட்டார். நான் ஒன்றும் சொல்லாமல் சும்மா இருந்துவிட்டேன்; பிறரும் அப்படியே இருந்துவிட்டார்கள்.

சவேரிநாத பிள்ளை: பேசுவது உங்கள் சங்கதிதான். கோபித்துக்கொள்ளாமல் இருந்தாற் சொல்லுவேன்.

ஆறுமுகத்தா பிள்ளை: சும்மா சொல்லும்.

சவேரிநாத பிள்ளை: நாங்கள் எவ்வளவு ஏழைகளாக இருந்தாலும் சரியான காலத்திற் கூழையாவது உண்போம். இங்கே வருவதற்கு முன் ஒருநாளாவது அகாலத்தில் உண்டதில்லை. அந்த வழக்கத்தால் இராத்திரியில் உங்கள் வீட்டில் அகாலத்தில் உண்ணும் உணவு எவ்வளவு நன்றாக இருந்தாலும் எங்களுக்குச் சிறிதேனும் செல்லவில்லை; பிடிக்கவுமில்லை. அங்ஙனம் உண்ணும் காலத்திற்கு வெகுநேரத்திற்கு முன்பே பசியும் அடியோடே குடியோடிப் போய்விடுகின்றது. இந்தக் கஷ்டத்தை நினையாதவர் இங்கே ஒருவருமில்லை. உங்கள் கோபத்திற்கு அஞ்சியே யாவரும் இத்துன்பத்தை வெளிப்படுத்தாமல் பல்லைக் கடித்துக்கொண்டு காலங்கழித்து வருகிறார்கள். உங்களிடத்தில் எப்படியாவது இந்தக் கஷ்டத்தைச் சொல்லி இந்த வழக்கத்தை முற்றிலும் மாற்றவேண்டுமென்று வந்தநாள் முதல் எண்ணிக் கங்கணம் கட்டிக்கொண்டிருந்தேன்; ஒரு பாடலையுஞ் செய்தேன். நல்லவேளையாக நீங்களே கேட்டீர்கள். அதனால் உண்மையைச் சொல்லி விட்டேன். அப்பால் உங்கள் இஷ்டம். அந்தப் பாடல் இதுதான்:

(கட்டளைக் கலித்துறை)

புரமாய வென்றரு டேனு புரேசர் புகன்றுறையும்
திரமாம் பழைசையிற் காலத்தி லூணின்றித் தீயபசி
உரமாய் வருத்த வருந்துறு வேமென் றுணர்ந்தறிவில்
மரமாப் படைத்தில னேபாவி யாய மலரயனே.

ஆறுமுகத்தா பிள்ளை: இது கும்பகோணத்திலிருந்து பல இடங்களுக்குச் செல்லும் வழியில் இருக்கும் ஊராதலின், பலர் இவ்வழியே செல்வார்கள். இரவில் நெடுநேரம் கழித்தும் சிலர் வருவார்கள். அவர்களுக்கு உணவளித்து உபசரிக்கும் வழக்கம் எங்கள் முன்னோர்கள் காலத்திலிருந்து நடைபெற்று வருகிறது. முன்பே உண்டுவிட்டால் பின்பு வருகிறவர்களுக்குச் சில சமயம் உணவு கிடைக்காமற் போய்விடும். கிடைத்தாலும் ஆறிப் பதனழிந்துவிடும். ஆதலால் யாவரும் நேரங்கழித்தே உண்ணுவதாயிருந்தால் வருபவர்கள் எல்லோரும் திருப்தியாக உண்பார்களென்ற எண்ணத்தினால் இவ்வாறு பெரியோர்கள் செய்துவந்தார்கள். அவ்வழக்கத்தைப் பின்பற்றியே நானும் நடத்திவருகிறேன்.

சவேரிநாத பிள்ளை: அகாலத்தில் வருபவர்களுக்கு வேண்டிய வற்றை யெடுத்துவைத்துவிட்டு மற்றவர்கள் முன்னால் உண்டுவிடலாமே. அதனால் என்ன பிழை? பின்பு வருகிறவர்களுக்காக முன்புள்ளவர்கள் பசியோடு சோர்ந்து தூங்கிய பின்னர்ப் பசியும் கெட்டுப்போகின்றது. தூக்கத்தையும் கெடுத்து எழுப்பி உண்பித்தலில் அவர்களுக்கு என்ன சுவை தெரியப்போகிறது? வயிறாரத்தான் உண்பார்களா?

ஆறுமுகத்தா பிள்ளை இவர் சொல்லிய பக்குவத்தினால் அவற்றைக் கேட்டுச் சிறிதும் சினங்கொள்ளாமல், "உங்களுக்கெல்லாம் அசௌகரியமாக இருந்தால் அந்த வழக்கத்தை வைத்துக்கொள்வதில் எனக்குப் பிரியமில்லை; நீங்கள் சொல்லுகிறபடியே செய்கிறேன்" என்று சொல்லிவிட்டு அன்று முதல் 10 மணிக்குள்ளாகவே எல்லோரும் ஆகாரம் பண்ணும்படி ஏற்பாடுசெய்துவிட்டார். பழையவழக்கம் மாறிய காரணத்தை யறிந்த இக் கவிஞர்பிரான் சவேரிநாத பிள்ளையின் தைரியத்தையும் சாதூரியத்தையும் பற்றி மகிழ்ந்ததன்றி அவர் செய்த செய்யுளையும் கேட்டுப் பாராட்டினார். மற்ற யாவரும் அவரைப் புகழ்ந்து வாழ்த்தினார்கள்.

சில பிராமணர்களின் அன்பு

அயலூர்களிலுள்ள மிராசுதார்களாகிய பிராமணர்கள் சிலரிடம் ஆறுமுகத்தா பிள்ளை கடனாகப் பெருத்த தொகைகளை வட்டிக்கு வாங்கியிருந்தார். அப்பொழுதப்பொழுது கொடுக்கப்படாமையால் வட்டிகள் அதிகரித்து விட்டன. பணங்கொடுத்தவர்கள் அடிக்கடி வந்து கேட்பாராயினர். அது தெரிந்த ஆறுமுகத்தா பிள்ளை இப் புலவர்சிகாமணியை அழைத்துச் சென்று அவர்களோடு சிலநேரம் பேசிக்கொண்டிருக்கும்படி செய்துவிட்டு வட்டிகளிற் சில பாகத்தையாவது முழுவதையுமாவது தள்ளிக் கொடுத்தால் உபகாரமாக இருக்குமென்று கேட்டுக்கொண்டார். முதலாளிகளிற் சிலர் ஆறுமுகத்தா பிள்ளை, பிள்ளை யவர்களுடைய அன்பரென்பதை நினைந்தும், இவர் தங்கள் வீட்டுக்குவந்த கௌரவத்தை உட்கொண்டும் வட்டியிற் சில சில பாகத்தைத் தள்ளிக் கொடுத்துப் பத்திரத்தில் வரவு வைத்துக்கொள்ளச் செய்தார்கள். ஊற்றுக்காடென்னு மூரிலிருந்தவரும் வடமொழியிற் சிறந்த வித்துவானுமாகிய காளிராமைய ரென்பவர் வட்டி முழுவதையுமே தள்ளிப் பத்திரத்தில் வரவுவைத்துக் கொள்ளச் செய்தார்; அங்ஙனம் செய்ததன்றி இவரைச் சிலதினம் தம்முடைய வீட்டில் வைத்திருந்து விருந்தளித்து உபசரித்து அனுப்பினார்.

நூலுக்கும் நீருக்கும் சிலேடை

ஒரு நாள் பிள்ளை யவர்களோடு ஆறுமுகத்தா பிள்ளையும் நாங்களும் ஸ்வாமிமலை சென்று முருகப்பிரானைத் தரிசனஞ்செய்துவிட்டுத் திரும்பிவருகையில் காவிரியின் கரையை அடைந்தோம். அப்பொழுது பட்டுச்சாலியர்களிற் சிலர் நெய்தற்குரிய நூல்களை அந்நதியில் கழுவிக்கொண்டிருந்தார்கள். அதைக் கண்ட ஆறுமுகத்தா பிள்ளை என்னைப் பார்த்து, "இந்த நூலுக்கும் நீருக்குமாக நீர் பத்து நிமிஷத்தில் ஒரு சிலேடை வெண்பாப் பாடும் பார்ப்போம்" என்றார். "அவ்வளவு

சீக்கிரத்திற் செய்ய முடியாதே; செய்யாவிட்டால் இவர் என்ன கடினமான வார்த்தைகளைச் சொல்வாரோ" என்று நான் யோசித்துக்கொண்டு நின்றேன். இவர், "இவ்வளவு கடினமான விஷயத்தைக் கொடுத்துச் சீக்கிரத்திற் பாடி முடிக்கச் சொன்னால் இவரால் ஆகுமா?" என்று சொல்லிவிட்டு உடனே முதலிரண்டடியைத் தாம் பாடி முடித்துப் பின் இரண்டடிகளைச் செய்யும்படி எனக்குச் சொன்னார்; அவ்வாறே பாடி முடித்தேன். அச்செய்யுள் வருமாறு:

(வெண்பா)

வெள்ளைநிறத் தாற்செயற்கை மேவியே வேறுநிறம்
கொள்ளுகையாற் றோயக் குறியினால் – உள்ளவன்பிற்
றாய்நேர்ந்த வாறுமுகத் தாளாளா நீமொழிந்த
ஆய்நூலு நீருநிக ராம்.

[தோய் அக்குறி – நீரிற்றோய்க்கும் அச்செயல், தோய மென்னும் பெயர்.]

புறங்கூற்றாளர் அடங்கியது

திருவிடைமருதூ ருலாவைப் பற்றிச் சிலர் *அங்கங்கே சென்று சென்று இடையறாமற் கூறிவரும் புறங்கூற்றுக்களைக் கேட்டு ஆறுமுகத்தா பிள்ளை மிகவும் வருத்தமுற்று அங்ஙனம் கூறுவோர்களை அடக்கவேண்டுமென்று எண்ணினார். அங்ஙனம் எண்ணியிருக்கையில் அவர் செய்தற்குரிய திதி யொன்று வந்தது. அதனை வழக்கத்திற்கு அதிகமாகச் செலவு செய்து முடித்தற்கு நிச்சயித்து மேற்கூறிய புறங்கூற்றாளர்களையும் வேறுசில பெரியோர்களையும் அன்றைத் தினம் உணவிற்கு வருவித்தார். அவர்களுக்குத் திருப்தியுண்டாகும்படி ஆகாரஞ் செய்வித்துத் தக்ஷிணைகளையும் அளித்தார்.

பின்பு அவர்கள் எல்லோரையும் பகல் 1 மணிக்கு ஓரிடத்தில் வந்து கூடியிருக்கும்படி செய்து அவர்களை நோக்கி, "திருவிடைமருதூ ருலாவைப்பற்றிக் குற்றஞ்சொல்லுபவர்கள் இப்போது எடுத்துச் சொல்லலாம். அவற்றிற்கு ஐயா அவர்கள் சமாதானம் சொல்லுவார்கள்" என்று சொல்லிவிட்டுத் தாம் ஓரிடத்தே இருந்தார்; அப்பொழுது தியாகராச செட்டியார் முதலியோரும் உடனிருந்தார்கள். அச்சபையில் அப்பொழுது வந்திருந்தவர்களுடைய தொகை சற்றேறக்குறைய நூறுக்குமேலே இருக்கும். இந்தக் கவிஞர்பிரான் அவ்வுலா எழுதப்பட்டுள்ள ஏட்டுச்சுவடி யொன்றை என்னிடம் கொடுத்துப் படிக்கச் சொன்னார். எனக்கு ஏட்டுப் பிரதியைப் பார்த்துப் படிக்கும் வழக்கம் அதிகமாக இல்லாமையாற் படிக்கும்பொழுது சில சில இடங்களில் தடுமாற்றம் அடைந்து வாசித்தேன்.

இவர், "இப்படி வாசித்தால் அடிப்பேன்" என்றார். உடனே அதிக ஜாக்கிரதையாகத் தவறின்றி மெல்லப் படித்து வந்தேன். புறங்கூற்றாளர் தவறென்று சொல்லிக்கொண் டிருந்தனவாகத் தாம் கேள்வியுற்ற இடங்களை எடுத்துக்காட்டித் தக்க சமாதானங்களைச் சொல்லிக்கொண்டே வந்தார். அந்த நூல் இராத்திரி பன்னிரண்டு மணிக்கு முற்றுப்பெற்றது.

---

* முதற்பாகம், பக்கம், 302.

ஆதியுலா, ஏகாம்பரநாதருலா, திருவானைக்காவுலா, திருவாரூருலா, திருவெங்கையுலா முதலியவற்றிலிருந்து அப்பொழுதப்பொழுது இடத்துக்குப் பொருத்தமாக இவரால் மேற்கோள்கள் எடுத்துக் காட்டப்பட்டன. அப்பொழுது ஆவூர்ப் பசுபதி பண்டாரம், ஸ்வாமிமலை சபாபதி தேசிகர், கும்பகோணம் பேட்டைத் தெருவிலுள்ள வைத்தியநாத தேசிகர் முதலிய கல்விமான்கள் கேட்டு மிகவும் திருப்தியடைந்து, "இவ்வளவு அழகான உலாவை நாங்கள் இதுவரையில் அறிந்ததில்லை. பல ஸ்தல சரித்திரங்களும் சிவபுராணக் கதைகளும் நாயன்மார்களுடைய அருமை வரலாறுகளும் தேவார திருவாசகக் கருத்துக்களும் நிறைந்து எல்லா உலாக்களுக்கும் மேற்பட்டு நிகரின்றி இந்த உலா விளங்குகின்றது. இன்றைய தினம் இந்த உலா முகமாக அருமையான விஷயங்கள் பலவற்றை அறிந்துகொண்டோம். இந்த நூலில் என்ன குற்றம் இருக்கின்றது? ஒன்றுமில்லையே. யாரேனும் இதிற் குற்றம் உண்டென்று சொல்லியிருந்தால் அவர்களைக் கல்வியறிவில்லாதவர்க ளென்று சொல்லுவதற்கு நாங்கள் பின்னிடோம். நீங்கள் இக்காலத்தில் எழுந்தருளியிருப்பது நாங்களும் தமிழும் செய்த பெரும்புண்ணியத்தின் பயனென்றே சொல்லத் தடையில்லை" என்று உலாவையும் பிள்ளை யவர்களையும் மிகப் பாராட்டினார்கள்; "அரோக திடகாத்திரத்தோடு சிரஞ்சீவியா யிருந்து தமிழ்ப் பாஷையைப் பரிபாலனம் செய்துகொண்டு வரவேண்டும்" என்று இவரை வாழ்த்தவும் செய்தார்கள்; முன்பு குறைகூறியவர்களும் பாராட்டி வாழ்த்தினார்கள்.

அப்பால் ஆறுமுகத்தா பிள்ளை புறங்கூற்றாளரைப் பார்த்து, "நீங்கள் இப்பொழுது சொன்னது உண்மைதானா? இனி எங்கேனும் உலாவைப்பற்றித் தூஷணமான வார்த்தைகள் உங்கள் வாக்கிலிருந்து வெளிப்படுமானால் நான் சும்மாவிடமாட்டேன்; அறிந்து கொள்ளுங்கள்" என்றார். அதன்பிறகு அவ்வுலா சம்பந்தமான புரளிவார்த்தைக ளெல்லாம் எவ்விடத்தும் அடங்கிவிட்டன.

அவ்வுலாவில் ஒவ்வொரு கண்ணியையும் இரண்டுமுறை மூன்றுமுறை படித்துக்கொண்டே வந்தமையால் மிகுந்த சோர்வை அடையவேண்டியவனாக இருந்தும் இடைவிடாமற் கேட்டுவந்த பல அரிய விஷயங்களால் அமுதத்தை யுண்டவன் போலப் பசி தாகத்தா லுண்டாகும் களைப்பின்றி யிருந்தேன். பின்பு ஆகாரம் செய்யும்படி துணை சேர்த்து என்னை அனுப்பிய பொழுது இப்புலவர்பிரான் அருகில் வந்து என்னை நோக்கி, "ஏதோ ஒரு வார்த்தை சொல்லிவிட்டேன்" என்று சொல்லத் தொடங்கிய காலத்தில் இவருடைய குறிப்பையறிந்து நான், "சொன்னபடியே செய்திருந்தால் எனக்குச் சந்தோஷமாக இருந்திருக்கும். படித்தற்குரிய பலரிருக்கையில் என்னைப் படிக்கும்படி சொன்னது என்பாலுள்ள அன்பின் மிகுதியாலேயே என்று தெரிந்து இன்புற்றேன்" என்று ஒருவாறு தெரிவித்து விடைபெற்றுக்கொண்டு ஆகாரம் செய்யச் சென்றேன்.

எனக்கு நைடதம் அளித்தது

அப்பால் ஸரஸ்வதி பூஜையன்று பட்டீச்சுரத்துக்கு அருகிலுள்ள என் ஊராகிய உத்தமதானபுரம் சென்றேன். பூஜையை அங்கே முடித்துக்கொண்டு

மறுநாளாகிய விஜயதசமியன்று புனப்பூஜையைச் செய்துவிட்டுப் பிற்பகலில் புறப்பட்டுப் பட்டீச்சுரம் வந்து 4 மணிக்குப் பிள்ளை யவர்களைக் கண்டேன். "ஏன் இவ்வளவு அவசரமாக வந்தீர்?" என்றார். "இன்று விஜயதசமி யாதலால் ஐயா அவர்கள் கையால் ஏதாவது புஸ்தகம் ஒன்றைப் பெற்றுக்கொள்ளலா மென்றெண்ணி விரைந்து வந்தேன்" என்றேன். உடனே அந்த வீட்டிற் பூஜையிலிருந்த சுவடிகளுள் ஏதாவதொன்றைக் கொண்டுவரும்படி இவர் ஒருவரை அனுப்பினர். போனவர் ஓரேட்டுச் சுவடியை எடுத்துக்கொணர்ந்து கொடுத்தார். அதனை என்னிடம் அளித்த இவர், "என்ன நூலென்று பிரித்துப் பார்த்துச் சொல்லும்" என்றார். அங்ஙனமே பிரித்து, "இது நைடதத்தின் மூலம்" என்றேன். கேட்ட இவர், "நைடதத்தைப் படித்தாற் கலிபீடை நீங்குமென்று சொல்வார்கள். ஆதலால் இப்புத்தகத்தைப் பெற்ற உமக்குக் கலி இன்றோடு நீங்கிவிட்டது. இனி ஒருபோதும் அணுகமாட்டாது" என்றார். அப்பொழுது நான், "இங்கே படித்தற்கு எப்பொழுது வந்தேனோ அப்பொழுதே என்னைச் சார்ந்திருந்த அரிஷ்டமெல்லாம் நீங்கிவிட்டன வென்றே துணிந்திருக்கிறேன். அன்றியும் மாயூரத்தில் முதன்முறையாக இங்கே பெற்றுக்கொண்டதும் நைடதமே. அப்பொழுதே அவ்வாறு எண்ணினேன்" என்று சொன்னேன்.

பாடஞ்சொல்லப் பயிற்றல்

புதிய மாணாக்கர்களுக்குப் பழைய மாணாக்கர்களைக் கொண்டு பாடஞ்சொல்லுவிப்பது இவருக்கு இயல்பு. அதற்குக் காரணம் அவர்களுக்குப் பாடஞ்சொல்லும் ஆற்றல் உண்டாகவேண்டு மென்பதுதான். ஏதேனும் பிழையிருந்தால் சொன்னவரைத் தனியே அழைத்து உண்மையைத் தெரிவிப்பார்.

ஒரு நாள் பட்டீச்சுரத்திலிருந்து கும்பகோணத்திற்குப் போகும்பொழுது நான் மற்றொருவருக்குக் குடந்தைத் திரிபந்தாதிக்குப் பொருள் சொல்லிக்கொண்டே சென்றேன். *நாட்டஞ் சிவந்தனை (14) என்னும் செய்யுளில் 'சிவந்தனை நேர்ந்தேயுறும்' என்பதற்குச் சிவமானது தன்னை ஒத்தே அத்தலத்தில் எழுந்தருளியிருக்கின்ற தென்று சொன்னேன். கேட்ட இவர் அவ்விடத்திலேயே நின்றுகொண்டு என்னைத் தனியே அழைத்து 'நேர்ந்து' என்பதற்கு, 'கொடுத்து' என்பது பொருளென்றும் இனிக் கவனித்துச் சொல்ல வேண்டுமென்றும் சொல்லிவிட்டு முன்னே செல்வாராயினர்.

'தன்பெருமை தானறியாத் தன்மையன்'

கும்பகோணம் பட்டீச்சுரத்திற்குச் சமீபமாதலால் ஆறுமுகத்தா பிள்ளைக்குரிய சில காரியங்களை முடித்துக் கொடுத்தற்கும், வரவேண்டுமென்று விரும்பிய அன்பர்களுடைய வேண்டுகோளை நிறைவேற்றுதற்கும் நினைந்து அடிக்கடி எங்களை அழைத்துக்கொண்டு இவர் அங்கே சென்று வருவார்.

---

* நாட்டஞ் சிவந்தனை யென்செய லாநம னேகுடந்தைக்
கோட்டஞ் சிவந்தனை நேர்ந்தே யுறுமங்குக் கூடிமலப்
பூட்டஞ் சிவந்தனை செய்தோங் கருணை புரிந்ததிலை
வாட்டஞ் சிவந்தனைப் பொன்சொரிந் தாலு மதிக்கலமே.

ஒரு நாள் அந்த நகருக்குச் சென்று ஓரிடத்திற் பல பிரபுக்களோடு பேசிக்கொண்டிருந்தார். அப்பொழுது அங்கே இருந்த எதிராஜ பிள்ளை யென்னும் கனவானொருவர் சந்தர்ப்பத்திற்குத் தக்கபடி ஓர் இனிய செய்யுளைக் கூறினார். அங்கிருந்த யாவரும் அதனைக் கேட்டு அதன் இனிமையைப் பாராட்டினர். இவரும் அச்செய்யுளின் நயத்தை வியந்துவிட்டு, "இச் செய்யுள் எந்த நூலிலுள்ளது?" என்று கேட்டார். "தாங்கள் இயற்றிய கும்பகோண புராணத்திலுள்ளது" என்றார் அவர். அதனைக் கேட்ட யாவரும் ஆச்சரியமுற்றனர். அளவிறந்த செய்யுட்களைப் பாடியவராதலின் அது தாம் இயற்றிய செய்யுளென்பதை இவர் அறிந்திலர். இதைப்போன்ற நிகழ்ச்சிகள் சிலவற்றை யான் அறிந்திருப்பதுண்டு.

தியாகராச செட்டியார் வாதம் செய்தது

மற்றொருநாள் சென்று கும்பகோணத்தில் நாகேசுவரஸ்வாமி கோயிலின் வடக்கு வீதியிலிருந்த தபால் ஆபீஸ் வீட்டுத் திண்ணையில் இவர் தங்கினர். அவ்வீட்டிலிருந்த போஸ்டுமாஸ்டர் முத்தப்பிள்ளை யென்பவர் இவர் வந்திருத்தலையறிந்து உடனே ஒரு புத்தகத்தோடு வந்து வந்தனம் செய்துவிட்டு இவருடைய குறிப்பின்படி அருகில் இருந்தார். "கையிலுள்ளது என்ன புத்தகம்?" என்று இவர் கேட்டனர்.

அவர், "ஐயா அவர்கள் செய்த திருநாகைக் காரோணப் புராணம். இதனைச் செட்டியா ரவர்களிடத்துப் பாடங் கேட்டு வருகிறேன்" எனவே இவர், "அதில் ஒரு செய்யுளைப் படித்திடுக" என்று சொன்னார். அவர் அதிலுள்ள நைமிசப் படலத்தின் முதற் செய்யுளாகிய,

(கலிநிலைத்துறை)

செங்கை யாட்டினா ரங்கைமா னேந்திய சிவனார்
பங்கை யோர்மகட் குதவிய பரமனார் பதத்துக்
கொங்கை யார்தனைச் சார்நரை யுய்த்திடு குணத்தாற்
கங்கை யாற்றரு கிருப்பது நைமிசக் காடு

[செங்கை – திருவாதிரை நட்சத்திரம். பதத்து – உய்த்திடு.]

என்ற பாடலை மாலைக்கால மாதலாற் கல்யாணி ராகத்தில் நன்றாகப் படித்துக் காட்டினர். கேட்டு மிகவும் இன்புற்ற இவர் என்னைப் பார்த்துவிட்டு மேலேயுள்ள பாடல்களைப் படிக்கும்படி அவருக்குச் சொன்னார். இவர் படிக்கிற மாதிரி நான் படிக்க வேண்டுமென்று குறிப்பித்தா ரென்பதை அப்பார்வையால் அப்பொழுது தெரிந்துகொண்டேன்.

மேற் பாகத்தை அவர் படித்துக்கொண்டே வருகையில் இவர், "பொருள் நன்றாகத் தெரிந்துகொண்டு வருகிறீரா?" என்று கேட்டனர். அவர், "செட்டியா ரவர்கள் பொருள் சொல்லிக்கொண்டு வருகிறார்கள். சில செய்யுட்களின் ஒவ்வொரு பாகத்திற்குப் பொருள் அவர்களுக்கு விளங்கவில்லை. ஆனாலும் தைரியமாகவே ஏதேனும் சொல்லுகிறார்கள். அதில் எனக்குத் திருப்தி பிறக்கவில்லை. பட்டீச்சுரம் வந்து ஐயா அவர்களால் அவற்றைத் தெரிந்து கொள்ளவேண்டுமென்று எண்ணியும் வேலை மிகுதியால் அங்கே வரமுடியவில்லை" என்றார். இவர் சந்தேகமுள்ள

இடங்களில் ஏதாவதொன்றைக் குறிப்பிட்டுச் சொல்லும்படி கேட்டார். அப்பொழுது முத்தப்பிள்ளை,

துவஜஸ்தம்ப வருணனை
(கொச்சகக் கலிப்பா)

ஊறுதெரி தலுந்தவிர்ந்தோ ருடம்புதளி யுட்புகுந்து
மாறுதவிர் காரோண வள்ளலா ரெதிர்நின்று
வேறுமல ரிலைபுனைந்து வேண்டுபலன் களுமுதவிப்
பேறுதவு சிவமேயாய்ப் பிறங்கிவிடை மேற்கொளுமே (திருநகரப். 138)

[ஊறுதெரிதலும் – ஸ்பரிச உணர்ச்சியையும். ஓருடம்பென்றது மரத்தை. வேறுமலர் இலைபுனைந்து – தனக்குரியனவல்லாத வேறு மலர்களையும் மாவிலை முதலிய இலைகளையும் சூடி. பலன் – நற்பயன்; பழமென்பது வேறு பொருள். துவஜஸ்தம்பம் பஞ்சலிங்கத்துள் ஒன்றாதலின் 'சிவம்' எனப்பட்டது. விடைமேற் கொள்ளும் – இடபக்கொடியை மேற்கொள்ளும்; இடபவாகனத்தின் மேலெழுந் தருளியிருக்குமென்பது வேறு பொருள்.]

என்ற செய்யுளைப் படித்துக்காட்டினர். இப்புலவர்பிரான், "தியாகராசு இதற்கு என்ன பொருள் சொன்னான்?" என்றனர். முத்தப்பிள்ளை, "அவர்கள் விளங்கவில்லையென்று முதலிற் சொல்லிவிட்டுச் சிறிதுநேரம் யோசித்துப்பார்த்து ஏதோ சொன்னார்கள்; எனக்கு இப்பொழுது அது ஞாபகத்திலில்லை" என்றார். அவர் அவ்வாறு சொல்லிக்கொண் டிருக்கையில் தியாகராச செட்டியார் பாடஞ் சொல்லுதற்கு வழக்கம்போலே அங்கே வந்தார். வந்தவர் முத்தப்பிள்ளை *நாகைக் காரோணப் புராணத்தைக்* கையில் வைத்திருப்பதையும் இவர் அவரோடு பேசிக்கொண்டிருத்தலையும் பார்த்துவிட்டு ஆலோசித்துக்கொண்டு அருகில் வந்து நின்று இவருக்கு அஞ்சலி செய்து, "நீங்கள் எப்பொழுது இங்கே வந்தீர்கள்? வீட்டுக்கு வரலாகாதா? வருவதை முன்னதாக எனக்குத் தெரிவிக்கக்கூடாதா? தெரிவித்திருந்தால் முந்தியே இங்கு வந்திருப்பேனே" என்றார். இவர், "இருக்கட்டும்; 'ஊறுதெரிதலும்' என்ற செய்யுளுக்கு நீ இவருக்குச் சொல்லிய அர்த்தம் என்ன? சொல்லவேண்டும்" என்றார். தியாகராச செட்டியார், "எனக்கு ஒன்றும் புரியவில்லை. இந்த ஒரு பாட்டுக்காகப் பட்டீச்சுரம் வந்து கேட்பதென்றால் எனக்குச் சாத்தியப்படுமா? எனக்குள்ள வேலைகள் அதிகமென்பது உங்களுக்குத் தெரியுமே. இன்னும் இதைப்போன்ற பாடல்கள் இந்நூலிற் பல இருக்கின்றன. அவை எனக்கு மிக்க சங்கடத்தை உண்டுபண்ணுகின்றன. இப்புத்தகத்தை அச்சிடுவித்தீர்களே கடினமான பாடல்களுக்குப் பொருள் எழுதிப் பதிப்பிக்கச் செய்திருந்தால் எவ்வளவோ அனுகூலமாயிருக்கும். பொருளெழுதாவிட்டால் இதுபோன்ற கடினமான பாடல்கள் யாருக்கு விளங்கும்? ஒருசமயம் உங்களுக்கே விளங்காமற் போனாலும் போகுமே. நான் உண்மையைச் சொல்லுகிறேன். கோபிக்க வேண்டாம்" என்று மேன்மேலே இதுபோன்ற விஷயங்களைப் பேசத் தொடங்கிவிட்டார். அப்பால் இவர், "நான் சமீபத்திலிருக்கும்பொழுது யாரையேனும் அனுப்பியாவது கேட்டுக்கொண்டு வரச்செய்து சொல்லலாமே. அது செய்ய முடியாவிட்டால் தெரியவில்லை என்றாவது சொல்லிவிடலாமே" என்றார். அப்பொழுது செட்டியார் சிறிதும் பின்வாங்காமல், "இந்த நூலில் மட்டுமல்ல; நீங்கள் செய்த வேறு நூல்களிலும் இந்த மாதிரியான

இடங்கள் பல உள்ளன. அவற்றிற்கு எனக்கும் பிறர்க்கும் பொருள் விளங்கவில்லை. அவற்றில் ஒன்றைமட்டும் இப்பொழுது சொல்லுவேன்: மாயூரப் புராணத்தில் திருநாட்டுப் படலத்தில் 'அம்மையார் நீழலில்யா மமர்வோமென் றருள்செய்த, செம்மையார் வீற்றிருக்குந் திருத்தஞ்சை" (15) என்பதில் உள்ள அம்மையார் வரலாறு எனக்குச் சுத்தமாகத் தெரியவில்லை. பலரைக் கேட்டேன். ஒருவரும் சொல்லவில்லை. பின்னும் நாகைக் காரோணப் புராணத்திலே தலவிசேடப் படலத்தில்,

(விருத்தம்)

மருவொரு கொம்பு தாங்கு மார்புடை நமைப்பூ சித்துப்
பொருகரி கொம்போர் நான்கும் பெறப்பொலி தலமு முண்டால்

[ஒரு கொம்பு – ஆதிவராகத்தின் கொம்பு. கரியென்றது ஐராவதத்தை. தலம் – திருவெண்காடு.]

பருவத்து மடந்தாய் பூமேற் பசுவன்றி வான்மேற் றங்குந்
திருவத்தோர் பசுவைக் கொண்டு சிருட்டிசெய் தலமு முண்டால்

[பூமேற் பசுவென்றது பிரமனை. ததம் – கருவூர்.]

கொடுமைசெய் களிற்றை மாட்டிக் குலவுநீ முந்தி யீன்ற
வடுவறு களிறு போற்றி வழிபடு தலமு முண்டால்   (32, 37, 39)

[களிற்றை – கயமுகாசுரனை. களிறு – விநாயகர். தலம் – திருச்செங்காட்டங்குடி.]

என்று பாடியிருக்கிறீர்களே. இத்தலங்களின் பெயரையும் இத்தலங்களின் சரித்திரங்களையும் தெரிந்துகொள்வது எப்படி? இவற்றிற்கெல்லாம் குறிப்பு எழுதியிருந்தா லல்லவோ விளங்கும்? படிப்பவர்களுக்கு விளங்கும்படியல்லவோ பாடவேண்டும்? அங்ஙனம் செய்யப்படாத பாடல்கள் பாடல்கள் அல்லவே; நீங்கள் இப்பொழுது பாடும் நூல்களில் இம்மாதிரியான பிரயோகங்களே மிகுதியாகக் காணப்படுகின்றன. முன்பு நீங்கள் இப்படிப் பாடியதில்லை. உங்கள் நூல்களைப் படிப்பவர்க ளெல்லாம் வந்து உங்களையே கேட்டுத் தெரிந்துகொள்ள முடியுமா? நான் சொன்னபடி கடினமான பாகங்களுக்குக் குறிப்புரை எழுதிப் பதிப்பித்திருந்தால் எல்லாரும் தெரிந்துகொள்வார்களே. இந்தத் துன்பம் உங்களுக்குத் தெரியவில்லையே! கோபித்துக் கொள்ளவேண்டாம்; என் அனுபவத்தைச் சொல்லுகிறேன்" என்று மேலே மேலே பேசுவாராயினர்.

அருகில் இருந்த சில அன்பர்கள், "செட்டியார் என்ன இப்படிப் பேசுகிறாரே!" என்று அஞ்சினர். முன்னொரு முறை *துறைசையந்தாதியைக் குறித்துச் செட்டியார் பேசியதை நேரில் நான் கேட்டவனாதலால் இதில் எனக்கு வேறுபாடு தோற்றவில்லை. ஆனாலும் இம்முறை இவ்விருவருடைய சம்பாஷணையும் சற்றுக் கடுமையாகவே இருந்தது. இக் கவிஞர்பிரான், "என்னப்பா மிகுந்த கோபத்தோடே பேசுகிறாய்? இப்படிப்பட்ட இடங்களிலுள்ள அருமையை நீ பாராட்டாமற் பழிப்பதும் மிக உழைத்து அமைத்திருக்கும் அமைப்பை மதியாமலிருப்பதும் நன்றாக இல்லையே. இவைபோன்ற பிரயோகங்கள் பழைய நூல்களிற் பல உள்ளனவே. அங்ஙனம் பாடியவர்க ளெல்லாம் தெரியாதவர்களா?

---

* இதன் 337–38 ஆம் பக்கம் முதலியவற்றைப் பார்க்க.

ஸ்ரீ மீனாட்சிசுந்தரம் பிள்ளையவர்கள் சரித்திரம்

அப்படிப் பாடுவதும் ஓரழகன்றோ? சிலவகைப் பாடல்களைச் சிலர் விருப்பத்தின்படியே பாடவேண்டி யிருக்கிறது; யோசித்துப் பேசு" என்றார். "பொருள் தெரிந்த பின்பல்லவோ கேட்பவர்களுக்கு அவற்றிலுள்ள அருமை புலப்படும்? அதற்குமுன் அவற்றின் அருமைப்பாடும் மதிப்பும் எப்படித் தெரியவரும்? உங்களோடு நெடுநாள் பழகிக்கொண்டிருக்கும் எனக்கே உங்களுடைய பாடல்களுக்குப் பொருள் விளங்காமல் இருக்குமானாற் பிறர் என்ன செய்வார்கள்? இப்படி நீங்கள் பாடுவதிற் சிறிதேனும் எனக்குத் திருப்தியில்லை. இந்த மாதிரியான பாடல்களை இனி நீங்கள் பாடக் கூடாது. நிர்ப்பந்தத்தாற் பாடும்படி ஏற்பட்டால் பதிப்பிக்குங் காலத்தில் அந்தப் பாகங்களுக்குக் குறிப்புரை யெழுதியே பதிப்பிக்கும்படி செய்யவேண்டும். இன்னும் முன்பு குறிப்புரை யில்லாமற் பதிப்பித்த புத்தகங்களிலுள்ள கடினமான பாகங்களுக்கும் குறிப்புரை எழுதிப் பதிப்பித்து அவற்றோடு சேர்த்துவிடச் சொல்லவேண்டும். இல்லாவிட்டால் உங்கள் உழைப்புப் பிரயோசனப்படாது. என்னுடைய ஆசிரியருக்கு ஒரு பழிப்பும் இல்லாம லிருக்கவேண்டுமென்றே இப்போது இவற்றைச் சொல்லலானேன். நீங்கள் கோபித்துக் கொள்ளக் கூடாது. நீங்கள் வேறு வேறு ஊர்களுக்குச் சென்று சிலகாலம் அங்கங்கே இருந்து வருகிறீர்கள். பொருள் தெரியாத ஒவ்வொருவனும் வந்து வந்து 'அதற்குப் பொருள் சொல்; இதற்குப் பொருள் சொல்' என்று என் கழுத்தை யறுக்கிறான். ஏதாவது நான் சொல்லத்தானே வேண்டியிருக்கிறது? சொல்லாவிட்டால் வருகிறவன் விடுகிறானா? எனக்கு இதே வேலையாக இருக்கிறது. இப்படித்தானே ஒவ்வொருவரும் கஷ்டப்படுதல்கூடும்! நூல் நன்றாயிருந்தாலும் பிறருக்குக் கஷ்டத்தை உண்டுபண்ணுகின்ற தல்லவா? இதைப் பற்றிப் பல நாளாகச் சொல்லவேண்டுமென்று எண்ணியிருந்தேன். முன்பு சில சமயங்களிற் குறிப்பாகவும் சொல்லி யிருக்கிறேன். சந்தர்ப்பம் வாயாமையால் இதுவரையில் விஸ்தாரமாக நான் சொல்லவில்லை. பல தீட்டுக்கு ஒரு முழுக்கு என்றபடி இப்பொழுது எல்லாவற்றையும் சொல்லிவிட்டேன்; அப்பால் உங்கள் இஷ்டம்" என்றார்.

இப்படியே இருவரும் ஓய்வின்றிப் பேசிக்கொண்டிருக்கையில் இரவு மணி எட்டாய்விட்டது. இருவரும் மிகப் பெரியவர்க ளானமையால் இடையிலே ஒருவரும் பேசமுடியவில்லை. அங்கே வந்திருந்த ஆறுமுகத்தா பிள்ளையின் ஜபமும் பலிக்கவில்லை; செட்டியாரிடத்தில் மிக்க கோபங்கொண்டவராய் இவரைப் பார்த்து, "நேரம் ஆய்விட்டபடியால் ஊருக்குப் புறப்படுவோம்" என்றார். இக் கவிதிலகர் எழுந்து நின்று, "போய்வருகிறேன்" என்று சொல்லிவிட்டுப் புறப்பட்டார். சரியென்று சொல்லிச் செட்டியாரும் விடைபெற்றுக்கொண்டு தம்முடைய வீட்டிற்குச் சென்றார்; அவர் மன்னிப்புக் கேட்டுக்கொள்ளாமற் போனாரேயென்று நாங்கள் வருத்தமடைந்து பேசிக்கொண்டே சென்றோம்.

இங்ஙனம் கண்டிப்பாகப் பேசுவது செட்டியாருக்கு இயல்பாதலால் அதனையறிந்த பழையவர்களுக்கு இந்நிகழ்ச்சியில் வேறுபாடு தோற்றவில்லை; ஏனையோர்க்கு மட்டும் ஒரு பெருஞ் சண்டையாகத் தோற்றியது. பிள்ளை யவர்கள்பால் செட்டியாருக்குள்ள அன்பின் மிகுதிதான் இங்ஙனம் பேசுவித்ததென்று சிலர் நினைந்தார்கள்.

மதவாரணப் பிள்ளையார் துதி

பட்டீச்சுரத்தில் ஒருநாட் காலையில் தரிசனஞ்செய்வதற்கு ஸ்ரீ தேனுபுரேசரது ஆலயஞ்சென்று ஸ்தல விநாயகராகிய ஸ்ரீ மதவாரணப் பிள்ளையா ரென்னும் விநாயக மூர்த்தியை இவர் தரிசித்துக்கொண்டு நிற்கையில் ஆறுமுகத்தா பிள்ளை, "மதவாரண மென்னும் பெயரை யமகத்தி லமைத்து ஒரு செய்யுள் செய்யும்" என்று எனக்குச் சொன்னார். இது மிகக் கடினமான காரிய மாயிற்றே யென்று கவலையுற்று, 'இங்கே யிருப்பது பெருந்துன்பத்திற்கு இடமாக விருக்கிறதே' என்று நினைந்து முகவாட்டத்துடன் நின்றேன்.

அந்தக் குறிப்பையறிந்த இக் கவிஞர்சிகாமணி, "தம்பி, இவ்வளவு கடினமான விஷயத்தை இவருக்குக் கொடுக்கலாமா? இனி இப்படிச் சொல்லுவது தருமமன்று" என்று சொல்லித் தரிசனஞ் செய்துவிட்டு வீடு சென்று அவர் விரும்பிய வண்ணம் ஒரு விருத்தமியற்றி அதை எழுதச்செய்து அவரிடம் படித்துக் காட்டும்படி சொன்னார். நான் அவ்வண்ணம் செய்தேன். அது,

*நாமதவா ரணங்குறித்த படிகொடுதீ வளர்த்துமென நவிலுந் தக்க
நாமதவா ரணங்குசிவ மிகப்பினென வுங்கொள்ளான் நண்ணு மாற்றண்
ணாமதவா ரணங்குமிறுந் தடப்பட்டீச் சுரம்புகுந்து நலியச் செய்தாம்
நாமதவா ரணங்குளிர்பூந் தாளருள வின்பநலம் நண்ணி னேமால்

[* பிள்ளையவர்கள் பிரபந்தத்திரட்டு, 3334. ஆரணங் குறித்தபடி நாம் அதவு கொடு தீ வளர்த்தும் என நவிலும் தக்க நாம – வேதம் குறித்தபடி நாம் அத்திக்கட்டையைக் கொண்டு யாகாக்கினியை வளர்ப்போம் என்று சொல்லும் தக்கனென்னும் பெயரை உடையாய். சிவம் இகப்பின் அணங்கு தவார் – சிவபெருமானை நீக்கி யாகம் இயற்றினால் வருத்தம் நீங்கார்; எனவும் – என்று ததீசி முனிவர் முதலியவர்கள் சொல்லவும்; கொள்ளான் நண்ணும் ஆற்று அண்ணாம் – அவ்வுரையை மேற்கொள்ளாமல் அவன் அடைந்த தீயவழியிற் சேரமாட்டோம். மத வாரணம் குமிறும் தடம் பட்டீச்சுரம் புகுந்து – வலியையுடைய சங்குகள் முழங்கும் குளங்களையுடைய பட்டீச்சுரத்தை அடைந்து. நாம் நலியச் செய்தாம் – அச்சத்தைக் கெடச் செய்தோம். மதவாரணம் குளிர் பூந்தாள் அருள – மதவாரணப் பிள்ளையார் தம் குளிர்ந்த மலர் போன்ற திருவடிகளை அளித்தமையால். இன்ப நலம் – ஆனந்தமாகிய பயனை. நண்ணினேம் – அடைந்தோம். அதவென்றது, அத்திக்கட்டையாற் செய்யப்பட்ட சிருக்குச் சிருவம் முதலியவற்றை; ஆகுபெயர்.]

என்பது.

நான் என் சொந்த ஊர் போனது

பின், "தீபாவளிக்கு என் சொந்த ஊராகிய உத்தமதானபுரம் போவதற்கு எண்ணியிருக்கிறேன்; விடையளிக்கவேண்டும்" என்று இவரை நான் கேட்டுக்கொண்டேன். அப்படியே செய்யலாமென்று சொல்லிப் பட்டுக்கரை அங்கவஸ்திர மிரண்டை வருவித்துத் தீபாவளியில் உபயோகித்துக்கொள்ளும்படி இவர் கொடுத்தார். நான் புறப்படுவதற்கு விடைபெறும்பொழுது, "தீபாவளி ஸ்நானஞ் செய்துவிட்டு மாயூரத்திற்கே வந்துவிடலாம். அதற்குள் நானும் அங்கே போய்விடுவேன்" என்றார். அப்பால் ஊருக்குச் சென்றேன்; சென்றதுமுதல் ஜ்வரநோயால் மிகவும் பீடிக்கப்பட்டேன்; அதனால் குறிப்பிட்டபடி மாயூரஞ் செல்லுதற்கு

முடியவில்லை. பின்பு இவர் மாயூரம் போய்விட்டார். குறிப்பிட்டபடி பின்பு நான் அங்கே வாராமையாற் கவலையுற்று என்னைப் பார்த்து வரும்படி ஒரு மனிதரை யனுப்பினர். "ஜ்வரத்தால் வரமுடியவில்லை; ஸௌக்கியமானவுடன் வந்துவிடுவேன்" என்று அவரிடம் சொல்லி அனுப்பினேன். அடிக்கடி யாரையேனும் அனுப்பி என்னைப் பார்த்துவரச் செய்து என் தேகநிலையை அறிந்துகொண்டேயிருந்தார்; நானும் இவருடைய ஞாபகமாகவே யிருந்தேன். மார்கழி மாதத்தின் இறுதியில் எனக்கிருந்த ஜ்வரநோய் நின்றது.

☸

29

திருவாவடுதுறைக் குருபூஜை நிகழ்ச்சிகள்

திருவாவடுதுறையில் நான் இவரைப் பார்த்தது

தை மாதத்தில் திருவாவடுதுறையில் நடக்கும் ஸ்ரீ நமச்சிவாய மூர்த்தியினுடைய குருபூஜைக்கு இவர் வரக்கூடுமென்று தெரிந்தமையால் நான் இவரைப் பார்த்தற்கு அன்று அவ்வூர் சென்றேன்; அவ்வூர்க் காட்சி என் மனத்தைக் கவர்ந்தது. கூட்டத்தின் மிகுதியால் முற்பகலில் இவரது இருப்பிடந் தெரிந்து சென்று இவரைப் பார்க்க முடியவில்லை. பிற்பகலிற் சென்று தேடியபொழுது தெற்கு வீதியில் ஒரு வீட்டுத் திண்ணையில் சிலரோடு பேசிக்கொண்டு இவரிருத்தலைக் கண்டேன். அங்கே சென்று பக்கத்தில் நின்றபொழுது, “எப்பொழுது வந்தீர்? தேகஸ்திதி ஸௌக்கியமாக இருக்கிறதா? ஆகாரஞ் செய்தாயிற்றா?” என்றார். “இன்று காலையில் வந்தேன். தேகஸ்திதி சௌக்கியமாக இருக்கிறது. ஆகாரம் செய்தாயிற்று” என்று சொன்னேன்; அப்பால் இருக்கச்சொன்னபடி ஓரிடத்தில் இருந்து இவர் பேசுவனவற்றை யெல்லாம் கேட்டுக் கொண்டேயிருந்தேன்.

உடன் இருந்தவர்கள் சென்ற பின்பு இவர், “இனிப் பாடங் கேட்க வரலாமே” என்று என்னிடம் சொன்னார்; “கேட்குங் காலத்தை எதிர் பார்த்தே ஒவ்வொரு நிமிஷமும் காத்திருக்கிறேன்” என்று சொன்னேன்; “மாயூரம் போனபின் அப்படியே செய்யலாம்” என்று சொல்லிவிட்டுப் பிற்பகலில் ஐந்து மணிக்குமேல் மடத்திற்குச் சென்றார். நானும் உடன்சென்றேன்.

தம்பிரான்கள் பாடங்கேட்டது

அப்பொழுது அங்கேயிருந்த குமாரசாமித் தம்பிரான், பரமசிவத் தம்பிரான் முதலியோர் எழுந்து நின்று இவரை

வரவேற்றார்கள். இவரை அங்கே ஓரிடத்தில் இருக்கச்செய்து அவர்களும் இருந்தார்கள். சிலநேரம் சம்பாஷித்துக்கொண்டே யிருந்துவிட்டு அவர்கள், "ஏதேனும் ஒரு நூலை நாங்கள் இப்போது பாடங் கேட்கலாமோ?" என்றார்கள்; இவர் கேட்கலாமென்று சொல்லவே அவர்கள் காசிக் கலம்பகம் கேட்கத்தொடங்கினார்கள்; *"காசிச்சாமி (பரமசிவத் தம்பிரான்) இருக்கும்பொழுது இக்கலம்பகம் நடைபெறுவது மிகவும் பொருத்தமுடையதே" என்று சொல்லிவிட்டு இவர் பாடஞ்சொன்னார்; இரவு எட்டு மணிக்குள் 50 பாடல்கள் படிக்கப்பட்டன. அப்பால் அவரவர்கள் தத்தம் இடஞ்சென்றார்கள்.

சுப்பிரமணிய தேசிகர் பரிசளித்தல்

பத்து மணிக்குமேல் ஸ்ரீசுப்பிரமணிய தேசிகருடைய பட்டணப் பிரவேசமும் கொலு முதலியனவும் நடைபெற்றன. அவை வந்தவர்களுடைய கண்களையும் மனங்களையும் கவர்ந்தன.

குருபூஜைக்காக வந்திருப்பவர்களுள் மறுநாளும் இருந்து செல்லுபவர்களை மட்டுமே வைத்துக்கொண்டு ஊருக்குச் செல்ல விரும்புகிற மற்றவர்களை வருவித்து அவரவர்களுடைய தகுதிக்கும் அவர்கள் வைத்த பாதகாணிக்கைத் தொகைக்கும் ஏற்றபடி மரியாதைகளைச் செய்து அனுப்புவது ஆதீனகர்த்தருடைய வழக்கமாதலால் அன்று அங்ஙனமே கொடை நடைபெற்றுவந்தது. இப் புலவர்பிரான் தமக்காக அமைக்கப்பட்டிருந்த வீட்டின் இடைகழியில் வந்து சயனித்துக் கொண்டார். அப்போது சுப்பிரமணிய தேசிகரிடம் விடைபெற்றுக்கொண்ட பிரபுக்களிற் சிலரும் வித்துவான்களிற் சிலரும் இவரிடம் வந்து பேசிக்கொண்டிருந்து விட்டு விடைபெற்றுச் சென்றார்கள். அதனால் இவர் நித்திரை செய்யவேயில்லை.

ஆவூர்ப் பசுபதி பண்டாரத்திற்குப் பாடல் அளித்தது

அப்படியிருக்கையில், ஆவூர்ப் பசுபதி பண்டார மென்பவர் அங்கே வந்து இவரைப் பார்த்து நெடுநேரம் புகழ்ந்து பாராட்டிப் பேசிக்கொண்டே யிருந்தார். இவருக்கு மிகுந்த சிரமமிருந்தும் பழகியவராதலால் தமது சிரமத்தை அவர்பாற் சிறிதும் புலப்படுத்தவில்லை. அப்பால், அவர், "நீங்கள் மிகுந்த சிரமமடைந்திருப்பதாகத் தெரிகிறபடியால் நான் இப்போது பேசுவது ஸரியல்ல" என்றறெழுந்து, "போய்வருகிறேன்" என்றார்; இவர் "சரி" என்றார். அடிக்கு ஒருதரம் திரும்பிப் பார்த்து, "போய் வருகிறேன், போய்வருகிறேன்" என்று சொன்னார். கடைசியில் இவர் அஞ்சலி செய்தார். அப்பால் அவர் சிறிது தூரம் சென்று யோசனை செய்துகொண்டே நின்று பின்பு மீண்டுவந்து இவர் சயனித்துக் கொண்டுவிட்டதைத் தெரிந்து கனைத்தார். உடனே இவர் எழுந்து, "என்ன விசேஷம்? வந்த காரியத்தைச் சொல்லவேண்டும்" என்று கேட்கவே, அவர், "இப்போது எழுந்தருளியிருக்கும் ஸந்நிதானத்திற்குப் படித்தவர்களிடம் மிகுந்த

* இவர் காசியிற் பல வருடங்கள் இருந்தவர்; அங்ஙனம் இருந்து வந்த துறவிகளைக் காசிச்சாமி யென்று அழைப்பது வழக்கம்.

பிரியமிருப்பதாகவும் அவர்களுள் *ஸாஹித்ய சக்தி உள்ளவர்களிடத்தில் அதிக மதிப்பு இருப்பதாகவும் கேள்வியுற்றேன். அதற்குத் தாங்களே ஸாட்சி. இந்த ஆதீனத்தில் மூன்று பட்டத்தி லிருந்தவர்களைப் பார்த்திருக்கிறேன். இவர்களைப்போன்ற விதரணசாலிகள் யாருமில்லை. இங்கே குருபூஜா காலத்தில் எம்மவர்களுக்கு ஏற்படுத்தியிருக்கும் திட்டம் உங்களுக்குத் தெரிந்திருக்கலாம். குருபூஜையின் மறுநாட் காலையில் எங்களையெல்லாம் தனியே ஓரிடத்தில் இருக்கச்செய்து எங்கள் பெயரைப் பதிவு செய்துகொண்டு தலைக்கு அரை ரூபாய் விழுக்காடு கொடுத்து அனுப்புவது வழக்கம். எங்களுடைய அதிர்ஷ்டம் அதற்குமேலே போவதில்லை. நான் கொஞ்சம் படித்தவனாக இருப்பதால் எனக்கு அந்தக் கூட்டத்திற் கலந்துகொள்ளப் பிரியமில்லை. மானம் போராடுகிறது. என்ன செய்வேன்! இந்த வருஷத்தில் தாங்கள் இங்கே விஜயஞ்செய்திருப்பது என்னுடைய அதிர்ஷ்டந்தான். என்னுடைய வித்வத்தின் திறமை உங்களுக்கு வெகுகாலமாகத் தெரியும். என்னைப்போலவே *பெரியபுராணம், திருவிளையாடல், ஸ்காந்தம்* முதலிய காவ்யங்களுக்கும் பிரபந்தங்கள் பலவற்றிற்கும் அர்த்தஞ் சொல்லுதலிலும் தேவாரங்களைப் பண்ணோடு ஓதுதலிலும் ப்ரஸங்கஞ் செய்வதிலும் எங்களவர்களில் இக்காலத்தில் யாரையாவது நீங்கள் பார்த்திருப்பதுண்டா? இப்படிப்பட்ட நான் அந்தக் கோஷ்டியிற் சேரலாமா? சேர்ந்தால் என் வித்தைக்கு என்ன ந்யூனதை ஏற்படும்? தாரதம்யமறிந்து கொடுக்கிற இந்த இடத்துக்குத்தான் என்ன கௌரவம்? பார்க்கிறவர்கள் என்ன நினைப்பார்கள்? எல்லாவற்றையும்பற்றி யோசிக்கும்பொழுது என்னுடைய யோக்யதையை நன்றாகத் தெரிவிக்கும்படி ஒரு செய்யுள் செய்துகொண்டு இப்போதே தனியே சென்று பார்த்துவிட்டுப் போகலாமென்று எனக்குத் தோற்றுகிறது. அதற்கும் ஆதீனத்து மஹாவித்வானாக விளங்கிக்கொண்டிருக்கிற தங்களுடைய உடன்பாடு வேண்டும். அவ்விதம் செய்யாவிட்டால் சோபிக்கமாட்டாது" என்றார்.

அவர் இன்ன எண்ணங்கொண்டு சொல்லுகிறா ரென்பதை நன்றாக அறிந்தும் இவர், "அப்படியே செய்யலாம்" என்றார்.

பசு: அவசரத்தில் இப்போது செய்வதற்கு என்னால் முடியாது.

மீ: காலையில் இருந்து ஏதாவது பாடல் செய்துகொண்டு பார்த்துவிட்டுச் செல்லலாமே!

பசு: நாளைத் தினம் என் சிஷ்யரொருவருடைய கிரஹத்தில் ஒரு விசேஷம் நடக்கப்போகிறது. அதற்கு நானே நேரிற் போய்த் தீரவேண்டும். மற்றவர்கள் போனால் அந்தக் கிரஹஸ்தருக்கு அவ்வளவு திருப்தியாக இராது. என்ன பாருங்கள்! எங்களுடைய நிலைமை இப்படி இருக்கிறது!

மீ: ஆனால் இப்போதே ஒரு பாடல் செய்துகொண்டு ஸந்நிதானத்தினிடம் போய் வரலாமே.

பசு: எனக்கு ஸாஹித்யஞ்செய்வதிற் கொஞ்சங்கூட அப்யாஸமில்லை. இக்காலத்திலே கம்பராக விளங்குகின்றவர்களும் என்னிடத்தில் மிகுந்த

* இவர் பேச்சில் ஸம்ஸ்கிருதச் சொற்கள் விரவிவரும்.

ப்ரீதியுள்ளவர்களும் மஹோபகாரிகளுமாகிய தாங்களே ஒரு செய்யுள் செய்து கொடுத்தால் எனக்கு அது பரமோபகாரமாக இருக்கும்.

மீ: அப்படியிருக்கையில் ஸாஹித்ய விஷயத்தில் நீங்கள் ஏன் முயலவேண்டும்? ஸந்நிதானம் வேறுபாடாக நினைக்கக் கூடுமே.

பசுபதி பண்டாரம், "இவ்வளவு கூட்டத்தில் அவர்கள் இதை எங்கே கவனிக்கப்போகிறார்கள்? கவனிக்கவேமாட்டார்கள். அவசியம் தாங்கள் ஒரு பாடல் செய்து கொடுக்கத்தான்வேண்டும்; கொடுத்தால் ஒரு ஜோடி வஸ்திரம் கிடைக்கும். பின்பு இந்த மடத்தில் நல்ல ஸ்தானத்திற் பதிவும் ஏற்படும். தங்களோடு வெகுநாளாகப் பழகிக்கொண்டே வரும் எனக்கு அது மஹத்தான ப்ரயோஜனமாக இருக்கும். தங்களை நினைந்துகொண்டே அந்த வஸ்திரத்தைப் பலநாள் தரித்துக்கொள்வேன். தங்களை *முதன்முதல் பட்டீச்சுரத்தில் நமச்சிவாய பிள்ளை யவர்கள் முன்னிலையில் பிரகாசப்படுத்தியவன் நான்தானே? நான் போகுமிடங்களி லெல்லாம் தங்களைப் பெருமைப்படுத்திப் பேசுவது எனக்கு வழக்கம்" என்று மிகவும் மன்றாடி வற்புறுத்திக் கேட்டுக்கொண்டார்.

அன்பே ஒருருவமாக விளங்கும் இக்கவிநாயகர் ஒரு செய்யுளை இயற்றி அதனை ஒரு சீட்டில் எழுதுவித்து அவரிடங் கொடுத்து, "இந்தப் பாடலை நன்றாகப் பாடம் பண்ணிக்கொண்டு அங்கே சென்று சொல்லுங்கள்; பொருள்கேட்டால் தைரியமாகக் கூறுங்கள்; அதைரியம் வேண்டாம்" என்று சொல்லியனுப்பினார்.

பசுபதி பண்டாரம், "ஸங்கீதத்தில் எனக்கு அதிகமான பயிற்சி யிருப்பதாலும் ஸந்நிதானத்திற்கு அதில் ப்ரியமுண்டென்று தெரிதலாலும் பாடலை ராகத்தோடு சொல்லி ஸந்நிதானத்தை ஸந்தோஷப்படுத்திவிடுவேன். அந்த விஷயத்தில் தங்களுக்குக் கவலையே வேண்டாம்" என்று சொல்லி எழுந்து ஊக்கத்தோடு விரைந்து சென்றார்.

இவர் பாடலாற் பசுபதி பண்டாரம் பரிசுபெற்றது

செல்லும்போதே பசுபதி பண்டாரம் பாடலை நன்றாக மனனம் பண்ணிக்கொண்டு ஒடுக்கத்தின் வாயிலை யடைந்தார். அழைத்தவர்களன்றி மற்றையோர் செல்லக்கூடாத சமயம் அது; சென்றால் வாயில்காப்போன் உள்ளே விடமாட்டான். ஆனாலும் அவருடைய முதுமையையும் உத்ஸாகத்தையும் முகமலர்ச்சியையும் தோற்றப்பொலிவையும் தைரியமாக வருதலையும் பார்த்தபொழுது, 'இவர் மிகப் பழகியவராக இருக்கலாம்; ஏதோ முக்கியமான காரியமாகப் போகிறார்' என்றெண்ணி அவன் யாதொரு தடையுஞ் சொல்லாமல் உள்ளே அவரை அனுப்பிவிட்டான். அவர் உள்ளே சென்று நின்றார்.

அப்போது சுப்பிரமணிய தேசிகர், "யார்?" என்றார்.

பசு: நான் அபிஷிக்தர்களைச் சார்ந்தவன்; தரிசனஞ்செய்து விட்டு விடைபெற்றுக் கொள்வதற்கே வந்தேன்.

---

* இதன் முதற்பாகம், 73ஆம் பக்கம் பார்க்க.

சுப்: உங்கள் இனத்தவர்களுக் கெல்லாம் காலையிற் பணங்கொடுக்கும்படி ஏற்பாடு செய்திருக்கிறது. ஆதலால் இப்போது போய்விட்டு நாளைக் காலையிற் *பன்னீர்க்கட்டிற்கு வாருங்கள்.

பசு: வித்வானாதலால் அந்தக் கூட்டத்திற் சேர எனக்குப் பிரியமில்லை.

சுப்: நீங்கள் வித்வானென்பதை நாம் இதுவரையில் அறிந்து கொள்ளவில்லையே.

பசு: அதற்கு ஸந்தர்ப்பம் வாய்க்கவில்லை. என்னிடத்தில் அன்புவைத்துச் சொல்லக்கூடியவர் யாரும் இல்லாமையால் ஸந்நிதானத்தின் ஸல்லாபம் எனக்கு இதுவரையில் நேரிற் கிடைக்காமற் போயிற்று. பரீக்ஷைசெய்து பார்த்தால் என் யோக்யதை நன்றாகத் தெரியவரும்.

சுப்: உங்கள் கல்வியை அளந்தறிவதற்கு இது ஸமயமன்று. அவகாசத்தில் வந்தால் அதற்கு அனுகூலமாக இருக்கும். சொல்லிக்கொண்டு போவதற்காகப் பலர் காத்துக் கொண்டிருப்பதைப் பாருங்கள்.

பசு: இவ்விடத்து ஆஞ்ஞையைப் பெற்றுக்கொண்டு இப்போதே புறப்படவேண்டியவனாக இருக்கிறேன். காலையில் என் சிஷ்யரொருவர் வீட்டில் முக்கியமான காரியமொன்றிருக்கிறது. அந்த அவஸரத்தாலேதான் இப்போது வந்தேன். நான் செய்திருக்கும் பாடலைக் கேட்டருள வேண்டும். சொல்லும்படி கட்டளையிட்டாற் சொல்லுகிறேன். எப்படியாவது ஸந்நிதானத்தின் திருச்செவிகளுக்கு என் பாடல் விஷயமாக வேண்டுமென்பதுதான் எனது பிரார்த்தனை. பிரயோஜனத்தைக்கூட நான் எதிர்பார்க்கவில்லை.

சுப்: அப்படியானால் சீக்கிரத்தில் அதனைச் சொல்லலாம்.

பசுபதி பண்டாரம்,

(விருத்தம்)

†எந்நாடும் புகழ்துறைசை வருகுருசுப் பிரமணிய எம்மா னேமுன்
இன்னாத புலியதளை யுடுத்தியிருந் திடுபொழுதில் ஏத்தி னோர்க்குப்
பொன்னாடை களையளித்தாய் பொன்னாடை புனைந்தவிந்தப் பொழுத டைந்தால்
என்னாசை தீர்ந்திடவே யெவ்வாடை யளிப்பைகொலென் றிங்குற் றேனால்

என்ற பாடலை இசையுடன் மிக நன்றாகச் சொல்லிக் காட்டினர். அச்செய்யுளைக் கேட்டு இன்புற்றுப் புன்முறுவல் செய்து சுப்பிரமணிய தேசிகர், "ஐயா, இச்செய்யுளை இன்னும் ஒருமுறைசொல்ல வேண்டும்" என்று கட்டளையிடவே பசுபதி பண்டாரம் அவ்வாறே பாடலைச் சொல்லி அதனை விரிவாக உபந்யஸிக்கும்படி உத்தரவிட்டாலும் செய்வதாகக் கூறினர்.

---

* இது மடத்தின் ஓரு பாகம்.

† 'முன்' என்றது சிவமாக இருந்த காலத்தையென்பர்; ஆசிரியரைச் சிவமாகப் பாவிக்கவேண்டுமென்ற முறைபற்றி இச்செய்யுள் இயற்றப் பெற்றது. இதே கருத்து பின் உள்ள பாடல்களிலும் காணப்படும்; குருபூஜையில் பட்டணப் பிரவேச காலம் முதலியவற்றில் ஆதீனத் தலைவர்கள் பீதாம்பரம் தரிப்பது மரபு.

திருவாவடுதுறை மடம் – பன்னீர்க்கட்டு

சுப்பிரமணிய தேசிகர், "வேண்டாம். நீங்கள் அர்த்தம் சொல்லாமலே பாடல் தன்பொருளையும் தன்னையும் நன்றாக விளக்குகின்றது" என்று சொல்லிவிட்டு உயர்ந்த வஸ்திரங்களைக் கொண்டுவரச் செய்து தாம்பூலத்துடன் வழங்கி அவரை நோக்கி, "இந்தச் செய்யுள்தான் உங்களுக்கு இந்த மரியாதையைச் செய்வித்தது" என்று சொன்னார். அதைப்பெற்று அங்கேயே அந்த ஆடைகளைப் பிரித்துப்பார்த்து மிகுதியான ஸந்தோஷத்தை யடைந்த அவர் ஆதீனகர்த்தரவர்களை எல்லையின்றி ஸ்தோத்திரம் செய்ய ஆரம்பித்தனர்.

அப்போது சுப்பிரமணிய தேசிகர், "ஐயா, வெளியில் அநேகர் காத்திருக்கிறார்கள்; அனுப்பவேண்டும். விடைபெற்றுக் கொள்க" என்றார்.

உடனே அவர் எழுந்து 'ஜன்னல்' வழியே நிகழ்ந்தவற்றைக் கவனித்துக்கொண்டே யிருந்து அருகில்வந்த தம்மவர் யாரையும் மதியாமல் மிக்க வேகமாகப் பிள்ளை யவர்கள் விடுதிக்கு வந்தார்.

இக் கவிஞர்கோமான் நித்திரை செய்வதைக் கண்டு அவர் எழுப்பத் தொடங்கியபொழுது பக்கத்தில் நின்றவர்கள், "எழுப்ப வேண்டாம்" என்று சொன்னார்கள். அவர் கனைத்தார். போன அவருடைய நிலை எவ்வாறாயிற்றோ வென்ற கவலையுடன் கண்ணை மூடிக்கொண்டுமட்டும் இருந்த இவர் விழித்தெழுந்து, "ஐயா, வருக; ஏதாவது நீங்கள் நினைத்தபடி கிடைத்ததா?" என்று கேட்டார்.

பசுபதி பண்டாரம், "ஸந்நிதானத்தின் விவேகத்தை நான் என்னவென்று சொல்வேன்! வித்வான்களுடைய தாரதம்யத்தை அறிவதில் அவர்களைப்போல் ஒருவரையும் இதுவரையில் நான் பார்த்ததில்லை. இன்றைக்குத்தான் என்னுடைய யோக்யதையை அவர்கள் அறிந்துகொண்டார்கள். ஓய்வுள்ள நேரத்திற் பேசிக்கொண்டிருந்தால் இன்னும் அதிகமாகக் கிடைக்கக்கூடும். என்னுடைய துரதிர்ஷ்டம் அதற்கு இடம்கொடுக்கவில்லை. இவ்வளவு அநுகூலங்கள் உண்டானதும் தங்களாலேதான்" என்று சொல்லிவிட்டு அங்கே கிடைத்த வஸ்திரத்தை எடுத்து நீட்டி, "இதைத் தங்கள் அருமைத் திருக்கையினாலே கொடுக்க வேண்டும்" என்றார்.

மீ: (அதை வாங்கிப் பார்த்துவிட்டு மகிழ்ந்து) நீங்கள் பாடல் சொன்னீர்களா? ஸந்நிதானம் கேட்டருளியதா?

பசு: அந்தப் பாடலைச் சொன்னதனாலேதான் இவற்றை நான் பெற்றேன். இல்லாவிட்டால் இந்தச் சமயத்தில் அங்கே தலை நீட்ட முடியுமா?

மீ: ஸந்நிதானம் இன்னும் ஏதாவது கட்டளையிட்டதா?

பசுபதி பண்டாரம், "கொடுக்கும்பொழுது, 'இந்தச் செய்யுள்தான் உங்களுக்கு இந்த மரியாதையைச் செய்வித்தது' என்று ஸந்நிதானம் கட்டளையிட்டது" என்று சொல்லிவிட்டுச் சிரஞ்சீவிகளாக இருக்க வேண்டுமென்று இவரை வாழ்த்தி அந்த வஸ்திரத்தை வாங்கி விடைபெற்றுக்கொண்டு சந்தோஷத்துடன் ஊருக்குச் சென்றார்.

பலர் இவர் பாடலாற் பரிசு பெற்றது

அவர் சென்றபின் அடுத்த நிமிஷத்தில் அவருடைய சுற்றத்தாரும் முதியவருமாகிய ஒருவர் இவரிடம் வந்தார். 'எதற்காக வந்தாரோ' என்றெண்ணி அவரை இவர் விசாரித்தார். வந்தவர், "பசுபதி பண்டாரத்துக்குக் கொடுத்தது போலவே எனக்கும் ஒரு செய்யுளியற்றித் தரவேண்டும். தந்தால் மிகவும் உபகாரமாயிருக்கும்" என்று மன்றாடினார். இவர் பலவகையாக மறுத்தும் அவர் கேட்கவில்லை. பின்பு அவர் இவரிடம் ஒரு செய்யுள் பெற்றுத் தேசிகரிடம் சென்று வஸ்திர ஸம்மானம் அடைந்து சென்றார். இப்படியே உதயகாலம் வரையில் ஒருவர் பின்னாக ஒருவர் வந்துவந்து முயன்று இவர் இயற்றிக் கொடுத்த பாடல்களைப் பெற்றுத் தேசிகரிடம் சென்று சென்று அவற்றைச் சொல்லிக்காட்டி வஸ்திர ஸம்மானம் பெற்று வந்தார்கள். ஒவ்வொருவருக்கும் மரியாதை செய்யும்பொழுது தேசிகர், "இந்தப் பாடலே உமக்குத் தக்க ஸம்மானத்தை அளிக்கின்றது" என்று சொல்லிச் சொல்லிக் கொடுத்துவிடுத்தார். வஸ்திரங்களின் மதிப்பு பாடல்களின் நயத்தால் ஒன்றற்கு ஒன்று அதிகமாகவே இருந்துவந்தது. பிள்ளை யவர்களாலேதான் அந்தப் பாடல்கள் செய்யப்பெற்றன வென்பதைத் தேசிகர் அவற்றின் நடையால் தெரிந்துகொண்டா ரென்று நான் இங்கே எழுதுவது மிகை. பரிசுபெற்ற ஒவ்வொருவரும் வந்து வந்து இப் புலவர்சிகாமணியை வாழ்த்திவிட்டே செல்வாராயினர்.

பிறருடைய நன்மைக்காக இப் புலவர்திலகர் செய்யுட்களைச் செய்து கொடுப்பதும் அவற்றைப் பெற்றவர்கள் அவை தம்மாற் செய்யப்பட்டனவென்றே சொல்லித் தேசிகரிடத்து ஸம்மானம் பெற்றுச் செல்வதும் அக்காலத்தில் வழக்கமாகவே இருந்து வந்தன. இதனால் பிள்ளை யவர்களிடத்தே இயல்பாக அமைந்துள்ள ஜீவகாருண்யமும் தேசிகருக்கு இவர்பாலிருந்த நன்மதிப்பும் யாவருக்கும் புலனாகும்.

இப்படி அன்றிரவில் பாடல்பெற்றுச் சென்று பரிசுபெற்றவர்கள் பலர். அவர்கள் கூறியனவாக அமைத்த செய்யுட்களில் இப்பொழுது தெரிந்தவை வருமாறு:

(விருத்தம்)

தேமலி துறைசைச் சுப்பிர மணிய தேசிகோத் தமமுன மொருவற்
காமலி சீர்ச்சு தரிசன மளித்தாய் அஃதெவ ருக்குமின் றளிக்கும்
தூமலி நினது வள்ளன்மை யென்னைத் தூண்டிட வின்றுவந் தடைந்தேன்
பாமலி நினது புகழினை மதித்துப் பாடுவே னெனைப்புரந் தருளே.

[சுதரிசனம் – சக்கரம், நல்ல தரிசனம். ஒருவற்கு – திருமாலுக்கு.]

குருவருக்கந் தனிலுயர்சுப் பிரமணிய தேசிகசீர்க் குணக்குன் றேமா
மருவருக்கை கதலிசெறி பொழில்வீழி மிழலையிலோர் வற்க டத்தில்
இருவருக்குப் படிக்காசன் றருளியநீ யதுபலர்க்கின் றீதல் தேந்தேன்
அருவருக்கு மிடியெனைவிட் டறப்படிக்கா சுடனாடை அளிப்பாய் மன்னோ.

[இருவரென்றது திருஞானசம்பந்தமூர்த்தி நாயனாரையும் திருநாவுக்கரசு நாயனாரையும்.]

(கட்டளைக் கலித்துறை)

தென்னாருஞ் சீர்ச்சுப் பிரமணி யப்பெயர்த் தேசிகவந்
தொன்னாரும் வேட்பப் பிரசங்கந் தான்பொழி யோர்முகிலே
பொன்னாரும் வீதி நவகோடி சித்த புரமுடையாய்
என்னாசை தீர நவகோடி யின்றிரண் டீந்தருளே.

[பிரசங்கம் – உபந்யாஸம், தேனாகிய தண்ணீர்; கம் – நீர். நவகோடி சித்தபுரம் – திருவாவடுதுறை. நவகோடி – புதிய ஆடை.]

(வெண்பா)

ஒன்றளித்தாற் கோடியென வுன்னுவேற் குக்கோடி
இன்றளித்தா லென்னவென வெண்ணுவனோ – நன்றுணர்வாய்
வண்ணமா டத்துறைசை வாழ்சுப் பிரமணிய
அண்ணலே யின்னே யருள்.

[கோடி – நூறு லட்சம், புதிய ஆடை.]

ஆசையிலார்க் கேயொன் றளிப்பா யெனத்தெரிந்தும்
ஆசையுடை யாயென் றறிந்துவந்தேன் – ஆசையுடை
எங்கட்கொன் றீசுப் பிரமணிய வெம்மானே
வெங்கட் கலிநீங்க வே.

[ஒன்று – முத்தி. ஆசையுடையாய் – பொன்னாடையை யுடையாய். ஆசையுடை ஒன்று – பொன்னாடை ஒன்றை.]

ஒன்றளிப்பா யென்றுணர்ந்து மோரிரண்டு கோடிதமை
இன்றளிப்பா யென்றெண்ணி யான்வந்தேன் – நன்றிமிகுத்
தித்தா ரணிமுழுது மெண்சுப் பிரமணிய
அத்தா வவற்றை யருள்.

[ஒன்று – முத்தி.]

இல்லேனென் றாரு மியம்ப விருப்பேனை
வல்லே யுடையேனா வாழவருள் – நல்லோர்கள்
பேசும் புகழ்ச்சுப் பிரமணிய தேசிகநற்
றூசுஞ்செம் பொன்னுமளித் து.

[இல்லேன் – வீட்டிலிருப்பேன், வறியேன். உடையேன் – உடையை யுடையேன், செல்வமுடையேன். தூசு – ஆடை.]

இவ்வாறு முறையே கல்விப்பொருள், செல்வப்பொரு ளாகியவற்றைத் தானம்செய்யும் இருபெரு வள்ளல்களுடைய வள்ளன்மையைப் புலப்படுத்தி ஏழையர்களுடைய இரவும் அந்த நன்னாளினது இரவும் விடிந்தன.

சுப்பிரமணிய தேசிகர் பாராட்டியது

இக் கவிஞர்பிரானுக்கு அந்த இராமுழுதும் நித்திரையே இல்லை. 'இந்நிகழ்ச்சியால் ஸந்நிதானத்தின் திருவுளத்தில் ஏதேனும் வேறுபாடான எண்ணம் நம்மைப்பற்றி உண்டாயிருக்குமோ' என்ற கவலையை அடைந்து அவ்வாறு இருக்குமானால் எப்படியாவது அதைத் தீர்த்துக்கொள்ள வேண்டுமென்று நினைந்து காலையில் அநுஷ்டானம் செய்துகொண்டு தேசிகரைத் தரிசித்தற்குச் சென்று வழக்கம்போலவே அவரை வந்தனம்செய் தெழுந்தார். அப்பொழுது தேசிகர் புன்னகைகொண்டு, "என்ன பிள்ளை யவர்கள்! இராத்திரி வெகு வேடிக்கைகள் பண்ணிவிட்டீர்களே; மிகவும் ச்ரமமாக இருந்திருக்குமென்றும் தூக்கம் கெட்டிருக்குமென்றும் எண்ணுகிறோம்" என்று பாராட்டிக் கூறி அழைத்து நெற்றியில் திருநீறிட்டுப் பக்கத்திலிருக்கும்படி செய்தார்.

பின்பு அங்கேயிருந்த பிரபுக்களையும் வித்துவான்களையும் நோக்கி, "இவர்கள் இருப்பது ஆதீனத்திற்கு மிகவும் கௌரவமாகவே இருக்கின்றது. என்ன பாக்கியமிருந்தாலும் இதற்கு ஈடாகாது. குறைந்த கல்வியுடையோரையும் கௌரவிக்க வேண்டுமென்று எண்ணியிருக்கிற இவர்கள் குணம் யாருக்கு வரும்! ஆதீனத்தின் அதிர்ஷ்டமென்றே சொல்லவேண்டும்" என்று முதல்நாள் நிகழ்ந்தவற்றைச் சொல்லி எல்லோரையும் மகிழ்வித்தனர். அப்பொழுது இவர்.

> கடிப்பிகு கண்முரசங் காதத்தோர் கேட்பர்
> இடித்து முழங்கியதோர் யோசனையோர் கேட்பர்
> அடுக்கிய மூவுலகுங் கேட்குமே சான்றோர்
> கொடுத்தா ரெனப்படுஞ் சொல் (நாலடியார், 100)

> ஆர்த்தசபை நூற்றொருவ ராயிரத்தொன் றாம்புலவர்
> வார்த்தை பதினா யிரத்தொருவர் – பூத்தமலர்த்
> தண்டா மரைத்திருவே தாதாகோ டிக்கொருவர்
> உண்டாயி னுண்டென் றறு (ஔவையார் பாடல்)

என்ற செய்யுட்களைக் கூறி, "எல்லாவற்றிலும் கொடை சிறந்த தென்பது யாவருக்கும் தெரிந்ததே. அதனாலேதான் வித்தைகளும் ஸாஹித்யங்களும் மேன்மேலும் பெருகிவருகின்றன. அக்கொடை இல்லையாயின் யாதும் இல்லையாய்விடும்;

> பெயற்பான் மழைபெய்யாக் கண்ணு முலகம்
> செயற்பால செய்யா விடினும் – கயற்புலால்
> புன்னை கடியும் பொருகடற் றண்சேர்ப்ப
> என்னை யுலகுய்யு மாறு (நாலடியார், 97)

என்னும் ஆன்றோர் வாக்கு இதற்குப் பிரமாணமன்றோ? எல்லாம் ஸந்நிதானத்தின் வண்மையா லுண்டாகும் விசேஷங்களேயன்றி அடியேன் போல்பவரால் உண்டாவது யாது?" என்று மிக்க விநயத்துடன் சொன்னார்.

காசிக் கலம்பகம் முதலியன பாடஞ் சொன்னது

பின்பு இவர் விடைபெற்றுக் கொண்டு உடனே கொலுமண்டபத்திற்கு விரைந்து வந்து அங்கே நின்ற மடத்துக் காரியஸ்தரொருவரை யழைத்து என்னைச் சுட்டி, "இவருக்குக் காலையாகாரம் பண்ணுவித்து அனுப்பவேண்டும்" என்றார். அவர் அழைத்துச் சென்று அப்படியே செய்வித்து அனுப்பினார். ஆகாரஞ்செய்து கொண்டபின் விரைவிற் சென்று இவரைப் பார்த்தேன். அப்பொழுது காசிக்கலம்பகத்தின் எஞ்சிய பாகத்தின் பாடம் அங்கே நடைபெற்று வந்தது. அதனைக் கேட்டுக்கொண்டே இருந்ததில் அரிய விஷயங்கள் பல எனக்குத் தெரியவந்தன. அன்று பதினொரு மணிக்குள் அந்த நூல் முற்றுப்பெற்றது.

பிற்பகலில் நெடுந்தூரத்திலிருந்து வந்த ஒருவர் *சோழமண்டல சதக* ஏட்டுப்பிரதி யொன்றை இவரிடம் கொடுத்தார். பெற்று அதைப் படிக்கும்படி சொன்னார். நான் அப்படியே செய்தேன். கேட்டு அரிய விஷயங்கள் சிலவற்றை எனக்குப் புலப்படுத்திக் கொண்டே வந்தார்.

"சீக்கிரத்தில் வந்து இவ்விடத்திலேயே இருந்துகொண்டு எங்களுக்குப் பாடஞ்சொல்ல வேண்டும்" என்று தம்பிரான்களிற் சிலரும் மேலகரம் சண்பகக் குற்றாலக் கவிராயர் முதலிய சிலரும் இவரைக் கேட்டுக்கொண்டார்கள். இவர் அப்படியே செய்வதாக அவர்களுக்கு வாக்களித்துவிட்டு என்னைப் பார்த்து, "நீர் ஊர் போய் வேண்டிய புத்தகங்களை எடுத்துக்கொண்டு நேரே மாயூரம் வந்து படித்துக்கொண்டிரும்; நான் இங்கே வரும்பொழுது உடன்வரலாம்" என்று விடைகொடுத்து அனுப்பினார்.

மாயூரத்திற் பாடஞ் சொன்னது

நான் ஊர் சென்று சிலதினம் அங்கே இருந்துவிட்டு அப்பால் என் புஸ்தகங்களை யெல்லாம் எடுத்துக்கொண்டு மாயூரஞ் சென்றேன். அதற்குள் இவரும் அங்கேவந்து மாணாக்கர்களுக்குப் பாடஞ் சொல்லிக்கொண்டிருந்தார். அங்கே நிகழ்ந்த பாடம் துறைமங்கலம் ஸ்ரீ சிவப்பிரகாச ஸ்வாமிகள் பிரபந்தத்திரட்டில் *நால்வர் நான்மணிமாலை* முதலியன; நானும் உடனிருந்து கேட்டுக்கொண்டிருந்தேன்.

நான் திருஅம்பர்ப் புராணம் கேட்டது

இரண்டு தினஞ்சென்ற பின்பு அதற்கு முன்னமே பாடத்தொடங்கி முற்றுப்பெறாமலிருந்த *திருஅம்பர்ப் புராணச்* சுவடியை எடுத்துவரும்படி எனக்குச் சொன்னார். எடுத்துச் சென்றேன். அதை முதலிலிருந்தே படிக்கச் சொல்லிப் பொருளுஞ் சொல்லிவந்தார். சில தினத்தில் அதிலெழுதியிருந்த பாகம் முற்றுப்பெற்றது. அந்நூலை இடையிடையே திருத்தச் சொன்னபடி திருத்திக் கொண்டே படித்தேன்; "எழுதுகிறவர்களில் நான் சொன்னபடியே எழுதுவோருமுண்டு; வேறுபடத் திருத்தித் தம் மனம் போனவாறே அங்கங்கே எழுதுபவருமுண்டு. இப்புத்தகத்தை இதுவரையில் எழுதி வந்தவர் இரண்டாம் வகையைச் சேர்ந்தவ ராதலால், ஐயமுற்றுப் படிப்பித்து இப்பொழுது திருத்தும்படி செய்தேன்" என்று திருத்துவித்ததற்கு இவர் காரணஞ் சொன்னார்.

30

திருவாவடுதுறை வாஸம்

அம்பர்ப் புராணம்

அப்பால் இவர் முன்பு தாம் வாக்களித்திருந்தபடி திருவாவடுதுறை செல்ல நிச்சயித்துப் புறப்பட்டார். அம்பர்ப் புராணத்தை எடுத்துக்கொண்டு உடன்வரும்படி சொன்னமையால் அதனையும் என் புஸ்தகங்களையும் எடுத்துக்கொண்டு உடன்சென்றேன். மாயூரத்தின் மேல்பாலுள்ள கூறைநாடு செல்லும்வரையிற் பொதுவாகப் பாடவகைகளைப்பற்றிப் பேசிக்கொண்டே இருந்துவிட்டு அம்பர்ப் புராணச் சுவடியை எடுத்துக்கொள்ளும்படி சொல்லி ஆன பாகத்தில் இறுதிப் பாடலைப் படிக்கச்செய்து கேட்டார். பின்பு மேலே தொடர்ச்சியாகச் செய்யுட்களை இயற்றிச் சொல்லிக் கொண்டேபோனார். இவர் பாடத்தொடங்கியது அப்புராணத்தில் நந்தன் வழிபடு படலத்தில் 54ஆவது பாடல். திருவாவடுதுறைத் தெற்கு வீதி செல்லும்வரையில் மேற்பாகத்தைச் சொல்லிக் கொண்டே சென்றார்; நான் எழுதிக்கொண்டே போனேன். அந்தப் பகுதி நந்தனென்னும் அரசன் தனது நகரிலிருந்து புறப்பட்டு இடையிலேயுள்ள சிவஸ்தலங்கடோறும் சென்று சென்று தரிசனம் செய்துகொண்டு திருவம்பரை அடைந்தா னென்பது. அதிலுள்ள செய்யுட்களில் தலப்பெயர்களை எதுகையி லமைத்திருத்தலும் வழியெதுகைகளும் ஸ்தலங்களின் சரித்திரங்களும் இன்பத்தை உண்டுபண்ணின. இவர் விரைவாகச் செய்யுள் செய்யும் ஆற்றலையுடையவ ரென்று பலரும் புகழ்ந்து சொல்லுதலைக் கேட்டு அந்த நிலைமையை எப்பொழுதாவது பார்க்கும்படி நேருமாவென்று ஆவலோடு பல நாளாக எதிர்பார்த்திருந்த எனக்கு இவர் பாடல்களைச் சொல்ல அவற்றை எழுதும் பாக்கியம் அன்று கிடைத்ததைக் குறித்து மெத்தச் சந்தோஷம் அடைந்தேன். 'இனி யாரேனும் இவரைப்போலப் பாடப் போகிறார்களா?' என்ற எண்ணமும் எனக்கு அப்போது உண்டாயிற்று. ஏதேனும் ஒரு பாடலைச்

செய்துவிட்டு அதைப் பிறரைக் கொண்டும் திருத்துவித்துத் தாமே கையில் எடுத்துக்கொண்டு, "இச்செய்யுள் எப்படியிருக்கிறது பாருங்கள். நான் வெகு சீக்கிரத்திற் செய்தேன். இதைப்போலவே யாராவது பாடுவார்களா?" என்று சிலர் பெருமைபாராட்டிக் கொண்டிருத்தலைப் பலவிடத்திற் கண்டிருக்கிறேன். இவரோ சிறிதேனும் பெருமிதமின்றியும் தம்முடைய கவியைப் பாராட்டாமலும் வேறு பேச்சின்றியும் மேலே மேலே செய்யுள் செய்துகொண்டு போதலைப் பார்த்த எனக்கு விம்மிதமுண்டாயிற்று.

கவிஞர்களுடைய பேராற்றல் இத்தகையதென்பதைச் சரித்திரங்களின் மூலமாக அறிந்தவனேயன்றி அன்றுபோல நான் நேரிற்பார்த்ததில்லை. ஆதலின் ஒரு மகாகவியின் வாக்கிலிருந்து ஆற்றொழுக்கைப் போலக் கவிதாப் பிரவாகம் பெருகிக்கொண்டிருப்ப அதனைக் காதினாற் கேட்டும் கையினாலெழுதியும் மனத்தினாலறிந்தும் இன்புற்ற எனது நிலை இங்கே எழுதற்கரியது.

வண்டியிற் செல்லும்பொழுது உண்டான அசைவால் ஏடுகளில் நான் எழுதிய பாடல்கள் வரிகோணியும் எழுத்துக்கள் நிலைகுலைந்தும் இருத்தலை அந்தச் சுவடியில் இன்றும் காணலாம்.

அந்தப் பகுதியிலுள்ள சில செய்யுட்கள் வருமாறு:

(விருத்தம்)

வெற்றியூ ரொருமூன் றட்ட விமலனைக் கமலத் துள்ளான்
பற்றியூர் கலுழப் புள்ளான் பறந்திடந் தினுங்கா ணானைச்
சுற்றியூர் கோள்வ ளைந்த மதிநிகர் சோலை சூழ்ந்த
ஒற்றியூர் புகுந்து போற்றி யுவணின்று மெழுந்தா னன்றே.

எயிலையன் றட்ட மூர்த்தி யெல்லாமா மட்ட மூர்த்தி
அயிலையங் கையிற் கொண்டா னைங்கையான் றந்தை மேய
கயிலையென் றெடுத்துப் பேசும் புன்னையங் கானல் சூழும்
மயிலையம் பதியுட் புக்கு வள்ளலை வணங்கிப் போற்றி.

*ஒருகழு கும்ப ரேகி யுழன்றுங்கா ணரியான் பாதம்
இருகழு கென்றுங் காணூஉ விறைஞ்சொரு வரையும் போற்றி
அருண்மய மகலா தாக வழன்மய மாயி னான்செம்
பொருண்மய மவனே யென்னப் பொலிதிரு வரையும் போற்றி.

திருவாவடுதுறையிற் பாடம் ஆரம்பித்தது

திருவாவடுதுறையின் தெற்கு வீதி சென்றவுடன் இவர் தம்முடைய விடுதிக்குச் சென்று அநுஷ்டானம் செய்துகொண்டார். பின்பு ஞானாசிரியரைத் தரிசித்தற்காக மடத்திற்குச் சென்ற பொழுது இவருடைய வரவை எதிர்பார்த்துக்கொண்டே இருந்த குமாரசாமித் தம்பிரான் முதலியோர் முகமலர்ச்சியோடு வரவேற்று ஒடுக்கத்திற்கு அழைத்துச் சென்றார்கள். இவர் தேசிகரை வழக்கம்போலவே தரிசித்து அவருடைய கட்டளையின்படி அருகிலிருந்தார். இவருடைய நல்வரவைக் குறித்துத் தேசிகர் பாராட்டியதன்றி, "படிப்பதற்குத் தம்பிரான்களும் பிறரும் மிக்க

* பிரமதேவர் கழுகு வடிவங்கொண்டு சிவபெருமானுடைய திருமுடியைத் தேடினாரென்றும் ஒரு வரலாறுண்டு.

ஆவலோடிருக்கிறார்கள். நாளைக் காலையிலேயே பாடம் தொடங்கி விடலாம். பாடங்களை இரண்டு வகையாகப் பிரித்துக்கொள்ள வேண்டும். குமாரசாமித் தம்பிரான் நல்ல பயிற்சியுள்ளவ ராதலால் அவருக்கு ஒரு பாடமும் மற்றவர்களுக்கு ஒரு பாடமும் வைத்துக்கொண்டால் தங்களுக்கு அதிக ச்ரமம் இராது. ஒன்றைக் காலையிலும் மற்றொன்றைப் பிற்பகலிலும் வைத்துக்கொள்ளலாம்" என்று சொன்னார்.

மறுநாட் காலையில் இவர் அநுஷ்டானம் செய்துவிட்டு ஒடுக்கத்திற்குச் சென்றார். தம்பிரான்களும் பிறரும் அநுஷ்டானாதிகளை முடித்துக்கொண்டு அங்கே வந்து ஸித்தமாயிருந்தார்கள். 'என்ன பாடம் இப்போது ஆரம்பிக்க வேண்டும்?' என்று யோசித்தபொழுது சுப்பிரமணிய தேசிகர், "குமாரசாமித் தம்பிரானுக்குத் திருவானைக்காகப் புராணமும் ஏனையோர்க்குச் சீகாளத்திப் புராணமும் தொடங்கலாம்" என்று சொன்னார். இவ்வாறு அவர்கள் கூறுவதைக் கேட்ட நான், "நம்மை ஒருவரும் கவனிக்கவில்லையே" என்றெண்ணிச் சற்று முகவாட்டத்தோடு இருந்தேன். இப் புலவர்பிரான் என்னை நோக்கினார். பார்த்த குறிப்பை அறிந்த தேசிகர், "இவரை எந்த வகையிற் சேர்க்கலாம்?" என்ற காலத்தில் இவர் என்னைப் பார்த்தார். ஆவல் மிகுதியால், "நான் இரண்டு பாடங்களையும் கேட்க ஸித்தமாயிருக்கிறேன்" என்று சொன்னேன். "புத்தகங்கள் உள்ளனவா?" என்று தேசிகர் என்னை விசாரித்தார். இல்லையென்றேன். உடனே மடத்துப் புத்தகசாலையிலிருந்த திருவானைக்காப் புராணத்தையும், சீகாளத்தில் புராணத்தையும் வருவித்து எனக்கு அளித்தார். "இந்த இரண்டு பாடமும் நடக்கும்பொழுது செய்யுட்களை நீரே படித்து வாரும்" என்று தேசிகர் கூறினமையால் நான் அவ்வாறே படித்து வருவேனாயினேன்.

முதலில் திருவானைக்காப் புராணத்தில் ஸ்ரீ விநாயகர் துதி படிக்கப்பட்டது. அதற்குப் பொருள் சொல்லி முடித்தவுடன் மற்ற வகையாருக்குச் சீகாளத்திப் புராணப் பாடம் ஆரம்பிக்கப்பட்டது. அதில் விநாயகர் துதி முடிந்தவுடன் இவரைப் பார்த்து, "நாள்தோறும் பிற்பகலிற் சீகாளத்திப் புராணப் பாடத்தை வைத்துக்கொள்ளுங்கள். முற்பகலில் திருவானைக்காப் புராணம் நம்முன்னே நடக்கட்டும்" என்று தேசிகர் சொல்லவே இவர் அங்ஙனமே செய்வதாகச் சொல்லிவிட்டுச் சென்றார்.

எனக்கு ஆகாரம் பண்ணுவித்தது

அப்பால் மறுநாட் காலையில் திருவானைக்காப் புராணத்தின் மேற்பாகத்தைச் சுப்பிரமணிய தேசிகர்முன் படிக்கத் தொடங்கினோம். இக் கவிநாயகர் எனக்குமட்டும் தெரியும்படி, "ஆகாரம் பண்ணி விட்டீரா?" என்று கேட்டார். "இல்லை" என்றேன். அதைக் கண்ட தேசிகர், "ஐயா, என்ன சொன்னீர்கள்?" என்ன, பிள்ளை யவர்கள், "காலையில் ஆகாரம் பண்ணியாயிற்றா வென்றேன்" என்று சொல்லிவிட்டு மேலே பாடஞ் சொல்லத் தொடங்குமுன், தேசிகர் அங்கே நின்ற பிராமண காரியஸ்த ரொருவரை யழைத்து, "ஒவ்வொரு நாளும் காலையில் இவருக்கு ஆகாரம் பண்ணுவித்து அனுப்பவேண்டும். மற்றக் காலங்களிலும் ஆகார விஷயத்தில் நீரே இவரைக் கவனித்துக்கொள்ள வேண்டும்" என்று உத்தரவு செய்து என்னைப் போய்வரும்படி சொன்னார்.

நான் போய்வரும் வரையிற் பாடம் நிறுத்திவைக்கப்பட்டிருந்தது. சீக்கிரத்திற் சென்றுவந்து படிக்கத் தொடங்கினேன். தேசிகர் கவனித்துக்கொண்டே யிருப்பவராகி இடையிடையே தோற்றிய அரிய கருத்துக்களை விளங்கச் சொன்னார். மணி பத்தானவுடன், "நீங்கள் போய்ப் பூஜையை முடித்துக்கொண்டு இங்கே பூஜையின் தரிசனத்துக்கு வரவேண்டும்" என்று தேசிகர் கட்டளையிட அங்ஙனமே இவர் சென்றார்.

நான் படித்த முறை

படிக்கும்பொழுது ஒவ்வொரு பாடலையும் முதலில் ஒரு முறையும், பொருள் சொல்லும்பொழுது சிறுசிறு பாகமாக ஒரு முறையும், பின்பு ஒரு முறையும் நான் படிப்பது வழக்கம். பாடங்கேட்குங் காலங்களிலெல்லாம் இவ்விதமே நடைபெறும். *திருவானைக்காப் புராணம்* மிகவும் கடினமான நூலாதலால் இவர் எவ்வளவு தெளிவாகச் சொல்லியும் முதலில் நாளொன்றுக்கு ஐம்பது பாடல்களுக்குமேல் நடைபெறவில்லை.

உடையவர்பூஜை பெற்றது

இப்படி நடைபெறுகையில் ஒரு வாரத்திற்கெல்லாம் மகா சிவராத்திரி புண்ணியகாலம் வந்தது. அன்றைத் தினம் பன்னிரண்டு மணிவரையிற் காலைப் பாடம் நடைபெற்றது. எல்லோரும் உபவாஸமிருக்கும் தினமாதலால் பிற்பகலிற் பாடம் நடைபெறவில்லை. அன்று உடையவர் பூஜை இவருக்குத் தேசிகரால் எழுந்தருளுவிக்கப்பட்டது. அப்பொழுது அதைக் குறித்துத் தேசிகர்மீது இவர் பின்னுள்ள பாடலை இயற்றி விண்ணப்பங் செய்துகொண்டனர்:

(கட்டளைக் கலித்துறை)

*பெரும்புங் கவர்புகழ் கோமுத்தி வாழ்சுப் பிரமணிய
அரும்புங் கவன்பதம் யான்றொழ வென்கை யருட்குறியொன்
றிரும்புங் கரைய வெடுத்தளித் தானதை யேத்தல்செய்வேன்
கரும்புங் கனியு மெனவன்பு சாருங் கதியுமுண்டே

[* அருட்குறி – சிவலிங்கப்பெருமான். இச் செய்யுள் பின்பு இவர் இயற்றிய திருவிடைமருதூர்த் திரிபந்தாதியிற் குருவணக்கமாகச் சேர்க்கப் பெற்றது; ஸ்ரீ மீனாட்சிசுந்தரம் பிள்ளையவர்கள் பிரபந்தத் திரட்டு, 2238.]

அது தொடங்கி இவர் அபிஷேகம் அருச்சனை நைவேத்தியம் முதலியவற்றிற்குரிய பொருள்களை மிகுதியாக வருவித்து நாள்தோறும் நெடுநேரம் பூஜை செய்து வருவாராயினர். இளநீர் வழுக்கை, பஞ்சாமிர்தம், நிவேதனங்கள் முதலியவை அங்கேயுள்ளவர்களுக்கு விநியோகம் செய்யப்படும்.

திருவானைக்காப் புராணம் உபதேசப் படலப் பாடம் நடைபெறும்பொழுது பிள்ளை யவர்களும் அங்கே வந்திருந்த சைவ சாஸ்திரத்தில் நல்ல பயிற்சியுள்ள பெரியோர்களும் கேட்டு இன்புறும்படி அப்படலத்திலுள்ள சாஸ்திரக் கருத்துக்களைச் சுப்பிரமணிய தேசிகர் நன்றாக விளக்கிச் சொன்னார். அந்த அருமையைப் பிள்ளை யவர்களும் ஏனையோரும் பின்பு அடிக்கடி பாராட்டிக் கொண்டே வந்தார்கள்.

நான் மல்லிகைமாலை பெற்றது

பாடம் நடைபெறுகையில் ஒரு நாட் காலையில் திருவிடைமருதூர்க் கோயிலிலிருந்து வஸந்தோத்ஸவ விசேஷத்தை முன்னதாகத் தெரிவிப்பதற்கு வந்த ஆதிசைவர் முதலியோர்களால் திருநீற்றுப் பிரஸாதம் முதலியன தேசிகரிடம் சேர்ப்பிக்கப்பெற்றன. அவற்றுள் ஒரு தாம்பாளத்தில் மல்லிகை மாலைகள் மிகுதியாக இருந்தன. அவற்றைப் பார்த்துவிட்டு இப்புலவர் தலைவர் என்னையும் பார்த்தார். அக்குறிப்பை யறிந்த தேசிகர் அவ்வளவு மாலைகளையும் எடுத்து நான் வாங்கிக்கொள்ளும்படி வீசினார். அவற்றைக் கையிலேந்தி வைத்துக்கொண்டு பாடல்களைப் படிக்கத் தொடங்கினேன். இவர் மீட்டும் என்னைப் பார்த்து "இம்மாலைகளைக் குடுமியிற் சுற்றிக்கொள்ளும்" என்று குறிப்பித்தார். குறிப்பித்தும் தேசிகருக்கு முன் அங்ஙனம் செய்வதற்கு அஞ்சினேன். அதனை அறிந்த அவர், "இம்மாலைகளைக் குடுமியிற் சுற்றிக்கொண்டே படியும்" என்றார். அவர் வார்த்தையை மறுத்தற்கு அஞ்சி அவ்வாறு செய்தேன். அது தொடங்கி நானிருக்கும் பொழுது சிவப்பிரஸாதங்களோடு மாலைகள் வந்தால் அவற்றைத் தேசிகர் எனக்கு அளித்து விடுவதுண்டு. அவருடைய பரிபூர்ண தசை வரையில் அவ்வழக்கம் நிகழ்ந்து வந்தது.

ஸ்ரீ அப்பா தீட்சிதர் ஆட்சேபித்தது

காலைப் பாடத்தில் திருவானைக்காப் புராணம் முடிந்த பின்பு திருநாகைக் காரோணப் புராணம் தொடங்கப் பெற்றது. அதனைப் படித்துக்கொண்டு வருகையில் தலவிசேடப் படலத்திற் பிரளயகால வர்ணனைப் பகுதி நடைபெறும்போது திருவாலங்காட்டு அப்பா தீட்சிதரென்பவர் வந்தார். அவர் ஸ்ரீ அப்பைய தீட்சிதர் பரம்பரையினர்; வியாகரணத்திலும் சைவ சாஸ்திரங்களிலும் நல்ல பயிற்சியுடையவர். அவரிடத்தில் எத்தனையோ சிஷ்யர்கள் மடத்தின் உதவியாற் படித்துப் பெரிய வித்துவான்களாக ஆனதுண்டு. அப்பொழுதும் சிலர் படித்துக்கொண்டிருந்தார்கள்.

வந்து, அங்கேயிருந்த தீட்சிதர் நாங்கள் படிக்கும் பகுதியைக் கவனித்துக் கேட்பாராயினர். அங்ஙனம் கேட்டுவருகையில் அவர் ஒவ்வொரு பாடலிலுமுள்ள விஷயத்தை என்ன காரணத்தாலோ *ஆக்ஷேபித்துக்கொண்டே வந்தார். பிள்ளை யவர்கள் சுருக்கமாக விடை கூறியும் சமாதானம் சொல்லியும் அதனைப் பாராட்டாமல் அவர் மீட்டும் மீட்டும் ஆட்சேபம் செய்து வந்தனர். அதனால் இப் புலவர்பெருமானுக்கு அதிருப்தி உண்டாயிற்று. அதனையும் பாடம் தடைப்படுதலையும் அறிந்த சுப்பிரமணிய தேசிகர் அவர் வந்த காரியத்தை விசாரித்து முடிவு செய்து விடைகொடுத்து விரைவில் அவரை ஊருக்கு அனுப்பிவிட்டு, "பாடம் நடக்கலாம்" என்றனர். வழக்கம்போலவே பாடம் நடைபெற்றது. இக்கவிஞர்பிரான், "திருவாலங்காட்டுத் †தியாகராஜ சாஸ்திரிக ளிருந்தால்

---

* யாரேனும் ஒன்றைச் சொன்னால் ஆட்சேபிப்பதும் ஆட்சேபிக்கப்பட்டவர்கள் ஸமாதானஞ் சொல்லுவதும் வாக்கியார்த்த மென்று வடமொழியிற் கூறப்படும்

† இவர் ஸ்ரீ அப்பைய தீட்சிதர் பரம்பரையினர். சில சாஸ்திரங்களிலும் வேதத்திலும் வல்லவர். அலங்கார சாஸ்திரத்தில் நிபுணர். ஸங்கீதத்திலும் ஸாஹித்யம் செய்தலிலும் நல்ல →

இந்தப் பாகத்தைக் கேட்டு மிக்க மகிழ்ச்சியடைவார்கள். இங்கே இப்போது அவர்கள் இல்லாதது ஒரு குறையே" என்று எங்களிடம் சொல்லிக்கொண்டே தம்முடைய வீடு சென்றார்.

'தர்மஸங்கடமான விஷயம்'

மறுநாள் பாடம் நடைபெற்றபொழுது மேற்கூறிய தியாகராஜ சாஸ்திரிகள் புதுக்கோட்டையிலிருந்து திருவாலங்காட்டுக்குப் போய்விட்டு உடனே ஆதீனகர்த்தரைப் பார்ப்பதற்காக மடத்திற்குத் தம் சிஷ்யர்களுடன் தற்செயலாக வந்தார்.

அவர் உள்ளே வந்தவுடன் சுப்பிரமணிய தேசிகர் மகிழ்ச்சியுடன் அவரை வரவேற்றுச் சிலநேரம் பேசிக்கொண்டிருந்தார். இக்கவிஞர் தலைவரும் சாஸ்திரிகளோடு சிலநேரம் ஸம்பாஷித்தனர். அப்பால், "நேற்று நடந்த பாகத்தைச் சாஸ்திரிக ளவர்களுக்குப் படித்துப் பொருள் சொல்ல வேண்டும்" என்று தேசிகர் சொன்னார். அவ்வண்ணமே நாலைந்து செய்யுட்கள் ஆயின. ஒவ்வொரு பாடலின் பொருளையுங் கேட்கும்போது சாஸ்திரிகள் ஆனந்தமடைந்து, "உங்களைப்போல் பாடுகிறவர்கள் யார் இருக்கிறார்கள்? இவ்வளவு அழகாகக் கற்பனை அமைக்கும் சக்தி உங்களுக்குத்தா னிருக்கிறது. தமிழிலே பரிச்சயமில்லாத எனக்கே இந்தப் பாடல்களின் பொருள்கள் நன்றாக விளங்குகின்றன. ஸாஹித்ய மென்பது இதுதான். பூர்வஜன்மத்தில் நீங்கள் கம்பராக இருக்கவேண்டும்" என்று இக் கவிநாயகரைப் பாராட்டிக் கொண்டிருந்தார்.

சுப்: இந்தப் பாடல்களில் ஏதேனும் குற்றம் காணப்படுகிறதா?

தியாக: இந்தப் பாடல்கள் ஸஞ்சரிக்கிற இடங்களிற்கூடக் குற்றம் இராதே. அப்படியானால் இவற்றில் எப்படியிருக்கும்? நிர்த்தோஷமான வாக்கு.

சுப்: இவற்றில் ஏதாவது குற்றமிருக்கிறதென்று யாராவது சொன்னால் நீங்கள் என்ன சொல்வீர்கள்?

தியாக: அவனை மஹா அயோக்ய னென்றும் துஷ்ட னென்றும் மூர்க்க னென்றும் மஹா அஹங்காரியென்றும் சொல்வேன். அப்படிச் சொன்னவன் யார்?

சுப்: உங்களுடைய குருவே!

ஆற்றலுடையவர். வீணை வாசிப்பதில் அதிகத் தேர்ச்சி பெற்றவர். இங்கிலீஷ் முதலிய வேறு பாஷைகளிலும் இவருக்குப் பயிற்சியுண்டு. ஒவ்வொரு பாஷையிலும் செய்யுள் செய்யும் ஆற்றலுள்ளவர். இவர் உபந்யாஸம் செய்வது சுவையுடையதாயிருக்கும். சிவகதை பண்ணுகிற வழக்கமும் இவருக்கு உண்டு. சாதாரணமாகப் பேசிக்கொண்டிருக்கும்பொழுதே கேட்பவர்கள் வேறு விஷயத்தில் மனத்தைச் செலுத்தாமல் ஆனந்தித்துக் கொண்டே யிருக்கும்படி செய்வார். ஸ்ரீ சுப்பிரமணிய தேசிகர் சின்னப்பட்டம் பெற்றது தொடங்கி ஸம்ஸ்கிருத பாடஞ் சொல்லிவந்த தன்றிப் பல சாஸ்திரங்களுடைய நுட்பங்களையும் பல வடமொழிக் காவியங்களின் நுட்பங்களையும் அலங்காரப் பகுதிகளையும் சுருக்கமாகவும் தெளிவாகவும் ஓய்வு நேரங்களில் தெரிவித்து அவரை உலகத்திற்கு மிகப் பயன்படும்படி செய்தவர். தேசிகருடைய முக்கியமான ஸம்ஸ்கிருத வித்யா குரு இவரே. பிள்ளை யவர்களிடத்துப் பேரன்புடையவர்.

தியாகராஜ சாஸ்திரிகள், "அப்படியா!" என்று நடுநடுங்கி உடனே எழுந்து இரண்டு கைகளையும் தலைமேற் குவித்துக்கொண்டு *வடதிசையை நோக்கிக் கண்ணை மூடிக்கொண்டு, "ஹரஹர மஹா தேவா! சிவ சிவா! என்னுடைய பதட்டமான வார்த்தைகளை க்ஷமிக்கவேண்டும். ஆசார்ய மூர்த்தே!" என்று சொல்லிக் கொண்டும் கண்ணிற் கருவிழிகளை மேலே செலுத்தித் தியானித்துக் கொண்டும் நின்றார்.

சுப்: (புன்முறுவல் கொண்டு) சாஸ்திரிகளே! இருக்க வேண்டும். இவ்வளவுதூரம் நீங்கள் மனத்தைச் செலுத்துவீர்க ளென்பது நமக்குத் தெரியாது. ஏதோ நடந்ததைச் சொல்ல வேண்டி யிருந்தமையால் சொல்லும்படி நேர்ந்தது. பொறுத்துக் கொள்ளவேண்டும். பிள்ளை யவர்களிடத்தில் தாங்கள் மிகுந்த அபிமான முடையவர்க ளாதலால் தங்களிடத்திற் படித்துக் காட்டித் தங்களுடைய ஸந்தோஷத்தைப் பெறவேண்டு மென்பதே நமது கருத்தாதலால் இங்ஙனம் செய்யலாயிற்று.

தியாகராஜ சாஸ்திரிகள், "ஸந்நிதானம் இப்படிப்பட்ட தர்மஸங்கடமான விஷயத்திற் கொண்டுவந்து விட்டதே! எனக்கு ஒன்றும் புரியவில்லையே! இனிமேல் இப்படிப்பட்ட ஸங்கடத்தில் என்னை இழுத்துவிடக் கூடாது" என்று சொல்லிக்கொண்டே யிருக்கையில் நேரமாய்விட்டபடியால் எல்லோரும் விடைபெற்று எழுந்து சென்றார்கள். முதல் நாள் மிகுந்த வருத்தமடைந்து கொண்டேயிருந்த எங்களுக்கெல்லாம் இந்த நிகழ்ச்சி பெரியதோர் ஆறுதலை விளைவித்தது. எல்லோருக்கும் விடைகொடுத்து விட்டுத் தேசிகர் ஸ்நானத்துக்குச் சென்றனர்.

ஒரு பாடலின் சரியான பாடம்

ஒரு சமயம் பல அன்பர்களிடம் துறைமங்கலம் சிவப்பிரகாச ஸ்வாமிகளுடைய புலமைத்திறத்தைப் பாராட்டிக்கொண்டிருக்கையில் அவர் பிடாரி யென்னும் தெய்வத்திற்கு ஒரு சீட்டுக் கவி எழுதி விடுத்ததாகச் சொல்லிவிட்டு இவர் என்னைப் பார்த்தார். அக்குறிப்பை அறிந்து நான்,

(விருத்தம்)

திருந்துதமி ழிலக்கணவைந் திணைக்கோவை விருத்தகிரிச் செல்வர்க் கோதும்
பெருந்தகைமை யுடையம்யாம் விடுமோலை வெங்கனூர்ப் பிடாரி காண்க
இரும்புவியி லொருமுருங்கைக் கொம்பொடியா மற்காத்திங் கிருக்கும் நீநம்
முருங்கைதனை வேரோடுங் களைவதென்றா லீதுனக்கு முறைநன் றாமோ

என அந்தச் செய்யுளைச் சொன்னேன். இவர், "விருத்தகிரிச் செல்வரென்பது பாடமன்று; திருவெங்கைச் செல்வ ரென்பதே பாடம்" என்றார். 'இவர் கூறுவது பிழையாயிருக்குமா? இவருடைய பாடமன்றோ கொள்ளற்பாலது?' என்பதை அச்சமயத்தில் உணராமல் நான் மறுத்து, "தனிப்பாடற்றிரட்டின் அச்சுப் பிரதியில் அப்படித்தான் இருக்கிறது" என்றேன். நான் அங்ஙனம் கூறியதைக் கேட்டு அருகிலிருந்தவர்கள் என்னைப் பார்த்தார்கள். அவர்கள் பார்வையினால்தான் நான் மறுத்துச் சொன்னது பிழையென்பது புலப்பட்டது. நான் செய்தது குற்றமெனினும்

* இவருடைய குருவாகிய அப்பா தீட்சிதருடைய ஊர் திருவாலங்காடு; அது திருவாவடுதுறைக்கு வடக்கேயுள்ளது.

இவர் அதனைக் காட்டிக்கொள்ளாமல், "அச்சிலிருப்பதால் சரியானதென்று நினைக்கக் கூடாது. பாஷையிற் பயிற்சியில்லாதவர்கள் துணிந்து எதையும் அச்சிட்டுவிடுவார்கள். விஷயம் தெரிந்தவர்கள் அச்சிட்டால் சரியாக இருக்கும்" என்று சொன்னார். பிற்காலத்தில், இவர் சொன்னதே சரியென்று என் அனுபவத்திலும் தெரியவந்தது.

மகா வைத்தியநாதையர் பெருமையை நான் அறிந்தது

பிள்ளை யவர்கள் வேறு காரியங்களைக் கவனித்துக்கொண்டிருக்கையில் நானும் சில மாணவர்களும் அவர்களுடைய நோக்கத்தின்படியே இரவில் ஆதீனகர்த்தரிடஞ் சென்று சில சமயங்களிற் பேசிக்கொண்டிருந்துவிட்டு வருவதுண்டு. அக்காலங்களில் "இன்றைக்கு என்ன பாடம் நடந்தது? பாடங்களில் என்ன என்ன விசேடங்களை அறிந்தீர்கள்?" என்று அவர் கேட்பார். கேட்டவற்றிற்கு ஜாக்கிரதையாக விடைசொல்லிவிட்டு வருவோம். நாங்கள் சொல்லுவதில் ஏதேனும் குற்றமிருந்தால் அவர் அதைத் திருத்துவார்.

நாங்கள் செல்லுங்காலங்களில் *அவருக்கு முன் திருக்குறள்—பரிமேலழகருரை, திருக்கோவையாருரை, இலக்கண விளக்கம் முதலியவற்றுள் ஏதேனும் ஒரு பாடம் நடைபெற்றுக்கொண்டிருக்கும். அதுவும் எங்களுக்குப் பேருதியமே. மாணாக்கர்களோடு பழகுவதில் அவருக்கு மிகுந்த திருப்தியுண்டு; "ஏதேனும் ஆக வேண்டியதுண்டா?" என்று எங்களைக் கேட்டு நாங்கள் சொல்லுவனவற்றை அப்பொழுது அப்பொழுது முடித்துக் கொடுப்பார்.

ஒரு நாள் தேசிகர் என்னை நோக்கி, "ஸங்கீதப் பழக்கத்தை விருத்தி செய்துகொண்டால் நலமாக இருக்கும்; அதனோடு சேர்ந்து தமிழ்க்கல்வியும் மிகப் பயன்படும்; மகா வைத்தியநாதைய ரவர்கள் ஸங்கீதப் பயிற்சியோடு தமிழிலும் நல்ல பாண்டித்ய முள்ளவர்களாக இருப்பதால் அவர்களுடைய வித்தை உலகத்தில் நன்றாக விளங்குகின்றது" என்று சொன்னார்; அன்றியும், தாம் கல்லிடைக்குறிச்சியில் இருக்கும்பொழுது அவர் தம் தமையனாருடன் அங்கே வந்ததும் அவருடைய ஒப்புயர்வற்ற கானத்தைக் கேட்டு மற்ற ஸங்கீத வித்துவான்களைக் காட்டிலும் அவர்க்கு அதன்பால் மிக்க ஆற்றல் இருத்தலையறிந்து ஒரு மகாசபை கூட்டி அவருக்கு மகா வைத்தியநாதைய ரென்ற பட்டத்தைத் தாமளித்ததும் பிறவுமாகிய வரலாறுகளை யெல்லாம் சொன்னார். சொல்லிக்கொண்டு வரும்பொழுது, "அவர்களைத் தரிசிக்க வேண்டுமென்கிற விருப்பம் எனக்கு நெடுநாளாக உண்டு; அதற்குரிய நற்காலம் இதுவரையில் எனக்குக் கிட்டவில்லை. இனிக் கிடைக்குமென்று நினைக்கிறேன்" என்று விநயத்துடன் சொல்லி விட்டு வந்தேன்.

இப்படிச் சென்று வந்தமையால், ஒவ்வொரு நாளிலும் நாங்கள் தெரிந்துகொண்ட அரிய விஷயங்கள் பலவாகும். நிகழ்ந்தவற்றை உடனுடன் பிள்ளை யவர்களிடம் தெரிவித்துவிடுவோம்.

---

* தேசிகரும் ஓய்வு நேரங்களில் சிறந்த நூல்களை யாருக்கேனும் பாடஞ் சொல்லி வருவதுண்டு.

ஸ்ரீ சுந்தரஸ்வாமிகள் வந்தது

கோடகநல்லூர் சுந்தர சுவாமிகள்

சில தினங்களுக்குப் பின்பு ஒருநாட் காலையில், கோடகநல்லூர் ஸ்ரீ சுந்தரஸ்வாமிகள் திருவையாறு முதலிய ஸ்தலங்கள் ஏழனுக்கும் திருமழபாடிக்கும் திருப்பணி செய்வித்து ஒரே தினத்தில் அந்த எட்டனுக்கும் கும்பாபிஷேகம் செய்விக்க நினைந்து அந்தச் செலவிற்காகப் பலரிடத்துஞ் சென்று பொருள் சேகரித்துக் கொண்டு அதன்பொருட்டே திருவாவடுதுறைக்கும் வந்து ஓரிடத்தில் தங்கினார். மகா வைத்தியநாதையர் முதலிய பல சாம்பவர்களும் திருநெல்வேலி ஐயாஸாமி பிள்ளையவர்கள் முதலிய வேறு பல அடியார்களும் செறிந்த கூட்டம் அவருடன் வந்திருந்தது. அவருடைய வரவைக்கேட்ட இக் கவிஞர்கோமான் அவரைத் தரிசிக்க விரும்பி வந்தார். பிள்ளையவர்களைக் கண்டவுடன் ஸ்வாமிகள் எழுந்து நிற்க இவர் வந்தனஞ் செய்தார். அப்பொழுது ஸ்வாமிகள், "நீங்கள் சிவபக்த சிரோமணிகள். உங்கள் வந்தனத்துக்கு நான் உரியவனல்லேன். ஆதலின் அதனை ஈசுவரனுக்கு அர்ப்பணஞ் செய்துவிட்டேன்" என்று சொல்லிக் கையைப் பிடித்துத் தூக்கிவிட்டு அயலிலிருக்கச் செய்தார்; அப்பால் இருவருமிருந்து பேசிக்கொண்டிருந்தார்கள்.

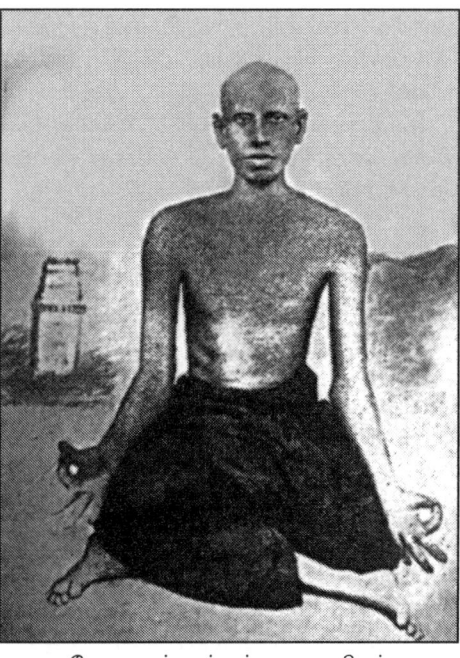

அங்ஙனமிருக்கையில், ஸ்வாமிகள் எப்பொழுது பார்க்க வரலாமென்று ஸமயந்தெரிந்து வரும்படி ஆதீனகர்த்தரிடம் ஓரன்பரை அனுப்பினார்; அது தெரிந்த தேசிகர் உடனே அழைத்துக்கொண்டு வரும்படி தக்கவர் சிலரை அனுப்பினார். ஸ்வாமிகள் மடத்திற்குச் சென்றார்; முன்னே சென்று மகா வைத்தியநாதையர் ஸ்வாமிகளின் வரவைக் கூறவே தேசிகர் ஒடுக்கத்து வாயிற்புறத்தே வந்து வரவேற்று உள்ளே அழைத்துச் சென்று ஸ்வாமிகளுடன் இருக்க மற்றவர்களும் இருந்தார்கள். கும்பாபிஷேக விஷயமாக ஸல்லாபம் நடைபெற்றது.

மகா வைத்தியநாதையருடைய இசைப் பாட்டு

அதன் பின்பு ஆதீனகர்த்தர் மகா வைத்தியநாதையரை நோக்கி, "உங்களைத் தரிசிக்கவேண்டும்; உங்களுடைய இனிய கானத்தைக் கேட்கவேண்டுமென்று இங்கே படித்துக்கொண்டிருக்கும் சிலர் விரும்புகிறார்கள்; ஆதலால் பிள்ளை யவர்களியற்றிய நூல்களிலிருந்து சில

பாடல்களைச் சொல்லிப் பொருளும் சொல்ல வேண்டும்” என்றார். அவர் *சூதசங்கிதையிலிருந்து*, கயிலையங்கிரியிற் சிவபெருமான் எழுந்தருளியிருக்கும் திருவோலக்கக் காட்சியைப்பற்றிய சில பாடல்களை இசையோடு சொல்லிப் பொருளும் கூறி வரும்பொழுது கேட்டோரெல்லாருக்கும் உண்டான ஆனந்தத்திற்கு எல்லையில்லை. எப்பொழுதும் யாவர்க்கும் இன்பத்தை விளைவிக்கும் பிள்ளை யவர்களுடைய பாடல்கள் அவருடைய திவ்ய ஸங்கீதத்தோடு கலந்து வெளிப்படும் பொழுது தம்மைத்தாமே வென்றுவிட்டன. அதை நினைக்கும் பொழுது,

(விருத்தம்)

தென்றல் நாடன் றிருமகளைத் தேவர் பெருமான் மணம்புரிய
மன்ற லழகா லொருநகரொப் பதிக மின்றி மதுரைநகர்
அன்று தானே தனக்கொப்ப தாகும் வண்ண மணியமைத்தார்
இன்று தானே தனக்கதிக மென்னும் வண்ண மெழிலமைத்தார்

(திருவிளை. உக்கிரகுமாரனுக்கு. 12)

என்னும் பாடற் பொருள் ஞாபகத்திற்கு வந்தது.

இப் புலவர்திலகருடைய பாடல்களைக் கேட்டவர்களின் கண்களிலிருந்து ஆனந்த பாஷ்பம் பெருகிற்று. இவருடைய கண்களிலிருந்தும் அது பெருகிவந்தது. பின்பு தேசிகர், ***பெரியபுராணக் கீர்த்தனத்திற்குப்* பிள்ளை யவர்கள் கொடுத்த †சிறப்புப் பாயிரப் பாடல்களைச் சொல்லும்படி சொன்னார். அவர் சொல்லிக் காட்டியபொழுது அவற்றின் இறுதிப்பாடலில் ஆதீன ஸம்பிரதாயத்தை அமைத்திருந்த அருமை எல்லோருக்கும் மிக்க வியப்பை உண்டுபண்ணிற்று. அப்பால் *பெரியபுராணக் கீர்த்தன* அச்சுப் புத்தகங்களைத் தேசிகருக்கும் இக் கவிஞர்பிரானுக்கும் மகா வைத்தியநாதையர் சேர்ப்பித்தார். அப்பொழுது அதிலிருந்து சில கீர்த்தனங்களைப் பாடிக்காட்டும்படி தேசிகர் விரும்ப அப்படியே சில மகா வைத்தியநாதையராற் பாடிக்காட்டப்பட்டன. அவை பெரும்பாலும் பெரியபுராணக் கருத்தையும் சொற்றொடர்களையுமே தழுவி இயற்றப்பெற்றன வாதலின் கேட்ட எல்லோரும் மகிழ்ச்சியுற்றார்கள்.

அப்பால் அம்பலவாண தேசிகர் கலம்பகத்திலிருந்தும் அம்பலவாண தேசிகர் பிள்ளைத் தமிழிலிருந்தும் சில பாடல்களும் அவற்றிற்குப் பொருளும் அவராற் சொல்லப்பட்டன. சுப்பிரமணிய தேசிகர் பின்பு மகா வைத்தியநாதையரைப் பார்த்து, “தங்கள் தமையனார் இயற்றியவற்றிலிருந்து வேறு ஏதாவது சொல்லவேண்டும்” என்றார். உடனே அவர் தம் தமையனார் இயற்றிய *திருவையாற்றுத் திரிபந்தாதி* யிலிருந்தும் *மயூரகிரி இரட்டைமணி மாலை* யிலிருந்தும் சில செய்யுட்களைச் சொல்லிக் காட்டினார். தேனும் பாலும் கலந்தாற்போல இயலும் இசையுங் கலந்து வெளிப்பட்ட அந்தச் சுவை சொல்லற்பாலதன்று. வந்த காரியத்தை ஒருவாறு முடித்துக்கொண்டு சுந்தர ஸ்வாமிகளும் மற்றவர்களும் விடைபெற்றுத் திருவையாறு சென்றார்கள்.

---

* இந்நூல் மகா வைத்தியநாதைய ரவர்கள் தமையனாரான இராமஸ்வாமி ஐயரால் இயற்றப்பெற்றது.

† முதற்பாகம், பக்கம், 281

பட்டீச்சுரப் புராணம்

பட்டீச்சுரத்திற்கு ஆறுமுகத்தா பிள்ளையின் வேண்டுகோளின்படி முன்னமே ஒரு புராணம் இவராற் செய்யத்தொடங்கப்பெற்று நாட்டுப் படலத்திற் சிலபாகம் வரையில் ஆகியிருந்தது. அந்தப் புத்தகம் எப்படியோ கைதவறிப் போய்விட்டது. மீட்டும் முதலிலிருந்து புராணத்தைச் செய்யவேண்டுமென்று அவர் கேட்டுக்கொண்டமையால் இவர் நல்லவேளையில் ஆரம்பித்துச் செய்துவருவாராயினர். அப்போது அத்தலத்துள்ள மதவாரணப் பிள்ளையார் மீது ஒரு துதிகவி செய்யத் தொடங்கி, 'மதவாரணப் பிள்ளையார் துதி' என்ற தலைப்பை எழுதுவித்துப் பாடலியற்ற யோசித்த பொழுது அதனையறிந்து, "முன்னமே அப்பிள்ளையார் மீது யமகமாக ஐயாவவர்கள் *ஒரு பாடல் செய்திருப்பதுண்டு" என்றேன்; உடனே அதைச் சொல்லச் சொன்னார்; நான் சொன்னவுடன் அதனையே எழுதிக்கொள்ளும்படி சொல்லிவிட்டு அடுத்த பாடலைச் செய்யத்தொடங்கி விட்டார்.

என்பால் உண்டான கோபம்

யாரோ ஒருவருடைய கோளினால் ஒரு தினம் இவர் என்மீது கோபங்கொண்டு என்னுடன் பேசாமலே இருந்துவிட்டார். யார்மீது கோபம் வந்தாலும் சிலதினம் அவரோடு பேசாமலே இருந்துவிடுவது இவருக்கு இயல்பு; எந்தச் சமயத்தும் யாரையும் கடிந்து பேசுவதேயில்லை.

அன்று மாலை அநுஷ்டானஞ் செய்துவிட்டு வந்து தம்வீட்டுத் திண்ணையில் இவர் சயனித்துக் கொண்டார். ஏடுகளுடன் சென்று இவரது தலைப்பக்கத்திலிருந்த தீபஸ்தம்பத்தின் அருகில் வழக்கப்படியே காத்திருந்தேன். சிலநேரம் சென்ற பின்பு †"இறவி தபுத் தலையுணர்த்த" என்பது இவர் வாக்கினின்றும் எழுந்தது. உடனே அதனை எழுதிவிட்டு அச்செய்யுளின் மேற்பாகத்தையும் இவர் சொல்லச் சொல்ல எழுதிமுடித்தேன். வழக்கம்போலவே படித்துக் காட்டினேன். அப்பால், 'சரி' என்று ஒரு சப்தம் இவர் வாக்கிலிருந்து உண்டாகவே அச்சொல்லுக்கு ஆகாரம் பண்ணிக்கொண்டு வரலாமென்பது பொருளென் றறிந்து சென்று போஜனம் செய்துவந்து வழக்கம்போலவே யிருந்துவந்தேன்.

பாடம் நடக்கும்போது சென்று படிப்பதும் சொல்லுவனவற்றை எழுதுவதுமே அக்காலத்து என்னாற் செய்யப்பெற்று வந்தன. அந்த நிலை என் மனத்துக்கு மிகுந்த சங்கடத்தை உண்டு பண்ணிக்கொண்டே யிருந்தது; அதைப்பற்றி யாரிடத்தும் நானும் சொல்லவில்லை; இவரும் சொல்லவில்லை.

கோபமாறியது

இங்ஙனம் சில தினங்கள் சென்றன. அப்பால் மாயூரம் வஸந்தோத்ஸவ தரிசனத்தின் பொருட்டுச் சுப்பிரமணிய தேசிகர் பரிவாரங்களுடன்

---

* இந்தப் புத்தகத்தில் 361ஆம் பக்கம் பார்க்க.

† ஸ்ரீ மீனாட்சிசுந்தரம் பிள்ளையவர்கள் பிரபந்தத்திரட்டு, 3344

மாயூரத்திற்கு விஜயம் செய்தார். அவருடைய கட்டளையின்படி இவர் சென்றார்; நானும் மற்ற மாணாக்கர்களும் இவருடன் சென்றோம். செல்லும்பொழுது இவர் ஸ்ரீ சிவஞான முனிவரும் ஸ்ரீ கச்சியப்ப முனிவரும் காஞ்சிப் புராணமியற்றிய வரலாற்றையும் இடையிடையே நிகழ்ந்த செய்திகளையும் அந்நூலின் சிறப்பியல்புகளையும் உடன் சென்றோரிடம் சொல்லிக் கொண்டே சென்றார். ஒன்றையும் விடாமல் நான் கேட்டுக்கொண்டே சென்றேன்.

மாயூரம் சென்ற ஆதீனகர்த்தர் ஸ்வாமி தரிசனஞ்செய்து விட்டு அடியார்களோடு மடத்திற்குத் திரும்பிச் செல்லுகையில் ஒரு காரியஸ்தரை யழைத்து எனக்கு ஆகாரம் பண்ணுவித்து அனுப்பும்படி உத்தரவிட்டனர்; அப்படியே அவர் செய்வித்தனுப்பினர். நான் சென்று பிள்ளை யவர்கள் வீட்டுத் திண்ணையில் ஒரு புறத்திலிருந்தேன். ஆதீனகர்த்தர் மடத்திற்குச் சென்றபின் *அத்தாளம் நடைபெற்றது. அது, "படைப்புப் பலபடைத்துப் பலரோ டுண்ணும், உடைப்பெருஞ் செல்வர்" என்றபடி நூற்றுக் கணக்கானவர்கள் அறுசுவையுள்ள நால்வகை யுணவுகளையும் முறையேயிருந்து மெல்ல உண்ணும் பெருமை வாய்ந்தது. †அங்கே இல்லறத்தாருடைய வரிசையில் முதல் ஸ்தானம் பிள்ளை யவர்களுக்குரிய இடம். அங்கே சென்று இருந்த இவர் உண்ணத் தொடங்குவதற்கு முன்பு திடீரென்று எழுந்து புறத்தே செல்லுங் குறிப்போடு சிறிதுதூரம் வந்துவிட்டார். யாரும் பந்தியில் அங்ஙனம் செய்வதில்லை; செய்யவும் கூடாது; வழக்கமே கிடையாதென்பர். அதனைக் கண்ட தேசிகர், 'ஏதோ கவலைக்கிடமான செய்தி இவர்களுக்குக் கிடைத்தது போலும்' என்று நினைத்துக் கேட்பித்தபொழுது, "சாமிநாதையரை வெளியே விட்டு விட்டு வந்தேன். அவர் ஆகாரம் செய்தாரோ இல்லையோ தெரியவில்லை. விசாரித்துவரப் போகிறேன்" என்றார். தேசிகர், அவருக்கு ஆகாரம் செய்விக்கும்படி முன்பே ஒருவரிடம் சொல்லியாய் விட்டது. அவர் இதற்குள் ஆகாரஞ் செய்துவிட்டு வந்திருக்கலாம். நீங்கள் கவலைப்படவேண்டாம். இங்கேயிருந்து மெல்ல ஆகாரம் பண்ணிக்கொண்டு செல்லலாம்" என்று வற்புறுத்திச் சொல்லவே இவர் திரும்பிப்போய் அமர்ந்து ஏதோ ஆகாரம் பண்ணுபவர் போலவே பாவனை பண்ணிவிட்டு எல்லாரும் எழுவதற்கு முன்னரே எழுந்து கையையுஞ் சுத்திசெய்யாமல் வேகமாக அம்மடத்தின் மேல்பாலுள்ள தம்முடைய விடுதிக்கு வந்தார். இவர் வருவதைக் கண்டு எழுந்து நின்றேன். நான் நின்ற இடம் தீபம் இல்லாத இடம்; ஆகையால் என் சமீபத்தில் வந்து முகத்தை உற்று நோக்கி, நிற்பவன் நானென்று தெரிந்துகொண்டு, "ஆகாரம் செய்தாயிற்றா?" என்று கேட்டார், "ஆயிற்று" என்று சொன்னேன். உடனே இவர் கையைச் சுத்திசெய்து கொண்டு, தீபத்தைக் கொணர்ந்து வைக்கும்படி சொல்லி என்னோடு அன்புடன் முன்போலவே பேசத்தொடங்கினார். ‡"முனிவினு முளைக்கும் அன்பினர்" ஆகிய இவருடைய இயல்பை அறிந்து, முந்திய நிமிஷத்திற் கவலைக்

* இச்சொல் அற்றாலம் (அல் தாலம்) என்பதன் மரூஉ. இராப்போசன மென்பது இதற்குப் பொருள்; பகற்போசனம் முற்றாலம் (முன் தாலம்) என வழங்கும். இது மலைநாட்டு வழக்கம்.

† முதற்பாகம், 210ஆம் பக்கம் பார்க்க.

‡ கம்ப. கிட்கிந்தைப். 61

கடலில் அழுந்திக்கிடந்த நான் அடுத்த நிமிஷத்தில் மிகுந்த ஆனந்தம் அடைந்தேன்.

அப்பொழுது மடத்திலிருந்து சிலர் வந்து என்னைப் பார்த்து, "உங்களிடத்தில் ஐயாவவர்களுக்கு இருக்கிற பிரியம் இன்று பந்தியில் நன்றாக வெளிப்பட்டுவிட்டது. இவ்வளவு பிரியத்தை யாரிடத்தும் இவர்கள் வைத்திருந்ததாக நாங்கள் அறிந்துகொண்டதில்லை. மடத்தில் இப்போது ஸந்நிதானம் இதைப்பற்றிச் சொல்லிக் கொண்டேயிருக்கிறது" என்றார்கள். அந்தச் சமயத்திற் பிள்ளை யவர்களை நோக்கி,

எளிய ரெங்குளா ரென்று தேர்ந்துதேர்ந்
தளியை யாவதுன் னருளின் வண்ணமே (திருவிளை. கரிக்குருவிக்கு. 15)

என்பதைச் சொல்லிவிட்டு ஒன்றும் பேசாமலிருந்தேன். அது முதல் பிறர் கோள்சொல்லுவதற்கு இடமில்லாதபடி கூடிய அளவு ஜாக்கிரதையாக நடந்துவருவேனாயினேன். அப்பால் இவர்கள் பிரீதியும் அதிகரித்துவிட்டது.

தீயனெனும் பாம்பு செவியிலொரு வற்கவ்வ
மாயுமே மற்றைய வன்

என்பது பெரியோர் கருத்தாக இருக்கவும் ஒருவருடைய கோள் எனக்கு அனுகூலத்தைப் பின்பு விளைவித்தமையால்,

(விருத்தம்)

பொன்னகரான் காலந்தாழ்த் துனையருச்சித் தயர்ச்சியொடும் போன வாறும்
என்னெனயான் வினவியதும் வலாரியிறை கொடுத்ததுமவ் விறைக்கு நேர்யான்
பின்னைவினா யதுமவன்சொல் வழியுன்னைச் சோதித்த பெற்றி தானும்
முன்னவனே யுன்னருளா லென்பிணிக்கு மருந்தாகி முடிந்த வாறே
(திருவிளை. நான்மாடக். 23)

என்னும் அருமைச் செய்யுள் அப்பொழுது ஞாபகத்திற்கு வந்தது.

குமாரருக்கு விவாகம் நடைபெற்றது

அப்பால் இவர் திருவாவடுதுறை சென்று செய்யவேண்டியவற்றைச் செய்துஞ் செய்வித்தும் வந்தார். அப்படியிருக்கையில் இவருடைய குமாரர் சிதம்பரம் பிள்ளைக்கு விவாகஞ் செய்விக்கவேண்டுமென்ற முயற்சி நடைபெற்றது. சீகாழியி லிருந்தவரும் சிறந்த கல்விமானுமாகிய *குருசாமி பிள்ளை யென்பவருடைய குமாரி மீனாட்சியம்மையை அவருக்கு மணஞ் செய்விக்க இவர் நிச்சயித்தார். அதனை ஆதீனகர்த்தரிடம் விண்ணப்பஞ் செய்தார். சுப்பிரமணிய தேசிகர் இச்செய்தியைச் சொல்லிக் குருசாமி பிள்ளையை அழைத்து வரும்படி சில முதியோரை அனுப்பினார். அவர்கள் சென்று சொல்ல மனமுவந்து குருசாமி பிள்ளை வந்து இவரைக் கண்டபொழுது இருவரும் சம்பந்தம் செய்து கொள்ளுதலைக் குறித்து நெடுநேரம் ஸம்பாஷணைசெய்து களிப்புற்றார்கள். பின்பு அவர் தரிசனஞ் செய்யப் போனபொழுது தேசிகர் பலவாற்றாலும் அவருக்கு மகிழ்வுண்டாகும்படி செய்ததன்றி அவரை நோக்கி, "ஐயா நீங்களும் குருஸாமி; நாமும் குருஸாமியே" என்று சொன்னார்; சிறந்த

* முதற் பாகம், பக்கம், 186.

கல்விமானாதலால் அந்த அருமையான வார்த்தை அவருக்கு மகிழ்ச்சியை உண்டுபண்ணியது. முகூர்த்தம் வைத்துவிட்டு அவர் சீகாழி சென்றார்.

தேசிகர் அந்த விவாகச் செலவிற்கு ரூபாய் ஆயிரம் அளித்த தல்லாமல், கல்லிடைக்குறிச்சியில் சின்னப்பட்டத்தி லிருந்த ஸ்ரீ நமச்சிவாய தேசிகருக்கும் ஆதீனத்தைச் சார்ந்த பெரியகாறுபாறு தம்பிரான் முதலியோர்களுக்கும் கலியாணச் செய்தியைத் தெரிவிக்கும்படியும் கட்டளையிட்டார். அப்படியே எல்லோருக்கும் இவர் விண்ணப்பஞ் செய்துகொண்டார். அங்ஙனஞ் செய்துகொண்ட கடிதங்களில் வழக்கம்போலவே முதலில் அவரவர்கள் தகுதிக்கு ஏற்பப் பாடல்கள் வரையப்பெற்றன. அவற்றுள் ஏனையோர் விஷயமாகச் செய்த பாடல்கள் இப்போது கிடைக்கவில்லை; ஸ்ரீ நமச்சிவாய தேசிகருக்கு எழுதிய ஐந்து பாடல்கள் மட்டும் என் கைவசமிருந்தன. அவை வருமாறு:

(விருத்தம்)

சீர்பூத்த கயிலாய பரம்பரையில் உமாபதிதே சிகப்பி ரான்றன்
ஏர்பூத்த கண்மணியிற் சிவப்பிரகா சப்பெரியோன் என்பாற் குற்ற
பார்பூத்த கண்மணியிற் றுறைசையிற்சுப் பிரமணிய பரமற் குற்ற
வார்பூத்த கண்மணியாங் குருநமச்சி வாயனையென் மனஞ்சார்ந் தன்றே.

[ஏர்பூத்த கண்மணி – அருணமச்சிவாய தேசிகர். சிவப்பிரகாசப் பெரியோன் – சித்தர் சிவப்பிரகாசர். பார்பூத்த கண்மணி – திருவாவடுதுறை ஆதீன ஸ்தாபகராகிய நமச்சிவாயமூர்த்தி.]

அருண்மலிநின் பெயரேநின் னுருவுருவம் அருவுருவம் அருவ மென்னப்
பொருண்மலிமூன் றாமதுவந் தடைந்தார்தந் தரநோக்கிப் புகன்ற வாறே
இருண்மலிபெய் தாதவிதம் விரித்துணர்த்தி யவற்றடக்கி எல்லா மின்பத்
தெருண்மலியச் செயுந்துறைசைக் குருநமச்சி வாயாநிற் சேர்ந்து ளோமே.

திருச்சமயத் துடனெமையும் விளக்கியநின் றிருப்பெயரே சிந்தை யுட்கொண்
டருச்சனைசெய் யினுஞ்செபித்தல் செய்யினுஞ்சொற் றிடவருளி அளவி லாத
கருச்சரிய வின்பநிலை காட்டுநினக் கியற்றுமொரு கைம்மா றுண்டோ
குருச்சமையும் புகழ்த்துறைசை வள்நமச்சி வாயாமெய்க் குரவ ரேறே.

தந்தைபெய ரெடுப்பானிம் மைந்தனென வொருவனைமண் சாற்றல் பொய்யே
நிந்தையிலாத் தந்தைபெயர் தோற்றும்போ தேயெடுத்தோன் நீயே நீயே
அந்தையிலா நினைப்போல்வார் நினைப்பணியு மெமைப்போல்வார் அகிலத் தியாரே
சிந்தைகளிப் புறத்திருவா வடுதுறைவாழ் குருநமச்சி வாய தேவே.

[இங்கே பெரிய பட்டத்தில் இருப்பவர்களுக்குரிய பொதுப்பெயராகிய 'நமச்சிவாய' என்பதைத் துறவுபூண்டவுடன் இவர் தீட்சா நாமமாகவே பெற்றமையின், 'தந்தை பெயர் தோற்றும்போதே எடுத்தோன் நீயே' என்றார். அந்தை – அகந்தை.]

ஒன்றுடையோன் நீயேமற் றிரண்டுடையோன் யானெனினும் உயர்ந்தோ னீயே
என்றுநினக் கடிமையா தலினிரண்டு மசித்தெனப்பட் டிடலி னொன்றை
நன்றுபெற விரும்பிநினைப் புணர்தலினிப் பொருட்கிடநின் நாம மன்றோ
குன்றுபுரை மாடக்கோ முத்திநமச் சிவாயாமெய்க் குரவ ரேறே.

[ஒன்று – வகாரம்; அதற்குப்பொருள் அருள். இரண்டு – நகார மகாரம்; அவற்றிற்குப் பொருள் முறையே திரோதாயியும் ஆணவமும். அசித்து – சடம்.]

இவருடைய விண்ணப்பத்தைப் பெற்ற நமச்சிவாய தேசிகர் மகிழ்ச்சியடைந்து விடையனுப்பினார். அதில், "நீங்கள் ஐம் பதத்தால் ஆக்கிய ஐந்து பாடல்களையும் பார்த்து மகிழ்ச்சியடைந்தோம்" என்ற

வாக்கியம் வரையப்பெற்றிருந்தது. ஏனையோர்கள் தங்கள் தங்களால் இயன்ற உதவிகளைச் செய்தார்கள். சோழ நாட்டுப் பிரபுக்களும் அயல்நாட்டுப் பிரபுக்களும் வந்து தங்கள் தங்களாலியன்ற பொருளுதவியைச் செய்து உடனிருந்து விவாகத்தை நடத்திச் சிறப்பித்தார்கள். கலியாணம் சிறப்புடன் ஆங்கிரஸ ௵ (1872) ஆனி ௴ 7ஆம் தேதி புதன்கிழமை மாயூரத்தில் நடைபெற்றது. உள்ளூர்க் கனவான்களும் அயலூரார் பலரும் வந்துவந்து விசாரித்துச் சென்றார்கள். அவரவர்களுக்குத் தக்கபடி முகமன்கள் மாணாக்கர்களாலும் திருவாவடுதுறை மடத்திலிருந்து வந்த காரியஸ்தர்களாலும் நடத்தப்பெற்றன. சிறந்த ஸங்கீத வித்துவான்களுடைய இசைப்பாட்டும் நாகசுரக்காரர்களுடைய கானமும் ஒவ்வொரு நாளும் நடந்தன.

விகடகவியும் வேதநாயகம் பிள்ளையும்

நல்ல திறமையுள்ள விகடகவி யொருவர் அப்பொழுது பலவகைப்பட்ட ஹாஸ்யப் பேச்சுக்களைப் பேசி யாவரையும் சிரிக்கும்படி செய்துகொண்டிருந்தார். அச்சமயத்தில் அங்கே வந்திருந்த வேதநாயகம் பிள்ளை இப் புலவர்கோமானை நோக்கி, "விகடகவிகள் வித்துவான்களுக்கு நேர் விரோதிகள்; வித்துவான்கள் இழிந்தவற்றையும் உயர்ந்தனவாகக் கூறுபவர்கள்; விகடகவிகள் உயர்ந்தவற்றை இழிந்தனவாக நினைக்கும்படி பேசுபவர்கள்" என்றார். புத்திமான்கள் பேசும் எந்தப் பேச்சும் நயமாக இருக்குமென்பதை அவருடைய வார்த்தை புலப்படுத்தியது.

*சவராயலு நாயகர் மாலை

எல்லோருக்கும் கலியாண பத்திரிகை அனுப்பியதுபோல இவர், தம் மாணவராகிய புதுவைச் சவராயலு நாயகருக்கும் அனுப்பியிருந்தார். அவர் இவரிடத்தில் அளவற்ற அன்புடையவர். புதுவையில் நல்ல நிலையில் இருந்தமையால் அவர் தக்க தொகை யொன்றை இவருக்கு அனுப்பினார். தாம் விரும்பாம லிருந்தும் வலிய அவர் செய்த அந்தப் பொருளுதவியை நினைந்து மனங் கனிந்து தம் செய்ந்நன்றியறிவிற்கு அறிகுறியாக அவர் மீது இவர் ஒரு மாலை இயற்றி அனுப்பினார். அது பின்பு அவராலேயே பதிப்பிக்கப் பெற்றது.

சமாசாரப் பத்திரிகையில் வந்த செய்தி

கலியாணத்திற்குப் பின்பு சிலதினம் இவர் மாயூரத்தில் இருந்தார். அக்காலத்தில் ஒரு நாள் இவர் வேதநாயகம் பிள்ளையைப் பார்க்கச் சென்றார்; நானும் உடன் சென்றேன். அவர் ஏதோ ஒரு சமாசார பத்திரிகையைப் படித்துக்கொண்டிருந்தார். இவரைக் கண்டவுடன் அவர், "இப்பத்திரிகையில் இப்போது படித்துக்கொண்டிருப்பது உங்கள் விஷயந்தான்: 'இக்காலத்தில் தமிழ் நாட்டிற்கு இரண்டு கண்களாக விளங்குகிறவர் இருவர். அவருள் ஒருவர் வசனம் எழுதுவதில் ஆற்றலுடையவர்; மற்றொருவர் செய்யுளியற்றுவதில் ஆற்றலுடையவர். வசனம் எழுதுபவர் ஆறுமுக நாவலர்; செய்யுள் செய்பவர் மீனாட்சிசுந்தரம் பிள்ளை. நாவலர் சிதம்பரத்தில் பாடசாலை வைத்துத் தமிழைப் பரிபாலித்து

---

* ஸ்ரீ மீனாட்சிசுந்தரம் பிள்ளை யவர்கள் பிரபந்தத்திரட்டு, 5050–82

வருகிறார்; மற்றொருவர் தாமே நடையாடு புத்தகசாலையாக இருந்து தம்முடைய செலவிலேயே பிள்ளைகளைப் படிப்பித்து வருகிறார்' என்பது இதிலுள்ள விஷயம்" என்றார். கேட்ட நான் ஆனந்தமடைந்தேன்.

தமிழ் மருந்து

அப்போது தஞ்சைவாணன் கோவையைப் பாடங் கேட்டு வந்தேன். ஒரு நாள் 10 மணிக்குமேலே இவர் பூஜை செய்வதற்குச் சென்றார். பூஜை செய்துகொண்டிருக்கையிற் கடுமையான ஜ்வரம் வந்துவிட்டமையால் விரைவில் அதனை முடித்துக்கொண்டு ஆகாரம் பண்ணாமலே வந்து சாய்வு நாற்காலியிற் சாய்ந்துகொண்டார்; என்னைப் பார்த்து, "கையிலுள்ளது என்ன புத்தகம்?" என்றார்; "தஞ்சைவாணன் கோவை" என்றேன். படிக்கும்படி சொன்னார்; படித்துக்கொண்டு வந்தேன்; மிகுந்த அயர்ச்சி உள்ளவராக இருக்கிறாரென்று நான் நினைந்து நிறுத்தினால் இவர் கண்ணைத் திறந்து பார்த்துப் படிக்கச்சொல்வார்.

இவர் இப்படியிருக்கும்போது பிற்பகலில் ஐந்து மணி ஆயிற்று. இவரைப் பார்க்கவந்த அன்பர்களிற் சிலர் என்னைக் கோபத்தோடு நோக்கி, "இப்போதுகூடவா பாடங்கேட்டு இவர்களுக்குத் துன்பத்தை உண்டுபண்ண வேண்டும்? நிறுத்திக்கொள்ளக்கூடாதா? பாடம் எங்கே ஓடிப்போகிறது? இதனை நீர் தெரிந்துகொள்ளவில்லையே" என்று கடுமையாகச் சொன்னார்கள். கேட்ட இவர், "நிறுத்தச் சொல்லவேண்டாம்; அதுதான் இப்பொழுது எனக்கு மருந்தாக இருக்கிறது; சுரநோயின் துன்பத்தை மறந்து என் மனம் அந்நூலிலேயே ஈடுபட்டு விட்டது" என்று சொல்லிவிட்டு அந்த நூலாசிரியருடைய பெருமையையும் வாக்கு விசேடத்தையும் அவர் முருகக் கடவுள் அருள் பெற்றவ ரென்பதையும் எடுத்துக் கூறினார்.

தமிழ்ச் செய்யுளில் இவருக்கு இருந்த ஈடுபாடும் அதனை இவர் நோய்க்கு மருந்தாக எண்ணிய இயல்பும் என் மனத்தை உருக்கின.

பலபட்டடைச் சொக்கநாதப் புலவருடைய செய்யுட்களைப் பாராட்டியது

மற்றொருநாள் இவர் ஆகாரம்செய்துவிட்டு வந்தபொழுது நான் தனிப்பாடற் றிரட்டைப் படித்துக்கொண்டிருந்தேன். "கையிலுள்ளது என்ன புத்தகம்?" என்று கேட்க, "தனிப்பாடற்றிரட்டு" என்றேன்; "அதில் இப்போது படிக்கும் பாடம் யார் வாக்கு?" என்று வினவினார். "பலபட்டடைச் சொக்கநாதப் புலவரியற்றிய பாடல்கள்" என்றேன். "அவற்றைப் படியும்" எனவே நான்,

(கட்டளைக் கலித்துறை)

வான்பணிந் தாலதன் என்பே யுரைக்கும் மலரிலயன்
தான்பணிந் தாலவன் றன்றலை யேசொலுந் தாரணியுண்
பான்பணிந் தாலவன் கண்ணே பரிந்து பரிந்துரைக்கும்
நான்பணிந் தாலெனக் கார்சொல்லு வார்சொக்க நாயகர்க்கே

[வானென்றது தேவர்களை; ஆகுபெயர்.]

மெய்க்கே யணியும் பணியேயென் பேமுடி மேற்கிடந்த
கொக்கேவெண் கூன்பிறை யேயரை சேர்ந்த கொடும்புலியே
அக்கே யுமக்குக் கிடைத்த வுபாயங்க ளாவெனக்கும்
சொக்கேசர் பாதத்தைக் கிட்டு முபாயத்தைச் சொல்லுங்களே

என்பவற்றைப் படித்துக் காட்டினேன். கேட்ட இவர், "செய்யுளென்பவை இவையே; பக்திரஸம் இவற்றில் ததும்புகின்றது" என்று பாராட்டி மனமுருகினார். தாம் மகாகவியாக இருந்தும் பிற கவிஞருடைய வாக்கைக் கேட்டு அவற்றின் நடையை அறிந்து ஸந்தோஷிக்கும் அரியகுணம் இவர்பால் அமைந்திருந்தமை இதனால் வெளியாயிற்று.

என்னைத் திருவாவடுதுறைக்கு அனுப்பியது

ஒரு தினம் நாங்கள் பாடங்கேட்டு முடித்தபொழுது இரவில் மணி 9 ஆயிற்று. இவர் எங்களை ஆகாரம் செய்துகொண்டுவரும்படி அனுப்பிவிட்டுத் தாம் உண்ணச் சென்றார்; அப்போது மழை வந்துவிட்டமையாலும் மிகவும் சிரமமாக இருந்தமையாலும் நான் படுத்து அயர்ந்து நித்திரை செய்தேன். உடன் படித்தவர்கள் தத்தம் இடங்களுக்குச் சென்றார்கள்.

ஆகாரம் செய்துவிட்டுவந்த இவர் எல்லோரும் ஆகாரம் செய்துகொண்டு வந்துவிட்டார்களாவென்று கவனிக்கையில் நான் தூங்குவதைக் கண்டார். இவர் தூங்கச் செல்லும்வரையில் நான் தூங்கச் செல்வது வழக்கமில்லை. அதனால் ஏதோ அசௌக்கியம் ஏற்பட்டிருக்கலாமென்று எண்ணி என்னை எழுப்பச்சொன்னார்; நான் எழுந்தவுடன் "ஆகாரம் பண்ணிவிட்டீரா?" என்று இவர் கேட்டார்; இல்லையென்று நான் சொல்லவே ஆகாரம் பண்ணிவிட்டு வரும்படி என்னை யனுப்பினார். போய்ப் பார்த்தபொழுது வழக்கமாக நான் உண்ணுமிடத்திலும் பிற இடங்களிலும் கதவுகள் மூடப்பட்டுவிட்டன; சும்மா திரும்பிவந்தேன். அதுவரையில் விழித்துக்கொண்டேஇருந்த இவர் நான் உண்ணாமையை அறிந்து அதிக வருத்தமடைந்து பாலும் பழமும் வருவித்துக் கொடுத்து உண்ணச் செய்தனர். மறுநாட் காலையில், "திருவாவடுதுறைக்குப்போய் மற்றவர்களுடன் பழைய பாடங்களைப் படித்துக்கொண்டிரும்; சீக்கிரத்தில் நான் வந்துவிடுவேன்" என்று சொல்லி என்னை அனுப்பிவிட்டார். அப்படியே திருவாவடுதுறை சென்று படித்துவந்தேன்.

திருப்பெருந்துறைப் புராணம் இயற்றும்படி சுப்பிரமணியத் தம்பிரானவர்கள் விரும்பியது

சில தினங்கள் சென்ற பின்பு ஒரு நாள் சுப்பிரமணிய தேசிகர் என்னை வருவித்து, "நாளைக் காலையில் நீர் மாயூரம் போய்வரவேண்டும். திருப்பெருந்துறைக்குப் புராணம் இயற்றவேண்டியதைப்பற்றி அத்தலத்துக் கட்டளைச் சுப்பிரமணியத் தம்பிரான் ஒரு விண்ணப்பம் அனுப்பியிருக்கிறார். அதில் அவரால், 'திருப்பெருந்துறைப் புராணத்தைச் செய்யுள் நடையாக நாட்டு வருணனை நகர வருணனை முதலிய காப்பிய உறுப்புக்களைச் சிறப்பாக அமைத்துப் புராணம் செய்யவேண்டுமென்று பிள்ளை யவர்களுக்குக் கட்டளையிடும்படி பிரார்த்திக்கிறேன். அப்புராணத்தை

அங்ஙனம் பாடிப் பூர்த்திசெய்து அரங்கேற்றி முடித்தால் அவர்களுக்குத் தக்க சௌகரியம் செய்விக்கலாம். அங்ஙனம் இயற்றுவிக்கும்படி இங்கே உள்ள அன்பர்கள் பலர் தூண்டுகிறார்கள். இத்தலத்தின் வடமொழிப் புராணத்திலிருந்து மொழிபெயர்த்த தமிழ் வசனநடைப் பிரதியையும் இத்தலத்திற்கு முன்னமே செய்யப்பட்டிருந்த பழைய தமிழ்ப் புராணங்க ளிரண்டையும் அனுப்பியிருக்கிறேன். இவற்றைத் தழுவிப் புராணம் செய்துவிட்டால் இந்த வருஷத்து மார்கழித் திருவிழாவில் அப்புராணத்தை அரங்கேற்றத் தொடங்கலாம். இங்கே அவர்கள் இருக்கும் வரையில் அவர்களுடைய செலவை அடியேனே ஒப்புக்கொள்ளுகிறேன். புராணம் அரங்கேற்றப்பட்டவுடன் ரூ. 2000 அடியேனுடைய சம்பளத்திலிருந்து அவர்களுக்குச் சேர்ப்பிக்கிறேன். புராணம் செய்வதற்குத் தொடங்கும்படி ஸந்நிதானம் கட்டளையிடவேண்டும்' என்று வரையப்பெற்றுள்ளது. இந்த விவரங்களைப் பிள்ளை யவர்களிடம் சொல்லி இப்புத்தகங்களையும் கொடுத்து உடன்படச் செய்து அவர்களுடைய உடன்பாட்டை விரைவில் வந்து நமக்குச் சொல்லவேண்டும்" என்று சொல்லி அப்புத்தகங்களையும் கொடுத்து என்னை அனுப்பினர்.

ஒரு செய்யுளின் ஈற்றடி

நான் மறுநாட் காலையில் மாயூரம்போய்ப் பிள்ளை யவர்களைக் கண்டு இச்செய்திகளைத் தெரிவித்துப் புத்தகங்களையும் சேர்ப்பித்தேன். அப்பொழுது இவர் சந்தோஷமடைந்து புராணத்தை இயற்ற ஒப்புக்கொண்டு திருப்பெருந்துறையின் ஸ்தல விநாயகராகிய வெயிலுவந்த பிள்ளையாரைத் தியானித்து, "நிலவுவந்த முடியினொடு வெயிலுவந்த மழகளிற்றை நினைந்து வாழ்வாம்" என்ற அடியைச் சொன்னார். அதனை உடனிருந்த கும்பகோணம் பேட்டைத் தெருத் தமிழ்வித்துவானாகிய ஸ்ரீ வைத்தியநாத தேசிக ரென்பவர் கேட்டு வியப்புற்றார்.

திருவாவடுதுறை சென்றது

அப்பால் இக் கவிஞர்சிகாமணி மூன்றாவது தினத்தின் காலையில் திருவாவடுதுறைக்குப் புறப்பட்டார். நானும் உடன் சென்றேன். மாயூரத்திலிருந்து வேறு ஒரு கனவானும் வந்தார். நான் முன்னமே கேட்ட திருவேங்கட வெண்பாவைப் படித்துச் சிந்தனை செய்வதற்குக் கையில் வைத்திருந்தேன். "இப்புத்தகம் என்ன?" என்று இவர் கேட்க, "திருவேங்கட மாலை" என்றேன்; இவர் கட்டளைப்படியே நான் அதனைப் படித்துக்கொண்டே வருகையில் சிலேடையின் வேறுபாடுகளும், அதுவரையில் அறிந்துகொள்ளாத பொருள் விசேடங்களும் எனக்கு அன்றைத் தினம் இவரால் தெரியவந்தன. திருவாவடுதுறை போவதற்குள் அது முடிந்தது. அக்காலத்திற்கு முன்பே அரியிலூர்ச் சடகோபையங்காரிடம் அந்நூலை நான் கேட்டிருந்தேன். ஆனாலும் இவர் பாடஞ் சொன்னபொழுது தான் அதன் உண்மையான பெருமையும் சுவையும் புலப்பட்டன. திருவாவடுதுறை போனதும் வழக்கம்போலப் பெரியவகையில் *காந்தம், உபதேச காண்டம், பிரமோத்தர காண்டம், காசி காண்டம் முதலியனவும்

* (ஸ்)காந்தம் – கந்தபுராணம். (ப.ஆ.)

சின்ன வகுப்பில் திருவிளையாடல், திருநாகைக் காரோணப் புராணம், மாயூரப் புராணம் முதலியனவும் முறையே பாடங்கேட்கப்பெற்று வந்தன.

இரண்டுவகைப் பாடங்களும் நடவாத சமயங்களில் இவர் சொல்லும் நூல்களை ஏட்டில் எழுதுவதும், நண்பர்களுக்கு அனுப்பவேண்டிய கடிதங்களை இவர் சொல்ல எழுதிமுடித்துக் கையொப்பம் வாங்கித் தபாலில் அனுப்புவதும், முன்பு கேட்டிராத எந்த நூலுக்காவது பொருள்கேட்டு வருவதும், நூதனமாக வந்த மாணாக்கர்களுக்கு இவருடைய கட்டளையின்படி பாடம் சொல்லுவதும் எனக்கு அக்காலத்தில் அமைந்த வேலைகள்.

சுப்பிரமணிய தேசிகர்க்கு இவர்பாலுள்ள பேரருள்

காலைப்பாடம் நடந்து முடிவதற்குள் பதினொரு மணி ஆகிவிடும்; சில சமயம் 12 மணி ஆகிவிடுவதும் உண்டு. இவர் பூஜையை முடித்துக்கொண்டு வருவதற்கு நேரமானால், பந்திக்கு வரக்கூடிய திருக்கூட்டத்தார் அனைவரோடும் தேசிகர் காத்திருப்பார். அச்செய்தி தமது காதிற்கு எட்டியவுடன் தம் நியமங்களை விரைவில் முடித்துக்கொண்டு இவர் செல்லுவார்.

பந்திக்கட்டின் மேல்பக்கத்திலுள்ள வாயிலின் நிலை குறியதாயிருந்தமையின் அங்கே இவர் போகும்பொழுது சிரமத்தோடு குனிந்து விரைந்து செல்லுதலைக் கண்ட தேசிகர் அந்தப் பாகத்துத் திருப்பணி நடக்கும்பொழுது இவர் சௌகரியமாகச் செல்லுதற்குத் தக்க உயரமுள்ளதாக அந்த நிலையை அமைக்கவேண்டுமென்று கட்டளையிட்டார்; அங்ஙனமே அமைக்கப்பெற்றது. அதைக் கவனித்த பலர் இவரிடம் தேசிகருக்குள்ள பேரருளை மிகவும் பாராட்டினர்.

ஒரு மொழிபெயர்ப்புப் பாடல்

ஒரு நாள் திருவாலங்காட்டுத் தியாகராஜ சாஸ்திரிகளிடம் இவர் பேசிக்கொண்டிருந்தபொழுது அவர் ஒரு சுலோகம் சொல்லிப் பொருளும் சொன்னார். இவர் அதனை உடனே செய்யுளாக எழுதுவித்துப் படிக்கச் செய்தனர். அவர் கேட்டு விரைவில் பொருள் விளங்கும்படி இவர் மொழி பெயர்த்ததை அறிந்து வியந்தார். அச்செய்யுள் வருமாறு:

(விருத்தம்)

நெற்றியி னீறு புனைந்திடப் பராகம் நிமிர்ந்தெழப் பல்செவி தோறும்
சுற்றிய வராக்கண் அடைவொழித் திடுவான் துருத்திபோன் மூச்சினை யெறியப்
பற்றிய நுதற்றீ யெழமதி யுருகிப் பாயமு துகுத்திடப் புற்றோல்
வெற்றியா ருயிர்பெற் றெழவிடை யோட வெண்ணகை புரிபிரான் புரக்க.

[சிவபிரான் தமது திருநெற்றியில் திருநீறு புனைந்தனர்; அப்பொழுது அந்த நீறு அவர் திருச்செவியில் குண்டலமாக அணிந்திருந்த நாகங்களின் கண்களில் விழுந்தது; அதை நீக்குவதற்கு அவை பெருமூச்சு விட்டன; அக்காற்றால் நெற்றிக்கண் நெருப்பு எரிந்தது; அந்த ஜ்வாலையினால் திருமுடியிலிருந்த பிறை உருகி அமுதத்தை உகுத்தது; அவ்வமுதத் துளிபட உடையாகிய புலித்தோல் உயிர்பெற்றெழுந்தது; அது கண்டு இடபவாகனம் அஞ்சி ஓடியது; இக்காட்சியைக் கண்டு அவர் நகைத்தார்; அத்தகைய சிவபிரான் காத்தருள்க.]

இவ்வண்ணம் அப்பொழுதப்பொழுது செய்த மொழிபெயர்ப்புப் பாடல்கள் பற்பலவென்று கேள்வி.

திருப்பெருந்துறைப் புராணம் பாடத்தொடங்கியது

இப்படி இருக்கையில் ஒரு தினத்தில் சுப்பிரமணிய தேசிகருடைய கட்டளைப்படி நல்லவேளையில் இவர் *திருப்பெருந்துறைப் புராணத்தை* இயற்றத் தொடங்கினார். தொடங்கியவுடன், எழுத்தாணி கையில் இல்லாமையை யறிந்து மடத்துக் காரியஸ்த ரொருவரை யழைந்து ஓர் *எழுத்தாணியையும் ஏடுகளையும் கொணர்ந்து என்னிடம் கொடுக்கும்படி சொன்னார். அவர் அப்படியே செய்தனர். யோசித்து வைத்திருந்த ஒரு விநாயகர் காப்புச் செய்யுளை வழக்கப்படியே பொதுவாக முதலிற் சொல்லி எழுதுவித்தார்.

அப்பால் ஸ்தல விநாயகராகிய வெயிலுவந்த விநாயகரது ஸ்துதியைப் பாடுவதற்கு இவர் யோசிப்பதை அறிந்து, "முன்னமே நான் மாயூரத்திற்கு வந்து மொழிபெயர்ப்புப் புத்தகம் முதலியவற்றைக் கொடுத்தவுடன், "நிலவுவந்த முடியினொடு வெயிலுவந்த மழகளிற்றை நினைந்து வாழ்வாம்' என்று ஐயா அவர்கள் சொன்ன ஓரடி எனக்கு ஞாபகத்திலிருக்கின்றது" என்று குறிப்பித்தேன்; "அப்படியா? அது நன்றாகவிருக்கிறது" என்று சற்றுநேரம் யோசித்து முதல் மூன்றடியையும் சிறந்த கற்பனையுடன் முடித்து ஈற்றடியை இறுதியிலே எழுதும்படி சொல்லி மேலே பாடல்களைச் சொல்லி எழுதுவித்துக்கொண்டு போனார். அச்செய்யுள் வருமாறு:

(விருத்தம்)

இலவுவந்த செவ்வாயெம் பெருமாட்டி பார்வையொடும் இருக்கு முன்னூல்
சொலவுவந்த நம்பெருமான் பார்வையுமேற் றமர்சிறப்புத் தோற்றி யாங்குப்
பலவுவந்த பொழில்வளஞ்சால் குருந்துறையும் பெருந்துறையிற் பண்பு கூரும்
நிலவுவந்த முடியினொடும் வெயிலுவந்த மழகளிற்றை நினைந்து வாழ்வாம்.

[சந்திரன் உமாதேவியாருக்குரிய இடப்பாகத்துக் கண்ணாதலாலும், சூரியன் சிவபிரானுக்குரிய வலப்பாகத்துக் கண்ணாதலாலும் நிலவையும் வெயிலையும் அவ்விநாயகர் ஏற்றருளினமை அவ்விருவரது பார்வையையும் ஒருங்கே ஏற்றதைத் தெரிவிக்குமென்பது கருத்து.]

இந்நிகழ்ச்சியைக் கண்ட அருகிலிருந்த அறிஞர்களுக்கு வியப்புண்டாயிற்று; "மற்றவர்களாக இருந்தால் தம்மை எவ்வளவு புகழ்ந்துகொள்வார்கள்? நம்மையும் நிர்ப்பந்தித்துப் புகழச் சொல்வார்களே!" என்று அவர்கள் தம்முட் பேசிக்கொண்டார்கள்.

'சிறவாதவற்றையும் சிறப்பிக்க வல்லவன்'

திருப்பெந்துறைப் புராணத்தில் நாட்டுப் படலம் பூர்த்தியாயிற்று. நடந்த பாகங்களைச் சுப்பிரமணிய தேசிகரிடம் படித்துக் காட்ட இவர் விரும்பினர்; தியாகராச செட்டியாரும் உடனிருந்தால் மிகவும் நலமாயிருக்குமென்று நினைந்து ஒருநாள் அவருக்கு என்னைக்கொண்டு ஒரு கடிதம் எழுதுவித்தனர்; "வருகிற சனிக்கிழமையின் பிற்பகலில்

---

* அந்த எழுத்தாணி இன்னும் என்பாலுள்ளது.

திருப்பெருந்துறைப் புராணத்தில் நடந்த பாகத்தை ஸ்ரீலஸ்ரீ மகா ஸந்நிதானத்தின் திருச்செவி சார்த்த எண்ணியிருக்கிறேன். அக்காலத்தில் நீயும் உடனிருந்தால் திருப்தியாக இருக்கும். ஆதலால் சனிக்கிழமை சூரியோதய காலத்தில் கோட்டுமாங் குளக்கரையில் நான் பார்க்கும்படி நீ வந்துவிடவேண்டும். சிறவாதவற்றையும் சிறப்பிக்கவல்லவன் நீ யல்லவா?" என்பது அக்கடிதத்திற் கண்ட விஷயம். சனிக்கிழமை காலையில் எப்படியும் அவர் வரக்கூடுமென்று நினைந்து காலையில் அநுஷ்டானத்தை முடித்துக்கொண்டு கோட்டுமாங் குளத்து வடகரையின் கீழைக்கோடியில் அவருடைய வரவைப் பார்த்துக்கொண்டே இவர் நின்றார்.

கடிதத்தைக் கண்ட செட்டியார் வெள்ளிக்கிழமை இராப் போசனத்தை முடித்துக்கொண்டு உடனே கும்பகோணத்திலிருந்து வண்டியில் ஏறிச் சூரியோதய காலத்திற் கோட்டுமாங் குளத்தின் வடகரையில் மேலைக்கோடியில் வருகையில் இவர் கிழக்கே நிற்பதைக் கண்டு வண்டியைவிட்டு இறங்கி ஆவலோடு விரைந்து வருவாராயினர். அங்ஙனம் வந்த செட்டியார் இவருக்கு அஞ்சலி செய்துவிட்டு உடனே கோபக்குறிப்புடன் என்னிடம் வந்து, "ஐயா எழுதச் சொன்னாலும் நீர் எழுதலாமா? 'சிறவாதவற்றையும் சிறப்பிக்கவல்லவன் நானா?' ஐயா அவர்கள் அவசரமாகச் சொன்னாலும் யோசித்தல்லவோ நீர் எழுதவேண்டும்?" என்று மேலே மேலே கண்டிப்பாராயினர். இக்கவியரசர் அவரைப் பார்த்து, "ஏனப்பா அவரைக் கண்டிக்கிறாய்? நானே அப்படி எழுதச் சொன்னேன். நீ இடமறிந்து சந்தோஷிப்பதை நேரே பலமுறை பார்த்திருக்கிறேனே. நீ இருந்தால் ஸந்திதானத்திற்கும் திருப்தியாயிருக்குமன்றோ?" என்று சொன்னார்.

செட்டியார், "சுவை நிரம்பிய உங்களுடைய நூல்களிற் சிறவாத பாகம் ஏதேனும் இருந்தாலன்றோ நான் சிறப்பிக்கவேண்டுவது? அது கிடையாதே. 'நீ வந்து கேட்டு மகிழ்ச்சி யடைய வேண்டும்' என்று எழுதியிருந்தால் எனக்குத் திருப்தியாக இருக்கும். போனது போகட்டும். இனிமேல் இப்படி எழுதச் சொல்லக் கூடாது" என்று கேட்டுக்கொண்டு பிள்ளை யவர்களுடன் வீடு வந்து சேர்ந்தனர்.

பிற்பகலில் சுப்பிரமணிய தேசிகருக்கு முன்னே புராணம் படித்துக் காட்டப்பட்டது. கடவுள் வாழ்த்திற் சிலசில பாடல்களிற் புராணத்திலுள்ள சரித்திரங்கள் அமைக்கப்பட்டிருந்தன. அவற்றைப்பற்றிச் சொல்லும்பொழுது இவர், "*நூனுதல் பொருளைத் தன்னகத்தடக்கி என்னும் பாயிர இலக்கணம் அமைய இவ்வாறு பாடப்பெற்றது. இங்ஙனமே *காஞ்சிப் புராணம்* முதலியவற்றின் கடவுள் வாழ்த்துக்களிற் காணப்படும். அவற்றைப் பின்பற்றித்தான் அடியேன் இங்ஙனம் செய்தேன்" என்றார்.

உடனிருந்த தியாகராச செட்டியார் முதலியவர்களும் வடமொழி வித்துவான்களும் பிறரும் கேட்டு மகிழ்ச்சி யடைந்தார்கள். தேசிகர் மிகவும் பாராட்டியதுடன், "இந்நூலை விரைவில் முடித்தால் அரங்கேற்றுதற்குரிய ஏற்பாடு செய்யப்படும்" என்றும் கூறினார். அங்ஙனமே இவர்

---

* அது முதற்கொண்டுதான் நூல் நுதல்பொருள் கடவுள் வாழ்த்தில் அமைந்திருத்தலைக் கவனித்து நாங்கள் ஆராய்ச்சி செய்யத் தொடங்கினோம்.

ஓய்வுநேரங்களிற் புராணச் செய்யுட்களை இயற்றி எழுதுவித்து வந்தார். செட்டியார் விடைபெற்று அடுத்த திங்கட்கிழமை காலையிற் புறப்பட்டுக் கும்பகோணம் சென்றார்.

பார்க்க வருபவர்கள்

பல செல்வர்களும் வித்துவான்கள் பலரும் சுப்பிரமணிய தேசிகரைத் தரிசித்துச் சிலதினமிருந்து ஸல்லாபஞ் செய்தற் பொருட்டுத் திருவாவடுதுறைக்கு வருவார்கள். சிலருடைய விருப்பத்தின்படி அவர்கள் செய்தனவாகப் பிறர்க்குத் தோற்றும்வண்ணம் புதிய செய்யுட்களைச் செய்து கொடுத்தும், சிலர் ஏதேனும் புதிய நூலொன்றைச் செய்து கொணர்ந்தால் அதைத் திருத்திக் கொடுத்துச் சிறப்புப் பாயிரமளித்தும், தாம் படித்த நூல்களில் உண்டான ஐயங்களை யாரேனும் வந்து வினாவினால் அவற்றைத் தீர்த்தும், இன்னும் அவர்களுக்கு ஆகவேண்டியவற்றைக் கவனித்தும் அனுப்புவது இவருக்கு அப்போது வழக்கமாக இருந்தது. பின்னும் நகரப் பள்ளிக்கூடங்களிலும் காலேஜ்களிலுமுள்ள தமிழ்ப் பண்டிதர்கள் தாங்கள் சொல்லவேண்டிய பாடங்களிற் கடினமானவற்றிற்குப் பொருள் தெரிந்துகொண்டு போவதற்கு விடுமுறை நாட்களில் வந்து வந்து கேட்டுவிட்டுத் திருப்தியுற்றுச் செல்வார்கள். அப்படியே கிராமப் பள்ளிக்கூடங்களிலுள்ள உபாத்தியாயர்களும் வந்து தமக்கு வேண்டிய நூல்களுக்குப் பொருள் கேட்டுத் தெரிந்துகொண்டு செல்வார்கள். பிள்ளை யவர்களுக்கு ஓய்வில்லையென்று தெரிந்தால் சுப்பிரமணிய தேசிகர் படிக்கவேண்டியவர்களைத் தம்மிடம் வரச்செய்து தாமே பாடஞ் சொல்லித் தெளிவித்து அவர்களை அனுப்புவார்.

வருபவர்கள் பலவகையாராக இருத்தல் கூடும். அவர்களிற் பந்தி போஜனத்துக்கு உரியவர்களைப் பந்தியில் வைத்து உண்பித்தலும் ஏனையோரை அவரவருடைய பிரிவுக்குத் தக்கபடி வேறு வேறிடங்களில் தனித்தனியே வைப்பித்து ஆகாரஞ் செய்வித்தலும் இடமளித்தலும் பிறவும் ஆதீனகர்த்தருடைய ஆஞ்ஞையால் ஒழுங்காக நடைபெறும். அந்த அனுகூலத்தை உத்தேசித்தே சிலர் பாடங்கேட்பதற்கு வருவதுபோல் வந்து சில தினம் இருந்து செல்வார்கள்.

தம்மூர்களிற் பாடஞ்சொல்லுவோர் இல்லாமையாலும் திரவிய சௌகரியம் இல்லாமையாலும் இவர் பாடஞ்சொல்லுதலைக் கேள்வியுற்று அடிக்கடி வந்து படிக்க வருவோர் சிலர். சில மாதங்களிலிருந்து வேண்டியவற்றைக் கேட்டுக்கொண்டு விடைபெற்றுப் போவோர் சிலர்.

வன்றொண்டரது ஞாபக சக்தி

கந்தபுராணப் பாடம் நடந்துவருகையில் அதிலுள்ள கயமுகனுற்பத்திப் படலத்தில் 70ஆவது செய்யுளாகிய, "மாண்டகுமவ் வலியகலன்" என்ற செய்யுளுக்குப் பொருள் விளங்காமையால் இவர் நெடுநேரம் யோசனை செய்துவிட்டு, "வன்றொண்டார் இந்நூலை முன்பு பாடங்கேட்டதுண்டு. அவர் சிந்தித்தும் வைத்திருப்பார். அவர் வரும்பொழுது கேட்டால் விளங்கும்" என்றார். அவ்வாறே அவர் பின்பு ஒருசமயம் வந்தபொழுது,

"கந்தபுராணத்திற் கயமுகனுற்பத்திப் படலத்தில் ஒரு சந்தேகம்" என்று சொல்லிவிட்டுப் பாடலின் முதலை இவர் சொல்லத் தொடங்குமுன்பே, "இன்ன செய்யுளோ?" என்று அச்செய்யுளின் முழுப் பாகத்தையும் சொல்லித் தாம் முன்பு கேட்டிருந்தபடி பொருளையும் அவர் கூறிவிட்டனர். மாணாக்கர்க ளெல்லாரும் அவருடைய ஞாபக சக்தியையும் பாடம் போற்றலையும் தெரிந்து வியந்தார்கள்.

என் தந்தையாருக்கு எழுதிய கடிதம்

அப்புராணத்தை நாங்கள் பாடங் கேட்டு வந்தகாலத்தில் *காருகுடி என்னும் ஊரில் இருந்த என் தந்தையார் முடக்கு ஜ்வரத்தால் மிகவும் துன்பம் உற்றார்; "பிள்ளை யவர்களிடம் படித்துக்கொண்டிருந்த ஒரு பிராமணர் அவர்களை விட்டுப் பிரிந்துபோனார்" என்று யாரோ ஒருவர் கூறியதை அவர் கேள்வியுற்று நான்தான் அங்ஙனம் பிரிந்து விட்டேனோவென்று ஐயமுற்றார். உடனே வந்து என்னைப் பார்க்கவேண்டுமென்ற விருப்பம் அதிகமாக இருந்தும் தேக அசௌகரியத்தால் அவருக்கு வரக்கூடவில்லை. கவலையினால் அசௌகரியம் அதிகரித்துவிட்டது. அதனால் உத்தமதானபுரத்தில் இருந்த என் சிறிய தந்தையாருக்குத் தம்முடைய தேக அசௌக்கியத்தைத் தெரிவித்ததோடு என்னுடைய நிலையைப் பற்றி நன்றாக விசாரித்து உடனே எழுதவேண்டுமென்று ஒரு கடிதம் எழுதினார். அவர் அக் கடிதத்தை ஓர் ஆள்வசம் திருவாவடுதுறைக்குக் கொடுத்தனுப்பினார். அதைக் கண்டவுன் தகப்பனாரைப் பார்க்க வேண்டுமென்ற ஆவலும் கவலையும் எனக்கு மிகுதியாக உண்டாயின. அவருடைய தேக அசௌக்கியத்தை நினைந்து வருந்தினேன்; எவ்வாறேனும் போய்ப் பார்க்கவேண்டு மென்றெண்ணிப் பிள்ளை யவர்களை உத்தரவு கேட்டேன். என்னுடைய விருப்பத்தை யறிந்த இவர் துணையின்றி என்னை அனுப்பத் துணியாமல் எனக்குத் தக்க ஆறுதல் கூறி என் தந்தையாருக்கு ஒரு கடிதம் எழுதுவித்தார். அது வருமாறு:

உ

"சிவமயம்

"சாது குலோத்தம சாம்பவர்களாகிய ஐயரவர்களுக்கு அநேக தண்டம்.

"இவ்விடம் யாவரும் க்ஷேமம். சாமிநாத ஐயரும் க்ஷேமமாக இருக்கிறார். தாங்களும் குழந்தை முதலியவர்களும் க்ஷேமமாக இருக்கிற செய்திக்குக் கடிதம் வரைந்தனுப்ப வேண்டும்.

"தாங்கள் சரீர சௌக்கியம் இல்லாமலிருந்து தலைக்கு ஜலம் போட்டுக்கொண்டதாகவும் அன்னம் செல்லாமலிருக்கிறதென்றும் †சின்னசாமி ஐயரவர்களுக்கு எழுதிய கடிதம் இவ்விடம் வந்து சேர்ந்தது; பார்வையிட்டோம். சாமிநாத ஐயர் மிகவும் கிலேசப்பட்டு, 'இப்போதே போய் நான் பார்த்துக்கொண்டு வருவேன்' என்று தீவிரமாகப் பிரயாணப்பட்டார். அப்போது நீரும் நிழலும் இல்லாத காட்டு ராஜ்யத்தில்

* இவ்வூர், திருச்சிராப்பள்ளி ஜில்லா பெரும்புலியூர்த் தாலூகாவில் உள்ளது.

† இவர் என்னுடைய சிறிய தந்தையார்.

நிராதாரமாகப் போவது கூடாதென்று நான் தடுத்திருக்கிறேன். அப்படித் தடுத்திருந்தும் அவர் நீங்கள் என்ன சிரமப்படுகிறீர்களோ வென்று சதா கவலையுள்ளவராகவே இருக்கிறார். ஆகையால் இந்தக் கடிதம் கண்டவுடனே உங்கள் தேக சௌக்கியத்தைக் குறித்து ஒரு கடிதம் அனுப்புவதன்றியும் அவ்விடத்துக் காரியங்களைப் பார்த்துக் கொண்டு முன் கடிதத்தில் எழுதியபடியே வந்து சேரவேண்டும்.

"உங்கள் தேக ஸௌக்கியத்தைக் குறித்துச் சீக்கிரம் கடிதம் அனுப்பிவிட்டால் நீங்கள் பத்து நாள் தாமதித்து வந்தாலும் வரலாம். 'சாமிநாதன் சௌக்கியந் தெரிந்தால்தான் எனக்கு ஸௌக்கியமாகும்' என்று எழுதியிருக்கிறீர்களே. அவர் நிரம்பவும் ஸௌக்கியமாக இருக்கிறார். அவரைக் குறித்து யாதொரு கவலையும் வேண்டாம். நான் இப்பொழுது திருவாவடுதுறையிலேயே இருக்கிறேன். காகிதமும் திருவாவடுதுறைக்கே அனுப்ப வேண்டுவது .*.........இக்கடிதம் சாமிநாதையர் கையெழுத்து. ஆகையால் சீக்கிரம் பதிலனுப்பவேண்டும்.

இங்ஙனம்

ஆங்கிரச ஹு ஆவணி மீ 3 உ. மீனாட்சிசுந்தரம்."

இக் கடிதத்தைப் பார்த்தவுடன் என் தந்தையார், "உங்களுடைய அருமையான கடிதம் வந்து எனக்கு மிக்க ஆறுதலை விளைவித்தது. எனக்குள்ள அஸௌக்கியம் இதனால் சீக்கிரம் நீங்கிவிடுமென்று எண்ணுகிறேன். ஸௌக்கியமானவுடன் வந்து பார்க்கிறேன்" என்று இவருக்கு ஒரு பதில் எழுதிவிட்டுச் சௌகரியப்படுத்திக்கொண்டு சில வாரங்களுக்குப் பின்பு திருவாவடுதுறைக்கு வந்தார்; என்னுடன் சில தினம் இருந்து பிள்ளை யவர்களோடு சம்பாஷணை செய்துவிட்டு மனமுவந்து மீட்டும் மேற்கூறிய காருகுடிக்குச் சென்றார்.

'உலகெலாம்' என்னும் செய்யுளின் உரை

ஆங்கிரஸ வருஷம் கார்த்திகை மாதத்திற் *பெரியபுராணப்* பாடம் ஆரம்பிக்கப்பட்டது. தியாகராச செட்டியாரும் வந்து கேட்டு இன்புற்றனர். இயல்பாகவே மகா வைத்தியநாதையரும் அவர் தமையனார் இராமசாமி ஐயரும் மடத்திற்கு வந்திருந்தமையால் அவர்களும் சிலதினம் உடனிருந்து கேட்டு வருவாராயினர். அப்புராணத்தை நடத்தத் தொடங்கியபொழுது மூலம் மட்டுமுள்ள சில அச்சுப் புத்தகங்களும் சில பாகத்திற்கு மட்டும் உரை எழுதப்பட்ட புத்தகம் ஒன்றும் வந்திருந்தன. "உலகெலாம்" என்ற செய்யுளுக்கு அந்த உரையாசிரியர் எங்ஙனம் பொருள் செய்திருக்கிறா ரென்பதை அறிவதற்கு அதனுரையைப் படிப்பித்து இவர் கேட்டார். அச்செய்யுளின் நயத்தை அவ்வுரை நன்கு புலப்படுத்தவில்லை. 'மலர் சிலம்படி' என்பதற்கு இலக்கணப் பிழையாக மலர்போன்ற சிலம்படி யென்று பொருள் எழுதப்பட்டிருந்தது. அதனையறிந்து இவர் மனவருத்தமடைந்து, "மலர் சிலம்படி யென்றது வினைத்தொகை; அதற்கு மலர்ந்த சிலம்படி யென்பதுதான்பொருள். மலர்போன்ற சிலம்படி யென்று பொருள் கொள்ளவேண்டுமானால், மலர்ச் சிலம்படி யென்றிருத்தல்

* கடிதத்திற் சிதைந்துள்ள பகுதி இது.

வேண்டும். அப்படி யிருத்தல் இங்கே பொருந்தாது" என்றார்; உலகெலாம் மலர் சிலம்படியென இயைக்க வேண்டுமென்றும் இப்பொருளுக்கு மேற்கோள் *திருவாசகத்திலுள்ள*, "தில்லை மூதூர ராடிய சேவடி, பல்லுயி ரெல்லாம் பயின்றன னாக" என்பதென்றும் எங்களுக்குச் சொன்னார். அந்த உரையைச் சுப்பிரமணிய தேசிகரிடத்தும் படித்துக் காட்டச் சொல்லவே கேட்டு அவரும் அதிருப்தியுற்றார். அந்த வருத்தம் மனத்தில் இருந்தே வந்தது; அதன் பொருளை யாவரும் எளிதில் அறிந்துகொள்ளச் செய்யவேண்டுமென எண்ணியே, *சேக்கிழார் பிள்ளைத் தமிழை* இவர் இயற்றுகையில் *"மாமேவு" என்னுங் காப்புச் செய்யுளில் விளக்கினார்; அச்செய்யுளிலுள்ள நான்காமடி முதலியவற்றால் இது விளங்கும்.

பெரியபுராணப் பாடத்தை நிறுத்தியது

பெரியபுராணத்திற் கண்ணப்ப நாயனார் புராணத்தைப் பாடங்கேட்டு வருகையிற் சில தினத்திற்குப் பின்பு எனக்கு முதலிற் கடுமையான ஜ்வரம் கண்டது. பின்பு பெரியம்மை (பனையேறியம்மை) பூட்டிவிட்டமையால் தைமாத முதலில் என் அம்மானுடைய ஊராகிய சூரியமூலைக்கு நான் செல்லும்படி ஏற்பட்டது. நான் சென்றதனால் மனவருத்தமுற்றிருந்த பிள்ளை யவர்களுடைய நோக்கத்தை அறிந்த ஆதீனகர்த்தர், " சாமிநாதையர் சௌக்கியமடைந்து வந்தபின்னே பெரியபுராணத்தில் எஞ்சிய பாகத்தைப் படிக்கலாம்" என்றார். அதனால் அப்பாடம் சிலகாலம்வரையில் நடைபெறவில்லை.

பல ஊர்களுக்குச் சென்றது

அதற்குமேல் இவர் தம்முடைய மாணாக்கர்களுடன் புறப்பட்டுத் திருவாரூர், கீழ்வேளூர், நாகபட்டினம், ஆவராணி, காரைக்கால், திருச்சிராப்பள்ளி முதலிய இடங்களுக்குச் சென்றார். தைமாதத்தில் இவர் திருவாவடுதுறைக்குத் திரும்புகையில் நீடாமங்கலத்துக்கு வரும்பொழுது இவருக்கு முடக்கு ஜ்வரம் கண்டுவிட்டது. அதனால் துன்பம் உண்டானமையால் அவ்வூரிலும் அயலூர்களிலுமுள்ள சில கனவான்களின் உதவியினால் அது நீங்கும்வரையில் அங்கே தங்கியிருந்தார்.

ஒரு பாட்டிற்குப் பொருள் கூறியது

தமிழில் நல்ல பயிற்சி இல்லாமல் நூல்களுள் அங்கங்கே ஐயத்திற்கிடமான சில செய்யுட்களை மட்டும் மனனம் செய்துகொண்டு படித்த யாரையேனும் கண்டால் அந்தப் பாடல்களைச் சொல்லிப்

---

* "மாமேவு வான்பிறை முடிப்பிறை யிரண்டென்ன வாய்க்கடைத் தோற்றியவிரும்
மருப்பிரண் டென்னவங் கைக்கோடி ரண்டென்ன மார்பின்முத் தாரமென்னப்
பாமேவு பேருதர பந்தமென வரைசூழ் படாமெனத் தாளின்முத்தம்
பதித்தகழ லெனவிரவ மேலோங்கு பேருருப் பண்ணவனை யஞ்சலிப்பாம்
ஏமேவு ஞானசபை யிறைவர்தம் மேனியினிணங்குற வெழுப்புலகெலாம்
என்னுமறை யாதியாக் கொண்டவ ருயிர்க்கருளும் இயல்பனைத் துந்தெரித்து
நாமேவு மம்முதலொ டொன்றவினை யுருபுதொக நான்கனடி யாதிசெய்து
நாற்சீரி னானெறி விளக்கியொளிர் சேக்கிழார் நற்றமிழ்க் கவிதழையவே."

(சேக்கிழார் பிள்ளைத் தமிழ்)

பொருள்கேட்பது சிலருடைய வழக்கமென்பது அறிஞர்களுக்குத் தெரிந்திருத்தல்கூடும். அத்தகைய செய்யுட்களின் பொருளைத் தெரிந்துவைத்துக் கொண்டதனாலேயே எல்லா வித்துவான்களிலும் தாம் மேற்பட்டவர்களென்ற தருக்கு அன்னோருக்கு உண்டாகிவிடும். அதனால் தம்முடைய சில வினாக்களுக்கு விடை அளியாதவர்கள் தமிழ் வித்துவான்க ளல்லரென்று தாமே தீர்மானித்து விடுவார்கள். அங்ஙனம் அவர்கள் சொல்லக் கூடிய செய்யுட்கள்: *"வந்தெதிரே தொழுதானை", "நஞ்ச மன்னவரை", "ஆயமா நாகர்", †"மாதுலராகி வந்த" என்பன முதலியவை.

அந்தவகையைச் சார்ந்த ஒருவர் இவருடைய வரவை அறிந்து இவர்பால்வந்து கேள்வி கேட்கத் தொடங்கினார். இவர் முகமாக எவ்வளவோ பல அரிய விஷயங்களைக்கேட்டு அறிந்து கொள்ளலாமென்ற எண்ணம் அவருக்கு உண்டாகவேயில்லை. ஏதேனும் இயற்கையாகவே படித்திருந்தாலல்லவோ அந்த எண்ணம் உண்டாகும்? அவர் கேட்ட ஒவ்வொரு வினாவிற்கும் இவர் எளிதில் விடையளித்து வந்தார். வந்தவர் தம்முடைய சரக்குக்களை ஒவ்வொன்றாக எடுத்துவிட்டார். பல செய்யுட்களுக்கும் இவர் பொருள் கூறி வருவதைக் கேட்ட அவர், அதுகாறும் மிக்க ஐயத்திற்கிடமாயிருந்ததும் அவராற் பொருள் அறிந்துவைக்கப் படாததுமாகிய,

(கட்டளைக் கலித்துறை)

காணியுங் காணியுங் காணியுங் காணியுங் காணியுங்காற்
காணியுங் காணியுங் காணியுங் காணியுங் காணிமுக்காற்
காணியுங் காணியுங் காணியுங் காணியுங் காணியுநாற்
காணியுங் காணியுங் காணியுங் காட்டுங் கழுக்குன்றமே

[இதிலுள்ள காணிகள் இருபது; இருபது காணி கொண்டது காலென்னும் எண்; காலென்பது இங்கே பாதத்தைக் குறிக்கிறது.]

என்னும் ஒரு செய்யுளைக்கூறிப் பொருள் வினாவினார்.

இவர் அதிலே உள்ள காணிகளைக் கூட்டி, "காலைக் காட்டு மென்பது இதன் பொருள். கழுக்குன்றத்தை யடைந்தால் அத் தலம் சிவபெருமான் திருவடியைக் காணச் செய்யுமென்பது இதன் கருத்து. இது, 'பிணக்கிலாத பெருந்துறைப்பெரும் பித்தனே . . . . . . என்வினை யொத்தபின், கணக்கிலாத்திருக் கோல நீ வந்து காட்டினாய்கழுக் குன்றிலே' என்பதை நினைந்து பாடப் பெற்றது" என்று விடையளித்தார். கேட்ட அவர் வியந்து, "இது வரையிலும் யாரும் இதற்குச் சரியாகப் பொருள் சொல்லவில்லை. கடினமான செய்யுளையே பொறுக்கி எல்லோரையும் கேட்டுக் கலங்கச் செய்துகொண்டு வரும் நானே தெரிந்துகொள்ளவில்லை. யாதொரு கவலையுமின்றி இதற்குப் பொருள் கூறிய தாங்கள் தெய்வப் பிறவியே" என்று பாராட்டிக் கூறி மகிழ்ந்துசென்றார்.

அவர் சென்றபின் இவர், "இப்படி ஒரு கூட்டத்தினர் தமிழ் நாட்டில் இருக்கிறார்கள். இத்தகைய பாடல்களுக்குப் பொருள் கூறுவதுதான்

---

* கம்பராமாயணம்.

† திருவிளையாடற் புராணம்.

உண்மையான புலமை யென்ற அபிப்பிராயத்தை அவர்கள் எப்பொழுதும் விடமாட்டார்கள்” என்றார். உடனிருந்த அவ்வூராரிற் சிலர், “இந்தத் துஷ்டன் எந்தத் தமிழ் வித்துவான் வந்தாலும் இப்படியே கேள்வி கேட்பது வழக்கம். சாதுவான சிலர் இவனுடைய படாடோபத்தில் மயங்கி அடங்கி விடுவார்கள். அதனால் இவனுடைய கொழுப்பு மிகுந்து வந்தது. இன்றைக்குத் தங்கள்முன் இவனுடைய கர்வம் அடங்கிற்று. எங்களுக்கு அது சந்தோஷமாகவிருக்கிறது” என்றார்கள்.

திருவாவடுதுறைக்கு மறுபடி வந்தது

அங்கே யுள்ளவருடைய விருப்பத்தின்படி இவர் மேனாப்பல்லக்கை உபயோகித்துக்கொண்டு திருவாவடுதுறைக்கு வருவாராயினர். உடன்சென்ற மாணாக்கர்களும் தவசிப்பிள்ளைகளும் இவரை மிகவும் ஜாக்கிரதையாகக் கவனித்துக்கொண்டு வந்தார்கள். இவருக்கு ஜ்வரம் வந்ததைக் கேள்வியுற்றுத் திருவாவடுதுறையிலிருந்து சென்றவர்களுடன் இவர் மாணாக்கராகிய சாமிநாத பண்டார மென்பவரும் வழியிற் சென்று பார்த்தனர்.

என்னைப்பற்றிய கவலை

அவரைப் பார்த்தவுடன் இவர், “சாமிநாதா, சாமிநாதையருக்குப் பெரியம்மை எந்த மட்டிலிருக்கிறது? தலைக்கு ஜலம் விட்டாயிற்றா? சௌக்கியமாக இருக்கிறாரா?” என்று கேட்டனர். பண்டாரம், “நான் பார்க்கவில்லை; அதனால் அவரைப்பற்றி எனக்கு ஒன்றும் தெரியாது” என்று கூறவே இவர், “அடிக்கடி சென்று அவரைப் பார்த்து வரும்படி சொல்லி அதற்காகத்தானே உன்னைத் திருவாவடுதுறையில் வைத்துவிட்டு வந்தேன்? நீ கவனியாமலிருந்தது எனக்குச் சிறிதும் திருப்தியாக இல்லை” என்று சொல்லிவிட்டுத் திருவாவடுதுறைக்கு வந்தார்; வந்தவுடனே மேற்கூறிய சாமிநாத பண்டாரத்தோடு வெறொருவரையுஞ் சேர்த்து என்னுடைய நிலையை அறிந்து வரும்படி சூரியமூலைக்கு அனுப்பினர். அவர்கள் வந்து என்னைக் கண்டு கவலை தீர்ந்து, “உங்களுடைய தேகத்தின் நிலைமையை நன்றாக அறிந்துகொண்டு விரைவில் வந்து தெரிவிக்கும்படி சொன்னதன்றி ஏதாவது உங்களுக்கு ஆகவேண்டியிருந்தால் அதையும் தெரிந்து வந்து சொல்ல வேண்டுமென்றும் ஐயா அவர்கள் சொன்னார்கள். அவர்கள் உங்கள் விஷயமான கவலையோடேயே யிருக்கிறார்கள். சீக்கிரத்தில் நாங்கள் சென்று சொல்லவேண்டும்” என்று சொன்னார்கள். உடனே நான், “இங்கே யாதொரு குறைவுமில்லை. என்னுடைய அம்மானவர்கள் என்னை நன்றாகக் கவனித்து வருகிறார்கள். கூடிய சீக்கிரத்தில் என் தேகநிலைமை நன்றாகச் சௌக்கியமாகி விடும், ஆனவுடன் வந்து அவர்களைப் பார்த்து எனக்கு உள்ள விருப்பத்தைப் பூர்த்தி செய்துகொள்ள எண்ணியிருக்கிறேன். இதைத் தெரிவிப்பதோடு எனக்கு உள்ள இடைவிடாத ஞாபகத்தையும் தெரிவியுங்கள்” என்று சொன்னேன். அப்பால் மிகவும் அவசரமாக அவர்கள் செய்தி சொல்லுதற்குத் திருவாவடுதுறைக்குப் போய்விட்டார்கள். அவர்களால் என்னுடைய நிலையைத் தெரிந்துகொண்ட இப் புலவர்பெருமான் சில

தினங்களுக்கு ஒருமுறை என்னைப் பார்த்துவரும்படி யாரையேனும் அனுப்பி வந்தார். எனக்கு அது மிகவும் ஆறுதலாக இருந்தது.

மகாமகம்

அப்பால் ஆங்கிரஸ வருஷம் (1872) மாசி மாதம் கும்பகோணத்தில் ஸ்ரீ மகாமக புண்ணிய காலமானதால் ஸ்நானத்தின் பொருட்டுத் திருக்கூட்டத்தோடும் மற்றப் பரிவாரங்களோடும் சுப்பிரமணிய தேசிகர் அந்நகருக்கு விஜயஞ்செய்து அங்கே பேட்டைத் தெருவிலுள்ள ஆதீன மடத்தில் தங்கினார். தம்முடைய மாணாக்கர் பலரோடும் இக் கவிஞர்கோமானும் உடன்சென்று அங்கே சில தினம் இருந்து சிறப்பித்தார்.

கும்பகோணம் மகாமகம்

தமிழ் நாட்டின் பல பாகங்களிலுள்ள ஜமீன்தார்களும் மிட்டாதார்களும் பிரபுக்களும் சிஷ்ய கோடிகளும் அங்கு வந்து தேசிகரைத் தரிசித்து மகிழ்வடைந்தார்கள்; அந்த நகரிலுள்ள சைவப் பிரபுக்களிற் பலர் மகேசுவர பூஜையும், பட்டணப் பிரவேசமும் மிகச் சிறப்பாக நடத்தி வைத்தார்கள். சுப்பிரமணிய தேசிகர் ஒரு பெரிய சபை கூட்டி வித்துவான்களுக் கெல்லாம் ஏற்றபடி ஸம்மானம் செய்தனர். வந்தவர்களில் தமிழ்ப் பாஷையில் அபிமானமுள்ள பெரும்பாலோர் இவரைப் பார்த்து இவருடைய வாக்கின் பெருமையையும் அருமையையும் பாராட்டித் தங்களுடைய இடத்திற்கு வந்து சிறப்பிக்க வேண்டுமென்று இவரைக் கேட்டுக்கொண்டு சென்றனர். சில தினங்கள் சென்றபின் தேசிகர் பரிவாரங்களுடன் திருவாவடுதுறைக்கு விஜயம் செய்தமையால் இவரும் உடன்வந்து அங்கே தங்குவாராயினர்.

சிறப்புப் பாயிரங்கள்

கும்பகோணத்துக்கு வந்த பிரபுக்களிற் சிலரும், வித்துவான்களிற் சிலரும் உடன்வந்து திருவாவடுதுறையில் தங்கிச் சுப்பிரமணிய தேசிகரை நாள்தோறும் தரிசிப்பதுடன் பிள்ளை யவர்களோடு சம்பாஷணை செய்தும் வந்தனர். அப்போது இருதிறத்தாருக்கும் உண்டான மகிழ்ச்சிக்கு எல்லையே இல்லை. அவர்களில் மதுரை இராமசாமி பிள்ளை யென்பவர் செய்யுள் நடையாகத் தாம் இயற்றிய *சிவாலய தரிசன விதி* என்னும் நூலையும்

வடமொழியிலுள்ள *பர்த்ருஹரி சதகங்*களின் மொழிபெயர்ப்பான நூல்களையும் படித்துக்காட்டிச் செப்பம் செய்துகொண்டு சிறப்புப் பாயிரங்களும் பெற்றனர். திருநெல்வேலியைச் சார்ந்த பேட்டையிலுள்ள *சுப்பிரமணிய பிள்ளை யென்பவர் தம் வழிபடுகடவுளாகிய சருக்கரை விநாயகர்மீது தாம் இயற்றிய ஒரு பதிகத்தையும் வேறு சில நூல்களையும் படித்துக்காட்டித் திருத்திக்கொண்டு சிறப்புப் பாயிரங்களும் பெற்றனர். அவற்றுள் எனக்குக் கிடைத்த சருக்கரை விநாயகர் பதிகச் சிறப்புப் பாயிரம் வருமாறு:

(விருத்தம்)

பூமேவு நங்கைவளர் மங்கைநக ரைங்கையுடைப் புத்தேண் மேனிப்
பாமேவு மருக்கரைநேர் சருக்கரைவி நாயகற்கோர் பதிகஞ் சொற்றான்
மாமேவு சொக்கலிங்க வள்ளன்முன்றோன் றிடத்தோன்றி வந்த செம்மல்
நாமேவு பெரும்புகழ்சார் கலையுணர்சுப் பிரமணிய நாவ லோனே.

இங்ஙனம் தாங்களியற்றிய நூல்களை இவரிடம் படித்துக்காட்டிச் சிறப்புப் பாயிரம் பெற்றுச் சென்றோர் வேறுசிலரும் உண்டு.

சேற்றூர் ஜமீன்தார்

சுப்பிரமணிய தேசிகர் பிள்ளை யவர்களுக்குப் பொருளுதவி செய்ய விரும்பியும், அவ்வாறு செய்தால் மடத்திலுள்ளவர்கள் மடத்துப் பணத்தை வரையறையின்றி இவருக்குத் தாம் கொடுத்துச் செலவிடுவதாகத் தம்மைக் குறைகூறக்கூடு மென்றெண்ணினார். அதனால் இவருக்கு வேறு வகையான ஆதரவை உண்டாக்கக் கருதி, யாரேனும் பிரபுக்கள் வந்தால் இவரைப் பார்க்கச் செய்தும் அவர்களைக்கொண்டு இவருக்கு உதவி செய்வித்தும் வந்தார். அவ்வப்பொழுது அந்தப் பிரபுக்களால் இவருக்குப் பொருளுதவி கிடைத்து வந்ததுண்டு.

தமிழில் நல்ல பயிற்சியுள்ளவரான சேற்றூர் ஜமீன்தாராகிய முத்துச்சாமி பாண்டிய ரவர்கள் ஒரு சமயம் அங்கே வந்து சில தினமிருந்தனர். இவரோடு பழகவேண்டுமென்னும் விருப்பம் அவருக்கு இருந்தமையின் அவரைச் சந்தித்துச் சம்பாஷணை செய்து வந்தால் தமக்குத் திருப்பதியாக இருக்குமென்று இவருக்குச் சுப்பிரமணிய தேசிகர் சொல்லியனுப்பினார். அப்படியே இவர் அந்த ஜமீன்தாரைக் கண்டு நெடுநேரம் சம்பாஷித்து அவருடைய நற்குணங்களில் ஈடுபட்டு,

(விருத்தம்)

திருவியலுஞ் சேறைநக ரிராசதா னித்தலமாத் திங்கள் போல
உருவியலுங் கவிகைமுத்துச் சாமிபாண் டியனுயிர்கள் உவப்ப மேவி
மருவியசுந் தரமகா லிங்கவே ளமைச்சியற்ற வழிந டாத்தும்
பொருவியலா வரசுரிமைக் கொப்பதென்னென் றியாவர்களும் புகலு வாரே

[சேறை – சேற்றூர். சுந்தரமகாலிங்கம் பிள்ளை யென்பவர் அக்காலத்திற் சேற்றூர் ஸமஸ்தானத்தில் ஸ்தானாபதி உத்தியோகத்திலிருந்தவர்.]

என்னும் பாடல் ஒன்றை இயற்றிப் படித்துக்காட்டும்படி செய்தார்.

---

* இவரும் இவர் தமையனாராகிய சொக்கலிங்கம் பிள்ளை என்பவரும் திருவாவடுதுறை ஆதீனத்தில் அப்பொழுது சின்னப் பட்டத்திலிருந்த ஸ்ரீ நமச்சிவாய தேசிகரின் பூர்வாச்சிரமத்து உறவினர்கள்.

ஜமீன்தார் கேட்டு இன்புற்று இவருக்குத் தக்க ஸம்மானம் செய்து பாராட்டினார்; சேற்றூருக்கு வந்து சில தினங்களிருந்து தம்மையும் மற்றவர்களையும் மகிழ்விக்க வேண்டுமென்றும் வற்புறுத்திக் கேட்டுக்கொண்டார். அங்ஙனம் செய்வதாக வாக்களித்து இவர் தம்முடைய விடுதிக்கு வந்துவிட்டார்.

திருவாவடுதுறைக்கு நான் திரும்பிவந்தது

சூரியமூலைக்குச் சென்றிருந்த நான் மாசி மீ 17ஆந் தேதி புதன்கிழமை (26.2.1873) மாலையில் என் தந்தையாரோடும் துறைசை சென்று மடத்திற் பல அறிஞர்களிடையே ஸல்லாபம் செய்து கொண்டு விளங்கிய இவரைக் கண்டேன். உடம்பின் அம்மை வடுக்கள் இவர் கண்ணுக்குப் புலப்படாதபடி அதிகமாக விபூதியைத் தூளனம் செய்துகொண்டிருந்தேன். என்னைக் கண்டதும் அருகே யழைத்து இருக்கச் செய்து, இவர், "அம்மை வடுக்கள் புலப்படாதபடி விபூதிக் கவசம் தரித்திருக்கிறீர்போலும்; அடையாளம் தெரியவில்லையே. உம்முடைய ஞாபகமாகவே யிருந்தேன். நீர் இல்லாமையினால் *பெரியபுராணப்* பாடத்தை நிறுத்திவைக்கும்படி ஸந்நிதானம் கட்டளையிட்டது. அதனால் அது நடைபெறவில்லை. இனித்தான் நடைபெறவேண்டும்" என்றனர். பின்பு அங்கே வந்திருப்பவர்களுள் ஒவ்வொருவரையும் எனக்குப் பழக்கம் செய்வித்தார். நான் பலநாளாகக் கேள்வியுற்றிருந்த அவர்களை அன்று தெரிந்துகொண்டேன்.

அதன்பின்பு *பெரியபுராணத்தில்* எஞ்சிய பாகமும் *நன்னூல் விருத்தியுரை* முதலியனவும் முறையே எங்களாற் பாடங் கேட்கப்பட்டு வந்தன. மற்றொரு வகையாருக்கு *நன்னூற் காண்டிகையுரை* முதலியன இவராற் பாடஞ் சொல்லப்பட்டு வந்தன.

சுப்பிரமணிய தேசிகர் விடுதி அமைத்துக் கொடுத்தது

பிள்ளை யவர்களுக்கும் படிக்கிறவர்களுக்கும் வசதியான இடங்களில்லை யென்பதை அறிந்த சுப்பிரமணிய தேசிகர் திருவாவடுதுறைத் தெற்கு வீதியின் தென்சிறகிற் புதியனவாக மூன்று வீடுகள் கட்டுவித்து அவற்றில் நடுவீட்டை இவருக்காக அமைத்து இவர் வருத்தமில்லாதபடி சென்று வருவதற்காக முன் வாயிலின் நிலையை உயரமாக வைக்கும்படி கட்டளையிட்டார். அப்படியே அஃது அமைக்கப்பெற்றது. இப்போதும் அந்த வீடு பிள்ளை யவர்கள் வீடென்றே வழங்கி வருகிறது.

அநந்தகிருஷ்ண கவிராயர்

விக்கிரமசிங்கபுரம் ஸ்ரீ நமச்சிவாய கவிராயருடைய வழித்தோன்றலும் சின்னப்பட்டத்திலிருந்த ஸ்ரீ நமச்சிவாய தேசிகரிடம் அநேக நூல்களைப் பாடங்கேட்டவருமாகிய அநந்தகிருஷ்ண கவிராய ரென்பவர் மகாமகத்திற்காகக் கும்பகோணம் வந்திருந்து அப்பால் திருவாவடுதுறைக்கும் வந்து இவரிடத்திற் பாடங்கேட்டு வருவாராயினர். அவருடைய பரம்பரைப் பெருமையையும் புத்தி நுட்பத்தையும் அறிந்து அவர்பால் இவர் அதிக

அன்புசெலுத்தி வந்தனர். ஒரு நல்ல தினத்தில் அவர் சுப்பிரமணிய தேசிகரிடம் தீட்சை பெற்றுக்கொண்டமையால் 'அம்பலவாணர்' என்னும் தீட்சாநாமம் தேசிகரால் அப்பொழுது அவருக்கு அளிக்கப்பட்டது. அப்பெயர் அவருக்கு அமைந்தைப் பாராட்டிய இவர் அவர் மீது,

(கட்டளைக்கலித்துறை)

நம்பல மாகுந் திருவா வடுதுறை நண்ணிவள
ரும்பலர் போற்றும்பஞ் சாக்கர தேவ னுரைத்தபடி
கம்பல வான்கண்ண னென்றே தினமுங் கரைவதினும்
அம்பல வாண னெனும்பெய ரேநன் கமைந்ததுவே

[கம்பலவான் – பல தலைகளையுடைய ஆதிசேடன்; அநந்தன்.]

என்னும் செய்யுளை இயற்றினர்.

அப்பால் ஸ்ரீமுக வருஷத்தில் தாம்பிரபரணி நதிக்கரையி லுள்ளதாகிய பாபநாசமென்னும் ஸ்தலத்தில் நடைபெறும் ஸ்ரீகலியாண சுந்தரேசுவர மூர்த்தியின் திருவிழாவிற்கு ஒவ்வொரு தினமும் வாகன கவிகள் சொல்லுவது அவருக்குப் பரம்பரை வழக்கமாதலால் அதற்குப் போகவேண்டுமென்று விடைபெற்றுக் கொள்ளுதற்கு அவர் முயன்றனர். அப்போது இவர், "போக வேண்டாம்; இங்கே இருப்பது எனக்குத் திருப்திகரமாயிருக்கிறது" என்று சொன்னதுடன், "அங்கே போய்ச் சொல்ல வேண்டிய பாடல்களை நானே செய்து தருவேன். அவற்றை யனுப்பி யாரைக்கொண்டேனும் அங்கே படிக்கச் செய்க" என்று சற்றேறக்குறைய இருபதுக்குக் குறையாத *வாகனகவிகளை இயற்றி அவரிடம் கொடுத்து ஊருக்கு அனுப்பச் செய்தனர். அப்படியே அனுப்பிவிட்டு அவர் திருவாவடுதுறையிலிருந்தே பாடங்கேட்டு வந்தனர்.

ஸ்ரீ நமச்சிவாய கவிராயருடைய பாட்டைப் பாராட்டியது

இவருக்குக் கச்சியப்ப ஸ்வாமிகளிடத்தில் மிக்க பக்தியுண்டென்பது †முதற் பாகத்தால் அன்பர்களுக்குப் புலப்பட்டிருக்கும்; எங்களுக்குப் பாடஞ் சொல்லிவருகையில் இடையிடையே அவருடைய கல்விப் பெருமையை இவர் எடுத்துக் கூறிவருவதுமுண்டு. மேற்கூறிய அநந்த கிருஷ்ண கவிராயரைச் சந்திக்கும் காலங்களில் அவர் முன்னோர்களாகிய நமச்சிவாய கவிராயர் முதலியோர்க ளியற்றிய பிரபந்தங்களிலுள்ள பாடல்களைச் சொல்லச் சொல்லிக் கேட்டு இவர் இன்புற்று வந்தார். ஒரு சமயத்திற் சில பாடல்களைச் சொல்லி அப்பால்,

(சந்த விருத்தம்)

வாழ்ந்த தென்னவி சாலத லங்களை
ஆண்ட தென்னப்ர தாபமி குந்திறு
மாந்த தென்னவரு தாவின்ம தங்கொடு தலைகீழாய்
வீழ்ந்த தென்னவை யோபிற கங்கவர்
மாண்ட தென்னபொ யோவென விங்கினி
வேண்டி யென்னப்ர யோசன நின்பதம் அடைவேனோ

---

* இச் செய்யுட்கள் முழுவதையும் நான் எழுதினமையினாலே பிற்காலத்தில் திருநெல்வேலிப் பக்கம் சென்றபொழுது இரண்டுமுறை இவர் வீடு சென்று தேடிப்பார்த்தும் இப்பாடல்கள் கிடைக்கவில்லை.

† பக்கம், 72, 107, 224.

தூழ்ந்து பன்னிரு காதம ணங்கமழ்
 தேன்கள் விம்மியி றால்கள்கி ழிந்திடை
 தூங்கு தென்மல யாசல நின்றடி யவர்போலத்
தாழ்ந்து சன்னிதி யூடுபு குந்தலை
 மோந்து தண்மலா் மாரிபொ ழிந்திடு
 தாம்ப்ர பன்னிம காநதி நின்றவென் உலகாளே

என்ற செய்யுளை அவர் சொன்னார்; இவர் கேட்டு மெய்ம்மறந்து ஆனந்த பரவசராகி, "இப்படிப் பாடுவதற்குக் கச்சியப்ப ஸ்வாமிகளாலும் முடியாது" என்று கூறினார். அருகே இருந்த நாங்கள் ஒருவரையொருவர் பார்த்து, "கவிஞரெல்லாரினும் கச்சியப்ப ஸ்வாமிகளிடத்து இவருக்கு உள்ள நன்மதிப்பு வெளியாகிறது" என்று மந்தணமாகப் பேசிக்கொண்டோம்.

அண்ணுசாமி முதலியார்

திருநெல்வேலியில் நீதிபதியாக இருந்த புதுச்சேரி அண்ணுசாமி முதலியா ரென்பவர் தம் ஊருக்குப் போகும்பொழுது திருவாவடுதுறையில் இறங்கிச் சுப்பிரமணிய தேசிகரைத் தரிசித்துவிட்டுச் செல்வது வழக்கம். ஒருமுறை அவர் வந்திருந்த பொழுது அவருடைய குண விசேடத்தையும் சுப்பிரமணிய தேசிகர்பால் அவருக்குள்ள அன்பின் மிகுதியையும் அறிந்து பிள்ளை யவர்கள் சொல்லிய பாடல் வருமாறு:

(விருத்தம்)

சீர்பூத்த கல்வியுந்தக் கோர்விழையு மொழுக்கமும்வண் சீர்த்தி தானும்
ஆர்பூத்த நடுநிலையுங் கலைஞர்களு நின்பால்வந் தண்ண லானே
போர்பூத்த புதுவையண்ண லேயண்ணு சாமியெனும் பேர்பெற் றாயால்
நீர்பூத்த பரங்கருணைக் கடவுளரு ளால்வாழி நீடு மாதோ.

குற்றாலச் சிலேடை வெண்பா

பிறகு வன்றொண்டச் செட்டியார் வந்து சிலதினங்கள் இருந்து ஓய்வு நேரங்களில் தமக்குள்ள சில ஐயங்களைத் தீர்த்துக்கொண்டதன்றித் திருச்சிற்றம்பலக் கோவையாரை முறையே பாடங்கேட்டுக்கொண்டு வந்தனர்; *குற்றாலச் சிலேடை வெண்பா*, *சிங்கைச் சிலேடை வெண்பா* என்பவற்றின் கையெழுத்துப் பிரதிகளை அவர் கொணர்ந்திருந்தார். அவற்றை நன்றாக ஆராய்ந்து பதிப்பிக்க வேண்டுமென்னும் நோக்கம் அவருக்கு இருந்தது. அதனால் மடத்திலிருந்த பிரதிகளையும் வாங்கி வைத்துப் படிப்பித்து இக்கவிஞர்பிரான் முன்னிலையிற் பொருள் வரையறை செய்துகொண்டே வந்தார். இவருடைய மற்ற மாணவர்களும் பிறரும் உடனிருந்து கேட்டுக்கொண்டும் இவருடைய கருத்தின்படி தமக்குத் தோற்றியவற்றை அப்பொழுதப்பொழுது சொல்லிக் கொண்டும் இருந்தார்கள். *குற்றாலச் சிலேடை வெண்பாவை* வாசித்து வருகையில்,

வாடிய மெய்த்தவரும் வாரி மணித்திரளும்,
கோடி வரம்படைக்குங் குற்றாலம்

என்னும் செய்யுளில் 'கோடி வரம்படைக்குங் குற்றாலம்' என்ற அடிக்குக் கோடி வரங்களை அளிக்கும் குற்றாலமென்ற ஒரு பொருள் மட்டும் விளங்கிற்று; மற்றொன்று விளங்கவில்லை. அதைப்பற்றி யாவரும்

யோசித்துக்கொண்டிருக்கையில் அங்கிருந்த மாணவர்களில் ஒருவர் திடீரென்று, "கோடு இவர் அம்பு அடைக்கும் என்று சொல்லலாமோ?" என்று அச்சத்தோடு அறிவித்தனர். இக்கவிநாயகரும் மற்றவர்களும் சந்தோஷித்து அவர் கூறியதை அங்கீகரித்தார்கள். வன்றொண்டச் செட்டியார் மட்டும் சிறிதும் வியவாமல், "மறுத்து" என்று சொல்லி மேலே படிக்குமாறு குறிப்பித்தனர். அப்பால் சில பாட்டுக்கள் படிக்கப்பட்டன. தாம் சொன்ன பொருளைச் செட்டியார் சிறிதும் பாராட்டவில்லையே யென்ற வருத்தம் மேற்சொன்ன மாணவருக்கு இருந்தது. எழுந்து செல்லுகையில் அம்மாணவரை நோக்கி இவர், "செட்டியார் மதிக்கவில்லையென்ற வருத்தம் உமக்கு இருப்பதாகத் தெரிகிறது. உண்மைப் பொருளுக்கு எப்பொழுதும் மதிப்புண்டு. அவர் மதியாவிட்டால் அதற்கு இழிவொன்றுமில்லை. பிறருடைய மதிப்பையும் அவமதிப்பையும் கவனிக்கக் கூடாது" என்று ஆறுதல் கூறினார். இக்கொள்கை பிறருக்குக் கூறப்படுவது மட்டுமன்று. பிறர் மதித்தாலும் மதியாவிட்டாலும் அதைக் கவனியாதவராகி உண்மைப் பொருளை வெளியிடலையே இவர் தமது வாழ்வின் பயனாகக்கொண்டிருந்தார்.

வீரபத்திர பிள்ளை

சுப்பிரமணிய தேசிகர் கல்லிடைக்குறிச்சி யிலிருந்த பொழுது மிக்க உபகாரியும் சிறந்த கல்விமானுமாயிருந்த சிரஸ்தேதார் வீரபத்திர பிள்ளை யென்பவரைத் திருவாவடுதுறைக்கு வருவித்துச் சிலநாள் வைத்திருந்து உபசரித்து ஸல்லாபம் செய்யவேண்டு மென்றெண்ணி அவர் வரவை எதிர்பார்த்ததுண்டு. வருவதற்குப் பிரியமிருந்தும் தளர்ச்சி மிகுதியால் வீரபத்திர பிள்ளைக்குத் துறைசைக்கு வர இயலவில்லை. தம்முடைய அன்பர்களிடத்திற் பிரியத்தைச் செலுத்துவதிற் சிறந்த தேசிகருக்கு அவரைப் பார்க்கவேண்டு மென்னும் ஆவல் மிகுதியாக இருந்தது; அதைத் தெரிந்து இவர் அதனைப் புலப்படுத்திக் கற்பனையுள்ள *12 பாடல்களை இயற்றி அவருக்கு அனுப்பினார். அவர் அயலூருக்குச் செல்லுவதில்லை யென்னும் உறுதியுடையவராக இருந்தும் அப்பாடல்களைப் பார்த்து அவற்றில் ஈடுபட்டு உடனே புறப்பட்டுத் தபால்வண்டி வழியே திருவாவடுதுறை வந்து தேசிகரைத் தரிசித்தும் இவரோடு ஸல்லாபம் செய்துகொண்டும் சிலதினம் இருந்து மகிழ்ந்து விடைபெற்றுத் தம்மூர் சென்றார்.

திருக்குற்றாலப் புராணம் படித்தது

ஒருசமயம் திருக்குற்றாலப் புராண அச்சுப்பிரதி கிடைத்தது. அதனிடத்து நெடுங்காலமாக இருந்த பிரீதியால் இவர் அதனை உடனே படிப்பித்துக்கேட்டு முதலிலிருந்து பொருள் வரையறை பண்ணிக்கொண்டே சென்றார். அப்பொழுது மகா வைத்தியநாதையர், மேலகரம் †சண்பகக் குற்றாலக் கவிராயர் முதலியோர் உடனிருந்தார்கள். அப்படிக் கவனித்து வருகையில் ஸ்ரீ சண்டிகேசுவர ஸ்துதியாகிய,

---

* அப் பாடல்கள் இப்பொழுது கிடைக்கவில்லை.
† இவர் திருவாவடுதுறை யாதீனகர்த்தராக விளங்கிய மேலகரம் ஸ்ரீ சுப்பிரமணிய தேசிகருக்குப் பூர்வாச்சிரமத்தில் தம்பியாவார்.

(விருத்தம்)

தான்பிறந்த தந்தையையும் இனிப்பிறக்கும் நிந்தையையும் தடிந்து சேயென்
றான்பிறங்கு மழவிடைமே லொருவரழைத் திடவிருவா் அயிா்ப்ப வேகிக்
கான்பொலிதா ரரிபிரமா தியா்க்குமெய்தா இருக்கையெய்திக் கடவுட் சேடம்
வான்புலவா் பெறாப்பேறு பெற்றவனை நற்றவனை வழுத்தல் செய்வாம்

என்னுஞ் செய்யுளில், 'சேயென்று ஒருவரழைத்திட இருவர் அயிர்ப்பவேகி' என்ற பகுதியில் இருவரென்பதற்குப் பொருள் விளங்காமையால் இவர் யோசித்துக்கொண்டிருந்தார். அப்பொழுது மகா வைத்தியநாதையர், "இருவரென்பதற்கு விநாயகர் சுப்பிரமணியரென்று சொல்லலாமோ?" என்று மெல்லச் சொன்னார். அப்பொருள் மிகவும் பொருத்தமுள்ளதாக இருந்தது; கேட்ட இக்கவிஞர்கோமான், "ஐயா, நிரம்ப நன்றாயிருக்கின்றது. உங்களுடைய ஈசுவர பக்தியே இவ்வாறு தோற்றச் செய்கிறது" என்று மனமுருகிக் கொண்டாடினார்.

இரண்டு புறங்கூற்றாளர் பாடங்கேட்டது

இவர் இயற்றிய *திருவிடைமருதூ ருலாவைப்*பற்றிப் பொறாமையாற் பலவகையான புரளிகளை அங்கங்கே யுண்டாக்கி இவருக்கும் இவருடைய மாணாக்கர் முதலியவர்களுக்கும் மனவருத்தத்தை யுண்டுபண்ணி அதனாற் பலராலும் அவமதிப்பை அடைந்தவர்களில் முக்கியமானவர் இருவர். அவர்கள் எப்படியாவது தம் குறைவைத் தீர்த்துக்கொள்ள வேண்டுமென்றெண்ணி, அதற்கு உபாயம் இக்கவியரசருடைய அன்பைப் பெறுவதுதா னென்றும் அதனைப் பெறுதற்கு உபாயம் பாடங்கேட்பதாக இவர்பாற் செல்வதுதா னென்றும் தம்முள் நிச்சயித்துக்கொண்டு ஒரு நாட் காலையிற் கையுறையுடன் இவர்பால் வந்தனர். சாந்தமூர்த்தியாகிய இவர் வந்தவர்களுடைய இயல்பை நன்றாக அறிந்திருந்தும் விசாரித்து அவர்களுடைய நோக்கத்தையறிந்து சிறிதும் வருத்தத்தைப் புலப்படுத்தாமல் அங்கீகரித்து மற்ற மாணாக்கர்களோடு சேர்த்து அவர்களுக்குப் பாடஞ் சொல்லி வந்தார்; அப்போது மாணவர்களிற் சிலர் அவ்விருவர் முன்பு செய்துள்ள தீங்குகளை யெல்லாம் நினைந்து நினைந்து மனம் பொறாதவர்களாகி அவர்களைக் கண்டிப்பதற்குக் கங்கணம் கட்டிக் கொண்டு சமயத்தை எதிர்பார்த்திருந்தவர்க ளாதலால், இடையிடையே கேள்விகளைக் கேட்டு அவ்விருவரையும் விழிக்கச்செய்து அடிக்கடி வருத்துவாராயினர். இக்கவியரசர் சும்மா இருக்கும்படி குறிப்பித்தும் அவர்கள் கேட்கவில்லை.

அதனைக் கண்ட இவர் ஒரு நாள் திடீரென்று தனியே சுப்பிரமணிய தேசிகரிடம் சென்று அதனை விண்ணப்பித்தனர். அவர் உடனே பழைய மாணாக்கர்களை மட்டும் அழைப்பித்து நன்றாக விசாரித்து, "ஒருவன் தமக்குப் பரமவிரோதியாக இருந்தாலும் தம்பால் வருவானாயின் அவனை ஏற்றுக்கொண்டு முன்னையிலும் நன்கு மதித்துப் பாராட்டவேண்டு மென்பது பெரியோருடைய கொள்கை. அதனை அறியாமல் நீங்கள் வழுவி ஒழுகுவீர்களாயின் உங்களை மட்டுமன்றி உங்கள் ஆசிரியரையும் உலகம் அவமதிக்கும்; நீங்கள் படித்துக்கொண்டிருக்கும் மடத்திற்கும் அகௌரவம் உண்டாகும்; 'இணரெரி தோய்வன்ன வின்னா செயினும்,

புணரின் வெகுளாமை நன்று' என்னும் திருக்குறளை யறியீர்களோ? அதற்குச் சங்கர நமச்சிவாய ரெழுதிய அருமையான உரையை நோக்குங்கள்" என்று பல நியாயங்களை எடுத்து மொழிந்தனர். அன்றியும் உடனே விருத்தியுரையில் உள்ள *அந்தப் பகுதியைப் படிப்பிக்கச்செய்து இடையிடையே வேண்டியவற்றையும் சொல்லி அறிவுறுத்தினார். மாணாக்கர்கள் அவர் முகமதியினின்றும் தோன்றிய வசனாமிர்தத்தை யுண்டு சாந்தமுற்றுச் சென்று அவ்விருவரோடும் நட்புற்று மனங்கலந்து பழகுவாராயினர். அவ்விருவரும் பின்பு *திருச்சிற்றம்பலக் கோவையார், கல்லாடம், திருநாகைக் காரோணப் புராணம்* முதலிய சில நூல்களைப் பாடம் கேட்டுத் தங்கள் எண்ணத்தை முடிந்துக்கொண்டு விடைபெற்றுச் சென்றார்கள்.

வேலுஸாமி பிள்ளை

வெண்பாப்புலி வேலுசாமிப் பிள்ளை

பிள்ளை யவர்களோடு கூடப் படித்த ஒருசாலை மாணாக்கராகிய சென்னை அஷ்டாவதானம் சபாபதி முதலியார் தம்மிடம் படித்துக்கொண்டிருந்தவரும், தில்லை விடங்கன் மாரிமுத்தா பிள்ளையின் பரம்பரையினருமாகிய வேலுஸாமி பிள்ளை யென்பவரை மேலும் நன்றாகப் படிப்பிக்க நினைந்து தமக்கும் பிள்ளை யவர்களுக்கும் உள்ள சிநேகபாவத்தைப் புலப்படுத்தி, 'இவரைப் படிப்பித்து முன்னுக்குவரச் செய்யவேண்டும்' என்று ஒரு கடிதமெழுதிக் கொடுத்தனுப்பினார். அவர் வந்து இவரை வணங்கி அக் கடிதத்தைக் கொடுத்தனர். அதைப் பார்த்துவிட்டு இவர் அவரை அங்கீகரித்து அப்படியே பாடஞ் சொன்னார். நாளடைவில் அவருடைய கல்வி மிகப்பெருகியது. இவரிடத்திற் படித்தமையாற் கவித்துவ சக்தியும் நன்றாக அவருக்கு உண்டாயிற்று. பெரும்பாலும் வெண்பாவே பாடுவார். பாடுவதிற் கஷ்டமென்று சொல்லப்படும் அந்தப் பாவை விரைவாகப் பாடுவதைத் தெரிந்து உடன் படிக்கும் மாணாக்கர்கள் 'வெண்பாப்புலி' என்று அவரை அழைப்பாராயினர். அதுவே பின்பு அவருக்குரிய பட்டப் பெயராக அமைந்து வழங்கலாயிற்று. அவர் பிற்காலத்திற் காஞ்சீபுரம் ஹைஸ்கூலில் தமிழ்ப் பண்டிதராக இருந்தனர்.

பு. சபாபதி முதலியாருக்குச் சிறப்புப் பாயிரம் அளித்தது

சென்னையைச் சார்ந்த கோமளீச்சுவரன் பேட்டையிலுள்ள திருவாதவூரடிகள் பக்தஜன சபையின் தலைவராகிய நாராயணசாமி

---

* நன்னூல், 300ஆம் சூத்திரவுரை.

முதலியா ரென்பவர் சேக்கிழார் புராணத்திற்கும் திருமுறைகண்ட புராணத்திற்கும் உரைசெய்து தரும்படி புரசப்பாக்கம் வித்துவான் அஷ்டாவதானம் சபாபதி முதலியாரைக் கேட்டுக் கொண்டனர். அவரும் அப்படியே இரண்டிற்கும் உரைசெய்து முடித்துவிட்டு அவற்றிற்குச் சிறப்புப் பாயிரம் அனுப்பவேண்டுமென்று பிள்ளை யவர்களுக்குக் கடிதம் எழுதினர். வேலைகளின் மிகுதியால் இவரால் அது செய்யப்படவில்லை. திரும்பவும் சீக்கிரம் பாடல்கள் செய்து அனுப்பினால் தமக்கு அநுகூலமாயிருக்கு மென்று அவர் ஞாபகப்படுத்திக் கடிதம் எழுதினர். ஒரு நாள் பிற்பகலிற் பாடம் முடிந்தவுடன் அதனை நினைவுறுத்தினேன். அநுஷ்டானம் செய்துகொண்டு வந்து சயனித்துக் கொண்டபொழுது என்னை நோக்கி எழுதும்படி ஐந்து பாடல்களை இடையீடின்றிச் சொல்லிக்கொண்டு வந்தார். அவற்றை நான் எழுதியவுடன் வேறொரு கடிதம் எழுதுவித்து மறுநாள் சபாபதி முதலியாருக்கு அனுப்பிவிட்டார்; அப்பாடல்கள் வருமாறு:

(விருத்தம்)

சொல்லாரும் புனற்பெருக்கார் பாலாறு வளஞ்சுரக்கும் தொண்டை நாட்டில்
எல்லாரும் புகழ்சென்னைக் கோமளீச் சுரன்பேட்டை எனுமோர் தேத்தில்
நல்லாரும் பரும்போற்றுஞ் சிவானுபவச் செல்வராய் நனிவி ளங்கு
தல்லாருந் திருவாத வூரடிகள் பத்தசன சபைக்கு மாதோ

தலைவராய் நல்லொழுக்க நெறிநின்ற பெருங்குணஞ்சால் தக்கோ ராய
நிலைமைசால் புகழ்நாரா யணசாமி மான்முதலாம் நிகரி லாதார்
கலைவலார் முடிக்கொளுநஞ் *சேக்கிழார் புராணமொடு கருத்திற் கென்றும்
மலைவிலா முறைகண்ட புராணமும்யா வருமுணர்ந்து மதிக்கு மாறு

தங்கள்கருத் திடைமதித்து யாவரைக்கொண் டுரைசெய்தால் தக்க தென்றே
திங்கண்முடி யவனடியார் முதலியயா வருமதித்தல் செய்வா ரென்று
பொங்களவி லாராய்ச்சி கொடுதேர்ந்தே யிவனுரைத்தல் பொருந்து மென்றே
அங்களவின் மகிழ்ச்சியின்நீ உரையியற்றித் தருகவென அதுமேற் கொண்டு

பாடமுத லாசிரிய வசனமீ றாகவுள பலவு மாங்காங்
கூடமைய வெழுத்துமுதன் மூன்றதிகா ரத்துமியல் உளவோ ரைந்தும்
தேட முயலாதபடி காணிடமெ லாம்விளங்கத் திகழ்யா வோரும்
நாடவுரை யாசிரியர் முதலியோ ரினுமுரைநன் னயமாச் செய்தான்

நிலம்பூத்த நகர்க்கெல்லா மரசையுறு புரசைநகர் நீடு வாழ்வோன்
குலம்பூத்த பிறப்பொழுக்கங் கல்வியறி வியற்கைநலம் கூடப் பெற்றோன்
நலம்பூத்த வொப்புரவு முதலியநற் குணங்களெலாம் நன்கு வாய்ந்தோன்
வலம்பூத்த வட்டாவ தானச்ச பாபதிநா வலவ ரேறே.

இடையீடின்றிச் சொன்னமையால், பாடஞ் சொல்லியதற்குப் பின்பும் எழுதச் சொல்லுவதற்கு முன்பும் நன்றாகச் சிந்தித்துப் பாடி அவற்றை ஒழுங்குபடுத்தி மனத்தில் வைத்துக்கொண் டிருந்தாரென்று அப்பொழுது எண்ணினேன்.

❁

* இந்நூல்கள் இரண்டும் இச் சிறப்புப் பாயிரத்துடன் ஸ்ரீமுக ஞூ சித்திரை மீ பதிப்பிக்கப்பட்டன.

31

பட்டீச்சுர நிகழ்ச்சிகள்

பட்டீச்சுரம் சென்றது

இங்ஙனம் திருவாவடுதுறையிலிருந்த காலத்தில் திருப்பெருந்துறைப் புராணத்தைப் பாடுதற்கு ஓய்வு நேரமில்லாமையால் அதனைஅரங்கேற்றச் செல்லுதற்கு இவருக்கு இயலவில்லை. அப்பொழுது அப்பொழுது இவருக்கு உண்டான செலவுகள் அதிகம். அவற்றால் கடன் அதிகரித்துக்கொண்டே வந்தது. வேறிடத்திற் சென்று வாங்கிக் கொடுப்பதற்கும் இயலவில்லை. மிகுதியான செலவுள்ளவ ராதலால் அடிக்கடி பலவிடங்களிற் கடன் வாங்கிச் செலவழிப்பதும் ஏதேனும் நூல் அரங்கேற்றிய பின்பு கிடைக்கும் ஊதியத்தில் எஞ்சியதைக்கொண்டு அவற்றைத் தீர்ப்பதும் இவருடைய வழக்கம்.

அதனால் இவர், "ரூபாய் ஐந்நூறு கொடுத்தால் திருப்பெருந்துறைப் புராணம் அரங்கேற்றியவுடன் முதலையும் வட்டியையும் சேர்ப்பித்துவிடுவேன்; அவசியமாக வேண்டியிருக்கின்றது" என்று குமாரசாமித் தம்பிரான் முகமாக அப்பொழுது மடத்தின் காறுபாறாக இருந்த ஒருவரிடம் தெரிவித்தார். பிள்ளை யவர்களுடைய அருமையை அவர் சிறிதும் அறியாமல், "எதை நம்பி இவருக்குப் பணம் கொடுக்கிறது?" என்று குமாரசாமித் தம்பிரானிடம் மந்தணமாகச் சொன்னதுடன், "இப்பொழுது கொடுப்பதற்குச் சௌகரியமில்லை என்று சொல்லிவிடுக" என்றும் சொல்லி யனுப்பிவிட்டார். அன்புடையவ ராதலால் குமாரசாமித் தம்பிரான் அதனை அப்படியே இவரிடம் வந்து சொன்னார். அதனைக் கேட்ட இவருடைய மனம் மிகப் புழுங்கிவிட்டது. அவ்வருத்தத்தை மனத்திலேயே வைத்துக்கொண்டு சிலகாலம் அங்கேயிருந்தார். பின்பு வேறிடஞ்சென்று சிலதினமிருந்து அவ்வருத்தத்தை ஆற்றிக்கொண்டு வரலாமென்று எண்ணிப் பட்டீச்சுரம் போய்வருவதாகச் சுப்பிரமணிய தேசிகரிடம் விண்ணப்பித்துக்கொண்டு புறப்பட்டார். மாணாக்கர்க

ளெல்லாம் பிரிவாற்றாமல் வருந்தினார்கள். நான்மட்டும் உடன்சென்றேன். இன்ன காரணத்தால் இவர் பட்டீச்சுரத்துக்குப் புறப்பட்டா ரென்பது தேசிகருக்குத் தெரியாது.

திருப்பெருந்துறைப் புராணம் பாடிவந்தது

சென்றவர், ஐப்பசி மாதத்தின் இறுதிவரையில் பட்டீச்சுரத்திலேயே இருந்தார். அப்பொழுது தினந்தோறும் திருப்பெருந்துறைப் புராணத்தின் செய்யுட்கள் முறையே பாடப்பெற்று வந்தன. பழைய திருப்பெருந்துறைப் புராணங்களுள் ஒன்றில் படலந்தோறும் திருவாதவூரடிகள் தோத்திரம் ஒவ்வொன்று இருந்தது. அதனைக் கண்ட நான், நாட்டுப்படலஞ் செய்ய இவர் தொடங்குகையில் படலங்கள்தோறும் முதலில் திருவாதவூரடிகள் தோத்திரம் இருந்தால் நலமாயிருக்குமென்று தெரிவித்துக்கொண்டேன். அவ்வாறே இவர் பாடி அமைத்துவந்தார். முதன்முறை பாடல்களை எழுதிப் படித்துக்காட்டி ஏதேனும் திருத்தஞ்செய்ய வேண்டியிருந்தால் இவர் சொல்ல அங்ஙனம் செய்துவிட்டு ஆன பாகங்களைத் தினந்தோறும் வேறு பிரதியில் எழுதிக்கொண்டே வருவது அக்காலத்தில் எனக்கு வழக்கமாக இருந்தது. அதனால் பாடங் கேட்பதற்கு நேரமில்லை. அந்தப் புராணத்தை எழுதி அப்பொழுதப்பொழுது பொருள் கேட்டு வந்ததே என்னுடைய பயிற்சிக்கு அனுகூலமாக இருந்தது.

ஆறுமுகத்தா பிள்ளை எழுத்தாணியை ஒளித்துவைத்தது

அப்புராணத்தை மேலைப் பழையாற்றிலிருந்து எழுதிக்கொண்டுவருங் காலத்தில் ஒருநாட் காலையில் ஆகாரஞ்செய்துவிட்டு வரும்படி இவர் சொன்னமையால் அதற்காக ஏட்டையும் எழுத்தாணியையும் இவர் முன்னே வைத்துப் போய் ஆகாரஞ் செய்துவிட்டு விரைவாக வந்தேன். வந்தவுடன் இவர் பாடல் சொல்லத் தொடங்கினார். நான் ஏட்டை எடுத்து வைத்துக்கொண்டு எழுத்தாணியைப் பார்க்கையில் வைத்திருந்த இடத்தில் அது காணப்படவில்லை. “யாரேனும் எடுத்துச் சென்றிருக்கலாம்; விசாரித்து வாங்கிக்கொண்டு வருவேன்” என்று இவரிடம் சொல்லிவிட்டு அடுத்த பக்கத்திலிருந்த கணக்குப்பிள்ளையின் எழுத்தாணியை இரவலாக வாங்கி வந்தாவது எழுதலாமென்று எண்ணிக்கொண்டு போய் அவரைக் கேட்டேன். அவர், “இன்று எழுதும் வேலை ஒன்றும் இல்லாமையால் எழுத்தாணியை வீட்டில் வைத்துவிட்டு வந்தேன்” என்றார். ஒருவகையான எழுது கருவியும் கிடைக்கவில்லை. அதனை அசட்டைசெய்து விட்டதாக இவர் எண்ணுவாரே யென்று அஞ்சி அங்கும் இங்கும் சென்று தேடி அலைந்து பார்த்து இவரிடம் தெரிவித்தேன்.

அப்பொழுது அங்கே வந்த ஆறுமுகத்தா பிள்ளை என் காதிற் படும்படி, “ஏன் இவர் அலைகிறார்?” என்று பிள்ளை யவர்களைக் கேட்டார்.

மீ: எழுத்தாணி வைத்த இடத்திற் காணப்படவில்லையாம்; பக்கத்தி லுள்ளவரிடத்தும் இல்லையாம். அதனால்தான் அலைந்து தேடிக்கொண்டிருக்கிறார்.

ஆறு: இந்த மனுஷ்யர் மிகவும் அஜாக்கிரதைக்காரர். இவருடைய சோர்வைப் பலமுறை நான் அறிந்திருக்கிறேன். ஐயா அவர்களிடமும் சொல்லியிருக்கிறேன். இவரை வைத்துக்கொண்டு பாடஞ் சொல்லுவதிலும் எழுதச் சொல்லுவதிலும் யாதும் பயனில்லை.

மீ: தம்பி! சிரமப்படுத்தவேண்டாம். எங்கிருந்தாவது எழுத்தாணியை வருவித்துக் கொடுத்துவிடவேண்டும். கவலையை உண்டாக்கக் கூடாது. அவர் எழுத்தாணியை இங்கே என் முன்னேதான் வைத்துவிட்டுப் போனார்; நான் பாடலைப்பற்றி யோசனை பண்ணிக்கொண்டே யிருந்தமையால் அதைக் கவனியாமற் போனேன். தம்பியினுடைய ஆளுகைக்குட்பட்ட இந்த இடத்தில் எவன் வந்து எடுத்துப்போவான்?

ஆறு: இவர் சாப்பிடப் போகும்போது கையிற்கொண்டு போய் ஜாக்கிரதையாக வைத்திருந்து கொண்டுவருவதைவிட இவருக்கு என்ன வேலை? சாப்பாட்டிலிருக்கிற பிரியத்திற் சிறிதுகூட ஐயா அவர்களுடைய காரியத்தில் இல்லையென்பது எனக்குத் தெரியும். அதனாலேதான் சொல்லுகிறேன். இவ்விஷயத்தில் ஐயா அவர்கள் ஒன்றும் சமாதானம் சொல்லக்கூடாது.

மீ: ஆகாரம் செய்துகொண்டு வரும்படி நான் வற்புறுத்திச் சொன்ன பிறகேதான் இவர் போனார். இவராகப் போகவில்லை.

ஆறு: எத்தனையோ நூற்றுக்கணக்கான பாடல்களை ஐயா அவர்கள் சொல்ல இவர் எழுதிக்கொண்டு வருகிறாரே. முன்னமே நான் சொல்லியபடி செய்யுளியற்றுதலில் இவர் பழகி வருவதாகத் தெரியவில்லையே. இதைப்பற்றி முன்னம் பலமுறை இவரிடம் சொன்னேனல்லவா? இன்னும் இவர் கவனியாமலிருந்தால் இவரை யார் மதிப்பார்? ஐயா அவர்களுடைய பேருக்கும் அது குறைவல்லவா? இப்போது எழுத்தாணி வேண்டுமென்று ஒரு பாடல் செய்வாராயின் நான் அதனை வருவித்துக் கொடுப்பேன். அது கிடைக்காவிட்டால் நல்லதாக வேறோர் எழுத்தாணியையாவது விலைக்கு வாங்கிக் கொடுப்பேன்.

மீ: செய்யுள் செய்வதற்கு என்ன தடையிருக்கிறது? இந்த அவசரத்தில் ஏன் கவலைப்படுத்த வேண்டும்? அவகாசங் கொடுத்தாற் செய்வார்.

ஆறு: அவகாசமென்ன? இப்பொழுதே செய்து காட்டினால்தான் இவர் அதிற் பயிற்சியுள்ளவ ரென்பதை நான் நம்புவேன்.

உடனே இக்கவிஞர் கோமான் என்னை நோக்கி, "நீர் அக் கருத்தையமைத்து ஏதேனும் ஒரு செய்யுள் செய்யும்" என்றவுடன் நான் செய்ய நினைந்து யோசிக்கத் தொடங்கினேன். ஆறுமுகத்தா பிள்ளை என்னைக் கவனித்தபடியே அந்தத் தோட்டத்திலுள்ள கொடி செடிகளைப் பார்த்துக்கொண்டு சுற்றிவரச் சென்றார். என்ன யோசித்தும் மனக்கலக்கத்தால் எனக்கு ஒன்றும் தோற்றவில்லை. 'இந்தக் கஷ்டத்தில் வந்து அகப்பட்டுக் கொண்டோமே' என்று மிக்க கவலையோடே இருந்தேன். என் முகவாட்டத்தை யறிந்த இவ்வாசிரியர் ஆறுமுகத்தா பிள்ளையும் பிறரும் அறிந்துகொள்ளாதபடி என் காதில் மட்டும் படும் வண்ணம் மெல்ல, "எழுத்தாணி ஒன்றெனக்கின் றீ" என்று சொன்னார். அது வெண்பா

ஸ்ரீ மீனாட்சிசுந்தரம் பிள்ளையவர்கள் சரித்திரம்

ஒன்றன் ஈற்றடியாகவும் நான் எதற்காகத் தடுமாறிக்கொண் டிருக்கிறேனோ அக்கருத்து அமைந்துள்ளதாகவும் இருந்ததை யறிந்து ஆறுதலடைந்து கவனித்துக் கேட்டேன். பின்பு, "அழுத்தாணிப் பொன்னால் அமைந்தவுரு விற்றாம்" என்று கூறினார். அப்பால் "மெழுகில்" எனவும், "வழுவில் புராணம் வரைய" எனவும், "தழுவுபுகழ் ஆறுமுகத் தாளாளா என்றும்" எனவும் தனித்தனியாகச் சொல்லிவந்தார். மிகவும் ஜாக்கிரதையாகக் கேட்டுவந்த நான் அவை முறையே ஒரு வெண்பாவின் மூன்றாமடி, தனிச்சொல், இரண்டாமடி, முதலடி என்பவைகளாக இருத்தலை யறிந்து ஒழுங்காகப் பொருத்திப் பார்த்தேன். அவை,

தழுவுபுக ழாறுமுகத் தாளாளா வென்றும்
வழுவில் புராணம் வரைய – மெழுகில்
அழுத்தாணிப் பொன்னா லமைந்தவுரு விற்றாம்
எழுத்தாணி யொன்றெனக்கின் றீ

என்னும் அழகிய வெண்பாவாக அமைந்தன. இதை மனனம் பண்ணி அங்கேவந்த ஆறுமுகத்தா பிள்ளையிடம் சொன்னேன். உடனே அவர் எங்கேயோ போகிறவர்போலவே போய் அந்த எழுத்தாணியைக் கொணர்ந்து கொடுத்துவிட்டு, "இனிமேல் இப்படி அஜாக்கிரதையாக இருக்கக்கூடாது" என்று கண்டிப்பாகச் சொல்லிப் போயினர்.

பின்பு புராணச் செய்யுட்கள் *பல இடங்களிலே பாடப்பட்டு வந்தன.

பாலசுந்தர முதலியார்

ஒரு நாள் முற்பகலில் கும்பகோணம் நாகேசுவர ஸ்வாமி கோயில் வடக்கு வீதியில் ஒரு காரியமாக இவர் செல்லும்பொழுது, இவர் மேலே வெயில்பட்டது. அப்போது பின்னே வந்த கனவான் ஒருவர் தாம் பிடித்திருந்த குடையை இவரறியாமல் இவருக்குப் பிடித்து வருவாராயினர். சற்று நேரத்தின்பின்பு அதனை இவர் அறிந்து திரும்பிப் பார்த்தார்; "என்ன தம்பி! இப்படியும் செய்யலாமா? இப்போது எங்கே இருக்கிறீர்கள்?" என்று கேட்கவே அவர், "திருச்சிராப்பள்ளி ஜில்லாவில் வேலையாயிருக்கிறேன். தங்களைத் தரிசித்த இன்றைத் தினத்தைப் புண்ணிய தினமாகக் கொண்டாடுவேன். என் கை இன்றைக்குத்தான் நல்ல பயனை அடைந்தது" என்று சொல்லிச் சிலநேரம் பேசிக்கொண்டே வந்தார். அப்பால் அஞ்சலி செய்துவிட்டுத் தம் பரிவாரங்களுடன் விடைபெற்றுச் சென்றார். அவரை இன்னாரென்று தெரிந்துகொள்ள நாங்கள் விரும்பினோம். அதனையறிந்த இக்கவிஞர்பிரான், "இவர் பாலசுந்தர முதலியா ரென்பவர்; எஞ்ஜினீயர் வேலைபார்த்து வருகிறார்; தமிழ்ப்பாஷையிற் பிரீதியும் நல்ல பயிற்சியும் உள்ளவர்; தர்மிஷ்டர்; ஏழைகள்பால் இரக்கமுடையவர்; கொள்ளிடத்துக்கு வடபால் பொன்னியாறு என்ற ஓர் ஆறு இவரால் புதியதாக வெட்டப்பட்டுள்ளது. இவருடைய பெருமை நினைந்து பாலசுந்தரபுரமென்று ஓரூரை இவர் பெயரால் அமைத்துச் சிலர் அதில் வசித்து வருகிறார்கள்" என்றார்.

---

* பாடிய இடங்கள்: ஆறுமுகத்தாபிள்ளையின் வீடு, அவருடைய மேலைப் பழையாற்றுச் 'சவுகண்டி', திருமலைராய னாற்றங்கரையின் வடபாலுள்ள அரசமரத்தின் நிழலிலுள்ள மேடை, பட்டீச்சுரம், திருச்சத்திமுற்றக் கோயில்களுடைய கோபுரவாயிலின் இடைகழித் திண்ணைகள், இன்னும் இவர் உலாத்தும் இடங்கள்.

இவருடைய கௌரவம்

இதுபோலவே தக்கவர்கள் சந்தித்த காலங்களில் இவருக்கு வலிந்து செய்த முகமன்கள் பலவற்றை நாங்கள் அவ்வப்பொழுது பார்த்திருக்கிறோம். பொருள் வருவாய் இல்லையென்ற குறைவு ஒன்றேயன்றி வேறு யாதொருவிதமான குறைவும் இவருக்கு இல்லை. தமிழ்க் கல்விமான்களுட் சக்கரவர்த்திபோலவே இவர் விளங்கினார். பெரிய செல்வவான்களும் பிரபுக்களும் வித்துவான்களும் தங்களைக்காட்டிலும் எவ்வகையிலும் உயர்ந்தவர்களுக்குச் செய்யும் மரியாதைகளை இவருக்குச் செய்துவந்தார்கள். நினைத்தால் லட்சக்கணக்கான திரவியம் இவருக்கு எளிதிற் கிடைத்துவிடும். ஆனால் அதைப்பற்றி முயற்சிசெய்ய இவர் அதிகமாக நினைத்தவரல்லர்.

வேண்டாமை யன்ன விழுச்செல்வ மீண்டில்லை
யாண்டு மஃதொப்ப தில்

என்ற அருமைத் திருக்குறளுக்கு இலக்கியமாக இவர் எல்லாச் செல்வர்களுக்கும் மேலாகவே இருந்து விளங்கினார். தமிழ் மொழியிற் பிரியமும் மதிப்பும் அன்பும் உள்ளவர்களோடு மட்டுமே பழகுவார். பெரிய சபையிற் செல்வாராயின் அங்கே உள்ள எல்லோரும் எழுந்து நிற்பார்கள். சிலர் முன்னேவந்து அழைத்துச் செல்வார்கள். அவர்கள் முதல் ஸ்தானத்தைக் கொடுப்பதன்றி முதல் மரியாதையையும் இவருக்கே செய்வார்கள்.

கும்பகோணம், தஞ்சாவூர், திருச்சிராப்பள்ளி முதலிய ஊர்களிலுள்ள ஹைஸ்கூல்களிலும் காலேஜ்களிலும் படிக்கும் தமிழ் மாணாக்கர்கள் தங்கள் தங்கள் ஆசிரியர்களால் இவருடைய பெருமையைக் கேள்வியுற்றிருப்பார்கள். எந்த ஊரிலேனும் வழியில் இவரைச் சந்தித்தால் அச்சமுற்றுத் தங்களுடைய வணக்கத்தைப் புலப்படுத்தி ஒதுங்குவதன்றி இவருடைய பெருமையைப்பற்றித் தம்முள் அவர்கள் பேசிக்கொண்டே செல்லுவார்கள். இளைப்பாறுவதற்கு ஏதேனும் ஓரிடத்தில் இவர் இருப்பாராயின் தமக்கும் இவருக்கும் பழக்கமில்லாமலிருந்தும் அவ்விடத்திற்கு உரியவர்பால் நாங்கள் இவரை இன்னாரென்று சொன்னவுடன் திடுக்கிட்டு எழுந்து அவர்கள் பெரிய தட்டங்களிற் பழம் கற்கண்டு வெற்றிலை பாக்கு முதலியவற்றைக் கொண்டு வந்து நேரே வைத்து முகமன் மொழிகளைக் கூறி உபசரிப்பார்கள்.

நெருங்கிப் பழகுகிறவர்களுக்குமட்டும் இவர் செல்வமில்லாதவரென்று தெரியுமேயன்றி வேறு யாருக்கும் இவருடைய உண்மைநிலை தெரியாது. பழகாதவர்களும் இவருடைய இயல்பையும் தோற்றப் பொலிவையுங் கண்டு இவரைப் பெருஞ்செல்வவானாகவே மதிப்பார்கள்.

வரன்முறையாகத் தமிழ்க் கல்வியின் பெருமையை அறிந்தவர்களும் அடக்கமுடையவர்களும் அக்காலத்தில் அதிகமாக இருந்தமையால் எந்த இடத்தும் யாவராலும் மதிக்கப் பெற்று இவர் விளங்கினார். படித்தவர்களும் ஏனையோர்களும் இவரைக் கண்டுவிட்டால் காணுதற்கரிய ஒரு தெய்வத்தைக் கண்டாற்போல எண்ணி வரவேற்று

உபசரிப்பார்கள். அங்ஙனம் பிறர் நினைத்தற்குரிய ஓர் ஆச்சரியசக்தி இவர்பால் அமைந்திருந்தது.

‘அத்துக் கெட்டுவிடும்’

ஒரு சமயத்தில் ஆறுமுகத்தா பிள்ளை, தம்முடைய குடும்ப சம்பந்தமாகக் கும்பகோணத்தில் ஒருவருக்குப் பத்திரமொன்று எழுதிக் கொடுக்கும்படி நேர்ந்தது. அதிற் கையெழுத்துப்போடத் தொடங்குகையில் அவர், “ஆறுமுகம் பிள்ளையென்று போடவா? ஆறுமுகத்தா பிள்ளையென்று போடவா?” என்று கேட்டனர். இவர், “ஆறுமுகம் பிள்ளை யென்றால் *அத்துக் கெட்டுவிடுமே; ஆறுமுகத்தா பிள்ளை யென்றே போடலாம்” என்றனர். கேட்டவர்கள் மகிழ்ந்தார்கள்.

‘மூன்றாவது தெரு’

அந்தப் பத்திரத்தில் ஸாட்சி போடவந்த ஒருவருடைய இருப்பிடம் கும்பகோணம் சுண்ணாம்புக்காரத் தெரு. அதை நீற்றுக்காரத் தெருவென்றும் வழங்குவார்கள். “இந்த இரண்டில் எந்தப் பெயரை என் பெயர்க்கு முன்னே சேர்க்கலாம்?” என்று அவர் கேட்டபொழுது இவர், “இரண்டும் வேண்டாம்; †மூன்றாவது தெரு என்று போட்டுவிடும்” என்று சொன்னார். அதன் சமத்காரத்தை அறிந்து யாவரும் வியப்புற்றார்கள். அப்போது காலேஜில் படித்துக்கொண்டிருந்த (தஞ்சை வக்கீல்) கே.எஸ். ஸ்ரீனிவாஸ பிள்ளை யென்வர் அங்கே தியாகராச செட்டியாருடன் வந்திருந்தமையின் இவற்றைக்கேட்டு இன்புற்றதன்றித் தாம் தஞ்சையிலிருக்கும்பொழுது தம்மிடத்தில் வருபவர்களிடம் இச்செய்திகளை அடிக்கடி சொல்லிப் பாராட்டி இன்புறுவார்.

கே.எஸ். ஸ்ரீனிவாஸ பிள்ளை

ஸ்ரீ பிரமவித்தியாநாயகி பிள்ளைத் தமிழ்

கபிஸ்தலத்தைச் சார்ந்த இராமானுசபுர மென்னும் ஊரிலுள்ள சிவப்பிரகாச பிள்ளை யென்னும் கல்விமானொருவர் பட்டீச்சுரம் வந்திருந்து இவரிடம் பாடங்கேட்டுக்கொண்டும் தாம் முன்னமே செய்துவைத்திருந்த திருவாவூர்த் திரிபந்தாதியைத் திருத்தஞ்செய்து கொண்டும் இருந்தனர்; அவர் அந்தப்பக்கத்து ஊர்களில் வியாபகராக இருப்பவர்; தாம் முன்னமே செய்து வைத்தும் அரங்கேற்றப்படாமலிருந்த ‡பிரமவித்தியாநாயகி பிள்ளைத் தமிழை இவர் மாயூரத்திலிருந்து வருவித்து அவருக்குக்

* அத்து – ஹத்து; அதிகார எல்லை.

† மூன்றாவதென்பது சுண்ணாம்பைக் குறிக்கும் ஒரு சொல்.

‡ முதற்பாகம், பக்கம், 287 பார்க்க.

காட்டி, "இதனை யாரிடமேனும் சொல்லி அரங்கேற்றுவிக்க வேண்டும். எனக்கு ரூபாய் ஐம்பது இப்பொழுது அவசரமாக வேண்டியிருக்கின்றது. யாரிடத்தேனும் சொல்லி முடிவுசெய்து பணத்தை வாங்கிக் கொண்டு வாரும். *தம்பிக்குமட்டும் இது தெரிய வேண்டாம்" என்று சொல்லி அப்புத்தகத்தை அவரிடம் கொடுத்தனர். அவர் தமக்குத் தெரிந்த சிலரிடம் சொல்லிப்பார்த்தனர். அவரது முயற்சி பயன்படவில்லை.

சாமிநாத தேசிகர் செய்த உதவி

அப்பால் திருவனந்தபுரம் காலேஜில் தமிழ்ப் பண்டிதராக இருந்த ஸ்ரீ சாமிநாத தேசிகருக்கு அப்புத்தகத்தை அனுப்பி மேலேகண்ட விஷயத்தைக் குறிப்பித்து ஒரு கடிதமும் எழுதினர். வழக்கம்போல் அக்கடிதத்தின் தலைப்பில் எழுதிய பாடல் வருமாறு:

(விருத்தம்)

அளிவளர் குணனு மேன்மே லருள்வளர் மனனு மோவாக்
களிவளர் செயலு மேவுங் கண்வளர் நோக்குந் தீரா
ஒளிவளர் புகழும் வாய்ப்புற் றுருவளர் சிறப்பான் மிக்குத்
தெளிவளர் சாமி நாத தேசிக னினிது காண்க.

[கண் – தாட்சணியம்.]

அந்தக் கடிதத்தையும் புத்தகத்தையும் பார்த்த அவர் ரூபாய் ஐம்பதைத் தபால் மூலம் உடனே அனுப்பினார். பணத்தையும் கடிதத்தையும் பெற்ற இவர் அப்போது அடைந்த மகிழ்விற்கு எல்லை இல்லை. இவர் மிகப் பாராட்டி அக்கடிதத்திற்கு விடையனுப்பினார்.

என்னுடைய தந்தையார் பூஜைசெய்துவந்த சிவலிங்கப் பெருமானுக்கு அபிஷேகத்தின் பொருட்டு எங்கள் விருப்பத்திற்கு இணங்கி அந்தச் சாமிநாத தேசிகருக்கு அதன் பின்பு இவர் எழுதி ஒரு †கவேசிருங்கம் வருவித்துக் கொடுத்தார். ஒரு சமயம் ஆறுமுகத்தா பிள்ளை முதலியோர் அசோகந்தளிரைப் பார்க்க விரும்பினார்கள்; அது தெரிந்து இவர் கடிதம் எழுத அத்தளிர்கள் உடனே அவரால் அடுத்த தபாலில் அனுப்பப்பட்டன.

எனக்குப் பாலபோத இலக்கணம் வாங்கித்தந்தது

நான் பாடங்கேட்டுக்கொண்டு வந்த புத்தகம் முடிந்துவிட்டமையால், பாலபோத இலக்கணத்தைப் படிக்கவேண்டுமென்று தெரிவித்துக் கொண்டேன். கும்பகோணத்திற்குச் சென்றிருந்த காலத்தில், அப்புத்தகத்தை எனக்கு இரவலாகக் கொடுக்கும்படி தியாகராச செட்டியாருக்கு இவர் சொன்னார். அவர், "நான் முதலில் வாசித்த புத்தகம் அதுதான். அதனாலேதான் எனக்கு இலக்கணத்தில் நல்ல பயிற்சியுண்டாயிற்று. அதனைப் பொன்போற் பொதிந்து வைத்திருக்கிறேன். ஆதலால் அதை இரவலாகக் கொடுப்பதற்கு என் மனம் துணியவில்லை" என்று மறுத்துவிட்டார். இவர் அதை அப்படியே மனத்தில் வைத்திருந்து மறுநாள்

---

* ஆறுமுகத்தா பிள்ளைக்கு.

† கவேசிருங்கம் – சிவ வழிபாட்டில் இறைவனின் திருமேனிக்கு நீர்வார்க்கும் பலவகையான பாத்திரங்களுள் ஒன்று. இது மான்கொம்பு வடிவில் இருக்கும். (ப.ஆ.)

விடிய ஐந்து நாழிகையளவில் எனக்குத் தெரியாமல் மெல்ல எழுந்து கும்பகோணம் காலேஜில் இரண்டாம் தமிழ்ப் பண்டிதராக இருந்த நாராயணசாமி பிள்ளை என்பவருடைய *வீட்டிற்குத் தனியே சென்று அவரை யெழுப்பி அவரிடமிருந்து பாலபோத இலக்கணத்தை வாங்கிக் கையில் வைத்துக்கொண்டு செய்ய வேண்டிய அநுஷ்டானங்களை விடியற்காலத்தில் அரிசிலாற்றிற் செய்துமுடித்துவிட்டு அவருடன் செட்டியார் வீட்டுத் திண்ணையில் வந்திருந்தனர்.

தூங்கிக்கொண்டிருந்த நான் வழக்கம் போலவே எழுந்து பார்க்கும்பொழுது படுக்கையில் இவர் காணப்படவில்லை. “முன்னரே தனியே எழுந்து சென்று விட்டார்களே! நாம் தூங்கிவிட்டோமே!” என்று நெஞ்சொடு சொல்லிக்கொண்டு அஞ்சி வாயிற்பக்கம் வந்தேன். அப்போது அங்கே யிருந்த இவர் என்னை அழைத்து, “இது பாலபோத இலக்கணம்; வைத்துக்கொண்டு படியும்” என்று கொடுத்தார். நான் திடுக்கிட்டு அதனை வாங்கிக்கொண்டேன். இவர் அநுஷ்டானம் செய்திருத்தலையும் நாராயணசாமி பிள்ளை உடன்இருத்தலையும் அறிந்து அவருடைய வீட்டிற்கு இவர் சென்று அவருடைய புத்தகத்தை வாங்கி வந்திருக்கிறா ரென்பதை அறிந்து இவ்வாசிரியப்பெருமானுடைய பேரன்பை நினைந்து உருகி ஸந்தியாவந்தனஞ் செய்து கொண்டு வந்து உடனே அதைப் பாடங்கேட்கத் தொடங்கினேன்; சில நாளில் அதை இரண்டு முறை பாடங்கேட்டு முடித்தேன். அதுவரையில் அவ்விலக்கணத்தை இவர் பாராதவராதலால் அதன் பெருமையையும் விசாகப்பெருமா ளையருடைய ஞானத்தையும் பாராட்டினார்.

திருஆவூர்த் திரிபந்தாதியின் அரங்கேற்றம்

முன்புகூறிய சிவப்பிரகாச பிள்ளை யென்பவர் தாம் இயற்றிய ஆவூர்த் திரிபந்தாதி முழுவதும் பிள்ளை யவர்களால் திருத்தப்பட்ட பின்பு அதனை அரங்கேற்ற நிச்சயித்தார். அதனை அங்கீகரித்த ஆவூர்க் கோயில் தர்மகர்த்தா முதலியோர்கள் வந்து, “உடன்வருபவர்களையும் அழைத்துக்கொண்டு வந்து அரங்கேற்றுதலைச் சிறப்பிக்க வேண்டும்” என்று இப் புலவர்சிகாமணியைக் கேட்டுக் கொண்டார்கள். அதற்கு இசைந்து இவர் ஆறுமுகத்தா பிள்ளை, சோழன்மாளிகை இரத்தினம் பிள்ளை முதலிய கனவான்களோடும் மாணாக்கர்களோடும் அவ்விடம் சென்றிருந்தார். இவர் வருவது தெரிந்து வேறு பலரும் அங்கே வந்திருந்தார்கள். அரங்கேற்றுவதற்கு முன்பு கோயிலாரைக்கொண்டு சிவசந்நிதியில் சிவப்பிரகாச பிள்ளைக்குப் பட்டுக்கட்டுதல் முதலிய மரியாதைகளை இவர் செய்வித்தார்.

அப்பால் அரங்கேற்றுதல் தொடங்கப்பெற்றது; தொடங்கிய தினத்தன்று சில பாடல்கள் படிக்கப்பட்டு இவர் மாணாக்கருள் ஒருவரால் பொருள்கூறி உபந்நியாஸம் செய்யப்பெற்றது. எஞ்சிய பாகம் படித்தலை மறுநாள் முதல் வைத்துக்கொள்ளலாமென்று நிச்சயித்து அங்கே ஆகாராதிகளை முடித்துக் கொண்டு எல்லோரும் மறுநாட் காலையிலே பட்டீச்சுரம் வந்துவிட்டார்கள். சிவப்பிரகாச பிள்ளையும் உடன்வந்தார்.

---

* அது தியாகராச செட்டியார் வீட்டிலிருந்து ஒரு மைல் தூரத்துக்குமேல் இருக்கும்.

ஆறுமுகத்தா பிள்ளையின் கோபம்

வந்தபின்பு தங்களுடைய கௌரவத்துக்குத் தக்கபடி வஸதியான இடத்தையும் ஆகார ஸௌகரியங்களையும் முன்னதாகவே கவனித்து அமைக்கவில்லை யென்று சிவப்பிரகாச பிள்ளைமீது ஆறுமுகத்தா பிள்ளைக்கு மிகுதியான கோபம் உண்டாயிற்று; அவரோடு பேசவில்லை; அவரை அங்கீகரிக்கக் கூடாதென்றும் எல்லோரிடமும் சொல்லி வந்தனர்.

"அரங்கேற்றுவதற்கு இன்று மாலையில் ஆவூருக்கு யாரும் போகவேண்டாம்; ஐயாவவர்களை மதியாமல் நடத்தின அவர் பழக்கத்தை இனி யாரும் வைத்துக்கொள்ளக் கூடாது" என்று எல்லாருக்கும் ஆறுமுகத்தா பிள்ளை வற்புறுத்திச் சொல்லிவிட்டனர். அதனை யறிந்த சிவப்பிரகாச பிள்ளை பலமுறை நயந்து கேட்டுக்கொண்டும் அவர் முகங்கொடுக்கவில்லை. எப்படியாவது அவருடைய கோபத்தைத் தீர்த்துக்கொள்ள வேண்டுமென்று எண்ணிய சிவப்பிரகாச பிள்ளை,

(விருத்தம்)

அனம்படியுந் தடப்பட்டீச் சுரமதனில் வருவாருக் கனத்தை யிட்டுக்
கனம்படியும் புகழாறு முகப்புனிதன் றனைப்போலக் காணே னென்று
மனம்படிந்து வந்தவென்னை யறியாது வந்தபிழை வழியால் வந்த
சினம்படியிற் படியில்லாப் படிக்கிணைநீ யெனப்படித்தல் திண்ண மாமே

என்ற பாடலைச் சொல்லி, "என் குற்றத்தைப் பொறுத்தருள வேண்டும். உங்களுடைய கோபத்திற்கு நான் பாத்திரனல்லன்; என்னால் அது தாங்கமுடியாது" என்று பலமுறை மன்றாடிக் கேட்டுக் கொண்டார்; கொண்டும், அவர் சிறிதும் தணியாமற் கோபக் குறிப்போடே முகங்கொடாமல் இருந்துவிட்டார்.

ஆறுமுகத்தா பிள்ளை எதைப் பொறுத்தாலும் பிள்ளை யவர்களுக்கு யாரேனும் அபசாரஞ் செய்தால் அதைப் பொறார். அதுதான் அவருடைய கோபத்திற்குக் காரணம். அப்பால் இன்னது செய்வதென்று தெரியாதவராகிச் சிவப்பிரகாச பிள்ளை ஆகாரம் பண்ணாமல் மிகவும் வருந்திக்கொண்டிருக்கும் நிலைமையை இவர் கேள்வியுற்றனர்; உடனே அவரை வருவித்து,

(விருத்தம்)

பரம்பரையே தமிழருமை யறிகுலத்தில் வந்துதித்த பண்பா நண்பு
நிரம்பறிஞர் குழாந்தழுவப் பொலிந்தோங்கு சுகுணதயா நிதியே வாய்மை
வரம்புநமச் சிவாயமுகின் மைந்தாநல் லாறுமுக மகிபா வென்மேல்
திரம்பெறுவெஞ் சினங்கொள்ளேல் கொள்ளுவது தருமமென் செகத்தில் யாரே

என்னும் செய்யுளைப் பாடி அவர் கையிற் கொடுத்து, "நீர் இதைத் தம்பிக்குப் படித்துக் காட்டும்" என்று சொன்னார்; சிவப்பிரகாா பிள்ளை அங்ஙனமே செய்தனர். ஆறுமுகத்தா பிள்ளை கேட்டு நடையாற் செய்யுள் இன்னாரது என்பதைத் தெரிந்துகொண்டு கோபம் தணிந்தனர்; பிறகு சிவப்பிரகாச பிள்ளைக்கு ஆகாரஞ் செய்வித்தனர்.

ஆவூர்த் திரிபந்தாதிச் சிறப்புப் பாயிரம்

அப்பால் இவரிடம் ஆறுமுகத்தா பிள்ளை வந்து, "ஐயாவவர்கள் மட்டும் ஆவூருக்கு எழுந்தருள வேண்டாம்; மற்றவர்கள் போய்வரலாம்" என்றனர். அதனால் சிவப்பிரகாச பிள்ளையுடன் நாங்களும் வேறு சிலரும் ஒவ்வொரு தினத்திலும் மாலையிற் சென்று அரங்கேற்றிவிட்டு வந்தோம். அதுமுதற் பத்து நாள் வரையில் அரங்கேற்றுதல் நடந்தது; கடைசிநாளன்று சிவப்பிரகாச பிள்ளையின் விருப்பத்தின்படி இவர் அந்நூல் விஷயமாக,

(கட்டளைக் கலித்துறை)

தேடு மரியயற் கெட்டா திருந்துஞ்சிற் றம்பலத்தே
ஆடு மழகர்தென் னாவூர்ப் பரம ரடிக்கணன்பும்
பீடும் படைத்த சிவப்பிர காசப் பெயர்க்கவிஞன்
நாடுங் கலித்துறை யந்தாதி நூறு நவின்றனனே

என்ற ஒரு பாடலை இயற்றிக்கொடுத்து எல்லோரையும் அனுப்பினர். முடிவில் அது படிக்கப்பெற்றது. மாணாக்கர்களும் அந்நூலுக்குச் சிறப்புப் பாயிரங்களை இயற்றி அளித்தனர்.

'இன்னும் சில வருஷம் படிக்கட்டுமே'

குடும்ப ஸௌகரியத்தை உத்தேசித்து, "எனக்கு ஏதாவது ஒரு வேலை செய்விக்கவேண்டும்" என்று ஒரு நாள் சந்தித்த பொழுது தியாகராச செட்டியாரை நான் கேட்டுக்கொண்டிருந்தேன். அப்பால் ஒரு சமயம் பட்டீச்சுரத்துக்கு அவர் வந்தபோது, "கும்பகோணத்தில் எனக்கு வேண்டிய அன்பர்களாகிய *மூவர் நேடிவ் ஹைஸ்கூலென்று புதிதாக ஒரு கலாசாலையை ஏற்படுத்தப்போகிறார்கள்; அதில் தமிழ்ப் பண்டிதர் வேலைக்கு ஒரு தக்கவரைக் குறிப்பிட்டுச் சொல்லவேண்டுமென்று என்னிடம் தெரிவித்தார்கள். பிரியமிருந்தால் நீர் அதனை ஒப்புக்கொள்ளலாம். இப்பொழுது சம்பளம் ரூ. 15 கிடைக்கும்; செய்விக்கிறேன்" என்றார். அச்செய்தியை இவரிடம் தெரிவித்தேன். அருகில் நின்ற செட்டியாரைப் பார்த்து இப் பெருந்தகையார். "தியாகராசு, சாமிநாதையர் 'இன்னும் சில வருஷம் படிக்கட்டுமே'; ஏன் அவசரப்படுகிறாய்? பின்னாலே கூடுமானால் இவரைக் கவனித்துக்கொள்" என்றார். அதனால் அம்முயற்சி நின்றது. பிற்காலத்தில் எனக்குத் தம் வேலையைச் செய்விக்க வேண்டுமென்ற எண்ணம் செட்டியாருக்கு உண்டானதற்குக் காரணம் இவர் சொல்லிய இந்த வார்த்தைதானென் றெண்ணுகிறேன்.

துரைசாமி பிள்ளைக்காகச் செய்த செய்யுட்கள்

ஆறுமுகத்தா பிள்ளையின் குமாரராகிய துரைசாமி பிள்ளையை யாரேனும், "நீ யார்?" என்று கேட்டால் அவர், "திருக்கைலாய பரம்பரைத் திருவாவடுதுறை யாதீனத்து மஹாவித்துவான் திரிசிரபுரம் ஸ்ரீ மீனாட்சிசுந்தரம் பிள்ளை யவர்களுடைய பேரனாகிய துரைஸாமி

* மூவர்: ராவ்பகதூர் அப்பு சாஸ்திரி, எஸ். வெங்கடராம சாஸ்திரி, B.A., எஸ். இராகவ ஐயங்கார். (ப.ஆ.)

பிள்ளை" என்பார். அங்ஙனம் சொல்லும்படி ஆறுமுகத்தா பிள்ளை பழக்கியிருந்தனர்.

அவரை இவர் பட்டீச்சுரத்திலிருந்து ஒருமுறை சுப்பிரமணிய தேசிகரிடம் அழைத்துச் சென்றார். அப்பொழுது தேசிகர் அவரை, "நீ யார் அப்பா?" என்று கேட்க, அவர் மேற்கூறியவாறே விடை பகர்ந்தார். சில தினங் கழித்து மறுமுறை அவரையும் உடனழைத்துக் கொண்டு சென்றபோது,

கண்ணான் மதனைக் கடிந்ததற்கேற் பப்புரப்பால்
பெண்ணா ளுறாச்சுப் பிரமணிய – அண்ணா
திருவா வடுதுறையாய் சிற்றடியே னின்ப
மருவா வடுமாற வை

என்னும் வெண்பா வொன்றை இயற்றி அதனை அவர் சொல்லும்படி இவர் செய்வித்தனர்; அங்ஙனமே அவர் அதனைத் திருத்தமாகச் சொல்லவே தேசிகர் கேட்டு மெச்சினார்.

மற்றொருமுறை இவர் ஒரு பாடலியற்றிப் பாடம் பண்ணுவித்து அவரை அழைத்துச் சென்றபோது, "இப்போது ஏதேனும் பாடலுண்டோ?" என்று தேசிகர் கேட்க அவர்,

(விருத்தம்)

மாமேவு புகழ்த்திருவா வடுதுறைச்சுப் பிரமணிய வள்ள லாய
தூமேவு குரவன்பேர் சொற்றவுட னென்பிறப்புத் தொலைந்த தம்மா
பாமேவு மிதுகண்டும் பிறப்பொழிப்பா னிவனென்று பலருஞ் சொல்வார்
தேமேவு நலந்தெரியென் னாவினையே புகழாத செய்கை யென்னே

என்ற பாடலைச் சொல்லி மகிழ்வித்தார்.

தனுக்கோடி முதலியாருக்குக் கடிதமெழுதியது

இவர்பால் அன்புடையவரரான *தனுக்கோடி முதலியா ரென்பவர், "எனக்குச் சம்பளத்தில் 20 ரூபாய் உயர்ந்திருக்கிறது. அது தங்களுடைய திருவருளே" என்று எழுதிய கடிதமொன்று ஒருதினம் இவருக்கு வந்தது. இவர் சந்தோஷப் பெருக்கினால் அவருக்கு உடனே,

ஊருணி நீர்நிறைந் தற்றே யுலகவாம்
பேரறி வாளன் றிரு

என்றதற்கேற்ப உங்களுக்குக் கிடைத்த செல்வம் ஏனையோர்க்கும் உரியதன்றோ?" என்ற ஒரு விடைக்கடிதம் எழுதுவித்து அனுப்பினர்.

'உடுக்கையும் பம்பையும் இல்லாததுதான் குறை'

பிறர் பேசுங்காலத்தில் ஏதேனும் குற்றம் காணப்படின் அவர்கள் ஒப்புக்கொள்பவர்களாக இருந்தால் இவர் மெல்லச் சொல்லித் திருத்துவர். அல்லராயின் அவர்கள் எது சொன்னாலும், "சரி, சரி; ஆம், ஆம்" என்று சொல்லிக் கொண்டேயிருப்பார்.

---

* முதற்பாகம் பக்கம், 202 பார்க்க.

காணாதாற் காட்டுவான் றான்காணான் காணாதான்
கண்டானாந் தான்கண்ட வாறு (திருக்குறள், 215)

என்பது இவருடைய பெரும்பான்மையான கொள்கை. தாம் தடுத்துச் சொல்வதனால் யாதொரு பயனுமில்லை யென்பது இவருடைய கருத்து.

ஒரு சமயம் கும்பகோணத்திற் பெரிய உத்தியோகஸ்தராக இருந்த ஒரு கல்விமானுக்கும் இவருக்கும் மிக்க பழக்கமுண்டாயிற்று. அவர் பலமுறை வற்புறுத்தி அழைத்தமையால் இவர் ஒரு நாள் பிற்பகலில் அவருடைய வீட்டிற்குச் சென்றனர். அப்போது தியாகராச செட்டியார், ஆறுமுகத்தா பிள்ளை முதலியோர்களும் உடன் சென்றார்கள். அந்த உத்தியோகஸ்தர் மகாவித்துவானாகிய இவராலே பற்பல அரிய விஷயங்களை அறிந்து கொள்ளலாமென்று நினையாமல் தாம் பல நாளாகச் சேகரித்து வைத்திருந்த வடமொழி தென்மொழியிலுள்ள நூல்களுக்கு வரன் முறையாக வன்றி நூதன முறையாகப் பொருள் செய்துகொண்டு, "இராமாயணத்திற்கு அர்த்தம் இவ்வாறு சொல்ல வேண்டும்; பாரதத்திற்கு அர்த்தம் இதுதான்; அவற்றிற்கு இதுவரையில் எல்லோரும் சொல்லி வருபவை பிழையான பொருள்கள்" என்று விபரீதமாகவே சொல்லி வந்தார். கேட்டுக்கொண்டிருந்த இவர் அவருடைய நிலைமையை அறிந்து யாதோர் ஆட்சேபமும் செய்யாமல் சிலசமயத்தில், "ஆம், ஆம்" என்றும் சில சமயத்தில், "சரி, சரி" என்றும் மொழிந்துவந்தார்.

இரவில் மணி பன்னிரண்டுக்கு மேலாயிற்று. உடனிருந்த தியாகராச செட்டியாருக்கு அந்த உத்தியோகஸ்தர்மேல் கோபம் உண்டானதன்றி அகாலம் ஆய்விட்டபடியால் அப்பாற் சென்று இத்தனை பேர்களுக்கும் எப்படி ஆகாரம் செய்விப்பதென்ற கவலையும் ஏற்பட்டது. நிறுத்த வேண்டுமென்று சொல்வதற்கும் அஞ்சினவராகிக் கடுகடுத்த முகத்தோடு ஒன்றும் சொல்லாமலே இருந்தார். அந்த உத்தியோகஸ்தர் தம்மிடம் வருபவரோடு இவ்வாறே நெடுநேரம் பேசிக்கொண்டிருந்துவிட்டு அகாலத்தில் அனுப்பிவிடுவது வழக்கம். அவர் ஒருவேளை இவர்களுடைய ஆகாரத்திற்கு ஏற்பாடு செய்திருக்கலாமோ என்ற சந்தேகம் உடன்சென்ற எங்களுக்கு இருந்தது.

பின்பு அந்த உத்தியோகஸ்தர் வழக்கம்போல, "சரி; நேரமாய்விட்டது; உங்களுக்குச் சிரமமாக இருக்கும்" என்று சொன்னார். அக்குறிப்பை யறிந்து இவர் புறப்பட்டு அந்த வீட்டின் வெளியே வந்தவுடன் செட்டியார் இவரை நோக்கி, "உங்களிருவர் கையிலும் *உடுக்கையும் பம்பையும் இல்லாததுதான் ஒரு குறை" என்று சொன்னார். இவர் பக்கத்தில் யாரேனும் அயலாருளரோ வென்று கவனித்துவிட்டு, "என்னப்பா உபத்திரவஞ் செய்கிறாய்? அவ்வாறு சொல்லாமல் நான் வேறு என்ன செய்கிறது? அவருக்கே தெரியவேண்டுமல்லவா? சில சமயங்களில் இந்த மாதிரியான மனுஷ்யர்களிடமும் போகும்படி நேரிடுகிறது; எல்லாம் கால விசேஷமே; படிப்பை யார் கவனிக்கிறார்கள்? தங்கள் கௌரவத்தையும் தங்கள் படிப்பையுமே பெரிதும் பாராட்டுகிறார்கள்; அதை ஒட்டித்தான் நாமும்

* உடுக்கையடிப்பவன் சொல்லச் சொல்ல எதிரிலுள்ளவன் பம்பையை முழக்கிவிட்டு ஆமாம் ஆமாம் என்று சொல்லுவான்.

போகவேண்டியிருக்கிறது; என்ன செய்யலாம்?" என்று செட்டியாரிடம் சொன்னார்.

சுப்பையா பண்டாரம் மாம்பழம் வாங்கிவந்தது

பிள்ளை யவர்களோடு உடனிருப்பவர்களிற் சுப்பையா பண்டார மென்பவர் ஒருவர்; அவருடைய ஊர் திருவிடைமருதூர்; ஆறுமுகத்தா பிள்ளைக்கு மைத்துனர். தமிழிற் சிறிது பயின்றவர். தமிழ்ப் பாடல்களிற் பிற்காலத்தனவாகிய சிலவற்றை மனனஞ்செய்து வைத்திருப்பவர். அப்பயிற்சியையே ஆதாரமாகக் கொண்டு தம்முடைய வறுமைத் துன்பத்தை மாற்றிக்கொள்ளுதற்குப் பல ஜமீன்தார்கள் முதலியோர்களிடம் போய் அவர்கள் நோக்கம்போலவே நடந்து அவர்களுடைய நிலைமையை அறிந்து பழைய பாடல்களை அவர்கள் பெயருக்கு மாற்றிச் சொல்லியோ வேறு பாடல்களைச் சொல்லியோ அவர்களை மகிழ்வித்துப் பரிசு பெற்றுக் காலங்கழிக்கும் இயல்பினர். தோற்றப் பொலிவுள்ளவர்; பிள்ளை யவர்களையன்றி வேறு யாரையும் மதியார்; தைரியசாலி. இவருடைய காரியங்களைக் கவனித்துக்கொண்டு வருபவர். பாடம் கேட்கும் வழக்கம் மட்டுமில்லை; அதிற் பிரியமுமில்லை.

ஒருநாள் பகற்போசனத்திற்குப்பின் பிள்ளை யவர்களுடன் எல்லோரும் பேசிக்கொண்டிருக்கும்பொழுது மேற்கூறிய சுப்பையா பண்டாரத்தை நோக்கி மைத்துனரென்ற முறைமையால் ஆறுமுகத்தா பிள்ளை, "சுப்பையா, நீ அநேகரிடஞ் சென்று சென்று நூதனமான பாடல்களைப் பாடிப் பரிசுகள் பெற்று வருவதாகச் சொல்லுகிறாயே; அதனை நாங்கள் தெரிந்துகொள்ளும்படி இன்று கும்பகோணம் போய்த் தியாகராச செட்டியார் மீது ஏதாவது ஒரு பாடலியற்றிப் பரிசுபெற்று ஐயாவவர்களுக்குப் பிரியமான மாம்பழங்களை விலைக்கு வாங்கிவரமுடியுமா?" என்றனர். அதனைக் கேட்ட இப்புலவர்பிரான் ஆறுமுகத்தா பிள்ளைக்குத் தெரியாதபடி, முடியுமென்று சொல்லும்வண்ணம் குறிப்பால் அவரைத் தூண்டினார். வெறு வாயை மெல்லுபவர்களுக்கு அவல் கிடைத்தாற் சொல்லவேண்டுமா? உடனே அவர் ஆறுமுகத்தா பிள்ளைய நோக்கி, "அவசியம் போய்ப் பாடல்செய்து சொல்லிக் காட்டி மகிழ்வித்துச் செட்டியாரிடம் பரிசுபெற்று மாம்பழம் வாங்கிக்கொண்டு வந்துவிடுவேன்" என்றார்.

ஆறு: ஒருநாளும் முடியாது.

சுப்: ஏன் முடியாது?

ஆறு: உனக்குப் படிப்பில்லையே!

சுப்: எனக்குப் படிப்பில்லை யென்பதை நீர் கண்டீரா? எவ்வளவோ இடங்களுக்குப் போய்த் திரவிய முதலியவற்றைப் பெற்று வருகிறேனே; படிப்பில்லாவிட்டால் முடியுமா?

ஆறு: படிப்பில்லாத இடமாகப் பார்த்துத்தான் நீ போய் வருகிறாய். எனக்கும் பிறர்க்கும் அது நன்றாகத் தெரியுமே.

சுப்: தோட்டத்துப் பச்சிலைக்கு வீரியம்மட்டு என்பதுபோல் என் படிப்பை நீர் மதிக்கவில்லை.

ஆறு: செட்டியாரிடம் போனால் உன்னுடைய படிப்பு நன்றாக வெளியாகும்!

சுப்: அவர் என்ன செய்வார்?

ஆறு: உன் நரம்பை எடுத்துவிடுவார்; வெளிக்கிளம்ப வொட்டார்.

சுப்: நான்தான் அவர் நரம்பை எடுத்துவிடுவேன். அவரிடத்தில் எனக்குக் கொஞ்சமேனும் அச்சம் இல்லை.

ஆறு: ஏன் அச்சமிருக்கும்? சிறிதேனும் படிப்பிருந்தா லல்லவோ படித்தவர்களிடத்தில் அச்சமுண்டாகும்; மகா மூடனாக இருக்கிற உனக்கு மகா பண்டிதராகிய அவரிடத்தில் எப்படி அச்சமுண்டாகும்? நீ மாத்திரம் அவரிடம்போய் ஒரு பாடலைச் சொல்லுவாயாயின் உன் சரக்கு வெளியாகும்.

சுப்: நீர் இப்படிச்சொல்வது என்னுடைய கௌரவத்திற்குக் குறைவாக இருக்கிறது.

ஆறு: உனக்கு என்ன கௌரவமிருக்கிறது? இருந்தாலல்லவோ அது குறையுமென்று நீ கவலைப்படவேண்டும்?

சுப்: இருக்கட்டும். நீர் என்னசெய்யச் சொல்லுகிறீர்?

ஆறு: செட்டியார்மீது ஒரு பாடல்செய்து பரிசுபெற்று மாம்பழம் வாங்கிக்கொண்டு இன்று மாலைக்குள் வரவேண்டும். அப்படிச் செய்யாவிட்டால் நீ மனுஷ்யனேயல்ல.

சுப்: நீரென்ன சொல்லுகிறது? அப்படிச் செய்யாவிட்டால் நான் மனுஷ்ய னல்லவென்று நானே சொல்லுகிறேன்.

இவ்வாறு சொல்லிவிட்டு அவர் புறப்படுதற்குத் தொடங்கினார்.

அதனைக் கண்ட ஆறுமுகத்தா பிள்ளை வழக்கம்போலவே சயனத்துக்குப் போய்விட்டார். அவர் நன்றாகத் தூங்கிவிட்டாரா வென்பதை அறிந்துவரச் செய்து இக்கவியரசர் தியாகராச செட்டியார் மீது புதிதாக ஒரு பாடலை இயற்றி எழுதுவித்து எழுதிய ஏட்டைச் சுப்பையா பண்டாரத்தினிடம் கொடுத்தனர். "இப்பாடலை நன்றாகப் பாடம்பண்ணிக்கொண்டு சென்று தியாகராசினிடம் நீர் செய்ததாகவே சொல்லிக் காட்டிப் பணம்பெற்று மாம்பழம் வாங்கிக்கொண்டு இன்று மாலைக்குள்ளே வந்துவிடும். அவன் என்ன சொன்னாலும் பயப்படாமல் எதிர்மொழி கொடும்; இதன் பொருளை நன்றாகத் தெரிந்துகொண்டுபோம்" என்று சொல்லிவிட்டு அங்கே நின்ற மாணாக்கராகிய சரவண பண்டார மென்பவரை அவருடன் போய் வரும்படி அனுப்பினார். அந்தப் பாடலின் பொருளை நன்றாக அவருக்குப் போதித்தனுப்பும் வண்ணம் எனக்குக் கட்டளையிட்டார். பின்பு தாம் வழக்கம் போலவே சிரமபரிகாரஞ் செய்துகொள்ளத் தொடங்கினார்.

சுப்பையா பண்டாரம் இவர் சொன்னபடி என்னிடம் அச்செய்யுளின் பொருளை நன்றாகத் தெரிந்துகொண்டு சட்டை முதலியன தரித்தவராகிக் கையிற் கோலொன்றை எடுத்துக்கொண்டு அந்தப் பாடலை நெட்டுருப்பண்ணிக் கொண்டும் பொருளைச் சிந்தித்துக் கொண்டும் சரவண பண்டாரத்துடன் தைரியமுடையவராகி ஊக்கமுற்றுக் கும்பகோணத்திற்குச் சென்று தியாகராச செட்டியாருடைய வீட்டையடைந்து விசாரித்தார். செட்டியார் இல்லை யென்பதை அறிந்து சுப்பையா பண்டாரம் அந்த வீட்டு வெளித் திண்ணையில் இருந்தார்.

செட்டியார் 4 மணிக்குக் காலேஜிலிருந்து வந்தனர். வந்தவர் திண்ணையிலிருந்த அவரைக் கண்டு பரபரப்புடன், “ஐயாவவர்கள் வந்திருக்கிறார்களா?” என்று வினவவே, சுப்பையா பண்டாரம், “வரவில்லை; நான்மட்டும் இங்கே ஒரு காரியமாக வந்திருக்கிறேன்” என்றார். செட்டியார் வேகந் தணிந்து, “ஆனால் இங்கே இரும்; வந்துவிடுவேன்” என்று சொல்லி உள்ளே சென்று உத்தியோக உடைகளைக் களைந்துவிட்டு வேறு மடியொன்றைத் தட்டுடையாக உடுத்திக்கொண்டு விசிறியும் கையுமாகப் புறத்தே வந்து இருந்தனர்; பின்பு, “நீர் இவ்வளவு படாடோபமாக வந்த காரியமென்ன? வேறு யாரையேனும் பார்க்க வந்தீரா? ஐயாவவர்கள் ஏதாவது சமாசாரம் சொன்னதுண்டா?” என்று கேட்டார்.

சுப்: இல்லை; நான் உங்களைத்தான் பார்க்க வந்திருக்கிறேன். வந்தது ஒரு காரியத்தை உத்தேசித்து; உங்கள்மீது ஒரு பாடலும் செய்துகொண்டு வந்தேன். தனியே எங்காவது சென்றால் இந்த வேஷத்தோடுதான் நான் போவது வழக்கம்; ஐயாவவர்களுடன் வந்தால் சாதாரணமாக வருவேன்.

தியாக: பாடல் செய்துகொண்டு வந்திருக்கிறே னென்று சொல்லுகிறீரே! உமக்குப் பாடல் செய்கிற வழக்கமுண்டோ?

சுப்: ஏன் இல்லை? நான் செய்யுள் செய்வே னென்பது உங்களுக்குமட்டும் தெரியாது. பல இடங்களுக்குப் போய்ப் போய்ப் பாடிப் பாடிப் பரிசுபெற்று வருவது எனக்கு வழக்கம்; என்னுடைய காலக்ஷேபத்திற்கு அதுதானே வழி. இது பலருக்கும் தெரியுமே.

தியாக: நீர் வெளியிடஞ் சென்று யாசகம் செய்துகொண்டு காலக்ஷேபம் செய்வதுண் டென்பதுமட்டும் தெரியும்; பாடல் செய்துகொண்டுபோய்ச் சம்பாதித்து வருவது இதுவரையில் எனக்குத் தெரியாது. பாடுவதென்றாற் படித்திருக்கவேண்டுமே!

சுப்: ஏன் படிக்கவில்லை? படித்திருக்கிறேனென்று சிலரைப் போல நான் பறையறைந்துகொண்டு திரிகிறதில்லை.

தியாக: படித்தவர்க ளெல்லாம் படித்திருக்கிறோமென்று சொல்லிக்கொண்டுதான் திரிகிறார்களா? நீர் சொல்வது நன்றாக இல்லையே. படித்திருந்தால் எப்படியும் பிறருக்குத் தெரியுமல்லவா? உம்மிடத்திற் புஸ்தகம் இருத்தலை நான் ஒருபொழுதும் கண்டதில்லையே. படிப்பிற்குரிய அடையாளத்தையும் உம்மிடம் இதுவரையில் நான் காணவில்லை. பிள்ளை யவர்களோடு வந்து ஆகாரம் பண்ணிப் போவதை மட்டும்

நான் பார்த்திருக்கிறேன். அந்த மதிப்புத்தான் உமக்கு ஏற்பட்டுள்ளது. மற்றவர்களைப் போலவே நீர் படித்துக் கொண்டிருந்ததையாவது பாடங் கேட்டதையாவது நான் இதுவரையிற் பார்த்ததுமில்லை; கேட்டதுமில்லை. அந்த விஷயம் இருக்கட்டும். நீர் செய்துகொண்டு வந்ததாகச் சொன்ன பாடலைச் சொல்லும்; கேட்கிறேன்.

சுப்:

புண்ணியமெல் லாந்திரண்ட வடிவென்கோ குறுமுனிவன் பொதிய நீத்திங் கண்ணியதோர் வடிவென்கோ தமிழிலுள பலகலைகள் அனைத்துங் கூடி நண்ணியதோர் வடிவென்கோ பின்னுமெந்த வடிவமென நாட்டு கோயான் மண்ணியமா மணியனைய தியாகரா சப்புலவன் வடிவந் தானே.

தியாக: (புன்னகைகொண்டு) இதனை இன்னும் ஒருமுறை சொல்லும்.

சுப்: நல்லது அப்படியே. (பாடலை மறுபடியும் சொன்னார்.) எப்படியாவது என் பாடலை உங்கள் காதிற் போட்டு நன்மதிப்பைப் பெற்றுச் செல்லவேண்டுமென்றே இங்கு வந்தேன்.

தியாக: இருக்கட்டும்; இந்தப் பாடலை நீரே செய்தீரா? வேறு யாரேனும் செய்துகொடுத்தார்களா? உமக்கு இப்படிப் பாட வருமா?

சுப்: ஏன் வாராது? நானே செய்தேன்.

தியாக: இதனை ஐயா அவர்களியற்றிய பாடலென்றே நிச்சயிக்கிறேன். எதற்காக இதை உம்மிடம் பாடிக் கொடுத்தார்கள்?

சுப்: நீங்கள் இப்படிச் சொல்வது எனக்கு மிகவும் மானக்குறைவாக இருக்கிறது.

தியாக: நீர் செய்ததுதானா? உண்மையைச் சொல்லும்.

சுப்: அதில் என்ன சந்தேகம்?

தியாக: பொருள் சொல்லுவீரா?

சுப்: திவ்யமாச் சொல்லுவேன்.

தியாக: முழுவதற்கும் சொல்லவேண்டாம். இதிலுள்ள 'என்கோ' என்பதற்கு மட்டும் பொருள் சொன்னாற் போதும். சொல்லும்; கேட்கிறேன்.

சுப்: அதற்கு, என்பேனோ வென்பது பொருள்.

தியாக: 'என்கோ' என்னும் சொற் பிரயோகத்தை வேறு எந்த நூலில் எந்த இடத்திற் கண்டிருக்கிறீர்? சொல்லும்.

சுப்: இடம் ஞாபகமில்லை.

தியாக: இடம் தெரியாதபோது நீர் இந்தச் சொல்லை அறிந்தது எப்படி? எனக்குச் சந்தேகமாகத்தான் இருக்கிறது.

சுப்: நீங்கள் செய்யும் செய்யுட்களில் பிரயோகிக்கிற சொற்களுள்ள இடங்களெல்லாம் உங்களுடைய ஞாபகத்திலிருக்குமா? பழக்கத்தினாலே வந்துவிடுமல்லவா?

தியாக: வீண் பேச்சை இப்பொழுது நீர் பேசவேண்டாம். இந்தப் பாடலை எதற்காக அவர்கள் செய்தனுப்பினார்கள்? சொல்லும்.

சுப்: திரும்பத் திரும்பச் சொல்லுகிறீர்களே. நான்தான் பாடி வந்தேன். வந்த காரியத்தைக் கேட்டு முடித்து அனுப்பக் கூடுமானால் அனுப்புங்கள். இல்லையானால் முடியாதென்று சொல்லி விடுங்கள்.

தியாக: சரி. இதில் 'என்கோ' என்பதில் ஓகாரத்தை ஏற்ற மொழி எது? ஓகாரம் என்ன பொருளில் வந்தது? சொல்லும்.

சுப்: நீங்கள் பாடிய பாடல்களிலுள்ள சொற்களுக்கெல்லாம் இலக்கணம் சொல்லுவீர்களா?

தியாக: வீணான தைரியப் பேச்சினால் ஒரு பயனும் இல்லை காணும்! இந்தச் செய்யுள் நீர் பாடியது அன்றென்பதை நன்றாகத் தெரிந்துகொண்டுவிட்டேன். நீர் என்ன சொன்னாலும் நம்பேன். இந்தமாதிரி பாடுகிறதென்றால் எவ்வளவு படித்திருக்க வேண்டும்?

சுப்: படிக்காமலே கம்பன் காளிதாஸன் முதலியோர் பாடவில்லையோ?

தியாக: அவர்கள் படிக்கவில்லை யென்பதை நீர் கண்டீரா?

சுப்: வரகவி யென்று சிலர் இப்பொழுதும் இருப்பது உங்களுக்குத் தெரியாதா? அவர்களெல்லாம் படித்துத்தானா பாடுகிறார்கள்? அருமையான வார்த்தைக ளெல்லாம் அவர்கள் வாக்கிற் காணப்படவில்லையா?

தியாக: இவ்வளவு வார்த்தைகளும் நீர் படிக்கவில்லை யென்பதை நன்றாகக் காட்டுகின்றன. இருக்கட்டும். இந்தப் பாட்டை நீரே செய்ததாகச் சத்தியம் செய்வீரா?

சுப்: இதோ செய்கிறேன்; எந்த மாதிரியாகச் செய்யவேண்டும்?

தியாக: துணியைப் போட்டுத் தாண்டவேண்டும். அது செய்வீரா?

சுப்பையா பண்டாரம், "இதோ தாண்டுகிறேன்" என்று சொல்லித் தமது அங்கவஸ்திரத்தைக் கீழே குறுக்கே போட்டு விட்டார். தியாகராச செட்டியார் நடுநடுங்கி அவர் கையைப்பிடித்துக் கொண்டு, "நீர் சத்தியஞ்செய்தாலும் இப்பாடலை நீர் செய்ததாக நான் நினையேன். துணியைத் தாண்ட வேண்டாம். நீர் வந்த காரியம் இன்னதென்று சொல்லிவிடும். உமக்கு வேண்டியவற்றைக் கொடுக்கிறேன்; வீணாக ஏன் பொய்சொல்லுகிறீர்?" என்று நயமாகக் கேட்கவே அவர் நிகழ்ந்தவற்றை யெல்லாம் உள்ளபடியே சொல்லிவிட்டார்.

செட்டியார் உடனே பழக்கடை சென்று மிகவும் உயர்ந்தனவாக 50 மாம்பழங்களை விலைக்கு வாங்கி இரண்டு தென்னங் குடலைகளில் அடக்கி ஒரு குடலையை அவருடன் வந்த சரவண பண்டாரத்தினிடத்தும் மற்றொன்றை ஒரு கூலியாளிடத்தும் கொடுத்து உடன் செல்லும்படி சொல்லிச் சுப்பையா பண்டாரத்தை அனுப்பிவிட்டார். அந்த இருவரும் தமக்குப் பின்னேவரச் சுப்பையா பண்டாரம் அவர்களுக்கு முன்னே விரைவாகப் பட்டீச்சுரம் வருவாராயினர்.

பட்டீச்சுரத்தில் இப்புலவர்பிரான் நித்திரை கலைந்து எழுந்து, "பண்டாரம் கும்பகோணஞ் சென்றாரா?" என்று விசாரித்து விட்டுப் பாடஞ்சொல்லத் தொடங்கினர்; தொடங்கினாலும் பாடஞ் சொல்லுவதில் மனம்செல்லவில்லை; சுப்பையா பண்டாரத்தின் விஷயத்தில் இவருக்குக் கவலையுண்டாயிற்று; "தியாகராசு சுப்பையாவை என்னசெய்கிறானோ? என்ன கேள்விகள் கேட்கிறானோ? சும்மாவிட மாட்டானே! சுப்பையா விழிக்கக் கூடுமே!" என்று எங்களிடம் சொல்லிக்கொண்டே யிருந்தார். சூரியாஸ்தமனத்திற்கு முன்னதாகவே புறப்பட்டு வழக்கப்படி அவ்வூரின் தெற்கேயுள்ள திருமலைராய னாற்றங்கரைக்குச் செல்லாமற் கும்பகோணத்திற்குச் செல்லும் வழியை நோக்கி வடக்கே சென்று அங்குள்ள ஒரு குளக்கரையில் சுப்பையா பண்டாரத்தின் வரவை எதிர்பார்த்து வடதிசையை நோக்கிக்கொண்டே நின்றார். நானும் உடன்சென்று அருகில் நின்றேன். சுப்பையா பண்டாரம் வரவில்லை. இவருக்குக் கவலை அதிகமாயிற்று; "யாராவது வருகிறதாகத் தெரிகிறதா? பாரும்" என்றார். பார்த்து நான், "ஒன்றும் தெரியவில்லை" என்றேன். "பார்த்துக்கொண்டே நின்று யாராவது கண்ணுக்குத் தோற்றினால் உடனே சொல்லும்" என்றார். அங்ஙனமே நான் வடதிசையை நோக்கி நிற்கையில் மூன்று உருவங்கள் முதலில் கண்ணுக்குத் தோற்றின.

நான்: மூன்று உருவங்கள் தோற்றுகின்றன.

மீ: அவர்களாக இருக்குமோ? சரவண பண்டாரம் மிகவும் உயரமுள்ளவ னாதலால் அதைக்கொண்டு கண்டு பிடிக்கலாமே.

நான்: மூவரில் ஒருவருடைய உருவம்மட்டும் உயரமாகவே தெரிகிறது; அவர் சரவண பண்டாரமாகவே இருக்கலாம்.

மீ: பின்னும் நன்றாகக் கவனியும். தலையில் ஏதேனும் இருப்பதாகத் தெரிகிறதா?

நான்: (அவர்கள் நெருங்க நெருங்க) ஒருவர் தலையில் ஏதோ ஒரு குடலை தெரிகிறது. வேறொருவர் தலையிலும் ஒரு குடலை காணப்படுகிறது.

மீ: சுப்பையா பண்டாரம் வருகிறாரா?

நான்: வருகிறார்.

அவர் வருவதை நோக்கி அவரோடு பேசவேண்டுமென்ற ஆவலுடன் இவர் நிற்கையில் அவர் வேகமாக அருகில் வந்து இவரை நோக்கி, "என்ன ஐயா? உங்களை நான் பரமஸாது வென்று எண்ணியிருந்தேன். பெரிய ஆபத்திலே கொண்டுவந்து விட்டீர்கள். என்னை அவமானத்துக் குள்ளாக்கிவிட்டு வேடிக்கை பார்க்கிறீர்களே. நீங்கள் இவ்வளவு செய்வீர்களென்று இதுவரையில் நான் நினைக்கவில்லை. அந்த மனுஷ்யர் புலிபோலே என்னை உறந்துவிட்டாரே" என்றார்.

மீ: என்ன? என்ன?

சுப்: என்னவா? நீங்கள் பாடல்செய்து கொடுத்தீர்களே! அந்தப் பாடலை என்னுடைய சக்திக்கு ஏற்றபடி செய்துதர வேண்டாமா?

அதில் நீங்கள் செய்ததாக நினைக்கும்படி ஏதோ அடையாளம் வைத்துப் பாடிவிட்டீர்களே. நான் பாடிக் காட்டும்பொழுது, 'என்கோ என்பதற்கு என்ன அர்த்தம்? இந்தப் பிரயோகம் எந்த நூலில் வந்துள்ளது? இலக்கண மென்ன?' என்று பல கேள்விகளைக் கேட்டு அந்த மனுஷ்யர் உபத்திரவம் செய்து என் பிராணனை வாங்கிவிட்டார். நான் சத்தியம் பண்ணிக்கொடுப்பதாகச் சொல்லியும் அவர் நம்பவில்லை.

மீ: அப்பால் நீர் எப்படி அவனிடம் தப்பி மாம்பழம் வாங்கி வந்தீர்?

சுப்: பிற்பாடு சொல்லுகிறேன். இப்பொழுது அதைச் சொல்ல எனக்கு இஷ்டமில்லை.

இவ்வாறு சொல்லுகையில் அவர்முகம் கோபக்குறிப்பை மிகவும் புலப்படுத்தியது. இவர் அந்நிலையை உணர்ந்து, "சரி; வீட்டுக்குப்போம்" என்றார்.

சுப்பையா பண்டாரம் தமக்குப் பின்னேவந்த இருவருடனும் வீட்டிற்குச் சென்றார். திண்ணையிலிருந்த ஆறுமுகத்தா பிள்ளை அவரைக் கண்டு, "என்ன சுப்பையா! போய்வந்தாயா? என்ன குடலைகள்? மாம்பழக் குடலைகளா? செட்டியாரைப் பார்த்தாயா? புதிய பாடல் சொன்னதுண்டா? அவர் பழம்வாங்கிக் கொடுத்தாரா? கௌரவத்திற்காக நீயே சொந்தப் பணத்தைக் கொண்டு வாங்கிவந்தாயா? உண்மையைச் சொல்" என்றார்.

சுப்: ஒரு பாடல் செய்து சொல்லிக்காட்டிச் செட்டியாரை மகிழ்வித்தேன். அவரே பழக்கடைக்கு வந்து பழங்கள் வாங்கிக் கொடுத்தார். அவர் அனுப்பிய ஆளே இவன்.

ஆறு: உன்னுடைய பாடலுக்காக அவர் பழம் வாங்கிக் கொடுத்திருந்தால் அவரைப்போலத் தெரியாதவர்கள் இல்லையென்று நான் உறுதியாகச் சொல்வேன்.

பின்னும் இப்படியே மேன்மேலும் வாக்குவாதம் செய்துகொண் டிருக்கையில் இக் கவிஞர்சிரோமணி அங்கே வந்து, "தம்பி, இவரை விட்டுவிடுங்கள்; கோபத்தோடு இருக்கிறார்" என்று சொல்ல அவர் எழுந்து வேறிடம் சென்றார். எல்லாரும் தத்தம் இடம் சென்றார்கள். பின்பு அந்த மாம்பழங்களை எல்லாரும் வாங்கி யுண்டு திருப்தியுற்றுச் சுப்பையா பண்டாரத்தை வாழ்த்தினார்கள்.

மறுநாள் செட்டியார் பாடல்பெற்ற ஸந்தோஷத்தாற் பட்டீச்சுரத்துக்கு வந்து பிள்ளை யவர்களை நோக்கி, "என்ன? நேற்றுப் பெரிய வேடிக்கை செய்துவிட்டீர்களே!" என்று சொல்லிவிட்டு எல்லா விஷயங்களையும் விவரமாகச் சொன்னார்; கேட்டு யாவரும் நகைத்தார்கள்.

திருச்சிராப்பள்ளி சென்றது

பட்டீச்சுரத்தில் இருந்துவருகையில், ஆறுமுகத்தா பிள்ளையின் குடும்பக்காரியமாக இவர் பரிவாரங்களுடன் ஒரு நாள் திருச்சிராப்பள்ளிக்குப் புறப்பட்டார். நீடாமங்கலம் வரையில் சாலை வழியே வண்டியிற்

சென்றார். நல்ல மரச்செறிவுள்ள சாலையைக் கண்டால் வண்டியிற் செல்லாமல் நடந்தேசெல்லுவதும் பாடம் சொல்லுதல் நூலியற்றுதல் முதலியவற்றை அப்பொழுது மேற்கொள்ளுதலும் இவருக்கு இயல்பு. அப்பொழுது இவர் செய்யும் காரியம் எதுவும் நன்றாக நடைபெறும். அங்ஙனம் அச்சாலையிற் செல்லும்பொழுதுதான் திருப்பெருந்துறைப் புராணத்துள்ள பெருந்துறைப் படலத்தில் 31ஆவதிலிருந்து 60ஆவது வரையிலுள்ள பாடல்கள் இயற்றப்பட்டன. அவற்றை எழுதிக்கொண்டு நானும் உடன்சென்றேன்.

அப்பால் நீடாமங்கலத்தில் ரயில்வண்டியிலேறித் திரிசிரபுரம் சென்று கீழைச் சிந்தாமணியிலுள்ள சொர்க்கபுர மடத்தில் இவர் தங்கினார். அந்த நகரத்தில் பத்து நாட்கள் இருந்தார். இவர் அங்கே வந்திருப்பதைக் கேள்வியுற்ற பழைய மாணாக்கர்களும் முக்கியமான பிரபுக்களும் காலை மாலைகளில் வந்து வந்து அளவளாவி ஆனந்தித்துத் தாம் படித்துவந்த நூல்களில் தமக்குள்ள ஐயங்களைத் தீர்த்துக்கொண்டு சென்றனர். பலர் திருப்பெருந்துறைப் புராணத்துள்ள பாடல்களைக் கேட்டு மகிழ்ந்தனர். காப்பிய இலக்கணங்களைச் சுவை ததும்ப அமைத்துப்பாடும் முறை இவர் புராணங்களில் மிகுதியாகக் காணப்படுமாதலால் இவர் இயல்பை அறிந்த பலர், ‘நாட்டுச் சிறப்பைக் கேட்க விரும்புகிறோம்; நகரச் சிறப்பைக் கேட்க விரும்புகிறோம்’ என்று தனித் தனியே தத்தம் ஆவலை வெளியிட்டு அங்ஙனமே அவ்வப் பகுதிகளைக் கேட்டு மகிழ்ந்தனர்.

சிலர் இடையிலே இவராற் செய்யப்பட்ட வேறு புராணங்களிலும் பிரபந்தங்களிலுமுள்ள பாடல்களைக் கேட்டு அவற்றில் அமைந்திருக்கும் கற்பனை நயங்களைப் பாராட்டினர். சிலர் தாம் இயற்றிய நூல்களைப் படித்துக் காட்டித் திருத்திக்கொண்டு சிறப்புப் பாயிரம் பெற்றனர். அக்காலங்களிற் சில பாடல்களுக்குப் பொருள் சொல்லிவிட்டு இவர் பதசாரம் சொல்லுதல் மிகவும் ஆச்சரியகரமாக இருந்தது.

சதாசிவ பிள்ளை பாடல்

அங்ஙனம் வந்து செல்லும் பழைய மாணாக்கர்களிற் சிலர் அன்பின் மிகுதியால் இவர்மீது நூதனமாகப் பாடல்கள் இயற்றிப் படித்துக் காட்டிச் செல்வதுண்டு. அப்பாடல்கள் அருமையாக இருக்கும். அவற்றுள்ளே *சதாசிவ பிள்ளை யென்பவர் இயற்றிய துதிகவிகளில்,

(விருத்தம்)

என்னகத்தி லவிச்சைகெட மெய்ஞ்ஞானக் கதிர்வீசும் இளம்பொன் றன்னைத்
தன்னகத்துச் சார்ந்தாரைத் தானாக்கு மேருவைவித் தரணி தாங்கும்
பன்னகத்தின் மமதைகெடப் பாவிடியைத் தருமுகிலைப் பன்ஞா னங்கள்
மன்னகத்து மீனாட்சி சுந்தரநா வலனடியை வணக்கஞ் செய்வாம்

[பொன் – சூரியன்]

என்ற பாடல் மட்டும் ஞாபகத்தில் இருக்கின்றது. இச்செய்யுள் இவரிடத்தில் மாணாக்கர்கள் கொண்ட அளவற்ற அன்பைப் புலப்படுத்துகின்றது. அந்தப் பத்து நாளும் ஆனந்தத்தை விளைவித்தன.

---

* பக்கம், 338

காலப்போக்கு

ஒவ்வொருநாளும் ஏதேனும் அருகிலுள்ள ஒவ்வொரு கோயிலுக்குச் சென்று இவர் ஸ்வாமி தரிசனஞ் செய்துவிட்டு வருவார்; அச்சமயத்தில் அந்தத் தலசரித்திரம், அதன் சம்பந்தமான தேவாரம், நூல்கள், தனிப்பாடல் முதலியவை இன்னவையென்று எங்களுக்கு எடுத்துரைப்பார்; அங்கே உள்ளவர்களைக் கொண்டும் எங்களுக்கு அவற்றைச் சொல்லச் செய்வார். இடையே சந்திப்பவர்களில், "நீங்கள் இவ்வூரைவிட்டுப் போனபின்பு இதற்குள்ள சோபை போய்விட்டது" என்போர் சிலர்; "உங்களால் இந்த ஊர் மிக்க கீர்த்தியை நாளுக்குநாள் அடைந்து வருகின்றது" எனப் பாராட்டுவோர் சிலர்; "உங்களுடைய அருமையான நூல்களை அடிக்கடி கேட்டு இன்புற இயலவில்லையே என்று வருந்துகின்றோம்" என்பவர் சிலர்; "இனி இந்த ஊருக்கு வந்து விடுங்கள்" என்பவர் சிலர். சிலர் தங்கள் தங்கள் வீடுகளுக்கு அழைத்துச் சென்று விருந்து செய்வித்து உபசரித்து அனுப்பினர்.

உபதேசியார் ஆட்சேபித்தது

ஒரு நாள் வரகனேரிச் சவரிமுத்தா பிள்ளை யென்னுஞ் செல்வர் இவரை அழைத்துச் சென்று அவ்வூர் அக்கிரகாரத்திலுள்ள ஒரு வீட்டில் விருந்து செய்வித்து உபசாரத்துடன் தம்முடைய வீட்டிற்கு அழைத்துப்போனார். அவர் பெரியபுராணத்தில் அதிபத்த நாயனார் புராணத்திற்குப் பொருள்சொல்லவேண்டு மென்று இவரைக் கேட்டுக்கொண்டனர். இவர் சொல்லிவருகையில் தமிழ்க் கல்விமானாகிய கிறிஸ்தவமத உபதேசியா ரொருவர் அங்கே வந்தார். இடையிடையே மனம்பொறாமல் அவர் துராட்சேபம் செய்துகொண்டே யிருந்தனர்; அப்பொழுது அப்பொழுது இவர் சமாதானஞ் சொல்லிவந்தும் மேன்மேலே அவர் இவருடைய பெருமையை அறியாமல் கேள்விகேட்டுவந்தனர். அவர் நோக்கத்தை யறிந்து, இவர்பாலுள்ள அன்பின் மிகுதியாலும் மதிப்பாலும் சவரிமுத்தா பிள்ளை பேசாமலிருக்கும்படி அவ்வுபதேசியாருக்கு முதலிற் கூறினர்; அப்படியும் அவர் அடங்காமையால் அவரை எழுந்து போகும்படி கண்டித்துச் சொல்லிவிட்டார்; அவர் திரும்பிப்பாராமல் விரைவாகப் போயினர். இவர் அவ்வுபதேசியாரை அன்புடன் அழைத்து, "ஐயா, ஞாபகமிருக்கட்டும்; மறவாதீர்கள்" என்றார். எங்களுக்கு அது மிகவும் வியப்பாக இருந்தது; இவருடைய பொறுமையைப் பாராட்டினோம்.

தஞ்சாவூர் சென்றது

காரியத்தை முடித்துக்கொண்டு இவர் திருச்சிராப்பள்ளியி லிருந்து புறப்பட்டுப் பட்டீச்சுரம் வந்துவிட்டார். அங்கே சிலதினம் இருந்துவிட்டு ஆறுமுகத்தா பிள்ளையின் குடும்பக் காரியம் ஒன்றன் நிமித்தம் தஞ்சாவூருக்குப் புரட்டாசி மாதம் முதலிற் சென்றார். கரந்தையிலுள்ள திருவாவடுதுறை மடத்தில் இவர் ஒருமாத காலம் தங்கியிருந்தனர். இவர் மாணாக்கரும் மார்ஷல் காலேஜ் தமிழ்ப்பண்டிதருமான ஐயாசாமி பிள்ளை யென்பவரும் இலக்கணம் இராமசாமி பிள்ளை யென்பவரும் கோ. இராமகிருஷ்ண பிள்ளை யென்பவரும் வேறு சிலரும் அடிக்கடி

வந்துவந்து பார்த்துப் பார்த்துத் தாங்கள் அறிந்துகொள்ள வேண்டியவற்றை அறிந்து கொண்டும் இவருக்கு ஆகவேண்டியவற்றைக் கவனித்துவிட்டும் சென்றனர். அப்பொழுது ஐயாசாமி பிள்ளை கல்லாடம் முழுவதையும் பாடங்கேட்டு முடித்தனர். இவர் விஷயத்தில் அவர் காட்டிவந்த அன்புடைமையும் கவனிப்பும் அதிகம். திருவையாற்றிலிருந்த முத்துசாமி பாரதியா ரென்பவர் அடிக்கடி வந்து தமக்குள்ள சந்தேகங்களைக் கேட்டுப் போக்கிக்கொண்டனர். இப்படியே வந்து சென்றவர்கள் பலர்.

சின்னத்தம்பியா பிள்ளை

தஞ்சாவூரை அடுத்த ரெட்டிபாளைய மென்னும் ஊரிலுள்ள பெரிய மிராசுதாராகிய சின்னத்தம்பியா பிள்ளை யென்பவர் தஞ்சைக்கு இவர் வந்திருப்பதைக் கேள்வியுற்றுத் தாமே வந்து பார்த்து அளவளாவி இவருடைய செய்யுள் நயங்களைத் தெரிந்து பெரிதும் இன்புற்று முடிவில் தக்க திரவிய ஸஹாயம் முதலியவற்றைச் செய்துவிட்டுச் சென்றார். அப்பால் இவர் அவருடைய அன்புடைமையில் ஈடுபட்டு,

(விருத்தம்)

மழைபொழியு முகிலென்கோ வானுயர்கற் பகமென்கோ மகிழ்ந்தெஞ் ஞான்றும்
தழையுமிரு நிதியென்கோ தருசிந்தா மணியென்கோ தாவா மேன்மை
விழையுமொரு சுரபியென்கோ புண்ணியமென் கோவரன்றீ விழிநே ராகாக்
கழைமதவேள் நிகர்சின்னத் தம்பிமகி பாலாநின் கையைத் தானே

என்ற பாடலை முதலில் அமைத்து ஒரு கடிதம் எழுதியனுப்பினர்.

முத்துக்குமார பத்தரைப் பாராட்டியது

அந்தக் காலத்தில் தஞ்சாவூரில் இருந்தவரும் பித்தளையில் நுட்பமான சிற்ப வேலை செய்வதில் அதிகத் திறமையுடையவரும் தமிழ் நூலறிவிற் சிறந்தவரும் சிவபக்திச் செல்வருமாகிய முத்துக்குமார பத்தரென்பவர் இவருடைய பூஜைக்கு உபயோகமாகக் கற்பூரப் பஞ்சஹாரத்தித் தீபமொன்றும் ஊதுவத்திச்செடி யொன்றும் அரிய வேலைப்பாடுள்ளனவாகச் செய்து அவற்றைப் பல அன்பர்களுடன் பேசிக்கொண்டிருந்த இவரிடம் சேர்ப்பித்தனர். இவர் அவற்றை ஏற்று மகிழ்ந்து அவரது அன்புடைமையையும் அவற்றின் வேலைப்பாட்டையும் பாராட்டிவிட்டு,

(வெண்பா)

மொய்வேலை சூழுலகில் முத்துக்கு மாரபத்தன்
கைவேலை போலநாம் கண்டதில்லை – அவ்வேலை
செய்யு மவற்குத் திறல்விச் சுவகருமன்
கையும் பொழியும்பொன் காண்

என்ற செய்யுளை இயற்றி அளித்தனர். இவருடைய மனத்தில் எழுந்த சந்தோஷமே விரைவில் அப்பாடலாக வந்ததை உணர்ந்து அங்கிருந்தவர்கள் மகிழ்ந்தார்கள்.

பிரான்மலை ஓதுவார்

பின்பு ஒரு நாள் பிரான்மலையிலிருந்து ஓதுவார் ஒருவர் மிக்க ஆவலோடு இவரைப் பார்க்க வந்தார். அவர் தேவாரங்களைச் சாரங்கி யென்னும் வாத்தியத்தில் அமைத்துப் பண்ணோடு ஓதுதலில் வல்லவர்; பல வித்துவான்களுடைய கீர்த்தனங்கள் அவருக்குப் பாடமுண்டு; குணவான். அவருடைய ஞானத்தையும் விருப்பத்தையும் பக்தியையும் அறிந்து தம்முடைய பூஜாகாலத்தில் ஒவ்வொரு நாளும் தேவாரம் ஓதுவதுடன் நல்ல கீர்த்தனங்களையும் பாடும்படி இவர் நியமித்து மாத வேதனங் கொடுத்து வந்தார். அவர் அதனை ஏற்றுக்கொண்டு அப்பணியை நாடோறும் செய்து வருவாராயினர். திருப்பெருந்துறைப் புராணத்தை அரங்கேற்றி மீளும்வரையில் உடனிருந்துவிட்டு அப்பால் விடைபெற்று அவர் தம்மூர் சென்றார்.

❀

32

திருப்பெருந்துறைப் புராண அரங்கேற்றம்

விருத்தமும் கீர்த்தனமும்

பின்பு இப் புலவர்கோமான் தஞ்சையிலிருந்து பட்டீச்சுரத்திற்கு வந்து அங்கே சில தினம் இருந்தனர். அப்பால் திருவாவடுதுறைக்குப் புறப்படுகையில் முன்பு கூறிய பிரான்மலை ஓதுவார், பழனி மாம்பழக் கவிச்சிங்க நாவலர் புதுக்கோட்டை மகாராஜாவாகிய இராமசந்திர தொண்டைமான்மீது இயற்றிய இங்கிலீஷ் நோட்டின் மெட்டுள்ள ஒரு கீர்த்தனத்தைப் பாடிக் காட்டினர். அந்த மெட்டில் ஒரு கீர்த்தனம் சுப்பிரமணிய தேசிகர்மீது செய்ய வேண்டுமென்னும் எண்ணம் இவருக்கு அப்போது உண்டாயிற்று. உடனே ஒரு விருத்தமும், அந்த மெட்டில் ஒரு கீர்த்தனமும் இவர் இயற்றினர். அவை வருமாறு:

(விருத்தம்)

தேடுகயி லாயபரம் பரைத்துறைசை மேயநமச் சிவாயன் றன்னைக்
கூடுதன்முன் னுள்ளபதி னால்வருமுற் றோன்றலெனக் கொண்டா ரவ்வா
றூடுதவிர் தரக்கொண்டும் பிற்றோன்ற லெனவுங்கொண் டுவக்குங் கோமான்
நீடுபெரும் புகழமைசுப் பிரமணிய குருமணியை நினைந்து வாழ்வாம்.

[கூடுதன் னென்றது 16ஆம் பட்டத்திலிருந்த மேலகரம் சுப்பிரமணிய தேசிகரை. அவருக்கு முன்னும் ஆதீன ஸ்தாபகராகிய நமச்சிவாய மூர்த்திக்குப் பின்னும் இருந்த பதினால்வராவார்: (1) மறைஞான தேசிகர், (2) அம்பலவாண தேசிகர், (3) உருத்திரகோடி தேசிகர், (4) வேலப்ப தேசிகர், (5) முற்குமாரசாமி தேசிகர், (6) பிற்குமாரசாமி தேசிகர், (7) மாசிலாமணி தேசிகர், (8) இராமலிங்க தேசிகர், (9) முன் வேலப்ப தேசிகர், (10) பின் வேலப்ப தேசிகர், (11) திருச்சிற்றம்பல தேசிகர், (12) அம்பலவாண தேசிகர், (13) சுப்பிரமணிய தேசிகர், (14) அம்பலவாண தேசிக ரென்பவர்கள். பிற்றோன்ற லென்றது சின்னப் பட்டத்திலிருந்த நமச்சிவாய தேசிகரை.]

(கீர்த்தனம்)

ராகம் – சமாசு; தாளம் – ஆதி

பல்லவி

துங்கஞ்சார் தருதுறை சையில்வளர்
சுப்பிர மணிய தயாநிதியே
துன்றும்பே ரருணனி பொழிதரு
சுத்தமெய்ஞ் ஞான கலாநிதியே

அனுபல்வி

தூய நயசுகு ணக்கடலே
நேய வுயிர்மரு வற்குடலே
தொண்டென்றுங் கொண்டின்பம் கண்டென்றும்
பண்பொன் றினர்நிறை (துங்கம்)

சரணங்கள்

1. மெய்கண்டான் சந்ததி யென்றும்
விளங்கவி ராவிய சூரியனே
மெய்யொன்றா தாழ்பர சமயரை
வென்றுநி லாவிய வீரியனே
வைகுங்கா மாதிய கரிசில்
வளத்தவ ரேபெறு காரணனே
வையந்தா னாதிய பலவு
மறுத்தவை மேலொளிர் பூரணனே
மாண்பார் புலவர்சி காமணியே
காண்பார் பரவுசிந் தாமணியே
மஞ்சொன்றுங் கஞ்சந்தங் கஞ்சம்புஞ்
சங்கொண் டொளிர்தரு (துங்கம்)

2. அடியார்தங் குறைமுழு தொழிதர
ஆரருள் புரிகரு ணாலையனே
அலரேவா னிடைமரு வியபகை
ஆதியி னாளுறு மாலையனே
கடியாரும் உறுகமு நீர்மலர்
காமுறன் மேயபு யாசலனே
கருதாதா ரொருவரு மிலையென
ஓர்பவர் பாசம்வெல் பூசலனே
கமழ்சித் தாந்தசை வப்பொருளே
தமிழிற் காந்தனி மெய்த்தெருளே
கம்பங்கொன் றன்பென்றுந் தங்குஞ்சம்
பந்தந் தந்தருள் (துங்கம்)

3. வந்தெங்கும் பசுமுகில் தவழ்தரு
மாகயி லாயப ரம்பரையாய்
மன்றின்கண் தனிநட நவில்பவ
மாறலி லாகம நூலுரையாய்
நந்தொன்றுங் குழைமறை தரவகன்
ஞாலம்வி ராயப ரம்பரனே

நங்கஞ்சுந் திருவடி வுளைமல
நாளுமி லாமைநி ரம்பரனே
பரவமு தேயெனும் வானவனே
குரவர்சி காமணி யானவனே
பந்தந்தங் கும்பண்பின் றென்றென்றுஞ்
சென்றந் தணர்புகழ் (துங்கம்)

[**அனுபல்லவி:** தொண்டு – கைங்கரியத்தை. **சரணம்:** (1) வையம் ஆதிய – பிருதிவி முதலிய தத்துவங்கள். அஞ்சம் – அன்னப் பறவைகள். புஞ்சம் கொண்டு – கூட்டம் கொண்டு. (2) அலர் ஏவான் – மன்மதன். மாலை – இயல்பு. கழுநீர்மாலை ஆசிரியர்களுக்கு உரியது. கம்பம் – நடுக்கத்தை. (3) நந்து – சங்கம். நங்கு – பழிப்பு.]

திருவாவடுதுறைக்கு வந்தது

அப்பாற் பரிவாரங்களுடன் இவர் திருவாவடுதுறைக்கு வந்து சேர்ந்தார். வந்தவுடன் அவ்விருத்தத்தையும் கீர்த்தனத்தையும் சுப்பிரமணிய தேசிகரிடம் விண்ணப்பிக்கும்படி செய்தார். கேட்ட அவருக்கும் திருக்கூட்டத்தாருக்கும் அவை இன்பத்தை விளைவித்தன. மடத்திலுள்ள முதியவர்கள், தேசிகர் இரவில் ஆலயம் சென்று ஸ்வாமிதரிசனம் செய்துவிட்டு மடத்துக்கு வந்து ஒடுக்கத்திற் பீடத்தில் வீற்றிருந்து அடியார்களுக்கு விபூதிப் பிரசாதம் அளிக்கும் பொழுது மேற்கூறிய கீர்த்தனத்தைப் பாடச்செய்ய விரும்பினார்கள். அவ்வண்ணமே ஓதுவார்கள் நாள்தோறும் அச்சமயத்திற் பாடிவருவாராயினர்.

சுப்பராய செட்டியார் கடிதம்

ஒரு நாள் நாங்கள் பாடங்கேட்டுக் கொண்டிருந்த பொழுது சென்னையிலிருந்த சுப்பராய செட்டியாரிடமிருந்து ஒரு கடிதம் வந்தது. அதில்,

"நான் திருச்சிராப்பள்ளியில் தங்களிடம் படித்துக் கொண்டிருக்கையில் வெஸ்லியன் மிஷன் ஸ்கூலில் எனக்கு வேலைகிடைத்தது. முதல்மாதச் சம்பளமாகிய ரூபாய் பதினைந்தைத் (ரூ. *யரு) தங்களிடம் கொடுத்து வந்தனம்செய்து பெற்றுக்கொண்டபொழுது தாங்கள் இந்தப் பதினைந்தைத் திரும்பவைத்தால் என்ன தொகையோ அதனைப்பெற்று வாழ்ந்திருக்க வேண்டுமென்று அருளிச்செய்தீர்கள். அந்தப்படியே தங்களுடைய பெருங்கருணையினால் எனக்கு இன்று ரூ. ருய சம்பளம் ஏற்பட்டது" என்று தெரிவித்திருந்தார். இவருடைய நல்வாக்குப் பலிதமாகு மென்பதைச் சிலராற் கேட்டிருந்த நாங்கள் அக்கடிதத்தால் அச்செய்தி உண்மையென்று அறிந்து மகிழ்ந்தோம்.

திருமாளிகைத் தேவர் பூஜை

ஒரு தினம் மடத்திற் பகற் போசனம் ஆன பின்பு இவர் மடத்தின் முகப்பிலிருக்கையில் மடத்திற்குள்ளே மணியோசை கேட்டது. அந்த ஓசைக்குக் காரணம் என்ன வென்று அங்கே உள்ளவர்களை இவர் வினாவியபொழுது திருமாளிகைத் தேவருக்கு நடக்கும் பூஜாகாலத்தில்

* பழைய காலத்திற் பத்து, 'ய' என்னும் வடிவமாகப் போடப்படும்.

அடிக்கப்படும் மணியோசை யென்று சொன்னார்கள். அப்பொழுது இவர் சுப்பிரமணிய தேசிகருக்கு,

பேசு புகழ்ச்சுப் பிரமணிய தேசிகன்பொன்
வீசு கழற்கடியேன் விண்ணப்பம் – நேசம்
வருதிரு மாளிகைத்தே வன்பூசை யாயே
கருதுபந்தி யாதல்வழக் கம்

என்னும் வெண்பாவை எழுதுவித் தனுப்பினார்.

மடத்திற் கோயில்கொண் டெழுந்தருளியிருக்கும் திருமாளிகைத் தேவருக்குப் பூஜை செய்பவர் ஆதிசைவ ராதலால் ஸ்ரீ கோமுத்தீசுவரர்க்கு உச்சிக்காலமான பின்பு அர்ச்சகர் அங்கேவந்து பூஜைசெய்வது வழக்கம். அன்றைத் தினம் என்ன காரணத்தாலோ கோயிலில் தாமதித்து உச்சிக்காலம் நடந்தமையின். அவர் அகாலத்தில் வந்து பூசிப்பாராயினர்.

இப்பாட்டைக் கேட்டவுடன் மறுநாள் தொடங்கிக் காலையிலேயே வந்து பூஜை செய்யும்படி தேசிகர் ஸ்ரீ கோமுத்தீசுவரர் கோயில் அர்ச்சகர்களுக்குச் சொல்லி அனுப்பிவிட்டார். அவர்கள் அங்ஙனமே செய்வாராயினர். அப்படியே இன்றும் நடைபெற்று வருகின்றது.

இரத்தினம் பிள்ளையின் உதவி

முன்பு அம்பலவாண தேசிகர் பிள்ளைத் தமிழை அரங்கேற்றிய பொழுது இவருக்கு மடத்திலிருந்து போடப்பட்ட ஏறுமுக உருத்திராட்ச கண்டியானது பணத்திற்கு முட்டுப்பாடு வரும்போதெல்லாம் அடகு வைக்கப்பட்டிருக்கும்; பணங் கிடைத்தபின் கடன்காரர்களிடத்தில் வட்டியும்முதலுங் கொடுத்து மீட்கப்படும். அந்தப்படியே அது மாயூரத்தில் ஒருவரிடம் அடகு வைக்கப்பட்டிருந்தது. புராணம் அரங்கேற்றுவதற்காகத் திருப்பெருந்துறைக்குப் போகும்பொழுது அதனை மீட்டுத் தரித்துக்கொள்ள வேண்டுமென்று நாங்கள் தெரிவித்துக்கொண்டோம். அப்போது கையிற் பணம் இல்லாமையால் கடன்வாங்கி மீட்பதற்கு இவர் தீர்மானித்தார். சோழன்மாளிகை இரத்தினம் பிள்ளையிடம் ரூ. 300 வாங்கிவர வேண்டுமென்றும் திருப்பெருந்துறைப் புராணம் அரங்கேற்றிவந்தவுடன் அத்தொகையை வட்டியுடன் தாம் சேர்ப்பித்து விடுவதாகச் சொல்லவேண்டுமென்றும் கூறி என்னை அவரிடம் அனுப்பினார். அப்படியே நான் போய்த் தெரிவித்தவுடன் அத்தொகையை அவர் கொடுத்தார். நான் அதனைப் பெற்றுக்கொண்டு புறப்படுங் காலத்தில் அவர், "இத்தொகையை ஐயா அவர்களிடம் மீட்டும் பெறுவதாக எனக்கு உத்தேசமே இல்லை. ஏதாவது என்னால் இயன்றதை அவர்களிடம் சேர்ப்பிக்க வேண்டுமென்ற எண்ணம் எனக்கு நெடுநாளாக இருந்தது. அந்த எண்ணத்தைப் பூர்த்தி பண்ணும்படி நேர்ந்த இந்தச் சமயத்துக்கு என்னுடைய வந்தனத்தைச் செலுத்துகிறேன். என்னுடைய வேண்டுகோளை அவர்களிடம் ஸமயம்பார்த்துத் தெரிவிக்க வேண்டும்" என்று சொல்லி என்னை விடுத்தனர். நான் மீண்டு வந்து அவருடைய வேண்டுகோளைத் தெரிவித்ததுடன் தொகையையும் இவரிடம் சேர்ப்பித்தேன். அத்தொகையைக் கண்டு இரத்தினம் பிள்ளையினுடைய அன்பின் மிகுதியை நினைந்து நன்றிபாராட்டி அவருக்கு ஒரு கடிதம்

எழுதுவித்தார்; வழக்கம்போலவே அக்கடிதத்தின் தலைப்பில் எழுதிய செய்யுள் வருமாறு:

(விருத்தம்)

சீர்பூத்த விசும்பினிடை யொருபோகிக் குரியபணி செய்து மேவும்
நீர்பூத்த விரத்தினமோ பழசையிடைப் பலவாய நியம மேய
வார்பூத்த வொருதனியோ கிக்குரிய பணிகள்பல வயங்கச் செய்யும்
ஏர்பூத்த விரத்தினமோ எதுசிறந்த தறிந்துரைமின் இயல்வல் லோரே.

[ஒரு போகி – இந்திரன். நீர்பூத்த இரத்தினம் – சிந்தாமணி. பழசை – பழையாறு. பலவாய நியமம் – பல கோயில்கள்; அவை திருப்பட்டீச்சுரம் முதலிய ஊர்களிலுள்ள சிவாலயங்கள்; நியமம் என்பதற்கு ஒழுக்கமென்பது மற்றொரு பொருள். தனியோகி – சிவபெருமான். பணிகள் – திருப்பணிகள். இரத்தினம் – இரத்தினம் பிள்ளை. அவர் மேற்கூறிய கோயில்களுக்குத் தருமகர்த்தாவாக இருந்து வருவாயை விருத்தி செய்து திருப்பணிகளையும் இயற்றி நித்தியபூஜை முதலியவற்றையும் ஒழுங்காக நடத்திக் கும்பாபிஷேகங்களும் செய்வித்தமையின் இங்ஙனம் கூறப்பெற்றார்.]

இரத்தினம் பிள்ளை அளித்த அத்தொகையைக் கடன் வாங்கினவரிடம் சேர்ப்பித்துக் கண்டியை மீட்டு இவர் தரித்துக்கொண்டனர்.

திருப்பெருந்துறைக்குப் புறப்பட்டது

ஒரு நல்லதினம் பார்த்துத் தேசிகரிடம் விடைபெற்றுக்கொண்டு திருவாதிரைத் தரிசனத்துக்கு இவர் திருப்பெருந்துறை போய்ச் சேரவேண்டுமென்ற எண்ணத்துடன் ஸ்ரீமுக ௵ மார்கழி மாதத்தின் முதலிற் (1873 டிஸம்பரில்) புறப்பட்டனர். கூடவே சென்றோர் பழனிக்குமாரத் தம்பிரான், அரித்துவாரமங்கலம் சோமசுந்தர தேசிகர், சுப்பையா பண்டாரம், கும்பகோணம் பெரியண்ண பிள்ளை, *சவேரிநாத பிள்ளை, தில்லைவிடங்கன் வேலுஸாமி பிள்ளை முதலியோர். நானும் சென்றேன்.

செல்லும்பொழுது திருவிடைமருதூர்க் கட்டளைமடத்தில் தங்கி அங்கேயிருந்த நெல்லையப்பத் தம்பிரா னென்பவரால் உபசரிக்கப்பெற்றார். அப்பாற் புறப்பட்டு மேற்கே சாலைவழியிற் செல்லும்பொழுது, "ஏதாவது படித்துக்கொண்டுவரலாமே" என்று சொன்னார். கையில் வெங்கைக் கோவை ஏட்டுப்பிரதி யிருந்தமையால் அதனைப் படித்துப் பொருள்கேட்டுக்கொண்டே சென்றோம். இவர் அதிலுள்ள நயங்களைச் சுவைபட எடுத்துக் காட்டியதுடன் நூலாசிரியருடைய பெருமைகளை இடையிடையே பாராட்டிக்கொண்டும் வந்தார்.

ஒரு பழைய நண்பர்

அங்ஙனம் செல்லுகையில், கும்பகோணத்திற்குக் கிழக்கே அஞ்சுதலை வாய்க்காலின் தலைப்புள்ள இடத்தை யடைந்தவுடன் அவ்விடத்தில் ஒரு முதியவர் எதிரே வந்தார். அவருக்குப் பிராயம் சற்றேறக்குறைய

* இவர் பிள்ளை யவர்களிடத்துப் படிக்க வந்த சில தினத்திற்குப் பின்பு மற்றவர்களைப்போலே தாமும் இருக்கவேண்டு மென்றெண்ணித் திருநீறு தரித்துக்கொள்வாராயினர். அதனைக் கண்ட பிள்ளை யவர்கள், "இனிச் சவேரிநாதைச் சிவகுருநாத பிள்ளை யென்றே அழையுங்கள்" என்று சொன்னார். மடத்திலும் பிற இடங்களிலுமுள்ள யாவரும் அதுமுதல் அவ்வாறே அழைப்பாராயினர்.

அறுபத்தைந்து இருக்கலாம். அவர் ஒரு பெரிய மூட்டையைத் தலையில் வைத்துக்கொண்டும் எண்ணெய்க் கலயமொன்றைக் கையில் எடுத்துக்கொண்டும் வந்தார்.

அவர் இவரைக் கண்டு விரைவாக அருகில் வந்து, "என்னப்பா மீனாட்சிசுந்தரம்! சௌக்கியமாக இருக்கிறாயா?" என்றார். "நீ சௌக்கியந்தானா? எங்கே போகிறாய்?" என்று இவர் கேட்கவே அவர், "நீ மிகுந்த சிறப்போடு விளங்குகிறா யென்பதைப் பலபேர் சொல்லக்கேட்டுச் சந்தோஷமடைந்துகொண்டே இருக்கிறேன். நீ நல்ல புண்ணியசாலி. அநேகம் பேர்களுக்குப் பாடஞ் சொல்லுகிறா யென்றும் கேள்விப்பட்டேன். இன்னும் நல்ல சௌக்கியத்தி லிருக்கும்படி உன்னைச் செய்விக்க வேண்டுமென்று தாயுமானவரைப் பிரார்த்தித்துக்கொண்டே யிருக்கிறேன். நான் உன்னோட படித்தவன்தான்; என் அதிர்ஷ்டம் இப்படி இருக்கிறது; என் மகளுக்குப் பிரஸவ காலமாம்; அதற்கு வேண்டிய மருந்துகளை நானே வாங்கி வரவேண்டுமென்று மருமகப்பிள்ளை எழுதினார்; அதற்காக எல்லாம் வாங்கிக்கொண்டு போகிறேன். என்ன செய்வேன்! திருச்சிராப்பள்ளி எங்கேயிருக்கிறது? மாப்பிள்ளை ஊர் எங்கே யிருக்கிறது பார்! ஊரைவிட்டுப் புறப்பட்டு மூன்றுநாள் ஆய்விட்டன. வழியில் தங்கித் தங்கி வருகிறேன்; என் கஷ்டத்தை நான்தானே அனுபவிக்கவேணும். மறுபடி ஒருசமயம் வந்து உன்னைப் பார்க்கிறேன். நீ எங்கேயோ ஒரு முக்கியமான காரியமாகப் பலபேரோடு போகிறாயென்று தோன்றுகிறது; நல்லது, போய்வா" என்று சொல்லி இவரிடம் விடைபெற்றுக்கொண்டு போய்விட்டார். மீனாட்சிசுந்தர மென்று அவர் அழைத்ததைக் கேட்ட நாங்கள் இவரோடு இந்த மாதிரி ஒருமையாகப் பேசி அளவளாவினவர்களை அதுவரையிற் பார்த்திராமையால் வியப்புற்று அவரை இன்னாரென்று தெரிந்துகொள்ளுதற்கு நினைந்து இவருடைய முகத்தைப் பார்த்தோம்; அந்தக் குறிப்பை இவர் அறிந்து, "இவர் என் தகப்பனாரிடத்தில் என்னோடு பள்ளிக்கூடத்திற் படித்துக் கொண்டிருந்தவர். தொண்டைமண்டல வேளாளர். நான் திரிசிரபுரம் வந்த பின்பு அடிக்கடி நூதனமாகப் பெற்றுள்ள ஏட்டுச் சுவடிகளை வாங்கி வாங்கிச் சென்று அதிசீக்கிரத்தில் முற்றும் படித்துவிட்டு ஜாக்கிரதையாகத் திரும்பக் கொண்டுவந்து கொடுத்துவிடுவார். அந்நகரத்தில் இருந்தவரையில் நான் படித்த புத்தகங்களை யெல்லாம் தவறாமல் ஒவ்வொன்றாக வாங்கிச்சென்று படித்தவர் இவர். ஒரு நூலுக்காவது இவருக்குப் பொருள் தெரியாது. பொருள் தெரிந்துகொண்டு படிக்கவேண்டுமென்ற விருப்பமும் இவருக்கு இல்லை. சில சமயங்களில் நான் சந்திப்பதுண்டு. இப்படியே பேசி முடிப்பார். இவரது வறுமை நிலையை உத்தேசித்து ஏதேனும் நான் கொடுக்க முயன்றாலும் பெற்றுக்கொள்ள மறுத்துவிட்டு விரைந்து சென்றுவிடுவார். அதைக் குறித்துப் பேசத் தொடங்கினாற் கோபமும் அவருக்கு வந்துவிடும். ஒருபொழுதும் நானிருக்கும் இடத்திற்கு அவர் வந்ததுமில்லை; ஏதாவதொன்றை என்னிடம் பெற்றுக்கொண்டதுமில்லை. பிறரிடத்தும் அப்படியே. அதனால்தான் இப்பொழுது நான் ஒன்றும் கொடுக்கத் துணியவில்லை. கபடமில்லாத மனத்தினர். நல்ல குணமுடையவரே. இளமையிற் பேசியது போலவே அவர் ஒருமையாகப் பேசுவது எப்பொழுதும் வழக்கம்" என்று அன்புடன் சொன்னார்.

வழியில் நிகழ்ந்த நிகழ்ச்சிகள்

அப்பாற் கும்போணம், பாபவிநாசம், தஞ்சாவூர், முத்தாம்பாள்புரம் (ஒரத்தநாடு), பட்டுக்கோட்டை, ஒட்டங்காடு, காலகம் என்னும் ஊர்கள் வழியே சென்று திருப்பெருந்துறையை இவர் அடைந்தார்.

சில சமயங்களில் வண்டியினின்றும் இறங்கி நாங்கள் சாலையிலே நடந்து செல்லுவோம்; அப்போது பாடங் கேட்டுக்கொண்டும் போவோம். முத்தாம்பாள்புரத்தில் முன்பு தஞ்சை அரசரால் ஏற்படுத்தப்பட்டிருந்த பெரியதொரு தர்மஸ்தாபனத்தில் தமிழ்ப் பாடம் சொல்லுதற்கு உபாத்தியாயராக நியமிக்கப்பெற்றிருந்தவரும் *திருக்கண்ணபுர ஸ்தலபுராணம்* முதலியவற்றைச் செய்தவருமாகிய வித்துவான் நாராயணசாமி வாத்தியார் என்பவருடைய குமாரர் வந்து இவருக்கும் மற்றவர்களுக்கும் வேண்டிய சௌகரியங்களைச் செய்வித்தனர்.

இடையிலே உள்ள இடங்களுக்குச் சென்றபோது இவருடைய வரவையறிந்து அங்கங்கேயுள்ள தமிழபிமானிகள் வந்து வந்து, "இங்கே சிலதினமிருந்து எங்களுக்குச் சொல்லவேண்டியவற்றைச் சொல்லிவிட்டுச் செல்லவேண்டும்" என்று குறையிரந்தார்கள். "திருவாதிரைத் தரிசனத்திற்குத் திருப்பெருந்துறைக்குச் செல்லுகிறேன். அங்கே சிலதினம் இருப்பேன். இருந்துவிட்டுத் திரும்பிவரும்போது நேர்ந்தால் இங்கே தங்கிச் செல்வேன்; இப்போது அவகாசமில்லை" என்று அவரவர்களுக்கு ஸமாதானம் கூறினர்.

*வேம்பத்தூர்ப் பிச்சுவையர்

சிலேடைப்புலி பிச்சுவையர்

அப்பால் திருப்பெருந்துறையை அடைந்து அதன் தெற்கு வீதியிலுள்ள திருவாவடுதுறை மடத்தில் இவர் பரிவாரங்களுடன் தங்கினார். இவர் அங்கே வந்துவிட்டதை ஸ்ரீ ஆத்மநாதஸ்வாமி கோயிற் கட்டளை ஸ்தானத்திலிருந்த ஸ்ரீ சுப்பிரமணிய தம்பிரானுக்குத் தெரிவிப்பதற்குப் பழனிக்குமாரத் தம்பிரானும் நானும் கட்டளைமடத்திற்குச் சென்றோம். அப்பொழுது மடத்தின் வெளியே உள்ள ஒரு மண்டபத்தில் நாட்டுக்கோட்டை நகரத்துத் தனவைசிய கனவான்கள் சிலரோடும், வேம்பத்தூர்ப் பிச்சுவையர் முதலிய தமிழ்ப் பண்டிதர்களோடும் இருந்து வன்றொண்டச் செட்டியார் பேசிக்கொண்டிருந்தார். பிச்சுவையர் பாடல் சொல்லி எல்லோரையும் மகிழ்வித்துக்கொண்டிருந்தனர்.

---

* வேம்பற்றூரெனவும் வழங்கும்.

அதைக் கவனித்த என்னை நோக்கி, "இவர்தாம் வேம்பத்தூர்ப் பிச்சுவையர்" என்று பழனிக்குமாரத் தம்பிரான் தெரிவித்தனர். அவர் பாடல் சொல்லுதலைக் கேட்டுக்கொண்டே சிறிதுநேரம் நின்றுவிட்டு உள்ளே சென்று சுப்பிரமணிய தம்பிரானைப் பார்த்துப் பிள்ளை யவர்கள் வந்திருப்பதை நாங்கள் தெரிவித்தோம். இவருடைய வரவை எதிர்பார்த்துக் கொண்டேயிருந்த அவர் அதனைக் கேட்டு மகிழ்ச்சியடைந்தார். அச்சமயத்தில்,

(வெண்பா)

இன்றொண்டர் சூழ எழிலார்நின் சேவைசெய
வன்றொண்ட ரோடுகன வான்கள்சிலர் – இன்றொண்டு
பித்தற்கே செய்சுப் பிரமணிய நின்னோலக்
கத்திலே வந்திருந்தார் கள்

என்னும் பாடலைச் சொல்லிக்கொண்டே பிச்சுவையர் வந்தார்; அவருடனிருந்த மற்றவர்களும் வந்தார்கள்.

வன்றொண்டர் முதலியவர்கள் வந்து வந்தனம்செய்து தம்பிரானிடம் விபூதிப் பிரசாதம் பெற்றுக்கொண்டார்கள். பிச்சுவையர் நிமிஷப்பொழுதிற் கவிசெய்யும் ஆற்றலைக்குறித்து வியந்துகொண்டே நாங்கள் இக்கவிஞர்பிரான் இருந்த விடுதிக்குச் சென்றோம்.

அவ்விடத்திற் கோயிலார் மரியாதையுடன் வந்து பிரசாதங்களை இவரிடம் கொடுத்துத் தரிசனத்திற்கு வரவேண்டுமென்று அழைத்தார்கள். உடனே இவர் ஆலயத்துக்குச் சென்றார். சுப்பிரமணிய தம்பிரான் அங்கேவந்து இவரை வரவேற்று முன்னே நின்று தரிசனம்செய்வித்தார். அன்றைத்தினம் திருவாதவூரடிகள் கொண்டருளியிருந்த மந்திரிக்கோலக் காட்சி எங்கள் கண்ணையும் கருத்தையும் கவர்ந்தன.

தரிசனமான பின்பு பிள்ளை யவர்களுக்குத் தம்பிரானவர்களாற் காளாஞ்சிகள் கொடுக்கப்பெற்றன. அவற்றை இவர் வாங்கி வேறொருவரிடம் கொடுப்பதற்குத் திரும்பினார். உடனே அங்கே நின்ற வேம்பத்தூர்ப் பிச்சுவையர் வந்து அவற்றை அன்புடன் வாங்கிக்கொண்டனர்; அவரைக் கண்டு இவர், "துவடுக நாத துரை எப்பொழுது வந்தது?" என்று கேட்டனர்.

*'துவடுக நாத துரை' என்று அவரைச் சொன்னதன் காரணத்தை நாங்கள் இவரிடம் பின்பு கேட்டுத் தெரிந்துகொண்டோம். அப்பால்

---

* ஒரு காலத்திற் சிவகங்கை ஸமஸ்தானத் தலைவராக இருந்த முத்துவடுகநாத துரை யென்பவர்மீது பிச்சுவையர், காதலென்னும் ஒரு பிரபந்தம் செய்து அரங்கேற்றி ஸம்மானம் பெற்றனர். அப்பொழுது அங்கே ஆஸ்தானபண்டிதராக இருந்த முத்துவீரப்பப் பிள்ளை யென்பவர் அவரைப் பார்த்து, முத்துவடுகநாத துரை யென்பதை ஒரு வெண்பாவி லமைத்து ஐந்து நிமிஷத்திற் பாடவேண்டுமென்று கூறினார். பிச்சுவையர் அப்படியே செய்துவிட்டார். அச்செய்யுளின் முன்னிரண்டடிகள் எனக்குக் கிடைக்கவில்லை. பின் இரண்டடிகள் மட்டும் கிடைத்தன. அவை வருமாறு:

கவடுக நாதனையே கைதொழுது வாழ்முத்
துவடுக நாத துரை.

[கவடு உகத் தொழுதென்க; கவடு – வஞ்சனை. நாதன் – சிவபெருமான்.]

அந்த வரலாற்றை ஒரு சமயம் பிள்ளை யவர்கள் கேட்டு வியப்புற்று அதுதொடங்கி அவரைக் காணுந்தோறும் 'துவடுக நாத துரை' என்றே அன்புடன் அழைப்பாராயினர்.

இவர் தமக்கு அமைத்திருந்த விடுதிக்குச் சென்றார். இவருடைய வரவைக் கேட்டதும் அங்கே திருவிழாவிற்கு வந்திருந்த பண்டிதர்கள் பலர் வந்து பார்த்து ஸல்லாபஞ் செய்துகொண்டு உடனிருந்தார்கள்.

மறுநாட் காலையிற் பிச்சுவையர் தாம் ஆலவாயடிகள் திறத்துச் செய்திருந்த *நிரோட்டக யமகவந்தாதியை* இவரிடம் படித்துக்காட்டிப் பொருள் சொல்லிக் கொண்டிருந்தனர். அப்பொழுது, "இது பிழை, அது பிழை" என்று உடனிருந்த *பழனிக்குமாரத் தம்பிரான் அடிக்கடி ஆட்சேபஞ் செய்தனர். பிச்சுவையர் உடனுடன் அந்தப் பதங்களை மாற்றி மாற்றி வேறு வேறு பதங்களை யமைத்துச் சிறிதும் வருத்தமின்றி முடித்துக்கொண்டே வந்தார். இதைக் கண்ட இக்கவிஞர்கோமான் தம்பிரானை நோக்கி, "சாமீ, நிரோட்டகத்தில் யமகமாகப் பாடல்கள் செய்திருக்கும் அருமையைச் சிறிதும் பாராட்டாமல் ஒவ்வொரு பாடலிலும் பல ஆட்சேபங்கள் செய்துகொண்டே செல்வது நன்றாக இல்லை. ஆட்சேபிக்க ஆட்சேபிக்க ஆலோசனை செய்யாமல் உடனுடன் வேறு பதங்களை அமைத்து விரைவில் இவர் முடித்து விடுவதைப் பார்த்து இவருடைய திறமையைப்பற்றி வியக்கவேண்டாமா? மேலே சொல்லும்படி தாராளமாக விட்டுவிடுக. ஊக்கத்தைக் குறைக்கக்கூடாது" என்று சொல்லவே அவர் ஆட்சேபியாமல் சும்மா இருந்துவிட்டனர். பின்னர் அந்நூல் முற்றும் படித்துக் காட்டப்பெற்றது.

இப்படியே வந்தவர்களுள் ஒவ்வொருவரும் தினந்தினம் தாங்கள் செய்துவைத்திருந்த நூல்களை இவரிடம் படித்துக்காட்டித் திருத்திக்கொண்டனர். இவரும் சலிப்பில்லாமற் கேட்டு அவர்கள் விருப்பத்தை நிறைவேற்றி ஆதரித்து வந்தார்.

அங்கே வந்திருந்த சிங்கவனம் சுப்பு பாரதியார் முதலியவர்களிடம் ஆகாரம் முதலிய விஷயங்களிற் கவனித்துக் கொள்ளும்படி இவர் என்னை ஒப்பித்தனர்.

சின்னச்சாமி வீரப்பனானது

பின்பு கட்டளைமடத்தின் கீழ்புறத்திலுள்ள 'சவுகண்டி'யில் இவருக்கு இருப்பிடம் அமைக்கப்பட்டிருந்தது. அங்கே இவர் பரிவாரங்களுடன் இருந்து வருவாராயினர். சின்னச்சாமி படையாச்சி யென்ற மடத்து வேலைக்கார னொருவன் திருவாவடுதுறை மடத்திலிருந்து இவருடன் அனுப்பப்பட்டிருந்தான். அந்த வேலைக்காரனைத் தவசிப்பிள்ளைகள், "அடே சின்னச்சாமி" என்று அடிக்கடி கூப்பாடுபோட்டு அழைத்தலையும், "அங்கே போடா, இங்கே வாடா" என்று சொல்லுதலையும் கேட்ட இவர் அவர்களை அழைத்து, "இங்கே கட்டளைச்சாமியைப் பெரியசாமி யென்றும் உதவியாக இருந்துவரும் ஸ்ரீகாசிநாதசாமியைச் சின்னச்சாமி யென்றும் ஸ்தலத்தார் மரியாதையாக வழங்கி வருவது உங்களுக்குத் தெரியுமே. ஆதலால் அவனை இன்று முதல் சின்னச்சாமி யென்றழையாமல் வீரப்பனென் றழையுங்கள்" என்று சொன்னார்; அன்றியும் அவனை அழைத்து, "உன்னை

* இவரும் பிச்சுவையரும் சின்னப்பட்டம் ஸ்ரீ நமச்சிவாய தேசிகரிடம் கல்லிடைக்குறிச்சியிற் படித்தவர்கள்.

இன்றுமுதல் சின்னச்சாமியென்று அழைக்கமாட்டார்கள்; வீரப்பனென்றே அழைப்பார்கள்; அழைக்கும்போது நீ ஏனென்று கேட்டு, சொன்ன வேலைகளைச் செய்யவேண்டும்" என்று அறிவித்தார். அது முதல் அவன் அவ்வாறே அழைக்கப்பட்டுப் பார்க்கவேண்டிய வேலைகளைப் பார்த்து வந்தான். இதனால் இவருடைய கவனம் ஒரு சிறு விஷயத்திலும் செலுத்தப்பட்டமை விளங்குகின்றது.

புராண அரங்கேற்ற ஆரம்பம்

நல்லதினத்திற் புராணம் அரங்கேற்ற ஆரம்பிக்கப் பெற்றது. அப்போது தம்பிரானவர்கள் பல இடங்களுக்குச் சொல்லியனுப்பினமையால் சமீபமான இடங்களிலிருந்த சில ஜமீன்களின் பிரதிநிதிகளும், சேர்வைகாரர்கள் முதலியவர்களும், பெரிய மிராசுதார்களும், புதுக்கோட்டை அறந்தாங்கி முதலிய இடங்களில் இருந்த உத்தியோகஸ்தர்களும், பண்டிதர்கள் பலரும் வந்துகூடினார்கள்.

குறிப்பிட்டிருந்த நல்ல முகூர்த்தத்தில் திருப்பெருந்துறைப் புராணத்தின் ஏட்டுப்பிரதியை ஸ்ரீ ஆத்மநாத ஸ்வாமியின் திரு முன்பு பீடத்தில் வைத்துப் பூசித்துப் பிள்ளை யவர்களிடம் *ஒரு நம்பியார் கொண்டுவந்து கொடுத்தனர். விபூதிப் பிரசாதத்தைக் கொடுத்து மாலை சூட்டிச் சிரத்திற் பட்டுக் கட்டுவித்த பின்பு இவரை உபசாரத்துட னழைத்து வந்து †குதிரைஸ்வாமி மண்டபத்தில் இருக்கச்செய்து தொடங்கச்சொன்னார்கள். இவர் கட்டளைப்படி முதலிலிருந்து பாடல்களை நான் படித்தேன். ஒவ்வொன்றற்கும் அழகாகப் பதசாரஞ் சொல்லி இவர் உபந்யசித்தார். கேட்டு எல்லோரும் இன்புற்றார்கள்.

சுப்பிரமணிய தம்பிரானது கோபம்

நாள்தோறும் பகல் மூன்றுமணி தொடங்கி ஐந்துமணி வரையில் அரங்கேற்றுதல் நடைபெறும். நாகபட்டினத்திலிருந்து வந்து அந்தத் தலத்தில் வாசஞ்செய்துகொண் டிருந்தவர்களும் வடமொழி தென்மொழிகளிற் பயிற்சியுள்ளவர்களும் சிவபக்தி யுடையவர்களுமாகிய சைவச் செல்வர்களிருவரும் வன்றொண்டர் முதலியோரும் நாள்தோறும் தவறாமல் வந்து வந்து மற்றவர்களுடன் கேட்டுக்கேட்டு மகிழ்ச்சியுறுவார்கள். ஒரு நாள் வழக்கப்படி எல்லோரும் வந்தும் வன்றொண்டரும் மேற்கூறிய இருவரும் வருவதற்குத் தாமதித்தமையால் அவர்கள் வரும்வரையிற் படிக்கத் தொடங்கவேண்டாமென்று இக் கவிஞர்கோமான் சொன்னார்; அதனால் நான் படிக்கத் தொடங்கவில்லை. சிறிது நேரத்தில் அவர்கள் வந்தார்கள். வந்தவுடன் புராணப் பிரசங்கம் ஆரம்பிக்கப்பட்டது. அங்ஙனம் தாமதித்ததில் சுப்பிரமணிய தம்பிரானுக்கு இவர்மீது மிகுந்த கோபமுண்டாகிவிட்டது. வாசித்து முடியும்வரையில் பூமியை நோக்கிக்கொண்டே ஒருமாதிரியாக இருந்து நிறுத்தியவுடன் ஒன்றும்

---

* இவர் ஸ்ரீ ஆத்மநாத ஸ்வாமியை அர்ச்சிப்பவர்; அத்தலத்தில் உள்ள அந்தணர் முந்நூற்றுவர்களைச் சார்ந்தவர்.

† இதன்பால் ஸ்வாமி அசுவாரூட மூர்த்தியாக எழுந்தருளியிருக்கின்றமையின் இஃது இப்பெயர் பெற்றது; இத்தலத்துள்ள ஸபைகள் ஆறனுள் இது கனகஸபை யென்று கூறப்படும்.

பேசாமல் திடீரென்று எழுந்து சென்றுவிட்டார். போனதுமுதல் இவரிடம் பேசவேயில்லை.

வழக்கப்படியே மறுநாள் அரங்கேற்று மண்டபத்திற்கு இவர் சென்றார். புத்தகத்தை எடுத்துக்கொண்டு நான் இவருடன் சென்றேன். அங்கே பலர் காத்திருந்தார்கள். தம்பிரானவர்கள் வரவில்லை. இன்ன காரணத்தால் வரவில்லையென்று தெரியாத இவர் புராணப் பிரசங்கத்தைத் தொடங்காமல் அழைத்து வருவதற்கு அவரைத் தேடிச் சென்றபொழுது அவர் கோயிலின் பின்புறத்தில் நடந்துகொண்டிருந்த திருப்பணி வேலையைக் கண்காணித்துக்கொண்டே நின்றார். அங்கே ஸமீபத்திற்போய் இவர் அஞ்சலி செய்து பார்த்தபொழுது ஏறிட்டுப் பாராமலும் யாதொன்றும் பேசாமலும் சரேரென்று அவ்விடத்தை விட்டு வேறிடத்திற்குப் போய்விட்டார். தொடர்ந்து செல்ல மனமில்லாமல் இவர் நின்றுவிட்டார்.

அப்பால் இவருடைய குறிப்பறிந்து நான்மட்டும் அவரிடம் சென்று மனத்திலுள்ள கவலையை முகத்தில் நன்றாகப் புலப்படுத்திக்கொண்டு வாட்டத்தோடு அருகில் நின்றேன். நின்றதை அறிந்த அவர், "என்ன ஐயா! உங்கள் பிள்ளைக்கு மரியாதையே தெரியவில்லை? நான் வந்து காத்திருக்கையில் யாரோ சிலபேர்கள் வரும்வரையிற் பொறுத்திரு மென்று சொன்னாரே. அப்படிச் சொல்லலாமா? ஊரார் என்ன நினைப்பார்கள், என்னை மதிப்பார்களா? அவர் செய்தது என்முகத்திற் கரியைத் தீற்றியதுபோலவே இருந்தது. அவரைப் புராணம் பாடும்படி செய்து அரங்கேற்றுதற்கு வருவித்து உபசரிக்கின்றவன் நானா அவர்களா?" என்று சொல்லி மண்டபத்திற்கு வாராமல் நின்றுவிட்டார். அதனால் சிலநாள் வரையில் புராணம் அரங்கேற்றப்படாமல் நின்றிருந்தது. அப்பால் சிலர் வேண்டுகோளால் அவர் சாந்தமடைந்து வழக்கம்போலவே வந்து படிப்பிக்கச்செய்து கேட்டுவருவாராயினர். தம்பிரானுக்குக் கோபம் ஒருவகையாகத் தணிந்தாலும் இப்புலவர்பிரானுக்கு அவர் செய்த அவமதிப்பால் உண்டான வருத்தம் தீரவே இல்லை. அது மனத்தினுள்ளே வளர்ச்சியுற்றுவந்தது.

மனவருத்தத்தோடு இயற்றிய செய்யுட்கள்

அதுவரையில் புராணத்திற் பாடப்பட்டிருந்த பகுதிகள் அரங்கேற்றப்பட்டு முடிந்து விட்டமையால் மேலே உள்ள பகுதிகள் காலையிற் பாடி மாலையில் அரங்கேற்றப்பட்டு வந்தன. ஒருநாட் காலை தொடங்கி இவர் பாடிவருகையில் அப்புராணத்தின் உபதேசப் படலத்தில் மாணிக்கவாசர் குருந்தமூல குருமூர்த்தியைத் துதிக்கும் செய்யுட்களைப் பாடும் சந்தர்ப்பம் வந்தமையின் நேரமாகியும் நிறுத்தாமல் மேலே எழுதும்படி செய்யுட்களைச் சொல்லிக்கொண்டே வந்தார். அப்பொழுது தவசிப்பிள்ளைகள் வந்து ஸ்நானம் செய்வதற்கு வற்புறுத்தி அழைத்தும் எழாமல் துதிப் பாடல்களை ஒரு தடையுமின்றி இவர் சொன்னார்; நான் எழுதிக்கொண்டே வந்தேன். அப்போது இருவருக்குத் தாரை தாரையாகக் கண்ணீர் பெருகிக்கொண்டே யிருந்தது. முன்னமேயிருந்த வருத்த மிகுதியே

அப்பாடல்களாக வெளிப் போந்ததென்று உடனிருந்தவர்கள் அறிந்து மனமுருகினார்கள். அப்பாடல்கள் வருமாறு:

(ஆசிரிய விருத்தம்)

தொழுபவ ரொருபால் துதிப்பவ ரொருபால் துதித்துளம் நெக்குநெக் குருகி
அழுபவ ரொருபால் இவரெலாம் நிற்க அடியனேன் தனைப்பிடித் தாண்டாய்
பழுதில்நின் கருணைத் திறத்தையென் புகல்கோ பாண்டிநா டியற்றிய தவத்தால்
கொழுமலர்ச் சோலைத் திருப்பெருந் துறையிற் குருந்தடி யிருந்தருள் பரனே!

உள்ளுதோ றிழிபை யுள்ளுபு பவஞ்சத் துழிதரூஉ வொதுங்கிய வெனக்கும்
அள்ளுதோ றன்பூ றாக்கையொன் றருளி ஆண்டுகொண் டனையிது தகுமே
விள்ளுதோ றப்பா லாய்ப்பொலிந் தோங்கும் விமலனே விமலமார் சிந்தை
கொள்ளுதோ றுவக்குந் திருப்பெருந் துறையிற் குருந்தடி யிருந்தருள் பரனே!

வழிவழி யடிமை யுவந்திலேன் மலடு மலர்க்கரங் கன்றிடக் கறந்து
கழிதுய ரடைந்து கிடக்கின்ற வெனையும் கண்டுகொண் டாண்டதெத் திறமோ
மொழிதடு மாற நெஞ்சநெக் குருக முனிவறத் தொடர்பவர் முதலே
கொழிமலர்ப் பொழில்சூழ் திருப்பெருந் துறையிற் குருந்தடி யிருந்தருள் பரனே!

ஏலவே யொருப்பட் டெற்றைக்கும் பாழுக் கிறைத்தொரு பயனுமில் லேனைச்
சீலமார் முனிவர் திருக்குழாத் தோடும் சேர்த்துநீ யாண்டது தகுமே
காலகா லாகங் காளவே தாள கணம்புடை சூழ்தர நடிப்பாய்
கோலமார் செல்வத் திருப்பெருந் துறையிற் குருந்தடி யிருந்தருள் பரனே!

கனிவிள விருக்கக் காய்கவர்ந் துண்ட கள்வனா மென்னையும் பற்றி
முனிவரு முனிவர் கூட்டத்து ளொருசார் முனிவறக் கூடுமா றளித்தாய்
புனிதமென் கனியே புந்தியூ றமுதே பொங்குமா னந்தவான் பெருக்கே
குனிகொடி மாடத் திருப்பெருந் துறையிற் குருந்தடி யிருந்தருள் பரனே!

சுவைபடும் அவல்நீத் துமியுணாக் கொள்ளும் தொழுத்தையேன் தனைவலிந் திழுத்து
நவையிலா னந்த வமுதமுட் டினையால் நகைவிளைத் திடுமடி யேற்கும்
கவையழ லடைந்த மெழுகென வுருகக் கற்றநற் றவருளத் துணையே
குவைமலர்ப் பொழில்சூழ் திருப்பெருந் துறையிற் குருந்தடி யிருந்தருள் பரனே!

திருநெடு மாலன் றொருகரு மாவாய்த் திண்புவி பாதல மிடப்புற்
றொருவற முயன்றுங் காணரு மலர்த்தாள் ஊத்தையேன் தலைக்கெளி தாமோ
அருமணி விளக்கே யானந்தப் பிழம்பே அளிகனிந் தெழுசுவைக் கனியே
குருமணி மாடத் திருப்பெருந் துறையிற் குருந்தடி யிருந்தருள் பரனே!

அண்டரு முனிவர் கணங்களு மற்றை யவர்களு நறுமுறுப் படைய
வண்டரு மலர்த்தா ளென்கருந் தலைக்கு மணிமுடி யாயதற் புதமே
பண்டரு மொழியாள் பங்கவோ மேலாம் பரமவோ பரவியெஞ் ஞான்றும்
கொண்டலின் முழவார் திருப்பெருந் துறையிற் குருந்தடி யிருந்தருள் பரனே!

என்னைநான் அறியேன் ஐயகோ பகலோ டிரவெனப் படுவதும் அறியேன்
முன்னைநான் செய்த தவமெவ னென்னை முழுமதோன் மத்தனாக் கினையால்
அன்னையே அப்பா ஓப்பிலா மணியே அடியவர்க் கெய்ப்பினில் வைப்பே
கொன்னைமா மதில்சூழ் திருப்பெருந் துறையிற் குருந்தடி யிருந்தருள் பரனே!

செம்மையொன் றில்லாச் சிறியனேன் கவலை தீர்தர யோகநா யகியாம்
அம்மையோ டெழுந்து வந்தினி தாண்டாய் ஆன்மநா யகவதற் கடியேன்
இம்மையே செயுங்கைம் மாறெவன் மறுமை யேனுமொன் றில்லையென் செய்கோ
கொம்மைமா மதில்சூழ் திருப்பெருந் துறையிற் குருந்தடி யிருந்தருள் பரனே!

(உபதேசப் படலம், 70–79)

[யோகநாயகி – இத்தலத்து அம்பிகையின் திருநாமம்; ஆன்ம நாயகர் – ஸ்வாமியின் திருநாமம்.]

ஸ்ரீ மாணிக்கவாசகர் சரித்திரம்

இப்புராணத்தில் மாணிக்கவாசகர் சரித்திரமாகிய திருவாதவூரர் திருவவதாரப் படலம் முதலியன வடமொழியிலுள்ள ஸ்ரீ ஆதிகைலாஸ மாஹாத்மியம், மணிவசன மாஹாத்மியம், திருப்பெருந்துறைப் பழைய தமிழ்ப் புராணங்கள், திருவாதவூரடிகள் புராணம், திருவிளையாடற் புராணம் ஆகிய இவற்றை ஆராய்ந்தே செய்யப்பெற்றன. அரங்கேற்றுகையில் ஒரு நாள் திருவாதவூரடிகள் புராணத்தை ஆராய்ந்து வருங்காலையில் பாண்டியனுடைய தண்டற்காரர்கள் மாணிக்கவாசகரைத் துன்புறுத்தியபொழுது அவர் மனமுருகிச் சிவபெருமானை நினைந்து முறையிட்டனவாக அமைக்கப்பெற்ற,

(விருத்தம்)

ஊனுடம் புடைய வாழ்க்கை யொழித்துனக் கடிமை யென்று
மாநிலம் புகலு மாறு வந்துனை யடைந்தேன் றன்னை
மீனவன் றன்பான் மீள விடுத்தனை வேலை நீருள்
ஆனபி னந்நீ ராற்று நீரென வாவ துண்டோ

அறத்தனிச் செல்வி பாக வன்பிலே னின்பா லென்று
வெறுத்திடி னடியேற் கிங்கு வேறொரு துணையு மில்லை
செறுத்துயர் புரங்க ளெல்லாஞ் செற்றவ னடியான் றன்னை
நிறுத்தினர் வெயிலி லென்றா னின்புகழ்க் கேற்ற மாமோ

வானநா டவர்க்கு மேலோய் வந்துனக் கடிமை யிப்போ
தானநா னிடும்பை யுற்றா லாருனக் கடிமை யாவார்
நானொனா மனத்தார் சொல்லு நல்லுரை யன்றி நின்ற
ஈனனா மொருவன் சொல்வ தேறுமோ வுளத்தி லென்றார்

(திருப்பெருந்துறைச் சருக்கம், 131–3)

என்னும் பாடல்களைப் படிக்கையிற் கேட்டுக் கேட்டு இவர் மனமுருகினார்; கண்ணீர் உகுத்தார்; அதன் பொருளமைதியையும் நடையழகையும் பக்திச் சுவையையும் பாராட்டியதன்றி அந்நூலாசிரியர் அகத்திய முனிவருடைய அருள் பெற்றவரென்றும் அதனாலேதான் அந்நூற் செய்யுட்கள் அவ்வளவு சுவையுள்ளனவாக அமைந்திருக்கின்றன வென்றும் சொன்னார்.

ஆத்மநாத பாகவதர்

அந்த ஸ்தலத்தில் ஆத்மநாத பாகவத ரென்று ஒருவர் இருந்தார். அவர் சிவகங்கை ஸமஸ்தானத்தைச் சார்ந்த பெருங்கரை யென்னும் ஊரிலிருந்த கவிகுஞ்சர பாரதியாரின் மருகர்; ஒவ்வொருநாளும் மாலையில் பூஜாகாலத்தில் ஆத்மநாத ஸ்வாமியின் ஆலயத்தில் கீர்த்தனங்கள் முதலியவற்றைப் பாடும் பணியைப் பெற்றவர்களுள் ஒருவர்; சிவபக்தி வாய்ந்தவர்; அவர் சாரீரம் யாதொரு தடையுமின்றி மூன்று ஸ்தாயிகளிலும் செல்லும் வன்மையுடைய தாதலின் அவர் வஜ்ரகண்ட பாகவத ரென்றும் கூறப்படுவார். அவர் இக்கவிஞர்பிரானிடம் அடிக்கடி வந்துபோவதுண்டு. அக்காலங்களில் கவிகுஞ்சர பாரதியா ரியற்றிய கந்தபுராணக் கீர்த்தனத்திலிருந்து சில கீர்த்தனங்களையும் வேறு கீர்த்தனங்கள் சிலவற்றையும் இவருடைய விருப்பத்தின்படி பாடிக்காட்டுவார். இவர் கேட்டு இன்புற்று அனுப்புவார். உடனிருப்பவர்களும் கேட்டு மகிழ்வதுண்டு.

இங்ஙனம் அக்காலத்தில் வந்து பாடி மகிழ்வித்துச் செல்லும் ஸங்கீத வித்துவான்கள் அங்கே சிலர் இருந்தனர்.

சுப்பு பாரதியாருக்குச் சிறப்புப் பாயிரம் அளித்தது

ஒருநாள் சிங்கவனம் சுப்பு பாரதியார் தாம் இயற்றிய மதுரைச் சுந்தரேசர் நெஞ்சமாலை முதலிய மூன்று நூல்களை இவரிடம் படித்துக்காட்டித் திருத்தஞ் செய்துகொண்டு அவற்றிற்குச் சிறப்புப் பாயிரங்களையும் பெற்றுச்சென்றார். அவற்றுள் நெஞ்சமாலையின் சிறப்புப் பாயிரம் மட்டும் கிடைத்தது; அது வருமாறு:

(கட்டளைக்கலித்துறை)

ஆரதித் தன்மைய தென்றுரைப் பாரிவ் வகிலத்துளோர்
நாரதி யாய திதைப்படித் தென்பர்பன் னாவலரும்
பேரதி கார முதல்யாவுந் தோர்சுப் பிரமணிய
பாரதி கூட லிறைநெஞ்ச மாலை பகர்ந்தனனே.

[அது இத்தன்மையது என்று உரைப்பார் ஆர். நார்அதி ஆயது – அன்பு அதிகரித்தது. பேரதிகாரம் – தொல்காப்பியம் முதலியவை.]

சதாவதானம் சுப்பிரமணிய ஐயர் சிறப்புப் பாயிரம்

தஞ்சைச் சதாவதானம் சுப்பிரமணிய ஐயரென்பவர் வந்து சில தினமிருந்து திருப்பெருந்துறைப் புராணப் பிரசங்கத்தைக் கேட்டு இன்புற்று ஒன்பது பாடல்களைச் சிறப்புக் கவிகளாகச் செய்து சபையிற் படித்துக்காட்டிச் சென்றனர். அவற்றுள் இவரைப் பற்றிப் பாராட்டிய பாடல்களுள் ஒன்று வருமாறு:

(ஆசிரிய விருத்தம்)

நாற்கவியாம் நாற்படையா லழுக்காற்றுக் கவிகளென நவில்கு றும்பு
தோற்கவலங் கொண்டவர்பின் துதிக்குறுபாத் திறைகொண்டு தொல்பார் முற்றும்
கோற்கியலும் புலமையெனு மாழியுருட் டிப்புகழ்வெண் குடைக்கீழ்க் காத்து
மாற்குநிகர் மீனாட்சி சுந்தரனென் றுரைசெயும்பா மன்னர் கோவே.

[நாற்கவி – ஆசு, மதுரம், சித்திரம், வித்தார மென்பன. நாற்படை – சதுரங்கசேனை. குறும்பு – குறுநில மன்னர். வலம்கொண்டு – வெற்றி கொண்டு. பா திறை – பாடல்களாகிய கப்பங்களை. கோற்கு – செங்கோலுக்கு. ஆழி – சக்கரம்; இங்கே ஆஞ்ஞா சக்கரம். புகழாகிய வெண்குடையின். பாமன்னர் கோ – கவிச்சக்கரவர்த்தி.]

எனக்கு ஜ்வரநோய் கண்டது

இப்படியிருக்கையில் அப்பொழுது எனக்கு ஜ்வரநோயும் வயிற்றில் ஜ்வரக் கட்டியும் உண்டாகி மிகவும் வருத்தின. அதனால் ஞாபகத் தளர்ச்சியுடன் படுக்கையிலேயே இருந்து விட்டேன். தக்க பரிகாரங்களை வைத்தியர்களைக் கொண்டு இவர் செய்வித்து வந்தும் ஜ்வரநோய் சிறிதும் தணியவில்லை. அதனால் புராணத்தை ஏட்டிலெழுதும் பணியைக் கும்பகோணம் பெரியண்ணம் பிள்ளை யென்பவரும், அரங்கேற்றும் காலத்துப் படிக்கும் பணியைச் சவேரிநாத பிள்ளையும் ஏற்றுக் கொண்டார்கள்.

புராணம் அரங்கேற்றும் காலமல்லாத மற்றக் காலங்களில் இக்கவிநாயகர் என் பக்கத்திலே இருந்து என்னைக் கவனித்துக் கொண்டும் மேலே அரங்கேற்றுவதற்குரிய பாடல்களைப் பாடி எழுதச்செய்தும் வந்தார்.

ஒரு நாள் அரங்கேற்றுதல் ஆனவுடன் பிற்பகலில் என்பால் வந்த இவர் என் பக்கத்திலிருந்து மயக்கம் நீங்கி நான் விழித்துக்கொண்டபொழுது என்னை நோக்கி, "புராணப் பிரசங்கத்தைப் பற்றி மஹா ஸந்நிதானத்தி னிடமிருந்து (சுப்பிரமணிய தேசிகரிடமிருந்து) கட்டளைச் சாமிக்கு இன்று திருமுகம் எழுந்தருளியிருக்கிறது. அதில், 'புராணப் பாடல்கள் தமக்குத் திருப்தியை யுண்டு பண்ணுவதன்றி அச்செய்யுட்களைச் சாமிநாதையார் படித்தல் தமக்கு ஸந்தோஷத்தைக் கொடுக்கக்கூடுமே' என்று கட்டளையிட்டிருக்கிறது. உமக்கு உடம்பு இப்படியிருக்கிறதே!" என்று வருத்தம் அடைந்து சொன்னார்.

நான் ஊர் சென்றது

புராணப் பிரசங்கம் சிறப்பாக நடைபெற்று வந்தது. 'தினந்தோறும் இப் புலவர்கோமானுடைய பிரசங்கத்தைக் கேட்க முடியவில்லையே!' என்ற வருத்தம் என் மனத்தில் வளர்ந்து வந்தது. எனக்கு இருந்த ஜ்வரம் தணியவில்லை. வருபவர்களோடு பேசிக்கொண்டிருப்பதிலும் அரங்கேற்றத்திற்கு வேண்டியவற்றைக் கவனிப்பதிலும் இவருக்கு நேரம்போயினமையின் என்னை நன்றாகக் கவனித்துக்கொள்ள முடியவில்லை யென்ற வருத்தம் இவருக்கும் இருந்துவந்தது. பலவகை வேலைகளுக்கு இடையில் என்னைப்பற்றிய கவலையையும் இவர் மேற்கொண்டதை அறிந்து நான், "உத்தமதானபுரத்திற்குப் போய்ப் பரிகாரஞ் செய்துகொண்டு ஸௌக்கியம் உண்டான பின்பு வருவேன்" என்று கூறி விடைபெற்றுக் கொண்டேன். இவருக்கு என்னைப் பிரிவதில் வருத்தம் உண்டாயிற்று. நானும் வருந்தினேன். வெண்பாப்புலி வேலுஸாமி பிள்ளையை எனக்குத் துணையாகச் சேர்த்து வேண்டிய சௌகரியம் செய்வித்து என்னை இவர் அனுப்பினார். நான் உத்தமதானபுரம் சென்றேன்.

சேக்கிழார் பிள்ளைத் தமிழ்

இக் கவிசிகாமணியின் பக்கத்திலிருந்து நாள்தோறும் புராணப் பிரசங்கங் கேட்டு வந்த வன்றொண்டச் செட்டியார் மாணிக்கவாசகர் சரித்திரத்தை இவர் அருமையாகச் செய்திருப்பதை அறிந்து ஒரு நாள் இவரிடம், "திருத்தொண்டர்களுடைய பெருமைகளை நன்றாக யாவரும் அறியும்படி *பெரியபுராணத்தின்* வாயிலாகப் புலப்படுத்தியருளிய சேக்கிழார் திறத்தில் பிள்ளைத் தமிழொன்று ஐயா அவர்கள் செய்தருளவேண்டும்" என்று மிகவும் வணக்கமாய்க் கேட்டுக்கொண்டனர். அப்போது 'பெரியபுராணத்திற்கு வன்றொண்டர் வாய்மொழியாகிய திருத்தொண்டத்தொகை காரணமாக இருந்தது; அப்புராணத்தை இயற்றிய சேக்கிழார் பிள்ளைத் தமிழுக்கு வன்றொண்டச் செட்டியாரது வாய்மொழியே காரணமாயிற்று. இது நல்ல அறிகுறி' என்று இவர் எண்ணி எண்ணி மகிழ்ந்தனர். அவர்

கேட்டுக்கொண்டவாறே சேக்கிழார் பிள்ளைத் தமிழைச் செய்யத்தொடங்கி மிக ஆராய்ந்து சில தினங்களிற் பாடி முடித்தனர்.

பெரியபுராணத்திலுள்ள பலவகை நயங்களையும் அறிந்து பல வருடம் அனுபவித்து இன்புற்றும் இன்புறுவித்தும் வந்தவராதலின் இக்கவிஞர்பிரானுக்குச் சேக்கிழார்பாற் சிறந்த பக்தியிருந்த தென்பதை யாவரும் அறிவார். இயல்பாகவே நாயன்மார்களுடைய வரலாற்றைப் பலவகையில் எடுத்தாண்டு தம்முடைய நூற்பகுதிகளை அழகுபடுத்தும் இயல்புடைய இவருக்கு அந்நாயன்மார் சரிதையை விரிவுற வெளியிட்ட சேக்கிழார்பால் அத்தகைய அன்பு மிக்கிருத்தல் தக்கதன்றோ?

சேக்கிழாருடைய குலம், குணம், அதிகாரம், கல்வி, பக்தி, ஞானம் முதலியவற்றின் பெருமைகளைப் பலபடியாக அப் பிள்ளைத் தமிழில் இக்கவிஞர்கோமான் செவ்வனே பாராட்டியிருக்கிறார்.

மண்டலை வேலைப் புவியிற் பத்திசெய் மார்க்க மறிந்தவரார்
வண்சுவை யமுத வொழுக்கென வார்த்தை வழங்கத் தெரிகுநரார்
கொண்டலை நேர்பக ரூர்தரு கூற்றங் குதித்துய்ந் திடவலர்யார்
கொற்றக் கைலைக் கணநா தர்களோடு கூடுபு மகிழ்பவரார்
தண்டலை சூழுங் குன்றைத் திருமுனி தாலோ தாலேலோ
சைவப் பயிர்த்தழை யத்தழ யும்புய றாலோ தாலேலோ
விண்டலை யாரும் பெறலரு மின்பம் விராவுந் திறலினரார்
விமலா நீயவ தாரஞ் செய்யா விடினென மேயவபைந் (தாலப். 10)

[வார்த்தை – சைவ பரிபாஷை]

என்பதனால் சேக்கிழாரை எத்தகையவராக இவர் கருதியிருந்தா ரென்று அறிந்து கொள்ளலாம். *பெரியபுராணம்* பக்தியை மிகுவிக்கு மென்பது இவர் அனுபவத்தாலறிந்த உண்மையாதலின் அதனையே பலவிடத்தும் பாராட்டுவார்:

என்றும் பத்தி ரசங்கனி கனியே (செங்கீரைப். 7)

பத்திச் சுவைநனி சொட்டச் சொட்டப் பாடிய கவிவலவ (தாலப். 8)

புலஞ்சார் பத்தி விளைநிலமே (முத்தப். 5)

ஒழியாப் பத்திக் கடல்வருக. (வாரானைப். 10)

பெரியபுராணப் பாயிரத்தில், "எடுக்கு மாக்கதை" என்னும் திருவிருத்தத்தின்கண், 'தடக்கை யைந்துடைத் தாழ்செவி நீண்முடிக், கடக்க ளிற்றைக் கருத்து ளிருத்துவாம்' என்னும் பகுதியிலுள்ள 'நீண்முடி' என்ற குறிப்பினால் அக்காப்பு ஸ்ரீவிநாயகமூர்த்தியின் விசுவரூபத் திருக்கோலத்தைத் தியானித்துச் சேக்கிழார் பாடியிருத்தல் வேண்டுமென்று இவர் கொண்டனர்; *பெரியபுராணம்* 'மாக்கதை' ஆதலின் அதற்கேற்ப விநாயகமூர்த்தியின் விசுவரூபத்தைத் தியானித்தாரென்று பொருத்தங்காட்டி இவர் பொருள் கூறுவதுண்டு. அக்குறிப்பை நினைந்து அப்பிள்ளைத் தமிழ்க் காப்புச் செய்யுளில் விநாயகக் கடவுள் வணக்கத்தில் அவரது விசுவரூபத்தையே எடுத்துப் பாராட்டியுள்ளார். அன்றியும் *"உலகெலாம்" என்னும் பெரியபுராணச் செய்யுளுக்குப் பொருள் கொள்ளவேண்டிய முறையையும் அக் காப்பிற் புலப்படுத்தியிருக்கிறார்.

---

* இப்புத்தகம் 396ஆம் பக்கம் பார்க்க.

காப்புப் பருவத்தில் ஏனைய பிள்ளைத் தமிழ்களில் துதிக்கப் பெறும் திருமால் முதலிய தெய்வங்களை இவர் கூறவில்லை. விரியாகிய *பெரியபுராணத்திற்கு* அதன் தொகையாகிய *திருத்தொண்டத் தொகையிலுள்ள* பதினொரு திருப்பாசுரங்களுள் ஒவ்வொன்றிற் கூறப்பட்ட நாயன்மார்களை ஒவ்வொரு செய்யுளால் துதித்துள்ளார். இவ்வாறு காப்புப் பருவத்தில் அமைக்கும் *புதுமுறை *அம்பலவாண தேசிகர் பிள்ளைத் தமிழில்* இவரால் முதலில் மேற்கொள்ளப்பட்டது. காப்புப் பருவச் செய்யுளின் தொகைக்கு ஏற்ப அம்முறை இந்த இரண்டு நூல்களிலும் பொருத்தமாக அமைந்த வாய்ப்பைத் தியாகராச செட்டியார் அடிக்கடி பாராட்டுவதுண்டு.

'*பெரியபுராணத்திற்* பலவகைச் சொல்லணி, பொருளணி, பொருள்கோள்கள் அமைந்தும், பலவகை அழகுகள் நிரம்பியும், முதற்பொருள் கருப்பொருள் உரிப்பொருள் முதலியவை காப்பிய இலக்கணப்படி பாடப்பட்டுமுள்ளன. தமிழ் நடை செவ்விதாக அமைந்துள்ளது. *தேவாரத்திலுள்ள* பலவகை மந்தணப் பொருள்கள் அங்கங்கே வெளிப்படுத்தப்பட்டும் தொண்டர்கள் அருமை பெருமைகள், அவரவர் நிலை, சாதி, குணம், மார்க்கம் முதலியவை விளக்கப்பட்டும் இருக்கின்றன' என்ற செய்திகளை அங்கங்கே அப்பிள்ளைத் தமிழில் இவர் புலப்படுத்தியிருக்கின்றார்:

செய்யமல ராதன மிருந்துபல சாதியும் சேரப் படைத்ததேவும்
  செப்பரிய வாயவவ் வச்சாதி குறிகுணம் செய்கைகுடி கொளுமிலியல்பு
வெய்யமொழி யுணவுமுன் விரித்தெலா மறியவலா் மெய்யறிஞ ரெனல்விளக்கி
  மேம்பட்ட வேளாண் குலக்கதி ரெனுங்குன்றை விமலனைக் காக்கவென்றே.
(காப்புப். 7)

ஒப்பரிய தொண்டர்த மருமையும் பெருமையும் உவக்குமவ ரவர்செய்கையும்
  உவமையில் லாச்செய்கை நுட்பமுந் திட்பமும் உம்பர்கோ னருள்தட்பமும்
தப்பரிய செந்தமிழ்த் தொடைநடையு மடையும் தவாப்பொரு ளணிச்சிறப்பும்
  தமிழ்மறை யடங்குபல மந்தணமும் வெள்ளிடைத் தவிரும்வெற் பெனவிளங்க.
(செங்கீரைப். 3)

. . . . பொருளணி யாயின எவ்விடனும் வீற்று
வீற்றுக் கிடையிறை பட்டன வமைய விளம்பு வனப்பினொடு
  மேய முதற்பொரு ளாதிய மூன்றும் வேண்டுமிடத் தெய்த
ஆற்றுப் புனல்நா மப்பொருள் கோண்முத லறைமற் றுள்ளனவும்
  அமையத் தொண்டர் புராணம் நவின்றவ. (தாலப். 9)

பின்னும் *பெரியபுராணத்தில்,*

'காலாறு வயற்கரும்பின் கமழ்சாறூர் கஞ்சாறூர்'

'மண்ணீர்மை நலஞ்சிறந்த வளவயல்க ளுளவயல்கள்'

'எய்தும் பெருமை யெண்டிசையும் ஏறூ ரேமப் பேறூரால்'

'மன்னனா ரருளிச்செய்த மறைத்திரு வாக்கூ ராக்கூர்'

என வரும் பகுதிகளை நினைந்து,

---

* முதற்பாகம், 223ஆம் பக்கம் பார்க்க.

ஈற்றுத் தலையொரு மவுலி புனைந்தா லென்னச் சொல்லணியொன்
றெய்திப் பொலிய (தாலப். 9)

என்பர்.

திருக்குறிப்புத் தொண்ட நாயனார் புராணத்தில் ஐந்திணைகளின் வளத்தைக் கூறுதலுடன் அவ்வத் திணையிலுள்ள சிவதலங்களைச் சொல்லியிருக்கும் முறை முதன்முதலாகப் பெரியபுராணத்திலேதான் காணப்படுகிறது. அதனை இவர் அறிந்தவ ராதலின் தாம் இயற்றிய புராணங்கள் பலவற்றில் அதனை மேற்கொண்டனர். அம்முறையை அறிவித்தது சேக்கிழார் திருவாக்கே என்பதை,

படியிடை யொருபை திரவரு ணனைபுரி பாவல ரைந்திணையும்
பகுத்தொரு முப்பொரு ளோடும் விரித்துப் பயனா கத்தெய்வம்
கடிதலில் சினகர முள்ளன வோதக் கற்பித்தவ (சப்பாணிப். 8)

[பைதிரம் – நாடு]

என்று புலப்படுத்தியிருக்கிறார். பின்னும்,

சொல்லும் பொருளு நனிசிறப்பச் சுருங்கச் சொல்லன் முதலாய
தோட்டி யமைய வமங்கலமாம் சொற்கள் புணரா தறக்களைந்து
வெல்லுந் தகைய முரண்காட்டி விலக்கு விலக விதிதழுவி (முத்தப். 3)

[தோட்டி – அழகு.]

என்று பாராட்டுவார். ‘அமங்கலமாம் சொற்கள் புணராது அறக் களைந்து’ என்றது, மெய்ப்பொருள் நாயனார் புராணத்தில் முத்திநாதன் மெய்ப்பொருள் நாயனாரை வாளால் வீழ்த்தினான் என்பதை வெளிப்படையாகக் கூறாமல்,

பத்திரம் வாங்கித் தான்முன் நினைந்தவப் பரிசே செய்ய

என்று பாடியிருத்தலையும், ஏனாதிநாத நாயனார் புராணத்தில் அதிசூர னென்பவன் ஏனாதிநாத நாயனாரை வாளாலெறிந்ததை அங்ஙனமே,

முன்னின்ற பாதகனுந் தன்கருத்தே முற்றுவித்தான்

என்று கூறியிருத்தலையும், இவைபோன்ற பிறவற்றையும் நினைந்தேயாகும்.

சேக்கிழாரைப்பற்றிக் கூறும் இடங்களில்,

மூவரும் புகலும் வேதத் தமிழ்க்கணுள்ள
மெய்ம்மையை விரித்துத் தெரித்தருள்செய் குன்றையூர் வேந்து
(காப்புப். 3)

அருண்மூவ ரருண்மறைப் பொருள்தெரிய முன்னொருவர்
அருண்மறைப் பொருள் விளக்கும்
நம்பறா வித்தியா ரணியமுனி வரனுளம் நயப்பயாப் புறவிரித்த
நாவலர் பிரான் (காப்புப். 5)

அவையகம் வியக்குமுப் புலவருண் முக்கனி அருந்தமிழ்ச் சுவையனைத்தும்
ஆராய்ந் தெடுத்துப்பல் செய்யுண்முக மாவறிய அறிவித்த பெருநாவலன்
(சிறுதேர்ப். 9)

எனத் தேவாரத்தின் பொருள்களை அவர் புலப்படுத்தியிருப்பதையும்,

தமிழ் நாவலரேறே (செங்கீரைப். 7)

வலஞ்சார் பெருநா வலரேறே (முத்தப். 5)

என அவரது நாவன்மையையும்,

சகலா கமபண் டிததெய்வச் சைவா (தாலப். 2)

சைவப் பயிர்தழை யத்தழை யும்புயல் (தாலப் . 6)

உலவா தமைந்த சிவபோகம் கொள்ளுஞ் சைவப் பயிர்வளர்க்கும்
கொண்டல் வருக வருகவே (வாரானைப். 10)

வயங்குஞ் சைவப் பெருவாழ்வே (சிற்றிற். 10)

என அவர் சைவசமயத்திற்குச் செய்த பேருதவியையும்,

நெஞ்சம், கனியக் கனியக் கண்ணீர் வாரக்
கவிபா டியவிறைவ (சப்பாணிப். 7)

கல்லுங் கரையக் கவிபாடுங்
கனிவாய் முத்தந் தருகவே (முத்தப். 3)

என அவருடைய செய்யுட்கள் மனத்தை உருக்கும் தன்மையை உடையன வென்பதையும்,

அறுபதின்மர் மேலு மூவர் சரித்திரமாம்
கருப்பஞ்சாறு பொழிமதுரக் கனிவாய் (முத்தப். 1)

பிதிருந் தரமற வின்பா லளவிப் பிழிசுவை மதுவிரவிப்
பிறங்கிய புல்ல கண்டநி நீஇச்சுவை பெறுகண் டுங்கூட்டி
எதிரும் பொருளில் பலாக்கனி மாங்கனி இவைவா ழைக்கனிமுன்
இயையு முழுக்கனி முந்திரி கைக்கனி இவ்விர தமுநாட்டி
அதிருங் கடலமிர் தமுமு ளுறுத்தி அவாங்குழல் வீணையிசை
அத்தனை யும்புக வைத்துச் சிவமணம் அகலா தேகமழ
முதிரு மருட்கவி பாடிய புலவன் (சிறுபறைப். 6)

என அவருடைய பாடல்களின் இனிமையையும்,

அத்தி தருங்கவி யென்மரு நன்றா வறைகுதி ரம்மட்டோ
அவாவிய புத்தி தருங்கவி யென்மரு மதுமட் டோவின்னும்
சித்தி தருங்கவி யென்மரு மெல்லாத் தீர்த்தங் களுமுறுமா
செய்யாச் சுத்தி தருங்கவி யென்மருஞ் செப்பிய வம்மட்டோ
பத்தி தருங்கவி யென்மரு மாகிப் பாரிற் புலவரெலாம்
பல்லா ரோதுபு பாராட் டக்கதி பற்றிய பல்லோர்க்கு
முத்தி தருங்கவி பாடிய புலவன் முழக்குக சிறுபறையே
முழுமணி மாடக் குன்றத் தூரன் முழக்குக சிறுபறையே (சிறுபறைப். 7)

என அவற்றின் விசேடத்தையும் எடுத்துப் பாராட்டியுள்ளார்.

அவருடைய பலவகை ஆற்றல்களைப் பாராட்டும் பின்வரும் செய்யுள் அறிந்து இன்புறற்குரியது:

நாடிய விரிநூல் சொற்றிடு திறனால் நன்னூ லாசிரியன்
நகுபா சுரமுத லுரைசெய் தலினால் நவிலுரை யாசிரியன்
நீடிய பரசம யக்குழி வீழ்ந்தவர் நீப்பப் போதனைசெய்
நிலையாற் போத காசிரி யன்னிவை நிகழ்தொறு நிகழ்தோறும்
ஆடிய ஞானத் திறனுற லான்ஞா னாசிரி யனுநீயென்
றான்றோர் பலரும் புகழப் படுபவ. (சப்பாணிப். 9)

*சேக்கிழார் பிள்ளைத் தமிழை இவர்பால் வரும் வித்துவான்களும் பிறரும் கேட்டுக் கேட்டு மகிழ்ந்து பாராட்டி வந்தனர். இவரே அதனை மீண்டும் மீண்டும் படிப்பித்துக் கேட்டு இன்புறுவதுமுண்டு. இவர் இயற்றிய பிள்ளைத் தமிழ்களுள் இறுதியிற் செய்தது அதுதான். தேவாரம் பெரியபுராணம் முதலிய நூல்களில் ஈடுபட்டுள்ள வித்துவான்கள் அந்தப் பிள்ளைத் தமிழில் ஈடுபடாமலிரார்.

அப்புசாமிப் புலவருக்குச் சிறப்புப் பாயிரம் அளித்தது

திருப்பெருந்துறையைச் சார்ந்த ஏம்ப லென்னும் ஊரிலுள்ள அப்புசாமிப் புலவரென்னும் பரம்பரைக் கல்விமான் ஒருவர் தம்முடைய குமாரரான அருணாசலப் புலவரென்பவரை அழைத்துக்கொண்டுவந்து இவரிடம் விட்டு, “சில வருடம் இவனை உடன்வைத்துப் படிப்பித்து அனுப்பவேண்டும்” என்று பிரார்த்தித்துக் கேட்டுக்கொண்டார்; அவ்வாறே அவருக்கு இவர் பாடஞ் சொல்லிவந்தார்.

அப்பால் அப்புசாமிப் புலவர் ஏம்பலிலுள்ள முத்தைய னென்னும் ஐயனார்மீது தாம் பாடியிருந்த பிள்ளைத் தமிழொன்றைப் படித்துக்காட்டிச் செப்பஞ்செய்து கொண்டதன்றி இவருடைய சிறப்புப் பாயிர மொன்றையும் பெற்றுச் சென்றார். அச்சிறப்புப் பாயிரம் வருமாறு:

(விருத்தம்)

குவளையரு கதன்முதலல் லவைகூடப் பிறையெனவுட் கொண்டு நாணித்
தவளைகுதித் திடுதடஞ்சா ரேம்பல்நகர் முத்தையன் தன்றாட் கேயன்
புவளைதரும் படிபிள்ளைத் தமிழ்சொற்றா னியற்சொல்லும் பொருளும் வாய்ப்பத்
திவளையிலக் கணமுந்தே ரப்புச்சா மிப்புலவன் திறன்மிக் கோனே.

[குவளையருகு – குவளைமலரின் பக்கத்தே. குவளையென்னுஞ் சொல்லின் முதலெழுத்தல்லாத எழுத்துக்கள்: வளை; வளை – சங்கு. அன்பு வளை தரும். திவள் ஐயிலக்கணம் – விளங்குகின்ற பஞ்சலட்சணம்.]

சிங்காரவேலு உடையார்

திருப்பெருந்துறைக்கு அருகிலுள்ள தம்முடைய கிராமமொன்றைப் பார்க்கவந்த †தண்ணீர்க்குன்றம் சிங்காரவேலு உடையா ரென்னும் பிரபு ஒருவர் இவர் திருப்பெருந்துறையில் இருப்பதை அறிந்து சில அன்பர்களுடன் வந்தார்.

ஒரு தினம் இருந்து புராணப் பிரசங்கத்தைக் கேட்டு மகிழ்ந்து பாராட்டியதோடு, “இந்தப் புராணத்தை முடித்துவிட்டுத் திருவாவடுதுறைக்குச் செல்லும்பொழுது தண்ணீர்க்குன்றத்திற்கு வந்து சிலதினம் இருக்கவேண்டும்” என்று கேட்டுக்கொண்டார்; அன்றியும் தம்முடைய ஊருக்கு அருகிலுள்ள திருவெண்டுறை யென்னும் ஸ்தலத்துக்கு ஒரு பிரபந்தமாவது புராணமாவது செய்து சிறப்பிக்க வேண்டுமென்றும் வேண்டிக்கொண்டு சென்றார்.

---

* இந்நூல் பிற்காலத்தில் இவருடைய மாணாக்கராகிய ஆறுமுகத் தம்பிரானவர்களால் சிறப்புப் பாயிரத்தோடு தனியே பதிப்பிக்கப்பெற்றது; மீ. பிரபந்தத்திரட்டு, 722–824

† இது மன்னார்குடி தாலூகாவிலுள்ளதோரூர்.

அரங்கேற்றத்தின் பூர்த்தி

அப்பால் ஒரு நல்லதினத்தில் திருப்பெருந்துறைப் புராண அரங்கேற்றத்தின் பூர்த்திவிழா சிறப்பாக நடைபெற்றது. அதற்காக அழைக்கப்பட்டுப் பட்டுக்கோட்டைத் தாலூகாவிலுள்ள பாலைவனம், நகரம் முதலிய சில ஜமீன்களிலிருந்து பிரதிநிதிகளும், உத்தியோகஸ்தர்களும், புதுக்கோட்டையிலிருந்து பல உத்தியோகஸ்தர்களும், நாட்டுக்கோட்டைத் தனவைசியப் பிரபுக்களிற் பலரும், வேறு சிலரும் வந்து சிறப்பித்தார்கள். அப்புராணம் ஒரு சிவிகையில் வைத்து ஊர்வலம் செய்விக்கப்பெற்றது. அச்சிறப்பு ஓர் அரசருடைய விவாக ஊர்வலம் போலவே நடைபெற்றது. அப்போது சுப்பிரமணிய தம்பிரான் முதலில் வாக்களித்திருந்தபடியே ரூபாய் இரண்டாயிரம் இவருக்கு ஸம்மானம் செய்ததன்றி உடன் இருந்த மாணாக்கர்களுள் ஒவ்வொருவருக்கும் அவரவர்களுடைய தகுதிக்குத் தக்கபடி மரியாதை செய்தார். அத்தொகைகள் அவருடைய சொந்தச் சம்பளத்திலிருந்து மிகுந்து வைக்கப்பெற்றவை.

அந்த விசேஷத்திற்கு வந்திருந்த கனவான்கள் ஊருக்குச் செல்லுகையில் இக் கவிச்செல்வரைக் கண்டு திருவாவடுதுறைக்குப் போகும்பொழுது தத்தம் இடங்களுக்கு வந்து சில தினங்கள் இருந்து சிறப்பித்துச் செல்லவேண்டுமென்று கேட்டுக்கொண்டார்கள்.

அக்காலத்தில் இருந்த ஜமீன்தார்களும் பிரபுக்களிற் பெரும்பான்மையோரும் கல்விமான்களோடு பழகுதலையும் அவர்களை ஆதரித்தலையும் தங்களுடைய கடமையாகக் கருதி வந்தார்கள். வித்துவான்களோடு சம்பாஷித்தலே அவர்களுக்குப் பொழுதுபோக்காக இருந்தது. ஒவ்வொருவரிடத்திலும் வடமொழியிலும் தமிழிலும் ஸங்கீதத்திலும் வல்ல ஒவ்வொருவர் இருந்தே வருவார். அவரவருடைய வருவாயில் வேறு செலவுகள் அக்காலத்தில் அதிகமாக இல்லாமையால் வித்துவான்களை ஆதரிப்பதில் விஞ்சவேண்டுமென்று ஒருவரைவிட ஒருவர் ஊக்கங் காட்டியும் வந்தனர். ஆதலால், பிள்ளை யவர்கள் தங்கள் ஊருக்கு வந்துபோதலை அவர்கள் பெரிய பாக்கியமாகவே கருதினார்கள்.

திருப்பெருந்துறைப் புராண அமைப்பு

திருப்பெருந்துறைப் புராணத்தில் முதலில் 27 செய்யுட்களடங்கிய கடவுள் வாழ்த்தும் அவையடக்கமும் திருநாட்டுப் படலம் முதலிய 32 படல உறுப்புக்களும் அமைந்துள்ளன. இதிலுள்ள செய்யுட்களின் தொகை 1659.

உருவம், அருவம், அருவுருவ மென்னும் மூவகைத் திருமேனிகளுள்ளே சிவபெருமான், அம்பிகையும் தாமும் அருவத் திருமேனிகொண்டு எழுந்தருளி விளங்கும் இடம் இந்தத் திருப்பதியே. இதனை இப்புராணத்திற் பல இடங்களிற் புலப்படுத்தியிருக்கிறார்; அவற்றுள் ஒன்று வருமாறு:

(விருத்தம்)

தூயநா மத்தருவ முருவமெவை யெனினுமொரு தோன்றல் போன்றே
பாயநா னிலவரைப்பின் கணுமமர்வா ளெனல்தெரித்த படியே போல

ஆயநா தங்கடந்த வான்மநா தக்கடவுள் அமர்தற் கேற்ப
மேயநா யகிசிவயோ காம்பிகைதன் விரைமலர்த்தாள் மேவி வாழ்வாம்.
(கடவுள் வாழ்த்து, 5)

பிரமதேவர், திருமால், காலாக்கினி யுருத்திரர், மாணிக்கவாசகர், சோழராசன், அதர்மன், இலக்குமி, ஒரு வேடன் என்பவர்கள் செய்தனவாக இந்நூலில் உள்ள துதிச் செய்யுட்கள் மனத்தை உருக்கி அன்பை மிகுவிக்கும்.

இப்புராணத்திலுள்ள அருமையான செய்யுட்களிற் சில வருமாறு:

[சபாநாயகர் துதி]

(விருத்தம்)

அரைப்புலித்தோல் மயிருகுப்பக் காற்புலித்தோல் மயிர்முகிழ்ப்ப அணிபல் பாம்பும்
வரைப்பகன்று குலையவொரு பாம்புநிலை நின்றுநனி மகிழ மேக்குத்
திரைப்பயமா தலைஇக்கவலக் கிழக்கிளங்கன் னிகையின்பந் திளைப்ப நீர்சூழ்
தரைப்பயனா மணிமன்றுள் நடநவிலு மொருமுதலைச் சரணஞ் சார்வாம்.

[இச்செய்யுள் விரோதவணி. அரைப்புலித்தோல்: அரை – இடை; காற்புலி – காலாற்புலியாகிய வியாக்கிரபாத முனிவருடைய; இவற்றில் அரை, காலென்னும் பின்ன எண்களின் பெயர்கள் தொனிக்கின்றன. வரைப்பு – எல்லை. ஒரு பாம்பு – பதஞ்சலி முனிவர். மேக்கு திரை பயம் மாது – திருமுடி மேலுள்ள அலையையுடைய நீராகிய கங்கை; மேக்கு – மேல்; இதில் திரையையும் அச்சத்தையும் உடைய முதியவளென்னும் வேறொரு பொருள் தோற்றுகின்றது. அலைஇ – அலைந்து. கிழக்கு – கீழ். இளங்கன்னி – சிவகாமியம்மை.]

[குமாரக்கடவுள் துதி]

புரமுதல்வென் றுறுபுகழ்மாத் திரங்கொண்ட தந்தையினும் பொருமோர் யானை
உரனறவென் றதனொடுமூர் தியுங்கொண்டு மிகுசிறப்பை உறுமுன் னோனும்
பரவுறச்சூர் தடிந்தவற்றோ டோங்குகே தனமொருகை பற்றப் பெற்ற
விரவுமல மருந்துறையும் பெருந்துறைக் குமாரனடி மேவி வாழ்வோம்.

[ஓர் யானை – கயமுகாசுரன். அதனொடு – புகழோடு. முன்னோன் – விநாயகக் கடவுள். அவற்றோடு – புகழோடும் வாகனத்தோடும். திரிபுரம் முதலியவற்றை வென்ற சிவபெருமான் புகழைமட்டும் அடைந்தனர்; கயமுகாசுரனை வென்ற விநாயகக் கடவுள் அதனோடு ஊர்தியையும் பெற்றனர்; சூரபன்மனை வென்ற முருகக் கடவுள் அவ்விரண்டனோடு கொடியையும் பெற்றனரென்பன இங்கே அறியற்பாலன.]

[அவையடக்கம்]

வென்றிசீ ரான்ம நாதர் எனும்பெயர் விழைந்தார் ஞான
நன்றிலா வெனைவி லக்கார் நாவலூ ரருக்கு வெண்ணெய்
அன்றருள் செய்தா ரென்றும் அருச்சனை பாட்டே யென்றார்
ஒன்றநின் பாட்டே யென்னார் உறுதியென் னிதன்மேல் வேண்டும்.

[ஞானான்மநாத ரென்றன்றிப் பொதுப்பட ஆன்மநாத ரென்னுந் திருநாமத்தைக் கொண்டிருத்தலின் ஞானமில்லாத ஆன்மாவாகிய என்னையும் ஆட்கொண்டருளுவா ரென்றபடி. நாவலூரர் – சுந்தரமூர்த்தி நாயனார். வெண்ணெய் – திருவெண்ணெய் நல்லூர். அன்று – அடிமை யோலையைக் காட்டி ஆட்கொண்டகாலத்தில். 'அருச்சனை பாட்டே' என்றதை, "மற்றுநீ வன்மை பேசி வன்றொண்ட னென்னு நாமம், பெற்றனை நமக்கு மன்பிற் பெருகிய சிறப்பின் மிக்க, அர்ச்சனை பாட்டேயாகும் ஆதலின் மண்மேல் நம்மைச், சொற்றமிழ் பாடு சென்றார் தூமறை பாடும் வாயார்" (பெரிய. தடுத்தாட். 70) என்பதனா லுணரலாகும்.]

[திருவாதவூர்ப் பெருமை]

(கொச்சகக் கலிப்பா)

வாதவூர் மறையொழுக்க மல்லான்மற் றொன்றுமரு
வாதவூ ரடைந்தாரை மலக்குரம்பை யகத்தினிரு
வாதவூர் சிவானந்த வாரியிடை யழுத்தலொரு
வாதவூ ரெனப்புகலும் வார்த்தைவா னிடத்துமுள.
(திருவாதவூரர் திருவவதாரப். 11)

[இருவாத – இருத்தாத. ஒருவாத – நீங்காத.]

படலந்தோறும் முதற்கண் உள்ள திருவாதவூரடிகளின் துதிகளுள்ளே சில வருமாறு.

(விருத்தம்)

நண்ணிய மூகை பேச நல்லருள் நாட்டம் வைத்த
புண்ணிய வாத வூரர் பொன்னடி சென்னி சேர்த்தாம்
எண்ணிய விப்பு ராண மொன்றுகொ லெல்லாம் பாடத்
தண்ணிய வாக்கு முன்னா யாவையுந் தருவ ரன்றே. (புராண வரலாறு, 1)

சீரடி யாள்செய் நிந்தையில் வெந்தை திருத்தக நாடொறு முண்டார்
பாரடி யுள்ளாக் கியநெடு மால்கொள் பாகமுள் ளார்க்குமீ னவனால்
ஓரடி கொடுப்பித் தார்நெடு மால்கொள் பாகமில் லேற்கொரு தாமே
ஈரடி கொடுத்தார் ஞாயிறெங் கெழினும் எவனென இருப்பன்யா னினியே.
(பிரமனுபதேசப். 1)

[வெந்தை – பிட்டு. நெடுமால்கொள் பாகம் உள்ளார் – திருமாலையுடைய திருமேனிப் பாகத்தையுடைய சிவபெருமான். நெடுமால்கொள் பாகமில்லேன் – மிக்க மயக்கத்தைக் கொண்டவனும் பரிபக்குவ மில்லேனுமாகிய அடியேன்.]

திருவாதவூரடிகளுடைய வரலாற்றைக் கூறும் பகுதிகள் பெரியபுராணத்தைப் போன்ற அமைதியையும் அழகையும் உடையனவாக விளங்கும். நைமிச முனிவர் பெருந்துறை யடைந்து பூசித்த படலத்தில், திருப்பெருந்துறையைத் தரிசித்தற்கு வரும்பொழுது சூதமுனிவர் சவுனகாதியருக்கு இடையிலுள்ள தலங்களைக் காட்டுவதாக உள்ள பகுதியில் அறுபத்து மூன்று தலங்கள் வெளிப்படையாகக் கூறாமல் பலவகைக் குறிப்புக்களால் கூறப்பட்டுள்ளன. அவற்றால் அத்தலங்களின் வரலாறுகளுள் அரியனவாகிய சில செய்திகள் புலப்படும்.

❁

33

பல ஊர்ப்பிரயாணம்

திருப்பெருந்துறையினின்றும் புறப்பட்டது

பின்பு இக் கவிஞர்பெருமான் திருப்பெருந்துறையினின்றும் புறப்பட எண்ணிச் சுப்பிரமணிய தம்பிரானிடம் பிரியாவிடைபெற்றுக் கொண்டார். இருவரும் ஒருவரை விட்டு ஒருவர் பிரிதற்கு மனமில்லாதவராகி வருந்தினார்கள். பின்பு ஒருவாறு ஆறுதல் கூறி விடைபெற்று இவர் புறப்பட்டார்.

குன்றக்குடி சென்றது

அப்பொழுது இவரை அழைத்து வரவேண்டுமென்று குன்றக்குடியிலுள்ள திருவண்ணாமலை ஆதீனத் தலைவரான ஸ்ரீ ஆறுமுக தேசிகர் அனுப்ப, அவ்வாதீனத்தில் முதற் குமாஸ்தாவாக இருந்தவரும் சிறந்த தமிழ்க் கல்விமானும் அருங்கலை விநோதருமாகிய அப்பாப்பிள்ளை யென்பவர் வந்து அழைத்தார். அவருடன் புறப்பட்ட இவர் இடையிலேயுள்ள அன்பர்களின் வேண்டுகோளின்படி அவ்வவ்விடங்களுக்குச் சென்றுவிட்டுக் குன்றக்குடி சென்றார். அங்கே ஆதீனத் தலைவர் இவரை வரவேற்று உபசரித்துச் சிலதினங்கள் இருக்கும்படி செய்து தக்க ஸம்மானங்கள் வழங்கிப் பின்பு பல்லக்கு வைத்து அனுப்பினார். அக்காலத்தில் அவர்மீது இவர் இயற்றிய சில பாடல்கள் உண்டு. அவை இப்பொழுது கிடைக்கவில்லை.

குருபூசை மான்மியம்

அப்பால் இவர் வன்றொண்டச் செட்டியார், சத்திரம் அருணாசல செட்டியார், வெளிமுத்தி வைரவ ஐயா என்பவர்களால் அழைக்கப்பட்டுத் தேவகோட்டைக்குச் சென்று சில நாள் இருந்து அங்கேயுள்ள கனவான்களால் உபசரிக்கப்பெற்றார். பிறகு காரைக்குடி சென்று அங்கே அறுபத்து மூவர் குருபூசை மடத்தில் தங்கினார். அங்கே சில

தினம் இருந்தபொழுது குருபூசையின் பெருமையைப் புலப்படுத்திச் சில செய்யுட்கள் இயற்றித் தரவேண்டுமென்று அங்கேயிருந்த மெ. பெரி. ராம. மெய்யப்ப செட்டியா ரென்பவர் கேட்டுக்கொள்ளவே, *குருபூசை மான்மிய* மென்ற ஒரு நூல் விரைவில் இயற்றி இவரால் அளிக்கப்பெற்றது. அது பதினைந்து செய்யுட்களை யுடையது; அச்சிடப்பெற்று வழங்குகின்றது. மெய்யப்ப செட்டியார் கேட்டுக்கொண்டதையும் உடனே விரைவில் யாதொரு தடையுமின்றி இவர் இயற்றியளித்ததையும் உடனிருந்து பார்த்தவராகிய காரைக்குடி சொக்கலிங்கையா அடிக்கடி சொல்லிப் பாராட்டிக்கொண்டே யிருப்பார். அம் மான்மியத்திலுள்ள முக்கியமான செய்யுட்கள் வருமாறு:

(விருத்தம்)

கருதுமொரு மலமுமிரு வினையுமும்மா யையுமகலக் கழற்றி நாளும்
ஒருவரிய சிவபோகச் செழுந்தேறல் வாய்மடுப்பான் உள்ளங் கொண்டாம்
பருமணிமா ளிகைக்காரைக் குடிவயங்கப் பொலியயுமறு பத்து மூவர்
திருமடத்தில் வீற்றிருக்கு மனுகூல மழகளிற்றைச் சிந்திப் பாமால்.

அருவாகி யுருவாகி யருவுருவ மாகியிவைக் கப்பா லாய
திருவாகி யநாதிமுத்தத் திரமாகி யானந்தத் திரட்சி யாகிக்
கருவாகிக் கண்ணாகிக் கண்ணுண்மணி யாகியுயிர்க் கணங்கட் கெல்லாம்
குருவாகி நிறைபரம சிவமொன்றே யனைத்துலகும் குறிக்கொ டேவாம்.

அடியார்யார் அவர்பூசை செயும்விதமென் னெனவினவின் அறைவாங் கேண்மோ
வடியார்வெண் ணீறணிவா ரதனொடுகண் மணிமாலை வயங்கப் பூண்பார்
கடியார்தூற் படையானை யருட்குறிமுற் பலவினுட்க னியப்பூ சிப்பார்
படியார்நந் தனம்புகுந்து மலர்பறித்துத் தொடுத்துதவும் பணிமேற் கொள்வார்.

தளிபுகுந்து திருவலகுப் பணிபுரிவார் திருமெழுக்குச் சமையச் செய்வார்
ஒளிகிளர்பல் விளக்கமைப்பார் மணங்கமழும் படிபுகைப்பார் உம்ப ராரும்
தெளிவரிய தமிழ்மறைபல் காலும்பா ராட்டிடுவார் சிவபு ராணம்
அளியமையச் சிரவணஞ்செய் பவரிவரெ லாம்பரமன் அடியா ராவார்.

இன்னவடி யவர்வயிற்றுப் பசிதீர அனம்படைத்தல் இன்னன் மேனி
மன்னவரு பிணியகல மருந்துதவல் குளிர்க்காடை வாங்கி நல்கல்
சொன்னமுதல் யாதானும் வேண்டியவை மனமகிழ்ச்சி தூங்க நல்கல்
நன்னரிடங் கொடுத்தலிவை முதற்பலவும் பூசையென நவில்வர் நல்லோர்.

இந்தவித மடியவரைப் பூசித்த லெந்நாளும் இனிய தேனும்
சந்தமிகு மரிபிரமா தியர்களெலா மேத்தெடுக்கும் தகைய ராய
பந்தமிலோ ரறுபத்து மூவர்திரு நாள்வரவு பார்த்துச் செய்யின்
மந்ததர முதனான்கு மொருவியருட் கலப்பினுறும் வாழ்க்கை கூடும்.

நலமலிசெய் கையராய வறுபத்து மூவரா நாயன் மார்கள்
வலமலிமா தேவனடி யடைந்தநாட் சிவநேய மாண்பி னார்க்கு
நிலமலிவண் டிருவமுதுங் கறியமுதுஞ் சிற்றுணவும் நெய்யும் பாலும்
தலமலிய நிறைத்தூட்டித் தொழுநர்பெறும் பேற்றினையார் சாற்ற வல்லார்.

நாடியவத் தினத்திலமு தூட்டுசிறப் பொடுமவ்வந் நாயன் மார்க்குக்
கூடியமட் டுஞ்சிறப்ப வபிடேக நிவேதனமுங் குலவச் செய்து
நீடியவுற் சவமுநடத் திடுதலதி விசேடமென நிகழ்த்தா நிற்பர்
பாடியபன் னூலுமுண ராசார வொழுக்கமிகு பண்பி னோரே.

இந்தவிதம் பூசனைசெய் புண்ணியர்க ளெந்நாளும் இனிமை மேய
சந்தமனை வியர்மக்கள் தவாதகடும் பினர்பலரும் தழுவ வாழ்ந்து

கந்தமலர்க் கற்பகநா டாதியபல் போகமெலாம் களிப்பத் துய்த்துப்
பந்தமினம் பரமசிவ னடிக்கலப்பாம் பெருவாழ்வும் பற்று வாரால்.

குன்றைத் திரிபந்தாதிக்குச் சிறப்புப் பாயிரம் அளித்தது

காரைக்குடியி லிருந்தபொழுது அவ்வூரிலும் அயலூரிலும் இருந்த தமிழ் வித்துவான்கள் வந்து வந்து இவரைப் பார்த்துத் தத்தம் கருத்துக்களை நிறைவேற்றிக்கொண்டு சென்றார்கள். அவர்களுள், மழவராயனேந்த லென்னும் ஊரினராகிய அஷ்டாவதானம் பாலசுப்பிரமணிய ஐயரென்பவர் இயற்றிய குன்றைத் திரிபந்தாதியைக் கேட்டு மகிழ்ந்து அவருடைய விருப்பத்தின்படியே இவர் ஒரு சிறப்புப் பாயிரம் அளித்தனர்; அது வருமாறு:

(நேரிசை ஆசிரியப்பா)

*திருமா மகளுஞ் சிறந்தவெண் டிங்களும்
ஒருவா ரணமு முயரிரு நிதிகளும்
கோட்டிள முலைநயங் காட்டர மகளிரும்
வாட்டமற் றண்டர் கூட்டுணு மமுதமும்
தருகவென் றிரப்பார் தாமுணர்ந் தன்னோர்
இருகரங் கொளவெலா மீந்தகற் பகமும்
வந்தா ருளத்துனு மாண்பொரு ளளிக்கும்
சிந்தா மணியுஞ் செழுங்காம தேனுவும்
இனையபல் வளனு மீன்றிடு முத்தி
புனையுடை யாகப் பொருந்துபு பூமகள்
வதனமா விலங்கு மழவையம் பதியான்
புதனிவ னாமெனப் புலவர் குழாமும்
பார்க்கவ னிவனெனப் பார்த்திபர் பலரும்
தீர்க்கமா நவிலுந் திடத்தகல் வியினான்
கயிலையங் கிரியிற் கண்ணுதன் முன்னாள்
அயிலிலங் கியவே லரசினை யளித்தோன்
பருப்பதம் பயந்த பசுங்கிளி நெடுநாள்
விருப்பமுற் றணையு மெய்யுடை வேதியன்
அட்டமூர்த் தம்பெற் றளவிலாப் பேதம்
தட்டறக் காட்டுந் தகையே போல
அட்டாவ தானியென் றானாப் பெயருற்றி
மட்டடங் காவவ தானம் புரிவோன்
காரை நகர்க்கொரு கண்ணா னவன்பெரி
யோரை வழிபடு முத்தம குணத்தான்
மறையவர் குலசிகா மணிமறை யொழுக்கினும்
திறனுடையச் சிதம்பர தீக்கிதர் புத்திரன்
தோமிலாப் பால சுப்பிர மணிய
நாமனெவ் வுலகும் நாட்டிய புகழான்
ஆறம் புலிமுய லன்றிவிண் ணிடத்தில்
வீறுட னிருக்கிலோர் விதநேர் தருமென
ஆன்றோ ருரைசெயு மாறுமா முகத்தோன்
தோன்றுகுன் றைக்குடித் தொன்னகர்ப் பாலதாத்
திரிபந் தாதி செப்பினன்
விரிகலை யுணர்ந்தோர் மிகவியப் புறவே.

---

* பின்பு கிடைத்தமையால் இச்செய்யுள் பிள்ளை யவர்கள் பிரபந்தத் திரட்டிற் பதிப்பிக்கப் பெறவில்லை.

அவர் தம்முடைய நண்பராகிய மகாலிங்கைய ரென்பவர் பிறந்த மழவராயனேந்த லென்னும் ஊரினராதலாலும் சிறந்த கல்விமா னாதலாலும் அவரிடத்தில் இவருக்கு அன்பு அதிகமாக உண்டாயிற்று.

அதன்பின்பு முற்கூறிய பாலைவனம் முதலிய இடங்களுக்குச் சென்று அங்கங்கேயுள்ள ஜமீன்தார்களால் உபசரிக்கப்பெற்றுச் சில தினங்கள் இருந்தார். அங்ஙனம் சென்ற இடங்களில் தம்மை அன்புடன் ஆதரித்தவர்கள் திறத்தில் நன்றிபாராட்டி இவர் செய்த தனிப்பாடல்கள் பல உண்டு. அவை இப்பொழுது கிடைக்கவில்லை.

சிங்கவனம் சென்றது

இவருடைய மாணாக்கராகிய சுப்பு பாரதியாரையும் அவர் பரம்பரையினரையும் ஆதரித்துவந்த சிங்கவனம் ஜமீன்தார் அந்தப் பாரதியார் முதலியவர்களை அனுப்பி இவரை அழைத்துவரச் செய்து சில தினம் உபசாரத்துடன் வைத்திருந்து சம்பாஷணை செய்து இன்புற்றார். அந்த ஜமீன்தாருடைய நற்குண நற்செய்கைகளையும் அவருக்குத் தமிழில் இருந்த ஈடுபாட்டையும் அறிந்து மகிழ்ந்து அவர்மீது இவர் செய்த பாடல்கள் வருமாறு:

(விருத்தம்)

பூமேவு சிங்கவனம் புகுந்தனமப் பெயராய பொருண்மை தேர்ந்தேம்
பாமேவு புருடசிங்கம் ராசசிங்கங் கல்விநலம் பயின்ற சிங்கம்
மாமேவு மகராச மெய்க்கங்கோ பாலனெனும் வள்ளற் சிங்கம்
தாமேவும் படிகண்டோ மதனாலப் பெயரென்றும் தக்க தாமே.

குணங்கொள்செவ்வாய் விசயரகு நாதமக ராசமெய்க்கங் கோபா லப்பேர்
மணங்கொண்மகா புருடனிரம் பியதிருவும் பெருங்கல்வி மாண்புஞ் சேர்ந்தே
இணங்குதிறத் தினனிதனால் யாவோரும் வியப்புறுவார் இயல்செந் நாவார்
அணங்கிருவே *றுலகத்தி யற்கையெனற் கிரங்கானாய் அன்புற் றானே.

புதுக்கோட்டை சென்றது

அப்பால் வழியிலுள்ள ஊர்களிற் பல கனவான்களால் உபசரிக்கப்பட்டுத் திருவாவடுதுறையை நோக்கிவருகையில் புதுக்கோட்டையைச் சார்ந்த திருக்கோகர்ணம் சென்று அந்த ஸமஸ்தான வித்துவானான கணபதி கவிராயர் வீட்டில் தங்கினார்.

இவர் வரவைக் கேள்வியுற்ற புதுக்கோட்டையிலுள்ள தமிழபிமானிகள் பலர் வந்து வந்து விசாரித்துவிட்டுச் சம்பாஷித்து வேண்டியவற்றை அப்பொழுது அப்பொழுது அளித்துவந்ததன்றிச் சில தினம் இருந்துசெல்லும்படிக்கும் கேட்டுக்கொண்டார்கள்.

புதுக்கோட்டை மன்னராகிய கௌரவம் பொருந்திய இராமசந்திர தொண்டைமானவர்களுடைய மூத்த தேவியாரான ஸ்ரீ பிரகதம்பா பாய்சாகேப் அவர்கள் அங்கே இவர் வந்திருத்தலைக் கேள்வியுற்றுத் தக்கவர்களை அனுப்பி இவரை அரண்மனைக்கு அழைத்துவரச்செய்து

---

* இருவே றுலகத் தியற்கை திருவேறு
தெள்ளிய ராதலும் வேறு. (திருக்குறள்)

ராமசந்திர தொண்டைமான் பகதூர்

நாடோறும் பல அரிய விஷயங்களைக் கேட்டார்கள். தேவாரங்கள் சிலவற்றிற்கும் பெரியபுராணத்திலுள்ள பாடல்கள் சிலவற்றிற்கும் பொருள் கேட்டு அறிந்து தக்க ஸம்மானங்கள் பல செய்வித்து இவருடைய பூஜைக்கு வேண்டிய பாத்திரங்களை வெள்ளியினாலே செய்வித்து அளித்தார்கள். பின்பு இவர் புதுக்கோட்டையிலேயே ஒரு மாதம் இருந்தார். அப்பொழுது சிறந்த உணவுப்பொருள்கள் இவருக்கு அரண்மனை உக்கிராணத்திலிருந்து நாள்தோறும் அனுப்பும்படி திட்டம் செய்யப்பட்டிருந்தது. அப்பொழுது பாய்சாகேப் அவர்களுடைய அன்புடைமையைப் பாராட்டி இவர் ஐந்து பாடல்கள் இயற்றினார். அவை கிடைக்கவில்லை. அப்பால் ஆறுமுகத்தா பிள்ளை முதலிய அன்பர்கள் இவர் புதுக்கோட்டைக்கு வந்திருப்பதைக் கேள்வியுற்று இவரைப் பட்டீச்சுரத்துக்கு அழைத்துச் செல்வதற்கு அங்கே வந்து இவருடன் சில தினம் இருந்தார்கள்.

திருவரன்குளப் புராணம்

புதுக்கோட்டைக்கு அருகிலுள்ளதான திருவரன்குள மென்னும் சிவஸ்தலத்து அபிமானிகளாகிய வல்லநாட்டுப் பெருங்குடி வணிகர் சிலர் வந்து இவரைப் பார்த்துப் பேசி மகிழ்ச்சியுற்றனர்; திருவரன்குளத்திற்கு வந்து ஸ்வாமி தரிசனம் செய்து கொண்டு போகவேண்டுமென்று கேட்டுக்கொண்டனர். அங்ஙனமே இவர் அங்கே சென்று ஸ்ரீ ஹரதீர்த்த ஸ்தலேசரையும் பெரிய நாயகியம்மையையும் தரிசனம் செய்தனர். அக்காலத்தில் அத்திருக்கோயில் அர்ச்சகர்களாகிய ஆதிசைவர்களும் தருமகர்த்தர்களாகிய மேற்கூறிய வணிகர்களும் அத்தலத்திற்கு ஒரு வடமொழிப் புராணம் இருப்பதைச் சொல்லி அதனை மொழிபெயர்த்துத் தமிழ்க் காப்பியமாகப் பாடித்தரவேண்டுமென்று கேட்டுக்கொண்டனர். அங்ஙனமே செய்வதாக இவர் வாக்களித்து வடமொழிப் புராணத்தை வாங்கிக்கொண்டு சென்றனர். புதுக்கோட்டைக்கு மீண்டு வந்தபின்பு அங்கேயே இருந்து அந்நூலிற் சில பாடல்களை இயற்றினர்; திருவாவடுதுறைக்கு வந்தபின்பும் சில செய்யுட்கள் இயற்றப்பெற்றன. *கடவுள் வாழ்த்து, ஆக்குவித்தோர் வரலாறு, அவையடக்க மென்பனவும் திருநாட்டுப் படலத்தில் பத்துப் பாடல்களுமே இவராற் செய்யப்பெற்றன. பின்பு அது பூர்த்திசெய்யப் பெறவில்லை. அதிலுள்ள சில செய்யுட்கள் வருமாறு:

* மீ. பிரபந்தத்திரட்டு, 3370 – 3408

[அவையடக்கம்]

(விருத்தம்)

சுவைபடு கருப்பங் காட்டிற் றோன்றவீற் றிருந்து ளோனச்
சுவைபடா வேப்பங் காட்டுந் தோன்றவீற் றிருத்த லாலே
நவைபடாப் பெரியோர் சொற்ற நயக்குமின் பாட லோடு
நவைபடு மடியேன் சொற்ற பாடலு நயந்து கொள்வான்.

[இத் தலவிருட்சம் வேம்பு]

விட்புனன் முடிமேற் கொண்டு மேவினோர் குடங்கர் கொண்டு
மட்புனன் முகந்தே யாட்டி வழுத்திட வுவப்பர் மேன்மேற்
கட்புனல் பொழிந்து நால்வர் கரைந்தபா வேற்றார் கண்ணில்
எட்புன லுந்தோற் றாவென் பாட்டுங்கேட் டினிது வப்பார்.

[விட்புனல் – கங்கை; குடங்கர் – குடம்; எட்புனல் – எள்ளளவு நீர்.]

[நாட்டு வளம்]

(கலிநிலைத்துறை)

முதிரு மாக்கனி பலபடு விடபமேன் முழங்கி
அதிரும் வானரம் பாய்தர வாங்குதிர் கனியால்
உதிரு நெற்பல வேனைநாட் டறுத்தடித் துறச்செய்
பிதிரு றாதநெற் பொலியெனப் பிறங்குவ நாளும்.

[விடபம் – மரக்கொம்பு.]

தியாகராச செட்டியாரைச் சந்தித்தது

அப்பால் அந்நகரிலிருந்து புறப்பட்டுத் தஞ்சை வழியாகக் கும்பகோணம் வந்து தியாகராச செட்டியார் வீட்டில் தங்கினார். அப்பொழுது திருப்பெருந்துறையிற் கிடைத்த ரூ. இரண்டாயிரமும் இடையிடையே சில ஜமீன்தார் முதலியவர்களால் கிடைத்த ரூ. இரண்டாயிரமும் ஆக ரூபாய் நாலாயிரமும் இவரிடம் இருப்பதை உடன் வந்தவர்களால் அறிந்த தியாகராச செட்டியார் இவரைப் பார்த்து, "இந்தத் தொகையை என்னிடம் கொடுத்தால் வட்டிக்குக் கொடுத்து விருத்திபண்ணி வட்டியை அவ்வப்பொழுது ஐயா அவர்களுடைய குடும்ப ஸௌகரியத்திற்காக அனுப்பிவருவேன். அந்த நாலாயிரமும் குடும்பத்துக்கு மூலதனமாக இருக்கும். உங்கள் கையிலிருந்தால் சில தினங்களிற் செலவழித்து விடுவீர்கள். இளமைப் பருவத்தில் நீங்கள் பணத்தின் அருமையை அறிந்ததுபோல இப்பொழுது அறிந்து கொள்ளவில்லை. உங்களுக்கு என்னைப்போலச் சொல்லுபவர்கள் ஒருவருமில்லை. நான் சொல்வதைக் கேட்கவேண்டும்" என்றார். அதற்கு இவர் சிறிதும் உடன்படவில்லை. இவர் இளமையில் வறுமையால் துன்புற்றதை அவர் விரிவாக அறிவித்துப் பலமுறை வற்புறுத்தியும் இவர் கேட்கவில்லை.

அப்பொழுது பிள்ளை யவர்களுடன் இருந்த சுப்பையா பண்டாரத்தைத் தியாகராச செட்டியார் பார்த்து, "நீரும் உடன்போய் வந்தீரா? யாராவது உம்மைத் தெரிந்து கொண்டார்களா?" என்று கேட்டார். அவர். "ஐயா அவர்களைக் கேட்டால் தெரியும் எனவே, செட்டியார் பிள்ளை யவர்களைப் பார்த்தனர்; இவர், "நான் சென்ற

இடங்களிற் பெரும்பான்மையானவர்கள் இவருக்குத் தெரிந்தவர்களாகவே இருந்தனர்; இவர் உடன் இருந்தது அவர்களுடன் பழகுவதற்கு எனக்கு அநுகூலமாக இருந்தது" என்றார். கேட்ட செட்டியார் வியப்புற்றார்.

பட்டீச்சுரம் சென்றது

பின்பு ஆறுமுகத்தா பிள்ளையினது வேண்டுகோளால் இவர் அங்கிருந்து பட்டீச்சுரம் சென்று சில தினம் இருந்தார். அங்கே இருந்த நாட்களுள் ஒரு நாள் இரத்தினம் பிள்ளை சோழன்மாளிகைக்கு இவரை அழைத்துச் சென்று உபசரித்தனர். அவருடைய அன்புடைமையை நினைந்து இவர்,

(விருத்தம்)

சீர்பூத்த சிவபத்தி சிவனடியார் பத்திமிகு சீலம் வாய்மை
கார்பூத்த கொடைமுதலா கியநலங்க ளொருங்குற்றுக் கவினு கின்ற
பேர்பூத்த விரத்திமொன் றினைச்சோழன் மாளிகையிற் பிறங்கக் கண்டேன்
பார்பூத்த விதனுண்மை தனைநேரிற் கண்டுணர்வீர் பாவல் லோரே

என்னும் செய்யுளை இயற்றினர்.

திருவாவடுதுறைக்கு வந்துசேர்ந்தது

சில தினங்களுக்கப்பால் இவர் பட்டீச்சுரத்திலிருந்து திருவாவடுதுறைக்கு வந்து சேர்ந்தார். வந்தவுடன் திருப்பெருந்துறை முதலிய இடங்களில் நிகழ்ந்தவற்றை ஸ்ரீ சுப்பிரமணிய தேசிகரிடம் விண்ணப்பிக்க அவர் கேட்டு மிகவும் சந்தோஷித்தார். புராணத்திலுள்ள சில பகுதிகளையும் சேக்கிழார் பிள்ளைத் தமிழையும் படிக்கச்சொல்லி மெல்லக் கேட்டுக் கேட்டுப் பிள்ளை யவர்களுடைய பெருமையை உடனுடன் பாராட்டிக் கொண்டே வந்தார்.

கொண்டுவந்த தொகையில் அவசரமாகக் கொடுக்க வேண்டிய கடன்களைத் தீர்த்தபின்பு எஞ்சியதைத் தாமே வைத்துக்கொண்டு சில தினங்களில் சிறிதும் பாக்கியில்லாமல் தாராளமாக இவர் செலவழித்து விட்டனர்.

கஞ்சனூர்ச் சாமிநாதையர்

திருவாவடுதுறைக்கு வடமேற்கிலுள்ள கஞ்சனூரில் சாமிநாதைய ரென்ற ஒரு மிராசுதார் இருந்தனர். அவ்வூரிலுள்ள சில தமிழ்க் கல்விமான்களுடைய பழக்கத்தால் சில பிரபந்தங்களையும் நைடதம், திருவிளையாடல் முதலியவற்றையும் அவர் படித்தறிந்தார். இவரிடம் படிக்கவேண்டுமென்ற எண்ணத்துடன் இவர்பால் வந்து தம்முடைய விருப்பத்தைப் புலப்படுத்தி ஆங்கிரஸ வருஷந் தொடங்கிப் பாடங் கேட்டு வந்தார். அடிக்கடி இவரை மாணாக்கர்களுடன் தம்மூருக்கு அழைத்துச்சென்று விருந்து செய்வித்து அனுப்புவார்; சிவபக்திச் செல்வம் வாய்ந்தவர். அவரிடத்தில் இவருக்கும் விசேஷ அன்புண்டு. தம்முடைய தவசிப்பிள்ளைகளுள் ஒருவராகிய சாமிநாத செட்டியா ரென்பவருக்கு வீடு கட்டுதற்கு விட்டம் முதலியவற்றிற்காக மரங்களை விலைக்கு

வாங்கி அனுப்பவேண்டுமென்று இவர் அவருக்கு ஒரு கடிதம் எழுதி அதன் தலைப்பில்,

(விருத்தம்)

திருவாத வூரர்முதற் சிறந்தவர்போற் சிவபத்திச் செல்வம் வாய்ந்து
பெருவாய்மை கல்வியறி வொழுக்கத்தா லளவாத பெருமை மேவி
வெருவாத வொப்புரவு முதலியநற் குணங்களெலாம் விட்டோர் போதும்
ஒருவாத புகழ்ச்சாமி நாதமா மறையவனீ துவந்து காண்க

[ஓர்போதும் ஒருவாத – ஒருபோதும் நீங்காத.]

என்னும் பாடலை வரைந்தனுப்பினார்.

அவர் அதைப் பார்த்துவிட்டு உடனே ரூ. 200 மதிப்புள்ள மரங்களை வாங்கி அனுப்பினார். அவற்றின் விலையை இவர் கொடுக்கத் தொடங்குகையில் அவர் வேண்டாமென்று மறுத்துவிட்டார். அம்மரங்களைக் கொண்டு வீடுகட்டப்பட்டு நிறைவேறியது; அவ்வீடு இன்றும் உள்ளது.

வீழிதாஸ நயினார்

ஒரு சமயம் திருவீழிமிழலை யிலிருந்து வீழிதாஸ நயினா ரென்னும் ஒரு பிரபு திருவாவடுதுறைக்கு வந்து ஸ்ரீ சுப்பிரமணிய தேசிகரைத் தரிசித்தார். அவர் திருவீழிமிழலை ஆலயத்திற்குப் பெரும்பொருள் செலவிட்டுப் பலவகைத் திருப்பணிகளைச் செய்தவர். பிள்ளை யவர்களைக் கொண்டு அத்தலத்துக்குப் புதிதாக ஒரு புராணம் இயற்றுவிக்க வேண்டுமென்பது அவருடைய விருப்பம். அதற்காக அத்தலத்திற்குரிய வடமொழிப் புராணத்தையும் பழைய தமிழ்ப் புராணத்தையும் கொணர்ந்திருந்தார். அவற்றை இக் கவிஞர்பெருமானிடம் கொடுத்துத் தம்முடைய விருப்பத்தை வெளியிட்டார். இவர் இவற்றை வாங்கி வைத்துக்கொண்டு அங்ஙனமே செய்வதாகக் கூறினார். ஆனாலும், இவருக்கு உண்டான தேக அஸௌக்கியத்தால் அது பாடுதற்குத் தொடங்கப்படவேயில்லை.

மருதவாணர் பதிகம்*

பவ வருஷத்தில் குமாரசாமித் தம்பிரானுக்குத் தேக அசௌகரியம் உண்டாயிற்று. ஆதீனத் தலைவருடைய கட்டளையின்படி திருவிடைமருதூர் சென்று கட்டளை மடத்தில் தங்கி அங்கேயுள்ள தக்க வைத்தியர்களிடம் மருந்து வாங்கி உட்கொண்டு வந்தார். அப்பொழுது அவரைப் பார்க்கச் சென்ற இவர் அவர் தேகநிலையை யறிந்து வருத்தமுற்றார். அவர், “தினந்தோறும் நான் ஸ்தோத்திரம்பண்ணும்படி ஸ்ரீ மகாலிங்கமூர்த்தியின்மீது ஒரு பதிகம் இயற்றித்தரல் வேண்டும்” என்று விரும்பவே, இவர் ஒரு பதிகம் இயற்றினார். அது ‘மருதவாணர் பதிக’மென்று வழங்கும். அதை அவர் தினந்தோறும் பாராயணம் செய்துகொண்டு வந்தார்.

அப்பதிகத்திலுள்ள 1, 4, 9ஆம் செய்யுட்களால் நோயை நீக்கவேண்டுமென்று விண்ணப்பித்திருத்தல் விளங்கும். சில தினத்தில்

* மீ. பிரபந்தத்திரட்டு, 21–30

அவருக்குப் பிணி நீங்கிவிட்டது. அப்பால் அவர் திருவாவடுதுறைக்கு வந்து வழக்கம் போலவே பாடங் கேட்டு வந்தார்.

'சூரியமூர்த்தி சாட்சி'

ஒரு நாள் முன்ஸீப் வேதநாயகம் பிள்ளை சில உத்தியோகஸ்தர்களோடு மாயூரத்திலிருந்து ஸ்ரீ சுப்பிரமணிய தேசிகருடைய தரிசனத்திற்கு வந்தார்; அவர்களுள் டிப்டி கலெக்டராக இருந்த சூரியமூர்த்தியா பிள்ளை யென்பவர் முக்கியமானவர். தேசிகருடைய குணங்களில் ஈடுபட்ட வேதநாயகம் பிள்ளை தாம் இயற்றிய சில புதிய பாடல்களைச் சொல்லிக் காட்டினர். அப்பொழுது மகிழ்ந்து இவர் சொல்லிய பாடல் வருமாறு:

(விருத்தம்)

மாமேவு புகழ்த்திருவா வடுதுறைச்சுப் பிரமணிய வள்ளற் கோமான்
பாமேவு சந்நிதியிற் பாக்கள்பல செய்துடனே பயிலச் செய்தான்
நாமேவு வேதநா யகசுகுணன் சான்றெவரோ நவில்க வென்னிற்
கோமேவு பலர்புகழ்சூ ரியமூர்த்திச் செம்மலிது குறிக்கொள் வீரே.

ஏதாவது ஓர் உண்மையைக் கூறும்பொழுது 'சூரியன் சாட்சி' எனச் சொல்லும் உலக வழக்கைக் குறிப்பாக அமைத்து இவர் பாடிய இச்செய்யுளைக் கேட்ட எல்லாருடைய செவிகளும் குளிர்ந்தன.

ஷஷ்டியப்த பூர்த்தி

இவருக்கு அப்போது பிராயம் 60 ஆகிவிட்டமையால் அதனை யறிந்த சுப்பிரமணிய தேசிகர் அக்காலத்தில் இவருக்கு நடத்த வேண்டிய ஷஷ்டியப்த பூர்த்தி யென்னும் விசேஷத்தைப் பங்குனி மாதத்தில் மடத்துச் செலவிலிருந்தே மிகவும் சிறப்பாக நடத்துவித்தார்.

அம்பர் சென்றது

அம்பர்ப் புராணம் பூர்த்தியாகியும் அரங்கேற்றப்படாமல் இருந்ததையறிந்த சுப்பிரமணிய தேசிகர் அப்புராணத்தை ஆக்குவித்தோராகிய அம்பர் *வேலாயுதம் பிள்ளை யென்பவருக்கு அந்நூலை விரைவில் அரங்கேற்றுவித்தல் உத்தமமென்று ஒரு திருமுகம் அனுப்பினார். அவர் அதனைச் சிரமேற்கொண்டு விஷயத்தைப் படித்தறிந்து உடனே திருவாவடுதுறைக்கு வந்து தேசிகரைத் தரிசனம் செய்துவிட்டுப் பரிவாரங்களுடன் இக் கவிநாயகரை அழைத்துக் கொண்டு சென்றார்; அங்கேயிருந்த சொர்க்கபுர ஆதீன மடத்தில் இவரைத் தங்கும்படி செய்து வேண்டிய சௌகரியங்களைச் செய்வித்து நாடோறும் சென்று ஸல்லாபம் செய்து வந்தனர்.

நான் அம்பருக்குச் சென்று இவரைப் பார்த்தது

முன்பு திருப்பெருந்துறையிலிருந்து இவரிடம் விடைபெற்றுப் பிரிந்த நான் விரைவிற் கொடுத்துத் தீர்க்கவேண்டிய கடனுக்காகப் பொருளீட்டும் பொருட்டுப் பெரும்புலியூர் (பெரம்பலூர்)த்

---

* இவர் பெயர் வேலுப்பிள்ளை யெனவும் வழங்கும்.

தாலூகாவிலுள்ள காரை யென்னும் ஊருக்குச் சென்று அங்கே உள்ள சின்னப் பண்ணைக் கிருஷ்ணஸாமி ரெட்டியா ரென்பவர் முதலிய அன்பர்களின் விருப்பத்தின்படி *திருவிளையாடற் புராணத்தைப்* படித்துப் பொருள்சொல்லிக் கொண்டு வந்தேன். இடையிற் சிலநாட்கள் ஓய்வு ஏற்பட்டமையால் இவரைப் பார்த்து வரவேண்டு மென்னும் அவாவோடு திருவாவடுதுறைக்கு வந்து இவர் புராணம் அரங்கேற்றுதற்கு அம்பர் சென்றிருப்பதைக் கேள்வியுற்று ஒரு நாள் அங்கே சென்று பார்த்து ஆறுதலடைந்தேன்.

அன்று பிற்பகலில் திருக்கோயிற்குச் சென்று தரிசனம்செய்கையில் ஒவ்வொரு விசேடத்தையும் சொல்லி வந்தார்; ஒரு பஞ்ச காலத்திற் பொருளில்லாமல் வருத்தமுற்ற நந்தனென்னும் அரசனுக்கு நாள்தோறும் படிக்காசு அருளினமையால் அத்தல விநாயகருக்குப் படிக்காசுப் பிள்ளையா ரென்னும் திருநாமம் அமைந்ததை எனக்கு விளங்கச் சொன்னதன்றி, அங்கேயிருந்த தீர்த்தத்தைக் காட்டி, "இதுதான், *'அன்னமாம் பொய்கை சூழ் அம்பரானை' எனத் தேவாரத்திற் சொல்லப்பட்டுள்ள அன்னமாம் பொய்கை; அன்ன வடிவங் கொண்ட பிரமதேவர் உண்டாக்கிய தீர்த்தம் இது" என்று கூறினார். சுவாமி எழுந்தருளியிருக்கும் திருக்கோயிலைக் காட்டி, "இது கோச்செங்கட் சோழ நாயனாரால் திருப்பணி செய்யப்பெற்ற பெருமை வாய்ந்தது; இத்தலத்துத் †தேவாரங்களால் இது விளங்கும்" என்று சொன்னார்; பின்னும், "இந்த ஊர் மிகப் பழைய நகரம். *திவாகரத்தில்*, 'ஔவை பாடிய அம்பர்ச் சேந்தன்' என்றதிற் கூறப்பட்டதும், 'தண்ணீருங் காவிரியே தார்வேந்தன் சோழனே, மண்ணாவ துஞ்சோழ மண்டலமே – பெண்ணாவாள், அம்பர்ச் சிலம்பி யரவிந்த மேமலராம், செம்பொற் சிலம்பே சிலம்பு' என்ற தனிப்பாடலிற் சொல்லப்பட்டதும் இந்த அம்பரே" என்று அந்நகரத்தின் சிறப்பை விரித்துச் சொல்லி வந்தார்.

அப்போது சில நாட்கள் உடன் இருந்து இவரிடம் சில நூல்களைப் பாடங்கேட்டேன். இவர் குறிப்பிட்டபடி அங்கே இருந்த குழந்தைவேற் பிள்ளை யென்னும் கனவானுக்குத் *திருவிடைமருதூ ருலாவைப்* பாடஞ் சொன்னேன். அது முற்றுப்பெற்ற பின்பு இவரே சில நூல்களை அவருக்குப் பாடஞ் சொல்லி வந்தார்.

கொங்குராயநல்லூர் சென்றது

ஒருநாட் காலையிற் பக்கத்திலுள்ளதாகிய கொங்குராயநல்லூரில் இருந்த ஒரு வேளாளப் பிரபுவின் வீட்டிற்கு அவருடைய விருப்பத்தின்படி இவர் சென்றார். அப்பொழுது அவர் குமாரராகிய ஐயாக்கண்ணுப் பிள்ளைக்கு முத்துவடுகநாத தேசிக ரென்னும் வித்துவான் தமிழ்ப்பாடஞ் சொல்லிக்கொண்டிருந்தார். அத்தேசிகர் இலக்கணவிளக்க ஆசிரியர் பரம்பரையில் இருந்த ஒரு பெரியாரிடம் முறையே பாடங்கேட்டுத்

---

* திருநா. திருநாகைக் காரோணம்.

† "அரிசிலம் பொருபுன லம்பர் மாநகர்க், குரிசில்செங் கண்ணவன் கோயில் சேர்வரே", "ஐயநன் பொருபுன லம்பர்ச் செம்பியர், செய்யக ணிறைசெய்த கோயில் சேர்வரே", "அங்கணி விழவம ரம்பர் மாநகர்ச், செங்கண லிறைசெய்த கோயில் சேர்வரே" (*திருநா. தே.* திருவம்பர்ப் பெருந்திருக்கோயில்.)

தேர்ந்தவர்; வடமொழியில் தர்க்க சாஸ்திரத்திலும் காவிய நாடகங்களிலும் நல்ல பயிற்சியுடையவர்; நன்மதிப்புப் பெற்றவர்.

மேற்கூறிய பிரபு இவரைப் பார்த்துத் தம் குமாரரைப் பரீட்சிக்கும்படி கேட்டுக்கொண்டார்; "ஏதாவது ஒரு பாட்டுச் சொல்லப்பா" என்று இவர் வினாவினர். அவர் திருவிளையாடலில் திருநாட்டுச் சிறப்பின் முதற் பாடலாகிய,

(கலிநிலைத்துறை)

கறைநி றுத்திய கந்தரச் சுந்தரக் கடவுள்
உறைநி றுத்திய வாளினாற் பகையிரு ளொதுக்கி
மறைநி றுத்திய வழியினால் வழுதியாய்ச் செங்கோல்
முறைநி றுத்திய பாண்டிநாட் டணியது மொழிவாம்

என்ற பாடலைச் சொன்னார். அதற்கு இவர் பொருள் கேட்டார். அவர் பதவுரை சொல்லிவிட்டு முதலிரண்டடிக்குப் பதசாரம் சொல்லிக்கொண்டு வருகையில், 'வாளினாற் பகையிரு ளொதுக்கி' என்பதற்கு, 'கத்தியாகிய ஒளியினாற் பகையாகிய இருளை ஓட்டி' என்று பொருள் சொல்லவே இவர் கேட்டு மகிழ்வுற்று, "இத்தகைய அரிய பொருள்களை யெல்லாம் தெரிந்துகொள்வதற்கு ஆசிரியர்கள் கற்பிக்கும் முறையே காரணம்; இந்த ஐயா நன்றாகச் சொல்லிக் கொடுத்திருக்கிறார்கள்; இவர்களை நீண்ட காலம் வைத்திருந்து உங்கள் குழந்தைக்கு நன்றாகக் கற்பிக்க வேண்டும்" என்று அந்தக் கனவானை நோக்கிக் கூறினார். பின்பு அவ்வூரின் பக்கத்திலேயிருந்த சொர்க்கபுர ஆதீனகர்த்த ரிருக்கும் மடத்துக்குச் சென்று அங்கேயுள்ள குருமூர்த்தங்களைத் தரிசனம் செய்துகொண்டு அந்த மடத்தில் இருந்த ஏட்டுப் புத்தகங்களை யெல்லாம் ஒரு நாள் சென்று பார்த்துவிட்டு வேண்டியவற்றை வாங்கிக்கொண்டு தம்முடைய இருப்பிடத்திற்கு வந்துவிட்டார்.

அப்பால் முத்துவடுகநாத தேசிகர் இவரிடம் நாள்தோறும் பிற்பகலில் வந்து இலக்கணக் கொத்தைப் பாடம் கேட்டு முடித்தார். அம்பர்ப் புராணம் அரங்கேற்றி முடிந்த தினத்தில் அவர் இயற்றிய சிறப்புப் பாயிரத்துள்ள,

சிவபெரு மாற்குச் சிறந்திடு பூசனை
நாடொறு மன்பால் நடத்திடு நல்லோன்
தொல்காப் பியமும் தொல்காப் பியமும்
பல்காற் கூர்ந்து பயின்றோ னின்றமிழ்
நூலுள முழுதுணர் நுண்மாண் தேர்ச்சியன்
கோவையந் தாதி குலவுசீர்ப் புராணம்
பிள்ளைத் தமிழ்முதற் பிரபந் தம்முள
முழுது மியற்றிய மூதறி வாளன்
இலக்கணக் கொத்தெனு மிருநூற் பொருளென்
கருத்துறத் தெருட்டியென் கருத்தினுங் கண்ணினும்
நீங்கா தென்றும் நிகழ்புகழ்க் குன்றம்
....
மாட்சியால் வாழ்மீ னாட்சி
சுந்தர னென்னுஞ் செந்தமிழ்க் கடலே

என்னும் பகுதியால் இது விளங்கும்.

நான் மீண்டும் காரைக்குச் சென்றது

திருவிளையாடலைப் பூர்த்திசெய்ய வேண்டியவனாக இருந்தமையின், "என்னை ஊருக்கு அனுப்பவேண்டும்" என்று நான் கேட்டுக்கொண்டேன். பழக்கம் இல்லாமலிருந்தும் மேற்கூறிய கிருஷ்ணசாமி ரெட்டியா ரென்பவருக்கு இவர் ஒரு பாடல் இயற்றித் தலைப்பில் அமைத்து, "திருவிளையாடற் புராணத்தை விரைவிற் பூர்த்தி செய்வித்துச் சாமிநாதையரை இங்கே அனுப்பினால் எனக்குத் திருப்தியாயிருக்கும்" என்று ஒரு கடிதம் எழுதுவித்துத் தந்தார். நான் விடைபெற்றுச் சென்று காரை சேர்ந்து அந்த ரெட்டியாரிடம் கடிதத்தைச் சேர்ப்பித்தேன். அவர், "நான் அறியாதவனாக இருந்தும் என்னையும் ஒரு பொருட்படுத்திப் பிள்ளை யவர்கள் கடிதம் எழுதினார்களே; பாக்கியசாலியானேன்; இதற்குக் காரணம் உங்கள்பால் அவர்களுக்குள்ள அன்பே" என்று வியந்தனர்; கடிதத்திற் கண்டவாறே என்னை விரைவில் அனுப்ப அவர் முயன்று வருவாராயினர்.

அம்பர்ப் புராண அரங்கேற்றம்

நல்ல தினம் பார்த்து அம்பர்ப் புராணம் அரங்கேற்றந் தொடங்கப்பெற்றது. அதனை அறிந்து பல வித்துவான்களும் கனவான்களும் பல ஊர்களிலிருந்து வந்து நாள்தோறும் கேட்டு வருவாராயினர். பழைய மாணாக்கராகிய *சொக்கலிங்க முதலியா ரென்பவர் அங்கே வந்து உடனிருந்து இவருக்கு ஆகவேண்டிய காரியங்களைக் கவனித்துச் செய்துவருவாராயினர். அரங்கேற்றம் நிறைவேறிய தினத்தன்று சிறப்புடன் புராணச் சுவடி ஊர்வலம் செய்யப்பெற்றது. பிள்ளை யவர்களுக்கு வேலாயுதம் பிள்ளை தம்முடைய குடும்பத்தாருடன் சேர்ந்து தக்க ஸம்மானஞ்செய்தார். அப்போது உடனிருந்த மாணாக்கர்களும் பிறரும் வேலாயுதம் பிள்ளையையும் பிள்ளை யவர்களையும் நூலையும் பாராட்டிச் சிறப்புக் கவிகள் இயற்றிப் படித்தார்கள்.

சிவராமலிங்கம் பிள்ளை

அன்றைத்தினத்தில் தற்செயலாகத் திருவனந்தபுரம் வலியமேலெழுத்துச் சிவராமலிங்கம் பிள்ளை யென்பவர் சிவஸ்தல யாத்திரை செய்துகொண்டே அங்கே வந்து ஸ்வாமி தரிசனஞ் செய்துவிட்டுப் புராணப் பூர்த்தி விழாவையும் கண்டு மகிழ்ந்து இப் புலவர்திலகருக்குத் தம்மாலியன்ற ஸம்மானத்தைச் செய்து வேறு ஸ்தல தரிசனத்திற்குப் புறப்பட்டுச் சென்றார். †திருநணா வென்பது இன்ன பெயரால் வழங்குகின்ற தென்பது அவருக்கு விளங்கவில்லை. அதனையும் சில தேவாரங்களுக்குப் பொருளையும் அவர் இவர்பால் கேட்டுத் தெரிந்துகொண்டார்.

அம்பர்ப் புராணம் 15 படலங்களையும் 1007 செய்யுட்களையும் உடையது. சோமாசிமாற நாயனார் வரலாறும் கோச்செங்கட் சோழ நாயனார் வரலாறும் இப்புராணத்தில் உள்ளன. அப்பகுதிகள் இவருக்கு

---

* இவர் பிற்காலத்தில் துறவியாகித் தொண்டர்சீர்பரவுவா ரென்னும் நாமம் பூண்டு பலராலும் மதிக்கப்பெற்று விளங்கிவந்தார்.

† திருநணா – பவானி யெனவழங்கும் ஸ்தலம்.

நாயன்மார்கள்பாலுள்ள பேரன்பையும் சிறிய வரலாற்றையும் விரிவாக அமைத்துப் பாடும் வன்மையையும் புலப்படுத்தும். இந்நூலிலிருந்து சில செய்யுட்கள் வருமாறு:

[முருகக்கடவுள் துதி]

(விருத்தம்)

வள்ளியபங் கயக்கிழவன் முடிகொடித்த லொடுவணங்கி மற்றை வானோர்
தெள்ளியபொன் முடிகொடுத்த புறச்சுவட்டுப் பொலிவினொடும் சிறிய நாயேம்
கொள்ளியசூட் டலினெமது முடிகொடுத்த வகச்சுவடும் குலவக் கொள்ளும்
ஒள்ளியகை காலொடம ரொருமுருகப் பெருமாளை உன்னி வாழ்வாம்.

[சேக்கிழார் துதி]

ஓங்கு சைவத் துயர்பரி பாடையும்
வீங்கு பேரொளிப் பத்திசெய் மேன்மையும்
தேங்கு பேறுந் தெரித்தருள் சேக்கிழான்
பாங்கு சேர்மலர்ப் பாதம் பரசுவாம்.

[ஆக்குவித்தோர்]

சொற்கொண்ட திருவம்பர் நகர்புரக்குங் கோமான்
 தூயகங்கா குலன்மேழித் துவசன்மணக் குவளை
கற்கொண்ட புயத்தணிவோ னிராமலிங்க வள்ளல்
 கனதவத்தில் வந்துதித்த வேளாளர் பெருமான்
விற்கொண்ட புருவவய லார்பொல்லா னென்று
 விளம்புநல்லா னல்லொழுக்க முருக்கொண்டா லனையான்
நற்கொண்டல் பொருங்கரத்தான் சைவசிகா மணிநன்
 னாவலர்கொண் டாடுவே லாயுதபூ பாலன்.

பெருமையிற் பொலியு மம்பர்ப் பெருந்திருக் கோயின் மேய
கருமையிற் பொலியுங் கண்டக் கடவுளர் திருப்பு ராணம்
அருமையிற் பாடு கென்ன வடமொழி யனைத்து மாராய்ந்
தொருமையிற் பாட லுற்றேன் தமிழினா லுரைம றாதே.

[அவையடக்கம்]

செறிகுறி லுடையைந் தோடு குறிலிலா விரண்டுஞ் சேர்த்து
மறிவினெட் டுயிரே யென்று மாத்திரை நோக்கிக் கொள்வார்
அறியிய லுடைய பாவோ டியலிலா வடியேன் பாவும்
குறியிலான் சரிதநோக்கிக் குறிகொள்பா வென்றே கொள்வார்.

[அம்பர் நகர்ச் சிறப்பு]

(கொச்சகக் கலிப்பா)

பூமேவு தமிழரும்பும் பொதியவரைக் காலரும்பத்
தேமேவு மாந்தருவிற் செய்யபசுந் தளிரரும்பும்
காமேவு மகத்தூமங் கண்டுமுகி லெழுந்ததெனத்
தாமேவு சிறைமஞ்ஞை நடமாடுந் தனியம்பர்.

[சோமாசிமாற நாயனார் யாகம் செய்ய எண்ணுதல்]

இகமொன்று களிப்படைய வீரிரண்டு சூழநடு
முகமொன்று கொண்டபிரான் மொய்பனிகூர் வான்றடவும்
நகமொன்று மங்கையொடு நண்ணியவி யுணாக்கொள்ள
மகமொன்று செயல்குறித்தார் மாதவத்து மாறனார்.

(மாற நாயனார் வழிபடு படலம், 1, 20)

[பஞ்சகால வருணனை]

(விருத்தம்)

மாறுவேண் டினரலர் மள்ளர் மாதவப்
பேறுவேண் டினரலர் பெரிய ராடுதற்
காறுவேண் டினரலர் ரந்த ணாளருண்
சோறுவேண் டினர்பலர் துறையு ளார்களும்.

ஒருவருண் டிடுபொழு தொருவ ரீர்ப்பர்மற்
றிருவரு மீர்ப்பர்மிக் கிவர்க லாய்த்திட
மருவரு மயலுளார் வந்து பற்றுவார்
பெருகுவற் கடம்புரி பெற்றி யென்சொல்கேன்.

[வற்கடம் – பஞ்சகாலம்.]

[பஞ்ச நீக்கம்]

உழவொலி யெழுந்தன வுறுசெய் யெங்கணும்
முழவொலி யெழுந்தன மொய்த்த வில்லெலாம்
மழவொலி யெழுந்தன வானு நாணுற
விழவொலி யெழுந்தன மேய கோயிலே.

(நந்தன் வழிபடு படலம், 116, 119, 138)

நைமிசாரணியப் படலத்தில் முதற் செய்யுளும் இறுதிச் செய்யுளுமாகிய இரண்டும் அல்லாத 39 செய்யுட்களிலும் சொல்லணிகளை இக் கவிஞர்கோமான் அமைத்திருக்கின்றனர். அவற்றில் அமைந்துள்ள அணிகள் வருமாறு: திரிபு, யமகம், பாடக மடக்கு, தகர வருக்கச் செய்யுள், ஏகபாதம், கோமூத்திரி, கூட சதுக்கம், முரசபந்தம், அக்கரவருத்தனை, அக்கர சுதகம், சுழிகுளம், சருப்ப தோபத்திரம், மாலைமாற்று, காதைகரப்பு, கரந்துறை செய்யுள், மாத்திரைப் பெருக்கம், மாத்திரைச் சுருக்கம், இரட்டை நாகபந்தம், அட்ட நாகபந்தம், இரதபந்தம், கமலபந்தம், நான்காரைச் சக்கரம், ஆறாரைச் சக்கரம், எட்டாரைச் சக்கரம், பிறிதுபடு பாட்டு, திரிபங்கி, நிரோட்டகம், அநாசிகம், அகரவுயிரால் வந்த செய்யுள், ஆகாரவுயிரால் வந்த செய்யுள், இகரவுயிரால் வந்த செய்யு ளென்பன.

அம்பர்ப் புராணம் அரங்கேற்றிய பின்பும் இவர் அம்பரிலேயே சில தினம் இருந்தார்.

சுப்பிரமணிய தேசிகருக்கு எழுதிய விண்ணப்பம்

அங்கே இருக்கும் நாட்களுள் ஒரு நாள் இவர் ஒரு ஸ்தலதரிசனத்திற்குச் சென்றிருந்தார். சென்றபொழுது, அத் தல விசாரணைக் கர்த்தரும் ஓர் ஆதீனத் தலைவருமாகிய ஒருவர் இவரைச் சிறிதும் மதியாமலும், இவரை இன்னாரென்று அங்கே உள்ளவர்கள் எடுத்துச் சொல்லவும் கவனியாமலும் தம்முடைய பெருமைகளை மட்டுமே பாராட்டிக்கொண்டு இவரை மதியாமலே இருந்துவிட்டார். அப்பால் ஸ்வாமி தரிசனம் செய்துகொண்டு இவர் அம்பருக்கு வந்தார்.

விசாரணைக் கர்த்தரைக் கண்டு பேசி அளவளாவி வரவேண்டுமென்று எண்ணியிருந்த இவருக்கு அவருடைய இயல்பு வருத்தத்தை உண்டாக்கியது. ஓர் ஆதீனகர்த்தராக இருப்பவர் பிறரை மதியாமலும் வந்தவர்களை

விசாரியாமலும் இருப்பதைப் பார்த்த இவருக்கு எல்லா விதத்திலும் உயர்ந்த நிலையில் இருந்து விளங்கும் ஸ்ரீ சுப்பிரமணிய தேசிகருடைய ஸௌலப்ய குணம் ஞாபகத்துக்கு வந்தது. எந்த வித்துவான் வந்தாலும் முகமலர்ந்து ஏற்றுப் பேசி ஆதரிக்கும் அவருடைய பெருந்தன்மை இவருடைய மனத்தை உருக்கியது. "நிழலருமை வெயிலிலே நின்றறிமின்" என்பது உண்மையல்லவா?

உடனே, இவர், *அம்பர்ப் புராண* அரங்கேற்றம் பூர்த்தியானதையும் விரைவில் வந்து தரிசனம் பண்ணிக்கொள்ள எண்ணியிருப்பதையும் புலப்படுத்தி ஒரு விண்ணப்பக் கடிதம் சுப்பிரமணிய தேசிகருக்கு எழுதி ஒருவர்வசம் அனுப்பினார். அதன் முதலில் இவர் எழுதுவித்த பாடல் வருமாறு:

(விருத்தம்)

ஒப்புயர்வில் லவன்சிவன்மூன் றும்முடைமை யாலிரண்டும் ஒன்று மேற்றோர்
தப்பறத்தாழ்ந் தவரெனல்தேர்ந் தனந்திருவா வடுதுறைநற் றலத்துள் வார்தம்
வைப்பனைய சுப்பிரம ணியகுரவன் றன்பெயரை வகித்து ளாரை
எப்படியும் விலக்கலின்மற் றிவன்மூன்று மிலனென்றே இயம்பு வோமே.

[மூன்று – சிருஷ்டி முதலிய மூன்று தொழில்கள். மூன்றும் இலன்; மூன்று – ஒப்பு, உயர்வு, தாழ்வு.]

இதனைக் கண்ணுற்ற சுப்பிரமணிய தேசிகர் பாடலின் பொருளையும் குறிப்பையும் அறிந்து, "இன்ன இடத்திற்குப் பிள்ளை யவர்கள் போயிருந்தார்களோ?" என்று வந்தவரைக் கேட்டார். அதனை அவர் இவரிடம் வந்து சொல்ல இவர் கேட்டு, "ஸந்நிதானத்தின் பேரறிவை அடியேன் என்னவென்று பாராட்டுவது!" என்று சொல்லி மனமுருகித் திக்குநோக்கி அஞ்சலிசெய்தார்.

திருவாவடுதுறைக்குத் திரும்பியது

அம்பர்ப் புராணம் அரங்கேற்றப் பெற்றபின் சில ஸ்தலங்களுக்குப் போய் ஸ்வாமி தரிசனம் செய்து வரலாமென்று நினைத்திருந்தார். இவருக்கு ஒருவகையான சரீரத் தளர்ச்சி ஏற்பட்டமையால் இவர் அவ்வாறு செய்வதை நிறுத்திக்கொண்டு திருவாவடுதுறைக்கே போய்ச்சேர எண்ணினார். வேலாயுதம் பிள்ளை முதலியவர்கள் தங்களுடைய பேரன்பையும் இவருடைய பிரிவால் உண்டான துயரத்தையும் புலப்படுத்தினார்கள். பின்னர் இவர் எல்லோரிடத்தும் விடைபெற்றுக்கொண்டு மாணாக்கர்களுடன் திருவாவடுதுறையை அடைந்தார்.

34

தேக அசௌக்கிய நிலை

நான் திருவாவடுதுறைக்கு வந்தது

அக்காலத்தில் நான் என்னுடைய வேலைகளை யெல்லாம் ஒருவாறு முடித்துக்கொண்டு திருவாவடுதுறைக்கு வந்து இவரைப் பார்த்தேன். பார்த்ததுமுதல் இவரது குறிப்பறிந்து முன்பு நான் செய்து வந்த காரியங்களைச் செய்துவரத் தொடங்கினேன்.

கம்பராமாயணம் பாடஞ்சொல்லியது

பின்பு எங்களுடைய வேண்டுகோளின்படியே இவர் கம்பராமாயணத்தை ஆரம்பத்திலிருந்து பாடம் சொல்லத் தொடங்கினார். தேக அசௌக்கியத்தால் வழக்கமாக நடக்கிறபடி அதிகச் செய்யுட்கள் நடைபெறவில்லை. நூறு அல்லது நூற்றைம்பது செய்யுட்களே நடைபெற்றன. முக்கியமான இடங்களுக்குமட்டும் பொருள் தெரிந்துகொண்டு வந்தோம். அதைப் படித்துக்கொண்டே வருகையில் இவர், "இவை எவ்வளவு அழகாக இருக்கின்றன! இவை யெல்லாம் யோசித்துப் பாடிய பாட்டுக்களா?" என்று மனமுருகிக் கூறிச் சில சமயங்களிற் கண்ணீர் விடுவதுமுண்டு.

சூரியனார் கோயில் ஸ்ரீ அம்பலவாண தேசிகர்

பிள்ளை யவர்களுக்கு இளமையில் கம்பரந்தாதியைப் பாடஞ் சொன்னவரும் திருவாவடுதுறை யாதீனத்தில் நெடுங்காலம் இருந்தவருமாகிய *அம்பலவாண முனிவர் பின்பு சூரியனார்கோயில் ஆதீனகர்த்தராக நியமிக்கப்பெற்று அம்பலவாண தேசிகரென்ற பெயருடன் விளங்கி வந்தார். முதுமைப் பருவமுடைய அவர் ஒரு நாள் பரிவாரங்களுடன் திருவாவடுதுறை மடத்துக்கு விஜயம் செய்திருந்தார். பிள்ளை

---

* முதற்பாகம், ஒன்பதாம் அத்தியாயம் முழுவதும் பார்க்க. (ப.ஆ.)

யவர்கள் அவரைப் பற்றியும் அவர்பால் தாம் பாடங்கேட்டதைப்பற்றியும் எங்களிடம் முன்னரே சொல்லியிருப்பதுண்டு. ஆதலின் அந்தப் பெரியவரைப் பார்க்கவேண்டுமென்ற ஆவல் எங்களுக்கு மிகுதியாக இருந்தது.

மடத்தின் ஓரிடத்தில் நானும் உடன்படிப்பவர்கள் சிலரும் பழைய பாடங்களை வாசித்துச் சிந்தித்துக்கொண்டிருந்தோம். *கம்பராமாயண* அச்சுப் பிரதிகள் எங்கள் கையில் இருந்தன. அப்பொழுது அவ்வழியே முற்கூறிய அம்பலவாண தேசிகர் வந்தார். நாங்கள் அவரை இன்னாரென்று அறிந்து எழுந்து நின்றோம். அவர் நாங்கள் புத்தகங்களை வைத்துப் படித்துக்கொண்டிருந்ததைப் பார்த்து, "என்ன வாசித்துக்கொண்டிருக்கிறீர்கள்? கையில் இருப்பது என்ன புத்தகம்?" என்று கேட்டார். "கம்பராமாயணம்" என்று விடை கூறினோம். உடனே அவர் வியப்பை யடைந்து, "ஓகோ! இதைக்கூடப் 'புக்குப்' போட்டுவிட்டானா?" என்று கூறினார். அந்த நூல் அச்சிற் பதிப்பிக்கப்பட்டதற்காக ஆச்சரியப்பட்டன ரென்று நாங்கள் அறிந்தோம். உலக இயல்பு அதிகம் அவருக்குத் தெரியாதென்பதையும் சிவபூஜை செய்தல் புஸ்தகங்களைப் படித்தல் முதலியவற்றில் நல்ல பழக்கமுள்ளவ ரென்பதையும் பிள்ளை யவர்கள் மூலமாக நாங்கள் அறிந்திருந்தோ மாதலின் அப்பொழுது அவர் கூறிய வார்த்தைகள் எங்களுக்குச் சிரிப்பை உண்டாக்கிவிட்டன. அவர் போகும்வரையில் சிரிப்பை அடக்கிக்கொண்டே இருந்து போனபின்பு சிரித்தோம். எல்லாப் புத்தகங்களையும் வெள்ளைக்காரர்களே அச்சிற் பதிப்பிப்பவர்களென்ற எண்ணம் அவருக்கு இருந்து வந்தது.

அம்பலவாண தேசிகர் தொடுத்த வழக்கு

இந்த அம்பலவாண தேசிகர் தம்முடைய மடத்தைச் சார்ந்த மிராசுதார் ஒருவர் ஏதோ நிலத்தின் விஷயத்திற் சரியாக நடக்கவில்லையென்று எண்ணி அவர்மேல் நீதிஸ்தலத்தில் ஒரு வழக்குத் தொடுத்தனர். மிராசுதார்பால் பொறாமை கொண்ட சிலர் இந்த அம்பலவாண தேசிகரிடம் வந்து மிராசுதாரைப்பற்றிப் பல வகையாகக் குறைகூறி வழக்கை ஊக்கத்துடன் நடத்தும்படி தூண்டிவிட்டார்கள். அவர் வழக்கின்முறை, நியாயம் முதலிய விஷயங்களிற் சிறிதும் பயிற்சி இல்லாதவர்; பிறர் செய்யும் மரியாதையையும் உபசாரங்களையுமே அதிகமாக எதிர்பார்ப்பவர்; ஆதலால் அந்த மிராசுதார் தம்மிடத்தில் மரியாதையாக நடந்து கொள்ளாமையால் பெருங்குற்றம் செய்துவிட்டாரென்றும் அதற்குரிய தண்டனையை நியாயஸ்தலத்தின்மூலம் விதிக்கச் செய்வதே முறையென்றும் எண்ணிப் பிடிவாதமாக வழக்காடினார். தூண்டுபவர்களுடைய வார்த்தை அவருக்கு மேன்மேலும் ஊக்கத்தை உண்டாக்கியது. வழக்கின் இயல்பு தெரிந்தவர்களும் தக்கவர்களுமாகிய சிலர் அவர்பாற் சென்று அவ்வழக்குப் பயன்படாதென்று சொல்லிப்பார்த்தும் அவர் கேட்கவில்லை. மிராசுதார் இறுதியில் தமக்கே வெற்றியுண்டாகு மென்பதை நன்றாக அறிந்திருந்தாலும் இடையில் வீண்செலவாதலையும் அதனால் தமக்கு மிக்க துன்பமுண்டாகு மென்பதையும் எண்ணிச் சமாதானமாதற்காகப் பலவகையான முயற்சிகளைச் செய்தார். ஒன்றும் பலிக்கவில்லை.

பின்பு அவர் பிள்ளை யவர்களைக்கொண்டு சொல்லச்செய்தால் ஒருகால் தேசிகர் உண்மையை உணர்வாரென எண்ணிச் சில கனவான்களைக்கொண்டு இக் கவிஞர்பிரானுக்குச் சொல்லும்படி செய்தார். அவர்கள் இவரிடம் வந்து விஷயங்களை விளக்கிச் சொன்னார்கள். உடனே இவர் சூரியனார்கோயில் சென்று அம்பலவாண தேசிகருக்குப் பலவாறு நியாயங்களை எடுத்துக் கூறி வழக்கை நடத்தாமல் நிறுத்திக்கொள்ளும்படி கேட்டுக் கொண்டனர். தேசிகருடைய பிடிவாதம் குறையவில்லை. துர்மந்திரிகளுடைய போதனை அவர் மனத்தில் அதிகமாக உறைத்திருந்தது. இந்தக் கவிநாயகர் பின்பு திருவாவடுதுறைக்கு வந்து விட்டார்.

பின்னரும் வழக்கானது தொடர்ந்து நடைபெற்றுவந்தது. வேறு சிலர் பின்ளை யவர்கள்பால் வந்து முறையிட்டனர். அப்பொழுது இக் குணமணி அம்பலவாண தேசிகருக்கு,

(விருத்தம்)

வாய்ந்ததிரு வடிக்கன்பன் மீனாட்சி சுந்தரநா வலவன் மாற்றம்
ஆய்ந்த*கதி ரவன்றளியம் பலவாண தேசிகன்பே ரருளின் ஓர்க
வேய்ந்தவழக் கால்வீணே பொருட்செலவா மெனல்விளம்ப வேண்டுங் கொல்லோ
ஆய்ந்தசிலர் சொற்படிச மாதான மாதன்மிக அழகி தாமே

[* கதிரவன்தளி – சூரியனார்கோயில்.]

என்ற செய்யுளை எழுதி யனுப்பினார். அதனைப் பார்த்து அவர் சிறிது நேரம் யோசித்தார்; "மகாவித்துவானும் நமக்கு வேண்டியவரும் மதிப்புப் பெற்றவருமாகிய இவருடைய வார்த்தையை அவமதிக்கலாமா?" என்று எண்ணினார். இத்தகைய சந்தர்ப்பங்களில் தூண்டிவிட்டு வாதிப் பிரதிவாதிகளுக்குள் மேன்மேலும் மனஸ்தாபத்தையும் கலகத்தையும் விளைவித்து அதனால் வரும் வருவாயால் பிழைக்கும் இயல்புடைய சிலர், "புராணம் பாடுவதற்குத்தான் மகாவித்துவானே யல்லாமல் வியாஜ்ய விஷயங்களில் அவருக்கு என்ன தெரியும்? தமிழ்ப் பாடல்களிற் சந்தேகம் இருந்தால் அவர் சொல்வதைக் கேட்கலாம். சட்ட விஷயத்தில் அவர்பால் தெரிந்துகொள்ள வேண்டியது என்ன இருக்கிறது? ஸந்நிதானத்தில் தொடுத்த வழக்கைப் பாதியில் நிறுத்திக்கொண்டால் பிரதிவாதியினுடைய கொட்டம் எப்படி அடங்கும்? செலவையும், தப்பு வழக்கென்பதையும் எண்ணிப் பயந்து நிறுத்திக்கொண்டார்க ளென்றல்லவோ ஊரார் கூறுவார்கள்? இன்றைக்கு இந்த வழக்கில் இப்படிச் செய்துவிட்டால் நாளைக்கு வேறொருவன் வேண்டுமென்றே அக்கிரமம் பண்ணுவான். 'கொட்டினால் தேள், கொட்டாவிட்டால் பிள்ளைப்பூச்சி' என்பதுபோலக் கொஞ்சம் சூடுபோட்டுவைத்தால்தானே இவர்களெல்லாம் அடங்கியிருப்பார்கள்? பெரிய இடத்தை எதிர்க்கக் கூடாதென்பதை இவர்கள் எப்படித்தான் உணர்ந்துகொள்வது? நம்முடைய கட்சியில் நியாயம் இருக்கும்போது ஸந்நிதானத்தில் யோசிப்பதற்கு என்ன இருக்கிறது? பத்துப் பேர் பத்து விதம் சொல்வார்கள். ஆதீன நிர்வாகப் பொறுப்பு அவர்களுடையதா? ஸந்நிதானத்தி னுடையதா?" என்று பலவகையில் தூபம் போட்டார்கள். பாவம்! பெரியவருக்கு அவர்களுடைய மாய வார்த்தைகள் உண்மையாகவே பட்டன. வழக்கைப் பின்னும் நடத்திவந்தார். வழக்கின் முடிவில் பலர் எதிர்பார்த்தபடியே தேசிகர் பக்கம் அபஜயந்தான் ஏற்பட்டது.

திருவாவடுதுறைக்கு வந்த சில பிரபுக்கள் இந்தச் செய்தியை இவருக்கு அறிவித்தனர். இப் புலவர்கோமான் கேட்டு, "அம்பலவாண தேசிகரவர்கள் பரமஸாது; திருவாவடுதுறையில் இருக்கும்போது பூஜையும் புஸ்தகமுமே அவர்களுக்குத் தெரியும். உலக வழக்கமே தெரியாது. இப்பொழுது ஆதீனத் தலைமை பெற்றவுடன் அவ்வழக்கம் எப்படிப் புதிதாகத் தெரியவரும்? பிடிவாதமும் கடின சித்தமும் இப்பொழுது உண்டாயிருக்கின்றன. பணம் பண்ணும் வேலை அது; *'அறநிரம்பிய அருளுடைய யருந்தவர்க்கேனும், பெறலருந் திருப்பெற்றபின் சிந்தனை பிறிதாம்' என்று சொன்ன கம்பர் வாய்க்குச் சர்க்கரை போடவேண்டும்" என்று சொன்னார்.

சிங்கப்பூர் நாராயணசாமி நாவலர்

சிங்கப்பூரில் நாராயணசாமி நாவல ரென்னும் ஒருவர் இருந்தார். அவர் இவருடைய புலமைத் திறத்தைப் பலர் வாயிலாக அறிந்தவர். இவருடைய பழக்கத்தைப் பெறவேண்டு மென்னும் விருப்பம் அவருக்கு மிகுதியாக உண்டு. ஆயினும் நேரிற்கண்டு பழகுவதற்கு இயலாத நெடுந்தூரத்தில் இருந்தவராதலின், கடிதங்கள் மூலமாகத் தம்மை அறிவித்துக்கொண்டார். இவருடைய பூஜைக்கு வேண்டிய பொருள்களையும் நல்ல பழங்களையும் சிறந்த பிற பொருள்களையும் அனுப்பிவந்தார். இவர் விஷயமாகச் செய்யுட்களும் எழுதியனுப்பியதுண்டு. கம்பராமாயணம் முதலியவற்றில் தமக்கு விளங்காத பகுதிகளை எழுதியனுப்பி இவரிடமிருந்து விடைபெற்றுத் தெரிந்துகொண்டனர்; தமக்கு வேண்டிய சில நூல்களை எழுதுவித்து வருவித்துக்கொண்டார்.

நோயின் தொடக்கம்

அக்காலத்தில் இவருடைய காலிலும் அடிவயிற்றிலும் வீக்கத்தைத் தோற்றுவித்துக்கொண்டு ஒருவகையான நோய் உண்டாயிற்று; இவருடைய தேகம் வரவரத் தளர்ச்சியடையத் தொடங்கியது; ஆகாரம் செல்லவில்லை. அதனால் இவர் நூலியற்றுதலும் பாடஞ் சொல்லுதலும் வழக்கம்போல் நடைபெறாமல் சில சமயத்துமட்டும் நடைபெற்று வந்தன.

†திருவிடைமருதூர்த் திரிபந்தாதி

இவருடைய மாணாக்கர்களுள் ஒருவர் அப்போது திருவாவடுதுறை ஸ்ரீ மாசிலாமணியீசர்மீது திரிபந்தாதி யொன்று இயற்றி அதைப் பல அன்பர்களுக்கு இடையே இருந்து இவரிடம் திருத்தம் செய்துகொள்வதற்காகப் படித்துக் காட்டினார். இவர் அதனை முற்றுங் கேட்டு முடித்தனர். பின்பு அவர் இல்லாத சமயம் பார்த்து, "இந்த அந்தாதி சிறிதும் நன்றாக இல்லை; மிகவும் கடினமாக இருக்கின்றது; சரியான இடத்தில் மோனையில்லை; பொருள் நயமுமில்லை; அவருடைய நிர்ப்பந்தத்தினால் ஒப்புக்கொள்ள வேண்டியிருந்தது. இவ்விடத்து வாக்கினால் இந்தத் தலத்திற்கு ஓரந்தாதி செய்து தரல்வேண்டும்" என்று மாணாக்கர்கள் எல்லாரும் இவரைக் கேட்டுக்கொண்டார்கள். இவர், "அவர் செய்திருக்கும்பொழுது இத்தலத்திற்கு நான் செய்வது முறையன்று;

* கம்ப. மந்தரை சூழ்ச்சிப். 70

† மீ. பிரபந்தத்திரட்டு, 2237 – 2338

வேண்டுமானால் திருவிடைமருதூருக்குச் செய்வேன்” என்று கூறி அவ்வாறே செய்யத் தொடங்கி விநாயகர் காப்பை முடித்தவுடன் ஸ்ரீ சுப்பிரமணிய தேசிகருடைய துதி செய்ய ஆரம்பித்தார். அப்பொழுது நான், “ஐயா அவர்கள் உடையவர் பூஜை எழுந்தருளப்பண்ணிக் கொண்டபோது குரு ஸ்தோத்திரமாக ஒரு செய்யுள் செய்ததுண்டு; எனக்கு அது ஞாபகமிருக்கிறது” என்று சொன்னேன். அதைச் சொல்லச் சொல்லிக்கேட்டு அதைச் சேர்க்கும்படி சொன்னமையால் அப்படியே அது சேர்க்கப்பட்டது. சில தினங்களில் அவ்வந்தாதி முற்றுப் பெற்றது. அந்த நூல்தான் இறுதியில் இவராற் பாடப்பெற்றவற்றுள் முற்றுப் பெற்ற பிரபந்தம். அந்நூலிற் சில பாடல்கள் திருவிடைமருதூருக்குச் சென்றிருந்தபொழுது பாடப்பெற்றன.

அதன்பாலுள்ள சில செய்யுட்கள் வருமாறு:

(கட்டளைக் கலித்துறை)

இளங்கொடி யான வுமைபாகன் வாழு மிடைமருத
வளங்கொடி யானஞ் செயேன்பூச நீர்த்துறை வாஞ்சைவையேன்
களங்கொடி யானலை வேனையை யோவென்ன கன்மந்திரு
வுளங்கொடி யான னினைத்ததென் னோவொன்று மோர்கிலேனே. (28)

[இடைமருத வளங்கொள் தியானத்தை. கள்ளங்கொடு யான் அலைவேன். திருவுள்ளம் கொடி ஆனன் நினைத்தது; கொடி ஆனன் – விடைக் கொடியையுடையவன்.]

இவர் முன்பு அத்தலத்திற்கு உலாவொன்று இயற்றியிருத்தலை,

சொல்லையப் பாக முறுவெ னுலாவுங்கொள் தூயவ (93)

எனக் குறிப்பித்திருக்கின்றார்.

திறப்பா வனைய மனமோ ரணுத்துணை செப்பலென்ன
மறப்பா வனைய மனமிலை யோவிடை மாமருதும்
சிறப்பா வனைய மருதருந் தேவியுந் தேவிடையும்
அறப்பா வனையக் கொடுவைக வென்னு ளடக்கியதே (30)

[திறப்பாவனைய – பலதிறப்பட்ட பாவனைகளை உடைய. மறப்பாவம் – மிகக் கொடிய பாவம். நைய மனம் இலையோ – அணுவென்பவர்களுக்கு நைய மனம் இல்லையோ; நையவேண்டும் என்றபடி. சிறப்பா அனைய. தே – தெய்வத்தன்மை. அறப்பாவை வனையக்கொண்டு; கொடு: தொகுத்தல்விகாரம். மனம் அடக்கியது.]

என்னும் செய்யுளை இவர் சொல்லி முடித்தபொழுது அதனுடைய கருத்தை எங்களுக்குச் சொல்லத் தொடங்கி, “மனம் அணுத்துணை யென்பது தார்க்கிகருடைய கொள்கை. இந்தத் திருவிடைமருதூ ரென்னும் ஸ்தலம் *திருவலஞ்சுழியை விநாயக ஸ்தலமாகவும், ஸ்வாமிமலையைச் சுப்பிரமணிய ஸ்தலமாகவும், திருமாந்துறையைச் சார்ந்த சூரியனார்

* இச்செய்தி *திருவிடைமருதூ ருலாவி*லுள்ள, “ஒப்பேதும், இல்லாவலஞ்சுழியே யேரம்பன் வைப்பாக, மல்லே ரகமுருகன் வைப்பாக – நல்லார்சேர், தண்மாட வாப்பாடி தண்டீசன் வைப்பாக, வண்மாந் துறையிரவி வைப்பாக – எண்மாறா, நன்காமர் தில்லை நடராசன் வைப்பாக, மன்காழி யேவடுகன் வைப்பாக – முன்காணும், தென்னா வடுதுறையூர் சேவமர்வைப் பாவாரூர், மன்னுசோ மாக்கந்தர் வைப்பாக – உன்னிற், றடைதவிரா லங்குடியா சாரியன்வைப் பாக, இடைமருதில் வீற்றிருக்கு மீசன்” (131–6) என்னும் கண்ணிகளிலும் காணப்படும்.

கோயிலை நவக்கிரக ஸ்தலமாகவும், திருவாப்பாடியைச் சண்டேசுவர ஸ்தலமாகவும், சிதம்பரத்தை நடராஜ ஸ்தலமாகவும், சீகாழியைப் பைரவ ஸ்தலமாகவும், திருவாவடுதுறையை ரிஷப தேவஸ்தலமாகவும், திருவாரூரை ஸோமாஸ்கந்த ஸ்தலமாகவும், ஆலங்குடியைத் தட்சிணாமூர்த்தி ஸ்தலமாகவும் இயல்பாகவே பெற்று விளங்குகின்றது. இங்ஙனம் விநாயகர் முதலியோர் தனித்தனியே சிறப்புற்று விளங்கும் ஸ்தலங்களையே பரிவார தேவதைகளுக்குரிய ஸ்தானங்களாகக் கொண்ட ஸ்தலம் வேறொன்றுமில்லை. இதனாலேதான் அடைமொழியின்றி மகாலிங்கமென்று வழங்கும் திருநாமம் இத்தலத்து மூர்த்திக்கே அமைந்துள்ளது. இங்ஙனம் பலவகையாலும் பெரியனவாயுள்ள தலத்தையும் மூர்த்தி முதலியவற்றையும் தியானத்தால் தன்பால் அடக்கியுள்ள மனத்தை அணுவென்பது பிழையென்னும் கருத்து இதில் அமைக்கப்பெற்றுள்ளது" என்று விரித்துக் கூறினார். நாங்கள் கேட்டு மகிழ்ந்தோம்.

*வண்டானம் முத்துசாமி ஐயர்

அக்காலத்தில் அயலிடத்திலிருந்து வந்தவர்களில் பெரியோர்கள் சுப்பிரமணிய தேசிகரிடத்திலும் ஏனையோர் இவருடைய மாணாக்கர்களிடத்திலும் தாங்கள் தெரிந்துகொள்ளவேண்டிய நூல்களைப் பாடங்கேட்டுச் சென்றனர். குமாரசாமித் தம்பிரானிடம் முத்துசாமி ஐயரென்ற ஒருவர் படித்துக்கொண்டிருந்தார். அவருடைய ஊர் எட்டயபுரத்தைச் சார்ந்த வண்டானமென்பது. சூடாமணி நிகண்டிலுள்ள பன்னிரண்டு தொகுதிகளும் அவருக்கு மனப்பாடம் உண்டு. சில சிலேடை வெண்பாக்கள், சில அந்தாதிகள் முதலியவற்றை முறையாகப் பாடங் கேட்டார். இயல்பாகவே தமிழறிவுடைய குடும்பத்திற் பிறந்தவராகையால் நல்ல தமிழ்ப்பயிற்சியை யடைந்தார். அவர் பிறரிடத்திற் பேசுதல் மிக அருமை; பிறர் சொல்வதையும் முகங்கொடுத்துக் கேளார்; யாரோடும் கலந்து பேசார்; எப்பொழுதும் தனியே இருப்பதன்றி மௌனமாகவும் இருப்பார்; அகங்காரத்தினால் அவ்வாறிருந்தவ ரல்லர். அவருடைய இயல்பே அது. சிலேடையாகப் பேசுவார்; அவர் ஜனங்களோடு பழக விரும்பாதவ ராகையால் எல்லாரும் உண்ட பின்னரே மடத்தைச் சார்ந்த சத்திரத்தில் அகாலத்தில் வந்து ஆகாரம் செய்து கொள்ளுவார். அவருடைய நிலைமையை உத்தேசித்து எல்லோரும் அவரை, "வண்டானம் வந்தது, போயிற்று" என்று அஃறிணையொருமையாகவே வழங்குவார்கள். படித்த கோஷ்டிக்கும் அவரிடம் மதிப்புக் கிடையாது. அவர் வஸ்திரம் அழுக்கு மலிந்திருக்கும். ஒரு நாள் சத்திரத்தின் சுவரில் கீழேகண்ட பாடல் மாக்கல்லால் எழுதப்பட்டிருந்தது:

(விருத்தம்)

இந்தவறச் சாலைதனி லேயிரவும் பகலும்
வந்தவரி முதன்மதிதம் வரைவாங்கிக் கொண்டே
அந்தணருக் கடிசிலிட யாதுமிலை யெனலால்
சுந்தரசுப் பிரமணிய தேவனிடம் சொன்மின்.

[வந்த அரி – வந்த அரிசி. மதிதம் – மோர்.]

---

* இவருடைய விரிவான வரலாற்றை, 'கலைமகள்' என்னும் பத்திரிகையின் முதல் தொகுதி 273–80ஆம் பக்கங்களிற் காணலாம்.

அங்கே சென்று ஆகாரம் செய்து வெளியே புறப்படும்போது ஒருவர் சுவரில் இந்தப் பாடலைக் கண்டு ஞாபகப்படுத்திக்கொண்டு சென்று பிற்பகலில் இராமாயணம் பாடங் கேட்பதற்காக அங்கே வந்திருந்த நண்பர்களிடம் சொல்லிக்காட்டியதன்றிப் பின்பு இக் கவிஞர்கோமானிடத்தும் சொன்னார். 'இப்பாடலை யார் செய்திருத்தல்கூடும்?' என்ற ஐயம் எல்லோருக்கும் உண்டாயிற்று. அந்தச் சத்திரத்திற்கு வந்துசெல்பவர்கள் பலருள் யார் செய்ததோவென்று ஒவ்வொருவரையும் அங்குள்ளோர் குறிப்பிடத் தொடங்கினர்.

அப்பொழுது குமாரசாமித் தம்பிரான், "வண்டானம் எழுதியிருக்கலாம்; அது பெரும்பாலும் அகாலத்திலேதான் சென்று உண்ணுவது வழக்கம்; தனக்கு ஆகாரம் சரியாக ஒன்றும் கிடைக்கவில்லை யென்று சில சமயங்களில் என்னிடம் சொல்லியிருக்கிறது. அதை விசாரிக்கவேண்டும்" என்றார். சாப்பிடும் இடத்தில் விசாரிக்கையில் சமையற்காரர், "வண்டானந்தான் ஏதோ நேற்றுக் கிறுக்கிக்கொண்டிருந்தது" என்றார். உடனிருந்தவர்களுக்கு அவரை எப்படியேனும் கண்டுபிடித்து அழைத்து வரவேண்டுமென்ற விஷயத்தில் ஊக்கம் உண்டாயிற்று. இரண்டு மூன்று பேர்கள் விரைந்து சென்று ஊருக்குள்ளே தேடிப்பார்க்கையில் எங்கும் அகப்படவில்லை. அப்பால் வடக்கு மடத்துத் தோட்டத்தில் ஒரு மரத்தின் அடியிலுள்ள மேடையில் ஏதோ யோசனை செய்துகொண்டு உட்கார்ந்திருந்தார். கண்டு அழைக்கையில் அவர் விரைவில் எழவில்லை. சென்றவர்கள் வலிய அவரை இழுத்துக்கொண்டுவந்து பிள்ளை யவர்களுக்கு முன்னே நிறுத்தினார்கள்.

அவரை இவர் இருக்கச்செய்து, "இந்தப் பாடலைச் செய்தவர் யார்?" என்று கேட்டார். அவர், "நான் செய்யவில்லை" என்று கூறிவிட்டார். பின்னும் வற்புறுத்திக் கேட்கையில் அவர், "சரியாக நடந்துகொள்ளாமற் போனால் பின் என்ன செய்கிறது?" என்றார். குமாரசாமித் தம்பிரான், "நீ அகாலத்திற் போனால் உனக்கு என்ன கிடைக்கும்? உன்னுடைய தவறு அது" என்று கோபத்துடன் சொல்லுகையில், "சாமி, சும்மா இருக்கவேண்டும்; கோபித்துக் கொள்ளக்கூடாது" என்று பிள்ளை யவர்கள் கையமர்த்திவிட்டு, "இந்தச் செய்யுளின் நடையைப் பார்க்கும் பொழுது, இதற்குமுன் இவர் பல பாடல்கள் செய்து பழகியிருக்க வேண்டுமென்று தோற்றுகின்றது. அதைப்பற்றி விசாரிக்க வேண்டும்" என்றார். விசாரித்ததில் அவர், "யாதொன்றும் செய்ததில்லை" என்று அஞ்சிச் சொன்னார். "பாடுதலில் நீர் பழக்கமுள்ளவ ரென்பதை இப்பாடலே தெரிவிக்கின்றது; செய்திருந்தால் அச்சமின்றிச் சொல்லும்" என்று பின்னும் இவர் வற்புறுத்திக் கேட்கவே, அவர் பல திரிபு, யமகம், சிலேடை முதலியன தாம் செய்தனவாகச் சொல்லிக் காட்டினர். அவற்றுள் பிள்ளை யவர்கள் செய்துள்ள, "துங்கஞ்சார்" என்ற நோட்டின் மெட்டில், தம்மை ஆதரித்த பிச்சுவைய ரென்பவர்மேல் இயற்றிய கீர்த்தனம் ஒன்றைச் சொன்னார்; "உச்சஞ்சார் வண்டானத்துறை பிச்சுவைய தயாநிதியே" என்ற அதன் பல்லவி மட்டும் என் ஞாபகத்தில் இருக்கிறது.

அவற்றைக் கேட்ட இக்கவிஞர் பெருமான் அவரைப் பார்த்து மிகவும் வருந்தி, "இவர் இவ்வளவு அழுக்கான வஸ்திரத்தை உடுத்திக்கொண்டு

தமிழருமையறிந்த இந்த ஊரில் அநாதரவுடன் இருத்தல் மிகுந்த வருத்தத்திற்கு இடமாக இருக்கிறது" என்று சொல்லி வஸ்திரங்கொடுக்க வேண்டுமென்று சுப்பிரமணிய தேசிகர் விஷயமாக ஒரு செய்யுள் பாடும்படி சொன்னார். அவ்வாறே அவர் உடனே,

(விருத்தம்)

மாசாரக் கவிநுவல்வோர் குறைகள்தமை யடியோடே மாற்ற வெண்ணித்
தூசார நிதியமுண வடிகள்தரல் தெரிந்துபெறத் துணிந்து வந்தேன்
ஏசார வறுமையெனுங் கொடும்பிணியா னெடுந்துயருற் றிருக்கின் றேற்கின்
றாசார மளித்தருள்சுப் பிரமணிய தேசிகமெய் யறிஞ ரேறே

[மா சாரம் – மிக்க சுவையையுடைய. தூசு ஆரம் நிதியம் உணவு ஆகிய இவற்றை அடிகள் தருதலைத் தெரிந்து. ஏசு – பழிக்கப்படுதல். ஆசாரம் – ஆடை.]

என்னும் ஒரு செய்யுளைச் சொன்னார்.

இதைக் கேட்ட இவர் மகிழ்ந்தார். "இச்செய்யுளைச் சந்நிதானத்தினிடம் விண்ணப்பம் செய்யும்" என்று சொல்லி அவரை அனுப்பியதன்றி உடன் சென்றுவரும்படி எனக்கும் உத்தரவு செய்தார். கேட்ட அவர் பிள்ளை யவர்களது முன்னே நிகழ்ந்தவற்றையும் அறிந்து மகிழ்ந்து கரைபோட்ட இரண்டு ஜோடி வஸ்திரங்களை வழங்கி அவற்றைக் கட்டிக்கொண்டு பிள்ளை யவர்களிடம் சென்று காட்ட வேண்டுமென்று கட்டளையிட்டார். அப்படியே உடுத்திக்கொண்டு பிள்ளை யவர்களிடம் முத்துசாமி ஐயர் வரவே, இவர் கண்டு மகிழ்ந்தார்.

'இந்தியா மீனாட்சிசுந்தரம் பிள்ளை'

ஒரு நாள் இவருக்கு லண்டனிலிருந்து ஒரு கடிதம் வந்தது. அதில் 'மகாவித்வான் மீனாட்சிசுந்தரம் பிள்ளை, இந்தியா' என்று மட்டும் விலாஸத்தில் எழுதப்பட்டிருந்தது. அது யாதொரு தடையுமின்றி இவருக்குக் கிடைத்தது. அதற்குக் காரணம் இவருடைய பெரும்புகழென்பதை அறிந்து மாணவர்களும் அன்பர்களும் மகிழ்ந்தார்கள். சுப்பிரமணிய தேசிகரும் இதனையறிந்து பாராட்டினார்.

சுந்தரதாஸ பாண்டியருக்குச் சிறப்புப் பாயிரம் அளித்தது

சேற்றூர் ஜமீன்தாராகிய முத்துசாமி பாண்டியருடைய குமாரரும் தமிழ்க்கல்வி கேள்விகளிற் சிறந்தவரும் ஆகிய சுந்தரதாஸ பாண்டிய ரென்பவருக்கும் திருவநந்தபுரம் அரசராயிருந்த ராமவர்மா வென்பவருக்கும் நட்புண்டு. ஒருசமயம் பாண்டியர் திருவனந்தபுரத்து அரசர்மீது ஒரு வண்ணம் பாடினார். அதற்குத் தக்க வித்துவான்களால் சிறப்புப் பாயிரம் பெறவேண்டுமென்பது அவருடைய விருப்பம். சேற்றூரிலிருந்த வித்துவான்கள், பிள்ளை யவர்களிடமிருந்து பெற்றால் சிறப்பாக இருக்குமென்று தெரிவித்தார்கள். சுந்தரதாஸ பாண்டியருக்கும் அங்ஙனம் பெறவேண்டுமென்னும் வேணவா உண்டாயிற்று. ஆனால், அவருக்கும் இக்கவிஞர் பிரானுக்கும் பழக்கமில்லை. அதனால் ஸ்ரீசுப்பிரமணிய தேசிகருக்கு அவ்வண்ணத்தை அனுப்பித் தம்முடைய விருப்பத்தையும்

விண்ணப்பஞ் செய்துகொண்டார். தேசிகர் பிள்ளை யவர்களிடம் அதனை அளித்தனர். இவர், அவர் கட்டளைப்படியே உடனே அந்த வண்ணத்தைச் சிறப்பித்து ஐந்து செய்யுட்கள் இயற்றி யனுப்பினார். அவற்றில் திருவனந்தபுர ஸமஸ்தானத்தைப்பற்றிச் சொல்லுகையில், 'இந்தக் கலிகாலத்தில் மற்றத் தேசங்களில் ஒரு காலால் நடக்கும் தர்மமாகிய ரிஷபம் நான்கு காலாலும் நடக்கும் இடம்' என்னும் கருத்தை அமைத்திருந்தார். அன்றியும் வண்ணத்தின் இலக்கணங்களையும் புலப்படுத்தியிருந்தார். அச்செய்யுட்களைச் சுப்பிரமணிய தேசிகர் சுந்தரதாஸ பாண்டியருக்கு அனுப்பினார். அவற்றைப்பெற்ற அவர் பிள்ளை யவர்கள் தம்மை அறியாமலிருந்தும் தம் பாடலை மதித்துச் சிறப்புப் பாயிரம் அளித்ததைப் பாராட்டி நேரே இக்கவிஞர்பிரானுக்குத் தம் வந்தனத்தைத் தெரிவித்து ஒரு கடிதம் எழுதியனுப்பினார்.

*ஸ்ரீ சிவஞான யோகிகள் சரித்திரம்

சிவஞான யோகிகள் சரித்திரத்தைத் தமிழ்ச் செய்யுளாக இயற்றவேண்டு மென்றும் அதில் ஆதீனத்தின் பரம்பரை வரலாறுகள் முறையே கூறப்பட வேண்டுமென்றும் ஆதீனத்து அடியார்கள் பலர் நெடுநாளாக விரும்பியதை யறிந்து சுப்பிரமணிய தேசிகர் இவருக்குக் குமாரசாமித் தம்பிரான் மூலமாகத் தெரிவித்தார். அங்ஙனம் செய்யவேண்டுமென்று தமக்கு நீண்ட நாளாக எண்ணம் இருந்ததென்றும், கட்டளையிட்டது அனுகூலமாயிற் றென்றும் சொல்லிச் செய்வதற்கு இவர் உடன்பட்டார்.

கச்சியப்ப முனிவருடைய நூல்களில் இவர் மிக்க மதிப்பு வைத்துப் படித்தும் பாடஞ் சொல்லிக்கொண்டும் வந்தவராதலால், அவரிடம் இவருக்குப் பக்தி அதிகம். அவர் சிவஞான யோகிகளைப் போலவே புலமை வாய்ந்தவ ரென்பதும் உடன் படித்தவ ரென்பதும் இவருடைய கருத்து. இதனை அடிக்கடி எங்களிடத்தும் பிறரிடத்தும் இவர் சொல்லி வருவதுண்டு. சிவஞான யோகிகள் இயற்றிய செய்யுள் நூல்களிலும் வசன நூல்களிலும் மிக்க பயிற்சியுடையவ ராகையால் அவருடைய பயிற்சி உயர்ந்த தென்பதும், கச்சியப்ப முனிவர் அவருடைய மாணாக்க ரென்பதும் சுப்பிரமணிய தேசிகருடைய கருத்து.

இந்த விவாதம் நெடுநாளாக நிகழ்ந்து வந்ததுண்டு. இரு திறத்தாரும் தம்பால் வந்தவர்களோடு பேசிக்கொள்வதேயன்றிச் சந்தித்தபொழுது நேரே தம்முள் பேசிக்கொண்டதில்லை. இவர், சிவஞான யோகிகளோடு கச்சியப்ப முனிவர் படித்தவரென்று பாடிவிடுவாரென நினைந்து கச்சியப்ப முனிவரைச் சிவஞான யோகிகளுடைய மாணாக்கரென்று பாடவேண்டுமென்று தேசிகர் இவருக்குத் தெரிவித்தார். அதற்கு இவருடைய மனம் உடன்படவில்லை. அது தெரிந்த தேசிகர் மடத்துப் புத்தகசாலையிலிருந்த பழஞ்சுவடி ஒன்றை எடுத்துவரச்செய்து அதில் கச்சியப்ப முனிவர் சிவஞான முனிவருடைய மாணாக்கரென்று குறிப்பிட்டிருந்த,

---

* சிவஞானமுனிவ ரெனவும் வழங்கப்பெறுவர்.

(விருத்தம்)

ஏர்தரு சாலி வாகன சகாத்தம் ஆயிரத் தெழுசதத் தொருபத்
திரண்டின்மேற் சாதா ரணவரு டத்தில் இயைதரு சித்திரைத் திங்கள்
சார்தரு தேதி பத்தினோ டொன்று தகுசெவ்வாய் வாரம்பூ ருவத்திற்
சத்தமி புனர்பூ சத்திரு நாளில் தவலருங் கும்பலக் கினத்திற்
சீர்தரு துறைசை வாழ்சிவ ஞான தேவன்மா ணாக்கரின் முதன்மை
திகழ்ந்துள கச்சி யப்பமா முனிவன் திருப்பெருங் காஞ்சியி லெய்திச்
சேர்தரு மடியார் தமதக விருளைத் தினகரன் முன்னிரு ளென்னத்
திருந்துதன் னருளா லகற்றிவீ டுறுத்திச் சிறந்தபூ ரணமடைந் தனனே

என்ற ஒரு செய்யுளைப் படித்துக் காட்டச்செய்தார்.

அப்பால் இவர் தேசிகருடைய நோக்கத்தை அறிந்து அங்ஙனமே செய்வதாக ஒப்புக்கொண்டு அக்கருத்தை அமைத்துப் பாடுவாராயினர். அது சிவஞான யோகிகள் சரித்திரத்திலுள்ள,

(விருத்தம்)

*திருக்கிளர் முனிவ னாஞ்சத் தியஞான தரிச னிக்குக்
கருக்கிளர் தரஞ்சா ராத பரஞ்சோதி கிடைத்த காட்சி
உருக்கிளர் துறைசை யெங்கள் சிவஞான யோகிக் குண்மைப்
பொருட்கிளர் கச்சி யப்ப முனிவரன் புணர்ந்த தொக்கும்

என்னும் செய்யுளால் விளங்கும். அந்நூல் திருவாவடுதுறையில் தொடங்கப்பெற்றுத் திருவிடைமருதூருக்கு அசௌக்கிய நிவிர்த்திக்காக இவர் போயிருந்தபொழுதும் செய்யப்பட்டு வந்தது; நடுநாட்டு வருணனையிற் பத்துப் பாடல்கள் வரையில்தான் நடைபெற்றது; எழுதியவன் யானே. அப்பால் தேகத்தளர்ச்சி இவருக்கு அதிகரித்து வந்தமையால் மேலே செய்யப்படாமற் போயிற்று. அந்நூலில் இவர் செய்த இறுதிச் செய்யுள்,

(கொச்சகக்கலிப்பா)

†மருவுலகங் களிதூங்க வண்சமயா சாரியராம்
இருவர்களுஞ் சந்தானத் திருவர்களு மவதரிக்கப்
பெருகுதவஞ் செய்ததெனிற் பிறங்குவள நடுநாட்டின்
அருகுதவிர் சிறப்புரைக்க வடியேனா லாகுவதோ

[சமயாசாரியராம் இருவர் – திருநாவுக்கர சுநாயனார், சுந்தரமூர்த்தி நாயனார். சந்தானத்து இருவர்கள் – மெய்கண்டதேவர், அருணந்தி சிவாசாரியா ரென்புவர்கள்.]

என்பது. அதன் இறுதியடியில் உள்ள 'அடியேனா லாகுவதோ' என்ற தொடர் மேலே இவர் இயற்ற இயலாராயினா ரென்பதைத் திருவருள் குறிப்பிக்கின்றதென்று எல்லாரும் பலநாள் கழித்துச் சொல்லத் தொடங்கினார்கள்.

அது குமாரசாமித் தம்பிரான் விருப்பத்தின்படி செய்யப்பெற்ற தென்பதும், கச்சியப்ப முனிவரே அச்சரித்திரத்தைப் பாட வல்லவ ரென்பதும் பின்வரும் பாடல்களால் விளங்கும்:

---

* மீ. பிரபந்தத்திரட்டு, 3941

† மீ. பிரபந்தத்திரட்டு, 3953

[ஆக்குவித்தோர்]

(விருத்தம்)

குலவுமுரு கக்கடவுள் கருணையினோ தாதனைத்தும் கூட வோர்ந்தே
உலவுபுகழ்க் குமரகுரு பரமுனிவ னுதித்தமர புதித்த மேலோன்
நிலவுபுக ழிலக்கணமு மிலக்கியமும் வரம்புகண்டோன் நிகரொன் றில்லோன்
கலவுசிறப் புத்தமநற் குணங்களெலா மோருருக்கொள் காட்சி போல்வான்.

கூடுபுகழ்க் கோமுத்திக் குருநமச்சி வாயனருள் கொண்ட மேலோன்
பாடுபுகழ்ச் சித்தாந்த பாடியமுற் றொருங்குணர்ந்த பான்மை யாளன்
நீடுபுகழ்த் துறவொழுக்கந் தவறாது காத்தோம்பும் நெறியில் வல்லோன்
தேடுபுகழ் வளர்குமர சாமிமுனி வரன்முனிவர் செயசிங் கேறே.

[அவையடக்கம்]

அன்னமுனி வரன்கனிவிற் சிவஞான யோகிவர லாறு முற்றும்
நன்னர்வள முறப்பாடித் தருகவெனச் சொற்றமொழி நலத்தை யோர்ந்தே
என்னவலி யுளமெனப்பா டுதற்கிசையேன் மறுப்பதற்கும் இசையே னேனும்
சொன்னமொழி மறாததிற மென்றொருவா றோதுதற்குத் துணிபுற் றேனால்.

நலம்பூத்த தென்கலையும் வடகலையும் பணிசெய்சிவ ஞான யோகி
புலம்பூத்த வரலாற்றை யான்பாடப் புகுந்ததிறம் புலவோர் தேரின்
வலம்பூத்த விலாமுறிய நகைப்பரேனும் வருத்தமுமென் மனநீங் காதித்
தலம்பூத்த வஃதியற்றீர் தவிருதிரென் பாரொருவர் தமைக்கா ணேனே.

ஏய்ந்தவிளம் பூரணர்சே னாவரையர் நச்சினார்க் கினியர் மேலும்
வாய்ந்தபரி மேலழகர் மயங்குசிவ ஞானமா தவத்தோன் சீர்த்தி
தோய்ந்தபுகழ்க் கச்சியப்ப முனிவர்பிரான் சொலிற்சொலலாம் சொல்லா ரொன்றும்
பாய்ந்தநில வரைப்போர்மற் றகத்தியனு மகத்துவமாப் பாலிப் பானே.

மிகப்பெரிய னாகியசீர்ச் சிவஞான முனிவரன்சீர் விளம்ப லாகும்
இகப்பின்மட முடையேனு மெவ்வாற்றா னென்னின்முனம் இருவர் தேறா
நகப்படிவ மாய்வளர்ந்த சோதியையா ராதனைசெய் நன்மை பூண்டோர்
உகப்பரிய மூன்றிழைநான் கிழைத்தீப மல்லாமல் உஞற்ற லுண்டோ.

சுப்பிரமணிய தேசிகர் திருவாவடுதுறைப் புராணம் இயற்றுவிக்க விரும்பியது

"திருவாவடுதுறைக்குச் சாமிநாத முனிவ ரென்பவராற் செய்யப்பெற்ற புராணம் ஒன்று உண்டு; இருந்தாலும் அது சிவஞான யோகிகளுடைய முறைப்படியே காப்பிய இலக்கணங்கள் அமையப்பெறவில்லை. அம்முறையில் ஸ்தலபுராணங்கள் பாடிவரும் பிள்ளை யவர்கள் இந்தத் தலத்திற்குப் புராணம் இக்காலத்திற்கு ஏற்றபடி செய்தால் நாம் அதற்காகவும் இதுவரையில் இங்கிருந்து சிறப்பித்து வந்ததற்காகவும் மூன்று வேலி நிலங்கள் வாங்கித் தருவோம்" என்று சுப்பிரமணிய தேசிகர் சொல்லியனுப்பினார்; இவருக்கும் அங்ஙனம் செய்தலில் உடன்பாடே; அங்ஙனமே செய்யலா மென்றெண்ணியும் அஸௌக்கிய மிகுதியால் அதனைப் பாடத் தொடங்கவில்லை.

திருவாவடுதுறைச் சிலேடை வெண்பா

தென்னாட்டிலிருந்து வந்த முதிய கவிராயர் ஒருவர் திருவாவடுதுறைக்குச் *சிலேடை வெண்பா* ஒன்றை இயற்றிக் கொணர்ந்து

ஆதீனத் தலைவருக்கு அதனைப் படித்துக் காட்டினார். அதிற் பலபொருளொருசொல்லே சிலேடையாக அமைக்கப் பெற்றிருந்தது; ஒருவரும் பாராட்டவில்லை. ஆனாலும் வந்தவரைச் சும்மா அனுப்பக்கூடாதென்று நினைத்துத் தேசிகர் அவருக்கு ஸம்மானம் செய்து அனுப்பிவிட்டார். அதிற் சில பாடல்களைக் கேட்ட தம்பிரான்களிற் சிலர், "சிவஞான முனிவர் முதலிய பெரிய கவிகள் எழுந்தருளியிருந்த இடமும், நீங்கள் பாடஞ் சொல்லிக்கொண்டும் நூல்களை இயற்றிக்கொண்டும் விளங்கும் இடமும் ஆகிய இந்தத் தலத்திற்குச் செய்யுள் செய்யும் ஆற்றலில்லாத அக்கவிராயரா சிலேடை வெண்பாச் செய்கிறது? உங்களுடைய அருமையான வாக்கினால் ஒரு சிலேடை வெண்பா இயற்றித்தரவேண்டும்" என்று கேட்டுக்கொள்ள அவ்வாறே இவர் இயற்றத் தொடங்கினார். அதிற் காப்புச் செய்யுளும் நூலில் ஒரு செய்யுளுமே இயற்றப்பட்டன. தேகம் வரவர மெலிவடைந்து வந்த காலமானபடியால் அந்நூல் முற்றுப்பெறவில்லை: காப்புச் செய்யுளின் முற்பாதியாகிய,

> சீர்வெண்பா மாலைத் திருவா வடுதுறையார்க்
> கூர்வெண்பா மாலை யுரைப்பவே

என்பது மட்டும் எனக்கு ஞாபகத்தில் இருக்கிறது. இக்காப்புச் செய்யுளை இவர் சொல்லியபொழுது சீர்வெண்பா மாலை யென்பதற்கு ஐயடிகள் காடவர்கோன் நாயனார் செய்த *க்ஷேத்திரத் திருவெண்பா* வென்றும் சிலேடை வெண்பா வென்பது ஊர்வெண்பா வென்னும் பிரபந்த வகையைச் சார்ந்ததென்றும் கூறினர்.

திருவிடைமருதூர் சென்றது

அப்பால், கால்வீக்கம், அடிவயிற்று வீக்கம், தோள்களின் மெலிவு, அன்னத் துவேஷம் முதலியவை அதிகரித்து இவரை வருத்தின. வந்து பார்த்த வைத்தியர்கள் அதனை இரத்தபாண்டு வென்னும் நோயென்று சொன்னார்கள். அந்நோயைப் பரிகரித்தற் பொருட்டுச் சுப்பிரமணிய தேசிகர் திருவிடைமருதூருக்கு இவரை அனுப்பி அங்கேயுள்ள கட்டளைமடத்திலேயே தக்க வஸதி ஏற்படுத்தித் திருவிடைமருதூர் அரண்மனை வைத்தியர்களைக் கொண்டு பார்க்கும்படி செய்வித்தார்.

இரவில் ஆகாரஞ்செய்துகொண்டு இரண்டு நாளைக்கு ஒருமுறை திருவாவடுதுறை யிலிருந்து சென்று நானும் பிறரும் இவரைப் பார்த்து வந்தோம்.

இவருக்கு இரவிற் பெரும்பாலும் நித்திரை இராது. அக்காலத்தில் *பெரியபுராணம்* முதலாகிய நூல்களிலுள்ள பாடல்களைப் படிக்கச் சொல்லியும் முத்துத்தாண்டவராயர், பாவநாச முதலியார், மாரிமுத்தா பிள்ளை முதலிய பெரியோர்கள் செய்த தமிழ்க் கீர்த்தனங்கள், அருணாசல கவிராயரியற்றிய *இராமாயணக் கீர்த்தனம், நந்தன் சரித்திரக் கீர்த்தனம்* முதலியவற்றைச் சொல்லச் சொல்லியும் கேட்டு இவர் பொழுது போக்குவார்.

மஹந்யாஸ ஜபம்

தேக அசௌகரியம் இவருக்கு அதிகரித்தபொழுது சிறந்த வைதிகப் பிராமணர்களை வருவித்து அவர்களைக்கொண்டு யுவ வருஷம் புரட்டாசி மாதத்தில் ஸ்ரீ மஹாலிங்கமூர்த்திக்கு மஹந்யாஸ ஜபத்தோடு கால்மண்டலம் அபிஷேகம் முதலியனவும் இவர் செய்வித்தனர்; அதனாற் பிணி சிறிது நீங்கியும் சில நாள் சென்றபின் திரும்பத்தோன்றி வருத்தத் தொடங்கிவிட்டது;

ஊழிற் பெருவலி யாவுள மற்றொன்று
சூழினுந் தான்முந் துறும்

என்பது உண்மையன்றோ?

நாளுக்கு நாள் இவருடைய நல்லுடல் மெலிவுறுவதை யறிந்து சுப்பிரமணிய தேசிகர் திருவிடைமருதூருக்கு விஜயஞ்செய்து ஸ்வாமி தரிசனஞ் செய்துவிட்டு மடத்திற்கு வந்து இவரைப் பார்த்தனர்; அப்பொழுது இவர் திடுக்கிட்டு எழுந்து இரண்டு கைகளையுஞ் சிரமேற் குவித்துக்கொண்டே ஒன்றும் பேசாமல் நின்றுவிட்டார். அவர் சற்றுநேரம் நின்று கவனித்து, ஜாக்கிரதையாகப் பார்த்துக்கொள்ளும்படி அங்கேயுள்ளவர்களிடம் சொல்லிவிட்டுத் திருவாவடுதுறைக்குச் சென்றனர். ஆதீனகர்த்தர் இங்ஙனம் செய்வது வழக்கமல்லாமையால் எல்லோரும் வியப்புற்று இவர்பால் தேசிகருக்கு இருந்த நன்மதிப்பை நன்றாக அறிந்து பாராட்டினார்கள்.

திருவாவடுதுறைக்கு வந்தது

வியாதி குணப்படாமையைத் தெரிந்து இவரைத் திருவாவடுதுறையிலேயே வந்திருக்கும்படி தேசிகர் இவருக்குத் திருமுகம் அனுப்பினார். அப்படியே இவர் திருவாவடுதுறைக்கு வந்துவிட்டார். பூஜை செய்வதற்கு முடியாமல் இவர் வருந்துவதை அறிந்த குமாரசாமித் தம்பிரான் நாள்தோறும் தம்முடைய பூஜையை முடித்துவிட்டு வந்து இவர் செய்துவரும் முறைப்படியே பூஜையை இவருடைய பார்வையிலேயே இருந்து செய்து பிரஸாதத்தை அளித்து வந்தார். அப்பொழுது சின்ன ஒடுக்கப்பணி பார்த்து வந்த சுந்தரலிங்கத் தம்பிரா னென்பவர் தேசிகருடைய கட்டளையின்படி இவருக்கு எந்தச் சமயத்தில் எந்தப் பொருள் வேண்டுமோ அதனை விசாரித்து உடனுடன் சேர்ப்பித்து வந்தார். புதியவர்களாகப் பாடங்கேட்க வந்தவர்களுக்கு மாணாக்கர்களே பாடஞ்சொல்லி வந்தார்கள்; கடினமான பாகங்களைமட்டும் இவரிடம் கேட்டுத் தெளிந்துகொள்வார்கள்.

இரவில் தேவாரம், திருவாசகம் முதலியவற்றைப் படிப்பித்துக் கேட்டுவருவார். கடினமான பதங்களைப் பற்றியோ விஷயங்களைப் பற்றியோ கேட்டால் சுருக்கமாக விடையளிப்பார்.

மாயூரம் சென்றது

அப்பால் துலா மாதத்தில் தீபாவளி ஸ்நானத்திற்கு வரவேண்டுமென்று இவருடைய குமாரர் சிதம்பரம் பிள்ளை வந்து அழைக்கவே, மாயூரஞ்

செல்லுதற்கு இவர் புறப்பட்டார். அதனை யறிந்த சுப்பிரமணிய தேசிகர் தீபாவளி ஸ்நானம் செய்த பின்பு தரித்துக்கொள்ளும்படி வழக்கம்போலவே அப்பொழுது இவருக்கும் உடனிருந்தவர்களுக்கும் வஸ்திரங்கள் கொடுத்து மேனாப் பல்லக்கை வருவித்துச் சௌக்கியமாக அதிற் செல்லும்படி செய்வித்து உடன் செல்லக் கூடியவர்களையும் அனுப்பினார். நான்மட்டும் இவருடைய கருத்தின்படியே திருவாவடுதுறையில் இருந்துகொண்டு இடையிடையே மாயூரம் சென்று பார்த்து வந்தேன்.

எனக்கு வஸ்திரம் வாங்கி அளித்தது

தீபாவளிக்கு முதல்நாள் திருவாவடுதுறையில் மடத்தைச் சேர்ந்தவர்களுக்கும் மற்ற அன்பர்களுக்கும் தேசிகர் வஸ்திரம் அளிப்பது வழக்கம். நான் இருப்பது அவருடைய ஞாபகத்துக்கு வாராமையால் எனக்கு வஸ்திரம் கொடுக்கப்படவில்லை. நானும் அதனைப் பெறவேண்டுமென்று முயலவில்லை. அதற்கு முன்னர்ப் பலமுறை பெற்றவற்றை நினைந்து அப்போது அளியாததைக் குறித்து வருந்தவுமில்லை. எனக்கு வஸ்திரம் கொடுக்கப்படவில்லை யென்பதை அப்பொழுது திருவாவடுதுறையிலிருந்து மாயூரம் சென்ற காரியஸ்த ரொருவர் முகமாகத் தெரிந்து இவர் வருத்த மடைந்தார்.

துலா மாஸமானவுடன் இவர் திருவாவடுதுறைக்கு வர எண்ணியிருப்பது தெரிந்தமையால் கூடஇருந்து அழைத்து வருதற்காக மாயூரம் சென்று இவரைப் பார்த்தேன். பார்த்தவுடன், "தீபாவளிக்கு மடத்திலிருந்து வஸ்திரம் கிடைக்கவில்லையாமே" என்று சொல்லிவிட்டுக் கடையிலிருந்து விலைகொடுத்து ஒரு புதிய பத்தாறு மடி வருவித்து மஞ்சள்தடவி என்னிடம் கொடுத்து அதைத் தரித்துக்கொள்ள வேண்டுமென்று சொன்னார். அப்படியே தரித்துக் கொண்டேன்.

இராமாயணப் புத்தகங்கள்

அப்பால் சில தினங்கள் மாயூரத்திலேயே இருந்தேன். ஒரு நாள் கடைத்தெருவிற்குப் போய்ப் பார்த்தபோது ஒரு புஸ்தகக் கடையில் *கம்பராமாயணம்* ஆறு காண்டங்களும் உத்தர காண்டமும் இருந்தன. ஏழு ரூபாய் விலையென்று கடைக்காரர் சொன்னார். அதற்கு முன்பு அந்நூலைப் பாடங்கேட்கையில் புத்தகமில்லாமல் இரவற் புத்தகத்தை வைத்துப் படித்துக்கொண்டிருந்த எனக்கு அவற்றை வாங்கிவிட வேண்டுமென்ற அவா அதிகமாக இருந்தது. ஆனால் வாங்குதற்கோ கையிற் பணமில்லை. உடனே புறப்பட்டுத் திருவாவடுதுறைக்குச் சென்று அங்கே இருந்த என் சிறிய தந்தையாரிடம் (சிறிய தாயாரின் கணவரிடம்) ஏழு ரூபாய் கடன் வாங்கிக்கொண்டு வந்து அந்தப் புஸ்தகங்களை விலைக்குப் பெற்றுக்கொண்டேன். எனக்கு அப்போது உண்டான மகிழ்ச்சிக்கு அளவே இல்லை. உடனே சென்று பிள்ளை யவர்கள் கையால் அவற்றைப் பெற்றுக்கொள்ள வேண்டுமென்று நினைத்து இவரிடம் கொடுத்தேன். "என்ன புஸ்தகங்கள்?" என்றார். "இராமாயணம்; இவற்றை ஐயா அவர்கள் கையாற் பெற்றுக்கொள்ள வேண்டுமென்பது என்னுடைய விருப்பம்" என்றேன். "எப்படி இவை கிடைத்தன?" என்று இவர் வினவவே நான்,

சிறிய தந்தையார் சுந்தரமையர்

"விலைக்கு வாங்கினேன்" என்றேன். "பணம் ஏது?" என்றபோது நடந்ததைச் சொன்னேன். இக் கவிச்சக்கரவர்த்தி புஸ்தகங்களை வாங்கிப் பார்த்துவிட்டு, "எதற்காகச் சிரமப்பட்டு விலை கொடுத்து வாங்க வேண்டும்? என்னிடம் சொல்லக் கூடாதா? என்னிடமுள்ள புத்தகங்களை எடுத்துக்கொள்ளலாமே" என்று சொல்லிவிட்டு அவற்றை எனக்கு அன்புடன் அளித்தார். எனக்கு ஒருவிதமான கவலையும் ஏற்படக்கூடாதென்று இவர் எண்ணியிருந்ததை இவருடைய அன்பார்ந்த செயல்களும் வார்த்தைகளும் புலப்படுத்தின.

திருவாவடுதுறைக்கு வந்தது

அப்பால் மாயூரத்திலிருந்து மேனாவிலேயே இவர் திருவாவடுதுறைக்கு வந்தார். நானும் மற்றவர்களும் உடன் வந்துவிட்டோம்.

நோய் வரவர அதிகப்பட்டுக் கொண்டே வந்தது. வைத்தியர்கள் தக்க மருந்துகள் கொடுத்துவந்தும் அது தணியவே இல்லை. இவருக்கு விருப்பமுள்ள உணவுகள் இன்னவையென்று எனக்குத் தெரியுமாதலால், அக்காலத்தில் அவ்வூரில் இருந்த என் சிறிய தாயாரிடம் சொல்லி அவற்றைச் செய்வித்து எடுத்துச் சென்று இவருக்குக் கொடுத்துவந்தேன்; இவர் பிரியமாக உண்டு வந்தனர்.

நெல்லையப்பத் தம்பிரான் வெள்ளித் தொன்னை அளித்தது

தம்மிடமிருந்த வெள்ளிப் பாத்திரங்கள் எல்லாவற்றையும் பூஜைக்கே இவர் உபயோகப்படுத்தி விட்டமையால் கஞ்சி பால் முதலியவற்றை உண்ணுவதற்குத் தக்க வெள்ளிப் பாத்திரம் இல்லை. நாங்கள் கேட்டுக்கொண்டபடி ஒரு வெள்ளித் தொன்னை செய்வித்து அனுப்பவேண்டு மென்பதைக் குறிப்பித்து இவர் திருவிடைமருதூர்க் கட்டளை விசாரணைத் தலைவராக அப்போது இருந்த நெல்லையப்பத் தம்பிரானுக்கு ஒரு கடிதம் எழுதுவித்து அதன் தலைப்பில்,

(விருத்தம்)

எல்லையப்ப னாயவிதி யிவற்குமேற் போயவிது இவரே மாறச்
சொல்லையப்பன் மலங்கடிந்து துகளிலாச் சிவானந்தத் தோயந் தோயத்
தொல்லையப்பன் றுறைசைநமச் சிவாயவப்பன் திருவடியே சூட்டுஞ் சென்னி
நெல்லையப்ப முனிவர்பிரா னிக்கடிதம் நோக்கிமகிழ் நிரம்ப மாதோ

[எல்லை அப்பனாய – யுகாந்தப் பிரளய வெள்ளத்தை உடையவனாகிய; அப்பு – நீர். விது – திருமால். சொல் ஐயம்; சொல் லயமென்று பிரித்தலும் பொருந்தும்.]

என்னும் பாடலை இயற்றி அமைப்பித்து அனுப்பினார். உடனே அவர் தமது சம்பளத் தொகையிலிருந்து வெள்ளித் தொன்னை ஒன்று செய்வித்துக் கொடுத்தனுப்பினர். அது பின்னர் இவருக்கு மிக உபயோகமாக இருந்து வந்தது.

‘கொடுப்பவன் கேட்பானா?’

மடத்திற்கு வருகிற பிரபுக்களும் வடமொழி தென்மொழி வல்லுநரும் ஏனையோரும் வந்துவந்து பார்த்துவிட்டு இவருடைய தேக நிலைமையை அறிந்து மனம் வருந்திச் செல்வார்கள். ஒரு நாள் பெரிய உத்தியோகஸ்தர் ஒருவர் இவரைப் பார்த்தற்கு வந்தார்; அவர் இவருக்கு இளமையிலிருந்தே நண்பராக உள்ளவர். அவர் இவருடைய தளர்ச்சியை அறிந்து அருகில் வந்து இவரை நோக்கி, “ஐயா, இனித் தங்களைப்போன்ற மகான்களை எங்கே பார்க்கப் போகிறோம்? தமிழ் நாட்டிற்கும் இந்த மடத்திற்கும் அணிகலனாக விளங்கும் நீங்கள் இவ்வளவு மெலிவை யடைந்திருப்பது என் மனத்தை வருத்துகின்றது. நாங்கள் இனி என்ன செய்வோம்? தங்கள் விஷயத்தில் தக்க உதவி செய்ய வேண்டுமென்று நெடுநாளாக எனக்கு ஓரெண்ணம் இருந்து வந்தது. இப்போது அதனை விரைவிற் செய்யவேண்டுமென்று தோற்றுகின்றது. என்ன செய்யச் சொன்னாலும் செய்யக் காத்திருக்கிறேன்; உத்தரவு செய்யவேண்டும்” என்று வருந்திக் கேட்டுக்கொண்டனர். இவர் அவரைப் பார்த்து, “இங்கே என்ன குறைவு இருக்கின்றது? குறைவில்லாமல் ஸந்நிதானம் எல்லாம் செய்வித்து வருகிறது. ஏதேனும் குறை இருப்பதாகத் தெரிந்தாலல்லவோ உங்களிடம் நான் சொல்லுவேன்?” என்று விடையளித்தார். கேட்ட அவர் விட்டுவிடாமல் மேலே மேலே, “அடியேனிடத்தில் தங்களுக்குக் கிருபையில்லை; என் வேண்டுகோளை ஏற்றுக் கொள்ளவேண்டும்” என்று வற்புறுத்திப் பலமுறை போராடினார். இவர் ஒன்றும் வேண்டுவதில்லை யென்பதை வார்த்தைகளாற் கூறாமல் சிரத்தாலும் கரத்தாலும் குறிப்பித்தார். அப்பால் அவர், “நான் என்ன செய்வேன்! இவர்கள் விஷயத்தில் யாதொரு பணியும் செய்வதற்கு இயலவில்லையே” என்று வருந்தி விடைபெற்றுக் கொண்டு போய்விட்டார்.

அப்பால் இந்நிகழ்ச்சிகளைப் பார்த்துக்கொண்டும் இவர் வேண்டாமென்று சொன்னதுபற்றிக் கோபமுற்றும் அங்கே அயலில் நின்ற சவேரிநாத பிள்ளை இவரைப் பார்த்து, “நீங்கள் இதுவரையில் எத்தனையோ ஆயிரக்கணக்கான திரவியங்களைச் சம்பாதித்தும் குடும்பத்திற்கு யாதொரு சௌகரியமும் செய்விக்க வில்லை; வேறு வருவாயும் இல்லை; இதற்காகப் பிறரிடத்தே சென்று கேட்டு வாங்கிக்கொடுக்க வேண்டுமென்று இப்பொழுது நான் தங்களுக்கு விண்ணப்பம் செய்து கொள்ளவில்லை. தக்க கனவானாகிய ஒருவர் வலியவந்து உதவி செய்வதாக வற்புறுத்துங் காலத்திலும் தாங்கள் ஒன்றும் வேண்டாமென்று சொல்லி விடலாமா? எத்தனையோ லட்சக்கணக்கான திரவியங்களை உடைய அவருக்கு எதையேனும் உங்களுக்குக் கொடுப்பதனாற் குறைந்து போமா? நல்ல மனமுடையவர்போற் காணப்படுகிறாரே. இப்பொழுது உங்களுக்குக் கடன் மிகுதியாக இருப்பதனால் ஏதேனும் திரவியம் கேட்கலாம்; இல்லையாயின் குமாரருக்கு ஒரு வேலை செய்விக்க வேண்டுமென்றும் சொல்லலாம்; செய்வித்தற்கு அவருக்கு ஆற்றலும் உண்டு. ஒன்றையும் வேண்டாமல் அவருடைய விருப்பத்தை மறுத்தது எனக்கும் பிறருக்கும் மிகவும் வருத்தத்தை உண்டுபண்ணுகின்றது. இனிமேல் இப்படியிருத்தல் கூடாது; குடும்பத்திற்குத் தக்க ஸௌகரியம் பண்ணுவிக்க வேண்டும்.

மிகவும் சுகமாகவே இதுவரையில் வாழ்ந்துவந்த சிதம்பரம் பிள்ளை இனி என்ன செய்வார்? நான் கேட்டுக்கொள்கிற வரம் இதுதான். இனிமேல் கவனிக்கவேண்டும்" என்று அன்போடும் வருத்தத்தோடும் தெரிவித்து மேலும் மேலும் அதைப் பற்றியே சொல்லிக்கொண்டு வந்தனர்.

இவர் இடையிலே பேச்சை நிறுத்தும்படி குறிப்பித்து, "என்னப்பா, தோற்றினபடி யெல்லாம் பேசுகிறாய்? கொடுப்பவனாக இருந்தால் என்னைக் கேட்டுத்தானா கொடுப்பான்?அவன் எந்தக் காலத்திலும் பிறருக்கு ஒன்றும் கொடுத்ததே யில்லை. எனக்கு அது நன்றாகத் தெரியும். நான் வேண்டாமென்று சொல்லியபின்பு பலமுறை வற்புறுத்தியதைக் கொண்டே அவனுடைய நிலைமையை அறிந்து கொள்ளலாமே. நான் கேட்டிருந்தால் அவன் ஒன்றையுமே கொடான். கேட்டேனென்ற அபவாதந்தான் எனக்கு உண்டாகும். இளமை தொடங்கி அவனுடன் பழகியிருக்கிறேன். அவன் யாருக்கும் கொடுத்ததே இல்லை. பொருளைச் சம்பாதித்தலில் அதிக முயற்சியும் விருப்பமும் உடையவன். நான் கேளாமலிருந்தது உத்தமம். கேட்டிருந்தால் ஒன்றும் கொடாமற் போவதுடன் இவன் பல இடங்களில் நான் கேட்டதாகச் சொல்லிக்கொண்டு திரிவான். இனிமேல் இப்படிச் சொல்லாதே. உசிதமாகத் தோற்றினால் நான் கவனியாமல் இருப்பேனா?" என்றார். அப்பால் சவேரிநாத பிள்ளை விஷயம் தெரிந்து சமாதான முற்றிருந்தனர்.

திருவாரூர்க் கோவை

இவர் நித்திரை செய்யாமல் தளர்வுற்று இருத்தலையறிந்து ஒருவர் மாறி ஒருவர் இவரைக் கவனிப்பதற்கு விழித்துக்கொண்டே இருப்போம். அங்ஙனம் இருக்கும் நாட்களுள் ஒரு நாள் ஓசையுண்டாகாமல் மெல்லப் படித்துக் கொண்டேயிருக்க நினைந்து திருவாரூர்க் கோவைச் சுவடியைக் கையில் வைத்திருந்தேன். அதை இன்ன நூலென்று அறிந்து முதலிலிருந்தே படிக்கும்படி இவர் சொன்னார்; அங்ஙனம் படிக்கும்பொழுது,

(கட்டளைக்கலித்துறை)

(ஐயம்)

வேதாவின் தண்ணிட மோமக வானுறை விண்ணிடமோ
வாதா சனவிறை நண்ணிட மோவிந்த மண்ணிடமோ
காதாருங் கண்ணி யிடத்தார் தியாகர் கமலையன்னார்
பாதார விந்தத் துகள்வீழ மாதவம் பண்ணியதே

(துணிவு)

கார்க்குன் றுரித்தவர் செம்பொற் றியாகர் கமலையன்னார்
வார்க்குன் றிரண்டினும் வேரோடும் வல்லியும் வள்ளையிலே
சேர்க்கின்ற தோடும் பிறைமே லிருக்குந் திலகமுநாம்
பார்க்குந் தொறுமிவர் பாராரென் றென்று பகர்கின்றவே

என்ற செய்யுட்களைக் கேட்டு, "மிகவும் நன்றாயிருக்கின்றன" என்று சொன்னதுடன் மேலே வாசிக்கும்படிக்கும் சொன்னார். அப்படியே படித்து வருகையில் அங்கங்கேயுள்ள செய்யுட்களின் நயத்தையும்

நடையையும் அந்த நூலாசிரியருடைய குண விசேடங்களையும் மெல்லப் பாராட்டிக்கொண்டே யிருந்தார்.

ஐயங்களைப் போக்கியது

மற்றொருநாள் இரவில் அகத்தியத் திரட்டைப் படித்துக் கொண்டிருந்தேன். அதில் உள்ள, "தில்லைச் சிற்றம்பலம்" என்னும் பதிகத்தில் 10ஆவது செய்யுளில் வந்துள்ள 'ஊற்றத்தூர்' என்னும் ஸ்தலம் எங்குள்ளதென்று கேட்டபொழுது அது வைப்பு ஸ்தலங்களுள் ஒன்றென்றும் ஊட்டத்தூ ரென்று வழங்கப்படுகின்ற தென்றும் அதிலுள்ள மூர்த்திக்குச் சுத்தரத்தினேசுவர ரென்பது திருநாமமென்றும் நாவின் குழறலுடன் சொன்னார். அப்பால், திருவாசகத்தில் திருக்கோத்தும்பி என்னும் பகுதியைப் படிக்கும்படி சொன்னார்; அதைப் படித்து வருகையில், "நோயுற்று மூத்துநா னுந்துகன்றா யிங்கிருந்து" என்பதிலுள்ள 'நுந்துகன்றாய்' என்பதற்குப் பொருள் விளங்கவில்லை என்றேன். 'வெறுத்துச் செலுத்தப்பட்ட கன்றைப்போன்று' என்று அதற்கு நாக்குழறலுடன் விடையளித்தார். அப்பொழுதுள்ள இவருடைய நிலைமையைப் பார்த்து ஒன்றுந் தோற்றாமல், "எவ்வளவோ அரிய விஷயங்களை எளிதிற் சொல்லும் பெரியாரை அடுத்திருந்தும் இதுவரையில் விசேஷமாக ஒன்றும் தெரிந்துகொள்ளாமல் இருந்தோமே. இனி அரிய விஷயங்களை யார் சொல்லப்போகிறார்கள்?" என்ற மன வருத்தத்துடன் இவரைக் கவனித்துக்கொண்டே இருந்தேன்.

இவருடைய தேக நிலையை அறிந்து மாயூரத்திலிருந்து இவருடைய தேவியாரும், குமாரரும் திருவாவடுதுறைக்கு வந்து ஸ்திரமாக இருந்து கவனித்துக்கொண்டு வந்தார்கள்.

வைத்தியன் கூறியது

இவருடைய தேகஸ்திதி வரவர மெலிவையடைந்து வருவதைத் தெரிந்துகொண்ட சுப்பிரமணிய தேசிகர் வலயவட்ட மென்னும் ஊரிலுள்ள தனுக்கோடி யென்ற சிறந்த வைத்தியனை வருவித்து இவருடைய கையைப் பார்த்து வரும்படி அனுப்பினார். அவன் வந்து கை பார்த்துவிட்டு இவரிடத்தில் ஒன்றும் சொல்லாமல் புறத்தே வந்து எங்களிடம், "இன்னும் மூன்று பொழுதிலே தீர்ந்துவிடும்" என்று 'வெட்டென'ச் சொல்லிவிட்டுச் சென்றான். அவன் அங்ஙனம் கூறியது எங்களுக்கு இடி விழுந்ததுபோல இருந்தது. 'மிகவும் துக்ககரமான செய்தியைச் சொல்லுகிறோம்' என்பதையேனும், 'கிடைத்தற்கரிய ஒருவருடைய வியோகத்தைப் பற்றித் துணிந்து சொல்லுகிறோம்' என்பதையேனும் நினையாமல் அந்த வைத்தியன் பளிச்சென்று சொன்னது கேட்டு ஒருபாற் சினமும் ஒருபால் வருத்தமும் உடையவர்களானோம். நோயின் இயல்பையும் மருந்துகொடுக்கவேண்டும் முறையையும் அல்லாமல் வேறொன்றையும் அறியாத அவன் நோயாளிகள் யாவரையும் ஒரு தன்மையினராகவே பாவிப்பா னென்பதை நாங்கள் அறிந்துகொண்டோம். அவன் சொல்லியதை இவருக்கு நாங்கள் சொல்லவில்லை. அவ் வைத்தியன்

தாதுக்களைப் பார்த்துச் சொல்வதில் அதிசமர்த்த னாகையால் அவன் வார்த்தையை நம்பினோம்.

சவேரிநாத பிள்ளைக்காகக் கடிதங்கள் எழுதுவித்தது

தம்முடைய தேகஸ்திதி மிகவும் தளர்ச்சி அடைந்துகொண்டு வருவதையறிந்த இவர், தம்மிடத்திற் படிக்கும் வியாஜத்தை வைத்துக்கொண்டு பல வருஷங்களாக இருந்து வேறொரு பயனையுங் கருதாமல் தமக்குப் பணிவிடை செய்துகொண்டும் தமது குடும்பக் காரியங்களைக் கவனித்துக்கொண்டும் உண்மையாக நடந்துவந்த சவேரிநாத பிள்ளைக்கு விவாகம் செய்வித்து ஏதேனும் உபகாரம் செய்து ஸௌகரியப்படுத்தி வைக்கவேண்டுமென்று எண்ணினார். தம்முடைய நண்பர்களாகிய முன்ஸீப் வேதநாயகம் பிள்ளை, வரகனேரி சவரிமுத்தா பிள்ளை, புதுச்சேரி சவராயலு நாயகர், காரைக்கால் தனுக்கோடி முதலியார் முதலிய கிறிஸ்தவ கனவான்களுக்கும், பட்டீச்சுரம் ஆறுமுகத்தா பிள்ளை, சோழன்மாளிகை இரத்தினம் பிள்ளை முதலியவர்களுக்கும் தம் எண்ணத்தைப் புலப்படுத்தித் தனித்தனியே கடிதமெழுதும்படி என்னிடம் சொன்னார். அப்படியே இவருடைய குறிப்பறிந்து எழுதினேன். ஒவ்வொரு கடிதத்தின் தலைப்பிலும் வழக்கம்போலவே அவர்கள்மீது ஒவ்வொரு பாடல் இவரால் அந்தத் தளர்ந்த நிலையிலும் இயற்றிச் சேர்ப்பிக்கப்பெற்றது. அச்செய்யுட்கள் மிகவுஞ் சுவையுடையனவாக இருந்தன. சொல் மாத்திரம் தளர்ச்சி மிகுதியால் குழறி வந்ததேயன்றி அறிவின் தளர்ச்சி சிறிதேனும் உண்டாகவில்லை. சவேரிநாத பிள்ளையை அழைத்து அக்கடிதங்களை அளித்து, "அப்பா, சவேரிநாது, இக்கடிதங்களை உரியவர்களிடம் கொடுத்து அவர்கள் செய்யும் உதவியைப் பெற்று விவாகம் செய்துகொண்டு ஸௌக்கியமாக வாழ்ந்திருப்பாயாக; உன்னுடைய செயல் மிகவும் திருப்தியைத் தந்தது" என்றார். அவர் கண்ணீரொழுக அக்கடிதங்களை வணக்கஞ்செய்து பெற்றுக் கொண்டார்.

ஸ்ரீ அக்கினிலிங்க சாஸ்திரிகள்

மடத்திற்கு வரும் ஸம்ஸ்கிருத வித்வான்களும் பிற வித்வான்களும் சுப்பிரமணிய தேசிகரைப் பார்த்து அவரோடு ஸல்லாபம் செய்துவிட்டு இவருக்குள்ள அஸௌக்கியத்தைப்பற்றிக் கேள்வியுற்று வந்து வந்து பார்த்துச் சிறிதுநேரம் இருந்து இவர் தளர்ச்சி அடைந்திருப்பதை அறிந்து வருந்திச் செல்வார்கள். ஸ்ரீ ஹரதத்த சிவாசாரியார் கிரந்தங்களிலும் திருவியலூர் ஐயா அவர்கள், ஸ்ரீமத் அப்பைய தீக்ஷிதர், ஸ்ரீமத் நீலகண்ட தீக்ஷிதர் கிரந்தங்களிலும் நல்ல பழக்கமுடையவரும் சிவபக்திச் செல்வம் வாய்ந்தவரும் விபூதி ருத்திராக்ஷதாரண முடையவரும் தோற்றப் பொலிவுள்ளவரும் இவர்பால் மிக்க அன்புடையவரும் வயோதிகருமாகிய கஞ்சனூர் ஸ்ரீ அக்கினிலிங்க சாஸ்திரிக ளென்பவர் பார்க்க வந்தார்; இவருடைய தேக நிலையை அறிந்து வருத்தமடைந்தார். அவருடைய சைவத் திருக்கோலத்தைக் கண்ட இவர் அதில் மிகவும் ஈடுபட்டு உள்ளங் குளிர்ந்து உருகிக் கண்ணீர் வீழ்த்தினார். பின்பு சாஸ்திரிகளை நோக்கி

ஏதாவது சொல்ல வேண்டுமென்று இவர் குறிப்பித்தார். அப்படியே அவர் மேற்கூறிய பெரியோர்களுடைய வாக்கிலிருந்து சிவபெருமானுடைய பரத்துவத்தைத் தெரிவிக்கும் சில சுலோகங்களைச் சொல்லிப் பொருளும் கூறிக்கொண்டே வந்து ஸ்ரீ சங்கராசாரியார் செய்த சிவானந்த லஹரியிலுள்ள, "ஸதாமோஹாடவ்யாம்" என்ற சுலோகத்தைச் சொல்லிப் பொருளும் சொன்னார். இப் புலவர்சிரோமணி அதில் ஈடுபட்டு அவரைச் சும்மா இருக்கும்படி குறிப்பித்துவிட்டு ஓர் ஏடும் எழுத்தாணியும் கொண்டுவரும்படி குறிப்பித்தார். நான் அவற்றைக் கொண்டுவரவே அந்தச் சுலோகத்தின் மொழிபெயர்ப்பாகச் செய்யுளொன்றை இயற்றி மெல்லச் சொன்னார். நான் எழுதிக்கொண்டேன். அச்செய்யுள் வருமாறு:

(விருத்தம்)

மோகமா மடவி திரிந்தரி வையர்தம் முலைக்குவட் டிடைநட மாடித்
தாகமா ராசைத் தருக்குலந் தோறும் தாவுமென் புன்மனக் குரங்கைப்
பாகமார் பத்தி நாண்கொடு கட்டிப் பலிக்குநீ செல்கயான் கொடுத்தேன்
ஏகநா யகனே தில்லையி லாடும் இறைவனே யெம்பெரு மானே.

எப்பொழுதும் இவருக்கு ஸ்ரீ நடராஜமூர்த்தியின் குஞ்சித சரணத்திலேயே ஞாபகமிருக்குமாதலின் இந்தச் செய்யுளின் ஈற்றடி அந்நினைவி லெழுந்து சுலோகத்தின் ஈற்றடிக்குச் சற்று வேறாக அமைந்தது. அதைக் கண்ட நாங்கள் இந்தத் தளர்ச்சியிலும் பெரியோர்களிடத்திற் சம்பாஷணை செய்யும் இயல்பும் அரிய விஷயத்தைத் தமிழில் மொழிபெயர்க்கவேண்டு மென்னும் அவாவும் ஸ்ரீ நடராஜமூர்த்தியினிடத்துத் திடமான பக்தியும் இவருக்கு இருத்தலையறிந்து வியந்து இவருடைய தளர்ச்சியை நினைந்து வருந்தினோம்.

பின்பு அந்தச் சாஸ்திரிகள் ஈசுவரத்தியானம் செய்து கொண்டே இருக்கவேண்டுமென்று சொல்லிவிட்டுப் பிரிவாற்றாமல் இவரிடம் விடைபெற்றுக்கொண்டு சென்றார்.

பிறரும் நானும் இவரை இடைவிடாது பாதுகாத்துக் கொண்டே வந்தோம். அப்போது திருவாடுதுறையில் ஸ்ரீ கோமுத்தீசுவரருக்குப் பிரம்மோத்ஸவமும் மடத்தில் தைக் குருபூஜையும் நடைபெற்று வந்தனவாதலால் தம்பிரான்கள் முதலியவர்களுடைய திருக்கூட்டமும் பல இடங்களிலிருந்து வந்த ஸம்ஸ்கிருத வித்துவான்களுடைய குழாமும் தமிழ் வித்தவான்களுடைய கூட்டமும் சைவப்பிரபுக்களின் குழுவும் மற்றவர்களின் தொகுதியும் நிறைந்திருந்தன; மடத்திலும் கோயிலிலும் திருவீதி முதலிய இடங்களிலும் அலங்காரங்கள் செய்யப்பெற்றிருந்தன; அவற்றால் திருவாவடுதுறை சிவலோகம்போல் விளங்கியது.

சுப்பிரமணிய தேசிகர் விசாரித்துக்கொண்டே இருந்தது

இவருடைய அசௌக்கிய மிகுதியைத் தெரிந்து சுப்பிரமணிய தேசிகர் அடிக்கடி பார்த்துவரும்படி தக்கவர்களை அனுப்பித் தெரிந்துகொண்டே யிருந்ததன்றி அடிக்கடிவந்து சொல்லும்படி எனக்கும் கட்டளையிட்டிருந்தார். அப்படியே அடிக்கடி சென்று இவருடைய நிலையைத் தெரிவித்துக்கொண்டு வரலாயினேன்.

தை மாதம் 20ஆம் தேதி மங்களவாரம் (1.2.1876) காலையிலிருந்து இவருக்குத் தேகத்தளர்ச்சி முதலியன அதிகரித்துக்கொண்டே வந்தன. அன்று இரவில் ஐந்து நாழிகைக்கு மேற்பட்டு இவருடைய உறவினர் ஒருவர்மீது ஏதோ ஒரு பெண் தெய்வம் ஆவேசமாகவந்து, "நான் இவர்களுடைய குலதெய்வமாகிய அம்மன்; பல வருஷங்களாக எனக்குப் பூசை போடுதலை இவரும் இவரைச் சார்ந்தவர்களும் மறந்துவிட்டார்கள். அதனாலேதான் இவ்வளவு அசௌக்கியங்கள் இவருக்கு நேர்ந்தன. இனிமேலாவது எனக்குப் பூசைபோட்டால் இவருடைய அசௌக்கியத்தைத் தீர்த்து விடுவேன். நீங்கள் கவலைப்படவேண்டாம். இவர் மிகவும் நல்லவராதலால் நான் வலியவந்து சொன்னேன். இனி அதைச் செய்வதற்குப் பிரார்த்தனை பண்ணிக்கொள்ளுங்கள்" என்று சொல்லியது.

அதை இவருடைய தேவியாராகிய காவேரியாச்சி ஒப்புக் கொண்டனர். இவரும் அக்குலதெய்வம் உண்மையையும் அதற்குத் தாம் பூசை போடாதிருத்தலையும் தம்முடைய முகபாவத்தாற் குறிப்பித்தார்.

ஆனால், ஆவேசங் கொண்டோரிடத்தில் இவருக்கு நம்பிக்கை யில்லை. மற்றவர்கள் பூசைபோட்டால் நல்லதென்று சொன்னார்கள். அந்தப்படியே ஒரு ரூபாயை மஞ்சள் நீரில் நனைத்த துணியில் இவருடைய தேவியார் முடிந்துவைத்துப் பிரார்த்தனை செய்துகொண்டார். அப்படிச் செய்தாற் சௌக்கியப்படலாமென்ற எண்ணம் சிலருக்கு உண்டாயிற்று.

அன்றைத்தினம் கோயிலில் ரிஷபவாகனக் காட்சியாதலால் ஸ்ரீ கோமுத்தீசர் ரிஷபாரூடராய்க் கோபுரவாயிலில் எழுந்தருளியிருப்பதை அறிந்து தரிசனத்திற்கு நான் அங்கே சென்றேன். அப்போது பரிவாரங்களுடன் வந்து தரிசனம் செய்து கொண்டே நின்ற சுப்பிரமணிய தேசிகர் என்னை அழைத்துப் பிள்ளை யவர்களுடைய தேகஸ்திதியைப்பற்றிக் கவலையுடன் விசாரித்தார்; "பிறர் பேசுவதை அறிந்து கொள்கிறார்கள்; உத்தரம் கூறுவதற்கு மாத்திரம் அவர்களால் இயலவில்லை" என்றேன்.

அதனை அவர் கேட்டு மிகவும் வருத்தமடைந்ததுடன், "இந்த நிலையிலாவது பிள்ளை யவர்கள் இங்கே இருக்கிறார்களென்ற பேச்சிருந்தால் மடத்திற்கு மிகவும் கௌரவமாக இருக்கும். ஸ்ரீ கோமுத்தீசர் திருவருள் என்ன செய்கின்றதோ!" என்று சொல்லிவிட்டு, போய்க் கவனித்துக்கொண்டிருக்கும்படி எனக்குக் கட்டளையிட்டார்.

'அடைக்கலப் பத்து'

உடனே சென்று நானும் சவேரிநாத பிள்ளை முதலியோரும் இவரைக் கவனித்துக்கொண்டு அயலிலே இருந்தோம். பால் சிறிது சிறிதாகக் கொடுத்து வந்தோம். ஸ்ரீ கோமுத்தீசுவரர் ரிஷபாரூடராகத் திருவீதிக்கு எழுந்தருளினார். இவருடைய குறிப்பின்படி நாங்கள் தேங்காய் பழம் கற்பூரம் முதலியவற்றை எடுத்துக்கொண்டு சென்று தீபாராதனை செய்வித்து ஆதிசைவர் கொடுத்த விபூதிப் பிரசாதத்தைக் கொணர்ந்து இவர்பாற் சேர்ப்பித்தோம். அதை இவர் மெல்ல வாங்கித் தரித்துக்கொண்டார்.

சிவபதமடைந்தது

பதினைந்து நாழிகைக்கு மேற்பட்டு இவருக்கு ஸ்வாதீனத் தப்பும் தேகத்தில் ஒரு துவட்சியும் உண்டாயின. அதனையறிந்த சவேரிநாத பிள்ளை இவருடைய பின்புறத்திற் சென்றிருந்து இவரைத் தம்முடைய மார்பிற் சார்த்தி ஜாக்கிரதையாகப் பிடித்துக்கொண்டார். அப்பொழுது சிலநாழிகைவரையில் இவருக்குப் பிரக்ஞை இல்லை; சிலநேரம் கழித்துப் பிரக்ஞை வந்தது. உடனே திருவாசகத்தில் ஏதேனும் ஒரு பாகத்தைப் படிக்கவேண்டும் என்னுங் குறிப்போடு, "திருவா" என்றார். அக்குறிப்பை அறிந்து அப்புத்தகத்தை எடுத்துவந்து 'அடைக்கலப் பத்தை' வாசித்தேன்; கண்ணை மூடிக்கொண்டே இவர் கேட்டுவந்தார். அப்பொழுது இவருக்கு உடலில் ஓர் அசைவு உண்டாயிற்று. உடனே நாங்கள் சமீபத்திற் சென்றபொழுது வலக்கண்ணைத் திறந்தார். அதுதான் ஸ்ரீ நடராஜமூர்த்தியினுடைய குஞ்சித சரணத்தை இவர் அடைந்த குறிப்பாக எங்களுக்குத் தோற்றியது. அப்போது இவருக்குப் பிராயம் 61. அந்தச் சமயத்தில் இவருடைய சரீரத்தைச் சார்த்திக்கொள்ளும் பாக்கியம் பெற்றிருந்த சவேரிநாத பிள்ளை அந்த நல்லுடலை உடனே படுக்கையிற் கிடத்திவிட்டு மற்றவர்களோடு புலம்பிக்கொண்டே அயலில் நின்றார். இவருடைய தேவியாரும் குமாரரும் மற்ற உறவினரும் கண்ணீர் விட்டுப் புலம்பினார்கள். அங்கேயிருந்த எல்லோருக்கும் உண்டான வருத்தத்திற்கு எல்லையேயில்லை.

அபரக்கிரியை

இக் கவிரத்னம் மண்ணுலக வாழ்வை நீத்த செய்தி ஸ்ரீ சுப்பிரமணிய தேசிகருக்குத் தெரிந்தது. காளிதாஸன் இறந்தது கேட்டுப் போஜன் வருந்தியதைக் கதைகளில் கேட்டிருக்கிறோம். அந்தக் காட்சி இப்படித்தான் இருந்திருக்குமென் றெண்ணும்படியான நிலையில் தேசிகர் இருந்தார். தாமே அறிந்து ஸ்ரீ அம்பலவாண தேசிகரிடம் பலபடியாக இவருடைய நல்லாற்றலைத் தக்கவாறு எடுத்துக்கூறி ஆதீன வித்துவானாகச் செய்தது முதல் இறுதிக்காலம் வரையில் பலவகையாலும் இக் கவிச்சக்கரவர்த்தியினுடைய குணங்களையும் புலமைத் திறத்தினையும் நன்றாக அறிந்து அறிந்து இன்புற்றவர் அவரே. பிள்ளை யவர்களுடைய உண்மையான பெருமையை அவரைப்போலவே அறிந்தவர்கள் வேறு யாவர்? தம்முடைய அவைக்களத்தை அலங்கரித்து மடத்திற்குத் தமிழ் வளர்த்த பெரும்புகழை உண்டாக்கிய இந்த மகாவித்துவானுடைய பிரிவைப் பொறுப்பதென்பது அவரால் இயலுவதா?

அன்று குருபூஜைத் தினமாதலின் சுப்பிரமணிய தேசிகர் கவனிக்க வேண்டிய பல காரியங்கள் இருந்தன. அவைகளில் அவர் மனம் செல்லவில்லை. அவருடைய முகம் அன்று மலர்ச்சியின்றி யிருந்தது.

மிக்க வருத்தத்தோடு இருந்தும், தேசிகர் மேலே முறைப்படி மறுநாட் காலையில் நடக்கவேண்டிய அபரக்கிரியைகளை விரிவாக நடத்தும்படி மடத்து உத்தியோகஸ்தர்களுக்குக் கட்டளையிட்டனுப்பினர். காலையில் அதிர்வெடிகள் போடப்பட்டன. திருக்கோடிகா, திருத்துருத்தி,

திருவிடைமருதூர் முதலிய ஊர்களிலிருந்து அபிஷிக்தப் பெரியார்கள் பலர் வருவிக்கப்பட்டார்கள்.

மற்றவர்களுக்கு நடக்கும் முறையிலும் செலவிலும் அதிகப்பட நடத்தி இவருடைய திவ்ய சரீரத்தை விபூதி ருத்திராக்ஷங்களால் அலங்கரித்து எடுப்பித்துக்கொண்டு செல்லத்தொடங்கிய பொழுது இவருடைய மாணாக்கர்களாகிய தம்பிரான்கள் மடத்து முகப்பில் வரிசையாக வந்து நின்று கண்ணீரை வீழ்த்திக் கொண்டே கலங்குவாராயினர். வடமொழி வித்துவான்களாகிய அந்தணர்களின் கூட்டத்திலிருந்து, "தமிழ்க் காளிதாஸா! தமிழ்க் காளிதாஸா!" என்ற சப்தமும், தமிழ் வித்துவான்கள் வாக்கிலிருந்தும் அயலூரிலிருந்து வந்திருந்த இவர் மாணாக்கர் கூட்டத்திலிருந்தும், "கவிச்சக்கரவர்த்தியே! தமிழ்க் கடலே! எங்களுக்கு அரிய விஷயங்களை இனி யார் அன்புடன் சொல்வார்கள்! யாரிடத்தில் நாங்கள் செல்லுவோம்? எங்களைக் கவனிப்பார் யார்!" என்ற ஒலியும், வேறொரு சாராரிடத்திருந்து, "குணக்கடலே! சாந்த சிரோமணீ!" என்ற சப்தமும், பொதுவாக மற்ற யாவரிடத்திலிருந்தும், "ஐயா! ஐயா!" என்ற சப்தமும் உண்டாயின. உடன் சென்ற அபிஷிக்தர்கள் திருவாசகம் சொல்லிக்கொண்டு போகையில், "இனிமேல் திருவாசகத்திற்கு மிகத் தெளிவாகவும் அழகாகவும் யார் பொருள் சொல்லப் போகிறார்கள்?" என்று என் தந்தையார் முதலிய பலர் சொல்லி மனம் உருகினார்கள். உடன் சென்ற கூட்டங்கள் மிக அதிகம்.

இவ்வண்ணம் திருக்கோயிலுக்கு வடக்கேயுள்ள மருதமரச் சாலைவழியே சென்று காவிரிக்கரையிலுள்ள ருத்திர பூமியை அடைந்தவுடன் இவருடைய தேகம் சந்தனக்கட்டை, பரிமள தைலம் முதலியவற்றோடு அமைக்கப்பட்ட ஈமப்பள்ளியில் வைத்துச் சிதம்பரம் பிள்ளையால் விதிப்படி தகனம் செய்யப்பெற்றது.

மாணாக்கர்களாகிய நாங்கள் அடைந்த வருத்தம் இங்கே எழுதி யடங்குவதன்று; செயலழிந்திருந்தோம்; "உடலெல்லாம் உயிரிலா எனத்தோன்று முலகம்" என்றபடி அவ்வூராரும் வந்தோர்களும் செயலற்று மிக்க வாட்டத்துடன் இருந்தார்கள்.

அப்பால் ஸ்நானாதிகளை முடித்துக்கொண்டு மீண்டுவந்து நான் திருவாரூர்த் தியாகராச

காவிரித்துறைக்குச் செல்லும் மருத மரச் சாலை

லீலையைக் கையில் வைத்துக்கொண்டு அதிலுள்ள அருமையான செய்யுட்களைப் படித்துப் படித்துப் பொருள் நயங்களை அறிந்து கண்ணீர் வீழ்த்திக்கொண்டே பகல் ஒரு மணிவரையில் இருந்துவிட்டேன்; ஆகாரத்திற் புத்தி செல்லவில்லை. மற்றவர்களும் அப்படியே இருப்பவர்களாய் இவர் இயற்றியவற்றுள் தமக்குப் பிரியமான ஒவ்வொரு நூலைப் பார்த்துக்கொண்டே இருந்து வருந்துவாராயினர்.

சுப்பிரமணிய தேசிகர் எனக்கு ஆறுதல் கூறியது

ஒரு மணிக்குமேலே ஒடுக்கத்தில் வீற்றிருந்த சுப்பிரமணிய தேசிகரை நான் பார்த்துவரச் சென்று அவருக்கு அயலில் நின்றேன். கயையில் ஜனோபகாரமாக ஒரு தர்மசாலை கட்டிவைத்த முத்தைய தம்பிரா னென்பவரும் அங்கு வந்திருந்தார். நின்ற என்னை நோக்கித் தேசிகர் இருக்கும்படி குறிப்பித்தார். அவரைக் கண்டவுடன் எனக்கு மிகுதியான வருத்தம் உண்டாயிற்று; கண்ணீர் ஆறாகப் பெருகிவிட்டது; அழத்தொடங்கிவிட்டேன்.

அவர் கையமர்த்தி, "காலத்தை யாரால் வெல்லமுடியும்? அதே வருத்தத்துடன்தான் நாமும் இருந்து வருகிறோம். ஆனால், உம்மைப்போல் வெளிப்படுத்தவில்லை. பெரிய மணியை இழந்து விட்டோம். இனி இதைப்பற்றிச் சிந்தித்தலில் பயனில்லை. அவர்களிடம் கேளாமல் எஞ்சியுள்ள நூல்களை நாம் பாடஞ் சொல்வோம். அவற்றைக் கேட்டுச் சிந்தனை செய்துகொண்டும் புதியவர்களாக வருபவர்களுக்குப் பாடஞ் சொல்லிக்கொண்டும் சௌக்கியமாக நீர் இங்கே இருக்கலாம். அவர்களுடைய பக்கத்தில் இருந்ததுபோலவே நம்முடைய பக்கத்தில் இருந்து வரவேண்டும். இந்த ஊரை உம்முடைய சொந்த ஊராகவே பாவித்துக்கொள்ளும்; *வீடு முதலியவற்றை விரைவில் அமைத்துக் கொடுப்போம். கவலையின்றி இருக்கலாம். பிள்ளை யவர்களை மாத்திரம் வருவித்துக் கொடுக்க முடியாதேயன்றி வேறு இங்கே என்னதான் செய்விக்க முடியாது? உம்முடைய சகபாடிகளாகிய தம்பிரான்களைப் போலவே நீரும் மடத்துப் பிள்ளையல்லவா? உமக்கு என்ன குறைவு?" என்று எவ்வளவு தைரியத்தை உண்டாக்க வேண்டுமோ அவ்வளவையும் உண்டாக்கி அபயமளித்தார்.

பின்பு, பிள்ளை யவர்களுடைய பிரிவைப்பற்றித் துக்கித்துக் கொண்டிருந்த ஸகபாடிகள் இருக்குமிடஞ் சென்று இப்புலவர்பிரானுடைய குணங்களைப் பாராட்டி வருந்திக் கொண்டேயிருந்தேன்.

பலர் பலவாறு வருந்தல்

அஸ்தமித்த பின்பு தேசிகரைப் பார்த்தற்குச் சென்றேன். அப்பொழுது பிள்ளை யவர்களுடைய வியோகத்தைப் பற்றி அவரை விசாரித்தற்குப் பலர்

---

* இங்கே கட்டளையிட்டபடியே ஸ்ரீ சுப்பிரமணிய தேசிகரவர்கள் எனக்குத் திருவாவடுதுறை அக்கிரகாரத்தில் வடசிறகின் கீழைக்கோடியில் நூதனமாக இரண்டுகட்டு வீடொன்றைக் கட்டுவித்து அளித்தார்கள். அக்காலத்திற் பதிப்பிக்கப்பெற்ற சில அச்சுப் புத்தகங்களில் அவர்களுடைய கட்டளையின்படி திருவாவடுதுறைச் சாமிநாதைய ரென்றே என் பெயர் அமைக்கப்பட்டிருப்பதைக் காணலாம். அப்பால் நான் கும்பகோணம் காலேஜிற்குப் போனபோது அந்த வீட்டை அவர்களிடமே ஒப்பித்துவிட்டேன்.

வந்து வந்து பார்த்துவிட்டுப் போய்க் கொண்டிருந்தனர். மடத்து ஸம்ஸ்கிருத வித்துவான்களுள் ஒருவரும் மிக்க முதுமையை உடையவருமாகிய ஸ்ரீஇராமகுட்டி சாஸ்திரிக ளென்பவர் அப்பொழுது ஒடுக்கத்திலிருந்து எனக்கு எதிரே வந்தார். அவர் பிள்ளை யவர்களோடு நெடுங்காலம் பழகியவர்; பல சாஸ்திரங்களில் நிபுணர்; தளர்ந்த உடலையும் தளரா நாவையும் உடையவர். அவர் என்னைக் கண்டு ஓவென்றழுது, "தமிழ்க் காளிதாசன் போய்விட்டானையா!" என்று மூன்று முறை சொல்லி அரற்றினர். பலர் உடனே அங்கே வந்து கூடிவிட்டனர். அப்பால் ஒருவாறு சமாதானப்படுத்தி அவரை அனுப்பிவிட்டு, அங்கே நின்ற மற்றவர்களோடு சேர்ந்து ஒடுக்கத்திற்குச் சென்றேன்.

சுப்பிரமணிய தேசிகர் தம்மைச் சூழ்ந்திருந்த பலரிடம் பிள்ளை யவர்களுடைய குணங்களையும் கல்விச் சிறப்பையும்பற்றிப் பாராட்டியும் பிரிவைப்பற்றி வருத்தமுற்றும் பேசிக்கொண்டிருந்தனர்: "தேசாந்தரங்களி லெல்லாம் பிள்ளை யவர்களுடைய பெரும்புலமைத் திறம் புகழப்படுகிறது. அவர்கள் பெயரோடு நமது மடத்தின் பெயரும் விளங்குகின்றது. அந்தப் புலவர்மணியின் ஆற்றல் இந்த மடத்தை எல்லோருக்கும் உரிய கல்வி நிலயமாகச் செய்தது. வைதிக மதஸ்தர்களும் பிற மதஸ்தர்களும் பல்வகைச் சாதியினரும் தமிழ் நூல்களைத் தடையின்றிப் பாடஞ் சொல்லும் அவர்களை எண்ணி எண்ணி இங்கே வந்தனர். நமது மடத்துக்கும் கௌரவத்தை அளித்தார்கள். முன் பழக்கமில்லாத எத்தனையோ உத்தி யோகஸ்தர்களும் வேறு வகையான பிரபுக்களும் இந்த மடத்திற்கு வந்திருக்கிறார்கள். எல்லாம் அவர்களால் வந்த பாக்கியமே. பணமும் இடமும் அதிகாரமும் சாதியாத எவ்வளவோ காரியங்களை மடத்திற்காக அவர்கள் சாதித்து உதவியிருக்கிறார்கள். அவ்வளவுக்கும் இந்த மடத்திலிருந்து அவர்கள் பெற்ற பயன் சிறிதளவேயாகும். எங்கே இருந்தாலும் அவர்கள் தம்முடைய தமிழரசாட்சியை நடத்தியிருப்பார்கள். அதற்கு இம்மடத்தை அமைத்துக்கொண்டது ஆதீனத்தின்பாலுள்ள அபிமானமே. இந்த ஆதீன குலதெய்வமென்று சொல்லப்படுகிற சிவஞான முனிவர் முதலிய பெரியோர்களால் இவ்வாதீனம் தமிழ்க் கல்வியில் மிக்க சிறப்பை அடைந்ததாயினும் மடத்திலிருந்தே பாடஞ் சொல்லித் தமிழை விருத்தி செய்யவில்லையே என்ற குறை இந்த மடத்திற்கு இருந்து வந்தது. அக்குறை பிள்ளை யவர்களாலேதான் தீர்ந்ததென்பதை நாம் சொல்ல வேண்டுமா! இனிமேல் அத்தகைய உபகாரிகள் எங்கே பிறக்கப்போகிறார்கள்! 'பிள்ளை யவர்களைப் பார்க்கும்படி செய்விக்கவேண்டும்' என்று இங்கே வந்தவர்க ளெல்லாம் சொல்லச் சொல்லக் கேட்டுக் குளிர்ந்த இந்தச் செவிகள் இனிமேல் எதைக் கேட்கும்! பெரிய மனிதர்கள் வந்த காலத்திலும் சிறந்த வித்துவான்கள் வந்த காலத்திலும் சமயத்துக்கு ஏற்றபடியும் நம்முடைய உள்ளக் கருத்துக்கு ஒத்தபடியும் அரிய இனிய செய்யுட்களை விரைவிற் செய்து மகிழ்விக்கும் அவர்களுடைய திறமையை வேறு யாரிடம் பார்க்கப் போகிறோம்! எவ்வளவு பெரிய ஸபையிலும் அவர்கள் அங்கே நிகழும் நிகழ்ச்சியைச் சிறப்பித்துக் கவியொன்று கூறி விட்டால் அந்த ஸபையில் உண்டாகும் குதூகலமும் நமக்கு உண்டாகும் ஆனந்தமும் இனிமேல் எங்கே வரப்போகின்றன! அவர்களுடைய கவி ஸபைநிகழ்ச்சியின் முடிவிற் கிரீடஞ் சூட்டியது போல விளங்குமே! அவர்களிடம்

மதிப்புள்ள எத்தனைபேர்கள் தம்மாலான அனுகூலங்களை மடத்திற்குச் செய்திருக்கிறார்கள்! 'திருவாவடுதுறை ஆதீனம் செந்தமிழ்ச் செல்வியின் நடனசாலை' என்று பிற்காலத்திலும் யாவரும் கூறும் வண்ணம் செய்வித்த அவர்கள் இல்லாத குறை இனி என்றைக்கு நீங்குமோ தெரியவில்லை.

"வந்தவர்களில் அவர்கள் குணத்தைக்கண்டு வியவாதவர்களே இல்லை. என்ன அருமையான குணம்! நாமும் தினந்தோறும் எவ்வளவோ வித்துவான்களைப் பார்த்துக் கொண்டே வருகிறோம். சிறிது படித்திருந்தால் எவ்வளவு தருக்கு வந்துவிடுகிறது? இப்பொழுது தமிழ் நாட்டிலுள்ள தமிழ்ப் புலவர்களுக்கெல்லாம் தலைவராக விளங்கிய அவர்கள் அலையற்ற கடல்போல அடங்கியிருந்த ஆச்சரியத்தை என்னவென்று சொல்வோம்! அவர்கள் தம்முடைய ஆற்றலைத் தாமே புகழ்ந்துகொண்டதை யாரேனும் கேட்டிருக்கிறார்களா! அத்தகையை குணக்குன்றை இனிமேல் எங்கே பார்க்கப்போகிறோம்! மிகச் சிறந்த பண்டிதராகிய ஆதீனவித்துவான் *தாண்டவராயத் தம்பிரானவர்கள்கூட 'இவர்களைப்போல யாரும் இல்லை' என்று வியக்கும் புலமையும் இயல்பும் உடைய அவர்களுக்கு ஆயுள் மாத்திரம் இவ்வளவினதாக அமைந்ததை நினைந்து நினைந்து வருந்துவதை யன்றி நாம் என்ன செய்யமுடியும்? ஸ்ரீநமச்சிவாய மூர்த்தியின் திருவருள் இவ்வளவுதான் போலும்! கவித்துவ சக்தியை நேரிற் காணாமல் யாராவது கேட்டால் உண்மையென்று நம்பமுடியாதபடி அவ்வளவு ஆச்சரியமாகப் பாடும் அந்த மகாகவியைத் தமிழ் மொழி இழந்த நஷ்டத்தை நீக்குதற்கு இனி யாரால் முடியும்? இனி நமக்குப் பொழுது போவது எவ்வாறு?" என்று அவர் பலவாறு சொல்லிக்கொண்டே யிருந்தனர்.

பிள்ளை யவர்கள் சிவபதமடைந்த தினத்தைப் புலப்படுத்தித் தில்லைவிடங்கன் வெண்பாப்புலி வேலுசாமி பிள்ளை யென்பவர்,

> மன்னும் யுவவருட மாதந்தை முன்பக்கம்
> உன்னும் பிரதமைமா லோணநாள் – மின்னும்
> துருவுபுகழ் மீனாட்சி சுந்தரநம் மேலோன்
> திருவுருவ நீங்கு தினம்

என்னும் வெண்பாவை இயற்றினார்.

கடிதங்கள்

உடனே தியாகராச செட்டியாருக்கு இந்த விஷயத்தைத் தேசிகர் கட்டளையின்படி குமாரசாமித் தம்பிரான் எழுதி யனுப்பினார்; முதல் நாளில் அவருடைய நற்றாய் தேக வியோகமானமையின் அப்பிரிவாற்றாமல் வருந்திக்கொண்டிருந்த அவர் இச்செய்தி தெரிந்து, "முதல்நாள் பெற்ற தாயையும் மறுநாள் ஞானபிதாவையும் இழந்துவிட்டேன்" என்று மிக வருந்தி விடையனுப்பினார்.

---

* ஸ்ரீ சுப்பிரமணிய தேசிகருக்குத் தாண்டவராயத் தம்பிரானவர்கள்பால் சிறந்த மதிப்பும் அன்பும் உண்டு; "நாம் வழிபடு தெய்வம் பிரத்தியட்சமாகி என்ன வேண்டுமென்று கேட்டால் தாண்டவராயத் தம்பிரானவர்களை நாம் பார்க்கும்படி செய்யவேண்டுமென்றுகேட்போம்" என்று அவர் சொல்வதுண்டு. அத்தகைய மதிப்புடைய தாண்டவராயத் தம்பிரானவர்கள் பாராட்டத்தக்க புலமைத்திறம் பிள்ளை யவர்கள்பால் இருந்தமையால்தான் தேசிகர் இவரிடத்து அதிகமாக ஈடுபட்டார்.

இவர் சிவபதம் அடைந்ததைக் குறித்துப் பிற்பாடு, பல அன்பர்களுக்குச் சிதம்பரம் பிள்ளையைக் கொண்டும் என்னைக் கொண்டும் பிறரைக் கொண்டும் கடிதம் எழுதும்படி சுப்பிரமணிய தேசிகர் செய்வித்தார். ஒவ்வொருவரும் பிரிவாற்றாமையைப் புலப்படுத்தி விடைக் கடிதம் அனுப்பிவந்தனர்.

அவற்றுள் சின்னப் பட்டம் நமச்சிவாய தேசிகர் கல்லிடைக்குறிச்சி யிலிருந்து சுப்பிரமணிய தேசிகருக்கு அனுப்பிய விண்ணப்பத்தில் பிள்ளை யவர்களுடைய தேக வியோகத்தைப்பற்றி எழுதியுள்ள பகுதி வருமாறு:

"மஹாவித்வான் மீனாட்சிசுந்தரம் பிள்ளை யவர்கள் இன்னும் கொஞ்ச நாளாவதிருந்தாற் கல்வி அருமைபெருமை யடையும். அதற்கு அதிட்டமில்லாமற் போய்விட்டது. அவர்கள் விஷயத்தில் மஹா ஸந்நிதானத்திற் கொண்டருளுவதெல்லாம் பெருங்கிருபை யென்றே நினைத்துப் பெருமகிழ்ச்சி யுற்றிருக்கிறேன்."

ஆறுமுக நாவலர் சிதம்பரம் பிள்ளைக்கு எழுதிய கடிதம் வருமாறு:

உ

சிவமயம்

"ஸ்ரீ சிதம்பர சபாநாயகர் திருவருளினாலே செல்வச் சிரஞ்சீவி தம்பி சிதம்பரம் பிள்ளைக்குச் சர்வாபீட்ட சித்தி யெய்துக.

"தாம் எழுதியனுப்பிய கடிதம் பெற்று வாசித்துச் சகிக்கலாற்றாத் துக்கமுற்று யாக்கை நிலையாமையை நினைந்து ஒருவாறு தெளிந்தேன். தம்முடைய தந்தையாராகிய ம-ள-ள-ஸ்ரீ பிள்ளையவர்கள் தமிழ் வழங்கு நிலமெங்கும் உலக மழியுங்காறும் தங்கள் புகழுடம்பை நிறுத்திவிட்டுச் சென்றமையே தமக்கு வாய்த்ததொரு பெரும்பாக்கியம்! இன்னுஞ் சில காலம் இருப்பார்களாயின், இன்னுஞ் சில காரியங்கள் அவர்களாற் செய்யப்பட்டு விளங்கும். 'வினை தானொழிந்தாற் றினைப்போதளவு நில்லாது' என்னுந் திருவாக்கை நினைந்து, அவர்களருமையை யறிந்தோர் யாவருந் தங்கள் துக்கத்தை யாற்றிக்கொள்வதே தகுதி.

"தாம், தம்முடைய தந்தையா ரவர்களைப் பரிபாலித்து அவர்களுடைய கீர்த்தியை வெளிப்படுத்தி யருளிய பெருங்கருணை வெள்ளமாகிய திருவாவடுதுறை மகா சந்நிதானத்தின் திருவடிகளை மறவாத சிந்தையும், தம்முடைய தந்தையா ரவர்களிடத்து மெய்யன்புடைய மாணாக்கர்களைச் சகோதரர்களாகவே கொண்டொழுகு நேசமும், எவராலும் நன்கு மதிக்கற்பாலதாகிய நல்லொழுக்கமும் உடையராய், இனிது வாழ்ந்திருக்கும்படி, திருவருள் சுரக்கும்பொருட்டு ஸ்ரீ சிதம்பர சபாநாயகர் திருவடியைப் பிரார்த்திக்கின்றேன்.

யாழ்ப்பாணம் — இங்ஙனம்,
வண்ணார் பண்ணை — ஆறுமுக நாவலர்.
யுவ ஸு மாசி மீ 19 உ

இந்தக் கடிதத்தை எழுதிய பின்னர் நாவலர் நெடுநேரம் வரையில் வருத்தத்தோடும் இருந்து பிள்ளை யவர்களுடைய அருமை பெருமைகளைப் பாராட்டிவிட்டு, பின்புதான் பூசைக்குச் சென்றனரென்று அக்காலத்து

அவருடனிருந்துவந்த காரைக்குடி சொக்கலிங்கையாவும் பிறரும் சொன்னதுண்டு.

பிள்ளை யவர்களுடைய மாணவருள் ஒருவராகிய தஞ்சை கோ. இராமகிருஷ்ண பிள்ளை சுப்பிரமணிய தேசிகருக்கு எழுதிய விண்ணப்பக் கடிதம் வருமாறு:

உ

அகண்டாகார நித்திய வியாபக சச்சிதாநந்தப் பிழம்பாய் நிறைந்த ஸ்ரீலஸ்ரீ சற்குருநாத சுவாமிகள் திவ்விய சந்நிதானத்திற்கு அடியேன் கோ. இராமகிருஷ்ணன் திக்கு நோக்கித் தண்டனிட் டெழுதிக்கொள்ளும் விண்ணப்பம்.

"ஐயா அவர்கள் ஸ்ரீ சிவபெருமான் திருவடிக் கீழ் ஐக்கியமாயின செய்தி மகாசந்நிதானங் கருணைகூர்ந்து சுவாமிநாத ஐயரால் விடுத்த நிருபத்தைப் பார்க்கப் பார்க்க அதிகத் துயரத்திற்கு இடமாயிருப்பதுந் தவிர, அவர்களா லடையவேண்டிய பெரும்பயன் யாவும் இழந்து கண்ணிலாக் குழவிபோல் நேரிட்டிருக்கும் பெருஞ் சந்தேகங்களை நிவிர்த்திக்க மார்க்கமின்றி உழல்கின்றேன். ஒன்றையே பல தடவை கேட்பினும் அதற்கு வெறுப்பின்றிப் பிதாவைப் போல் யார் இனிக் கற்பிப்பார்கள்!

"இனி இக்குறைவை நிறைவேற்றச் சந்நிதானங் கருணை கூர்தலன்றி வேறு நெறியை அடியேனும் மற்றையோரும் அறியோம்.

"இவ்விண்ணப்பத்துடன் *கல்லாட*வுரைப் புத்தகமொன்று பங்கித் தபாலி லனுப்பியிருக்கின்றேன். இது சந்நிதானஞ் சேர்ந்ததற்கும் அடியேன் இனி நடத்தவேண்டும் பணிவிடைகளுக்குங் கட்டளையிட்டருளப் பிரார்த்திக்கிறேன்.

தஞ்சாவூர்
யுவ ஹூ
பங்குனி மீ 16 உ

இங்ஙனம்,
கோ. இராமகிருஷ்ணன்.

இரங்கற் செய்யுட்கள்

அந்தக் காலத்தில் அயலூருக்குச் சென்றிருந்த மகா வைத்தியநாதையரும் அவருடைய தமையனாராகிய இராமஸ்வாமி ஐயரும் பிள்ளையவர்கள் தேகவியோகமடைந்த செய்தியைக் கேள்வியுற்று மிகவும் வருந்தினார்கள். அப்பொழுது இராமஸ்வாமி ஐயர் மனம் வருந்திப் பாடிய பாடல்கள் வருமாறு:

(வெண்பா)

கும்பனெனி லன்னோன் குறியவனா வானுலகிற்
கம்பனெனி லன்னோனுங் கம்பனாம் – அம்புவியில்
வேறுளார் வேறுளரா மீனாட்சி சுந்தரநின்
கூறெவரென் றேயகன்றாய் கூறு.

[கும்பன் – அகத்திய முனிவர்; கம்பன் ஆம் – நடுக்கமுடையவன் ஆவான்; கம்பம் – நடுக்கம்.]

(விருத்தம்)

எனைவைத்தி யெனைவைத்தி யெனப்பதங்க ளிடையிடைநின் றிரந்து வேண்ட
இனிவைப்பா மினிவைப்பாம் பொறுத்திடுமின் பொறுத்திடுமின் என்று கூறி
நினைவுற்ற வொருகடிகைக் களவில்கவித் தொடைதொடுத்து நிமலர் பூணப்
புனைவுற்ற மீனாட்சி சுந்தரவள் ளலைப்போல்வார் புவியில் யாரே.

மகா வைத்தியநாதையர் பாடிய செய்யுட்கள் வருமாறு:

(கொச்சகக் கலிப்பா)

தூவலரு மீனாட்சி சுந்தரப்பேர் கொண்டிலகும்
நாவலர்பி ரானரன்தாள் நண்ணினனன் னானிடத்தே
ஆவலரா மாணவக ராரிடத்தே தமிழ்பயில்வார்
சேவலர்பி ரான்புகழ்சால் செழுங்கவியாப் பவரெவரே!

விண்ணாடும் பெருங்கவிஞன் மீனாட்சி சுந்தரவேள்
மண்ணாத மணியனையான் மாதேவன் மலரடிசார்ந்
துண்ணாநின் றனனின்பம் உலப்புறுவார் மாணவரென்
றெண்ணாநின் றனனிலையே யென்னேயிவ் வுலகியல்பே!

இவருடைய பிரிவைப்பற்றி வருந்தி மாயூரம் வேதநாயகம் பிள்ளை முதலியோர் பாடிய பாடல்கள் பல. அவை கிடைக்கவில்லை.

சுப்பிரமணிய தேசிகர் இவர் குடும்பக்கடனைத் தீர்த்தது

இவருடைய குடும்ப நிலையைப்பற்றி அறியவிரும்பிச் சுப்பிரமணிய தேசிகர் சிதம்பரம் பிள்ளையை அழைத்து விசாரித்த பொழுது ரூ. 3,000க்கு மேற்பட்டுக் கடன் இருப்பதாக அவர் சொன்னார். உடனே சுப்பிரமணிய தேசிகர், “கடன்களைத் தீர்த்துவிடாமல் இறந்து போனார்களென்ற அபவாதம் மடத்து மகாவித்துவானாகிய நமது பிள்ளை யவர்களுக்கு இருக்கக்கூடாது. அவ்வாறாயின் அது மடத்திற்கு ஏற்படும் அபவாதமேயாகும்” என்று சொல்லி, கடன்காரர்களைப் பத்திரங்களுடன் வருவித்துப் பிள்ளை யவர்களுடைய குமாரரையும் சில மாணாக்கர்களையும் உடன் வைத்துக்கொண்டு கடன்களைக் கொடுக்கத் தொடங்கினார். பணப் பைகள் சில அங்கே கொணர்ந்து வைக்கப்பட்டன. அப்பொழுது தேசிகர், “இவை பிள்ளை யவர்களுக்காகக் கொடுக்கப்படுவன. அவர்களிடம் அன்பு வைத்து வட்டியிற் சிறிதாவது முற்றுமாவது முதல் தொகையிற் சில பாகமாவது முற்றுமாவது தள்ளிப் பெற்றுக்கொள்ளலாம்; முற்றும் வேண்டுபவர்கள் அவ்வாறே பெற்றுக்கொள்ளலாம்” என்றார். அப்படியே சிலர், தங்களுக்குரிய தொகைகளில் ஒவ்வொரு பகுதியைத் தள்ளிப் பெற்றுக்கொண்டார்கள்.

பின்பு தேசிகர் சிதம்பரம் பிள்ளையை நோக்கி, “மடத்திலுள்ளவர்கள் பெருந்தொகையை ஒரு குடும்பத்திற்கு நாம் கொடுத்துவிட்டதாகக் குறைகூறுவார்கள். அதற்கு இடமில்லாதபடி பிள்ளை யவர்களுடைய புத்தகங்களை மடத்துப் புத்தகசாலையிற் சேர்த்துவிடும். அவற்றை நீர் வைத்துக்கொண்டு இனி என்ன செய்யப்போகிறீர்?” என்றார். அப்படியே சிதம்பரம் பிள்ளை செய்துவிட்டார். பிள்ளை யவர்களுடைய ஏட்டுச் சுவடிகள்மட்டும் மூன்று கட்டுப் பெட்டிகள் நிறைய இருந்தன.

35

குடும்பத்தின் பிற்கால நிலை

சிதம்பரம் பிள்ளை

அப்பால் சிதம்பரம் பிள்ளை முதலியவர்கள் தேசிகரிடம் விடை பெற்றுக்கொண்டு மாயூரத்திற்குப் புறப்படுகையில் தேசிகர் உசிதமாக அப்பொழுது செய்யவேண்டிய உதவிகளைச் செய்து அனுப்பினார். அவர்கள் அவற்றைப் பெற்றுக்கொண்டு மாயூரம் சென்று சொந்த வீட்டில் வாழ்ந்து வந்தார்கள்.

சிதம்பரம் பிள்ளையினுடைய குடும்பம் வரவரப் பெருகிவிட்டமையினால் செலவு அதிகரிக்கவே குடும்பம் தளர்ச்சியை அடைந்தது. அதனை அவர் மடத்திற்குத் தெரிவிக்கவில்லை. வேதநாயகம் பிள்ளை அதனை அறிந்து அந்தத் துயரத்தை நீக்கியருள வேண்டுமென்று சுப்பிரமணிய தேசிகருக்கு ஐந்து பாடல்கள் எழுதியனுப்பினார். அவை வருமாறு:

(விருத்தம்)

புயலிருக்குங் கரதலச்சுப் பிரமணிய வள்ளானின் புலவன் பன்னூல்
இயலிருக்கு மீனாட்சி சுந்தரவேண் மைந்தனுறும் இடர்க ளெல்லாம்
அயலிருக்கும் பலரானும் அறிவுற்றேன் பரிவுற்றேன் அவனுக் கிங்கே
உயலிருக்குங் கயலிருக்கும் வயலிருக்கு மொன்றினைநீ உதவி னம்மா.

[வயல் இருக்கும் ஒன்று – நெல். உதவின் உயலிருக்கு மென்க.]

(கட்டளைக் கலித்துறை)

கந்தனை நேர்சுப் பிரமணி யைய கவிஞரெலாம்
வந்தனை செய்தற் குரியன் பெரியன்மண் வாழ்வைவிட்டென்
சிந்தனை வாழ்பவன் மீனாட்சி சுந்தரச் செல்வனென்பான்
மைந்தனை நிந்தனைப் பஞ்ச முறாவண்ணம் வாழ்வருளே.

அருந்தவஞ் செய்த தவத்தாற் புவியி லவதரித்துப்
பெருந்தவஞ் செய்சுப் பிரமணி யையநின் பிள்ளையிவன்
வருந்து மிடிப்பிணிக் கோர்மருந் தின்றிமெய் வாடினனம்
மருந்து விளையு மிடம்யா தெனினின் வளவயலே.

பல்லார் புகழ்சுப் பிரமணி யையவிப் பாலனைத்தான்
இல்லாமை யென்னு மதகரி பற்றி யிடுங்கடும்போர்
வில்லா லடிப்பினுங் கல்லா லடிப்பினும் விட்டிலதால்
நெல்லா லடிக்கும் படிநீ பலகலம் நீட்டுவையே.

பாவிற் பெரியவன் மீனாட்சி சுந்தரப் பாவலனே
தாவிற் பெரிய னவன்சேய் நினக்கதைத் தானுரைக்க
நாவிற் பெரியவ னானென்சொற் கேட்டு நலம்புரியப்
பூவிற் பெரியவ னீசுப்ர மண்ய புரவலனே.

[தா – வருத்தம். பூ – பூமி.]

இவற்றைப் பார்த்த சுப்பிரமணிய தேசிகர் சிதம்பரம் பிள்ளையை வருவித்து அவருக்கு வேண்டிய அனுகூலங்களைச் செய்வித்தனுப்பினார்.

சிதம்பரம் பிள்ளைக்கு ஆங்கிலத்திலும் பயிற்சி உண்டு. அவர் சும்மா இருத்தலையறிந்த வேதநாயகம் பிள்ளை அங்கே டிப்டி கலெக்டராயிருந்த முருகேசம் பிள்ளை யென்பவரிடம் சொல்லி மாயூரந் தாலூகாவிலுள்ள கப்பூர் என்னும் ஊரில் கணக்குவேலை கிடைக்கும்படி செய்வித்தார். அவ்வேலையைப் பெற்றுக்கொண்டு அவர் வாழ்ந்திருப்பாராயினர். மேல் உத்தியோகஸ்தர்கள் பிள்ளை யவர்களுடைய குமார ரென்பதை யறிந்து அவரிடம் பிரியமாக இருந்து பலவகையாக அனுகூலங்களை அவருக்குச் செய்வித்து வந்தார்கள்.

சிதம்பரம் பிள்ளை அப்பொழுது அப்பொழுது தாம் வாங்கி வந்த கடன்மிகுதியால் தம்முடைய வீட்டைவிற்றுக் கடன்காரர்களுக்குச் சேர்ப்பிக்க வேண்டிய தொகையைச் சேர்ப்பித்துவிட்டுப் பின் வாடகைவீட்டிற் குடியிருந்துவந்தனர்; அங்ஙனம் இருந்துவந்தமை அவர் குடும்பத்திற்கு மிகவும் அஸௌகரியமாக இருந்தது. அதனை யறிந்த நான் அவருக்கு இடவசதி செய்விக்க வேண்டுமென்று நினைந்து பிள்ளை யவர்கள் மாணாக்கர்கள் பலரிடத்தும் அன்பர்கள் பலரிடத்தும் சொல்லியும் கடிதவாயிலாகத் தெரிவித்தும் வந்தேன். ஒருவரும் கவனிக்கவில்லை. அப்பால் ஸ்ரீ சுப்பிரமணிய தேசிகருக்குப் பின்பு ஆதீனகர்த்தராக இருந்தவரும் அருங்கலை விநோதரும் கற்றவர் நற்றுணையுமாகிய ஸ்ரீ அம்பலவாண தேசிகருக்கு, சில செய்யுட்களால் சிதம்பரம் பிள்ளைக்கு ஒரு வீடுவாங்கிக் கொடுக்க வேண்டுமென்று தெரிவித்துக்கொண்டேன். அச்செய்யுட்கள் வருமாறு:

(விருத்தம்)

மாமேவு வடமொழிதென் மொழிவாணர் இசைவாணர் மகிழ்ந்து போற்றக்
காமேவு பெருவண்மை மருவியவர்ப் புரக்குமருங் கலைவி நோத
பாமேவு புகழுடையாய் ஆவடுதண் டுறையென்னும் பதியின் மேய
கோமேவு விறன்மிகுமம் பலவாண தேசிகயான் கூறல் கேண்மோ.

இனமளித்தற் கியலாமல் தனையடைந்த மாணக்கர்க் கிரங்கி யென்றும்
அனமளித்தும் தனமளித்தும் அரியபல நூலளித்தும் அவையா ராயும்
மனமளித்தும் விளங்கியசீர் மீனாட்சி சுந்தரநா வலவர் கோமான்
முனமளித்த அரும்புதல்வன் இடமின்றி வருந்துதலும் முறைமை யாமோ.

வரமளிக்கும் வள்ளலஞ்சல் நாயகியோ டினிதமரும் மாயூ ரத்தில்
தரமளிக்குந் தென்மறுகி னினதுதிரு மடத்தருகே சார்ந்த தாகத்

திரமளிக்கும் வீடொன்று கட்டுவித்தே அவனிருக்கச் செய்வித் தாள்வாய்
உரமளிக்கும் அடியவர்க்கு வீடளித்தல் நின்மரபிற் குரிய தன்றோ.

[வள்ளலென்பது ஸ்ரீ மாயூரநாதரது திருநாமம்; அஞ்சலென்பது அம்பிகையின் திருநாமம்.]

இச்செய்யுட்களைப் பார்த்த உடனே அம்பலவாண தேசிகர் மனமிரங்கி மாயூரத்தில் தெற்கு வீதியின் வடசிறகில் மடத்திற்குச் சொந்தமாக இருந்த வீடொன்றைக் கொடுக்கும்படி அவ்வூரிலிருந்த காரியஸ்தருக்கு உத்தரவு அனுப்பியதன்றி அச்செய்தியை எனக்கும் தெரிவித்தார். அதுதெரிந்து அளவற்ற சந்தோஷமடைந்து மனமுருகிப் பின்னே உள்ள செய்யுட்களை அவருக்கு எழுதியனுப்பினேன்:

(விருத்தம்)

வான்பூத்த கயிலாய பரம்பரையிற் சயிலாதி மரபிற் றோன்றித்
தேன்பூத்த சுவைபழுத்த தமிழ்மறையின் பொருளையனு தினமுந் தேர்ந்தே
ஊன்பூத்த பவப்பிணியு மிடிப்பிணியு மடுத்தவருக் கொழித்துப் போதிக்
கான்பூத்த நகர்வளரம் பலவாண தேவகடைக் கணிக்க வீதே.

[சயிலாதி – திருநந்திதேவர். தமிழ்மறை – தேவாரம். போதிக் கான்பூத்த நகர் – திருவாவடுதுறை; போதிக்கான் – அரசவனம்.]

இந்தமதி தனிலிருப தாந்தேதித் திருமுகமீண் டெய்தப் பெற்றேன்
சந்தவரைக் குறுமுனியு மதித்திடுமா றொருமூன்று தலைச்சை லப்பால்
வந்தபெருந் தமிழ்ச்செல்வன் மீனாட்சி சுந்தரநா வலவர் கோமான்
மைந்தனுக்கு வசதியளித் திடலாதி தெரிந்துமிக மகிழ்வுற் றேனால்.

[சந்தவரை – பொதியில் மலை. ஒரு மூன்றுதலைச் சைலம் – திரிசிர கிரி. வசதி – நல்லிடமாகிய வீடு.]

அகத்தியனோ குறியனின தருங்கவிநா வலனெடியன் அவனோர் நூலே
சகத்தினிடை நவின்றனன்மற் றதுவுமற்ற தென்பர்நினைச் சார்ந்தோன் யாரும்
மிகத்துதிக்க வியற்றியவை பலவவையிந் நாண்மேன்மேல் விளங்குந் தென்றல்
நகத்தினன்பன் னிருவர்க்கின் னவன்பலர்க்கா சானிவன்சீர் நவிலற் பாற்றோ.

[ஓர் நூலென்றது அகத்தியத்தை. மற்று அதுவும் அற்றது என்பர். பல – பல நூல்கள். ஆசானென்பதைப் பன்னிருவர்க்கே ஆசான் என முன்னுங் கூட்டுக.]

இன்னபெரு நாவலனின் மொழிப்படிநின் னிடைப்பலவாண் டிருந்தென் போல்வார்க்
குன்னரிய பலநூலு முளங்கொளுமா றன்புடனன் குரைத்த லாலே
என்னவருத் தமுமின்றி யிருக்கின்றே மவன்புதல்வற் கில்ல மீய
நன்னரமை செயலில்லம் நினக்கன்றி யெவர்க்கிதனை நவிலு வேமால்.

[ஆதீனகர்த்தர்களாக வந்த யாவரும் ஒருவரே எனக் கொள்வதும் முன்னவர் செயல்களைப் பின்னவர்க்கு ஏற்றிச் சொல்லுதலும் மரபு. இல்லம் – வீடு. செயல் இல்லம் – நானும் என்போல்வாரும் உதவி செய்தற்குரிய சாதனங்கள் இல்லேம்.]

பார்பூத்த பருதியென விளங்கியடுத் தவர்துயரம் பாற்றி யோங்கும்
சீர்பூத்த துறைசையிலம் பலவாண தேசிகவிச் செய்தி தன்னைப்
போர்பூத்த பலர்க்கெழுதிக் கைசோர்ந்தேன் நாச்சோர்ந்தேன் பேசிப் பேசிக்
கார்பூத்த கொடையமைநின் றிருமுகங்கண் டல்லலொரீஇக் களித்திட் டேனால்.

நினையடைந்தோர்க் கொருகுறையு மிலையெனினு முளதொன்று நிகழ்த்து கென்னின்
அனையனைய அன்புடைச்சுப் பிரமணிய குருமணிநின் அளவி லாற்றல்
தனைநிகரில் கொடையினைக்கல் வியைமனோ தைரியத்தைச் சாந்தந் தன்னை
இனையபல வற்றையிவ ணிருந்துணர்ந்து மகிழ்ந்திலனே என்ப தாமால்.

என்னமொழிந் திடினுமெனக் காராமை மீக்கூரும் ஈது நிற்க
முன்னடைந்தோர் தமைப்பிரம ராக்கிமறைப் பொருள்பலவும் மொழிந்தே பின்னர்
அன்னவரை மாலாக்கி உடன்பீதாம் பரதரர்கள் ஆக்கி நீசெய்
இன்னபரி சாதிகளைக் கலியாண சுந்தரன்வந் தியம்பி னானால்.

[பிரமர் – மயக்கமுடையவர், பிரமதேவர். மறைப்பொருள் – தேவாரப் பொருள், வேதத்தின் பொருள். மாலாக்கி – மயக்கமுடையவராகச் செய்து, திருமாலாக்கி. பீதாம்பரம் – பொன்னாடை; திருமாலுக்குப் பொன்னாடை உரியது. கலியாணசுந்தரன் – என் குமாரன்.]

மந்தரமா ளிகைவீதித் துறைசையிலம் பலவாண வள்ள லேவான்
கந்தரநே ரருண்மிகுசுப் பிரமணிய குருமணியாற் கவின்மீ னாட்சி
சுந்தரநா வலன்கவலை யிலனானா னனையவன்பிற் றோன்ற லாகி
வந்தமைநீ யவன்புதல்வன் றனைக்காத்தல் வழக்குன்சீர் வாழ்க மாதோ.

அப்பால் நகரவைசியச் செல்வராகிய வீரப்ப செட்டியா ரென்பவர் ஸ்ரீ மாயூரநாதர் கோயில் திருப்பணிக்குக் கொணர்ந்த பொருள்களைச் சிதம்பரம் பிள்ளைக்குக் கொடுக்கக் கருதியிருந்த வீட்டில் நிரப்பி விட்டதனால் அந்த வீடு அவருக்குப் பயன்படாமற் போயிற்று.

குடும்பத்துக்கு உதவி

கும்பகோணம் காலேஜில் நான் வேலைபார்க்கத் தொடங்கியது முதல் அவ்வப்போது என்னால் இயன்ற உதவிகளை அக்குடும்பத்துக்குச் செய்துவந்ததுண்டு. நிலையான தொகை ஒன்று இருந்தால் அக்குடும்பத்திற்கு அனுகூலமாக இருக்குமென்று நினைத்து அதுவிஷயத்தில் முயற்சிசெய்ய எண்ணினேன். 1915ஆம் வருஷம் பிப்ரவரி மாதத்தில் பூவாளூர்ச் சைவ சித்தாந்த ஸபைக்கு நான் போய்வர நேர்ந்தது. அங்ஙனம் போயிருந்தபொழுது அவ்வூரில் பிள்ளை யவர்களுடைய பெருமையை நன்றாக அறிந்த தனவைசியச் செல்வர்கள் அக்காலத்தில் இருந்தனராதலின் அவர்கள் முன்னிலையில் என்னுடைய கருத்தை வெளியிட்டேன். அந்த ஸபைக்கு வந்திருந்த சேற்றூர்ச் சமஸ்தான வித்துவான் ஸ்ரீமான் மு.ரா. கந்தசாமிக் கவிராய ரவர்களும், மகிபாலன்பட்டி பண்டிதமணி ஸ்ரீமான் மு. கதிரேசச் செட்டியா ரவர்களும் அதனை ஆமோதித்துப் பேசினார்கள். ஸபைக்கு வந்திருந்த கனவான்கள் கேட்டு அங்கீகரித்து உடனே 250 ரூபாய் வரையில் சேர்த்துக் கொடுப்பதாக வாக்களித்தார்கள். என்னுடைய விருப்பத்தின்படி இக்காரியத்தை நிறைவேற்றுதற்குரிய முயற்சியைக் கவிராயரவர்களும் செட்டியாரவர்களும் ஏற்றுக்கொண்டு தமிழ்நாட்டாருக்கு ஒரு வேண்டுகோளை அச்சிட்டு அனுப்பினார்கள்.

மு. கதிரேசச் செட்டியார்

பின்பு மேலைச்சிவபுரி முதலிய ஊர்களிலிருந்த கனவான்களிடமிருந்தும் பூவாளூரிலிருந்தும் வேறு வகையிலும் ரூபாய் ஆயிரத்துக்குச் சிறிது மேற்பட்ட தொகை கிடைத்திருப்பதாக அவர்கள் எனக்குத் தெரிவித்தார்கள். 1916ஆம் வருஷம் டிசம்பர் மாதத்தில் இங்ஙனம் சேர்ந்த அந்தத் தொகை திருவாவடுதுறை மடத்தைச் சார்ந்த பாஸ்கர விலாஸத்திற் கூட்டப்பெற்ற ஒரு மகாஸபையில் சிதம்பரம் பிள்ளைக்கு எங்கள் விருப்பத்தின்படி ஸ்ரீ அம்பலவாண தேசிகரால் வழங்கப்பெற்றது. அவர் அதனைப் பெற்று அந்தத் தொகையின் வட்டியினாலும் வேலையிற் கிடைக்கும் வரும்படியினாலும் சுகமாக வாழ்ந்துவந்தனர்.

குடும்பத்தின் பிந்தைய வரலாறு

சிதம்பரம் பிள்ளைக்கு மூன்று பிள்ளைகள் உண்டு. அவர்களுள் முதல்வரும் மூன்றாம் புதல்வரும் அகாலத்தில் இறந்துவிட்டனர். இரண்டாங் குமாரருக்கு வைத்தியநாதசாமி பிள்ளை யென்று பெயர். தம் தந்தையார் பார்த்து வந்த கப்பூர்க் கணக்கு வேலையை அவர் பார்த்துக்கொண்டு இப்பொழுது சௌக்கியமாக இருந்து வருகின்றனர். அவரை நான் அடிக்கடி பார்ப்பதுண்டு.

“உமக்கு ஆண் குழந்தை பிறந்தால் அக்குழந்தைக்குப் பிள்ளை யவர்களுடைய பெயரை வைக்கவேண்டும்” என்று அவரிடம் நான் சொல்லியிருந்தேன். பின் ஒரு முறை அவரைக் கண்டபொழுது தமக்கு ஒரு குமாரன் பிறந்திருப்பதாகவும் அவனுக்கு மீனாட்சிசுந்தரமென்று பெயர் வைத்திருப்பதாகவும் சொன்னார். நான் அதனை அறிந்து மகிழ்ந்தேன். அவர் அடிக்கடி திருவாவடுதுறைக்கு வந்து இப்பொழுது ஆதீனகர்த்தர்களாக விளங்கும் ஸ்ரீலஸ்ரீ வைத்தியலிங்க தேசிகரவர்களைத் தரிசனம் செய்துகொண்டு போவார். அவர்களும் அவர்பால் மிக்க அன்புடையவர்களாகி விசேஷ தினங்களில் வஸ்திரம் முதலியன அளித்து ஆதரித்துவருகிறார்கள்.

சில வருஷங்களுக்கு முன்பு நான் திருவாவடுதுறை ஆதீனத் தலைவரவர்களைப் பார்க்கச் சென்றிருந்தபொழுது வைத்தியநாதசாமி பிள்ளை தம்முடைய குமாரனுடன் அங்கே வந்திருந்தார்.

“இவன் தான் என்னுடைய குமாரன்” என்று அவர் சொன்னார். அப்பொழுது அவனுக்குப் பத்துப் பிராயம் இருக்கும். அவனைப் பார்த்து, “உன்னுடைய பெயரென்ன?” என்று கேட்டேன். அவன், “மீனாட்சிசுந்தரம்” என்று தைரியமாகச் சொன்னான். அந்தப் பெயரை அவன் கூறியபொழுது எனக்குப் பழைய ஞாபகங்களெல்லாம் வந்து இன்பமளித்தன. “தமிழ் வாசிக்கிறாயா?” என்றேன். “வாசித்து வருகிறேன்” என்றான். “ஏதாவது ஒரு பாடலைச் சொல்” என்றபோது ஒரு பாட்டை நன்றாகச் சொன்னான். பின்பு, “புதிதாக ஒரு பாட்டைப் பாடித் தந்தால் பாடம் பண்ணிக்கொண்டு தைரியமாக ஸந்நிதானத்திடம் சொல்வாயா?” என்று நான் கேட்கவே, “நன்றாகச் சொல்லுவேன்” என்று அவன் சொன்னான். அவனுடைய தைரியத்தைப் பாராட்டியதன்றி,

(கட்டளைக் கலித்துறை)

படிதாங்கு சேடனும் கூறற் கருநின்றன் பாக்கியத்தை
மிடிதாங்கு சிற்றடி யேனோ வறிந்து விளம்புவனின்
அடிதாங்கி வாழ வருள்திதென் கோமுத்தி யாந்தலத்தெம்
குடிதாங்கி வாழும் வயித்திய லிங்க குருமணியே

என்ற செய்யுளைச் செய்து கொடுத்துப் பாடம் பண்ணச் சொல்லி ஆதீனகர்த்த ரவர்களிடம் அழைத்துச் சென்றேன். அவர்களுக்கு வந்தனம் செய்து திருநீறு பெற்றுக் கொண்டான். பின்பு பாட்டை விண்ணப்பிக்கச் செய்தேன். அவன் மிகவும் தைரியமாகவே அந்தச் செய்யுளைச் சொன்னான்; சொல்லும் பொழுது எங்கெங்கே எப்படி எப்படி நிறுத்திச் சொல்ல வேண்டுமோ அங்கங்கே அப்படி அப்படியே நிறுத்தி அந்தப் பாடலைச் சொன்னான். கேட்ட தேசிகரவர்கள் மகிழ்ந்து பின்னும் இரண்டுமுறை அதனைச் சொல்லச்செய்து கேட்டார்கள்; "மேலும் மேலும் படித்து வா. அடிக்கடி இங்கே வந்து போ" என்று பேரன்புடன் கட்டளையிட்டதோடு பொருளும் வஸ்திரமும் அளித்து அனுப்பினார்கள்.

அவனுக்கு இப்பொழுது பதின்மூன்று பிராயம் இருக்கும். அவனைக் காணும் பொழுதெல்லாம், "பிள்ளை யவர்கள் பரம்பரையிற் பிறந்த உனக்குத் தமிழில் இயல்பாகவே அறிவு விருத்தியாகும். ஊக்கத்தோடு படித்து வந்தால் சிறந்த பயனை அடைவாய். தமிழ் நாட்டாருடைய அன்புக்கும் பாத்திரனாவாய்" என்று கூறிக்கொண்டு வருகிறேன்; அவனும் படித்துக்கொண்டு வருகிறான். தமிழ்த் தெய்வத்தின் திருவருளும் தமிழ் நாட்டாருடைய பேரன்பும் அக்குடும்பத்தினருக்கு என்றும் இருந்துவரவேண்டு மென்பதே எனது வேணவாவாகும். இறைவன் திருவருள் அங்ஙனமே செய்விக்குமென எண்ணுகிறேன்.

(சுபம்)

அநுபந்தங்கள்

1. இயல்புகளும் புலமைத் திறனும் — 507
2. வேறு சில வரலாறுகள் — 527
3. தனிச்செய்யுட்கள் — 533
4. பிறர் வரைந்து அனுப்பிய கடிதங்கள் — 542
5. பாராட்டு — 547

★★★

இந்நூல் குறித்து வெளிவந்த அபிப்ராயங்கள் — 559

வாழ்க்கைக் குறிப்பு — 565

கொடிவழி — 569

அருஞ்சொற்கள், வழக்கிழந்த சொற்கள்,
பிறமொழிச் சொற்கள்
ஆகியவற்றின் பொருளகராதி — 570

செய்யுள் முதற்குறிப்பகராதி — 574

சிறப்புப் பெயர் முதலியவற்றின் அகராதி — 582

அநுபந்தம் 1

இயல்புகளும் புலமைத் திறனும்

தோற்றம்

பிள்ளை யவர்களுடைய சரீரம் மாநிறமுடையது. இவர் நல்ல வளர்ச்சியமைந்த தோற்றமுடையவர். இவரைப் பார்த்த மாத்திரத்தில் யாரும் 'சிறந்த தகுதியுடையவர்' என்று எண்ணுவார்கள். நெற்றியின் அகலமானது இவருடைய அறிவைப் புலப்படுத்தும். கைகள் முழங்கால் வரையில் நீண்டிருக்கும். வலக்கையில் உள்ளங்கை யிலிருந்து நடுவிரலின் மத்தியில் ஊடுருவிச் செல்லும் ரேகை ஒன்று உண்டு. அது வித்தியா ரேகை யென்றும் அதனை யுடையவர்கள் சிறந்த கவிஞர்களாகவும் நல்ல ஞாபகசக்தி யுடையவர்களாகவும் இருப்பார்க ளென்றும் அத்தகையவர்களைக் காண்டல் அரிதென்றும் அறிஞர் கூறுவர்; உள்ளங்கையானது பூவைப்போன்று மிகவும் மென்மையுடையதாக இருக்கும்; "எத்தகைய வறுமை நிலையை அடைவதா யிருந்தாலும் ஆகார விஷயத்தில் எந்த இடத்திலும் இவருக்கும் இவரைச் சார்ந்தவர்களுக்கும் யாதொரு குறைவும் வாராது" என்று சாமுத்திரிகா லட்சணம் தெரிந்தோர் கூறுவதுண்டு. நான் பழகியபோது இவர் பருத்த தேகம் உடையவராக இருந்தார். தலையில் சிறிய குடுமி உண்டு. இளமையி லிருந்ததைவிட முதுமையில் பருத்த தேக முடையவராக ஆயினரென்று இவருடன் பழகியவர் சொல்லுவர்.

காட்சிக்கு எளிமையும், பணிவும், சாந்தமும் இவர்பாலுள்ளன வென்பதை இவரைக் கண்டவுடன் அறியலாம். ஆழ்ந்த அறிவும் இணையற்ற கவித்துவமும் வாய்க்கப்பெற்றிருந்தும், அலைகளெல்லாம் அடங்கி ஒலியற்றிருக்கும் ஆழ்ந்த கடலைப்போல் அறிவின் விசித்திர சக்தியெல்லாம் கண்டவுடன் அறிய முடியாவண்ணம் அடங்கியிருக்கும் தோற்றமுடையவராக இவர் இருந்தார்.

இடையில் ஆறுமுழ நீளமும் மூன்றுமுழ அகலமும் உள்ள தூய வெள்ளை உடை, ஆறுமுழ நீளமுள்ள மேலாடை, உதரபந்தனமாக ஒரு சிறிய சவுக்கம் ஆகிய இவ்வளவே இவர் எக்காலத்தும் அணியும் ஆடைகள். உடையை மூலகச்சமாக உடுத்திக்கொள்வார். முன்னும் பின்னும் கௌரிசங்கரமுள்ள ருத்திராட்ச கண்டியைத் தரித்திருப்பார். இவருடைய கையில் ஊன்றிச் செல்வதற்குரிய பிரம்பு ஒன்று இருக்கும். நடந்து செல்லுங் காலத்தில் வலக்கையால் வஸ்திரத்தின் மூலையைப் பற்றிக்கொண்டு நடப்பார். இடையின் வலப் புறத்தில் நன்றாக வடிக்கட்டிய விபூதிநிறைந்த வெள்ளிச் சம்புடம் ஒன்றும் இடப்புறத்தில் மூக்குத்தூள் 'டப்பி' ஒன்றும் இவர் உடையிற் செருகப்பட்டிருக்கும். காலில் ஜோடு போடுவதுண்டு; ஆனால் திருவாவடுதுறையில் மட்டும் இவர் அவற்றை உபயோகிப்பதில்லை. யானை போன்ற அசைந்த மெல்லிய நடையை உடையவர் இவர். அளவாகவும் மென்மையாகவும் நிறுத்தியும் பேசுவார். திடீரென்று அதட்டிப் பேசுதலும் கோபமாக இரைந்து பேசுதலும் இவர்பால் இல்லை.

வழக்கங்கள்

விடிய நான்கு நாழிகைக்குமுன் எழுந்திருப்பது இவர் வழக்கம்; உடனே ஒரு நாழிகைவழித் தூரத்திற்குக் குறையாமல் நடந்துசென்று தந்தசுத்தி முதலியவற்றைச் செய்து அநுஷ்டானங்களை முடித்துக் கொண்டு வருவார். அப்பொழுது உடன் செல்பவர்களுடன் தமிழ் நூல்களிலுள்ள செய்யுள் நயங்களைப்பற்றிப் பேசிக்கொண்டே நடப்பார். தம்முடன் உறையும் மாணாக்கர்கள் விழித்து எழுந்து வாராவிட்டால், அவர்கள் எழுந்துவரும் வரையில் *பழந்தமிழ்ச் செய்யுட்களைச் சொல்லிக்கொண்டே வீட்டு வாயிலில் உலாத்துவார்; அவர்களைத் தாமாக எழுப்புவதில்லை. நான் பழகிவந்த காலத்தில் இவர் பெரும்பாலும் வெந்நீரிலேயே ஸ்நானம் செய்வார். நல்ல புல்தரைகளையும் சோலைகளையும் ஆற்றின் கரைகளையும் பார்ப்பதில் இவருக்கு மனமகிழ்ச்சி உண்டு. கோடைக் காலத்தில் பிற்பகலிற் சென்று ஆறுகளில் ஊற்றுத்தோண்டி இறைப்பித்துச் சுத்தமான அந்த ஊற்றைப் பார்த்தலிலும் அதில் ஆடையைத் துவைக்கச் செய்தலிலும் துவைத்த ஆடைகளைக் கொய்து ஊற்றின் குறுக்கே போடுவித்து ஊறவைத்தலிலும் இவருக்கு விருப்பம் அதிகம். அந்த ஊற்றுக்களைப் பார்த்துக்கொண்டே வழக்கமாகச் செய்யும் செய்யுட்களை இயற்றுவதுமுண்டு. ஒருமுறை நான்கு ஊற்றுக்களைப் போடுவித்து அவற்றைப்பற்றி நான்கு செய்யுட்கள் இயற்றினர்.

வண்டியிற் போவதைவிட நடப்பதில் இவருக்கு விருப்பம் அதிகம். வண்டியிற் பிரயாணம் செய்யும்போது சில சமயங்களில் சில மாணாக்கர்களை வண்டியிலேயே இருக்கச்செய்து தாம் இறங்கிச் சிலருடன் நடந்துவருவார். அப்போது அங்கங்கே உள்ள இயற்கைக் காட்சிகளைக் கண்டு இன்புறுவார்.

---

* இங்ஙனம் சொல்லும் செய்யுட்களில் *திருச்சிற்றம்பலக் கோவையாரி*லுள்ள 'சிலம்பணிகொண்ட' என்பதும், *புகலூரந்தாதி*யிலுள்ள 'தொழுந்துதிக்கைக்கு' என்பதும் எனக்கு ஞாபகத்திலிருக்கின்றன.

உட்கார்ந்து பாடஞ்சொல்லும்பொழுது மடியில் ஒரு திண்டை வைத்து அதன்மேல் கைகளை மடக்கிவைத்துக்கொண்டே சொல்வார். மடத்திலிருந்து பாடஞ்சொல்லும்பொழுது திண்டை வைத்துக்கொள்வதில்லை. கைகளைக் கட்டிக்கொண்டே சொல்வது வழக்கம். ஆறுமணிநேரம் வரையிற் காலைப் பெயர்த்துவையாமல் அமர்ந்தபடியே யிருந்து பாடஞ்சொல்வார். எந்த வகையான செய்யுளையும் *ஒரே வகையான இசைமுறையிலேதான் சொல்வது இவருடைய வழக்கம்.

உணவு

காலையில் எவ்வித உணவையும் இவர் உட்கொள்ளுவதில்லை. தினந்தோறும் பகலில் பூஜை பண்ணியபின்பே உண்பார். இரண்டு வேளையே உணவுகொள்வார். மிளகு சேர்த்த உணவு வகைகளிலும் கீரைவகைகளிலும் சித்திரான்னங்களிலும் புளி சேர்த்துச் செய்த அரைக்கீரை உணவிலும் நறு நெய்யிலும் மாம்பழத்திலும் தேங்காய் வழுக்கையிலும் இவருக்கு விருப்பம் உண்டு. இரவில் சீனாக்கற்கண்டு சேர்த்துக் காய்ச்சிய பாலை உண்டு படுப்பார்; பாலுண்ணுதல் ஒருநாளும் தவறியதே யில்லை; திருவாவடுதுறையி லிருக்கும்பொழுது இரண்டு †சேர் பால் இவருக்கு மடத்திலிருந்து அனுப்பப்படும்; ஒரு சேரைத் தாம் உண்டு மிகுதியை உடன் இருப்பவர்களுக்குக் கொடுத்துவிடுவார்.

குணங்கள்

இவருடைய அரிய குணங்களுள் பொறுமை, திருப்தி, தம்மை வியவாமை, பிறருடைய குற்றத்தைக் கூறாமை, பிறரைப் பாராட்டல், இரக்கம், நன்றியறிவு, சிவபக்தி, மாணாக்கர்பாலுள்ள அன்பு முதலியவற்றைச் சிறப்பாகச் சொல்லலாம்.

பொறுமை

இவர்பால் அமைந்திருந்த சாந்தகுணமே மாணாக்கர்களையும் பிறரையும் இவர்பால் இழுத்தது. பிறர் தம்மை அவமதித்தாலும் பிறரால் தமக்கு இடையூறுகள் நேர்ந்தாலும் பொறுத்துக்கொண்டிருக்கும் இவருடைய இயல்பை அறிந்து வியந்தவர்கள் பலர். தியாகராச செட்டியார் முதலியோர் சில சமயங்களில் இவர் மேற்கொண்ட பொறுமைக்காக இவரைக் குறை கூறியதுமுண்டு. யாரேனும் கடுமையாகப் பேசினால் எதிர்த்து ஒன்றும் கூறாமல் உடனே எழுந்து சென்றுவிடுவார். யாரிடத்தும் விரோதம் பாராட்டக்கூடா தென்பது இவர் கொள்கை. தம் கொள்கைக்கு மாறுபாடு உடையவர்களானாலும் தமக்குப் பல இடையூறுகளைச் செய்தவர்களானாலும் அவர்களோடு பழக நேர்ந்தால் எல்லாவற்றையும் மறந்து அன்புடன் பழகுவார்; அவர்களுக்கு உதவியும் செய்வார். இவருடைய

---

* அவ்வகையான இசையைத் திருச்சிராப்பள்ளியிலும், அந்நகரைச் சார்ந்த இடங்களிலும் பெரும்பாலோரிடத்தில் அக்காலத்திற் கேட்கலாம். தியாகராச செட்டியார் பிள்ளை யவர்களைப்போல அந்த இசையோடுதான் செய்யுட்களைச் சொல்லுவார்.

† முகத்தல் அளவை, நிறுத்தல் அளவை இரண்டிலும் 'சேர்' என்னும் அளவு வழக்கத்தில் இருந்தது. முகத்தலில் 1 சேர் என்பது ¼ படிக்குச் சற்றுக் குறைவு. அதாவது 5 சேர் கொண்டது 1 படி. (ப.ஆ.)

ஸ்ரீ மீனாட்சிசுந்தரம் பிள்ளையவர்கள் சரித்திரம்

வாழ்க்கையில் வறுமையினாலும் பிறருடைய அழுக்காற்றாலும் இவருக்கு நேர்ந்த இடையூறுகள் பல. அவற்றை யெல்லாம் பொறுமையால் வென்று புகழோடு விளங்கினார்.

திருப்தி

பணத்திற்கு அடிமையாக இராமல் பணத்தை இவர் அடிமையாக்கினார். எவ்வளவு வறிய நிலையில் இருந்தாலும் தம் கொள்கைக்கு விரோதமான எதையும் செய்யாத வீரம் இவர்பால் இருந்தது. வறுமையால் துன்பமுறுகையில் தமது விவேகத்தால் அத்துன்பத்தை இன்பமாக எண்ணி வாழ்ந்துவந்தார். இவரைக்கொண்டு தாம் பொருள் வருவாய் பெறலாமென் றெண்ணிப் பாடசாலை வைக்கலாமென்றும் புஸ்தகங்கள் பதிப்பிக்கலாமென்றும் வேறுவகைகளிற் பொருள் ஈட்டலாமென்றும் பலர் அடிக்கடி வந்து வந்து இவர்பாற் கூறியதுண்டு. அவற்றிற்கு இவர் செவிகொடுக்கவேயில்லை. இவர் நினைத்திருந்தால் எவ்வளவோ செல்வத்தைப் பெற்றுப் பின்னும் சிறந்த நிலையில் இருந்திருக்கலாம். உள்ளதே போதுமென்ற திருப்தியே அத்தகைய முயற்சியில் இவரைச் செலுத்தாமல் இருந்தது. இவர் ஒரு வார்த்தை சொல்லியிருந்தால் இவருக்குத் தெரிந்த பிரபுக்களிற் பலர் இவரைப் பெருஞ்செல்வராகச் செய்திருப்பார்கள். அவர்களிடம் தம் நிலையைக் கூறுதலை இவர் நினைத்தும் அறியார். கல்விச் செல்வத்தையன்றி வேறு செல்வத்தை இவர் மதியார்.

தம்மை வியவாமை

தம்மை வியத்த லென்னும் குற்றம் இவர்பால் ஒருபொழுதும் காணப்படவில்லை. இவர் தமிழ் நூலாசிரியராக இருந்து செய்தற்கரிய பல செயல்களைச் செய்திருந்தாலும் அவற்றைப்பற்றித் தாமே பாராட்டிக்கொண்டதை யாரும் இவர்பால் ஒருபோதும் கண்டிலர்.

பிறருடைய குற்றத்தைக் கூறாமை

பிறருடைய குற்றங்களை இவர் எடுத்துக் கூறமாட்டார். ஒரு நூலாசிரியரிடமோ உரையாசிரியரிடமோ ஏனைப் புலவர்களிடமோ குற்றங்கள் காணப்படின் அவற்றை இவர் பெரும்பாலும் வெளியிடார்; வெளியிட்டாலும் குற்றமென்று பிறர் கருதாதவாறு பக்குவமாகச் சொல்லுவார்; யாரேனும் குற்றமென்று வலிந்து சொல்வாராயின் சமாதானம் சொல்லிப் பின்பு அவரை அவ்வாறு சொல்லாத வண்ணம் செய்விப்பார்.

பிறரைப் பாராட்டல்

பிறரைப் பாராட்டுதலும் பிற கவிஞர்களுடைய செய்யுட்களைப் போற்றுதலும் தம்பால் வந்தவர்கள் கல்வியறிவிற் குறைவுடையவர்களாக இருந்தாலும் அவர்களுடைய செய்யுட்களைப் பாராட்டி ஆதரித்து ஊக்கமளித்தலுமாகிய இவருடைய நற்குணங்கள் யாவரையும் இவர்பால் இழுத்தன. தமக்குப் புலப்படாத ஒரு கருத்து எவ்வளவு சிறிதாயினும்

அதனை யார் கூறினும் அங்ஙனம் கூறியவருடைய நிலையைக் கருதாமல் இவர் மிகவும் பாராட்டுவார். இவரால் அங்ஙனம் பாராட்டப்பெற்ற பின்பு அவர்களுக்கு ஒரு தனி மதிப்பு உண்டாகும்.

இரக்கம்

பிறருடைய துயரைக் கண்டவிடத்து இரங்கும் உள்ளமுடையவர் இவர். தமக்குக் குறைபாடிருப்பினும் பிறருக்குள்ள குறைபாடுகளை நீக்கும் தன்மையினர்; "தம்குறை தீர்வுள்ளார் தளர்ந்து பிறர்க்குறூஉம், வெங்குறை தீர்க்கும்" விழுமியோர் இவர்.

நன்றிமறவாமை

பிறர்செய்த நன்றியை மறவாமற் பாராட்டும் தன்மை இவருடைய குணங்களில் தலைசிறந்து விளங்கியது; "தினைத்துணை நன்றி செயினும் பனைத்துணையாக் கொள்வர்" என்னும் அருமைத் திருக்குறளுக்கு இலக்கியமாக இவர் இருந்தனர். பிறருடைய உதவியைப் பெற்றவுடன் நன்றியறிவினால் மனங்கசிவதில் இவரை ஒப்பார் யாரும் இல்லையென்றே சொல்லலாம். அந்த உணர்ச்சி அவ்வப்பொழுது உபகாரிகளை இவர் பாராட்டிய செய்யுட்களில் வெளிப்பட்டிருத்தலைக் காணலாம். கொடுத்தாற் புகழ்தலும் கொடாவிடின் இகழ்தலுமாகிய புன்செயல்கள் இவர்பால் இல்லை. மனிதரைப் புகழ்வது பிழையென்று சிலர் கூறுவதுண்டு. ஒன்றை எதிர்பார்த்து ஒருவரைப் புகழ்தலும், எதிர்பார்த்தபடி கிடைக்காவிடின் வெறுத்தலும் பிழையெனவே இவர் கருதிவந்தார். 'ஒவ்வொரு மனிதனும் பிறருடைய உதவிகளால் வாழ்க்கையை நடத்தவேண்டியவனாக இருக்கிறான். பிறருதவியின்றித் தன்னுடைய ஆற்றலொன்றனையே கொண்டு வாழ்வது உலகத்தில் இயலுவதன்று. ஒருவருக்கொருவர் தம்மால் இயன்ற உதவிகளைச் செய்து இன்புற்று வாழ்வதே அறம். அங்ஙனம் ஒருவர் ஒருவருக்கு உதவிபுரியும்பொழுது அதனை மறவாமல் நினைத்தலும் வாயாரப் புகழ்தலும் இயன்றவரையில் உதவிசெய்தவருக்குத் தம்மால் ஆன உதவிகளைப் புரிதலும் வேண்டும். அந்தமுறையில் புலமையுடையவர்கள் தமக்கு உதவிசெய்தவர்களை மறவாமல் வாயாரப் புகழ்தல் அவர்களுடைய கடமையாகும். நாவன்மையை அவ்வகையில் உபயோகிப்பது செய்ந்நன்றியறிவின் பயனாகுமேயன்றிப் பிழையாக எண்ணக்கூடியதன்று. சங்கப் புலவர்களும், கம்பர், ஒட்டக்கூத்தர், புகழேந்தி, வில்லிபுத்தூரர் முதலிய புலவர் பெருமக்களும் செய்ந்நன்றியறிவு காரணமாகவே தம்மை ஆதரித்த உபகாரிகளின் புகழைப் பாராட்டி உரிய இடங்களில் பல செய்யுட்களில் அமைத்துள்ளார்கள்' என்று இவர் கூறுவதுண்டு.

சிவபக்தி

இவருக்கு இருந்த சிவபக்தி அளவிடற்கரியது. சிவதீட்சைகளை முறையே இவர் பெற்றவர். இவர் நெற்றியில் எப்பொழுதும் திருநீறு விளங்கிக்கொண்டேயிருக்கும். இரவில் சயனித்துக்கொள்ளுமுன் திருநீறு தரித்துக்கொண்டு சிறிதுநேரம் ஈசுவரத்தியானம் செய்துவிட்டு அப்பால்தான்

சயனித்துக்கொள்வார். திருநீற்றுச் சம்புடம் தலையணையின் பக்கத்தில் வைக்கப்பட்டிருக்கும். துயிலெழுந்தவுடன் திருநீறு தரித்துக்கொண்டுதான் புறத்தே வருவார். நாள்தோறும் சிவபூஜையை நெடுநேரம் செய்வார். பூஜைக்கு வேண்டிய பத்திர புஷ்பங்களை அதிகமாகக் காணுமிடந்தோறும் எடுத்தும் எடுப்பித்துக் கொண்டும் வருவதுண்டு.

சிவஸ்தலங்களுக்குச் சென்று தரிசனம் செய்வதும், சிவஸ்தல வரலாறுகளை நன்றாகத் தெரிந்துகொள்வதும், சிவபெருமானுடைய புகழைப் பலவகையாகச் சொல்லியும் பாடியும் வரும் வழக்கமும் இவர்பாற் சிறந்து விளங்கின. சைவ சம்பிரதாயங்களுக்கு விரோதமான செயல்களைக் காண இவர் மனம்பொறார். இவருடைய மாணாக்கர்களுள் ஒருவர் தம்பால் பாடங்கேட்கும் ஒரு வீரசைவரைத் தமக்குக் கால் பிடிக்கும்படி சொன்னதுண்டு. அதனை அறிந்த இவர், "சிவலிங்க தாரணம் செய்துகொண்டவரை இங்ஙனம் ஏவுதல் பிழை" என்று சொல்லி வருந்தினார். சிவத்துவேஷமான வார்த்தைகளைக் கேட்டால் வருந்துவார்.

இப்புலவர் பெருமானுடைய சிவபக்தியின் முதிர்வை இவர் நூல்களே நன்கு தெளிவிக்கும். இவர் இறுதிநாள்காறும் சிவபிரானுடைய திருவடிக் கமலத்தையே எண்ணி உருகினார். உலகவாழ்வை நீப்பதற்கு இரண்டு தினங்களுக்கு முன்பு ஒரு சுலோகத்தை மொழிபெயர்த்து அதனுடைய ஈற்றடியில், "ஏகநாயகனே தில்லையிலாடும் இறைவனே எம்பெருமானே" என்று அமைத்த செய்தியால் சிவபிரானுடைய திருவடி நினைவில் இவர் மனம் பதிந்திருந்தமை புலப்படுகின்றதல்லவா? இவர் பூத உடம்பை நீத்த அன்று திருவாவடுதுறையில் ஸ்ரீ கோமுத்தீசுவரரது இடபவாகனக் காட்சிவிழா அமைந்ததும், திருவாசகத்தில் அடைக்கலப்பத்தை வாசிக்கையில் இவர் பூவுலகை நீத்ததுமாகிய வாய்ப்புக்கள் இவரது சிவபக்தியின் பயனென்றே சொல்லவேண்டும்.

பிற மதங்களிடத்தில் இவர் அவமதிப் பில்லாதவராகவே யிருந்தார். கும்பகோணத்தில் பெரிய தெருவில் அயலூரிலிருந்துவந்து வாழ்ந்த ஒரு பெருஞ்செல்வர் இருந்தார். 'முனிசிபாலிடி' தேர்தலில் அவருக்கு ஸ்ரீ சார்ங்கபாணிப் பெருமாள் கோயிலைச் சார்ந்தவர்கள் தங்கள் வாக்கை வழங்கவில்லை. ஒரு நாள் பிள்ளையவர்கள் அவரோடு பேசிக் கொண்டிருந்த சமயம் திருவிழாக் காலமாதலின் அன்று ஸ்ரீ சார்ங்கபாணிப் பெருமாளது திருத்தேர் அந்த வீதி வழியாக வருகையில் அந்தப் பிரபுவின் வீட்டுவாசலில் சிறிதுநேரம் நிறுத்தப்பட்டது. வாக்குப் பெறாத கோபத்தையுடைய அந்தத் தனவான், "இந்தச் சார்ங்கபாணி என் வீட்டுவாசலுக்கு முன்னே வந்து ஏன் நிற்கிறான்?" என்று இகழ்ச்சிக் குறிப்போடு சொன்னார். கேட்ட இக்கவிஞர் கோமான் மிகவும் வருந்தி, "தெய்வதூஷணை பண்ணுகிற இவரோடு பழகுதல் சரியன்று என்று எண்ணி அன்றுமுதல் அவரது பழக்கத்தை அடியோடே விட்டுவிட்டார்.

மாணாக்கர்பாலிருந்த அன்பு

இவருடைய வாழ்க்கையில் இவர் நூலாசிரியராகவும் போதகாசிரியராகவும் இருந்து செய்த செயல்கள் தமிழறிவை வளப்படுத்தின.

அவையே இவர் வாழ்க்கையாக அமைந்தன என்று கூறுதல் மிகையன்று. தமிழ்நூல்களை ஓய்வின்றி முறையாகப் பாடஞ்சொல்லும் திறத்தில் இவர்காலத்தில் இவரைப்போன்றவர் வேறு யாரும் இல்லை.

பலரிடம் பல சமயங்களில் அலைந்து முயன்று தாம் படித்து வந்த வருத்தத்தை இவர் நன்றாக அறிந்தவராதலின் தம்பால்வந்த மாணாக்கர்களுக்குக் கஷ்டத்தை உண்டாக்கக் கூடாதென்று கருதி அவர்கள்பால் அளவற்ற அன்பு பூண்டு பாடஞ்சொல்லிக்கொடுக்கும் இயல்புடையவரானார். மாணாக்கர்களிடம் இவர் தாயைப்போன்ற அன்புடையவராக இருந்தனர்; அவர்களோ தந்தையாகவே எண்ணி இவரிடம் பயபக்தியோடு ஒழுகினர். அவர்களுடைய குற்றங்களை இவர் மறந்து விடுவார். அவர்களுக்கு எந்த எந்த வகையில் குறைகள் உண்டோ அவற்றை நீக்குதற்காக முயல்வார்; அவர்கள் தெரிந்துகொள்ளாதபடி அவர்களுக்கு வேண்டிய நன்மைகளைச் செய்வார். மாணாக்கர்களே யன்றிப் பிறர் சுற்றத்தா ரல்லரென்பது இவருடைய வாழ்வின் நோக்கமாக இருந்தது.

தமிழ்படித்தவர் யாரும் இவரிடத்திற் கவலையின்றிப் பழகலாம்; ஏதாவது கேள்விகேட்பா ரென்றேனும், தருக்குற்றிருப்பா ரென்றேனும், தங்களுடைய பிழைப்பைக் கெடுத்துவிடுவா ரென்றேனும் ஒருவருக்கும் இவர்பால் அச்சம் உண்டாவதில்லை.

தம்முடைய மாணாக்கர்களை நல்ல நிலையில் இருக்கச் செய்ய வேண்டுமென்னும் நினைவு இவருக்கு எப்போதும் உண்டு. தம்மைப் பார்க்கவந்த செல்வர் முதலியோர் தம்முடைய அரிய பிரசங்கத்தைக் கேட்டு ஆனந்தித்துக் கொண்டிருக்கையில் தம்முடைய மாணாக்கர்களை அழைத்து இருக்கச்செய்து அவர்களுக்குத் தெரிந்த பாடல்களை இசையோடு சொல்லச்செய்வதும் பொருள்சொல்லிப் பிரசங்கிக்கச் செய்து கேட்பிப்பதும் இவருடைய வழக்கம். அவர்களுக்கு அநுகூலம் உண்டாகும் விஷயத்தில் எத்தகைய உழைப்பையும் மேற்கொள்வார்.

இவர்பாற் படித்த மாணாக்கர்கள் பலவகையினர். சாதி, சமயம், ஆச்சிரமம் முதலியவற்றில் வேறுபாடுடையவர்கள் பலர் படித்தனர். யாவருக்கும் இவர்பாலிருந்த அன்பு ஒருபடித்தானதே. இவரிடம் படித்தவர்கள் நல்லறிவையும் நன்மதிப்பையும் உயர்நிலையையும் அடைந்தார்கள்; சிலர் ஸம்ஸ்தான வித்துவான்களாகவும் கலாசாலைப் பண்டிதர்களாகவும் இருக்கும்

ராயஸம் பொன்னுசாமி செட்டியார்

பேறுபெற்றனர். தம்பிரான்களிற் சிலர் நல்ல அதிகாரத்தையும் உயர்ந்த நிலையையும் அடைந்தனர்; சிலர் ஆதீனத் தலைவர்களாகவும் ஆயினர். இவரிடம் ஒருவர் சிலகாலம் படித்தாலும் சிறந்த அறிவுடையவராகி விடுவார். இவருடைய மாணாக்கர்க ளென்றாலே அவர்களுக்குத் தனியாக ஒருமதிப்பு உண்டு. இவருடைய கைராசியை யாவரும் புகழ்வார்கள். இவரிடம் புஸ்தகம் பெற்றவர்கள்கூடத் தமிழ்ப் பயிற்சி உடையவர்களாக விளங்கினார்கள். திருவாவடுதுறை மடத்தில் இராயஸ வேலை பார்த்துவந்த பொன்னுசாமி செட்டியா ரென்பவர் இளமையில் இவரிடம் *வாட்போக்கிக் கலம்பகம்* என்னும் புஸ்தகத்தைப்பெற்றுப் பின் பிறரிடம் முறையே அநேக நூல்களைப் பாடங்கேட்டுத் தமிழ்நூற் பயிற்சியும் செய்யுளியற்றும் சொல் வன்மையும் உடையவராகிப் புகழோடு விளங்கினர்.

பாடஞ்சொல்லுதல்

பாடஞ் சொல்வதில் இந்நாவலர் பெருந்தகைக்குச் சலிப்பே உண்டாவதில்லை. தமக்குத் தெரிந்தவற்றை யாவரும் அறிந்துகொள்ள வேண்டுமென்னும் உபகார சிந்தையுடையவர். மாணாக்கர்களுடைய தரமறிந்து பாடஞ் சொல்வார். பாடஞ் சொல்லுங் காலத்தில் கையில் புத்தகம் வைத்துக்கொண்டு இவர் சொல்வதை நான் பார்த்ததேயில்லை. பாடஞ்சொல்லும் உரைநடை, செய்யுட்கள் எல்லாம் இவருக்கு மனப்பாடமாகவே இருக்கும். இவர் இன்ன சமயங்களிலேதான் பாடஞ்சொல்லுவது என்ற நியமம் வைத்துக்கொள்ளவில்லை. சமயம் நேரும்பொழுதெல்லாம் பாடஞ் சொல்வதே இவருடைய வழக்கமாக இருந்தது. வண்டியிற் செல்லும்பொழுதும் உண்ணும்பொழுதும் உறங்கத் தொடங்கியபொழுதும்கூட இவரிடம் பாடம் நடைபெறும்.

பாடஞ் சொல்லும்பொழுது கடின பதங்களுக்குமட்டும் பொருள் சொல்வார். கற்பனைகளை இன்றியமையாத இடங்களில் விளக்கிக் காட்டுவார். இன்ன கருத்துக்களை ஒழுங்காக மனத்தில் வைத்திருக்க வேண்டுமென்று கூறுவார். *தேவாரம், திருவாசகம், கல்லாடம், பெரியபுராணம், திருக்குறள், காஞ்சிப் புராணம், கம்பராமாயணம்* என்பவற்றிலிருந்து மேற்கோள்களை எடுத்துச்சொல்லி மாணாக்கர் மனத்தில் கருத்துக்கள் தெளிவாகப் பதியும்படி செய்வார். பெட்டி நிறையப் பணத்தை நிரப்பிவைத்துக் கொண்டிருக்கும் வண்மையாளன் தடையின்றி எடுத்து வாரிவாரி வழங்குவதுபோலத் தமது உள்ளக் களஞ்சியத்தில் பல நாட்களாகச் சேமித்து வைத்த பொருள்களை யெல்லாம் பாடஞ் சொல்லுகையில் மாணாக்கர்களுக்கு வழங்கி வரும்பொழுது, "இவ்வளவு நூல்களையும் இவர் எப்படி மனத்திற் பதித்து வைத்துக்கொண்டாரோ!" என்னும் ஆச்சரியம் அயலிலிருப்பவர்களுக்கு உண்டாகும். நடக்கும் புஸ்தகசாலை யென்று இவரைக் கூறலாம். பாடஞ்சொல்லும் நூல்களின் உரைகளில் மேற்கோளாக வரும் செய்யுட்களுக்குப் பொருள் கூறுவார். புலவர்களைப்பற்றிய வரலாறுகளை அடிக்கடி சொல்லுவார். அருங்கருத்துக்களைச் சொல்லி வரும்பொழுது அவற்றைத் தாம் அறிந்த வரலாற்றையும் கூறுவதுண்டு. மாணாக்கர்களுக்குச் செய்யுள் இயற்றும் பழக்கம் உண்டாக வேண்டுமென்னும் எண்ணத்தினால் அடிக்கடி சமஸ்யைகளை அவர்களுக்குக் கொடுத்துச் செய்யுள் செய்யச்சொல்வார்.

பண்டைக் காலமுதல் நூல்களில் வழங்கிவந்த சொற்பிரயோகங்களை நாம் மாற்றுதல் பிழையென்று சொல்வார். வடமொழிச் சொற்களைத் திரித்து வழங்கும்பொழுது மனம்போனவாறு திரித்தலை இவர் விரும்பார். எல்லாச் சொற்களையும் திரித்தே வழங்கவேண்டு மென்பது இவருக்கு உடன்பாடன்று; "என் பெயரைத் திரித்து மீனாக்கி சுந்தரமென்று வழங்கினால் நன்றாக இருக்குமா?" என்று கேட்பார். கோகநகம், ஆதவன், மானிடன் என்ற சொற்பிரயோகங்கள் அடிப்பட்ட வழக்காக நூல்களில் அமைந்துவிட்டமையால் அவற்றை வடமொழிப்படியே இருக்கவேண்டுமென்று கருதித் திருத்துதல் நன்றன்று என்பர். சொல்லுக்கு மதிப்பு உண்டாவது, புலவர்களுடைய ஆட்சியில் அது வழங்கிவருவதனால்தான்; ஆதலின் சொல்லின் உருவத்தையும் பிற தொடர்புகளையும் ஆராய்வதினும் ஆன்றோர் ஆட்சியில் உள்ளனவா என்பதை ஆராய்வதே சிறந்ததென்பது இவர் கருத்து. மனஸ் என்பதை 'மனது' என்று வழங்கக் கூடாதென்பது இவர் கொள்கை; "மனஸ் என்ற வடமொழிச்சொல் மனம் என்றுதான்வரும்; சிரஸ் என்பது சிரம் என்று வருகிறதேயன்றிச் சிரது என்று வருவதில்லை" என்பார். இத்தகைய செய்திகளை யெல்லாம் பாடஞ்சொல்லுகையில் மாணாக்கர்களுக்குக் கூறுவார். "இலக்கண அறிவு ஒருவனுக்கு இன்றியமையாததே. ஆயினும் இலக்கிய பாடங்களை வாசித்த பின்பே இலக்கண நூல்களைக் கற்றல் பயன்விளைக்கும்" என்று இவர் சொல்வதுண்டு. அயலிடம் சென்றபொழுது யாரேனும் இவரிடம் கடினமான பாடல்களுக்குப் பொருள் கேட்பின் அவர்களுக்கு அவற்றை விளக்கிவிட்டுப் பின்பு வீட்டுக்கு வந்து மாணாக்கர்களுக்கும் அவற்றைக் கூறி விளக்குவது இவரது வழக்கம்.

கல்விப் பெருமை

இவருடைய கல்வி மிகவும் ஆழமும் அகலமும் உடையதாக இருந்தது; "அளக்கலாகா அளவும் பொருளும்" உடைய இவரது அறிவின் திறம் ஒவ்வொரு நாளும் புதியதாகவே தோற்றியது; இளமைதொடங்கியே தமிழ் நூல்களை முறையாகப் பயின்று பயின்று உரம்பெற்றதாக இருந்தது. படித்தவர்களாக எண்ணிய யாவரிடமும் பழகி அவரவர்களுக்குத் தெரிந்தவற்றை இவர் இளமை தொடங்கியே கற்றனர். தமிழ்நூலாக எதுகிடைப்பினும் அதனை வாசித்து மெய்ப்பொருள் அறிந்தனர். இங்ஙனம் துளிதுளியாகச் சேர்த்த அறிவு 'பலதுளி பெருவெள்ள' மென்பதுபோல ஒரு பெரிய கடலாகப் பெருகி நின்றது. பிற்காலத்தில் இவர் பாடஞ் சொல்லும்போது நன்றாகத் தெளிந்த அறிவோடு கருத்துக்களை எடுத்துக் கூறும் வன்மையும் பாடஞ்சொல்லும் நூல்களிலுள்ள பொருள்களைத் தம்முடையனவாகக் கொண்டுவிட்ட நிலையும் இவர் இளமைதொடங்கிச் செய்துவந்த முயற்சிகளின் பயனென்றே கூறவேண்டும். சிலரைப்போலக் கல்வி விஷயத்தில் இவருக்குத் திருப்தி பிறக்கவில்லை. எந்த இடத்திற்குப் போனாலும் அங்கே பழைய சுவடி ஏதாவது இருக்கின்றதா வென்று பார்ப்பார். இருந்தால் உடனே வாங்கி ஒருமுறை வாசித்து விட்டுப் பொருள் சொல்வார்; சில சமயங்களிற் பிரதி செய்துவைத்துக் கொள்வதுமுண்டு. சந்தேகம் நேரிடின் தெரிந்தவர்களைச் சந்திக்கும் பொழுது விசாரித்துத் தீர்த்துக் கொள்ளுவார்.

இப்புலவர்பிரான் பல இடங்களில் பலவகையில் சேகரித்துவைத்திருந்த தம் அறிவைத் தம் மாணவர்களுக்கு வரையாது வழங்கினமையால், பிரபந்தங்கள் உயிர்பெற்றன. அதுகாறும் தெரிவிப்பாரின்றிக் கிடந்த குமரகுருபர சுவாமிகள் பிரபந்தங்களிற் சில, சிவப்பிரகாச சுவாமிகள் பிரபந்தங்களிற் சில, சிவஞான முனிவர் பிரபந்தங்களிற் சில, இன்னும் வேறுசில தமிழ்நாட்டாருடைய கைகளில் விளங்கின. இவர் பாடஞ் சொல்லியதனாலேயே அப்பிரபந்தங்களின் நயங்களைத் தமிழ் மக்கள் உணரத்தலைப்பட்டனர். *கம்பரந்தாதி, முல்லையந்தாதி* முதலிய நூல்களுக்கு இவர் சொல்லி எழுதுவித்த உரைகளே பின்பு மதுரை இராமசாமிப் பிள்ளையால் பதிப்பிக்கப்பட்டன. *காஞ்சிப் புராணம், தணிகைப் புராணம், திருவானைக்காப் புராணம்* முதலியவற்றிற்கு இவர் பாடஞ்சொன்ன உரையே பிற்காலத்தில் தமிழ்நாட்டில் வழங்குவதாயிற்று.

பலருடைய வேண்டுகோளுக்கு இணங்கி இவர் *செவ்வந்திப் புராணம், காஞ்சிப் புராணத்தின் முதற்பாகம், திருவானைக்காப் புராணம், கல்லாட மூலம்* முதலியவற்றைப் பதிப்பித்தனர்.

கையெழுத்து

நூல்களைத் தொகுத்து வைப்பதிலும் தாமே எழுதிச் சேர்ப்பதிலும் இவருக்கு ஆர்வம் மிகுதி. இளமை தொடங்கியே ஏட்டில் எழுதும் வழக்கம் இவருக்கு இருந்தமையின் இவருடைய எழுத்து அழகாக முத்துக்கோத்தாற்போல இருக்கும். ஒவ்வொரு வரியும் கோணாமல் ஒழுங்காக இருக்கும்; எழுத்து ஒன்றுடன் ஒன்று சேராது. இவரால் எழுதப்பெற்ற சுவடிகளுக்குக் கணக்கேயில்லை. *கம்பராமாயணத்தை* மூன்றுமுறை எழுதியிருக்கிறார். மாணாக்கர்களுக்கும் ஏட்டில் எழுதும் பயிற்சியை உண்டாக்கினர்.

இது, பிள்ளையவர்கள் எழுதிய தொல்காப்பியச் சொல்லதிகார இளம்பூரணர் உரை ஏட்டுச் சுவடியிலுள்ள ஓரேட்டின் ஒரு பக்கத்தின் படம். இதில் வினியாக்கம் கரு-கசு-ஆம் சூத்திரங்களும் அவற்றின் உரையும் அடங்கியுள்ளன.

பிள்ளையவர்கள் கடிதங்களில் போடும் கையெழுத்து.

இவர் தம் கையினால் நூல்களைக் காகிதங்களில் எழுதியதில்லை. யாருக்கேனும் கடிதம் எழுதவேண்டுமாயின் காகிதத்தில் உடன் இருப்பவரைக்கொண்டு எழுதுவித்து இறுதியில் 'தி. மீனாட்சிசுந்தரம்' என்று கையெழுத்திடுவார்; 'தி' என்பது திரிசிரபுரம் என்பதன் முதற் குறிப்பாகும். ஒருவரும் அருகில் இல்லையானால் தாமே எழுதுவார்.

காகிதத்தில் எழுதும் எழுத்தின் அமைப்புக்கும் ஏட்டுச் சுவடியில் எழுதும் எழுத்தின் அமைப்புக்கும் சிறிது வேறுபாடுண்டு.

தமிழன்பு

தமிழ் நூல்களிடத்தில் இவருக்கு இருந்த அன்பு அளவற்றது. ஒரு நூலைப் படித்துவருகையில் அதில் முழுதும் ஈடுபட்டு, உணவு உறக்கம் முதலியவற்றையும் மறந்துவிடுவார்; தமிழ்நூல் சில சமயங்களில் இவருடைய நோய்க்கு மருந்தாகவும் உதவியிருக்கிறது. நல்ல நூல்களில் உள்ள சிறந்த பகுதிகளைப் படிக்கும்பொழுதும் பாடஞ் சொல்லும்பொழுதும் மனமுருகிக் கண்ணீர் வீழ்த்துவார். தமிழ்ப் புலவர்களுள் கச்சியப்ப முனிவரை இவர் பக்தியோடு வழிபட்டுப் பாராட்டுவார்; "செய்யுள் செய்துவரும்பொழுது தடைப்பட்டால் கச்சியப்ப முனிவரைத் தியானிப்பேன். உடனே விரைவாகக் கருத்துக்களும் சொற்களும் தடையின்றி எழும்" என்று இவர் சொல்லியதைக் கேட்டிருக்கிறேன். சேக்கிழார், கம்பர், நெற்குன்றவாண முதலியார், அம்பிகாபதி, கவி வீரராகவ முதலியார், வரதுங்கராம பாண்டியர், அதிவீரராம பாண்டியர், திருவாரூர் இலக்கண விளக்கம் வைத்தியநாத தேசிகர், துறைமங்கலம் சிவப்பிரகாசர், சிவஞான முனிவர் என்பவர்களுடைய நூல்களில் இவருக்கு விருப்பம் அதிகம். கம்பருடைய செய்யுட்களைப் படித்து வருகையில் இடையிடையே அவற்றின் சுவையில் ஈடுபட்டு, "இவையெல்லாம் நினைத்துப் பாடிய செய்யுட்களா?" என்று கூறுவதுண்டு. *திருப்புகலூ ரந்தாதியி*லுள்ள திரிபின் அமைப்பை வியப்பார். *திருச்சிற்றம்பலக் கோவையாரி*லுள்ள செய்யுட்களை அடிக்கடி சொல்லிக்கொண்டே யிருப்பார். *கல்லாடப்* பகுதிகள் இவருக்கு அடிக்கடி ஞாபகத்துக்கு வரும். *தேவாரப்* பகுதிகளின் கருத்தைச் சில சில சமயங்களில் எடுத்துக் காட்டுவதுண்டு. இலக்கண விளக்கத்தில் இவருக்கு மதிப்பு அதிகம். சைவரால் இயற்றப்பெற்ற நூலென்பதும் அந்நூல் அகத்திணையியலில், திருச்சிற்றம்பலக் கோவையாரிலுள்ள துறைகளை அமைத்துக்கொள்வதற்கு ஏற்ற இலக்கணங்களையும் பொருத்தி, அவற்றிற்கு அக்கோவையாரிலுள்ள செய்யுட்களை இடையிடையே உதாரணமாகக் காட்டியிருப்பதும் அதற்குரிய காரணங்களாம். அக்காரணங்களை அடிக்கடி கூறி வைத்தியநாத தேசிகரை இவர் பாராட்டுவதுண்டு. சிவஞான முனிவருடைய செய்யுள் நடையிலும் வசன நடையிலும் இவருக்கு உவப்பு அதிகம். கச்சியப்ப முனிவர் நூல்களில் உள்ள அரிய அமைப்புக்களையும் சங்கநூற் பிரயோகங்களையும் பற்றி இவர் அதிகமாகப் புகழ்வார். அவருடைய நூலமைப்பையே இவர் பெரும்பாலும் பின்பற்றிப் பாடுவார்.

கவித்திறன்

இக் கவிஞர்பெருமானது கவித்திறன் இவருடைய வரலாற்றாலும் நூல்களாலும் அறியப்படும். நினைத்ததை நினைத்தவண்ணம் வார்த்தைகளாற் சொல்வதே மிகவும் அரிய செயல். மனத்தில் தோன்றிய இனிய கருத்துக்களைச் செய்யுளுருவத்தில் அமைக்கும் கவித்துவம் பாராட்டற்குரியதேயாம். கருத்துக்களை நினைக்கலாம்; நினைத்தவற்றைச்

சொல்லலாம்; சொல்வதையே அழகுபெறப் பன்னலாம்; அதனையே கவியாக அமைக்கலாம்; ஆனால் நினைத்தவற்றை நினைத்த போதெல்லாம் நினைத்த வழியே தமிழ்ச் சொற்கள் ஏவல்கேட்ப வருத்தமின்றி விளையாட்டாகக் கவிபாடும் திறமை எல்லாக் கவிஞர்களுக்கும் வாய்ப்பதன்று; அத்தகைய திறமையையுடைய கவிஞரை மற்றப் புலவர்களோடு ஒருங்கு எண்ணுதல் தகாது. அவர்கள் பிறப்பிலேயே கவித்துவ சக்தியுடன் பிறந்தவர்க ளாவார்கள். அவ்வகைக் கவிஞர் வரிசையில் சேர்ந்தவரே இந்த மகாகவி. *சொற்களை வருந்தித் தேடி அகராதியையும் நிகண்டுகளையும் அடுக்கி வைத்துக்கொண்டு கவிபாடுவதென்பது இவர்பால் ஒருபொழுதும் இல்லை. சுவையற்ற பாடல்களை உண்டாக்கும் உலைக்கூடமாக இவர் மனம் இராமல், வளம்பெற்ற செய்யுட்களின் விளைநிலமாகவே இருந்தது. செய்யுள் இயற்றுவது இவருக்குத் தண்ணீர்பட்டபாடு. எவ்வளவோ ஆயிரக்கணக்காக இவர் செய்யுட்களை இயற்றினாலும் இவருக்கு முழுத் திருப்தி உண்டாகவில்லை. இவருடைய நாத்தினவு முற்றும் தீரவேயில்லை. இவருடைய ஆற்றலை இயன்றவரையில் பயனுறச்செய்ய வேண்டுமென்னும் நோக்கத்தோடு தக்கவண்ணம் யாரேனும் இவரை ஆதரித்து ஊக்கத்தை அளித்து வந்திருந்தால் இவர் இன்னும் எவ்வளவோ நூல்களை இயற்றியிருப்பார். சிலசில காலங்களில் சிலர் சிலரால் தங்கள் தங்கள் கருத்துக்கு இயைய இன்ன இன்னவகையாகச் செய்யவேண்டுமென்று தூண்டப்பட்டுச் செய்த நூல்களே இப்பொழுது இருக்கின்றன. இவருடைய புலமைக் கடலிலிருந்து ஊற்றெடுத்த சிறிய ஊற்றுக்கள் என்றே அவற்றைச் சொல்லவேண்டும். அக் கடல்முழுதும் மடைதிறந்திருந்தால் தமிழ்நாடு முழுவதும் இவருடைய பலதுறைப்பட்ட கவிவெள்ளத்தில் முழுகி இன்புற்றிருக்கும்.

செய்யுள் இயற்றுவதெனின் அதற்கென்று தனியிடம், தனிக்காலம், தனியான சௌகரியங்கள், ஓய்வு முதலியவற்றை இவர் எதிர்பார்ப்பதே இல்லை. இன்னகாலத்தில்தான் பாடுவது என்ற வரையறையும் இல்லை. பிரபுக்களும் அன்பர்களும் வந்து பேசிக்கொண் டிருக்கையிலேயே அருகிலிருக்கும் ஒரு மாணாக்கரிடம் இவர் ஒரு நூலுக்குரிய செய்யுட்களைச் சொல்லி எழுதுவித்துக்கொண்டே யிருப்பார்.

இவர் பெரும்பாலும் யோசித்துக்கொண்டே யிருக்கும் இயல்புடையவர். பாடவேண்டிய விஷயங்களை ஒருவகையாக மனத்தில் ஒழுங்குபடுத்திக்கொண்டு பின்பு பாட ஆரம்பித்தால் ஒரே மூச்சில் நூற்றுக்கணக்காகப் பாடுவார். செய்யுட்களைச் சொல்லிக்கொண்டே வருகையில் மனப்பாடமான நூல்களில் உள்ள செய்யுட்களைக் கூறுகின்றாரென்று தோற்றுமேயொழியப் புதிய செய்யுட்களை யோசித்துச் சொல்லி வருகிறாரென்று தோற்றாது. மிகவும் அரிய கற்பனைகளை மனத்திலே ஒழுங்குபண்ணிச் சில நிமிஷ நேரங்களிற் சொல்லிவிடுவார். நூல்களுக்கு இடையிடையே அமைந்த எதுகைக் கட்டுள்ள பாடல்களை 'இளைப்பாற்றுப் பாடல்க'ளென்பார்.

---

* இப் புத்தகம் 498ஆம் பக்கத்திலுள்ள, "எனைவைத்தி எனைவைத்தி" என்னும் செய்யுளைப் பார்க்க.

இவர் இயற்றியவற்றைப் புராணங்கள், பிரபந்தங்கள், தனிப்பாடல்கள், சிறப்புப் பாயிரங்களென நான்கு வகையாகப் பிரிக்கலாம். புராணங்களைக் காப்பிய இலக்கணப்படி அமைக்கும் முறையை மேற்கொண்ட புலவர்களுள் இவரைப்போல அளவிற் பலவாகவுள்ள நூல்களைச் செய்தவர்கள் வேறெவரும் இல்லை. இவருக்கு முன்பிருந்த தமிழ்ப் புலவர்களிற் சிலர், சில புராணங்களை மொழிபெயர்த்துக் காப்பியங்களாகச் செய்திருக்கின்றனர். அவர்களுடைய நூல்களிற் காணப்படும் அமைப்புக்கள் அனைத்தையும் இவருடைய நூல்களிற் காணலாம்.

நூல்களின் இயல்பு

இவருடைய நூல்களிற் பெரும்பான்மையானவை புராணங்களே. இவருடைய வாக்கால் தங்கள் தங்கள் ஊருக்கு ஒரு புராணமேனும் ஒரு பிரபந்தமேனும் பெறவேண்டுமென்று அக்காலத்தில் சிவஸ்தலங்களில் இருந்தவர்கள் விரும்பினார்கள். பழைய புராணம் இருந்தாலும், நாட்டுச்சிறப்பு நகரச்சிறப்பு முதலிய காப்பிய இலக்கண அமைதியுடன் செய்யவேண்டு மென்னும் கருத்தால் பலர் இவரை மீண்டும் ஒரு புராணம் இயற்றித் தரும்படி வற்புறுத்தி வேண்டுவதுண்டு. இவர் புராணங்கள் இயற்றிய தலங்களிற் பெரும்பான்மையானவற்றிற்குப் பழைய புராணங்கள் உண்டு. ஆனாலும் இவருடைய புராணத்திற்கு மதிப்பு அதிகம். இவராற் புராணம் முதலியவை பாடப்பெற்ற தலங்கள் பல சொற்பணிகளும், கற்பணிகளும், பொற்பணிகளும் இயற்றப்பெற்றுப் பலவகையாலும் வளர்ச்சியுற்று விளங்குகின்றன என்பர். திருச்சிராப்பள்ளியில் சிரஸ்தேதாராக இருந்த ராவ்பகதூர் தி. பட்டாபிராம பிள்ளை யென்னும் கனவான் ஸ்ரீ சுப்பிரமணிய தேசிகருக்குத் தம்முடைய கருத்தை அமைத்து அகவல் வடிவமாக விடுத்த விண்ணப்பமொன்றில் பிள்ளை யவர்களை, “புராணம் பாடும் புலவன்” என்று குறித்திருந்தனர்.

தி. பட்டாபிராம பிள்ளை

ஏறக்குறைய முப்பது வருஷங்களுக்குமுன் நானும் என்னுடைய தம்பியும் சில நண்பர்களும் திருஎவ்வுளூரிலிருந்த திருவெண்பாக்கம் என்னும் சிவஸ்தல தரிசனத்திற்காக நடந்துபோய்க் கொண்டிருந்தோம். அப்பொழுது எதிரில் வந்த எழுபது பிராயமுடைய வேளாளரொருவரிடம் திருவெண்பாக்கத்தைப்பற்றிய விஷயங்களை விசாரிக்கத் தொடங்கினேன். அவர் அத்தல சரித்திரங்களைச் சொல்லிக்கொண்டே உடன் வந்தார். பின்பு நான், “இந்த ஸ்தலத்திற்குப் புராணம் உண்டா?” என்றேன். அவர், “புராணம் பாடுவதற்கு மீனாட்சிசுந்தரம் பிள்ளை யவர்களா இருக்கிறார்கள்? அந்த மகான் இருந்தால் இதற்கும் ஒரு புராணம் பாடியிருப்பார்” என்றார். அந்தச் சொற்கள் எனது அகக்கண்ணின்முன் பிள்ளை யவர்களுடைய திருவுருவத்தையும் செயல்களையும் தோற்றச்

செய்தன; நெஞ்சம் உருகியது. வந்த அன்பர்களிடம், "ஜனசஞ்சாரமற்ற இந்தக் காட்டிலேகூடப் பிள்ளை யவர்களுடைய புகழ் பரவியிருக்கிறது பார்த்தீர்களா!" என்று சொன்னேன்.

சில புராணங்கள் முற்றுப் பெறுதற்கு முன்பே அரங்கேற்றம் தொடங்கப்பெறும்; செய்யுளியற்றுதலும் அரங்கேற்றுதலும் அடுத்தடுத்து நிகழும். உடனிருந்தவர்களால் சிறப்புப் பாயிரம் இயற்றிக் கடவுள் வாழ்த்தின் இறுதியிற் சேர்க்கப் பெறுவது வழக்கம். இங்ஙனம் செய்வித்துச் சேர்ப்பது பண்டைகாலத்து முறையென்று தெரிகிறது.

இவர் இயற்றும் புராணக் காப்பியங்களில் கடவுள் வாழ்த்திலும் அவையடக்கத்திலும், "நூனுதல் பொருளைத் தன்னகத் தடக்கி" என்னும் இலக்கணப்படி நூலில் வரும் செய்திகளை உரிய இடங்களிற் பலவகையாக அமைப்பார். அவையடக்கங்கள் பலவற்றில் இலக்கணச் செய்திகளையும் சாஸ்திரக் கருத்துக்களையும் காணலாம். பெரும்பான்மையான புராணங்களில் கடவுள் வாழ்த்தில் சிவபெருமான் வணக்கத்தில் மடக்கு அமைந்திருக்கும். நாட்டுச் சிறப்பில் இன்ன நாடு என்று சொல்லும்பொழுது செய்யுட்களின் இறுதியில் மடக்கை அமைப்பதும் ஐந்திணைகளை வருணிக்கும்பொழுது அவ்வத்திணைகளில் அமைந்துள்ள சிவஸ்தலங்களைக் கூறுவதும் இவர் இயல்பு. இவை *பெரியபுராணத்தால்* அறிந்தவை. சித்திரகவிகளைத் *திருநாகைக்காரோணப் புராணம், அம்பர்ப் புராணம்* என்பவற்றில் இவர் அமைத்திருக்கிறார். காஞ்சிப் புராணத்தின் முதற் காண்டத்தில் இத்தகைய அமைப்பு இருக்கிறது. தோத்திரம் வருமிடங்களில் ஒத்தாழிசைக் கலிப்பா முதலியவற்றையும் அமைப்பர்; இது சீகாளத்திப் புராணம் முதலியவற்றிலிருந்து அறிந்துகொண்டது. வரலாறுகளைச் சொல்லும்பொழுது வஞ்சி விருத்தம், வஞ்சித்துறை முதலிய சிறு செய்யுட்களாற் கூறுவர்; சில சமயங்களிற் கட்டளைக் கலித்துறையாலும் பாடுவர். தேவாரச் சந்தம் இவருடைய நூற்செய்யுட்களில் அமைந்து விளங்குதலை அங்கங்கே காணலாம். சைவசித்தாந்த சாஸ்திரங்களிலுள்ள கருத்துக்களைப் பல வேறு உருவங்களில் இவர் நூல்களில் அமைத்துள்ளார். இவருடைய நூல்களிற் பெரும்பாலனவற்றின் இறுதிச் செய்யுளில் ஸ்ரீ நடராஜப் பெருமான் குஞ்சிதபாதத்தைப்பற்றிய வாழ்த்தைக் காணலாம். எந்த நூலிலேனும் ஒரு புதுக்கருத்தை அறிந்தாராயின் அதனைப் பின்னும் அழகுபடுத்தித் தாம் இயற்றும் நூலில் பொருத்திவிடுவார். தாம் கண்டும் கேட்டும் அநுபவித்தும் அறிந்தவற்றைச் செய்யுட்களில் அங்கங்கே அமைத்துப் பாடுவார். தம்முடைய ஞானாசாரிய ஸ்தானமாகிய திருவாவடுதுறையிலுள்ள மடாலயத்தையும் குருமூர்த்திகளையும் பல இடங்களிற் பாராட்டிக்கொண்டே செல்வது இவருடைய வழக்கம்.

இவருடைய பிரபந்தங்களில் அவ்வப் பிரபந்தங்களின் இலக்கணம் நன்றாக அமைந்திருக்கும். பிள்ளைத் தமிழ்களில் இவர் பகழிக் கூத்தரையும் குமரகுருபரரையும் ஒப்பர். கோவைகளில் கற்பனைகளையும் நீதிகளையும் பண்டைப் புலவர் சொற்பொருள்களையும் காணலாம். இவர் இயற்றிய *திருவிடைமருதூ ருலாவுக்கு* இணையாக உள்ள ஒருலாவைக் காண்டலரிது. யமகந் திரிபு வகைகளில் வேறெவரும் இயற்றிராத விசித்திரமான அமைப்புக்களை இவர் வாக்கிற் காணலாம்.

இவர் இயற்றிய தனிப்பாடல்கள் பலவகையாகும். சந்தர்ப்பங்களுக்கு ஏற்றவண்ணம் சாதுரியமாகப் பாடிய பாடல்கள் அளவிறந்தன. ஒவ்வொரு பாடலுக்கும் ஒவ்வொரு வரலாறு உண்டு. அவற்றையன்றி, நன்றியறிவின் மிகுதியால், தமக்கு உபகாரம் செய்தவர்களை அவ்வப்போது பாடிய செய்யுட்கள் பல. அவை அன்பு மிகுதியால் பாடப்பட்டன வாதலின் சில செய்யுட்கள் உயர்வுநவிற்சியாகத் தோற்றும். யாருக்கேனும் கடிதமெழுதுகையில் தலைப்பில் ஒரு பாடலை எழுதுவிப்பது இவருடைய வழக்கம். அங்ஙனம் இவர் எழுதிய பாடல்கள் நூற்றுக்கணக்காக இருக்கும். வடமொழி வித்துவான்கள் அவ்வப்பொழுது கூறும் சுலோகங்களை உடனே மொழிபெயர்த்துச் சொல்லிக்காட்டுவார். அவ்வாறு இயற்றிய செய்யுட்கள் பல. பிறருக்காகப் பாடிக்கொடுத்தவை எத்தனையோ பல.

இவரால் இயற்றப்பெற்ற சிறப்புப் பாயிரங்கள் நூலாசிரியருடைய தகுதிக்கேற்ப அமைந்திருக்கும். இவரிடமிருந்து சிறப்புப் பாயிரம் பெறுவதனால் நூலியற்றுபவர்களுக்கு உயர்ந்த மதிப்பு உண்டாயிற்று. அதனால் நூலியற்றுபவர்கள் பலர் இவருடைய சிறப்புப் பாயிரம் பெறப் பலவகையில் முயல்வார்கள். அகவலாகவும் விருத்தங்களாகவும் தரவு சொச்சகமாகவும் இவர் சிறப்புப் பாயிரங்கள் இயற்றியளிப்பதுண்டு. சிறந்த நூலாயின் அகவலாலும் பல விருத்தங்களாலும் சிறப்புப் பாயிரத்தை அமைப்பார். இல்லையெனின் ஒரு செய்யுளாலேனும், இரண்டு செய்யுளாலேனும் இன்ன நூலை இன்னார்செய்தார் என்னும் பொருள்மட்டும் அமையச்செய்து அளித்துவிடுவார். நூல்களுக்குச் சிறப்புப் பாயிரங்கள் அளிக்கும் முறை இவர் காலத்திலேதான் மிகுதியாக வழங்கலுற்றது.

இவர் இயற்றிய நூல்கள் பலவற்றுள் தெரியாதவை சில. தெரிந்தவற்றுள் புராணங்கள் 22; பிற காப்பியங்கள் 6; பிரபந்தங்கள் 45; தனிப்பாடல்கள் அளவிறந்தன.

1. தலபுராணங்கள்

1. ‡ அம்பர்ப் புராணம்
2. ‡ ஆற்றூர்ப் புராணம்
3. ¶ உறையூர்ப் புராணம்
4. ¶ கண்டதேவிப் புராணம்
5. ¶ ஸ்ரீ காசிரகசியம்
6. குறுக்கைப் புராணம்
7. ¶ கோயிலூர்ப் புராணம்
8. ¶ சூரைமாநகர்ப் புராணம்
12. ‡ திருத்துருத்திப் புராணம்
13. ¶ திருநாகைக்காரோணப் புராணம்
14. ¶ திருப்பெருந்துறைப் புராணம்
15. *† திருமயிலைப் புராணம்
16. * திருவரன்குளப் புராணம்
17. * பட்டீச்சுரப் புராணம்
18. மண்ணிப்படிக்கரைப் புராணம்
19. ¶ மாயூரப் புராணம்

‡ அச்சிடப்படாத நூல்கள்
¶ அச்சிடப்பெற்றும் இப்பொழுது கிடைத்தற்கரியன.
* இக் குறியிடப்பட்டவை பூர்த்தியாகாத நூல்கள்.
† இக் குறியிடப்பட்டவை இப்பொழுது கிடைக்கப் பெறாதவை.

9. தனியூர்ப் புராணம்
10. *தியாகராச லீலை
11. ¶ திருக்குடந்தைப் புராணம்
20. ¶ வாளொளிபுற்றூர்ப் புராணம்
21. ‡ விளத்தொட்டிப் புராணம்
22. ¶ வீரவனப் புராணம்.

2. சரித்திரம்

1. ஆதி குமரகுருபர ஸ்வாமிகள் சரித்திரம்
2. சிவஞான யோகிகள் சரித்திரம்
3. † மயில்ராவணன் சரித்திரம்

3. மான்மியம்

1. குருபூசை மான்மியம்

4. பிற காப்பியங்கள்

1. குசேலோபாக்கியானம்
2. சூதசங்கிதை

5. பதிகம்

1. கச்சி விநாயகர் பதிகம்
2. சுப்பிரமணியசுவாமி பதிகம்
3. † திட்டகுடிப் பதிகம்
4. மருதவாணர் பதிகம்

6. பதிற்றுப்பத்தந்தாதி

1. † தண்டபாணி பதிற்றுப் பத்தந்தாதி
2. திருஞானசம்பந்தமூர்த்தி நாயனார் பதிற்றுப்பத்தந்தாதி
3. திருவூறைப் பதிற்றுப் பத்தந்தாதி
4. பழசைப் பதிற்றுப்பத்தந்தாதி
5. பாலைவனப் பதிற்றுப்பத்தந்தாதி
6. பூவாளூர்ப் பதிற்றுப்பத்தந்தாதி

7. திரிபந்தாதி

1. குடந்தைத் திரிபந்தாதி
2. திருப்பைஞ்ஞீலித் திரிபந்தாதி
3. திருவானைக்காத் திரிபந்தாதி
4. திருவிடைமருதூர்த் திரிபந்தாதி

8. யமக அந்தாதி

1. திருச்சிராமலை யமக அந்தாதி
2. திருவாவடுதுறை யமக அந்தாதி
3. தில்லை யமக அந்தாதி.

9. வெண்பா அந்தாதி

† எறும்பீச்சரம் வெண்பா அந்தாதி.

10. மாலை

1. அகிலாண்டநாயகி மாலை
2. கற்குடி மாலை
3. சிதம்பரேசர் மாலை
4. சுப்பிரமணிய தேசிகர் மாலை
5. சச்சிதானந்த தேசிகர் மாலை
6. சவராயலு நாயகர் மாலை
7. சித்திரச் சத்திரப் புகழ்ச்சி மாலை

11. பிள்ளைத்தமிழ்

1. அகிலாண்டநாயகி பிள்ளைத்தமிழ்
2. காந்திமதியம்மை பிள்ளைத்தமிழ்
3. சேக்கிழார் பிள்ளைத்தமிழ்
4. திருவிடைக்கழி முருகர் பிள்ளைத்தமிழ்
5. திருவெண்ணீற்றுமை பிள்ளைத்தமிழ்
6. † பாகம்பிரியாள் பிள்ளைத்தமிழ்
7. † பிரம்மவித்தியாநாயகி பிள்ளைத்தமிழ்
8. பெருந்திருப்பிராட்டியார் பிள்ளைத்தமிழ்
9. மங்களாம்பிகை பிள்ளைத்தமிழ்
10. அம்பலவாண தேசிகர் பிள்ளைத்தமிழ்

12. கலம்பகம்

1. வாட்போக்கிக் கலம்பகம்
2. அம்பலவாண தேசிகர் கலம்பகம்

13. கோவை

1. சீகாழிக் கோவை
2. குளத்தூர்க் கோவை
3. வியாசைக் கோவை

14. உலா

திருவிடைமருதூருலா

15. தூது

1. சுப்பிரமணிய தேசிகர் நெஞ்சுவிடு தூது
2. † தானப்பாசாரியார் தசவிடுதூது

16. குறவஞ்சி

† திருவிடைக்கழிக் குறவஞ்சி

17. சிலேடை வெண்பா

*† திருவாவடுதுறைச் சிலேடை வெண்பா.

18. வேறு

1.	கப்பற்பாட்டு	4.	பொன்னூசல்
2.	குருபரம்பரை அகவல்	5.	மங்களம்
3.	திருஞானசம்பந்தமூர்த்தி நாயனார் ஆனந்தக் களிப்பு	6.	லாலி
		7.	வாழ்த்து

இவற்றையன்றி இவர் வேறு பல நூல்களை இயற்றவேண்டுமென்று எண்ணியிருந்ததுண்டு. குறிஞ்சித்திணை வளங்கள் நிறைந்து விளங்கும் திருக்குற்றாலத்திற்கு ஒரு கோவை பாடவேண்டுமென்று எண்ணியிருந்தனர். அவ்வெண்ணம் என்ன காரணத்தாலோ நிறைவேறவில்லை.

வசனம் எழுதுவதைக் காட்டிலும் செய்யுள் இயற்றுவதிலேதான் இவருக்கு விருப்பம் அதிகம். இவர் எழுதும் கடிதங்கள் எளிய வசன நடையில் சுருக்கமாக அமைந்திருக்கும்.

பேச்சு

இவருடைய பேச்சு யாவருக்கும் விளங்கும்படி இருக்கும். பேச்சிலேயே இவருடைய சாந்த இயல்பு வெளியாகும். புராணப் பிரசங்கம் செய்யும்பொழுது ஒவ்வொரு கருத்தையும் விரிவாக எடுத்துக் கூறிச்செல்வார். விரைவின்றியும் தெளிவாகவும் இடையிடையே மேற்கோள்கள் காட்டியும் பதசாரங்கள் சொல்லியும் பிரசங்கம் செய்வார்.

'எல்லாம் கூடிக்கூடியும்' என்னும் தொடர் இவருடைய பேச்சில் அடிக்கடி வரும். 'ஊக்கம்' என்னும் சொல்லை இடையிடையே இவரோடு பேசிவருகையில் கேட்கலாம். மாணாக்கர்களிடம் ஏதாவது சொல்வதானால், 'என்னப்பா' என்றாவது 'அப்பா' என்றாவது சொல்லிவிட்டுத்தான் செய்திகளைச் சொல்லத்தொடங்குவார். கல்வியின் இயல்பை அறியாமல் கௌரவத்திற்காகமட்டும் யாரேனும் ஒருவர் உதாரகுணமுடையவராகத் தோற்றினால் அவர்பால் தம்முடைய மாணாக்கர்களேனும் வேறு யாரேனும் சென்று உதவி பெறலாமென் றெண்ணுவதுண்டு. அவர்களிடம், "அவரிடம் போய்த் தமிழ்ப் பாட்டைச் சொல்லிவிட வேண்டாம். அவர் காதுக்கு அது நாராசம் போல இருக்கும். மற்ற ஆடம்பரங்களுக்குக் குறைவில்லாமற் சென்றாற் போதும்" என்பார். கல்வி யறிவில்லாதவர்கள் செய்யும் உபசாரத்தை, 'பெறுவான் தவம்' என்று குறிப்பாகக் கூறுவார்; "அறிவிலா னெஞ்சுவந் தீதல் பிறிதியாதும், இல்லை பெறுவான் றவம்" என்னும் திருக்குறளில் உள்ள தொடர் அது.

புகழ்

அருங்குணமும் நிறைந்த புலமையும் தளரா நாவன்மையும் அமைந்த இப்பெரியாருடைய கீர்த்தி இவருடைய காலத்திலேயே தமிழ் நாட்டிலும் பிற இடங்களிலும் பரவியிருந்தது. திருவாவடுதுறை மடத்தில் ஆதீன வித்துவானாக அமர்ந்த பின்னர்த் திருக்கூட்டத்தாருடைய பழக்கமும் ஆசிரியர்களின் திருவருளும் சிவபூஜையும் மாணாக்கர்களுக்கு அதிகமாகப் பாடஞ் சொல்லுதலும் அவ்வப்போது நூல் இயற்றுதலுமாகிய இவற்றோடு

இவர் மனம் அமைதியுற்றிருந்தது. வேறு எவ்வகையான நிலையையும் இவர் விரும்பவில்லை. ஆயினும் இவருடைய புகழ் நாளுக்குநாள் பரவிக்கொண்டே யிருந்தது. சைவ மடாதிபதிகள் எல்லோருடைய நன்மதிப்பையும் இவர் நன்கு பெற்றிருந்தனர். சைவர்கள் இவரை, "சைவப்பயிர் தழையத் தழையும் புயல்" என்றே கருதி வந்தனர். அன்னம் அளித்துப் புஸ்தகம் வாங்கிக் கொடுத்து அன்போடு படிப்பிப்பவர் இவரென்ற பெரும்புகழ் எங்கும் பரவியது. கம்பர், ஒட்டக்கூத்தர், புகழேந்தி என்ற பெயரை யுடையோர்கள் பண்டைக் காலத்தில் ஒவ்வொருவரே இருந்தனர்; ஆதலின் அவர்களுடைய பெயர்கள் மற்றவர்களைச் சாராமலே தனிச் சிறப்புற்றார்கள். இவருடைய பெயரை உடையவர்கள் பலரிருந்தும் 'மீனாட்சிசுந்தரம் பிள்ளை யவர்கள்' என்று கூறின் இவரையே குறிக்கும் பெருமையை இவர் அடைந்திருந்தனர். தமிழ் வித்துவான்களில், "பிள்ளை யவர்கள்" என்றே வழங்கும் பெரிய கௌரவம் இவருக்குத்தான் அக்காலத்தில் அமைந்திருந்தது. சமீபகாலத்தில் இத்தகையோர் இருந்ததில்லை.

ஸ்ரீ சுப்பிரமணிய தேசிகர் இவருடைய புகழைப்பற்றிச் சொல்லும்பொழுது, "நம்மிடம் வரும் தமிழ்வித்துவான்கள் யாராயினும் பிள்ளை யவர்களிடம் பாடங்கேட்டவ ரென்றேனும் அவர்களுக்குப் பாடஞ் சொன்னவ ரென்றேனும் அவர்களுக்கு ஐயம் தீர்த்தவ ரென்றேனும் அவர்களை ஜபித்தவ ரென்றேனும் தம்மைச் சொல்லிக்கொண்டு வருகிறார்கள். வருபவர்கள் தங்கள் தங்கள் புகழை வெளியிட எண்ணி அங்ஙனம் கூறுகிறார்கள். நமக்கோ அவர்கள் கூறக்கூறப் பிள்ளை யவர்களுடைய புகழ்தான் உரம்பெற்று மிகுதியாகத் தோற்றிக் கொண்டே இருக்கிறது" என்று கூறுவார்.

இவரிடம் பாடங் கேட்கவேண்டுமென்று விரும்பியும் தங்களுக்குச் செவ்வி வாயாமையால் வருந்தினோர் பலர். வேறு யாராலும் தீர்க்கமுடியாத சந்தேகங்களை இவரைப் பார்க்கும்சமயம் நேருமாயின் அப்பொழுது இவர்பால் கேட்டுத் தீர்த்துக்கொள்ளலா மென்னும் கருத்துடைய பலர் அங்கங்கே இருந்தனர். செங்கணம் சின்னப்பண்ணை நாட்டாராகிய விருத்தாசல ரெட்டியா ரென்பவர் தாம் படித்துக்கொண்டுவரும் ஒவ்வொரு நூலிலும் உண்டாகும் ஐயங்களை இவர்பால் தெரிவித்து மாற்றிக்கொள்ள வேண்டுமென்று ஐயப்பகுதிகளை ஒரு குறிப்புப் புத்தகத்தில் பதிந்துகொண்டே வந்ததை நான் பார்த்திருக்கிறேன்.

இவரால் தமிழ்நாட்டிற்கு உண்டான பயன்

இப்புலவர்பிரானால் தமிழ்மக்கள் பெற்றபயன் மிகப் பெரிதாகும். புதிய புதிய நூல்களை இயற்றித் தமிழ் நயங்களை அமைத்துக் காட்டிய இவருடைய செய்யுளால் பலவகைச் சுவைகளை அறியும் பயனைத் தமிழ்மக்கள் பெறுகின்றனர். புது நூல்களை இயற்றியதோடு நில்லாமல் தாம் வருந்தித்தேடிய பழைய நூல்களை விளக்கிவைத்த இவருடைய செயல் தமிழ் நாட்டாரால் என்றைக்கும் நினைக்கத்தக்கதாகும். தமிழ்ப் பாடஞ் சொல்லிச் சொல்லி மாணாக்கர் கூட்டத்தை வளர்த்து அவர்கள் மூலமாகத் தமிழறிவைத் தமிழ் மக்களுக்குப் பயன்படச்செய்த வள்ளல்

இவர். எங்கெங்கே தமிழ் நூல்களை முறையாகப் படித்தறியும் உணர்வும் பழைய புராணங்கள் பிரபந்தங்கள் முதலியவற்றைப் பயின்று இன்புறும் இயல்பும் திகழ்கின்றனவோ அங்கெல்லாம் இவருடைய தொடர்பேனும் இவர்பாற் பாடங்கேட்டவர்களுடைய தொடர்பேனும் பெரும்பாலும் இருக்கும். இன்றளவும் ஓரளவில் புலவர்களுடைய நூல்களுக்கு உள்ள மதிப்புக்கு மூலகாரணம் இவரென்றே சொல்லலாம். தமிழ்த் தெய்வத்தின் திருத்தொண்டர்களாகித் தமிழகத்தைத் தமிழன்பில் ஈடுபடுத்திய பெரியார்களுடைய வரிசையில் இவரும் ஒருவர். தமிழ்நூற் கோவைகளில் இவருடைய நூல்களும் முத்துக்களைப்போல விளங்குகின்றன. இனியும் அவை தமிழ்மக்கள் உள்ளத்தில் இன்பத்தை உண்டாக்கிக்கொண்டே என்றும் குன்றா இளமையோடு விளங்கும். அவற்றை ஊன்றிப் படிப்பவர்கள் பிள்ளை யவர்களின் புலமை உருவத்தை உணர்ந்து மகிழலாம். தமிழ் உள்ளளவும் இவருடைய பெரும்புகழ் நின்று நிலவுமென்பது திண்ணம்.

(ஆசிரிய விருத்தம்)

சுத்தமலி துறைசையிற்சுப் பிரமணிய தேசிகமெய்த் தூயோன் றன்பால்
வைத்தமலி தருமன்பின் வாழ்ந்தினிய செந்தமிழை வளர்த்தென் போல்வார்க்
கத்தமலி நூல்கணவின் மீனாட்சி சுந்தரப்பேர் அண்ண லேநின்
புத்தமுத வாக்கினையு மன்பினையு மறவேனெப் போது மன்னோ.

அநுபந்தம் 2
வேறு சில வரலாறுகள்*

'எழுவாய் பயனிலை'

பிள்ளை யவர்களுடைய இளம்பிராயத்தில் ஒருவர் பாடங்கேட்க வந்தார். "என்ன படிக்க வேண்டும்?" என்று இவர் அவரைக் கேட்கவே அவர், "இலக்கியம் படிக்கவேண்டும்" என்று கூறினார். அப்பால், "இலக்கணம் படிக்க வேண்டாமா?" என்று இவர் கேட்டபொழுது, "நன்றாகப் படித்திருக்கிறேன்" என்று அவர் விடை கூறினார்; உடனே இப் புலவர்பிரான் அவரை ஒரு செய்யுள் சொல்லச் செய்து, "இந்தப் பாடலில் எழுவாய் பயனிலை என்ன?" என்று கேட்டார். அவர் நெடுநேரம் யோசித்தும் விளங்காமல் விழித்துக்கொண்டே யிருக்கையில் இவர், "எழுவாய், பயனிலை" என்று சொன்னார்; "எழுந்து செல்லலாம்; யோசிப்பதில் பிரயோசனமில்லை" என்பது இவர் சொல்லியதற்குப் பொருள். அவர் அதனையும் உணராதவராகி யோசித்துக் கொண்டிருந்தார். உடனிருந்தவர்கள் குறிப்பாக அதனைப் புலப்படுத்தினார்கள். அப்பால் அவர் அதனை அறிந்து வணக்கமுடையவராகி இவரிடம் சிலமாதம் இருந்து பாடங் கேட்டு வந்து பின்பு தம்மிடஞ் சென்றார்.

சதுர்வேத தாத்பரிய சங்கிரகம்

இக் கவிஞர்கோமானுக்குச் சைவத்தில் அழுத்தமான பற்று இருந்தமையின் வடமொழியிலுள்ள சைவநூல்களின் கருத்துக்களைத் தக்கோர் வாயிலாக அப்பொழுது அப்பொழுது தெரிந்துகொள்வார். ஸ்ரீஅரதத்தாசாரியார் முதலிய பெரியோர்களுடைய நூல்களிலிருந்து அவ்வப்போது வடமொழி வித்துவான்கள் கூறும் சுலோகக் கருத்துக்களை

---

* உரிய இடங்களில் எழுதப்படாமல், பின்பு ஞாபகத்திற்கு வந்த வரலாறுகள் இங்கே எழுதப்பட்டுள்ளன.

அறிந்து மகிழ்ந்து தனிச்செய்யுட்களாக மொழிபெயர்ப்பதுண்டு; அன்றித் தாம் இயற்றும் நூல்களில் உரிய இடங்களில் அக்கருத்துக்களை அமைப்பதுண்டு. அரதத்தாசாரியர் இயற்றிய சுருதி சூக்தி மாலை யென்னும் நூலுக்குரிய வியாக்கியானமாகிய சதுர்வேத தாத்பரிய சங்கிரகத்தைத் தமிழில் மொழிபெயர்க்க வேண்டுமென்று மதுரையிலிருந்த சிவபுண்ணியச் செல்வர்களாகிய *வேங்கடாசல செட்டியார், மெய்யப்ப ஐயா என்னும் இருவரும் இவருக்குத் தெரிவித்துக் கொண்டனர். இவருக்கும் அம்மொழிபெயர்ப்புப் பணி உவப்புடையதாக இருந்தது. அரதத்தாசாரியர் சரித்திரத்தையும் தமிழ்ச் செய்யுளாக இயற்ற வேண்டுமென்று இவர் எண்ணினார். திருவாவடுதுறையிலும் வேறு சில இடங்களிலும், சதுர்வேத தாத்பரிய சங்கிரக வடமொழிப் பிரதிகள் கிடைத்தன. மதுரை, திருஞானசம்பந்தர் ஆதீனமடத்தில் சில பிரதிகள் உண்டென்று தெரிந்தது. அவற்றையும் பெற்றுப் பார்க்க வேண்டுமென்னும் விருப்பம் இவருக்கு உண்டாயிற்று. ஆதலின் அப்போது அவ்வாதீன வித்துவானாக இருந்த குறுக்கைக் குமாரசாமிப் பிள்ளை என்பவருக்குத் தமது விருப்பத்தைத் தெரிவித்து ஒரு கடிதம் எழுதியனுப்பினார். அதற்கு விடையாக அவர் பின்வரும் கடிதத்தை எழுதினார்:

உ

சிவமயம்

ம-ா-ா-ஸ்ரீ ஐயா அவர்களுக்குக் குமாரசாமி எழுதிக்கொள்ளும் விஞ்ஞாபனம்.

இவ்விடம் க்ஷேமம். அவ்விடம் க்ஷேமத்தை எப்பொழுதும் தெரிந்துகொள்ள விருப்புற்றிருக்கின்றனன். தாங்கள் அன்போடு வரைந்தனுப்புவித்த கடிதம் வரப்பெற்று மிக்க மகிழ்ச்சியை அடைந்தேன். அக்கடிதத்தை உடனே ம-ா-ா-ஸ்ரீ வேங்கடாசலம் செட்டியா ரவர்களிடத்திற்கு அனுப்புவித்தேன். கடிதம் வருவதற்குச் சிலநாள் முன்தொடங்கி எனக்கு ஒன்றரை மாதம் வரையிலும் கடினமான சுரம் அடித்துக் கொண்டிருந்ததனாலே பதிலெழுத இதுகாறும் தாமதித்தது. அரதத்தாசாரிய சாமி சரித்திரம் பலவிதமாக இருப்பதனாலே அதைப் பின்னாலே மொழிபெயர்க்கலாமென்றும், இப்போது சதுர்வேத தாத்பரிய சங்கிரக மூலத்தை மாத்திரம் மொழிபெயர்த்துச் செய்யுளாக்க வேண்டும் என்றும், அதற்கு இவ்விடத்தில் இருக்கிற புஸ்தகம் வேண்டுமாயின் எழுதினால் அனுப்புவிக்கிறோமென்றும் ம-ா-ா-ஸ்ரீ வேங்கடாசலம் செட்டியா ரவர்களும் மெய்யப்ப ஐயா அவர்களும் தங்களுக்கு எழுதியனுப்புவிக்கச் சொன்னார்கள். வேஷ்டியைக் குறித்து மாயாண்டி செட்டியா ரவர்களை வினாவினதற்குத் தங்களுக்கு எழுதிக் கொள்ளுகிறோமென்று சொன்னார்கள். மதுரைக் கலம்பகம் எழுதி முடிக்கப்பட்டிருக்கின்றது. அதைத் தபால் வழியாகவாவது மனிதர் வசமாகவாவது அனுப்புவிக்கிறேன்.

* இவர்கள் சென்ற ஈசுவர (1877) வருஷத்தில் மதுரைத் திருக்கோயிற் கும்பாபிஷேகம் செய்வித்தவர்கள்.

ஸ்ரீ சின்ன சந்நிதானம் எப்போதும் தங்கள் குணாதிசயங்களைப் பாராட்டிக்கொண்டிருக்கின்றது. யான் குறுக்கைக்கு வருங்காலம் இன்னொரு காகிதத்தில் எழுதியனுப்புகிறேன். இங்கே எழுதிய சதுர்வேத தாத்பரிய சங்கிரகத்தின் வியாக்கியானத்தை மொழிபெயர்க்க வேண்டுவதில்லை யென்று சொன்னார்கள்.

சுக்கில ஸு கார்த்திகை மீ 27 உ குமாரசாமி
மதுரை

விலாஸம்

"இது, நாகபட்டினத்தில் ஓவர்ஸியர் அப்பாத்துரை முதலியா ரவர்கள் பார்வையிட்டு ம-ா-ா-ஸ்ரீ திரு. மீனாட்சிசுந்தரம் பிள்ளை யவர்கள் வசம் கொடுப்பது."

இக்கடிதம் கண்டவுடன் இப்புலவர்பிரான் மீண்டும் குமாரசாமிப் பிள்ளைக்கு ஒரு கடிதம் எழுதினர். அது வருமாறு:

உ
சிவமயம்

குலவர் சிகாமணி குமார சாமிப்
புலவர் சிகாமணி பொருந்தக் காண்க.

இவ்விடம் க்ஷேமம். அவ்விடம் க்ஷேமம் வரைந்தனுப்பவேண்டும்.

தாங்களனுப்பிய கடிதம் வந்து சேர்ந்தது.

அதிசயமாகவும் சைவசமயம் நிலைபெறும்படியாகவும் சுரந் தீர்த்த தலத்தில் தங்களை அது வருத்தியது அதிசயமாயிருக்கிறது. இப்போது சவுக்கியமாயிருக்கிறது குறிப்பாற்றெரிந்து பெருமகிழ்ச்சி அடைகின்றேன். இது நிற்க.

"சதுர்வேத தாத்பரிய சங்கிரக மூலத்திற்குச் சுருதி சூக்குமம் என்று பெயர். அக் கிரந்தத்தொகை நூற்றைம்பது. அதை மொழிபெயர்ப்பதனாற் பிரயோசனமில்லை. யாகத்திற்குப் பதி பரமசிவமே என்பது ஒரு சுலோக தாத்பரியம். நமஸ்காரத்திற்குப் பதி பரமசிவமே என்பது ஒரு சுலோக தாத்பரியம். காயத்திரிக்குப் பொருள் பரமசிவமே என்பது ஒரு சுலோக தாத்பரியம். இந்தப் பிரகாரம் 150 சுலோகமு மிருக்குமே யன்றி வேறில்லை. ஒவ்வொரு சுலோக தாத்பரியத்தையும் எடுத்துப் பாஞ் சராத்திர முதலியோர் மதங்களைக்கொண்டு பூருவபட்சஞ் செய்து அப்பால் அநேக உபநிடதம் முதலியவற்றையுங்கொண்டு மேற்படி கட்சியை மறுத்துச் சித்தாந்தஞ் செய்வதுதான் சதுர்வேத தாத்பரிய சங்கிரகமென்பது. மூலமாத்திர மொழிபெயர்க்க வேண்டுமெனில் அதில் உள்ளதில் இரண்டுபங்கு நாம் சேர்த்துச் சொல்லலாமே. இன்ன சுருதியில் இன்ன உபநிடதத்தில் இதற்காதார மிருக்கிறதென்பதை எடுத்துக்காட்டுதல் மாத்திரம் நமக்குக் கூடாது. அதற்குத்தான் வியாக்கியானத்தை மொழிபெயர்க்கவேண்டும். வியாக்கியானத்தின் பெயர்தான் சதுர்வேத தாத்பரிய சங்கிரகமென்பது. இதற்குமேல்

வியாக்கியானமில்லை. சதுர்வேத தாத்பரிய சங்கிரகத்தை மூலமென்று கருதினார்கள் போலும். பாஞ்சராத்திர தந்திரங்களும் பிற தந்திரங்களும் அநேகமாய் அதில் வெளிப்படும். சைவாகமங்கள் பலவற்றிலுமுள்ள உண்மைகளெல்லாம் வெளிப்படும். பிரபலமான சண்டை செய்து கொள்ளுவதல்லவா? இவ்வளவுக்கும் இடங்கொடுப்பது சதுர்வேத தாத்பரிய சங்கிரகமேயன்றி அதன் மூலமாகிய சுருதி சூக்தி மாலையல்ல. மூலம் 150 சுலோகமுஞ் செய்தது அரதத்தாசாரிய சுவாமிகள். வியாக்கியானமாகிய சதுர்வேத தாத்பரிய சங்கிரகஞ் செய்தவர் மேற்படி சுவாமிகள் மாணாக்கரே; ஷை சுவாமிகள் அனுமதியாற் செய்ததேயன்றி வேறல்ல. மூலத்தின் பெயரிருக்க வியாக்கியானத்திற்கே பிரபலம் வந்துவிட்டது. அதன் பெருமை நோக்க, இவ்வளவும் மூலத்தில் அடங்கியிருந்தாலும் நம் போலிகளாலும் பிறராலும் எளிதில் உணர முடியாது. ஆதலினால் சதுர்வேத தாத்பரிய சங்கிரகமே மொழிபெயர்க்க வேண்டும். உத்தேசம் அது 3000 சுலோகமிருக்கும். ஆதலால் இவ்விடத்துள்ள பிரதியினுடைய உயர்வு முன்னமே தெரிவித்திருக்கிறேனே. அவ்விடத்திலுள்ள பிரதியையும் உடனே அனுப்ப வேண்டுவதுதான். இன்னும் சில பிரதிகளும் வரவழைக்கப்பட்டிருக்கின்றன. ஆதலால் இக்கடிதங் கண்டவுடனே தபால் பங்கியில் அனுப்பவேண்டும். மூலத்தையுங் கூடச் சேர்த்தனுப்பவேண்டும். இது நிற்க.

"மாயாண்டிச் செட்டியாரவர்கள் வேஷ்டியைக் குறித்திதுவரையி லொன்றும் எழுதவில்லை. அவசியம் வேண்டியிருப்பதனால் முன்னெழுதிய விவரப்படியே இவ்வளவு தொகையாகு மென்று தெரிவித்தா லுடனே யனுப்புவேன். அதற்குத்து... ... செய்ய வேண்டுவதில்லை. கருணாநிதியாகிய சந்நிதானத்தை நானினைத்தறிவேன்.

"இக்கடிதங்கண்ட தினமே பதிலெழுதுக.

சுக்கில ௵ — இங்ஙனம்
மார்கழி மீ 2 உ — தி. மீனாட்சிசுந்தரம்

இவ்விவரங்களை யெல்லாம் ம-ா-ா-ஸ்ரீ செட்டியா ரவர்களுக்கும் ஐயா அவர்களுக்கும் விவரமாய்த் தெரிவிக்கவேண்டும்."

விலாஸம்

"மதுரையில் தேவஸ்தான நிர்வாக சபையாரில் ஒருவராகிய ம-ா-ா-ஸ்ரீ வேங்கடாசலஞ் செட்டியா ரவர்கள் மேல்விலாசம் பார்வையிட்டு ம-ா-ா-ஸ்ரீ வித்துவான் குமாரசாமிப் பிள்ளை யவர்களுக்குக் கொடுப்பது."

இதன்பின்னர்ச் சதுர்வேத தாத்பரிய சங்கிரகம் என்ன காரணத்தாலோ இவரால் மொழிபெயர்க்கப்படவில்லை.

நெல் அளித்த அன்பர்கள்

இவர் திருச்சிராப்பள்ளியில் இருந்த காலத்தில் இவரைப் பல வகையில்ஆதரித்த அன்பர்கள் பலர். பெரிய செல்வர்களும் இவர்பாற் பாடங்கேட்டுத் தாமே வலிய உதவிசெய்து வந்தனர். கள்ள வகுப்பினர் சிலர் இவர்பால் பாடங்கேட்டதுண்டு; பின்பு இக்கவிஞர்பிரானுக்கு அவ்வப்பொழுது வருஷாசனமாக அவர்கள் நெல்லளித்து ஆதரித்துவந்தனர்.

ஒரு பாட்டின் குறிப்பு

வரகனேரிச் சவரிமுத்தா பிள்ளை ஒருமுறை இவருக்குத் திருவிளையாடற் புராணத்திலுள்ள *"தன்கிளை யன்றி" என்னும் ஒரு செய்யுளைப் பற்றிய ஐயம் ஒன்றைத் தெரிவித்து ஒரு கடிதம் எழுதினார். அதற்கு விடையாக இவர் எழுதிய கடிதம் வருமாறு:

உ

(வெண்பா)

இக்கடித நோக்கி யியற்செந் தமிழெவற்றும்
மிக்க தெனவளர்க்கு மேன்மையாற் – றொக்கபுகழ்த்
தென்னன் பொருவுந் திருவார் சவரிமுத்து
மன்ன னடையு மகிழ்.

"இவ்விடம் க்ஷேமம். அவ்விடம் க்ஷேமம் வரைந்தனுப்ப வேண்டும்.

"தாங்கள் குறிப்பிட்ட திருவிளையாடற் செய்யுள், 'அன்பினில் வியப்போ வீச னருளினில் வியப்போ வன்பர்க், கின்புரு வானவீச னன்பருக் கெளிதே தைய' என்றது சரியே. எளிதேது ஐய என்பதில் ஏதுவென்பது வினா.

"ஈசனன்பர்க்கு அருளைப் பெறுதல் எளிது. அஃது அரியதன்று. அன்பு செய்தல் அரிது. அஃது எளியதன்று' என்பது பொருள். இஃது உடனே தோன்றியது. இப்போது அதைத் தெரிவித்தேன்.

"†சதாசிவத்திற்குச் சவுக்கியமானதை எனக்குத் தெரிவிக்கவில்லை. அதுபற்றிக் கவலையில்லானென்று என்னை நினைத்தான் போலும். ம-ா-ா-ஸ்ரீ குமாரசாமி பிள்ளை, முருகப்ப பிள்ளை, சதாசிவம் பிள்ளை இவர்களைக் குருபூசைக்கு அவசியம் வரவேண்டுமென்று ஒரு மனுஷ்யனைக்கொண்டு தெரிவிக்க வேண்டும்.

"‡ம-ா-ா-ஸ்ரீ பிள்ளை யவர்களிடத்தில் கந்தசாமியைத் தாங்களழைத்துக்கொண்டு சென்றதும் அவனொடு வந்தவொரு செய்யுளைத் தாங்கள் பிரசங்கித்த விவரமுந் தெரிய விரும்புகிறேன்.

---

* "தன்கிளை யன்றி வேற்றுப் பறவைகள் தாமுந் தன்போல், நன்கதியடைய வேண்டிற் றேகொலிந் நாரை செய்த, அன்பினில் வியப்போவீச னருளினில் வியப்போ வன்பர்க், கின்புரு வான வீசனன்பருக் கெளிதே தைய." (நாரைக்கு முத்தி. 24)

† இவருடைய மாணாக்கராகிய சதாசிவ பிள்ளை.

‡ திரு. பட்டாபிராம பிள்ளையவர்கள்.

"இவ்விடம் மகா சந்நிதானந் தங்களைப் பார்க்கும் அவா நிரம்பவுடையது. குருபூசை முன்னிலையில் எல்லாரும் வரும்போதாவது அல்லது தனித்தாவது தாங்கள் ஒருதினம் இவ்விடம் வந்துபோனாற் சிறப்பாக இருக்குமென்று நினைக்கிறேன். அப்பால் தங்களிட்டம்.

பவ ஞு
கார்த்திகை மீ 11 வ

இங்ஙனம்
தி. மீனாட்சிசுந்தரம்

விலாஸம்

"இது, திருச்சிராப்பள்ளி வரகனேரியிலிருக்கும் கிராம முனிசீப் ம-ள-ள-ஸ்ரீ பிள்ளை யவர்கள், சவரிமுத்தா பிள்ளையவர்களுக்குக் கொடுக்கப்படுவது."

நோயை மறந்து பாடஞ் சொன்னது

பிள்ளை யவர்கள் காலத்திற்குப் பிறகு ஒருமுறை மேற்கூறிய சவரிமுத்தா பிள்ளையிடம் பிள்ளை யவர்கள் இயற்றிய நூல்கள் சிலவற்றின் கையெழுத்துப் புத்தகங்களைப் பெறுவதற்கு நான் சென்றிருந்தேன். அப்பொழுது அவர் கூறிய செய்தி ஒன்று வருமாறு:

"ஒருசமயம் ஐயா அவர்கள் என்னுடைய வேண்டுகோளின்படி இங்கே வந்து சில நாட்கள் இருந்தார்கள். அப்பொழுது நான் *பெரியபுராணத்திற்* சில பகுதிகளைப் பாடங்கேட்டு வந்தேன். ஒரு நாள் நெடுநேரம் பாடஞ் சொல்லிக் கொண்டே வந்தார்கள். வர வர அவர்களுடைய சப்தம் பலமாயிற்று; கண்கள் சிவந்துதோன்றின. நெடுநேரம் ஆய்விட்டமையால், 'ஐயா அவர்கள் பூசைக்கு நேரமாயிற்றே' என்றேன். உடனே அவர்கள், 'உடம்பு ஒருவிதமாக இருக்கிறது; சுரம் வந்திருக்கிறதுபோல் தோற்றுகிறது' என்றார்கள். நான் அவர்கள் மார்பிற் கையை வைத்துப் பார்த்தேன்; கொதித்தது; சுரம் அதிகமாக வந்திருப்பது தெரிந்து, உடனே, 'நோயையே மறந்து பாடஞ்சொல்லி வந்தார்களே! இவர்களுக்கு நம்மேல் உள்ள அன்பின் அளவுதான் எவ்வளவு! பாடஞ்சொல்லுவதில் எல்லாவற்றையும் மறந்து ஒன்றியிருக்கும் இவர்களைப்போல யாராவது இருக்கிறார்களா?' என்று நினைந்து உருகினேன்."

இச்செய்தியைச் சொல்லியபொழுது சவரிமுத்தா பிள்ளைக்கு இடையறாமல் கண்ணீர் பெருகிக்கொண்டே யிருந்தது.

~ ~

அநுபந்தம் 3

தனிச்செய்யுட்கள்

கடவுள் வணக்கங்கள்

திருவலஞ்சுழி வெள்ளை விநாயகப்பெருமான்

(வஞ்சித்துறை)

1. வெள்ளை வாரணப், பிள்ளை யார்பதம்
உள்ளு வார்மனக், கள்ள மாறுமே.

திருக்கற்குடிமாமலைச் சிவபெருமான்

(ஆசிரியவிருத்தம்)

2. தலையானை முகற்பெறுமைந் தலையானை யரைக்கிசையத்
தரித்த புற்றோற்
கலையானை யமுதமதிக் கலையானைச் செஞ்சடைக்கா
டலைக்குங் கங்கை
அலையானை யிறந்துபிறந் தலையானைக் கடற்பிறந்த அடுநஞ்
சுண்ண
மலையானைக் கற்குடிமா மலையானை யனுதினமும் மனத்துள்
வைப்பாம்.

[தலை – தலைமை. புற்றோற்கலை – புலித்தோலாகிய ஆடை. மதிக்கலை – பிறை. உண்ண மலையானை – உண்ணுதற்கு மயங்காதவனை. இதில் அடிதோறும் மடக்கு அமைந்துள்ளது.]

திருப்பாதிரிப்புலியூர்ப் பெரியநாயகி யம்மை

(குறள் வெண்பா)

3. ஒண்பா திரிப்புலியூ ருட்பெரிய நாயகித்தாய்
தண்பாதப் போதே சரண்

திருவம்பர் வம்புவனப் பூங்குழல் நாயகி

(கீர்த்தனம்)

ராகம் - தர்பார்

பல்லவி

4. வம்புவனப் பூங்குழல்நின் அருளே – இந்த
மாநிலத்து மேனிலத்து மாறாத பொருளே.

அனுபல்லவி

அம்பரம ரெம்பரமா் ஐந்தொழில்பு ரிந்துகிளர்
நம்பமர்பெ ருந்துணையெ னும்படிகி ளர்ந்துவளர் (வம்பு)

[இக் கீர்த்தனத்தின் எஞ்சிய பகுதிகள் கிடைக்கவில்லை.]

(நாமாவளி)

5. பரமசை யோகவி நாயக ஆதி
படிக்கா சுத்திருப் பெயர்ச்சுயஞ் சோதி

6. சரவண பவசுர லோக வுதாரா
தற்பர ஞானவி னோத குமாரா.

7. அருவுரு வாகிய போதா திருவா
வடுதுறை மேவிய சற்குரு நாதா.

[திருஅம்பரில் பிள்ளையவர்கள் இருந்தபொழுது அங்கே பஜனை பண்ணிக்கொண்டிருந்த அன்பர்களின் வேண்டுகோளுக்கு இணங்கிச் சில நாமாவளிகள் இயற்றினார்கள். அவற்றுள் கிடைத்தவை இம்மூன்றே.]

~~

அன்பர்களைப் பாராட்டிய செய்யுட்கள்

அப்பாத்துரை முதலியார்

(வெண்பா)

8. தாணுமுடி மேலதுவுஞ் சங்கரிமுன் மேய்த்ததுவும்
பேணுஞ் சுவேதரையே பேசுவதும் – வாணிகர்கள்
வைப்பா யிருப்பதுவும் வந்தவரைக் கேட்பதுவும்
அப்பாத் துரைமுதலி யார்.

[இது நிரனிறையின்பாற்படும். தாணு – சிவபெருமான். சங்குஅரி – சங்கை உடைய திருமால். சுவேதர் – வெள்ளைக்காரர். வைப்பு – சேமநிதி. அப்பாத்துரை முதலியார் என்னும் தொடரை, அப்பு (நீர்), ஆ (பசு), துரை, முதல், யார் எனப் பிரித்து, தாணு முடிமேலது அப்பு, சங்கு அரி முன் மேய்த்தது ஆ, சுவேதரையே பேசுவது துரை, வாணிகர்கள் வைப்பாயிருப்பது முதல், வந்தவரைக் கேட்பது யார் என முறையே முடித்துக்கொள்க.]

ஆறுமுகத்தா பிள்ளை

தம் புத்தகத்தைப் பட்டீச்சுரம் ஆறுமுகத்தா பிள்ளை ஒளித்து வைத்தபோது அதனைத் தரவேண்டுமென்று சாமிநாத பண்டாரம் பாடியதாக இவர் இயற்றியளித்த செய்யுள்.

(ஆசிரியவிருத்தம்)

9. சீர்பூத்த புகழ்பெருத்த வாறுமுக பூபாலா செறிந்தோர் யார்க்கும்
பார்பூத்த சோறூட்டிப் புத்தகமும் ஈயவல்ல பண்ப னீயே
ஏர்பூத்த சந்தனப்பூச் சில்லையென்றாய் மேற்பூச்சென் றிருந்தேன் யானும்
வார்பூத்த புத்தகத்தை யொளித்தாயேல் வெளிப்படுத்த வல்லார் யாரே.

இராகவையங்கார்

(கட்டளைக் கலித்துறை)

10. வாரா கவன நகின்மா நிறங்கொண்ட மாதவன்றன்
பூரா கவனச மொத்தபொற் றாளிணை போதுதொறும்
ஏரா கவன மருச்சித் திறைஞ்சுது மெண்மறைதேர்
சீரா கவற்கெழிற் கல்வியுஞ் செல்வமுஞ் சித்திக்கவே.

[இராகவையங்கார்: பிள்ளையவர்கள் மாணாக்கர்களுள் ஒருவர். வார் ஆக வன்ன நகில்; வார் – கச்சு; ஆகம் – மார்பு. மா – இலக்குமியை. நிறம் – திருமார்பில். பூராக வனசம் – செந்தாமரை மலர்; பூ – பொலிவு; ராகம் – சிவப்பு. ஏராக – அழகாக. வனம் – திருத்துழாயால்.]

கோயிலூர்ச் சிதம்பர ஐயா

(கட்டளைக் கலித்துறை)

11. சீரார் கழனிச் சிதம்பர தேசிகன் செய்யகையால்
ஏரார் தரவருள் செய்மா நிதியையென் னென்றுரைக்கேன்
நீரார்சிந் தாமணி யென்கோ விரண்டு நிதியமென்கோ
ஆரார் தரவறி வாரவன் பேரரு ளாயினதே.

[இது கோயிலூர்ப் புராணம் இயற்றி அரங்கேற்றியபின்னர், சிதம்பர ஐயா ஸம்மானம் செய்தபொழுது பாடியது. கழனி – கோயிலூர்.]

தேவகோட்டை சிந்நயச் செட்டியார்

இவர் வன்றொண்டருடைய மாணாக்கர்; இவரைப் பார்த்தவுடனே பிள்ளை யவர்கள் சொல்லியது.

(வெண்பா)

12. வன்றொண்டன் வார்த்தை மரீஇயென் செவிவழிபுக்
கின்றொண்ட நீயமர்ந்தா யென்னிதயத் – தின்றொண்டன்
அல்லனென வோவெளிவந் தாய்சிந் நயவேளே
செல்லவிடு வேன்கொல்புறத் தே.

[இன்று ஒண்டன்; ஒண்டன் – ஒண்டியிருப்பவன்.]

சுப்பிரமணிய தம்பிரான்

(ஆசிரியவிருத்தம்)

13. வாதவூ ரடிகளுக்கு மாலியானைப் புரூரவா மன்னர் கோமான்
பேதமிலா கமப்படியே முன்னாளி னடத்தியவப் பெருவி ழாவை
ஏதமிலா கமப்படியே யிந்நாளு நடத்திவரும் இயல்பு பூண்ட
போதமலி துறைசையெஞ்சுப் பிரமணிய முனிவர்பிரான் புகழ்மேல் வாழ்க.

[இது திருப்பெருந்துறைப் புராணத்தின் இறுதிச் செய்யுளாக முதலில் இயற்றப்பட்டது.]

பக்கிள் துரை

திருநெல்வேலி ஜில்லா, தரம் பைஸல் கலெக்டராக இருந்த பக்கிள் துரைமீது சுப்பிரமணிய தேசிகர் விருப்பத்தின்படி பாடியவை.

(ஆசிரிய விருத்தம்)

14. மிக்குளபே ரிரக்கமுளாய் குடிகளெனும் பயிர்க்கினிய மேகம் போல்வாய்
இக்குளசா றெனவென்று நயமொழியே பேசிடுவாய் எக்கா லத்தும்
தக்குளகாட் சிக்கெளியாய் பெருஞ்சினத்துங் கையிகந்த தண்ட மில்லாய்
பக்கிளெனும் பெயருடையாய் நின்கீர்த்தி யெவராலும் பகரொ ணாதே. (i)

[இக்கு – கரும்பு. கை இகந்த – வரம்புகடந்த.]

15. மறிவில்பெருங் கீர்த்தியினான் பக்கிளெனும் பெயர்பூண்ட வளஞ்சான் மன்னன்
நெறிவழுவா காதவிதம் வரையனைத்துஞ் சாரல்மிக நிரம்பு மாறு
செறிவுபெறத் தருவொருவர் தறியாது வளர்த்துவரும் செய்கை யாலோர்
அறிவுயிரு மினையவெனில் மற்றையுயி ரெனையவெவர் அறைதற் பாலார். (ii)

16. நெடியபுகழ் படைத்தபக்கி ளெனும்வேந்த னடத்திவரு நீதி நோக்கிப்
படியமையும் பன்னாட்டுப் பலகுடியெ லாமொருதென் பாண்டி நாட்டே
குடியமையக் கொளனினைக்கு மிடம்போதா வண்ணமுளம் குறித்தன் னானே
தடிவதறத் தமக்குரிய நாட்டவரத் தவம்புரியுந் தவாம லன்றே. (iii)

17. இரவுவழி நடக்கலாங் கைநிறையப் பொருளேந்தி இவனாற் றீய
கரவுபுரி பவரொழிந்தார் கொலைஞருமெவ் வுயிரிடத்துங் கருணை செய்வர்
உரவுமழை முகின்மதியந் தொறுமுக்கா லுறப்பொழியும் உயர்ச்சி மேவப்
புரவுபுரி பக்கிள்மன்ன னதிகாரத் தெனிலவன்சீர் புகழ்வார் யாரே. (iv)

18. வாழ்ந்தோமென் றுரைப்பாரு மேன்மேலு நாமடைந்த வறுமை மாறப்
போழ்ந்தோமென் றுரைப்பாருஞ் செழித்தோமென் றுரைப்பாரும் பொருமல் தீர்ந்து
தாழ்ந்தோம்பே ரின்பத்தென் றுரைப்பாரு மல்லாமற் றாவாத் துன்பத்
தாழ்ந்தோமென் றுரைப்பார்க ளொருவரிலை பக்கிள்மன்னன் அதிகா ரத்தே. (v)

இராமநாதபுரம் பொன்னுசாமித் தேவர்

பொன்னுசாமித் தேவர், ஸ்ரீ சுப்பிரமணிய தேசிகரை மதுரைக்கு அழைத்துத் தம்முடைய பங்களாவில் எழுந்தருளச்செய்து மிகச்சிறப்பாக மகேசுவர பூஜை, பட்டணப் பிரவேசம் முதலியன செய்வித்ததையும் துதியாகச் சில பாடல்களை இயற்றி விண்ணப்பித்ததையும் அறிந்து அச்செயலைப் பாராட்டிப் பிள்ளை யவர்கள் பின்வரும் செய்யுட்களை இயற்றி எழுதியனுப்பினார்கள்.

(ஆசிரிய விருத்தம்)

19. கொந்துமலர்ப் பொழிற்றிருவா வடுதுறைச்சுப் பிரமணிய குரவ னந்நாள்
நந்துதன தடியரமு துணவிடமுண் டதையுணர்ந்து நயப்புற் றிந்நாள்
வந்துபல ரொடுமமுதே யுண்டுவக்கும் படிசெய்தாய் வண்மை யோருள்
முந்துபெருங் கொடைப்பொன்னுச் சாமிமன்னா நின்சீர்த்தி மொழிவார் யாரே. (i)

20. ஒருதிருவா வடுதுறைச்சுப் பிரமணிய தேசிகன்முன் ஒளிர்பொன் னாதிப்
பெருமலைவைத் திருந்துமென்பா திகள்புனைந்த பழிதீரப் பிறங்கு பொன்னால்
வருமணியா லலங்கரித்துத் திருநெடுமா லென்றுரைக்கும் வண்ணஞ் செய்தாய்
தருநிகருங் கொடைப்பொன்னுச் சாமிமகி பாவிதுவும் தகுதி யாமே. (ii)

21. சொன்னயமும் பொருணயமு மணிநயமுங் கற்பனையாச் சொல்லா நின்ற
நன்னயமுந் தொடைநயமும் வனப்புநய மும்பிறிது நாட்டா நிற்கும்
எந்நயமுஞ் சிற்சிலவே பிறர்க்கமையு நினக்கமைந்த எல்லா மென்னிற்
பன்னயமு முணர்பொன்னுச் சாமிமகி பாநினது பாட்டெற் றாமே. (iii)

22. செறிபொழிலா வடுதுறைச்சுப் பிரமணிய தேசிகனாம் சிவனை நாளும்
பொறிவளர்வண் டுவாதசாந் தத்தலத்து வரவழைத்துப் பூசை செய்தாய்
நறியமலர்த் தொடைத்தடந்தோட் பொன்னுச்சா மிச்சுகுண நரேந்த்ர நின்னை
அறிவின்மிகப் பெரியனென யாவருஞ்சொல் வாரதனுக் கைய மின்றே. (iv)

[துவாதசாந்தத் தலம் – மதுரை.]

வேங்கடாசாரியர்

திருநெல்வேலி, தரம் பைஸல் டிப்டி கலெக்டர் வேங்கடாசாரியர் மீது திருவாவடுதுறை ஸ்ரீ சுப்பிரமணிய தேசிகரவர்கள் கட்டளையின்படி செய்யப்பட்டவை.

(ஆசிரியவிருத்தம்)

23. அதிகாரந் தனக்களித்த வேந்தனுக்கு நட்டமுறா தவன்கோற் கீழாய்ப்
பிதிராத குடிகளுக்கு நட்டமுறா தாராய்ந்து பெருக நாடித்
திதியாளு மிருவர்களு மனமகிழ முறைநடத்துஞ் செல்வ னாய
மதிமேய வேங்கடா சாரியமால் போற்பிறர்க்கு வருத லாமோ. (i)

24. சொல்லாரும் பிரபலமா மதிகார நாடோறும் துணிபிற் செய்வார்
எல்லாரும் வேங்கடா சாரியைப்போற் பெருங்கீர்த்தி இயைந்தா ரல்லர்
வில்லாரு மஃதியையா விதமென்னை யென்றென்னை வினவு வீரேற்
பல்லாரும் புகழவுயர் கண்ணோட்ட மில்லாத பாவந் தானே. (ii)

25. பாடுதொழி லாளரெலா மிவன்புகழே பாடுதற்குப் படித்தோ மென்பார்
ஏடுகொள வுலகிலுள பனையனைத்தும் போதாவென் றிரங்கா நிற்பார்
காடுமலி பசுந்துழாய்க் கண்ணியா னடிக்கன்பு கலந்தோ னாய
நீடுகுண மலிவேங்க டாசாரி தன்பெருமை நினைந்து தானே. (iii)

26. உரவுமலி கடற்புடவி முழுதோம்பும் பெருங்கருணை உடைய கோமான்
அரவுமிசைப் படுப்பவனென் றவன்றரந்தேர்ந் தவற்புகழ்வோ னாத லாலே
கரவுதவிர் தரவேங்க டாசாரி தரந்தேரும் கடன்மை பூண்டு
விரவுபல குடிகளுக்கு முபகாரஞ் செய்வனெனின் விளம்ப லென்னே. (iv)

[தரம் தேரும் கடன்மை – நிலத்தின் தரம் அறிந்து வரிவிதிக்கும் உரிமை.]

முன்ஸீப் வேதநாயகம் பிள்ளை

வேதநாயகம் பிள்ளை திருவாவடுதுறைக்கு வந்து ஆதீனகர்த்தர் மீது சில செய்யுட்களை இயற்றிச் சொல்லிக்காட்டியபொழுது பிள்ளை யவர்கள் இயற்றியவை.

(கட்டளைக் கலித்துறை)

27. தருவேசிந் தாமணி யேயென்று பாவலர் சாற்றிடவும்
பொருவேது மின்றியுந் தானே தனக்கொத்துப் பூமிசையே
இருவே றுலகத் தியற்கைக் குறளை யெதிர்மறுத்து
வருவேத நாயக மானீடு வாழ்கவிம் மாநிலத்தே. (i)

28. தேனென் றெடுத்துப் புகல்கோ வடித்திடுந் தெள்ளமுதம்
தானென் றெடுத்துப் புகல்கோ சிறந்த தமிழ்ப்புலவோர்
வானென் றெடுத்துப் புகல்வேத நாயக மால்கவியை
நானென் றெடுத்துப் புகல்வோரு முண்டுகொல் நானிலத்தே. (ii)

~ ~

கடிதப் பாடல்கள்

பிள்ளை யவர்கள் எழுதிய கடிதங்களின் தலைப்பில் அமைத்த செய்யுட்களிற் சில வருமாறு. இவற்றிற்குரிய கடிதங்கள் கிடைக்கவில்லை.

அரியநாயகம் பிள்ளை

(கலி விருத்தம்)

29. அரிய நாயகம் பிள்ளை யவர்களுக்
குரிய காகித மொன்றுமா யூரமா
புரியி லேகல்வி போதிக்குஞ் சாலையில்
துரித மாகவே தோன்ற வருவதே.

கலியாணசோழபுரம் அருணாசலம் பிள்ளை

(ஆசிரிய விருத்தம்)

30. அலங்கொருகைத் துடியாற்ற லபயகரம் போற்றலழல் அனைத்து நீற்றல்
இலங்கொருதாண் மயக்கலினி தெடுத்ததா ளருளலிவை என்று மோங்கத்
துலங்கொளிச்சிற் றம்பலத்து நடநவிலு நவிலரும்வான் சோதி மேவி
மலங்குதலி லாமனத்து வள்ளலரு ணாசலவேள் மகிழ்ந்து காண்க.

[இச்செய்யுள் எழுதப்பட்ட காலம் ரௌத்திரி ஸ்ரீ மார்கழி மீ 30ஆம் தேதியென்று வேறு ஒரு கடிதத்தால் தெரிந்தது.]

கலியாணசோழபுரம் ஐயாறப்ப பிள்ளை

(விபவ ஸ்ரீ ஆனி மீ 12 உ)

31. மெய்யா றடைந்து, பொய்யா றகன்று
கையா றிரித்த, ஐயா றப்ப முகிலுக்கு.

சரவண பிள்ளை

(கொச்சகக் கலிப்பா)

32. உரைசிறந்த நயகுணனு முபகாரம் புரிதிறனும்
வரைசிறந்த புயத்தரசர் வழியொழுகு நுண்ணறிவும்
விரைசிறந்த பிரபலமு மேவுதலா லெஞ்ஞான்றும்
தரைசிறந்த சீர்படைத்த சரவணவே ளிதுகாண்க.

(இவர் மாயூரம் முதலிய இடங்களில் போலீஸ் இன்ஸ்பெக்டராக இருந்தவர்.)

கலியாணசோழபுரம் சிதம்பரம் பிள்ளை

(ஆசிரிய விருத்தம்)

33. சிவபெருமான் றிருவுருவ நோக்குபணி விழிக்காக்கிச் சிறந்த வந்த
நவவடிவோன் றிருநாம நவிற்றுமொரு பெரும்பணிநன் னாவிற் காக்கி
அவமிலவன் றிருவடிகள் சிந்திக்கும் பணியென்றும் அகத்துக் காக்கும்
தவமுடைய நயசுகுண சிதம்பரப்பேர் வள்ளலிது தகவிற் காண்க.

கோயிலூர் சிதம்பர ஐயா

(கொச்சகக் கலிப்பா)

34. இதம்பரவு பிரமசபை யிடத்தினிது வீற்றிருந்து
முதம்பரவப் பொழிதருகொண் மூவெனச்சொன் மழைபொழிந்து
பதம்பரவு மடியவர்க்குப் பாசமொழித் தின்பருளும்
சிதம்பரதே சிகவினிது திருக்கண்ணால் நோக்குகவே.

தரங்கம்பாடி வக்கீல் சௌந்தரநாயகம் பிள்ளை

(ஆசிரிய விருத்தம்)

35. சீர்பூத்த கல்வியறி வொழுக்கமுதற் பலவானுஞ் சிறப்புற் றோங்கி
நார்பூத்த தொன்றுதொடு நட்பினைப்பெட் புறநாளும் நனிபா ராட்டிப்
பார்பூத்த பெருங்கீர்த்திப் படாம்போர்த்தி யாவருக்கும் பயனா மேவும்
தார்பூத்த வரைத்தடந்தோட் சவுந்தரநா யகமகிபன் தகவிற் காண்க.

~~

வேறுவகைப் பாடல்கள்

திரு. பட்டாபிராம பிள்ளையின் விருப்பத்தின்படி பாடியளித்தவை.

(ஆசிரிய விருத்தம்)

36. நல்லொழுக்கந் தலைநின்றா னதுநிலைத்தற் காங்கலைகள் நயப்ப வோர்ந்தான்
இல்லொழுக்க மதுபூண்டான் றுறவொழுக்கந் தலையெடுத்தற் கியன்ற செய்வான்
புல்லொழுக்கம் பூண்டார்தம் முகம்பாரா னடுநிலைமை பொருந்தப் பார்ப்பான்
சொல்லொழுக்க மனைத்துமொரு வடிவுகொண்டா லெனப்பொலியுந் தூய னேயன். (i)

37. விளங்கதிகா ரத்தொடுகண் ணோட்டமுமுள் ளான்சிறப்பு மேன்மே னல்கும்
களங்கமின்ஞா னத்தினொடா சாரமுமுள் ளானளவாக் கவிக ளீனும்
வளங்கெழுமு கொடையினொடின் மொழியுமுளா னெஞ்ஞான்று மாறு றாது
துளங்கலிலாத் தெய்வபத்தி குடியிருக்கு மாலயமாம் சுமன முள்ளான். (ii)

38. விரும்பிருகண் டனக்கென்ன விராவுமிரு கனிட்டருளான் வெய்ய தீமை
அரும்புமழுக் காறாதி கனவிலுமில் லான்குடிகள் அனைத்தி னுக்கும்
பெரும்புகழ்சா லரசினுக்கு நன்மையே யுண்டாதல் பேணிச் செய்வான்
இரும்புவியோர் கொண்டாடும் பட்டாபி ராமனெனும் இயற்பே ருள்ளான். (iii)

39. இத்தகைய வள்ளலைப்பெற் றெடுத்தவனி யாவர்க்கும் இனிய சொல்வான்
உத்தமநற் குணங்களெல்லா முறைவதற்கோ ராலயமா உள்ளா னென்றும்
வித்தகமாற் கன்புள்ளான் வேங்கடா சலநாமம் விளங்கப் பூண்டான்
சத்தமையு மறம்பொருளின் பனுபவித்து முற்றியபின் தவத்தின் பேற்றால் (iv)

40. சீர்பூத்த விரோதிகிரு தாண்டிடப மதிப்பதினாற் றேதி நாளும்
ஏர்பூத்த மதிவார மபரபக்கந் துவாதசியாம் இனைய நாளில்
ஆர்பூத்த பிரகிருதிக் கப்பாலாம் விரசையெனும் ஆற்றை நீந்திப்
பார்பூத்த பரமபத மண்டபநித் தியசூரிப் படிவுற் றானே. (v)

41. இனையபுகழ் வேங்கடா சலமகிபன் மனைக்குரிமை இயையப் பூண்டாள்
புனையவரு மில்லறத்திற் காமெவையுங் காலத்தே பொருந்த வீட்டி
நனையமொழி யொடுயார்க்கும் பதமருத்திப் பசியவிக்கு நலத்தான் மிக்காள்
கனையவிருந் தவன்பணியே தலைக்கொண்டு மழைக்குதவும் கற்பு வாய்த்தாள். (vi)

42. பரவுபுகழ்ச் சின்னம்மை யெனும்பெயர்பூண் டவள்பிரசோற் பத்தி யாண்டில்
விரவுதுலா மதிப்பதினே ழாந்தேதிப் புதவார மேய தாகி
வரவுபயி லபரபக்கம் பஞ்சமியிற் றன்கொழுநன் மதித்துச் சென்ற
புரவுவைகுந் தத்துமுனம் புகன்றபடி புகுந்தின்பம் பொருந்தி னாளே. (vii)

~ ~

*சிறப்புப் பாயிரங்கள்

ஐயாத்துரை ஐயர்

(ஆசிரியவிருத்தம்)

43. சிறந்தவிரா மாயணசங் கிரகமிளஞ் சிறுவரெலாம் தெரியு மாசீர்
உறந்தபுக ழெல்லாக்கி முத்தையபூ பன்குலத்தில் உதித்த மேலோன்
அறந்தழுவு துரைசாமிக் குரிசில்சொல வங்ஙனமே அறைந்திட் டான்தோம்
மறந்தவள முக்குறும்பூர் வருமையாத் துரைப்பெயர்கொள் மறையோன் றானே.

(இராமாயண சங்கீரகம்)

சாமிநாத முதலியார்

(ஆசிரியவிருத்தம்)

44. கோடேந்து மிளநகிலார் குலவுமரங் கொளிர்மயிலை குலவு மெம்மான்
ஏடேந்து மிணைக்கழன்மே லுலகுள்ளோ ரேக்கமுத்தம் இயைந்து வாழச்
சேடேந்து சிவநேசன் சாமிநா தப்பெரியோன் செஞ்சொ லாற்றால்
பாடேந்து பதிற்றுப்பத் தந்தாதி சொனானவன்சீர் பகரொ ணாதே.

(மயிலைப் பதிற்றுப்பத்தந்தாதி – நள ஷ ஐப்பசி மீ)

திருப்பாதிரிப்புலியூர் சிவசிதம்பர முதலியார்

(ஆசிரியவிருத்தம்)

45. உரிய னாயகி யாதிநன் கடையவென் றுரைசெயப் பொலிநல்லா
சிரிய னாயகி பூண்பவர்க் கன்புடைச் சிவசிதம் பரவண்ணல்
புரிய னாயகி தந்தப வெனவருள் பொலிவட புலிசைச்சீர்ப்
பெரிய னாயகிக் கியற்றுசொன் மாலையைப் பெட்டவர் பெரியோரே.

(பெரியநாயகிமாலை, i)

[கியாதி – புகழ். நல் ஆசிரியனாய். அகி பூண்பவருக்கு – பாம்பை அணிபவராகிய சிவபெருமானுக்கு. அனாய் அகிதம் தப புரி – அன்னையே, அஹிதம் நீங்கும்படி செய்வாயாக. வடபுலிசை – திருப்பாதிரிப்புலியூர். பெட்டவர் – விரும்பியவர். இது திரிபாதலின் பெரியனாயகி என்பதில் 'நா' 'னா' ஆயிற்று.]

(வெண்பா)

46. உண்மைநல முற்றுமினி தோர்சிவசி தம்பரவேள்
திண்மைமதில் சூழ்பா திரிப்புலியூர் – ஒண்மைப்
பணிமாலை சூடும் பரமர்க் கிரட்டை
மணிமாலை சூட்டினனம் மா.

(திருப்பாதிரிப்புலியூர் இரட்டைமணிமாலை, ii)

---

* பின்வருபவை பின்பு கிடைத்தமையால் பிள்ளையவர்கள் பிரபந்தத்திரட்டிற் சேர்க்கப்படவில்லை.

(ஆசிரியவிருத்தம்)

47. முயலுமா தவரு மமரருஞ் சூழும் முதுபுகழ் வடபுலி சையிற்செம்
புயலுமா முகிலும் போலவெஞ் ஞான்றும் பொலியிரு முதுகுர வருக்கும்
இயலுமா சிரிய விருத்தமோர் பப்பத் தியற்றின னினைப்பொடு மொழியும்
செயலுமன் னவர்க்கே செலுத்திடு மேலோன் சிவசிதம் பரப்புல வோனே.

(ஸ்ரீ பாடலேசுவரர் ஆசிரிய விருத்தம், பெரியநாயகி ஆசிரிய விருத்தம், iii)

சுந்தரம் பிள்ளை

(ஆசிரிய விருத்தம்)

48. தந்தையென வரையகப்பெண் தழுவிநெடுங் கொக்கிறுத்துச் சயிலங் கைக்கொண்
டந்தமுறு தலையாறு கொண்டுவய லூர்மருவி அடியார்க் கின்பம்
சந்ததமுந் தருங்குமர வேளுக்கோ ரந்தாதி சாற்றி னானால்
கந்தமிகு தமிழுணர்ந்த சுந்தரநா வலனென்னுங் கருணை யோனே.

(வயலூர்ப் பதிற்றுப்பத்தந்தாதி)

[வரையகப் பெண் – மலையில் உள்ள பெண்ணாகிய வள்ளி, பார்வதி. கொக்கு – கொக்கென்னும் பறவை, மாமரம். சயிலம் – மலைகள், கைலை மலை. தலையாறு கொண்டு – ஆறு தலைகளைப்பெற்று, தலையிற் கங்கையாற்றைக்கொண்டு.]

~ ~

அநுபந்தம் 4

பிறர் வரைந்து அனுப்பிய கடிதங்கள்*

மேலகரம் சுப்பிரமணிய தேசிகர்

(சின்னப்பட்டத்தில் இருந்தபோது எழுதிய திருமுகம்)

உ

"சிவமயம்

"சுவாமிஅம்பலவாண சுவாமி திருவுளத்தினாலே இகபர சவுபாக்கிய வதான்னிய மூர்த்தன்னிய சதுஷ்டய சாதாரண திக்குவிஜய பிரபுகுல திலக மங்கள குணகணாலங்கிருத வாசாலக பரிபாக சிரோரத்ந மஹா புருஷச் செல்வச் சிரஞ்சீவி மஹாவித்துவான் மீனாட்சிசுந்தரம் பிள்ளை யவர்களுக்குச் சிவஞாநமுந் தீர்க்காயுளுஞ் சிந்தித மனோரத சித்தியுந் தேவகுருப் பிரசாதமுஞ் சகல பாக்கியமு மேன்மேலு முண்டாகுக.

நாளது விபவ ௵ மீனரவி 14 உ வரையும் தெய்வப் பொன்னித் திருநதி சூழ்ந்த நவகோடி சித்தவாசபுரமாகிய ஞானக்கோமுத்தி மாநகரத்தி லெம்மை யாண்ட ஞான சற்குருதேசிக சுவாமிகளாகிய மஹா சந்நிதானத் திருவடிநீழலின்கண் தங்களுடைய க்ஷேமாபி விருத்தியையே சதாகாலமும் பிரார்த்தித்து வசித்திருப்பதில் ஞானநடராஜர் பூசையு மஹேசுவர பூஜையும் வெகு சிறப்பாக நடந்துவருகின்றன. இவ்விடத்து வர்த்தமானங்களெல்லாம் இதற்கு முன்னெழுதியிருக்கிற லிகிதத்தாலுஞ் சுப்பு ஓதுவார் முகவசனத்தாலும் விசதமாகுமே. மேற்படி ஓதுவாரிட மனுப்பிய வலிய மேலெழுத்துப் பிள்ளை யவர்கள் லிகிதங்களுங் காகிதப் புஸ்தகங்களும் வந்து சேர்ந்த விவரமும் மஹாபுருஷச் செல்வச்

---

* பிள்ளை யவர்களுக்குப் பிறர் எழுதிய கடிதங்கள் சில எனக்குக் கிடைத்தன. அவற்றுள் முக்கியமான சில கடிதங்களும், சிலவற்றின் பகுதிகளும் இங்கே வெளியிடப்படுகின்றன.

சிரஞ்சீவி அப்பாத்துரை முதலியா ரவர்கள் பிரார்த்தனைப்படி நல்ல சுபதினத்தில் நாகைப்புராணம் அங்கேற்றி வருவதும் தெரிந்து கொண்டோம். வலிய மேலெழுத்துப் பிள்ளையவர்கள் செய்யுட்களைத் திருத்தியனுப்பி யிருப்பதில் இதுவரை சிறப்புப் பாயிரமு மமைத்தனுப்பி யிருக்கக்கூடுமே. அதற்குத் தொகையும் இதுவரை சேர்ந்திருக்கலாம். கந்தசாமி முதலியாருக்குக் காஞ்சிப் புராணம் முற்றுப்பெறச் செய்யும்படிக் கெழுதியதும் மற்றக் காரியாதிகளூந் தெரிய விவரமா யெழுதியனுப்ப வேண்டும். ஆவராணி மஹாபுருஷச் செல்வச் சிரஞ்சீவி முத்தைய பிள்ளை யவர்கள் இவ்விடந் தரிசனத்திற்கு வருவதில் அவரைப் போன்ற கனவான்களைப் பார்க்க நாமும் விருப்பத்தோ டெதிர்பார்த்திருக்கிறோம். ஆசாரிய சுவாமிகளை அவ்விடந் திருக்கூட்டத்தார்களுடன் தாங்களும் போய்க்கண்டு தரிசித்த விவரமுந்தெரிந்து மகிழ்ச்சியானோம். அவ்விடம் நம்முடைய மடத்து இரண்டு கொட்டடியையுந் திறந்து விடும்படி மஹாபுருஷச் செல்வச் சிரஞ்சீவி திருவாரூர் ஐயாப் பிள்ளை யவர்களுக்கும் எழுதி யனுப்பியிருக்கிறது. நமச்சிவாயத் தம்பிரானுந் திருவெண்ணெய்நல்லூரிலிருந்து இன்னும் வந்து சேரவில்லை. பனசைத் தம்பிரானும் இவ்விடத்தில் வந்து தரிசித்துக் கொண்டுபோயிற்று. காசி இரகசியத்தைப் பற்றியும் நாச்சியார் கோவில் முதலியாரவர்கள் . . . . . .மேற்படி சாஸ்திரியாரை யழைத்துக்கொண்டு வருவதாகவும் எழுதியிருக்கிறார்கள். வந்த விவரம் பின்பெழுதுவோம். மற்றுள்ளன பின்பு எழுதுவதாயிருக்கும். நமது இருதய முழுவது நிறைந்து நற்றவமனைத்துமோர் நவையிலா வுருப்பெற்ற குருபுத்திர சிரோமணியாய் விளங்குகின்ற தாங்கள் அரோக திடகாத்திரரா யிருந்தின்னும் பெரிதாயிருக்கிற திகந்த விஸ்ராந்த கீர்த்திப் பிரதாப ஜயகர பிரபல பெரும்பாக்கியங்க ளெல்லாம் மேன்மேலும் வந்து சிவக்ஷேத்ர குருக்ஷேத்தரங்களைப் பரிபாலனஞ்செய்து கொண்டிருக்க வேண்டுமென்று சிவபூஜா காலங்களிலும் மஹேஸ்வர பூஜை வேளைகளிலும் வேண்டிக்கொண்டிருக்கிறோம். மஹாசைசுவரிய விபூதியனுப்பினோம். வாங்கித் தரித்துக்கொண்டு நித்தியானந்த சிரஞ்சீவியாயிருந்து பெருவாழ்வில் வளர்ந்தேறி வரவேண்டும்.

அம்பலவாணர் துணை”

விலாஸம்

“இது, நாகபட்டினத்தில் மஹாபுருஷச் செல்வச் சிரஞ்சீவி நம தாதீன மஹாவித்துவான் மீனாட்சிசுந்தரம் பிள்ளை யவர்களுக்குக் கொடுக்கற்பாலது.”

~

[பெரியபட்டத்தில் இருந்தபொழுது எழுதிய திருமுகம்]

உ

“சிவமயம்

நாளது சுக்கில வருடங் கடகரவி 17ஆம் உ வரையும் ஞான நடராஜர் பூசையும் மகேசுவர பூஜையும் வெகுசிறப்பாக நடந்து வருகின்றன.

"புராணம் அரங்கேற்றி முடிவுசெய்துகொண்டு விரைவில் நாமதாதீனாந்தரங்கமான பத்திபுத்தி பாகப் பண்புரிமையிற் சிறந்த விவேக சிரோமணியாய் விளங்குகின்ற தாங்கள் இவ்விடம் வந்து நமது நேத்திரானந்தம் பெறச்செய்து கண்டு கலந்துகொள்வதை எதிர்பார்த்திருக்கிறோம். மற்றுள்ளன பின்பு எழுதுவதாக இருக்கும்.

"புராணம் முற்றுப்பெற்று வரும்போது மஹாபுருஷச் செல்வச் சிரஞ்சீவி ஓவர்சியர் முதலியா ரவர்களையும் அழைத்துக்கொண்டு வரவேண்டும்.

நமஸ்ஸிவாயம்."

~~

தி. சுப்பராய செட்டியார்

உ

"சிவமயம்

அருளொரு வுருவா மாரியன் கழற்கீழ்
மருளறப் புகுது மனங்குது கலித்தே

"தங்களைத் தரிசித்துவந்த செகநாத பிள்ளை முதலியோர் தங்கள் க்ஷேமலாபங்களையும் கருணையையும் சொல்லும்போது தங்களை எப்போது பார்ப்போமென்று மனம் பதையா நின்றது. அடியேன் பாவியாயிருந்ததனாலேதான் தங்களை விட்டுப் பிரியும்படி நேரிட்டதே தவிர வேறு அன்று.

இங்ஙனம்
தி. சுப்பராயன்
தங்களூழியன்"

விபவ தை. 5ஆம் உ
1869

சுப்பராய செட்டியார் பிள்ளையவர்களுக்கு எழுதும் கடிதங்கள் ஒவ்வொன்றிலும் குரு வணக்கமாக இவ்விரண்டடி அமைந்த ஒவ்வொரு செய்யுள் எழுதுவது வழக்கம். கிடைத்த சில கடிதங்களில் உள்ள செய்யுட்கள் வருமாறு:

1. சிந்தை யிருள்பருகிச் சேர்ந்தொளிரு மீனாட்சி
   சுந்தரமாஞ் செய்ய சுடர். (பிரபவ ௵ ஆடி மீ 28 உ)

2. தண்ணிய கருணை தந்தெனை யாண்ட
   புண்ணிய போதகன் பொலிந்துவா ழியவே. (விபவ ௵ புராட்டாசி மீ 16 உ)

3. குருபரன் றாளைக், கருதுவை மனனே. (விபவ ௵ மார்கழி மீ 19 உ)

4. எனையும் புலவ ரிருங்குழாத் தொருவனா
   நினைதரச் செய்தோ னிருசர ணினைகுவாம். (விபவ ௵ மாசி மீ 6 உ)

5. நீக்கமி லின்ப நிறுவுங் குருமணிதாள்
   ஆக்கமொடு சேர்வா ரகத்து. (சுக்கில ௵ சித்திரை மீ 2 உ)

6. என்பிழை பொறுத்தரு ளெழிற்குரு ராயன்
   தன்பத மலரிணை தழைத்துவா ழியவே. (சுக்கில ௵ வைகாசி மீ 5 உ)

7. குலவிய பெரும்புகழ்க் குருமணி யிணையடி
நிலவிய வுளத்திடை நினைதரு வாமே. (சுக்கில ஞு வைகாசிமீ 26 உ)

8. திருந்திய வுண்மைத் திறந்தரும் போதகன்
பொருந்திய பூங்கழற் போதுபுனை தரினே. (சுக்கில ஞு ஆனி மீ 3 உ)

~~

சாமிநாத தேசிகர்

உ

"சிவமயம்

"அன்புள்ள அம்மானவர்களுக்கு விண்ணப்பம்.

"இவ்விடத்தில் யாவரும் க்ஷேமம். அவ்விடத்திய க்ஷேமம் அறிவிக்கச் சொல்லவேண்டும். மணியார்டர் செய்தனுப்பிய கடிதத்திற்கும், பதில் வரவில்லையென்று மனவருத்தத்தோடு பின் எழுதிய கடிதத்திற்கும் பதில் வரவில்லை. இந்தக் கடிதங் கண்டவுடன் மணியார்டர் வந்து சேர்ந்த செய்திக்குப் பதிலெழுதச் சொல்ல வேண்டும். மணியார்டர் கெடு தப்பிப்போகுமுன் பணம் வாங்கிவிடவேண்டும். கடிதம் வந்து சேரும் என்ற நம்பிக்கையினால் இதை *நட்பயிட்டாக அனுப்பினேன்.

சுச்கில ஞு
ஆடி மீ 27 உ (1870)
திருவனந்தபுரம்

இங்ஙனம்
சி. சாமிநாத தேசிகன்."

விலாஸம்

"இது நாகபட்டினத்தில் வந்திருக்கும் தமிழ் வித்வான் திரிசிரபுரம் ம-ா-ா-ஸ்ரீ மீனாட்சிசுந்தரம் பிள்ளையவர்கள் சமுகத்திற் கொடுக்கப்படுவது."

~~

திருமங்கலக்குடி சேஷையங்கார்

உ

"ஸ்ரீமது சகலகுண சம்பன்ன அகண்டித லக்ஷ்மீ அலங்கிருத ஆசிருத ஜனரக்ஷக மகாமேரு சமான தீரர்களாகிய கனம்பொருந்திய மகாராஜமான்ய ராஜஸ்ரீ பிள்ளை யவர்கள் திவ்விய சமுகத்திற்கு ஆசிருதன் திருமங்கலக்குடி சேஷையங்கார் அநேக ஆசீர்வாதம்.

"இவ்விடம் தஞ்சையில் தங்கள் பெருங்கருணையால் க்ஷேமமாயிருக்கின்றேன். தங்கள் க்ஷேம சுபாதிசயங்கட் கெழுதியனுப்பும்படி உத்தரவுசெய்யப் பிரார்த்திக்கின்றேன். தாங்களன்புடன் வரைந்தனுப்பிய நாளது மாதம் 2 உ உள்ள கடிதம் கிடைத்தது. கோயிலுக்கும் இதற்குமா யலைந்து கொண்டிருந்ததால் பங்கியனுப்பத் தவக்கப்பட்டது. அதை மன்னிக்க வேண்டும். †இவ்விடம் வேந்திருக்கைக் கலைமகள் விளக்க

---

* not paid ஆக

† தஞ்சை அரண்மனைச் சரஸ்வதி மகால் புத்தகசாலை.

இல்லிடத்திலிருந்து எழுதுவித்த ஸ்ரீஅம்பர் க்ஷேத்திர புராணக் கிரந்த புத்தகம் 1–க்கு ஏடு 40; ஷை புத்தகத்தை இத்துடன் பங்கி மார்க்கமாய்த் தங்களிடத்திற்கு அனுப்பியிருக்கிறேன். வந்து சேர்ந்ததற்குப் பதில் கடிதமனுப்பப் பிரார்த்திக்கிறேன். சென்னையிலிருந்து ஹைகோர்ட்டு வக்கீல் ஸ்ரீநிவாசாசாரியரும், மற்றொரு துரையும் தரும நூல் சில வேண்டி அங்ஙனம் பெருநீதியிடத்து உத்தரவு இவ்விடம் கலெக்டருக்குப் பெற்றுவந்து ஒரு திங்கள் பிரயாசைப்பட்டுப் பார்த்தும் அகப்படாமையாற் போய்விட்டார்கள். பின்னும் மாயூரம் கலெ.அவர்கள் சில ஸ்தலக் கிரந்தங்களைத் தாம் பார்க்கவேண்டி 200–கிரந்தங்களைக் குறித்து அனுப்ப 40–கிரந்தம் அகப்பட்டு எடுத்து வைக்கப்பட்டிருக்கின்றன. இப்படியாய் இன்னவின்ன பக்கத்திலிருக்கிற தென்றறிய ஒரு நூறு அசாமிகளாய் ஒரு ஆண்டு பிரயாசைப்படினும் அமையாத மிகுதியுள்ளதாயும் பகிரங்கத்திற் கிடைக்கக்கூடாமல் பிரைவேட்டிலாக வேண்டியதாயுமிருந்தும், அத்தல மகாதேவனருளினாலும், கனம்பொருந்திய தங்கள் கீர்த்திப் பிரதாபத்தினாலும் இப்படிப்பட்ட அருமையான தல அபிமானிகள் முப்பணிகளிற் சிறந்தபணி யிஃதேயென்று கருதித் துணிந்த பத்திப் பொருளினாலுமே இந்தக் கிரந்தம் அகப்பட்டதேயன்றி, ஏகதேசம் வழங்கிய பொருட் செலவினாலென்று நினைக்கத் தகாது. வெகு பிரயாசைப்பட்டு 4–மாத காலமாய்ப் பரிசீலனை செய்து பார்த்ததில் இனி யகப்படாதென்றே நினைத்துவிட்டோம். ஏதோ அகஸ்மாத்தாய் ஒரு பெரும் புத்தகத்தின் மத்தியிலிருப்பதாய்ப் பார்த்து வந்ததில் அகப்பட்டது. ரூ. 20 செலவாயிருக்கிறது. பிராயாசைப்பட்ட பிராமணருக்கு உயர்ந்த *பட்டம் தருவதாயுஞ் சொல்லியிருக்கிறேன். இந்தச் சங்கதியை அத்தல அபிமானிகளுக்குச் சொல்லி அவ்வேதியருக்கு நடப்பித்தால் மிக்க புண்ணியமாகும்.

சுக்கில ௵	இங்ஙனம்
மார்கழி ௴ 7 ௳	தங்களாசிருதன்,
தஞ்சை	தி. சேஷையங்கார்.”

“இந்தப் பங்கியை ரயில் ஸ்டேஷனில் வந்து வாங்கிக்கொள்ளச் செய்ய வேண்டும்.”

விலாஸம்

“இது நாகபட்டினம் கட்டியப்பர் கோவில் சந்நிதானம் திருவாவடுதுறை மடத்தில் விஜயமாயிருக்கிற திரிசிரபுரம் மகாவித்துவான் ம-ா-ா-ஸ்ரீ மீனாக்ஷிசுந்தரம் பிள்ளை யவர்கள் திவ்விய சமுகத்திற்கு வருவது.”

~ ~

* பட்டம் – ஆடை.

அநுபந்தம் 5

பாராட்டு

மாணாக்கர் முதலியவர்கள் இயற்றிய சிறப்புப் பாயிரச் செய்யுட்கள் முதலியவற்றில் இவரைப் பாராட்டிய பகுதிகள் வருமாறு:

அழகிரிசாமி நாயகர்

துங்கநற் குணமீ னாட்சிசுந் தரனென்
தோமறுத் தருள்செய்தே சிகனே.

(சித்திரச் சத்திரப் புகழ்ச்சிமாலை)

ஆறுமுகத் தம்பிரான்

எங்கடுறை சையையடைந்தம் பலவாண தேவனடி இனிது சூட்டத்
துங்கமுடி வாய்ந்துசிவ ஞானகலை யகங்கைநெல்லித் தோற்றத் தாய்ந்து
கங்கைதரித் தருள்சடையோன் பலதலத்து மான்மியந்தன் கருத்தி
னோர்ந்து
சங்கையில்செந் தமிழின்மொழி பெயர்த்தியற்றுங் கடப்பாட்டிற்
றலைமை யானோன்.

மின்னுமர னடியன்றிக் கனவிலும்வே றெண்ணாத விரதம் பூண்டோன்
இன்னுமெம்போ லியர்பலருக் கிலக்கியமு மிலக்கணமும் எளிது
தந்தோன்
அன்னவவ்பேர் மீனாட்சி சுந்தரநா வலவனென ஆய்ந்தோர் யாரும்
பன்னுபுகழ் பூதலமு மீதலமும் பாதலமும் பரவ நின்றோன்.

(சேக்கிழார் பிள்ளைத்தமிழ்)

காஞ்சீபுரம் இரகுநாதையர்

பொன்னனைய மலர்க்கடுக்கைச் சடிலவா னவன்போற்
புலவர்களின் முதலானோன் புனிதனைப்போற் றுதலிற்
றன்னிகர்தா னாயவன்மீ னாட்சிசுந் தரமால்.

(சித்திரச் சத்திரப் புகழ்ச்சிமாலை)

திருஎவ்வுளூர் இராமசாமி செட்டியார்

விதிமருவு சகலகலை யுணரும்வித ரணவிபவ வித்வஜன சேகரனிதம்
மேதகுஞ் சீர்கொண்ட திரிசிர புரத்தினான் மீனாட்சி சுந்தரப்போ் விசயன்.
(காசிரகசியம்)

இராமசாமி பிள்ளை

எளியேன் றீமை, மண்ணியசீர் மீனாட்சிசுந்தர தேசிகன்.
(சித்திரச் சத்திரப் புகழ்ச்சிமாலை)

காஞ்சீபுரம் இராமாநுஜ பிள்ளை

அருஞ்சிர புரஞ்செய் மாதவத் துதித்த
அண்ணல்செந் தமிழ்க்குயா் கந்தன்
அவிர்பதி பசுபா சப்பொருண் முடிபை
அடியடைந் தவர்க்கரு டீயன்
அறஞ்செய்மீ னாட்சி சுந்தரப் பெயர்கொ ளறிஞன்.
(சித்திரச் சத்திரப் புகழ்ச்சிமாலை)

ஆறைமாநகர் ஐயாசாமி முதலியார்

பவமிலார் துதிக்குந் தமிழ்க்கட லுண்டு
பாவல ரெனும்பயிர் தழைக்கப்
பனூன்மழை பொழிமீ னாட்சிசுந் தரப்போ்
படைத்திடு கருணைமா முகிலே. (சித்திரச் சத்திரப் புகழ்ச்சிமாலை)

நாகபட்டினம் இராம - அ. கிருஷ்ணசாமி உபாத்தியாயர்

பேரெட்டா மீனாட்சி சுந்தரவே ளெனவுலகம் பேச மேவி
ஈரெட்டாண் டினுக்குளிலக் கியக்கடனீத் திலக்கணவா ரிதியை யெற்றிச்
சீரெட்டா மூர்த்தனெழிற் கைலாய பரம்பரையாம் செல்வம் வாய்ந்த
காரெட்டா விகளடருந் தண்டுறைசை மடாலயத்தைக் கலந்து நாடி.

அறந்தழீஇ யமருமெய்யம் பலவாண தேசிகன்பால் அரிய ஞானத்
திறந்தழைக்குங் கலைமுழுதுஞ் செவ்விதினோர்ந் துயர்தீக்கைத் திருவ நீடி
நிறந்தழைக்குந் தமிழ்ச்சங்க மெவ்விடத்து நிறுவியருள் நிமலன் றாளுக்
கிறந்துபடாப் பாமாலைப் பல்வகைய பிரபந்தம் இசைத்துப் போற்றி.
(திருநாகைக் காரோணப் புராணம்)

குப்பு முத்தா பிள்ளை

எனையாண், ஞானநன் மணிமீ னாட்சிசுந் தரப்போ் நாவலன்.

தண்டமிழ்க் குருமீ னாட்சிசுந் தரமால்.

.... புலமை முதிருமீ னாட்சிசுந் தரப்போ் எந்தை.

.... மன்னு மின்பம்
நல்குதமிழ்த் தேசிகனெம் மீனாட்சி சுந்தரப்போ் நாதன்.
(சித்திரச் சத்திரப் புகழ்ச்சிமாலை)

காஞ்சீபுரம் சபாபதி முதலியார்

.... அகிலாண்ட வல்லி
புங்கமுறு கின்றபிள் ளைக்கவிதை யாமமுது
புலவர்மகிழ் கொண்டருந்தப்

பொற்புட னளித்தனன் மீனாட்சி சுந்தரப்
பொன்னிறங் கொண்ட மாலே. (அகிலாண்டநாயகி பிள்ளைத்தமிழ்)

புரசை சபாபதி முதலியார்

... சிவநெறி சற்றும் பிறழ்விலாக்
குரிசில் திரிசிர புரமுறை புனிதன்
....
நளிகடற் றிசைதொறும் நனிதன் னிசைநிறூஉ
மேனாட் பெருந்தமிழ் விரகரும் விழைதகு
மீனாட்சி சுந்தர விற்பன சிகாமணி
ஓதுமா வடுதுறை யாதீன வித்துவான். (காசிரகசியம்)

புதுவை சவராயலு நாயகர்

மீனாட்சி சுந்தரவென் னாசான்.

மீனாட்சி சுந்தர தேசிகன்.

... முக்கணன் வாழிதயனிந்த
மண்கணுற்றோர் தொழுதேத்தெம் மீனாட்சி சுந்தரமால்.

ஏர்குடிகொண் டோங்கிவளர் மீனாட்சி சுந்தரப்பே ரெங்க ளாசான்.

... தடமலி சிராமலை தனில்வாழ்,
தகுதிபெற் றொளிர்செந் தமிழ்முனி யென்னத் தக்கமீ னாட்சிசுந் தரமால்.

தேசுற வொளிருஞ் சிரகிரி வாணன்
நற்குண மேன்மை நல்லொழுக் குடைமை
பொற்புறு வாய்மை பொலிவுறு தூய்மை
புண்ணியஞ் சீலம் பொறைநிறை தேற்றம்
உண்ணிறை யறிவிவை யொருங்கு திரண்டு
வந்தென வொளிரு மாதவப் புனிதன். (சித்திரச் சத்திரப் புகழ்ச்சிமாலை)

சவேரிநாத பிள்ளை

புண்ணியமென் கோபொறையே பொருவிலா வடிவெடுத்த புதுமை யென்கோ
கண்ணியவின் தமிழ்மொழிசெய் நற்றவத்தின் பயனென்கோ கருது வார்க்குள்
அண்ணியமா விருளகற்றி யருண்ஞான விளக்கென்கோ அறையப் புக்கால்
நண்ணியபல் படியுநீத் தவிர்கின்ற திருமேனி நயந்து ளானால்.

அலரடியி லிடுவாரு மகநெக்கு நெக்குருகி அருளா யென்றே
புலர்வுறநாத் துதிப்பாரும் பொன்னடியே புகலென்று புகன்று நாளும்
உலர்வறவந் தடைவாரு முளராக வடியேற்கும் உணர்வு கூட்டிக்
கலர்காணாக் கழனோர்ந்து கடைக்கணித்தாட் கொண்டவொரு கருணை மூர்த்தி.

சீர்பூத்த நாவலருங் காவலருஞ் செழுமறைதேர் திறலு ளாரும்
நார்பூத்த ஞானநிறை மாதவரும் போதவரும் நாளும் போற்றப்
பார்பூத்த நம்பெருமான் பஃறலமான் மியந்தமிழாற் பாட வல்லான்
வார்பூத்த சிரகிரிவாழ் மீனாட்சி சுந்தரநா வலவ ரேறே. (திருவம்பாப் புராணம்)

திருவீழிமிழலை சாமிநாத கவிராயர்

தொல்காப் பியமும் பல்காப் பியமுமாம்
இலக்கண விலக்கிய மெனும்பெருங் கடலிற்
றிளைத்தினி தாடுஞ் செந்தமிழ்க் குஞ்சரம்
மடிமையேன் போல்வார் மனத்திரு ளகல

அருளொளி விடுத்துநல் லறிவை விளக்க
வந்த ஞான வரோதயப் பருதி
தென்பான் மலயத் திருமுனி யிருந்தாங்
கன்பார் வடபாற் கருண்முனி யானோன்
சைவசித் தாந்தத் தனிப்பெருஞ் சாகரம்
பொய்ம்மை யில்லாப் புலவர் சிகாமணி
கல்லாக் கலராங் கரிகளை வெல்ல
வல்ல வீர வாளரிக் குருளை
கங்கைச் சடையெங் கண்ணுதற் பெருமான்
வடாது கைலையாம் வரையினை யொரீஇத்
தெனாது கைலையாஞ் சிரகிரி யதனிற்
றமிழ்க்கர சியற்றத் தான்வந் ததுபோற்
றானாட்சி யாகிய தலைவன்
மீனாட்சி சுந்தர விமலநா வலனே.

. . . திருச்சிரா மலையில் வாழெந்தை யருள்சேர்
மாட்சிமை விளங்குமீ னாட்சிசுந் தரமுகில்.

நீர்கொண்ட வேணிக் கறைக்கந்த ரத்தெந்தை நிலவுஞ் சிராமலையிடை
நிலைமைசேர் செந்தமிழ்ப் புலமையை நடாத்திநெறி நீதிசெய வந்தகோமான்
ஏர்கொண்ட தண்டா மரைத்திரு வடிக்கடிமை யென்னவெனை யாண்டபெம்மான்
இருநிலம் பரவுமீ னாட்சிசுந் தரனென்னு மினியநா வலவரேறே.

மருத்திகழ் கமல முகத்தினா ருலவு மாடநீ டிரிசிரா மலையின்
வழுத்தரும் புகழ்மீ னாட்சிசுந் தரமால் வஞ்சனே னெஞ்சகச் சிலையிற்
குருத்தினி தலருந் தாமரைத் தாளன்.

தூநிலாத் தவழுஞ் சிரிகிரி யதனிற்
றுளவணி யலங்கலாற் பொருவும்
சொல்லரும் புகழ்மீ னாட்சிசுந் தரப்போத்
தூயநா வலர்சிகா மணியே.

ஆரணி சடிலத் தெந்தைவீற் றிருக்கும்
அருட்சிரா மலையில்வா ழெம்மான்
அருந்தமிழ்க் கிறைமீ னாட்சிசுந் தரமால்.

. . . . துயர்மாற் றிடுஞ்சீர்ச் சிரகிரியிற் தங்கும் புகழ்நற் செந்தமிழ்க்குத்
தலைமைப் புலமை நடத்துபெருந் தகைமீ னாட்சி சுந்தரமால்.
(சித்திரச் சத்திரப் புகழ்ச்சிமாலை)

சி. சாமிநாத தேசிகர்

சீர்கொண்ட சிதம்பரமால் செய்தவத்தின் மலைவிளக்கிற் சிறக்கத் தோன்றிப்
பார்கொண்ட புகழ்முழுது மொருபோர்வை யெனப்போர்த்த பண்பின் மிக்க
ஏர்கொண்ட மீனாட்சி சுந்தரவேள். (திருக்குடந்தைத் திரிபந்தாதி)

உ.வே. சாமிநாதையர்

அத்தகைய பெருங்கீர்த்திக் கவிநாதன் யாவனெனின் அமலை யோடும்
நித்தனுறை பலதலமான் மியமினிய செந்தமிழில் நிகழ்த்தி னோனங்
கைத்தலவா மலகமெனத் தனையடைந்தோர் பலர்க்குமின்ன கால மென்னா
தெத்தகைய பெருநூலு மெளிதுணர்த்திப் பயனு றுத்தும் இணையி லாதோன்.

அருத்திமிகு மெனையருகி லிருத்தியருந் தமிழ்நூல்கள் அறைந்து பின்னர்த்
திருத்துறைசை யமர்தருசுப் பிரமணிய வருட்கடலின் திருமுன் சாரப்

பொருத்தியனை யான்கருணைக் கிலக்காக்கி யிருபயனும் பொருந்தச் செய்தோன்
மருத்தபொழிற் சிரகிரிவாழ் மீனாட்சி சுந்தரநா வலவ ரேறே.

(உறையூர்ப் புராணம்)

எண்ணிய பலவு மாணவர்க் கன்பி னீந்திடு நிதிதமிழ் விளங்க
நண்ணிய புகழ்மீ னாட்சிசுந் தரநன் னாவலன்.

தேனாட்சி செய்கவி யானின் செயன்முற்றுஞ் செப்புமுன்னே
மீனாட்சி சுந்தர வள்ளலை யெங்கள் விழுப்பொருளை
வானாட்சி செய்யப் புரிந்ததென் னோமன் வடிவுகொடு
தானாட்சி செய்திரு வாரூர்த் தியாகசிந் தாமணியே.

(தியாகராசலீலை முகவுரை)

பூமலி துணர்ச்சினைக் காமலி கூலப்
பொன்னிமா நதிபாய் சென்னிநாட் டிடைவளம்
நிறையூ ராய வுறையூர்க் குணபாற்
கருமுதிர்ந் தயர்வுறு மொருமக ளஞரறத்
தாயான செல்வந் திரிசிரா மலையில்
உதித்தொளி மிகுத்தே கதித்துறு மணியும்
மலர்தொறு நறவுகொள் வண்டின மேய்ப்பப்
பலரிடைக் கல்வி பயின்றோங் கண்ணலும்
யாவரு மென்று மேவரும் புலமை
வாய்ந்துநூல் பலமிக வாய்ந்துகிள ரேந்தலும்
சுவைசெறி பனுவல்க ளவைபல வியப்ப
எளிதிற் பாடிய வளிகிளர் குரிசிலும்
புவித்தலம் வியப்பச் சிவத்தல புராணம்
பலசெய் தோங்குசீர் படைத்தசீ ரியனும்
நலமா ணாக்கர் பலபேர்ப் புரந்தே
அன்னர் குழாத்திடை நன்னர் மேவி
நூல்பல பயிற்றிச் சால்புறு பெரியனும்
அருத்திகூ ரெனையரு கிருத்திநூல் பலசொற்
றல்ல லகற்றிய நல்லிசைப் புலவனும்
நன்றிபா ராட்டுநர் நடுநா யகமும்
நிலமலை நிறைகோல் மலர்நிக ராய
மாட்சிசால் புகழ்மீ னாட்சிசுந் தரப்பேர்
உடையனுங் குவளைத் தொடையனுஞ் சுவைசெறி
இதிலுள நூலெலா மியம்புமா கவிஞனும்.

(பிள்ளையவர்கள் பிரபந்தத்திரட்டு, உரிமையுரை)

சென்னை சின்னசாமி பிள்ளை

மலையமுனி தவப்பேறோ கலைமகளின் தவப்பேறோ மறிநீர் வைப்பிற்
றலைமைபெறு மிவன்சனன மெனப்பலபிள் ளைத்தமிழைச் சாற்றும் வல்லோன்
குலைவில்புகழ் மீனாட்சி சுந்தரநா வலரேறு.

(மங்களாம்பிகை பிள்ளைத்தமிழ்)

சுந்தரம் பிள்ளை

.............நளிர்சிர புரத்தில் வந்த
ஞானசம் பந்தனிகர் மீனாட்சிசுந்தரந லாரியன்.

அடியார், கண்ணிய தருண்மீ னாட்சிசுந்தரநங் கடவுள்.

நாற்கவிக் கிறைமீனாட்சி சுந்தரன்.

என், அல்லறீர்த் தாண்மீ னாட்சி சுந்தரமால்.

மெய்ஞ்ஞானக் கடலெனையாண் மீனாட்சி சுந்தரமால்.

(சித்திரச் சத்திரப் புகழ்ச்சிமாலை)

தி. சுப்பராய செட்டியார்

மின்னுமணிக் குடந்தையுமை தமிழைச் சொன்ன
மீனாட்சி சுந்தரநா வல்லோன் றன்பாற்
றன்னமில்சீர்த் தலைமைதழைத் தோங்கும் பிள்ளைத்
தமிழ்பிள்ளைத் தமிழாகித் தயங்கிற் றன்றே.

(மங்களாம்பிகை பிள்ளைத் தமிழ்)

பெரும்பொரு ளுளார்க்கே பெரும்பொரு ளூறல்போல்
ஈண்டுபுகழ் செறிய வாண்டுவரு பெரியோன்
பிறைமுடிப் பெம்மா னுறைதரப் பெற்ற
நறையூர் பொழில்சூ ழுறையூர்ப் புராணமும்
சுரும்புபடிந் துண்ண வரும்புக டோறும்
மட்டவிழ் குறுக்கைவீ ரட்டப் புராணமும்
உற்ற பவஞ்சப் பற்றகன் றவர்பலர்
துற்றொளிர் வாளொளி புற்றூர்ப் புராணமும்
உடைத்தெழும் வயன்மடை யடைத்திடக் கருப்புக்
கட்டி யிடும்விளத் தொட்டிப் புராணமும்
சேற்றூர் விளைவய லாற்றூர்ப் புராணமும்
எயிலை யுடுத்தொளிர் மயிலைப் புராணமும்
கமலைத் தியாக ரமல லீலையும்
ஊழியும் பேராக் காழிக் கோவையும்
எருதூர் பரனிடை மருதூ ருலாவும்
மேவுபுக ழானைக் காவி னிடத்தருள்
பூண்டமர்ந் தருளகி லாண்டநா யகிக்கும்
உருத்தவத் துறைதெறுந் திருத்தவத் துறைவளர்
கருப்புகல் கடிபெருந் திருப்பிராட் டிக்கும்
முன்னவி லுறையூர் மன்னிய வடியவர்
ஏந்திமதி யமைக்குங் காந்திமதி யுமைக்கும்
தருப்பெரு மணந்தரு திருப்பெரு மணத்துறை
போற்றுவார்க் கருடரு நீற்றுமை யவட்கும்
பெருவிடைப் பரனரு டிருவிடைக் கழியமர்
தருமரு கனுக்குந் திருமுரு கனுக்கும்
காவடுத் துறைதிரு வாவடு துறையில்
நம்பல மாக நயந்தெழுந் தருளும்
அம்பல வாண வருட்குரு பரற்கும்
பெருநயந் துவன்றிய பிள்ளைத் தமிழும்
அரதனா சலத்துறை வரதனுக் கும்மேற்
சொன்னகுரு பரற்கும் பன்னுகலம் பகமும்
விற்குடி கொளுமுடிக் கற்குடிப் பரற்கும்
இதம்புகல் கலைசைச் சிதம்பரேச் சுரற்கும்
சொற்றவா னைக்கா வுற்றவன் னைக்கும்
தருமையில் வளர்தருஞ் சச்சிதா னந்த
குருபர னுக்குமோர் தருதமிழ் மாலையும்
அறைதுறை சையுமரு ணிறைசிராப் பள்ளியும்
அமரம லற்குநல் யமக வந்தாதியும்
நீலி வனத்துறை நிமலனுக் கும்முரற்
காலிப வனத்துமுக் கட்பரஞ் சுடர்க்கும்
விரிபொருள் கிடந்த திரிபந் தாதியும்

சீருறை பூவா ளூருறை யரற்கும்
நாருறை யூறை நண்ணிய பரற்கும்
தண்டபா ணிக்கும் வண்டமிழ் மதுரை
ஞானசம் பந்த நற்றே சிகற்கும்
உத்தமப் பதிற்றுப் பத்தந் தாதியும்
நறும்பலாச் சோலை யெறும்பி யூரின்
மேவுசோ திக்குவெண் பாவந் தாதியும்
நவின்றமா மதுரையிற் கவின்றருள் ஞானசம்
பந்ததே சிகற்கா னந்தக் களிப்பும்
ஒருகவி யேனு மொழிதர லின்றி
இருளகன் றொளிரு மெல்லாக் கவிகளும்
சொன்னலம் பொருணலஞ் சுவைமிகு பத்திமை
நன்னலம் பல்லணி நலங்கள் செறிந்து
முழங்குற வெளிதின் மொழிபெரு நாவலன்
குலத்திற் குடியிற் குணத்திற் குறையா
நலத்தின் மாண்பி னகுசிவ பத்தியில்
வாய்மையிற் பொறையின் மலிதரு நிறையிற்
றூய்மையிற் கொடையிற் றுகளரு நீதியின்
மயங்குறு பிறப்பி லுயங்கெனை யாண்ட
தயங்குபே ரருளிற் றலைமைபெற் றுயர்ந்தோன்
சந்த மலிந்த செந்தமிழ்க் கரசா
வந்தமீ னாட்சி சுந்தர வாரியன். (திருத்தில்லை யமகவந்தாதி)

மூர்த்திதலந் தீர்த்தமான் மியமுமந்த மூர்த்தியருண் முறையுங் குன்றா
தார்த்திகொள்பா யிரமுதலா நைமிசம்வா ழறவர்பூ சித்த தீறாப்
பாத்தியபஃ றுறைப்படுபா வாற்புலவ ரியற்றுநூற் பண்பு தேர்வான்
சேர்த்தியநன் னிறைகோலாப் பலசெய்தோன் புராணமொன்று செய்தா னன்றே.

அன்னவன்யா ரெனினறைதுங் கேண்மினக லிடத்தளவாக் கல்வி யொன்றாற்
றன்னனைய ருளரெனினும் பொறையினாற் றனக்குநிகர் தானாக் கற்றோன்
பொன்னனைய கவிபாடும் புலமையினாற் பாடுநரும் புவியி லுண்டோ
என்னெனயா முரைப்பமெனப் புலவர்தம்மு ளெடுத்துரைப்பப் பாடத் தேர்ந்தோன்.

சின்னூலி னுணர்ச்சியுளோ ரஃதிலோர் செவிதெவிட்டச் செறிந்து கேட்பிற்
பன்னூலு நனியுணர்ந்தோ ரிவரெனயா வருமதிப்பப் பழுத்த செஞ்சொல்
முன்னூலும் பின்னூலுந் தலையெடுப்பப் பிரசங்க மொழிய வல்லோன்
எந்நூலு மிவன்பினெவர் மொழியவல்லா ரெனக்கற்றோர் இசைப்ப மிக்கோன்.

அருள்கனிந்த பரசிவமே பொருளெனத்தேர்ந் துலகனைத்தும் அருகா துய்யத்
தெருள்கனிந்த சைவநெறி நடையாலு முரையாலும் தெரிக்குந் தூயோன்
இருள்கனிந்த வென்மனத்து மிடையறா தொளிபரப்பி இருப்போன் கங்கைப்
பொருள்கனிந்த குலதீபன் மீனாட்சி சுந்தரனாம் புலவ ரேறே.
(திருநாகைக் காரோணப் புராணம்)

சி. தியாகராச செட்டியார்

நீரேறு செஞ்சடில நின்மலனே பதியென்று நிலவச் சாற்றும்
நாரேறு ஞானகலை முதலியநற் கலைபலவு நன்கு தேர்ந்தோன்
காரேறு மகத்தெனையுங் கற்றோர்சே ரவைக்களத்தோர் கடையிற் சேர்த்தோன்
சீரேறு மீனாட்சி சுந்தரநா வலரேறு. (திருவெண்ணீற்றுமை பிள்ளைத் தமிழ்)

. . . . பற்றா வெனக்கு மறிஞர்
பரவவையி லிடமருளு மீனாட்சி சுந்தரப் பைந்தமிழ்ப் புலவரேறே.
(மங்களாம்பிகை பிள்ளைத் தமிழ்)

. . . கல்லா
இருள்பழுத்த மனத்தினரை யெவ்வறிவு முடையரென இயற்றுந் தூய்மைத்
தெருள்பழுத்த மீனாட்சி சுந்தரநா வலன். (பாலைவனப் பதிற்றுப்பத்தந்தாதி)

. . . . நாயேன்
தொண்டிருக்குங் கழற்பெரியோன் மீனாட்சி சுந்தரப்பேர்த் தூய்மை யோன்வெண்
பெண்டிருக்கு நாவனன்றி மற்றொருநா வாற்புகழ்ந்து பேச லாமோ.
(சித்திரச் சத்திரப் புகழ்ச்சிமாலை)

என்னவதி சயநம்பா லிருந்தபெரும் புண்ணியமென் றிதுவு மெம்மான்
தன்னனைய வருளாயிற் றடையெவனோ வெனவுவகை சார்ந்து நின்று
சொன்னயமும் பொருணயமுந் துலங்குபல வணிநயமும் தூய பத்தி
நன்னயமு மினிதார்ந்து நனிவிளங்கப் புனைவித்து நல்கி னானால்.

அனையபெரி யோன்யாவ னெனிற்புகல்வாஞ் சிராப்பள்ளி அமர்ந்து வாழ்வோன்
கனைகடல்சூ ழுலகிற்றன் பெயர்நிறுவி னோனெல்லாக் கலையு மோர்ந்து
தனையனைய னாயடைந்தோர் சரணாகி யொளிர்புனிதன் தக்கோர் போற்றி
வனைபுகழ்ப்பூம் படாம்புனைந்த மீனாட்சி சுந்தரநா வலவ ரேறே.
(திருநாகைக் காரோணப் புராணம்)

முன்னுளபல் புலவருளும் பின்னுளபல் புலவருளும் முதியீர் செஞ்சொன்
மன்னுபன்னூ லொன்றொடொன்று தோலாது மாண்புபெற வகுப்பார் யாரே
என்னினிவர் தமைக்குறிப்பே மினையனே யெனக்குறிப்ப இசைமை வாய்ந்து
துன்னுநய குணமேலோன் மீனாட்சி சுந்தரநா வலவ ரேறே. (மாயூரப் புராணம்)

ச. தெய்வநாயகம் பிள்ளை

விண்ணுலகத் தமர்ந்துதனை யடைந்தோர்க்கு விரைந்தழியும் வெறுக்கை நல்கிக்
கண்ணுறுசிற் றின்புறச்செய் தறக்கழிவு கண்டிடுகற் பகம்போ லாது
மண்ணுலகத் தமர்ந்தடைந்தோர்க் கழிவில்கல்விப் பொருள்வழங்கி வனைபே
ரின்பம்
நண்ணுறச்செய் தறம்பெருக்கு மீனாட்சி சுந்தரப்பேர் நல்லோ னன்பால்

என்னறிவா லின்னவென வறிந்தறிந்து வகுத்துவகுத் திசைத்தல் கூடாப்
பன்னலமு நனிசிறந்து விளங்கவனைந் தணிந்தபா மாலை யாய
நன்னலஞ்சே ரொருபிள்ளைத் தமிழ். (அம்பலவாண தேசிகர் பிள்ளைத்தமிழ்)

வல்லூர்த் தேவராச பிள்ளை

அண்ட வுருவா யவிர்விராட் புருடனுக்
கெண்டகு சென்னியா விலகுகா ரணத்தாற்
சென்னிப் பெயர்பெறுந் திருநா டதனில்
அம்முடிக் கென்று மழகுறக் கவித்த
பன்மணி முடியிற் பாங்குற வொளிரும்
திரிசிர கிரியெனுந் திருநக ராளி
கலையுணர்ந் திடலாற் கற்பவ ருளத்தில்
நிலைமுக் குற்ற நிசியைத் துரத்தலாற்
சைவ சமயத் தாமரை மலர்த்தலாற்
புறமதத் துகினம் புறமிடக் கடிதலால்
மதிஞரிற் சிலரிவன் மார்த்தாண்ட னென்றும்
புலவருக் குக்கலை பொலிதரத் தரலாற்
கலாநிதி யாகலிற் கவினளி செயலால்
அறிஞரிற் சிலரிவ னம்புலி யென்னும்
செந்தமிழ் பரப்பலாற் சிவன்புகழ் பாடலால்

ஆகம மனைத்து மறிந்துயர்ந் திடலால்
ஆய்ந்தவர் சிலரிவ னகத்திய னென்றும்
மனநனி மகிழ்ந்து வழங்குவ ரென்ப
கதிரவன் வெய்யோன் கழறிவன் றண்ணியோன்
நகையிழந் தவனவ னகையிழ வானிவன்
எல்லிடை யுறானவ னெப்போழ்து முளனிவன்
ஆதலி னவனிவற் கன்றிணை யென்ப
மதிகலை தேய்பவன் வளர்கலை யானிவன்
அவன்மா பாதக னிவன்மா புண்ணியன்
அவன்வெந் நோய னிவன்மிகு தூயன்
அவன்பக லவனிடை யவிரொளி பெறுவான்
இவனியற் கையினி லென்று மிலகுவான்
ஆதலி னவனிவற் கன்றிணை யென்ப
கும்ப முனியோ குறியவ னாகும்
நம்பனைப் பணியிவ னவிலரும் பெரியோன்
முன்னொர்நற் சீடனை முனிந்தவன் சபித்தனன்
சீடர்செய் பிழையெலாஞ் சிந்தி யானிவன்
ஆதலா னவனிவற் கன்றிணை யென்ப
. . . .
. . . .
பகர்சுதந் திரனாம் பரசிவ முதலே
என்போன் றவருக் கின்னருள் புரிவான்
கடுவர வொடுசெழுங் கடுக்கை தவிர்த்து
மடலவிழ் குவளை மலர்த்தா ரணிந்து
பாலலோ சனமும் பனிமதிக் கோடும்
களத்திடைக் கறையுங் காணாது மறைத்துச்
சிதம்பர வேண்முனஞ் செய்தமா தவத்தான்
மகிதல முற்றும் வாழ்த்துறச் சுதனா
வந்தன னெனலே வாய்மையா மென்று
தூயவ ரெவருஞ் சொற்றிடுந் தக்கோன்
மீனாட்சி சுந்தரப் பெயர்ச்செவ் வேளே. (சித்திரச் சத்திரப் புகழ்ச்சிமாலை)

பாலகுரு உபாத்தியாயர்

. . . . நல்லறிஞ ரேத்தும்
தங்கியசீர் மீனாட்சி சுந்தரதே சிகனெனும்போத் தமிழ்ச்சிங் கேறே.
(சித்திரச் சத்திரப் புகழ்ச்சிமாலை)

தி.க. பெரியண்ணம் பிள்ளை

நாவிற் சிறந்தவன் மீனாட்சி சுந்தர நங்குருவே. (திருக்குடந்தைத் திரிபந்தாதி)

மெய்யூர் பொன்னம்பல நாயகர்

கணிவளர் கூந்தற் பரையொடு பரமன் களித்துவாழ் திரிசிர புரியான்
கங்கையங் குலத்தான் செந்தமிழ் வாரிக் கரைகண்ட நாவலர் பெருமான்
திணிவளர் சைவச் செழுமதம் விளங்கத் திருவவ தாரஞ்செய் பெரியோன்
செய்யமீ னாட்சி சுந்தர நாமம் திகழ்தரப் பெற்றசெவ் வேளே
(சித்திரச் சத்திரப் புகழ்ச்சிமாலை)

புரசை பொன்னம்பல முதலியார்

. . . . சிறந்தசைவ சமயமோங்கத்
தகரநறுங் குழல்பாகன் றிருவருளாற் சிராப்பளியென் தலத்தில் வாழ்வோன்

சிகரவட வரைப்புயத்தெம் மீனாட்சி சுந்தரமால் திருந்தெந் நூலும்
பகர வலோன். (அகிலாண்டநாயகி பிள்ளைத் தமிழ்)

மழவை மகாலிங்கையர்

சிரபுரக்கோன் மீனாட்சி சுந்தரவேள் தன்பெயரின் சீர்மைக் கேற்ப
வரனுறுநற் பிரபந்த விடயத்து முயர்ந்தெல்லாம் வல்லோ னானான்.
(அகிலாண்டநாயகி பிள்ளைத் தமிழ்)

காரைக்கால் முத்துசாமிக் கவிராயர்

போராட்டச் செயலுணரா மீனாட்சி சுந்தரனாம் புலவன்.
(அகிலாண்டநாயகி பிள்ளைத் தமிழ்)

மாயூரம் ந. முத்துசாமி பிள்ளை

கொத்துமலர்ப் பொழிற்றிருவா வடுதுறையம் பலவாண குரவன் பாலே
முத்தர்களும் புகழ்ந்தேத்து மூவகைத்தீக் கையுமுறையே முற்றப் பெற்றுத்
தத்துவமெய்ஞ் ஞானகலை முதலாய பல்கலையிற் றழைந்து மேலும்
எத்தலமு மதிக்கவரும் புகழோங்கு நாவலர்கள் இனிதாப் போற்றும்

பொன்னாட்டிற் சுவைமிகுநல் லமுதினுமின் கவிமாரி பொழியு மேகம்
கன்னாட்டும் புயத்தரசர் முடிதுளக்கப் பேசுகவி வாண னாய
தென்னாட்டிற் சிரகிரிவாழ் மீனாட்சி சுந்தரப்பேர்த் திறல்வல் லோன்.
(திருநாகைக் காரோணப் புராணம்)

இலங்குறுமெய்ஞ் ஞானகலை முதலியபல் கலையுணர்ச்சி ஏய்ந்து தூய
நலங்குலவு பொறைவாய்மை யருளடக்க முறவாய்ந்து நலத்தி னின்றும்
விலங்குறுமென் னையுந்தனது மெய்யடியார் குழுவினிடை மேவச் சேர்த்தோன்
வலங்குலவு சிரகிரிவாழ் மீனாட்சி சுந்தரநா வலவ ரேறே. (மாயூரப் புராணம்)

முருகப்ப பிள்ளை

..................................எளியேன்றீமை
மண்ணியசீர் மீனாட்சி சுந்தரதே சிகன். (சித்திரச் சத்திரப் புகழ்ச்சிமாலை)

நாகபட்டினம் வீரப்ப செட்டியார்

பூமேவு திருநாகைக் காயாரோ கணப்பெருமான் புராணஞ் சொற்றான்
தேமேவு வீரசைவ சிகாமணியப் பாத்துரைமால் சிறப்பிற் கேட்கக்
காமேவு சிராமலைவாழ் சைவசிகா மணிஞான கலைமுற் றோர்ந்து
மாமேவு துணிபமைந்த மீனாட்சி சுந்தரநா வலவ ரேறே.
(திருநாகைக் காரோணப் புராணம்)

திரிசிரபுரம் வீரராகவ செட்டியார்

இப்புவிசெய் தவந்தானோ தந்தைதாய் செய்தவமோ இசைத்த வாசான்
செப்பமுடன் செய்தவமோ மீனாட்சி சுந்தரவேள் செனன மாகி
ஓப்பிலுயர் கல்வியுஞ்சற் குணமுநிறைந் தகிலாம்பை உபய பாத
வைப்பிலன்பா லினியபிள்ளைத் தமிழுரைத்தான் புலவரெலாம் மகிழத் தானே.
(அகிலாண்ட நாயகி பிள்ளைத்தமிழ்)

தாராநல்லூர் வீராசாமி நாயகர்

அவ்விய மடியார்க் கறுத்தருள் புரிமீ
னாட்சிசுந் தரகுரு பரனே. (சித்திரச் சத்திரப் புகழ்ச்சிமாலை)

குளத்தூர் ச. வேதநாயகம் பிள்ளை

வாதவூ ருதித்தந்நா டிருக்கோவை யுரைத்த
மாணிக்க வாசகரே சிரபுரத்தி லிந்நாள்
ஆதவனிற் றோன்றிமீ னாட்சிசுந் தரனென்
றரும்பெயர்பூண் டொருகோவை யறைந்தனர்கா ழிக்கே
ஏதமில்தில் லைக்கோவை யாயுவதின் மூத்த
தென்னினுங்கற் பனைநயத்தி லிக்கோவை முன்னாம்
மூதறிஞர் வைகலும்பா டப்பாட வாக்கின்
முதுமைகொள்வா ரெனவுலக மொழியுமொழி மெய்யே.

(வேறு)

திருவமர்கோ வையைமகிழ்ந்து வாதவூ ரரைத்தன்பாற் சேர்த்துக் கொண்ட
பொருவில்சிதம் பரநாதன் பின்னுமொர்கோ வைக்காசை பூண்டன் னாரை
மருவுசிர புரத்தீன்று மீனாட்சி சுந்தரப்பேர் வழங்கிக் காழிக்
கொருகோவை செய்வித்தான் சிதம்பரநா தன்சேயென் றுரைத்தன் மெய்யே.

வித்தகமார் மீனாட்சி சுந்தரவே ளேயொருநூல் விளம்பு மென்னைப்
புத்தமுதார் நின்வாக்காற் றுதித்தனைநீ பாடியதிப் பொருணூ லொன்றோ
எத்தனையோ கோவைகண்மற் றெத்தனையோ புராணமின்னும் எண்ணி னூல்கள்
அத்தனையு மித்தனையென் றெத்தனைநா விருந்தாலும் அறையப் போமோ.

பன்னூலு மாய்ந்தாய்ந்தோர் பயனுமுறா துளம்வருந்தும் பாவ லீரே
நன்னூலோர் மீனாட்சி சுந்தரமா லொருகோவை ஆய்வீ ராயின்
கந்நூலு ளொருபாவி லோரடியி லொருசீரை ஆய்வீ ராயின்
எந்நூலுங் கற்றவரா யிகபரமும் பெற்றவரா யிலகு வீரே.

(வேறு)

தண்டமிழுன் பாலுணர வாசைகூ ரனந்தன்
தனமீய வகையின்றி நின்சேட னாகிக்
கொண்டனனந் நாமமே யகத்தியன்றான் றன்னைக்
கூடாம லுனைமேவிக் குலாவுதமி ழதனை
அண்டலரின் முனிந்தனாற் றமிழ்முனிவ னெனும்பேர்
அடைந்தனனா தலினகிலத் தியாவருனை நிகர்வார்
வண்டமர்தார் மீனாட்சி சுந்தரவே ளேநீ
வளப்புறவக் கோவைசொலின் வியப்பவரா ரையா.

(வேறு)

நலம்விளக்கு மீனாட்சி சுந்தரமா லொருகோவை நவின்றான் சண்பைத்
தலம்விளங்க வவற்குநாம் புரிகைம்மா றெவனழியாத் தனமே கங்கா
குலம்விளக்குங் கற்பகமே குருமணியே திருவணியே குணக்குன் றேயிந்
நிலம்விளக்குந் தினகரனே யெனவவனை வாழ்த்திடுவாய் நிதமு நெஞ்சே.

கானோடு மிளிர்தாரான் மீனாட்சி சுந்தரமால் காழிக் கோவை
தேனோடு பாலோடு நிகருமவன் பிரதாபம் சீர்த்தி யோங்கி
வானோடு மண்ணோடு மற்றோடும் வகையின்றி வடிவி ரண்டாய்
மீனோடு வான்றிரியும் பானுமதி யென்றுலகோர் விளம்பு வாரால்.

தண்டமிழ்முந் நீர்பருகி மீனாட்சி சுந்தரப்பேர்த் தருமக் கொண்டல்
தொண்டர்கள்சூழ் சிரபுரத்திற் பொழிகோவை யெனுமமுதத் தூய மாரி
மண்டலமும் விண்டலமுங் கரைபுரண்டு திரைசுருண்டு வருத னோக்கி
அண்டர்தொழும் புகலியிறை தோணியுற்றா னஃதின்றேல் அமிழ்ந்து வானே.

தேவேநேர் மீனாட்சி சுந்தரக்கோ னொருகோவை செப்பிப் பாரிற்
றாவேயில் புகழ்படைக்கி னமக்கென்ன வவற்குமவன் தமர்க்கும் பாடாம்

நாவேகா தேமனனே யவன்சீரைச் சொலிக்கேட்டு நனியிங் குன்னி
ஓவேயி லாதருங்கா லங்கழித்தீர் பிறவினைமற் றொன்றி லீரோ.

(சீகாழிக் கோவை)

வைத்தியலிங்க பத்தர்

தூமேவு தன்னடிய ரொடுநாயி னேனையும் துரிசறச் சேர்த்தருள்செயும்
சுகுணசிர புரமேவு விமலவெம் மீனாட்சி சுந்தரப் போர்க்குரவனே.

ஏர்கொண்ட நதிகுலச் சலதிவந் தமரர்மிக் கேத்துசிர கிரியுதித்தன்
பெஞ்சலின லடியவ ருளத்தஞா னத்திமிரம் இரியச் சவட்டியருள்செய்
தார்கொண்ட சிவஞான பானுமீ னாட்சிசுந் தரகுரு பரன்.

(சித்திரச் சத்திரப் புகழ்ச்சிமாலை)

பின்னிணைப்பு

இந்நூல் குறித்து வெளிவந்த அபிப்ராயங்கள்

புஸ்தக விமர்சனம்

- குண்டலகேசி

[மகாவித்துவான் மீனாட்சிசுந்தரம் பிள்ளை சரித்திரம்– முதற்பாகம்: மகா மகோபாத்தியாய சாமிநாதையர் எழுதியது.]

மீனாட்சிசுந்தரம் பிள்ளை பத்தொன்பதாம் நூற்றாண்டில் வாழ்ந்திருந்த தமிழ்ப் பெரியார் ஆவார். இவர் தமக்குக் கிடைத்த தமிழ் நூல்கள் யாவற்றையும் முறையே கற்றுக் கற்றுத் தேர்ந்து தமிழ் அறிவு பூரணமாகப் பெற்று விளங்கியவர்; தமிழ்ப் பயிற்சியைப் போற்றி வளர்த்து வந்த திருவாவடுதுறை ஆதீன வித்வானாக இருந்து ஆதீனத்தின் புகழை ஓங்கச் செய்தவர்; ஆதீன அறிஞர்களில் மகாவித்துவான் என்னும் பட்டம் பெற்றவர்; தமிழ்ப் பேரறிஞர்.

இந்த ஜீவிய சரித்திரத்தில் பிள்ளையவர்களின் குணாதிசயங்கள் நம் உள்ளத்தை முதலில் கவர்ந்துகொண்டு விடுகின்றன. இவர் பெரும் முயற்சி செய்து பல இடங்களிலும் இருந்த தமிழறிஞர்களைத் தேடி அவரவர் தேர்ச்சியுற்றிருந்த நூல்களைப் பாடங் கேட்டுத் தம் தமிழ்ப் புலமையை நிரப்பி வந்த முறை இவருக்குத் தமிழ் நூல்களின்பாலுள்ள அளவுகடந்த காதலை அறிவிப்பதாகும். இத்துணை அரும்பெரும் பாடுபட்டுத் தாம் சேகரித்து வந்த வித்தையைத் தம் மாணவர்களுக்கு விசேஷச் சிரமமின்றியும் அவர்களுக்குப் பல சௌகரியங்களும் வசதிகளும் அளித்தும் உவந்து பாடஞ் சொல்லி வந்த பெருமை இவ் அறிஞர்களுக்குச் சிறப்பாக உரித்தாவது. தேம்பாவணி, சீறாப்புராணம் போன்ற புறச் சமய நூல்களையும் கிறிஸ்தவ முகம்மதிய மாணவரிடத்தும் சிறிதும் ஜாதி, மத பேதமின்றித் தம்முடைய அளவற்ற சைவப் பற்றுடனும் இவர் பாடஞ் சொல்லி வந்தது இவருடைய மனோ விசாலத்தையும் இவருக்குத் தமிழ் நூல்களில் உள்ள பெருங் காதலையும் தெரிவிப்பதாகும்.

இவருக்கும் பிரதாப முதலியார் சரித்திரம் என்ற அற்புதமான வசன நவீனத்தின் ஆசிரியரான வேதநாயகம் பிள்ளைக்கும் இருந்த பெரு நட்பு, குறிப்பிடத்தக்கது. இத்துணை நிரம்பிய கல்வியறிவுடன் இவரிடத்தில் இருந்த அடக்கமும், தம் எதிரிகளிடத்தும் "கன்னபம்" செய்துவிடும் அருங்குணமும் இவருடைய குண சௌந்தரியத்தின் முக்கிய அம்சங்களாவன. நந்தன் சரித்திரக் கீர்த்தனைகளின் ஆசிரியரான கோபாலகிருஷ்ண பாரதியின் மேதையை இவர் உணர்ந்து நடந்து கொண்ட சம்பவம் இவர் பெருமையை விளக்கிக் காட்டுகின்றது.

மீனாட்சிசுந்தரம் பிள்ளை செய்யுள் செய்யும் ஆற்றல் மிகுதியும் பெற்றிருந்தார். அதிக விரைவாகவும் அநாயாசமாகவும் இவர் செய்யுட்கள் இயற்றி வந்தது இவர் காலத்து அறிஞர்களிடையே பேராச்சரியத்தை விளைத்து வந்தது. இவர் செய்திருக்கும் செய்யுட்கள் எண்ணற்றன. இவர் பல்வகைப் பிரபந்தங்கள் இயற்றியிருக்கின்றார். யமகம், திரிபு, முரண், மடக்குகள் இவர் செய்யுட்களில் மலிந்து கிடக்கின்றன. இவர் கலப்பில்லாமல் ஸ்தல புராணங்கள் பாடி வந்தார்.

ஆனால் யமகம் திரிபுகளும் முரண் மடங்குகளும் சிலேடைகளும் "கால வான் போக்கில் என்றும் கழிவிலாப் பெருமை கொண்ட" கவிதையிலிருந்து முற்றிலும் மாறுபட்டவை என்பது பண்டிதர் உலகத்துக்குப் புதியதொரு செய்தியாகும். உண்மைக் கவிதையின் பிறப்பிடம் மனித இதயத்தின் அமத்தலங்கள். புலவன் அறிஞனாகவும் இருப்பின் கவிதை அதிகம் சிறப்புடன் விளங்கலாம். ஆனால் கவிஞன் பண்டிதனாக இருந்து தீரவேண்டுமென்ற நியதி இல்லை. சுப்பிரமணிய பாரதிக்கு நமது பண்டிதர்களுக்கு இருக்கும் தமிழ்ப் பயிற்சியில் பத்தில் ஒரு பாகம்கூட இருந்திருக்கும் என்று எண்ண இடமில்லை. ஆனால் அவர் நிரந்தரமான கவிதை செய்து தமிழ் இலக்கிய மறுமலர்ச்சியில் முதலிடம் பெற்றிருக்கிறார். இந்த உண்மை சாராம்சத்தில் நமது முன்னோர்களுக்குத் தெரிந்த தொன்றே யாகும். ஆயினும், உண்மைக் கவிதையின் அம்சங்கள் எவை? கவி அமைப்பில் எந்தெந்த உபாயங்கள் மகாகவிகளால் கையாளப்பட்டு வந்திருக்கின்றன? என்ற ஆராய்ச்சிப் பெருமை நற்காலத்துக்கே உரியதாகும். கவிதா ரீதியாகப் பார்க்கும்போது மீனாட்சிசுந்தரம் பிள்ளையின் புராணங்களும், அந்தாதிகளும், பிள்ளைத் தமிழ்களும், கோவைகளும், மாலைகளும் இவருடைய செய்யுள் செய்யும் பெருந் திறமைக்குச் சான்று பகர்வனவே யல்லாது இவரைக் கவிஞன் என்று கருதுவதற்கு இடம் தருவன அல்ல. இவர், "நிறைந்த பசுந்தேனும் அடுபாலும்/ தூய கனியுமென மதுரம் விளைத்/தொழுகு பாடற் கவிதை" செய்தவரல்லர். கவிஞனுக்கு இன்றியமையாத தீர்க்க தரிசனமும் மனோபாவமும் உணர்ச்சிப் பெருக்கும் இவரது செய்யுட்களில் காணப்படவில்லை. அதிகமான கற்பனைகளும் அணிகளும் சைவ சித்தாந்த நூற் கருத்துக்களும் பழைய இலக்கியங்களிலுள்ள சொற்களும் பொருள்களுமே வெகுவாகக் காணப்படுகின்றன. திரிபந்தாதியில் தளிர்த்து யமக அந்தாதியில் அரும்பி மாலையில் போதாகி பிள்ளைத் தமிழில் மலர்ந்து நின்றது இவர் கவிதை என்றார் மகா மகோபாத்தியாய சாமிநாதையர். தளிரும் அரும்பும் போல் மலரும் கனியின் தன்மையைத் தோற்றுவிப்பது இயல்பே யன்றோ? இந்த இயற்கை நியமத்தின்படி மீனாட்சிசுந்தரம் பிள்ளையின் 'கவிதை' ஸ்தல

புராணங்களில் கனிய நேர்ந்தது. அந்தாதிகளும் ஸ்தல புராணங்களும் கவித்துவச் சக்தியைக் காட்டுவதற்கு ஏற்றனவன்றோ என்பதை இவர் பிரபந்தங்கள் மெய்ப்பிக்கின்றன. நிற்க,

மகா மகோபாத்தியாய சாமிநாதையர் தம் ஆசிரியரின் சரித்திரத்தை அரிதின் முயன்று நெடுங்காலமாக விவரங்கள் தேடி மிகுந்த ஆர்வத்துடனும் பக்தியுடனும் எழுதியிருக்கிறார். ஆங்கிலப் பயிற்சியுள்ள தமிழ் அறிஞர்களும் சிலர் போலி வசன நடையில் எழுதித் தமிழ்ச் சுவையைக் கெடுத்து வரும் இக்காலத்தில் ஐயரவர்கள் இச்சரிதத்தை எளிய நடையில் மிக அழகாக எழுதியிருப்பது போற்றத்தக்கது. தமிழன்பர்கள் ஒவ்வொருவரும் இச்சரித்திரத்தைப் படிக்க வேண்டுமென்று வற்புறுத்துகிறோம். இச்சரித்திரத்தின் இரண்டாம் பாகத்தை அதிக ஆவலுடன் எதிர்பாக்கிறோம்.

(சுதந்திரச் சங்கு, 16.02.1934)

~ ~

மகாவித்துவான்
மீனாட்சிசுந்தரம் பிள்ளை

-க.நா. சுப்ரமண்யன்

[திருவாவடுதுறை யாதீனத்து மகாவித்துவான் ஸ்ரீ மீனாட்சிசுந்தரம் பிள்ளையவர்கள் சரித்திரம்–முதற்பாகம்: ஸ்ரீ மகா மகோபாத்தியாய தாக்ஷிணாத்ய கலாநிதி டாக்டர் உ.வே. சாமிநாதையரவர்கள் எழுதியது. சென்னை, 1933.]

19–ம் நூற்றாண்டிலே தமிழுலகிலே புகழ் சிறந்து விளங்கிய தமிழ்ப் பெரியார்கள் மூவர். அவர்கள் யாரெனில் ஸ்ரீ ஆறுமுக நாவலரவர்களும், ஸ்ரீ இராமலிங்கசுவாமிகளும், ஸ்ரீ மீனாட்சிசுந்தரம் பிள்ளை யவர்களுமே. நாவலர் பெருங் கல்வியாளராக விளங்கியவர்; இராமலிங்க சுவாமிகள் பெருங்கவிஞராகவிளங்கியவர்; பிள்ளையவர்கள் கல்வியிலும் கவித்வத்திலும் சிறந்து விளங்கியவர்கள். நாவலர் சமயப்பற்றும் பாஷாபிமானமும் ஒருங்குடையவராய், தமிழ் நாட்டிற் பலவிடத்துஞ் சென்று பலராலும் அபிமானிக்கப்பெற்று, தமிழ் நூல்கள் பலவற்றைப் பிழையறப் பரிசோதித்துப் பதிப்பித்து, சிதம்பரத்தில் வித்தியாசாலை ஒன்று ஸ்தாபித்துத் தமிழ்ச் சர்வகலாசாலை யொன்று ஏற்படுத்த வேண்டுமென்ற பெருநோக்கத்தோடு பெரிதும் உழைத்து வந்தவர்; ஓர் ஆசிரிய பரம்பரைக்குத் தலைவராய் ஒரு நைட்டிகப் பிரமசாரியா யிருந்தவர். இராமலிங்க சுவாமிகள் வெகுகாலமாகத் தமிழ் நாட்டிற் கரைபுரண்டு பெருகிவந்த பக்திப் பெருவெள்ளத்தை அணைகோலி, தமது கவிதாமார்க்கத்திற் செல்லவிட்டு, தம் கவியின் இசையினிமையால் தமிழ்மக்கள் உள்ளத்தைக் கொள்ளைகொண்டு, இல்லறந்துறந்து வாழ்ந்தவர்; ஒரு பக்தபரம்பரைக்குத் தலைவராய்த் திகழ்ந்தவர். பிள்ளையவர்கள் தாம் இருந்தவிடங்களையே கலாசாலைகளாக்கி,

தம் கல்வி நிரம்பிய கவிகளால் தமிழ்நாட்டுப் பிரதேசங்களை நிரப்பி, பிரபுக்களாலும் ஆதீனங்களாலும் ஆதரிக்கப் பெற்று, இல்லறத்தே கடைபோக நின்றவர்; ஒரு வித்வத் பரம்பரைக்குத் தலைவராய் விளங்கியவர். இம்மூவருள், நாவலரது சரித்திரம் செய்யுள் நடையிலும், வசன நடையிலும் எழுதப்பெற்று வெளிவந்துள்ளது. இராமலிங்க சுவாமிகள் சரித்திரம் செய்யுள் நடையில் வெளிவந்துள்ளது. பிள்ளை யவர்கள் சரித்திரத்தின் முதற்பாகம் இப்போதுதான் அவர்களுடைய உத்தம மாணாக்கராகிய மகாமகோபாத்தியாய டாக்டர் உ.வே. சாமிநாதையரவர்களால் முதன்முறை வெளியிடப்படுகின்றது.

இச்சரித்திரம் வெளியிடப்பெற்றது இப்போதெனினும், இதனை எழுதுதற்கான முயற்சி சுமார் 45 வருஷங்களுக்கு முன்பே தொடங்கப்பெற்றதாகும். 'செய்வன திருந்தச்செய்' என்பதற்கு இலக்கியமாக இதன் ஆசிரியரது செயல்கள் ஒவ்வொன்றும் உள்ளது. இச்சரித்திரத்திற்குரிய செய்திகளை விடாமுயற்சியோடு பல இடங்களில் பலகாலும் சென்று விசாரித்துத் தெரிந்து, தொகுத்துத் தந்துள்ள அருமைப்பாடுகளைத் தமிழ்மக்கள் என்றும் வியந்து போற்றுவார்களென்பது திண்ணம்.

பிள்ளையவர்களது சரித்திரம், இத்துணைப் பெருமுயற்சியை மேற்கொண்டு எழுதித் தமிழுலகிற்கு அளிக்க வேண்டிய பெருந்தகுதி வாய்ந்ததென்பதில் ஐயமில்லை. சாந்துணையும் கற்று, சாந்துணையும் பாடி, சாந்துணையும் தாம் கற்ற கல்வியைத் தக்கார்க்குப் போதித்தருளியவர் இக்கலாவிற்பன்னர். 'ஆசு முதலிய நால்வகைக் கவிஞராகவும், நூலாசிரியர் உரையாசிரியர் போதகாசிரியர் என்னும் மூவகை ஆசிரியராகவும், வித்தியா வீரராகவும் இவர் விளங்கினர். பாடஞ் சொல்லுதலையே விரதமாகவுடையவர்; மாணாக்கர்பால் தாயினும் அன்புடையவர்.' 'பொருளை மதியாமல் கல்வியறிவையே மதிக்கும் கொள்கை யுடையவர்.' கல்வியிலும் கவியியற்றுவதிலும் இவர் ஈடுபட்டிருந்தபோதிலும், சமூகவாழ்விற்குரிய மக்கட் பண்பிலும் இவர் சிறந்து விளங்கினர். இவர் யாரிடத்தும் எளியவராகப் பழகும் இயல்புடையவர்; பரோபகாரமென்ற அருங்குணம் மிகுதியாக வாய்ந்தவர். இவருடைய வீடு ஒரு கலைமகள் நிலையமாகத் திகழ்ந்தது. தம்பால் வரும் பல மாணாக்கர்களுக்கும் பாடஞ் சொல்லுவதும், தம்மைப் பார்க்க வந்த பிரபுக்களிடம் தமிழ் நூல்களிலுள்ள அருமையான செய்திகளைக் கூறி மகிழ்வித்தலும், புதிய செய்யுட்கள் இயற்றுதலும் ஆகிய தமிழ்த்தெய்வ வழிபாடுகளே காலை முதல் இரவு நெடுநேரம் வரையில் இவருடைய வேலையாக இருந்தன. இவர் தமிழறிவை வரையாமல் வழங்கிவரும் வண்மையைப் புகழாதவர் அக்காலத்து ஒருவரும் இல்லை.' சோணாட்டினரும் மாயூரத்தைச் சார்ந்த பிரதேசத்திலுள்ளவர்களும் தமிழ்த் தெய்வமே ஓர் அவதாரம் ஆகித் தங்களை உய்விக்க வந்திருப்பதாக எண்ணிப் போற்றிவரலாயினர். தமிழ்ப் பயிற்சியில்லாதவர்கள்கூட இப்புலவர் சிகாமணியைப் பார்த்தல் ஒன்றே பெரும்பயனென்று எண்ணி, வந்துவந்து இவரைக் கண்டு களித்துச் செல்வார்கள்.' தமது நாட்டினரால் இவ்வாறு பாராட்டப் பெற்றவரைச் சாமானியரென யாரும் கூறத் துணியார்.

இத்தகையாரது பெருமைக்குத் தக்கபடி பெருமை வாய்ந்த சரித்திரம் எழுதுதல் எளிதன்று. சுமார் அரை நூற்றாண்டுக்கு முன்புதொட்டே இச்சரித்திரச் செய்திகளை இந்நூலின் ஆசிரியர் தொகுக்கத் தொடங்கினார் களென்று மேலே கூறினோம். தமிழுலகத்திற்குப் பேருபகாரியாய் ஓயாது தமது அறிவாற்றல்களால் உழைத்துவரும் இவர்கள் தமக்கு அவகாசமுள்ள பொழுதையெல்லாம் தொகுத்து வைத்த செய்திகளை ஒழுங்குபடுத்துவதிலும், புதுச் செய்திகளை விசாரித்தறிவதிலும் செலவிட்டு வந்திருக்கிறார்கள். இச்செய்திகளுள் எத்தனையோ பொய்ச் செய்திகளும் இவர்கள் கேட்டிருக்கிறார்கள். அவற்றின் பொய்ம்மை மெய்ம்மைகளை விசாரித்துணர்வதிலும் பலகாலஞ் சென்றிருத்தல் வேண்டும். உண்மையானவற்றைத் தெரிந்து, அவற்றை முறைப்படி தொகுத்து, ஒழுங்குபடுத்தி, அதன் பின்னரே நூலை எழுதுதலில் முயன்றிருத்தல் வேண்டும். இதனுள் காணும் வரலாறுகளில் சிறிதும் அதிசயோக்தி இல்லை. ஒவ்வொரு செய்திக்கும் அதன் உண்மையான மதிப்பு இன்னதென்று அளவிட்டு உணர்ந்திருக்கிறார்கள். ஒவ்வொரு செய்தியும் யார் யாரால் தமக்குத் தெரிந்தது எனப் பெரும்பாலும் கூறிச் செல்கிறார்கள். ஒவ்வொரு செய்தியும் வாசகர்களைச் சரிதத் தலைவரின் மனத்தினுட் புகச்செய்து அவரது ஆன்மவொளியைக் காணும்படி செய்யத் தக்கதாயுள்ளது. இவ்வகையான செய்திகளைத் தமது நூலுள் தகுதிபெற இடங்கண்டு அமைக்கும் வல்லமை கற்பார்க்கு இன்பம் பயக்கின்றது.

சரிதத் தலைவர் நூலியற்றுங் காலத்து ஏகாக்கிர சித்தராய், தம் வசமிழந்து, புறவுலகொன்று உண்டென்னும் உணர்ச்சியைக் கூட இழந்து நிற்கும் நிலை நம்மை ஒரு பக்கம் வசீகரிக்கின்றது (பக். 100). சிவபூசை முதலிய செயல்களிலே ஈடுபட்டிருக்கும்போது மின்வெட்டுவதுபோலத் திடீரென்று தம் மனத்தில் தோன்றிய கருத்தையமைத்துப் பாடும் கவித்வசக்தி ஒரு பக்கம் நம்மை மகிழ்வூட்டுகிறது (பக். 99). எழுதுவோர் கைவருந்திச் சலித்தாலும், உள்ளமும் அறிவும் சிறிதும் சலியாது பருவகால மேகம் போலச் செய்யுட்களைப் பொழியும் அற்புதசக்தி ஒரு பக்கம் நம்மை வியப்புறச் செய்கின்றது (பக். 314). அன்போடு சூழவிருந்த மாணவர்களுக்குப் பாடஞ் சொல்லும் அழகு ஒருபுறம் இன்பூட்டுகிறது. செல்வர்களாலும் அறிஞர்களாலும் உபசரிக்கப்பெற்று வீற்றிருக்கும் காம்பீர்யம் ஒரு பக்கம் பயபக்தியை விளைவிக்கின்றது. சாத்துவிக இயல்பும் பக்தியுமுடைய ஏழைகள் பலர் தங்களூர் பற்றியெழுதும் புராணம் செவ்வையாயிருக்க வேண்டுமென்று பிரார்த்தித்துக் கொள்ளும் முறை நம்மை உருக்கிவிடுகிறது (பக்.282). இத்துணைப் பெருமை மிக்க இவர் கீழ்வேளூர்ச் சுப்பிரமணிய தேசிகர் முதலியோரிடத்தில் வணங்கியொடுங்கி நின்று வழிபாடுகள் செய்து பாடங்கேட்குந் தன்மை (பக். 141) உள்ளத்தைக் கனிவிக்கிறது. இவை யனைத்திற்கும் மேலாக, ஆரியங்காவற் பிள்ளை போன்ற சிஷ்யர்களிடத்தில் இவர் காட்டியிருக்கும் அன்பும் ஆதரவும் (பக். 153–6) இவரைக் கொண்டாடிப் பக்தி பண்ணும்படியாகச் செய்கிறது.

மேற்குறித்த செயல்களெல்லாம் டாக்டர் சாமிநாதையரவர்களால் மிகவும் நயமாகக் கூறப்பட்டிருக்கின்றன. அவர்கள் தங்கள் ஆசிரியர்பாற் கொண்டுள்ள அன்பு இந்நூலின் ஒவ்வொரு வரியிலும் ததும்பிக்

கொண்டிருக்கிறது. அத்தகைய அன்பின்றி இந்நூல் போன்ற சிறந்த ஜீவிய சரித்திரம் எழுதுதல் இயலாது.

இந்நூல் ஸ்ரீ மீனாட்சிசுந்தரம் பிள்ளையவர்களது சரித்திரத்தின் முதற் பகுதி. இரண்டாம் பகுதி வெகு சீக்கிரம் வெளிவருமென்று எதிர்பார்க்கிறோம். பிள்ளையவர்களோடு டாக்டர் சாமிநாதையரவர்கள் நேரிற் பழகத் தொடங்கிய காலந்தொட்டுள்ள சரித்திரம் யாவும் இவ் இரண்டாம் பகுதியிலே கூறப்படுமென்று அறிகிறோம். பிள்ளையவர்களுடைய குடும்ப வாழ்க்கைச் செய்திகளும் அவர்களுடைய கடிதங்களின் பிரதிகளும் இப்பகுதியை அலங்கரிக்குமென்று நம்புகிறோம்.

தமிழ் மொழியிலே இதுவரை வெளிவந்துள்ள ஜீவிய சரித்திர நூல்களில் இதுவே முதன்மைபெற்று விளங்குவது. இதனைத் தமிழ்மக்கள் உரிய முறையிற் போற்றுவார்களென்பதில் ஐயமில்லை.

(படித்திருக்கிறீர்களா?, இரண்டாவது வரிசை,
அமுத நிலையம், சென்னை, 1958)

~ ~

வாழ்க்கைக் குறிப்பு

06-04-1815 – (பவ ஞு பங்குனி *மீ* 26உ) திரிசிரபுரம் (திருச்சி) - அதவத்தூர் என்னும் ஊரில் பிறந்தார். தாய்: அன்னத்தாச்சி; தந்தை: சிதம்பரம் பிள்ளை; உடன் பிறந்தோர்: சொக்கலிங்கம், மீனாட்சி.

1820 – ஐந்து வயதில் தந்தை சிதம்பரம் பிள்ளையிடம் வித்தியாரம்பம்.

1830 – சோமரசம் பேட்டையில் தந்தையார் மறைவு.

திருமணம். மனைவி: காவேரியாச்சி.

சோமரசம் பேட்டையிலிருந்து திரிசிரபுரத்திற்குக் குடிபெயர்தல். (மலைக்கோட்டைக் கீழை வீதியின் தென்புறத்திலிருந்த ஓட்டு வீடு ஒன்றில் வசித்தல். ¼ ரூபாய் வாடகை.)

திருவாவடுதுறை ஆதீனத்தைச் சார்ந்த வேலாயுத முனிவரிடம் ஐயங்களை வினவித் தெளிதல்.

1836 – திருவாவடுதுறை ஆதீனத்துடன் நேரடித் தொடர்பு. 14ஆம் பட்டம் வேளூர் ஸ்ரீலஸ்ரீ சுப்பிரமணிய தேசிகரைத் தரிசித்தல்.

1841 – ‘திருவானைக்கா திரிபந்தாதி’ இயற்றுதல். (‘அகிலாண்டநாயகி பிள்ளைத் தமிழ்’ முதலிய வேறு சில பிரபந்தங்களையும் இயற்றுதல்.)

சென்னைக்கு முதல் பிரயாணம். ஸ்ரீ தாண்டவராயத் தம்பிரான், மழவை மகாலிங்க ஐயர் முதலிய வித்துவான்களைச் சந்தித்தல்.

1842 – திரிசிரபுரம் இலட்சுமணப் பிள்ளையின் பொருளுதவியால் ‘அகிலாண்டநாயகி பிள்ளைத் தமிழ்’ வெளியீடு.

1843 – ஏறக்குறைய 1½ ஆண்டுகளுக்குப் பிறகு சென்னையிலிருந்து திரிசிரபுரம் திரும்புதல்.

1844 – ஆண் குழந்தை பிறப்பு. பெயர்: சிதம்பரம் பிள்ளை.

தியாகராச செட்டியார் மாணவராதல்.

1845 – திருவாவடுதுறையில் அம்பலவாண முனிவரிடம் பாடம் கேட்டல்.

ஸ்ரீலஸ்ரீ வேளூர் சுப்பிரமணிய தேசிகர் மறைவு. அம்பலவாண தேசிகர் 15ஆம் பட்டமாதல்.

பெரியபுராணப் பிரசங்கம் செய்தல்.

‘தியாகராச லீலை’ இயற்றத் தொடங்குதல்.

1848 – அருணாசல முதலியார் என்னும் புலவரின் உதவியால் திருச்சி மலைக்கோட்டைக்குத் தெற்கு வீதியில் சொந்த வீட்டில் குடிபுகுதல்.

1850 – பங்களூர் பிரயாணம்

சிவஞான முனிவரின் தவசிப்பிள்ளையைக் கண்டு அளவளாவுதல்.

'வித்துவான் பட்டம்' பெறுதல்.

'குசேலோபாக்கியானம்' இயற்றுதல்.

1851 – 'காந்திமதியம்மை பிள்ளைத் தமிழ்' பதிப்பித்தல்.

கீழ்வேளூர் சுப்பையா பண்டாரம் என்னும் சுப்பிரமணிய தேசிகரிடம் 'இலக்கண விளக்கம்' பாடம் கேட்டல். (காந்திமதியம்மை பிள்ளைத் தமிழ் அரங்கேற்றிய போது தமக்குக் கிடைத்த சம்மானத்தில் வாங்கி அணிந்திருந்த கடுக்கன் ஜோடியைக் கழற்றி விற்று ஆறுமாத காலம் முன்பணம் அளித்தல்.)

'செவ்வந்தி புராணம்' பதிப்பித்தல்.

1853 – மாயூரம் வேதநாயகம் பிள்ளையின் மீது 'குளத்தூர் கோவை' பாடுதல்.

1854 – இரண்டாம் முறை சென்னைப் பிரயாணம்.

'சித்திரச் சத்திரப் புகழ்ச்சிமாலை' நூல் பாடுவதற்காக வியாசர்பாடி விநாயக முதலியார் என்பவர் 100 வராகன் பரிசளித்தல்.

'திருமயிலை புராணம்' இயற்றத் தொடங்குதல்.

தாண்டவராயத் தம்பிரானிடம் 'பேரூர் புராணம்' பெறுதல்.

1855 – 'சூதசங்கிதை' நூல் பதிப்பித்தல்.

1856 – 'சித்திரச் சத்திரப் புகழ்ச்சிமாலை' பாடிப் பதிப்பித்தல்.

1858 – வேதநாயகம் பிள்ளை சீகாழியில் முன்சீபாகப் பணிபுரிதல்.

1860 – மாயூரத்தில் வசித்தல்.

கோபாலகிருஷ்ண பாரதியின் நந்தனார் சரித்திர கீர்த்தனைக்குச் சிறப்புப் பாயிரம் அளித்தல்.

'சீகாழிக் கோவை' அரங்கேற்றம்.

1861 – திருவாவடுதுறை ஆதீனத்து வித்துவானாதல்.

'அம்பலவாண தேசிகர் கலம்பகம்' இயற்றுதல்.

'மகாவித்துவான்' பட்டம் அளித்துச் சிறப்பிக்கப் பெறுதல்.

'திருவிடைக்கழி முருகன் பிள்ளைத் தமிழ்' இயற்றுதல். (இதே காலகட்டத்தில் 'ஆற்றூர் புராணம்', 'விளத்தொட்டிப் புராணம்' 'திருவாளொளிப் புற்றூர் புராணம் ஆகியனவும் இயற்றுதல்.)

1862 – தருமபுர ஆதீனத் தலைவர் ஸ்ரீசச்சிதானந்த தேசிகர் விருப்பப்படி 'திருக்குறுக்கைப் புராணம்' இயற்றுதல்.

பம்மல் விஜயரங்க முதலியாரின் விருப்பத்திற்கிணங்கத் 'திருஞானசம்பந்த மூர்த்தி பதிற்றுப்பத்தந்தாதி',

		'திருஞானசம்பந்தர் ஆனந்தக் களிப்பு' ஆகியவற்றை மதுரை ஞானசம்பந்தர் மடத்தில் அரங்கேற்றுதல்.
1863	–	'திருவளர் கைலைச் சிலம்பு என்னும் குரு பரம்பரை அகவல்' இயற்றுதல்.
		'அம்பலவாண தேசிகர் பிள்ளைத் தமிழ்' தியாகராச செட்டியாரால் பதிப்பிக்கப்படுதல்.
1864	–	திருவாவடுதுறை ஆதீனத்துப் பெரிய காறுபாறு கனகசபைத் தம்பிரான் விருப்பப்படி 'மண்ணிப்படிக்கரைப் புராணம்' அரங்கேற்றுதல்.
		வைகாசி மாதம் இரண்டாம் தேதி அம்பலவாண தேசிகரால் 'நிர்வாண தீக்ஷை' நடந்தேறுதல்.
1865	–	கும்பகோணம் பேட்டைத் தெருவில் உள்ள திருவாவடுதுறை மடத்தில் தங்கிக் 'குடந்தைப் புராணம்' இயற்றுதல்.
1866	–	'குடந்தைப் புராணம்' அரங்கேற்றம். காஞ்சிபுரம் வித்துவான் சபாபதி முதலியார் இப்புராண அரங்கேற்றத்தில் கலந்துகொள்ளுதல்.
		குடந்தைப் புராண அரங்கேற்றத்தில் 'மேனாப்பல்லக்கு'ப் பரிசளித்துச் சிறப்பிக்கப் பெறுதல். (பிள்ளை அவர்கள் இப்பல்லக்கில் தம் இறுதிநாள் வரை பவனி வந்தார்.)
		'மங்களாம்பிகைப் பிள்ளைத் தமிழ்' அரங்கேற்றம்.
		'கண்டதேவி புராணம்', 'சூரைமாநகர் புராணம்' இயற்றத் தொடங்குதல்.
1867	–	புதுச்சேரி பயணம். தானப்ப ஆசாரி என்பவர் மீது 'தசவிடு தூது' பாடுதல்.
		'துறைசை அந்தாதி' புதுச்சேரியில் அச்சிடப்படுதல்.
1868	–	'மாயூரப் புராணம்' அரங்கேற்றம்.
		'தனியூர்ப் புராணம்' அச்சிடப்படுதல்
		'திருநாகைக் காரோணப் புராணம்' இயற்றத் தொடங்குதல்.
1869	–	15ஆம் பட்டம் அம்பலவாண தேசிகர் பரிபூரணம் அடைதல். மேலகரம் ஸ்ரீலஸ்ரீ சுப்பிரமணிய தேசிகர் 16ஆவது ஆதீனகர்த்தர் ஆதல்.
		சுப்பிரமணிய தேசிகர் மீது மாலை, தூது இயற்றுதல்.
		'அம்பர் புராணம்' இயற்றுதல்.
1870	–	மீண்டும் மாயூர வாசம்.
		மாயூரம் தெற்கு வீதியில் திருவாவடுதுறை மடத்திற்கு மேல்புறத்திலுள்ள இரண்டு கட்டு வீடு ஒன்றை ரூ.900-க்கு வாங்குதல்.
		திருவிடை மருதூர் கோயில் தர்மகர்த்தா சிவதானுத் தம்பிரான் முன்னிலையில் 'திருவிடை மருதூர் உலா' அரங்கேற்றுதல்.

1871	–	ஏப்பிரல் மாதம் உ.வே. சாமிநாதையர் மாணவராதல்.
1872	–	குமாரர் சிதம்பரம் பிள்ளையின் திருமணம்.
		சுப்பிரமணிய தேசிகர் அழைப்பின் பேரில் தமது மாணவர் சிலருடன் கும்பகோணம் மகாமகப் பயணம்.
1873	–	சுப்பிரமணிய தேசிகர் திருவாவடுதுறையில் வீடு ஒன்றை அமைத்துத் தருதல். ('பிள்ளையவர்கள் வீடு' என்றே அது எல்லோராலும் அழைக்கப்பட்டது.)
		திருவாதிரை தரிசனத்திற்குத் திருப்பெருந்துறை செல்லுதல்.
1875	–	பிள்ளை யவர்களின் ஷஷ்டியப்த பூர்த்தியை சுப்பிரமணிய தேசிகர் மடத்துச் செலவில் நடத்திவைத்தல்.
31-01-1876	–	தேகத் தளர்ச்சி அதிகரித்தல்.
01-02-1876	–	நள்ளிரவுக்குப் பின்பு காலமானார்.
		சுப்பிரமணிய தேசிகர் குடும்பக் கடன்களை அடைத்தல். (இதற்கு ஈடாகப் பிள்ளை அவர்கள் சேர்த்துவைத்திருந்த புத்தகங்களை மடத்து நூலகத்தில் சேர்த்தல்.)
		மாயூரம் வேதநாயகம் பிள்ளையின் உதவியால் சிதம்பரம் பிள்ளைக்குக் 'கப்பூர்' என்னும் கிராமத்தில் கணக்கு வேலை கிடைத்தல்.

பிள்ளையவர்கள் கொடிவழி

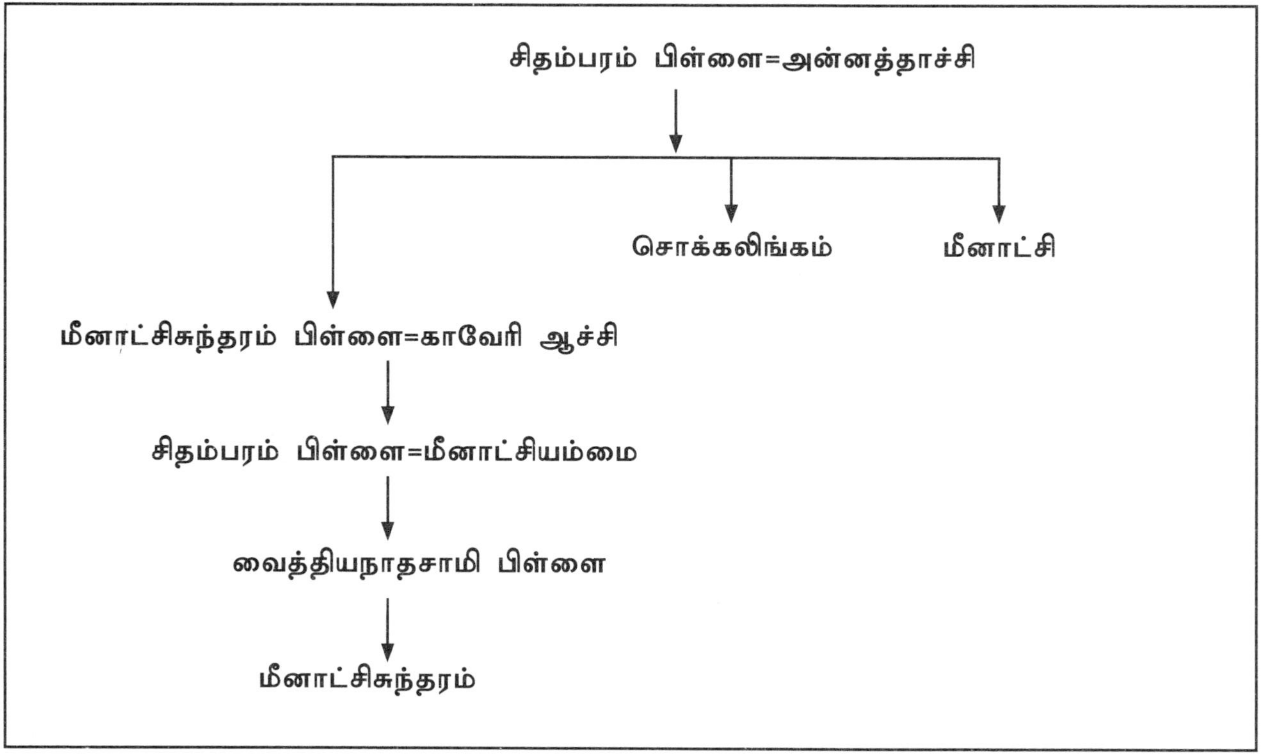

```
சிதம்பரம் பிள்ளை = அன்னத்தாச்சி
    │
    ├──→ சொக்கலிங்கம்
    │
    ├──→ மீனாட்சி
    │
    └──→ மீனாட்சிசுந்தரம் பிள்ளை = காவேரி ஆச்சி
              │
              └──→ சிதம்பரம் பிள்ளை = மீனாட்சியம்மை
                        │
                        └──→ வைத்தியநாதசாமி பிள்ளை
                                  │
                                  └──→ மீனாட்சிசுந்தரம்
```

பிள்ளையவர்களின் நூல் முகப்பு ஏடுகள் சில

உ

சிவமயம்.

கணபதி துணை.

மாயூரப்புராணம்.

திரிசிரபுரம் மஹாவித்துவான்

மீனாட்சிசுந்தரம்பிள்ளையவர்கள்

இயற்றியது.

இஃது

இந்நூல்செய்தவர்மாணாக்கருளொருவராகிய

சென்னைக்கவர்ன்மெண்டு நார்மல்பாடசாலைத்

தமிழ்ப்புலவர்

திரிசிரபுரம்

சோடசாவதானம்

சுப்பராயசெட்டியாரால்

பார்வையிடப்பட்டு,

மாயூரத்திலிருக்கும் அரங்கக்குடி

முருகப்பிள்ளையவர்கள்குமாரர்

வயித்திலிங்கம்பிள்ளையவர்களால்

சென்னை

சி. டிக்குரூஸது;

மலைச்சாலையிலிருக்கும் அத்தினீயம் அன்ட் டேலிநியூஸ் பிரான்ச்
அச்சுக்கூடத்தில் பதிப்பிக்கப்பட்டது.

விபவவருஷ கார்த்திகைமீ

உ

சிவமயம்.

கணபதிதுணை.

திருநாகைக்காரோணப்புராணம்.

திரிசிரபுரம் - மஹாவித்துவான்
ம-௱-௱-ஸ்ரீ,
மீனாட்சிசுந்தரம்பிள்ளையவர்கள்
இயற்றியது.

இஃது,
இயற்றுவித்த
நாகபட்டினம் - தொண்டைமண்டலம்
பொன்னேரிவிற்பெற்ற நாட்டியர் துளுவவேளாளர்
குலதிலகரும், செல்வராயகோத்திரோத்தமருமாகிய, பழவேற்
காடு-ம-௱-௱-ஸ்ரீ, இராமசாமிமுதலியாரவர்கள் குமாரர்
ம-௱-௱-ஸ்ரீ, அப்பாத்துரைமுதலியாரவர்கள்,
யாவருக்கு முபயோகமாகும் பொருட்டு,
அச்சிற்பதிப்பிக்கக்
கேட்டுக் கொண்டபடி,
இந்நூல் செய்தவர் மாணாக்கருளொருவராகிய
சென்னைக் கவர்ன்மெண்டு நார்மல் பாடசாலைத்
தமிழ்ப் புலவர்
திரிசிரபுரம் - சோடசாவதானம்
சுப்பராயசெட்டியாரால்
பார்வையிடப்பட்டு,
சென்னை
ஏஷியாடிக், அச்சுக்கூடத்திற்
பதிப்பிக்கப்பட்டது.

சுக்கில ௵ ஆவணி௴

1869

உ

சிவமயம்.

கணபதி துணை.

கண்டதேவிப்புராணம்.

திரிசிரபுரம் மஹாவித்துவான்

மீனாட்சிசுந்தரம்பிள்ளையவர்கள்

இயற்றியது.

இஃது

சிவநேசம்பொருந்திய

வெளிமுத்தி

வயிரவஐயாவவர்கள்

அநுமதிப்படி

தேவகோட்டை

மு. குப்பான்செட்டியாரவர்கள்

குமாரர்

ரசப்பசெட்டியாரால்

சென்னை

[illegible]விலாச அச்சக்கூடத்தில்

பதிப்பிக்கப்பட்டது.

[illegible]மீ.

1875

உ

சிவமயம்.

திருப்பெருமணநல்லூர்த்

திருவெண்ணீற்றுமை

பிள்ளைத்தமிழ்.

இஃது

சைவாகம சித்தாந்த சைவசமயாசாரியபீடமாய்

விளங்காநின்ற

திருவாவடுதுறை ஆதீனவித்துவான்

திரிசிரபுரம்

மீனாட்சிசுந்தரம்பிள்ளையவர்களாற்

செய்யப்பட்டது.

மாதவப்பெருமாள் கோவில்

மிராசுதாரர்

சபாபதிபிள்ளையவர்கள்

வேண்டுகோளின்படி

திரிசிரபுரம்

சி-தியாகராச செட்டியாரால்

சென்னையில்

தஞ்சை - சதாவதானம்

சுப்பிரமணிய ஐயரது

வித்தியாவர்த்தனி அச்சுக்கூடத்திற்

பதிப்பிக்கப்பட்டது.

விக்கிரமஞு தைமீ

அருஞ்சொற்கள், வழக்கிழந்த சொற்கள், பிறமொழிச் சொற்கள் ஆகியவற்றின் பொருளகராதி

அகாலம் – நேரம் கெட்ட நேரம்

அங்குத்தி – தாங்கள் என்னும் பொருளில் அழைக்கப்படும் மரியாதைச் சொல். மடத்து வழக்கு

அடியோடே குடியோடிப்போதல் – அனைத்தையும் துறந்துவிடுதல்

அத்தாளம் – இரவு உணவு

அநுஷ்டானம் – நெறிமுறை/ சந்தியாவந்தனம்

அபரக்கிரியை – இறுதிச்சடங்கு

அபிஷிக்தர்– சிவகுரு

அப்பியாசம் – பயிற்சி

அரண்மனை உக்கிராணம் – அரண்மனைப் பண்டகசாலை

அரிஷ்டம் – தீங்கு, கேடு

அரோகதிடகாத்திரம் – நோயற்ற வலுவான உடல்

ஆகாராதிகள் – உணவு வகைகள்

ஆசௌசம் – சாவுத்தீட்டு

ஆஞ்ஞை – கட்டளை

ஆராமைமீதூர்தல் – அன்பு பொங்குதல்

ஆறு அத்துவா – கதியடைய வைக்கும் ஆறு வழிகள். அவை: மந்திரத்துவா, பதாத்துவா, வர்ணத்துவா, புவனத்துவா, தத்துவார்த்துவா, கலாத்துவா

ஆறு ஆதாரம் – தத்துவம் கூறும் உடலின் ஆறு ஆதாரங்கள். அவை: மூலாதாரம், சுவாதிட்டானம், மணிபூரகம், அனாகதம், விசுத்தி, ஆஞ்ஞை

ஆனந்தபாஷ்பம் – ஆனந்தக் கண்ணீர்

இடைகழி – வாசலுக்கும் ரேழிக்கும் இடைப்பட்ட இடம்

உடம்பாடு – மனப்பொருத்தம், ஒப்புதல்

உதரபந்தனம் – ஒட்டியாணம்

உபந்யசித்தல் – சொற்பொழிவாற்றுதல்

உறந்துவிடுதல் – மேல்விழுந்து பிறாண்டுதல்

எத்தனித்திருத்தல் – முயற்சி மேற்கொள்ளுதல்

எம்போலியர் – எம்மைப் போன்றவர்கள்

ஏகசந்தக்கிராகி – எதிரில் இருந்து சொல்லுபவரின் விஷயங்களை ஒன்றையும் விட்டுவிடாமல் அப்படியே உள்வாங்கிக்கொள்பவர்

ஏகருத்திராட்ச தாரணம் செய்தல் – ஒப்பற்ற உத்திராக்க மாலையை அணியச்செய்தல்

ஒடுக்கம் – ஆதீனகர்த்தர்கள் ஏகாந்தமாக இருக்கும் இடம்

கடப்பாடு – கடமை

கட்டளைத்தம்பிரான் – சைவ மடத்தைச் சார்ந்த கோவில்களை மேற்பார்வை செய்யும் சைவத் துறவி

கட்டளைமடம் – சைவ மடத்துக்குரிய கிளை மடம்

கணக்காயர் – உபாத்தியாயர், ஆசிரியர்

கண்டி – உருத்திராக்க மாலை

கவேசிருங்கம் – சிவ வழிபாட்டில் இறைவனின் திருமேனிக்கு நீர்வார்க்கும் மான்கொம்பு வடிவிலான பாத்திரம்

கனதனவான்கள் – பிரபலங்களும், வசதிபடைத்தோரும்

கால்மண்டல அபிஷேகம் – பன்னிரண்டு தினங்களுக்கு ஒருமுறை செய்யும் அபிஷேகம்

காளாஞ்சி – தாம்பூலம் துப்பும் பாத்திரம்/ கோளம்பி

காறுபாறு – மடத்து அதிகாரி

கிரஹஸ்தர் – மணம்புரிந்து குடும்பம் நடத்துபவர்

கிலேசம் – மனக்குழப்பம்

குடும்பி – குடும்பம் கொண்டவர்

குணில் – குறுந்தடி/பறையடிக்கும் தடி

குறையிரத்தல் – பண/மனக் குறை நீக்க வேண்டுதல்

கேசாதிபாதவருணனை – உச்சி முதல் உள்ளங்கால் வரை வருணித்தல்

கையுறை – காணிக்கை

கைவழிப்போக்குதல் – கைமாறி கைமாறி வருதல்

கொட்டடி – கொட்டகை, அறை

கோயில் காரியஸ்தர் – கோயில் நிர்வாகி

கோயில் விசாரணைக்காரர் – கோயிலுக்கு உரிய நடைமுறைப் பணிகளை மேற்பார்வை செய்பவர்

சங்கீதலோலர் – இசைப்பிரியர்

சஞ்சயனம் – ஈமச்சடங்கு

சட்டாம்பிள்ளை – பள்ளிக்கூடத் தலைமை மாணவன்

சதாவதானம் – நூறு திறம்

சதுர்படக்கூறுதல் – திறம்படப் பேசுதல்

சமயம்பார்த்தல் – நல்ல நேரம்/ மூகூர்த்தம் பார்த்தல்

சமுத்தி – செய்யுளின் ஈற்றடி

சமூகம் – அரசர்/ஜமீந்தார் போன்ற பெரியவர்களை முன்னிலையாகக் குறிப்பிடும் சொல்

சர்மாநாமம் – பிராமண ஆண் குழந்தைக்குப் பெயரிடும்போது கொடுக்கப்படும் முதல்பெயர்

சல்லாபம்செய்தல் – உரையாடி மகிழ்தல்

சவுகண்டி – இருப்பிடம்

சவுக்கம் – துணித்துண்டு

சாதகர்கள் – பயிற்சியுடையோர்

சாம்பவர் – சிவபக்தர்

சாரீரம் – குரல்

சிக்ஷை – தண்டனை

சித்தம்செய்தல் – திட்டமிடல்

சித்திரகவி – நால்வகைக் கவிகளுள் ஒன்று

சிந்தித மனோரதசித்தி – எண்ணியதை எண்ணியவாறு முடித்தல்

சிரஸ்தேதார் – சர்க்கார் உத்தியோக சிப்பந்திகளின் தலைவர் (இன்றைய காலத்தில மாவட்ட ஆட்சியரகத்தின் தலைமை கண்காணிப்பாளர்)

சிவந்தல் – கோபித்தல்/சினக்குறிப்பு

சிறகு – தெரு/தெருவின் பக்கம்

சிற்றில் – சிறிய வீடு

சுபகரமானது – நற்பயன் தருவது

சுபஸ்வீகரணகாலம் – இடையூறு இன்றி நடைபெறுவதற்காக, திட்டமிட்ட வேலையைத் தொடங்குவதற்கான நல்ல காலம்

சுவடுகெழுமியிருத்தல் – அடையாளம் பொருந்தியிருத்தல்

செவ்வி வாயாமை – நற்காலம் வாய்க்காமை

சேமம் – வைப்புப் பொருள்

சேர் – ஓர் முகத்தல் அளவை (1 சேர்= சுமார் ½ படி)

சேர்வைகாரர் – ஒருவகைச் சாதி/ படைத்தலைவர்

சோடசாவதானம் – பதினாறு கவனகம் செய்தல்

தக்கார் – கோயில் நிர்வாகத்தை நிர்வகிப்பதற்கு அரசாங்கத்தால்/ ஆணையரால் நியமிக்கப்படுபவர்

தட்டுடை – வேட்டியை பஞ்சகச்சமாக அன்றி இடுப்பைச் சுற்றிக்கட்டுதல்.

தண்டல்காரர்கள் – வரிவசூலிப்போர்

தந்தசுத்திசெய்தல் – பல் தேய்த்தல்

தபேரியோம் –

தமருகம் – உடுக்கை

தம்பிரான்கள் – சைவமடத் துறவிகள்

தரம் பைஸல் கலேக்டர் – வரித்திட்டம்/ நியாய வரி இவற்றைத் தீர்மானிக்கும் அதிகாரி

தர்மிஷ்டர் – அறச்சிந்தனை உடையவர்/ அறத்தின்வழி ஒழுகுபவர்.

தலைச்சாத்து – தலைப்பாகை

தவசிப்பிள்ளை – சமையல்காரர்

தவிசு – பாய், மெத்தை, பீடம்

தாதுக்கள் – நாடிகள்

தாரதம்மியம் – ஏற்ற தாழ்வு/குணம் குற்றம்

தார்க்கிகர் – தருக்க நூல் வல்லுநர்

திருமுகம் – மடாதிபதிகள், அரசர் போன்றோர் அனுப்பும் கடித ஓலை

திருவோலக்கம் – அத்தாணி மண்டபம்

தீட்சை – சைவச சமய ஒழுங்கு(ஏற்றல்)

துராட்சேபம் (துர்+ஆட்சேபம்) – தீய நோக்கத்தோடு ஆட்சேபித்தல்

துவிபாஷி – மொழிபெயர்த்துச் சொல்பவர்/ இரு மொழியாளர்

தூஷணம் – குறை சொல்லுதல்

தேகவியோகம்: உடல் நீத்தல்

தேனிறால் – தேனடை

தைரியவீனப்படுதல் – தைரியம் குறைதல்

தைவருதல் – மாசுநீக்குதல், தொட்டுச் சீர்ப்படுத்துதல்

தோலாநாவின்மேலோர் – நாவன்மை மிக்கவர்

நடையாடுபுத்தகசாலை – நடமாடும் நூலகம்

நாவீறு – வாய்ச்சவடால்

நித்திய சூரிகள் – தேவலோகத்து வாழ்கின்ற முத்தர்கள்

நியூனம் – குறைவு, இழிவு

நிருமாலியம் – பூசித்துக் கழித்த பொருள்

நிர்வானதீக்ஷை – நால்வகை தீக்ஷைகளுள் ஒன்று; பற்றறுதலுக்கான உபதேசம்

நிஷ்கபடி – கபடமற்ற

நேத்திரம் – கண்

பக்ஷம் – அன்பு

பங்கி – தபால்

பஞ்சாட்சர உபதேசம் – 'நமச்சிவாய' என்ற ஐந்தெழுத்து போதனை

படாடோபம் – பகட்டு

பட்டணப்பிரவேசம் – ஊரை வலம்வருதல்

பதசாரம் – பதவுரை, வார்த்தைக்கான பொருள்

பதனழிதல் – பக்குவ நிலை தவறுதல்

பத்தாறுமடி – 10x6 அளவுள்ள வேட்டி; இதை பஞ்சகச்சம்போல உடுத்துவர்

பத்தியம் – தெலுங்குச் செய்யுள்

பத்திரபுஷ்பம் – பூசைக்குரிய இலையும் பூவும்

பரத்துவம் – இறைநிலை/கடவுள் தன்மை

பராதீனன் – உரிமையற்றவன்

பரிபூரணதசையடைதல் – இறந்துபோதல்

பரிபூரணம் ஆதல் – வாழ்வு நிறைவடைதல்

பரியாயம் – மாற்று

பரிவாரதேவதைகள் – சுற்று தெய்வங்கள்

பரிஷ்காரம் – நிராகரிப்பு

பனையகணிக் கட்டில் – பனைநாரால் பின்னப்பட்ட கட்டில்

பாடசாலைபரிசோதகர் – பள்ளி ஆய்வாளர்

பாதாரவிந்தம் – திருவடித் தாமரை

பாயலிலிருந்து – உறக்கத்திலிருந்து

பிரமாணம் – ஆதாரம்

பிரின்ஸிபல் ஸதர்மீன் – முதன்மை நீதிபதி

பிரீதி – அன்பு

பின்னிடுதல் – ஒன்றிலிருந்து பின்வாங்குதல்

புனர்ப்பூஜை – சரஸ்வதி பூஜை அன்று பூஜையில் வைக்கப்பட்ட கருவிகளை மறுநாள் விஜயதசமி அன்று எடுத்துப் பயன்படுத்துவதற்காகச் செய்யும் பூஜை

பூஸ்திதி – நிலவுடைமை

பூஷணம் – அணிகலன்

பேதித்தல் – (மனம்) குழம்புதல்

போஷனை – பராமரிப்பு

மகமை – மகசூல், விளைச்சல்

மடி – சடங்குரீதியான தூய்மை

மந்தணம் – இரகசியம்

மறவி – அழுக்காறு

மஹந்யாஸ ஜபம் – நமசிவாய மந்திரத்தை தொடர்ந்து உச்சரித்தல்

மாதவேதனம் – மாத சம்பளம்

முகமன் – உபசாரச் சொற்கள், முகஸ்துதி

முட்டுப்பாடு – இடையூறு

முத்திரைப்பணி – திருக்கோயிலில் வரவு செலவு கணக்கு பார்ப்பவர் போன்றதொரு பணி

மேனாப்பல்லக்கு – ஓர் ஆள் மட்டும் அமர்ந்து செல்லும்படியாக வடிவமைக்கப்பட்ட பல்லக்கு

யாசகம் – இரத்தல்/பிச்சை

ராயஸம் – ஆதினகர்த்தரின் அந்தரங்கச் செயலர்

லிகிதம் – கடிதம்

வர்த்தமானம் – செய்தி/தகவல்

வர்ஷித்தல் – பொழிதல்

வஸந்தோத்ஸவம் – வசந்தகாலத் திருவிழா

வாக்குத்தத்தம் – உறுதிமொழி

வாவுநாள் – விடுமுறை நாள்

விக்கினம் – சோதனை

விஞ்(ஜ்)ஞாபனம் – விண்ணப்பம்

விதரணசாலிகள் – கூர்மதி படைத்தவர்கள்

வித்துவான் – புலமை பெற்றவர்

வித்வம் – புலமை

விம்மிதம் – உவகை

வியாகரணம் – பயிற்சி இலக்கணம்

வியாக்கியானம் – விளக்கம்

வியாஜம் – (கல்வி) வித்தை

வியாஜ்ய விஷயம் – சச்சரவுக்கான விஷயம்

வீட்டுமெத்தை – வீட்டு மேல்மாடி

வீட்டுவிசாரணை – வீட்டின் தேவைக்குரிய நடைமுறைப் பணிகள்

வெள்ளறிவு – அறிவுக்குறைவு

வேணவா (வேன்+அவா) – மிகுதியான ஆசை

வைப்புத்தலம் – சைவத் திருமுறைகளால் பாடல்பெற்ற தலம்

க்ஷமிக்கவேண்டும் – மன்னிக்க வேண்டும்

க்ஷனிகலிங்கபூஜை – ஆதீன பட்டத்தில் இருப்பவர்கள் மட்டுமே பூஜிப்பதற்கு உரிய லிங்கபூஜை

ஸதஸ் – சபை

ஸந்தியாவந்தனம் – இருபிறப்பாளர்கள் மூன்று வேளையும் செய்யும் சூரிய வணக்கச் சடங்கு.

ஸாகித்யசக்தி – பாடல் இயற்றும் திறன்

ஸாஷ்டாங்கமாக – நெடுஞ்சாண் கிடையாக

ஸித்தனாக இருத்தல் – செய்வதற்குத் தயாராக இருத்தல்

ஸௌலப்ய குணம் – எளிவந்த தன்மை

ஸ்திரவார தினம் – சனிக்கிழமை

செய்யுள் முதல் குறிப்பு அகராதி

(எண்: பக்க எண்)

[மேற்கோள்கள், சிறப்புப் பாயிரங்கள், தனிப்பாடல்கள், நூற்செய்யுட்களாக உள்ள முழுச் செய்யுட்கள் ஆகியவைகளின் முதல்குறிப்புகள் மட்டும் இதில் சேர்க்கப்பட்டிருக்கின்றன. பிள்ளை யவர்கள் வாக்கல்லாத செய்யுட்களின் முதல் குறிப்புகளுக்கு நட்சத்திரக் குறி இடப்பட்டிருக்கின்றது.]

அகத்தியனோ* 501
அகத்திரா 70
அகன்றிடு கடும்பி 220
அடியார் யார் 456
அடியெடுத்து 281
அடுத்தமனை 147
அடுபுலித்தோல் 154
அடையவினிமை 231
அடையானையுரி 247
அண்டரு முனிவர் 443
அண்ணாமலையத்தனை 337
அதிகாரந் தனக்களித்த 537
அத்தகைய* 550
அத்தகையதொன்ற 287
அத்தத்திலங்கு 83
அத்தனை வாம்பரி 83
அத்திசூழ் 256
அத்திதருங் கவி 450
அந்தோவென் 147
அம்பரத்தியர் 296
அம்பலத்தாட 87
அரிதகிவனத்தி 230
அரிய நாயகம் 538
அருகனார்க்கு 133
அருண்மலி நின் 386
அருத்திமிகும்* 550
அருந்தவஞ் செய்த* 499
அருந்தவருக்கு 211
அருவருருவர் 190
அருவாகி யுருவாகி 456
அருவியறாவரை 210
அருவுருவாகிய 534
அருளினாற் 299
அருளொரு* 544
அருள்கனிந்த* 553
அரைப்புலித்தோல் 453
அலங்கொருகைத் 538
அலரடியிலிடு* 549
அவ்வினையாளர்* 115
அழகிய மயிலை 231
அழிக்கு நினது 225
அளவறு பிழைகள் 86
அளிவளர்குணனும் 415
அறத்தனிச் செல்வி 444
அறந்தழீஇ* 548
அறப்பரிபாலர் 229
அறவினைப்போக 153
அறிதுயில் 258
அறைவடமொழி 273
அனம்படியும்* 417
அனைநிகர்சுப்பிர 213
அனைபோலும் 154
அனையபெரியோன்* 554
அனையவன் மொழிந்த 283
அன்பார்கருந் 296
அன்றுமுதல் 221
அன்னமுனிவரன் 480
அன்னவன் யார்* 553
அன்னவன்னிவன் 233
ஆக்கும் பெருந்தொழி 218
ஆசானுரைத்தது* 115
ஆசையிலார்க்கே* 370
ஆயகருந்தடங்க 295
ஆயாவப்பால் 85
ஆய்ந்தபுகழ் 302

ஆரதித் தன்மை 445	இன்றொண்டர் சூழ* 439
ஆர்த்த சபை* 371	இன்னபெரு* 501
ஆலும்விடம் 121	இன்னவடியவர் 456
ஆவணங்காட்ட 85	ஈகைமேற்கொண்ட 219
ஆறுமுக பூபாலா 348	ஈன்றவற்கு 262
ஆனதிருவா 283	உங்கள்பேரினாற் 233
ஆன்றகருந் 296	உண்மை நலம் 540
ஆன்றநின்கருணை 297	உண்மையாண் 276
ஆன்றவப்பூதி 229	உயர்குண நிறத்தினோடு 153
இகமொன்று களிப்பு 467	உய்யமணிமார்பு 71
இக்கடித நோக்கி 531	உரவுமலிகடற் 537
இதம்பரவு 539	உரியநாயகி 540
இத்தகைய வள்ளலை 539	உரை சிறந்த 538
இத்தையனைய* 79	உரைசெயெப் 225
இந்த மதிதனில்* 501	உலகமொருதுலையா* 49
இந்த வறச்சாலை* 475	உலகிடையமுத 86
இந்தவசம்* 79	உவப்பத் தலைக்கூடி* 103
இந்தவிதமடியவரை 456	உழவொலி 468
இந்தவிதம் பூசனை 456	உள்ளுதோறிழிபை 443
இந்துதவழ் 128	உள்ளும்பவம்* 119
இப்புவிசெய்* 556	உறுவலியின் 287
இரசதவரையமர் 99	உனதுசரற்* 269
இரசதவிலங்கன் 88	உன்னையொப்* 118
இரவு வழிநடக்கலாம் 536	ஊருணிநீர்* 419
இருந்தமிழே உன்னால் இருந்தேன்* 35	ஊழிர் பெருவலி 482
இலங்குறுமெய்ஞூா* 556	ஊறு தெரிதலுஞ் 358
இலவு வந்த 392	ஊனுடம்புடைய 444
இலையமில் குமர 303	எங்கடுறைசை* 547
இல்லேனென்றாரும் 370	எண்ணாதவன் 83–4
இல்லையுன்கழல் 69	எண்ணிய கும்ப 259
இழிதகவிறைச்சி 131	எத்துணை நூல் 237
இளங்கொடியான 474	எந்நாடும் புகழ் 367
இறைவன்பால் 276	எயிலையன் நட்ட 374
இனமளித்தற்கு* 500	எல்லாமறைத்துஞ் 201
இனியநீழல் 232	எல்லையப்பனாய 484
இனியாதுமெண்ணா 286	எவ்வகையிலும்* (கீர்த்தனம்) 203
இனையபுகழ் 539	எழுதிடும் வேலை 295
இன்பாவிற்கோவை* 188	எளியோன்பாவம் 148
இன்று பைங்கிளியை 159	எறியுங் கலி 169

எனையும் புலவ* 544	ஓதரிய* 178
எனைவைத்தி* 498	ஓதுதற்கரு* 165
என்பிழை பொறுத்தரு* 544	ஓலைதேடி* 233
என்னகத்தில்* 428	கடிப்பிகுகண்* 371
என்னமொழிந்திடினும்* 502	கடிமலர்கைக்கொண்டு 210
என்னவதிசய* 554	கடியேறுமலரோனை 282
என்னிது விடையும் 76	கட்டோம்புதல்* 80
என்னை நானறியேன் 443	கண்ணகன் ஞாலம் 280
என்னையாள்தர 284	கண்ணான் மதனை 419
ஏய்ந்தவிளம் 480	கண்ணிய பிறப்பை 237
ஏர்கொண்ட 558	கண்ணீர் பெருக 217
ஏர்தருசாலி* 479	கந்தமூலபலம் 284
ஏலக் குழலியோர் 122	கந்தவேளோ* 102
ஏலவே யொருப்பட்டு 443	கந்தனைநேர்* 499
ஏற்றனின் 126	கயல்விழிக் 259
ஒண்கமலம் 60	கயல்விழிக் 259
ஒண்பாதிரிப்புலி 533	கருதரியபுகழ் 175
ஒப்பாரும் 232	கருதுமொருமலமும் 456
ஒப்புயர்வில்லவன் 469	கரைசெய் 229
ஒருகழுகும்பர் 374	கலக்கந்தர 84
ஒருகானடந்தென் 190	கலைபுகலும் 167
ஒருதிருவாவடுதுறை 536	கறைநிறுத்திய* 465
ஒருபரைநேர் 286	கற்றவர் சிரோமணி* 298
ஒருபாதலத்து 155	கற்றற்கெளியன* 165
ஒருபுறநீலி 268	கற்றாரறிகுவர்* 194
ஒருமகவுக்கு 147	கனிவிளவிருக்க 443
ஒருமணியை* 35	காணாதார் காட்டுவான்* 420
ஒருமலத்தடை 296	காணியுங் காணியுங்* 398
ஒருவருண்டிடு 468	காதும் பிறவிக் 70
ஒளிவார் 223	காமதகன 233
ஒள்ளியகந்தரம் 225	காரெலாம் 126
ஒற்றைமாங்கனி 149	கார்க்குன்றுரித்தவர்* 486
ஒன்றளித்தார் கோடி 370	கார்பெற்ற* 263
ஒன்றளிப்பாய் 370	காற்றுபல் குறையும் 295
ஒன்றுடையோன் 386	கானோடு மிளிர்* 557
ஒன்றுவெங்காமம் 231	கிழக்கிருந்து 238
ஓங்குசைவத் 467	கிழவடிவன்றி 276
ஓங்குபுகழ் 281	குடம்புரை செருத்தல் 285
ஓங்குமந்தார 220	குணங்கொள் செவ்வாய் 458

குண்டலமோதிரம் 147	சின்னூலின்* 553
கும்பனெனில்* 497	சீரடியாள்செய் 454
குருபரன்றாளைக்* 544	சீரணவா 149
குருவருக்கந் 370	சீரார்கழனிச் 535
குருவார்துகிர் 124	சீருலவு வனசமகள் 88
குலவர் சிகாமணி 529	சீர்தளை செய்த 280
குலவிய பெரும்புகழ்* 545	சீர்பூத்த கயிலாய 386
குலவு முருகக்கடவுள் 480	சீர்பூத்த கல்வியறிவு 539
குலவுபுகழ்ச் சுந்தரர் 192	சீர்பூத்த கல்வியுந் 404
குவளையருகதன் 451	சீர்பூத்த சிவபத்தி 461
குறுந்தேநறுங் 212	சீர்பூத்த நடுநாட்டில் 256
குறையின் மாணிக்க 158	சீர்பூத்த நாவலருங்* 549
குற்றமில்சீர்* 188	சீர்பூத்த புகழ் 535
கூடுபுகழ்க் கோமுத்தி 480	சீர்பூத்த மயிலாடு* 291
கூடுபுகழ்மலி 298	சீர்பூத்த விசும்பு 436
கொடுக்கச் சடைவற்ற* 325	சீர்பூத்த விரோதிகிருது 539
கொத்துமலர்ப்* 556	சுத்தமலி* 526
கொந்துமலர்ப் 536	சுரும்புசெறி 131
கோடிபொன்னளிப்ப 148	சுவைபடு கருப்பங்காடு 460
கோடியுள்ளவரை 280	சுவைபடுமவல் 443
கோடேந்துமிள 540	சூடவேண்டுநின் 69
கோமேவுதிருத்தில்லை 202	செங்கையாட்டினார் 357
கோமேவுமதில் 88	செம்மையொன் நில்லா 443
சடையர்நீற்றொளி 132	செய்க்குவளை 70
சதுமுகன் முதலோர் 256	செய்ய தாமரை 259
சத்தனெவ்வுரு 282	செய்யமுகிலின் 68
சத்திவாழ் 274	செய்யிருக்குங் 75
சம்புசங்கர 69	செறிகுறிலுடை 467
சரவணபவ 534	செறிபொழிலாவடு 537
சாதிநாயகனான* 166	சொல்லத்தக்கது 247
சாம்பமூர்த்திக் 281	சொல்லாரும் பிரபல 537
சாலெலாம் 302	சொல்லாரும்புனற் 408
சிந்தையிருள்* 544	சொற்கொண்ட திரு 467
சிரபுரச் சந்ததி 90	சொற்றது நாட்டுங் 169
சிவரஞ்சுடரின்* 144	சொன்னயமும் பொருணய 537
சிவபெருமான் 538	சொன்னயானந் 219
சிவிகைமுன் 148	சோகங்களுற்ற 51
சிறந்த தீஞ்சுளை 131	ஞாலம்பொலிய 190
சிறந்தவிராமாயண 540	ஞானமார்தரு 130

தக்கார் தகவில* 119	திருமா மகளும் 457
தங்கள் கருத்திடை 408	திருவமர்கோ* 557
தடிசினத்த 133	திருவமிக்கோங்கும் 280
தண்டமிழுன்பால்* 557	திருவாதவூரர் 462
தண்டமிழ் முந்நீர்* 557	திருவியலும் 401
தண்ணறுமுண்* 102	தில்லைநட 218
தண்ணிய கருனை* 544	திறப்பாவனைய 474
தண்ணிய குணத்தர் 127	தீயெனனும் பாம்பு* 385
தண்ணிய வானவர் 218	துங்கஞ்சார் (கீர்த்தனம்) 433
தந்தை பெயரெடுப்பான் 386	துணிபிறை 210
தந்தையென 541	தூமேவு தன்னடிய 558
தருகாமுறுபொழில்* 195	தூமேவு திருமுக்கீச் 156
தருமைவளர்* 100	தூமேவு பாகவத 303
தருவே சிந்தாமணி 537	தூயநாமத்தருவம் 452
தரைகமழ்வண் 210	தூயமுத்திராமலிங்க 237
தரைபுகழ் 272	தூவலரு மீனாட்சி* 498
தலையானை 533	தெருள் பெற்றான் 175
தலைவராய் நல்லொழுக்க 408	தெளிதருகழ் 238
தலைவரைத்தணஞ் 131	தென்றல் நாடன்* 382
தழுவு புகழ் 412	தென்னாருஞ்சீர் 370
தழுவுமையான் 158	தேடுகயிலாய 432
தழைதருநல் 218	தேடுமரியயற்கு 418
தளிபுகுந்து 456	தேமலி துறைசை 370
தனியெழின் 230	தேமாரிபொழி 189
தன் கிளையன்றி* 531	தேவேநேர்* 557
தன்னிகருயர்ச்சி 130	தேனாட்சி செய்* 551
தானப்பாவடிக் 278	தேனென்றெடுத்து 538
தாணு முடிமேல 534	தேன்பிறந்த 85
தாரூர் தடம்புயத் 190	தொட்டியமர்ந்து 221
தாலமெலாம் 222	தோலுந்துகிலும் 122
தானேதனக்கு 262	நட்டபன்முதலுஞ் 229
தான்பிறந்த தந்தை* 406	நண்ணிய மூகை 454
திகழ்தருசின் 237	நம்பலமாகும் 403
திருக்கிளர் முனிவ 479	நலமலி செய்கை 456
திருச்சமயத்துடன் 386	நலம் விளக்கு* 557
திருநெடுமாலன்று 443	நலம்பூத்த 480
திருந்தியவுண்மைத்* 545	நல்லார்க்கு நல்லவனும் 189
திருந்து தமிழ்* 379	நல்லானந்துறை 286
திருந்துமந்தார 220	நல்லொழுக்கந் 539

நன்கொடிச்சிக்கை* 74	பாடு தொழிலாளர் 537
நன்றுடையானை* 44	பாடுவதெங்கே 267
நாடிய வத்தினத்தில் 456	பாமினாளோடு 244
நாட்டஞ் சிவந்தனை 356	பாரதத்தைமேரு 59
நாமத வாரணங் 361	பார்புகழும் விநாயக* 165
நாற்கவியாம்* 445	பார்பூத்த பருதியென* 501
நிலம் பூத்த 408	பாவிற் பெரியவன்* 500
நினையடைந்தோர்* 501	பிணக்கிலாத* 398
நீக்கமிலின்ப* 544	புண்ணிய வடிவாம் 157
நீதியுருவமைந்த 256	புண்ணியமெல்லாம் 424
நீர்வேட்டடைந்து 177	புயலிருக்குங்* 499
நீற்றைச் சிந்தனை 154	புரமடங்கமுன் 69
நூலியற்றியீதேல் 184	புரமாய வென்றருள்* 352
நெடியபுகழ் 536	புரமுதல் 453
நெற்றியினீறு 391	புரவோன் கவிஞர் 177
நையா நின்ற 217	புரிந்துநீழன் 268
பங்கயமலர்த்திரு 91	புவியகத்து 222
படிதாங்கு* 504	பூங்காவனக் 212
பணிகின்றேநிலை 68	பூமாதிருக்குமணி 68
பண்டுமைக்கோர்* 336	பூமேவு சிங்கவனம் 458
பதிபசுபாசம் 295	பூமேவு தமிழரும்பும் 467
பதியெனக்கு 258	பூமேவு திருநாகைக்* 556
பரசமயத்தவர் 225	பூமேவு நங்கைவள் 401
பரமசையோக 534	பூவார் பொழிற்* 85
பரம்பரன் முடியிற் 285	பெயற்பான்மழை* 371
பரம்பரையே 417	பெருமையிற் பொலியும் 467
பரவுபுகழ்ச் சின்னம்மை 540	பெரும்புங்கவர் 376
பலகதிர் விரிக்கும் 258	பெற்றதாய் செம்பொன் 258
பலாசு பற்பல 296	பெற்றாருள்* 118
பல்லார் புகழ்* 500	பேசவந்தான் 260
பல்லெலாந்தெரிய 147	பேசுபுகழ்சால் 194
பவத்துயர்பாற 126	பேசுபுகழ்ச் 435
பழுதிலபயன் 129	பேராளா 287
பன்னிருடங் 273	பேரெட்டா* 548
பன்னுசீர்க்கிள்ளி 129	பொருதவிசாகரஞ்* 80
பன்னூலும்* 557	பொருவாய் 223
பாடப் படிக்க 323	பொருவில்மகா 213
பாடமுதலாசிரிய 408	பொருளினையீட்டும் 238
பாடி வந்தார்க்கு 200	பொருள்செயிவள் 262

பொழிந்தானே (கீர்த்தனம்) 204
பொறியடக்கமும் 149
பொற்றுணரிதழி 127
பொன்செய்த 220
பொன்னகரான்* 385
பொன்னிவளம் 281
போகமென்பன 284
மதிமுத்தம் 194
மந்தரச்சிகரி 235
மந்தரமாளிகை* 502
மரந்துளைத்த* 79
மருந்துபிடகர் 200
மருவுலகங்களி 479
மலர்செமுங் 258
மழைபொழியு 430
மழையெனப்படும் 237
மழைவரை 229
மறங்கொண்ட 222
மறிவில்பெருங் 536
மறைநூறுகளை* 84
மறையவர்திருவை 157
மன்னருளதிகார 204
மன்னுமருட் 228
மன்னுமனைய 219
மன்னும் யுவவருடன்* 495
மாசாரக்கவி* 477
மாமேவு. . . . . .வள்ளலாய 419
மாமேவு புகழ். . . . . .வள்ளற் 463
மாமேவு வடமொழி* 500
மாமேவு வான்பிறை 397
மாமேவுநந்திருவா 191
மாலாதில்லறத்த* 291
மாவேநறும் 212
மாறுவேண்டினர் 468
மிகப் பெரியனாகிய 480
மிக்குளபேரிரக்கம் 536
மிடிகெடுக்கும் 238
மின்செய்த 148
மின்னுமரன்* 547
மின்னுமான் 113
மீனாட்சி சுந்தரப்பேர்* 166
மீனாட்சிசுந்தரனாம் 119
முகத்தினுக்குரிய 130
முகைமுறுக்கு 267
முடங்கலின் 258
முதிரு மாக்கனி 460
முத்திக்கு* 165
முந்தையறிஞர் 61
முயலுமாதவரும் 541
முழுதுலகு 268
முற்றுணர்ந்த 286
முன்ன நீயுதித்த 258
முன்னுமிவ் 148
முன்னுளபல்* 554
மூர்த்திதலன்* 553
மூவருக்கு 149
மூவா முதலே 150
மெய்க்கேயணியும்* 389
மெய்யாறடைந்து 538
மேடமூர்மதலை 261
மையேறுங் 168
மொய் வேலைசூழ் 430
மொழிபெயர்த்தெடுத்துத் தமிழி 267
மொழிபெயர்த்தெடுத்து மதுர 272
மொழிமுதலாகா 229
மோகமாமடவி 489
வகுத்தபல்லுலகும் 148
வஞ்சனேன் 297
வண்காலென்ன 193
வண்டுதொடர் 165
வந்தது பசித்தீ 261
வம்புவனப் (கீர்த்தனம்) 534
வரமளிக்கும்* 500
வரியேன்மதர்விழி 190
வருகதெள்ளமுதே 258
வருந்தாரென 83
வரைமாதிருக்கும் 338
வரையுதித்திடு 282

வரையேற* 80	வானாடுமேவும் 223
வலியவரனால் 194	வானாடுவெறுத்து 132
வழிபடுதேவுளுங் 224	வானுறை 283
வழிவழி யடிமை 443	வான்பணிந்தால்* 388
வளமருவு 196	வான்பூத்த* 501
வளமலி 276	விடவாளை* 171
வளரொளி 267	விட்புனன்முடிமேல் 460
வளர்திருவா 286	விண்ணாடும்* 498
வளிதாழ் 201	விண்ணுலகத்* 554
வள்ளிய பங்கயக் 467	விதியெதிரில்* 189
வன்றொண்டன் 535	விதிவழி 261
வாதவூரடிகளுக்காக 268	வித்தகமார்* 557
வாதவூரடிகளுக்கு 535	விரும்பிருகண் 539
வாதவூரர் 155	விளங்கதிகாரத்தொடு 539
வாதவூருதித்த* 557	விளங்குறு* 165
வாதவூர்மறை 454	விள்ளரும் 211
வாயுதவு 198	வீரமாதவிர் 133
வாய்ந்த திருவடிக் 472	வெள்ளாம்பலான் 190
வாரணம் பொருத* 325	வெள்ளியமால்வரை 155
வாராகவன நகின் 535	வெள்ளை நிறத்தாற் 354
வாழ்ந்ததென்ன* 403	வெள்ளைவாரணப் 533
வாழ்ந்தோமென்று 536	வெற்றியூரொரு 374
வானநாடவர்க்கு 444	வென்றி சீரான்ம 453
வானமும் புகழ் 231	வேண்டாமையன்ன* 413
வானமுழுவதுங் 233	வேதாவின் தண்ணிடமோ* 486
வானளவு புகழ்232	வையமுழுதுய்ய 193

சிறப்புப்பெயர் முதலியவற்றின் அகராதி

(எண்: பக்க எண்)

[இப்புத்தகத்தில் வந்துள்ள வித்துவான்கள், பிரபுக்கள் முதலியவர்களின் பெயர்களும் ஊர், நூல் முதலியவற்றின் பெயர்களும் இதிற் காணப்படும். அபெயர்களுள் புத்தகத்தினால் விளங்காதவற்றிற்கு மட்டும் தெரிந்தவரையில் சுருக்கமான வரலாறு எழுதப்பட்டுள்ளது.]

அகத்திய முனிவர் 80, 90, 134–35, 166, 273, 282, 295, 337, 349, 444, 497, 501

அகத்தியத் திரட்டு 274, 487

அகத்தியம் 501

அகிலாண்ட நாயகி பிள்ளைத் தமிழ் 87, 92, 99, 101, 122, 125, 156, 523, 547, 552, 556

அகிலாண்ட நாயகி மாலை 92

அகிலாண்டம் பிள்ளை (திரிசிரபுரம்) 105

அகிலாண்டேசுவரி 85

அகோர சாஸ்திரிகள் (வள்ளலார் கோயில். துலாமாதத்திற் காவேரி ஸ்நானத்திற்கு மாயூரம் வருபவர்களுக்கு இரவும் பகலும் சிறந்த உணவை அளித்து வந்த ஒரு செல்வர்) 197

அச்சுதப்ப நாயகர் 341

அஞ்சனாட்சியம்மை 219

அண்ணாசாமி ஐயர் (சுந்தரப் பெருமாள் கோயில். சுந்தரப்பெருமாள் கோயில் மூப்பனார் குடும்பத்திற் கணக்கு வேலை பார்த்துக் கொண்டும் தமிழ்நூல்களைப் படித்து இன்புற்றும் வாழ்ந்தவர்) 199, 284, 342

அண்ணா வாஜபேயர் (திருவிடைமருதூர். இவர் திருவையாறு சம்ஸ்கிருத காலேஜில் தலைவராக இருந்தவர்) 330

அண்ணுசாமி முதலியார் (புதுச்சேரி) 404

அதவத்தூர் (பிள்ளையவர்கள் பிறந்த ஊர். திருச்சிராப்பள்ளிக்கு அருகே உள்ளது) 52, 56

அதிசூரன் 449

அதிவீரராம பாண்டியர் 517

அநந்தகிருஷ்ண கவிராயர் (விக்கிரமசிங்கபுரம்) 402

அந்தகக்கவி வீரராகவ முதலியார் 51, 130

அந்தியேஷ்டி (அபரக்கிரியை) 282

அப்பா தீட்சிதர் (திருவாலங்காடு. வடமொழியிற் சிறந்த வித்துவான்; வியாகரணத்திலும் சைவசாஸ்திரத்திலும் மிக்க அறிவாற்றலுடையவர்; வருஷந் தோறும் திருவனந்தபுரம் ஸம்ஸ்தானத்தில் 500 ரூபாய் சம்மானம் பெற்று வந்தவர்; அப்பைய தீட்சிதர் பரம்பரையினர்) 207, 330, 377, 379

அப்பாத்துரை முதலியார் 287, 293–94, 529, 534, 543

அப்பாப்பிள்ளை (குன்றக்குடி. மணிமேகலை, சிலப்பதிகாரம் முதலிய பழைய நூல்களின் ஏட்டுப் பிரதிகளை மிதிலைப்பட்டியிலிருந்து கிடைக்கும்படி செய்தவர்; சாதுர்யமாகப் பேசும் ஆற்றல் வாயந்தவர்) 455

அப்பாப்பிள்ளை (திருச்சத்திமுற்றம்) 73–4

அப்பாவையர் (திருநயம்) 64

அப்புசாமிப் புலவர் 451

அப்பைய தீட்சிதர் 207, 330, 377, 488

அமுதகரவல்லி 232

அமுதப்பெருமான் 90

அமுதாம்பிகை 177

அமுதாம்பிகை பிள்ளைத் தமிழ் 125, 177, 319, 333

அம்பர் 197, 463–64, 468, 534, 546

அம்பர்ப் புராணம் 145, 298, 372–73, 463, 465–66, 469, 520–21, 546

அம்பலவாண சுவாமி 542

அம்பலவாண செட்டியார் 261, 263

அம்பலவாண தேசிகர் (13ஆம் பட்டம்) 79

அம்பலவாண தேசிகர் (15ஆம் பட்டம்) 205, 209-11, 222-24, 235, 239, 240, 246-47, 277, 281, 293, 326, 432, 491

அம்பலவாண தேசிகர் (17ஆம் பட்டம்) 500-01, 503

அம்பலவாண தேசிகர் (சூரியனார் கோயில்) 45, 470-73

அம்பலவாண தேசிகர் கலம்பகம் 209, 382, 523

அம்பலவாண தேசிகர் பிள்ளைத் தமிழ் 222, 382, 435, 448, 523, 554

அம்பலவாண முனிவர் 110-11, 113, 208, 470

அம்பலவாணர் துணை 543

அம்பிகாபதி 517

அரங்கக்குடி (மாயூரத்தைச் சார்ந்த தோரூர்) 293

அரங்கநாத முதலியார் (பூண்டி) 264

அரதத்தாசாரியார் 527-28, 530

அரதத்தாசாரியார் சரித்திரம் 528

அரதனபுரம் (ஊற்றத்தூர், வாளொளிபுற்றூர்) 68, 70, 221

அரதனாசலம் (வாட்போக்கி) 157, 552

அரன்வாயில் 119

அரிசிலாறு 416

அரிச்சந்திர புராணம் 122

அரிதகி வனம் (திருக்குறுக்கை) 228, 230

அரியநாயகம் பிள்ளை 538

அரியிலூர் 307, 310

அரியிலூர் ஜமீன் 310

அருணகிரியந்தாதி 56

அருணாசல முதலியார் (உறையூர்) 64, 108, 141

அருணந்தி சிவாசாரியார் 224, 479

அருணமச்சிவாயர் (உமாபதி சிவாசாரியாரின் சிஷ்யர்) 224, 386

அருணாசல கவிராயர் (சீகாழி. இராமாயண கீர்த்தனம் இயற்றியவர்) 71, 481

அருணாசல செட்டியார் (சத்திரம்) 455

அருணாசல தேசிகர் (கோயிலூர் வேதாந்த மடத்தில் முத்துராமலிங்க தேசிகருக்குப் பின்பும் சிதம்பர ஐயாவுக்கு முன்பும் ஆசிரியராக இருந்து விளங்கியவர்.) 237

அருணாசலப் புலவர் (ஏம்பல்) 451

அருணாசலம் பிள்ளை (கலியாண சோழபுரம்) 538

அருணைக் கலம்பகம் 75

அழகர் கலம்பகம் 83

அழகிரிசாமி நாயகர் 547

அழகிரி ராஜு 172-73

அழைத்து வாழ்வித்த பெருமான் 125

அளகாபுரி (அளகை) 124

அறந்தாங்கி 441

அன்னத்தாச்சி 50

அஷ்டநாகபந்தம் 66, 333, 468

அஷ்டப்பிரபந்தம் 67, 319, 342

ஆச்சாபுரம் 184, 192

ஆதிகுமரகுருபர ஸ்வாமிகள் 302, 333

ஆதிகுமரகுருபர ஸ்வாமிகள் சரித்திரம் 302, 333, 522

ஆதிகைலாச மாஹாத்மியம் 444

ஆதிகும்பேசுவரர் 250, 259

ஆதிகேசவப்பெருமாள் 178

ஆதிநாராயண பிள்ளை தெரு 49

ஆதியுலா 355

ஆத்திசூடி 56, 94

ஆத்மநாத பாகவதர் 444

ஆத்மநாதஸ்வாமி 438, 441

ஆராவமுதப்பெருமாள் 259

ஆரியங்காவற் பிள்ளை 170, 172

ஆரியவரசன் 158

ஆவராணி (ஒரூர்) 397, 543

ஆவூர் 45, 73, 355, 364, 417

ஆவூர்த்திரிபந்தாதி 416, 418

ஆறுமுக தேசிகர் (திருவண்ணாமலை) 455

ஆறுமுக நாவலர் (யாழ்ப்பாணத்து நல்லூர்) 98, 169, 225, 236, 314, 387, 496

ஆறுமுக நாவலர் சரித்திரம் 98

ஆறுமுகத் தம்பிரான் (தருமபுரம்) 312

ஆறுமுகத் தம்பிரான் (திருவாவடுதுறை) 451

ஆறுமுகத்தா பிள்ளை (பட்டீச்சுரம்) 119, 214, 299, 326, 334, 338–40, 342–43, 345–56, 360–61, 383, 410–12, 414–22, 427, 429, 459, 461, 488, 534

ஆறுமுகம்பிள்ளை (கொட்டடி) 64

ஆறைமாநகர் 548

ஆறை வடதளி 106

ஆற்றங்கரை முதலியார் (மாயூரம்) 197

ஆற்றூர் 46, 219

ஆற்றூர்ப் புராணம் 46, 218–19, 521

இடைக்கழி (விடைக்கழி) 216

இபவனம் 552

இரகுநாதையர் (காஞ்சீபுரம்) 547

இரத்தினகிரி (வாட்போக்கி) 157

இரத்தினசபாபதி மாலை 310

இரத்தினசபாபதி முதலியார் (ஆற்றூர்) 46

இரத்தினம் பிள்ளை (சோழன் மாளிகை. இவர் சீவரத்தினம் பிள்ளை யென்றும் வழங்கப்படுபவர்) 342, 416, 435–36, 461, 488

இராகவாசாரியார் 312

இராகவையங்கார் 535

இராகவையர் (பாபநாசம்) 310, 336

இராசலிங்கர் 157

இராசாத்துரை பிள்ளை (சீகாழி. பிள்ளை யவர்கள் சம்பந்தியின் தந்தையார்; திருவாசகத்துக்கு உரை யெழுதியவர்; அவ்வுரையையும் இவர்பாலிருந்த பதினோரான் திருமுறையையும் ஆறுமுக நாவலர் வாங்கிச் சென்றனரென்பர்) 186

இராமகிருஷ்ண பிள்ளை (தஞ்சாவூர்) 342, 429, 497

இராமசந்திர தொண்டைமான் 432, 458

இராமசாமி ஐயங்கார் (வக்கில்) 203

இராமசாமி ஐயர் (வைத்தியநாதையரின் தமையனார்) 211, 281, 382, 396

இராமசாமி செட்டியார் (திருவவ்வூர்) 548

இராமசாமி பிள்ளை (இலக்கணம், தஞ்சை) 241–47, 429

இராமசாமி பிள்ளை (கொற்றமங்கலம்) 93–4

இராமசாமி பிள்ளை (மதுரை) 173, 208, 222, 226–27, 230, 273, 400, 516, 548

இராமநாத முதலியார் (கொழும்பு) 241

இராமநாதபுரம் 101––2, 172, 226, 536

இராமலிங்கத் தம்பிரான் (காசிவாசி) 197, 302, 323, 333

இராமானுஜ கவிராயர் 94, 99, 142

இராமானுசபுரம் (கபிஸ்தலத்தைச் சார்ந்த தோரூர்) 414

இராமானுஜ பிள்ளை 548

இராமாயண கீர்த்தனம் 71, 481

இராமாயண சங்கிரகம் 540

இராமாயணக் கீர்த்தனம் 481

இராமாயணம் (கம்பர்) 483

இருளாண்டி வாத்தியார் 63

இலக்கண விளக்கம் 160–62, 169, 189, 293, 380, 464, 517

இலக்கண வினாவிடை (தாண்டவராய முதலியாரால் இயற்றப் பெற்ற நூல்) 93

இலக்கணக்கொத்து 101, 465

இலக்கணச் சுருக்கம் 94

இலக்குமணச் செட்டியார் (காரைக்குடி) 267

இலக்குமி 453, 535

இலஞ்சிக்குமாரர் (இலஞ்சி: ஒரூர்) 320

இலுப்பைப்பட்டு 232

இறையனாரகப்பொருள் 227

ஈங்கோய்மலை 230

உக்தவேதீசுவரர் 276

உடையார் பாளையம் 78

உடையார்பாளையம் சமஸ்தானம் 311

உதங்கமுனிவர் 154-55

உத்தமாதானபுரம் 71, 309, 336, 355, 361, 395, 446

உபதேச காண்டம் 390

உமாபதிசிவாசாரியார் 224

உமையம்மை 194

உவமான சங்கிரகம் 83

உறையூர் 58, 63-4

உறையூர்ப் புராணம் 347, 521, 551

ஊர்வெண்பா 481

ஊற்றத்தூர் (ஊட்டத்தூர்) 68, 487

ஊற்றுக்காடு 353

ஊற்றை நாட்டார் 68

எட்டயபுரம் 475

எண்ணெய்க் கிராமம் 51-2

எல்லப்ப நாவலர் 53, 130, 163,

எழும்பூர் 96

எறும்பியூர் 230

எறும்பீச்சரம் வெண்பாவந்தாதி 157, 522

ஏகநாயகர் 284, 301, 489, 512

ஏகாம்பரநாதருலா 355

ஏகாம்பரநாதர் 344

ஏமரிஷி 258

ஏனாதிநாத நாயனார் 449

ஐயடிகள் காடவர்கோன் நாயனார் 481

ஐயாசாமி பிள்ளை (தஞ்சை. இவர் மார்ஷல் காலேஜில் முதல் தமிழ்ப்பண்டிதராக இருந்தவர்; திருத்தில்லை யமகவந்தாதிக்கு உரை இயற்றியவர்) 342, 429-30

ஐயாசாமி பிள்ளை (திருநெல்வேலி. கோடகநல்லூர் சுந்தரசுவாமிகள் சிஷ்யர்; மகா வைத்தியநாதையருக்குப் பழக்கமுள்ளவர்; தமிழ் அத்வைத்த நூல்களில் பயிற்சியுள்ளவர்; ஒரு பஜனை மடம் கட்டிக்கொண்டு அதில் பஜனைசெய்து வாழ்ந்தவர்) 212, 292, 381

ஐயாசாமி முதலியார் 548

ஐயாத்துரை ஐயர் 540

ஐயாப் பிள்ளை (திருவாரூர்) 543

ஐயாவவர்கள் (மீனாட்சிசுந்தரம் பிள்ளை) 383, 385, 417-18, 421, 423

ஐயாறப்ப பிள்ளை 538

ஒட்டக்கூத்தர் 28, 254, 511, 525

ஒட்டங்காடு (ஒரூர்) 438

ஒப்பிலாமுலையம்மை 276

ஒளவையார் 192, 323, 464

ஒலைத்தூக்கு (சீட்டுக்கவி) 51

ஒலைப்பாசுரம் 51

கங்கைகொண்ட சோளேச்சுரம் 230

கச்சி விநாயகர் பதிகம் 522

கச்சியப்ப முனிவர் (கச்சியப்ப ஸ்வாமிகள்) 72, 77-8, 96, 107, 123, 130, 145, 177, 179, 206, 224, 294, 343-44, 384, 403-04, 478-80, 517

கச்சி ஆனந்தருத்திரேசர் வண்டுவிடு தூது 97

கச்சிக் கல்யாணரங்கதுரை (உடையார்பாளையம் ஜமீன்தாராக இருந்தவர். கனம் கிருஷ்ணையர், வீணைப் பெருமாளையர் முதலிய சங்கீத வித்துவான்களையும், கந்தசாமிக் கவிராயர், பாலசரஸ்வதி, சுப்பிரமணியக் கவிராயர், சார்வாய் குமாரசாமிக் கவிராயர் முதலிய தமிழ் வித்துவான்களையும் ஆதரித்தவர்) 78

கஞ்சனூர் அக்கினிலிங்க சாஸ்திரிகள் 488

கட்டியப்பர் கோயில் 546

கணபதி கவிராயர் (திருக்கோகரணம்) 458

கணபதி பிள்ளை 218

கண்டதேவி 265

கண்டதேவிப் புராணம் 268, 271-72, 521

கண்ணப்ப நாயனார் 277, 301, 324, 397

கண்ணப்பத் தம்பிரான் (திருவாவடுதுறை ஆதீனத்துக் காறுபாறு) 235, 324

கண்ணுவையர் (தர்மதானபுரம்) 199

கதிரேசச் செட்டியார் (பண்டிதமணி) 502
கதிர்வேற் பிள்ளை (சுந்தரப்பெருமாள் கோயில்) 342
கந்தசாமி 531
கந்தசாமி பிள்ளை (வல்லம். இவரால் செய்யப்பெற்ற நூல்கள் சில உண்டு) 199, 218, 315
கந்தசாமி முதலியார் 543
கந்தசாமிக் கவிராயர் (சேற்றூர் சம்ஸ்தான வித்துவான்) 233, 502
கந்தசாமிக் கவிராயர் (திருவாவடுதுறை) 206, 234, 308
கந்தசாமிப் புலவர் (மதுரை) 94
கந்தபுராணக் கீர்த்தனம் 444
கந்தபுராணம் 50, 78, 96, 130, 206, 345, 390, 394–95
கந்தப்ப செட்டியார் (கும்பகோணம்) 256
கந்தரலங்காரம் 83
கந்தரனுபூதி 75
கபாலீசுவரர் 97
கப்பற்பாட்டு 294, 524
கப்பூர் 500, 503
கம்பகரபுரம் (திருக்குறுக்கை) 228
கம்பரந்தாதி 111–12, 333, 470, 516
கம்பராமாயணம் 50, 65, 71, 78, 91, 96, 98, 103, 119–20, 273, 293–94, 325, 310, 384, 398, 470–71, 473, 483, 514, 516
கம்பராமாயண அச்சுப்பிரதி 471
கம்பர் 36, 192, 242, 254, 365, 378, 425, 473, 511, 517, 525
கயற்கண்ணி 220
கயை 493
கரந்தை (தஞ்சாவூரைச் சார்ந்த தோரூர்; கருத்தட்டாங்குடியென வழங்கும்) 300, 429
கரிவரதப் பிள்ளை 97
கருந்தடங்கணம்மை 296
கறுப்பையா முதலியார் 184
கரும்பிரத நாயகி 221

கருவூர் 359
கருவைப் பதிற்றுப்பத்தந்தாதி 75
கரையேறிவிட்டவர் 80
கலியாணசுந்தரேசுவரர் 403
கலியாணசோழபுரம் (மாயூரத்திற்கு வடக்கேஉள்ளது.பண்டைக்காலத்தில் கலிகால சோழபுரம் என்று வழங்கிவந்தது என்பர்) 197, 218–19, 538
கலைசை 552
கலைசைக் கோவை 178
கலைசைச் சிலேடை வெண்பா 178, 333
கலைசைப் பதிற்றுப்பத்தந்தாதி 178
கல்லாடம் 92, 96, 407, 430, 514, 516–17
கல்லாடவுரை 497
கல்லிடைக்குறிச்சி 179–80, 182, 303, 380, 386, 405, 440, 496
கல்விச்சங்கம் (சென்னை) 93–4, 249
கவி வீராராகவ முதலியார் 517
கவிகுஞ்சர பாரதியார் (பெருங்கரை; இவர் இயற்பெயர் கோடிசுவர ஐயரென்பது) 444
கழனிநாதர் 237
கழனியம்பதி (கோயிலூர்) 237, 535
கழுக்குன்றம் 398
கற்குடி 64, 66
கற்குடிமாலை 157, 523
கற்குடிமாமலை 230, 533
கனகசபை ஐயர் (கூறைநாடு) 315, 318, 322–23
கனகசபைத் தம்பிரான் (திருவாவடுதுறை ஆதீனத்துப் பெரிய காறுபாறு) 232
கனகசபைப் பிள்ளை (ஐவுளி வியாபாரம்) 261
கனம் கிருஷ்ணையர் (பெரிய திருக்குன்னம்) 311
கன்னபுரம் 285
கஸ்தூரி ஐயங்கார் (கார்குடி) 310
காசி (வாரணிவாசி) 149, 283–84, 364

காசிக் கலம்பகம் 364, 372

காசிநாதசாமி 440

காசிரகசியம் 283, 521, 543, 548–49

காஞ்சிப்புராணம் 45, 73, 75, 96, 107, 145, 257, 288, 343, 384, 393, 514, 516, 520, 543

காஞ்சீபுரம் 96–7, 101, 134, 145, 257, 277, 282, 343–44, 407, 547–49

காட்சி விநாயகர் 267

காந்தம் (கந்தபுராணம்) 365, 390

காந்திமதி (நாககன்னிகை) 155, 552

காந்திமதியம்மை பிள்ளைத் தமிழ் 156, 161, 523

காமதகனபுரம் 228

காமர்பூம்பதி 121

காயாரோகணேசுவரர் 292, 556

காயாறு (தொண்டை நாட்டிலுள்ள தோரூர்) 101

காரிகை உரை 161

காரிகை (யாப்பருங்கலக் காரிகை) 57, 100, 157, 310

காருகுடி (பெரும்புலியூர்த் தாலுகாவிலுள்ள தோரூர்) 310, 395–96

காரை (ஓரூர்) 464, 466

காரைக்கால் 101, 202, 291, 315, 397, 488, 556

காரைக்குடி 455–57, 497

கார்குடி (மாயூரத்திற்கு வடக்கே உள்ள தோரூர்) 227

காலகம் (ஒரூர்) 438

காவிரி 51, 85, 91, 125, 129, 229, 275, 322, 332, 353

காவேரியாச்சி (பிள்ளையவர்களுடைய மனைவியார்) 61, 490

காவை (திருவானைக்கா) 100

காளத்திநாதர் 324

காளமேகப் புலவர் 51

காளஹஸ்தி சம்ஸ்தானம் 133

காளிதாஸன் 425, 491

காளிராமையர் 353

கிருஷ்ண செட்டியார் 267

கிருஷ்ணசாமி உபாத்தியாயர் (நாகப்பட்டினத்திலிருந்த ஒரு தமிழ் வித்துவான். சில பிரபந்தங்களை இயற்றியுள்ளார்) 291, 548

கிருஷ்ணசாமி முதலியார் (தொட்டிக்கலையில் இருந்த ஒரு பிரபு. இவருடைய பரம்பரையினர் சென்னை ஐயாப்பிள்ளைத் தெருவில் இருக்கின்றனர். அவர்கள் பூண்டி அரங்கநாத முதலியாரின் உறவினர்கள்) 178

கிருஷ்ணசாமி ரெட்டியார் (காரை –சின்னப்பண்ணை) 466

கிருஷ்ணாபுரம் 162

கீழைப் பழையாறை 340

கீழ்வேளூர் 160, 162, 293, 397

குசகேது (ஒரு சோழன்) 221

குசேலோபாக்கியானம் 146, 148, 150–51, 156, 522

குடந்தை 552

குடந்தைத் திரிபந்தாதி 318, 356, 522, 550, 555

குணாகரம் (சென்னை இராசதானிக் கலாசாலையில் ஆசிரியராக இருந்த சேஷையங்கார் என்பவர் இயற்றிய செய்யுள் நூல்) 64

குப்ப பிள்ளை 197

குப்புமுத்தா பிள்ளை 548

குப்பையம் (சீகாழிக்கு அருகிலுள்ளதோரூர்) 184

குமரகுருபரர் 520

குமரனந்தாதி 278

குமாரசாமி பிள்ளை 528–31

குமாரசாமித் தம்பிரான் 333, 363, 374–75, 409, 462, 475–76, 478–79, 482, 495

கும்பகோண புராணம் 250, 256–57, 260, 357, 522

கும்பகோணம் 76, 139, 248, 250, 256–57, 262–63, 300, 336–38, 342,

ஸ்ரீ மீனாட்சிசுந்தரம் பிள்ளையவர்கள் சரித்திரம்

351–52, 356–57, 393–94, 400, 402, 412–16, 418, 420–21, 423, 426, 436, 445, 460

கும்பகோணம் காலேஜ் 39, 97, 101, 248, 263, 339, 416, 493, 502

கும்பகோணம் பேட்டைத் தெரு 355, 390

கும்பகோணம் மகாமகம் 400

கும்பகோணம் காஞ்சி மடம் 292

கும்பேசுவரர் 259, 337

குருசாமி பிள்ளை (பிள்ளையவர்கள் குமாரின் மாமனார்) 186, 385

குருபரம்பரை அகவல் 231, 524

குலாம்காதர் நாவலர் 164

குழந்தைவேற் பிள்ளை (அம்பர்) 464

குளத்தூர் (சென்னை) 177

குளத்தூர் (வேதநாயகம் பிள்ளை பிறந்த ஊர். திருச்சிராப்பள்ளிக்கு அருகில் உள்ளது) 184, 189, 204, 557

குளத்தூர்க் கோவை 169, 176, 523

குளந்தைப் பதிற்றுப்பத்தந்தாதி 177

குறுக்கை 228, 528–29, 552

குறுக்கைப் புராணம் 227–28, 521

குற்றாலக் குறவஞ்சி 218

குற்றாலச் சிலேடை வெண்பா 404

குற்றாலம் – (திருத்துருத்தி) 78, 197, 275, 276, 308, 404, 524

குற்றாலப் புராணம் 170, 331, 405

குன்றக்குடி 42, 65, 455

குன்றமருதூர் (ஒரு சிவஸ்தலம்) 285

குன்றம் (குன்னம். ஓரூர்) 40, 220, 310

குன்றைத் திரிபந்தாதி 457

கூறைநாடு 200, 279, 315, 317, 373

கேசவ முதலியார் (தொட்டிக் கலையிலிருந்த ஒரு பிரபு. சிவஞானமுனிவர் முதலியவர்களை ஆதரித்தவர்) 178

கொட்டையூர் (கோட்டீச்சுரம் என்னும் சிவஸ்தலம்; கும்பகோணத்தைச் சார்ந்தது) 248, 336

கொள்ளிடநதி (வடகாவிரி) 125, 194

கொள்ளிடம் 125, 412

கொற்றமங்கலம் 93–94

கொற்றவாலீசர் 237

கொன்றைவேந்தன் 94

கோச்செங்கட் சோழநாயனார் 464, 466

கோடகநல்லூர் (திருநெல்வேலி ஜில்லாவில் உள்ளதோரூர்) 212, 381

கோணப்பெருமாள் கோயில் (கோபிநாதப் பெருமாள் கோயில்) 340

கோதண்டராம சாஸ்திரிகள் (திருக்கோடிகா) 207

கோதண்டராமையர் (இலுப்பைப்பட்டு) 232

கோபால பிள்ளை (முத்தாம்பாள்புரம்) 199, 288–90

கோபாலகிருஷ்ண பாரதி (முடிகொண்டான்) 200–202, 311, 316, 321–22

கோபாலராயர் (தண்டலம்) 248–49

கோபு சுப்பராய செட்டியார் 256

கோபு நடலஞ் செட்டியார் 256

கோமளவல்லித்தாயார் 257–58

கோமுத்தி 210, 224, 276, 297, 337, 376, 386 480, 504, 542

கோமுத்தி தீர்த்தம் 211

கோமுத்தீசுவரர் 435, 489–90, 512

கோயம்புத்தூர் 78

கோயிலூர் 236, 265, 535, 539

கோயிலூராப் புராணம் 236–37, 521, 535

கோவிந்த பிள்ளை (இவர் திரிசிரபுரத்திலிருந்த வைணவ வித்துவான்; சிலகாலம் சென்னையில் இருந்தார்; கம்பராமாயணம் சுந்தர காண்டத்திற்கும் சடகோபரந்தாதி முதலியவற்றிற்கும் உரை எழுதியவர்; திவ்யப் பிரபந்த வியாக்கியானங்களிற் சிறந்த பயிற்சி உள்ளவர்) 65

கோவிந்த தீக்ஷிதர் 341

கோவிந்தப்ப நாயக்கன் தெரு 96

கூஷணிகலிங்க பூஜை 72

கேஷத்திரத் திருவெண்பா 481

சக்கரபாணிப் பெருமாள் 337

சங்கக்கோயில் (திருக்குற்றாலத்திலுள்ள ஆலயம்) 320

சங்கப்புலவர்கள் 49, 53, 268

சங்கர விநாயகர் 267

சங்கரசேவகச் சோழன் 132

சங்கரநமச்சிவாயர் (நன்னூல் உரையாசிரியர்) 407

சங்கரநாதர் 267

சங்கராசாரிய ஸ்வாமிகள் 292

சங்கராசாரியர் 489

சங்கராசாரியார்மடம் (கும்பகோணம்) 250

சங்க வீதி (திருக்குற்றாலத்திலுள்ளது) 320

சச்சிதானந்த தேசிகர் (குருமபுர ஆதீனத் தலைவராக இருந்தவர்; இவருடைய ஜனனபூமி அரியிலூர்; கார்கரத்த வேளாள மரபினர்) 163, 189, 200, 227

சச்சிதானந்த தேசிகர் மாலை 200, 523

சஞ்சீவி நாயகர் 166

சடகோபையங்கார் (அரியலூர்) 307, 325, 390

சடையப்ப பிள்ளை (பல்லவராயப்பட்டு) 197-98

சண்டிகேசுவரர் 405

சண்பகக் கற்பக விநாயகர் 320

சண்பகக் குற்றாலக் கவிராயர் (மேலகரம்) 331, 372, 405

சண்பை (சீகாழி) 557

சதாசிவம் பிள்ளை (திரிசிரபுரம்) 227, 338, 428, 531

சதுர்வேத தாத்பர்ய சங்கிரகம் 527-30

சத்திமுற்றப் புலவர் 73, 340, 342

சத்திமுற்றம் 340-41, 412

சத்தியஞானதரிசனிகள் (ஸ்ரீ சனற்குமார முனிவரின் சிஷ்யர்) 479

சந்திரசேகரம் பிள்ளை (திருநெல்வேலி) 321

சந்திரப் பிள்ளை 165

சபாபதி ஐயர் 199

சபாபதி தேசிகர் (ஸ்வாமிமலை) 355

சபாபதி முதலியார் (புரசை. அஷ்டாவதானம்) 94, 96-7, 99-104, 108, 226, 407-08, 549

சபாபதி முதலியார் (காஞ்சீபுரம்) 96-7, 101, 134, 174-6, 257, 282, 548

சமஸ்யை (சமுத்தி) 51, 322, 514

சமிவனம் 237

சம்புநாதர் 86, 90

சம்புலிங்க முதலியார் (உறையூர்) 64

சரசுவதி மகால் 298

சரவண ஓதுவார் 78

சரவண பண்டாரம் 422-23, 425-26

சரவணப் பெருமாளையர் 98-99

சரவணப் பிள்ளை (கார்குடி) 227, 538

சருக்கரை விநாயகர் 401

சவராயலு நாயகர் (புதுச்சேரி) 38-9, 164, 166, 277, 279, 387, 488, 549

சவரிமுத்தா பிள்ளை (வரகனேரி. பிள்ளையவர்களிடம் பேரன்பு பூண்டவர்; கிறிஸ்தவ மதத்தினர்; பல சைவ நூல்களைச் சேகரித்துப் படித்து வந்தவர்) 127, 129, 182, 429, 488, 531-32,

சவேரிநாத பிள்ளை (காரைக்கால்) 291, 315, 318, 322-23, 349-53, 436, 445, 485-86, 488, 490-91, 549,

சனற்குமார முனிவர் 223

சாக்கை (சாக்கோட்டை) 284

சாத்தனூர் (திருவாவடுதுறைக்கு அருகிலுள்ள தோரூர்; இங்கே மிகப் பிரசித்திபெற்ற ஐயனார் கோயில் ஒன்றுண்டு; இதில் உள்ள அந்தணர்களில் ஆயிரவர் திருவாவடுதுறை ஸ்ரீ மாசிலாமணி யீசருக்குக் கைங்கரியம் செய்து வந்தாரென்று சேந்தனார் திருவிசைப் பாவால் தெரிகிறது; சாந்தை யெனவும் வழங்கும்; பெரியபுராணத்திலும் இவ்வூர் கூறப்பெற்றுள்ளது) 200

சாமி ஐயர் (நெய்ப்பற்றூர்) 184, 197

சாமி ஐயர் (பூங்காவூர்) 197

சாமி முதலியார் 177

சாமிநாத கவிராயர் (திருவீழிமிழலை) 119, 186, 549

சாமிநாத கவிராயர் (கம்பராமாயணப் பிரசங்கி) 280

சாமிநாத தேசிகர் (கொட்டையூர். திருவனந்தபுரம் மகாராஜா காலேஜ் தமிழ்ப் பண்டிதர்) 248–49, 300, 415, 545, 550

சாமிநாத பண்டாரம் 399, 534

சாமிநாத பிள்ளை 199, 315

சாமிநாத முதலியார் 540

சாமிநாத வாத்தியார் (கூறைநாடு. வீரசைவர். சாமிநாதையர் எனவும் அழைக்கப்படுவார்) 200

சாமிநாதையர் (உ.வே.சா.) 38, 321, 395–96, 399, 550

சாமிநாதையர் (உத்தமதானபுரம். இசையிலும்தமிழிலும்பயிற்சியுள்ளவர்; திண்ணைப்பள்ளிக்கூட வாத்தியாராக இருந்தவர்) 71

சாமிநாதையர் (கஞ்சனூர்) 461

சாமப் பிள்ளை (மூவலூர்) 315

சுவாமிமலைக் குறவஞ்சி 71

சாமுத்திரிகா லட்சணம் 507

சார்ங்கபாணிப் பெருமாள் 257, 512

சாலிவாடி (கோயிலூர்) 237

சிங்கவனம் ஜமீந்தார் 458

சிங்காரவேலு முதலியார் (திருத்துருத்தி) 275, 277

சிங்காரவேலு உடையார் (தண்ணீர்க்குன்றம்) 451

சிங்கைச் சிலேடை வெண்பா (சிங்கை: விக்கிரமசிங்கபுரம்) 404

சிதம்பர ஐயா (கோயிலூர் வேதாந்த மடத்தின் தலைவராக இருந்தவர்) 236–37, 265, 535, 539

சிதம்பர முதலியார் (சென்னை ஐயாப்பிள்ளை தெருவில் இருந்தவர்; கச்சியப்ப முனிவரைக் கொண்டு விநாயக புராணத்தை இயற்றுவித்து இரண்டாயிரம் ரூபாய் ஸம்மானம் செய்து குளத்தூரில் அம்முனிவருக்கு ஒரு மடமும் கட்டிக்கொடுத்தவர்) 177

சிதம்பர வாத்தியார் 190

சிதம்பரஞ் செட்டியார் (பூவாளூர். தியாகராச செட்டியாரின் தந்தையார்) 117

சிதம்பரநாதன் 557

சிதம்பரம் (ஒரூர்) 96, 137, 174, 190–91, 201, 225, 314, 344, 387, 475

சிதம்பரம் பிள்ளை (கலியாண சோழபுரம்) 197, 218, 538

சிதம்பரம் பிள்ளை (குன்றம். கணக்கு) 310

சிதம்பரம் பிள்ளை (திரிசிரபுரம்) 85, 87, 105–7

சிதம்பரம் பிள்ளை (பிள்ளை யவர்களுடைய குமாரர்) 42, 55, 106, 299, 385, 482, 486, 492, 496, 498–500, 502–3

சிதம்பரம் பிள்ளை (பிள்ளையவர்கள் தந்தையார்) 50–56, 58–59

சிதம்பரம் பிள்ளை (ஒரு கனவான். பிள்ளையவர்களை அகிலாண்டேஸ்வரி மாலை இயற்றக் கேட்டுக்கொண்டவர்) 85, 87

சிதம்பரேசர் மாலை 178, 523

சித்த நூல்கள் 77, 110

சித்தக்காடு (மாயூரத்திற்கு மேற்கேயுள்ள தோரூர்; ஸித்தவனமென வழங்கும்; பல சித்தர்கள் இருந்தமையால் இப்பெயர் பெற்ற தென்பர்) 198

சித்தர் சிவப்பிரகாசர் 224, 386

சித்திரகவிகள் (பிள்ளையவர்கள் இயற்றிய அம்பர் புராணத்தில் உள்ளவை) 66, 288, 520

சித்திரச் சத்திரப் புகழ்ச்சி மாலை 165, 174–75, 523, 547–50, 552, 554–58,

சிந்நய முதலியார் 184

சிந்நயச் செட்டியார் 535

சிரகிரி 102, 119, 156, 291, 548–49, 551, 556

சிராப்பள்ளி 44, 102, 554,

சிராமலை 85, 256, 556

சிவகங்கை சமஸ்தானம் 439, 444

சிவகங்கைத் தீர்த்தம் 125

சிவகாமி அம்மை 178

சிவகுருநாதப் பிள்ளை (சவேரிநாத பிள்ளைக்கு மகாவித்வான் சூட்டிய பெயர்) 250-54, 256, 262, 436

சிவகோசரியர் 324

சிவக்கொழுந்து தேசிகர் (கொட்டையூர். இவர் வரலாற்றைச் சிவக்கொழுந்து தேசிகர் பிரபந்தத்திரட்டினால் அறிந்து கொள்ளலாம்) 248-49, 300, 336

சிவசிதம்பர முதலியார் (திருப்பாதிரிப்புலியூர். யோகப் பயிற்சி உள்ளவர்; திருப்பாதிரிப்புலியூர் விஷயமாகச் சில பிரபந்தங்கள் இயற்றினவர்) 179, 190, 540

சிவசிதம்பரம் பிள்ளை (சீயாலம். இவர் செய்த சில சிறப்புப்பாயிரங்கள் உண்டு) 190

சிவஞான சித்தியார் 286

சிவஞான முனிவர் (சிவஞான யோகிகள், சிவஞான ஸ்வாமிகள்) 45, 77, 130, 144-45, 177-78, 206, 277, 286, 288, 294, 343-44, 384, 478-81, 494, 516-17,

சிவஞானபோத பாஷ்யம் 145

சிவஞானபோதச் சிற்றுரை 224

சிவதருமோத்திரம் 134-35, 137-39

சிவதாணுத் தம்பிரான் 300

சிவப்பிரகாச சுவாமிகள் (துறைமங்கலம்) 86, 130, 162, 372, 379, 516-17

சிவப்பிரகாச தேசிகர் மடம் 106

சிவப்பிரகாச பிள்ளை (இராமானுசபுரம். கவித்தலம் வேலையர் என்னும் வித்துவானிடம் கல்விபயின்ற தாண்டவராய பிள்ளை என்பவரின் குமாரர்) 414, 416-18

சிவப்பிரகாசையர் (கூறைநாடு) 298, 315

சிவராமலிங்கம் பிள்ளை 466

சிவலிங்க வாத்தியார் (மாயூரம். இவரால் செய்யப்பெற்ற பிரபந்தங்கள் சில உண்டு) 199

சிவலோகத்தியாக முதலியார் 184, 192

சிவாக்கிர யோகிகள் (சூரியனார் கோயிலிலுள்ள சைவ ஆதீன ஸ்தாபகர்) 111

சிவானந்த ஸ்வாமிகள் 166

சிவாயம் (இரத்தினகிரி) 157

சிவாலய தரிசன விதி 400

சிவானந்தலஹரி 489

சிவாஜி மகாராஜா 349

சிறையிலிநாதர் 272

சின்னசாமி ஐயர் 395

சின்னசாமிசாஸ்திரிகள் (திருவாலங்காடு. மேலகரம் சுப்பிரமணிய தேசிகருடன் சம்ஸ்கிருத நூல்கள் பயின்றவர்) 330

சின்னசாமி பிள்ளை (சென்னைக் கிறிஸ்டியன் காலேஜ் தமிழ்ப் பண்டிதராக இருந்தவர்) 551

சின்னச்சாமி படையாச்சி 440

சின்னத்தம்பியா பிள்ளை 430

சின்னம்மை 540

சின்ன ராமசாமி ஐயர் (மாயூரம் தெற்கு மடவளாகத்தி லிருந்தவர். சிறந்த சங்கீதப் பயிற்சியுடையவர்; கோபாலகிருஷ்ண பாரதிகளுடைய சிஷ்யர்; அவரை மரண பரியந்தம் ஆதரித்துப் பாதுகாத்தவர்; அவர் செய்த கீர்த்தனங்கள் முற்றும் இவருக்குப் பாடம் உண்டு) 200

சின்னையா உபாத்தியாயர் (காயாறு) 101

சீகாழி 71, 183-84, 186, 190-91, 195-96, 198, 312, 385-86, 475

சீகாழிக் கோவை 183-84, 186-87, 189-90, 195, 523, 558

சீகாளத்திப் புராணம் 375, 520

சீட்டுக்கவி 51, 379

சீயாலம் (ஒரூர்) 190, 315

சீரவாணி (க்ஷீரவாணி) 70

சீறாப்புராணம் 164

சுத்தரத்தினேசுவரர் 70, 487

சுந்தர சாஸ்திரிகள் (திருவிடைமருதூர்; சைவசாஸ்திரங்களில் சிறந்த பயிற்சி வாய்ந்தவர்; மேலகரகம் சுப்பிரமணிய தேசிகர் திராவிட மஹாபாஷியம் வாசிக்கும்போது உடனிருந்து உதவியவர்) 330

சுந்தர ஸ்வாமிகள் (கோடகநல்லூர்) 381–82

சுந்தர நாயுடு 303

சுந்தரமகாலிங்கம் பிள்ளை 401

சுந்தர காண்டம் 310

சுந்தரதாஸ் பாண்டியர் (சேற்றூர் ஜமீன்தார்) 477–78

சுந்தரநாதர் 267

சுந்தரப் பெருமாள்கோயில் 199, 284, 342

சுந்தரமூர்த்தி நாயனார் 276, 453, 479

சுந்தரம் பிள்ளை 25, 134–35, 138–40

சுந்தரம் பிள்ளை (வயலூர் வாத்தியார்) 142

சுந்தரலிங்கத் தம்பிரான் 482

சுந்தரவிடங்கப் படலம் 289, 291

சுந்தரேசர் நெஞ்சமாலை 445

சுப்பராய செட்டியார் (சோடசாவதானம்) 38–39, 63, 105, 108, 144, 150, 215, 218, 282, 293, 434, 544, 552

சுப்பராய பிள்ளை (திருவிடைக்கழி) 215, 218

சுப்பராய முதலியார் 109

சுப்பிரமணிய ஐயர் (தஞ்சை.சதாவதானம்) 445

சுப்பிரமணிய சுவாமிகோயில் (கும்பகோணம்) 337

சுப்பிரமணிய தம்பிரான் 283, 389, 438–39, 441, 452, 455, 535

சுப்பிரமணிய தேசிகர் (கீழ்வேளூர். 14ஆம் பட்டம்) 293, 335

சுப்பிரமணிய தேசிகர் (மேலகரம்) 26–27, 45–6, 115, 133, 180–82, 205, 209, 211–13, 222–23, 233, 235, 240, 246–47, 253–55, 257, 273, 277, 280, 286, 296–98, 303–04, 326–30, 332–35, 364, 366–68, 371, 375–78, 382–83, 385, 389, 391–94, 397, 400–406, 409, 419, 432, 434–35, 446, 461–63, 468–69, 474–75, 477–78, 480–83, 487–91, 493–500, 519, 525, 536–37, 542

சுப்பு ஓதுவார் 268, 542

சுப்பு பாரதியார் (சிங்கவனம்) 162, 199, 215, 218, 440, 445, 458

சுப்பையா பண்டாரம் 45, 421–23, 425–27, 436, 460

சுருதி சூக்தி மாலை 528, 530

சூடாமணி நிகண்டு 310, 475

சூதசங்கிதை 148–51, 212, 292, 330, 382, 522

சூரியமூர்த்தியா பிள்ளை 463

சூரியமூலை (திருவாவடுதுறைக்கு வடக்கேயுள்ள ஓரூர்; உ.வே.சா. பிறந்த ஊர்) 397, 399, 402

சூரியனார் கோயிலாதீனம் 470

சூரியனார்கோயில் 45, 111, 470, 472, 474

செகநாத பிள்ளை 544

செங்கணம் (ஒரூர்) 307, 310, 333, 525

செங்கழுநீர் விநாயகர் பிள்ளைத் தமிழ் 319, 333

செவ்வந்திப் புராணம் 163, 516

செவ்வைச்சூடுவார் பாகவதம் 96

சென்னை 27, 40, 43, 47, 64, 93–98, 103, 105, 134, 142, 145, 174–75, 177, 179–80, 182–84, 190–92, 195, 206–07, 226, 249, 263, 282, 293, 407–08, 434, 546, 551

சேக்கிழார் 281, 447, 449, 467, 517

சேக்கிழார் பிள்ளைத் தமிழ் 397, 446–47, 451, 461, 523, 547

சேக்கிழார் புராணம் 408

சேற்றூர் ஜமீன்தார் 401, 477

சேஷையங்கார் (திருமங்கலக்குடி) 315, 545–46

சைவசித்தாந்த சாஸ்திரம் 328, 338, 520, 550

சொக்கநாதப்புலவர் (பலபட்டடை) 388

சொக்கலிங்க முதலியார் (தொண்டர்சீர்பரவுவார்) 466

சொக்கலிங்கம் பிள்ளை (திருநெல்வேலி) 401

சொக்கலிங்கையா (காரைக்குடி) 456, 497

சொர்க்கபுர ஆதீனகர்த்தர் 465

சொர்க்கபுர மடம் 428, 463

சோமசுந்தர தேசிகர் (அரித்துவார மங்கலம்) 436

சோமசுந்தரம் பிள்ளை (திட்டை) 315

சோழமண்டல சதகம் 372

சோழன்மாளிகை 340, 342, 416, 435, 461, 488

சௌந்தரநாயகம் பிள்ளை (தரங்கம்பாடி வக்கீல்) 539

தஞ்சாவூர் 413, 429–30, 438, 497

தஞ்சாவூர் சரஸ்வதிமகால் புத்தகசாலை 545

தஞ்சை மாநகரம் 341, 349, 351

தஞ்சைவாணன் கோவை 388

தணிகைப் புராணம் 516

தண்டபாணி பதிற்றுப்பத்தந்தாதி 522

தண்டியலங்காரம் 310, 333

தண்ணீர்க்குன்றம் 451

தமிழ்க் காளிதாஸன் 25, 492, 494

தரங்கம்பாடி 539

தருமபுரம் 312

தனிப்பாடற்றிரட்டு 379, 388

தனுக்கோடி (ஒரு வைத்தியன்) 487

தனுக்கோடி முதலியார் 419, 488

தாண்டவராயத் தம்பிரான் 495

தாம்பிரபரணி நதி 403

தாயுமானவர் 437

தாராசுரம் 340

தாரநல்லூர் 556

தியாகராச சாஸ்திரிகள் (திருவாலங்காடு) 207, 377–79, 391

தியாகராச செட்டியார் 38–39, 43, 60, 101, 115, 117, 121, 126–28, 139–140, 142, 145, 153, 159, 164, 169, 176, 192, 225–27, 250, 260, 263, 300, 302, 336–38, 342, 354, 357–58, 392–93, 396, 414–16, 418, 420–26, 448, 460, 495, 509, 553

தியாகராச முதலியார் (குற்றாலம்) 275, 308

தியாகராசலீலை 113, 121, 126–130, 132–33, 142, 153, 177, 214, 492, 522, 551

தியாகராசு. காண்க: தியாகராச செட்டியார்

திரிசிரகிரி 501, 554

திரிசிரபுரம் 307, 312, 418, 428, 437, 516, 545–46, 556

திரிசிராமலை 152, 230, 551

திரிசிராமலை யமகவந்தாதி 102

திருவவூர் 519, 548

திருக்கண்ணபுரப் புராணம் 438

திருக்கற்குடிமாமலை 523, 533

திருக்குடந்தைத் திரிபந்தாதி 318, 550, 555

திருக்குறள் 380, 407, 413, 420, 458, 511, 514, 524

திருக்குறுக்கை 521, 528–29, 552

திருக்குற்றால யமகவந்தாதி 320, 330–31

திருக்குற்றாலப் புராணம் 331, 405

திருக்குற்றாலம் 380

திருக்கோடிகா 207, 275, 330, 491

திருக்கோவையார் 109, 226, 380

திருச்சிராப்பள்ளி 110–11, 167, 182, 206, 288, 338, 395, 397, 412–13, 427, 429, 434, 437, 509, 519, 531–32

திருச்சிராமலை 84, 152, 230, 522, 549–51, 556

திருச்சிற்றம்பலக் கோவையார் 404, 407, 508, 517

திருச்செங்காட்டங்குடி 359

திருஞானசம்பந்தமூர்த்தி நாயனார் 341, 370

திருஞானசம்பந்தர் ஆதீனமடம் (மதுரை) 528

திருஞானசம்பந்தர் ஆனந்தக் களிப்பு 524

திருஞானசம்பந்தர் பதிற்றுப்பத்தந்தாதி 522

திருத்தணிகைப் புராணம் 98, 134-35,

திருத்தருப்பூண்டி பாகவதர் (மாயூரத்தில் இருந்தவர்; சங்கீதத்தில் நல்ல பயிற்சியுடையவர்; உஞ்சவிருத்தி செய்தே காலத்தைக் கழித்தவர்; கோபால கிருஷ்ண பாரதிகளின் நண்பர்; இவர் இயற்பெயர் தெரியவில்லை) 200

திருத்தவத்துறை (லாலுகுடி) 67, 122, 124, 156, 552

திருத்தவத்துறைப் புராணம் 124

திருத்தாந்தோன்றி 128

திருத்தில்லை யமகவந்தாதி 191, 318, 330, 522, 553

திருத்துருத்தி (குற்றாலம்) 308, 491

திருத்துருத்திப் புராணம் 275, 521

திருத்தொண்டத் தொகை 446, 448

திருநகரி (சீகாழியைச் சார்ந்த ஒரு விஷ்ணுஸ்தலம்) 195

திருநயம் (ஓரூர். திந்நயமென வழங்கும்) 64

திருநாகேச்சுரம் 341

திருநாகைக்காரோணப் புராணம் 287-88, 291, 293-94, 314, 345, 357, 377, 391, 407, 464, 520-21, 548, 553-54, 556

திருநணா (பவானி) 466

திருநாளைப்போவார் சரித்திரக் கீர்த்தனை 200-201

திருநீநிட்டான் மதில் (இது திருவானைக்காக் கோயிற் பெரிய திருமதில்; ஸ்ரீசம்புநாதர் சித்த வடிவங்கொண்டு எழுந்தருளியிருந்து, தம்முடைய வேலைக்குத் தக்கபடி பொன்னாகும் வண்ணம் வேலையாட்களுக்குத் திருநீறளித்துக் கட்டுவித்தமையின் இஃது இப்பெயர்பெற்றது; திருவானைக்காப்புராணம், திருநீற்றுத் திருமதிற்படலம், 11ஆம் திருவிருத்தம் பார்க்க) 86

திருநெல்வேலி 162, 170, 208, 212, 276, 292, 321, 381, 401, 403-04, 536, 537

திருப்பரங்குன்றம் 268

திருப்பராய்த்துறை 154

திருப்பனந்தாள் 42, 197, 223, 302, 333,

திருப்பாதிரிப்புலியூர் 80, 174, 179, 190, 533, 540

திருப்பாதிரிப்புலியூர் இரட்டைமணிமாலை 540

திருப்பாம்புரம் (நன்னிலந் தாலூகாவிலுள்ளது; தேவாரம் பெற்ற ஸ்தலம்) 199

திருப்புகலூர்த் திரிபந்தாதி 318, 517

திருப்புன்கூர் 201

திருப்பெருந்துறை 390, 451, 454-55, 460-61, 463

திருப்பெருந்துறைப் புராணம் 389, 392-93, 409-10, 428, 431-32, 435, 441, 443-45, 452, 521, 535

திருப்பேரூர் 285

திருப்பைஞ்சீலி 235

திருப்பைஞ்சீலித் திரிபந்தாதி 82-83, 522

திருமங்கலக்குடி (தேவாரம்பெற்ற ஸ்தலம்; ஆடுதுறைக்கு அருகிலுள்ளது) 199, 250, 298, 315, 545

திருமந்திரம் 110

திருமயிலைச் சித்திரச் சத்திரப் புகழ்ச்சிமாலை 165, 174-75, 523, 547-50, 552, 554-58

திருமயிலைப் புராணம் 177, 183-84, 191, 521

திருமலைராயனாறு 339-42, 345, 412, 426

திருமலைராயன் பட்டினம் 340

திருமழபாடி 381

திருமாளிகைத் தேவர் (ஒரு ஸித்தர்; திருவிசைப்பாக்களியற்றிய ஆசிரியர்களுள் ஒருவர்) 434–35

திருமுகப் பாசுரம் 51

திருமுருகாற்றுப்படை 274

திருவண்ணமலை மடம் 96

திருவண்ணாமலை 86, 337

திருவண்ணாமலை ஆதீனம் 65, 455

திருவண்ணாமலை யாத்திரை 277

திருவம்பர் 298, 373, 464, 467, 534

திருவம்பர்ப் புராணம் 549

திருவம்பலத்தின்னமுதம் பிள்ளை 96–97, 101–02

திருவரங்கத்தந்தாதி 83

திருவரன்குளம் (ஒரு சிவஸ்தலம்) 459

திருவலஞ்சுழி 76, 474, 533

திருவழுந்தூர் (திருவிந்தளூர்) 198

திருவனந்தபுரம் 300, 415, 466, 477–78, 545

திருவாசகம் 50, 67–69, 74, 96, 121–22, 157, 186, 191, 274, 300, 330, 355, 397, 482, 487, 491–92, 512, 514

திருவாதவூரடிகள் 49, 407, 410, 439, 444, 454

திருவாரூருலா 355

திருவாரூர் 126, 130, 160, 397, 475, 492, 517, 543, 551

திருவாரூர்க் கோவை 486

திருவாரூர்த் தலபுராணம் (பதினாறாவது நூற்றாண்டில் இருந்த அளகைச் சம்பந்த முனிவரென்பவரால் இயற்றப்பெற்றது; நாகரகண்டமென்னும் வடமொழி நூலின் மொழிபெயர்ப்பு; 2915 செய்யுட்களையுடையது) 96

திருவாலங்காடு 78, 207, 330, 377–79, 391

திருவாலவாயுடையார் 268

திருவாவடுதுறை யமகவந்தாதி (துறைசையந்தாதி) 277, 522

திருவாவடுதுறை 42, 46, 56, 72–73, 76–77, 81, 110, 113, 174, 178, 192, 197, 199, 202, 205, 209–10, 214, 223, 225–27, 231–33, 236, 239, 241, 245–46, 255, 268, 272–77, 279, 283, 286–87, 293, 303–04, 308, 313, 323, 326–28, 337, 379, 381, 385–86, 390, 400, 409, 432, 451–52, 458–59, 462, 480, 493, 534

திருவாவடுதுறை மடத்தில் நமச்சிவாய மூர்த்திக்குப் பின்பு இருந்த ஆசிரியர் பதினால்வர் 432

திருவாவடுதுறை மடம் 37, 44–45, 64, 73, 96, 101, 115, 130, 132–33, 145, 163, 173, 180, 191, 205, 208–10, 213–14, 222–23, 232, 234–35, 242, 245, 249–50, 253, 257, 265, 277, 281, 297–300, 303–04, 307, 319, 324, 331, 334–35, 338, 346, 363, 368, 370, 373–74, 387, 389, 394–97, 399, 401–05, 418–19, 434, 438, 440, 461, 463–64, 469–70, 472–73, 475, 479, 480–84, 487, 489, 495–96, 501, 503, 508–09, 512, 514, 520, 528, 536–37, 546, 552

திருவாவடுதுறைச் சிலேடை வெண்பா 480, 523

திருவாவூர்த் திரிபந்தாதி 414

திருவாளப் பிள்ளையார் 125

திருவாளொளிபுற்றூர்ப் புராணம் 218–19

திருவானைக்கா 84–85, 152

திருவானைக்கா கோயில் 72

திருவானைக்காத் திரிபந்தாதி 84, 522

திருவானைக்காப் புராணம் 72, 84, 86, 88, 100, 123, 375–77, 516

திருவானைக்காவுலா 355

திருவிசைநல்லூர் (திருவியலூர்) 330

திருவிடைமருதுருலா 300, 354, 406, 464, 474, 520, 523

திருவிடைக்கழி முருகர் பிள்ளைத் தமிழ் 215, 218, 523

திருவிடைக்கழிக் குறவஞ்சி 218, 523

திருவிடைமருதூர் 76, 210, 283, 300, 330, 335–36, 377, 421, 462, 474, 479, 481–82, 492

திருவிடைமருதூர் உலா 300

திருவிடைமருதூர் திரிபந்தாதி 376, 473, 522

திருவிடைமருதூர் கட்டளைமடம் 436, 462

திருவிடைமருதூர் கட்டளை விசாரணைத் தலைவர் 484

திருவிடைமருதூர்ப் புராணம் 300

திருவிளையாடற் கீர்த்தனம் 64

திருவிளையாடற் புராணம் 50, 54, 73–5, 84, 86, 91–2, 96, 119, 144, 157, 206, 241, 310, 342, 365, 382, 385, 391, 398, 444, 461, 464–66, 531

திருவீழிமிழலை 119, 462, 549

திருவுந்தியார் 157

திருவூறைப் பதிற்றுப்பத்தந்தாதி 68, 522

திருவெங்கையுலா 355

திருவெண்காடு 197, 287, 359

திருவெண்டுறை 451

திருவெண்ணீற்றுமை பிள்ளைத் தமிழ் 192, 523, 553

திருவெண்ணெய் நல்லூர் 453, 543

திருவெண்பாக்கம் 519

திருவேங்கடமாலை (திருவேங்கட வெண்பா) 310, 390

திருவேங்கடம் பிள்ளை (குப்பைய மென்னும் ஊரிலிருந்த கார்காத்த வேளாளப் பிரபு; தென்குரங்காடு துறையிலும் ஆடுதுறைப் பெருமாள் கோயிலும் அன்ன சத்திரம் கட்டுவித்தவர்; பாடசாலைகளையும் சில விஷ்ணுவாலயங்களிற் கட்டளைகளையும் ஏற்படுத்தியவர்) 184

திருவேங்கடாசல முதலியார் (எழும்பூர்) 96–97, 103, 199, 263

திருவேரகத்து யமகவந்தாதி 318–19

திருவையாறு 210, 341, 381–82, 430

திருவையாற்றுத் திரிபந்தாதி 382

தில்லை யமகவந்தாதி (தில்லையந்தாதி) 191, 318, 330, 522, 553

தில்லைவிடங்கன் 190–91, 407, 436, 495

திவாகரம் 93, 464

திவ்யப்பிரபந்த வியாக்கியானங்கள் 96

தீர்க்கவாகு 228, 230

துரைசாமி பிள்ளை (பட்டீச்சுரம் ஆறுமுகத்தாப் பிள்ளையின் மகன்) 347, 418

துறைசை (திருவாவடுதுறை) 210, 223, 225, 235, 279, 281, 283, 286, 297, 367, 370, 386, 402, 405, 432–33, 479, 501–02, 526, 535, 550, 552

துறைசையமகவந்தாதி (துறைசையந்தாதி) 279, 318–19, 330, 333, 337–38, 359

துறைமங்கலம் (பெரும்புலியூர்த் தாலுகாவிலுள்ள ஒரூர்; இங்கே சிவப்பிரகாச ஸ்வாமிகளுக்காக அண்ணாமலை ரெட்டியாரால் அமைக்கப்பெற்ற அழகிய நடைவாவி ஒன்றுண்டு) 86, 130, 162, 372, 379, 517

துறையூர் ஆதீனம் (வீரசைவ மடம்) 106

தெய்வநாயகம் பிள்ளை 169, 554

தென்திருமுல்லைவாயில் 285

தேம்பாவணி 164–66,

தேவகிரி 70

தேவகோட்டை 208, 455, 535

தேவராச பிள்ளை (வல்லூர்) 26, 38, 145, 554

தேவராச பிள்ளை (பங்களூர்) 143–44, 146, 148, 150–51

தேவார திருவாசகங்கள் 50, 67–68, 191, 330, 355

தேவாரச் சந்தம் 122, 220, 520

தேவாரம் 73, 106, 115, 211, 221, 228–29, 232, 274, 276, 287, 298, 300, 343–44, 365, 429, 431, 448–49, 451, 459, 464, 466, 482, 501–02, 514, 517

தேவிகோட்டை (தேவகோட்டை) 236, 272, 274

தேவிகோட்டைத் தனவைசியப் பிரபுக்கள் 268, 272

தேவிபட்டணம் 74

தேனுபுரேசர் (பட்டீச்சுரம்) 74, 341–42, 352, 361

தொட்டிக்கலை (தொண்டை நாட்டில் சென்னைக்கு வடக்கே உள்ள தோரூர்) 79, 177–78

தொல்காப்பியம் 94, 160–62, 445

நக்கீரர் 53

நச்சினார்க்கினியர் 49, 94, 480

நடராச பிள்ளை (திருவெண்காடு) 197, 287

நடராச பிள்ளை (மாயூரம்) 190

நடராசப் பெருமான் 201–02

நடனபுரம் 219

நடன விநாயகர் 232

நதிபுரம் (ஆற்றூர்) 219

நந்தன் (ஓர் அரசன்; திருவம்பரில் வழிபட்டுப் பேறுபெற்றவன்) 373, 468

நந்தன் சரித்திரக் கீர்த்தனை 201, 481

நந்தாநதி 70

நமச்சிவாய கவிராயர் (விக்கிரமசிங்கபுரம்) 402–03

நமச்சிவாய பிள்ளை (சித்தக்காடு) 198

நமச்சிவாய பிள்ளை (பட்டீச்சுரத்தில் வாழ்ந்த அபிஷிக்த மரபினர்) 73–74, 76, 106, 366

நமச்சிவாய பிள்ளை (பட்டீச்சுரம் ஆறுமுகத்தா பிள்ளையின் தந்தையார்) 214, 339

நமச்சிவாய மூர்த்தி (திருவாவடுதுறை ஆதீன ஸ்தாபகர்) 77, 209, 224, 237, 240, 255, 363, 386, 432, 495

நமச்சிவாயத் தம்பிரான் (நமச்சிவாய தேசிகர்; திருவாவடுதுறை) 115, 208–09, 236, 273, 275, 303, 386, 401–02, 432, 440, 496

நமஸ்ஸிவாயம் (நமச்சிவாயம்) 297, 544

நயனப்ப முதலியார் 94

நரசிங்கச் சோழன் 132

நல்லுசாமி பிள்ளை ஜே.எம்., 338

நல்லூர் (பெருமணநல்லூர்) 192–93

நவகோடி சித்தவாசபுரம் 370, 542

நவநீதப்பாட்டியல் 310

நளவெண்பா 75, 263

நன்னூல் 57, 101, 144, 161, 310, 407

நன்னூல் விருத்தியுரை 94, 100, 161, 402

நன்னூற் காண்டிகையுரை 310, 402

நாகபட்டினம் 202, 287–88, 291–94, 397, 441, 529, 543, 545–46, 548, 556

நாகூர் 164

நாகேசுவரஸ்வாமி கோயில் (கும்பகோணம்) 357, 412

நாகைப் புராணம் 40, 139, 291, 543

நாச்சியார்கோவில் 543

நாயகம் (ஒரு பெண்) 171

நாராயண சாஸ்திரிகள் (மண்டபம்) 250

நாராயண செட்டியார் (தேவகோட்டை. வன்றொண்ட செட்டியார் என்று அழைக்கப்பட்டவர்) 208, 236, 265, 267, 273–75, 394, 404–05, 438–39, 441, 446, 453, 455, 535

நாராயண பிள்ளை (திரிசிரபுரம்) 102

நாராயண பிள்ளை (மாயூரம்) 197

நாராயண பிள்ளை (வரகனேரி) 64, 108

நாராயணசாமி நாயகர் 102

நாராயணசாமி நாவலர் (சிங்கப்பூர்) 473

நாராயணசாமி பிள்ளை (கும்பகோணம் காலேஜ் தமிழ்ப்பண்டிதர்) 416

நாராயணசாமி முதலியார் (திருவாதவூரடிகள் பக்தஜன சபைத் தலைவர்) 407–08

நாராயணசாமி வாத்தியார் (ஒரத்தநாடு. திருக்கண்ணபுரப் புராணம் முதலியவற்றை இயற்றியவர்) 288, 438

நாலடியார் 93, 331, 342, 371

நாற்கவிராச நம்பியகப்பொருள் 100, 161

நானாஜீவவாதக் கட்டலை 237

நிகண்டு 52, 56, 236, 307, 309, 311, 518

நித்தியகர்ம விதிகள் 281

நியமம் (ஒரு சிவஸ்தலம். நேமம் என வழங்கும்) 230

நீடாமங்கலம் (ஒரு கொக்கு சிவபெருமானை வழிபட்டுப் பேறு பெற்றமையால் இஃது இப்பெயர்பெற்றது, நீடா–கொக்கு) 397, 427–28

நீதிநூல் 56

நீலகண்ட தீக்ஷிதர் (மதுரை) 488

நீலகண்டேசர் 232

நீலாயதாட்சி அம்மை 295–96

நீலிவனம் (திருப்பைஞ்ஞீலி) 83, 235, 552

நெடுங்களம் (தேவாரம் பெற்ற ஸ்தலம்) 230

நெய்தல்வாயிலுடையான் கோத்திரம் 49

நெய்ப்பற்றூர் (சீகாழிக்கு அருகில் உள்ளதோரூர்) 184, 197

நெல்லை நாயகி 237

நெல்லையப்பத் தம்பிரான் 436, 484

நெற்குன்றவாண முதலியார் 517

நைடதம் 57, 310–11, 315–16, 318, 355–56, 461

பகழிக்கூத்தர் 100, 520

பக்கிள் துரை 536

பங்களூர் 141, 143–45, 150, 152, 155, 207

பங்குனியாறு 127

பசுபதி பண்டாரம் (ஆவூர்) 45, 73–74, 355, 364, 366–69

பஞ்சநத செட்டியார் 256

பஞ்சநதம் பிள்ளை 319–20, 327, 335, 337

பஞ்சபுண்ணியத்தலம் 124

பஞ்சாக்கர தீர்த்தம் 193

பஞ்சாக்கர தேசிகரந்தாதி 224

பஞ்சுவையர் (சாத்தனூர். பழையகாலத்திலிருந்த சங்கீத வித்துவான்களுள் ஒருவர். வடமப்பிராமணர். பெரிய வித்துவான்களுடைய சபையிலிருந்து பாடிப் பரிசுபெற்றவர்) 200

படிக்கரை நாயகர் 232

படிக்காசுப் பிள்ளையார் 370, 464, 532

பட்டாபிராம பிள்ளை 519, 531, 539

பட்டினத்துப் பிள்ளையார் 300

பட்டீச்சுர யமகவந்தாதி 73

பட்டீச்சுரம் (ஒரு சிவஸ்தலம். காமதேனுவின் கன்றாகிய பட்டி என்பது வழிபட்டுப் பேறுபெற்றமையால் இத்தலம் இப்பெயர் பெற்றது) 73–74, 96, 106, 119, 174, 214, 299, 313, 326, 334–35, 337, 340–41, 349, 356–58, 361, 409, 412, 414, 416, 425, 429, 436, 461, 488, 534

பட்டுக்கோட்டை 268, 438, 452

பண்டார சாஸ்திரம் 77

பதினோராவது நிகண்டு 236

பம்பரஞ்சுற்றி (ஓரூர்) 71

பரஞ்சோதி முனிவர் (திருக்கைலாய பரம்பரை ஞானாசிரியர்களுள் ஒருவர்) 224, 283

பரஞ்சோதி முனிவர் (திருவிளையாடல் புராண நூலாசிரியர்) 75, 130

பரமசிவத் தம்பிரான் (குருமபுர ஆதீனத்துச் சிஷ்யர். வடமொழி தென்மொழிகளில் நல்ல பயிற்சி உள்ளவர். செய்யுள் இயற்றும் ஆற்றலுடையவர். சில நூல்களும் இயற்றியுள்ளார்) 273

பரமசிவத்தம்பிரான் (காசிச்சாமி) 363–64

பரமசிவம் பிள்ளை (வல்லம்) 197

பரமேசர் 232

பர்த்ருஹரி சதகங்கள் 401

பல்லவராயப்பட்டு (மாயூரத்திற்கு வடக்கே உள்ளதோரூர்) 197–98

பவானி (ஒரு சிவஸ்தலம்) 466

பழசைப் பதிற்றுப்பத்தந்தாதி 522

பழமலைத் திரிபந்தாதி 318

பழனி 278

பழனிக்குமாரத் தம்பிரான் (சேற்றூர்க் கந்தசாமிக்கவிராயருடைய புதல்வர். பிள்ளையவர்கள் மாணாக்கருள்

ஒருவர்; திருவாவடுதுறை யாதீனத்தைச் சேர்ந்தவர்; தமிழ் நூல்களிலும் சைவசாஸ்திரங்களிலும் பயிற்சியுள்ளவர். இராமநாதபுரம் பாண்டித்துரைத் தேவருக்குச் சாஸ்திரப் பாடம் சொன்னவர்) 173, 436, 438–40

பழனியாண்டியா பிள்ளை 64

பழையாறு 194

பழையாறை 74, 340, 342

பனசை (திருப்பனந்தாள்) 543

பன்னிரண்டாஞ் செட்டிமார்கள் 157–58

பாகம்பிரியாள் 285

பாசூர் 276

பாடலேசுவர் ஆசிரிய விருத்தம் 541

பாண்டித்துரைசாமித் தேவர் 173

பாபநாசம் 309–10, 336, 403

பாரதம் 420

பார்சிவல் (பர்சிவல். பைபிளைத் தமிழில் மொழிபெயர்த்த ஒரு பாதிரியார்) 98

பார்வதி 267

பாலசித்தானந்தர் (பொம்மையபாளையம்) 166

பாலகுரு உபாத்தியாயர் 555

பாலசுந்தர முதலியார் 412

பாலசுந்தரபுரம் 412

பாலசுப்பிரமணிய ஐயர் (அஷ்டாவதானம்) 457

பாலசுப்பிரமணிய தம்பிரான் (மாயூரம் கட்டளை) 323

பாலவனத்தம் 173

பாலையூர் 247

பாலைவனப் பதிற்றுப்பத்தந்தாதி 247, 522, 554

பாவநாசப் பெருமான் 216

பாஸ்கரராஜபுரம் (திருவாவடுதுறைக்கு அருகில் உள்ளது. ஸ்ரீலலிதா ஸஹஸ்ரநாம பாஷ்யம் இயற்றிய பாஸ்கர ஆசாரியர் இருந்த ஊர்) 78

பிரபுலிங்க லீலை 75, 92

பிரமபுரேசர் 184, 186

பிரமவித்தியாநாயகி பிள்ளைத் தமிழ் 414

பிரசன்ன விநாயகர் 177

பிள்ளைப்பெருமாள் ஐயங்கார் 67

புதுக்கோட்டை 378, 432, 441, 452, 458–59

புதுச்சேரி 38, 164, 199, 277–79, 404, 488

புதுவயல் (தனவைசியர்கள் உள்ளதோரூர்) 284

புருஷோத்தம நாயுடு 291

புழுகீச்சுரம் (தனியூர்க்கோயில்) 279

புழுகுகூனை 279–80

புறப்பொருள் வெண்பாமாலை 161

புற்றூர் (திருவாஒளிபுற்றூர்) 219, 221–22

பூங்காவூர் (மாயூரம் தாலூக்காவில் உள்ளதோரூர்) 197

பூண்டி 264

பூவாளூர் 67, 71, 117, 121–22, 127, 502–03, 553

பூவாளூர் பதிற்றுப்பத்தந்தாதி 121, 522

பூவாளூர் புராணம் 73

பெரியபுராணக் கீர்த்தனம் 281, 382

பெரியபுராணம் 50, 73, 78, 96, 114–17, 119, 130, 157, 201, 206, 241, 275, 323–24, 340, 365, 396–97, 402, 429, 446–49, 451, 454, 459, 481, 514, 520, 532

பெரியராமசாமிஐயர் (மாயூரத்திரத்திலிருந்த சங்கீத வித்துவான்களில் ஒருவர்) 200

பெருந்திருப்பிராட்டியார் பிள்ளைத் தமிழ் 156, 523

பெருமணநல்லூர் 192–93

பெஸ்கி 164

பேரூர் புராணம் 179, 181

பைபிள் 98

பொன்னம்பல முதலியார் (புரசபாக்கம்) 97, 101–02, 248, 555

பொன்னம்பல ஸ்வாமிகள் 101

பொன்னுசாமித் தேவர் 226–27, 536

பொன்னம்பல நாயகர் 555

பொன்னூசற் பாட்டு 294

போரூர் வாத்தியார் 96

போர்ட்டு துரை 93

மகதீசர் 232

மகாதேவ சாஸ்திரிகள் 288, 292

மகாலிங்க மூர்த்தி 300, 462, 475

மகாலிங்கம் பிள்ளை (தில்லைவிடங்கன்) 191

மகாலிங்கம் பிள்ளை (திருவாவடுதுறை) 308

மகாலிங்கையர் (மழவை) 94, 98–101, 458, 556

மகாவைத்தியநாதசிவன் 292

மகாவைத்தியநாதையர் 211, 213, 250, 281, 330, 380–82, 396, 405–06, 497–98

மங்கல நாயகி 232

மங்களாம்பிகைப் பிள்ளை தமிழ் 261, 523, 551–53

மடவாளீசுவரம் 144

மட்டுவார் குழலம்மை 84

மணவைப் பிள்ளைத் தமிழ் 192

மண்டபம் (கும்பகோணத்திலுள்ள ஒரு தெரு) 250

மண்ணிப்படிக்கரைப் புராணம் 232, 521

மதுரை 42, 49, 51, 53–54, 56, 65, 75, 86, 94, 98, 173, 208, 222, 225, 230–31, 239, 268, 310, 340, 382, 400, 516, 528–30, 536–37, 553

மதுரைக் கணக்காயனார் 53

மதுரைத் தமிழ்ச் சங்கம் 173

மதுரைநாயக முதலியார் (திருத்தாந்தோன்றி) 128

மதுரைச் சுந்தரேசர் நெஞ்சமாலை 445

மந்தாரவன விநாயகர் 219

மயிலாப்பூர் 96, 174–75, 177, 273, 374,

மயிலை யந்தாதி 74

மயிலைப் புராணம் 183–84, 191, 521, 552

மயில்ராவணன் சரித்திரம் 71, 522

மருதநாயகம் பிள்ளை 64

மருதமுத்துப் பிள்ளை (கற்குடி) 64

மலைக்கோட்டை 42, 62, 65, 108, 141, 168

மலையாண்டியா பிள்ளை (திரிசிரபுரம்) 60

மழவராயனேந்தல் (மழவை. மதிரைக்குக் கிழக்கே வடகரையில் உள்ளதோரூர்) 98, 457–58

மறைஞானசம்பந்த சிவாசாரியர் 224

மாசிலாமணியீசர் 276, 473

மாணிக்க முதலியார் (திரிசிரபுரம்) 63

மாணிக்கலிங்கர் 221

மாணிக்கவாசகர் 87, 91, 191, 228–29, 295, 442, 444, 446, 453, 557

மாதவராவ் (திவான்) 248

மாம்பழக் கவிச்சிங்க நாவலர் 278–79, 432

மாயூரநாதர் 281–82, 501–02

மாயூரப் புராணம் 281, 291, 293, 345, 347, 349, 359, 391, 521, 554, 556

மாயூரம் 96, 190, 197–203, 232, 242, 271, 279, 281, 285, 287–88, 290, 293–94, 298, 303–04, 308, 315–16, 320, 323, 326, 334, 349, 356, 361–63, 372–73, 384, 387, 389–90, 392, 414, 435, 463, 482–84, 487, 499–501, 538, 546, 556

மாயூரம் வசந்தோத்ஸவம் 383

மீனமுத்திரை 50

மீனாட்சி (பிள்ளையவர்களின் தங்கை) 56

மீனாட்சிசுந்தரம் பிள்ளையவர்கள் ஜாதகம் 55

மீனாட்சியம்மை பிள்ளைத் தமிழ் 56, 91, 319

முடிகொண்டான் (ஓரூர்) 200, 311, 321

முடித்தழும்பர் 157–58, 284

முத்தப்பிள்ளை (போஸ்ட்மாஸ்டர்) 357–58

முத்தாம்பாள்புரம் (ஓரத்தநாடு) 199, 288, 438

முத்திநாதன் 449

முத்தீசர் 232

முத்துக்குமார பத்தர் 430

முத்துக்குமார பிள்ளை (கூறைநாடு) 199

முத்துக்குமாரசாமி பிள்ளைத் தமிழ் 319, 323

முத்துக்குமாரத் தம்பிரான் 281

முத்துக்குமாரபிள்ளை(தில்லைவிடங்கன். பிள்ளையவர் களுக்குப் பணிவிடை செய்துகொண்டு பாடங்கேட்டவர். பிற்காலத்தில் திருவாவடுதுறை மடத்தில் காஷாயம் பெற்றுச் சில சிவஸ்தலங்களில் கட்டளை வேலையிலும் கல்லிடைக்குறிச்சி மடத்தில் காறுபாறுவேலையிலும் இருந்தவர்; அப்பால் பெரிய காறுபாறு வேலைபெற்றுச்செவந்திபுரத்திலிருந்து நன்மதிப்புப் பெற்றவர்) 190

முத்துசாமி ஐயர் (வண்டானம்) 45, 475–76, 477

முத்துசாமி பாண்டியர் (சேற்றூர் ஜமீன்தார்) 401, 477

முத்துசாமி பாரதியார் 430

முத்துசாமி பிள்ளை (தேவிபட்டணம்) 74

முத்துசாமி முதலியார் (சோமரசம்பேட்டை) 142

முத்துசாமிக் கவிராயர் (காரைக்கால்) 556

முத்துசாமி பிள்ளை (மாயூரம்) 198–99, 282, 290, 300, 315, 556

முத்துச் செட்டியார் (கூறைநாடு) 279–80

முத்துத்தாண்டவராயர் கீர்த்தனை 481

முத்துவடுகநாத துரை 439

முத்துவடுகநாத தேசிகர் 464–65

முத்துவீர உபாத்தியாயர் (உறையூர்) 63, 102

முத்துவீரப்ப பிள்ளை 439

முத்துவீரியம் 63

முத்தைய வாத்தியாயர் 190

முத்தைய தம்பிரான் (கயையில் தர்மசாலை கட்டியவர்) 493

முத்தைய பிள்ளை (ஆவராணி) 543

முத்தையன் (ஏம்பல் என்னும் ஊரில் உள்ள ஐயனாரின் திருநாமம்) 451

முருகப்ப செட்டியார் (புதுவயல்) 284

முருகப்ப பிள்ளை 531, 556

முருக பிள்ளை 293

முருகேசம் பிள்ளை (டிப்டி கலெக்டர்) 500

முருங்கைப்பேட்டை 60

முல்லையந்தாதி 80, 516

முழையூர் 106, 340

மெய்கண்ட சாத்திரம் 64, 77

மெய்கண்டதேவர் 145, 224, 232, 281, 433, 479

மெய்ப்பொருள் நாயனார் 449

மெய்யப்ப ஐயா 528

மெய்யப்ப செட்டியார் 456

மெய்யூர் 555

மேலைச்சிவபுரி 503

மேலைத்திருக்காட்டுப்பள்ளி (தேவாரம் பெற்ற தலங்களுள் ஒன்று) 230

மேலைப் பழையாறை 342

மௌனஸ்வாமிகள் மடம் (திரிசிரபுரம்) 65, 179, 182

யாப்பருங்கலக்காரிகை 57, 157, 161

யாழ்ப்பாணம் 98, 314, 496

யோகீசபுரம் (திருக்குறுக்கை) 228

யோகீசர் 228–29

ரங்கசாமி ஐயங்கார் (கும்பகோணம்) 263

ரங்கசாமி பிள்ளை (பிரின்ஸிபல் சதர்மீன்) 239–46

ரங்கநாதர் 137

ரங்கபிள்ளை 59

ராமகுட்டி சாஸ்திரிகள் (திருத்கோடி காவல். திருவாவடுதுறை ஆதீன வித்துவான்களுள் ஒருவர், வடமொழி வியாகரணத்திலும் அலங்கார நூலிலும் வல்லவர்; தம்பிரான்களுக்கு ஸம்ஸ்கிருத பாடஞ் சொன்னவர்; தெலுங்கப் பிராமணர்) 207, 275, 494

ராமதுரை ஐயர் (கடவாசல்) 184

ராமபிள்ளை (மாயூரம்) 197

ராமவர்மா (திருவனந்தபுரம் மகாராஜா) 477

ராமாபுரம் (மாயூரத்தைச் சார்ந்த ஓரூர்) 199

ராஜா கனபாடிகள் (திருவிடைமருதூர்; புகழ் வாய்ந்த ராமசேஷ சாஸ்திரிகளின் பரம்பரையினர்; வேதங்களிலும் சாஸ்திரங் களிலும் வல்லவர்; மிக்க கவித்துவசக்தி உள்ளவர்; இவருடைய வார்த்தை இன்பத்தை யுண்டுபண்ணும்; மேலகரம் சுப்பிரமணிய தேசிகருடைய அவைக்களத்திற்கு வரும் வடமொழி வித்துவான்களில் முதன்மை பெற்றவர்; பல ராஜ சபைகளில் உயர்ந்த சம்மானமும் வாங்கியவர்) 300, 330

ராஜூ சாஸ்திரிகள் (திருவாலங்காடு) 330

ராஜூ தீட்சிதர் (மகாமகோபாத்தியாயர்) 262

ரெட்டிபாளையம் 430

லட்சுமணபிள்ளை (திருச்சிராப்பள்ளி) 64, 82, 87, 94–96, 101–03

லண்டன் 477

லாலி (ஒருவகை இசைப்பாட்டு) 294, 524

லாலுகுடி 67, 122

லிங்கப்ப நாயக்கர் (வரிசைப்பற்று) 184, 192, 196

லிங்கப்பையர் (உத்தமதானபுரம். ஒரு தமிழ்வித்துவான்) 71

வச்சணந்திமாலை (பிரபந்த இலக்கணநூல்களில் ஒன்று) 161

வடதளி (மாயூரத்திற்கு வடக்கேயுள்ளதொரு சிவஸ்தலம். தேவாரம் பெற்றது) 106, 197, 340

வண்டானம் (ஒரூர்) 45, 475–76

வண்டுவார் குழல்நாயகி (திருவாளொளிபுற்றூரிலுள்ள அம்பிகை) 221

வதிட்டகுடி (திட்டகுடி) 67

வம்புவனப் பூங்குழல் நாயகி 534

வயலூர் (திருச்சிராப்பள்ளிக்குச் சமீபத்திலுள்ள சுப்பிரமணிய ஸ்தலம்) 541

வயலூர்ப் பதிற்றுப்பத்தந்தாதி 541

வயிரவிவனம் (திருத்தவத்துறை) 67, 122, 124, 156, 552

வரகனேரி (திருச்சிராப்பள்ளிக்கு அருகிலுள்ளதோரூர். இப்பெயர் வரகுணனேரி யென்பதன் சிதை வென்பர்) 64, 108, 127, 129, 182, 429, 488, 531–32

வரதுங்கராம பாண்டியர் 517

வரிசைப்பற்று (சீகாழித்தாலூகாவிலுள்ள ஒரூர்) 184, 196

வலம்புரி விநாயகர் (மண்ணிப் படிக்கரை ஸ்தல விநாயகர்) 232

வலயவட்டம் 487

வல்லம் (மாயூரத்தைச் சார்ந்ததோர் ஊர்) 190, 197–98

வல்லம் (தஞ்சாவூருக்கு அருகிலுள்ளதோரூர்) 218, 315

வழுவூர் (எட்டு வீரட்டத்துள் ஒன்று) 247

வள்ளலார் கோயில். காண்க: வடதளி

வள்ளி 216, 541

வன்றொண்டச் செட்டியார். காண்க: நாராயணச் செட்டியார்

வாட்போக்கிக் கலம்பகம் 157, 330, 514, 523

வாதவூர் 454, 557

வாளொளிபுற்றூர்ப் புராணம் 218–19, 221, 522

விக்கிரமசிங்கபுரம் 402

விசாகப்பெருமாளையர் 94, 96, 98–99, 416

விசுவபதி தீக்ஷிதர் (திருவாலங்காடு) 330

விருத்தாசல ரெட்டியார் (செங்கணம்) 307, 310, 333, 525

வில்லிபுத்தூரார் 511

விளத்தொட்டிப் புராணம் 46, 218, 221, 522, 552

வீரசோழியம் 340

வீரபத்திர பிள்ளை (திருநெல்வேலி) 405

வீரப்ப செட்டியார் 288, 291, 502, 556

வீரப்பன் (சின்னச்சாமி படையாச்சி) 440–41

வீரராகவ செட்டியார் (திரிசிரபுரம்) 102, 106, 556

வீராசாமி நாயகர் (தாராநல்லூர்) 556

வீழிதாச நயினார் 462

வெங்கைக் கோவை 63, 436

வெயிலுவந்த பிள்ளையார் (வெயிலுவந்த விநாயகர்) 390, 392

வெள்ளை விநாயகப் பெருமான் 533

வேங்கடாசலஞ் செட்டியார் 528, 530

வேங்கடாசலம் பிள்ளை 539

வேங்கடாசாரியர் (டிப்டி கலெக்டர்) 537

வேதநாயகம் பிள்ளை (மாயூரம்) 119, 166–69, 176, 183–85, 188–90, 198, 202–03, 242, 287, 291, 298, 387, 463, 488, 498–500, 537, 557

வேந்திருக்கைக் கலைமகள் விளக்க இல்லிடம் 545

வேலாயுத கவிராயர் (இராமநாதபுரம். சிறந்த வாக்கி; திருட்டுக்கும்மி முதலிய நூல்களை இயற்றியவர்; திருச்சிராப்பள்ளி, அரியிலூர் முதலிய இடங்களிலுள்ள செல்வர்களால் ஆதரிக்கப்பெற்றவர்) 101–02, 173

வேலாயுத முனிவர் (வேலாயுதசாமி) 25, 64–65, 111

வேலாயுதம் பிள்ளை 463, 466, 469

வேலுசாமி பிள்ளை (வெண்பாப்புலி) 407, 495

வேலுப்பிள்ளை (அம்பர்ப்புராணம் செய்வித்த கனவான்) 463

வைத்தியநாத தேசிகர் (குடந்தை) 355, 390

வைத்தியநாத தேசிகர் (திருவாரூர். இலக்கண விளக்கம் முதலியவற்றை இயற்றிய ஆசிரியர்) 160, 517

வைத்தியநாதசாமி பிள்ளை (பிள்ளையவர்கள் பேரர்) 503

வைத்தியலிங்க உடையார் 247

வைத்தியலிங்க தேசிகர் (திருவாவடுதுறை) 503

வைத்தியலிங்க பத்தர் 558

வைத்தியலிங்கம் பிள்ளை (மாயூரம்) 199, 288–90, 293

வையாபுரி பிள்ளை (முழையூர்) 106

வையைச் சேரி (திட்டை ஸ்டேஷனைச் சார்ந்ததோரூர்) 281

வைரவ ஐயா (வெளிமுத்தி) 455

ஐம்புநாதர் 137

ஸாமி ஐயங்கார் (கார்குடி) 310

ஸௌந்தரியலஹரி 269

ஸ்காந்த புராணம் 149

ஸ்மிருதி சந்திரிகை 94

ஸ்ரீநிவாசாசாரியர் (ஹைகோர்ட் வக்கீல்) 546

ஸ்ரீமதி 122

ஸ்ரீரங்கம் 141

ஸ்ரீவல்லபம் (கோயிலூர்) 237

ஸ்ரீவைகுண்டம் 302

ஸ்ரீனிவாச பட்டாச்சாரியார் (கும்பகோணம்) 257

ஸ்ரீனிவாச பிள்ளை (தஞ்சை) 414

ஸ்வாமிமலை 353, 355, 474

ஹரதீர்த்தஸ்தலேசர் 459

✻ ✻ ✻